എന്നെ സ്പർശിച്ചതും മാറ്റിമറിച്ചതും പ്രചോദിപ്പിച്ചതുമായ കുറച്ച് പുസ്തകങ്ങൾ മാത്രമാണുള്ളത്, അതിലൊന്നാണ് ദി മില്യനെയർ ഫാസ്റ്റ് ലെയ്ൻ. എന്റെ ചിന്താധാരയെ പവിത്രമാക്കുന്നതിലും ബിസിനസ്സും ജീവിതവും നിർമ്മിക്കുന്നതിലും, വികസിപ്പിക്കുന്നതിലും, നടപ്പിലാക്കുന്നതിലും ഈ പുസ്തകം വളരെയേറെ പങ്കുവഹിച്ചിട്ടുണ്ട്. ഏകദേശം 2 മില്യൺ ഡോളർ ഒരു വർഷത്തേക്ക് ലഭിക്കാവുന്ന ഒന്നിലധികം വരുമാന സ്കീമുകൾ രൂപപ്പെടുത്തുന്നതിനും സൃഷ്ടിക്കുന്നതിനും ഇത് എന്നെ സഹായിച്ചു. അതും ഒരു ഔപചാരിക വിദ്യാഭ്യാസം ഇല്ലാത്ത, ഹൈസ്കൂളിലെ ആവറേജ് വിദ്യാർത്ഥിപോലും അല്ലാത്ത എന്നെ. ഇത് എളുപ്പമല്ല, പക്ഷേ ലളിതമാണ്.

— റൂഡ് സ്പ്രിങ്ഫീൽഡ്, മിസോറി

നിങ്ങളുടെ ഉപദേശവും ഫാസ്റ്റ് ലെയ്ൻ തത്വങ്ങളും എന്റെ ജീവിതത്തെ മാറ്റിമറിച്ചുവെന്ന് പറയുന്നത് ഒരു അടിവരയിടലാണ്. അവിടെ മെച്ചപ്പെട്ട ഒരു ജീവിതം ഉണ്ടെന്ന് എനിക്കറിയാമായിരുന്നു. പക്ഷേ, എങ്ങനെ അവിടെ എത്തിച്ചേരാം എന്നതിനെക്കുറിച്ച് ഞാൻ നിരാശനായിരുന്നു. നിങ്ങളുടെ ഉപദേശം വായിച്ചതിനുശേഷം, എനിക്ക് എല്ലാം ഒത്തുചേരാൻ തുടങ്ങി. ഞാൻ എന്നെത്തന്നെ കാണാൻ തുടങ്ങി. എന്തിനാണ് ഞാൻ ശമ്പളം വാങ്ങുന്നതിന് മാത്രമായി ജീവിക്കുന്നത് എന്നത്, അതിൽനിന്ന് രക്ഷപ്പെടാൻ അന്ന് ഞാൻ തീരുമാനിച്ചു. നാല് വർഷത്തിന് ശേഷം, എന്റെ ആസ്തി ഏകദേശം നാലിരട്ടിയായി. മുപ്പത് വയസ്സുള്ള എന്റെ പല സുഹൃത്തുക്കളെക്കാളും കഴിഞ്ഞ കുറച്ചുവർഷങ്ങളിൽ കൂടുതൽ ലാഭിക്കുകയും നിക്ഷേപിക്കുകയും ചെയ്തു.

— എം. ഗോമസ്, വാഷിംഗ്ടൺ, ന്യൂജേഴ്സി

ഞാൻ 40 വർഷമായി എന്റെ സ്വന്തം ബിസിനസ്സ് ചെയ്യുകയാണ്, എണ്ണമറ്റ പുസ്തകങ്ങൾ വായിച്ചതിൽ ഒന്നിൽപോലും എംജെ തന്റെ രണ്ട് പുസ്തകങ്ങളിൽ പ്രകടമാക്കിയ നർമ്മവും വ്യക്തതയും ജ്ഞാനവും അടുത്ത് എത്തിയിട്ട് പോലുമില്ല. നിങ്ങൾ ഒരു മികച്ച മാർഗ്ഗം തേടുകയാണെങ്കിൽ, ഇതാണ് നിങ്ങളുടെ അവസാന സ്റ്റോപ്പ്. നിങ്ങൾ അവിടെ എത്തി. മറ്റൊരു നിമിഷം പാഴാക്കരുത്. പുസ്തകം വാങ്ങി വായിക്കൂ, ഇപ്പോൾ തന്നെ!

— എ. ബെർണഡ്യൂസി (ഉപയോക്താവ്, ഫാസ്റ്റ് ലെയ്ൻ ഫോറം, ന്യൂജേഴ്സി)

"ഫാസ്റ്റ് ലെയ്ൻ വായിക്കുന്നതിന് മുൻപ്, ഞാൻ തികഞ്ഞ നാഗരികതയുടെ സ്വപ്നത്തിലായിരുന്നു ജീവിച്ചിരുന്നത്. ദൃഢമായ ജോലി, 401 (k) -ൽ പണം സംഭരിക്കുക, എനിക്ക് താങ്ങാൻ കഴിയാത്ത വായ്പയിൽ ഒരു വീട് എടുക്കുകയും വിദ്യാഭ്യാസ വായ്പ വാങ്ങിയതിൽ മുങ്ങിത്താണുമിരുന്നു. അപ്പോഴാണ് ഞാൻ സ്ലോലെയിനിനെ കുറിച്ച് അറിഞ്ഞത്. ഈ നാൽപത് വർഷ യാത്രയിൽ 401(k)- യിൽ വിരമിക്കുമെന്ന പ്രതീക്ഷയിൽ ഞാൻ അതിൽ എവിടെയും എത്തുന്നില്ല. കാരണം, സാമ്പത്തിക മാന്ദ്യത്തിൽ ആ തുക ഒന്നുമല്ല. ഓരോ താളുകളും വലിയ ആഘാതം തരുന്നവയായിരുന്നു. ഒരു പ്രായപൂർത്തിയായ അമേരിക്കൻ എന്ന നിലയിൽ അതെന്റെ വിശ്വാസങ്ങളെ ഉലച്ചു. എന്നാൽ, എന്റെ ഉള്ളിൽ അത് ആഴത്തിലുള്ള ചിലത് വെളിപ്പെടുത്തി : എന്റെ സ്വന്തം വിധി നിയന്ത്രിക്കാനും

ഒരു പാരമ്പര്യം സൃഷ്ടിക്കാനുമുള്ള ആഗ്രഹം. അതിനാൽ, ഞാൻ എന്റെ ജോലിയിൽ അടിമയായി. ഞാൻ എംജെയുടെ കമ്മ്യൂണിറ്റിയിൽ ചേർന്ന് പഠിച്ചു. ഒരു വർഷത്തെ പഠനത്തിനും പരീക്ഷണങ്ങൾക്കും കഷ്ടപ്പാടുകൾക്കുംശേഷം ഞാൻ എന്റെ സ്വന്തം ബിസിനസ്സ് ആരംഭിച്ചു. ഒരു വർഷം കഴിഞ്ഞ് ഞാൻ ദേശീയതലത്തിൽ വിതരണം ചെയ്യുന്ന ഒരു ഹെൽത്ത് ഫുഡ് കമ്പനി ആരംഭിച്ചു. എന്റെ വിഭാഗത്തിലെ വലിയ സംരംഭകനാവുന്നതിന്റെ വക്കത്തൊണ്. ഞാൻ ഇതുവരെ കോടീശ്വരനല്ല, പക്ഷേ എന്റെ യാത്ര ആരംഭിച്ചു കഴിഞ്ഞു, സാവധാനം ഞാൻ ഫാസ്റ്റ് ലെയിനിൽ എത്തിച്ചേരുകയാണ്!"

— സ്കോട്ട് വെസ്റ്റ്, ടാമ്പാ, ഫ്ലോറിഡ

ഞാൻ ഇതുവരെ വായിച്ചിട്ടുള്ളതിൽവെച്ച് ഏറ്റവും മികച്ച പുസ്തകങ്ങളിൽ ഒന്നാണിത്. വിജയത്തിലേക്ക് കുറുക്കുവഴികളൊന്നുമില്ലെന്ന് ആളുകൾ പറയുന്നുണ്ടെന്ന് എനിക്കറിയാം. എന്നാൽ, ഈ പുസ്തകം അക്ഷരാർത്ഥത്തിൽ വിജയത്തിലെത്താനുള്ള ഒരേയൊരു കുറുക്കുവഴിയാണ്. വായിക്കുക, നിങ്ങൾ ഇതിനകം വായിച്ചിട്ടില്ലെങ്കിൽ, ഇത് വായിച്ചിട്ടുണ്ടെങ്കിൽ വർഷത്തിൽ ഒരിക്കലെങ്കിലും വീണ്ടും വായിക്കുക. ഓരോ വായനയിലും മുൻപ് ശ്രദ്ധിക്കാത്ത ഒരു പുതിയ സ്വർണ്ണക്കട്ടി നിങ്ങൾക്ക് ലഭിക്കും.

— അമിൻമോ (ഉപയോക്താവ്, ഫാസ്റ്റ് ലെയ്ൻ ഫോറം,
ടാക്കോമ വാഷിംഗ്ടൺ)

"മില്യനെയർ ഫാസ്റ്റ് ലെയ്ൻ ബിസിനസ്സിനുള്ള ഏറ്റവും മികച്ച പുസ്തകമാണ്. അത് നിങ്ങളുടേ ബിസിനസ്സ് ബൈബിളായി പരിഗണിക്കുക."

— ടി. ഫാം (ഉപയോക്താവ്, ഫാസ്റ്റ് ലെയ്ൻ ഫോറം,
സാൻ ജോസ് കാലിഫോർണിയ)

"എനിക്ക് ഈ പുസ്തകത്തെപ്പറ്റി പറയാനുള്ള ഒരേയൊരു വാക്ക് അസാധാരണമെന്നാണ്. അതിന്റെ സ്വാധീനം കാരണം രാത്രിയിൽ പല തവണ പുസ്തകം എന്നെ ഉണർത്തി."

— എക്ലിസ്18 (ഉപയോക്താവ്,
ഫാസ്റ്റ് ലെയ്ൻ ഫോറം, ബിസി, കാനഡ)

"സെൽഫ്-ഡെവലപ്പ്മെന്റ് പുസ്തകങ്ങളിൽനിന്നുള്ള എന്റെ എല്ലാ അറിവുകളും എനിക്ക് കൊടുക്കേണ്ടിവരികയും ഒന്നുമാത്രം സൂക്ഷിക്കാൻ സാധിക്കുകയും ചെയ്യുമെങ്കിൽ, അത് മില്യനെയർ ഫാസ്റ്റ് ലെയ്ൻ ആയിരിക്കും. പുസ്തകത്തിലെ മാതൃകാവ്യതിയാനങ്ങളുടെ അളവ് ഞെട്ടിപ്പിക്കുന്നതാണ്. നമ്മൾ കൂടുതൽ പിന്നോക്കാവസ്ഥയിലാണ് ജീവിച്ചിരുന്നതെങ്കിൽ, സാമൂഹിക ചലനാത്മകതയെ തടസ്സപ്പെടുത്തുന്നതിനും സാമൂഹിക ശ്രേണി നിലനിർത്തുന്നതിനും വിലക്കപ്പെട്ട അറിവായി ഇത് വിധിക്കപ്പെടുമെന്ന് എനിക്ക് തോന്നുന്നു. ഞങ്ങളുടെ യുഗത്തിന് ഒരു മാനിഫെസ്റ്റോ നൽകിയതിന് എംജെക്ക് നന്ദി!"

— വാക്സ് കോമിക്കൽ (ഉപയോക്താവ്, ഫാസ്റ്റ് ലെയ്ൻ ഫോറം,
എൻഎസ്ഡബ്ല്യു, എയു)

മനോഹരം! ഞാൻ വായിച്ചിട്ടുള്ള ഏറ്റവും മികച്ച ബിസിനസ്സ് പുസ്തകങ്ങളിൽ ഒന്നാണിത്. ഓരോ ചെറുപ്പക്കാരനും സർക്കാർ നയം എന്ന നിലയിൽ പതിനാറ് കഴിഞ്ഞാൽ അത് നിർബന്ധമായും വായിക്കണം, എംജെ തന്റെ പോയിന്റുക ളിൽ നയിക്കുന്ന വ്യക്തതയും അദ്ദേഹം ഉപയോഗിക്കുന്ന ഉദാഹരണങ്ങളും അസാധാരണമാണ്. ഇത്തരമൊരു പുസ്തകം ലോകത്തിലേക്ക് കൊണ്ടുവന്ന തിന് നന്ദി എം.ജെ. നൂറ്റാണ്ടുകളല്ലെങ്കിൽ വരും പതിറ്റാണ്ടുകളോളം ഇതൊരു ഇതിഹാസമായി തുടരുമെന്ന് എനിക്ക് ഉറപ്പുണ്ട്.

—ജീനിയസ്01 (ഉപയോക്താവ്, ഫാസ്റ്റ്‌ലെയ്ൻ ഫോറം, വിർജീനിയ)

"ഈ പുസ്തകത്തിന്റെ പ്രത്യാഘാതങ്ങൾ തികച്ചും ശാക്തീകരിക്കുന്നതും ഇന്നത്തെ ലോകത്ത് സ്വാതന്ത്ര്യം 100 ശതമാനം പ്രാപ്യമാക്കുന്നതുമാണ്. എനിക്ക് ബിസി നസ്സിലും ജീവിതത്തിലും ശരിയായ നിഗമനങ്ങളുണ്ടെന്ന് ഞാൻ കരുതി. എന്നാൽ, ഇതൊരു യഥാർത്ഥ മാതൃകാമാറ്റത്തിനായി എല്ലാത്തിനേയും വലിച്ച് ഒരുമിപ്പിക്കുന്നു.

—ചിംഗാഡിംഗ് (ഉപയോക്താവ്, ഫാസ്റ്റ് ലെയ്ൻ ഫോറം,
സിയാറ്റിൽ വാഷിംഗ്ടൺ)

"ഞാൻ എല്ലാ അധ്യായവും രണ്ടുതവണ വായിച്ചു. 20 വർഷത്തെ കോമയിൽ നിന്ന് സ്പോട്ട് ലൈറ്റിലേക്ക് ഉണരുന്നതുപോലെയായിരുന്നു അത്. കഠിനമായ സത്യസാമ്യങ്ങൾ ഉദ്ദേശിച്ചതുപോലെ ചെയ്തു. എന്റെ സാമ്പത്തിക പാതയെക്കു റിച്ച് എനിക്കറിയാവുന്നതെല്ലാം വെല്ലുവിളിക്കുകയും മാറ്റുകയും ചെയ്തു. ഒരു ഡോള റിന്റെ മൂല്യം കുറയുന്നതിനനുസരിച്ച് മണിക്കൂറുകളോളം വേതന പരിധികളും ദശാബ്ദങ്ങളോളം സമ്പാദ്യവുമുള്ള എന്റെ ലോകത്ത് ഇത് യഥാർത്ഥ കാഴ്ചപ്പാട് നൽകുന്നു. ഇനി 2-ന് 5 ട്രേഡ് ചെയ്യരുത്. എംജെ, എന്നെ ഉണർത്തിയതിന് നന്ദി.

—ബി. കോൾ (ഉപയോക്താവ്, ഫാസ്റ്റ് ലെയ്ൻ ഫോറം, വിർജീനിയ)

നിങ്ങളുടെയും കൂടുതൽ ആളുകളുടെയും സാക്ഷ്യപത്രങ്ങൾ (5000–ത്തിലധികം!) ഫാസ്റ്റ് ലെയ്ൻ എങ്ങനെ അവരുടെ ജീവിതം മാറ്റിമറിച്ചു എന്നതിനെക്കുറിച്ച് വായിക്കാൻ, ദയവായി സന്ദർശിക്കുക : http://bit.ly/21LqKQ6

ദ മില്യനെയർ ഫാസ്റ്റ്ലെയ്ൻ

സമ്പത്തിലേക്കുള്ള രഹസ്യങ്ങൾ തുറന്ന്
ജീവിതകാലം മുഴുവൻ സമ്പന്നമായി ജീവിക്കുക

എം ജെ ഡിമാർക്കോ

മഞ്ജുൾ പബ്ലിഷിങ് ഹൗസ്

First published in India by

Manjul Publishing House
Corporate and Editorial Office
• 2nd Floor, Usha Preet Complex, 42 Malviya Nagar,
Bhopal 462 003 – India
Sales and Marketing Office
• C-16, Sector 3, Noida, Uttar Pradesh 201301 – India
Website: www.manjulindia.com
Distribution Centres
Ahmedabad, Bengaluru, Chennai, Kochi, Kolkata,
Hyderabad, Mumbai, New Delhi, Pune

Malayalam translation of *The Millionaire Fastlane* by MJ DeMarco

Original English edition first published by Viperion Publishing Corporation,
P O Box 18151, Fountain Hills, AZ 85269

This edition first published in 2025

ISBN 978-93-7317-004-6

Printed and bound in India by Repro India Limited

ഉള്ളടക്കം

ഭാഗം 5
സമ്പത്ത് : ഫാസ്റ്റ് ലെയ്ൻ റോഡ് മാപ്പ്

ഭാഗം 6
സമ്പത്തിലേക്കുള്ള നിങ്ങളുടെ വാഹനം : നിങ്ങൾ

ഭാഗം 7
സമ്പത്തിലേക്കുള്ള വഴികൾ

ഭാഗം 8
നിങ്ങളുടെ വേഗത : സമ്പത്ത് വർദ്ധിപ്പിക്കുക

ആമുഖം

"ലംബോർഗിനി പ്രവചനം" പൂർത്തിയാകുന്നു

വളരെക്കാലംമുൻപ് ഞാൻ ഒരു വൃത്തികെട്ട കൗമാരക്കാരൻ ആയിരുന്നപ്പോളുണ്ടായ ഒരു യാദൃശ്ചിക അഭിമുഖീകരണത്തിന്റെ പ്രതിധ്വനിയാണ് *മില്യനെയർ ഫാസ്റ്റ് ലെയ്ൻ.* അതൊരു ബോധവൽക്കരണത്തിന്റെ ഫാസ്റ്റ്ലെയ്ൻ തീപ്പൊരിയായിരുന്നു, ഒരു അപരിചിതൻ ഒരു മിത്തിക് കാർ ഓടിക്കുന്നതിൽനിന്ന് ഒരു ബോധോദയം ഉണ്ടായി–ഒരു ലംബോർഗിനി കൗണ്ടച്ച്. പതിറ്റാണ്ടുകളുടെ അധ്വാനം, പതിറ്റാണ്ടുകളുടെ സമ്പാദ്യം, പതിറ്റാണ്ടുകളുടെ ബുദ്ധിശൂന്യമായ മിതവ്യയം, പതിറ്റാണ്ടുകളുടെ 8% സ്റ്റോക്ക് മാർക്കറ്റ് റിട്ടേൺ എന്നിവയാൽ സമ്പത്തിന് 50 വർഷത്തെ സാമ്പത്തിക മാധ്യമത്വം ആവശ്യമില്ലെന്ന വിശ്വാസ പ്രമേയത്തിൽ നിന്നാണ് ഫാസ്റ്റ്ലെയ്ൻ ജനിച്ചത്.

പലപ്പോഴും, ഈ പുസ്തകം ലംബോർഗിനി ബ്രാൻഡിനെ പരാമർശിക്കുന്നു. അതുപോലെ കുറച്ച് എനിക്ക് സ്വന്തമായുണ്ട് എന്ന് അറിയിക്കാൻ പറയുന്നതല്ല, ലംബോർഗിനി ഐക്കൺ എന്റെ ജീവിതത്തിലെ ഒരു പ്രവചനത്തിന്റെ പൂർണ്ണ രൂപത്തെ പ്രതിനിധീകരിക്കുന്നു. ഞാൻ എന്റെ ആദ്യത്തെ ലംബോർഗിനി കണ്ടപ്പോൾ അത് നിഷ്കളങ്കമായി ആരംഭിച്ചു. എന്നിട്ട്, എന്റെ കംഫർട്ട്സോണിൽ നിന്ന് എന്നെ ചവിട്ടി പുറത്താക്കി. ഞാൻ അതിന്റെ യുവ ഉടമയെ അഭിമുഖീകരിച്ച് ലളിതമായി ചോദിച്ചു : "ഇത്രയും ഗംഭീരമായ ഒരു കാർ നിങ്ങൾക്ക് എങ്ങനെ വാങ്ങാനാകും?"

രണ്ടാം അധ്യായത്തിൽ അനാച്ഛാദനം ചെയ്തിട്ടുള്ള, എനിക്ക് ലഭിച്ച ഉത്തരം ഹ്രസ്വവും ശക്തവുമായിരുന്നു. പക്ഷേ, ഞാൻ ആഗ്രഹിക്കുന്നു എനിക്ക് കൂടുതൽ ലഭിച്ചിരുന്നെങ്കിലെന്ന്. ആ യുവാവ് സംസാരിക്കാൻ ഒരു മണിക്കൂറോ ഒരു ദിവസമോ ആഴ്ചയോ എടുത്തിരുന്നെങ്കിൽ എന്ന് ഞാൻ ആഗ്രഹിക്കുന്നു. ലംബോർഗിനി പ്രതിനിധീകരിക്കുന്ന, ഞാൻ വിചാരിക്കുന്ന എങ്ങനെ സമ്പത്ത് നേടാമെന്ന് ആ അപരിചിതൻ എന്നെ ഉപദേശിച്ചിരുന്നെങ്കിൽ എന്ന് ഞാൻ ആഗ്രഹിക്കുന്നു.

ആ മനുഷ്യൻ തന്റെ കാറിലെത്തി എനിക്ക് ഒരു പുസ്തകം തന്നിരുന്നെങ്കിൽ എന്ന് ഞാൻ ആഗ്രഹിക്കുന്നു.

വർഷങ്ങൾക്കുശേഷം, പിൻകാലത്തെ അതേ നിമിഷം ഞാൻ പുനരുജ്ജീവിപ്പിക്കും. എന്റെ ഫാസ്റ്റ്ലെയ്ൻ വിജയത്തിന്റെ കുതിപ്പ് ആഘോഷിക്കുന്നതിനായി, ഞാൻ എന്റെ ആദ്യത്തെ അത്യാഡംബര കാർ വാങ്ങി – ഒരു ഐതിഹാസിക ബീസ്റ്റ്, ഒരു ലംബോർഗിനി ഡയാബ്ലോ. മിക്ക ആളുകളുടെയും വീടുകളേ

ക്കാൾ ചെലവ് കൂടുതലുള്ള ഒരു കാർ ഓടിക്കാൻ നിങ്ങൾക്ക് ഒരിക്കലും അവസരം ലഭിച്ചിട്ടില്ലെങ്കിൽ, ഇത് എങ്ങനെയിരിക്കുമെന്ന് ഞാൻ നിങ്ങളോട് പറയാം : നിങ്ങൾ ലജ്ജാലുവായിരിക്കാൻ കഴിയില്ല... ട്രാഫിക്കിൽ ആളുകൾ നിങ്ങളെ പിന്തുടരുന്നു. അവർ നമ്മുടെ തൊട്ടുപിന്നാലെ കൂടും, തലവെട്ടിച്ച് നോക്കും, അപകടങ്ങൾ ഉണ്ടാക്കും. ഇന്ധനം നിറക്കുന്നത് ഒരു സംഭവമാണ്. ആളുകൾ ഫോട്ടോകൾ എടുക്കുന്നു, പ്രകോപിതരായ പരിസ്ഥിതി പ്രവർത്തകർ നിങ്ങളിൽ ഒരു തിന്മയുടെ കണ്ണേറിയുന്നു, വിദ്വേഷമുള്ളവർ നിങ്ങളുടെ ലിംഗത്തിന്റെ നീളത്തെക്കുറിച്ച് ഊഹിക്കുന്നു – ഒരു ഹ്യുണ്ടായ് സ്വന്തമായുള്ളത് സമ്പന്നതയെ സൂചിപ്പിക്കുന്നതുപോലെ. പ്രധാനമായും, ആളുകൾ ചോദ്യങ്ങൾ ചോദിക്കുന്നു.

ഏറ്റവും കൂടുതൽ ചോദ്യങ്ങൾ വരുന്നത് കൗതുകവും അന്വേഷണവുമുള്ള കൗമാരക്കാരിൽ നിന്നാണ്, വർഷങ്ങൾക്ക് മുൻപേയുള്ള എന്നെപോലത്തെ : "കൊള്ളാം, ഇതിലൊന്ന് നിങ്ങൾക്ക് എങ്ങനെ താങ്ങാനാകും?" അല്ലെങ്കിൽ "നിങ്ങൾ എന്താണ് ചെയ്യുന്നത്." ആളുകൾ ലംബോർഗിനികളെ സമ്പത്തുമായി ബന്ധപ്പെടുത്തുന്നു, അതൊരു മിഥ്യയാണെങ്കിലും (ഏതൊരു അൽപ്പബുദ്ധിക്കും പരിഹാസ്യമായ വിലയേറിയ കാർ വായ്പയിൽ വാങ്ങിക്കാൻ കഴിയും). മിക്ക ആളുകളും പരിധിക്കപ്പുറത്തുള്ള ഒരു സ്വപ്നജീവിതത്തെ സൂചിപ്പിക്കുന്നതിനായി ഇതിനെ കരുതുന്നു.

പതിറ്റാണ്ടുകൾക്കുമുൻപ്, ഞാൻ ചോദിച്ച അതേ ചോദ്യം ഇപ്പോൾ കേൾക്കുമ്പോൾ, ഒരു പുസ്തകം സമ്മാനിക്കാനുള്ള കഴിവുണ്ട്. ഒരുപക്ഷേ, ഒരു സ്വപ്നം സമ്മാനിക്കാൻ. ഈ പുസ്തകം എന്റെ ഔദ്യോഗിക ഉത്തരമാണ്.

പ്രസ്താവന

സമ്പത്തിലേക്കുള്ള റോഡിന് ഒരു കുറുക്കുവഴിയുണ്ട്

സമ്പത്തിലേക്കും സാമ്പത്തിക സ്വാതന്ത്ര്യത്തിലേക്കും ഒരു മറഞ്ഞിരിക്കുന്ന പാതയുണ്ട്, വേഗതയുടെ കുറുക്കുവഴി. മുതിർന്നവരുടെ അച്ചടക്കമില്ലായ്മയെക്കാൾ യുവത്വത്തിന്റെ ആവേശത്തിൽ നിങ്ങൾക്ക് സമ്പത്ത് നേടാനാകും. അതെ, നിങ്ങൾക്ക് മിതത്വംകൊണ്ട് തൃപ്തിപ്പെടേണ്ടതില്ല, നിങ്ങൾക്ക് സമ്പന്നരായി ജീവിക്കാം. നാല് പതിറ്റാണ്ടുകൾക്കുമുൻപ് വിരമിക്കാം, മിക്കവർക്കും കഴിയാത്ത ഒരു ജീവിതം നയിക്കാം. സങ്കടകരമെന്ന് പറയട്ടെ, കുറുക്കുവഴി നിങ്ങളുടെ കാഴ്ചയിൽനിന്ന് സമർത്ഥമായി മറഞ്ഞിരിക്കുന്നു. കുറുക്കുവഴിക്ക് പകരം, നിങ്ങളെ തളർത്തുന്ന ഇടത്തരത്വത്തിന്റെ പാതയിലേക്കാണ് നയിക്കപ്പെടുന്നത് – ഒരു മുഷിഞ്ഞ ഉറങ്ങുന്ന ജനവിഭാഗങ്ങളെ മുൻനിർത്തിയുള്ള യാഥാസ്ഥിതികത്വത്തിന്റെ അക്ഷയപാത്രം, മരവിച്ച പ്രതീക്ഷകൾക്ക് അനുകൂലമായി നിങ്ങളുടെ വന്യമായ സ്വപ്നങ്ങളെ ബലികഴിക്കുന്ന ഉത്തരവുകൾ.

ആ റോഡ്? ഇടത്തരം സാമ്പത്തികം എന്നറിയപ്പെടുന്ന "പതിയെ പണക്കാരനാകുക," "ദി സ്ലോലെയ്ൻ" അല്ലെങ്കിൽ "ഒരു വീൽചെയറിലെ സമ്പത്ത്." ആ ഏകനാദം ഇതുപോലെ തോന്നുന്നു :

കോളേജിൽ പോകുക, നല്ല ഗ്രേഡുകൾ നേടുക, ബിരുദം നേടുക, നല്ല ജോലി നേടുക, നിങ്ങളുടെ 10% മിച്ചംവെക്കുക, ശമ്പളം സ്റ്റോക്ക് മാർക്കറ്റിൽ നിക്ഷേപിക്കുക, കുറഞ്ഞ വിലയുള്ള ഇൻഡെക്സ്ഡ് ഫണ്ടിൽ, നിങ്ങളുടെ 401(k) പരമാവധി വർദ്ധിപ്പിക്കുക, നിങ്ങളുടെ ക്രെഡിറ്റ് കാർഡുകൾ കുറക്കുക, കൂപ്പണുകൾ ക്ലിപ്പ് ചെയ്യുക... പിന്നെ, എന്നെങ്കിലും, ഹോ... നിങ്ങൾക്ക് 65 വയസ്സാകുമ്പോൾ നിങ്ങൾ സമ്പന്നനാകും.

ഈ കാല്പനിക ജീവിതം, ജീവിതത്തിനായി വ്യാപാരം ചെയ്യുന്നതിനുള്ള ഒരു സാഹസമാണ്. ഇത് വളരെ ദൂരെയാണ്. മാത്രമല്ല, അത്ര മനോഹരമായതും അല്ല. സമ്പത്ത് ഒരു കടൽ യാത്രയായിരുന്നെങ്കിൽ, "പതുക്കെ ധനികനാകു" എന്നത് തെക്കേ അമേരിക്കയുടെ കൊമ്പിലൂടെ ചുറ്റിക്കറങ്ങുക എന്നതാണ്. എന്നാൽ, ഫാസ്റ്റ്ലെയ്നർ കുറുക്കുവഴി ഉപയോഗിക്കുന്നു – പനാമ കനാൽ വഴി.

"പോയി റിയൽ എസ്റ്റേറ്റ് വാങ്ങൂ", "പോസിറ്റീവായി ചിന്തിക്കുക," അല്ലെങ്കിൽ "ഒരു ബിസിനസ്സ് ആരംഭിക്കുക," എന്ന് പ്രസംഗിക്കുന്ന ഒരു സ്ഥിരം തന്ത്രമല്ല മില്യനെയർ ഫാസ്റ്റ്ലെയ്ൻ. എന്നാൽ സമ്പത്തിന്റെ കോഡ് തകർക്കുകയും

കുറുക്കുവഴിയിലേക്കുള്ള ഗേറ്റ് വേ തുറക്കുകയും ചെയ്യുന്ന ഒരു സമ്പൂർണ്ണ മനഃശാസ്ത്രപരവും ഗണിതശാസ്ത്രപരവുമായ സൂത്രവാക്യം. ഫാസ്റ്റ്ലെയ്ൻ എന്നത് പറഞ്ഞറിയിക്കാനാവാത്തവയ്ക്ക് സംഭവ്യത നൽകുന്ന വ്യത്യാസങ്ങളുടെ ഒരു പുരോഗതിയാണ് : ഇന്ന് സമൃദ്ധമായി ജീവിക്കുക, പതിറ്റാണ്ടുകൾക്കുമുൻപുള്ള റിട്ടയർമെന്റിന്റെ സ്റ്റാൻഡേർഡ് മാനദണ്ഡങ്ങൾ മാറ്റിവെച്ചുകൊണ്ട്.

അതെ, നിങ്ങൾക്ക് ജീവിതകാലം മുഴുവൻ സ്വാതന്ത്ര്യവും സമൃദ്ധിയും നേടാൻ കഴിയും, അതിന് നിങ്ങൾക്ക് 18-ഓ 40-ഓ വയസ്സുണ്ടെന്നത് പ്രശ്നമല്ല. "സാവധാനത്തിൽ സമ്പന്നനാകുന്നത്" 50 വർഷം കൊണ്ട് നേടാൻ ശ്രമിക്കുന്നത്, ഞാൻ ഊന്നി പറയുന്ന "ശ്രമിക്കുക", ഫാസ്റ്റ്ലെയ്ൻ കുറുക്കുവഴി അഞ്ച് വർഷംകൊണ്ട് അത് പ്രാപ്യമാകുന്നു.

എന്തുകൊണ്ടാണ് നിങ്ങൾക്ക് കുറുക്കുവഴി സ്വന്തമാക്കാൻ കഴിയാത്തത്?

നിങ്ങൾ ഒരു സാധാരണ സമ്പത്ത് അന്വേഷിക്കുന്ന ആളാണെങ്കിൽ, കാലാതീതമായ ഒരു ചോദ്യത്താൽ നിങ്ങളുടെ സമീപനം പ്രവചിക്കാവുന്നതാണ് : സമ്പന്നനാകാൻ ഞാൻ എന്താണ് ചെയ്യേണ്ടത്? ഉത്തരത്തിനായുള്ള അന്വേഷണം – സമ്പത്തിന്റെ വിശുദ്ധ പാനപാത്രം – ചൂടുപിടിച്ച പിന്തുടരലിനോട് ഉപമിക്കുന്ന ഒരു മാനസികാവസ്ഥയിലേക്ക് നിങ്ങളെ വലിച്ചെറിയുന്നു. വലിയ സമ്പത്ത് വാഗ്ദാനം ചെയ്യുന്ന വൈവിധ്യമാർന്ന തന്ത്രങ്ങൾ, സിദ്ധാന്തങ്ങൾ, കരിയർ, സ്കീമുകൾ എന്നിവയാണ് അന്വേഷിക്കുന്നതും പിന്തുടരുന്നതും. റിയൽ എസ്റ്റേറ്റിൽ നിക്ഷേപിക്കുക! ഒരു ആമസോൺ ബിസിനസ്സ് ആരംഭിക്കുക! ക്രിപ്റ്റോകറൻസികളുടെ വ്യാപാരം! പ്രോ ബോൾ കളിക്കുക! "ഞാൻ എന്താണ് ചെയ്യേണ്ടത്?" സമ്പത്ത് അന്വേഷിക്കുന്നവൻ അലറുന്നു!

വേണ്ട, ദയവായി നിൽക്കൂ.

നിങ്ങൾ ചെയ്യാത്തതിനേക്കാൾ നിങ്ങൾ എന്താണ് ചെയ്തുകൊണ്ടിരുന്നത് എന്നതിനെ സംബന്ധിക്കുന്നതാണ് ഉത്തരം. കുറച്ച് തവണ പരിവർത്തനം ചെയ്യപ്പെട്ട ഒരു പഴയ പഴഞ്ചൊല്ല് ഉണ്ട്, പക്ഷേ സംഗ്രഹം ഇതാണ് : നിങ്ങൾക്ക് ലഭിക്കുന്നത് തുടരണമെങ്കിൽ, നിങ്ങൾ ചെയ്യുന്നത് തുടരുക.

പറഞ്ഞുവരുന്നത്. നിർത്തുക! നിങ്ങൾ സമ്പന്നനല്ലെങ്കിൽ, നിങ്ങൾ ചെയ്യുന്നത് നിർത്തുക. പരമ്പരാഗത ജ്ഞാനം പിന്തുടരുന്നത് നിർത്തുക. ജനക്കൂട്ടത്തെ പിന്തുടരുന്നതും, തെറ്റായ മാർഗ്ഗം ഉപയോഗിക്കുന്നതും നിർത്തുക. സ്വപ്നങ്ങൾ ഉപേക്ഷിക്കുകയും, മധ്യമത്വത്തിലേക്ക് നയിക്കുകയും ചെയ്യുന്ന റോഡ് മാപ്പ് പിന്തുടരുന്നത് നിർത്തുക. ശിക്ഷാർഹമായ വേഗപരിധികളും അനന്തമായ വഴിതിരിച്ചുവിടലുകളുമുള്ള യാത്രാ റോഡുകൾ നിർത്തുക. ഞാൻ അതിനെ "എതിരായ ഉപദേശം" എന്ന് വിളിക്കുന്നു, ഈ പുസ്തകത്തിന്റെ ഭൂരിഭാഗവും ഈ കുറിപ്പടി പിന്തുടരുന്നു.

കോഡ് തകർക്കാൻ രൂപകൽപ്പന ചെയ്ത ഏകദേശം 300 സമ്പത്തിന്റെ വ്യതിരിക്തങ്ങൾ ഈ പുസ്തകം പട്ടികപ്പെടുത്തുന്നു, നിങ്ങളുടെ നിലവിലെ പാതയിൽനിന്ന് നിങ്ങളെ ഒഴിവാക്കി, പുതിയ സമ്പത്തിന്റെ കുറുക്കുവഴി നിങ്ങൾക്ക് തുറന്നുകാട്ടുന്നു. നിങ്ങളുടെ പഴയ പ്രവർത്തനത്തിന്റെയും ചിന്തയുടെയും വിശ്വാസത്തിന്റെയും വഴികൾ "നിർത്തുക" എന്നതിലേക്കുള്ള ദിശാസൂചന അടയാളപ്പെടുത്തലുകളാണ് വ്യതിരിക്തങ്ങൾ. നിങ്ങളെ ഒരു പുതിയ ദിശയിലേക്ക് പുനഃ

ക്രമീകരിക്കാനും. ഇതിന്റെ സാരാംശം, *നിങ്ങൾ പഠിച്ചത് ഉപേക്ഷിക്കുക എന്നതാണ്.*

നിങ്ങളുടെ യാഥാർത്ഥ്യം എന്റെ യാഥാർത്ഥ്യത്തെ മാറ്റുന്നില്ല

ഈ വിഭാഗം എതിർപ്പുള്ളവർക്കാണ്. ഞാൻ ഫാസ്റ്റ്‌ലെയ്നിനെ ക്രൂരമായ ലോക വിദ്വേഷത്തോടെ അവതരിപ്പിക്കുന്നു. ഈ പുസ്തകത്തിൽ ധാരാളം "കഠിനമായ സ്നേഹം" അടങ്ങിയിരിക്കുന്നു, അത് അഭിപ്രായമുള്ളതാണെങ്കിലും, ആത്യന്തികമായി നിങ്ങൾ ചെയ്യേണ്ടത് നിങ്ങളുടെ സ്വന്തം സത്യം അന്വേഷിക്കുക എന്നതാണ്. ഫാസ്റ്റ്‌ലെയ്ൻ നിങ്ങളെ അപമാനിക്കുകയോ വെല്ലുവിളിക്കുകയോ ചെയ്തേക്കാം, അത് നിങ്ങളെ പഠിപ്പിച്ച എല്ലാ കാര്യങ്ങളും ലംഘിപ്പിക്കും. നിങ്ങളുടെ മാതാപിതാക്കൾ, അദ്ധ്യാപകർ, സാമ്പത്തിക ആസൂത്രകർ എന്നിവരുടെ പഠിപ്പിക്കലുകൾക്ക് വിരുദ്ധമായിരിക്കും. സമൂഹം പ്രതിനിധീകരിക്കുന്നതിനെ മുഴുവൻ ഞാൻ ലംഘിക്കുന്നതിനാൽ, സാധാരണ മനസ്സുകൾക്ക് പ്രശ്നമുണ്ടാക്കുമെന്ന് നിങ്ങൾക്ക് വാതുവെക്കാം.

ഭാഗ്യവശാൽ, ഫാസ്റ്റ്‌ലെയ്ൻ തന്ത്രത്തെക്കുറിച്ചുള്ള നിങ്ങളുടെ വിശ്വാസം (അല്ലെങ്കിൽ അവിശ്വാസം) എന്റെ യാഥാർത്ഥ്യം മാറ്റില്ല; അത് നിങ്ങളെ മാത്രം മാറ്റുന്നു. ഞാൻ ആവർത്തിക്കട്ടെ : ഫാസ്റ്റ്‌ലെയ്നിനെക്കുറിച്ചുള്ള നിങ്ങളുടെ അഭിപ്രായങ്ങൾക്ക് എന്റെ യാഥാർത്ഥ്യത്തെ മാറ്റാൻ കഴിയില്ല; *നിങ്ങളുടേത് മാറ്റുക എന്നതാണ് അതിന്റെ ഉദ്ദേശം.*

അതിനാൽ എന്റെ യാഥാർത്ഥ്യത്തെക്കുറിച്ച് ഞാൻ നിങ്ങളോട് പറയാം. എല്ലാ ദിവസവും ഞാൻ നന്ദിയും സന്തോഷവുംകൊണ്ട് എന്നെത്തന്നെ നുള്ളി നോക്കുന്നു. പർവ്വതങ്ങളെ അഭിമുഖീകരിക്കുന്ന ഒരു വലിയ മാളികയാണ് എന്റെ വീട്, അരിസോണയിലെ മനോഹരമായ ഫൗണ്ടൻ ഹിൽസിൽ. പണയം ഒഴികെ എല്ലാം അതിലുണ്ട്. മാസങ്ങളായി ഞാൻ സന്ദർശിക്കാത്ത മുറികൾ എന്റെ വീട്ടിലുണ്ട്. അതെ, വീട് വളരെ വലുതാണ്, ഒപ്പം ഏറ്റവും നന്നായി മറന്നുപോയ ഒരു ഭയാനകമായ ഇതിഹാസമാണ് ആ കഥ.

ഞാൻ അവസാനമായി ഒരു അലാറം ക്ലോക്ക് സജ്ജീകരിച്ച് ഉറക്കമുണർന്നത് എനിക്ക് ഓർമ്മയില്ല – എന്നെ സംബന്ധിച്ച് എല്ലാ ദിവസവും ശനിയാഴ്ചയാണ്. എനിക്ക് ജോലിയും മുതലാളിയുമില്ല. എനിക്ക് സ്യൂട്ടോ ടൈയോ ഇല്ല. ഞാൻ പലപ്പോഴും ഇറ്റാലിയൻ റെസ്റ്റോറന്റുകളിൽ ഭക്ഷണം കഴിക്കുന്നുവെന്ന് എന്റെ കൊളസ്ട്രോൾ ലെവൽ സ്ഥിരീകരിക്കുന്നു. ഞാൻ വിലകുറഞ്ഞ ചുരുട്ടുകൾ വലിക്കുന്നു. ഈ പതിപ്പിന്റെ സമയത്ത്, ഞാൻ 120,000 മൈലുകളിലധികം ഓടിയ ഒരു പന്ത്രണ്ട് വർഷം പഴക്കമുള്ള ടൊയോട്ട ടാക്കോമ ഓടിക്കുന്നു. പലതരം വിദേശ കാറുകൾ, കൂടുതലും ലംബോർഗിനികൾ ഞാൻ സ്വന്തമാക്കിയിരുന്നു, ഞാൻ അവ കച്ചവടം ചെയ്തു, സെഡോണ അരിസോണയിലെ പതിനൊന്ന് ഏക്കർ ഭൂമിക്ക് പകരമായി. എന്റെ കൈവശമുള്ള ഒരേയൊരു "കളിപ്പാട്ടം" എവറസ്റ്റ് കൊടുമുടി കീഴടക്കാൻ കഴിവുള്ള ഒരു ഓഫ്-റോഡ്, റോക്ക്-ക്രാളിംഗ് UTV ആണ്, എന്നാൽ സെഡോണയിലെ ചുവന്ന പാറകൾതന്നെ മതിയാകും. നൈട്രസ് ഓക്സൈഡ് ഘടിപ്പിച്ച 750-കുതിരശക്തിയുള്ള വൈപ്പറിൽ സ്ട്രീറ്റ് റേസിംഗിനിടെ ഏതാണ്ട് എനിക്ക് എന്റെ ജീവൻ നഷ്ടപ്പെട്ടിരുന്നു. ഞാൻ കോസ്റ്റ്കോ, കോൾസ് അങ്ങനെ സൗകര്യപ്രദമായ എവിടെയും ഷോപ്പിംഗ് ചെയ്യുന്നു. അതെ, അതിൽ വാൾമാർട്ട് ഉൾപ്പെടുന്നു, എന്നാൽ പാർക്കിംഗ് ശൂന്യ

മാണെങ്കിൽ മാത്രം. ഇല്ല, സ്ഥലകാലതുടർച്ചക്ക് തടസ്സമുണ്ടാക്കുമെന്ന് കരുതി ഞാൻ വാൾമാർട്ടിലേക്ക് ലംബോർഗിനി ഓടിച്ചില്ല. അനുഭവസ്ഥർക്ക് ഇക്കാര്യം നന്നായി അറിയാം.

$149-ൽ കൂടിയ വിലയേറിയ ഒരു വാച്ച് എനിക്കില്ല. ഞാൻ ടെന്നീസ്, ബൈക്കിംഗ്, നീന്തൽ, ഹൈക്കിംഗ്, സോഫ്റ്റ്ബോൾ, പോക്കർ, നീന്തൽക്കുളം, കല, യാത്ര, എഴുത്ത്, എന്റെ UTV-യിലെ അരിസോണ മരുഭൂമിയുടെ മനോഹരമായ പര്യവേക്ഷണം എന്നിവ ആസ്വദിക്കുന്നു. എപ്പോൾ വേണമെങ്കിലും എവിടെ വേണമെങ്കിലും ഞാൻ യാത്ര ചെയ്യുന്നു. എനിക്ക് കടമൊന്നുമില്ല, റൊക്കം പണം നൽകിയാണ് വീട് വാങ്ങിയത്. അമ്മയുടെ കടവും ഞാൻ അടച്ചുതീർത്തു, കാരണം വിരമിച്ചതിന് ശേഷം അവർ സുഖമായി, ജീവിതച്ചെലവ് വർദ്ധിക്കുന്നതിനെക്കുറിച്ച് വിഷമിക്കാതെ ആസ്വദിച്ച് ജീവിക്കട്ടെ.

നിങ്ങൾ എനിക്കൊരു സമ്മാനം വാങ്ങാൻ ആഗ്രഹിക്കുന്നുവെങ്കിൽ, ഭാവുകങ്ങൾ. ഞാൻ ആഗ്രഹിക്കുന്നതെല്ലാം എന്റെ പക്കലുണ്ട്, അതിനാൽ "എനിക്ക് വേണ്ടത് അല്ലെങ്കിൽ ആഗ്രഹിക്കുന്ന" ഒരു സമ്മാനം എനിക്കായി കണ്ടെത്തുക എന്നത് ഡ്രേക്ക് സമവാക്യം പരിഹരിക്കുന്നതിന് സമാനമാണ്. മിക്ക കാര്യങ്ങളുടെയും അമിതവില, എനിക്ക് അപ്രസക്തമാണ്, അമിതമായ ആഗ്രഹം വരുമ്പോൾ ഞാൻ വാങ്ങും.

എനിക്ക് 31 വയസ്സുള്ളപ്പോൾ, ഞാൻ കോടീശ്വരനായി. അഞ്ച് വർഷം മുൻപ് വരെ, ഞാൻ എന്റെ അമ്മയോടൊപ്പം കഷ്ടപ്പെട്ട് ജീവിക്കുകയായിരുന്നു. എനിക്ക് 37 വയസ്സുള്ളപ്പോൾ ഞാൻ വിരമിച്ചു. എല്ലാ മാസവും ഞാൻ ആയിരക്കണക്കിന് ഡോളർ വരുമാനം നേടുന്നു, ലോകം മുഴുവൻ പലിശ, മൂല്യം എന്നിവയിൽ പ്രവർത്തിക്കുന്ന നിക്ഷേപങ്ങൾ. ഏത് ദിവസവും ഞാൻ എന്തുചെയ്താലും, ഒരു കാര്യം ഉറപ്പാണ് : എനിക്ക് പ്രതിഫലം ലഭിക്കുന്നു, പണിയെടുക്കാതെ തന്നെ. സമ്പത്തിന്റെ കോഡ് കണ്ടെത്തി രക്ഷപ്പെട്ടതിനാൽ എനിക്ക് സാമ്പത്തിക സ്വാതന്ത്ര്യമുണ്ട്. ഞാൻ അസാധാരണ ജീവിതം നയിക്കുന്ന ഒരു സാധാരണക്കാരനാണ്. ഇത് ഒരു സ്വപ്നതുല്യ ലോകംതന്നെയാണ്, എന്നാൽ, എന്റെ യാഥാർത്ഥ്യം, എന്റെ സാധാരണത്വം, സ്വാഭാവിക ജീവിതത്തിൽനിന്നുള്ള എന്റെ വ്യതിചലനം, ജീവിതത്തിലെ ഏറ്റവും അസംഭവ്യമായ സ്വപ്നങ്ങളേയും പിന്തുടരാവുന്ന സാമ്പത്തിക ബാധ്യതകളില്ലാത്ത ജീവിതത്തെയും പൂർണ്ണമാക്കാവുന്നത്. മുൻകൂട്ടി നിശ്ചയിച്ച "പതുക്കെ ധനികനാകൂ," എന്ന പാത ഞാൻ തിരഞ്ഞെടുത്തിരുന്നെങ്കിൽ എന്റെ സ്വപ്നങ്ങൾ മിക്കവാറും മരണകിടക്കയിലായിരുന്നേനെ, ആ സ്ഥാനം കടബാധ്യത ഏറ്റെടുത്തേനെ. തിക്കിത്തിരക്കി ഓഫീസിലേക്കുള്ള യാത്ര, കൂടാതെ 50 മില്ലിഗ്രാം പ്രോസാക്ക് ഗുളികയുടെ കുറിപ്പടി എന്റെ കൂട്ടുകാരനുമായേനേ.

നിങ്ങളുടെ സ്വപ്നങ്ങൾ എങ്ങനെയുണ്ട്? അവയ്ക്ക് പുനരുജ്ജീവനം ആവശ്യമുണ്ടോ? നിങ്ങളുടെ ജീവിതപാത അത് ഒരു സ്വപ്നവുമായി ഒത്തുചേർന്ന് പോകുന്നതാണോ, അതോ ഒന്നാണോ? നിങ്ങളുടെ സ്വപ്നങ്ങൾക്ക് സാധ്യത നഷ്ടപ്പെട്ടിട്ടുണ്ടെങ്കിൽ "പതുക്കെ ധനികനാകൂ" അവരെ കൊന്നതാവാൻ സാദ്ധ്യധ്യതയുണ്ട്. "പതുക്കെ ധനികനാകൂ" സ്വാതന്ത്ര്യത്തിനുവേണ്ടി നിങ്ങളുടെ സ്വാതന്ത്ര്യം കൈമാറ്റം ചെയ്യാൻ ഉടമ്പടി വെയ്ക്കുകയാണ്. സ്വപ്നങ്ങളെ ശ്വാസം മുട്ടിക്കുന്ന ഒരു ഭ്രാന്തൻ കച്ചവടമാണിത്.

പകരമായി, നിങ്ങൾ ശരിയായ റോഡുകളിലൂടെ സഞ്ചരിക്കുകയും ശരിയായ

റോഡ് മാപ്പ് പ്രയോജനപ്പെടുത്തുകയും ചെയ്യുന്നുവെങ്കിൽ, നിങ്ങൾക്ക് നിങ്ങളുടെ സ്വപ്നങ്ങളെ യാഥാർത്ഥ്യമായ സാധ്യതകളിലേക്ക് പുനരുജ്ജീവിപ്പിക്കാൻ കഴിയും. അതെ, ഒരു ഫാസ്റ്റ്ലെയ്ൻ സഞ്ചാരി എന്ന നിലയിൽ നിങ്ങൾക്ക് വേഗത്തിൽ സമ്പത്ത് സൃഷ്ടിക്കാൻ കഴിയും. "പതുക്കെ ധനികനാകൂ" ഉപേക്ഷിക്കൂ, ഒരു ജീവിതം മുഴുവൻ ഐശ്വര്യം നേടൂ, സ്വാതന്ത്ര്യത്തോടൊപ്പം, സ്വപ്ന പൂർത്തീകരണം നടത്തൂ... ഞാൻ ചെയ്തതുപോലെ.

ഈ പുസ്തകം നിങ്ങളുടെ ജീവിതത്തിന്റെ തുടക്കത്തിൽ കണ്ടെത്തിയില്ലെങ്കിൽ, വിഷമിക്കേണ്ട. ഫാസ്റ്റ്ലെയ്ൻ നിങ്ങളുടെ പ്രായം, ജോലി പരിചയം, വംശം അല്ലെങ്കിൽ ലിംഗഭേദം എന്നിവയെക്കുറിച്ച് കാര്യമാക്കുന്നില്ല. അത് എട്ടാം തരത്തിൽ ജിം ക്ലാസ്സിൽ നിങ്ങൾക്ക് "എഫ്" ലഭിച്ചത് അല്ലെങ്കിൽ കോളേജിലെ നിങ്ങളുടെ ബിയർ കുടിക്കുന്നുവെന്ന ഖ്യാതിയോ കാര്യമാക്കുന്നില്ല. നിങ്ങളുടെ ബിഗ്-ടെൻ കോളേജ് ബിരുദത്തെക്കുറിച്ചോ ഹാർവാർഡ് എംബിഎയെക്കുറിച്ചോ ഫാസ്റ്റ്ലെയ്ൻ ശ്രദ്ധിക്കുന്നില്ല. ഒരു പ്രശസ്ത കായിക താരമോ, നടനോ, അമേരിക്കൻ ഐഡലിലെ അവസാനപാദ മത്സരാർത്ഥിയോ ആകാൻ ഇത് നിങ്ങളോട് ആവശ്യപ്പെടുന്നില്ല. നിങ്ങൾ അതിന്റെ പ്രപഞ്ചത്തിലേക്കുള്ള പ്രവേശനകവാടം തുറക്കുകയാണെങ്കിൽ, ഫാസ്റ്റ് ലെയ്ൻ നിങ്ങളുടെ ഭൂതകാലത്തോട് കരുണയുള്ളവനാണ്.

അവസാനമായി, നിങ്ങളെ ഫേസ്ബുക്ക് ഫീഡുകൾകൊണ്ട് നിറക്കുന്ന ഒരു ഗുരുവിനെ പോലെ എന്നെ തോന്നിപ്പിക്കുമെങ്കിലും ഞാൻ വ്യക്തമാക്കട്ടെ : ഞാൻ ഒരു ഗുരു അല്ല, ഗുരുവാകാൻ ആഗ്രഹിക്കുന്നുമില്ല. എനിക്ക് ഇരുപത് വയസ്സുള്ളപ്പോൾ കിട്ടിയിരുന്നെങ്കിൽ എന്ന് ഞാൻ ആഗ്രഹിച്ച പുസ്തകം ഇതാണ് – അതിൽ $10,000 സെമിനാറിലേക്ക് രൂപാന്തരം പ്രാപിക്കുന്ന, ഒരു "സൗജന്യ പരിശീലനം" ഉൾപ്പെട്ടിട്ടില്ല.

അതുപോലെ, "ഗുരു" എന്നത് "എല്ലാം അറിയുക" എന്ന് സൂചിപ്പിക്കുന്നു, അത് ഞാനല്ല. ഇരുപതിലധികം വർഷങ്ങൾക്കുശേഷം ഞാൻ താഴ്മയോടെ സമ്മതിക്കുന്നു, എനിക്ക് കൂടുതൽ പഠിക്കാനുണ്ട്. എന്നിട്ടും നിങ്ങളെനിക്കൊരു നാമധേയം തരുവാൻ ആഗ്രഹിക്കുന്നുവെങ്കിൽ, "പതുക്കെ ധനികനാകൂ" എന്നതിന്റെ വിപരീത ഗുരു ആയി എന്നെ വിളിക്കുക.

ക്ഷമിക്കണം, ഇവിടെ ആഴ്ചയിൽ നാല് മണിക്കൂർ ജോലിയില്ല

ആദ്യം, നമുക്ക് കുറച്ച് കാര്യങ്ങൾ വ്യക്തമായി മനസ്സിലാക്കാം : ഇത് "എങ്ങനെ-ചെയ്യാം" എന്ന രീതിയിലുള്ള ഒരു പുസ്തകമല്ല. "ഞാൻ ഇത് എങ്ങനെ ചെയ്തു" എന്നതിന്റെ വഴികൾ ഞാൻ നിങ്ങളോട് പറയാൻ പോകുന്നില്ല. കാരണം, ഞാൻ അത് എങ്ങനെ ചെയ്തു എന്നത് പ്രസക്തമല്ല. ഈ പുസ്തകത്തിൽ നിങ്ങളുടെ ജീവിതം "ഔട്ട്സോഴ്സ്" ചെയ്യാനുള്ള വഴികൾ വിവരിക്കുന്ന വെബ്സൈറ്റുകളുടെ ഒരു ലിസ്റ്റ് അടങ്ങിയിട്ടില്ല. വിജയം ഒരു യാത്രയാണ്, ആഴ്ചയിൽ നാല് മണിക്കൂർ ജോലിയായി ഫിലിപ്പീൻസിന് അത് ഔട്ട്സോഴ്സ് ചെയ്യാൻ കഴിയില്ല. കോടീശ്വരൻ ഫാസ്റ്റ്ലെയ്ൻ നിങ്ങൾക്ക് വൻ സമ്പത്തിന്റെ സാധ്യതകൾ അനുകൂലമാക്കുന്ന മന:ശാസ്ത്രത്തിന്റേയും ഗണിതത്തിന്റേയും ഒരു മഞ്ഞ ഇഷ്ടിക വിരിച്ച റോഡ് പോലെയാണ്.

എന്റെ ഫാസ്റ്റ്ലെയ്ൻ യാത്രയ്ക്കിടയിൽ, സമ്പത്തിലേക്ക് നയിക്കുന്ന കേവലവും തെറ്റില്ലാത്തതുമായ ഫോർമുല ഞാൻ എപ്പോഴും അന്വേഷിച്ചു. ഞാൻ

കണ്ടെത്തിയത് "ദൃഢനിശ്ചയത്തോടെ ഇരിക്കുക" അല്ലെങ്കിൽ "സ്ഥിരത ഫലം നൽകും" അതുമല്ലെങ്കിൽ നിങ്ങൾക്ക് എന്തറിയാം എന്നതല്ല "ആരെയൊക്കെ അറിയാം" എന്നതാണ് കാര്യം എന്നൊക്കെയുള്ള അവ്യക്തവും വിഷയാധിഷ്ഠിതവുമായ ആനപേക്ഷിതങ്ങളുമാണ്. ഈ ശകലങ്ങൾ പ്രഹേളികയുടെ കഷണങ്ങളാണെങ്കിലും, അവ സമ്പത്ത് ഉറപ്പ് നൽകിയില്ല. പ്രവർത്തനക്ഷമമായ ഒരു സൂത്രവാക്യം ഗണിത നിർമ്മിതികൾ ഉപയോഗിക്കുന്ന, അവ്യക്തമായ പ്രസ്താവനകളല്ല. സമ്പത്തിന് ഒരു ഗണിത സൂത്രവാക്യം ഉണ്ടോ, സാധ്യതകൾ നിങ്ങൾക്ക് അനുകൂലമാക്കി ഫലമെടുക്കാൻ കഴിയുന്ന ഒരു കോഡ്? ഉണ്ട്, ഫാസ്റ്റ് ലെയ്ൻ അത് കണക്കാക്കുന്നു.

ഇനിയും മോശം വാർത്തകൾക്കായി. സമ്പത്ത് അന്വേഷിക്കുന്ന പലർക്കും തെറ്റായ പ്രതീക്ഷകളാണുള്ളത് "സാമ്പത്തിക" പുസ്തകങ്ങൾ, ഏതെങ്കിലും കാല്പനികമായ ഗുരു ആ ജോലി ചെയ്യുമെന്ന് കരുതുന്നു. സമ്പത്തിലേക്കുള്ള വഴിയിൽ അകമ്പടി ഇല്ല, എല്ലായ്പ്പോഴും നിർമ്മാണത്തിലാണ്. നിങ്ങളുടെ മടിയിൽ ആരും ലക്ഷങ്ങൾ കൊണ്ടിടുകയില്ല; നിങ്ങൾക്ക് യാത്ര ചെയ്യാനുള്ളതാണ് വഴി, നിങ്ങൾക്ക് തനിച്ച്. *എനിക്ക് വാതിൽ തുറക്കാൻ കഴിയും. പക്ഷേ, നിങ്ങളെ അതിലൂടെ നടത്തുവാൻ എനിക്ക് കഴിയില്ല.*

ഫാസ്റ്റ്ലെയ്ൻ എളുപ്പമാണെന്ന് ഞാൻ അവകാശപ്പെടുന്നില്ല; അത് കഠിനാധ്വാനമാണ്. നിങ്ങൾ ആഴ്ചയിൽ ഒരു നാല് മണിക്കൂർ ജോലി സമയം പ്രതീക്ഷിക്കുന്നുവെങ്കിൽ ഇവിടെ നിങ്ങൾ നിരാശനാകും. "മഞ്ഞ ഇഷ്ടിക പാത പിന്തുടരുക" എന്ന കർശന നിർദ്ദേശത്തോടെ ദൂരത്തേക്ക് ചൂണ്ടി കാട്ടുന്ന ആ വിചിത്രനായ കുള്ളൻ ആകാൻ മാത്രമാണ് എനിക്ക് കഴിയുന്നത്.

ആ പാതയാണ് ഫാസ്റ്റ്ലെയ്ൻ.

കോടീശ്വരനോടൊപ്പം കോഫി

ഞാൻ സംഭാഷണപരമായാണ് ഈ പുസ്തകത്തെ സമീപിച്ചത്, നിങ്ങൾ എന്റെ പുതിയ സുഹൃത്ത് എന്ന മട്ടിൽ നമ്മൾ അയൽപക്കത്തുള്ള ഒരു കഫേയിൽ കാപ്പി കുടിക്കുന്നു. എന്റെ ഏക ഉദ്ദേശ്യം വിദ്യാഭ്യാസമാണ് – ചില ചെലവേറിയ സെമിനാറിലോ അംഗത്വ വെബ്സൈറ്റിലോ ചില പിൻവാതിൽ മാർക്കറ്റിംഗ് ഫണലിലോ നിങ്ങളെ ആകർഷിക്കാനല്ല – അതെ, ഞാൻ നിങ്ങൾക്ക് ഒന്നും വിൽക്കാനാഗ്രഹിക്കുന്നില്ല – ഞാൻ കഷ്ടപ്പെട്ടുമ്പോൾ എനിക്ക് ഉണ്ടായിരുന്നെങ്കിൽ എന്ന് ഞാൻ ആഗ്രഹിക്കുന്ന ജ്ഞാനം മാത്രം. ഞാൻ നിങ്ങളോട് ഒരു സുഹൃത്തിനെപ്പോലെ സംസാരിക്കുമ്പോൾ, നമുക്ക് അത് അഭിമുഖീകരിക്കാം : നിങ്ങൾ ആരാണെന്ന് എനിക്കൊരു പിടിയുമില്ല. എനിക്ക് നിങ്ങളുടെ ഭൂതകാലം, നിങ്ങളുടെ പ്രായം, നിങ്ങളുടെ പക്ഷപാതങ്ങൾ, നിങ്ങളുടെ ഇണ, അല്ലെങ്കിൽ നിങ്ങളുടെ വിദ്യാഭ്യാസം എന്നിവയെക്കുറിച്ച് അറിയില്ല. അതിനാൽ, എനിക്ക് പൊതുവായ ചില അനുമാനങ്ങൾ നടത്തേണ്ടതുണ്ട് നമ്മളുടെ സംഭാഷണം നിങ്ങൾക്ക് വ്യക്തിപരമായി തോന്നുന്നുവെന്ന് ഉറപ്പാക്കാൻ. എന്റെ അനുമാനങ്ങൾ :

- നിങ്ങൾ നിങ്ങളുടെ ജീവിതത്തിന് ചുറ്റും നോക്കുകയും, "കുറച്ച് കൂടി വേണം" എന്ന് ചിന്തിക്കുകയും ചെയ്യുന്നു.
- നിങ്ങൾക്ക് വലിയ സ്വപ്നങ്ങളുണ്ട്, എന്നിട്ടും നിങ്ങൾ സഞ്ചരിക്കുന്ന റോഡി

നെക്കുറിച്ച്, ഒരിക്കലും ആ സ്വപ്നങ്ങളുമായി ഒത്തുചേരില്ല എന്ന് നിങ്ങൾക്ക് ആശങ്കയുണ്ട്.

- നിങ്ങൾ കോളേജിൽ ചേരാൻ പോകുന്നവരോ, കോളേജിൽ പഠിക്കുന്ന വരോ, അല്ലെങ്കിൽ കോളേജ് വിദ്യാഭ്യാസം പൂർത്തിയാക്കിയവരോ ആണ്.
- നിങ്ങൾ ആസ്വദിക്കാത്തതോ നിങ്ങളെ സമ്പന്നനാക്കാൻ കഴിയാത്തതോ ആയ ഒരു ജോലി നിങ്ങൾക്കുണ്ട്.
- നിങ്ങൾക്ക് ചെറിയ സമ്പാദ്യവും ഒരുപാട് കടബാധ്യതയും ഉണ്ട്.
- നിങ്ങൾ ഒരു 401(k)-യിലേക്ക് അല്ലെങ്കിൽ കുറഞ്ഞ ചിലവ് സൂചികയിലുള്ള മ്യൂച്ചവൽ ഫണ്ടിലേക്ക് പതിവായി സംഭാവന ചെയ്യുന്നു.
- നിങ്ങളുടെ നിക്ഷേപിച്ച സമ്പാദ്യം വർദ്ധിക്കുന്ന നിരക്കിൽ, നിങ്ങൾക്കത് മനസ്സിലാകുന്നു, നിങ്ങളുടെ ആയുസ്സിനേക്കാൾ കൂടുതലായിരിക്കും വിരമി ക്കൽ പ്രായം എന്ന്.
- നിങ്ങൾ സമ്പന്നരായ ആളുകളെ കാണുകയും "അവർ അത് എങ്ങനെ ചെയ്തു എന്ന് ആശ്ചര്യപ്പെടുകയും ചെയ്യുന്നു."
- നിങ്ങൾ "വേഗത്തിൽ സമ്പന്നരാകുക" എന്നതിനെക്കുറിച്ച് പുസ്തകങ്ങളും കൂടാതെ/അല്ലെങ്കിൽ പ്രോഗ്രാമുകളും വാങ്ങിയിട്ടുണ്ട്.
- വിദ്യാഭ്യാസവും സ്വതന്ത്ര തിരഞ്ഞെടുപ്പും മാനദണ്ഡമാക്കിയിട്ടുള്ള ഒരു സ്വതന്ത്ര ജനാധിപത്യ സമൂഹത്തിലാണ് നിങ്ങൾ ജീവിക്കുന്നത്.
- നിങ്ങളുടെ മാതാപിതാക്കൾ പഴയ ചിന്താഗതിക്കാരാണ് : "കോളേജിൽ പോകൂ ഒരു നല്ല ജോലി നേടൂ."
- നിങ്ങൾക്ക് ശാരീരിക കഴിവുകളൊന്നുമില്ല; ഒരു കായികതാരം, ഗായകൻ, വിനോദക്കാരൻ അല്ലെങ്കിൽ നടൻ എന്നിങ്ങനെ പ്രൊഫഷണലാകാനുള്ള നിങ്ങളുടെ സാധ്യതകൾ പൂജ്യമാണ്.
- നിങ്ങൾ ചെറുപ്പമാണ്, ഭാവിയെക്കുറിച്ച് ആവേശഭരിതനാണ്, എന്നാൽ എവിടേക്കാണ് നയിക്കേണ്ടതെന്ന് ഉറപ്പില്ല.
- നിങ്ങൾക്ക് പ്രായമുണ്ട്, കുറച്ച് കാലമായി ജോലിയും ചെയ്യുന്നു. എന്നാൽ, ഇത്ര വർഷങ്ങൾ ആയിട്ടും, നിങ്ങൾക്ക് പ്രകടിപ്പിക്കത്തക്കവണ്ണം ധാരാളം ഒന്നും ഇല്ല, കൂടാതെ "വീണ്ടും ആരംഭിക്കാൻ" മടുത്തു.
- മോശം സമ്പദ് വ്യവസ്ഥ, കോർപ്പറേറ്റ് ബിഎസ്, അല്ലെങ്കിൽ വെട്ടിക്കുറ ക്കലുകൾ കാരണം ജോലിയിൽ നിന്ന് പിരിച്ചുവിടപ്പെടാനായി മാത്രമാണ് നിങ്ങൾ നിങ്ങളുടെ ഹൃദയത്തെയും ആത്മാവിനെയും ഒരു ജോലിയിൽ അർപ്പിച്ചത്.
- നിങ്ങൾ വളരെ തിരക്കിലാണ്, അമിതമായ ജോലി, വളരെ കുറഞ്ഞ വേതനം, ആയതിനാൽ ഒരു ഇലക്ട്രോണിക് ഉപകരണം നിങ്ങളുടെ കുട്ടി കൾക്ക് രക്ഷിതാക്കളാകുന്നു.
- ഓഹരി വിപണിയിലോ പരമ്പരാഗത നിക്ഷേപങ്ങളിലോ മുഖ്യധാരാ ഗുരുക്കന്മാരാൽ നിങ്ങൾക്ക് പണം നഷ്ടപ്പെട്ടു.

ഇപ്പറഞ്ഞ ധാരണകളിൽ കുറച്ചെങ്കിലും നിങ്ങളെ സ്വാധീനിച്ചിരിക്കുന്നുവെങ്കിൽ ഈ പുസ്തകം നിങ്ങൾക്ക് ഗുണം ചെയ്യും.

ഈ പുസ്തകത്തിന്റെ ഘടന എങ്ങനെയുണ്ട്

ഓരോ അധ്യായത്തിന്റെയും സമാപനത്തിൽ, "അധ്യായ സംഗ്രഹം : ഫാസ്റ്റ്ലെയ്ൻ പ്രത്യേകതകൾ" എന്ന തലക്കെട്ടിൽ ഫാസ്റ്റ്ലെയ്ൻ തന്ത്രത്തിന്റെ നിർണ്ണായക പ്രത്യേകതകൾ വിവരിക്കുന്ന ഒരു ഉപവിഭാഗമുണ്ട്. ഇവ അവഗണിക്കരുത്! നിങ്ങളുടെ ഫാസ്റ്റ്ലെയ്ൻ എഞ്ചിനീയറിംഗ് ചെയ്യുന്നതിനുള്ള നിർമ്മാണ ബ്ലോക്കുകളാണ് അവ. കൂടാതെ, ഈ പുസ്തകത്തിലെ കഥകളും ഉദാഹരണങ്ങളും ഫാസ്റ്റ്ലെയ്ൻ ഫോറത്തിൽനിന്നും (TheFastlaneForum.com) മറ്റ് വ്യക്തിഗത സാമ്പത്തിക ഫോറങ്ങളിൽനിന്നുമാണ്. കഥകൾ യഥാർത്ഥമാണെങ്കിലും യഥാർത്ഥ പ്രശ്നങ്ങളുള്ള യഥാർത്ഥ ആളുകളിൽനിന്നാണ് വരുന്നതെങ്കിലും, ഞാൻ പേരുകൾ മാറ്റുകയും വ്യക്തതയ്ക്കായി ഡയലോഗ് എഡിറ്റും ചെയ്തിട്ടുണ്ട്. അവസാനമായി, ഫാസ്റ്റ്ലെയ്ൻ ഫോറത്തിൽ ആയിരക്കണക്കിന് ആളുകളുമായി, ഫാസ്റ്റ്ലെയ്ൻ തന്ത്രത്തെക്കുറിച്ച് ചർച്ച ചെയ്യാൻ മടിക്കേണ്ടതില്ല. ഫാസ്റ്റ്ലെയ്ൻ നിങ്ങളുടെ ജീവിതം മാറ്റുമ്പോൾ, എങ്ങനെയെന്ന് ഞങ്ങളോട് പറയാൻ സമയം കണ്ടെത്തുക!

ഫാസ്റ്റ്ലെയ്ൻ തന്ത്രങ്ങൾ കണ്ടെത്താനും കൂട്ടിച്ചേർക്കാനും അവ പഠിക്കാനും ഉപയോഗിക്കാനും, അതുകൊണ്ട് ആത്യന്തികമായി ദശലക്ഷങ്ങൾ സമ്പാദിക്കാനും എനിക്ക് വർഷങ്ങളെടുത്തു. വിരസമായ, വിരമിച്ച, പക്ഷേ മുടിയുടെ കളറുകൊണ്ടുപോലും ഇപ്പോഴും ചെറുപ്പമായിരിക്കുന്ന ഞാൻ നിങ്ങൾക്ക് നൽകുന്ന കോടീശ്വരൻ ഫാസ്റ്റ്ലെയ്ൻ : സമ്പത്തിന്റെ താക്കോൽ നേടിയെടുക്കുക, ജീവിതകാലം മുഴുവൻ സമ്പന്നമായി ജീവിക്കുക! നിങ്ങളുടെ സീറ്റ് ബെൽറ്റുകൾ മുറുക്കുക, ഒരു കോഫി കുടിക്കുക, നമുക്ക് ഒരു ട്രിപ്പിന് പോകാൻ തയ്യാറാകാം!

ഭാഗം 1

വീൽചെയറിലെ സമ്പത്ത്: "പതുക്കെ ധനികനാകൂ" എന്നാൽ വാർദ്ധക്യത്തിൽ സമ്പന്നനാകുക

ഒരു വലിയ വഞ്ചന

സാധാരണം എന്നത് ആഗ്രഹിക്കേണ്ട ഒന്നല്ല,
അത് ഒഴിഞ്ഞു മാറേണ്ട കാര്യമാണ്.
—ജോഡി ഫോസ്റ്റർ

ഒരിക്കലും സംഭവിക്കാത്ത "എംടിവി ക്രിബ്സ്" എപ്പിസോഡ്

ആതിഥേയൻ : "ഇന്ന് ഞങ്ങൾ 22 വയസ്സുള്ള ബിഗ് ഡാഡിഫ്ലൂവിനെയും അദ്ദേഹത്തിന്റെ 8,000 ചതുരശ്ര അടി ഭവനവും സന്ദർശിക്കുന്നു, ഇവിടെ മനോഹരമായ അറ്റ്ലാന്റിക് തീരപ്രദേശത്ത് വെയിലിൽ തിളങ്ങുന്ന പാം ബീച്ച് ഫ്ലോറിഡയിൽ നിന്ന് തത്സമയം... അതിനാൽ, ബിഗ് ഡാഡിഫ്ലൂ, നിങ്ങളുടെ റൈഡുകളെക്കുറിച്ച് ഞങ്ങളോട് പറയൂ!

ബിഗ് ഡാഡിഫ്ലൂ : "യ്യോ ഡാഗ്, 22 ഇഞ്ച് റിംസ് ഉള്ള ഫെരാരി 488GT B അവിടെയുണ്ട്, ക്രമീകരിച്ച 12 സ്പീക്കറിന്റെ സ്റ്റീരിയോയുമായി കിടിലൻ ലംബോർഗിനി ഹുറാകാൻ അപ്പുറത്തുണ്ട്. ഞാൻ സ്ത്രീകളുമായി അടിച്ചുപൊളിക്കാൻ ആഗ്രഹിക്കുന്ന ആ രാത്രികളിൽ, റോൾസ്റോയ്സ് അർനേജ് എന്റെ ആവശ്യം നിറവേറ്റുന്നു.

ആതിഥേയൻ : "അപ്പോൾ, ബിഗ് ഡാഡിഫ്ലൂ, ഈ ഗംഭീരമായ സവാരികളെല്ലാം നിങ്ങൾക്ക് എങ്ങനെ താങ്ങാനാകും? ഇതും, കടൽത്തീരത്തെ മാളിക? അതിന് $20 മില്യണിലധികം ചെലവ് വന്നിരിക്കണം!"

ബിഗ് ഡാഡിഫ്ലൂ : "യോ, ഞാൻ നിങ്ങളോട് പറയട്ടെ ഡാഗ്, വിൻ-ഗോ വയർലെസ് ജോലിയിലിരിക്കെ എന്റെ 401(കെ)-യിൽ ഉയർന്നുവന്ന മികച്ച പണവും കുറഞ്ഞ ചെലവിലുള്ള ഇൻഡക്സ് ഫണ്ടുകളിൽ കളിച്ചതും ബിഗ് ഡാഡിഫ്ലൂവിനെ പണക്കാരനാക്കി."

പെട്ടെന്ന്, ടേൺടേബിളിൽനിന്ന് ഒരു റെക്കോർഡിലെ അലർച്ച നിങ്ങൾ കേൾക്കുന്നു.

നിശ്ശബ്ദം.

നിങ്ങൾക്ക് ഊഹിക്കാവുന്നതുപോലെ, ഈ സാഹചര്യം ഒരിക്കലും സംഭ

വിക്കില്ല. ബിഗ് ഡാഡിയുടെ ഉത്തരം വിഡ്ഢിത്തവും ചിരിപ്പിക്കുന്നതുമാണ്. സമ്പന്നരായ 22 വയസ്സുള്ളവർ, അവർ ഒരു ജോലിയിൽനിന്ന് അവരുടെ ശമ്പളം ഉത്സാഹപൂർവ്വം സംരക്ഷിച്ച് സൂക്ഷിച്ച് ഒരു സൂചിക-ഫണ്ടിൽ മാറ്റി വെക്കുന്നതു കൊണ്ടല്ല അവർ സമ്പന്നരായത് എന്ന് അറിയാൻ മാത്രം ബുദ്ധിയുള്ളവരാണ് നമ്മൾ. സമ്പന്നരാകുന്ന യുവാക്കൾ ഒരു അതുല്യമായ സമൂഹത്തിന്റെ ഉപവിഭാഗത്തിലാണ് ഉൾപ്പെടുന്നതെന്ന് നമുക്കറിയാം : പ്രോ അത്ലറ്റുകൾ, റാപ്പർമാർ, അഭിനേതാക്കൾ, വിനോദക്കാർ, പ്രശസ്തരായ ആളുകൾ. ഈ ജനസംഖ്യാശാസ്ത്രത്തിന് പുറത്തുള്ളവർ പരമ്പരാഗത സാമ്പത്തിക വിദഗ്ദ്ധരുടെ ഉപദേശങ്ങളിൽ കുടുങ്ങിക്കിടക്കുകയാണ്.

ഇതിനെ "പതുക്കെ ധനികനാകൂ" എന്ന് വിളിക്കുന്നു. ഇത് ഏകദേശം ഇതുപോലെയാണ് : സ്കൂളിൽ പോകുക, നല്ല ഗ്രേഡുകൾ നേടുക, ബിരുദം, ഒരു നല്ല ജോലി നേടുക, ഓഹരി വിപണിയിൽ നിക്ഷേപിക്കുക, നിങ്ങളുടെ 401 (കെ) പരമാവധിയാക്കുക, നിങ്ങളുടെ ക്രെഡിറ്റ് കാർഡുകൾ വെട്ടിക്കുറക്കുക, കൂപ്പണുകൾ ക്ലിപ്പ് ചെയ്യുക... എങ്കിൽപിന്നെ എന്നെങ്കിലും, നിങ്ങൾ ഒരിക്കൽ ഓ, 65 വയസ്സ് തികയുമ്പോൾ, സമ്പന്നനാകും.

"പതുക്കെ ധനികനാകൂ" എന്നത് ഒരു പരാജയ ഗെയിമാണ്

നിങ്ങൾക്ക് സമ്പന്നനാകാൻ താൽപര്യമുണ്ടെങ്കിൽ, "പതുക്കെ ധനികനാകൂ" എന്നത് നിങ്ങളുടെ തന്ത്രമെങ്കിൽ, എനിക്ക് മോശം വാർത്തയുണ്ട്. അത് നിങ്ങളുടെ സമയം ചൂതാട്ടം ചെയ്യുന്ന ഒരു തോൽക്കുന്ന കളിയാണ്. കൊട്ടാരം പോലുള്ള ബീച്ച് എസ്റ്റേറ്റും ഡ്രൈവ്വേയിൽ സമ്പന്നമായ $500,000 സൂപ്പർകാറും, ഉള്ളയാൾ സമ്പന്നനായത് അദ്ദേഹം മ്യൂച്വൽ ഫണ്ടുകളിൽ നിക്ഷേപിച്ചത് കൊണ്ടാണോ? അതോ ലോക്കൽ സൂപ്പർ-സേവറിൽനിന്നുള്ള കൂപ്പണുകൾ ക്ലിപ്പ് ചെയ്തോ? തീർച്ചയായും അല്ല. പിന്നെ എന്തുകൊണ്ടാണ് നമ്മൾ ഈ ഉപദേശത്തിന് നിയമാനസൃതമായ ഒരു പാത എന്ന നിലയിൽ വിശ്വാസ്യത നൽകുന്നത്? സർക്കാരും, ഏതോ റേഡിയോയിലെ ഒരു വ്യക്തിയും, ഗോൾഡ്മാൻ സാച്ച്സും അങ്ങനെ പറയുന്നതുകൊണ്ടോ?

ഇൻഡെക്സ് ഫണ്ടുകളിൽ നിക്ഷേപിച്ച് സമ്പന്നനായ ഒരു 22 വയസ്സുകാരനെ എനിക്ക് കാണിച്ചു തരൂ. മൂന്നു വർഷത്തിനുള്ളിൽ 401 (കെ) പരമാവധി വർദ്ധിപ്പിച്ച് ദശലക്ഷക്കണക്കിന് സമ്പാദിച്ച മനുഷ്യനെ കാണിക്കൂ. കൂപ്പണുകൾ ക്ലിപ്പ് ചെയ്യുതിലൂടെ ലഭിച്ച സമ്പന്നനായ ഇരുപതോ അതിനടുത്ത വയസ്സുള്ളവരേയോ കാണിക്കൂ. ഈ ആളുകൾ എവിടെയാണുള്ളത്?

അവർ അസാധ്യമായ കാല്പനിക കഥകൾ പോലെയാണ്.

എന്നിട്ടും നമ്മൾ ക്ഷീണത്തോടെ സമ്പത്തിന്റെ ഈ സിദ്ധാന്തങ്ങൾ പ്രസംഗിക്കുന്ന അതേ സംഘത്തെ തുടർന്നും വിശ്വസിക്കുന്നു. അതെ സാർ, ജോലി നേടൂ, 50 വർഷം ജോലി ചെയ്യൂ, മിച്ചംവെയ്ക്കൂ, മനസ്സില്ലാതെ മിതവ്യയത്തിൽ ജീവിക്കൂ, സ്റ്റോക്ക് മാർക്കറ്റിൽ നിക്ഷേപിക്കൂ, താമസിയാതെ നിങ്ങളുടെ സ്വാതന്ത്ര്യ ദിനം എത്തിച്ചേരും എഴുപതാം വയസ്സിൽ... ഓഹരി വിപണി ദയയുള്ളതും നിങ്ങൾ ഭാഗ്യവാനുമാണെങ്കിൽ, 60-ൽ! ഹി, ഹി... ഈ "വീൽചെയറിലെ സമ്പത്ത്" സാമ്പത്തിക പദ്ധതി ആവേശകരമല്ലേ?

മൂലധനകടത്തിന്റെയും പണപ്പെരുപ്പത്തിന്റെയും ഇന്നത്തെ അശ്രദ്ധമായ സാമ്പത്തിക അന്തരീക്ഷത്തിൽ ഞാൻ ഞെട്ടിപ്പോയി, ആളുകൾ ഇപ്പോഴും ഈ

തന്ത്രങ്ങൾ പ്രവർത്തിക്കുമെന്ന് വിശ്വസിക്കുന്നതിൽ. 2008-ലെ മാന്ദ്യം ആയിരുന്നില്ലേ "പതുക്കെ സമ്പന്നരാകുക" എന്ന വഞ്ചന തുറന്നു കാട്ടിയത്? നിങ്ങൾ 40 വർഷം ജോലി ചെയ്യുന്ന ആളാണെങ്കിൽ എനിക്ക് മനസ്സിലായി, 40% വിപണി മാന്ദ്യം ഒഴിവാക്കുകയാണെങ്കിൽ, "പതുക്കെ ധനികനാകൂ" പ്രവർത്തിക്കുന്നു; വെറുതെ ഇരിക്കുക, ജോലി ചെയ്യുക, മരണം നിങ്ങളെ ആദ്യം കണ്ടുമുട്ടില്ലെന്ന് പ്രതീക്ഷിക്കുന്നു, കാരണം, ശരിയാണേ, നിങ്ങൾ ആകാൻ പോകുകയാണ് റിട്ടയർമെന്റ് ഹോമിലെ ഏറ്റവും വലിയ ധനികൻ!

"പതുക്കെ ധനികനാകൂ" എന്നതിന്റെ സന്ദേശം വ്യക്തമാണ് : നിങ്ങളുടെ ഇന്നുകളെയും നിങ്ങളുടെ സ്വപ്നങ്ങളെയും ബലിയർപ്പിച്ചിട്ട്, നിങ്ങളുടെ ജീവിതത്തിന്റെ ഭൂരിഭാഗവും ബാഷ്പീകരിക്കപ്പെട്ടതിന് ശേഷം ലാഭവിഹിതം നിങ്ങൾക്ക് നൽകുന്ന ഒരു പ്ലാൻ നോക്കിയിരിക്കുക.

ഞാൻ തുറന്നു പറയട്ടെ : സമ്പത്തിലേക്കുള്ള നിങ്ങളുടെ വഴി നിങ്ങളുടെ സജീവമായ ജീവിതത്തിന്റെ ഭൂരിഭാഗവും വിഴുങ്ങുകയും ഒരു ഉറപ്പും നൽകുന്നുമില്ലെങ്കിൽ, ആ വഴി വ്യർത്ഥമാണ്. ഒരു "സമ്പത്തിലേക്കുള്ള വഴി" വാൾ സ്ട്രീറ്റിനെ (ഷെയർ മാർക്കറ്റ്) ആശ്രയിച്ചും നിങ്ങളുടെ സമയത്തെവെച്ച് ചൂതാട്ടം കളിക്കുകയുമാണെങ്കിൽ, അത് ചീഞ്ഞളിഞ്ഞ വഴിയല്ലാതെ മറ്റൊന്നുമല്ല.

എന്നിരുന്നാലും, മുൻകൂട്ടി നിശ്ചയിച്ച പദ്ധതി അധികാരം വിനിയോഗിക്കുന്നത് തുടരുന്നു. പക്ഷപാതപരമായും കപട "സാമ്പത്തിക വിദഗ്ധന്മാരാൽ" അടിച്ചേൽപ്പിക്കുന്നു. ഇവരാണെങ്കിലോ സ്വന്തം ഉപായത്താലല്ല സമ്പന്നരായത്, മറിച്ച് അവരുടേതായ സമ്പത്തിന്റെ ഫാസ്റ്റ്‌ലെയ്നിലൂടെയാണ് താനും. സ്ലോ-ലെയ്ൻ പ്രവാചകന്മാർ – നിക്ഷേപ മാനേജ്മെന്റ് ഫീസിൽ സമ്പത്തുണ്ടാക്കുന്ന ആളുകൾ – ഏഴക്ക ബുക്ക്ഡീലുകളും അനുബന്ധ സാമ്പത്തിക പ്രോഗ്രാമുകളും സബ്സ്ക്രിപ്ഷനുകളാലും സമ്പത്തുണ്ടാക്കിയവർ – അതിനെക്കുറിച്ച് എന്തെങ്കിലും അറിയാമെങ്കിലും അവർ നിങ്ങളോട് പറയുന്നില്ല : *അവർ പഠിപ്പിക്കുന്നത് പ്രവർത്തിക്കുന്നില്ല. പക്ഷേ, അത് വിൽക്കുന്നു.*

യുവത്വത്തിൽ സമ്പന്നത : ഇത് വിഡ്ഢിത്തമാണോ?

കോടീശ്വരനാകാനുള്ള എളുപ്പ വഴി ദശലക്ഷക്കണക്കിന് പണമുണ്ടാക്കി പ്രായമായി വിരമിച്ചതിനെക്കുറിച്ചല്ല, മറിച്ച് യുവത്വം, വിനോദം, സ്വാതന്ത്ര്യം, സമൃദ്ധി എന്നിവ ഉൾപ്പെടുത്തി സമ്പത്തിനെ പുനരാഖ്യാനം ചെയ്യുന്നതിനെ പറ്റിയാണ്. ഫാസ്റ്റ്‌ലെയ്ൻ ഫോറത്തിൽ പോസ്റ്റ് ചെയ്ത ഈ അഭിപ്രായം എടുക്കൂ :

> *"എന്താ, ഇത് വിഡ്ഢിത്തമാണോ? ചെറുപ്പത്തിൽതന്നെ ജീവിതം നയിക്കാനുമുള്ള സ്വപ്നം – എക്സോട്ടിക് കാറുകൾ സ്വന്തമാക്കാൻ, സ്വപ്ന ഭവനം സ്വന്തമാക്കാൻ, ഒഴിവു സമയത്തിൽ യാത്ര ചെയ്യാൻ, സ്വപ്നങ്ങളെ പിന്തുടരാൻ. നിങ്ങൾ ചെറുപ്പത്തിൽതന്നെ ശരിക്കും എലിപ്പന്തയത്തിൽനിന്ന് മുക്തനാകുമോ? ഞാൻ 23 വയസ്സുള്ള ചിക്കാഗോയിലെ ഇല്ലിനോയിയിലെ നിക്ഷേപ ബാങ്കറായ ആളാണ്. എനിക്ക് നല്ല ശമ്പളവും നല്ല കമ്മീഷനും ലഭിക്കുന്നു. മിക്ക ആളുകളുടെയും നിലവാരമനുസരിച്ച്, എനിക്ക് നല്ല ജോലിയാണ്. ഞാൻ ഇത് വെറുക്കുന്നു. ഞാൻ ചിക്കാഗോയുടെ നഗരമധ്യത്തിലൂടെ യാത്ര ചെയ്യുമ്പോൾ ചില ആളുകൾ ജീവിക്കുന്നത് കാണുന്നു. വിലകൂടിയ വിദേശ*

കാറുകൾ ഓടിക്കുന്ന ആളുകൾ, ഞാൻ സ്വയം ചിന്തിക്കുന്നു... നരച്ച മുടിയുമായി 50 വയസ്സോ അതിൽ കൂടുതലോ അവർക്ക് പ്രായമുണ്ട്. അവരിൽ ഒരാൾ ഒരിക്കൽ എന്നോട് പറഞ്ഞു, 'നിനക്കറിയാമോ കുട്ടി, ഒടുവിൽ നിങ്ങൾക്ക് ഇതുപോലൊരു കളിപ്പാട്ടം താങ്ങാൻ കഴിയുമ്പോൾ, അത് ആസ്വദിക്കാൻ കഴിയാത്തവിധം പ്രായമേറെയായിരിക്കും!' ആ വ്യക്തി 52 വയസ്സുള്ള ഒരു റിയൽ എസ്റ്റേറ്റ് നിക്ഷേപകനായിരുന്നു. ഞാൻ അയാളെ നോക്കി 'ദൈവമേ' എന്ന് ചിന്തിച്ചത് ഓർക്കുന്നു... അത് സത്യമായിരിക്കില്ല! ഇത് അസംബന്ധം ആയിരിക്കണം! അതായിരിക്കണം!"

എനിക്ക് ഉറപ്പിക്കാൻ കഴിയും – ഇത് വിഡ്ഢിത്തമല്ല. നിങ്ങൾക്ക് "ജീവിതം" ആസ്വദിക്കാൻ കഴിയും, അതും ചെറുപ്പമായിരിക്കുമ്പോൾ. സമ്പത്തിന് അല്ലെങ്കിൽ വിരമിക്കലിന് പ്രായാധിക്യം എന്നത് ഒരു മുൻവ്യവസ്ഥയല്ല. എന്നിരുന്നാലും, യഥാർത്ഥ നാശം എന്തെന്നാൽ "പതുക്കെ ധനികനാകൂ" എന്ന സ്ഥിരം പല്ലവിയിലൂടെ ഇത് ചെയ്യാൻ കഴിയുമെന്ന്, കുറഞ്ഞത് നിങ്ങളുടെ 30-ാം ജന്മദിനത്തിലെങ്കിലും സാധിക്കുമെന്ന് ചിന്തിക്കുന്നതാണ്. വിരമിക്കലിന് വാർദ്ധക്യം ഒരു മുൻവ്യവസ്ഥയാണെന്ന് വിശ്വസിക്കുന്നത് യഥാർത്ഥ നരകംതന്നെ. നിങ്ങളുടെ സ്വപ്നങ്ങൾ മോഷ്ടിക്കാൻ "പതുക്കെ ധനികനാകൂ" എന്നതിനെ അനുവദിക്കുന്നുവെന്നത് മോശംതന്നെ.

യുവാക്കളെ ഉൾപ്പെടുത്തിക്കൊണ്ട് പെൻഷൻ പുനർനിർമ്മിക്കുക

"വിരമിക്കൽ" എന്ന് പറയുമ്പോൾ നിങ്ങൾ എന്താണ് കാണുന്നത്? ഞാൻ ഒരു പൂമുഖത്ത് കിറുകിറുക്കുന്നതായ ആട്ടുകസേരയിൽ ഒരു ലോലചിത്തനായ വൃദ്ധനെ കാണുന്നു. ഞാൻ ഫാർമസികൾ, ഡോക്ടറുടെ ഓഫീസുകൾ, വാക്കറുകൾ, വൃത്തികെട്ട മൂത്രാശയ അടിവസ്ത്രങ്ങൾ എന്നിവ കാണുന്നു. ഞാൻ വൃദ്ധസദനങ്ങളെയും അമിതഭാരം ചുമക്കുന്ന പ്രിയപ്പെട്ടവരെയും കാണുന്നു. ഉഫ്, ഞാൻ 1971-ലെപോലെ ഒരു പഴകിയ ചുറ്റുപാട് മണക്കുന്നു. ആളുകൾ അവരുടെ 60-കളിലും 70-കളിലും വിരമിക്കുന്നു. ആ പ്രായത്തിലും അവർ ജീവിതത്തിന്റെ രണ്ടറ്റവും കൂട്ടിമുട്ടിക്കാൻ പാടുപെടുന്നു, നിലനിൽക്കാൻ പാപ്പരായ സർക്കാർ പരിപാടികളെ ആശ്രയിക്കുന്നു. മറ്റുള്ളവർ അവരുടെ ജീവിതശൈലി നിലനിർത്താൻവേണ്ടി അവരുടെ "സുവർണ്ണ വർഷങ്ങളിൽ" നന്നായി പ്രവർത്തിക്കുന്നു. ചിലർ അവിടെ എത്തിച്ചേരില്ല, മരണം വരെ ജോലി ചെയ്യുന്നു.

ഇത് എങ്ങനെ സംഭവിക്കുന്നു? കാര്യം ലളിതമാണ്. "പതുക്കെ ധനികനാകൂ" എന്നത് ഒരു ജീവിതകാലവും അതിന്റെ വിജയവും നിങ്ങൾക്ക് നിയന്ത്രിക്കാൻ കഴിയാത്ത നിരവധി ഘടകങ്ങളെയും മോശമായി ആശ്രയിച്ചിരിക്കുന്നു. 50 വർഷം ജോലിചെയ്ത് പിശുക്കത്തോടെയുള്ള ജീവിതം നയിക്കുക. അങ്ങനെ ഒരു ദിവസം, വീൽചെയറിന്റേയും കുറിപ്പടി ഗുളികയുടെയും കൂടെ ധനികനായി വിരമിക്കാം. എത്ര നിരാശാജനകമാണ്.

എന്നിരുന്നാലും, ദശലക്ഷക്കണക്കിന് ആളുകൾ 50 വർഷത്തെ ചൂതാട്ടം ഏറ്റെടുക്കുന്നു. ഷെയർ മാർക്കറ്റ് ലോട്ടറിയിൽ വിജയിക്കുന്നവർക്ക് ദുർഗന്ധമുള്ള മാലിന്യത്തിന്റെ പാരിതോഷികം ലഭിക്കുന്നു : വാർദ്ധക്യം.

വളരെയധികം നന്ദി.

എന്നാൽ വിഷമിക്കേണ്ട; സ്വർഗ്ഗത്തിൽനിന്ന് അനുഗ്രഹമഴ പെയ്യുന്നു : "ഇവയാണ് സുവർണ്ണവർഷങ്ങൾ!" അവർ ആരെയാണ് കളിയാക്കുന്നത്? ആർക്കാണ് അവ സുവർണ്ണം?

സമ്പത്തിലേക്കും സ്വാതന്ത്ര്യത്തിലേക്കുമുള്ള പാത നിങ്ങളുടെ ജീവിതത്തിന്റെ 50 വർഷത്തെ വിഴുങ്ങുകയാണെങ്കിൽ, അത് വിലമതിക്കുന്നുണ്ടോ? 50 വർഷത്തെ യാത്ര നിർബന്ധിതമല്ല, അതുകാരണം, കുറച്ചു മാത്രമേ വിജയിക്കുന്നുള്ളൂ, വിജയിക്കുന്നവർ ജീവിതത്തിന്റെ സായാഹ്നത്തിലെ സാമ്പത്തിക സ്വാതന്ത്ര്യം നേടുകയെന്നതിൽ അടങ്ങുന്നു.

അംഗീകൃത റിട്ടയർമെന്റ് മാനദണ്ഡങ്ങളുടെ പ്രശ്നം നിങ്ങൾക്ക് കാണാനാകാത്തതാണ്.

നിങ്ങൾ യൗവനം കാണുന്നില്ല, വിനോദം കാണുന്നില്ല, സ്വപ്നങ്ങളുടെ തിരിച്ചറിവ് കാണുന്നില്ല. സുവർണ്ണ വർഷങ്ങൾ സുവർണ്ണമല്ല, മരണത്തിനായുള്ള കാത്തിരിപ്പ് മുറിയാണ്. കാലൻ വാതിൽക്കൽ എത്തുന്നതിനുമുൻപ് നിങ്ങൾ സാമ്പത്തിക സ്വാതന്ത്ര്യം ആഗ്രഹിക്കുന്നുവെങ്കിൽ, "പതുക്കെ ധനികനാകു" എന്നത് ഒരു കാരണവശാലും ഉത്തരമല്ല.

ആരോഗ്യം, ഉന്മേഷം, ഒരു ഷാംപൂ പരസ്യത്തിന് അനുയോജ്യമായ തരത്തിൽ ആഡംബരമുള്ള മുടി എന്നിവയുള്ള ചെറുപ്പത്തിൽ വിരമിക്കാൻ നിങ്ങൾ ആഗ്രഹിക്കുന്നുവെങ്കിൽ, സമൂഹത്തിന്റെ സ്ഥിരസ്ഥിതിയെ "പതുക്കെ ധനികനാകു" റോഡ് മാപ്പിനെ അവഗണിക്കേണ്ടതുണ്ട്, നിങ്ങൾക്ക് ആയാസമില്ലാതെ ഓടയിലേക്കുള്ള എളുപ്പവഴി നൽകുന്ന മുഖ്യധാരാ ഗുരുക്കന്മാരേയും.

മറ്റൊരു വഴിയുണ്ട്.

അധ്യായ സംഗ്രഹം : ഫാസ്റ്റ്ലെയ്ൻ പ്രത്യേകതകൾ

- "പതുക്കെ ധനികനാകു" എന്നത് ലാഭകരമായ ജോലിയിലൂടെയുള്ള ദീർഘകാലം ആവശ്യപ്പെടുന്നു.
- "പതുക്കെ ധനികനാകു" എന്നത് തോൽക്കുന്ന കളിയാണ്. കാരണം, അത് ഷെയർ മാർക്കറ്റിനെ ആശ്രയിക്കുന്നു. ഒപ്പം നിങ്ങളുടെ സമയം നങ്കൂരമിട്ടിരിക്കുന്നു.
- ജീവിതത്തിന്റെ യഥാർത്ഥ സുവർണ്ണവർഷങ്ങൾ നിങ്ങൾ ചെറുപ്പവും വിവേകവും ഊർജ്ജസ്വലവുമായിരിക്കുമ്പോഴാണ്.

ഞാൻ എങ്ങനെയാണ് "പതുക്കെ ധനികനാകൂ" എന്ന തകിടിനെ തകർത്തത്?

ജീവിതലക്ഷ്യം ബഹുജനപക്ഷത്താകാൻ ആയിരിക്കരുത്, മറിച്ച് സ്വയം കണ്ടെത്തി ഭ്രാന്തന്മാരുടെ കൂട്ടത്തിൽനിന്ന് രക്ഷപ്പെടാൻ വേണ്ടിയാകണം.

—മാർക്കസ് ഔറേലിയസ്

"പതുക്കെ ധനികനാകൂ" എന്ന സ്വപ്നവിനാശകന്റെ തുറന്നുകാട്ടൽ

കൗമാരപ്രായത്തിൽ, ചെറുപ്പത്തിൽ സമ്പന്നനാകുക എന്ന ആശയം ഞാൻ ഒരിക്കലും പരിഗണിച്ചിരുന്നില്ല. "സമ്പത്ത് + യുവത്വം", എനിക്ക് കണക്കുകൂട്ടാനാകാത്ത ഒരു സമവാക്യമായിരുന്നു അത്. കാരണം, എനിക്ക് ശാരീരികശേഷിയും കഴിവുകളും ഉണ്ടായിരുന്നില്ല. ചെറുപ്പക്കാർക്ക് സമ്പത്തിലേക്കുള്ള പൊതുവഴികൾ മാത്സര്യം നിറഞ്ഞതാണ്, നടൻ, സംഗീതജ്ഞൻ, ഒരു വിനോദക്കാരൻ അല്ലെങ്കിൽ ഒരു പൂർണ്ണ അത്ലറ്റ് എന്നിവയ്ക്കെല്ലാം പ്രതിഭ ആവശ്യമാണ് – എല്ലാ വഴികളിലും ഒരു വലിയ "റോഡ് അടച്ചിരിക്കുന്നു" എന്ന സൈൻ ബോർഡ് ഉണ്ടായിരുന്നു, അവയൊക്കെ "നിനക്ക് ഒരവസരവുമില്ല എംജെ!" എന്ന പരിഹാസ അർത്ഥത്തിൽ.

അതിനാൽ, ജീവിതത്തിന്റെ തുടക്കത്തിൽ തന്നെ പരാജയം സമ്മതിച്ചുകൊണ്ട്, എന്റെ സ്വപ്നങ്ങൾ ഉപേക്ഷിച്ചു. "പതുക്കെ ധനികനാകൂ" വളരെ വ്യക്തമായ ഒരു ധാരണ ഉണ്ടാക്കി : സ്കൂളിൽ പോകുക, ജോലി നേടുക, കുറഞ്ഞ ചെലവിൽ സ്ഥിരതാമസമാക്കുക, ത്യാഗം ചെയ്യുക, പിശുക്കായിരിക്കുക. സാമ്പത്തിക സ്വാതന്ത്ര്യം, മലഞ്ചെരിവിലെ വീടുകൾ, വിദേശ കാറുകൾ എന്നിവയെക്കുറിച്ചുള്ള സ്വപ്നം ഉപേക്ഷിക്കുക. എങ്കിലും, ഞാൻ സ്വപ്നം കണ്ടു. കൗമാരക്കാരായ ആൺകുട്ടികൾ ചെയ്യുന്ന കാര്യമാണത്. എന്നെ സംബന്ധിച്ചിടത്തോളം ഇതെല്ലാം കാറുകളെക്കുറിച്ചായിരുന്നു – പ്രത്യേകിച്ചും, ലംബോർഗിനി കൗണ്ടച്ച്.

എന്റെ ജീവിതത്തെ മാറ്റിമറിച്ച 90 സെക്കൻഡുകൾ

ഞാൻ ചിക്കാഗോയിൽ കുറച്ച് സുഹൃത്തുക്കൾക്കൊപ്പം ഒരു തടിച്ച കുട്ടിയായി വളർന്നു. എനിക്ക് കൗമാരക്കാരായ പെൺകുട്ടികളോടോ സ്പോർട്സിലോ താൽപര്യമില്ലായിരുന്നു, പകരം ടോം-എൻ-ജെറി ആവർത്തിച്ച് കണ്ടുകൊണ്ട് അമിതമായി ഡോനട്ടുകൾ കഴിച്ചുകൊണ്ട് ഞാൻ ബീൻബാഗിൽ ഇരുന്നു. മാതാപിതാക്കളുടെ മേൽനോട്ടം ഇല്ലായിരുന്നു; അമ്മ വർഷങ്ങൾക്കുമുൻപ് അച്ഛനെ വിവാഹമോചനം ചെയ്തു, അതിനാൽ എന്നെയും എന്റെ മൂത്ത സഹോദരങ്ങളെയും വളർത്താൻ ഉള്ള ചുമതല അമ്മയ്ക്ക് മാത്രമായി. അമ്മയ്ക്ക് കോളേജ് വിദ്യാഭ്യാസമോ ജോലിയോ ഉണ്ടായിരുന്നില്ല. ആകെയുണ്ടായിരുന്നത് കെന്റക്കി ഫ്രൈഡ് ചിക്കനിൽ ഡീപ്പ് ഫ്രൈ ചെയ്യാൻ ഉള്ള ഒരു ജോലി. അത് സാധാരണഗതിയിൽ, എന്റെ സ്വന്തം ആഹ്ളാദങ്ങൾക്ക് എന്നെ അനുവദിച്ചു – മധുരപലഹാരവും കഴിച്ചുകൊണ്ട് എ-ടീമിന്റെ ഏറ്റവും പുതിയ എപ്പിസോഡുകൾ കാണുക. എന്റെ പ്രയത്നങ്ങൾക്കു കൂട്ടായി ഉണ്ടായിരുന്നത് നീളമുള്ള പൊട്ടിയ ഒരു ചൂലിന്റെ വടിയായിരുന്നു : ഞാൻ അത് ടിവിയുടെ റിമോട്ട് കൺട്രോളായി ഉപയോഗിച്ചു. യഥാർത്ഥ റിമോട്ട് തകർന്നുപോയിരുന്നു, എനിക്ക് അനങ്ങാൻ മടിയായി. ഞാൻ എപ്പോഴെങ്കിലും സഞ്ചരിച്ചാൽ, അടുത്തുള്ള ഐസ്ക്രീം കടയായിരുന്നു എന്റെ ലക്ഷ്യം; മധുരമുള്ള ഭക്ഷണവസ്തുക്കൾ എനിക്ക് പരിഗണിക്കാവുന്ന ഒരു പ്രേരണയായിരുന്നു.

ആ ദിവസവും മറ്റേതൊരു ദിവസത്തേയും പോലെയായിരുന്നു : ഞാൻ ഐസ്ക്രീം തേടി. എനിക്ക് സന്തോഷം തരുന്ന ഫ്ലേവർ ഞാൻ ആലോചിച്ചുറപ്പിച്ചു. അടുത്ത ഐസ്ക്രീം പാർലർ ലക്ഷ്യമാക്കി ആഹ്ലാദത്തോടെ നീങ്ങി.

ഞാൻ എത്തിയപ്പോൾ, അതെന്റെ മുന്നിൽ തന്നെയുണ്ടായിരുന്നു. എൺപതുകളിലെ ഹിറ്റ് സിനിമയായ *കാനൻബോൾ റൺ*-ലെ, എന്റെ സ്വപ്ന കാർ – ലംബോർഗിനി കൗണ്ടാച്ച്. സർവ്വശക്തനായ രാജാവിനെപ്പോലെ പാർക്ക് ചെയ്തിരിക്കുന്നു. ഞാൻ അതിനെ ദൈവത്തെ ദർശിക്കുന്ന ഒരു ആരാധകനെപ്പോലെ നോക്കി. ആശ്ചര്യത്താൽ, ഐസ്ക്രീമിനെക്കുറിച്ചുള്ള ചിന്തകൾ എന്റെ തലച്ചോറിൽനിന്ന് പുറന്തള്ളപ്പെട്ടു.

എന്റെ കിടപ്പുമുറിയുടെ ചുവരുകളിൽ പോസ്റ്റർ പതിപ്പിച്ചും എന്റെ പ്രിയപ്പെട്ട കാർ മാഗസിനുകളിൽ അമിതാവേശത്തോടെ നോക്കി രസിക്കുകയും ചെയ്തും ലംബോർഗിനി കൗണ്ടച്ചിനെ എനിക്ക് വളരെ പരിചിതമായിരുന്നു : കൗശലക്കാരൻ, വിനാശകരൻ, തീക്ഷ്ണമായ വേഗതയേറിയതും, ബഹിരാകാശ കപ്പലിന്റെ വാതിലുകൾ, അസാധാരണമായ ചെലവേറിയതും. എന്നിട്ടും, ഇവിടെയിതാ അത് ഏതാനും അടി അകലെ, എൽവിസ് ഉയിർത്തെഴുന്നേറ്റതുപോലെ. അതിന്റെ പ്രത്യക്ഷമായ പ്രൗഢി ഒരു കരകൗശലക്കാരൻ ഒരു ആധികാരികമായ മോണറ്റ് നേരിൽകാണുന്നതുപോലെ ആയിരുന്നു ആ വരകൾ, ആകാര വളവുകൾ, ആ മണം...

ഒരു ചെറുപ്പക്കാരൻ ഐസ്ക്രീം പാർലറിൽനിന്ന് പുറത്തുവന്നു കാർ ലക്ഷ്യമാക്കി നീങ്ങുന്നത് വരെ ഞാൻ കുറച്ചു മിനിറ്റുകൾ അതിനെ നോക്കി. ഇത് ഉടമ ആയിരിക്കുമോ? ഒരു വഴിയുമില്ല. അയാൾക്ക് 25 വയസ്സിനു മുകളിൽ ഉണ്ടാകില്ല. നീല ജീൻസും ഒരു വലിയ ഫ്ലാനൽ ഷർട്ടും ധരിച്ചിരിക്കുന്നു. ഒരു അയൺ മെയ്ഡൻ കൺസേർട്ട് ഷർട്ടും ഉള്ളിലായി ഉണ്ടായിരുന്നു. ഇത് കാറിന്റെ ഉടമയാകില്ലെന്ന് ഞാൻ ന്യായവാദം ചെയ്തു. ഞാൻ ഒരു വൃദ്ധനെ പ്രതീക്ഷിച്ചു : ചുളിവുകൾ, നരച്ച

മുടി, രണ്ട് സീസണുകൾ വൈകിയുള്ള വസ്ത്രധാരണം. പക്ഷേ അങ്ങനെ അല്ലായിരുന്നു.

"എന്ത്?" ഞാൻ കുഴങ്ങി. അത്തരമൊരു കിടിലൻ വാഹനം ഒരു യുവാവിന് എങ്ങനെ താങ്ങാൻ കഴിയും? ദൈവമേ, ആ കാറിന് ഞാൻ താമസിക്കുന്ന വീടിനേക്കാൾ വില കൂടുതലാണ്! അയാൾ ഒരു ലോട്ടറി വിജയി ആയിരിക്കണം, ഞാൻ ഊഹിച്ചു. ഹും... അല്ലെങ്കിൽ ധനികനായ കുട്ടിക്ക് പാരമ്പര്യമായി ലഭിച്ച ഏതെങ്കിലും കുടുംബസ്വത്ത്. തീർത്തും ഇതൊരു പ്രൊഫഷണൽ അത്ലറ്റുമല്ല. അതെ, ഞാൻ എന്റെ ഊഹത്തിൽ എത്തിക്കഴിഞ്ഞു.

പെട്ടെന്ന്, ഒരു ധീരതയുള്ള ഒരു ചോദ്യം എന്റെ തലയിൽ ഉയർന്നു : "ഹേയ്, എന്തുകൊണ്ട് നിങ്ങൾക്ക് ആ വ്യക്തിയോട് എന്താണ് ഉപജീവനത്തിനായി ചെയ്യുന്നത് എന്ന് ചോദിച്ചുകൂടാ? എനിക്ക് കഴിയുമോ? എന്റെയുള്ളിൽ തർക്കിക്കുന്നതിനിടയിൽ ഞാൻ നടപ്പാതയിൽ സ്തബ്ധനായിനിന്നു. അഡ്രിനാലിൻ എന്റെ സിരകളിലൂടെ കുതിച്ച് പാഞ്ഞപ്പോൾ, എന്റെ കാലുകൾ ചലിക്കുന്നത് ഞാൻ കണ്ടു. എന്റെ മസ്തിഷ്കത്തിന് സമ്മതമല്ല എന്ന മട്ടിൽ. എന്റെ ഉള്ളിൽ, എന്റെ സഹോദരൻ പരിഹസിച്ചു, "അപകടം, വിൽ റോബിൻസൺ, അപകടം!"

എന്റെ സമീപനം മനസ്സിലാക്കിയ ഉടമ പെട്ടെന്ന് വാതിൽ തുറന്ന് നിർബന്ധിത പുഞ്ചിരിയോടെ തന്റെ വിറയൽ മറച്ചു. കാറിന്റെ ഡോർ ഒരു സാധാരണ കാർ പോലെ വശത്തേക്ക് തുറക്കുന്നതിന് വിപരീതമായി, ലംബമായി ആകാശത്തേക്ക് പറക്കുന്നു. അത് എന്റെ കണ്ണുകളെ മിഴിപ്പിച്ചുകളഞ്ഞു. ഞാനെത്ര ചെറുതാണെന്ന അറിവിൽ, അത്തരം ഡോറുകളുള്ള കാറുകൾ ഭാവിയിൽ സാധാരണമാണ് എന്നപോലെ ഞാൻ സംയമനം പാലിക്കാൻ ശ്രമിച്ചു. 20 വാക്കുകളിൽ കൂടാത്ത ആ സംസാരം ഒരു നോവൽ പോലെ എനിക്കുതോന്നി. എന്റെ അവസരം വന്നു കഴിഞ്ഞിരുന്നു, ഞാൻ അത് വിട്ടുകൊടുത്തില്ല. "ക്ഷമിക്കണം സാർ?" അവൻ എന്നെ അവഗണിക്കില്ലെന്ന് പ്രതീക്ഷിച്ചുകൊണ്ട് ഞാൻ പരിഭ്രമത്തോടെ മന്ത്രിച്ചു. "നിങ്ങൾ ഉപജീവനത്തിനായി എന്താണ് ചെയ്യുന്നതെന്ന് ഞാൻ ചോദിക്കട്ടെ?"

ഞാൻ ഒരു കൗമാരപ്രായം ഒഴിയാത്ത ആളാണെന്ന് ആശ്വസിച്ച് ഉടമ ദയയോടെ പ്രതികരിച്ചു : "ഞാൻ ഒരു കണ്ടുപിടുത്തക്കാരനാണ്." അവന്റെ ഉത്തരം എന്റെ ഊഹങ്ങളുമായി പൊരുത്തപ്പെടാത്തതിൽ ആശയക്കുഴപ്പത്തിലായി; ഞാൻ തയ്യാറാക്കിയ ഫോളോ-അപ്പ് ചോദ്യങ്ങൾ അസാധുവായി, എന്റെ അടുത്ത നീക്കത്തെ തളർത്തി. മിനിറ്റുകൾക്കുമുൻപ് ഞാൻ തേടിയ ഐസ്ക്രീം കണക്കേ ഞാനങ്ങനെ മരവിച്ചുനിന്നു. രക്ഷപ്പെടാനുള്ള അവസരം തിരിച്ചറിഞ്ഞ്, ചെറുപ്പക്കാരനായ ലംബോർഗിനി ഉടമ ഡ്രൈവർ സീറ്റിൽ കയറി ഡോർ അടച്ച് എഞ്ചിൻ സ്റ്റാർട്ട് ചെയ്തു. എക്സ്ഹോസ്റ്റിന്റെ ഉച്ചത്തിലുള്ള ഗർജ്ജനം ജീവനുള്ള എല്ലാത്തിനേയും ലംബോർഗിനിയുടെ ഭീമാകാരമായ സാന്നിധ്യമറിയിച്ചുകൊണ്ട് പാർക്കിംഗ് ലോട്ടിലൂടെ കടന്നുപോയി. എനിക്ക് ഇഷ്ടപ്പെട്ടാലും ഇല്ലെങ്കിലും, സംഭാഷണം അവസാനിച്ചു.

സമാനമായ ഒരു കാഴ്ച ആസ്വദിക്കാൻ വർഷങ്ങൾ കഴിയേണ്ടിവരുമെന്ന് അറിഞ്ഞപ്പോൾ, ഞാനെന്റെ മനസ്സുകൊണ്ട് ആഡംബരപൂർണ്ണമായ ആ കാറിന്റെ വിവരപട്ടിക ഉണ്ടാക്കി. എന്റെ തലച്ചോറിൽ പെട്ടന്നൊരു നാഡീവ്യൂഹം തുറന്നതുപോലെ ഞാൻ ഉണർന്ന് പ്രചോദനം ഉൾക്കൊണ്ട് നിന്നുപോയി.

പ്രശസ്തിയിൽനിന്നും കഴിവിൽനിന്നുമുള്ള മോചനം

ആ ദിവസം എന്താണ് മാറിയത്? ഫാസ്റ്റ്‌ലെയ്നിലേക്കും സത്യത്തിലേക്കും ഞാൻ തുറന്ന് കാട്ടപ്പെട്ടു. അന്ന് തേടിപ്പോയ ആ മധുരത്തിനുവേണ്ടി, ഞാൻ ഒരിക്കലും കടയിൽ എത്തിയില്ല. ഞാൻ തിരിഞ്ഞ് ഒരു പുതിയ യാഥാർത്ഥ്യവുമായി വീട്ടിലേക്കുപോയി. ഞാൻ അത്ലറ്റിക് ആയിരുന്നില്ല, എനിക്ക് പാടാൻ കഴിഞ്ഞില്ല, എനിക്ക് അഭിനയിക്കാൻ കഴിഞ്ഞില്ല, പക്ഷേ, ഒരു സംരംഭകനെന്ന നിലയിൽ എനിക്ക് സമ്പന്നനാകാം.

ആ നിമിഷം മുതൽ, കാര്യങ്ങൾ മാറി. ലംബോർഗിനി കൂടിക്കാഴ്ച 90 സെക്കൻഡ് നീണ്ടു. എന്നാൽ, അത് ജീവിതത്തെ പുതിയ വിശ്വാസങ്ങൾ, പുതിയ പഠനങ്ങൾ, വ്യത്യസ്തമായ തിരഞ്ഞെടുക്കലുകൾകൊണ്ട് മാറ്റിമറിച്ചു. എന്നെങ്കിലും ഒരു ലംബോർഗിനി സ്വന്തമാക്കുമെന്നും അത് ചെറുപ്പത്തിൽതന്നെ സ്വന്തമാക്കുമെന്നും ഞാൻ തീരുമാനിച്ചു. എന്റെ അടുത്ത അവസരം അല്ലെങ്കിൽ എന്റെ അടുത്ത കണ്ടുമുട്ടൽവരെ ഞാൻ കാത്തിരുന്നില്ല, അല്ലെങ്കിൽ എന്റെ അടുത്ത പോസ്റ്റർ വരെ. എനിക്കായി അതുവേണം. അതെ, ഞാൻ ചൂലിന് വിരാമം നൽകി എന്റെ അലസതയിൽനിന്ന് ഇറങ്ങി.

ദ മില്യനെയർ ഫാസ്റ്റ്‌ലെയ്നായുള്ള തിരയൽ

ലംബോർഗിനി കണ്ടുമുട്ടലിനുശേഷം, പ്രശസ്തരോ ശാരീരിക കഴിവുകളോ ഇല്ലാത്ത യുവകോടീശ്വരന്മാരെ പഠിക്കാൻ ഞാൻ ബോധപൂർവ്വമായ ശ്രമം നടത്തി. പക്ഷേ, എനിക്ക് എല്ലാ കോടീശ്വരന്മാരിലും താൽപര്യമില്ലായിരുന്നു, സമ്പന്നവും അതിരുകടന്നതുമായ ജീവിതശൈലി നയിച്ചവർ മാത്രം. ഈ അന്വേഷണം പരിമിതവും അവ്യക്തവുമായ ഒരുകൂട്ടം ആളുകളെ പഠിക്കാൻ എന്നെ നയിച്ചു : ഈ മാനദണ്ഡങ്ങൾ പാലിക്കുന്ന പ്രശസ്തിയില്ലാത്ത കോടീശ്വരന്മാരുടെ ഒരു ചെറിയ ഉപവിഭാഗം :

1. അവർ സമ്പന്നമായ ഒരു ജീവിതശൈലി നയിക്കുകയായിരുന്നു, അല്ലെങ്കിൽ അതിന് സാധിക്കുന്നവരായിരുന്നു. മധ്യവർഗ്ഗത്തിൽ "അടുത്ത വീട്ടിൽ" താമസിച്ചിരുന്ന മിതവ്യയമുള്ള കോടീശ്വരന്മാരിൽനിന്ന് കേൾക്കുന്നത് എനിക്ക് താൽപര്യമില്ലായിരുന്നു.
2. അവർ താരതമ്യേന ചെറുപ്പമായിരിക്കണം (35 വയസ്സിന് താഴെ) അല്ലെങ്കിൽ അവർ വേഗം സമ്പത്ത് സമ്പാദിച്ചിരിക്കണം. ജീവിതത്തിന്റെ 40 വർഷം ജോലിക്കായി ചെലവഴിച്ച, കോടികൾക്കായുള്ള വഴിയിൽ തങ്ങളുടെ സമ്പത്ത് പിശുക്കി ജീവിക്കുന്നവരിൽ എനിക്ക് താൽപര്യമില്ലായിരുന്നു. പ്രായമായിട്ടല്ല, ചെറുപ്പത്തിൽ സമ്പന്നനാകാൻ ഞാൻ ആഗ്രഹിച്ചു.
3. അവർ സ്വയം ഉയർന്നുവന്നവരായിരിക്കണം. ഞാൻ ഒന്നുമില്ലാത്തവനായിരുന്നു. ഭാഗ്യബീജ ലോട്ടറിയുടെ വെള്ളി-കരണ്ടി വിജയികളെ എന്റെ ലാബിലേക്ക് ക്ഷണിച്ചില്ല.
4. അവരുടെ സമ്പത്തിലുള്ള പ്രശസ്തി, ശാരീരിക കഴിവുകൾ, പ്രോ ബോൾ കളിക്കൽ, അഭിനയം, ആലാപനം, അല്ലെങ്കിൽ വിനോദം എന്നിവയിൽ നിന്നും യാതൊരു സംഭാവനയുമുണ്ടാകരുത്.

എന്നെപ്പോലെ ജീവിതം തുടങ്ങിയ കോടീശ്വരന്മാരെ ഞാൻ അന്വേഷിച്ചു, ഏതെങ്കിലും പ്രത്യേക വൈദഗ്ധ്യമോ കഴിവോ ഇല്ലാതെ എങ്ങനെയെങ്കിലും ഉയരത്തിലെത്തിയ ശരാശരിക്കാർ. ഹൈസ്കൂൾ വഴിയും കോളേജ് വഴിയും, ഞാൻ ഈ കോടീശ്വരൻ വ്യതിചലനം നിഷ്ഠയോടെ പഠിച്ചു. ഞാൻ മാസികകളും പുസ്തകങ്ങളും വായിച്ചു, വിജയികളായ വ്യവസായികളുടെ പത്രങ്ങളും ഡോക്യുമെന്ററികളും വായിച്ചു. കോടീശ്വരന്മാരുടെ ഈ ചെറിയ ഉപവിഭാഗത്തെക്കുറിച്ച് ഉൾക്കാഴ്ച നൽകുന്നതെല്ലാം ഞാൻ വായിച്ചു പഠിച്ചു. ഈ വിവരങ്ങളൊക്കെയും ഞാൻ മനസ്സിൽ ഉൾക്കൊണ്ടു.

നിർഭാഗ്യവശാൽ, അതിവേഗ സമ്പത്തിന്റെ രഹസ്യം കണ്ടെത്താനുള്ള ഈ ആവേശം എന്നെ നിരാശയിലേക്ക് നയിച്ചു. ഞാനെന്നത്, രാത്രി വൈകിയുള്ള വിവര-പരസ്യ മാർക്കറ്റിംഗുകാരുടെ സ്വപ്നസാക്ഷാത്കാരമായിരുന്നു – പറ്റിക്കപ്പെടാവുന്ന, പ്രവർത്തിക്കാൻ തയ്യാറുള്ള, ഒരു ക്രെഡിറ്റ് കാർഡ് ആയുധമായുള്ളവൻ. “ഒരു ചെറിയ പത്രപരസ്യം” മുതൽ ഏഷ്യൻ റിയൽ എസ്റ്റേറ്റ് മുതലാളിയും അയാളുടെ അത്യാകർഷകയായ വിനോദക്കപ്പലിലെ ബിക്കിനി ധരിച്ച പെൺകുറുക്കന്മാർക്കുവേണ്ടിയും കണക്കില്ലാത്ത പണം മുടക്കി. അവയൊന്നും തന്നെ സമ്പത്ത് നൽകിയില്ല. ചാതുര്യമുള്ള പരസ്യങ്ങളും അവയുടെ അവകാശവാദങ്ങൾക്കുമപ്പുറം, വലിയ ശരീരവടിവുകളുമുള്ള മോഡലുകളൊന്നും ഒരിക്കലും യാഥാർത്ഥ്യമായില്ല.

അറിവിനോടുള്ള ആർത്തി തീർക്കുകയും ഒന്നിനുപുറകെ ഒന്നായി വിചിത്രമായ ജോലികൾ വഹിക്കുകയും ചെയ്യുമ്പോൾ, എന്റെ ഗവേഷണം ശ്രദ്ധേയമായ ചില പൊതുവിഭാഗങ്ങളെ കണ്ടെത്തി. എനിക്ക് ആത്മവിശ്വാസമുണ്ടായിരുന്നു. മില്യനെയർ ഫാസ്റ്റ്ലെയ്നിലേക്കും അപ്രശസ്തമായ സമ്പത്തിലേക്കുമുള്ള എല്ലാ ഘടകങ്ങളും ഞാൻ അനാവരണം ചെയ്തിരുന്നു. ചെറുപ്പത്തിൽ സമ്പന്നനാകാൻ ഞാൻ തീരുമാനിച്ചു, കോളേജ് ബിരുദത്തിനുശേഷം യാത്ര ആരംഭിക്കും. എന്താണ് മുന്നിലുള്ളതെന്ന് എനിക്കറിയില്ലായിരുന്നു – റോഡ്ബ്ലോക്കുകൾ, വഴിമാറിപ്പോകലുകൾ, പിഴവുകൾ.

ഇടത്തരത്തിനോടുള്ള പ്രതിരോധം

ഞാൻ നോർത്തേൺ ഇല്ലിനോയിസ് യൂണിവേഴ്സിറ്റിയിൽനിന്ന് രണ്ട് ബിസിനസ്സ് ബിരുദങ്ങളോടെ ബിരുദം നേടി. എന്നെ സംബന്ധിച്ചിടത്തോളം, കോളേജ് കോർപ്പറേറ്റ് സമന്വയത്തിനായി നടത്തുന്ന അഞ്ച് വർഷത്തെ മസ്തിഷ്ക പ്രലോഭന പരിപാടിയാണെന്ന് തോന്നി. ആരും സംരംഭകത്വത്തെക്കുറിച്ച് സംസാരിച്ചില്ല. എന്റെ അദ്ധ്യാപകരിൽനിന്നും ഞാൻ കേട്ട “നിങ്ങളെ വാടകയ്ക്ക് എടുക്കുമ്പോൾ“, “നിങ്ങൾക്ക് ജോലി ലഭിക്കുമ്പോൾ” എന്നിവയെല്ലാം ഒരു ബിസിനസ്സ് ആരംഭിക്കുന്നത് വൃത്തികെട്ട ഒരു ചിന്തയാണെന്ന് തോന്നിപ്പിക്കും. ഞാൻ എതിർത്തു. പക്ഷേ, എന്റെ സുഹൃത്തുക്കൾ എതിർത്തില്ല. വലിയ ജോലികളിലാണ് അവർ നിയമിതരായത്. അതിനെക്കുറിച്ച് വീമ്പിളക്കുകയും ചെയ്തു :

“ഞാൻ മോട്ടറോളക്കുവേണ്ടി ജോലി ചെയ്യുന്നു.”
“എനിക്ക് നോർത്ത് വെസ്റ്റേൺ ഇൻഷുറൻസിൽ ജോലി ലഭിച്ചു!”
“ഹേർട്സ് റെന്റൽ കാർസ് എന്നെ പരിശീലന മാനേജരായി നിയമിച്ചു!”

ഞാൻ അവരെയോർത്ത് സന്തോഷിച്ചിരുന്നു, എന്റെ സുഹൃത്തുക്കൾ ഞാൻ സ്നേഹത്തോടെ വിളിച്ചിരുന്ന "സ്ലോലെയ്ൻ" എന്ന കള്ളം വാങ്ങി. ഞാനോ? നന്ദി, എന്നാലും വേണ്ട. ഒരു മധ്യകാല പ്ലേഗ്പോലെ സ്ലോലെയ്ൻ ഒഴിവാക്കാൻ ഞാൻ ആഗ്രഹിച്ചു. ഫാസ്റ്റ്ലെയ്ൻ കണ്ടെത്തുക, ധനികനായി വിരമിക്കുക, ചെറുപ്പത്തിൽതന്നെ വിരമിക്കുക എന്നതായിരുന്നു എന്റെ ആശയം.

തടസ്സങ്ങൾ, വഴിതിരിച്ചുവിടലുകൾ, വിഷാദം

ആത്മവിശ്വാസം ഉണ്ടായിരുന്നിട്ടും, അടുത്ത കുറച്ചുവർഷങ്ങൾ എന്റെ പ്രതീക്ഷകളെ ഉലച്ച് ഭയാനകമായി വീണു. ഒരു "അവസരത്തിൽ" നിന്ന് മറ്റൊന്നിലേക്ക് ചാടുമ്പോൾ ഞാൻ എന്റെ അമ്മയോടൊപ്പമാണ് ജീവിച്ചത്. വിജയം ഇല്ലാതായി. എല്ലാ മാസവും വ്യത്യസ്ത ബിസിനസ്സായിരുന്നു : വിറ്റാമിനുകൾ, ആഭരണങ്ങൾ, ചിലത് ഒരു ബിസിനസ്സ് മാസികയുടെ പിൻഭാഗത്തുനിന്ന് കണ്ടെത്തിയ ചൂടുള്ള "ചുങ്കവഴി" മാർക്കറ്റിംഗ് പ്രോഗ്രാം, അല്ലെങ്കിൽ ചില വഞ്ചനാപരമായ ദീർഘദൂര നെറ്റ്വർക്ക് മാർക്കറ്റിംഗ്.

കഠിനാധ്വാനം ഉണ്ടായിരുന്നിട്ടും, എന്റെ വർദ്ധിച്ചുവരുന്ന കടങ്ങൾപോലെ, പരാജയങ്ങളുടെ റെക്കോർഡും വർദ്ധിച്ചു. വർഷങ്ങൾ കടന്നുപോയി, വിഡ്ഢിത്തം പുളിച്ച് അഹംബോധത്തിന് ക്ഷതമുണ്ടാവുന്ന തരത്തിൽ ഒരു നിയാണ്ടർത്താലിന് അനുയോജ്യമായ ജോലികളുടെ ഒരു പരമ്പര എടുക്കാൻ ഞാൻ നിർബന്ധിതനായി : ഒരു ചൈനീസ് റെസ്റ്റോറന്റിലെ ഒരു ബസ്ബോയ് (അതെ, എവിടെ പാറ്റകൾ അധികമുണ്ടോ), ചിക്കാഗോ ചേരിയിലെ ഒരു ദിവസവേതനക്കാരൻ, പിസ്സ ഡെലിവറി ബോയ്, ഫ്ലവർ ഡെലിവറി ബോയ്, ഡിസ്പാച്ചർ, ലിമോ ഡ്രൈവർ, അതിരാവിലെ *ഷിക്കാഗോ ട്രിബ്യൂൺ* പത്രവിതരണം, സബ്‌വേ സാൻഡ്‌വിച്ച് റെസ്റ്റോറന്റ് സെയിൽസ്മാൻ (എന്റെ ദൈവമേ!), സിയേഴ്സ് സ്റ്റോക്ക് ക്ലർക്ക് (തിരശീലത്തുണികൾ വിൽക്കുന്ന ഡിപ്പാർട്ട്മെന്റിൽ), ചാരിറ്റി കാൻ കളക്ടർ, വീട് പെയിന്റടിക്കാരൻ.

ഈ വൃത്തികെട്ട ജോലികളേക്കാളും കിട്ടുന്ന ശമ്പളത്തേക്കാളും മോശമായ ഒരേയൊരു കാര്യം എന്തായിരുന്നു? ജോലി ചെയ്ത മണിക്കൂറുകൾ. മിക്കതിനും അതിരാവിലെയുള്ള തുടക്കം ആവശ്യമായിരുന്നു... 3 മണി, 4 മണി... ഏതെങ്കിലും അകാരണ നാഴിക ഉൾപ്പെട്ടിട്ടുണ്ടെങ്കിൽ എന്റെ ജോലിക്ക് അതും ആവശ്യമാണെന്ന് നിങ്ങൾക്ക് വാതുവെയ്ക്കാം. കോളേജിൽ അഞ്ചുവർഷത്തെ പഠനത്തിനു ശേഷം ബിരുദം കരസ്ഥമാക്കി ഒരു ക്ഷീരകർഷകനെപ്പോലെ ജീവിക്കുകയായിരുന്നു. പണത്തിന്റെ അഭാവം ഇത്രമാത്രം വലുതായിരുന്നു, എന്റെ ഉറ്റചങ്ങാതിയ്ക്ക് വിവാഹ സമ്മാനം നൽകാൻ, പ്രായമായ ഒരു സ്ത്രീയോട് ദേഹവ്യാപാരം നടത്തേണ്ടിവന്നു. അതെ, 1990-കളിൽ ഇങ്ങനെ പതിയിരിക്കുന്ന സ്ത്രീകൾ ഉണ്ടായിരുന്നു.

അതേസമയം, എന്റെ സുഹൃത്തുക്കൾ അവരുടെ കരിയറിൽ പുരോഗതി പ്രാപിച്ചു : അവർക്ക് പ്രതിവർഷം 3% ശമ്പള വർദ്ധനവ് ലഭിച്ചു. അവർ അവരുടെ മസ്താങ്സ്, അക്യൂറസ് എന്നിവയും 1,200 ചതുരശ്ര അടി ടൗൺഹൗസുകളും വാങ്ങി. അവർ സംതൃപ്തരായി പ്രത്യക്ഷപ്പെടുകയും സമൂഹം നിർദ്ദേശിച്ച പ്രതീക്ഷിത ജീവിതം നയിക്കുകയും ചെയ്തു. അവർ സാധാരണക്കാരായിരുന്നു, ഞാൻ അല്ലായിരുന്നു.

26-ാം വയസ്സിൽ ഞാൻ വിഷാദരോഗത്തിലായി; എന്റെ ബിസിനസ്സ്

സ്വയംപര്യാപ്തമായിരുന്നില്ല, ഞാനും ആയിരുന്നില്ല. സീസണൽ ഡിപ്രഷൻ എന്റെ തകർന്ന മനസ്സിനെ കടിച്ചുകീറി. ചിക്കാഗോയുടെ മഴയുള്ളതും ഇരുണ്ടതും മങ്ങിയതുമായ കാലാവസ്ഥ ഒരു ചൂടുള്ള കിടക്കയുടെ സുഖവും രുചികരമായ പേസ്ട്രിക്കായും എന്നെ കൊതിപ്പിച്ചു. നേട്ടങ്ങൾക്ക് സൂര്യപ്രകാശം മുന്നോടിയായി ഉണ്ടായിരുന്നു; അതെ, ഞാൻ കാര്യമായൊന്നും നേടിയില്ല. ഹൈസ്കൂൾ പഠനം ഉപേക്ഷിച്ചവർക്കുള്ള ജോലികളിൽ മടുത്തു, കിടക്കയിൽനിന്ന് എഴുന്നേൽക്കാൻ ഞാൻ പാടുപെട്ടു, സംശയം ദൈനംദിന സ്ഥിരീകരണമായി മാറി. ശാരീരികമായും വൈകാരികമായും സാമ്പത്തികമായും പരാജയത്താൽ തളർന്നു, എന്റെ ഫലങ്ങൾ എന്റെ യഥാർത്ഥസ്വഭാവത്തെ പ്രതിഫലിപ്പിക്കുന്നില്ലെന്ന് എനിക്കറിയാമായിരുന്നു. സമ്പത്തിലേക്കുള്ള ഫാസ്റ്റ്ലെയ്ൻ വഴി. പക്ഷേ, അത് നടപ്പിലാക്കാൻ കഴിഞ്ഞില്ല. ഞാൻ എന്താണ് തെറ്റായി ചെയ്തിരുന്നത്? എന്താണ് എന്നെ തടഞ്ഞത്? വർഷങ്ങളുടെ ഗവേഷണത്തിനും വിദ്യാഭ്യാസത്തിനും ശേഷം, പുസ്തകങ്ങൾ, മാഗസിനുകൾ, "ക്വിക്ക് സ്റ്റാർട്ട്" വീഡിയോകൾ എന്നിവയുടെ ഒരു മുഴുവൻ അലമാര പൂർത്തിയാക്കി, ഞാൻ സമ്പത്തിൽനിന്ന് അകന്ന് കൂടുതൽ മുന്നോട്ടുപോയി. ഞാൻ എവിടെയും കാണാത്ത ഫാസ്റ്റ്ലെയ്നുള്ള നടപ്പാതയിൽ സ്തംഭിച്ച് ഇരുന്നു.

എന്റെ അഗാധമായ വിഷാദം എന്നെ ഒളിച്ചോടലുകളിലേക്ക് തള്ളിവിട്ടു. പക്ഷേ, മയക്കുമരുന്ന്, ലൈംഗികത, അല്ലെങ്കിൽ മദ്യം എന്നിവയ്ക്ക് പകരം, ഞാൻ പുസ്തകവായനയിൽ എന്നെത്തന്നെ കെട്ടിയിട്ടു, പ്രശസ്തരല്ലാത്ത കോടീശ്വരന്മാരെപ്പറ്റി പഠിച്ചുകൊണ്ടിരുന്നു. എനിക്ക് വിജയിക്കാൻ കഴിഞ്ഞില്ലെങ്കിലും, വിജയഗാഥകൾ ഉൾക്കൊള്ളുന്നവരുടെ ജീവിതകഥയിലൂടെ ദാരിദ്ര്യത്തിൽനിന്ന് സമ്പന്നതയിലേക്കും ഉയർന്ന മറ്റു കഥകളിലേക്കും എന്നെ കൊണ്ടുപോകാൻ സാധിച്ചു.

പക്ഷേ, അത് വ്യഥായി.

എന്റെ ജീവിതത്തിലെ ആളുകൾ എന്നെ കൈവിട്ടു. എന്റെ ദീർഘകാല കാമുകി പ്രഖ്യാപിച്ചു, "നിനക്ക് ഒരു നിശ്ചയവുമില്ല". അവൾക്ക് ഒരു വാടക കാർ ഏജൻസിയിൽ സുരക്ഷിതമായ ജോലി ഉണ്ടായിരുന്നു, പക്ഷേ ഞങ്ങൾ തർക്കിച്ചു, കാരണം അവൾ പ്രബലമായ മാറ്റത്തിനായി ദീർഘനേരം പ്രവർത്തിച്ചു, ഒരു വർഷം $28,000 എന്ന ഒരു വലിയ തുകക്കായി. തീർച്ചയായും, അവൾ വസ്തുതകളോടെ ശരിയായി പ്രതികരിച്ചു : "നിങ്ങൾക്ക് ജോലിയില്ല, നിങ്ങൾ സമ്പാദിക്കുന്നത് എന്നെക്കാൾ $27,000 കുറവാണ്, നിങ്ങളുടെ ബിസിനസ്സുകളൊന്നും പ്രവർത്തിക്കുന്നില്ല. അവൾ ഒരു ബുദ്ധിമതിയായിരുന്നു. ഒരു കോർപ്പറേറ്റ് റേഡിയോ ആഡ് എക്സിക്യൂട്ടീവുമായി അവൾ പ്രണയബന്ധത്തിൽ എത്തിയതോടെ ഞങ്ങളുടെ ബന്ധം അവസാനിച്ചു.

പിന്നെ ഒരു വശത്ത് എന്റെ അമ്മയുണ്ടായിരുന്നു. കോളേജ് കഴിഞ്ഞ് ആദ്യ വർഷങ്ങളിൽ അവർ എനിക്ക് കുറച്ച് ഇളവ് തന്നിരുന്നു. എന്നാൽ, പിന്നീട് പരാജയങ്ങളും കുറഞ്ഞ വേതനമുള്ള ജോലികളുടെയും സമയം വന്നു. ഞാൻ ക്ഷമ യാചിച്ചു. എന്റെ അപേക്ഷകളിൽ ഒന്ന് സംരംഭകർക്ക് വേണ്ടിയുള്ള ഫാസ്റ്റ്ലെയ്ൻ സമ്പത്ത് സൃഷ്ടിക്കുന്നതിനെക്കുറിച്ചുള്ള വിശദമായ വ്യാഖ്യാനമായിരുന്നു – അത് ത്വരിതഗതിയിൽ പ്രവർത്തിക്കുന്നതായിരുന്നു – ജോലിയുള്ളവർക്ക് ഒരു രേഖീയമായ രീതിയിൽ പ്രവർത്തിക്കുന്നു. നിർഭാഗ്യവശാൽ, എന്റെ ചാർട്ടുകളും ഡയഗ്രമുകളും എത്ര മികച്ചതായിരുന്നു എന്നത് കാര്യമായി

രുന്നില്ല; അമ്മയ്ക്ക് എന്നിലുള്ള വിശ്വാസം നഷ്ടപ്പെട്ടു, ഞാൻ അവരെ കുറ്റപ്പെടുത്താൻ ആഗ്രഹിച്ചില്ല. എന്റെ വിജയം എന്നതിലും സാധ്യത കൂടുതൽ ചൊവ്വയിൽ ഒരു മനുഷ്യനെ ഇറക്കുന്നതാണ്.

അവരുടെ നിർദ്ദേശങ്ങൾ എന്റെ ആന്തരികത്വരയെ തളർത്തി. അവർ വിളിച്ചു പറഞ്ഞു, "ഒരു ജോലി നേടൂ, കുഞ്ഞേ!" കുറഞ്ഞത് ഒരാഴ്ചയിൽ 20 തവണ. ശ്ശോ, ഇന്നും ഞാൻ വിറക്കുന്നു. ആ പദപ്രയോഗം, അലറി വിളിക്കുന്ന ആ ശബ്ദത്തിൽ, ലോകാവസാനാന്തര ലോകത്തിലെ പാറ്റകളെ ഉന്മൂലനം ചെയ്യാൻ അതിന് കഴിയും. എന്റെ ശിരസ്സ് സ്റ്റൗവിനിടക്കുവച്ച് അമർത്തി ബധിരനാകാൻ ഞാൻ ആഗ്രഹിച്ച ദിവസങ്ങളുണ്ടായിരുന്നു. "ഒരു ജോലി നേടൂ, കുഞ്ഞേ!" എന്നത് എന്റെ ആത്മാവിലേക്ക് തുളഞ്ഞു കയറി; ജൂറിയുടെ ഏകകണ്ഠമായി വിചാരണ അവസാനമെത്തിയത് മാതൃവിധിയിലായിരുന്നു : "പരാജയം, അവിശ്വാസ വോട്ടോടെ."

അമ്മ നിർദ്ദേശിച്ചു, "പലചരക്ക് കടയിൽ ഒരു മാനേജരെ നിയമിക്കുന്നു, എന്തുകൊണ്ട് നിനക്ക് അവിടെ പോയി നോക്കിക്കൂടാ?" ബൊലോഗ്നയുടെ കട്ടകൾ വെട്ടിമാറ്റിയും അയൽപക്കത്തെ സോക്കർ അമ്മമാർക്ക് ഉരുളക്കിഴങ്ങ് സാലഡ് വിളമ്പിയും എന്റെ കോളേജ് വിദ്യാഭ്യാസവും അടുത്ത അഞ്ച് വർഷത്തെ പോരാട്ടവും ദൈനംദിന കൗണ്ടറിൽ ഗ്രഹണംവെക്കാൻ എന്ന പോലെ. ജോലിക്കുള്ള അഭിപ്രായത്തിനു നന്ദി. പക്ഷേ, ഞാൻ ചെയ്യില്ല.

എന്റെ ഉണർവ്വിന്റെ ഹിമപാതം

ഒരു തണുത്ത ചിക്കാഗോ ഹിമപാതത്തിന്റെ വേദന എന്നെ ജീവിതത്തിന്റെ വഴിത്തിരിവിലേക്ക് വലിച്ചെറിഞ്ഞു. അതൊരു തണുപ്പുള്ള രാത്രിയായിരുന്നു. ലിമോ ഡ്രൈവറായി ജോലി ചെയ്ത് ഞാൻ ക്ഷീണിതനായിരുന്നു. ഞാൻ മൈഗ്രെയ്ൻ തലവേദനയുമായി പോരാടവേ നനഞ്ഞ മഞ്ഞ് എന്റെ ഷൂസ് നനച്ചു. മണിക്കൂറുകൾക്കുമുൻപ് ഞാനെടുത്ത നാല് ആസ്പിരിനുകൾക്ക് ഫലമുണ്ടായില്ല. കൊടുങ്കാറ്റിന്റെ തീവ്രത വർദ്ധിച്ചപ്പോൾ, വ്യക്തമായി : എനിക്ക് ഉടൻ വീട്ടിൽ എത്താൻ പറ്റില്ല. എന്റെ പതിവ് വഴികളിൽ മഞ്ഞ് നിറഞ്ഞിരുന്നു. നിരാശയോടെ ഞാൻ വെളിച്ചമില്ലാത്ത റോഡിന്റെ വശത്തേക്ക് ഒതുക്കി. ഞാൻ ലിമോ പാർക്ക് ചെയ്ത് ഇരുണ്ടതും നിർജ്ജീവവുമായ നിശബ്ദതയിൽ എന്നെത്തന്നെ അഭിമുഖീകരിച്ചു.

ഉരുകിയ മഞ്ഞിന്റെ തണുപ്പ് എന്റെ കാൽവിരലുകളിൽനിന്ന് കാലുകളിലേക്ക് ഇഴഞ്ഞുകയറുന്നതായി എനിക്ക് തോന്നി. പുറത്ത് മഞ്ഞുകട്ടികളുടെ മനോഹരമായ ഒരു അരുവി ഞാൻ കണ്ടു, ശീതകാലത്തിന്റെ വിരൂപത ഞാൻ എത്രമാത്രം വെറുക്കുന്നു എന്നതിന്റെ വിരോധാഭാസമായ ഓർമ്മപ്പെടുത്തൽ. ഞാൻ വീണ്ടും സീറ്റിലേക്ക് തല താഴ്ത്തി ഉച്ചത്തിലൊരു ഞരക്കം പുറത്തുവിട്ടു. ലിമോസിന്റ് സീലിംഗിൽ സിഗരറ്റ്കൊണ്ട് കുത്തിയ പാട് ഞാൻ നോക്കിയപ്പോൾ യാഥാർത്ഥ്യം എന്നിലേക്ക് പതിച്ചു. "ഞാൻ എന്താണ് ചെയ്യുന്നത്? ഇതാണോ എന്റെ ജീവിതം?"

അർദ്ധരാത്രിയിൽ ഒരു ഹിമപാതത്തിൽ ആളൊഴിഞ്ഞ റോഡിൽ ഒരിടത്തും എത്താൻ പറ്റാതെ എനിക്കത് പൊടുന്നനെ ലഭിച്ചു. ചിലപ്പോൾ ശാന്തമായ കാറ്റ് പോലെ നിങ്ങൾക്കി അറിവ് ലഭിക്കും, അല്ലെങ്കിൽ നിങ്ങളെ അലട്ടുന്ന മറ്റ് സമയങ്ങളിൽ വീഴുന്ന സ്റ്റെയിൻവേ പിയാനോ പോലെയും. എന്നെ സംബന്ധി

ച്ചിടത്തോളം അത് രണ്ടാമത്തേതായിരുന്നു. മൂർച്ചയുള്ള ഒരു പ്രഖ്യാപനം എന്റെ തലച്ചോറിനെ ഞെട്ടിച്ചു : "ഇതുപോലെ മറ്റൊരു ദിവസം നിനക്ക് ജീവിക്കാൻ കഴിയില്ല!"

ഞാൻ അതിജീവിക്കാൻ പോകുകയാണെങ്കിൽ, ഞാൻ മാറേണ്ടതുണ്ട്.

മാറുവാനുള്ള തീരുമാനം

കഠിനമായ ശൈത്യകാലം എന്നെ വേഗത്തിലുള്ള പ്രവർത്തനത്തിലേക്ക് നയിച്ചു. അസംഭവമെന്ന് തോന്നിച്ച ഒരു കാര്യത്തിൽ ഞാൻ നിയന്ത്രണം ഏറ്റെടുത്തു – എന്റെ ചുറ്റുമുള്ള പരിസ്ഥിതിയിൽ. ഞാൻ സ്ഥലം മാറാൻ തീരുമാനിച്ചു – എവിടേകെന്ന് എനിക്കറിയില്ലായിരുന്നു, ആ സമത്ത്, ഞാൻ അതിനെ കാര്യമാക്കിയില്ല.

ഒരു നിമിഷംകൊണ്ട് എനിക്ക് ശക്തി ഉള്ളതായി തോന്നി. ആ വേഗതയിലുള്ള തിരഞ്ഞെടുപ്പ് എന്റെ ദയനീയാവസ്ഥയിലുള്ള അസ്തിത്വത്തിന് പ്രതീക്ഷ നൽകി. എന്റെ പരാജയങ്ങൾ നീരാവിയായി തീരുകയും ഞാൻ പുനർജ്ജനിച്ചതായും തോന്നി. *പെട്ടെന്ന് ഒരു നിർജ്ജീവമായ റോഡ്, സ്വപ്നത്തിലേക്ക് നയിക്കുന്ന ഒരു പാതയായി മാറി.*

വ്യത്യാസം മാറ്റത്തിനായുള്ള തീരുമാനത്തെ കുറിച്ചല്ല; അതിന്റെ നിയന്ത്രണമേറ്റെടുക്കുന്നതിനെക്കുറിച്ചും തിരഞ്ഞെടുപ്പിനുള്ള സാധ്യത എനിക്ക് ഉണ്ടെന്നുമുള്ളതായിരുന്നു.

ഈ പുതിയ ശക്തി ഉപയോഗിച്ച്, ഒരിക്കലും സാധ്യമല്ലെന്ന് തോന്നിയ സാധ്യതകൾ ഞാൻ പരിഗണിച്ചു. ഞാൻ ഒരു ലളിതമായ ചോദ്യം ചോദിച്ചു – "എനിക്ക് രാജ്യത്ത് എവിടെയെങ്കിലും നിയന്ത്രണമില്ലാതെ ജീവിക്കാൻ കഴിയുമെങ്കിൽ, എവിടെ ഞാൻ ജീവിക്കുമായിരുന്നു?" പ്രധാനപ്പെട്ട കാര്യങ്ങളെക്കുറിച്ച് ഞാൻ ചിന്തിച്ചു, അഞ്ച് നഗരങ്ങൾ ഒരു മാപ്പിൽ രേഖപ്പെടുത്തി. അടുത്ത ഏതാനും ആഴ്ചകൾക്കുള്ളിൽ, ഞാൻ ഒരു റോഡ് ട്രിപ്പ് നടത്തി അവയെല്ലാം സന്ദർശിച്ചു. ആഴ്ചകൾക്ക് ശേഷം, ഞാൻ താമസംമാറി, അല്ലെങ്കിൽ ഞാൻ രക്ഷപ്പെട്ടുവെന്ന് പറയാം.

സ്ലോലെയ്നിൽ നിന്ന് ഫാസ്റ്റ്ലെയ്നിലേക്ക്

900 ഡോളറുമായി ഞാൻ ഫീനിക്സിൽ എത്തി, ജോലിയില്ല, സുഹൃത്തുക്കളില്ല, കുടുംബവുമില്ല – സൂര്യപ്രകാശത്തിൽ വെറും 330 നാളുകൾ, കോടീശ്വരൻ ആകുവാനുള്ള ജ്വലിക്കുന്ന ആഗ്രഹവും. എന്റെ സ്വത്തുക്കളിൽ ഉൾപ്പെടുന്നത് ഒരു പഴയ മെത്ത, മൂന്നാം ഗിയറില്ലാത്ത 10 വർഷം പഴക്കമുള്ള തുരുമ്പിച്ച ബ്യൂക്ക് സ്കൈലാർക്ക്, കുറച്ച് പണമുണ്ടാക്കുന്ന അല്ലറ ചില്ലറ സൈഡ് ബിസിനസ്സുകളും പിന്നെ നൂറുകണക്കിന് പുസ്തകങ്ങളും. എനിക്ക് വേണ്ടി വട്ടപ്പൂജ്യത്തിൽനിന്ന് പുതിയ ജീവിതം ആരംഭിക്കാൻ ഉണ്ടായിരുന്നത്, മാസം 475 ഡോളറിന് വാടകയ്ക്കെടുത്ത സെൻട്രൽ ഫീനിക്സിലെ ഒരു ചെറിയ സ്റ്റുഡിയോ അപ്പാർട്ട്മെന്റായിരുന്നു. ഞാൻ എന്റെ സ്റ്റുഡിയോ അപ്പാർട്ട്മെന്റിനെ ഒരു ഓഫീസാക്കി മാറ്റി. ബെഡ്റൂം സെറ്റ് ഇല്ല, ഫർണിച്ചറുകൾ ഇല്ല, അടുക്കള വരെ കൈയേറിയ ഒരു മെത്ത മാത്രം. ഞാൻ പോപ്പ് ടാർട്ട് നുറുക്കുകൾക്കൊപ്പം ഉറങ്ങി, അടുക്കള കൗണ്ടറിനോട് ചേർന്ന് ഒരു മെത്ത വെക്കുന്നതിന്റെ പാർശ്വഫലം.

ഞാൻ ദരിദ്രനായി അസുരക്ഷിതത്വത്തിന്റെ ഇടയിൽ ജീവിച്ചു. പക്ഷേ,

ഞാൻ സമ്പന്നനാണെന്ന് തോന്നി. എന്റെ ജീവിതം എന്റെ നിയന്ത്രണത്തിലായിരുന്നു.

ഞാൻ സൃഷ്ടിച്ച നിരവധി ബിസിനസ്സുകളിൽ ഒന്ന് ഒരു വെബ്സൈറ്റായിരുന്നു. ചിക്കാഗോയിൽ ആ ലിമോ ഓടിക്കുമ്പോൾ, ചിലപ്പോൾ ഞാൻ മണിക്കൂറുകളോളം വെറുതെ ഇരുന്നു, പുസ്തകങ്ങൾ വായിക്കാൻ ധാരാളം സമയമുണ്ടായിരുന്നു. ഞാൻ ആ സമയം പാഴാക്കിയില്ല. ഞാൻ എയർപോർട്ടിൽ ക്ലയന്റുകൾക്കായി കാത്തിരിക്കുമ്പോഴും അല്ലെങ്കിൽ പ്രാദേശിക ജലാശയത്തിൽ അവർ ഉല്ലസിക്കുമ്പോഴും ഞാൻ ലിമോയിൽ ഇരുന്നു വായിച്ചു. പിന്നെയും വായിച്ചു. ധനകാര്യം മുതൽ ഇന്റർനെറ്റ് പ്രോഗ്രാമിംഗ്, സമ്പന്നരുടെ കൂടുതൽ ആത്മകഥകൾ വരെ ഞാൻ പഠിച്ചു.

ലിമോ ജോലി സവിശേഷമായ ഒരു കാര്യം ചെയ്തു : അത് എന്നെ പ്രതിവിധി ആവശ്യമായ ഒരു പരിഹരിക്കപ്പെടാത്ത കുറവിന്റെ മുൻപിൽ എത്തിച്ചു. എനിക്ക് ന്യൂയോർക്കിലെ ഏതെങ്കിലും നല്ല ലിമോ കമ്പനികൾ അറിയാമോ എന്ന് എന്റെ ലിമോ ക്ലയന്റുകളിൽ ഒരാൾ ചോദിച്ചു. ഞാൻ യാത്രക്കാരനെ വിമാനത്താവളത്തിൽ ഇറക്കി, പക്ഷേ അയാൾ പോയത് എന്റെയുള്ളിൽ കണ്ടുപിടുത്തത്തിന്റെ ഒരു വിത്തു പാകിയ ശേഷമായിരുന്നു. ഞാൻ ചിക്കാഗോയിൽ താമസിക്കുകയാണെങ്കിൽ ന്യൂയോർക്കിലെ ലിമോ സേവനത്തിനുള്ള പ്രതിഫലത്തിന്റെയും ബുക്കിംഗിന്റേയും വിവരങ്ങൾ ആവശ്യമെങ്കിൽ, ഞാൻ എവിടെ പോയി കണ്ടുപിടിക്കും? എനിക്ക് വേറെ ഒരു സ്ഥലവും ഇല്ലായിരുന്നു. എനിക്ക് സുലഭമായി ഒരു ന്യൂയോർക്ക് യെല്ലോ പേജുകൾപോലും ഉണ്ടായിരുന്നില്ല, നിശ്ചയമായിട്ടും ന്യൂയോർക്കിന് പുറത്ത് ഒരാൾക്കും ഉണ്ടായിരുന്നുമില്ല. ഈ ചോദ്യത്തെ അഭിമുഖീകരിച്ചപ്പോൾ, മറ്റ് യാത്രക്കാർക്കും ഇതേ പ്രതിസന്ധി ഉണ്ടായിരിക്കുമെന്ന് ഞാൻ നിഗമനം ചെയ്തു. അതിനാൽ ഈ പ്രശ്നം പരിഹരിക്കാൻ ഞാൻ ഒരു വെബ്സൈറ്റ് നിർമ്മിച്ചു.

സ്വാഭാവികമായും ഇന്റർനെറ്റിന് ഭൂമിശാസ്ത്രപരമായ പരിമിതികളില്ലാത്തതിനാൽ, ഈ സംരംഭം എന്നോടൊപ്പം ഫീനിക്സിലേക്ക് വന്നു. പക്ഷേ, എന്റെ മുൻ ബിസിനസ്സുകൾപോലെ, ഇതും ധാരാളം പണമൊന്നും ഉണ്ടാക്കിയില്ല.

എന്നിരുന്നാലും, ഇപ്പോൾ സാഹചര്യം വ്യത്യസ്തമായിരുന്നു.

പണമോ ജോലിയോ സംരക്ഷണമോ ഇല്ലാതെ ഒരു അപരിചിതമായ പട്ടണത്തിൽ ഞാൻ കടക്കെണിയിലും അനാച്ഛാദനമായിരുന്നു. എനിക്ക് കൂടുതൽ ശ്രദ്ധ കേന്ദ്രീകരിക്കേണ്ടി വന്നു.

ഞാൻ എന്റെ വെബ്സൈറ്റ് ഊർജ്ജിതമായി മാർക്കറ്റ് ചെയ്തു. ഞാൻ മെയിലുകൾ അയച്ചു. ഫോൺകോളുകൾ വിളിച്ചു. കത്തുകളയച്ചു. ഞാൻ സെർച്ച് എഞ്ചിൻ ഒപ്റ്റിമൈസേഷൻ (SEO) പഠിച്ചു. എനിക്ക് പുസ്തകങ്ങൾ വാങ്ങാൻ കഴിയാത്തതിനാൽ, ഞാൻ ദിവസവും ഫീനിക്സ് ലൈബ്രറി സന്ദർശിക്കുകയും ഇന്റർനെറ്റ് പ്രോഗ്രാമിംഗ് ഭാഷകൾ പഠിക്കുകയും ചെയ്തു. (ഇത് വേർഡ്പ്രസ്സിനും എളുപ്പമുള്ള "ഡ്രാഗ് ആൻഡ് ഡ്രോപ്പ്" ഉള്ളടക്ക മാനേജ്മെന്റ് സിസ്റ്റത്തിനും മുൻപായിരുന്നു.) ഞാൻ എന്റെ വെബ്സൈറ്റ് മെച്ചപ്പെടുത്തുകയും ഗ്രാഫിക്സിനെകുറിച്ചും കോപ്പിറൈറ്റിംഗിനെകുറിച്ചും പഠിച്ചു. എന്നെ സഹായിക്കുന്ന എന്തും, ഞാൻ പഠിച്ചു.

അങ്ങനെയിരിക്കെ ഒരു ദിവസം എനിക്കൊരു വഴിത്തിരിവുണ്ടായി; കൻസാസിലെ ഒരു കമ്പനിയിൽ നിന്ന് എനിക്ക് ഒരു കോൾ ലഭിച്ചു. അത് എന്റെ

വെബ്സൈറ്റ് സേവനത്തെക്കുറിച്ച് പ്രശംസിക്കുകയും അവരുടെ വെബ്സൈറ്റ് ഞാൻ രൂപകൽപ്പന ചെയ്യണമെന്നുമായിരുന്നു. അതേസമയം എന്റെ ശ്രദ്ധ വെബ് ഡിസൈൻ ആയിരുന്നില്ല, $400-ന് ഞാൻ ആ ജോലി സ്വീകരിച്ചു. ആ പ്രതിഫലം അവർക്ക് വളരെ ആകർഷകമായ തുകയായി തോന്നി, 24 മണിക്കൂറിനുള്ളിൽ, ഞാൻ കമ്പനിയുടെ വെബ്സൈറ്റ് നിർമ്മിച്ചു. ഞാൻ ആഹ്ളാദഭരിതനായി. 24 മണിക്കൂറിനുള്ളിൽ, എന്റെ വാടകയുടെ ഭൂരിഭാഗവും എനിക്ക് ലഭിച്ചു. പിന്നെ, യാദൃശ്ചികമായി, 24 മണിക്കൂറിനുള്ളിൽ, ഇതേ കാര്യം ആവശ്യപ്പെട്ട് ന്യൂയോർക്കിലെ ഒരു കമ്പനിയിൽനിന്ന് എനിക്ക് മറ്റൊരു കോൾ ലഭിച്ചു – ഒരു പുതിയ വെബ്സൈറ്റ്. ഞാൻ ഇത് $600-ന് രൂപകൽപ്പന ചെയ്തു, ഇത് പൂർത്തിയാക്കാൻ എനിക്ക് രണ്ട് ദിവസമെടുത്തു. ഒരു മാസത്തെ കൂടി വാടകത്തുക എനിക്ക് കിട്ടിക്കഴിഞ്ഞു!

ഇപ്പോൾ, ഇത് വലിയ പണമല്ലെന്ന് എനിക്കറിയാം, പക്ഷേ, മൂന്ന് ദിവസത്തിനുള്ളിൽ ദാരിദ്ര്യത്തിൽനിന്ന് $1,000 എന്നത് 50 മില്യൺ ഡോളറിന്റെ പവർബോൾ നേടിയതുപോലെ തോന്നിപ്പിച്ചു. ഫീനിക്സിലെ എന്റെ ആദ്യത്തെ ഏതാനും മാസങ്ങളിൽ ജീവിതത്തിൽ ആദ്യമായി ഞാൻ സ്വന്തം വരുമാനത്തിൽ ജീവിക്കുകയും ഒരു നിയന്ത്രണം നേടുകയും ചെയ്തു. പൂക്കൾ വിൽക്കുന്നയാളല്ലാത്ത, പിസ്സ ഡെലിവറി ബോയ് അല്ലാത്ത, കുറഞ്ഞ വരുമാനത്തിനായി അമ്മയോടൊപ്പം ചെറിയ വാടകവീട്ടിലെ ശുചീകരണവുമല്ല. ഞാൻ പൂർണ്ണമായും സ്വയംതൊഴിൽ കണ്ടെത്തിയിരുന്നു! അതൊരു നിർണ്ണായകമായ കുതിപ്പായിരുന്നു. സമ്പത്ത് സ്വരൂപനത്തിന്റെ ഒരു പുതിയ പ്രപഞ്ചത്തിലേക്കുള്ള ദിശാസൂചനപരമായ മാറ്റത്തിന്റെ നിഴലായി എന്റെ പുറകിൽ ഒരു കാറ്റ് രൂപപ്പെട്ടു.

പക്ഷേ എന്തോ അപ്പോഴും ശരിയായില്ല. എന്തോ കുറവുണ്ടെന്ന് ഞാൻ അറിഞ്ഞു. കൂടുതലും എന്റെ വരുമാനം എന്റെ വെബ്സൈറ്റ് ഡിസൈനുകളിലാണ് ബന്ധപ്പെട്ടിരിക്കുന്നത്, എന്റെ വെബ്സൈറ്റ് സേവന പോർട്ടലുകൾ കാരണമല്ല. എന്റെ സമയം, വെബ്സൈറ്റ് നിർമ്മാണം എന്നിവയുമായി എന്റെ വരുമാനം ബന്ധിക്കപ്പെട്ടിരിക്കുന്നു. കൂടുതൽ വെബ്സൈറ്റ് ജോലികൾ അർത്ഥമാക്കുന്നത് കൂടുതൽ സമയം ചെലവഴിച്ചു എന്നതാണ്, ഞാൻ ജോലി ചെയ്തില്ലെങ്കിൽ, എന്റെ വരുമാനം നിലക്കും.

എന്റെ സമയം പണത്തിനായി വിറ്റുപോയിക്കൊണ്ടിരുന്നു.

സമ്പത്തിന്റെ ഒരു പുതിയ സമവാക്യം സമ്പത്ത് ത്വരിതപ്പെടുത്തി

ശൈത്യകാലത്ത്, ചിക്കാഗോയിൽനിന്ന് ഒരു സുഹൃത്ത് സന്ദർശിച്ചു. ഞാൻ എന്റെ വെബ് സർവീസ് അവനെ കാണിച്ചു. എന്റെ സേവനത്തിന് ലഭിച്ച അത്രയധികം ഒഴുക്കിൽ അവൻ ആശ്ചര്യപ്പെട്ടു. ദിവസത്തിലെ ഓരോ മിനിറ്റിലും എനിക്ക് ലോകമെമ്പാടുനിന്നും യാത്രാ ക്രമീകരണ അന്വേഷണങ്ങൾ ലഭിക്കും. ബോസ്റ്റൺ മുതൽ വോർസെസ്റ്റർ വരെ ഒരു ലിമോയ്ക്ക് എത്ര രൂപ? JFK മുതൽ മാൻഹട്ടൻ വരെ എത്രയാണ്? ഞങ്ങൾ ഇമെയിലിന്റെ ഇൻബോക്സ് പരിശോധിക്കും. ഇൻബോക്സിൽ 450 ഇമെയിലുകൾ ഉണ്ടായിരുന്നു. പത്ത് മിനിറ്റ് കഴിഞ്ഞ് പുതുക്കുക വീണ്ടും ക്ലിക്ക് ചെയ്യുക, തുടർന്ന് അവിടെ മറ്റൊരു 30 ഇമെയിലുകൾ ഉണ്ടായിരിക്കും. മിനിറ്റിൽ നിരവധി ഇമെയിലുകൾ വന്നുകൊണ്ടിരുന്നു. അവൻ നിർദ്ദേശിച്ചു : “സുഹൃത്തേ! ആ ഇമെയിലുകൾ എങ്ങനെയെങ്കിലും പണമാക്കി മാറ്റുക.”

അവൻ പറഞ്ഞത് ശരിയാണ്. പക്ഷേ എങ്ങനെ? നിയമാനുസൃതമായ ഒരു ആവശ്യത്തിനെ എങ്ങനെ മൂല്യപൂർണ്ണം പരിഹരിക്കാനാകും. അവൻ ഈ വെല്ലുവിളി സമ്മാനിച്ചുകൊണ്ട് മടങ്ങി, അത് പരിഹരിക്കാൻ ഞാൻ ആഗ്രഹിച്ചു.

ദിവസങ്ങൾക്കുശേഷം, ഞാൻ അപകടസാധ്യതയുള്ളതും തെളിയിക്കപ്പെടാത്തതുമായ ഒരു പരിഹാരം കണ്ടുപിടിച്ചു, അതിൽ പ്രവർത്തിക്കാൻ തുടങ്ങി.

ഞാൻ എന്താണ് ചെയ്യാൻ പോകുന്നത്?

പരസ്യത്തിനുള്ള ഇടം വിൽക്കുന്നതിനുപകരം, ഞാൻ ലക്ഷ്യംവെച്ച, വിശദമായ മാതൃകകളും റിസർവേഷൻ അന്വേഷണങ്ങളും വിൽക്കാൻ പോകുകയായിരുന്നു.

എങ്കിലും ഇതിൽ ഒരു വലിയ പ്രശ്നം ഉണ്ടായിരുന്നു. വളരെ വലിയ ഒന്ന്.

ഈ ബിസിനസ്സ് രീതി അവർക്ക് പ്രയോജനകരമാണെന്ന് എനിക്ക് എന്റെ ഉപഭോക്താക്കളെ ബോധ്യപ്പെടുത്തേണ്ടി വന്നു. അക്കാലത്ത്, ഈ റവന്യൂ മോഡൽ പുതിയതും തകർപ്പനുമായിരുന്നു. കാരണം എനിക്ക് പ്രവചിക്കാൻ തകുന്ന വിവരങ്ങൾ ഇല്ലായിരുന്നു (ഏത് വ്യവസായത്തിലും, ലിമോ വ്യവസായത്തിൽ വളരെ കുറവാണ്). അതിനാൽ എനിക്ക് കൃത്യനിർവ്വഹണം മികച്ചതാക്കേണ്ടി വന്നു. എനിക്കറിയാവുന്നിടത്തോളം, അതിനോട് പൊരുത്തപ്പെടാനും വിജയിക്കാനും നേതൃതലമുറയിലെ ആദ്യകാല പ്രഥമപ്രവർത്തക മാതൃകകളിൽ ഒരാളായിരുന്നു (ആദ്യത്തേതല്ലെങ്കിൽ) ഞാൻ. ഓർക്കുക, ഡാറ്റാബേസുകളും ആനിമേറ്റഡ് ജിഫുകളും സാങ്കേതിക വിസ്മയങ്ങളായി കണക്കാക്കപ്പെട്ട തൊണ്ണൂറുകളുടെ അവസാനമായിരുന്നു ഇത്.

റോഡ് മാപ്പോ മുൻകരുതൽ നടപടികളോ ഇല്ലെങ്കിലും, ഞാൻ അത് സമാരംഭിച്ചു.

ഹ്രസ്വകാലത്തേക്ക്, ഈ മാറ്റം എന്റെ വരുമാനത്തെ ഇല്ലാതാക്കുമെന്ന് ഞാൻ പ്രതീക്ഷിച്ചു. അങ്ങനെ സംഭവിക്കുകയും ചെയ്തു. അതെങ്ങാനും പ്രവർത്തിച്ചാൽതന്നെ അതിന്റെ വിജയത്തിനായി മാസങ്ങൾ എടുക്കുമെന്ന് ഞാൻ പ്രവചിച്ചു. ആദ്യ മാസം പുതിയ പദ്ധതി സൃഷ്ടിച്ചത് $473. എന്റെ വരുമാന വിടവ് നികത്താൻ ഞാൻ കൂടുതൽ വെബ്സൈറ്റുകൾ നിർമ്മിച്ചു. രണ്ടാം മാസത്തെ വരുമാനം $694 ആയിരുന്നു. മൂന്നാം മാസം, $970. പിന്നീട് $1,832. $2,314. $3,733. അത് തുടർന്നുകൊണ്ടിരുന്നു.

അത് ഫലിച്ചു.

എന്റെ പ്രതിഫലം, എന്റെ വരുമാനം, എന്റെ ആസ്തികൾ എന്നിവ ഒരു പ്രശ്നവുമില്ലാതെ ക്രമാതീതമായി വളർന്നു. തിരക്ക് വർദ്ധിച്ചപ്പോൾ, പരാതികളും പ്രതികരണങ്ങളും വെല്ലുവിളികളും വർദ്ധിച്ചു. മെച്ചപ്പെടുത്തലുകൾ ഉപഭോക്തൃ നിർദ്ദേശങ്ങളിൽനിന്ന് നേരിട്ട് വന്നു. ദിവസങ്ങൾക്കുള്ളിൽ, ചിലപ്പോൾ മണിക്കൂറുകൾകൊണ്ട്, ഞാൻ ഉപഭോക്തൃ ആശയങ്ങൾ നടപ്പിലാക്കും. ഒരു മണിക്കൂറല്ലെങ്കിൽ മിനിറ്റുകൾക്കുള്ളിൽ ക്ലയന്റുകളുടെ ഇമെയിലുകൾക്ക് മറുപടി നൽകാൻ ഞാനും എന്റെ ജോലിക്കാരും ശ്രദ്ധിച്ചിരുന്നു. ഉപഭോക്താവിനെ സ്വീകരിക്കാൻ ഞാൻ പഠിച്ചു, ബിസിനസ്സ് പ്രത്യയധികമായി വർദ്ധിച്ചു.

പ്രവൃത്തിദിനങ്ങൾ നീണ്ടതും വെല്ലുവിളി നിറഞ്ഞതുമായി മാറി. നാല്പതു മണിക്കൂർ ഒരു അവധിക്കാലമായിരുന്നു; സാധാരണ പ്രവൃത്തിആഴ്ചകൾ 60 മണിക്കൂർ ദൈർഘ്യമുള്ളതായിരുന്നു. ദിവസങ്ങളും വാരാന്ത്യങ്ങളും മാറ്റമില്ലാതായി.

അതേസമയം, എന്റെ പുതിയ സുഹൃത്തുക്കൾ മദ്യപിക്കുകയും പാർട്ടികൾ നടത്തുകയും ചെയ്യുകയായിരുന്നു. എന്നാൽ, ഞാൻ എന്റെ ചെറിയ അപ്പാർട്ട്മെന്റ് മുറിയിൽ കോഡുകൾ പുനർനിർമ്മിക്കുന്നതിൽ ഒതുങ്ങിക്കൂടി. വ്യാഴാഴ്ചയോ ശനിയാഴ്ചയോ എന്ന് ഞാനറിഞ്ഞില്ല, അത് കാര്യമാക്കിയില്ല. കഠിനാധ്വാനത്തിന്റെ മഹത്വം ഇതായിരുന്നു : ജോലിയായി തോന്നിയില്ല; സത്യത്തിൽ, ഞാനത് ആസ്വദിച്ചു. എനിക്ക് ജോലി ഇല്ലായിരുന്നു; ഒരു മാറ്റമുണ്ടാക്കാൻ എനിക്ക് ഒരു ആവേശമുണ്ടായിരുന്നു. ആയിരക്കണക്കിന് ആളുകൾ ഞാൻ സൃഷ്ടിച്ച ഒന്നിൽനിന്ന് പ്രയോജനം നേടി, അത് എന്നെ ഈ പ്രക്രിയക്ക് അടിമയാക്കി. ലിമോ ബിസിനസ്സിനോട് എനിക്ക് താൽപര്യമില്ലെങ്കിലും, അഗാധമായ വ്യത്യാസം ഉണ്ടാക്കുന്നതിൽനിന്നാണ് അഭിനിവേശം വന്നത്!

ഞാൻ ക്ലയന്റുകളിൽനിന്ന് സാക്ഷ്യപത്രങ്ങൾ സമാഹരിക്കാൻ തുടങ്ങി.

"നിങ്ങൾ കാരണം, എന്റെ ബിസിനസ്സ് പതിന്മടങ്ങ് വളർന്നു."

"നിങ്ങളുടെ വെബ്സൈറ്റ് എന്നെ എന്റെ ഏറ്റവും വലിയ കോർപ്പറേറ്റ് ക്ലയന്റിലേക്ക് നയിച്ചു."

"എന്റെ ബിസിനസ്സ് വളർത്തുന്നതിൽ നിങ്ങളുടെ കമ്പനി പ്രധാന പങ്കുവഹിച്ചു."

ഈ സാക്ഷ്യപത്രങ്ങൾ സന്തോഷത്തിന്റെ മറ്റൊരു നാണയ രൂപമായിരുന്നു. ഇതുവരെ സമ്പത്തിൽ ഞാൻ അലിഞ്ഞിരുന്നില്ല, പക്ഷേ, എനിക്ക് സമ്പന്നനായി തോന്നി.

സമ്പത്തിലേക്കുള്ള എന്റെ "വ്യാജ" കുറുക്കുവഴി

2000-ൽ, ഒരു വ്യത്യസ്തതരത്തിലുള്ള അന്വേഷണവുമായി എന്റെ ടെലിഫോൺ റിംഗ് ചെയ്തു. ടെക്നോളജി സ്റ്റാർട്ടപ്പുകൾ വിളിച്ചു; ഞാൻ എന്റെ ബിസിനസ്സ് വിൽക്കുമോ എന്നറിയാൻ അവർ ആഗ്രഹിച്ചു. ആ വർഷം, ഡോട്ട്-കോം ഉന്മാദം പൂർണ്ണ ശക്തിയിലായിരുന്നു. ഒരു ടെക് പ്രോപർട്ടി വിറ്റ് അതിനാൽ സമ്പന്നനായ കോടീശ്വരരുടെ ചില ഡോട്ട്-കോമിനെക്കുറിച്ചുള്ള ഒരു നീണ്ട കഥയില്ലാതെ ഒരു ദിവസംപോലും കടന്നുപോയില്ല. പ്രശസ്തിയില്ലാത്ത കോടീശ്വരന്മാരെ ഓർക്കുന്നുണ്ടോ? സമ്പന്നരുടെ ഈ ഉപവിഭാഗം അമ്പരപ്പിക്കുന്ന നിരക്കിൽ വളർന്നു. ആ തരംഗം എന്റെ വഴി പെരുകുകയും ചെയ്തു.

അതിനാൽ, ഞാൻ എന്റെ കമ്പനി വിൽക്കാൻ ആഗ്രഹിച്ചോ? തീർച്ചയായും അതെ! എനിക്ക് വിൽക്കാൻ മൂന്ന് വാഗ്ദാനങ്ങൾ ഉണ്ടായിരുന്നു. ഓഫർ 1: $250,000. ഓഫർ 2: $550,000. ഓഫർ 3: $1,200,000. ഞാൻ മൂന്നാം ഓഫർ സ്വീകരിച്ചു, അതിനാൽ ഞാൻ ഒരു കോടീശ്വരനായി... തൽക്ഷണം... അതായത് ഏകദേശം ഒരു കോടീശ്വരനായി...

ടെക് ബൂം പോലെതന്നെ അതും നീണ്ടുനിന്നില്ല.

1.2 മില്യൺ ഡോളർ എന്നത് ഒരുപാട് പണമാണെന്നാണ് അന്ന് ഞാൻ കരുതിയത്. പക്ഷെ ആയിരുന്നില്ല. നികുതികൾ. വിലയില്ലാത്ത സ്റ്റോക്ക് ഓപ്ഷനുകൾ. ഞാൻ തെറ്റുകൾ വരുത്തുകയും മോശമായി നിക്ഷേപിക്കുകയും ചെയ്തു. ഞാൻ ഒരു കോർവെറ്റ് വാങ്ങി, അത് എന്നെ സമ്പന്നനായി കാണിക്കുമെന്ന

പ്രതീക്ഷയിൽ. ഞാൻ സമ്പന്നനാണെന്ന് ഞാൻ കരുതി. പക്ഷേ, ഞാൻ ശരിക്കും ആയിരുന്നില്ല. ആ സമയം അവസാനിച്ചപ്പോഴേക്കും എന്റെ കയ്യിൽ $300,000-ൽ താഴെ മാത്രമേ അവശേഷിച്ചിരുന്നുള്ളൂ.

ക്ഷമിക്കാനാവാത്ത പ്രത്യാഘാതങ്ങളോടെയാണ് ടെക് സ്ഫോടനം എത്തിയത്. കുറഞ്ഞത് എന്റെ കമ്പനി വാങ്ങിയവർക്കെങ്കിലും. എന്റെ ശുപാർശകൾക്കും മേഖലയിലെ അറിവിനും എതിരായി, അവർ മോശം തീരുമാനങ്ങൾ എടുത്തു; ഹ്രസ്വകാല വരുമാനത്തിന് നല്ലതും പക്ഷേ ദീർഘകാല വളർച്ചക്ക് വളരെ മോശവുമായ തീരുമാനങ്ങൾ. അവർ ടോയ്‌ലറ്റിൽ ഫ്ലഷ് ചെയ്യുന്നതുപോലെ പണം ഒഴുക്കി കളഞ്ഞു, നിലയ്ക്കാത്ത വിതരണമാണെന്നതുപോലെ. കസ്റ്റം-ബ്രാൻഡഡ് വാട്ടർ ബോട്ടിലുകൾ നമുക്ക് ശരിക്കും ആവശ്യമുണ്ടോ? ലോഗോ ടി-ഷർട്ടുകളും? ഇത് വരുമാനം ഉണ്ടാക്കുന്ന പ്രവർത്തനങ്ങൾ ആണോ?

തീരുമാനങ്ങൾ സാവധാനത്തിലും കമ്മിറ്റി കൂടിയുമാണ് എടുത്തത്. ഉപഭോക്താക്കൾ അവഗണിക്കപ്പെട്ടു. അവിശ്വസനീയമാംവിധം, കമ്പനിയുടെ എക്സിക്യൂട്ടീവ് മാനേജ്മെന്റിൽ ഭൂരിഭാഗത്തിനും ഐവി ലീഗ് എംബിഎ ഉണ്ടായിരുന്നു. താങ്കളുടെ പേരിനുശേഷമുള്ള വിലയേറിയ ഡിഗ്രികൾ കച്ചവടയുക്തി കൊണ്ടുവരില്ല എന്നതിന്റെ തെളിവാണിത്. കൊടുങ്കാറ്റിൽ താങ്ങാവാൻ 12 മില്യൺ ഡോളർ സാഹസിക മൂലധനം ഉണ്ടായിരുന്നിട്ടും, എന്റെ വെബ്സൈറ്റ് പതുക്കെ മരിക്കാൻ തുടങ്ങി.

കുറച്ചുമാസങ്ങൾക്കുശേഷം, എന്റെ വെബ്സൈറ്റ് അത് ഇപ്പോഴും ലാഭത്തിലാണെങ്കിലും പാപ്പരത്തത്തിന്റെ കിടങ്ങിനറ്റത്ത് നിൽക്കവെ പിരിച്ചുവിടാൻ വോട്ട് ചെയപ്പെട്ടു. ടെക് വാങ്ങുന്നവർ പെട്ടെന്ന് വറ്റിവരണ്ടു, ഷെയർ എങ്ങുമില്ലാതെയായി. അതോടുകൂടി എല്ലാവരും ലൈഫ് സപ്പോർട്ടിലായിരുന്നു.

എന്റെ സൃഷ്ടി വിസ്മൃതിയിലേക്ക് മങ്ങുന്നത് കാണാൻ തയ്യാറല്ലാത്തതിനാൽ, കമ്പനി ഒരു പുനർവിൽപ്പന വിലയിൽ – വെറും $250,000-ന് എന്റെ സൃഷ്ടി വീണ്ടും വാങ്ങാൻ ഞാൻ വാഗ്ദാനം ചെയ്തു, കമ്പനിയുടെതന്നെ ലാഭംകൊണ്ട്. ഓഫർ സ്വീകരിച്ചു, ഞാൻ 18 മാസങ്ങൾക്കുമുൻപ് വിറ്റ അതേ കമ്പനിയുടെ നിയന്ത്രണം തിരിച്ചുപിടിച്ചു. അടിസ്ഥാനപരമായി, ഞാൻ ബിസിനസ്സ് നടത്തുകയും ലാഭം എടുക്കുകയും വ്യാപാരിവായ്പാപണം നൽകുകയും ചെയ്യും. ബാക്കിയുണ്ടായിരുന്നത് ഞാൻ ബിസിനസ്സിൽ വീണ്ടും നിക്ഷേപിച്ചു.

എന്റെ കമ്പനി എന്റെ നിയന്ത്രണത്തിൽ തിരിച്ചെത്തിയതോടെ, ഒരു പുതിയ പ്രചോദനം ഉയർന്നുവന്നു – ഡോട്ട്-കോം തകർച്ചയെ അതിജീവിക്കുന്നതിനോടൊപ്പം, അഭിവൃദ്ധിപ്പെടുത്താനും.

പണവൃക്ഷത്തിന്റെ ജനനം

അടുത്ത ഏതാനും വർഷങ്ങളിൽ എന്റെ സേവനത്തെ അടുത്ത ഘട്ടത്തിലേക്ക് കൊണ്ടുപോകാൻ ഞാൻ പുനരുജ്ജീവിപ്പിച്ചു. തിരിഞ്ഞു നോക്കുമ്പോൾ, ഡോട്ട്-കോം ബൂമിൽ പച്ചപിടിക്കപ്പെട്ട ചില ഭാഗ്യശാലികളിൽ ഒരുത്തൻ അല്ലെന്ന് സ്വയം തെളിയിക്കാൻ ഞാൻ ആഗ്രഹിച്ചു. ഞാൻ എന്റെ വെബ്സൈറ്റ് മെച്ചപ്പെടുത്തുന്നത് തുടർന്നു. ഞാൻ പുതിയ സാങ്കേതികവിദ്യകൾ സമന്വയിപ്പിക്കുകയും ഉപഭോക്താക്കളെ ശ്രദ്ധിക്കുകയും ചെയ്തു. എന്റെ പുതിയ അഭിനിവേശം അതിയന്ത്രവൽക്കരണവും അതിന്റെ പ്രക്രിയയുമായിരുന്നു.

ഞാൻ എന്റെ പ്രക്രിയകളും പദ്ധതികളും കാര്യക്ഷമമാക്കിയപ്പോൾ,

സാവധാനവും സ്ഥിരവുമായ പരിവർത്തനം സംഭവിച്ചു. ഞാൻ ജോലി കുറച്ച് കുറച്ച് കൊണ്ടുവന്നു. പെട്ടെന്ന്, ഞാൻ പത്തിന് പകരം ഒരു മണിക്കൂർ ജോലി ചെയ്യുന്നിടത്തെത്തി. എന്നിട്ടും, പണം കുമിഞ്ഞു കൂടി. ഞാൻ ഒരു ചൂതാട്ടാഘോഷത്തിനായി വെഗാസിലേക്ക് പോകും; പണം കുമിഞ്ഞു കൂടി. ഞാൻ നാല് ദിവസത്തേക്ക് രോഗിയായിരിക്കും; പക്ഷേ പണം കുമിഞ്ഞു കൂടിക്കൊണ്ടിരുന്നു. ഞാൻ ഒരു മാസത്തേക്ക് പകൽ ട്രേഡ് ചെയ്യു; പണം കുമിഞ്ഞു കൂടി. ഞാൻ ഒരു മാസത്തെ അവധി എടുക്കുമായിരുന്നു; അപ്പോഴും പണം കുമിഞ്ഞു കൂടി.

ഞാൻ അത് ചെയ്തുകാണിച്ചുവെന്ന് എനിക്ക് മനസ്സിലായി : ഇതാണ് ഫാസ്റ്റ് ലെയ്ൻ.

ഞാൻ സ്വയം ഒരു യഥാർത്ഥ, ജീവനുള്ള, ഫലം കായ്ക്കുന്ന പണവൃക്ഷം നിർമ്മിച്ചു. ദിവസത്തിൽ 24 മണിക്കൂറും ആഴ്ചയിൽ 7 ദിവസവും പണം സമ്പാദിക്കുന്ന ഒരു തഴച്ചുവളരുന്ന അച്ചടിശാലയായിരുന്നു അത്. അതിന് കച്ചവടത്തിനായുള്ള എന്റെ ജീവിതം ആവശ്യമില്ല. ഇതിന് മാസത്തിൽ കുറച്ച് മണിക്കൂർ വെള്ളവും സൂര്യപ്രകാശവും ആവശ്യമാണ്, ഞാൻ സന്തോഷത്തോടെ നൽകി. പതിവ് ശ്രദ്ധയ്ക്ക് പുറത്ത്, ഈ ഫലം ഉത്പാദിപ്പിക്കുന്ന പണവൃക്ഷം വളർന്നു, ഞാൻ ആഗ്രഹിക്കുന്നതെന്തും ചെയ്യാൻ എനിക്ക് സ്വാതന്ത്ര്യം നൽകി.

പിന്നീടുള്ള ഏതാനും വർഷങ്ങൾ ഞാൻ അലസതയുടെയും ആഹ്ലാദത്തിന്റെയും ജീവിതം നയിച്ചു. തീർച്ചയായും, ഞാൻ ഒരു മാസത്തിൽ കുറച്ച് മണിക്കൂറുകൾ ജോലി ചെയ്തു, പക്ഷേ കൂടുതലും, ഞാൻ വ്യായാമം ചെയ്തു, യാത്ര ചെയ്തു, വീഡിയോ ഗെയിമുകൾ കളിച്ചു, വേഗതയേറിയ കാറുകൾ വാങ്ങി ഓടിച്ചു, ഡേറ്റിംഗ് വെബ്സൈറ്റുകൾ ഉപയോഗിച്ച് എന്നെത്തന്നെ ആസ്വദിച്ചു, ചൂതാട്ടം നടത്തി – ഞാൻ സ്വതന്ത്രനായിരുന്നു. കാരണം, ഞാൻ എന്റെ സമയത്തിനായി ഒരു പണവൃക്ഷം നട്ടുവളർത്തുകയും ചെയ്തു. അതിന്റെ വിളവെടുപ്പ്, സമൃദ്ധവും പ്രതിമാസവുമായിരുന്നു.

എന്റെ ബിസിനസ്സ് വീണ്ടെടുത്തതിനുശേഷം, അത് കാലാവസ്ഥാപരമായി വളർന്നു. ചില മാസങ്ങളിൽ ഞാൻ $200,000-ൽ കൂടുതൽ ലാഭം നേടും. അതെ, ലാഭം! ഒരു മോശം മാസം $100,000 ആയിരുന്നു. മിക്ക ആളുകളും ഒരു വർഷം കൊണ്ട് സമ്പാദിക്കുന്നത് ഞാൻ രണ്ടാഴ്ചകൾകൊണ്ട് സമ്പാദിച്ചു. സമ്പത്ത് ഒഴുകിയെത്തി. ഞാൻ റഡാറിൽ താഴ്ന്ന് പറക്കുന്നു... പ്രശസ്തി ഇല്ലാതെ. നിങ്ങൾ എല്ലാ മാസവും $200,000 സമ്പാദിക്കുന്നുവെങ്കിൽ, നിങ്ങളുടെ ജീവിതം എത്രമാത്രം വ്യത്യാസപ്പെടും?

- നിങ്ങൾ എന്ത് വാഹനം ഓടിക്കും?
- നിങ്ങൾ എവിടെ താമസിക്കുകയും അവധിക്കാലം ചെലവഴിക്കുകയും ചെയ്യും?
- കല, എഴുത്ത്, ജീവകാരുണ്യ പ്രവർത്തനങ്ങളിൽ ഏതെല്ലാം അഭിനിവേശങ്ങളാണ് നിങ്ങൾ പിന്തുടരുക?
- നിങ്ങളുടെ കുട്ടികൾ ഏതൊക്കെ സ്കൂളുകളിൽ പഠിക്കും?
- കടം നിങ്ങളുടെ കഴുത്തിലെ കുരുക്കായിരിക്കുമോ?
- എത്ര വേഗത്തിൽ നിങ്ങൾ കോടീശ്വരനാകും? നാല് വർഷമോ അതോ നാല്പത് വർഷമോ?

- നിങ്ങൾ ഞായറാഴ്ച രാത്രി ശപിക്കുകയും വെള്ളിയാഴ്ച ഉച്ചതിരിഞ്ഞ് സന്തോഷിക്കുകയും ചെയ്യുമോ?
- സ്റ്റാർബക്സിൽ ഒരു $6 കാപ്പി വാങ്ങുന്നത് പ്രശ്നമായിരിക്കുമോ?

നിങ്ങൾ നോക്കൂ, നിങ്ങൾ ഇത്തരത്തിലുള്ള വരുമാനം ഉണ്ടാക്കുമ്പോൾ, കോടീശ്വരൻ പദവി വേഗത്തിൽ സംഭവിക്കുന്നു. ഞാൻ 33 വയസ്സായപ്പോൾ ഒരു കോടീശ്വരനായി. ഞാൻ ആദ്യം എന്റെ ബിസിനസ്സ് വിറ്റില്ലെങ്കിൽ, ഞാൻ ഒരു പക്ഷേ വേഗത്തിൽ എത്തുമായിരുന്നു. പക്ഷേ, നിങ്ങൾ കാർഡ്ബോർഡ് ന്യൂഡിൽസ് കഴിക്കുമ്പോൾ ആരെങ്കിലും നിങ്ങളുടെ മുഖത്ത് $1.2 മില്യൺ ഡോളർ എറിഞ്ഞാൽ, "വേണ്ട, ഞാൻ ഒഴിവാക്കുന്നു" എന്ന് ഒരുപാട് പേർ പറയില്ല.

ഞാൻ എന്റെ ആദ്യത്തെ ലംബോർഗിനി വാങ്ങി, എന്റെ കൗമാരത്തിൽ സ്വപ്നംകണ്ട പ്രവചനം പൂർത്തിയാക്കി. വർഷങ്ങളോളം പലതരത്തിലുള്ള എക്സോട്ടിക് കാറുകൾ സ്വന്തമാക്കിയ ശേഷം, ഞാൻ അത് മനസ്സിലാക്കി വർഷങ്ങൾക്കുമുൻപ് ഞാൻ ചോദിച്ച ചോദ്യം അസാധാരണമായിരുന്നില്ല. ഏതാണ്ട് ആഴ്ചയിലൊരിക്കൽ ചോദിച്ചിരുന്നു. ഇപ്പോൾ എനിക്ക് നൽകാൻ കഴിയുന്ന വായിക്കപ്പെടാൻ ഇഷ്ടപ്പെടുന്ന ഒരു ഉത്തരം ഉണ്ടായിരുന്നു.

2007-ൽ, എന്റെ കമ്പനി വീണ്ടും വിൽക്കാൻ ഞാൻ തീരുമാനിച്ചു. വിരമിക്കാനുള്ള സമയമായി. എന്റെ വന്യമായ സ്വപ്നങ്ങളെക്കുറിച്ച്, ഈ പുസ്തകം പോലെയുള്ള കാര്യങ്ങൾ, ഫിക്ഷൻ എഴുത്ത്, ആർക്കറിയാം, ഒരുപക്ഷേ തിരക്കഥ എഴുത്ത് എന്നിവയെക്കുറിച്ച് ചിന്തിക്കാനും. എന്നിരുന്നാലും, ഇത്തവണ ഞാൻ 3.3 മില്യൺ ഡോളർ മുതൽ 7.9 മില്യൺ ഡോളർ വരെ വൈവിധ്യമാർന്ന ഓഫറുകൾ നൽകി. ദശലക്ഷക്കണക്കിന് കുറച്ച് വർഷങ്ങൾക്കിടെ വീണ്ടും വീണ്ടും സമ്പാദിച്ചതിനുശേഷവും, ഞാൻ ഫുൾ-ക്യാഷ് ഓഫറുകളിലൊന്ന് സ്വീകരിക്കുകയും ഫാസ്റ്റ്ലെയ്ൻ ആവർത്തിക്കുകയും ചെയ്തു... കുറച്ച് മിനിറ്റുകൾക്കുള്ളിൽ. ആറ് ചെക്കുകൾ പണമാക്കാൻ ഇത്രയും സമയമെടുത്തു, അത് ദശലക്ഷക്കണക്കിന് ആയിരുന്നു.

അധ്യായ സംഗ്രഹം : ഫാസ്റ്റ്ലെയ്ൻ പ്രത്യേകതകൾ

- പ്രശസ്തിയോ ശാരീരിക കഴിവുകളോ സമ്പത്തിന് ഒരു മുൻവ്യവസ്ഥയല്ല.
- വേഗത്തിലുള്ള സമ്പത്ത് രേഖീയമായിട്ടല്ല, വിസ്തൃതമായി സൃഷ്ടിക്കപ്പെടുന്നു.
- മാറ്റം ഒരു നിമിഷംകൊണ്ട് സംഭവിക്കാം.
- മറ്റുള്ളവർ വഴിയൊരുക്കാത്ത റോഡുകൾ എടുക്കാൻ ഭയപ്പെടരുത്.
- ഞാൻ ഈ പുസ്തകം എഴുതിയതിന് കാരണം എനിക്ക് 20 വയസ്സ് ഉള്ളപ്പോൾ എപ്പോഴെങ്കിലും വായിക്കാൻ കഴിഞ്ഞിരുന്നെങ്കിൽ എന്നാഗ്രഹിക്കുന്ന ഒന്നാണിത്.

ഭാഗം 2

സമ്പത്ത് ഒരു വഴിയല്ല, മറിച്ച് ഒരു യാത്രയാണ്

സമ്പത്തിലേക്കുള്ള യാത്ര

ആയിരം മൈലുകളുടെ യാത്ര ഒരു ചുവടുവെപ്പിൽ തന്നെയാണ് തുടക്കം.

—ലാവോ സൂ

സമ്പത്ത് ഒരു റോഡ് യാത്രയാണ്, ഒരു റോഡ് മാത്രല്ല!

കോളേജിൽ പഠിക്കുമ്പോൾ, ഞാനും എന്റെ സുഹൃത്തുക്കളും ഒരു വസന്തക്കാല അവധിയിൽ റോഡ് യാത്ര ആരംഭിച്ചു. ചിക്കാഗോ മുതൽ സൗത്ത് ഫ്ലോറിഡ വരെ. യുവാക്കളായ ഞങ്ങൾ പ്രതീക്ഷകളാൽ തുള്ളിച്ചാടി. ലക്ഷ്യസ്ഥാനത്താൽ മനംകവർന്ന്, സൂര്യപ്രകാശത്താൽ മുകരിതമായ കടൽത്തീരം മദ്യപിച്ച അൽപ്പ വസ്ത്രധാരികളായ കോളേജിലെ കുമാരികളെക്കൊണ്ട് തിങ്ങിനിറഞ്ഞിരിക്കുന്നു, ഏറ്റവും പ്രധാനപ്പെട്ട കാര്യങ്ങളിൽ ശ്രദ്ധ കേന്ദ്രീകരിക്കുന്നതിൽ ഞങ്ങൾ പരാജയപ്പെട്ടു : ഞങ്ങൾ അവിടെയെത്താൻ ആശ്രയിച്ച വാഹനം.

യാത്ര തുടങ്ങി എട്ട് മണിക്കൂർ കഴിഞ്ഞപ്പോൾ ഞങ്ങളുടെ പഴയ ഡോഡ്ജ് ഡസ്റ്ററിൽനിന്ന് പുക ഉയരാൻ തുടങ്ങി. പിന്നെ ചിലമ്പലോടെ നിന്നു. പൊട്ടിയ ഗാസ്കറ്റും, ഓയിൽ ഇല്ലാത്തതിനാലും ഞങ്ങളുടെ യാത്ര തെക്കൻ ഇല്ലിനോയിസിന്റെ മധ്യഭാഗത്തുള്ള നാട്ടിൻപുറത്തെ റോഡിൽവച്ച് മുടങ്ങി. പശുക്കൾ, വളത്തിന്റെ നാറ്റം, ചോളവയലുകൾ, സൗത്ത് ഫ്ലോറിഡയിലെ മണൽ ബീച്ചുകളിൽ നിന്ന് പ്രകാശവർഷം അകലെ.

സങ്കടകരമെന്നു പറയട്ടെ, മിക്കവർക്കും, സമ്പത്തിലേക്കുള്ള യാത്ര പലപ്പോഴും അവസാനിക്കുന്നത് എന്റെ വസന്തക്കാല അവധി റോഡ് യാത്ര പോലെയാണ് : എവിടെയോ വഴിയരികിൽ നിർത്തപ്പെട്ട്, "എങ്ങനെ ഞാൻ ഇവിടെ എത്തി?" എന്ന് ചോദിക്കാൻ വിട്ടുകൊണ്ട്.

എന്റെ സ്പ്രിംഗ് ബ്രേക്ക് ട്രിപ്പുപോലെ, "സമ്പത്തിലേക്കുള്ള വഴി" അറിയുകയും ഓടിക്കുകയും ചെയ്തതുകൊണ്ടായില്ല, കാരണം സമ്പത്ത് നൽകുന്നതിൽ റോഡുതന്നെ അപര്യാപ്തമാണ്.

നിങ്ങളുടെ ശ്രദ്ധ റോഡും ലക്ഷ്യസ്ഥാനവും ആയിരിക്കുകയും, റോഡ് ട്രിപ്പ് അല്ലാതിരിക്കുകയും ചെയ്യുമ്പോൾ സമ്പത്തിനായുള്ള നിങ്ങളുടെ പരിശ്രമം തടസ്സപ്പെടും. തീർച്ചയായും, ഫാസ്റ്റ്ലെയ്ൻ സമ്പത്തിലേക്കുള്ള ഒരു ദ്രുത പാത തുറ

ന്നേക്കാം. എന്നാൽ, വിജയകരമായ റോഡ് ട്രിപ്പ് യാത്രയുടെ എല്ലാ സുപ്രധാന ഉപകരണങ്ങളും നിങ്ങളുടെ ശ്രദ്ധ ആവശ്യപ്പെട്ടും. ഞങ്ങൾ റോഡ് യാത്ര അവ ഗണിച്ച് റോഡിൽ ശ്രദ്ധ കേന്ദ്രീകരിച്ചതിനാൽ വേനലവധി സ്തംഭിച്ചു. എണ്ണ? റോഡ് മാപ്പ്? എഞ്ചിൻ പരിപാലനം? അതിന്റെ ആവശ്യമെന്താ വിട്ടു കളയൂ, കാർ തെക്കോട്ട് വിട്ടോളൂ! നിർണ്ണായകമായ റോഡ് ട്രിപ്പ് ഘടകങ്ങൾ നിങ്ങൾ അവഗണിക്കുമ്പോൾ, നിങ്ങളുടെ എഞ്ചിൻ ചുവപ്പുവരയിൽ മുട്ടുന്നത്, എണ്ണ ചൂടായി കത്തുന്നു, വാതകം തീരുന്നു, പതിറ്റാണ്ടുകൾ നീളുന്ന വഴിത്തിരിവുകൾ നേരിടേണ്ടിവരുന്നു. നിങ്ങളുടെ ശ്രദ്ധ റോഡിൽ മാത്രമായിരിക്കുമ്പോൾ, നിങ്ങളുടെ യാത്ര മുടങ്ങാൻ സാധ്യതയുണ്ട്, സ്വപ്നസമാനമായ ലക്ഷ്യസ്ഥാനങ്ങൾ ഒരിക്കലും എത്തിച്ചേരില്ല.

സമ്പത്തിന്റെ മിഥ്യാപാത

സമ്പത്ത് നിങ്ങളിൽനിന്ന് രക്ഷപ്പെട്ടെങ്കിൽ, അത് നിങ്ങൾ മുഴുവൻ ഫോർമുലയും ഉപയോഗിക്കാതെ "റോഡിൽ ശ്രദ്ധ" ആയതുകൊണ്ടാകാം. തീർച്ചയായും, നിങ്ങൾക്ക് ശകലങ്ങളും കഷണങ്ങളും ഉണ്ടായിരിക്കാം : ഒരു ചേരുവ ഒന്നോ രണ്ടോ പുസ്തകങ്ങളിൽനിന്ന് എടുത്തത്, ചിലത് "സമ്പന്നരാകുക" എന്ന സെമിനാറിൽനിന്ന് അല്ലെങ്കിൽ നിങ്ങളുടെ പാപ്പരായ കോളേജ് ബഡ്ഡിയിൽനിന്നുള്ള സ്റ്റോക്ക് ടിപ്പ്. നിർഭാഗ്യവശാൽ, ഈ ഒറ്റപ്പെട്ട ചേരുവകൾക്ക് സമ്പത്ത് സൃഷ്ടിക്കാൻ കഴിയില്ല, കൂടാതെ അന്തർസംസ്ഥാനപാതയിൽ ശൂന്യമായ ഗ്യാസ് ടാങ്കും ഒരു ഡെഡ് ബാറ്ററിയുമായി നിലച്ച ഒരു കാറിനോട് ഉപമിക്കുന്നു. നിങ്ങൾക്ക് ഒരു ബഹുചര സമവാക്യത്തിൽ ഒരു ചരമുപയോഗിച്ച് സമ്പത്തിന്റെ കോഡ് തകർക്കാൻ കഴിയില്ല.

വെൽത്തിന്റെ റോഡ് ട്രിപ്പ് സമവാക്യം ഒരു പാചകക്കുറിപ്പുപോലെയാണ്.

ഞാൻ പഞ്ചസാരയും മാവുംതന്ന് അടുക്കളയിലേക്കയച്ച് കുക്കികൾ ചുടാൻ നിങ്ങൾക്ക് ഓർഡർ നൽകിയെന്ന് സങ്കൽപ്പിക്കുക. രണ്ട് ചേരുവകൾകൊണ്ട് മാത്രം മുഴുവൻ ഫോർമുലയും ആകാത്തതിനാൽ ഈ നേട്ടം അസാധ്യമാണ്. ബേക്കിംഗ് സോഡ മറന്നാൽ, കുക്കികൾ പൊങ്ങില്ല, വെണ്ണയും നീക്കം ചെയ്യുകയാണെങ്കിൽ കുക്കികളുടെ രുചി ദാരുണമാകും. മറന്നുപോയ അല്ലെങ്കിൽ വികലമായ ഒരു ചേരുവ, പ്രക്രിയ പരാജയപ്പെടുന്നു. മിക്ക സമ്പത്ത് പുസ്തകങ്ങളുടെയും തെറ്റ് അവിടെയാണ് : അവ "റോഡ് കേന്ദ്രീകൃതമാണ്." ഫോർമുലയുടെ ഏറ്റവും ആകർഷകമായ ഭാഗത്ത് അവർ വൈദഗ്ദ്ധ്യം നേടിയിട്ടുണ്ട് – പഞ്ചസാര! അവർ നിങ്ങളോട് പറയുന്നു :

- ചൈനയിൽനിന്ന് സാധനങ്ങൾ ഇറക്കുമതി ചെയ്ത് ആമസോണിൽ വിൽക്കുക!
- ഒരു ഫ്രാഞ്ചൈസി വാങ്ങി നിങ്ങളുടെ സ്വന്തം ബോസ് ആകുക!
- നിഗൂഢ രഹസ്യനിയമം പഠിച്ച് പോസിറ്റീവായി ചിന്തിക്കുക!
- നിങ്ങളുടെ അഭിനിവേശം പിന്തുടരുക, ഒരു ബിസിനസ്സ് ആരംഭിക്കുക!
- നിഷ്ക്രിയ വരുമാനത്തിനായി റിയൽ എസ്റ്റേറ്റിൽ നിക്ഷേപിക്കുക!
- ക്രിപ്റ്റോകറൻസികൾ ഉപയോഗിച്ച് സമ്പത്തിലേക്കുള്ള നിങ്ങളുടെ വഴി തിരഞ്ഞെടുക്കുക!

ഈ തന്ത്രങ്ങൾ സമ്പത്തിലേക്കുള്ള വിവിധ വഴികൾ ഉയർത്തിക്കാട്ടുന്നു : റിയൽ എസ്റ്റേറ്റ് റോഡ്, ട്രേഡിംഗ് റോഡ്, ബിസിനസ്സ് റോഡ്. അവർ മറ്റൊന്നും അഭി സംബോധന ചെയ്യുന്നില്ല. പരാജയം "മറ്റുചിലതി"ലാണ്, കാരണം മറ്റുചിലതാണ് ഫോർമുലയുടെ ബാക്കി ഭാഗങ്ങൾ.

പ്രവർത്തനങ്ങളിലൂടെ കോടീശ്വരന്മാർ ഉണ്ടാകുന്നു, മാറ്റങ്ങളിലൂടെയല്ല

എല്ലാ സ്വയംനിർമ്മിത കോടീശ്വരന്മാരും അവരുടെ സമ്പത്ത് സൃഷ്ടിക്കുന്നത് ശ്രദ്ധാപൂർവ്വം ക്രമീകരിക്കപ്പെട്ട പ്രക്രിയയിലൂടെയാണ്. അവർക്ക് മുഴുവൻ ഫോർമുലയും ഉണ്ട്, അത് ഉപയോഗിക്കുന്നു. നിങ്ങൾ വായിച്ചിട്ടുള്ള അല്ലെങ്കിൽ കേട്ടിട്ടുള്ളതിന് പുറത്ത്, സമ്പത്ത് ഒരു സംഭവമല്ല. സമ്പത്ത് ആകാശത്തുനിന്ന് വീഴുകയോ ഗെയിം ഷോയിൽനിന്ന് വരുന്നതോ അല്ല. അത് വാതിൽക്കൽ മണിയടിക്കുന്നില്ല, ബലൂണുകളുമായി മുൻവശത്തെ പൂമുഖത്ത് നിൽക്കുകയോ അത് റഫ്രിജറേറ്ററിന്റെ വലിപ്പം പരിശോധിക്കുകയോ ചെയ്യില്ല. കറങ്ങുന്ന സ്വർണ്ണ കട്ടികൾ, നാരങ്ങകൾ, ചെറികൾ എന്നിവയുള്ള ഒരു യന്ത്രത്തിൽനിന്ന് സമ്പത്ത് മുഴങ്ങുന്നില്ല.

സമ്പത്ത് ഒരു പ്രക്രിയയാണ്, ഒരു സംഭവമല്ല. ഏതെങ്കിലും ഷെഫിനോട് ചോദിക്കുക, അവർ അത് സ്ഥിരീകരിക്കും. പെർഫെക്റ്റ് ഡിഷ് എന്നത് ചേരുവകളുടെ ഒരു പരമ്പരയും നന്നായി വികസിപ്പിച്ചെടുത്ത നിർവ്വഹണ പ്രക്രിയയുമാണ് : കുറച്ച് ഇത്, കുറച്ച് അത്, ശരിയായ സ്ഥലത്ത് ശരിയായ സമയത്ത് ചെയ്യു, ഇതാ... നിങ്ങൾ രുചികരമായ ഭക്ഷണം കഴിക്കുക. സമ്പത്ത് സൃഷ്ടിക്കുന്നതിനും ഇതേ രീതിയിലുള്ള നിർവ്വഹണരീതിയുണ്ട് – അനേകം വിഘടിത ചേരുവകളുടെ ഒരു മിശ്രിത ശേഖരണം ഒന്നായി കൂടിച്ചേർന്ന വലിയ മൂല്യമുള്ള ഒന്ന്, അത് ദശലക്ഷക്കണക്കിന് വിലയുള്ളതാണ്.

സമ്പത്ത് മിക്ക ആളുകളെയും ഒഴിവാക്കുന്നു. കാരണം, അവർ പ്രക്രിയയെ അവഗണിക്കുന്ന സംഭവങ്ങളിൽ വ്യാപൃതരാണ്. പ്രക്രിയ കൂടാതെ, ഒരു സംഭവവുമില്ല. ഒരു നിമിഷമെടുത്ത് വീണ്ടും വായിക്കുക. പ്രക്രിയ കോടീശ്വരന്മാരാക്കുന്നു, നിങ്ങൾ കാണുകയും കേൾക്കുകയും ചെയ്യുന്ന സംഭവങ്ങളെല്ലാം ആ പ്രക്രിയയുടെ ഫലങ്ങളാണ്. ഞങ്ങളുടെ പാചകക്കാരനെ സംബന്ധിച്ചിടത്തോളം, പാചകം ഒരു പ്രക്രിയയാണ്, ഭക്ഷണം ഒരു സംഭവമാണ്.

ഉദാഹരണത്തിന്, ഒരു പ്രൊഫഷണൽ കായികതാരം ബാസ്കറ്റ്ബോൾ കളിക്കാൻ $100 മില്യൺ ഡോളർ കരാർ നേടുക എന്നത് പ്രക്രിയയിൽനിന്നുള്ള ഒരു സംഭവമാണ്. വലിയ കരാറിനെക്കുറിച്ച് നിങ്ങൾ കാണുകയും കേൾക്കുകയും ചെയ്യുന്നു. ഗംഭീരമായ "സമ്പന്നരാകുക" എന്ന സംഭവം. എന്നാൽ, മുമ്പത്തെ പ്രക്രിയ നിങ്ങൾ സാധാരണയായി അവഗണിക്കുന്നു. നിങ്ങൾ കണ്ടിട്ടില്ലാത്ത ദൈർഘ്യമേറിയതും ബുദ്ധിമുട്ടുള്ളതുമായ പാതയായിരുന്നു ഈ പ്രക്രിയ : ദിവസേനയുള്ള നാലുമണിക്കൂർ പരിശീലനങ്ങൾ, അർദ്ധരാത്രിയുള്ള ബാസ്കറ്റ്ബോൾ ഗെയിമുകൾ, മുറിഞ്ഞ ലിഗമെന്റുകൾ, ശസ്ത്രക്രിയയും പൂർവ്വനിലയിൽ എത്തലും, ജൂനിയർ വാഴ്സിറ്റി ടീമിൽനിന്ന് പുറത്താക്കപ്പെട്ടതിന്റെ നിരസനം, കൂടാതെ അയൽപക്ക സംഘങ്ങളോടുള്ള ചെറുത്തുനിൽപ്പ്, എല്ലാം പ്രക്രിയയ്ക്കായുള്ള യാത്രയെ രൂപപ്പെടുത്തുന്നു.

ഒരു 20 വയസ്സുകാരൻ തന്റെ ഇന്റർനെറ്റ് കമ്പനി 50 ദശലക്ഷം ഡോളറിന്

വിൽക്കുമ്പോൾ, നിങ്ങൾ ഒരു ടെക് ബ്ലോഗിൽ അതിനെക്കുറിച്ച് വായിക്കുന്നു. പരിപാടിയെ പ്രശംസിക്കുകയും എല്ലാവരാലും അഭിനന്ദിക്കപ്പെടാൻ പ്രദർശിപ്പിക്കുകയും ചെയ്യുന്നു. പ്രക്രിയ വശത്തേക്ക് തള്ളിപോകുന്നു – കോഡിംഗിന്റെ സ്ഥാപകൻ സഹിക്കേണ്ടിവന്ന നീണ്ട മണിക്കൂറുകളെക്കുറിച്ച് നിങ്ങൾ കേട്ടിട്ടില്ല. ഗാരേജിൽ ജോലിചെയ്യുന്ന തണുത്ത ഇരുണ്ട ദിവസങ്ങളെക്കുറിച്ച് നിങ്ങൾ കേൾക്കില്ല. 21.99% പലിശയുള്ള ക്രെഡിറ്റ് കാർഡുകൾക്ക് മുകളിൽ കമ്പനി എങ്ങനെ സ്ഥാപിച്ചുവെന്ന് നിങ്ങൾ കേൾക്കുന്നില്ല. സ്ഥാപകനെക്കുറിച്ചും അദ്ദേഹത്തിന്റെ തുരുമ്പിച്ച 174,000 മൈല് ഓടിയ ടൊയോട്ട പി.ഒ.എസിനെക്കുറിച്ചും നിങ്ങൾ കേൾക്കില്ല.

കെവിൻ പ്ലാങ്ക് 1996-ൽ അണ്ടർ ആർമർ സ്ഥാപിച്ച് കമ്പനി ഏറ്റെടുത്ത് 10 വർഷത്തിനുള്ളിൽ പൊതുജനങ്ങൾക്ക് സമർപ്പിച്ചു, ഈ നേട്ടം ലോകമെമ്പാടും തലക്കെട്ടുകൾ സൃഷ്ടിക്കുന്നു. ലോകം എന്താണ് കാണാത്തത്? പ്രക്രിയയുടെ സൂക്ഷ്മമായ വസ്തുതകൾ. കമ്പനി സ്ഥാപിച്ചതിന് ഒരു വർഷത്തിനുശേഷം പ്ലാങ്ക് തകർന്നതുപോലെയുള്ളവ. ബിസിനസ്സ് മുന്നോട്ടുകൊണ്ടുപോകാൻ, അദ്ദേഹം $20,000 അദ്ദേഹത്തിന്റെ സ്വകാര്യ സമ്പാദ്യത്തിലും പിന്നീട് $40,000 ക്രെഡിറ്റ് കാർഡ് കടത്തിലും കടന്നുപോയത്. കോടിക്കണക്കിന് ഡോളറിന്റെ "സമ്പന്നരാകുക" എന്നതാണ് സംഭവം – പ്രക്രിയ കഷ്ടപ്പാടിന്റെ പ്രയത്നവും പിന്നാമ്പുറ കഥയുമാണ്.

എന്റെ കമ്പനിയുടെ വിൽപ്പന (രണ്ടുതവണ) ഒരു സംഭവമായി പാരമ്യത്തിലെത്തി. പക്ഷേ, അതിന്റെ പുരോഗതി കൊത്തിയെടുത്തത് പ്രക്രിയയാലാണ്. നല്ല വീടും വിലകൂടിയ കാറുകളും കണ്ട് പുറത്തുള്ളവർ ഇങ്ങനെ ചിന്തിച്ചേക്കാം, "അയ്യോ, എനിക്ക് ഇത്ര ഭാഗ്യമുണ്ടായിരുന്നെങ്കിൽ." ഇത്തരമൊരു വിശ്വാസം പ്രക്രിയയ്ക്കു മുകളിൽ ഒരു സംഭവത്തിന്റെ മരീചികയാണ്.

സമ്പത്തിന്റെ എല്ലാ സംഭവങ്ങൾക്കും മുൻപേ വിചാരണ, അപകടസാധ്യത, കഠിനമായ പ്രയത്നം, ത്യാഗം എന്നിവ നിറഞ്ഞ പ്രക്രിയയുണ്ടാകും. നിങ്ങൾ പ്രക്രിയ ഒഴിവാക്കാൻ ശ്രമിക്കുകയാണെങ്കിൽ, നിങ്ങൾക്ക് ഒരിക്കലും ആനന്ദം അനുഭവപ്പെടില്ല.

നിർഭാഗ്യവശാൽ, ഒരു മാധ്യമങ്ങളാൽ ഭ്രമിക്കപ്പെട്ടിരിക്കുന്ന, "എനിക്ക് ഇപ്പോൾ അത് വേണം" എന്ന നിലയുള്ള ചിന്തകളോടുകൂടിയ സമൂഹത്തിൽ, നമ്മൾ സംഭവത്തിൽ ശ്രദ്ധ കേന്ദ്രീകരിക്കുകയും മഹത്വപ്പെടുത്തുകയും ചെയ്യുന്നു. പക്ഷേ, വിറകുപുരയുടെ പിന്നിലെ പ്രക്രിയയ്ക്ക് വഴിതെളിച്ച, വിയർപ്പ് പൊതുബോധത്തിൽനിന്ന് ശ്രദ്ധാപൂർവ്വം ഉണക്കുന്നു. എന്നിരുന്നാലും, നിങ്ങൾ ദീർഘമായും കഠിനമായും തിരയുകയാണെങ്കിൽ, നിങ്ങൾക്ക് മറ്റൊരു കഥയിലോ പിന്നിലുള്ള ഖണ്ഡികകളിലോ അടക്കം ചെയ്തിരിക്കുന്ന പ്രക്രിയ എപ്പോഴും കണ്ടെത്താനാകും, അത് സംഭവത്തെ മഹത്വപ്പെടുത്തുന്നു.

നിങ്ങൾക്ക് ആദ്യ ദശലക്ഷമുണ്ടാകുമ്പോൾ, അത് പ്രക്രിയ മൂലമായിരിക്കും, അല്ലാതെ, നിങ്ങളുടെ വഴിയിൽ പൊടുന്നനെ സംഭവിച്ച ചില രഹസ്യ യാദൃശ്ചികത കൊണ്ടല്ല. പ്രക്രിയയാണ് സമ്പത്തിലേക്കുള്ള യാത്ര : ലക്ഷ്യസ്ഥാനം ഒരു സംഭവമായി തിളങ്ങുന്നു, പക്ഷേ അത് പ്രക്രിയയിലൂടെ കണ്ടെത്തുന്നു. അതെ, വിജയത്തിലേക്കുള്ള എലിവേറ്റർ പ്രവർത്തനരഹിതമാണ് – നിങ്ങൾ പടികൾ കയറേണ്ടതുണ്ട്.

സമ്പത്തിന്റെ യാത്രയുടെ ഫോർമുല

സമ്പത്തിന്റെ ഫോർമുല ഒരു ക്രോസ്-കൺട്രി റോഡ് ട്രിപ്പുപോലെയാണ്. വിജയം നിങ്ങളുടെ ലക്ഷ്യസ്ഥാനത്തിന് (പ്രതിഫലം) വിപരീതമായി യാത്രയിലേയ്ക്കും യാത്രാ ഉപകരണങ്ങളിലേക്കും (പ്രക്രിയ) കേന്ദ്രീകരിച്ച അച്ചടക്കം ആവശ്യപ്പെടുന്നു. വിജയിക്കുന്നതിന് നാല് ചേരുവകൾ ഉണ്ട്. അവ :

നിങ്ങളുടെ റോഡ് മാപ്പ് (ഭാഗങ്ങൾ 3, 4, 5)

യാത്രയ്ക്കുള്ള നിങ്ങളുടെ റോഡ് മാപ്പ്, നിങ്ങളുടെ പ്രവർത്തനങ്ങൾക്ക് പിന്നിലെ വഴികാട്ടുന്ന ശക്തിയാണ്. നിങ്ങളുടെ റോഡ് മാപ്പ് നിങ്ങളുടെ സാമ്പത്തിക വിശ്വാസവ്യവസ്ഥയെയും സമ്പത്തിനെയും പണത്തെയുംകുറിച്ചുള്ള നിങ്ങളുടെ മുൻധാരണകളെയും കുറിക്കുന്നു. നിങ്ങളുടേ സമ്പത്തിലേക്കുള്ള സഞ്ചാരം കുറിക്കുന്ന മൂന്ന് റോഡ് മാപ്പുകൾ ഉണ്ട് :

1. നടപ്പാത
2. സ്ലോ ലെയ്ൻ
3. ഫാസ്റ്റ് ലെയ്ൻ

ഒരു പാചകക്കുറിപ്പുപോലെ, നിങ്ങളുടെ റോഡ് മാപ്പ് എന്തുകൊണ്ട്, എവിടെ, എങ്ങനെ, എന്ത് എന്നിവ രൂപപ്പെടുത്തും.

നിങ്ങളുടെ വാഹനം (ഭാഗം 6)

നിങ്ങളുടെ വാഹനം നിങ്ങളാണ്. നിങ്ങൾക്കല്ലാതെ മറ്റാർക്കും യാത്ര നടത്താനാവില്ല. നിങ്ങളുടെ വാഹനം എന്നത് എണ്ണ, വാതകം, എഞ്ചിൻ, സ്റ്റിയറിംഗ് വീൽ, വിൻഡ്ഷീൽഡ്, ഹോഴ്സ്പവർ, ആക്സിലറേറ്റർ എന്നിവ ചേർന്ന ഒരു സങ്കീർണ്ണ സംവിധാനമാണ്. റോഡ് യാത്രയ്ക്കിടെ പരമാവധി കാര്യക്ഷമത ഉറപ്പാക്കാൻ – എല്ലാത്തിനും പതിവായി ട്യൂണിംഗും അറ്റകുറ്റപ്പണിയും ആവശ്യമാണ്.

നിങ്ങളുടെ റോഡുകൾ (ഭാഗം 7)

നിങ്ങൾ സഞ്ചരിക്കുന്ന കരിയർ പാതകളാണ് നിങ്ങളുടെ റോഡുകൾ. ഉദാഹരണത്തിന്, നിങ്ങൾക്ക് ജോലി എന്ന പാതയിൽ യാത്ര ചെയ്യാം, ആ റോഡിനുള്ളിൽ നിങ്ങൾക്ക് പരിധിയില്ലാത്ത തിരഞ്ഞെടുപ്പുകളുണ്ട് : നിങ്ങൾക്ക് ഒരു എഞ്ചിനീയർ ആകാം, പ്രോജക്ട് മാനേജർ, ഒരു ഫിസിഷ്യൻ, ഒരു പ്ലംബർ, ഒരു ട്രക്ക് ഡ്രൈവർ. പിന്നെ സംരംഭകത്വ റോഡുകളുണ്ട് : നിങ്ങൾക്ക് ഒരു റിയൽ എസ്റ്റേറ്റ് നിക്ഷേപകൻ, റീട്ടെയിൽ സ്റ്റോർ ഉടമ, ഫ്രാഞ്ചൈസർ, ഒരു ഫ്രീലാൻസർ, അല്ലെങ്കിൽ ഒരു കണ്ടുപിടുത്തക്കാരൻ എന്നിവയൊക്കെയാകാം. ഒരു ക്രോസ്-കൺട്രി റോഡ് ട്രിപ്പ് പോലെ, ദശലക്ഷക്കണക്കിന് ക്രമമാറ്റങ്ങളാൽ റോഡുകൾ സമൃദ്ധമാണ്. ഓരോന്നും ഒരു ഗണിത സമവാക്യം വഹിക്കുന്നു.

നിങ്ങളുടെ വേഗത (ഭാഗം 8)

വേഗത എന്നത് ആശയത്തിൽനിന്ന് കാര്യനിർവ്വഹണത്തിലേക്കുള്ള നിങ്ങളുടെ കഴിവാണ്. ശൂന്യവും നേരെയുള്ളതുമായ റോഡിൽ ഒരു ഫെരാരിയിൽ ഇരിക്കുക

നിങ്ങൾക്ക് സാധിക്കും. എന്നാൽ, നിങ്ങൾ ആക്സിലറേറ്ററിൽ ചവിട്ടുന്നതിൽ പരാജയപ്പെട്ടാൽ, നിങ്ങൾ മുന്നോട്ട് നീങ്ങുന്നതിൽ പരാജയപ്പെടുന്നു. വേഗതയില്ലെങ്കിൽ, നിങ്ങളുടെ റോഡ് മാപ്പിന് ദിശയില്ല, നിങ്ങളുടെ വാഹനം നിഷ്ക്രിയമായി നിൽക്കുന്നു, നിങ്ങളുടെ റോഡ് അവസാനിക്കലിലേക്ക് പരിവർത്തനം ചെയ്യപ്പെടുന്നു.

വഴികളിൽ ടോളുകൾ നിർമ്മിച്ചിരിക്കുന്നു

വിജയകരമായ ഫാസ്റ്റ് ലെയ്നർമാർ ദുർഘടമായ പാതകളിൽ ജീവിച്ച് മരിക്കുന്ന യോദ്ധാക്കളാണ്. ടോൾ റോഡുകൾ സമ്പത്തിലേക്കുള്ള വഴിയൊരുക്കും, സുഖകരമായ ജീവിതത്തിൽ ആ ടോൾ അടക്കാനാവില്ല. ഞങ്ങളിൽ ചിലർക്ക്, ഇത് നല്ല വാർത്തയാണ്, കാരണം ടോൾ ദുർബ്ബലരായവരെ പുറത്താക്കുകയും അവരെ സാധാരണ നാട്ടിലേക്ക് കൊണ്ടുപോകുകയും ചെയ്യുന്നു. നിങ്ങൾ ടോളിനെ ചെറുക്കുകയാണെങ്കിൽ, സമ്പത്ത് നിങ്ങളെ പ്രതിരോധിക്കും. നിർഭാഗ്യവശാൽ, ചിലർക്ക് തോന്നുന്നത് സമ്പത്തിന്റെ ടോൾ, അവകാശങ്ങൾ അല്ലെങ്കിൽ ചില “മുൻവ്യവസ്ഥകൾ” വഴി അടച്ചുതീർക്കാം എന്നാണ്, എങ്ങനെയെന്നാൽ :

- പ്രവർത്തനക്ഷമമായ ഒരു കുടുംബം/നല്ല ബാല്യകാലം.
- കഠിനാധ്വാനത്തിന് പകരം ബുദ്ധിപരമായ ജോലി.
- നിങ്ങളുടെ പേരിന് ശേഷമുള്ള വിദ്യാഭ്യാസ നേട്ടങ്ങളും യോഗ്യതാ പത്രങ്ങളും.
- ഒരു നക്ഷത്ര ബിസിനസ്സ് പ്ലാൻ.
- സംരംഭത്തിനുവേണ്ടിയുള്ള മൂലധനം.
- ഒരു നിശ്ചിത ലിംഗത്തിൽ, നിറത്തിൽ അല്ലെങ്കിൽ പ്രായത്തിൽ ഉൾപ്പെട്ടവരാകുക.
- ആഗ്രഹിക്കുക, സ്വപ്നം കാണുക, ക്രിയാത്മകമായി ചിന്തിക്കുക.
- ശരിയായ സ്ഥലങ്ങളിൽ ശരിയായ ആളുകളെ അറിയുക.
- ശരിയായ സ്കൂളുകളിൽ പഠിക്കുക.
- വികാരാധീനനായിരിക്കുക അല്ലെങ്കിൽ നിങ്ങൾ ചെയ്യുന്നവയെ ഇഷ്ടപ്പെടുക.

ഒന്നുംതന്നെ സത്യത്തിന് അടുത്തുപോലുമില്ല. ഇക്കാര്യങ്ങൾ മില്യനെയർ ഫാസ്റ്റ് ലെയ്ൻ കാര്യമാക്കുന്നില്ല. ഫാസ്റ്റ് ലെയ്ൻ വെളുത്ത പിക്കറ്റ് വേലികളുള്ള ഓക്ക് മരങ്ങളിൽ തൂങ്ങിക്കിടക്കുന്ന ടയറുകളിൽ ആടുന്ന കുട്ടികളുള്ള നിരനിരയായി മരങ്ങൾ നിറഞ്ഞ തെരുവല്ല. അവ ഇരുണ്ട, വിജനമായ, മാറ്റത്തിനും പരിണാമത്തിനും പ്രേരിപ്പിക്കുന്ന കുഴികളാൽ ചിതറിക്കിടക്കുന്ന റോഡാണ്. സമ്പത്തിലേക്കുള്ള യാത്ര എളുപ്പമായിരുന്നെങ്കിൽ എല്ലാവരും സമ്പന്നരായിരിക്കില്ലേ?

ഒരു വില നൽകാനായി തയ്യാറായിരിക്കുക. അപകടസാധ്യതയും ത്യാഗവും പ്രതീക്ഷിക്കുക. റോഡിൽ ഹംപുകൾ പ്രതീക്ഷിക്കുക. നിങ്ങൾ ആദ്യത്തെ കുഴിയിൽ വീഴുമ്പോൾ (അതെ, അത് സംഭവിക്കും) നിങ്ങൾ നിങ്ങളുടെ കഥകളുടെ ചുരുളഴിക്കാനുള്ള പ്രവർത്തി തുടങ്ങുകയാണെന്ന് അറിയുക. *കുറച്ചു പേർക്കുമാത്രം കഴിയുന്നതുപോലെ, ഫാസ്റ്റ് ലെയ്ൻ ത്യാഗം ആവശ്യപ്പെടുന്നു*, ഇങ്ങനെയുള്ളവർ സാധാരണ ജനങ്ങളിൽനിന്നും വ്യത്യസ്തമായ ജീവിതം ആഗ്രഹിക്കുന്നു.

റോഡ് യാത്ര ഒരു ഡ്രൈവറെ ഏൽപ്പിക്കാൻ കഴിയില്ല

എല്ലാം മറ്റുള്ളവരാൽ ചെയ്യാൻ ആഗ്രഹിക്കുന്ന ഒരു സമൂഹത്തിലാണ് നമ്മൾ ജീവിക്കുന്നത്. നമ്മുടെ വീട്ടുപണികളും കുട്ടികളെ വളർത്തുന്നതിനുള്ള ജോലികളുമടക്കം. വൃത്തികെട്ട കുളിമുറിയിൽ ഔട്ട്സോഴ്സിംഗ് പ്രവർത്തിച്ചേക്കാം, പക്ഷേ അത് സമ്പത്തിൽ പ്രവർത്തിക്കുന്നില്ല. വെൽത്തിന്റെ റോഡ് ട്രിപ്പിന് ഡ്രൈവർ ഇല്ല, ഫിലിപ്പീൻസിലെ ഒരു വെർച്വൽ അസിസ്റ്റന്റിന് ടോൾ ഔട്ട്സോഴ്സ് ചെയാൻ സാധിക്കില്ല.

എനിക്ക് 16 വയസ്സുള്ളപ്പോൾ ആരെങ്കിലും ലംബോർഗിനി (അല്ലെങ്കിൽ എന്തെങ്കിലും സ്വപ്നം) സമ്മാനിച്ചിട്ടുണ്ടായിരുന്നുവെങ്കിൽ ഞാൻ ഇന്ന് ഇവിടെ ആയിരിക്കില്ലായിരുന്നു. യാതൊരു ശ്രമവുമില്ലാതെ നിങ്ങൾക്ക് സമ്മാനങ്ങൾ നൽകപ്പെടുമ്പോൾ, നിങ്ങൾ ഫലപ്രദമായി പ്രക്രിയയെ വൈകല്യപ്പെടുത്തുകയാണ്. ഞാൻ എന്റെ ജോലി വേറെ ആരെയെങ്കിലും ഏൽപ്പിച്ചിരുന്നുവെങ്കിൽ, ഞാൻ ആവേണ്ട വ്യക്തി മുരടിക്കുമായിരുന്നു. മറ്റൊരാൾ നിങ്ങൾക്കായി ചെയ്യുന്ന ഒരു യാത്രയിൽ ജ്ഞാനമോ വ്യക്തിഗത വളർച്ചയോ ഇല്ല. ഇത് താങ്കളുടെ യാത്രയാണ്. എപ്പോൾ വരെ നിങ്ങളുടെ സമാന ചിന്താഗതിക്കാരായ ഫാസ്റ്റ് ലെയ്നർമാരെ ലഭിക്കുന്നില്ലയോ, അപ്പോൾ വരെ നിങ്ങൾ ഒറ്റക്ക് നടക്കും.

അധ്യായ സംഗ്രഹം : ഫാസ്റ്റ്ലെയ്ൻ പ്രത്യേകതകൾ

- സമ്പത്ത് ഒരു സൂത്രമാണ്, ഒരു ചേരുവയല്ല.
- പ്രക്രിയ കോടീശ്വരന്മാരാക്കുന്നു. പ്രതിഫലങ്ങളും നേട്ടങ്ങളും പ്രക്രിയയുടെ ശേഷിക്കുന്ന ഉപോൽപ്പന്നങ്ങളാണ്.
- സമ്പത്തിന്റെ വഴിയിൽ ഒരു ഡ്രൈവറെ തേടുന്നത്, പ്രക്രിയക്കായി ഒരു വാടകഗർഭപാത്രം തേടുക എന്നതാണ്. പ്രക്രിയ മറ്റാളുകളെ ഏല്പിക്കുവാൻ സാധ്യമല്ല, കാരണം പ്രക്രിയ മൂലം പുതിയ ജ്ഞാനം, വ്യക്തിഗത വളർച്ച, ശക്തി, ആത്യന്തികമായി പ്രതിഫലം എന്നിവ ലഭിക്കുന്നു.

സമ്പത്തിലേക്കുള്ള റോഡ് മാപ്പുകൾ

നിങ്ങൾ എവിടേക്കാണ് പോകുന്നതെന്ന് അറിയില്ലെങ്കിൽ,
ഏത് റോഡും നിങ്ങളെ അവിടെ എത്തിക്കും.
—ലൂയിസ് കരോൾ

സമ്പത്തിന്റെ വഴികാട്ടി

നിങ്ങൾ എവിടേക്കാണ് പോകുന്നതെന്ന് നിങ്ങൾക്കറിയില്ലെങ്കിൽ, നിങ്ങൾ അവിടെ എത്തിയാൽ എങ്ങനെ അറിയും? നിർവ്വചിക്കപ്പെടാത്ത ലക്ഷ്യസ്ഥാനം എന്നാൽ നിർവ്വചിക്കപ്പെടാത്ത യാത്രയുടെ അവസാനം എന്നാണ് അർത്ഥമാക്കുന്നത്. സാധ്യത കൂടുതൽ, നിങ്ങൾ പോകാൻ ആഗ്രഹിക്കാത്ത ഇടത്തേക്ക് നിങ്ങൾ എത്തിപ്പെടാനാണ്. നിങ്ങൾ സമ്പത്ത് കണ്ടെത്തുന്നത് ഒരു റോഡ് മാപ്പ് ഉപയോഗിച്ചാണ്, ഒരു ഡാർട്ട്ബോർഡല്ല.

സ്വയം അദ്ധ്വാനിച്ച് കോടീശ്വരന്മാർ ആയവർ പണത്തിലേക്ക് തെന്നിവീണ് കോടീശ്വരന്മാരാകുന്നതല്ല. അതുപോലെ, സാമ്പത്തിക പരാജയങ്ങൾ ദാരിദ്ര്യത്തിലേക്ക് ഇടറി വീഴുന്നതുകൊണ്ട് പരാജയങ്ങളായി മാറുന്നതല്ല. രണ്ടും തിരഞ്ഞെടുത്ത സാമ്പത്തിക റോഡ് മാപ്പിന്റെയും ആ റോഡ് മാപ്പിൽനിന്ന് വികസിക്കുന്ന പ്രവർത്തനങ്ങളുടെയും വിശ്വാസങ്ങളുടെയും ശേഷിക്കുന്ന ഫലങ്ങളാണ്. നിങ്ങളുടെ സാമ്പത്തിക റോഡ് മാപ്പ് നിർണ്ണായകമാണ്, കൂടാതെ സമ്പത്തിലേക്കുള്ള നിങ്ങളുടെ യാത്രയ്ക്കുള്ള ആദ്യ ഉപകരണമാണിത്.

നിങ്ങൾക്ക് അറിയാമോ ഇല്ലയോ, നിങ്ങളുടെ നിലവിലെ സാമ്പത്തികനില നിങ്ങളുടെ സാമ്പത്തിക മാർഗ്ഗരേഖയുടെ അനന്തരഫലമാണ്. ഇത് നിങ്ങളുടെ പ്രവർത്തനങ്ങളെ നയിക്കുന്ന, അത് അനന്തരഫലങ്ങൾ ഉണ്ടാക്കുന്ന നിങ്ങളുടെ സാമ്പത്തിക ജീവിതത്തെ മെനയുന്നു.

ആത്യന്തികമായി നിങ്ങളുടെ തിരഞ്ഞെടുപ്പുകൾ നിങ്ങളുടെ ജീവിതം എങ്ങനെ വികസിക്കുന്നുവെന്ന് നിർണ്ണയിക്കുന്നു.

എന്നാൽ, ഈ തിരഞ്ഞെടുപ്പുകൾ എവിടെനിന്ന് വരുന്നു?

നിങ്ങളുടെ റോഡ് മാപ്പിൽ നിർവ്വചിച്ചിരിക്കുന്ന നിങ്ങളുടെ വിശ്വാസ സമ്പ്രദായങ്ങളിൽനിന്നാണ് അവ മുളപൊട്ടുന്നത്.

നിങ്ങളുടെ തിരഞ്ഞെടുപ്പുകൾ മാറ്റുന്നതിന് അത് നിങ്ങളുടെ റോഡ് മാപ്പിൽ നിന്ന് ആരംഭിക്കേണ്ടതുണ്ട്. കാരണം, നിങ്ങളുടെ വിശ്വാസങ്ങൾ അത് അക്ഷരാർത്ഥത്തിലും ആലങ്കാരികമായും എവിടെയാണോ കിടക്കുന്നത് അവിടെയുണ്ട്. നിങ്ങളുടെ റോഡ് മാപ്പിലെ സമൂലമായ തടസ്സത്തിൽനിന്ന് സമൂലമായ ജീവിത തടസ്സം വരുന്നു. അത് മാറ്റുക, നിങ്ങൾ എല്ലാം മാറ്റുക.

ഉദാഹരണത്തിന്, റോഡ് മാപ്പുകളും അവയുടെ ബന്ധിത വിശ്വാസങ്ങളും സാമ്പത്തികത്തെ എങ്ങനെ ബാധിക്കുന്നുവെന്നത് ഇതാ : എസ് ആൻഡ് പി ഇൻഡക്സ് ഫണ്ടുകളിൽ നിക്ഷേപം നടത്തിയതുകൊണ്ടാണ് ധനികരായ ആളുകൾ സമ്പന്നരായതെന്ന് നിങ്ങൾ വിശ്വസിക്കുന്നു എങ്കിൽ നിങ്ങളുടെ പ്രവർത്തനങ്ങൾ ആ വിശ്വാസത്തെ പ്രതിഫലിപ്പിക്കുന്നു. "എല്ലാ കടവും മോശമാണ്," അതിനാൽ നിങ്ങളുടെ ക്രെഡിറ്റ് കാർഡുകൾ റദ്ദാക്കാൻ ഏതെങ്കിലും സാമ്പത്തിക ഗുരു നിങ്ങളോട് പറഞ്ഞാൽ നിങ്ങൾ അത് ചെയ്യുന്നു. ഒരു എഴുത്തുകാരൻ "ഇന്ന് നിക്ഷേപിച്ച $50 മൂല്യം 40 വർഷത്തിനുള്ളിൽ $10 ദശലക്ഷക്കണക്കിന് ആയിരിക്കും," എന്ന് പറയുകയാണെങ്കിൽ നിങ്ങൾ വിശ്വസിക്കുന്നു, നിങ്ങളുടെ പ്രവർത്തനങ്ങൾ ആ വിശ്വാസത്തിൽനിന്ന് വിരിയുന്നു.

സത്യമായാലും അല്ലെങ്കിലും പ്രവർത്തനത്തെ നയിക്കുന്ന ശക്തമായ സംവിധാനങ്ങളാണ് വിശ്വാസങ്ങൾ. സാന്താക്ലോസ് യഥാർത്ഥമാണെന്ന് നമ്മുടെ മാതാപിതാക്കൾ പറഞ്ഞു, നമ്മൾ അത് വിശ്വസിച്ചു. നമ്മൾ കുക്കികൾ ഉപേക്ഷിച്ച് ജാലകത്തിനു പുറത്തേക്കുനോക്കി, പറക്കുന്ന റെയിൻഡിയറിനെ അന്വേഷിച്ചു, എങ്ങനെയാണ് അത് തന്റെ വലിയ പിൻഭാഗം ചിമ്മിനിക്ക് താഴെയിറക്കിയത് എന്ന് ആശ്ചര്യപ്പെട്ടു. തെളിവുകൾ വിപരീതമായി പ്രത്യക്ഷപ്പെടുമ്പോഴും നമ്മളെ പഠിപ്പിക്കുന്നത് നമ്മൾ വിശ്വസിക്കുന്നു!

നിങ്ങളുടെ വിശ്വാസ വ്യവസ്ഥ ഒരു വഴികാട്ടി പോലെ പ്രവർത്തിക്കുന്നു, അത് തെറ്റാണെങ്കിൽ, നിങ്ങളെ ജീവിതകാലം മുഴുവൻ വഴിമാറി നയിക്കും. സാങ്കൽപ്പിക വിശ്വാസങ്ങൾ കപടമായ വഴിമാപ്പുകളാണ്; അവർ നിങ്ങളെ വഴി അവസാനിക്കുന്നിടത്ത് കൊണ്ടുപോകുന്നു. സമ്പത്തിന്റെ കാര്യത്തിൽ : അടുത്ത വളവിൽ എന്ന സ്ഥിതിവിശേഷം ഒരിക്കലും സംഭവിക്കുന്നതേയില്ല.

സമ്പത്തിലേക്ക് നയിക്കുന്ന മൂന്ന് സാമ്പത്തിക വഴികാട്ടികൾ

സമ്പത്തിലേക്കുള്ള നിങ്ങളുടെ ക്രമം ആസൂത്രണം ചെയ്യുകയും നിങ്ങളുടെ പ്രക്രിയ കെട്ടിപ്പടുക്കുകയും ചെയ്യുന്നത് നിങ്ങളുടെ നിലവിലെ സാമ്പത്തിക റോഡ് മാപ്പിന്റെയും ഇതര മാർഗ്ഗങ്ങളുടെയും പരിശോധനയിലൂടെയാണ് ആരംഭിക്കുന്നത്. സാമ്പത്തിക മാർഗ്ഗത്തിന്റെ മൂന്ന് രേഖകൾ :

സൈഡ് വാക്ക്റോഡ് മാപ്പ്

സ്ലോ ലെയ്ൻ റോഡ് മാപ്പ്

ഫാസ്റ്റ് ലെയ്ൻ റോഡ് മാപ്പ്

ഈ മൂന്ന് റോഡ് മാപ്പുകൾക്കുള്ളിൽ ഒരു മനഃശാസ്ത്രമുണ്ട്, അത് അനുശാസിക്കുന്ന ഒരു വിശ്വാസ വ്യവസ്ഥയാണ് ഓരോ റോഡ് മാപ്പുമായി ബന്ധപ്പെട്ട പ്രവർത്തനങ്ങൾ. അതിലും പ്രധാനമായി, ഓരോ റോഡ് മാപ്പിന്റെയും ഉള്ളിൽ

ഒരു ഗണിതശാസ്ത്ര "സമ്പത്ത് സമവാക്യം" നിയന്ത്രിക്കുന്ന ഒരു "പ്രപഞ്ചം" പ്രവർത്തിക്കുന്നു. നിങ്ങൾ ഏതു റോഡ് മാപ്പ് തിരഞ്ഞെടുത്താലും, സമ്പത്ത് സൃഷ്ടിക്കുന്നതിനുള്ള നിങ്ങളുടെ പ്രപഞ്ചം ഓരോ ഭൂപടത്തിന്റെയും സമ്പത്ത് സമവാക്യത്തിന് അനുസൃതമായി പ്രവർത്തിക്കും. കൂടാതെ, ഓരോ റോഡ് മാപ്പും സ്വാഭാവികമായും സമ്പത്തിന്റെ നിർദ്ദിഷ്ട ലക്ഷ്യസ്ഥാനത്തിലേക്ക് എത്താൻ മുൻകൈയെടുക്കുന്നു. ആ നിർദ്ദിഷ്ട ഇടങ്ങൾ ഇവയാണ് :

ദി സൈഡ് വാക്ക് = ദാരിദ്ര്യം

ദി സ്ലോ ലെയ്ൻ = സാമാന്യത്വം / സാധാരണത്വം

ദി ഫാസ്റ്റ് ലെയ്ൻ = സമ്പത്ത്

നിങ്ങൾ പിന്തുടരുന്ന ഏത് സാമ്പത്തിക റോഡ് മാപ്പും നിങ്ങളെ റോഡ് മാപ്പിൽ അന്തർലീനമായ നിർദ്ദിഷ്ട ലക്ഷ്യസ്ഥാനത്തേക്ക് നയിക്കും. ഇതായിരിക്കും റോഡ് മാപ്പിന്റെ "യഥാർത്ഥ സത്ത".

എന്താണ് യഥാർത്ഥ സത്ത?

നിങ്ങൾ ബ്ലാക്ക് ജാക്ക് കളിക്കുകയും തുടർച്ചയായി 15 തവണ വിജയിക്കുകയും ചെയ്താൽ, നിങ്ങൾ ആകസ്മികതയുടെ യഥാർത്ഥ സത്തയെ ലംഘിക്കുന്നു. തുടർച്ചയായി 15 വിജയങ്ങൾ നൽകാതിരിക്കുന്നതാണ് ആകസ്മികതയുടെ സ്വാഭാവിക അവസ്ഥ.

ഒരു ആഫ്രിക്കൻ വന്യസിംഹത്തെ ലാസ് വെഗാസ് മാജിക് ആക്ടിൽ അവതരിപ്പിക്കാൻ മെരുക്കുമ്പോൾ, സിംഹം അതിന്റെ യഥാർത്ഥ സത്ത ലംഘിക്കാൻ പരിശീലിപ്പിക്കപ്പെടുന്നു. സിംഹം സ്വാഭാവികമായും വന്യനാകാൻ ആഗ്രഹിക്കുന്നു, വേട്ടയാടുക, കൊല്ലുക, ഇരതേടുക, ഇണചേരുക. സിംഹം അതിന്റെ സ്വാഭാവികതയിലേക്ക് മടങ്ങാൻ ആഗ്രഹിക്കുന്നു, അതുകൊണ്ടാണ് ചില പ്രൗഢിയുള്ള മാന്ത്രികന്മാരുടെ തല കടിച്ചെടുക്കപ്പെടുന്നത്. യഥാർത്ഥ സത്തയുടെ നിയമങ്ങളെ വളച്ചൊടിക്കണമെങ്കിൽ നിങ്ങൾ നിപുണനായിരിക്കണം.

അതുപോലെ, റോഡ് മാപ്പുകൾ ഓരോന്നിനും ദാരിദ്ര്യത്തിലേക്ക്, മിതത്വത്തിലേക്ക്, അല്ലെങ്കിൽ സമ്പത്തിലേക്ക് നയിക്കുന്ന ഒരു യഥാർത്ഥ സത്തയുണ്ട്. ഉദാഹരണത്തിന്, നിങ്ങൾ നടപ്പാത പിന്തുടരുകയാണെങ്കിൽ, നിങ്ങൾ ദാരിദ്ര്യത്തിൽ അവസാനിക്കുവാനാണ് സാധ്യത. ഏതൊരു ഭൂപടത്തിലൂടെയും സമ്പത്ത് സാധ്യമാകുന്നതുകൊണ്ട്, ഭൂപടത്തിന്റെ സത്തയിൽനിന്നുള്ള വ്യതിചലനം സാധ്യതകളെ ധിക്കരിക്കുന്നത് പോലെയാണ് : റൗലറ്റ് ടേബിളിൽ ആറ് മണിക്കൂർ ചൂതാട്ടം നടത്തി വിജയിക്കുന്നതുപോലെ.

ഓരോ റോഡ് മാപ്പിലും "വഴികാട്ടി തൂണുകളായി" അല്ലെങ്കിൽ "മസ്തിഷ്ക തൂണുകൾ" ആയി പ്രവർത്തിക്കുകയും ഒരു റോഡ് മാപ്പിലേതുപോലെ ദിശാസൂചനയും പ്രവർത്തനങ്ങളും നൽകുകയും ചെയ്യുന്ന പ്രധാന മാനസികാവസ്ഥകൾ അടങ്ങിയിരിക്കുന്നു. ആ മസ്തിഷ്ക തൂണുകൾ ഇവയാണ് :

കടത്തിന്റെ ധാരണ : കടം നിങ്ങളെ നിയന്ത്രിക്കുന്നുണ്ടോ അതോ നിങ്ങൾ കടത്തെ നിയന്ത്രിക്കുന്നുണ്ടോ? അല്ലെങ്കിൽ, നിങ്ങൾക്ക് കടം ഉണ്ടോ?

സമയ ധാരണ : നിങ്ങളുടെ സമയം എങ്ങനെ വിലമതിക്കുകയും പരിഗണിക്കുകയും ചെയ്യുന്നു? സമൃദ്ധമാണോ? ക്ഷണികമാണോ? അപ്രസക്തമാണോ? നിങ്ങൾ സമയത്തിനായി ജോലി ചെയ്യുന്നുണ്ടോ? അതോ സമയം നിങ്ങൾക്കായി പ്രവർത്തിക്കുന്നുണ്ടോ?

വിദ്യാഭ്യാസ ധാരണ : നിങ്ങളുടെ ജീവിതത്തിൽ വിദ്യാഭ്യാസത്തിന് എന്ത് പങ്കാണുള്ളത്? അതിനൊരു പങ്കുണ്ടോ?

സാമ്പത്തിക ധാരണ : നിങ്ങളുടെ ജീവിതത്തിൽ പണത്തിന്റെ സ്ഥിരസ്ഥിതി സ്ഥാനം എന്താണ്? പണം ഒരു ഉപകരണമോ അതോ കളിപ്പാട്ടമോ? സമൃദ്ധമോ വിരളമോ?

പ്രാഥമിക വരുമാന സ്രോതസ്സ് : വരുമാനം സൃഷ്ടിക്കുന്നതിനുള്ള നിങ്ങളുടെ പ്രാഥമിക മാർഗ്ഗം എന്താണ്?

പ്രാഥമിക സമ്പത്ത് ത്വരകം : നിങ്ങൾ എങ്ങനെയാണ് നിങ്ങളുടെ ആസ്തി ത്വരിതപ്പെടുത്തുന്നത്, കൂടാതെ സമ്പത്ത് സൃഷ്ടിക്കുന്നത്? അതോ നിങ്ങൾ സൃഷ്ടിക്കുന്നുണ്ടോ?

സമ്പത്തിന്റെ ധാരണ : നിങ്ങൾ എങ്ങനെയാണ് സമ്പത്തിനെ നിർവ്വചിക്കുന്നത്?

സമ്പത്ത് സമവാക്യം : സമ്പത്ത് ശേഖരിക്കുന്നതിനുള്ള നിങ്ങളുടെ ഗണിത പദ്ധതി എന്താണ്? നിങ്ങളുടെ സമ്പത്ത് പ്രപഞ്ചത്തിന്റെ ഭൗതികശാസ്ത്രത്തിന് ഏത് സമ്പത്ത് സമവാക്യമാണ്?

ലക്ഷ്യസ്ഥാനം : ഒരു ലക്ഷ്യസ്ഥാനം ഉണ്ടോ? അങ്ങനെയാണെങ്കിൽ, അത് എങ്ങനെ കാണപ്പെടുന്നു?

ഉത്തരവാദിത്തവും നിയന്ത്രണവും : നിങ്ങളുടെ ജീവിതത്തിന്റെയും സാമ്പത്തികത്തിന്റെയും നിയന്ത്രണം നിങ്ങളുടെ കൈയിൽ ആണോ?

ജീവിതവീക്ഷണം : നിങ്ങളുടെ ജീവിതം എങ്ങനെയാണ് നിങ്ങൾ ജീവിക്കുന്നത്? നിങ്ങൾ ഭാവിയെക്കുറിച്ച് ആസൂത്രണം ചെയ്യുന്നുണ്ടോ? നാളെക്കുവേണ്ടി ഇന്ന് ഉപേക്ഷിക്കേണ്ടി വരുന്നോ? അതോ നാളെ ഇന്നത്തേക്ക് വേണ്ടിയോ?

റോഡ് മാപ്പുകൾക്ക് അതിന്റേതായ ഒരു പ്രപഞ്ചം തന്നെയുണ്ട്

ഓരോ റോഡ് മാപ്പും ഒരു പ്രത്യേക ഗണിത സൂത്രവാക്യങ്ങൾക്ക് കീഴിലാണ് പ്രവർത്തിക്കുന്നത്, നിങ്ങൾക്ക് സമ്പത്ത് സൃഷ്ടിക്കാൻ കഴിയുന്ന വേഗത നിർണ്ണയിക്കുന്ന സമവാക്യം. ഐൻസ്റ്റീന്റെ $E=MC^2$ ഭൗതികശാസ്ത്രം നിയന്ത്രിക്കുന്നതുപോലെ ഈ സൂത്രവാക്യങ്ങൾ നിങ്ങളുടെ സാമ്പത്തിക പ്രപഞ്ചത്തെ നിയന്ത്രിക്കുന്നു. നമ്മുടെ പ്രപഞ്ചം. ഭൗതികശാസ്ത്രം ഗണിതശാസ്ത്രപരമായ കേവലതകളാൽ ബന്ധിക്കപ്പെട്ടിരിക്കുന്നതിനാൽ, അങ്ങനെയാണ് സമ്പത്തിലേക്കുള്ള നിങ്ങളുടെ സമവാക്യങ്ങളും (സാധ്യതകളും).

നിങ്ങൾ തിരഞ്ഞെടുത്ത റോഡ് മാപ്പിന്റെ "പ്രപഞ്ചത്തിൽ" നിന്നാണ് സമ്പത്ത് ത്വരിതപ്പെടുത്തലിന്റെ വേഗത വികസിക്കുന്നതും ഈ പ്രപഞ്ചങ്ങൾക്കുള്ളിലാണ് നിങ്ങളുടെ സാമ്പത്തിക പദ്ധതി ത്വരിതപ്പെടുത്തുകയോ സ്തംഭിക്കുകയോ ചെയ്യുന്നതും. ഓരോ ട്രാക്കിനും അതിന്റേതായ വേഗതയും നിയമങ്ങളുമുള്ള ഒരു റെയിൽവേ ട്രാക്കായി ഇതിനെ സങ്കൽപ്പിക്കുക. 20 mph അല്ലെങ്കിൽ 200 mph വേഗത അനുവദിക്കുന്ന ഒരു ട്രാക്കിൽ നിങ്ങൾക്ക് കയറാം.

നിങ്ങളുടെ സാമ്പത്തികസ്ഥിതിയിൽ നിങ്ങൾ അസന്തുഷ്ടനാണെങ്കിൽ, ഉടൻതന്നെ റോഡ് മാപ്പുകൾ മാറ്റി നിങ്ങൾക്ക് നിങ്ങളുടെ പ്രപഞ്ചം മാറ്റാൻ കഴിയും. എന്നിരുന്നാലും, നിങ്ങൾക്ക് റോഡ് മാപ്പുകൾ മാറ്റുന്നതിന് മുൻപ്, നിങ്ങൾ അവയെ മനസ്സിലാക്കണം. അടുത്ത മൂന്ന് ഭാഗങ്ങളിൽ നമുക്ക് റോഡ് മാപ്പുകൾ വിഭജിക്കാം : സൈഡ് വാക്ക്, സ്ലോ ലെയ്ൻ, ഫാസ്റ്റ് ലെയ്ൻ.

അധ്യായ സംഗ്രഹം : ഫാസ്റ്റ്ലെയ്ൻ പ്രത്യേകതകൾ

- മാറ്റം നിർബന്ധമാക്കാൻ, മാറ്റം നിങ്ങളുടെ വിശ്വാസങ്ങളിൽ നിന്നായിരിക്കണം, നിങ്ങളുടെ റോഡ് മാപ്പ് ആ വിശ്വാസങ്ങളെ ചുറ്റിപ്പറ്റിയാണ്.
- ഓരോ റോഡ് മാപ്പും ഒരു സമ്പത്തിന്റെ സമവാക്യത്താൽ നിയന്ത്രിക്കപ്പെടുന്നു, അത് സാമ്പത്തികമായി ലക്ഷ്യസ്ഥാനത്ത് എത്താൻ സ്വാധീനം ചെലുത്തുന്നു. നടപ്പാതയിലൂടെ ദാരിദ്ര്യത്തിലേക്ക്, സാമാന്യതയിലേക്കുള്ള സ്ലോ ലെയ്ൻ, ഫാസ്റ്റ് ലെയ്നിലൂടെ സമ്പത്തിലേക്ക്.

ഭാഗം 3

ദാരിദ്ര്യം : നടപ്പാതയുടെ റോഡ് മാപ്പ്

ഏറ്റവും കൂടുതൽ ഉപയോഗിച്ച വഴി : നടപ്പാത

മറ്റുള്ളവരുടെ വിശ്വാസങ്ങളിൽനിന്ന് വ്യത്യസ്തമായ വിശ്വാസങ്ങളുള്ള ആദ്യ വ്യക്തി നിങ്ങളാണെങ്കിൽ, നിങ്ങൾ അടിസ്ഥാനപരമായി പറയുന്നത്, "ഞാൻ ശരിയാണ്, മറ്റുള്ളവരെല്ലാം തെറ്റാണ്." അത് വളരെ അസുഖകരമായ ഒരു സ്ഥിതിയാണ്. ഇത് ഒരേസമയം ആഹ്ളാദകരവും, സ്വയം ആക്രമിക്കപ്പെടാനുള്ള ക്ഷണവുമാണ്.

—ലാറി എല്ലിസൺ

നടപ്പാതയുടെ റോഡ് മാപ്പ്

ഭൂരിഭാഗം ആളുകളും ആജീവനാന്ത കാൽനടയാത്രക്കാരാണ്, സൈഡ് വാക്ക് റോഡ് മാപ്പിന്റെ അനുയായികളാണ്. സൈഡ് വാക്കാണ് ഏറ്റവുമധികം ആളുകൾ പിന്തുടരുന്ന പ്ലാൻ, കൂടുതൽ സുരക്ഷിതമായ നാളെക്ക് പകരം ഇന്നത്തെ സന്തോഷത്തിനായുള്ള ഒരു കരാർ.

തകർന്ന ഒരു വ്യക്തിയിൽനിന്ന് കേവലം ഒരു സ്ഥാനം മുകളിലാണ് നടപ്പാതയിലുള്ള വ്യക്തി നിലനിൽക്കുന്നത്. ഒരു ധാരാളിത്തമോ, പരാജയമോ അയാളെ തകർത്തെറിഞ്ഞേക്കാം. പാപ്പരത്തത്തിൽനിന്ന് കേവലം ഒരു പടി മുന്നിൽ. ജോലി നഷ്ടപ്പെട്ടു, ഇതാ പാപ്പരായി. നടപ്പാതയിലെ യാത്രക്കാരിൽ, ഭവനരഹിതരായിരിക്കുന്നവരിൽ, കടക്കാരായവരിൽ അല്ലെങ്കിൽ സ്വന്തക്കാരുടെ ബേസ്മെന്റിൽ താമസിക്കുന്നവരിൽനിന്നുള്ള ഒരാളായിരിക്കാം നിങ്ങൾ എല്ലായ്പ്പോഴും.

അതെ, ചില നടപ്പാതക്കാർ യഥാർത്ഥത്തിൽ വലിയ വരുമാനം നേടുന്നു, എന്നാൽ അവരാരും ഒരിക്കലും യഥാർത്ഥ സമ്പത്ത് സമ്പാദിക്കുന്നില്ല. വൈരുദ്ധ്യം നിങ്ങളെ കബളിപ്പിക്കാൻ അനുവദിക്കരുത്. നടപ്പാതയിലൂടെ സമ്പത്തിലേക്കുള്ള വഴിയിൽ പുറത്തോട്ടുള്ള വഴി ഇല്ല – ആസന്നമായ വിനാശത്തെ സൂചിപ്പിക്കുന്ന ഒരു "ഡെഡ് എൻഡ്" അടയാളം മാത്രം. പാപ്പരത്തത്തിലോ കണക്കുകൂട്ടൽ പിഴക്കുന്നതിലോ അവസാനിക്കുന്ന ഒരു സാമ്പത്തിക ട്രെഡ്മിൽ ആണ് സൈഡ് വാക്കറുടെ റോഡ് മാപ്പ്.

എങ്ങനെയാണ് നടപ്പാതയിലെ യാത്രക്കാരൻ?

ഒരു നടപ്പാത യാത്രക്കാരന്റെ സാമ്പത്തിക ലക്ഷ്യസ്ഥാനം നിലവിലില്ല. പദ്ധതികളൊന്നുമില്ലാത്തതാണ് ഈ പദ്ധതി. ലഭിക്കാൻ സാധ്യതയുള്ള ബാക്കി പണം അടുത്തതെന്തെങ്കിലും വാങ്ങുവാനായി, അടുത്ത യാത്രയ്ക്കായി, അടുത്ത പുതിയ കാർ വാങ്ങുവാനായി, അടുത്ത ഫാഷനബിൾ ശൈലികൾ അല്ലെങ്കിൽ അടുത്ത ഹോട്ട് ഫാഷൻ എന്നിവയ്ക്കായി ഉടൻ ചെലവഴിക്കുന്നു. അടിയന്തിരവും തൃപ്തികരമല്ലാത്തതുമായ ആവശ്യം, ആനന്ദം, പ്രതിച്ഛായ, തൽക്ഷണ സംതൃപ്തി എന്നിവയാൽ "ജീവിതശൈലിയുടെ അടിമത്തത്തിൽ" അശ്രദ്ധമായി കുടുങ്ങിപ്പോയത് നടപ്പാതക്കാരാണ്. ഇത് ത്വരിതപ്പെടുന്ന ഉപഭോഗ ചക്രം ശാശ്വതമാക്കുന്നു, കൂടിവരുന്ന ഭാരത്തിന്റെ വേഗത, നടപ്പാതയിലെ യാത്രക്കാരെ ജോലിയിലോ ബിസിനസ്സിലോ എന്നെന്നേക്കുമായി അടിമത്തപ്പെടുത്തുന്നു.

ഏറ്റവും കൂടുതൽ സഞ്ചരിക്കുന്ന വഴിയാണ് നടപ്പാത. കാരണം, ഇത് ഏറ്റവും കുറഞ്ഞ പ്രതിരോധത്തിന്റെ പാതയാണ്. അതിന്റെ സൈറൺ ഗാനം തൽക്ഷണ സംതൃപ്തിയാണ്. പണം അപകടകരമായ ഒരു വസ്തുവാണ്, അത് ആഴ്ചയിലെ ഏറ്റവും പുതിയ പരിഹാരത്തിനായി പെട്ടെന്നുതന്നെ കൈമാറ്റം ചെയ്യുന്നു. നടപ്പാതക്കാർ എങ്ങനെ ജീവിക്കുന്നു, ചിന്തിക്കുന്നു എന്നതിന് സാക്ഷ്യം വഹിക്കാൻ ആഗ്രഹിക്കുന്നുവോ? *ജഡ്ജി ജൂഡി* എന്ന ടെലിവിഷൻ ഷോ ഏതാനും മണിക്കൂറുകൾ കാണുക. പെൺമക്കൾ $100-നുവേണ്ടി അമ്മമാർക്കെതിരെ കേസ് കൊടുക്കുന്നു, ഉത്തരവാദിത്തം നിഷേധിക്കുന്ന ആളുകൾ, അനന്തരഫലമോ അജ്ഞത, ആളുകൾ വാടക മാപ്പാക്കാൻ ആഗ്രഹിക്കുന്നു. ഗൗരവമായി, ഷോയുടെ പേര് *ലൈഫ് ഫ്രം ദി സൈഡ് വാക്ക്* എന്ന് പുനർനാമകരണം ചെയ്യണം.

നടപ്പാതക്കാരുടെ മസ്തിഷ്കസൂചകങ്ങൾ

നടപ്പാതക്കാരുടെ റോഡ് മാപ്പിൽ അവരുടെ പ്രവർത്തനങ്ങളെ പ്രേരിപ്പിക്കുന്ന പെരുമാറ്റ സവിശേഷതകൾ അടങ്ങിയിരിക്കുന്നു. ഈ മാനസികാവസ്ഥകൾ നടപ്പാതക്കാരെ ജീവിതത്തിലൂടെ നയിക്കുന്ന സൈൻപോസ്റ്റുകൾ അല്ലെങ്കിൽ "മൈൻഡ്പോസ്റ്റുകൾ" ആണ്.

കടത്തെ പറ്റിയുള്ള ധാരണ : *ഇപ്പോൾ സാധനങ്ങൾ വാങ്ങാൻ കടം എന്നെ അനുവദിക്കുന്നു! ക്രെഡിറ്റ് കാർഡുകൾ, ഏകീകരണ ലോണുകൾ, കാർ പേയ്മെന്റുകൾ – ഇവ എന്റെ വരുമാനത്തിന്റെ പൂരകങ്ങളാണ്, ഇന്നത്തെ ജീവിതം ആസ്വദിക്കാൻ എന്നെ അത് സഹായിക്കുകയും ചെയ്യുന്നു! എനിക്കിത് എപ്പോൾ ആവശ്യമുണ്ടോ, അപ്പോൾ തന്നെ കിട്ടാൻ പോകുന്നു.*

സമയത്തെക്കുറിച്ചുള്ള ധാരണ : *സമയം സമൃദ്ധമാണ്, നാളെയെപ്പറ്റി ചിന്തയില്ലാതെ ഞാൻ പണം ചെലവഴിക്കുന്നു. പോട്ടെ, ഒരുപക്ഷേ, ഞാൻ രണ്ടാഴ്ചക്കുള്ളിൽ മരിച്ചേക്കാം, നിങ്ങൾക്ക് അത് നിങ്ങളോടൊപ്പം കൊണ്ടുപോകാൻ കഴിയില്ല!*

വിദ്യാഭ്യാസത്തെക്കുറിച്ചുള്ള ധാരണ : *ഞാൻ ബിരുദം നേടിയപ്പോൾ വിദ്യാഭ്യാസം പൂർത്തിയായി, ഹുറേയ്!*

സമ്പത്തിനെക്കുറിച്ചുള്ള ധാരണ : *നിങ്ങളുടെ കൈവശമുണ്ടെങ്കിൽ, മോടി പ്രകടിപ്പിച്ചോളൂ! ബുദ്ധിമുട്ടുകൾ വരുമെന്നുകരുതി എന്തിനാണ് ലാഭിക്കുന്നത്? ഞാൻ*

സമ്പാദിക്കുന്ന ഓരോ പൈസയും ഞാൻ ചിലവഴിച്ചു, എന്റെ എല്ലാ ബില്ലുകളും കൃത്യസമയത്ത് തന്നെ അടയ്ക്കുന്നു; അത് ഉത്തരവാദിത്വമുള്ള ധനപരമായ കാര്യമല്ലേ?

വരുമാനത്തിന്റെ പ്രാഥമിക സ്രോതസ്സ് : *ഏത് ജോലിയാണോ ഏറ്റവും കൂടുതൽ പണം നൽകുന്നത് ഞാൻ അത് ചെയ്യും. എല്ലാം പണത്തിന്റെ കളിയാണ് കുഞ്ഞേ!*

പ്രൈമറി വെൽത്ത് ആക്സിലറേറ്റർ : *മൊത്തം മൂല്യം? ഞാൻ കാസിനോയിൽ പോകുന്നു, ഞാൻ ലോട്ടറി ടിക്കറ്റ് വാങ്ങുന്നു, ഒപ്പം ഒരു ഇൻഷുറൻസ് കമ്പനിക്കെതിരെ എനിക്ക് സജീവമായ ഒരു കേസുണ്ട്... ഇതിനൊന്നും ഒരു വിലയുമില്ലേ?*

സമ്പത്തിന്റെ ധാരണ : *ഏറ്റവും കൂടുതൽ കളിപ്പാട്ടങ്ങളുമായി മരിക്കുന്നയാളാണ് വിജയി!*

സമ്പത്തിന്റെ സമവാക്യം : *സമ്പത്തിന്റെ എന്റെ സൂത്രവാക്യം (സമ്പത്ത് = വരുമാനം + കടം).*

ലക്ഷ്യസ്ഥാനം : *ലക്ഷ്യസ്ഥാനം? ഞാൻ ഇന്നിനായി ജീവിക്കുന്നു, നാളെയെക്കുറിച്ച് എനിക്ക് വിഷമിക്കാനാവില്ല.*

ഉത്തരവാദിത്തവും നിയന്ത്രണവും : *എനിക്ക് മോശമായതെല്ലാം സംഭവിക്കുന്നു. ആ മനുഷ്യൻ എന്നെ താഴേക്ക് വലിച്ചിടുന്നു. വ്യവസ്ഥിതി എനിക്ക് എതിരാണ്. ഞാനൊരു ഇരയാണ്. അത് മറ്റാരുടെയോ തെറ്റാണ്.*

ജീവിതത്തിന്റെ ധാരണ : *ഇന്ന് ജീവിക്കുക, നാളെ നരകത്തിലേക്ക് ആയാലും ശരി. 30 ദിവസത്തിൽ കൂടുതൽ ആസൂത്രണം ചെയ്യാൻ കഴിയാത്തത്ര ചെറുതാണ് ജീവിതം. നിങ്ങൾക്ക് ഇത് നിങ്ങളോടൊപ്പം കൊണ്ടുപോകാൻ കഴിയില്ല! നിങ്ങൾ ഒരിക്കൽ മാത്രം ചെറുപ്പമാണ്! കൂടാതെ, എന്നെങ്കിലും ഒരിക്കൽ ഞാൻ വിജയം നേടിയെടുക്കും.*

അസ്വസ്ഥതപ്പെടുത്തുന്ന നടപ്പാത വസ്തുതകൾ

ഈ സാങ്കൽപ്പിക മൈൻഡ്പോസ്റ്റുകളും അവയുടെ വ്യാഖ്യാനങ്ങളും പരിഹാസ്യമായി തോന്നുമെങ്കിലും, അങ്ങനെയല്ല. ഡാറ്റാ നോക്കിയാൽ മതി. റിപ്പോർട്ടുകൾ വായിക്കുക. യുഎസ് സെൻസസ് ബ്യൂറോ 2017-ൽ പ്രസിദ്ധീകരിച്ചതും 2014-ൽ നടത്തിയതുമായ പഠനപ്രകാരം (2013-നെക്കുറിച്ച്, 2001-ലെയും 2008-ലെയും സാമ്പത്തിക കമിളയിൽനിന്ന് സുഖം പ്രാപിച്ച് വർഷങ്ങൾക്കുശേഷം), അസ്വസ്ഥമാക്കുന്ന വസ്തുതകൾ ഇതാ :

- 55 വയസ്സിന് താഴെയുള്ള ഒരു വ്യക്തിക്ക്, മൊത്തം ആസ്തി പൂജ്യമായോ അല്ലെങ്കിൽ നെഗറ്റീവ് ആസ്തിയോ ഉണ്ടായിരിക്കാൻ 69.7% സാധ്യതയുണ്ട്.
- യുണൈറ്റഡ് സ്റ്റേറ്റ്സിൽ ആകെയുള്ളതിൽനിന്നും 54% കുടുംബങ്ങൾക്കും $100,000-ൽ താഴെ മാത്രമാണ് മൊത്തം മൂല്യമുള്ളത്.
- "35 വയസ്സിന് താഴെയുള്ള" കുടുംബങ്ങളിൽ 83%-നും 100,000 ഡോളറിൽ താഴെയാണ് ആസ്തിയുള്ളത്.

- 35-44 പ്രായപരിധിയിലുള്ള ഒരു വ്യക്തിയുടെ ശരാശരി ആസ്തി, ഭവനത്തിന്റെ ഉടമസ്ഥത ഒഴികെ $18,197 ആണ്.
- 45-54 വയസ്സ് പ്രായമുള്ള ഒരു വ്യക്തിക്ക് ഭവനത്തിന്റെ ഉടമസ്ഥത ഒഴികെയുള്ള ശരാശരി ആസ്തി $38,626 ആണ്.

2016-ലെ സെൻസസ് ബ്യൂറോ ഡാറ്റാ പ്രകാരം, വരുമാനം നേടിയവരിൽ 61% ആളുകളും പ്രതിവർഷം $75,000-ൽ താഴെ സമ്പാദിച്ചു. ഈ ഡാറ്റാ ബോട്ടോക്സിൻ കുത്തിവയ്പുകൾക്കും ആഡംബര ജർമ്മൻ സെഡാനുകളുടെയും പിന്നിലെ വൃത്തികേട് മറനീക്കുന്നു : നടപ്പാതക്കാരാണ് ഭൂരിപക്ഷം. പ്രായപൂർത്തിയായവരിൽ 60% പേരും നടപ്പാതയിലാണ് ജീവിതം നയിക്കുന്നത്. അതെ, ലോകം സാമ്പത്തിക ഭ്രമവാദികളാൽ നിറഞ്ഞിരിക്കുന്നു. അവസാന സാമ്പത്തിക കുമിളകളിൽനിന്നുള്ള വീണ്ടെടുക്കലിന് ശേഷമാണിത്. 2008-ലെ സാമ്പത്തിക മാന്ദ്യത്തിന് തൊട്ടുപിന്നാലെ, 85% അമേരിക്കൻ കുടുംബങ്ങൾക്ക് പൂജ്യമോ നെഗറ്റീവ് ആസ്തിയോ ഉണ്ടാകുമായിരുന്നെങ്കിൽ അത് എന്നെ അത്ഭുതപ്പെടുത്തില്ല. എന്നാൽ, നിങ്ങൾ അവരുടെ ഫ്ലാറ്റ് സ്ക്രീൻ HDTV-കളിലേക്ക് 650 കേബിൾ ചാനലുകൾ സ്ട്രീം ചെയ്യുന്നുണ്ടെന്ന് വാതുവെയ്ക്കാം. നിങ്ങൾക്ക് 35 വയസ്സിന് മുകളിൽ പ്രായവും, $19,000-ൽ താഴെ ആസ്തിയുമേ ഉള്ളുവെങ്കിൽ ഞാൻ തുറന്നുപറയട്ടെ : നിങ്ങൾ ചെയ്യുന്നത് പ്രാവർത്തികമാകുന്നില്ല. നിങ്ങൾക്ക് ഒരു പുതിയ റോഡ് മാപ്പ് ആവശ്യമാണ്.

നടപ്പാതക്കാരുടെ നിലവാരം : മോശം വരുമാനം

"പാവപ്പെട്ട വരുമാനക്കാരായ" നടപ്പാതക്കാർ മുഖ്യധാരാ ജനസംഖ്യയിലുള്ളവരും താഴെ മുതൽ മധ്യവർഗ്ഗം വരെ പ്രതിഫലിപ്പിക്കുന്നവരുമാണ്. ഈ നടപ്പാതക്കാർ മിതമായ ശമ്പളത്തിന് ജോലിചെയ്യുകയും എല്ലാ കളിപ്പാട്ടങ്ങളും കൈവശം വെയ്ക്കുകയും ചെയ്യുന്നു. എന്നാൽ ചെറിയ തോതിലുള്ള നീക്കിയിരുപ്പ് മാത്രേ ഉള്ളൂ, റിട്ടയർമെന്റ് പ്ലാനും ഇല്ല. അവരുടെ ഭാവി ജീവിതശൈലിയെ മുൻനിർത്തി പണയപ്പെടുത്തിയിരിക്കയാണ്, പ്രതിമാസ പണമടക്കൽ നിർണ്ണയിക്കുന്ന ഏതൊരു അമിതഭാരത്തിനാലും. ഓരോ പൈസയും ഇതിനായി സംസാരിക്കുന്നു : കാർ പേയ്മെന്റുകൾ, വസ്ത്രങ്ങൾ അല്ലെങ്കിൽ പണം പിരിവുകാരെ അകറ്റി നിർത്താനായി.

നിങ്ങൾ ഈ വഴിയാണ് ജീവിക്കുന്നത് എങ്കിൽ, നിങ്ങൾ ഒരു പാറക്കെട്ടിന്റെ അതിർത്തിയിൽ ഒരു ഇടുങ്ങിയ റോഡിൽ സാമ്പത്തിക റെഡ് ലൈനിലാണ് ഡ്രൈവ് ചെയ്യുന്നത്. വഴിനടക്കുന്നവർക്ക് വലിയ പ്രതീക്ഷയില്ല, കാരണം അവരുടെ റോഡ് മാപ്പ് സംതൃപ്തി, സ്വാർത്ഥത, നിരുത്തരവാദിത്തം എന്നിവയാൽ കേടായിരിക്കുന്നു. ഈ പ്രശ്നകരമായ സ്വഭാവം സമ്പത്തിനെ പിന്തിരിപ്പിക്കുകയും അമിതഭാരമുള്ള ആതിഥേയരുടെമേൽ ആശ്രിതത്വം ഊന്നിപ്പറയുകയും ചെയ്യുന്നു : നികുതിദായകർ, തൊഴിലുടമകൾ, സുഹൃത്തുക്കൾ, മാതാപിതാക്കൾ, പ്രിയപ്പെട്ടവർ. "ജീവിതം ചെറുതാണ്. എന്റെ വഴിയിൽനിന്ന് മാറുക അല്ലെങ്കിൽ നിങ്ങൾക്ക് മുകളിലൂടെ പോകും!" എന്നത് വരുമാനം കുറഞ്ഞ നടപ്പാതക്കാർ യുക്തിസഹമാക്കുന്നു.

നടപ്പാതക്കാരുടെ ലക്ഷണങ്ങൾ : നിങ്ങൾ അതിൽ ഉണ്ടോ?

ഹൈസ്കൂളിലോ കോളേജിലോ നിന്ന് വിദ്യാഭ്യാസം നേടിയശേഷം നിങ്ങൾ കൂടുതൽ പഠിച്ചിട്ടില്ല.

"ഞാൻ സ്കൂൾ പൂർത്തിയാക്കി, ഹുറേ!"

നിങ്ങൾ ഇടയ്ക്കിടെ ജോലി മാറും.

"നോക്കൂ, എംജെ, ഈ ജോലിക്ക് കൂടുതൽ ശമ്പളം കിട്ടുന്നതിനാൽ ഞാൻ പോയി."

പണമുള്ള ആളുകൾക്ക് സമ്പന്നരായ മാതാപിതാക്കളോ ഭാഗ്യമോ എളുപ്പ വഴികളോ ഉള്ളതുകൊണ്ടാണ് അത് ലഭിച്ചത് എന്നാണ് നിങ്ങൾ കരുതുന്നത്.

"എനിക്ക് ബുദ്ധിമുട്ടായിരുന്നു. എന്റെ മാതാപിതാക്കൾ കോളേജിൽ പഠിക്കാൻ പണം നൽകിയിരുന്നെങ്കിൽ എനിക്ക് ഒരു നല്ല ജീവിതം ലഭിക്കുമായിരുന്നു. ഒരു പരുക്കൻ ബാല്യമായിരുന്നു എന്റേത്. പണമുള്ള ആളുകൾക്ക് ഒന്നും അറിയില്ല."

നിങ്ങൾ എളുപ്പത്തിൽ മതിപ്പുളവാക്കുകയും മതിപ്പുളവാക്കാൻ ശ്രമിക്കുകയും ചെയ്യുന്നു.

"എനിക്ക് ഡിസൈനർ പേഴ്സുകൾ, ജർമ്മൻ കാറുകൾ, ഇറ്റാലിയൻ വസ്ത്രങ്ങൾ, നല്ല ഇനത്തിലുള്ള നായ്ക്കൾ എന്നിവ ഇഷ്ടമാണ്. പണത്തിനു വേണ്ടി ഞാൻ കഠിനാധ്വാനം ചെയ്യുന്നു, ഞാൻ അത് അർഹിക്കുന്നു!"

കടത്തിന്റെ ആധിക്യത്താൽ നിങ്ങൾ മോശം അവസ്ഥയിലാണ്.

"ഞാൻ എന്റെ ബില്ലുകൾ കൂടുതലായി സമയത്തുതന്നെ അടക്കുന്നു... എന്റെ നിയന്ത്രണത്തിന് പുറത്തുള്ള സാഹചര്യങ്ങൾ കാരണം എനിക്ക് എല്ലായ്പ്പോഴും കൃത്യസമയത്ത് പണമടയ്ക്കാൻ കഴിയില്ലെന്നു മാത്രം. കൂടാതെ, ബാങ്കുകളും ജനസഹായ കമ്പനികളും വലുതും സമ്പന്നവുമാണ് – അവരാണ് ശത്രുക്കൾ."

നിങ്ങൾക്ക് സ്വയം എങ്ങനെ മാറാം എന്നതിൽ ശ്രദ്ധ കേന്ദ്രീകരിക്കുന്നതിനു പകരം വ്യവസ്ഥിതി മാറ്റാൻ നിങ്ങൾ രാഷ്ട്രീയക്കാരിലും സർക്കാരിലും വിശ്വാസം അർപ്പിക്കുന്നു.

"ഒരു വലിയ സർക്കാരാണ് പരിഹാരം. കൂടുതൽ നിയന്ത്രണം, കൂടുതൽ പ്രോഗ്രാമുകൾ എന്നിവയും അതിലേറെയും സേവനങ്ങളും. സർക്കാർ ജനങ്ങളെ സേവിക്കണം. സമ്പന്നർ അവരുടെ ഭാഗ്യത്തിന് നികുതിയായി കൂടുതൽ പണം നൽകണം – അവർക്ക് അത് താങ്ങാൻ കഴിയും, എനിക്ക് കഴിയില്ല!"

പണയം വെയ്ക്കുന്ന കടകൾ, വേതനം കിട്ടുമ്പോൾ കടം അടച്ചുതീർക്കുന്ന കടകൾ, ക്രെഡിറ്റ് കാർഡുകൾ എന്നിവ അനുബന്ധ വരുമാനത്തിനുള്ള മാർഗ്ഗമായി

നിങ്ങൾ കാണുന്നു.

"പലചരക്ക് സാധനങ്ങൾക്ക് അടുത്ത ശമ്പളം വരെ കാത്തിരിക്കാനാവില്ല – എന്റെ കുടുംബം ഭക്ഷണം കഴിക്കണം! കൂടാതെ, ഒരു പൗണ്ടിന് 22 ഡോളറിന് ഞണ്ടിന്റെ കാലുകൾ വിൽക്കുന്നുണ്ട്."

നിങ്ങൾ ഒരു തവണയെങ്കിലും പാപ്പരത്തത്തിലേക്ക് നയിക്കപ്പെട്ടു.

"ഇത് എന്റെ തെറ്റല്ല – ഞാൻ എന്നെത്തന്നെ അതിരുകടന്നു, എന്റെ ജോലി നഷ്ടപ്പെടുമെന്ന് പ്രതീക്ഷിച്ചിരുന്നില്ല. ഞാൻ ഒരു മാന്ദ്യം പ്രതീക്ഷിച്ചില്ല. പാപ്പരത്തത്തെക്കുറിച്ച് എനിക്ക് വിഷമമില്ല, കാരണം അത് എന്റെ ചരിത്രം തുടച്ചുനീക്കുന്നു എനിക്ക് പുതിയതായി തുടങ്ങാം. മറ്റൊരു ക്രെഡിറ്റ് കാർഡിനായി ഞാൻ ഇതിനകം മുൻകൂട്ടി അംഗീകാരം നേടിയിട്ടുണ്ട്."

നിങ്ങൾ ശമ്പളം മുതൽ ശമ്പളം വരെ ജീവിക്കുന്നു.

"എല്ലാവരും അങ്ങനെയല്ലേ?"

ഒരു ബിസിനസ്സ് നിങ്ങൾക്ക് തെറ്റായ മാറ്റം നൽകുമ്പോൾ അനുകൂലമായി നിങ്ങൾക്ക് മുന്നറിയിപ്പ് നൽകില്ല.

"നിനക്ക് ഭ്രാന്താണോ? ഒരു ബിസിനസ്സ് കമ്പനിയുടെ പണമിടപാടിൽ പിഴവുപറ്റിയാൽ, ഞാൻ അത് സൂക്ഷിക്കുന്നു. അത് എന്റെ തെറ്റല്ല അവരുടെ ജോലിക്കാരന്റെ തെറ്റുകൊണ്ടാണ്."

സമ്പാദ്യമില്ലെങ്കിൽ നിങ്ങൾക്ക് നെഗറ്റീവ് ആസ്തിയുണ്ട്.

"എന്താണ് കാര്യം? നിങ്ങൾ എങ്ങനെയും ഒരു സേവിംഗ്സ് അക്കൗണ്ടിൽ 1% മാത്രമേ ഉണ്ടാക്കൂ, 2008-ൽ ഓഹരി വിപണിയിൽ നിക്ഷേപം നടത്തി ഏതാണ്ട് എല്ലാം നഷ്ടപ്പെട്ടവരെ നോക്കൂ. പരാജിതർ! കുറഞ്ഞത് ഞാൻ ഓരോ പൈസയും ചെലവഴിച്ചാൽ എനിക്ക് അത് നഷ്ടപ്പെടുത്താൻ കഴിയില്ല!"

നിങ്ങൾക്ക് കാർ ഇൻഷുറൻസ് ഇല്ല, ആരോഗ്യ ഇൻഷുറൻസ് ഇല്ല, കൂടാതെ പ്രതിബദ്ധതയില്ലാത്ത പങ്കാളികളുമായി നിങ്ങൾക്ക് സുരക്ഷിതമല്ലാത്ത ലൈംഗിക ബന്ധമുണ്ട്.

"എനിക്ക് എന്ത് പറയാൻ കഴിയും, ഞാൻ ഒരു റിസ്ക് എടുക്കുന്ന ആളാണ്. ഇൻഷുറൻസും ജനന നിയന്ത്രണവും പ്രധാനമാണെന്ന് എനിക്കറിയാം, അത് ഒരു മുൻഗണനയല്ല."

നിങ്ങൾ പതിവായി കാസിനോയിൽ ചൂതാട്ടം നടത്തുകയോ ലോട്ടറി ടിക്കറ്റുകൾ വാങ്ങുകയോ ചെയ്യുന്നു.

"ജയിക്കാൻ നിങ്ങൾ കളിക്കണം, അല്ലേ? സാധ്യതകൾ മറക്കുക – ഇത്തവണ വ്യത്യസ്തമാണ്, എനിക്കങ്ങനെ തോന്നുന്നു."

വെബ്സൈറ്റ് സെലിബ്രിറ്റി ഗോസിപ്പ് ബ്ലോഗുകൾ ഉൾപ്പെടെയുള്ള ഇതര യാഥാർത്ഥ്യങ്ങളിൽ നിങ്ങൾ മുഴുകുന്നു, ടെലിവിഷൻ, സ്പോർട്സ്, വീഡിയോ ഗെയിമുകൾ അല്ലെങ്കിൽ ടിവി സീരിയലുകൾ.

"എനിക്ക് അമേരിക്കൻ ഐഡൽ, വാക്കിംഗ് ഡെഡ്, ലോ ആൻഡ് ഓർഡർ എന്നിവ ഇഷ്ടമാണ്. തിങ്കളാഴ്ച മുതൽ വെള്ളിയാഴ്ച വൈകീട്ട് 6 മുതൽ രാത്രി 11 മണി വരെ, ഞാൻ എവിടെയായിരിക്കുമെന്ന് എനിക്ക് കൃത്യമായി അറിയാം."

നിങ്ങൾക്ക് "സമ്പന്നരാകുക" സ്കീമുകളിൽ പണം നഷ്ടപ്പെട്ടു.

"സമ്പത്തിലേക്ക് ഒരു എളുപ്പവഴി ഉണ്ടായിരിക്കണം. ഞാൻ ഈ ക്രിപ്റ്റോ കോയിൻ, പ്രോഗ്രാം/ഡിവിഡി സീരീസ്/അർദ്ധരാത്രിയിലെ പരസ്യത്തിലുള്ള ഉൽപ്പന്നം വാങ്ങുകയാണെങ്കിൽ എനിക്കാ രഹസ്യം ലഭിക്കും! എളുപ്പത്തിൽ സമ്പന്നനാകുന്നതിനുള്ള വഴി എവിടെയോ ഉണ്ട്!"

നിങ്ങൾ പണം ചോദിക്കുമ്പോൾ നിങ്ങളുടെ കുടുംബം നിങ്ങളെ നിരാശനാക്കുന്നു അല്ലെങ്കിൽ ഒരു പ്രഭാഷണം ലഭിക്കുമെന്ന് നിങ്ങൾക്കറിയാമെന്നതിനാൽ നിങ്ങൾ ചോദിക്കുന്നത് നിർത്തുന്നു.

"ഉഫ്, ഇത് വെറും $500 ആണ്. ഞാൻ മരിക്കുന്നതുവരെ എന്റെ മാതാപിതാക്കൾ എന്നെ പരിപാലിക്കണം. അവർ കാണുന്നില്ലേ എനിക്ക് എത്ര ബുദ്ധിമുട്ടാണ്? അതായത്, ഈ അപ്പാർട്ട്മെന്റിലേക്ക് നോക്കു! ഗ്രാനൈറ്റ് കൗണ്ടർടോപ്പുകൾ മാറ്റേണ്ടത് ആവശ്യമാണ്!"

നിങ്ങൾക്ക് ഒരു പെരുമാറ്റരീതി തിരിച്ചറിയാൻ കഴിയുന്നുണ്ടോ? ഈ ചിന്താഗതികൾ സൂചിപ്പിക്കുന്നത് നടപ്പാതകളാണ്. നിങ്ങൾക്ക് ദേഷ്യമോ പ്രതിരോധമോ തോന്നുന്നില്ല, കാരണം അത് നിങ്ങളുടെ വിശ്വാസങ്ങൾ നടപ്പാതകളിൽനിന്ന് വളർത്തിയെടുത്തതാണെന്ന് സൂചന നൽകിയേക്കാം.

നടപ്പാതയുടെ ഗുരുത്വാകർഷണം : ദാരിദ്ര്യം

മാന്ദ്യം റോഡിലെ ഒരു തടസ്സമാണ്. അവസാന സാമ്പത്തിക കുമിള കാരണം എത്രയോ പേർക്ക് വീട് നഷ്ടപ്പെട്ടു? അവരുടെ സമ്പാദ്യം, ജോലി, അല്ലെങ്കിൽ 401(k)-യുടെ ലാഭം?

നടപ്പാതക്കാർ യാതൊരു സംരക്ഷണവും നൽകുന്നില്ല. കാരണം, നിങ്ങൾ അനാവൃതമായിരിക്കുന്നു നിങ്ങൾക്ക് പ്രഹരങ്ങൾ ആഗിരണം ചെയ്യാൻ കഴിയുകയില്ല. നിങ്ങൾക്ക് ഗതാഗതക്കുരുക്കുണ്ടായാൽ, നിങ്ങൾ വണ്ടിയിടിച്ച മൃഗമാണ്. നിങ്ങളുടെ സാമ്പത്തിക റോഡ് ട്രിപ്പിൽ അചഞ്ചലനാകണമെങ്കിൽ, നിങ്ങൾ ഒരു ബുള്ളറ്റ് പ്രൂഫ് ജാക്കറ്റ് ധരിക്കണം. നിങ്ങളുടെ പദ്ധതി ദിവസങ്ങളല്ല, മാറ്റങ്ങളുടെയും വ്യതിയാനങ്ങളുടെയും വർഷങ്ങളെ മറികടക്കണം.

നടപ്പാതയിലെ ജീവിതം സ്വാഭാവികമായും നിങ്ങളെ ദാരിദ്ര്യത്തിലേക്ക് വലിച്ചെറിയുന്നു.

നടപ്പാത ഹ്രസ്വകാലത്തേക്ക് ഉള്ളതിനാൽ, അത് ഒരിക്കലും ദീർഘകാല

ത്തേക്ക് പ്രവർത്തിക്കില്ല. നിങ്ങളുടെ ഭാവി സുഖപ്രദമായ വർത്തമാനത്തിനുള്ള പണയമായി മാറുന്നു. നിർഭാഗ്യവശാൽ, ഏതെങ്കിലും റോഡിലെ കുതിച്ചുചാട്ടം നടപ്പാതയിലെ വായ്പകൾ വിളിക്കപ്പെടുന്നതിന് കാരണമാകുന്നു : ഒരു മാന്ദ്യം, തൊഴിൽ നഷ്ടം, പലിശനിരക്ക് വർദ്ധനവ്, ഒരു മോർട്ട്ഗേജ് റീസെറ്റ്. നടപ്പാതയിൽ ആയിരിക്കുന്നത് അക്ഷരാർത്ഥത്തിൽ നിങ്ങളെ നടപ്പാതയിൽ ജീവിക്കുന്നതിൽ അവസാനിപ്പിക്കും.

പാളം തെറ്റിയ ഏതെങ്കിലും നടപ്പാതക്കാരോട് എന്താണ് അവരുടെ സാമ്പത്തിക ജീവിതത്തെ നിയന്ത്രണാതീതമാക്കിയതെന്ന് നിങ്ങൾ ചോദിച്ചാൽ, അവർ ചില ബാഹ്യഘടകങ്ങളെ പെട്ടെന്ന് കുറ്റപ്പെടുത്തും : എന്നെ പിരിച്ചുവിട്ടു! എന്റെ കാർ കേടായി! എന്റെ കാൽ ഒടിഞ്ഞപ്പോൾ എനിക്ക് ആരോഗ്യ ഇൻഷുറൻസ് ഉണ്ടായിരുന്നില്ല! ജീവനാംശത്തിൽ 20% വർദ്ധിപ്പിക്കാൻ ജഡ്ജി ഉത്തരവിട്ടു! റെഡ് ലൈനിൽ നിങ്ങളുടെ ഫിനാൻഷ്യൽ എഞ്ചിൻ പുനഃസ്ഥാപിക്കുമ്പോൾ നിങ്ങൾ ക്ഷീണിതനാവുമെന്ന് ഉറപ്പുനൽകുന്നു. തുടർന്ന്, വിരോധാഭാസമെന്നു പറയട്ടെ, നിങ്ങളുടെ സന്തോഷകരമായ ഇന്നത്തെ ദിനങ്ങൾ ഭയാനകമായ നാളെകളായി മാറുന്നു : കൂടുതൽ ജോലി, കൂടുതൽ കടം, കൂടുതൽ സമ്മർദ്ദം.

നിങ്ങളുടെ പ്രായം എനിക്കറിയില്ല, പക്ഷേ സത്യസന്ധത പുലർത്തിക്കൊണ്ട് അസുഖകരമായ ഒരു ചോദ്യം ചോദിക്കുകയാ : 19,000 ഡോളർ ആസ്തിയിൽ വിരമിക്കുമെന്ന് നിങ്ങൾക്ക് പ്രതീക്ഷയുണ്ടോ? അല്ലെങ്കിൽ $119,000? നിങ്ങളുടെ ഉടമസ്ഥതയിലുള്ള വീടിനുപുറത്ത് വീണ്ടും ലോൺ എടുത്ത് ജീവിക്കാൻ കഴിയുമെന്ന് കരുതുന്നത് യുക്തിസഹമാണോ? നിങ്ങളുടെ അടുത്ത ആഴ്ചത്തെ ശമ്പളത്തിനപ്പുറം നിങ്ങൾ ചിന്തിച്ചിട്ടുണ്ടോ? ഏത് പരിധിയിലാണ് ഗിയർ മാറ്റാനും വീണ്ടും വിലയിരുത്താനും സമയമായെന്ന് നിങ്ങൾ മനസ്സിലാക്കിയത്? അങ്ങനെ ഒരു പരിധിയുണ്ടോ? എന്തുകൊണ്ടാണ് നിങ്ങൾ 5, 10, 20 വർഷമായി ചെയ്തുകൊണ്ടിരിക്കുന്നത് പെട്ടെന്ന് ശരിയായി പ്രവർത്തിക്കാൻ തുടങ്ങിയത്?

അതെ, ഭ്രാന്ത് എന്നത് ഒരേ കാര്യങ്ങൾ ആവർത്തിച്ച് ചെയ്യുകയും വ്യത്യസ്ത ഫലങ്ങൾ പ്രതീക്ഷിക്കുകയും ചെയ്യുന്നതാണ്.

നിങ്ങളുടെ തന്ത്രങ്ങളിൽ കാസിനോ, ലോട്ടറി ടിക്കറ്റുകൾ അല്ലെങ്കിൽ അപകടസമയത്ത് ഗുണം ചെയ്യുന്ന ഏതെങ്കിലും ജീവൻ സുരക്ഷാ പോളിസികളില്ലയോ അപ്പോൾ വരെ, നടപ്പാത സമ്പത്തിലേക്കുള്ള വഴിയല്ല. അല്ലെങ്കിൽ സർക്കാർ സഹായം, സാമൂഹിക സുരക്ഷ, ചാരിറ്റി, കൂടാതെ "എന്റെ മാതാപിതാക്കൾ ഉടൻ മരിക്കും, എനിക്ക് സമ്പത്ത് നൽകിക്കൊണ്ട്" എന്ന ചിന്ത എന്നിവ ഒരു സാമ്പത്തിക പദ്ധതി അല്ല! നിങ്ങൾക്ക് ഒരു കാർഡ്ബോർഡ് ബോക്സുമായി ഒരു പാലത്തിനടിയിൽ വിരമിക്കാൻ അല്ലെങ്കിൽ നിങ്ങൾക്ക് 75 വയസ്സ് വരെ വെൻഡീയുടെ കടയിൽ ജോലിചെയ്യുവാൻ താൽപര്യമില്ലെങ്കിൽ, നിങ്ങൾക്ക് ഒരു പ്ലാൻ ഉണ്ടായിരിക്കണം.

ജീവിതം നിങ്ങൾക്ക് 50 വർഷംകൂടി നൽകണം, എന്താണ് പദ്ധതി?

നടപ്പാതയിൽനിന്ന് രക്ഷപ്പെടാനുള്ള ആദ്യപടി നിങ്ങൾ അതിലായിരിക്കാം ഉള്ളതെന്ന് തിരിച്ചറിയുകയാണ്... എന്നിട്ട് അത് പ്രവർത്തിക്കുന്ന എന്തെങ്കിലും ഉപയോഗിച്ച് മാറ്റിസ്ഥാപിക്കുക!

പണംകൊണ്ട് പണത്തിന്റെ പ്രശ്നങ്ങൾ പരിഹരിക്കുന്നില്ല

ബ്രേക്കിംഗ് ന്യൂസ് : പണത്തിന്റെ കാര്യത്തിൽ നടപ്പാത അന്ധമാണ്. നിങ്ങൾ എത്ര പണം ഉണ്ടാക്കുന്നു എന്നത് പ്രശ്നമല്ല. മോശം സാമ്പത്തിക വിനിമയത്തിന് കൂടുതൽ പണം ഉപയോഗിച്ച് നിങ്ങൾക്ക് മരുന്ന് നൽകാൻ കഴിയില്ല. അതെ നിങ്ങൾ വളരെ പണമുള്ളവനായി കാണപ്പെടാം, പക്ഷേ ഇപ്പോഴും വൃത്തികെട്ട നടപ്പാതയിൽ യാത്രചെയ്യുന്നതായി കാണപ്പെടുന്നു.

നടപ്പാതക്കാർ എല്ലാ മേഖലകളിൽനിന്നും വരുന്നു, പ്രകടമായ സമ്പത്തുള്ളവർ പോലും. അവർ സ്വന്തം ബിസിനസ്സുകൾ, മെഡിസിൻ അല്ലെങ്കിൽ നിയമം പോലെ ഉയർന്ന ശമ്പളമുള്ള ജോലികൾ ചെയ്യുക, അല്ലെങ്കിൽ വിജയകരമായി ജീവിക്കുന്ന അഭിനേതാക്കളോ സംഗീതജ്ഞരോ ആയി വലിയ വരുമാനം നേടുന്നു. പൊതുവായ ഹരകം ഒന്നുതന്നെയാണ് : ഒരു പദ്ധതിയുമില്ല നീക്കിയിരിപ്പുമില്ല. നിങ്ങൾ സമ്പാദിക്കുന്നതിനേക്കാൾ കൂടുതൽ ചെലവഴിക്കുകയും സുരക്ഷിതമായി ഇന്നത്തെ "വിശാലമായ" ജീവിതശൈലിക്കുവേണ്ടി നാളെയെ നൽകുകയും ചെയ്യുന്നു. ഒരു നടപ്പാതക്കാരന്റെ സമ്പത്ത് സമവാക്യം വരുമാനവും കടവും അനുസരിച്ചാണ് നിർണ്ണയിക്കുന്നത്, ലഭ്യമായ ക്രെഡിറ്റിലൂടെ നിർണ്ണയിക്കപ്പെടുന്നു.

സമ്പത്ത് = വരുമാനം + കടം

നടപ്പാതക്കാർ അവരുടെ ജീവിതരീതിയെ അവരുടെ വരുമാനത്തിന്റെ നേർ അനുപാതത്തിൽ ഉറപ്പിക്കുകയും കടത്തിന്റെ വിപുലമായ ഉപയോഗത്തിലൂടെ ആ ജീവിതരീതിയെ കൂട്ടിച്ചേർക്കുകയും ചെയ്യുന്നു. ഇങ്ങനെയുള്ള നടപ്പാതക്കാർ അവരുടെ പണയത്തുക അല്ലെങ്കിൽ വാടക, യൂട്ടിലിറ്റി ബില്ലുകൾ അടയ്ക്കൽ, അവരുടെ ക്രെഡിറ്റ് കാർഡുകളിൽ മിനിമം പേയ്മെന്റുകൾ നിറവേറ്റൽ എന്നിവയെക്കുറിച്ച് ഊന്നിപ്പറയുന്നു. ശമ്പളത്തിന്റെ സന്തോഷകരമായ ദിവസങ്ങൾക്കുശേഷം വരുന്ന ദിവസങ്ങളെക്കുറിച്ച് ചിന്തക്കാറേയില്ല.

നടപ്പാതയിലെ സമ്പന്നർ : വരുമാനത്തിലൂടെ സമ്പന്നൻ

വരുമാനമുള്ള ഒരു നടപ്പാതക്കാരൻ തകർന്നാൽ അത് വലിയ വാർത്തയാകുന്നു. നിങ്ങൾ എപ്പോഴെങ്കിലും ഒരു സമ്പന്നനായ റാപ്പർ തന്റെ അവസാന ആൽബത്തിന് മൂന്ന് വർഷത്തിനുശേഷം എങ്ങനെ തകർന്നുപോകുമെന്ന് ചിന്തിച്ചിട്ടുണ്ടോ? അല്ലെങ്കിൽ എന്തിന് ഒരു പ്രശസ്ത നടന് പൊതുജനശ്രദ്ധയിൽനിന്ന് ഏതാനും വർഷങ്ങൾ നീക്കം ചെയ്യപ്പെടേണ്ടി വരുമ്പോൾ പാപ്പരാസിയാവണം? 80 മില്യൺ ഡോളറിന്റെ NBA കരാറിനെ ഒരാൾ എങ്ങനെയാണ് പാപ്പരത്തത്തിന്റെ വിസ്മൃതിയിലാഴ്ത്തുന്നത്? ഞാൻ നിങ്ങളോട് പറയാം : സമ്പത്ത് സമം വരുമാനത്തിന്റെ കൂടെ കടം എന്നതാണ്.

ഒരു "വരുമാന-സമ്പന്ന" നടപ്പാതകർക്കായി നിങ്ങൾ കഠിനമായി തേടേണ്ടതില്ല. ഇവരാണ് സമ്പന്നരായി കാണപ്പെടുന്ന ആളുകൾ. എന്നാൽ, യഥാർത്ഥത്തിൽ ഒരു പ്രതിഫലം കിട്ടാതിരിക്കുക, ഒരു ആൽബം അല്ലെങ്കിൽ ഒരു സിനിമ പരാജയപ്പെടുക എന്നതിനാൽ കടക്കാരാകുന്നവർ. അവർ വലിയ വരുമാനം ഉണ്ടാക്കുന്നു, ഓരോ പൈസയും അടുത്ത ആഡംബര സമ്പർക്കത്തി

നായി ചെലവഴിക്കുന്നു. വലിയ വരുമാനവും വലിയ കടവും കൊണ്ട് അവരുടെ ജീവിതശൈലി ത്വരിതപ്പെടുത്തുന്നു. അതെ, അവരുടെ വലിയ വരുമാനം ചെലവഴിച്ചശേഷം, അവർ ആവശ്യമില്ലാത്ത കൂടുതൽ സാധനങ്ങൾ വാങ്ങുന്നു – അവർ ഇതുവരെ സമ്പാദിച്ചിട്ടില്ലാത്ത പണംകൊണ്ട്, അവരുടെ വലിയ വരുമാനം എന്നേക്കും തുടരുമെന്ന് പൂർണ്ണമായി വിശ്വസിച്ചുകൊണ്ട്.

ഞാൻ നടപ്പാതയിലെ ഈ യാത്രക്കാരെ "എല്ലാ ക്രെഡിറ്റ് കാർഡുകളും" എന്ന് വിളിക്കുന്നു. അവർ നല്ല കാറുകൾ ഓടിക്കുകയും വിലകൂടിയ വസ്ത്രങ്ങൾ ധരിക്കുകയും ചെയ്യുന്നു. പക്ഷേ, ഒരു സാമ്പത്തിക മാന്ദ്യം അവരെ പാപ്പരാക്കുന്നു.

ഫാസ്റ്റ് ലെയ്ൻ ഫോറത്തിലെ (TheFastlaneForum.com) ഒരു അംഗം ലോൺ പ്രദാനം ചെയ്യുന്ന ഒരു ഏജൻസിയിൽ ജോലിചെയ്യുന്ന ഒരു സുഹൃത്തിൽനിന്ന് കേട്ടത് ഇപ്രകാരം പോസ്റ്റ് ചെയ്തു :

> *"ഒരു പ്രശസ്ത റാപ്പറിന് 60,000 ഡോളറിന്റെ വായ്പ നിഷേധിച്ചു... പ്രതിമാസം 400,000 ഡോളർ സമ്പാദിക്കുന്നു എന്ന അദ്ദേഹത്തിന്റെ അപേക്ഷ മുഖവിലക്കെടുക്കാതെ... എന്നിട്ടും, കഴിഞ്ഞവർഷം രണ്ട് ഹിറ്റുകൾ നേടിയതിനുശേഷവും, അവൻ തകർന്നിരിക്കണം. അദ്ദേഹത്തിന്റെ ക്രെഡിറ്റ് കാർഡ് സ്കോറും വളരെ മോശമായിരുന്നു. നിങ്ങൾ ഒരു അസംഖ്യങ്ങളായ വിജയം നേടുമ്പോൾ പോലും മണി മാനേജ്മെന്റ് കഴിവുകളും നല്ല ക്രെഡിറ്റും വളരെ പ്രധാനമാണ് എന്ന് ഇവ നിങ്ങളെ കാണിക്കുന്നു."*

വരുമാനസമ്പന്നരായ നടപ്പാതക്കാർ വലിയ വരുമാനം സമ്പാദിക്കുന്നതിനാൽ, അവരുടെ ആഡംബരങ്ങൾ അവരുടെ വരുമാനത്തിന് ആനുപാതികമാണ്. ഉദാഹരണത്തിന്, ഒരു വരുമാന സമ്പന്നനായ നടപ്പാതക്കാരൻ പ്രതിമാസം $20,000 സമ്പാദിച്ചാൽ, $400-ന്റെ ഒരു ജോടി ജീൻസ് വാങ്ങുന്നതിൽ അവർക്ക് ന്യായമുണ്ട്. പ്രശ്നം എന്താണെന്നുവച്ചാൽ, വരുമാനമില്ലാത്ത നടപ്പാതക്കാരെപ്പോലെ, വരുമാനമുള്ള ഒരു നടപ്പാതക്കാരന്റെ ചെലവ് അവരുടെ മുഴുവൻ മാസവരുമാനവും കൂടി ചെലവഴിക്കുന്നത് വരെ തൃപ്തികരമല്ല. ഇത് ജീവിക്കാനുള്ള യുക്തിരഹിതമായ മാർഗ്ഗമാണ്. ഈ ആളുകൾ ഭയപ്പെടുന്നത് അവർ പണം ചെലവഴിക്കുന്നില്ലാത്ത പക്ഷം അത് എവിടെയെങ്കിലും അപ്രത്യക്ഷമാകാൻ ഇടയാകുമെന്നത് പോലെയാണ്. പ്രതിമാസം $50,000 സമ്പാദിക്കുന്നോ? $60,000 ചെലവഴിക്കുക. $250,000 സമ്പാദിക്കുക? $350,000 ചെലവഴിക്കുക.

> പണത്തിന്റെ പുറത്തേക്കുള്ള ഒഴുക്ക് എല്ലായ്പ്പോഴും പണത്തിന്റെ അകത്തേക്കുള്ള ഒഴുക്കിനെ മറികടക്കുന്നു.

പ്രതിവർഷം 2 മില്യൺ ഡോളർ സമ്പാദിക്കുന്ന ഒരാൾ $20,000 സമ്പാദിക്കുന്ന ഒരാളെപോലെതന്നെ അതേ നടപ്പാത അപകടങ്ങൾക്ക് വിധേയനാണ്! സാമ്പത്തിക അച്ചടക്കം വരുമാനത്തിന് അന്ധമാണ്. സാമ്പത്തിക അച്ചടക്കത്തിന്റെ അഭാവം നടപ്പാതയിൽ വസിക്കുന്നു, അത് നിങ്ങൾ എന്താണ് സമ്പാദിക്കുന്നതെന്നോ ഏത് വാഹനമാണ് ഓടിക്കുന്നതെന്നോ കാര്യമാക്കുന്നില്ല.

നടപ്പാതയുടെ നിലവിലെ വരുമാനം/സമ്പത്ത് മരീചിക

വരുമാനമില്ലാത്തവരും വരുമാനമുള്ളവരുമായ നടപ്പാതക്കാർ ഒരേ പ്രശ്നങ്ങൾ പങ്കിടുന്നത് എങ്ങനെയെന്ന് ശ്രദ്ധിക്കുക. എന്നാൽ, വ്യത്യസ്തമായ സാഹചര്യങ്ങളിലാണെന്നു മാത്രം. *കാരണം, കൂടുതൽ പണം ലഭിക്കുന്നത് മോശം സാമ്പത്തികവിനിമയത്തിന് ഒരു പരിഹാരമല്ല.* മോശം സാമ്പത്തിക മാനേജ്മെന്റ് കാസിനോയിലെ ഒരു ചൂതാട്ടം പോലെയാണ്, കാരണം, കാലക്രമേണ ചൂതാട്ടം നടത്തുന്നവർ എല്ലായ്പ്പോഴും വിജയിക്കുന്നു. പോരായ്മയിൽ കൂടുതൽ പണം വലിച്ചെറിയുന്നത് കൂടുതൽ വെള്ളമുള്ള അണക്കെട്ടിൽ ഒരു ദ്വാരം അടക്കാൻ ശ്രമിക്കുന്നതുപോലെയാണ്. കൂടുതൽ പണം സാമ്പത്തിക അച്ചടക്കം നൽകില്ല.

സാമ്പത്തിക അച്ചടക്കമില്ലാത്തവർ അനിവാര്യമായത് വൈകിപ്പിക്കാൻ പണം ദുരുപയോഗം ചെയ്യുന്നു. നിങ്ങൾക്ക് ഒരു വർഷം $40,000 കൊണ്ട് ജീവിക്കാൻ കഴിയില്ലായെങ്കിൽ, നിങ്ങൾക്ക് ഒരു വർഷം $400,000 കൊണ്ടും ജീവിക്കാൻ കഴിയില്ല. നിങ്ങളുടെ $900 ലോൺ അടവിനെക്കുറിച്ച് നിങ്ങൾ വിഷമിച്ചേക്കാം. അതേസമയം വരുമാനസമ്പന്നനായ നടപ്പാതക്കാരൻ അവന്റെ $9,000 ലോൺ അടവിനെക്കുറിച്ച് വിഷമിക്കുന്നു. ഒരേ അസ്വസ്ഥത; ഒരേ പ്രശ്നങ്ങളാണ്, തുകകൾ മാത്രം വ്യത്യാസപ്പെട്ടിരിക്കുന്നു. പണത്തെക്കുറിച്ചുള്ള ചിന്താഗതിയിൽ മാറ്റം വരുത്തിയാൽ മാത്രമേ പണപ്രശ്നങ്ങൾക്ക് പരിഹാരമാകൂ.

നിങ്ങളുടെ ചിന്താഗതി മാറ്റുക, നിങ്ങളുടെ റോഡ് മാപ്പ് മാറ്റണം. നടപ്പാതയിൽനിന്ന് ഒഴിഞ്ഞുമാറുക, സമ്പത്തിനെ വരുമാനത്തിനോടും കടത്തിനോടും സാമ്യപ്പെടുത്തുന്നത് നിർത്തുക.

അധ്യായ സംഗ്രഹം : ഫാസ്റ്റ്ലെയ്ൻ പ്രത്യേകതകൾ

- നടപ്പാതയിലേക്കുള്ള ഒരു ഫസ്റ്റ് ക്ലാസ് ടിക്കറ്റ് എന്നത് സാമ്പത്തിക പദ്ധതി ഇല്ലാതിരിക്കുന്നതാണ്.
- നടപ്പാതയുടെ സ്വാഭാവിക ഗുരുത്വാകർഷണം സമയത്തിലും പണത്തിലും ഉള്ള ദാരിദ്ര്യമാണ്.
- കൂടുതൽ പണം ഉപയോഗിച്ച് നിങ്ങൾക്ക് മോശം സാമ്പത്തികവിനിമയം പരിഹരിക്കാൻ കഴിയില്ല.
- നിങ്ങൾ വരുമാനസമ്പന്നരായിരിക്കുമ്പോഴും നടപ്പാതയിലൂടെ സഞ്ചരിക്കുന്നവരായേക്കാം.
- സമ്പത്ത് വരുമാനവും കടവും കൊണ്ട് നിർവ്വചിക്കുകയാണെങ്കിൽ, സമ്പത്ത് ഒരു മിഥ്യയാണ്. കാരണം അത് കുഴികളിൽ വീഴാൻ സാധ്യതയുള്ളവയാണ്. വഴി തിരിച്ചുവിടൽ, “റോഡിലെ കുണ്ടുകൾ” എന്നിവയ്ക്ക് ഇരയാകാം. എപ്പോൾ വരുമാനം അപ്രത്യക്ഷമാകുന്നു അപ്പോൾ സമ്പത്തിന്റെ മിഥ്യാബോധവും പോകും.
- മോശം സാമ്പത്തിക മാനേജ്മെന്റ് ചൂതാട്ടം പോലെയാണ്; അവിടെ ആരെങ്കിലുമൊക്കെ എപ്പോഴെങ്കിലുമൊക്കെ വിജയിക്കുന്നു.

നിങ്ങളുടെ സമ്പത്ത് വിഷലിപ്തമാണോ?

ജീവിതം പൂർണ്ണമായി അനുഭവിയ്ക്കാനുള്ള കഴിവാണ് സമ്പത്ത്.

—ഹെൻറി ഡേവിഡ് തോറോ

സമ്പത്തിനെപ്പറ്റി സമൂഹത്തിനുള്ള വിഷ നിർവ്വചനം

സമൂഹത്തിന് സമ്പത്തിനുമേലുള്ള വിഷലിപ്തവും വിനാശകരവുമായ അഴിമതിയിൽനിന്നാണ് നടപ്പാതയുടെ ആകർഷണം പരിണമിക്കുന്നത്. സമൂഹം നിങ്ങൾക്കായി സമ്പത്തിന്റെ നിർവ്വചനം നിശ്ചയദാർഢ്യത്തോടെ പ്രഖ്യാപിച്ചു : "സമ്പത്ത്" എന്നു പറഞ്ഞാൽ ഒരു ഡ്രൈവർ ഓടിയ്ക്കുന്ന റോൾസ് റോയ്സ്, ചാർട്ടേഡ് ജെറ്റുകൾ, സൗത്ത് പസഫിക്കിലേക്കുള്ള വിദേശ യാത്രകൾ, ഉൾക്കടലിലെ മാൻഷൻ, ലാസ് വെഗാസ് പെന്റ്ഹൗസ്. സമൂഹം പറയുന്നത് സമ്പത്ത് ആറ് ക്യാരറ്റ് ഡയമണ്ട് കമ്മലുകൾ, മിക്ക ആളുകളുടെയും വീടിന്റെ വിലയേക്കാൾ കൂടുതലുള്ള വിലവരുന്ന ആസ്റ്റൺ മാർട്ടിൻസ് പോലെയുള്ള വാച്ചുകൾ പോലെയാണെന്നാണ്. സമൂഹം പറയുന്നത് സമ്പത്ത് എന്നത് ഡെമി മൂറിനൊപ്പം 1 മില്യൺ ഡോളർ ചെലവഴിച്ച് വിനോദിക്കുവാനുള്ള അസഭ്യമായ നിർദ്ദേശമാണെന്നാണ്. ഈ സംസാരം "രാത്രി വരും, പോകും, എന്നാൽ പണം ജീവിതകാലം മുഴുവൻ നിലനിൽക്കും" എന്ന വാദഗതിയിലാണ്. ഞാൻ എങ്ങനെ പ്രവർത്തിക്കുന്നു? സമ്പത്ത് പോലെ തോന്നുന്നുണ്ടോ?

ആളുകളോട് "എന്താണ് സമ്പത്ത്?" എന്ന് ചോദിക്കു, നിങ്ങൾ 10 വ്യത്യസ്ത ഉത്തരങ്ങൾ കേൾക്കും. നിങ്ങളുടെ "സമ്പത്ത്" എന്നതിന്റെ പ്രതിരൂപം എന്നെപ്പോലെ ഒരു ലംബോർഗിനിയായിരിക്കാം, അല്ലെങ്കിൽ മൊണ്ടാനയിലെ 70 ഏക്കറിൽ ഒരു ഫാമും റേസ് കുതിരകൾ നിറഞ്ഞ ഒരു തൊഴുത്തും പ്രതീകപ്പെടുത്താം. നിങ്ങൾ ഭൂരിഭാഗം ആളുകളെയുംപോലെ വിചാരിച്ചാൽ, "സമ്പത്ത്" ആഡംബരപൂർണ്ണമായ ജീവിതശൈലികളാണെന്ന് നൈസർഗ്ഗികമായി നിർവ്വചിക്കപ്പെടും.

ഭൗതിക സമ്പത്തും അശ്രദ്ധമായ ഉപഭോഗവുംകൊണ്ട് സമ്പത്തിന് പൂർണ്ണതയുണ്ടെന്ന് സമൂഹം നമ്മെ വിശ്വസിപ്പിക്കുന്നു. വാസ്തവത്തിൽ, സമൂഹത്തിന്റെ സമ്പത്തിനെക്കുറിച്ചുള്ള നിർവ്വചനത്തെതന്നെ എനിക്ക് പുസ്തകത്തിലൂടെ

സ്ഥിരപ്പെടുത്തേണ്ടിവന്നു. എന്തുകൊണ്ടാണ് തെറ്റായ ദിശാബോധം? പാവ്ലോവിന്റെ നായ്ക്കളെപ്പോലെ, അതിനോട് പ്രതികരിക്കാൻ നിങ്ങളെ പരിശീലിപ്പിച്ചിരിക്കുന്നു. നിങ്ങൾ വിചാരിക്കുന്നത് സമൂഹം നിങ്ങൾക്കായി സമ്പത്ത് നിർവ്വചിക്കുന്ന ഒരു അതിശയകരമായ ജോലി ചെയ്തിരിക്കുന്നുവെന്നാണ്. നിർഭാഗ്യവശാൽ, അവർ നിങ്ങളെ തെറ്റിദ്ധരിപ്പിച്ചു. എന്നാൽ വിഷമിക്കേണ്ട; നിങ്ങൾക്ക് ആഡംബരം വേണമെങ്കിൽ, ഫാസ്റ്റ് ലെയ്നിന് അത് വിതരണം ചെയ്യാൻ കഴിയും.

സമ്പത്തിന്റെ ത്രിത്വം : എന്താണ് സമ്പത്ത്?

സമ്പത്ത് കാണുന്നതുപോലെ അത്ര അവ്യക്തമല്ല. എന്റെ ജീവിതത്തിലെ ഏറ്റവും സന്തോഷകരമായ നിമിഷങ്ങൾ എനിക്ക് യഥാർത്ഥ സമ്പത്ത് അനുഭവപ്പെട്ടപ്പോഴായിരുന്നു. അത് എന്താണെന്ന് ഊഹിക്കുക? ഞാൻ ആദ്യമായി ലംബോർഗിനി വാങ്ങിയ ദിവസമായിരുന്നില്ല അത്. ഞാൻ മലമുകളിലെ ഒരു വലിയ വീട്ടിലേക്ക് മാറുകയോ എന്റെ ദശലക്ഷക്കണക്കിന് ആസ്തിയുള്ള കമ്പനി വിറ്റ ദിവസമോ ആയിരുന്നില്ല അത്. സമ്പത്ത് ഭൗതിക സാധനങ്ങൾ, പണം എന്നിവകൊണ്ട് രചിച്ചതല്ല. എന്നാൽ, ഞാൻ മൂന്ന് അടിസ്ഥാന “F” എന്ന് വിളിക്കുന്നവ കൊണ്ടാണ് : Family/കുടുംബം (ബന്ധങ്ങൾ), Fitness/ഫിറ്റ്നസ് (ആരോഗ്യം), Freedom/സ്വാതന്ത്ര്യം (തിരഞ്ഞെടുപ്പ്). ഈ ത്രിത്വത്തിനോടൊപ്പം നിങ്ങൾക്ക് യഥാർത്ഥ സമ്പത്തും, കൂടാതെ സന്തോഷവും കണ്ടെത്തും.

സമ്പത്ത് എന്നത് ആളുകളുമായുള്ള ശക്തമായ ആത്മബന്ധമാണ് – നിങ്ങളുടെ കുടുംബം മാത്രമല്ല, ആളുകൾ, നിങ്ങളുടെ സമൂഹം, നിങ്ങളുടെ ദൈവം അല്ലെങ്കിൽ ആത്മീയത, നിങ്ങളുടെ സുഹൃത്തുക്കൾ എന്നിവരുമായി. *ഇറ്റ്സ് എ വണ്ടർഫുൾ ലൈഫ്* എന്ന ഐതിഹാസിക സിനിമയുടെ അവസാനത്തിൽ നമുക്ക് ഒരു പാഠം നൽകുന്നു : “ഓർക്കുക, സുഹൃത്തുക്കളുള്ള ഒരു മനുഷ്യനും പരാജയപ്പെടില്ല.” നിങ്ങളുടെ ജീവിതം സുഹൃത്തുക്കളുമായും കുടുംബാംഗങ്ങളുമായും പ്രിയപ്പെട്ടവരുമായും പങ്കിടുന്നതിന്റെ പ്രാധാന്യത്തെ ഇത് പ്രതിഫലിപ്പിക്കുന്നു. സമ്പത്ത് മാറ്റമുണ്ടാക്കുന്നു. സമ്പത്ത് സമൂഹമാണ്, അത് മറ്റുള്ളവരുടെ ജീവിതത്തെ സ്വാധീനിക്കുന്നതുമാണ്. സമ്പത്ത് ഒരു ശൂന്യതയിൽ ഒറ്റയ്ക്ക് അനുഭവിക്കാൻ കഴിയില്ല. എന്നെ വിശ്വസിക്കൂ, എന്റെ ജീവിതത്തിലെ ഏറ്റവും സമ്പന്നമായ നിമിഷങ്ങൾ സംഭവിച്ചത് എനിക്ക് ചുറ്റും സുഹൃത്തുക്കളോ പ്രിയപ്പെട്ടവരോ ഉള്ളപ്പോഴാണ്.

രണ്ടാമതായി, സമ്പത്ത് ശാരീരികക്ഷമതയാണ് : ആരോഗ്യം, ഊർജ്ജസ്വലത, അഭിനിവേശം, അതിരുകളില്ലാത്ത ഊർജ്ജം. നിങ്ങൾക്ക് ആരോഗ്യമില്ലെങ്കിൽ, നിങ്ങൾക്ക് സമ്പത്തില്ല. മാരകരോഗിയായ ഏതെങ്കിലും വ്യക്തിയോട് അവർ എന്താണ് വിലമതിക്കുന്നത് എന്ന് ചോദിക്കുക. ഏതെങ്കിലും ക്യാൻസർ അതിജീവിച്ചവരോട് ചോദിക്കുക അവർക്ക് പുനർജനനത്തിന്റെ അനുഭവം എങ്ങനെയെന്നും മരുന്നുകളുടെ സ്ഥാനത്ത് ആളുകളും അനുഭവങ്ങളും സന്തോഷം പങ്കിടുന്നതെങ്ങനെയെന്നും. ആരോഗ്യത്തിനും ഉന്മേഷത്തിനും വിലയിടാനാകില്ല.

അവസാനമായി, സമ്പത്ത് സ്വാതന്ത്ര്യവും തിരഞ്ഞെടുപ്പുമാണ് : നിങ്ങൾ എങ്ങനെ ജീവിക്കാൻ ആഗ്രഹിക്കുന്നുവോ അങ്ങനെ ജീവിക്കാനുള്ള സ്വാതന്ത്ര്യം, എന്ത്, എപ്പോൾ, എവിടെ. മേലധികാരികൾ, പ്രഭാത അലാറങ്ങൾ, പണത്തിന്റെ സമ്മർദ്ദങ്ങൾ എന്നിവയിൽനിന്നുള്ള സ്വാതന്ത്ര്യം. സ്വപ്നങ്ങളെ ആവേശ

ത്തോടെ പിന്തുടരാനുള്ള സ്വാതന്ത്ര്യം. നിങ്ങൾക്ക് അനുയോജ്യമായി നിങ്ങൾ കാണുന്നതുപോലെ മക്കളെ വളർത്താനുള്ള സ്വാതന്ത്ര്യം. നിങ്ങൾ വെറുക്കുന്ന കാര്യങ്ങൾ ചെയ്യുന്ന അഞ്ച് ദിവസത്തെ കഠിനാദ്ധ്വാനത്തിൽനിന്നുള്ള സ്വാതന്ത്ര്യം. നിങ്ങളുടെ ഇഷ്ടംപോലെ ജീവിക്കാനുള്ള അവസ്ഥയാണ് സ്വാതന്ത്ര്യം.

60 കുറഞ്ഞ പണമടയ്ക്കലിലൂടെ സമ്പത്ത് വാങ്ങാൻ കഴിയില്ല

2000-ൽ ഞാൻ എന്റെ കമ്പനി വിറ്റതിനുശേഷം, അതിന്റെ ആദ്യ ഗഡു പേയ്മെന്റായ, $250,000-ന്റെ ഒരു ചെക്ക് എന്റെ അഭിഭാഷകൻ എനിക്ക് കൈമാറിയ ദിവസം വ്യക്തമായി ഓർക്കുന്നു.

"യിപ്പി, $250,000! ഞാൻ സമ്പന്നനാണ്! ഞാൻ അത് ചെയ്തു!" ഞാൻ തെറ്റിദ്ധരിച്ചു. അത് ലോകത്തെ അറിയിക്കാനുള്ള സമയം ഇപ്പോളാണ്. ഞാൻ ഉടൻതന്നെ വേഗതയുള്ള കാറുകൾ, ഡിസൈനർ വസ്ത്രങ്ങൾ, സ്പീഡ് ബോട്ടുകൾ, ബിക്കിനി ധരിച്ച സ്ത്രീകളുടെയൊപ്പം ഉലകം ചുറ്റൽ എന്നിങ്ങനെ പലതും അവലോകനം ചെയ്തു. ഞാൻ സമ്പന്നനാണെന്ന് ഞാൻ കരുതി. ഞാൻ അത് കാണിക്കാൻ പോവുകയായിരുന്നു.

നിർഭാഗ്യവശാൽ, ആ മനോരഥസൃഷ്ടി യാഥാർത്ഥ്യത്തിൽനിന്ന് മൈലുകൾ അകലെയായിരുന്നു. എന്നിട്ടും ഞാൻ ശ്രമിച്ചു. ഞാൻ ഒരു കാൻഡി-ആപ്പിൾ ചുവപ്പ് നിറത്തിലുള്ള ഒരു കൺവെർട്ടബിൾ കോർവെറ്റ് വാങ്ങി. സ്പോർട്സ് കാർ? നോക്കു. നോർഡ്സ്ട്രോമിലെ ഡിസൈനർ വസ്ത്രങ്ങൾ? നോക്കു. ഇന്റർനെറ്റ് തകരാർ എന്റെ വിഡ്ഢിത്തമായ ഫാന്റസിയെ തടസ്സപ്പെടുത്തുന്നതുവരെ ഞാൻ ഒരു സ്പീഡ് ബോട്ട് വാങ്ങുന്നതിനെക്കുറിച്ച് ഗവേഷണം നടത്തി. ഞാൻ എന്റെ പുതുതായി കണ്ടെത്തിയ സമ്പത്ത് ഷെയർ മാർക്കറ്റിൽ നിക്ഷേപിക്കുകയും ആയിരക്കണക്കിന് ഡോളർ നഷ്ടപ്പെടുത്തുകയും ചെയ്തു. മാസങ്ങൾക്കുള്ളിൽ, എന്റെ "സമ്പത്തിന്റെ" പകുതിയിലധികം അപ്രത്യക്ഷമായി. എന്റെ അക്കൗണ്ടന്റുമായുള്ള സംഭാഷണത്തിനുശേഷം, മറ്റൊരു മൂന്നിലൊന്ന് താമസിയാതെ എന്നിൽ നിന്നും പിരിയാൻ പോവുകയായിരുന്നു. നികുതികൾക്ക് നന്ദി.

വിരോധാഭാസമെന്നു പറയട്ടെ, സമ്പന്നനായി കാണിക്കാനുള്ള എന്റെ ശ്രമത്തിൽ, യഥാർത്ഥ സമ്പത്ത് കൂടുതൽ അകന്നുപോയി. കൂടെ ജോലിയില്ല, ബിസിനസ്സില്ല, വരുമാനമില്ല, ചെറിയൊരു തുക, എനിക്ക് എന്റെ ജീവിതം ശാശ്വതമായി താങ്ങാൻ കഴിഞ്ഞില്ല, അല്ലെങ്കിൽ ഒരാൾക്കുവേണ്ടി ഞാൻ വിഭാവനം ചെയ്ത സമ്പന്നമായ ജീവിതശൈലിയിൽ ഞാൻ ഒട്ടും സമ്പന്നനായിരുന്നില്ല.

സമ്പത്തിന്റെ ഭ്രമം : സമ്പന്നനായി കാണപ്പെടുക

പോപ്പ് സംസ്കാരത്തിൽ, സമ്പത്തിന്റെ ഭ്രമാത്മകവാദികളെ "30K കോടീശ്വരന്മാർ" എന്ന് വിളിക്കുന്നു, നിങ്ങൾ ഈ വാചകം കേട്ടിട്ടില്ലായെങ്കിൽ അതിന്റെ അർത്ഥം വെറും ശൂന്യനായിരിക്കെ ഒരു കോടീശ്വരനെന്ന ഭാവത്തിൽ ജീവിതശൈലിയുള്ള ആളുകളെന്നാണ്. ഈ അളുകളെ കണ്ടെത്താൻ ബുദ്ധിമുട്ടില്ല. അവർ ഭേദഗതി വരുത്തിയ ക്രോം റിമ്മുകളുള്ള ബിഎംഡബ്ല്യു എൻട്രി ലെവൽ ഓടിക്കുന്നു. അവർ ചില ഫ്രഞ്ചുകാരിൽനിന്നുള്ള കൂട്ടെഴുത്തുള്ള ഗോതിക് അക്ഷരങ്ങൾ ഉള്ള ഫാൻസി ഡിസൈനർ വസ്ത്രങ്ങൾ ധരിക്കുന്നു. അവർ ക്ലബ്ബിന്റെ

വിഐപി വിഭാഗത്തിൽ കുപ്പി കൊണ്ടുവരാൻ ഓർഡർ ചെയ്യുന്നു, കടമായിതന്നെ. ഈ ആളുകൾ മികവുറ്റ അസാധാരണമായ അരങ്ങേറ്റക്കാരെപ്പോലെ തങ്ങളെ സംപ്രേക്ഷണം ചെയ്യുന്നു. എന്നാൽ, എല്ലാ തിളക്കത്തിനും പണത്തിനും പിന്നിൽ അവർ നടപ്പാതയിലെ ദയനീയ മാന്ത്രികരാണ്.

സമ്പന്നനായി *ചിത്രീകരിക്കുന്നതിന്* പകരം *സമ്പന്നനാകുന്നതിലെ* പ്രശ്നം ആദ്യത്തേത് എളുപ്പമാണ് എന്നാൽ രണ്ടാമത്തേത് അങ്ങനെ അല്ല എന്നതാണ്. എളുപ്പം ലഭിക്കാവുന്ന കടവും ദീർഘകാല പ്രതിമാസ ധനസഹായ ഓപ്ഷനുകളും (ഒരുവർഷത്തേക്ക് പേയ്മെന്റുകളൊന്നും നടത്തില്ല!) നിങ്ങളെ വാങ്ങാൻ സഹായിക്കുന്ന പ്രലോഭന ചാലകങ്ങളാണ് സമ്പത്തിന്റെ മിഥ്യാധാരണ. ഒരു മാളിൽ, ഒരു കാർ ഡീലർഷിപ്പിൽ, അല്ലെങ്കിൽ ഒരു ഇൻഫോമെർഷ്യലിൽ സമ്പത്ത് വാങ്ങാൻ കഴിയുമെന്ന് വിശ്വസിക്കുന്നതിലേക്ക് സമൂഹം നിങ്ങളെ നയിച്ചു. ഞാൻ എന്റെ ആദ്യ ചെക്ക് പണമാക്കിയപ്പോൾ നടത്തിയ ചെലവാക്കൽ ഘോഷം പോലെ, സമ്പത്തിന്റെ ഈ ദൃശ്യങ്ങൾ ലോകത്തോട് : "ഞാൻ സമ്പന്നനാണ്!" എന്ന പ്രഖ്യാപനങ്ങളാണെന്ന് കരുതപ്പെടുന്നു.

എന്നാൽ നിങ്ങൾ വാസ്തവത്തിൽ സമ്പന്നനാണോ? നിങ്ങൾ മെഴ്സിഡെസ് കാർ ആറ് വർഷത്തേക്ക് $90,000-ന് പണ വായ്പ എടുക്കുമ്പോൾ, കാരണം നിങ്ങൾക്ക് താങ്ങാൻ കഴിയുന്നത് അത്രയേയുള്ളൂ, അത് സമ്പത്തല്ല, സമ്പത്തിന്റെ ആൾമാറാട്ടമാണ്. നിങ്ങൾ സ്വയം കബളിപ്പിക്കുകയാണ്, അതൊരു ഫാസ്റ്റ് ലെയ്നിൽനിന്നുള്ള വഴിതെറ്റലാണ്. എന്നാൽ ചാടിക്കയറരുത് ഇനിയും; ഇത് ഒരു പ്രഭാഷണമല്ല, വിലപിടിപ്പുള്ള ജർമ്മൻ സെഡാനുകൾക്കുവേണ്ടി നിങ്ങൾക്ക് എങ്ങനെ പണം ചെലവഴിക്കാൻ കഴിയും എന്നതിനെക്കുറിച്ചുള്ള ഒരു പ്രഭാഷണമല്ല. ഒരിക്കലുമില്ല. സമ്പത്ത് ഒരു കാറിൽ ഉൾക്കൊള്ളുന്നില്ല, മറിച്ച് നിങ്ങൾക്ക് അത് വാങ്ങാൻ കഴിയുമെന്ന് അറിയാനുള്ള സ്വാതന്ത്ര്യത്തിലാണ്. ഡീലർഷിപ്പിലേക്ക് നടക്കാനും നിങ്ങളുടെ വില അറിയാനും പണം നൽകാനും ഡ്രൈവ് ചെയ്യാനുമുള്ള സ്വാതന്ത്ര്യം.

ഒരു സമ്മാനമായി, ഞാൻ എന്റെ സഹോദരന് ഒരു പുതിയ ലെക്സസ് വാങ്ങി. എനിക്കേറ്റവും എളുപ്പമുള്ള ഇടപാടായിരുന്നു അത്. ഞാൻ കാറിനെക്കുറിച്ച് അന്വേഷിച്ച് ഞാൻ നൽകേണ്ട വില നിശ്ചയിച്ചു. ഞാൻ അകത്തേക്ക് നടന്നു. ഒരു കാഷ്യറുടെ ചെക്കുമായി ഡീലർഷിപ്പ് വിൽപ്പനക്കാരനോട് പറഞ്ഞു, "എനിക്ക് $44,000-ന് ഒരു കാഷ്യർ ചെക്ക് ഉണ്ട്, എനിക്ക് ആ കാർ വാങ്ങണം. എനിക്ക് അതെ അല്ലെങ്കിൽ ഇല്ല എന്ന് മറുപടി വേണം." ഇരുപത് മിനിറ്റു കഴിഞ്ഞ്, ഞാൻ ഒരു ലെക്സസിനു ഉടമയായി. ഇത് സമ്പത്താണ്, സമ്പത്തിന്റെ ആൾമാറാട്ടമല്ല.

കാറിൽ ജിമ്മിലേക്ക് പോകുമ്പോൾ, അടുത്തുള്ള ഒരു തകർന്ന അപ്പാർട്ട്മെന്റ് സമുച്ചയം ഞാൻ കടന്നു പോകുന്നു, എക്സ്പ്രസ്സ്വേയ്ക്ക് സമീപം. ഞാൻ എപ്പോഴും പാർക്കിംഗ് സ്ഥലത്ത് ഒരേയൊരു കാർ പാർക്ക് ചെയ്യുന്നതായി കാണുന്നു : തിളങ്ങുന്ന കറുപ്പ് കാഡിലാക് എസ്കലേഡ് 22 ഇഞ്ച് ക്രോം ഇഷ്ടാനുസൃതം ക്രമീകരിച്ച റിമ്മുകൾ. പൊരുത്തക്കേട് കണ്ടോ? നിങ്ങൾ ഒരു മോശം അപ്പാർട്ട്മെന്റിൽ താമസിക്കുന്നു, എന്നാൽ $10,000-ന്റെ റിമ്മുകളുള്ള $60,000 കാർ ഓടിക്കുക? ആ ഹെഡ്റെസ്റ്റുകളിൽ മോണിറ്ററുകൾ ഞാൻ കാണുകയും, 24-സ്പീക്കർ സ്റ്റീരിയോ കേൾക്കുകയും ചെയ്യുന്നുണ്ടോ?. ഗീസ്, 90 ഗ്രാൻഡിന്റെ ചിത്രവും രണ്ട് രൂപയുടെ സാമാന്യബുദ്ധിയും. ഒരു നല്ല അയൽപക്കത്ത് ഒരു നല്ല

വീട് സ്വന്തമാക്കുന്നത് നിങ്ങളുടെ മുൻഗണനയാണെങ്കിൽ അത് മികച്ചതായിരിക്കില്ലേ, മാർബെല്ല ഗാർഡൻസ് അപ്പാർട്ട്മെന്റ് സമുച്ചയത്തിലെ വിരളമായ കാർ പണയത്തിന് വാങ്ങുന്നതിനേക്കാൾ? മുൻഗണനകൾ : *ചിലർ സമ്പന്നരെപോലെ കാണപ്പെടാൻ ആഗ്രഹിക്കുന്നു, മറ്റുള്ളവർ സമ്പന്നരാകാൻ ആഗ്രഹിക്കുന്നു.*

വ്യാജ സമ്പത്ത് യഥാർത്ഥ സമ്പത്തിനെ നശിപ്പിക്കുന്നു

സമ്പത്ത് ഇല്ലാതിരിക്കുമ്പോഴും ഉണ്ടെന്നുള്ള മിഥ്യാധാരണയാണ് "വ്യാജ സമ്പത്ത്". അത് സമൂഹത്തിന്റെ നിർവ്വചനത്തെ വിശ്വസിക്കുന്നു. "വ്യാജ സമ്പത്ത്" പിന്തുടരുന്നത് വിനാശകരമാണെന്ന് മനസ്സിലാക്കുന്നില്ല. *ഇത് യഥാർത്ഥ സമ്പത്തിനെ നശിപ്പിക്കുന്നു.*

യഥാർത്ഥ സമ്പത്തും വ്യാജ സമ്പത്തും തമ്മിലുള്ള വിടവ് വികസിക്കുമ്പോൾ, പ്രതീക്ഷകൾ ലംഘിക്കപ്പെടുകയും ദുരിതം അകത്തേക്ക് കയറുകയും ചെയ്യുന്നു. ചൈനീസ് ഫിംഗർ കഫ് ഗെയിം പോലെ, നിങ്ങൾ കൂടുതൽ സമ്പന്നനാകുവാൻ ശ്രമിക്കുംതോറും ദാരിദ്ര്യത്തിന്റെ പിടി മുറുകുന്നു. ഒരു മെഴ്സിഡെസ് ഡീലർഷിപ്പിൽനിന്ന് സമ്പത്ത് വാങ്ങാൻ കഴിയില്ല, എന്നാൽ നിങ്ങളുടെ സ്വാതന്ത്ര്യത്തെ നശിപ്പിക്കാൻ കഴിയും.

സമ്പത്തിന്റെ വിവർത്തനത്തിൽ നഷ്ടപ്പെട്ടത് സ്വാതന്ത്ര്യമാണ്. ആളുകൾ ഇപ്പോഴും സമ്പത്തിന്റെ പ്രതീകചിഹ്നങ്ങൾ കാണിക്കുന്നു, അവർക്ക് സ്വാതന്ത്ര്യമില്ല. നിങ്ങൾക്ക് സ്വാതന്ത്ര്യം ഇല്ലെങ്കിൽ, അത് സമ്പത്തിന്റെ മറ്റ് ഘടകങ്ങൾ, ആരോഗ്യം, ബന്ധങ്ങൾ എന്നിവയെ കഠിനമായി കടിച്ച് കീറുന്നു.

ഹെൻറി സുകാരാനോ ബാൾട്ടിമോർ നഗരപ്രാന്തത്തിലുള്ള തന്റെ സ്വപ്ന ഭവനം $2.2 ദശലക്ഷം കൊടുത്ത് വാങ്ങുന്നു. പ്രമുഖ മരുന്നുകളിലൊന്നിന്റെ ഫാർമസ്യൂട്ടിക്കൽ പ്രതിനിധി എന്ന നിലയിൽ, ഹെൻറിയുടെ കരിയർ അതിവേഗത്തിലാണ്. അവന്റെ വലിയ വീട്ടിൽ എല്ലാം ഉണ്ട്. ഒരു കുളം, കുതിരാലയം, ആകർഷകമായ അഞ്ച് കാർ ഗാരേജ് എന്നിവയുൾപ്പെടെ. ഈ വിലയ്ക്ക് വാങ്ങൽ ഹെൻറിക്ക് "ഞാൻ അത് ഉണ്ടാക്കി!" എന്ന അനുഭൂതി നൽകി... ഏകദേശം എട്ട് ആഴ്ചകളോളം.

കോർപ്പറേറ്റ് രാഷ്ട്രീയവും ജോലി വെട്ടിക്കുറയ്ക്കലും ഹെൻറിയുടെ കരിയറിനെ ആക്രമിക്കുകയും അവനെ കൂടുതൽ സമയം ജോലിചെയ്യാൻ നിർബന്ധിക്കുകയും ചെയ്യുന്നു. അടുത്തിടെ ജോലിയിൽനിന്ന് പിരിച്ചുവിട്ട തൊഴിലാളികളെ നോക്കിയിരുന്ന പ്രദേശങ്ങളും അദ്ദേഹം ഏറ്റെടുക്കുന്നു. ഹെൻറി ദിവസേന രണ്ട് മണിക്കൂർ ജോലിസ്ഥലത്തേക്ക് യാത്ര ചെയ്യുന്നു, കൂടാതെ മുഴുവൻ കിഴക്കൻ കടൽത്തീരവും നോക്കാൻ നിർബന്ധിതനായി. അവൻ ഒന്നുകിൽ റോഡിലോ വിമാനത്തിലോ അല്ലെങ്കിൽ ഉറക്കമോ ആയിരിക്കും. ജോലി സംബന്ധമായ നീണ്ട മണിക്കൂറുകൾ ഒരു കാര്യം വ്യക്തമാക്കുന്നു : തന്റെ സ്വപ്ന ഭവനത്തിൽ വളരെ അപൂർവ്വമായി മാത്രമേ ഹെൻറി "ജീവിക്കുന്നുള്ളൂ". എപ്പോൾ അവൻ ഭവനത്തിൽ കഴിയുന്നുവോ, ഒന്നുകിൽ ഉറങ്ങുകയോ അല്ലെങ്കിൽ ജോലിയുടെ ഭാരം ഇറക്കി ക്ഷീണം മാറ്റു

കയോ ആയിരിക്കും. ഭാര്യയും കുട്ടികളുമായുള്ള ബന്ധം വഷളാകുന്നു. ഉത്തരവാദിത്വത്തിന്റെ സമ്മർദ്ദം വർദ്ധിക്കുന്നതിനനുസരിച്ച് അവന്റെ ആരോഗ്യം ക്ഷയിക്കുന്നു.

ഹെൻറി പെട്ടെന്ന് സത്യാവസ്ഥ മനസ്സിലാക്കുന്നു : "ഞാൻ ഒരു സ്വപ്നമല്ല ജീവിക്കുന്നത്, മറിച്ച് എന്റെ സ്വപ്നമാണ് എന്നെ ജീവിക്കുന്നത്." ജീവിതശൈലിയുടെ മിഥ്യാധാരണയിൽ കുടുങ്ങിപ്പോയ ഹെൻറി, സമ്പത്തിന് അതിന്റെ വിലനൽകണമെന്ന പ്രത്യയ ശാസ്ത്രത്തിൽ വിശ്വസിച്ച് ജോലിയിൽ തുടരുന്നു.

സ്വാതന്ത്ര്യത്തിന്റെ നാശനം മറ്റ് സഹോദര സമ്പത്തിന്റെ ഘടകങ്ങളെ എങ്ങനെ ആക്രമിക്കുന്നുവെന്ന് ശ്രദ്ധിക്കുക. താങ്ങാനാകാത്ത ഭൗതിക സമ്പത്ത് നമ്മുടെ ആരോഗ്യത്തിനും ബന്ധങ്ങൾക്കും അനന്തരഫലങ്ങൾ ഉണ്ടാക്കുന്നു. സമ്പന്നനായി കാണുന്നതിന്റെ വിരോധാഭാസം, അത് യഥാർത്ഥ സമ്പത്തിന്റെ ശത്രുവാണ് എന്നതാണ് : *അത് സ്വാതന്ത്ര്യത്തെ നശിപ്പിക്കുന്നു, അത് ആരോഗ്യത്തെ നശിപ്പിക്കുന്നു, ബന്ധങ്ങളെ നശിപ്പിക്കുന്നു.*

ഏറ്റവും പ്രധാനമായി, മില്യനെയർ ഫാസ്റ്റ്ലെയ്ൻ അതിന്റെ സമ്പത്ത് ത്രിത്വത്തിലെ സ്വാതന്ത്ര്യത്തെ അഭിസംബോധന ചെയ്യുന്നു. കാരണം, സ്വാതന്ത്ര്യം മറ്റുള്ളവരുടെ ആരോഗ്യത്തിനും ബന്ധങ്ങൾക്കും സംരക്ഷണം നൽകുന്നു. മാത്രമല്ല, നിങ്ങളുടെ സ്വാതന്ത്ര്യവും നിങ്ങളുടെ ജീവിതത്തെ നിങ്ങൾ എങ്ങനെ കാണുന്നുവെന്നും നിങ്ങൾക്ക് നിർവ്വചിക്കാനാകും. നിങ്ങൾക്ക് സ്വകാര്യ ജെറ്റുകൾ പറത്താൻ സ്വാതന്ത്ര്യം വേണമെങ്കിൽ, അതുതന്നെ. നിങ്ങൾക്ക് തായ്‌ലെൻഡിൽ മിനിമലിസ്റ്റ് ജീവിതശൈലി നയിക്കണം, എങ്കിൽ അതുതന്നെ. എല്ലാവരുടെയും സ്വാതന്ത്ര്യം വ്യത്യസ്തമാണ്! നിങ്ങളുടെ വ്യക്തിപരമായ നിർവ്വചനത്തിൽ, സമൂഹത്തിന്റെ പതിപ്പിന് വിരുദ്ധമായി, നിങ്ങളുടെ സമ്പത്തിന്റെ പ്രഹേളികയുടെ വലിയൊരു ഭാഗം നിങ്ങൾ കണ്ടെത്തുകയും അത് നടപ്പാത ശുദ്ധീകരണത്തിലേക്ക് നയിക്കുകയും ചെയ്യുന്നു.

അധ്യായ സംഗ്രഹം : ഫാസ്റ്റ്ലെയ്ൻ പ്രത്യേകതകൾ

- ശക്തമായ കുടുംബബന്ധങ്ങൾ, ശാരീരികക്ഷമത, ആരോഗ്യം, സ്വാതന്ത്ര്യം എന്നിവയാലാണ് സമ്പത്ത് രചിക്കപ്പെട്ടിരിക്കുന്നത് – ഭൗതിക സ്വത്തുക്കൾ കൊണ്ടല്ല.
- താങ്ങാനാകാത്ത ഭൗതിക സമ്പത്ത്, സമ്പത്തിന്റെ ത്രിത്വത്തിന് വിനാശകരമാണ്.

പണം ദുരുപയോഗം ചെയ്യുകയാണെങ്കിൽ, പണം നിങ്ങളെ ദുരുപയോഗം ചെയ്യും

പണംകൊണ്ട് സന്തോഷം വാങ്ങാൻ കഴിയില്ല,
എന്നാൽ, നിങ്ങൾ ദയനീയാവസ്ഥയിലിരിക്കുമ്പോൾ
അത് നിങ്ങളെ വളരെ സുഖകരമാക്കും.
—ക്ലെയർ ബൂത്ത് ലൂസ്

പണത്തിന് സന്തോഷം വാങ്ങാനാവില്ല... എങ്കിൽ ദാരിദ്ര്യത്തിനോ?

"പണത്തിന് സന്തോഷം വാങ്ങാനാവില്ല" എന്ന് പ്രഖ്യാപിക്കുന്ന ആളുകൾ ഇതിനകംതന്നെ മനസ്സിലാക്കിയിട്ടുണ്ട് അവർക്ക് ഒരിക്കലും പണമുണ്ടാകില്ലായെന്ന്. ഈ പഴയ സമവാക്യം അവർക്ക് ദാരിദ്ര്യത്തിൽ വിളക്കായി മാറുന്നു. പണം സന്തോഷം വാങ്ങാത്തതിനാൽ, എന്തിനാണ് അത് ലാഭിക്കുന്നത്? അപ്പോൾ യുക്തി ചോദിക്കുന്നു, പണം സന്തോഷം വാങ്ങുന്നില്ലെങ്കിൽ പിന്നെ ദാരിദ്ര്യമാണോ സന്തോഷം കൊണ്ടുവരുന്നത്? എന്താ, ഫെരാരിയുടെ ഉടമസ്ഥന് കാമശക്തി കുറവാണോ, ഹോണ്ട ഓടിക്കുന്ന ആളെ ശുക്കിക്കൊല്ലുണോ?

ഗൂഗിളിൽ പോയി വാചകം തിരയുക "പണം സന്തോഷം വാങ്ങുന്നില്ല". പണത്തിന് സന്തോഷവുമായി യാതൊരു ബന്ധവുമില്ലെന്ന് പേജുകളോളം നിഗമനം ചെയ്യുന്നു. ആറക്ക ശമ്പളം വാങ്ങുന്ന ഒരു കണക്കിക്കട്ട് ബിസിനസ്സുകാരൻ കെനിയയിൽ കന്നുകാലികളെ മേയ്ക്കുന്ന മനുഷ്യനെക്കാൾ അസന്തുഷ്ടനാണെങ്കിൽ നിങ്ങൾ സ്തബ്ദനാവുമോ? തീർച്ചയായും ഇല്ല.

സന്തോഷത്തിന്റെ യഥാർത്ഥ കള്ളനെ ഒറ്റപ്പെടുത്താത്തതിനാൽ ഈ വിശകലനങ്ങൾ വീണുപോകുന്നു എന്നതാണ് വസ്തുത : അടിമത്തം, സ്വാതന്ത്ര്യത്തിന്റെ വിരുദ്ധ ആശയം. വിരോധാഭാസം എന്തെന്നാൽ ആളുകൾ "കൂടുതൽ പണം" സമ്പാദിക്കുമ്പോൾ അത് സ്വാതന്ത്ര്യം ഉണ്ടാക്കുന്നില്ല, അത് ഇല്ലാതാക്കുന്നു. ജീവിതശൈലി അടിമത്തം സൃഷ്ടിച്ചുകൊണ്ട്, കുടുംബം, ആരോഗ്യം, സ്വാതന്ത്ര്യം എന്ന സമ്പത്തിന്റെ ത്രിത്വത്തിന് വിനാശകരമായിത്തീരുന്നു.

ക്രെയ്ടൺ യൂണിവേഴ്സിറ്റിയുടെ *സെന്റർ ഫോർ മാര്യേജ് ആൻഡ്*

ഫാമിലി-യുടെ നിഗമനമനുസരിച്ച്, കടം ആണ് നവദമ്പതികൾക്കിടയിൽ കലഹത്തിന്റെ പ്രധാന കാരണം. കടവും ജീവിതശൈലി അടിമത്തവും ആളുകളെ ജോലിയിൽ ബന്ധിക്കുകയും, ബന്ധങ്ങളുടെ കെട്ടഴിക്കുകയും ചെയ്യുന്നു. ഒരു 2003-ലെ ലോക മൂല്യ സർവേയും (worldvaluessurvey.org), കൂടാതെ 2018-ലെ സന്തോഷ റിപ്പോർട്ടും (http://worldhappiness.report) ലോകത്തിലെ ഏറ്റവും സന്തുഷ്ടരായ ആളുകൾക്ക് സാമൂഹ്യബോധം, സാമൂഹിക പിന്തുണ, ശക്തമായ കുടുംബ ബന്ധങ്ങൾ എന്നിവയിൽ ഒരു മുറുക്കം ഉണ്ടെന്ന് കണ്ടെത്തി. പ്രാഥമിക ആവശ്യങ്ങൾക്കു ശേഷം (സുരക്ഷ, പാർപ്പിടം, ആരോഗ്യം, ഭക്ഷണം), നമ്മുടെ പങ്കാളികൾ, നമ്മുടെ കുടുംബം, നമ്മുടെ സുഹൃത്തുക്കൾ, നമ്മുടെ ആത്മീയത എന്നിവയോടുള്ള നമ്മുടെ ബന്ധങ്ങളുടെ ഗുണനിലവാരം നമ്മുടെ സന്തോഷത്തിന്റെ ലബ്ധിയെ ഏറ്റവും സാരമായി സ്വാധീനിക്കുന്നു. സമ്പന്നതയുടെ എല്ലാ മത്സരങ്ങളെയും തകർത്ത് നമ്മൾ അടുത്ത ഏറ്റവും വിലപിടിപ്പുള്ള ഒന്നിനെ പിന്തുടരുന്ന തിരക്കിലാണെങ്കിൽ, നമ്മൾ ദുരിതത്തിന് പണം മുടക്കുന്നു. *വേൾഡ് വാല്യു സർവേ* ഉൾപ്പെടെയുള്ള നിരവധി പഠനങ്ങൾ “ഉപഭോക്തൃത്വം” സന്തോഷത്തിന്റെ പ്രധാന തടസ്സമാണെന്ന് നിഗമനം ചെയ്യുന്നു.

ധാരാളം കോടീശ്വരന്മാരും നല്ല ശമ്പളം വാങ്ങുന്ന ജോലിക്കാരും തികച്ചും ദയനീയമായ അവസ്ഥയിൽ ഉണ്ടെന്നത് വസ്തുതയാണ്, പണവുമായി അതിന് യാതൊരു ബന്ധവുമില്ല.

അത് അവരുടെ സ്വാതന്ത്ര്യവുമായി ബന്ധപ്പെട്ടതാണ്.

അവർ പണത്തെ സ്വന്തമാക്കുന്നതിനുപകരം, പണം അവരെ സ്വന്തമാക്കുന്നു. സദാ പണിയെടുക്കുന്ന നല്ല ശമ്പളമുള്ളയാൾ ഭാര്യയും കുട്ടികളുമായുള്ള ബന്ധം ദൃഢമാക്കാൻ ഒരിക്കലും വീട്ടിലില്ലാതെ വരുമ്പോൾ, അവർ സന്തുഷ്ടരായിരിക്കില്ല, അതിനേക്കാൾ സന്തോഷം വിയറ്റ്നാമിലെ പാവപ്പെട്ട കർഷകൻ അവന്റെ പകുതി ദിവസം വയലിലും, മറ്റേ പകുതി കുടുംബത്തോടൊപ്പവും ചെലവഴിക്കുമ്പോൾ ഉണ്ടാകും.

2009-ൽ, ജനപ്രിയ അമേരിക്കൻ ടോക്ക് ഷോ അവതാരകനായ ഡേവിഡ് ലെറ്റർമാൻ ഒരു നിർമ്മാതാവിന്റെ മറ്റൊരു സിബിഎസ് ഷോയിൽനിന്നുള്ള കൊള്ളയടിക്കൽ പരസ്യമാക്കി. അയാൾ ഒരു വർഷം 2 മില്യൺ ഡോളറിന്റെ ബ്ലാക്ക്മെയിൽ തട്ടിപ്പ് നടത്തി. 214,000 ഡോളർ സമ്പാദിച്ചു. എന്നിട്ടും ആ മനുഷ്യൻ കടുത്ത സാമ്പത്തിക തകർച്ചയിലാണെന്ന് അവകാശപ്പെട്ടു, ഭാര്യയ്ക്ക് പ്രതിമാസം ഏകദേശം $6,000 ജീവനാംശം നൽകുന്നു എന്ന കാരണം കാണിച്ചുകൊണ്ട്. ഈ കൊള്ളക്കാരൻ ഒരു സെലിബ്രിറ്റിയെ ബ്ലാക്ക് മെയിൽ ചെയ്യാൻ കാരണം അവൻ “സന്തോഷം വാങ്ങാൻ” ആഗ്രഹിച്ചതുകൊണ്ടോ? എന്തായിരുന്നു അവന്റെ യഥാർത്ഥ പ്രേരണ? അവന്റെ കടങ്ങൾ അവനെ അടിമത്തത്തിൽ അടങ്ങിയിരിക്കാൻ പിടിച്ചുനിർത്തിയതുകൊണ്ടാണ് അവൻ സ്വാതന്ത്ര്യം വാങ്ങാൻ ശ്രമിച്ചതെന്ന് ഞാൻ വാദിക്കുന്നു. $2 മില്യൺ ഒരു വ്യത്യാസം ഉണ്ടാക്കുമായിരുന്നോ? ഒരുപക്ഷേ അത് ഹ്രസ്വകാലത്തേക്ക്, പക്ഷേ ദീർഘകാലത്തേക്ക് അല്ല. കാരണം, പണവുമായുള്ള അവന്റെ ബന്ധം ഇതിനകം ദുഷിച്ചതായിരുന്നു. അന്വേഷണത്തോട് അടുത്ത ഒരു സ്രോതസ്സ് പറയുന്നു, “അവൻ ആഗ്രഹിച്ചില്ല ഇനി ജോലി ചെയ്യാൻ.” മറ്റൊരുവിധത്തിൽ പറഞ്ഞാൽ, അവൻ സ്വാതന്ത്ര്യം കൊതിച്ചു.

സാധാരണത്വം എന്നത് എലിയുടെ ഓട്ടമാണ്, ആധുനിക അടിമത്തം

രാവിലെ ട്രാഫിക്കിൽ കുടുങ്ങി ജോലിക്കുപോകുന്ന വ്യക്തിയെ താരതമ്യം ചെയ്യുമ്പോൾ, ഞാൻ എന്തുകൊണ്ടാണ് സമ്പന്നനായത്? എന്റെ പക്കൽ സ്വാതന്ത്ര്യമുണ്ട്. ഞാൻ ഉണർന്ന് എനിക്ക് ആവശ്യമുള്ളത് ചെയ്യുന്നു. ഞാൻ സ്വപ്നങ്ങളെ പിന്തുടരുന്നു. എത്ര വിറ്റഴിക്കുമെന്ന ആശങ്കയില്ലാതെയാണ് ഞാൻ ഈ പുസ്തകം എഴുതുന്നത്. ജോലിയെക്കുറിച്ചോ മേലധികാരികളെക്കുറിച്ചോ പണമടക്കാത്ത വൈദ്യുതി ബില്ലുകളെക്കുറിച്ചോ വേവലാതിപ്പെടാതെ ഞാൻ രണ്ടാഴ്ചത്തേക്ക് ലാസ് വെഗാസിലേക്ക് ഒരു വിമാനം കയറുന്നു. സ്വാതന്ത്ര്യം അതിശയകരമാണ്.

എന്നിട്ടും എന്റെ ജീവിതരീതി "സാധാരണം" അല്ല. സമ്പത്തുപോലെ, സമൂഹവും അതിന്റെ "സാവധാനത്തിൽ സമ്പന്നനാകുക" ദിശാനിർദ്ദേശങ്ങളോടൊപ്പം, നിങ്ങൾക്കായി "സാധാരണ" എന്ന് നിർവ്വചിച്ചിരിക്കുന്നു. സാധാരണ രാവിലെ 6 മണിക്ക് ഉണരും. തിങ്കൾ മുതൽ വെള്ളി വരെ സഹിഷ്ണുതയുള്ള ജോലിയിൽ എട്ട് മണിക്കൂർ പ്രവർത്തിക്കുന്നു. 10% ലാഭിക്കുക, തുടർന്ന് ആവർത്തിക്കുക 50 വർഷം. കടംവാങ്ങി എല്ലാം വാങ്ങുക എന്നതാണ് സാധാരണ. വാൾസ്ട്രീറ്റിനെയും അവരുടെ കൂട്ടരെയും വിശ്വസിക്കുന്നത് നിങ്ങളെ സമ്പന്നരാക്കും എന്ന മിഥ്യ വിശ്വസിക്കുക എന്നതാണ് സാധാരണം. വേഗതയേറിയ കാറും വലിയ വീടും നിങ്ങളെ സന്തോഷിപ്പിക്കും എന്ന് വിശ്വസിക്കുക എന്നത് സാധാരണമാണ്. നിങ്ങൾ സമൂഹത്തിന്റെ തെറ്റായ സമ്പത്തിന്റെ നിർവ്വചനം അടിസ്ഥാനമാക്കി സാധാരണ സ്വീകരിക്കാൻ നിർബന്ധിതരാണ്. അതുകൊണ്ടുതന്നെ, സാധാരണ തന്നെ ദൂഷിച്ചുപോയിരിക്കുന്നു. *ആധുനിക കാലത്തെ അടിമത്തമാണ് സാധാരണം.*

മിക്ക ആളുകളും ഒരു പ്രതിസന്ധിയെ സാമ്പത്തികമായി മാറ്റിനിർത്തി അപകടകരമായി പ്രവർത്തിക്കുന്നത് എന്നെ അത്ഭുതപ്പെടുത്തുന്നു. അച്ചടക്കമില്ലാതെ പണം ചെലവഴിക്കുന്നവരുടെയും ഉപഭോക്താക്കളുടെയും രാജ്യമായി നാം മാറിയിരിക്കുന്നു. അനിയന്ത്രിതമായ ചെലവുകളും ഭൗതികമായ അമിതതയും ഉള്ളൊരു രാഷ്ട്രമായി നമ്മൾ മാറുകയും, സമ്മർദ്ദത്തിന്റെ മഷിയിൽ നമ്മുടെ ചരമവാർത്തകൾ എഴുതുകയും ചെയ്യുന്നു. നിങ്ങളുടെ ജീവിതശൈലിയിൽ നിങ്ങൾ ബന്ദിയാക്കപ്പെട്ടാൽ, നിങ്ങൾ സമ്പന്നൻ അല്ല, കാരണം നിങ്ങൾക്ക് സ്വാതന്ത്ര്യമില്ല.

പണത്തിന്റെ സദുപയോഗം

പണം ദുരുപയോഗം ചെയ്ത് സന്തോഷം വാങ്ങാനാവില്ല. പണം സ്വാതന്ത്ര്യം വാങ്ങുന്നതിനുപകരം, അത് അടിമത്തം വാങ്ങുന്നു. "സമ്പത്ത്", "സന്തോഷം" എന്നിവ പരസ്പരം മാറ്റാവുന്നവയാണ്. എന്നാൽ, നിങ്ങളുടെ സമ്പത്തിന്റെ നിർവ്വചനം സമൂഹം ദൂഷിപ്പിച്ചിട്ടില്ലെങ്കിൽ മാത്രം. സമൂഹം പറയുന്ന സമ്പത്ത് "സാധനങ്ങൾ" ആണ്, ഇത് വികലമായതിനാൽ, സമ്പത്തും സന്തോഷവും തമ്മിലുള്ള പാലം തകരുകയും ചെയ്യുന്നു.

നിങ്ങൾക്ക് സമ്പന്നത തോന്നുന്നില്ലെങ്കിൽ, നിങ്ങൾ ആ തോന്നൽ സൃഷ്ടിക്കാൻ ശ്രമിക്കും. സമ്പന്നത അനുഭവിക്കാൻ സമ്പത്തിന്റെ പ്രതീകചിഹ്നങ്ങൾ നിങ്ങൾ വാങ്ങിക്കും. നിങ്ങൾ വികാരങ്ങൾ, ബഹുമാനം, അഭിമാനം, സന്തോഷം എന്നിവ ആഗ്രഹിക്കുന്നു. നിങ്ങൾക്ക് പ്രശംസ, സ്നേഹം, സ്വീകാര്യത എന്നിവ

വേണം. ഈ വികാരങ്ങൾ എന്താണ് നിങ്ങൾക്ക് ചെയ്തു തരേണ്ടത്? നിങ്ങൾ സന്തോഷം പ്രതീക്ഷിക്കുന്നു.

അതൊരു ചൂണ്ടയിലെ ഇരയാണ്. സമ്പത്തിന്റെ ദുഷിച്ച പതിപ്പിലുള്ള സന്തോഷമാണ് നമ്മൾ തുല്യമാണെന്ന് ഗണിക്കുന്നത്. എന്നിട്ട് അത് നൽകാതിരിക്കുമ്പോൾ, പ്രതീക്ഷകൾ ലംഘിക്കപ്പെടുകയും അസന്തുഷ്ടി അവശേഷിക്കുകയും ചെയ്യുന്നു.

ശരിയായി ഉപയോഗിച്ചാൽ, പണം സ്വാതന്ത്ര്യം വാങ്ങുന്നു. സ്വാതന്ത്ര്യം സാമ്പത്തിക ത്രിത്വത്തിലെ ഒന്നാണ്. സ്വാതന്ത്ര്യംകൊണ്ട് തിരഞ്ഞെടുപ്പുകൾ വാങ്ങാനാവുന്നു. ദരിദ്രരായ അനേകം ആളുകൾ അമിത അധ്വാനമുള്ള ഉയർന്ന മധ്യവർഗ്ഗ സഹപ്രവർത്തകരേക്കാൾ സമ്പന്നതയിൽ ജീവിക്കുന്നു എന്നതാണ് വസ്തുത. കാരണം, രണ്ടാമത്തെ ആളുകൾക്ക് സ്വാതന്ത്ര്യം ഇല്ല, അവർക്ക് ദൃഢമായ ബന്ധമില്ല, അവർക്ക് ആരോഗ്യമില്ല. എല്ലാം 50 വർഷമായി ആഴ്ചയിൽ അഞ്ച് ദിവസവും വെറുക്കപ്പെട്ട ജോലി ചെയ്യുന്നതിന്റെ ഹാനികരമായ ഫലങ്ങൾ.

സമ്പത്തിലൂടെ പണം എന്ന സമവാക്യത്തിന്റെ ഒരു താക്കോൽ, സ്വാതന്ത്ര്യം, മറ്റ് രണ്ട് താക്കോലുകൾ, ആരോഗ്യം, ബന്ധങ്ങൾ എന്നിവയുടെ ശക്തമായ സംരക്ഷകനാണ്.

1. നിങ്ങളുടെ കുട്ടികൾ വളരുന്നത് കാണാനുള്ള സ്വാതന്ത്ര്യം പണം നിങ്ങൾക്ക് തരുന്നു.
2. നിങ്ങളുടെ ഭ്രാന്തമായ സ്വപ്നങ്ങൾ പിന്തുടരാനുള്ള സ്വാതന്ത്ര്യം പണം നൽകുന്നു.
3. ലോകത്ത് മാറ്റം വരുത്താനുള്ള സ്വാതന്ത്ര്യം പണം നൽകുന്നു.
4. ബന്ധങ്ങൾ കെട്ടിപ്പടുക്കാനും ശക്തിപ്പെടുത്താനുമുള്ള സ്വാതന്ത്ര്യം പണം നൽകുന്നു.
5. സാമ്പത്തിക സാധൂകരണം സമവാക്യത്തിൽനിന്ന് നീക്കം ചെയ്തുകൊണ്ട് നിങ്ങൾ ഇഷ്ടപ്പെടുന്ന കാര്യങ്ങൾ ചെയ്യാനുള്ള സ്വാതന്ത്ര്യം പണം നൽകുന്നു.

മുകളിൽ പറഞ്ഞവയിൽ ഏതെങ്കിലും നിങ്ങളെ സന്തോഷിപ്പിക്കാൻ സാധ്യതയുണ്ടോ? തീർച്ചയായും ഉണ്ടെന്ന് ഞാൻ വാതുവെക്കുന്നു. അവയൊന്നും തീർച്ചയായും നിങ്ങളെ അസന്തുഷ്ടനാക്കില്ല.

ജീവിതശൈലി അടിമത്തം : നടപ്പാതയുടെ കെണി

കാൽനടയാത്രക്കാർ ജീവിതശൈലി എന്ന അടിമത്തത്തിൽ മുഴുകിയിരിക്കുന്നു, അവിടെ ജീവിതം ഒരു എലിപ്പന്തയത്തിലേക്ക് നിർബന്ധിതരാകുന്നു. ജീവിതശൈലിയിലെ അതിപ്രസരങ്ങളും ജോലിയും തമ്മിലുള്ള നിരന്തരമായ വടംവലി, സ്വയം ശാശ്വതമാക്കുന്ന വരുമാനത്തിനായുള്ള ജോലി, ജീവിതശൈലിക്കായുള്ള വരുമാനം, ജോലിക്കുവേണ്ടിയുള്ള ജീവിതശൈലി. ജീവിതശൈലി അടിമത്തം ഉള്ളിടത്തെല്ലാം, സ്വാതന്ത്ര്യത്തിന്റെ വ്യവസ്ഥാപിതമായ ശോഷണമുണ്ട്.

- ജോലികൊണ്ട് വരുമാനം ഉണ്ടാകുന്നു.
- വരുമാനംകൊണ്ട് ജീവിതശൈലിയും കടവും ഉണ്ടാകുന്നു (കാറുകൾ, ബോട്ടുകൾ, ഡിസൈനർ വസ്തുങ്ങൾ).
- ജീവിതശൈലി സുഖപ്രദമാക്കുന്നതിനുള്ള പ്രതീക്ഷകളും, മികച്ചതിനും കൂടുതലിനും മുതലായവയ്ക്കുമുള്ള ആഗ്രഹവും സൃഷ്ടിക്കുന്നു.
- ഇതുതന്നെ ആവർത്തിക്കുന്നു...

എന്റെ 20-കളുടെ തുടക്കത്തിൽ ഞാൻ ജീവിതശൈലി അടിമത്വത്തെക്കുറിച്ച് പഠിച്ചു. കോളേജ് ബിരുദാനന്തരം, ഞാൻ ഷിക്കാഗോയിൽ ഒരു നിർമ്മാണ തൊഴിലാളിയായി ഒരു മോശം ജോലി സ്വീകരിച്ചു, നഗര ഗതാഗതവുമായി ദിവസവും പോരാടി. എന്റെ ചെറുപ്പത്തിൽ സമ്പാദിച്ചതിലും കൂടുതലായിരുന്നു ശമ്പളം, എന്റെ വരുമാനം വർദ്ധിച്ചു, ഞാൻ സമ്പന്നനായി തോന്നിത്തുടങ്ങി.

അപ്പോൾ ഞാൻ എന്താണ് ചെയ്തത്?

ഞാൻ എന്റെ ജീവിതശൈലി ഉയർത്തി, സമ്പത്തിന്റെ മിഥ്യാധാരണയ്ക്ക് ധനസഹായം നൽകി. ഞാൻ എന്റെ ആദ്യത്തെ സ്പോർട്സ് കാർ വാങ്ങി, ഒരു മിത്സുബിഷി 3000GT. എനിക്ക് അധികം സമയംവേണ്ടി വന്നില്ല. എന്റെ സ്വപ്നം സാക്ഷാത്കാരമായിരുന്ന കാർ ഒരു സമ്പത്തിന്റെ പ്രതീകമായിരുന്നില്ല, മറിച്ച് എന്റെ സ്വാതന്ത്ര്യത്തെ പോഷിപ്പിക്കുന്ന ഒരു പരാന്നഭോജിയായിരുന്നു എന്ന് മനസ്സിലാക്കാൻ എനിക്ക് കൂടുതൽ സമയം വേണ്ടിവന്നില്ല. ഞാൻ എന്റെ ജോലി വെറുത്തു : അത് സമ്മർദ്ദപൂരിതമായിരുന്നു, എന്റെ ഊർജ്ജം ചോർത്തി, എന്റെ സംരംഭകത്വ സ്വപ്നങ്ങളെ കയറിട്ടുകെട്ടി. എനിക്ക് ഉപേക്ഷിക്കാൻ കഴിഞ്ഞില്ല, എനിക്ക് ഉത്തരവാദിത്തങ്ങൾ ഉണ്ടായിരുന്നു : കാർ പേയ്മെന്റുകൾ, ഗ്യാസ്, ഇൻഷ്വറൻസ്. കാരണം "സാധനങ്ങളോടുള്ള" എന്റെ കടമകൾ, ഞാൻ വെറുക്കുന്ന ഒരു ജോലിയിൽ എന്നെത്തന്നെ തടവിലാക്കി.

എന്നിരുന്നാലും, ഇത്തരത്തിലുള്ള അടിമത്തം സാധാരണമാണ്. അനന്തരഫലങ്ങൾ പരിഗണിക്കാതെ ഏറ്റവും മഹത്തായ പുതിയ കാര്യങ്ങൾക്കായി പരിശ്രമിക്കാൻ നമ്മളെ പഠിപ്പിച്ചു. അത് നമ്മെ വർഷങ്ങളോളം കൂലിപ്പണിക്കാരനാക്കുന്നു, നമ്മെ ജീവിതശൈലി തടവിന് വിധിക്കുന്നു... കൂടാതെ നിങ്ങൾക്ക് താങ്ങാൻ കഴിയാത്ത കൂടുതൽ സാധനങ്ങൾ വാങ്ങുന്നിടത്തോളം, നിങ്ങളുടെ ജയിൽ ശിക്ഷ കൂടുതൽ നീണ്ടുനിൽക്കുന്നു.

നിങ്ങൾക്ക് കഴിയുമെന്ന് നിങ്ങൾ കരുതുന്നു – എന്നാൽ അങ്ങനെയല്ല

നിങ്ങൾ അവസാനമായി ഒരു പായ്ക്കറ്റ് ച്യൂയിംഗം വാങ്ങിയതിനെക്കുറിച്ച് ചിന്തിക്കുക. വിലയെക്കുറിച്ച് നിങ്ങൾ വിഷമിച്ചോ? "ഹും, എനിക്ക് ഇത് താങ്ങാനാകുമോ?" എന്ന് നിങ്ങൾ ചോദിച്ചോ? ഒരുപക്ഷേ ഇല്ല. നിങ്ങൾ ച്യൂയിംഗം വാങ്ങി, അത് കഴിഞ്ഞു. വാങ്ങൽ നിങ്ങളുടെ ജീവിതശൈലിയെയോ ഭാവി തിരഞ്ഞെടുപ്പുകളെയോ ബാധിച്ചില്ല. ഒരു ധനികൻ ഒരു ഡീലർഷിപ്പിൽ കയറി ഒരു ആറക്ക സംഖ്യയുടെ ബെൻറ്റലേ കാർ വാങ്ങുന്നതും, പ്രവൃത്തി ഒന്നുതന്നെയാണ്.

വാങ്ങുന്നതിന്റെ മിടുക്ക്, അതിനെപ്പറ്റി ചിന്തിക്കാത്തപ്പോഴാണ്.

നിങ്ങൾ "താങ്ങാവുന്ന വില"യെക്കുറിച്ച് ചിന്തിക്കണമെങ്കിൽ, നിങ്ങൾക്ക് അത് താങ്ങാൻ കഴിയില്ല, കാരണം താങ്ങാനാവുന്നത് വ്യവസ്ഥകളും അനന്ത

രഫലങ്ങളും വഹിക്കുന്നു. നിങ്ങൾ ഒരു ബോട്ട് വാങ്ങുകയും താങ്ങാനാവുന്ന വിലയിൽ മാനസിക ജിംനാസ്റ്റിക്കിന് തുനിയുകയും ചെയ്യുന്നുവെങ്കിൽ, നിങ്ങൾക്ക് അത് താങ്ങാൻ കഴിയില്ല. ഉറപ്പായും താങ്ങാനാവുമെന്ന് സാന്ത്വനിപ്പിക്കുകയും വിചിത്രമായ വാദങ്ങൾ ഉണ്ടാക്കുകയും ചെയ്യും. പലപ്പോഴും ഇതിൽ ആരംഭിക്കും "എനിക്ക് താങ്ങാൻ കഴിയും, എന്തെന്നാൽ,

... എനിക്ക് ആ പ്രമോഷൻ കിട്ടുന്നു."
... എന്റെ കടം ഇടപാടുതീർക്കലിൽ എത്തില്ല."
... എന്റെ സ്റ്റോക്ക് പോർട്ട്ഫോളിയോ ഈ മാസം മറ്റൊരു 10% ഉണ്ടാക്കുന്നു!"
... എന്റെ വിൽപ്പന പ്രവചനങ്ങൾ ഇരട്ടിയാണ്."
... എന്റെ ഭാര്യ ഒരു ജോലി കണ്ടുപിടിച്ചു."
... ഞാൻ എന്റെ ആരോഗ്യ ഇൻഷുറൻസ് റദ്ദാക്കുന്നു."
... എന്റെ ക്രിപ്റ്റോകറൻസി പോർട്ട്ഫോളിയോക്ക് പണം നഷ്ടമാകില്ല."

നിങ്ങൾക്ക് താങ്ങാൻ കഴിയില്ലെന്ന മുന്നറിയിപ്പാണ് ഈ സ്വയം സംസാരം. പ്രാപ്തി എന്നതിന് ചരടുകൾ ഘടിപ്പിച്ചിരിക്കില്ല. നിങ്ങൾക്ക് സ്വയം കബളിപ്പിക്കുവാൻ കഴിയും. പക്ഷേ, അനന്തരഫലങ്ങളെ നിങ്ങൾക്ക് കബളിപ്പിക്കുവാൻ കഴിയില്ല.

അപ്പോൾ നിങ്ങൾക്കത് താങ്ങാനാകുമോ എന്ന് നിങ്ങൾക്ക് എങ്ങനെ അറിയാം? നിങ്ങൾ പണം നൽകുകയും നിങ്ങളുടെ ജീവിതശൈലി ഭാവി സാഹചര്യങ്ങൾ പരിഗണിക്കാതെ മാറ്റുകയുമില്ലെങ്കിൽ, നിങ്ങൾക്ക് അത് താങ്ങാൻ കഴിയും. മറ്റൊരുവിധത്തിൽ പറഞ്ഞാൽ, നിങ്ങൾ ഒരു ബോട്ട് വാങ്ങുകയാണെങ്കിൽ, പണം നൽകുക. ഭാവിൽ അപ്രതീക്ഷിതമായ "കുരുക്കുകൾ" ബാധിക്കില്ല, എങ്കിൽ നിങ്ങൾക്ക് താങ്ങാൻ കഴിയും. ഒരു ആഴ്ച മുമ്പ് നിങ്ങളുടെ ജോലി നഷ്ടപ്പെട്ടപ്പോൾ നിങ്ങളൊരു പായ്ക്കറ്റ് ച്യൂയിംഗം വാങ്ങിയതിൽ, നിങ്ങൾ ഖേദിക്കുമോ? അല്ലെങ്കിൽ, നിങ്ങളുടെ വിൽപ്പന പ്രവചനം 50% കുറഞ്ഞാൽ? ഇല്ല, അത് ഒരു വ്യത്യാസം ഉണ്ടാക്കില്ല. നിങ്ങളുടെ സമ്പത്തിന്റെ നിലവാരവുമായി ബന്ധപ്പെട്ട് താങ്ങാനാവുന്ന വില അളക്കുന്നത് ഇങ്ങനെയാണ്.

സമ്പത്തിന്റെ നാടകീയതയെ മറികടക്കാൻ, നിങ്ങൾക്ക് എന്തെല്ലാം താങ്ങാനാവുമെന്നും താങ്ങാൻ കഴിയില്ലെന്നും അറിയുക. അവിടെ നിങ്ങൾക്ക് ശരിക്കും താങ്ങാൻ കഴിയുമെങ്കിൽ ബോട്ടുകളും ലംബോർഗിനികളും വാങ്ങുന്നതിൽ തെറ്റൊന്നുമില്ല. എല്ലാത്തിനും ഒരു സമയവും സ്ഥലവുമുണ്ട്. *മില്യനെയർ ഫാസ്റ്റ് ലെയ്ൻ നിങ്ങളെ ആ സ്ഥലത്തേക്ക് കൊണ്ടുവരാൻ രൂപകല്പന ചെയ്തിട്ടുണ്ട്.*

ജീവിതശൈലി അടിമത്തത്തിന്റെ പ്രലോഭനം

ജീവിതശൈലി അടിമത്തത്തിന്റെ സൈറൺ കോൾ എന്നത് തൽക്ഷണ സംതൃപ്തി, പെട്ടെന്നുള്ള ആനന്ദം എന്നിവയുടെ തെറ്റായ പ്രവാചകനാണ്. നല്ലതായി തോന്നിയതെല്ലാം നല്ലതാണെങ്കിൽ എത്ര ഹൃദ്യമാണല്ലേ? ചോക്ലേറ്റ്? ആ ഭീമാകാരമായ ഫാസ്റ്റ് ഫുഡ് കോംബോ ഭക്ഷണം? സൂര്യസ്നാനം? പുകവലി? നിർഭാഗ്യവശാൽ, ഹ്രസ്വകാല സുഖം പലപ്പോഴും ദീർഘകാലത്തേക്ക്

മോശമാണ്. തൽക്ഷണം സംതൃപ്തി എന്നത് ജനസാന്ദ്രതയുള്ള ഒരു രോഗബാധയാണ്, അതിന്റെ പ്രധാന പാർശ്വഫലങ്ങൾ എളുപ്പത്തിൽ കണ്ടെത്താനാകും : കടവും അമിതവണ്ണവും.

ഏറ്റവും എളുപ്പമുള്ള (വിലകുറഞ്ഞ) തൽക്ഷണം സംതൃപ്തി ലഭിക്കുന്നത് ഭക്ഷണത്തിൽ നിന്നായതു കാരണം മിക്ക അമേരിക്കക്കാരും പൊണ്ണത്തടിയുള്ളവരാണ്. ഒരു കാൻ പ്രിങ്കിൾസ് കഴിച്ചുകൊണ്ട്, ചാരുകസേരയിൽ നിങ്ങളുടെ നിതംബം നേർത്ത ശബ്ദത്തോടെ ഇരിക്കുമ്പോൾ, പിന്നീടുള്ള വേദനക്ക് പകരം നിങ്ങൾ ഇപ്പോൾ ആനന്ദം തിരഞ്ഞെടുക്കുന്നു. നിങ്ങൾ മാതാപിതാക്കളോടൊപ്പമാണ് താമസിക്കുന്നതെങ്കിൽ പ്രതിവർഷം $31,000 കിട്ടുന്ന ബാർടെൻഡറുടെ വേതനത്തെ ആസ്പദമാക്കി ഒരു പുതിയ മസ്താംഗ് കാറിനായി നിങ്ങൾ 72 മാസങ്ങളിൽ $45,000 കടപ്പെടുത്തിയാൽ, നിങ്ങൾ തൽക്ഷണ സംതൃപ്തിയെ വിജയിക്കാൻ അനുവദിക്കുന്നു, തുടർന്നുവരുന്നത് ജീവിതശൈലി അടിമത്വമാണ്. ആരോഗ്യംപോലെ സമ്പത്തും എളുപ്പമല്ല. രണ്ടും ഒരേ തുണിയിൽനിന്ന് ഒരേ പ്രക്രിയകളോടെ മുറിച്ചതാണ്. അവയ്ക്ക് അച്ചടക്കം, ത്യാഗം, സ്ഥിരോത്സാഹം, പ്രതിബദ്ധത, കൂടാതെ, വൈകിയ സംതൃപ്തി എന്നിവ ആവശ്യമാണ്. തൽക്ഷണ സംതൃപ്തിയുടെ പ്രലോഭനങ്ങളിൽനിന്ന് സ്വയം പ്രതിരോധിക്കാൻ നിങ്ങൾക്ക് കഴിയുന്നില്ലെങ്കിൽ, ഒന്നുകിൽ ആരോഗ്യം അല്ലെങ്കിൽ സമ്പത്തിൽ വിജയം നേടാൻ നിങ്ങൾ കഠിനമായി സമ്മർദ്ദത്തിലാകും. രണ്ടുപേരും ഹ്രസ്വകാല ചിന്തയിൽനിന്ന് (തൽക്ഷണ സംതൃപ്തി) ദീർഘകാല ചിന്തയിലേക്ക് (കാലതാമസം നേരിടുന്ന സംതൃപ്തി) ജീവിതശൈലി മാറ്റം ആവശ്യപ്പെടുന്നു. ഇതാണ് ജീവിതശൈലി അടിമത്വത്തിനുള്ള ഏക പ്രതിരോധം.

പ്രലോഭനങ്ങളുമായി ബന്ധപ്പെട്ട അപകടത്തെ മനസ്സിലാക്കുക

തൽക്ഷണം സംതൃപ്തി പ്രലോഭനവും ജീവിതശൈലി-അടിമത്തം അപകടവുമാണ്. പരസ്യ വ്യവസായം ഒരു വലിയ മത്സ്യബന്ധന പര്യവേക്ഷണത്തിലാണ്. നിങ്ങളെ കൊളുത്തുക എന്നതാണ് അവരുടെ ലക്ഷ്യം. എന്താണ് അവരുടെ രസകരമായ ഇര? ആ തിളങ്ങുന്ന പുതിയ കാർ, വലിയ വീട്, "ഇപ്പോൾ തന്നെ കിട്ടേണ്ട" ഏറ്റവും പുതിയ സാങ്കേതിക ഉൽപ്പന്നം.

എല്ലാ ദിവസവും നിങ്ങൾ തൽക്ഷണ സംതൃപ്തിയുടെ ചൂണ്ടകളിൽ പെടുന്നു...

"നിങ്ങൾ ഇപ്പോൾ സബ്സ്ക്രൈബ് ചെയ്യാതെ നിങ്ങൾക്ക് മത്സരിക്കാനാവില്ല!"

"ഈ മരുന്ന് വാങ്ങൂ, നിങ്ങൾ വളരെ ആരോഗ്യവാനും സന്തോഷവാനും ആയിരിക്കും!"

"നിങ്ങളുടെ പുതിയ iPhoneX നിങ്ങളെ കൂടുതൽ ഉൽപ്പാദനക്ഷമമാക്കും!"

"ഈ ഗ്രാഫിക് കാർഡ് സ്വന്തമാക്കുന്നതുവരെ നിങ്ങൾ ഒരു ഗൗരവമുള്ള ഗെയിമർ അല്ല!"

"ആ പുതിയ ഓഡി കാറുമായി നിങ്ങൾ വന്നു കയറുമ്പോൾ അയൽക്കാരന്റെ അസൂയ സങ്കൽപ്പിക്കുക!"

ഈ സന്ദേശങ്ങൾ ഒരു പൊതുതത്വം പങ്കിടുന്നു : നിങ്ങൾ അവരുടെ ഇരയാണ്, വഴിവാണിഭക്കാർ നിങ്ങൾക്ക് അത് താങ്ങാനാകുമോ ഇല്ലയോ എന്ന് ശ്രദ്ധി

ക്കില്ല. ഇരക്ക് താഴെയുള്ള കൊളുത്ത് തുറന്നുകാട്ടി സ്വയം പ്രതിരോധിക്കുക : ബന്ധനത്തിന്റെ ബക്കറ്റ്, അത് ജീവിതശൈലി അടിമത്തം ആണ്.

തൽക്ഷണ സംതൃപ്തി നിങ്ങളെ ഇരകളിൽ കടിക്കാൻ പ്രേരിപ്പിക്കുമ്പോൾ, നിങ്ങൾ ഒരു കൊളുത്തിനാൽ അപകടത്തിൽപെടുന്നു : ജീവിതശൈലി അടിമത്തം. നിങ്ങൾ നിങ്ങളുടെ വസ്തുക്കളെ സ്വന്തമാക്കുന്നതിനു പകരം, നിങ്ങളുടെ വസ്തുക്കൾ നിങ്ങളെ സ്വന്തമാക്കുന്നു.

സമ്പത്തിന്റെ ശത്രുക്കളെ അറിയുക, അവ നിങ്ങളുടെ ജീവിതത്തിലേക്ക് ക്ഷണിക്കുന്ന പ്രവർത്തികളും. നിങ്ങളുടെ ജീവിതശൈലി ആഡംബരങ്ങൾ ശരിക്കും താങ്ങാൻ കഴിയുന്നതുവരെ കാത്തിരിക്കുക... പിന്നെ, ഫാസ്റ്റ് ലെയ്നിൽ, ആ ദിവസം അധികം വൈകാതെ വരാം.

അധ്യായ സംഗ്രഹം : ഫാസ്റ്റ്ലെയ്ൻ പ്രത്യേകതകൾ

- സ്വാതന്ത്ര്യത്തിന് വിനാശകരമായി ഉപഭോക്തൃ ആവശ്യങ്ങൾക്കായി പണം ഉപയോഗിക്കുന്നതിനാൽ പണം സന്തോഷം വാങ്ങുന്നില്ല. സ്വാതന്ത്ര്യത്തെ നശിപ്പിക്കുന്നതെന്തും സമ്പത്തിന്റെ ത്രിത്വത്തിന് വിനാശകരമാണ്.
- പണം, ശരിയായി ഉപയോഗിച്ചാൽ, സ്വാതന്ത്ര്യം വാങ്ങാൻ കഴിയും, അത് സന്തോഷത്തിലേക്ക് നയിക്കാം.
- സന്തോഷം ഉണ്ടാകുന്നത് നല്ല ആരോഗ്യം, സ്വാതന്ത്ര്യം, ശക്തമായ വ്യക്തിബന്ധങ്ങൾ എന്നിവയിൽ നിന്നാണ്. പണം അത്ര അത്യാവശ്യമല്ല.
- ജീവിതശൈലി അടിമത്തം സ്വാതന്ത്ര്യം മോഷ്ടിക്കുന്നു, സ്വാതന്ത്ര്യം മോഷ്ടിക്കുന്നത് സമ്പത്ത് മോഷ്ടിക്കുന്നു.
- നിങ്ങൾക്ക് കഴിയുമെന്ന് നിങ്ങൾ കരുതുന്നു – എന്നാൽ അങ്ങനെയല്ല.
- തൽക്ഷണ സംതൃപ്തിയുടെ അനന്തരഫലം എന്നത് സ്വാതന്ത്ര്യത്തിന്റെയും ആരോഗ്യത്തിന്റെയും തിരഞ്ഞെടുപ്പിന്റെയും നാശമാണ്.

അധ്യായം

8

ഭാഗ്യവാന്മാർ തന്ത്രങ്ങൾ കളിക്കുന്നു

ഭാഗ്യത്തിൽ എനിക്ക് വലിയ വിശ്വാസമാണ്,
ഞാൻ എത്രത്തോളം കഠിനാധ്വാനം ചെയ്യുന്നുവോ,
അത്രയധികം അത് എനിക്കുണ്ട്.

—തോമസ് ജെഫേഴ്സൺ

ശ്ശ്ശ്... ഭാഗ്യവാനാകുവാൻ ആഗ്രഹിക്കുന്നുവോ?

ഒരിക്കൽ ആരോ എന്നെ “ഭാഗ്യവാൻ” എന്ന് വിളിക്കുന്നത് ഞാൻ കേട്ടു. എന്തൊരു സങ്കടകരവും, വഞ്ചനാപരവുമായ നടപ്പാത വിശ്വാസം. ഞാൻ ഭാഗ്യവാനല്ല; ഞാൻ കളിയിലെ ഒരു കളിക്കാരനാണ്. ഭാഗ്യവാൻ വിദ്വേഷി സ്വയം സുഖമായി ഇരിക്കുമ്പോൾ, ഞാൻ മരുഭൂമിയിൽ സംഘർഷത്തിലായിരുന്നു.

ജോ ഒരു നടപ്പാതക്കാരനാണ്, സമ്പന്നനാകാൻ ഭാഗ്യം ആവശ്യമാണെന്ന് വിശ്വസിക്കുന്നു. പകൽസമയം നിർമ്മാണ ജോലിയിലും അവന്റെ സായാഹ്നങ്ങൾ ഗോസിപ്പ് ബ്ലോഗുകളിൽ കമന്റിടുക വീഡിയോ ഗെയിമുകൾ കളിക്കുക, ടിവി കാണൽ എന്നിങ്ങനെയായി അവൻ തന്റെ ദിവസങ്ങൾ ചെലവഴിക്കുന്നു. ഭാഗ്യത്തെക്കുറിച്ചുള്ള അവന്റെ ആശയങ്ങളെ അടിസ്ഥാനമാക്കി സാമ്പത്തിക സ്വാതന്ത്ര്യത്തെക്കുറിച്ചുള്ള തന്റെ സ്വപ്നങ്ങൾ അദ്ദേഹം ഉപേക്ഷിച്ചു. “ഞാൻ ഒരു ഭാഗ്യവാനല്ല,” അവൻ വിലപിക്കുന്നു. കെട്ടിട നിർമ്മാണത്തിൽ ഒരു ജോലിയുണ്ട് എന്നതൊഴിച്ചാൽ ജോയുടെ സഹോദരൻ ബിൽ സായാഹ്നങ്ങളിൽ ഇന്റർനെറ്റ് സർഫിംഗ് നടത്തുന്നു. കണ്ടുപിടുത്തത്തിന്റെയും എഞ്ചിനീയറിംഗിന്റെയും ഏറ്റവും പുതിയ രീതികൾ ഗവേഷണം ചെയ്യുന്നു. ഒരു കണ്ടുപിടുത്തക്കാരനാകുക എന്നതാണ് ബില്ലിന്റെ സ്വപ്നം, വിവിധ കണ്ടുപിടുത്തങ്ങളുടെ നാല് ആദ്യമാതൃകകൾ നിർമ്മിച്ചു. ബിൽ വ്യാപാര പ്രദർശനങ്ങളിലും മാർക്കറ്റിംഗ് സെമിനാറുകളിലും അവധിക്കാലം ചെലവഴിക്കുന്നു. ജോ ഏറ്റവും പുതിയ ഗെയിം ഡൺജൻ ഓഫ് ഡൂമിൽ രാക്ഷസിയെയും മാന്ത്രികന്മാരെയും കൊല്ലുന്നു, അതേസമയം ബിൽ ശൂന്യതയിൽനിന്ന് വ്യത്യസ്ത രീതിയിൽ നീങ്ങുന്ന തന്നെയും തന്റെ കണ്ടുപിടുത്തങ്ങളെയും ലോകത്തിന് മുന്നിൽ തുറന്നുകാട്ടുന്നു.

ആരാണ് "ഭാഗ്യം" നേടാൻ പോകുന്നത്?

സ്വനിർമ്മിത ഭാഗ്യങ്ങളിൽനിന്ന് സ്വനിർമ്മിത കോടീശ്വരന്മാർ ഉണ്ടാകുന്നു

ശതകോടീശ്വരനും സംരംഭകനും ഡാളസ് മാവെറിക്സ് എൻബിഎ ടീമിന്റെ (http://www.blogmaverick) ഉടമയുമായ മാർക്ക് ക്യൂബൻ തന്റെ വിജയത്തെ സംബന്ധിച്ച് ഭാഗ്യത്തിന്റെ ഒരു കഥ പറഞ്ഞു. യാഹൂവിന് $5.9 ബില്യൺ ഡോളറുടെ വലിയ വിൽപ്പനക്കുമുമ്പുള്ള തന്റെ ആദ്യകാല വിജയങ്ങളുടെ പോരാട്ടങ്ങൾ മാർക്ക് ഓർക്കുന്നു. ഓരോ കഥയിലും, ആളുകൾ തന്റെ വിജയത്തെ ഭാഗ്യത്തിനുമേൽ ആരോപിച്ചത് എങ്ങനെയെന്ന് മാർക്ക് ഓർക്കുന്നു... തന്റെ ആദ്യത്തെ കമ്പനിയായ മൈക്രോസൊല്യൂഷൻസ് വിൽക്കാൻ ഭാഗ്യമുണ്ടായി... ടെക്നോളജി ബൂമിൽ വ്യാപാരം നടത്തി പണം സമ്പാദിക്കാൻ ഭാഗ്യമുണ്ടായി... തന്റെ കമ്പനി ഏതാനും ബില്യണിന് യാഹൂവിന് വിൽക്കാൻ ഭാഗ്യമുണ്ടായി. ലഭിച്ച നേട്ടങ്ങളെ ഭാഗ്യത്തിന്റെ നിറം കൊടുത്തുകൊണ്ട്, അതിനു വേണ്ടി നടത്തിയ പരിശ്രമങ്ങളെ എങ്ങനെ മറന്നുപോകുന്നുവെന്ന് ശ്രദ്ധിക്കുക.

മിക്കവരും മനസ്സിലാക്കാത്ത ദ്വന്ദ്വത്തെ ക്യൂബൻ മനസ്സിലാക്കുന്നു : പ്രക്രിയ അത് സംഭവങ്ങൾ സൃഷ്ടിക്കുന്നു മറ്റുള്ളവർ ഭാഗ്യമായി കാണുന്നു. സങ്കീർണ്ണമായ സോഫ്റ്റ്‌വെയർ ടെക്സ്റ്റുകളോ സിസ്കോ റൂട്ടർ മാനുവലുകളോ വായിക്കുമ്പോഴോ അവന്റെ വീട്ടിലിരുന്ന് പുതിയ സാങ്കേതികവിദ്യകൾ പരീക്ഷിക്കുകയും പരിശോധിക്കുകയും ചെയ്യുന്ന സമയത്തോ ആരും ഭാഗ്യത്തെപ്പറ്റി പരാമർശിച്ചിട്ടില്ലെന്ന് അദ്ദേഹം അഭിപ്രായപ്പെടുന്നു. അപ്പോൾ ഭാഗ്യം എവിടെയായിരുന്നു?

"സമ്പന്നരായ ആളുകൾ ഭാഗ്യവാന്മാർ" എന്നത് ഒരു നടപ്പാതക്കാരുടെ തത്വസംഹിതയും ശാക്തീകരിക്കുന്ന വിശ്വാസവുമാണ്, അത് നിങ്ങളുടെ സ്വതന്ത്രേച്ഛയെ ഇല്ലാതാക്കുന്നു. ഭാഗ്യത്തിന്, ലോട്ടറി, കാസിനോകൾ, സമ്പന്നരായ മാതാപിതാക്കൾ എന്നിവ വഴി സമ്പത്ത് സൃഷ്ടിക്കാൻ കഴിയുമെങ്കിലും, വളരെ അപൂർവ്വമായി മാത്രമേ ദീർഘകാല സമ്പത്ത് സൃഷ്ടിക്കുന്നുള്ളൂ. കോടീശ്വരനാകാൻ ഫാസ്റ്റ് ലെയ്നിനെ പ്രയോജനപ്പെടുത്താൻ ഭാഗ്യം എന്നത്, പ്രക്രിയയുടെയും, പ്രവർത്തനത്തിന്റെയും, ജോലിയുടേയും, "അവിടെ" ഉണ്ടായിരിക്കുക എന്നതിന്റെയും ഉൽപ്പന്നമാണെന്ന് മനസ്സിലാക്കുക. നിങ്ങൾ "അവിടെ" ആയിരിക്കുമ്പോൾ നിങ്ങൾക്ക് ഒരു അവസരം ലഭിക്കും, ശരിയായ സമയത്ത് ശരിയായ സ്ഥലത്ത് ആയിരിക്കുക.

ശരിയായ സ്ഥലങ്ങളും തെറ്റായ സ്ഥലങ്ങളും ഉണ്ട്. ശരിയായ സ്ഥലം നിങ്ങളുടെ സോഫയിൽ *ദ വോയ്സ്* കാണുമ്പോഴോ ബെറ്റിയുടെ ബ്യൂട്ടി കാബറേ കാണുമ്പോഴോ, അല്ലെങ്കിൽ അയൽപക്കത്തെ ബാറിൽ ബഡ് ലൈറ്റ് ബിയറിൽ ഉന്മത്തരായി മറ്റൊരു ഗെയിം തോൽക്കുന്നത് കാണുമ്പോഴോ അല്ല. നിങ്ങൾക്ക് ശരിയായ സ്ഥലത്ത് ശരിയായ സമയത്ത് ആയിരിക്കണമെങ്കിൽ വാസ്തവത്തിൽ നിങ്ങൾ ശരിയായ സ്ഥലത്ത് തന്നെ ആയിരിക്കണം – ശരിയായ സ്ഥലത്തിന് തെറ്റായ സ്ഥലങ്ങൾ ഏതെന്ന് അറിയാം.

നിങ്ങൾ നടപ്പാതയിൽനിന്ന് പുറത്തല്ലെങ്കിൽ നടപടിയെടുക്കുകയും പ്രക്രിയയിൽ ഏർപ്പെടുകയും ചെയ്യുകയാണെങ്കിലും ഒരിക്കലും ഭാഗ്യം തിരിച്ചറിയില്ല. ഭാഗ്യം എല്ലായ്പ്പോഴും ഒരു സംഭവമായി കണക്കാക്കപ്പെടുന്നു : നിങ്ങൾ ലോട്ടറി

വിജയിക്കുന്നു, ഒരു കുതിരപ്പന്തയം, അല്ലെങ്കിൽ 200 വർഷം പഴക്കമുള്ള തട്ടിൻ പുറത്ത് ദശലക്ഷക്കണക്കിന് വിലമതിക്കുന്ന ഒരു പെയിന്റിംഗ് കിട്ടുന്നു. വീണ്ടും വീണ്ടും, കൂടുതൽ വ്യാജങ്ങൾ. സമ്പത്തുപോലെ, ഭാഗ്യം ഒരു സംഭവമല്ല, പ്രക്രിയയുടെ അനന്തരഫലമാണ്.

നടപ്പാതക്കാർ പരിണാമം ഇഷ്ടപ്പെടുന്നു, പക്ഷേ പ്രക്രിയയെ വെറുക്കുന്നു. നടപ്പാതക്കാർക്ക് ഇത് സ്വാഭാവികമാണ്. സമ്പത്ത് ഭാഗ്യമാണെന്ന് കരുതുക. കാരണം, സമ്പത്ത് ഒരു പരിണാമമാണെന്ന് അവർ വിശ്വസിക്കുന്നു. ഫാസ്റ്റ് ലെയ്ൻ ഫോറത്തിലെ (theFastlaneForum.com) ഒരു അംഗം അടുത്തിടെ ബിൽ ഗേറ്റ്സിന് ഭാഗ്യം ലഭിച്ചുവെന്ന് പോസ്റ്റു ചെയ്തു. എനിക്ക് വിയോജിക്കേണ്ടി വന്നു. ഭാഗ്യമല്ല വിൻഡോസ് സൃഷ്ടിച്ചത്. ഭാഗ്യം ഒരു കമ്പനി സൃഷ്ടിച്ചില്ല. ഭാഗ്യം ഒരു പ്രത്യേക ഉദ്ദേശ്യത്തിനായി ആവർത്തിച്ചില്ല, യോജിച്ച പ്രവർത്തനം സൃഷ്ടിച്ചില്ല. നിങ്ങൾ സ്ഥിരമായി പ്രവർത്തിക്കുകയും നിങ്ങളുടെ പരിശ്രമത്തിലൂടെ ലോകവുമായി കൂട്ടിയിടിക്കുകയും ചെയ്യുമ്പോൾ, മറ്റുള്ളവരുടെ തരംഗങ്ങളുമായി ആശയവിനിമയം നടത്തുമ്പോൾ, കാര്യങ്ങൾ സംഭവിക്കുന്നു. പിന്നെ ആ കാര്യം? വഴിയാത്രക്കാർ അതിനെ ഭാഗ്യമായി വ്യാഖ്യാനിക്കുന്നു, മെച്ചപ്പെട്ട സംഭാവ്യതകളുമായി സംവദിക്കുന്ന പ്രവർത്തനമല്ലാതെ മറ്റൊന്നുമല്ല.

സംഭാവ്യത എന്നത് അസാധ്യമായതിൽനിന്ന് സാധ്യതയിലേക്ക് നീങ്ങുമ്പോഴാണ് ഭാഗ്യം ഉണ്ടാകുന്നത്. നിർമ്മാണ പ്രവർത്തനത്തിലേർപ്പെട്ടിരിക്കുന്ന നമ്മുടെ രണ്ടു സഹോദരന്മാരിൽ, ആർക്കാണ് ഭാഗ്യം ലഭിക്കാൻ പോകുന്നത്? ലോകത്തിലേക്ക് തന്റെ കണ്ടുപിടുത്തങ്ങൾ തുറന്നുകാട്ടുന്ന സഹോദരൻ ഒരു യഥാർത്ഥ സംഖ്യയിലേക്ക് സാധ്യതയെ വളച്ചെടുക്കുന്നു. അവന്റെ മടിയനായ സഹോദരൻ ചെയ്യുന്നില്ല, പൂജ്യം സംഭാവ്യതയിൽ പ്രവർത്തിക്കുന്നു. നിങ്ങളുടെ പ്രക്രിയയെ ലോകത്തിലേക്ക് നിർബ്ബന്ധിക്കുക "ശരിയായ സമയത്ത് ശരിയായ സ്ഥലത്ത് ആയിരിക്കുക" എന്നതിന്റെ സാധ്യതകളെ നിങ്ങൾക്ക് ധിക്കരിക്കാൻ കഴിയും.

ഭാഗ്യത്തെക്കുറിച്ച് ചിന്തിക്കുമ്പോൾ, ഞാൻ പോക്കർ കളിക്കാരെക്കുറിച്ചാണ് ചിന്തിക്കുന്നത്. തെറ്റായിട്ട്, അവരുടെ കലയെ ഭാഗ്യമായി കണക്കാക്കുന്നു, അതേസമയം പോക്കർ കളിയെ തങ്ങളുടെ കരിയർ ആക്കിയിട്ടുള്ള കളിക്കാർ ഇത് ഭാഗ്യമല്ല, മറിച്ച് വ്യവസ്ഥാപിതമായ അപഗ്രഥനവും കളിക്കാരുടെ സൈക്കോളജിയും ആണെന്ന് സ്ഥിരീകരിക്കും. ലോകത്തിലെ ഏറ്റവും മികച്ച പോക്കർ കളിക്കാർ മനുഷ്യ സ്വഭാവം വ്യാഖ്യാനിക്കാൻ മികച്ചവരാണ്. ഭാഗ്യം ഒരു പങ്കു വഹിക്കുന്നുണ്ടോ? തീർച്ചയായും, പക്ഷേ റോൾ നിസ്സാരമാണ്, അതേ സമയം കളിക്കാരുടെ കഴിവ് ഭൂരിപക്ഷത്തിന്റെ ബാങ്ക് ബാലൻസിനെ സ്വാധീനിക്കുന്നു. ഒരു മികച്ച പോക്കർ കളിക്കാരനോട് "നിങ്ങൾ ഭാഗ്യവാനാണ്" എന്ന് പറയുന്നത് ഒരു അപമാനമാണ്. അതു പോലെ, സ്വയം ഉണ്ടാക്കിയ കോടീശ്വരന്റെ വിജയത്തിന് ഭാഗ്യത്തെ കാരണഭൂതനാക്കുന്നത് അതേ അപമാനമാണ്.

പ്രക്രിയകളിൽ ഏർപ്പെടുക, അങ്ങനെ സാധ്യതകൾ ഒന്നുമില്ലായ്മയിൽ നിന്ന് ഒരളവിലേക്കു നീങ്ങുന്നു. നിങ്ങൾ കളിക്കുമ്പോൾ ഭാഗ്യം അവതരിപ്പിക്കപ്പെടുന്നു. നിങ്ങൾ കളിച്ചില്ലെങ്കിൽ, നിങ്ങൾക്ക് വിജയിക്കാനാവില്ല. നിർഭാഗ്യവശാൽ, നടപ്പാതക്കാർ മാന്ത്രികമായ അവസരങ്ങളുടെ സംഭവങ്ങൾക്ക് ഭാഗ്യത്തെ വിട്ടുകൊടുക്കുന്നു. അവർ പ്രക്രിയ വഴി ഉത്തേജിപ്പിക്കുന്ന കൃത്രിമമായ സംഭവ്യതകൾ സാധ്യതകളെ ഉറപ്പിക്കുന്നത് കാണുന്നില്ല. നിങ്ങൾക്ക് ഭാഗ്യം

വേണമെങ്കിൽ, പ്രക്രിയയിൽ മുഴുകുക, കാരണം പ്രക്രിയ ചാരത്തിൽനിന്ന് പരിണാമങ്ങളെ ഉയർത്തുന്നു.

"വലിയ വിജയങ്ങൾ" നിങ്ങളുടെ സാമ്പത്തിക പദ്ധതിയായി അവതരിപ്പിക്കാതിരിക്കുക

നടപ്പാതക്കാർ പ്രക്രിയയെ വെറുക്കുന്നു. അതിനാൽ, അവരുടെ സാമ്പത്തിക പദ്ധതി പ്രാമാണിക പ്രക്രിയയെ ഒഴിവാക്കുന്നു (സേവിംഗ് അല്ലെങ്കിൽ ബഡ്ജറ്റിംഗ് തുടങ്ങിയവ). കൂടാതെ, സംഭവങ്ങളെ ആശ്രയിക്കുന്നു. സമ്പത്തിനുമുൻപിൽ ഭാഗ്യം ഉണ്ടെന്ന് നിങ്ങൾ വിശ്വസിക്കുന്നുവെങ്കിൽ, ഭാഗ്യം ആവശ്യമുള്ള സംഭവങ്ങളിലേക്ക് നിങ്ങൾ ആകർഷിക്കപ്പെടും – "വലിയ ഹിറ്റ്" കണ്ടെത്താനുള്ള തീവ്രമായ അന്വേഷണം.

എന്താണ് വലിയ ഹിറ്റ്? സമ്പത്ത് വേഗത്തിൽ സൃഷ്ടിക്കുന്ന പെട്ടെന്നുള്ള അത്ഭുതങ്ങളാണ് ബിഗ് ഹിറ്റുകൾ. ലോട്ടറികൾ, കാസിനോകൾ, പോക്കർ ടൂർണമെന്റുകൾ, നിസ്സാരമായ വ്യവഹാരങ്ങൾ, സർക്കാരിനെ കബളിപ്പിക്കൽ എന്നിവപോലും "വലിയ ഹിറ്റിലേക്കുള്ള" വഴികളായി കണക്കാക്കപ്പെടുന്നു. ഫലത്തിൽ, "വലിയ ഹിറ്റുകൾ" സമ്പത്ത് യാത്രയെ മറികടന്ന് അവസാന ലൈനിൽ നിന്ന് ആരംഭിക്കുവാനുള്ള ശ്രമങ്ങളാണ്. ഇത് നിങ്ങളുടെ മഞ്ഞ ഇഷ്ടിക റോഡും അതിൽനിന്നുള്ള മൂർച്ച കൂട്ടുന്ന പാഠങ്ങളുടെയും നിഷ്കാസനമാണ്.

നടപ്പാതക്കാർ "വലിയ ഹിറ്റുകൾ" തേടുന്നു, കാരണം അവരുടെ വിശ്വാസ സമ്പ്രദായം സമ്പത്താണെന്ന് പറയുന്നു. നിർഭാഗ്യവശാൽ, വലിയ ഹിറ്റുകൾ വളരെ കുറവുമാത്രം സാധ്യതയുള്ളതും യഥാർത്ഥ സത്തയുടെ ലംഘനവുമാണ്. നിങ്ങൾ അത്ഭുതങ്ങളിൽ വിശ്വസിക്കുന്നോ? നടപ്പാതക്കാർ വിശ്വസിക്കുന്നു.

മിക്ക മത്സരാർത്ഥികളും മോശമായിട്ടും, എന്തുകൊണ്ടാണ് അമേരിക്കൻ ഐഡൽ പോലുള്ള റിയാലിറ്റി ടിവി മത്സരങ്ങൾ ഇത്രയധികം ആളുകളെ ആകർഷിക്കുന്നത്? ഈ ആളുകൾ "വൻ ഹിറ്റ്" എന്ന അവ്യക്തതയ്ക്കായി തിരയുകയാണ്. കഴിവുള്ളവർ അതിലൂടെ ജയിച്ചുപോകുമ്പോൾ (അവർക്ക് കഴിവുണ്ട്, കാരണം അവർക്കു പ്രക്രിയയുണ്ട്). അയോഗ്യരായവർ അവരുടെ പരാജയങ്ങൾക്ക് സൈമൺ കോവലിനെയോ മൈക്രോഫോണിനെയോ മറ്റേതെങ്കിലും നിസ്സാര ഘടകത്തെയോ കുറ്റപ്പെടുത്തി സെറ്റിൽനിന്ന് വിലപിക്കുന്നു. ഷവറിനടിയിൽ കുറച്ചുതവണ *Someday over the rainbow* പാടുന്നത് ഒരു പ്രക്രിയ ഉണ്ടാക്കുന്നില്ല.

തട്ടിപ്പിനിരയാകുന്നു : ഒരു നടപ്പാതക്കാരന്റെ പ്രലോഭനം

ആഴ്ചയിൽ 40 മിനിറ്റ് മാത്രം ജോലി ചെയ്തു ദശലക്ഷങ്ങൾ എങ്ങനെ ഉണ്ടാക്കാമെന്ന് ഞാൻ നിങ്ങളെ പഠിപ്പിക്കാം, $39.95-ന്റെ മൂന്ന് എളുപ്പത്തിലുള്ള പേയ്മെന്റുകൾക്ക് ഇപ്പോൾ ഓർഡർ ചെയ്യുക. അതെ സുഹൃത്തുക്കളേ, ഇത് വളരെ എളുപ്പമാണ്. എന്നാൽ കാത്തിരിക്കൂ, കൂടുതൽ ഇനിയുമുണ്ട്! കൂടാതെ, ഇന്നുതന്നെ ഓർഡർ ചെയ്യൂ ഒരു ബോണസ് എന്ന നിലയിൽ, ഇവിടെ എന്റെ അടുത്തുള്ള വലിയ ശരീരവടിവുള്ള സ്ത്രീയുടെ ഫോട്ടോകൾ നിങ്ങൾക്ക് ലഭിക്കും. അവൾ ഗംഭീരമായി കാണുന്നില്ലേ? നിങ്ങൾ എന്നെപ്പോലെ പണം സമ്പാദിക്കാൻ തുടങ്ങുമ്പോൾ, അവളെപ്പോലുള്ള സ്ത്രീകൾ ദിവസത്തിലെ എല്ലാ മണിക്കൂറിലും നിങ്ങളുടെ ഡോർബെൽ അടിക്കുന്നു. അതെ, സുഹൃത്തുക്കളേ, ഈ സംവിധാനം

അതിശയകരമാണ്, അത് അധികകാലം ഇവിടെ ഉണ്ടാകില്ല. ഇപ്പോൾ പ്രവർത്തിക്കുക!

അറിയിപ്പുകളുടെയും പരസ്യങ്ങളുടെയും ഗുരുവിന് താൻ എന്താണ് ചെയ്യുന്നതെന്ന് കൃത്യമായി അറിയാം. അവൻ നടപ്പാതക്കാരെ ലക്ഷ്യമിടുന്നു, പരിണാമങ്ങളിലേക്കും വലിയ ഹിറ്റുകളിലേക്കും കാന്തികമാക്കപ്പെട്ടവർ. എന്തിനാണ് 2 മണിക്ക് പരസ്യം ചെയ്യുന്നത്? അപ്പോഴാണ് നടപ്പാതക്കാർ സമ്മേളിക്കുന്നത്. കാരണം, അവർ ഒന്നുകിൽ തൊഴിലില്ലാത്തവരോ അല്ലെങ്കിൽ വീണ്ടും സീൻഫെൽഡ് പ്രദർശനം നടത്തുന്നത് കാണാനോ ആണ്. എന്നെ വിശ്വസിക്കു. കാരണം, ചില ബൂബ് ട്യൂബ് വീണ്ടും പ്രദർശിപ്പിക്കുന്നതുകൊണ്ട് ഫാസ്റ്റ് ലെയ്ൻ ഡ്രൈവർമാർ 2 മണിക്ക് എഴുന്നേൽക്കില്ല; അവർ തങ്ങളുടെ ലക്ഷ്യസ്ഥാനത്തേക്കുള്ള പ്രക്രിയ കെട്ടിച്ചമയ്ക്കുകയും ശരീരശക്തി വരുത്തുകയും ചെയ്യുന്നു.

വഴിയാത്രക്കാർ വഞ്ചിക്കപ്പെടാൻ പാകമായവരാണ്. കാരണം, അവർ പരിണാമങ്ങൾ (കുറുക്കുവഴികൾ) തേടുന്നു, പ്രക്രിയ ഒഴിവാക്കാൻ ആഗ്രഹിക്കുന്നു. ഇത് നിങ്ങളുടെ മാനസികാവസ്ഥയിൽ പതിഞ്ഞാൽ, അറിയിപ്പ് പരസ്യങ്ങൾ പിച്ചുകൾ പെട്ടെന്ന് വൈകുന്നേരത്തെ വിനോദമായി മാറുന്നു.

നടപ്പാതയിൽനിന്ന് മാറുന്നു : മൂന്ന് നങ്കൂരങ്ങൾ

യുക്തി ഉപയോഗിക്കുക. ഒരു നിമിഷം ചിന്തിക്കുക. നിങ്ങൾ ഒരു മാന്ത്രിക സംവിധാനം കണ്ടെങ്കിൽ, അത് വളരെ എളുപ്പത്തിൽ മാസങ്ങൾകൊണ്ട് ദശലക്ഷങ്ങൾ സമ്പാദിക്കുന്നെങ്കിൽ, നിങ്ങൾ ആദ്യം ചെയ്യുന്ന കാര്യം എന്താണ്? തീർച്ചയായും നിങ്ങൾക്കറിയാം, എനിക്കറിയാം! നിങ്ങൾ ഒരു വെബ് ഡിസൈൻ സ്ഥാപനത്തെ വാടകക്കെടുക്കും. നിങ്ങളുടെ രഹസ്യം ഒരു ലാൻഡിംഗ് പേജിലേക്ക് പാക്കേജു ചെയ്യും. കൂടാതെ, ഒരു കിടിലൻ മാർക്കറ്റിംഗ് ഫണലും, കൂടാതെ ഫേസ്ബുക്കിൽ പരസ്യങ്ങൾ സ്ഥാപിക്കാനും ആരംഭിക്കും. അതെ, അതാണ് എനിക്ക് ബില്യൺ ഡോളർ രഹസ്യം ഉണ്ടെങ്കിൽ ഞാൻ ആദ്യം ചെയുമായിരുന്നത്! ലോകം ചുറ്റി സഞ്ചരിക്കുന്നതും, പരോപകാരങ്ങളിലൂടെ ദശലക്ഷങ്ങൾ സമ്പാദിക്കുക എന്നതും മറന്നേക്കൂ. ഇല്ല! നമുക്ക് ഈ ചിന്തയെ പാക്കേജ് ചെയ്ത് ലോകത്തെ അറിയിയ്ക്കാം, $197 എന്ന ഒറ്റത്തവണ പണമടയ്ക്കൽ കൊണ്ട് ഇത് അവരുടേതാകാമെന്ന്!

ആളുകൾ പ്രലോഭനത്തിൽ വിശ്വസിക്കുന്നുണ്ടോ, അതോ എളുപ്പമുള്ള സംഭവത്തിനായി അവർ തീവ്രമായി അന്വേഷിക്കുകയാണോ? പണം സമ്പാദിക്കുന്ന കലാരീതി "വ്യവസ്ഥകൾ" ഇന്റർനെറ്റിലും ടിവി അറിയിപ്പുകളിലും പരസ്യങ്ങളിലും ശക്തമായ ഫാസ്റ്റ് ലെയിനാണ്. നിർഭാഗ്യവശാൽ, വിൽക്കുന്ന വ്യവസ്ഥകൾ ഫാസ്റ്റ് ലെയിനുമല്ല. വ്യവസ്ഥകൾതന്നെ വിൽക്കുന്ന പ്രവൃത്തിപോലെ ലാഭകരവുമല്ല. ഈ ഭ്രാന്തിൽ നിന്ന് എങ്ങനെയാണ് ഗുരുക്കന്മാർ രക്ഷപ്പെടുന്നത്? എളുപ്പം. ഒരു നടപ്പാതക്കാരന്റെ മാനസികാവസ്ഥ മൂന്ന് വിശ്വാസങ്ങളിൽ നങ്കൂരമിട്ടിരിക്കുന്നു. അത് അവരെ അവിടെ കുടുക്കി കിടത്തുകയും പണമുണ്ടാക്കുന്ന കുംഭകോണങ്ങൾക്ക് ഇരയാക്കുകയും ചെയ്യുന്നു :

വിശ്വാസം 1 : സമ്പത്തിന് ഭാഗ്യം ആവശ്യമാണ്.

വിശ്വാസം 2 : സമ്പത്ത് ഒരു പരിണാമമാണ്. അല്ലെങ്കിൽ, 1-2-3 എന്ന് പറയാവുന്ന എളുപ്പമുള്ള സംവിധാനമാണ്.

വിശ്വാസം 3 : എനിക്ക് സമ്പത്ത് നൽകാൻ മറ്റുള്ളവർക്ക് കഴിയും.

ഇവിടെയാണ് ഈ വിശ്വാസങ്ങൾ പരാജയപ്പെടുന്നത്. ഒന്നാമതായി, സമ്പത്ത് ഭാഗ്യത്തെക്കുറിച്ചല്ല, മറിച്ച് സാധ്യതകൾ മെച്ചപ്പെടുത്തുന്ന പ്രക്രിയയെ പ്രതിയാണ്. രണ്ടാമതായി, സമ്പത്തിന്റെ പരിണാമങ്ങൾ (ലോട്ടറികൾ/കാസിനോകൾ) സാധ്യത കുറഞ്ഞവയാണ്, പ്രക്രിയയല്ല. 1-2-3 വ്യവസ്ഥകൾ ഉപയോഗിച്ച് പ്രക്രിയയെ വളരെ അപൂർവ്വമായി മാത്രമേ നിർവ്വചിക്കുന്നുള്ളൂ. പിന്നെ, നിങ്ങൾക്കു മാത്രമേ നിങ്ങളെ യഥാർത്ഥ സമ്പത്തിലേക്ക് എത്തിക്കാൻ കഴിയൂ. വാഹനമോടിക്കാൻ ആളില്ല. നിങ്ങളുടെ ഇൻസ്റ്റാഗ്രാം ഫീഡിൽ പരസ്യം കാണുന്ന പണം നേടാവുന്ന പ്രോഗ്രാമുകളോ നിങ്ങളെ അകമ്പടി സേവിക്കാനില്ല. ഈ വഞ്ചനകൾ നടപ്പാതക്കാരെ ഭൂരിപക്ഷവുമായി നല്ല ബന്ധത്തിൽ നിലനിർത്തുന്നു. കാരണം, ദശലക്ഷക്കണക്കിന് സമ്പാദിക്കുന്നതിന് ഒരു ക്ലിക്ക് അകലെയാണെന്ന് 500,000 ഫോളോവേഴ്സുള്ള ഇൻസ്റ്റാഗ്രാം വ്യക്തി പറയുന്നത് കരുതിക്കൊണ്ട് രാത്രി രണ്ടു മണിവരെ സോഫയിൽ ചെലവിടുന്നു.

അധ്യായ സംഗ്രഹം : ഫാസ്റ്റ്ലെയ്ൻ പ്രത്യേകതകൾ

- സമ്പത്ത് പോലെ, ഭാഗ്യം സൃഷ്ടിക്കുന്നത് പ്രക്രിയയിലൂടെയാണ്, പരിണാമത്തിലൂടെയല്ല.
- പ്രക്രിയയിലൂടെ മെച്ചപ്പെടുത്തിയ പ്രവർത്തനത്തിന്റെ വർദ്ധിച്ച സാധ്യതകളാണ് ഭാഗ്യം സൃഷ്ടിക്കുന്നത്.
- "വലിയ ഹിറ്റുകളുടെ" സാധ്യതകൾക്കായി നിങ്ങൾ കളിക്കുകയാണെങ്കിൽ, നിങ്ങൾ പരണാമത്താൽ നയിക്കപ്പെടുന്നവരാണ്, പ്രക്രിയയാൽ നയിക്കപ്പെടുന്നവരല്ല. ഈ ചിന്താഗതി ഫാസ്റ്റ് ലെയ്നിനല്ല, നടപ്പാതയ്ക്കാണ് അനുയോജ്യം.
- "ഗെറ്റ് റിച്ച് ക്വിക്ക്" മാർക്കറ്റിംഗ് ഒരു ഫാസ്റ്റ് ലെയ്നാണ്. കാരണം, അത് സാമാന്യ ബുദ്ധിയുള്ള വിപണനക്കാർക്ക് അറിയാം നടപ്പാതക്കാർ പ്രക്രിയയെക്കാൾ സംഭവങ്ങളിൽ വിശ്വാസമർപ്പിക്കുന്നു.
- നടപ്പാതക്കാർക്ക് വിൽക്കുന്നത് വഴി പണം സമ്പാദിക്കുന്ന "സിസ്റ്റങ്ങൾ" അപൂർവ്വമായേ ലാഭകരമാകൂ.

സമ്പത്ത് ഉത്തരവാദിത്തം ആവശ്യപ്പെടുന്നു

മഹത്വത്തിന്റെ വിലയാണ് ഉത്തരവാദിത്തം.

—വിൻസ്റ്റൺ ചർച്ചിൽ

സഹയാത്രികർ വാഹനമോടിക്കില്ല!

നിങ്ങളുടെ സാമ്പത്തിക പദ്ധതി മറ്റുള്ളവരെ ഏൽപ്പിക്കുക അല്ലെങ്കിൽ അതിലും മോശമായി ആരുമില്ലാതിരിക്കുക എന്നതാണ് നടപ്പാതയുടെ ഏറ്റവും വലിയ നങ്കൂരം. ഒരു സമ്പത്തിന്റെ ഡ്രൈവറെ തേടുക എന്നതാണ് മറ്റൊന്ന്; നിങ്ങൾക്കായി യാത്രയിൽ വാഹനമോടിക്കാൻ കഴിയുന്ന മറ്റാരെങ്കിലും. നിർഭാഗ്യവശാൽ, ഈ മാനസികാവസ്ഥ നിങ്ങളെ ഇരയാക്കലിനെതിരെ ദുർബ്ബലനാക്കുന്നു.

നിങ്ങൾ രാജ്യത്തുടനീളം സഹയാത്രികരായി സഞ്ചരിച്ചുവെന്ന് സങ്കൽപ്പിക്കുക. നിങ്ങൾ നിങ്ങളുടെ ലക്ഷ്യസ്ഥാനത്ത് എത്തിച്ചേരാതിരിക്കാൻ സാധ്യതയുണ്ട്. നിങ്ങളെ അപ്രഖ്യാപിതവും അപ്രതീക്ഷിതവുമായി വഴിമാറ്റിക്കൊണ്ടുപോകുന്ന ഒരു സൈക്കോയുടെ കാറിൽ നിങ്ങൾ കയറിയേക്കാം. നിങ്ങളുടെ കഴുത്തുമുറിച്ച് റോഡരികിലെ കുഴിയിൽ തള്ളുന്ന ഒരു കൊലപാതകിയെ നിങ്ങ ൾക്ക് നേരിടേണ്ടി വന്നേക്കാം.

സഹയാത്ര കാര്യക്ഷമമല്ലാത്തതും അപകടകരവുമാണ്.

എന്നിരുന്നാലും, നടപ്പാതക്കാരുടെ പ്രകടനപത്രിക സഹയാത്രികരെ മുൻനിർത്തിയാണ് : മറ്റുള്ളവരോടുള്ള വിശ്വാസം, കാര്യങ്ങൾ ഉദ്ദേശിച്ച രീതിയിൽ നടക്കാത്തപ്പോൾ, മറ്റുള്ളവരെ കുറ്റപ്പെടുത്തുക. ഭാഗ്യകരമായ സംഭവങ്ങളിലുള്ള വിശ്വാസവും ശേഷം, കുറ്റപ്പെടുത്തലുമാണ് പാതയോരത്തെ മൂന്നാമത്തെ നങ്കൂരം.

80-കളുടെ അവസാനത്തിൽ, ഞാൻ കൗമാരക്കാരനായിരുന്നപ്പോൾ, എന്റെ അമ്മ സുഹൃത്തുക്കളുമായി ഒരു പ്രാദേശിക ഭക്ഷണശാലയിൽ ഒന്നിക്കുമായിരുന്നു. ആ സൗഹൃദവലയത്തിനുള്ളിൽ അവരിൽ പലരും തങ്ങളുടെ ജീവിത സമ്പാദ്യങ്ങൾ “ദി ഫണ്ട്” എന്ന് പേരിട്ടിരിക്കുന്ന ഒരു നിക്ഷേപത്തിലേക്ക് ഇട്ടു. ഈ ആളുകൾ – ചിലർ ബഹുമാന്യരായ ബിസിനസ്സുകാർ – ഈ നിക്ഷേപത്തെക്കുറിച്ച് ആഹ്ലാദിച്ചു, ശ്രദ്ധേയമായ പ്രതിമാസ വരുമാനവും വാഗ്ദാനം ചെയ്തിരുന്നു.

ഈ സുഹൃത്തുക്കൾ എന്റെ അമ്മയെ നിക്ഷേപം നടത്താൻ പ്രോത്സാഹി

പ്പിച്ചു. അമ്മ വെറുമൊരു മണ്ടിയായിരുന്നില്ല. അവർ ചോദ്യങ്ങൾ ചോദിച്ചു, ഉത്തരങ്ങളിൽ തൃപ്തയായില്ല. എന്തോ ശരി "തോന്നിയില്ല". യുക്തി അവളുടെ ഉള്ളിലെ തലച്ചോറിനെ ഇക്കിളിപ്പെടുത്തി. ആത്യന്തികമായി, അവൾ അതൊഴിവാക്കി കടന്നുപോയി. നിക്ഷേപം അവളുടെ ലോകത്തിന് പുറത്തായിരുന്നു.

വർഷങ്ങൾക്കുശേഷം "ദി ഫണ്ട്" പ്രധാന തലക്കെട്ടോടെ വാർത്തയായി. ഒരു നിക്ഷേപ കമ്പനി നിക്ഷേപകരിൽനിന്ന് ദശലക്ഷക്കണക്കിന് ഡോളർ തട്ടിയെടുത്തു. നിക്ഷേപക കമ്പനി ഒരു പോൻസി കെണി എന്ന നിലയിൽ കള്ളി വെളിച്ചത്തായി, തട്ടിപ്പിനിരയായ നിരവധി നിക്ഷേപകർ ആത്മഹത്യ ചെയ്തു, കുറ്റവാളി ഉൾപ്പെടെ. ഈ നിക്ഷേപ കമ്പനി മറ്റൊന്നുമല്ല, വർഷങ്ങൾക്കു മുൻപ് എന്റെ അമ്മ നിക്ഷേപം നിരസിച്ച - "ദി ഫണ്ട്".

ഇരകളുടെ നിയമം

നിങ്ങളെ ഇരയാക്കാൻ കഴിവുള്ള ഒരാൾക്ക് അധികാരം വിട്ടുകൊടുത്തില്ലെങ്കിൽ നിങ്ങൾ ഇരയാകില്ലെന്ന്, ഇരകളുടെ നിയമം പറയുന്നു. നിങ്ങൾ മറ്റുള്ളവർക്ക് നിയന്ത്രണം കൊടുക്കുമ്പോൾ, നിങ്ങൾ അടിസ്ഥാനപരമായി സീറ്റ് ബെൽറ്റ് ഇല്ലാത്ത ഒരു സഹയാത്രികൻ ആകുകയാണ്. ഒരു അപരിചിതന്റെ കാറിൽ നിങ്ങൾ പാസഞ്ചർ സീറ്റിൽ ഇരിക്കുക എന്നത് നിങ്ങളുടെ സാമ്പത്തിക പദ്ധതിക്ക് മാരകമായേക്കാം. അത് സംഭവിക്കുമ്പോൾ, നിങ്ങൾ ഇരകളുടെ നിരയിൽ ചേരാൻ സാധ്യതയുള്ളവരാണ്.

നിഷേധമാണ് ഇരകളിലേക്കുള്ള വഴി : ആദ്യം ചുമതലാബോധം, പിന്നെ ഉത്തരവാദിത്തം. ഉത്തരവാദിത്തം ഏറ്റെടുക്കാത്തവരാണ് ഇരകൾ. അവരിൽ ചിലർ ഇരകളായി ജനിക്കുന്നു, അവരുടെ കൈ മെച്ചപ്പെടുത്താൻ ശ്രമിക്കുന്നതിനുപകരം, അവർ മടക്കിക്കളയുകയും പരാജയം സമ്മതിക്കുകയും ചെയ്യുന്നു. അവരെ സംബന്ധിച്ചിടത്തോളം, അവർക്കൊഴികെ മറ്റെല്ലാവർക്കും അവരവരുടെ പ്രശ്നങ്ങൾക്ക് പരിഹാരം ഉണ്ട്. പിന്നെ അവരുടെ പ്രശ്നങ്ങളോ? അവരുടെ കുറ്റമല്ല. ഇല്ല, മറ്റാരോ ആണ് കുറ്റക്കാർ. ഉള്ളിലേക്ക് നോക്കുന്നതിനുപകരം അവർ പുറമേക്ക് നോക്കുന്നു എന്നിട്ട് മറ്റൊരു അസ്ഥിത്വത്തിന് മേൽ ഉത്തരവാദിത്വത്തെ തള്ളുന്നു. ഇരകൾ വഴിയാത്രക്കാരാണ് സ്വന്തം ജീവിതത്തിൽ ഡ്രൈവിംഗ് സീറ്റ് എടുക്കാൻ വിസമ്മതിക്കുകയും "അവർ" എന്ന ഇരുണ്ട മേഘത്തിന് കീഴിൽ ജീവിക്കുകയും "ഞാൻ അവർക്കെതിരെ" എന്ന മനോഭാവത്തെ പ്രതിഫലിപ്പിക്കുകയും ചെയ്യുന്നു.

"അവർ എന്നെ പുറത്താക്കി."
"അവർ നിബന്ധനകൾ മാറ്റി."
"അവർ എന്നെ ചതിച്ചു."
"അവർ എന്നോട് പറഞ്ഞില്ല."
"അവർ എന്റെ വാടക ഉയർത്തി."
"അവർ എന്റെ പലിശ നിരക്ക് ഉയർത്തി."

സ്ഥിരമായി, ഈ "അവർ" എല്ലാം സ്വയം അടിച്ചേൽപ്പിക്കപ്പെട്ടവയാണ്. ഭൂവുടമ നിങ്ങളുടെ വാടക ഉയർത്തിയാൽ, നിങ്ങൾ അവിടെ താമസിക്കാൻ തീരുമാനി

ച്ചതും പാട്ടക്കരാർ വായിക്കാത്തതും അവന്റെ തെറ്റാണോ? കമ്പനി നിങ്ങളെ പിരിച്ചുവിട്ടു എങ്കിൽ, നിങ്ങൾ അവിടെ ജോലി ചെയ്യാൻ തിരഞ്ഞെടുത്തത് അവരുടെ തെറ്റാണോ? അത് എന്റെ തെറ്റായിരുന്നോ, 25 വയസ്സുള്ള തകർന്ന ഞാൻ ഒരു മഞ്ഞുവീഴ്ചയിൽ റോഡിന്റെ സൈഡിലെ ലിമോയിൽ കുടുങ്ങിപ്പോയത്? അതെ, അതായിരുന്നു.

മനഃശാസ്ത്രപരമായ ഭാഷയിൽ, ബാഹ്യമായി കുറ്റപ്പെടുത്താനുള്ള ഈ മാനസിക വൈകല്യം അമേരിക്കൻ സൈക്കോളജിസ്റ്റ് ജൂലിയൻ റോട്ടർ എഴുതിയ "എക്സ്റ്റേണൽ ലോക്കസ് ഓഫ് കൺട്രോൾ" എന്നറിയപ്പെടുന്ന അവസ്ഥയാണ്.

കുറ്റപ്പെടുത്തലിന്റെയും ബാഹ്യ സ്ഥാനത്തിന്റെയും മറ്റൊരു ഉദാഹരണത്തിൽ, അടുത്തിടെ ഒരു തൊഴിലാളി യൂണിയൻ റാലി ഉണ്ടായിരുന്നു, വാൾമാർട്ടിനെതിരെ. ചില്ലറ വ്യാപാരികളുടെ മോശം വേതനത്തിൽ ജീവനക്കാർ പ്രതിഷേധിക്കുകയായിരുന്നു. 33-കാരനായ യൂജിൻ എന്ന ജീവനക്കാരൻ തന്റെ തൊഴിലുടമ വഴക്കിട്ടതിനെക്കുറിച്ച് പരാതിപ്പെട്ടു, മണിക്കൂറിന് 11.15 ഡോളറിന് ട്രക്കുകൾ അൺലോഡ് ചെയ്യാൻ അദ്ദേഹം മൂന്ന് വർഷം ചെലവഴിച്ചു, അത് ശരാശരി ചില്ലറ വ്യാപാര വ്യവസായത്തിന്റെ നിരക്കായ മണിക്കൂറിന് $12.95 ന് താഴെ ആണ്. അവന്റെ ആവലാതി? അയാൾക്ക് ഒരു കാർ അല്ലെങ്കിൽ വാൾമാർട്ടിന്റെ ആരോഗ്യ ഇൻഷുറൻസ് എന്നിവകൂള്ള ചെലവ് താങ്ങാൻ കഴിയില്ല.

കൊള്ളാം, എത്ര സങ്കടകരം. ആരെങ്കിലും അറസ്റ്റ് ചെയ്യപ്പെട്ടോ? ഗൗരവമായി, യൂജിന്റെ തലയിൽ നിറച്ച തോക്ക് വെച്ച് മാർക്കറ്റിൽ നിന്നും കുറഞ്ഞ കൂലിക്ക് വാൾമാർട്ടിൽ ജോലി ചെയ്യാൻ നിർബന്ധിച്ച ആളെ അറസ്റ്റ് ചെയ്യണം! ഈ ആൾക്ക് നല്ല തല്ല് കൊടുക്കണം. വാൾമാർട്ടിൽ ജോലി ചെയ്യാൻ ആരും അവനെ നിർബന്ധിച്ചില്ല; അയാൾ അവിടെ ജോലിചെയ്യുകയാണ്, കാരണം അയാൾ അവിടെ ജോലി ചെയ്യാൻ തീരുമാനിച്ചു. ഹേയ്, യൂജിൻ അല്ലെങ്കിൽ വായിക്കുന്ന മറ്റാരെങ്കിലും, മണിക്കൂറിന് $11 സമ്പാദിക്കുന്നത് നിങ്ങൾക്ക് മടുത്തുവെങ്കിൽ, സമൂഹത്തിലേക്ക് നിങ്ങളുടെ മൂല്യം ഉയർത്തുക. നിങ്ങൾ ലൈബ്രറിയിലേക്ക് പോകുക അല്ലെങ്കിൽ uDemy-യിൽ ഒരു ഓൺലൈൻ ക്ലാസ് എടുക്കുക. നിങ്ങളെപ്പോലുള്ള ഇരകളുടെ അനന്തമായ വിതരണമില്ലെങ്കിൽ വാൾമാർട്ടിന് കുറഞ്ഞ വേതനം നൽകാൻ കഴിയില്ല.

ഒരു സാമ്പത്തിക ഉപദേഷ്ടാവ് നിങ്ങൾക്ക് 14% ഉറപ്പുള്ള വരുമാനം ഒരു ബാങ്കിന്റെ നിക്ഷേപ സർട്ടിഫിക്കറ്റിൽ വാഗ്ദാനം ചെയ്യുമ്പോൾ അവൻ നിങ്ങളെ വഞ്ചിച്ചതായി പിന്നീട് നിങ്ങൾ കണ്ടെത്തും, അത് നിങ്ങളുടേ തെറ്റാണ്. നിങ്ങൾ കഠിനാധ്വാനം ചെയ്തില്ല. നിങ്ങൾ അന്വേഷിച്ചില്ല. നിങ്ങളുടെ തലച്ചോറിലെ യുക്തിയുടെ ഇക്കിളി നിങ്ങൾ അവഗണിച്ചു. നിങ്ങൾ സ്വന്തം ദുഷ്പ്രവണതയുടെ ഇരയാണ്.

സഹയാത്രികരുടെ രാഷ്ട്രീയം

എല്ലാ രാജ്യങ്ങളിലെയും ഒരു പ്രധാന വോട്ടർമാരാണ് നടപ്പാതയിലുള്ള സഹയാത്രികർ. ഈ ആളുകൾ എളുപ്പമുള്ള ജീവിതം തേടും എന്നാൽ മറ്റാരെങ്കിലും അതിനായി പണം നൽകണമെന്ന് അവർ ആഗ്രഹിക്കുന്നു. അവർ ആജീവനാന്ത സഹയാത്രികരാണ്. ഗവൺമെന്റ് (അല്ലെങ്കിൽ മറ്റേതെങ്കിലും സ്ഥാപനം)

അവർക്കായി കൂടുതൽ ചെയ്യണമെന്ന് അവർ വിശ്വസിക്കുന്നു. അവർ വ്യവസ്ഥിതിയുടെ ഇരകളാണ്. ചീത്ത കൈകളാൽ കൈകാര്യം ചെയ്യപ്പെട്ടതിനാൽ അവർ ജീവിതത്തിന്റെ ഇരകളാണ്. ഒരു ചെലവുമില്ലാത്ത വെറും രാഷ്ട്രീയ വാഗ്ദാനങ്ങൾ നൽകുന്ന ഏതൊരു രാഷ്ട്രീയക്കാർക്കു വേണ്ടിയും അവർ വോട്ട് ചെയ്യുന്നു. സൗജന്യ ആരോഗ്യ സംരക്ഷണം. സൗജന്യ വിദ്യാഭ്യാസം, സ്വതന്ത്ര വാതകം. സൗജന്യ ഹോം ലോണുകൾ. കൊള്ളാം, എനിക്ക് ഒരു സമ്മതിദാനപത്രം തരൂ!

ജോൺ എഫ്. കെന്നഡിയുടെ "നിങ്ങളുടെ രാജ്യം നിങ്ങൾക്കായി എന്തു ചെയ്യുമെന്ന് ചോദിക്കരുത്, നിങ്ങൾക്ക് രാജ്യത്തിനുവേണ്ടി എന്ത് ചെയ്യാൻ കഴിയും എന്നാവണം," എന്നത് ചുരുക്കി "എന്റെ രാജ്യത്തിന് എനിക്കായി എന്ത് ചെയ്യാൻ കഴിയും?" എന്നാക്കി. യുണൈറ്റഡ് സ്റ്റേറ്റ്സിന് പുറത്തുള്ള സാമൂഹിക തകർച്ചയെക്കുറിച്ച് എനിക്ക് അഭിപ്രായം പറയാൻ കഴിയില്ല. കഴിഞ്ഞ 20 വർഷത്തിനുള്ളിൽ, നടപ്പാത എന്നത് ഇന്നത്തെ അമേരിക്കൻ രാഷ്ട്രീയ നിയോജകമണ്ഡലം എന്നതിലേക്കുള്ള വഴിയായി മാറി. അമേരിക്കക്കാർ ഒരിക്കൽ വിശ്വസ്തതയോടെ പ്രഖ്യാപിച്ചു, "ഒന്നുകിൽ എനിക്ക് സ്വാതന്ത്ര്യം തരൂ, അല്ലെങ്കിൽ എനിക്ക് മരണം തരൂ." ഇപ്പോൾ നമ്മൾ ഇത്രമാത്രം പറയും, "എനിക്ക് തരൂ".

2008-ൽ ഞാൻ ഇത് എഴുതിയപ്പോൾ, സമ്പദ് വ്യവസ്ഥ ഒരു അപകടാവസ്ഥയിലായിരുന്നു. ഭവന വിപണി തകർന്നു, വായ്പ വറ്റി, ദശലക്ഷക്കണക്കിന് അവരുടെ സമ്പാദ്യം നഷ്ടപ്പെട്ടു.

അതെങ്ങനെ സംഭവിച്ചു?

ഇത് സങ്കീർണ്ണമല്ല. നമ്മൾക്ക് സാമ്പത്തിക തീരുമാനങ്ങൾ എടുക്കാൻ നമ്മൾ "മറ്റുള്ളവരെ" ആശ്രയിച്ചു. മികച്ച പതിപ്പ് നമ്മൾ അവഗണിച്ചു. നമ്മൾ കരാർ വായിച്ചില്ല. നമ്മൾ നിയമം വായിച്ചില്ല. നമ്മൾ സർക്കാരിനെ ഒരു ഇൻഷുറൻസ് പോളിസിയാക്കി. ഒരു സമൂഹമെന്ന നിലയിൽ, ചരിത്രം ദണ്ഡനം ആവർത്തിക്കും, നമ്മൾ അതേ സ്വഭാവം ആവർത്തിക്കുന്നത് തുടരുകയാണെങ്കിൽ.

2008-ലെ മാന്ദ്യത്തിൽ ഞാൻ ഒരു ചെറിയ പങ്കാളിയായിരുന്നു. തീർച്ചയായും, എന്റെ വീടിന്റെ മൂല്യം കുറഞ്ഞു. പക്ഷേ അത് കുഴപ്പമില്ലായിരുന്നു, കാരണം ഞാൻ ഒരിക്കലും എന്റെ വീട് ഒരു സമ്പത്തിന്റെ ഉപകരണമായി ഉപയോഗിച്ചിട്ടില്ല! എന്നാലും ഗുരുക്കന്മാർ പറയും "നിങ്ങളുടെ വീടാണ് നിങ്ങളുടെ ഏറ്റവും വലിയ നിക്ഷേപം!". തീർത്തും അസംബന്ധം! വിപണികൾ തകർന്നപ്പോൾ എനിക്ക് പണം നഷ്ടപ്പെട്ടില്ല കാരണം,വിപണികൾ എന്റെ സമ്പത്ത് ത്വരിതപ്പെടുത്തുന്ന വാഹനമായിരുന്നില്ല! ഫാസ്റ്റ്ലെയ്ൻ എന്നത് നിയന്ത്രണത്തെക്കുറിച്ചാണ്, നിങ്ങൾ ഒരു നടപ്പാതയിലെ സഹയാത്രികനെപ്പോലെയാണ് ജീവിക്കുന്നതെങ്കിൽ, നിങ്ങൾക്ക് യാതൊരു നിയന്ത്രണവുമില്ല എന്നർത്ഥം.

2005 ആഗസ്റ്റിലെ ഒരു പൊതു ഫോറത്തിൽ, വരാനിരിക്കുന്ന ഭവന നിർമ്മാണ മാന്ദ്യം ഞാൻ പ്രവചിച്ചു, ഞാൻ അങ്ങനെ കരുതിയ ഏഴു കാരണങ്ങളാൽ എന്റെ സിദ്ധാന്തം വിവരിച്ചു. കറങ്ങി തിരിഞ്ഞ് വന്നപ്പോൾ, ഞാൻ ആയിരുന്നു ശരി. അത് കൃത്യവും വ്യക്തവുമായപ്പോൾ എനിക്കായി സാമ്പത്തിക തീരുമാനങ്ങൾ എടുക്കാൻ എന്നെത്തന്നെ തിരഞ്ഞെടുത്തു. ഭവന നിർമ്മാണം സുരക്ഷിതമാണെന്ന് ദുർമോഹത്തോടെ പ്രഖ്യാപിച്ച സി.എൻ.ബി.സിയുടെ മഹാചാര്യന്മാരിൽ ഞാൻ ആശ്രയം വെച്ചില്ല. ഞാൻ മുഖ്യധാരാ മാധ്യമങ്ങളെ

ആശ്രയിച്ചിരുന്നില്ല. ഞാൻ മറ്റുള്ളവരെ ആശ്രയിച്ചിരുന്നില്ല. ഞാൻ എന്നെ ത്തന്നെ ആശ്രയിച്ചു. ഞാൻ ഡ്രൈവ് ചെയ്യുകയായിരുന്നു, സഹയാത്രികനായിരു ന്നില്ല. പിന്നെ ഏത് ഡ്രൈവിങ്ങിനും ഒരു ഭംഗിയുണ്ട്, മിക്ക ആളുകൾക്കും അത് നഷ്ടമാകുന്ന ഒന്നാണ്; അതാണ് *ഉത്തരവാദിത്തം.*

സമ്പത്ത് ഉത്തരവാദിത്തം ആവശ്യപ്പെടുന്നു, വിശ്വാസ്യത പിന്തുടരുന്നു

ഉത്തരവാദിത്തം വിശ്വാസ്യതയുടെ പൂർവ്വികനാണ്, പക്ഷേ ഒരാൾ മറ്റേയാളെ സാക്ഷ്യപ്പെടുത്തുന്നില്ല. നിങ്ങളുടെ ചെക്കിംഗ് അക്കൗണ്ട് ഓവർ ഡ്രാഫ്റ്റ് ചെയ്ത തിനുള്ള ഉത്തരവാദിത്തം നിങ്ങൾ സമ്മതിക്കുകയും അടുത്ത ആഴ്ച വീണ്ടും ചെയ്യുകയുമാണെങ്കിൽ, നിങ്ങൾക്ക് വിശ്വാസ്യതയില്ല. നിങ്ങൾ ഒരു കുട്ടിയുടെ വിവാഹം തടസ്സപ്പെടുത്തിയതിന്റെ ഉത്തരവാദിത്തമേൽക്കുകയും ആ പെരുമാറ്റം തുടരുകയുമാണെങ്കിൽ, നിങ്ങൾക്ക് വിശ്വാസ്യതയില്ല. നിങ്ങളുടെ പേഴ്സ് മോഷ്ടി ക്കപ്പെട്ടതിന്റെ ഉത്തരവാദിത്തം നിങ്ങൾ ഏറ്റെടുക്കുകയും എന്നാൽ അത് ടേബിളിന് മുകളിൽ വെച്ച് തുറന്ന് കാണിക്കുകയും ചെയ്യുമ്പോൾ നിങ്ങൾക്ക് വിശ്വാസ്യതയില്ല.

അനന്തരഫലങ്ങളിലുള്ള കുറ്റബോധവും നിങ്ങളുടെ പെരുമാറ്റം പരിഷ്കരിക്കു ന്നതുമാണ് വിശ്വാസ്യത. വിശ്വാസ്യതയില്ലാത്ത സമയത്തും നിങ്ങൾക്ക് ഉത്ത രവാദിത്തമുണ്ടാകാം. ഒരു ഫാസ്റ്റ്ലെയ്ൻ ഫോറം ഉപയോക്താവ് ഉത്തരവാദി ത്തവും വിശ്വാസ്യതയും തമ്മിൽ വേർതിരിച്ചറിയാൻ ഒരു മികച്ച പ്രവർത്തി ചെയ്യുന്നു :

> *"ആളുകൾ ഒരേ മോശം തിരഞ്ഞെടുപ്പ് ഒന്നിലധികം തവണ ചെയ്യു കയും പിന്നീട് ഉത്തരവാദിത്തം അവകാശപ്പെടുകയും ചെയ്യുന്നതാണ് എന്നെ മുഷിപ്പിക്കുന്നത്. ഉത്തരവാദിത്തം എന്നാൽ മാറി നടക്കുക യാണെങ്കിൽ ഉത്തരവാദിത്വമുള്ളവരാകാൻ എളുപ്പമാണ്. അവിവാ ഹിതരായ മാതാപിതാക്കളെ ഞാൻ കണ്ടിട്ടുണ്ട് അവർ വിതച്ച കാട്ടു ഗോതമ്പുകളുടെ "ഉത്തരവാദിത്തം" പ്രതിജ്ഞയെടുത്ത്, വല്ലപ്പോഴും ഒന്ന് മെയിലിൽ ചെക്ക് അയക്കുക മാത്രം ചെയ്യുന്നവർ. അവർക്ക് താങ്ങാൻ കഴിയാത്ത മറ്റൊരു വീട് വാങ്ങാൻ വേണ്ടി മാത്രം ആളുകൾ വീടുകളിൽനിന്ന് പോകുന്നത് ഞാൻ കണ്ടിട്ടുണ്ട്, ആളുകൾ അവരുടെ പ്രവർത്തനങ്ങൾക്ക് 'ഉത്തരവാദിത്തം' എന്ന് അവകാശപ്പെട്ടു കൊണ്ട്, ഞാൻ കണ്ടിട്ടുണ്ട് മദ്യപിച്ച് വാഹനമോടിക്കുന്നതിനാൽ ഉണ്ടായ കാര്യങ്ങൾക്ക് ആളുകൾ 'ഉത്തരവാദിത്വം' ഉള്ളവരാവുന്നതും അവർ അത് വീണ്ടും ചെയ്യുന്നതും. 'ഉത്തരവാദിത്തം' ഉള്ള ആളുകളെ കൊണ്ട് ഞാൻ രോഗിയും ക്ഷീണിതനുമാണ്. എനിക്ക് ആളുകൾ വിശ്വാസ്യത ഉള്ളവരായിരിക്കണം. ആളുകൾ പ്രവർത്തിക്കുന്നതിനു മുൻപ് ചിന്തിക്കേണ്ടതുണ്ട്. തിരഞ്ഞെടുപ്പുകൾ എടുക്കുന്നതിനുമുമ്പ് അത് ഏൽക്കണം. ആളുകൾ തെറ്റുകൾ വരുത്തുന്നതിൽ എനിക്ക് കുഴപ്പമില്ല – പക്ഷെ നിങ്ങൾ ഒരു തെറ്റ് ചെയ്തുവെന്ന് സ്വയം ഏൽക്കു കയും അതിൽനിന്ന് പഠിക്കുകയും ചെയ്യുക. അതാണ് യഥാർത്ഥ വിശ്വാസ്യതയും ഉത്തരവാദിത്തവുമെല്ലാം കുറിക്കുന്നത്."*

എന്റെ ഒരു സുഹൃത്തിന് അടുത്തിടെ അവളുടെ ഐഡന്റിറ്റി മോഷ്ടിക്കപ്പെടാനിടയായി. ഞങ്ങൾ ഒരു റെസ്റ്റോറന്റിൽ ഭക്ഷണം കഴിക്കുമ്പോൾ അവൾ പരാതികളും പരിഭവങ്ങളും സംസാരിച്ചുകൊണ്ടേയിരുന്നു. അതിന്റെ കാരണം കണ്ടെത്താൻ തീരുമാനിച്ചുകൊണ്ട് ഞാൻ അവളുടെ ആലോചനകളെ പാതിയിൽ നിർത്തി കുറച്ച് ചോദ്യങ്ങൾ ചോദിച്ചു. ഞാൻ അത്ഭുതപ്പെട്ടു, അവൾ ഇരയായിരുന്നോ, അതോ കണക്ക് പറയേണ്ടവളല്ലായിരുന്നോ?

ഞാൻ ചോദിച്ചു, "എങ്ങനെയാണ് നിങ്ങളുടെ ഐഡന്റിറ്റി കൈമോശം വന്നത്?"

"മെക്സിക്കോയിൽവെച്ച് എന്റെ പേഴ്സ് മോഷ്ടിക്കപ്പെട്ടു."

"അതെങ്ങനെ സംഭവിച്ചു?" ഞാൻ അന്വേഷിച്ചു.

"ഞാൻ ഒരു റെസ്റ്റോറന്റിലായിരുന്നു, ആരോ അത് അപഹരിച്ചു."

"ഓ? നിങ്ങളുടെ പേഴ്സ് ഇപ്പോഴുള്ളതുപോലെ മേശപ്പുറത്ത് തുറന്നിട്ടിരുന്നോ?"

അവൾ അവളുടെ പേഴ്സിലേക്ക് നോക്കി ഞാൻ പറഞ്ഞ കാര്യം മനസ്സിലാക്കി. ഞങ്ങൾ ഭക്ഷണം കഴിക്കവേ, അവളുടെ പേഴ്സ് മേശപ്പുറത്ത് എല്ലാവരുടെയും മുന്നിൽ തുറന്ന നിലയിൽ വച്ചിരുന്നു. ഏതൊരു കള്ളനും അവളുടെ പഴ്സ് തട്ടിയെടുത്ത് ഓടിപ്പോകും.അവൾ എന്നെ നോക്കി, ഇളിഭ്യയായി, എന്നിട്ട് അവളുടെ പേഴ്സ് എടുത്ത് അവളുടെ മടിയിൽ സൂക്ഷിച്ചു.

ഒരു ഇരയോ? അതോ സ്വയം വിശ്വാസ്യത കാണിക്കാത്തതോ? അവളുടെ പ്രശ്നം ഒരു മോശം കാരണത്താൽ സംഭവിച്ചു – അവളുടെ പേഴ്സ് സംരക്ഷിക്കാതിരിക്കാനുള്ള തിരഞ്ഞെടുപ്പ്. ഈ ചെലവേറിയ പാഠത്തിനുശേഷവും, ഉത്തരവാദിത്തത്തിന്റെ ശക്തി അവൾക്ക് ഇപ്പോഴും മനസ്സിലായില്ല. അവൾ ഉത്തരവാദിത്തമുള്ളവളാണെങ്കിൽ അബദ്ധത്തിൽ, അവളുടെ പേഴ്സ് കള്ളന്മാർക്കുവേണ്ടി അവസരത്തിന്റെ വിളക്കുമാടമായി മേശപ്പുറത്ത് ഇടുകയില്ല, പക്ഷേ അവളുടെ മടിയിൽ സുരക്ഷിതമായിരിക്കും.

ഇരയാക്കലിൽനിന്ന് സ്വയം പ്രതിരോധിക്കുക

ഉത്തരവാദിത്തം ഏറ്റെടുക്കുന്നതിലൂടെയും തുടർന്ന് വിശ്വാസ്യതയിലൂടെയും ഇരയാകുന്നത് നിർത്തുക.

2006-ൽ, അരിസോണയിലെ ഫീനിക്സിൽ, മനോഹരമായ ഒരു പർവ്വതനിരയെ നോക്കിക്കാണുന്ന എന്റെ സ്വപ്ന ഭവനം ഞാൻ വാങ്ങി. ഫീനിക്സിലെ ഏറ്റവും മികച്ച കാഴ്ചകളിലൊന്ന് ഈ വീടിന് ഉണ്ടായിരുന്നു, എന്നാൽ ഗണ്യമായ ഒരു പുനർനിർമ്മാണം ഈ വീടിന് ആവശ്യമായിരുന്നു. ഒരു പുതിയ സുഹൃത്ത് ഒരു സാധാരണ കരാറുകാരനെ ശുപാർശ ചെയ്തു, യാതൊരു അന്വേഷണമോ; പണിയിലുള്ള വൈദഗ്ധ്യപരിശോധനകളോ, ലൈസൻസ് അന്വേഷണമോ, ഒന്നുമില്ലാതെ, അയാളെ ഞാൻ പണിയേല്പിച്ചു.

ഊ..ഫ്ഫ്.

എട്ട് മാസങ്ങൾ എടുക്കേണ്ടിയിരുന്നത് മൂന്ന് വർഷത്തെ പരീക്ഷണമായി ചീഞ്ഞഴുകി, എന്റെ ജീവിതത്തിലെ ഏറ്റവും മോശം തീരുമാനത്തെ രൂപപ്പെടുത്തിയ ഒരു പേടിസ്വപ്നം. കരാറുകാരൻ തീർത്തും കഴിവുകെട്ടവനും വിഡ്ഢിയുമായിരുന്നു.

എന്നിട്ടും, ഞാൻ തന്നെ കുറ്റക്കാരനായിരുന്നില്ലേ.

ഞാൻ കരാറുകാരനെ നിയമിച്ചതിനാൽ ഉത്തരവാദിത്തവും വിശ്വാസ്യതയും ഞാൻ സ്വീകരിച്ചു. *സ്റ്റാർ വാർസിൽ* നിന്നുള്ള ഒരു വരി മോഷ്ടിച്ച്, ചെറുതായി പരിഷ്കരിച്ച് ഇങ്ങനെ പറയാം, "ആരാണ് വിഡ്ഢി, വിഡ്ഢി തന്നെയാണോ അതോ വിഡ്ഢിയെ കൂലിക്ക് എടുക്കുന്ന വിഡ്ഢിയാണോ?"

പക്ഷേ ഞാൻ ഇരയായിരുന്നില്ല, കാരണം ഞാൻ ആദ്യം ഉത്തരവാദിയായിരുന്നു : അത് എന്റെ തെറ്റായിരുന്നു.

അത് സംഭവിക്കാൻ ഞാൻ അവസരം കൊടുത്തു.

പിന്നെ, രണ്ടാമതായി, ഞാൻ കണക്ക് കൊടുക്കേണ്ടുന്നവനായി : ഇപ്പോൾ വീട്ടുജോലിക്കാരെ നിയമിക്കുമ്പോൾ, ഞാൻ അന്വേഷിക്കുന്നു. അല്ലെങ്കിൽ, ഒരു ഇരവാദത്തിലേക്ക് എന്റെ പല്ലുകൾ ആഴ്ത്തി എല്ലാവരെയുംപോലെ സഹതാപത്തിന്റെ വയലിൻ വായിച്ചുകൊണ്ടിരിക്കും.

മോഷ്ടിച്ച പേഴ്സുള്ള എന്റെ സുഹൃത്തിന്, ഉത്തരവാദിത്തവും വിശ്വാസ്യതയും ഏറ്റെടുക്കുക എന്നതാണ് ഫാസ്റ്റ്ലെയ്ൻ മാനസികാവസ്ഥ.

ഉത്തരവാദിത്തം : എന്റെ പേഴ്സ് മോഷ്ടിക്കപ്പെട്ടത് എന്റെ തെറ്റാണ്.

വിശ്വാസ്യത : ഭാവിയിൽ, അത് ആവർത്തിക്കാതിരിക്കാൻ ഞാൻ മുൻകരുതലുകൾ എടുക്കും.

നിങ്ങൾ രണ്ടുപേരും ഇതിന് ഉത്തരവാദികളായിരിക്കുമ്പോഴാണ് ഇരക്കുള്ള പ്രതിരോധ കുത്തിവപ്പ് സംഭവിക്കുന്നത്. നിങ്ങളുടെ പ്രവൃത്തികൾക്കും പ്രവർത്തനത്തിന്റെ സാധ്യമായ മോശമായ പ്രത്യാഘാതങ്ങൾക്കും ഉത്തരവാദിത്തമുണ്ട്. നിങ്ങളുടെ സ്വന്തം തെറ്റുകൾ, പരാജയങ്ങൾ, വിജയങ്ങൾ. നിങ്ങളുടെ തിരഞ്ഞെടുപ്പുകളെ പ്രതിഫലിപ്പിക്കുക. നിങ്ങൾ ആ അവസ്ഥയിൽ ആയിരിക്കുന്നത് നിങ്ങളെ സ്വയം അവിടെ നിർത്തിയതു കൊണ്ടാണോ? പ്രക്രിയയിൽ നിങ്ങൾക്ക് തെറ്റ് പറ്റിയോ? നിങ്ങൾ മടിയനായിരുന്നോ? മിക്ക മോശം സാഹചര്യങ്ങളും മോശം തിരഞ്ഞെടുപ്പുകളുടെ അനന്തരഫലങ്ങളാണ്. അവയുടെ ഉത്തരവാദിത്തങ്ങൾ ഏൽക്കുക, നിങ്ങളുടെ ജീവിതം നിങ്ങൾ സ്വന്തമാക്കുക.

നിങ്ങൾ ഡ്രൈവർ സീറ്റിലായതിനാൽ ആർക്കും നിങ്ങളെ വഴിതിരിച്ചുവിടാൻ കഴിയില്ല. നിങ്ങളുടെ തീരുമാനങ്ങൾ നിങ്ങളുടേതാവുമ്പോൾ അത്ഭുതകരമായ എന്തെങ്കിലും സംഭവിക്കുന്നു. പരാജയം ഇരയാവലിന്റെ അടയാളമായി മാറുന്നില്ല. അത് ജ്ഞാനമായി മാറുന്നു.

ഉത്തരവാദിത്തവും വിശ്വാസ്യതയും നിഷേധിക്കുക വഴി, നിങ്ങളുടെ ജീവിതത്തിന്റെ താക്കോലുകൾ മറ്റൊരാൾക്ക് നൽകിയിരിക്കുന്നു. മറ്റൊരുവിധത്തിൽ പറഞ്ഞാൽ, നിങ്ങളുടെ ജീവിതത്തിന്റെ ഡ്രൈവർ സീറ്റ് എറ്റെടുക്കുക!

നിങ്ങൾ അർഹിക്കുന്നു! അർഹിക്കുന്നു! അർഹിക്കുന്നു!

തീർത്തും അസ്വസ്ഥതയുണ്ടാക്കുന്ന തുടർച്ചയായ റേഡിയോ പരസ്യങ്ങൾ കഴിഞ്ഞ ദിവസം ഞാൻ കേട്ടു. നിങ്ങൾക്ക് അവരുടെ ലക്ഷ്യം അറിയാൻ ഒരു ന്യൂക്ലിയർ ഫിസിസ്റ്റാകേണ്ട ആവശ്യമില്ല... നടപ്പാതയുടെ ഇരകൾ.

ഒരു മോർട്ട്ഗേജ് ലോൺ പരിഷ്കരണ കമ്പനിക്കുവേണ്ടിയായിരുന്നു ആദ്യ പരസ്യം. അതിലെ ശബ്ദം ഇങ്ങനെ പോയി : "നിങ്ങളുടെ ലോൺ പരിഷ്ക്കരിച്ച് നിങ്ങൾക്ക് അർഹമായ കുറഞ്ഞ അടവുകൾ നേടുക." അടുത്ത പരസ്യം ഒരു അഭിഭാഷകന്റേതായിരുന്നു. "അപകടത്തിൽ പെട്ടോ? നിങ്ങൾ അർഹിക്കുന്ന

പണം നേടൂ.” ഒരു ക്രെഡിറ്റ് ശരിയാക്കുന്ന കമ്പനിയുടേതായിരുന്നു അവസാന പരസ്യം. “നിങ്ങളുടെ കടങ്ങൾ ഒന്നുമില്ലായ്മയിലേക്ക് ഉടമ്പടിയാക്കാൻ ഞങ്ങളെ അനുവദിക്കൂ, അങ്ങനെ നിങ്ങൾക്ക് അർഹമായ ജീവിതം നയിക്കാനാകും!”

പൊതുവായ വാചകം ശ്രദ്ധിക്കുക?

നിങ്ങൾ അർഹിക്കുന്നു.

സത്യത്തിൽ, ഈ ആളുകൾ യഥാർത്ഥത്തിൽ എന്താണ് അർഹിക്കുന്നത്?

കടം നിങ്ങളിൽ വലിയ തോതിൽ പിടിമുറുക്കിയിരിക്കുന്നു, നിങ്ങൾ കൃത്യ സമയത്ത് ബില്ലുകൾ അടക്കുന്നില്ല, എന്നിട്ട് നിങ്ങൾ മികച്ച ജീവിതം അർഹിക്കുന്നു? മുത്തശ്ശിയുടെ സമ്പത്തിൽ നിങ്ങളുടെ കാർ ഓടുന്നു, എന്നിട്ടും നിങ്ങൾ ഏതെങ്കിലും സമ്പന്ന ഇൻഷുറൻസ് കമ്പനിയിൽനിന്ന് ഒരു വലിയ ക്യാഷ് അവാർഡ് പ്രതീഷിക്കുന്നു? നിങ്ങൾക്ക് താങ്ങാൻ കഴിയാത്ത ഒരു വീട് നിങ്ങൾ വാങ്ങുന്നു. നിങ്ങൾ കുറഞ്ഞ പലിശ നിരക്കിന് അർഹനാണോ? പ്രത്യേക പരിശ്രമം ഇല്ലാതെ “അർഹതയുള്ളത്” പെട്ടെന്ന് വളരെ എളുപ്പത്തിൽ എങ്ങനെ വരുന്നു? ആകാശത്തുനിന്നും ഭാഗ്യമഴ പെയ്യുന്ന ഒരു സംഭവം പോലെയാണോ?

നമ്മൾ എല്ലാത്തിനും അർഹരാണെന്ന് വിശ്വസിക്കാൻ നമ്മൾ രീതി ശാസ്ത്രപരമായി മസ്തിഷ്ക പ്രക്ഷാളനം നടത്തുകയാണ്, പ്രവൃത്തിയോടുള്ള വിധേയത്വമോ ഉത്തരവാദിത്തമോ ഇല്ലാതെ.

നിങ്ങളുടെ പ്രവർത്തനങ്ങൾ സമ്പാദിച്ചതോ നേടിയിട്ടില്ലാത്തതോ ആയതിന് നിങ്ങൾ അർഹനാണ്.

ഉത്തരവാദിത്തം ഒരു കാര്യം; വിശ്വാസ്യത മറ്റൊന്നാണ്.

നിങ്ങളുടെ തിരഞ്ഞെടുപ്പുകൾക്ക് നിങ്ങൾ വിശ്വാസ്യതയുള്ളവരായിരിക്കുമ്പോൾ, ഭാവിയിൽ നിങ്ങളുടെ പെരുമാറ്റം നിങ്ങൾ മാറ്റുകയും നിങ്ങളുടെ ജീവിതത്തിന്റെ ഡ്രൈവർ സീറ്റ് ഏറ്റെടുക്കുകയും ചെയ്യുന്നു.

അധ്യായ സംഗ്രഹം : ഫാസ്റ്റ്‌ലെയ്ൻ പ്രത്യേകതകൾ

- സഹയാത്രികർ അവരുടെ സാമ്പത്തിക പദ്ധതികളുടെ നിയന്ത്രണം മറ്റുള്ളവർക്ക് നൽകുന്നു, അത് ഫലപ്രദമായി ഇരയാകാനുള്ള സാധ്യതകളെ പരിചയപ്പെടുത്തുന്നു.
- ഇരകളുടെ നിയമം : നിങ്ങളെ അടിച്ചമർത്താൻ മറ്റൊരാൾക്ക് അധികാരം നൽകിയില്ലെങ്കിൽ നിങ്ങൾക്ക് ഇരയാകാൻ കഴിയില്ല.
- ഉത്തരവാദിത്തം നിങ്ങളുടെ ഇഷ്ടങ്ങളെയും തിരഞ്ഞെടുപ്പുകളെയും സ്വന്തമാക്കുന്നു.
- നിങ്ങളുടെ ജീവിതത്തിലെ ഡ്രൈവിംഗ് സീറ്റ് എടുക്കുന്നതിനുള്ള ആദ്യ പടിയാണ് ഉത്തരവാദിത്തം ഏറ്റെടുക്കൽ. ഉത്തരവാദിയാകുകയാണ് അന്തിമം.

ഭാഗം 4

ഇടത്തരം : സ്ലോലെയ്ൻ റോഡ് മാപ്പ്

നിങ്ങൾക്ക് വിറ്റ ഒരു നുണ : സ്ലോലെയ്ൻ

50 വർഷം ഒരേ ഓഫീസിൽ ആഴ്ചയിൽ 50 മണിക്കൂർ ജോലി ചെയ്യുന്നതാണ് 'ഭ്രാന്ത്' എന്ന് ഞാൻ നിങ്ങളോട് പറഞ്ഞാലോ, അവസാനം അവർ നിങ്ങളെ ജോലിയിൽ നിന്ന് പറഞ്ഞുവിടുന്നു; നിങ്ങൾ വിരമിച്ചതിന് ശേഷം, കൃത്യസമയത്ത് ടോയ്‌ലറ്റിൽ എത്താൻ കഴിയാതെ മാനം നഷ്ടപ്പെടുന്നതിനേക്കാൾ മരിക്കുന്നതാണ് നല്ലതെന്ന് ചിന്തിച്ച് നിങ്ങളുടെ ജീവിതകാലം മുഴുവൻ ഗ്രാമത്തിൽ ചെലവഴിക്കുന്നു. അത് ഭ്രാന്തായി നിങ്ങൾ കണക്കാക്കില്ലേ?

—സ്റ്റീവ് ബുസെമി (കോൺ എയർ, പരമൗണ്ട് ചിത്രങ്ങൾ, 2003)

അടുത്ത കവലയിൽ : "സ്ലോലെയ്ൻ" വഴിയിലെ ഇടത്തരം

മുൻ അധ്യായത്തിൽ, നടപ്പാത യാത്രക്കാർക്ക് അവരുടേതായ സാമ്പത്തിക പദ്ധതി ഇല്ലെന്ന് ഞങ്ങൾ എടുത്തുകാണിച്ചു. പലപ്പോഴും തൽക്ഷണത്തെ സംതൃപ്തിയാൽ നിയന്ത്രിക്കപ്പെടുന്ന ഇന്നത്തെ സന്തോഷങ്ങളിൽ മാത്രം ശ്രദ്ധ കേന്ദ്രീകരിക്കുന്നു. ഇന്നത്തെ സുഖപ്രദമായ ജീവിതത്തിനായി ഭാവിയെ പണയം വെക്കുന്ന ഒരു ജീവിതശൈലിയാണ് നടപ്പാത യാത്രയെങ്കിൽ, സ്ലോലെയ്ൻ വിരുദ്ധമാണ് : കൂടുതൽ സുഖപ്രദമായ നാളെയുടെ പ്രതീക്ഷയിൽ ഇന്നത്തെ ത്യാഗം.

ഒരു സ്ലോലെയ്ൻ യാത്രികൻ എന്ന നിലയിൽ, കൊടുക്കൽ വാങ്ങലുകൾ വരെ ഒരു കൂട്ടം സിദ്ധാന്തങ്ങൾ വാദിക്കുന്ന അച്ചടക്കം നിങ്ങളെ ഉപരോധിച്ചിരിക്കുന്നു. ജോലി നേടുക, ആഴ്ചയിൽ അഞ്ച് ദിവസം ഓഫീസിൽ അധ്വാനിച്ച് പാഴാക്കുക. ഉച്ചഭക്ഷണം ബാഗിലാക്കി 10 ഡോളറിന്റെ കാപ്പി കുടിക്കുന്നത് നിർത്തുക. നിങ്ങളുടെ ശമ്പളത്തിന്റെ 10% വിശ്വസ്തതയോടെ ഓഹരി വിപണിയിലേക്കും നിങ്ങളുടെ 401(k) (പെൻഷൻ അക്കൌണ്ട്) ലേക്കും നിക്ഷേപിക്കുക. നിങ്ങളുടെ ജനലിലൂടെ ആ സ്പോർട്സ് കാറിനെക്കുറിച്ച് സ്വപ്നം കാണുന്നത് അവസാനിപ്പിക്കുക, കാരണം, നിങ്ങൾക്ക് അത് വാങ്ങാൻ കഴിയില്ല! കുറഞ്ഞ വിലയ്ക്ക് ഭക്ഷണം കഴിക്കുക, വിറ്റഴിക്കലിൽ എല്ലാം വാങ്ങുക. സംതൃപ്തിക്കായി 65 വയസ്സ് വരെ കാക്കുക. മിച്ചംവെക്കുക, മിച്ചംവെക്കുക, മിച്ചംവെക്കുക കാരണം സംയുക്ത

പലിശ ശക്തമായ ഒന്നാണ് : ഇന്ന് നിക്ഷേപിച്ച $100,000, 50 വർഷത്തിനുള്ളിൽ 10 ഗസിലിയണായി ലഭിക്കും!

അതിശയകരമെന്നു പറയട്ടെ, സ്ലോലെയ്ൻ എന്നത് നടപ്പാതക്കാരുടെ ആദ്യത്തെ സൗകര്യപ്രദമായ നാൽക്കവലയാണ്. പക്വതയിൽനിന്നും മുതിർന്ന വരുടെ വളരുന്ന ഉത്തരവാദിത്തങ്ങളിൽനിന്നും പരിണമിക്കുന്നത്. മിക്ക കോളേജ് ബിരുദധാരികളും അവരുടെ സ്കൂൾ വിദ്യാഭ്യാസാനന്തര ജീവിതം ആരം ഭിക്കുന്നത് നടപ്പാതയിലെ ജീവിതത്തിലാണ്. തീർച്ചയായും ഞാനും അങ്ങനെ യാണ് ചെയ്തത്. ബിരുദം തൽക്ഷണ ആനന്ദം നൽകുന്ന സാധനങ്ങൾ വാങ്ങാ നുള്ള ലൈസൻസ് അനുവദിച്ചു : കാൻകൂണിലേക്കുള്ള യാത്രകൾ, മിന്നുന്ന കാർ, കുതിച്ചുയരുന്ന സ്റ്റീരിയോ, രാത്രി മദ്യപാനം, ഒരു വലിയ സംഗീത ശേഖരം. ഭാവിയിലെ അനന്തരഫലങ്ങൾ പരിഗണിക്കാതെ, എല്ലാം ഇപ്പോൾ എന്ന രീതിയിലായിരുന്നു ജീവിതം. നടപ്പാതക്കാർ (ഒപ്പം ആളുകൾ പൊതുവേയും) സഹജമായി മെച്ചപ്പെട്ട ഭാവിയെ പരിഗണിക്കുക : “ഞാൻ കൂടുതൽ പണം സമ്പാ ദിക്കും,” “എനിക്ക് ലോട്ടറി അടിക്കും,” “എന്റെ അച്ഛൻ മരിച്ചാൽ എനിക്ക് കോടികൾ അവകാശമായി ലഭിക്കും.” ഭാവിയിലെ ഊന്നുവടികൾ ആഹ്ലാദപ രമായ ഈ നിമിഷങ്ങളെ ന്യായീകരിക്കുന്നു, തിരശ്ശീലക്ക് പിന്നിൽ, ജീവിത ശൈലിയിലെ സേവാശീലം വർദ്ധിക്കുന്നു.

എന്നിരുന്നാലും, വർദ്ധിച്ചുവരുന്ന ഉത്തരവാദിത്തങ്ങൾ, ഒരുപക്ഷേ വളരുന്ന കുടുംബം, കുന്നുകൂടുന്ന കടങ്ങൾ, യാഥാർത്ഥ്യവുമായി പൊരുത്തപ്പെടാത്ത ഭാവി പ്രതീക്ഷകൾ എന്നിവയാൽ നടപ്പാതക്കാർ വരുന്നു നടപ്പാതയുടെ അനിശ്ചിത ത്വവുമായി ബന്ധപ്പെട്ട നിബന്ധനകളുമായി. ഉത്തരവാദിത്തപരമെന്ന് തോന്നി ക്കുന്ന മാറ്റമാണ് അദ്ദേഹം ചെയ്യുന്നത് : അവൻ നടപ്പാത വിടുകയും സ്ലോലെയ്ൻ റോഡ് മാപ്പിലേക്ക് ഉയർച്ച നേടുകയും ചെയ്യുന്നു, ഇത് വിശ്വസനീയമായ ഉറവി ടങ്ങളാൽ പ്രശംസിക്കപ്പെടുകയും ചെയ്യപ്പെട്ട ഒരു തന്ത്രമാണ്. നടപ്പാത ആയിരി ക്കുമ്പോൾ അച്ചടക്കമില്ലാത്ത പെരുമാറ്റമെന്ന് തരംതിരിക്കപ്പെട്ടിരിക്കുന്നു, സ്ലോ ലെയ്ന്റെ സാമ്പത്തിക പദ്ധതി ഉത്തരവാദിത്വവും വിശ്വസനീയതയും സമ്പത്തി ന്റെ സൂത്രവാക്യത്തിലേക്ക് അവതരിപ്പിക്കുന്നു. അത് മോശമായിരിക്കില്ല, അല്ലേ?

നിർഭാഗ്യവശാൽ, സ്ലോലെയ്ൻ ഒരു പെട്രോൾ സ്റ്റേഷനിൽ നൽകുന്ന മോശം ദിശാനിർദ്ദേശം പോലെയാണ്, എന്നാൽ ഈ നിർദ്ദേശങ്ങൾ നൽകു ന്നത് അപരിചിതരല്ല, മറിച്ച് നിങ്ങൾ വിശ്വസിക്കുന്ന ആളുകളാണ് : അധ്യാ പകർ, ടെലിവിഷൻ, റേഡിയോ വ്യക്തികൾ, സാമ്പത്തിക ഉപദേഷ്ടാക്കൾ, അതെ, ഞങ്ങളുടെ മാതാപിതാക്കൾപോലും. ഇവ പ്രത്യക്ഷമായ ഉറവിടങ്ങൾ തന്ത്രത്തിന്റെ വഞ്ചനാപരമായ ശക്തിയെ അതിന്റെ ഫലപ്രാപ്തിയിൽ ശക്തിപ്പെ ടുത്തുന്ന ഒരു ഊറ്റിയെടുക്കുന്നവന്റെ പന്തയമാണ്. സ്ലോലെയ്ൻ ഒരു ആജീവ നാന്ത കൂലിയാണ്, അത് ഇന്ന് ഒരു ബലിയർപ്പണം നൽകും സമ്പന്നമായ നാളേ യ്ക്കുവേണ്ടി.

സമ്പത്തിന്റെ വാഗ്ദാനം... വില? നിങ്ങളുടെ ജീവിതം

സ്ലോലെയ്ൻ അപൂർവ്വമായി വെല്ലുവിളിക്കപ്പെടുന്നു. തന്ത്രം വെളിച്ചത്തിലേക്ക് വരുമ്പോഴത്തേക്ക് വളരെയധികം വഞ്ചിക്കുന്ന ഒരു നാണയാണിത്, ജീവിത ത്തിന്റെ പതിറ്റാണ്ടുകൾ കടന്നുപോയിരിക്കുന്നു... അതേസമയം, ദശലക്ഷക്കണ ക്കിന് ആളുകൾ പുതിയതായി വഞ്ചനയ്ക്ക് വിധേയമായിവരുന്നു.

നിങ്ങൾ ഈ നുണ വാങ്ങുകയാണെങ്കിൽ, മഹത്തായ ഒരു നാളെയുടെ പ്രതീക്ഷയിൽ നിങ്ങളുടെ ഇന്നിനെ വിൽക്കുന്നു. പിന്നെ എപ്പോഴാണ് ഈ മഹത്തായ നാളെ സംഭവിക്കുന്നത്? നിങ്ങൾ എപ്പോഴാണ് ആർഭാടം കാണിക്കുക, നിങ്ങളുടെ ദശലക്ഷക്കണക്കിന് ചെലവഴിക്കുക, ജീവിതം ആസ്വദിക്കുക? എപ്പോൾ? ഗെറ്റ് റിച്ച് സ്ലോയുടെ പിന്നിലെ പ്രേരകശക്തി സമയമാണ് – സമയം മാർക്കറ്റിൽ നിക്ഷേപിക്കുകയും സമയത്തെ ജോലിയിൽ ഇടുകയും ചെയ്യുന്നു. നിങ്ങളുടെ മഹത്തായ നാളെ 40 വർഷത്തിനുശേഷം വരുമായിരിക്കാം, നിങ്ങൾ ജീവിച്ചിരിക്കുമ്പോഴുള്ള അവസാന രാഷ്ട്രപതിയായിരിക്കാം ഇപ്പോഴുള്ളത്, നിങ്ങളുടെ രണ്ടാമത്തെ നട്ടെല്ല് മാറ്റിസ്ഥാപിക്കൽ നടക്കുകയായിരിക്കാം. നിങ്ങളുടെ മഹത്തായ നാളെ വന്നേക്കാം നിങ്ങളുടെ 83-ാം വയസ്സിൽ, അൽഷിമേഴ്സ് വന്ന് നിങ്ങൾക്ക് മനസ്സ് നഷ്ടപ്പെട്ട് മൂത്രത്തിൽ കുതിർന്ന് ദുർഗന്ധം വമിക്കുന്ന കട്ടിലിൽ കെട്ടിയിരിക്കുന്നു. സത്യത്തിൽ, ഈ സ്ലോലെയ്ൻ പ്ലാൻ എപ്പോഴാണ് സമ്പന്നരായ വിരമിക്കൽ യഥാർത്ഥത്തിൽ യാഥാർത്ഥ്യമാകുന്നത്, എന്നാൽ മാത്രമേ നിങ്ങളുടെ കോടികൾ ആളുകൾക്ക് ആസ്വദിക്കാൻ കഴിയൂ.

കൗമാരപ്രായത്തിൽ, സമ്പന്നനാകുന്നത് സംബന്ധിച്ച് ജോ നിരവധി വ്യക്തിഗത സാമ്പത്തിക പുസ്തകങ്ങൾ വായിക്കുന്നു. അവർ അവനോട് മിച്ചംവെക്കാനും ഒരു കരിയർ നേടാനും കൂപ്പണുകൾ ക്ലിപ്പ് ചെയ്യാനും നിങ്ങളുടെ വരുമാനത്തിന് താഴെ ജീവിക്കാനും പറയുന്നു. നിയമ ബിരുദം നേടിയ ശേഷം, ജോ ഈ ഉപദേശം പിന്തുടരുന്നു. അത് ബുദ്ധിമുട്ടുള്ള കാര്യമായിട്ടും സമ്പത്തിനായുള്ള ഈ പദ്ധതി ജോ ശ്രദ്ധാപൂർവ്വം പിന്തുടരുന്നു. ആഴ്ചയിൽ 60 മണിക്കൂർ അവന്റെ നിയമസ്ഥാപനത്തിൽ ജോലി ചെയ്യുന്നു, പലപ്പോഴും അവന്റെ കുടുംബത്തെയും കുട്ടികളെയും അവഗണിക്കുന്നു. അവന്റെ പ്രവൃത്തിദിനങ്ങൾ ഓഫീസിൽ കഴിക്കുന്നു, കഠിനമായ ആഴ്ചയിലെ പ്രവൃത്തിയിൽനിന്നും വീട്ടിൽനിന്ന് അവന്റെ വാരാന്ത്യങ്ങളിൽ "റീചാർജ്" ചെയ്യുന്നു.

12 വർഷത്തെ നിയമത്തിനുശേഷം, തന്റെ തൊഴിൽ ഇനി ആസ്വാദ്യകരമല്ലെന്ന് ജോ തീരുമാനിക്കുന്നു. എന്നിട്ടും, പങ്കാളിയാക്കുന്നതിൽ നിന്ന് ഒരു പ്രമോഷൻ മാത്രം അകലെയുള്ളതിനാൽ അവൻ സഹിച്ചുനിൽക്കാൻ തീരുമാനിക്കുന്നു കൂടാതെ അടിസ്ഥാന $250,000 ശമ്പളവും. ജോയുടെ ജീവിതം പുരോഗമിക്കുമ്പോൾ, അയാൾക്ക് ഒരിക്കലും അവന്റെ ലക്ഷ്യത്തിൽനിന്ന് കാഴ്ച നഷ്ടപ്പെടുന്നില്ല : 55 വയസ്സിൽ വിരമിക്കുക, കാരണം, സാമ്പത്തിക ഗുരു ഡേവിഡ് പറയുന്നു, "മിടുക്കരായ ആളുകൾ സമ്പന്നരാകുന്നു."

ജോ ലാഭിക്കുന്നു, ഓവർടൈം ജോലി ചെയ്യുന്നു, മ്യൂച്വൽ ഫണ്ടുകളിൽ നിക്ഷേപിക്കുന്നു, അവന്റെ സ്ഥാപനത്തിന്റെ 401(k) പ്ലാനിൽ പങ്കെടുക്കുന്നു. അതിനുവേണ്ടി അവൻ തന്റെ ജോലി സഹിച്ചുകൊണ്ടേയിരിക്കുന്നു. ഇത് എളുപ്പമാണെന്ന് ആരും പറഞ്ഞിട്ടില്ല. ആ "ഒരു ദിവസം" വരാനിരിക്കുന്നു, അവൻ വിരമിക്കുന്ന ദിവസം ദശലക്ഷക്കണക്കിന് രൂപയുമായി. വെറുക്കപ്പെട്ട ജോലിയിലെ അഞ്ച് ദുരിതപൂർണ്ണമായ ദിനങ്ങൾ വിലമതിക്കുന്നതാണെന്ന് അദ്ദേഹം ന്യായീകരിക്കുന്നു – ഭാവിക്കുവേണ്ടിയുള്ള ത്യാഗം. പിന്നെ, ഒരു വേനൽക്കാല

ദിവസം പുൽത്തകിടി വെട്ടുന്നതിനിടയിൽ, ജോയ്ക്ക് ഹൃദയാഘാത മുണ്ടായി, 51-ാം വയസ്സിൽ മരിക്കുന്നു... അവന്റെ ലക്ഷ്യസ്ഥാനത്തിന് നാലുവർഷംമുൻപ്.

നിങ്ങൾക്ക് ഒന്നുകിൽ സമ്പന്നനായ ചെറുപ്പം ജീവിക്കാം, അല്ലെങ്കിൽ വഴിയിൽ മരണം പതിയിരിപ്പുള്ള വാർദ്ധക്യത്തിൽ സമ്പന്നനായി ജീവിക്കാം. തിരഞ്ഞെടുപ്പ് നിങ്ങളുടേതാണ്, അത് ഒരു മത്സരമായിരിക്കരുത്. 25 വയസ്സുള്ള സമ്പന്നൻ 65 വയസ്സിൽ സമ്പന്നരെ തോൽപ്പിച്ചിരിക്കുന്നു. എങ്ങനെ സമ്പന്നരാകാമെന്ന് ഒരു ചെറുപ്പക്കാരനോട് ചോദിക്കുക. വിൽ കൂപ്പണുകൾ, മ്യൂച്വൽ ഫണ്ടുകളും 401(k) കളും ഉത്തരമാണോ? കോമഡി, എനിക്കറിയാം.

സമ്പത്ത് നിങ്ങൾക്ക് ആരോഗ്യവും ഉന്മേഷവും ഊർജ്ജവുമുള്ള അൽപ്പമെങ്കിലും മുടിയുമുള്ള ചെറുപ്പമായിരിക്കുമ്പോൾ ജീവിക്കുകയും ആസ്വദിക്കുകയും ചെയ്യുന്നതാണ് ഏറ്റവും മികച്ചത്. നിങ്ങളുടെ ജീവിതത്തിന്റെ ഏറ്റവും മികച്ച സമയത്തുള്ള സമ്പന്നമായ ജീവിതമാണ് ഏറ്റവും നല്ലത്, അല്ലാതെ 40 വർഷത്തെ 50 മണിക്കൂർ ജോലി ആഴ്ചകൾ നിങ്ങളുടെ സ്വപ്നങ്ങളെ പൊടിച്ച് കീഴടങ്ങലിലേക്ക് നയിച്ച സന്ധ്യാസമയത്തല്ല. നമ്മുടെ ആത്മാവിൽ നമുക്ക് ഇത് അറിയാം, എന്നിട്ടും നമ്മൾ വിശ്വസ്തതയോടെ പ്രതിജ്ഞ ചെയ്യുന്നു, നാലോ അഞ്ചോ പതിറ്റാണ്ടുകൾക്കുശേഷം സമ്പത്ത് വാഗ്ദാനം ചെയ്യുന്ന ഒരു സാമ്പത്തിക റോഡ് മാപ്പിനെ അനുസരിക്കാൻ.

നിങ്ങൾക്ക് ഉണ്ടായിരിക്കേണ്ട ഏറ്റവും വലിയ ആശങ്ക, അത് പ്രവർത്തിക്കുമോ എന്നതാണ്?

2008-ലെ ആഗോള മാന്ദ്യം സ്ലോലെയ്നിന്റെ വഞ്ചനയെ തുറന്നുകാട്ടി. ഒരു ജോലിയുമില്ലെങ്കിൽ, പദ്ധതി പരാജയപ്പെടുന്നു. സ്റ്റോക്ക് മാർക്കറ്റിൽ നിങ്ങളുടെ സമ്പാദ്യത്തിന്റെ 50% നഷ്ടപ്പെടുമ്പോൾ, പ്ലാൻ പരാജയപ്പെടും. എപ്പോൾ ഒരു ഭവന പ്രതിസന്ധി ഒരു വർഷത്തിനുള്ളിൽ നിങ്ങളുടെ ദ്രവീകൃത ആസ്തിയുടെ 40% ഇല്ലാതാക്കുന്നു, പദ്ധതി പരാജയപ്പെടുന്നു. *പ്ലാൻ ഒരു പരാജയമാണ്, കാരണം പ്ലാൻ സമയത്തെയും നിങ്ങൾക്ക് നിയന്ത്രിക്കാനാകാത്ത ഘടകങ്ങളെയും അടിസ്ഥാനമാക്കിയുള്ളതാണ്.*

നിർഭാഗ്യവശാൽ, ദശലക്ഷക്കണക്കിന് ആളുകൾ ഈ പദ്ധതിയിൽ വിശ്വസ്തതയോടെ പതിറ്റാണ്ടുകളായി ഭാരമേൽപ്പിച്ചിട്ടുണ്ട് വൃത്തികെട്ട സത്യം കണ്ടുപിടിക്കാൻ മാത്രം : സ്ലോലെയ്ൻ അപകടസാധ്യതയുള്ളതും താങ്ങാനാകാത്ത വിധം നിഷ്ഫലവുമാണ്.

നിങ്ങളുടെ ജീവിതവും സ്വപ്നങ്ങളും തപസ്സായി ആവശ്യപ്പെടുന്ന ഒരു തന്ത്രം ഒരു തോൽക്കുന്നയാളുടെ പന്തയമാണ്. നിങ്ങൾ എന്നേക്കും ജീവിക്കുമെന്നും തീർച്ചയായും എന്നേക്കും ജോലിചെയ്ത് സമ്പാദിക്കുമെന്നും സ്ലോലെയ്ൻ അഹങ്കാരത്തോടെ അനുമാനിക്കുന്നു. നിർഭാഗ്യവശാൽ, ലംബോർഗിനികളുടെ ഡിക്കികളിൽ വീൽചെയറുകൾ കയറില്ല.

സ്ലോലെയ്ൻ മനോനിലകളും തിട്ടൂരങ്ങളും

കാലക്രമേണ, സ്ലോലെയ്നർ വിശ്വസനീയമായ സ്രോതസ്സുകളാൽ ശക്തിപ്പെടുത്തുന്ന മാനസിക നാഴികക്കല്ലുകളുടെ ഒരു പരമ്പര ശേഖരിക്കുകയും സഹിക്കുകയും ചെയ്യുന്നു. അമ്മയും അച്ഛനും പറയും, കോളേജിൽ പോകൂ, ബിരുദം നേടൂ,

ജോലി നേടൂ. ഏറ്റവുമധികം വിറ്റഴിക്കപ്പെടുന്ന എഴുത്തുകാരൻ ഡേവിഡ് പറയുന്നു, "വില കൂടിയ കോഫികൾ കുടിക്കുന്നത് നിർത്തൂ." സൂസെ പറയുന്നു, "വിരമിക്കൽ ശേഷമുള്ള റോത്ത് IRA-യിൽ ഒരു അക്കൗണ്ട് തുറക്കൂ, നിങ്ങളുടെ ശമ്പളത്തിന്റെ 10% നിക്ഷേപിക്കൂ." റാംസി പറയുന്നു, "ആ കടം പെട്ടെന്നുതന്നെ തീർക്കൂ." 50 വർഷത്തെ ഇൻഡെക്സ് ചെയ്ത ഫണ്ടുകൾ പ്രോത്സാഹിപ്പിക്കുന്ന കൈയെഴുത്തു സൂചിക കാർഡുകളിൽ സമ്പത്തിന്റെ രഹസ്യം ലളിതമായി വിശദീകരിച്ചിട്ടുണ്ടെന്ന് CNBC അഭിമാനത്തോടെ പ്രഖ്യാപിക്കുന്നു. ഈ തെറ്റായ വിവരങ്ങളെല്ലാം സ്ലോ ലെയ്നുടെ മനോനിലകൾ രൂപപ്പെടുത്തുന്നു, ജീവിതകാലം മുഴുവൻ ഉപയോഗിച്ചുതീർക്കുന്ന സമ്പത്തിലേക്കുള്ള യാത്ര.

കടബാധ്യത : *കടം ദോഷമാണ്. അത് തീർക്കാൻ സർവ്വശക്തിയും ഉപയോഗിക്കണം, ജീവിതത്തിലുടനീനീളം ഓവർടൈം ജോലി ചെയ്യേണ്ടിവന്നാലും.*

സമയ ധാരണ : *എന്റെ സമയം സമൃദ്ധമാണ്, കൂടുതൽ ഡോളറുകൾക്കായി ഞാൻ എന്റെ സമയം സന്തോഷത്തോടെ വിൽക്കും. കൂടുതൽ മണിക്കൂർ ജോലി ചെയ്യാൻ കഴിയുംതോറും എനിക്ക് എന്റെ കടം വീട്ടാനും 65-ൽ വിരമിക്കുന്നതിന് പണം ലാഭിക്കാനും കഴിയും.*

വിദ്യാഭ്യാസ ധാരണ : *വിദ്യാഭ്യാസം പ്രധാനമാണ്, കാരണം അത് എന്നെ വലിയ വരുമാനം നേടാൻ സഹായിക്കുന്നു.*

പണ ധാരണ : *പണം കുറവാണ്, ഓരോ രൂപയും ഡോളറും കണക്കിലെടുക്കണം, ആസൂത്രണം ചെയ്യണം, കർശനമായി സംരക്ഷിക്കണം. ദശലക്ഷങ്ങളുമായി എനിക്ക് 65-ൽ വിരമിക്കണമെങ്കിൽ, ഞാൻ കഷ്ടപ്പെട്ട് സമ്പാദിച്ച പണം പാഴാക്കില്ലെന്ന് ഉറപ്പാക്കണം.*

പ്രാഥമിക വരുമാന സ്രോതസ്സ് : *എന്റെ ജോലി എന്റെ ഏക വരുമാന സ്രോതസ്സാണ്.*

പ്രൈമറി വെൽത്ത് ത്വരകം : *സംയുക്ത പലിശ ശക്തമാണ് കാരണം ഇന്ന് നിക്ഷേപിച്ച $10, 50 വർഷത്തിനുള്ളിൽ $300,000 ആകും. അതെ, മ്യൂച്വൽ ഫണ്ടുകളെക്കുറിച്ച് മറക്കരുത്, വീടിന്റെ വിലമതിപ്പ്, എന്റെ തൊഴിലുടമയുടെ 401(k).*

സാമ്പത്തിക ധാരണ : *ജോലി ചെയ്യുക, സംരക്ഷിക്കുക, നിക്ഷേപിക്കുക. ജോലി ചെയ്യുക, സംരക്ഷിക്കുക, നിക്ഷേപിക്കുക. വിരമിക്കൽ പ്രായം വരെ 40 വർഷം ആവർത്തിക്കുക... 65 വയസ്സ് അല്ലെങ്കിൽ, ഞാൻ ഭാഗ്യവാനാണെങ്കിൽ വിപണികൾ പ്രതിവർഷം 12% ലാഭം തന്നേക്കാ, എന്നാൽ ഒരുപക്ഷേ 55-ൽ വിരമിച്ചേക്കാം!*

സമ്പത്തിന്റെ സമവാക്യം : *സമ്പത്ത് = ജോലി + വിപണി നിക്ഷേപം.*

ലക്ഷ്യസ്ഥാനം : *എന്റെ അവസാന വർഷങ്ങളിൽ സുഖപ്രദമായ വിരമിക്കൽ.*

ഉത്തരവാദിത്തവും നിയന്ത്രണവും : *എന്റെ കുടുംബത്തിന് നൽകേണ്ടത് എന്റെ ഉത്തരവാദിത്തമാണ്. ആ പ്ലാൻ പ്രവർത്തിക്കുന്നതിന്, എന്റെ തൊഴിലുടമയായ വാൾസ്ട്രീറ്റ്, എന്റെ സാമ്പത്തിക ഉപദേഷ്ടാവ്, സർക്കാർ, നല്ല സമ്പദ് വ്യവസ്ഥ ഉൾപ്പെടെയുള്ള മറ്റുള്ളവരെ ഞാൻ ആശ്രയിക്കണം എന്നിരുന്നാലും.*

ജീവിതത്തെ പറ്റിയുള്ള ധാരണ : *കുറഞ്ഞ തുകയ്ക്ക് താമസിക്കുക. വലിയ സ്വപ്നങ്ങൾ*

ഉപേക്ഷിക്കുക. സംരക്ഷിക്കുക, മിതമായി ജീവിക്കുക, അനാവശ്യമായ അപകടസാധ്യതകൾ എടുക്കരുത്, ഒരു ദിവസം ഞാൻ ദശലക്ഷക്കണക്കിന് സമ്പാദിച്ച് റിട്ടയർ ചെയ്യും.

അപ്പോൾ നിങ്ങൾ സ്ലോലെയ്ന് വിൽക്കപ്പെടുകയാണെന്ന് നിങ്ങൾക്ക് എങ്ങനെ അറിയാം? ഇനിപ്പറയുന്നവ സ്ലോലെയ്ൻ റോഡ് മാപ്പിന് തദ്ദേശീയമായ പ്രാഥമിക യുദ്ധോപകരണങ്ങൾ പട്ടികപ്പെടുത്തുന്നു.

സ്ലോലെയ്ൻ ആയുധങ്ങൾ

- സ്കൂളിൽ പോകുക
- സ്റ്റോക്ക് മാർക്കറ്റ്, ഇൻഡെക്സ് ഫണ്ടുകൾ
- നല്ല ഗ്രേഡ് വാങ്ങുക
- വിലകൂടിയ കോഫികളോട് "നോ" എന്ന് പറയുക
- ബിരുദം
- മിതത്വം പാലിക്കുക
- ആദ്യം സ്വയം പണമടയ്ക്കുക
- കടത്തിൽനിന്ന് കരകയറുക
- അധിക സമയം ജോലി ചെയ്യുക
- കൂപ്പണുകൾ ഉപയോഗിക്കുക
- കോർപ്പറേറ്റ് ഗോവണി
- നിങ്ങളുടെ ക്രെഡിറ്റ് കാർഡുകൾ റദ്ദാക്കുക
- നിങ്ങളുടെ ശമ്പളത്തിന്റെ കുറച്ച് ലാഭിക്കുക
- ഡോളർ ചെലവ് ശരാശരിയാക്കുക
- നിങ്ങളുടെ 401(k)-ലേക്ക് സംഭാവന ചെയ്യുക
- ഒരു മഹത്തായ ബിരുദം നേടുക
- മ്യൂച്വൽ ഫണ്ടുകളിൽ നിക്ഷേപിക്കുക
- നിങ്ങളുടെ വീടിന്റെ കടം നേരത്തെ നൽകി തീർക്കുക
- ഷെയർ വാങ്ങുക കൈവശം വയ്ക്കുക
- നിങ്ങളുടെ വീട് ഒരു ആസ്തിയാണ്
- ശമ്പളം, പെൻഷൻ, ആനുകൂല്യങ്ങൾ
- വ്യക്തിഗത റിട്ടയർമെന്റ് അക്കൗണ്ടുകൾ (ഐആർഎ)
- വൈവിധ്യവൽക്കരിക്കുക
- നിങ്ങളുടെ വരുമാനത്തിന് താഴെ ജീവിക്കുക
- നിങ്ങളുടെ ഇൻഷുറൻസ് കിഴിവ് വർദ്ധിപ്പിക്കുക
- സംയുക്ത പലിശ മനസ്സിലാക്കുക

നിങ്ങൾ ഈ "പദങ്ങൾ " നേരിടുമ്പോൾ ജാഗ്രത പാലിക്കുക – ആരോ നിങ്ങൾക്ക് സമ്പത്തിലേക്കുള്ള മൊത്തം പദ്ധതിയായി സ്ലോലെയ്ൻ വിൽക്കുന്നു. ഒരു പ്ലാനിൽ കൂപ്പണുകളുംമറ്റ് സ്ലോലെയ്ൻ തന്ത്രങ്ങളും വിലപ്പോവില്ലെങ്കിലും, അവ പ്ലാനിന്റെ ഭാഗം ആകാൻ സാധ്യതയുണ്ട്, എന്നാൽ അത് സ്വയം ഒരു പദ്ധതിയല്ല. *സ്ലോലെയ്നാണ് പ്ലാൻ എന്നത് പ്രശ്നങ്ങളുടെ അടിത്തറയാണ്, സ്ലോലെയ്ൻ പദ്ധതിയുടെ ഒരു ഭാഗമായി ഉണ്ടാവുന്നതാണ് എന്നതല്ല.* ഈ വേർതിരിവ് നിർ

ണ്ണായകമായതിനാൽ സാമ്പത്തിക അച്ചടക്കം ഏതൊരു സമ്പത്ത് പ്രചാരണ ത്തോടൊപ്പം ഉണ്ടായിരിക്കണം.

സ്ലോലെയ്ൻ റോഡ് മാപ്പ് : ഒരു ഗണിത ആമുഖം

സ്ലോലെയ്നിൽ സമ്പത്ത് എങ്ങനെ സൃഷ്ടിക്കപ്പെടുന്നു? അതിന്റെ രീതി (അതിന്റെ ബലഹീനത) തുറന്നുകാട്ടാൻ നിങ്ങൾ തന്ത്രത്തെ അതിന്റെ ഗണിതശാസ്ത്ര വേരു കളിലേക്കോ അതിന്റെ സമ്പത്ത് സമവാക്യത്തിലേക്കോ തിരിച്ചു വിടുകയും പുനർനിർമ്മിക്കുകയും ചെയ്യേണ്ടതുണ്ട്. മറ്റൊരുവിധത്തിൽ പറഞ്ഞാൽ, നിങ്ങൾ പ്ലാനിന്റെ സമ്പത്തിന്റെ സൈദ്ധാന്തിക വേഗപരിധികൾ തുറന്നു കാട്ടാൻ ആഗ്ര ഹിക്കുന്നു, അത് എല്ലായ്പ്പോഴും രണ്ട് പരിവർത്തിത വസ്തുക്കളാൽ നിർണ്ണയി ക്കപ്പെടുന്നു : നിങ്ങളുടെ പ്രാഥമിക വരുമാന സ്രോതസ്സ് (ഒരു ജോലി), നിങ്ങളുടെ സമ്പത്ത് ത്വരിതപ്പെടുത്തൽ വാഹനം (മാർക്കറ്റ് നിക്ഷേപങ്ങൾ). ഈ രണ്ട് പരിവർത്തിത വസ്തുക്കളും സ്ലോലെയ്നിന്റെ സമ്പത്ത് സമവാക്യം രൂപപ്പെടുത്തുന്നു, അതിന്റെ സമ്പത്ത് സൃഷ്ടിക്കുന്ന ശക്തിയെ നിയന്ത്രിക്കുന്നു അല്ലെങ്കിൽ, ഇങ്ങനെ പറയാം, ഈ സാഹചര്യത്തിൽ, നിഷ്ഫലതയെ.

സമ്പത്ത് = (പ്രാഥമിക വരുമാന സ്രോതസ്സ് : ജോലി) + (സമ്പത്തിന്റെ വേഗത വർദ്ധിപ്പിക്കുന്ന വാഹനം : മാർക്കറ്റ് നിക്ഷേപം)

ഈ സമവാക്യം ഇതുപോലെ കാണപ്പെടുന്നു :

സമ്പത്ത് = ആന്തരിക മൂല്യം + സംയുക്ത പലിശ

പ്രാഥമിക വരുമാനത്തിന്റെ വേരിയബിളുകൾ യഥാർത്ഥ മൂല്യത്തിന്റെ രണ്ട് വേരിയബിളുകളുണ്ട്, അവ ജോലിയിൽ നിങ്ങൾക്ക് എങ്ങനെ പ്രതിഫലം നൽ കുന്നു എന്നതിനെ ആശ്രയിച്ചിരിക്കുന്നു. അത് എന്തുമാകാം :

ആന്തരിക മൂല്യം = മണിക്കൂർ വേതനം × ജോലി ചെയ്ത മണിക്കൂറുകൾ

അല്ലെങ്കിൽ

ആന്തരിക മൂല്യം = വാർഷിക ശമ്പളം

കോമ്പൗണ്ട് പലിശ "വിപണി നിക്ഷേപങ്ങളിൽ" നിന്ന് ഉരുത്തിരിഞ്ഞതാണ്, ഇത് ഇന്ന് സ്റ്റോക്ക് മാർക്കറ്റിൽ നിക്ഷേപിച്ച കുറച്ച് ഡോളർ കുറെ പതിറ്റാണ്ടു കൾക്കു ശേഷം മില്യൺ ഡോളർ മൂല്യമുണ്ടാകുമെന്ന സാർവ്വത്രിക ആശയമാണ്. 12-ാം അധ്യായത്തിൽ, നമ്മൾ സ്ലോലെയ്നിന്റെ ഗണിതശാസ്ത്രം പരിശോധിക്കു കയും അവരുടെ യഥാർത്ഥ പോരായ്മയെ ചൂഷണം ചെയ്യുകയും ചെയ്യുന്നു. സമൂ ഹത്തിന്റെ പദ്ധതി, നിങ്ങളുടെ രക്ഷിതാവിന്റെ പദ്ധതി, മുഖ്യധാരാ മാധ്യമങ്ങ ളുടെ പദ്ധതി, ഗുരുവിന്റെ പദ്ധതി എന്നിവയാണ് സമ്പത്തിനായുള്ള മഹാമോശം തന്ത്രങ്ങൾ എന്ന് അവിടെ നിങ്ങൾ കണ്ടെത്തും.

വാരാന്ത്യത്തിൽ നിങ്ങൾ ഒരു മനസ്സാക്ഷി കരാർ ഉണ്ടാക്കിയിട്ടുണ്ടോ?

നിങ്ങളുടെ ആത്മാവ് ഒരു വാരാന്ത്യത്തേക്കാൾ വിലമതിക്കുന്നു. സ്ലോലെയ്ൻ

സ്ഥാപനവൽക്കരണത്തിന്റെ പാർശ്വഫലം നിർവീര്യമായ അന്ധതയും, അതിനെ തുടരുന്ന അജ്ഞതയുമാണ്.

2007 ജനുവരിയിലെ ഒരു തണുത്ത പ്രഭാതത്തിൽ, ഒരു വയലിനിസ്റ്റ് വാഷിംഗ്ടൺ ഡിസി ട്രെയിൻ സ്റ്റേഷനിൽ ബാക്കിന്റെ ആറ് ക്ലാസിക്കൽ പീസുകൾ വായിച്ചു. ഇത് സാധാരണ വയലിനിസ്റ്റ് അല്ലായിരുന്നു, അത് സാധാരണ വയലിൻ ആയിരുന്നില്ല. വേഷം മാറിയ ജോഷ്വാ ബെൽ ആയിരുന്നു അത്. ലോകത്തിലെ ഏറ്റവും മികച്ച സംഗീതജ്ഞരിൽ ഒരാൾ, ഏകദേശം $100 വിലയുണ്ടായിരുന്ന ടിക്കറ്റ് വിറ്റു തീർത്ത കച്ചേരി ഹാളിൽ, ഹാൾ നിറഞ്ഞ സദസ്സിനു മുമ്പിൽ ഇന്നലെ രാത്രിയിൽ പ്രദർശനം നടത്തിയ ആൾ. ജോഷ്വാ തന്റെ $3.5 ദശലക്ഷം വരുന്ന വയലിൻ വായിച്ചത് രാവിലെ യാത്രക്കാരുടെ തിരക്കിനിടയിൽ, ഏകദേശം 2000 ആളുകൾ സ്റ്റേഷനിലൂടെ കടന്നുപോയി, അവരിൽ ഭൂരിഭാഗവും ജോലിസ്ഥലത്തേക്ക് പോകുകയായിരുന്നു.

ജോഷ്വായുടെ അവതരണം തുടർച്ചയായി 45 മിനിറ്റ് നീണ്ടുനിന്നു.

അല്പമെങ്കിലും കേൾക്കാനായി ആറുപേർ മാത്രം നിന്നു. പ്രത്യേകിച്ച് ആൾക്കൂട്ടമൊന്നും ഉണ്ടായില്ല. ഏതാണ്ട് 20 പേരോളം ചില്ലറകൾ എറിഞ്ഞുകൊടുത്തുവെങ്കിലും അവർ വേഗത്തിൽ മുന്നോട്ട് പോയി. അവൻ അവതരണം നിർത്തിയപ്പോൾ, തിരക്കേറിയ റെയിൽവേ സ്റ്റേഷന്റെ താളാത്മകമായ തിരക്കൊഴികെ നിശബ്ദത മാത്രം. കൈയടിയില്ല. ജനക്കൂട്ടമില്ല. അംഗീകാരവുമില്ല.

വാഷിംഗ്ടൺ പോസ്റ്റ് നടത്തിയ ഈ പരീക്ഷണം വെളിപ്പെടുത്തുന്ന അവിശ്വസനീയമായ ശക്തമായ ചില കാര്യങ്ങളെക്കുറിച്ച് അറിയാൻ സാധിക്കുന്നു. ലോകത്തിലെ ഏറ്റവും വലിയ സംഗീതജ്ഞന് പോലും എലിപ്പന്തയത്തിന്റെ അന്ധമായ ആഴങ്ങളെയും നിസ്സംഗത ശ്വാസംമുട്ടിക്കുന്നവരുടെയും മനസ്സിനെ പ്രകാശിപ്പിക്കാൻ കഴിയുന്നില്ല.

ഉപജീവനം നിങ്ങളുടെ ജീവിതത്തെതന്നെ ഊറ്റിയെടുക്കുംവിധം വളരെ നിസ്സംഗനാക്കിയിരിക്കുന്നോ? തിങ്കൾ മുതൽ വെള്ളി വരെ നിങ്ങൾ മരിച്ചുപോയോ, മുന്നിലെ മനോഹര നിമിഷത്തിൽ നിങ്ങൾ അന്ധരായിപ്പോയി, നിങ്ങളുടെ സംഗീതം പോലും നിശബ്ദമായിപ്പോയോ?

ട്രെയിൻ യാത്രക്കാർ മൃതരെപ്പോലെ വന്നുപോകുന്നു – തിങ്കൾ മുതൽ വെള്ളി വരെയുള്ള പ്രൗഢി അവർ വിസ്മരിക്കുന്നു. ഈ പരീക്ഷണം ശനിയാഴ്ച നടന്നാലോ; അതിന്റെ ഫലം വ്യത്യസ്തമായിരിക്കുമോ?

ഈ കഥ സ്ലോലെയ്നിനെ അതിന്റെ ഹീനത തുറന്നുകാട്ടുന്നു : നിങ്ങളുടെ ജീവിതത്തെ ഒരു കൂലിപ്പണിയിൽ കിട്ടുന്ന ശമ്പളത്തിനുവേണ്ടി സമർപ്പിക്കുന്നുവെങ്കിൽ, നിങ്ങൾ നിങ്ങളുടെ ജീവിതത്തെ കാണാതെ, ഏതെങ്കിലും തിരക്കുള്ള റയിൽവേ സ്റ്റേഷനിലൂടെ ചവിട്ടിയരക്കപ്പെട്ട് കടന്നുപോകാനുള്ള ഒരു ശ്രമം നിങ്ങൾ നടത്തുന്നു. ജീവിതം വെള്ളിയാഴ്ച രാത്രി ആരംഭിച്ച് തിങ്കളാഴ്ച രാവിലെ അവസാനിക്കുന്നില്ല.

"ദൈവത്തിന് നന്ദി ഇന്ന് വെള്ളിയാഴ്ചയാണ്" :

സ്ലോലേനിൽ ജനിച്ച് വളരുന്നത്

ഒരു ശനിയാഴ്ച രാത്രി ഞാൻ പുറത്തുപോകാൻ വിസമ്മതിച്ചതിനാൽ അടുത്തിടെ ഒരു സുഹൃത്ത് എന്നെ ശകാരിച്ചു. "നിനക്ക് ഭ്രാന്താണോ? ഇത് ശനിയാഴ്ച രാത്രി

യാണ്! ” അവൻ വിലപിച്ചു. ഒരു സ്ലോലെയ്നിന് മനസ്സിലാകാത്ത ഒന്ന് ഞാൻ അവനോട് പറഞ്ഞു : ഞാൻ തിങ്കൾ മുതൽ വെള്ളി വരെയുള്ള ദിവസങ്ങളിലേക്ക് വിറ്റുപോയിട്ടില്ലാത്തതിനാൽ എന്നെ സംബന്ധിച്ചിടത്തോളം എല്ലാ ദിവസവും ശനിയാഴ്ചയാണ്.

കുടുംബം (family), നല്ല ആരോഗ്യം (fitness), സ്വാതന്ത്ര്യം (freedom) എന്നീ മൂന്ന് എഫ്-കളിൽനിന്നാണ് സമ്പത്തിന്റെ ഉത്ഭവം വികസിക്കുന്നത്. സമ്പത്തിനായുള്ള സ്വാതന്ത്ര്യത്തിന്റെ മൂല്യം വെള്ളിയാഴ്ച വൈകുന്നേരങ്ങളിൽ തെളിയിക്കപ്പെടുന്നു, സന്തോഷത്തിന്റെ മണിക്കൂറിനിടയിൽ എന്റെ സുഹൃത്തുമായി ഞാൻ നടത്തിയ ഒരു ഇതിഹാസ സംഭാഷണത്തിന്റെ പശ്ചാത്തലമാണിത്. ഞങ്ങൾ ബാറിന്റെ നടുമുറ്റത്ത് ഇരിക്കുമ്പോൾ, ഊർജ്ജസ്വലരായി സംഭാഷണത്തിൽ മുഴുകിയിരുന്ന രക്ഷാധികാരികളുടെ വർത്തമാനം ഞങ്ങൾ കേട്ടു. ആ സമയം ബാർ അതിന്റെ ജീവസ്സുറ്റ അവസ്ഥയിൽ, ഇരമ്പുന്ന സംഗീത ശബ്ദരേഖകൾക്കിടയിൽ, മാന്ദ്യം തുടരുകയാണെന്ന് നിങ്ങൾ ഒരിക്കലും ഊഹിക്കില്ല.

ബഹളത്തിൽ ഞാൻ ചോദിച്ചു “നിങ്ങൾ എന്താണ് കേൾക്കുന്നത്?”

“ആളുകൾ ഒരു മികച്ച സമയം ആസ്വദിക്കുന്നത്, ഒരു ആഘോഷം, ഞാൻ കേൾക്കുന്നു,” അവൾ പറഞ്ഞു.

ഞാൻ പിന്നെയും ചോദിച്ചു, “എന്തുകൊണ്ട്?”

“എന്ത് എന്തുകൊണ്ട്? ഇന്ന് വെള്ളിയാഴ്ചയാണ്!” അവൾ പറഞ്ഞു.

ഞാൻ കൂടുതൽ അന്വേഷിച്ചു. വെള്ളിയാഴ്ചയുടെ പ്രത്യേകത എന്താണ്? നമ്മൾ തിങ്കളാഴ്ച ഇവിടെ വന്നിരുന്നെങ്കിൽ, ഈ സ്ഥലം ശൂന്യമായിരിക്കും, ആഘോഷത്തിന്റെ ശബ്ദം ഇല്ലാതാകും. എന്താണ് തിങ്കൾ അല്ലെങ്കിൽ ബുധൻ എന്നിവയിൽനിന്ന് വ്യത്യസ്തമായി വെള്ളിയാഴ്ചയെ വളരെ സവിശേഷമാക്കുന്നത്?

എന്റെ വിരോധാഭാസമായ ചോദ്യം ചെയ്യലിൽ അവൾ കുടുങ്ങിയതായി മനസ്സിലാക്കിക്കൊണ്ട്, അവൾ എന്നെ തമാശായി ചിത്രീകരിച്ച് ചിരിച്ചു, “അയ്യേ... ആളുകൾക്ക് വെള്ളിയാഴ്ച ശമ്പളം ലഭിക്കില്ലേ?”

ഞാൻ തീരുമാനത്തിലേക്ക് എത്തിക്കഴിഞ്ഞിരുന്നു : വെള്ളിയാഴ്ച വൈകുന്നേരം ആഘോഷിക്കുന്നത് ആളുകൾക്ക് അവരുടെ ലാഭത്തിന്റെ ഭാഗം കിട്ടിയതിനാലാണ് : ജോലി-ബന്ധനത്തിന്റെ അഞ്ച് ദിവസങ്ങൾ കൈമാറ്റം ചെയ്തു നേടുന്ന കലർപ്പില്ലാത്ത സ്വാതന്ത്ര്യത്തിന്റെ രണ്ട് നാളുകൾ. ശനിയും ഞായറും എന്നത് തിങ്കൾ മുതൽ വെള്ളിവരെയുള്ള ദിവസങ്ങളുടെ പണമടയ്ക്കലാണ്. വെള്ളിയാഴ്ച വൈകുന്നേരം ആ പേയ്മെന്റിന്റെ ആവിർഭാവത്തെ പ്രതീകപ്പെടുത്തുന്നു, രണ്ട് ദിവസത്തെ സ്വാതന്ത്ര്യം. തിങ്കൾ മുതൽ വെള്ളി വരെയുള്ള വേശ്യാവൃത്തിയാണ് “നന്ദി ദൈവമേ ഇത് വെള്ളിയാഴ്ചയാണ്” ഉണ്ടാകുന്നതിന് കാരണം. വെള്ളിയാഴ്ച, ആളുകൾക്ക് സ്വാതന്ത്ര്യത്തിനായി ശനിയും ഞായറും എന്ന കറൻസിയിൽ പണം നൽകുന്നു.

നെഗറ്റീവ് 60% : സ്ലോലെയ്നിന്റെ നിരാശാജനകമായ തിരിച്ചുവരവ്

ശനിയും ഞായറിനുമായി തിങ്കൾ മുതൽ വെള്ളി വരെ നിങ്ങളുടെ ആത്മാവിനെ ശമ്പളത്തിനായി വിൽക്കുക എന്നതാണ് ആത്യന്തിക ഭ്രാന്ത്. അതെ, ഇന്ന് എനിക്ക് $5 തരൂ, പകരം നാളെ ഞാൻ നിങ്ങൾക്ക് $2 തിരികെ തരാം.

5-ന് 2. അല്ലേ?

ഇന്ന് അഞ്ച് റൊട്ടി തരൂ, പകരം നാളെ ഞാൻ നിങ്ങൾക്ക് രണ്ടെണ്ണം തിരികെ തരാം. എന്തുപറയുന്നു? ഇതും പറ്റില്ലേ? എന്തുകൊണ്ട്? ഇതൊരു തട്ടിപ്പൊളിപ്പൻ ഇടപാടാണ്!

രണ്ടിനുപകരമായി അഞ്ചെണ്ണം മോശമാണെന്ന് നിങ്ങൾ തിരിച്ചറിയുമെന്ന് പ്രതീക്ഷിക്കുന്നു. നിക്ഷേപത്തിനുമേൽ 5-ന് 2 എന്ന റിട്ടേൺ നെഗറ്റീവ് 60% ആണ്. നിക്ഷേപങ്ങളിൽ നിങ്ങൾ സ്ഥിരമായ നെഗറ്റീവ് 60% റിട്ടേൺ നേടുകയാണെങ്കിൽ, നിങ്ങൾ പെട്ടെന്ന് പാപ്പരാകും. എന്ത് അടിസ്ഥാനത്തിലാണ് ഇത്രയും ഭയാനകമായ ഒരു കരാർ ഒരാൾ സ്വീകരിക്കുന്നത്?

മിക്കവാറും, നിങ്ങൾ ഇങ്ങനെതന്നെയായിരിക്കും ചെയ്യുന്നത്. സ്ലോലെയ്ൻ റോഡ് മാപ്പ് നിങ്ങളുടെ തന്ത്രമായി അംഗീകരിക്കുമ്പോൾ, നിങ്ങൾ 5-ന് 2 അംഗീകരിക്കുന്നു. നിങ്ങൾ ജോലിയിലെ അടിമത്വത്തിന്റെ അഞ്ച് ദിവസങ്ങൾ നൽകുന്നു, വാരാന്ത്യ സ്വാതന്ത്ര്യത്തിന്റെ രണ്ട് ദിവസങ്ങൾക്കായി. അതെ, തിങ്കൾ മുതൽ വെള്ളി വരെ വേശ്യാവൃത്തി ചെയ്യുന്നു, ശനിയും ഞായറിനും വേണ്ടി. ആളുകൾ അവരുടെ പണം നെഗറ്റീവ് 60% ആയി പലിശ ലഭിക്കുന്നത് തിരിച്ചറിയുകയും നിരസിക്കുകയും ചെയ്യുമ്പോൾ തന്നെ, അവർ അത് സ്വമനസ്സാലെ അവരുടെ സമയം കൊണ്ട് ചെയ്യുന്നു.

നിങ്ങൾക്ക് കുട്ടികളുണ്ടെങ്കിൽ ഈ സാധാരണ നിലയെ ചോദ്യം ചെയ്യണം. തിങ്കളാഴ്ചയും ചൊവ്വാഴ്ചയും കുട്ടികൾ വളരുന്നു, ബുധൻ, വ്യാഴം, വെള്ളി ദിവസങ്ങളിലും അവ വളരുമെന്ന് ഞാൻ കേട്ടിട്ടുണ്ട്. അതെ, അവർ വളരാൻ വാരാന്ത്യത്തിനായി കാത്തിരിക്കുന്നില്ല. ചെറിയ മിറാൻഡ അവളുടെ ആദ്യത്തെ വാക്ക് സംസാരിക്കുമ്പോൾ, അവളുടെ ആദ്യ നടത്തം നടക്കുമ്പോൾ, ആദ്യത്തെ നൃത്തം ചെയ്യുമ്പോൾ, നിങ്ങൾ ഹ്യൂസ്റ്റണിൽ ത്രൈമാസ മാനേജർ മീറ്റിങ്ങിനായി പോയിരിക്കുകയാണെന്നത് അവൾ ശ്രദ്ധിക്കുന്നില്ല. കുട്ടികളും ബന്ധങ്ങളും വാരാന്ത്യത്തിനായി കാത്തിരിക്കുന്നില്ല വളരാൻ, നിങ്ങൾ 5-ന് 2 എന്ന നിരക്കിൽ വ്യാപാരം നടത്തുമ്പോൾ, കുട്ടികൾ വലുതാകുമ്പോൾ എന്താണ് ലഭിക്കുന്നതെന്ന് ഊഹിക്കുക. നിങ്ങളും അങ്ങനെ തന്നെ.

കാലക്രമേണ പാപ്പരായ ആളുകൾ അവരുടെ സ്വാതന്ത്ര്യവും കുടുംബവും ബന്ധങ്ങളും ശിഥിലമാകുന്നത് കാണുന്നു. സ്ലോലെയ്ൻ സമയത്തിൽ ഉറച്ച പ്രസ്താവന നടത്തിയതിനാൽ സമയം തെറ്റായി കൈകാര്യം ചെയ്യപ്പെടുന്നു. നിങ്ങളുടെ സമയത്തിൽ, മികച്ച വരുമാനം നൽകുന്ന ഒരു സംവിധാനത്തിലേക്ക് നിങ്ങൾ സമയം ട്രേഡ് ചെയ്യാത്തിടത്തോളം രണ്ട് ദിവസത്തെ സ്വാതന്ത്ര്യത്തിനായി അഞ്ച് ദിവസത്തെ അടിമത്തം നല്ല കച്ചവടമല്ല.

ജീവിതത്തിന് 5-ന് 2 എന്നതിനുപകരം, കാലക്രമേണ മികച്ച അനുപാതത്തിലേക്കാവുന്ന 5-ന് 2 എന്ന വ്യാപാരം എങ്ങനെയുണ്ടാവും? 1-ന് 2 അല്ലെങ്കിൽ 3-ന് 10 പോലെ? നിങ്ങൾ 5-ന് 2 ഉണ്ടാക്കുമോ, അതിന് 1-ന് 10 ആയി മാറാൻ കഴിയുമെന്ന് മനസ്സിലാക്കിയാൽ? അത് നിക്ഷേപിക്കാൻ തക്ക എന്തെങ്കിലും ആകുമോ?

ഞാൻ എന്റെ പദ്ധതി ഉണ്ടാക്കുമ്പോൾ, ഞാൻ 7-ന് 0 നൽകി (ഞാൻ ഏഴ് ദിവസം ജോലി ചെയ്തു, ഒരു ദിവസവും അവധി എടുത്തില്ല) കാരണം എന്റെ റോഡ് മാപ്പിലെ റോഡുകൾ സ്വപ്നങ്ങളുമായി ഒത്തുചേരുന്നതായി എനിക്കറിയാമായിരുന്നു. സമീപഭാവിയിൽ മെച്ചപ്പെട്ട അനുപാതത്തിനായി ഞാൻ പ്രവർ

ത്തിച്ചു, 40 വർഷത്തിലല്ല. ഞാൻ എന്റെ ഭാഗ്യത്തെ നിയന്ത്രിച്ചു, ഒടുവിൽ എന്റെ സമയ വ്യാപാരനിക്ഷേപം 40 വർഷത്തെ ലാഭവിഹിതം നൽകി.

ഇപ്പോൾ ഞാൻ 0-ന്-7 ചെയ്യുന്നു. ഞാൻ പൂജ്യം ദിവസം ജോലി ചെയ്യുകയും ഏഴു ദിവസത്തെ സ്വാതന്ത്ര്യം നേടുകയും ചെയ്യുന്നു.

ഖേദകരമെന്നു പറയട്ടെ, നിങ്ങൾ സ്ലോലെയ്നിൽ നിരങ്ങിക്കൊണ്ടിരിക്കുകയാണെങ്കിൽ, നിങ്ങളുടെ സ്വാതന്ത്ര്യത്തിനായി ഈ നെഗറ്റീവ് 60% തകർക്കാനുള്ള നിങ്ങളുടെ ഓപ്ഷനുകൾ പരിമിതപ്പെടുത്തിയിരിക്കുന്നു. ഓർക്കുക, സമ്പത്ത് സ്വാതന്ത്ര്യത്താൽ നിർവ്വചിക്കപ്പെട്ടിരിക്കുന്നു. നിങ്ങൾക്ക് തെളിവ് വേണമെങ്കിൽ, വെള്ളിയാഴ്ചയിലെ രാത്രിയെ നോക്കുക, ആളുകൾ സ്വാതന്ത്ര്യത്തെ ആഘോഷിക്കുമ്പോൾ സ്ലോലെയിൻ സ്വേച്ഛാധിപത്യം ഒരു വാരാന്ത്യ അവധി എടുക്കുന്നു.

സാധാരണമായത് മധ്യസ്ഥതയെ അപലപിക്കുന്നതാണ്

ലിയനാർഡോ ഡികാപ്രിയോയും കേറ്റ് വിൻസ്‌ലെറ്റും അഭിനയിച്ച 2008-ൽ പുറത്തിറങ്ങിയ *റെവല്യൂഷണറി റോഡ്,* സ്ലോലെയ്നിന്റെ മരണ ചക്രത്തെ ചിത്രീകരിക്കുന്നതിൽ മികച്ച ജോലി ചെയ്തിരിക്കുന്നു. ഒരു യുവ ദമ്പതികൾ സബർബിയയിൽ ജീവിക്കുന്ന, ജീവിതത്തിന്റെ ചലനങ്ങളിലൂടെ കടന്നുപോകുന്നു : ഭർത്താവ് (ഡികാപ്രിയോ) എല്ലാ ദിവസവും രാവിലെ ജോലിക്കു പോകുകയും സമപ്രായക്കാരുടെ കൂട്ടത്തിൽ മുഴുകുകയും ചെയ്യുന്നു. അവന്റെ ഭാര്യ (വിൻസ്‌ലെറ്റ്) ഒരു നല്ല വീട്ടമ്മയുടെ വേഷം ചെയ്യുന്നു.

എന്തോ കുഴപ്പമുണ്ടെന്ന് രണ്ടുപേർക്കും സഹജമായി അറിയാം. അവർ സ്ഥിരതാമസമാക്കിക്കൊണ്ടിരിക്കുകയാണ്. അവർ സാധാരണപോലെ ജീവിച്ചു. എല്ലാവരുടെയും ഭ്രാന്തമായ പദ്ധതിക്കുവേണ്ടി അവർ അവരുടെ സ്വപ്നങ്ങൾ ഉപേക്ഷിച്ചു. സിനിമയിൽ ഉടനീളം അവരുടെ രക്ഷപ്പെടാനുള്ള ശ്രമങ്ങൾ അപകടകരമായ അനന്തര ഫലങ്ങളോടെ നാം കാണുന്നു.

സാധാരണയായി സ്ലോലെയ്ൻ റോഡ് മാപ്പ് അംഗീകരിക്കാൻ നമ്മൾ മസ്തിഷ്ക പ്രക്ഷാളനം ചെയ്യപ്പെട്ടു എന്നതാണ് പ്രശ്നം. വികലമായ റോഡ് മാപ്പ് തുടക്കത്തിൽത്തന്നെ ജീവിതത്തിൽ പിടുത്തം നേടുന്നു. സാധാരണക്കാർ ആയി വിശുദ്ധീകരിക്കപ്പെടുക എന്നത് സമ്പത്തിന്റെ സാധ്യതയുള്ള മാർഗ്ഗങ്ങൾ മാത്രമാണ്. യുക്തിപരമായി തോന്നുന്നുണ്ടല്ലേ? ഞങ്ങളെപ്പോലുള്ള ആളുകൾ പ്രോബോൾ കളിക്കുകയോ റാപ്പ് ചെയ്യുകയോ അഭിനയിക്കുകയോ വിനോദം ചെയ്യുകയോ വഴി സമ്പന്നരാകില്ല, അതിനാൽ ഞങ്ങൾക്ക് സ്ലോലെയ്നിൻ അല്ലാതെ വേറെ വഴി അവശേഷിക്കുന്നില്ല. ചിലർക്ക് അത് ശരിയായിരിക്കാം. എന്നാൽ ബാക്കിയുള്ള വലിയ സ്വപ്നങ്ങൾ, വലിയ ലക്ഷ്യങ്ങൾ, വലിയ ആശയങ്ങൾ എന്നിവയുള്ള നമ്മൾക്ക് അത് പര്യാപ്തമാകുന്നില്ല.

ഫാസ്റ്റ്ലെയ്ൻ ഫോറത്തിന്റെ പേജുകളിൽനിന്ന് എടുത്ത ഒരു സ്ലോലെയ്ൻ സ്റ്റോറി ഇതാ (theFastlaneForum.com) :

> *സമ്പന്നനാകാനുള്ള അന്വേഷണത്തിൽ, എന്റെ ജീവിതം തികച്ചും അസ്വസ്ഥമായി. അഞ്ച് വർഷംമുൻപ് എനിക്ക് ഒന്നുമില്ലാത്ത സമയത്താണ് ഇതെല്ലാം ആരംഭിച്ചത്. എനിക്ക് 30 വയസ്സ് തികഞ്ഞിരുന്നു. ഞാൻ കരുതിയത് ശമ്പളം മുതൽ ശമ്പളം വരെ ജീവിക്കുക*

എന്നത് ജീവിക്കാൻ പറ്റിയ ഒരു മാർഗ്ഗമല്ല എന്നാണ്.

ഞാൻ ധനികനാകുമെന്ന് ഞാൻ സ്വയം പ്രതിജ്ഞ ചെയ്തു.

ഇത് ചെയ്യുന്നതിന്, ഞാൻ രണ്ടാമതൊരു ജോലി ഏറ്റെടുക്കുകയും പണമെല്ലാം ലാഭിക്കുകയും ചെയ്തു. ഞാൻ ആദ്യ ജോലിയിൽ നിന്നുള്ള പണം എന്റെ ജീവിത ചെലവുകൾക്കായി ഉപയോഗിച്ചു. അടിസ്ഥാനപരമായി, എന്റെ ജീവിതത്തിന്റെ കഴിഞ്ഞ അഞ്ച് വർഷം പണം ലാഭിക്കാൻവേണ്ടി ഈയൊരു ക്രമത്തിലായിരുന്നു :

- *8×13 അടി മുറിയിൽ താമസിക്കുകയും താരതമ്യേന കുറഞ്ഞ വാടക നൽകുകയും ചെയ്യുന്നു*
- *ഗതാഗതത്തിനായി പൊതുഗതാഗതവും ഒരു മോട്ടോർ സൈക്കിളും ഉപയോഗിക്കുന്നു*
- *ആഴ്ചയിൽ അവധിയല്ലാതെ മിക്കവാറും എല്ലാ ദിവസവും ജോലി ചെയ്യുക*
- *അപൂർവ്വമായി വെളിയിലെ ഭക്ഷണം കഴിക്കുക*
- *എനിക്കോ ഭാര്യക്കോ വേണ്ടി ഒരിക്കലും വിലപിടിപ്പുള്ള സാധനങ്ങൾ വാങ്ങുന്നില്ല*
- *മിക്കവാറും ഒരിക്കലും പുറത്തുപോകാതെ നല്ല സമയം ആസ്വദിക്കാതിരിക്കുന്നു*

രണ്ടാമത്തെ ജോലിയും സാമ്പത്തിക ജീവിതരീതിയുംകൊണ്ട് എനിക്ക് അഞ്ച് വർഷത്തിനുള്ളിൽ ഏകദേശം $50,000 സംരക്ഷിക്കാൻ കഴിഞ്ഞു. ഇത് കൂടുതൽ ആകുമായിരുന്നു, പക്ഷേ 2007 ഒക്ടോബറിൽ ഡൗ അതിന്റെ ഉന്നതിയിലെത്തുന്നതിന് തൊട്ടുമുൻപ് ഞാൻ നിക്ഷേപിച്ചതിനാൽ എനിക്ക് നല്ലൊരു $30,000 നഷ്ടമായി.

ഞാൻ ഒരു തകർന്നുപോകാവുന്ന ഒരവസ്ഥയിൽ എത്തിയിരുന്നു.

ജയിൽ മുറിയേക്കാൾ വലുതല്ലാത്ത ഒരു മുറിയിൽ അഞ്ച് വർഷം ജീവിക്കുക എന്നത് വളരെ നീണ്ടതാണ്. ജോലികൾ മനസ്സിനെ മരവിപ്പിക്കുന്നതാണ്. എന്റെ ജീവിതം ഒരു തടവറയാണെന്ന് എനിക്ക് തോന്നുന്നു. എനിക്ക് പണം ലാഭിക്കുന്ന തരത്തിൽ നല്ലൊരു ജീവിതശൈലിയുണ്ട്, എന്നാൽ മറുവിലയാവുന്നത് എന്റെ മാനസിക സുബോധവും ഒരു മനുഷ്യനെന്ന നിലയിലുള്ള സന്തോഷവുമാണ്. എനിക്ക് ഇനി ഇങ്ങനെ ജീവിക്കാൻ പറ്റില്ല എന്ന് തോന്നുന്നു.

ജീവിതം തടവറപോലെ അനുഭവപ്പെടുന്ന തരത്തിൽ മിതവ്യയ ജീവിതവും ത്യാഗത്തിന്റെ അറ്റവും ഒരു സ്ലോലെയ്നർ അംഗീകരിക്കുന്നു.

ഈ വ്യക്തിയുടെ ജീവിതം അതിശയകരമോ സാധാരണമോ? അത് ഒരു സ്വപ്നവുമായി ലയിക്കുമോ?

സമ്പന്നമായ ഭാവിയെക്കുറിച്ചുള്ള മങ്ങിയ വാഗ്ദാനത്തിനായി സ്ലോലെയ്ൻ പ്ലാൻ ഇന്നിനെ ഉപേക്ഷിക്കുന്നു.

“ഉള്ളതിൽ സമാധാനപ്പെടുക” എന്നത് ഒരു തന്ത്രമായി ഞാൻ പരിഗണിക്കുന്നില്ല, അതുകൊണ്ടാണ് സ്ലോലെയ്ൻ ഇടത്തരം സ്വഭാവത്തിലേക്ക് നയിക്കുന്നത്. ജീവിതം മികച്ചതല്ല, പക്ഷേ അത് അത്ര മോശമല്ല. അല്ല, അതായിരിക്കാം നല്ലത്... എന്നാൽ നിങ്ങൾ ഒരു പുതിയ പ്ലാനിനായി സ്ലോലെയ്ൻ മാറ്റേണ്ടതുണ്ട്, ചെയ്യേണ്ടതുണ്ട്.

അധ്യായ സംഗ്രഹം : ഫാസ്റ്റ്ലെയ്ൻ പ്രത്യേകതകൾ

- ഉത്തരവാദിത്തവും വിശ്വാസ്യതയുംകൊണ്ട് നടപ്പാതയിൽനിന്ന് വികസിച്ചുകൊണ്ടിരിക്കുന്ന സ്വാഭാവിക കോഴ്സ് തിരുത്തലാണ് സ്ലോലെയ്ൻ.
- നിങ്ങൾ ചെറുപ്പവും ഊർജ്ജസ്വലതയും കഴിവുള്ളവരുമായിരിക്കുമ്പോഴാണ് സമ്പത്ത് ഏറ്റവും നന്നായി അനുഭവപ്പെടുന്നത് അല്ലാതെ ജീവിതത്തിന്റെ സായാഹ്നത്തിൽ അല്ല.
- സ്ലോലെയ്ൻ വിജയിക്കാൻ ദശാബ്ദങ്ങൾ എടുക്കുന്ന ഒരു പദ്ധതിയാണ്, കോർപ്പറേറ്റ് പരിതസ്ഥിതിയിലും മിതവ്യയത്തിലും വാൾ-സ്ട്രീറ്റ് മാന്ത്രികതയിലും സമർത്ഥമായ രാഷ്ട്രീയ വൈദഗ്ധ്യം ആവശ്യമാണ്.
- സ്ലോലെയ്നറിന്, ശനി, ഞായർ എന്നിവയാണ് തിങ്കൾ മുതൽ വെള്ളിയാഴ്ച വരെയുള്ള ശമ്പളം.
- സ്ലോലെയ്നിലെ നിങ്ങളുടെ സമയത്തിന്റെ ഡിഫോൾട്ട് റിട്ടേൺ നെഗറ്റീവ് 60% — 5-ന് 2 ആണ്.
- 5-ന് 2 ട്രേഡ് അവകാശമാക്കുക എന്നത് സ്ലോലെയ്നിൽ പൊതുവെ നിശ്ചിതമാണ്, അത് മാറ്റുക സാധ്യമല്ല, കാരണം ജോലിയുടെ മാനദണ്ഡം ആഴ്ചയിൽ അഞ്ച് ദിവസമാണ്.
- സ്ലോലെയ്നിന്റെ മുൻകൂർ ലക്ഷ്യസ്ഥാനം മധ്യസ്ഥതയാണ്. ജീവിതം മികച്ചതല്ല, പക്ഷേ അതും അത്ര മോശമല്ല.

കുറ്റകരമായ ഇടപാട് : നിങ്ങളുടെ ജോലി

ദിവസത്തിൽ 8 മണിക്കൂർ വിശ്വസ്തതയോടെ ജോലി ചെയ്യുന്നതിലൂടെ, നിങ്ങൾ ഒടുവിൽ ബോസ് ആകുന്നു, എന്നിട്ട് ദിവസത്തിൽ 12 മണിക്കൂർ ജോലി ചെയ്യുന്നു.

—റോബർട്ട് ഫ്രോസ്റ്റ്

ഞാൻ കോളേജിൽ അഞ്ച് വർഷം ചെലവഴിച്ചു...
ഒരു ഫോൺബുക്കിന് വേണ്ടി?

കോളേജ് ബിരുദം നേടുന്നതിനുമുൻപ്, ഞാൻ എന്നെത്തന്നെ തമാശയാക്കി കുറച്ച് തൊഴിൽ വർക്ക്ഷോപ്പുകളിൽ പങ്കെടുത്തു. അതിലൊന്ന് ഞാൻ വ്യക്തമായി ഓർക്കുന്നു : ഷിക്കാഗോയിലെ ഒരു വലിയ ഇൻഷ്വറൻസ് സ്ഥാപനത്തിൽ ഒരു എൻട്രി ലെവൽ സ്ഥാനം. കോർപ്പറേറ്റ് സൗകര്യത്തിൽ ഞങ്ങളുടെ പരിചയപ്പെടുത്തൽ സമയത്ത്, കമ്പനി റിക്രൂട്ടർമാർ ഞങ്ങളോട് പറഞ്ഞു കൃത്യമായി എന്താണ് പ്രതീക്ഷിക്കേണ്ടതെന്ന് :

“അവിടെ [ക്യൂബിക്കിളുകളുടെ ഒരു കടൽ ചൂണ്ടിക്കാണിക്കുന്നു] അവിടെയാണ് ഞങ്ങളുടെ പുതിയ ജോലിക്കാർ ഇരിക്കുന്നത്. യാതൊരു സങ്കോചവുമില്ലാതെ എനിക്കു പറയാൻ കഴിയും; തുടക്കത്തിൽ ഈ ജോലി ബുദ്ധിമുട്ടാണ്. ഞങ്ങൾ നിങ്ങൾക്ക് മൂന്ന് കാര്യങ്ങൾ നൽകുന്നു : ഒരു മേശ, ടെലിഫോൺ, ഒരു ടെലിഫോൺ ബുക്ക്. നിങ്ങൾ ഒരു ദിവസം 10 മണിക്കൂർ കോൾഡ് കോളിംഗിൽ ചെലവഴിക്കുംനിങ്ങളുടെ ഉപഭോക്താക്കളെ കെട്ടിപ്പടുക്കാൻ. എനിക്കറിയാം, ആകർഷകമല്ല, പക്ഷെ പ്രതിഫലം...”

ആ സമയത്ത് ഞാൻ “പ്രതിഫലങ്ങളെ” കുറിച്ച് ഒന്നും കാര്യമാക്കിയിട്ടില്ല. ഞാൻ ഉടനെ കാര്യപ്രാപ്തിയുടെ തലത്തിലേക്ക് കയറി. ഞാൻ താൽപര്യം പ്രകടിപ്പിച്ചു. അവസരത്തിന് നന്ദിയുള്ളവനായി ഞാൻ അഭിനയിച്ചു. അത് സ്വീകാര്യമായിരുന്നപോലെ പ്രവർത്തിച്ചു.

അത് അങ്ങനെ ആയിരുന്നില്ല.

അതിനാൽ ഇത് നേരെ പറയാം : ഞാൻ കോളേജിൽ അഞ്ച് വർഷവും $40,000-ഉം ചെലവഴിച്ചത് 6 × 6 ക്യൂബിക്കിളിൽ ഇരുന്ന് നശിച്ച ടെലിഫോൺ ബുക്കിൽനിന്ന് ആളുകളെ വിളിക്കാനാണോ. നീ എന്നെ കളിയാക്കുകയാണോ? കോളേജ് ബിരുദം കൂടാതെ, എനിക്ക് ഇത് ചെയ്യാമായിരുന്നു, കടത്തിന്റെ പർവ്വത കൂമ്പാരം ഇല്ലാതെ, അതെ, നഷ്ടപ്പെട്ട അഞ്ച് വർഷങ്ങളില്ലാതെ!

എന്നാൽ, നല്ല അടിസ്ഥാന ശമ്പളം ലഭിക്കാനുള്ള, മികച്ച 401(k), കൂടാതെ ഒരു ഉയർന്നതലത്തിലുള്ള ആരോഗ്യ പദ്ധതിയും ലഭിക്കാനുള്ള അവസരത്തിനു മുന്നിൽ എന്റെ സമപ്രായക്കാർ ഉമിനീരിറക്കി. വേണ്ട, നന്ദി. ഞാൻ ഒരു അപരിചിതനെ അവരുടെ അത്താഴം തടസ്സപ്പെടുത്തിക്കൊണ്ട് വിളിക്കുകയാണെങ്കിൽ, അത് എന്റെ ബോസ്സിനു വേണ്ടിയായിരിക്കില്ല, എനിക്കായിട്ടായിരിക്കും.

ജോലികൾ : സാധാരണത്വത്തിലേക്ക് ഇണക്കിയെടുക്കൽ

നിങ്ങൾക്ക് സ്ലോലെയ്നിൽനിന്നും രക്ഷപ്പെടണമെങ്കിൽ സമ്പത്തും സ്വാതന്ത്ര്യവും വേഗത്തിൽ കണ്ടെത്തണമെങ്കിൽ നിങ്ങൾ ജോലി ഉപേക്ഷിക്കുക. ഞാൻ ആവർത്തിക്കട്ടെ. നശിച്ച ജോലി ഉപേക്ഷിക്കുക!

ജോലികൾ ചൂഷണമാണ്. ഞാൻ അർത്ഥമാക്കുന്നത്, പൊതുവായിട്ടാണ്, ഒരു പ്രത്യേക ജോലി ലക്ഷ്യമാക്കിയുള്ളതല്ല. നിങ്ങൾ ഒരു ഇലക്ട്രീഷ്യനോ സ്റ്റോർ മാനേജരോ ആയിരിക്കുമ്പോൾ, നിങ്ങൾക്ക് ഒരു ജോലിയുണ്ട്. ജോലികൾ നാശങ്ങളാണ് കാരണം അവ പരിമിതമായ ലിവറേജിലും പരിമിതമായ നിയന്ത്രണത്തിലും വേരൂന്നിയതാണ്. തീർച്ചയായും, നിങ്ങൾക്ക് മികച്ച ജോലിയുണ്ടാകും (ഒപ്പം രസകരവും!) എന്നാൽ സമ്പത്തിന്റെ പരിധിയിൽ, അവ ലിവറേജും നിയന്ത്രണവും പരിമിതപ്പെടുത്തുന്നു – നിങ്ങൾക്ക് സമ്പത്ത് വേണമെങ്കിൽ രണ്ട് കാര്യങ്ങൾ അത്യന്താപേക്ഷിതമാണ്.

നിങ്ങളുടെ ഫിനാൻഷ്യൽ പ്ലാൻ ഒരു ജോലിക്ക് ചുറ്റും സ്ലോലെയ്നിലേക്കുള്ള ന്യൂക്ലിയസിനു ചുറ്റും കറങ്ങാൻ പാടില്ലെന്നതിനുള്ള ആറ് സുപ്രധാന കാരണങ്ങൾ ഇതാ :

ന്യൂനത #1 : സമയത്തെ കച്ചവടമാക്കുക എന്നാൽ ജീവിതത്തിന്റെ കച്ചവടം

പണത്തിനു പകരമായി സമയം കച്ചവടം നടത്തുന്നത് ഒരു മികച്ച ആശയമാണെന്ന് ആരാണ് നമ്മളെ പഠിപ്പിച്ചത്? എന്തുകൊണ്ട് ഈ സാധാരണനില തുടർച്ചയായി സമാനതകളില്ലാത്ത നാശം എന്ന് വിവർത്തനം ചെയ്യപ്പെടുന്നു? നിങ്ങൾ ഒരു ജോലിയിൽ ബന്ധിക്കപ്പെട്ടാൽ, നിങ്ങൾക്ക് സ്വാതന്ത്ര്യം നൽകുന്ന കടലാസുകഷണങ്ങൾക്കായി മഹത്വവത്ക്കരിച്ച സമയവ്യാപാരത്തെ (നിങ്ങളുടെ ജീവിതം) വിവാഹം കഴിച്ചതുപോലെയാണ്. *സ്വാതന്ത്ര്യം ലഭിക്കാൻ നിങ്ങൾ സ്വാതന്ത്ര്യം വിൽക്കുന്നു.* വളരെ മണ്ടൻ, അല്ലേ?

ജോലികൾ ദുർബ്ബലമാണ്, കാരണം അവ അത്യാർത്ഥിയോടെ സമയം കഴിച്ചുതീർക്കുന്നു. ഒരു ജോലിയിൽ, സമയവ്യാപാരം ആണ് നിങ്ങൾ എങ്ങനെ പണം സമ്പാദിക്കുന്നു എന്നതിന്റെ കേന്ദ്രം. ഒരു ജോലിയാണ് ആ ഭയാനകമായ 5-ന്-2 എക്സ്ചേഞ്ചിന്റെ അടിസ്ഥാനം.എന്നാൽ ഞാൻ സമയം എന്ന ആ വാക്ക്, വ്യത്യസ്തമായി വിവർത്തനം ചെയ്യട്ടെ : ജീവിതം.

ഒരു ജോലിയിൽ, നിങ്ങൾ പണത്തിനായി നിങ്ങളുടെ ജീവിതം വിൽ

ക്കുന്നു. ജോലി ചെയ്താൽ കൂലി കിട്ടും. നിങ്ങൾ ജോലി ചെയ്യുന്നില്ലെങ്കിൽ, നിങ്ങൾക്ക് പണം ലഭിക്കുന്നില്ല. ആരാണ് ഈ രക്തംകുടിക്കുന്ന വിവാഹത്തിന് മുൻകൈയെടുത്തത്?

20% ആദായനികുതി കണക്കാക്കിയാൽ, പൊതുവായ ജോലികളുടെ ലിസ്റ്റിനോടൊപ്പം നികുതിക്കുശേഷമുള്ള $1 മില്യൺ സമ്പാദിക്കാൻ (പിന്നെ പോക്കറ്റിലാക്കാൻ) എത്ര സമയമെടുക്കും എന്നതിന്റെയും ഒരു ലിസ്റ്റ് ഇവിടെയുണ്ട്. നിങ്ങൾ ഉത്സാഹത്തോടെ 10% ലാഭിക്കുകയാണെങ്കിൽ നിങ്ങളുടെ നികുതിക്കുശേഷമുള്ള വരുമാനം ഒരു മെത്തയുടെ കീഴിൽ അടുക്കിവെക്കുകയാണെങ്കിൽ, $1 ദശലക്ഷത്തിനുള്ള നിങ്ങളുടെ സമയം 10-ന്റെ ഘടകംകൊണ്ട് ഗുണിക്കുന്നു. $1 മില്യൺ സമ്പാദിക്കാൻ നിങ്ങൾക്ക് 250 വർഷമുണ്ടോ?

ജോലി	ശരാശരി വാർഷിക ശമ്പളം	$10,00,000 സമ്പാദിക്കാനുള്ള വർഷങ്ങൾ	$10,00,000 സേവിംഗിനുള്ള വർഷങ്ങൾ
ആർക്കിടെക്റ്റ്	$85,000	15 വർഷം	147 വർഷം
ഓട്ടോ മെക്കാനിക്	$ 43,000	29 വർഷം	291 വർഷം
ബാർ ടെൻഡർ	$26,000	48 വർഷം	481 വർഷം
കാർപെന്റർ	$50,000	25 വർഷം	250 വർഷം
സോഫ്റ്റ്‌വെയർ എഞ്ചിനീയർ	$102,000	12 വർഷം	123 വർഷം
സെക്രട്ടറി	$37,000	34 വർഷം	338 വർഷം
ഹെയർഡ്രെസ്സർ	$30,000	42 വർഷം	417 വർഷം
ടീച്ചർ	$61,000	21 വർഷം	205 വർഷം
ഫാർമസിസ്റ്റ്	$121,000	10 വർഷം	103 വർഷം
പോലീസ് ഓഫീസർ	$64,000	20 വർഷം	195 വർഷം
ഫിസിക്കൽ തെറാപ്പിസ്റ്റ്	$88,000	14 വർഷം	142 വർഷം
മൃഗഡോക്ടർ	$101,000	12 വർഷം	124 വർഷം

(ഉറവിടം : യുഎസ് ബ്യൂറോ ഓഫ് ലേബർ സ്റ്റാറ്റിസ്റ്റിക്സ്, മെയ് 2017, തൊഴിൽപരമായ വേതന എസ്റ്റിമേറ്റ്, എളുപ്പത്തിൽ ഉപയോഗിക്കുന്നതിന് ഏറ്റവും അടുത്തുള്ള പൂർണ്ണസംഖ്യവരെ ചെയ്തിട്ടുണ്ട്.)

നിങ്ങൾ എന്ത് ചെയ്യുന്നു എന്നത് പരിഗണിക്കാതെ തന്നെ പണം ലഭിക്കുന്നത് മനസ്സിലാവുന്നില്ലേ? നിങ്ങൾ ഉറങ്ങുമ്പോൾ പണം നേടുക, നിങ്ങൾ ആസ്വദിക്കുമ്പോൾ പണം നേടുക, നിങ്ങൾ മലമൂത്രവിസർജ്ജനം ചെയ്യുമ്പോൾ പണം

നേടുക, നിങ്ങൾ കടൽത്തീരത്ത് ഇരിക്കുമ്പോൾ പണം നേടുക? എന്തുകൊണ്ട് സമയത്തിന്റെ ലളിതമായ കടന്നുപോകലിലൂടെ പണംനേടുകയും സമയം നിങ്ങൾക്കെതിരെ പ്രവർത്തിക്കുന്നതിനുപകരം നിങ്ങൾക്കായി പ്രവർത്തിക്കു കയും ചെയ്തുകൂടാ? അത് നിലവിലുണ്ടോ? ഉണ്ട്, പക്ഷേ അത് ഒരു സ്ലോലെയ്നിൽ നിന്ന് വരുന്നില്ല.

ന്യൂനത #2 : പരിചയത്തിന്റെ പരിമിതി

10 വർഷം കൊണ്ട് ഞാൻ ചെയ്ത ഡസൻകണക്കിന് അർത്ഥശൂന്യമായ ജോലി കളേക്കാൾ കൂടുതൽ ഒരു സംരംഭകൻ എന്ന നിലയിൽ ഏതാണ്ടു രണ്ടു മാസം കൊണ്ട് ഞാൻ പഠിച്ചു. ഒരു പ്രത്യേക ഗണത്തിലുള്ള നൈപുണ്യത്തിന്റെ പ്രശ്നം, അത് നിങ്ങളുടെ ഉപയോഗപ്രദമായ മൂല്യം പരിമിതമായ വിപണി ആവശ്യങ്ങ ളിലേക്ക് ചുരുക്കും എന്നതാണ്. നിങ്ങൾ ഒരു ചക്രത്തിന്റെ പല പല്ലുകളിൽ ഒരാളായി മാറും. ആ പല്ല് കാലഹരണപ്പെട്ടതോ ചെലവഴിക്കാവുന്നതോ ആയാലോ? എന്താണെന്ന് ഊഹിക്കുക, നിങ്ങളുടെ ഭാഗ്യം തീർന്നിരിക്കുന്നു.

ഉദാഹരണത്തിന്, ആയിരക്കണക്കിന് ഓട്ടോ തൊഴിലാളികൾക്ക് അവരുടെ ജോലി ഔട്ട്സോഴ്സ് ചെയ്യപ്പെടുകയോ റോബോട്ടിക്സ് ഉപയോഗിച്ച് മാറ്റിസ്ഥാപിക്കുകയോ ചെയ്തിട്ടുണ്ട്. അനുഭവസമ്പത്ത് അവരെ സഹായിക്കു ന്നില്ല, അത് അവരെ തടസ്സപ്പെടുത്തുന്നു. ടൈപ്പ്റൈറ്ററുകൾ ഓർക്കുന്നുണ്ടോ? എന്താണ് ടൈപ്പ്റൈറ്റർ റിപ്പയർമാൻ ഈ ദിവസങ്ങളിൽ ചെയ്യുന്നത്? സ്റ്റോക്ക് ബ്രോക്കർമാരുടെയും ട്രാവൽ ഏജന്റുമാരുടെയും കാര്യമോ? റൈഡ് ഷെയറിംഗ് ആപ്പുകളായ Uber, Lyft എന്നിവയുടെ വരവോടെ, ടാക്സി ഡ്രൈവർമാർ എങ്ങനെ പ്രവർത്തിക്കുന്നു? ഫാഷനുകൾപോലെ മരിച്ചുകൊണ്ടിരിക്കുന്ന ജോലികൾ പ്രിയ പ്പെട്ടവയിൽനിന്ന് നീങ്ങുന്നു. ഒരു വർഷം നിങ്ങളുടെ നൈപുണ്യത്തിന് മൂല്യമുണ്ട്, അടുത്ത വർഷം, അത് ഇല്ല.

രണ്ടാമതായി, തൊഴിൽ പരിചയം സാധാരണയായി ദിനംപ്രതി വീണ്ടും വീണ്ടും ആവർത്തിക്കുന്ന പ്രവർത്തനങ്ങളുടെ ഒരു പ്രധാന ഗ്രൂപ്പായി ക്രമീകരി ച്ചിരിക്കുന്നു. പ്രാഥമിക പഠനത്തിനുശേഷം, ജോലി ഒരു മാതൃക പോലെയാവു കയും, പുതിയ അറിവിന്റെ ശേഖരണം മന്ദഗതിയിലാവുകയും ചെയ്യുന്നു. ഒരു ജോലി പഠനത്തെ പരിമിതപ്പെടുത്തുകയും ജീവിതത്തിന്റെ മരണമണിയായി മാറുകയും ചെയ്യുന്നു, പണത്തിനായുള്ള ആത്മാവിന്റെ ഒരു വ്യാപാരം.

ജീവിതത്തിൽ നിങ്ങൾ ചെയ്യുന്ന കാര്യങ്ങളിൽനിന്നാണ് അനുഭവം ഉണ്ടാ കുന്നത്, ഒരു ജോലിയിൽ നിങ്ങൾ ചെയ്യുന്നതിൽ നിന്നല്ല. *നിങ്ങൾക്ക് അനുഭവം ലഭിക്കാൻ ജോലി ആവശ്യമില്ല.*

ഇത് സ്വയം ചോദിക്കുക : ഏത് അനുഭവമാണ് കൂടുതൽ പ്രധാനം? നിങ്ങ ളുടെ ബില്ലുകൾ അടയ്ക്കാൻ രൂപകൽപ്പന ചെയ്തിരിക്കുന്ന ചെറിയ ജോലിയുടെ അനുഭവം? അല്ലെങ്കിൽ ഒരു ജീവിതകാലം മുഴുവൻ വീണ്ടും ഒരു ജോലി പിടി ക്കേണ്ടതില്ലാത്ത തരത്തിൽ നിങ്ങൾക്ക് സാമ്പത്തിക സ്വാതന്ത്ര്യം നൽകാൻ കഴിയുന്ന ഒന്നിനെ സൃഷ്ടിക്കുന്നതിന്റെ അനുഭവം (പരാജയങ്ങൾ)?

ന്യൂനത #3 : നിയന്ത്രണമില്ലാതിരിക്കുക

ഒരു പിക്കപ്പ് ട്രക്കിന്റെ പിന്നിൽ ഇരിക്കുന്നത് പോലെയാണ് ജോലി. ട്രക്കിന്റെ ഡ്രൈവർ, ഡ്രൈവർ സീറ്റിൽ സുഖമായി ഇരിക്കുമ്പോൾ നിങ്ങൾ കഠിനമായ

ഘടകങ്ങൾക്ക് വിധേയരാകുന്നു. എങ്കിൽ യാത്ര ദുഷ്കരമായാലോ? നിങ്ങൾ കുലുങ്ങി തെറിക്കുകയോ അതിലും കഷ്ടമായാൽ വലിച്ചെറിയപ്പെടുകയോ ചെയ്യും. ഒരു പിക്കപ്പ് ട്രക്കിന്റെ പിൻഭാഗത്ത് ഇരിക്കുന്നത് നിയന്ത്രണാതീതമാണ്, അപ്പോൾ ഈ തന്ത്രം നിങ്ങളുടെ സാമ്പത്തിക പദ്ധതിയുടെ കാതലായിരിക്കുന്നത് വളരെ വിഡ്ഢിത്തമാണ്.

നിങ്ങളുടെ വരുമാനം നിങ്ങൾ നിയന്ത്രിക്കുന്നില്ലെങ്കിൽ, നിങ്ങളുടെ സാമ്പത്തിക പദ്ധതി നിയന്ത്രിക്കാനാവില്ല.

നിങ്ങളുടെ സാമ്പത്തിക പദ്ധതി നിയന്ത്രിക്കുന്നില്ലെങ്കിൽ, നിങ്ങളുടെ സ്വാതന്ത്ര്യത്തെ നിങ്ങൾ നിയന്ത്രിക്കാനാവില്ല.

ദശലക്ഷക്കണക്കിന് ആളുകൾ മുതലാളിയുടെ സ്വരത്തോട് സ്വരം ചേർത്ത് ജോലി ചെയ്യുന്നു. ഒരു ജോലി തങ്ങളുടെ നിലനിൽപ്പിന്റെ കാതലായ കേന്ദ്രമാണെന്ന് അവർ വിശ്വസിക്കുന്നു. തീർച്ചയായും, ഒരു ജോലിക്ക് നിങ്ങളെ പിന്തുണക്കാൻ കഴിയും, എന്നാൽ നിങ്ങളുടെ ലക്ഷ്യം അത് മാത്രമാണോ "പിന്തുണ"? നിങ്ങൾക്ക് സമ്പത്ത് വേണോ അതോ മിതത്വം വേണോ? നിങ്ങളുടെ സാമ്പത്തിക റോഡ് യാത്ര പിങ്ക് സ്ലിപ്പ് (പിരിച്ചുവിടൽ) വഴി പാളം തെറ്റിക്കാൻ സാധ്യമാണെങ്കിൽ, നിങ്ങൾ ചൂതാട്ടം നടത്തുകയാണ്. നിങ്ങൾ യഥാർത്ഥമായെടുക്കുന്നില്ല; നിങ്ങൾ വിഡ്ഢിയാണ്. ഒരു ജോലിയിൽ സുരക്ഷിതത്വമോ അല്ലെങ്കിൽ ഉറപ്പോ ഇല്ല.

ന്യൂനത #4 : ലിൻഡയുടെ ദുർഗന്ധ ശ്വാസം

ജീവിതകാലം മുഴുവൻ ജോലി ചെയ്യുന്ന ആളുകളെ എനിക്കറിയാം. അവരുടെ പരീക്ഷണങ്ങളെയും പ്രയത്നങ്ങളെയുംകുറിച്ച് ഞാൻ കേൾക്കുന്നു. വർഷങ്ങളായി രണ്ട് ഡസൻ വ്യത്യസ്ത ജോലികൾ ഉണ്ടായിരുന്നിട്ടും, അത് ഓഫീസ് രാഷ്ട്രീയത്തിലേക്ക് വരുമ്പോൾ മറ്റു മാറ്റമൊന്നും ഞാൻ ശ്രദ്ധിച്ചില്ല. ഇത് ഒരേ കഥയാണ്, വ്യത്യസ്ത ആളുകൾ, വ്യത്യസ്ത ദിവസം, ഒരു വ്യത്യസ്ത ഓഫീസ്. മുതലാളിയുടെ കൂടെ ഉറങ്ങുകയും പ്രീതി നേടുകയും ചെയ്യുന്നു. ജിം മടിയനാണ് എന്നാൽ ജോലിയുടെ പ്രീതിയെല്ലാം അയാൾ എടുക്കുന്നു. ലിൻഡയ്ക്ക് വായ് നാറ്റമുണ്ട്, എല്ലാവരും പറയാൻ ഭയപ്പെടുന്നു. ലേസി വൈകി എത്തുകയും നേരത്തെ പോകുകയും ചെയ്യുന്നു. ഹോറസ് ഭക്ഷണം മോഷ്ടിക്കുകയും ഒരേ സ്പോർട്ട്സ് ജാക്കറ്റ് ധരിക്കുകയും ചെയ്യുന്നു. അലസനായ ലെസ്റ്റർ ഒരിക്കലും കോപ്പിയർ പേപ്പർ നിറയ്ക്കുന്നില്ല.

ഒരേ കഥകൾ, വ്യത്യസ്ത ആളുകൾ.

നിങ്ങൾ എവിടെ ജോലി ചെയ്താലും ഓഫീസ് രാഷ്ട്രീയത്തിന് ഒരു പങ്കുണ്ട്. സ്റ്റേജ് വ്യത്യസ്തമാണ് പക്ഷേ അഭിനേതാക്കൾ ഒന്നുതന്നെ. കൂടാതെ, നിർഭാഗ്യവശാൽ, ജോലിയിൽ മുഴുകിയിരിക്കുന്ന ഒരു ജീവനക്കാരൻ എന്ന നിലയിൽ, നിങ്ങൾ ആ കളി കളിക്കണം. നിങ്ങൾ അനുസരണയുള്ളവരായിരിക്കണം അല്ലെങ്കിൽ സഹപ്രവർത്തകരിൽനിന്നോ നിങ്ങളുടെ ബോസിൽനിന്നോ പ്രതികാരം ഉണ്ടാകും.

ഉയർന്ന വേതനമുള്ള ഒരു കോർപ്പറേറ്റ് സംവിധാനത്തിൽ അധ്വാനം കഴിഞ്ഞ് തിരികെ വന്ന് തന്റെ പങ്കപ്പാടുകൾ പറയുന്ന ഒരു സുഹൃത്തിനെ ഞാൻ ഓർക്കുന്നു. എല്ലാത്തിനും ഒരു പ്രക്രിയ ഉണ്ടായിരുന്നു. എന്തെങ്കിലും ഐഡിയ കിട്ടിയോ? കൊള്ളാം, ബോസിന് അയച്ചുകൊടുക്കു, മുതലാളി അത് തന്റെ

ബോസിന് അയക്കുന്നു, അയാൾ അത് നിയമത്തിന് കൈമാറുന്നു, അയാൾ അത് തിരികെ അയക്കുന്ന പുനരവലോകനങ്ങൾക്കായി ബോസിന്റെ ബോസിലേക്ക്, അത് തിരികെ അയക്കുന്നു, ബ്ലാ ബ്ലാ ബ്ലാ! "ആശയം" എവിടെയെങ്കിലും എത്തുമ്പോഴേക്കും അത് പഴകിയതോ അല്ലെങ്കിൽ മറ്റ് നാല് ആളുകൾ അവകാശവാദമുന്നയിച്ചതോ ആയിതീർന്നിട്ടുണ്ടാകും.

നിങ്ങളുടെ വിവേകം നശിപ്പിക്കുന്ന ഈ കുടുങ്ങിയ ചിലന്തിവല ആർക്കാണ് വേണ്ടത്?

ഓഫീസ് രാഷ്ട്രീയത്തിനുള്ള ഏക പ്രതിരോധം കളിക്കുന്ന ഗ്രൗണ്ട് നിയന്ത്രിക്കുക എന്നതാണ്, അത് ചെയ്യണമെങ്കിൽ നിങ്ങൾ ബോസ് ആകണം. ബോസ് ആകാൻ, എല്ലാം നിങ്ങൾ തന്നെ ചെയ്യിപ്പിക്കുക മാത്രമല്ല, നിങ്ങൾ അതിന്റെ ഉത്തരവാദിത്തം സ്വന്തമാക്കേണ്ടതുമുണ്ട്.

ന്യൂനത #5 : "നിങ്ങൾക്ക് അവസാനമായി പണമടയ്ക്കാൻ" സബ്സ്ക്രൈബ് ചെയ്യുക

"നിങ്ങൾക്ക് ആദ്യം പണം അടയ്ക്കുക" എന്നത് ഒരു സ്ലോലെയ്ൻ സിദ്ധാന്തമാണ്. ഒരു ജോലിയിൽ അത് ഏതാണ്ട് അസാധ്യമാണ് എന്നതാണ് പ്രശ്നം.

പ്രാദേശിക, സംസ്ഥാന, ഫെഡറൽ ഗവൺമെന്റുകൾ വൻതോതിൽ നികുതി വരുമാനം നേടി, നിങ്ങളുടെ പണത്തെ നികുതിയിൽനിന്ന് സംരക്ഷിക്കാനുള്ള ഏക വഴികൾ 401(k)-യും IRAS-നും പണമടയ്ക്കുക എന്നതിൽ പരിമിതപ്പെടുത്തിയിരിക്കുന്നു. അതുതന്നെ നിങ്ങളുടെ വരുമാനത്തിന്റെ 10% അല്ലെങ്കിൽ പരമാവധി $16,500 ഏതാണ് കുറവ് (പ്രസിദ്ധീകരണമനുസരിച്ച്) അതായി പരിമിതപ്പെടുത്തിയിരിക്കുന്നു, നിങ്ങൾ ഉത്സാഹത്തോടെ നിങ്ങളുടെ ജീവിതം വ്യാപാരം ചെയ്ത് കോർപ്പറേറ്റ് മാനേജ്മെന്റിലേക്ക് ഉയരുകയാണെങ്കിൽ, നിങ്ങളുടെ പണത്തിന്റെ 50% നിങ്ങൾക്ക് കൈകൊണ്ട് തൊടാനാകുന്നതിന് മുൻപ് അപ്രത്യക്ഷമാകുമെന്ന് പ്രതീക്ഷിക്കുക.

ഒരു ജീവനക്കാരൻ എന്ന നിലയിൽ, "അവസാനം പണം ലഭിക്കാൻ" നിങ്ങൾക്ക് ഉടൻ ഒരു സബ്സ്ക്രിപ്ഷൻ ലഭിക്കും. അതെ, നിങ്ങൾ സബ്സ്ക്രൈബ് ചെയ്തില്ലെങ്കിലും ആ സബ്സ്ക്രിപ്ഷൻ എത്തിച്ചേരും. നിങ്ങൾ നിങ്ങൾക്ക് അവസാനം പണമടക്കുകയാണെങ്കിൽ, എല്ലാവർക്കും നിങ്ങളുടെ പണം ആദ്യം ലഭിക്കും, വേഗത്തിൽ സമ്പത്ത് കെട്ടിപ്പടുക്കുമെന്ന് പ്രതീക്ഷിക്കരുത്.

ന്യൂനത #6 : വരുമാനത്തിൽ ഏകാധിപത്യം

നിങ്ങളുടെ ബോസിൽനിന്ന് എപ്പോഴെങ്കിലും 1,000% ശമ്പള വർദ്ധധനവ് ലഭിച്ചിട്ടുണ്ടോ? ഇത് സങ്കൽപ്പിക്കുക : നിങ്ങൾ നൽകിയ വ്യക്തമായ വരുമാനത്തിൽ നിങ്ങളുടെ ജോലിയിൽ മതിപ്പുളവായി, നിങ്ങൾ നിങ്ങളുടെ മുതലാളിയുടെ ഓഫീസിലേക്ക് ഉറച്ചകാൽവെപ്പോടെ ചെന്ന്, വർദ്ധനവ് ആവശ്യപ്പെടുക. "ഞാൻ ഈ കമ്പനിക്ക് മൂല്യം കൊണ്ടുവരുന്നു," നിങ്ങൾ വാദിക്കുന്നു. "ഞാൻ അങ്ങേയറ്റം വിശ്വസനീയനും അപൂർവ്വമായി മാത്രം രോഗാവസ്ഥയിലാകുകയും ചെയ്യുന്നു."

നിങ്ങളുടെ ബോസ് ഒരു പ്രതിരോധനില സ്വീകരിക്കുന്നു, അവന്റെ കൈകൾ മടക്കിയിരിക്കുന്നു, അവന്റെ തല ആകാശത്തേക്ക് ചായുന്നു, ഒപ്പം തന്റെ വലിയ ചുവന്ന എക്സിക്യൂട്ടീവ് ചെയറിൽ വിശ്രമിച്ച് ചാരിക്കിടക്കുന്നു. നിങ്ങൾ ഒരു ദീർ

ഘനിശ്വാസം എടുത്ത് അയവുവരുത്തുന്നു. “അതിനാൽ, സർ, എനിക്ക് 1,000% ശമ്പള വർദ്ധനവ് വേണം.”

നിങ്ങളുടെ ബോസ് ഒരു ഞരക്കം അഴിച്ചുവിടുന്നു. അയാൾ മുന്നോട്ട് ചരിയുന്നു, ചാരിയിരിക്കൽ അവസാനിപ്പിച്ച് കൈകൾ മേശപ്പുറത്തേക്ക് അടിച്ചു. “ഇതെന്താ തമാശ? ഞാൻ ഇപ്പോൾ തിരക്കിലാണ്.”

നിങ്ങൾ മറുപടി പറയുന്നു, “തമാശയല്ല. ഞാൻ കാര്യമായി പറയുകയാണ്. ഞാൻ മണിക്കൂറിന് $9 സമ്പാദിക്കുന്നു. എനിക്ക് $90 ആയി ഉയർത്തണം മണിക്കൂറിന്.”

“ഈ പ്രസ്താവന എങ്ങനെയുണ്ട്? നിങ്ങൾക്ക് ഒന്നും ലഭിക്കില്ല, അതുപോലെ ഇഷ്ടപ്പെടുകയും ചെയ്യും. എന്റെ ഓഫീസിൽനിന്ന് പുറത്തുകടക്ക്, എന്റെ സമയം പാഴാക്കരുത്, നിങ്ങൾ അത് വേഗത്തിൽ ചെയ്യുകയാണെങ്കിൽ, ഞാൻ നിങ്ങളെ പിരിച്ചുവിടില്ല. ഓഫറെന്ന നിലയിൽ ഈ പ്രസ്താവന എങ്ങനെയുണ്ട്?”

നിങ്ങൾ മുരടനക്കിക്കൊണ്ട് വെളിയിലേക്ക് പോകുന്നു. 1,000% ശമ്പള വർദ്ധന ചെയ്യാവുന്നതാണ് എന്ന് ബോസ് കരുതില്ലെന്ന് ഞാൻ ഊഹിക്കുന്നു.

ഈ സാഹചര്യം ഒരിക്കലും സംഭവിക്കില്ല. ഒരു ജീവനക്കാരൻ എന്ന നിലയിൽ, നിങ്ങൾക്ക് 10%-ൽ കൂടുതൽ ശമ്പളം ആവശ്യപ്പെടാൻ കഴിയില്ല, പിന്നെയല്ലേ 1,000%. എന്നിരുന്നാലും, ഏതെങ്കിലും കമ്പനിയുടെ ജീവനക്കാരൻ എന്ന നിലയിൽ, ഇത് നിങ്ങളുടെ കളിസ്ഥലമാണ്. നിങ്ങൾ സ്വയം സ്ഥാപിച്ച റോഡാണിത്. *നിങ്ങളുടെ മൂല്യം കുറവും, പരിമിതവുമായ പരിധിയിൽ നിർണ്ണയിക്കപ്പെടുന്നു.* അതുകൊണ്ട് ജോലി പ്രധാനപ്പെട്ട കാര്യങ്ങളുടെ ഒരു നിർണ്ണായകമായി മാറുന്നു : സമ്പത്ത്, സ്വാതന്ത്ര്യം, സ്വയം വളർച്ച. അവയുടെ പരിമിതികളെ അട്ടിമറിക്കാനാവില്ല.

ഒരു ജോലി നിങ്ങളുടെ വിധിയെ മുദ്രകുത്തുന്നു; ഒരു ക്രിമിനൽ സമയവ്യാപാരം : അഞ്ച് ദിവസത്തെ ജീവിതം രണ്ട് ദിവസത്തെ സ്വാതന്ത്ര്യത്തിന്റെ നാളുകൾക്കായി വ്യാപാരം ചെയ്യുന്നു. ഒരു ജോലി നിങ്ങളെ ഒരു നിശ്ചിത അനുഭവ പരിചയത്തിലേക്ക് നയിക്കുന്നു. ഒരു ജോലി നിങ്ങളുടെ നിയന്ത്രണം എടുത്തുകളയുന്നു. നിങ്ങൾക്ക് സഹിക്കാൻ കഴിയാത്ത ആളുകളുമായി പ്രവർത്തിക്കാൻ ഒരു ജോലി നിങ്ങളെ പ്രേരിപ്പിക്കുന്നു. ഒരു തൊഴിൽ നിങ്ങൾക്ക് അവസാനമായി പണം നൽകപ്പെടാനായി നിർബന്ധിക്കുന്നു. ഒരു ജോലി നിങ്ങളുടെ വരുമാനത്തിൽ സ്വേച്ഛാധിപത്യം അടിച്ചേൽപ്പിക്കുന്നു. ഈ പരിമിതികൾ സമ്പത്തിന് എതിരായ കലാപങ്ങളാണ്.

ഇപ്പോഴും ജോലി ആഗ്രഹിക്കുന്നുണ്ടോ?

അധ്യായ സംഗ്രഹം : ഫാസ്റ്റ്‌ലെയ്ൻ പ്രത്യേകതകൾ

- ഒരു ജോലിയിൽ, നിങ്ങളുടെ സ്വാതന്ത്ര്യം (സമയത്തിന്റെ രൂപത്തിൽ) സ്വാതന്ത്ര്യത്തിനായി (പണത്തിന്റെ രൂപത്തിൽ) വിൽക്കപ്പെടുന്നു.
- പ്രവൃത്തിയിൽ അനുഭവപരിചയം ലഭിക്കും. ആ പ്രവർത്തനത്തിന്റെ പരിസ്ഥിതി അപ്രസക്തമാണ്.
- നിങ്ങളുടെ പ്രാഥമിക വരുമാനം നിങ്ങൾ നിയന്ത്രിക്കാത്തപ്പോൾ സമ്പത്ത് ശേഖരണത്തിന്റെ ഉറവിടം തടസ്സപ്പെടുന്നു.

സ്ലോലെയ്ൻ : എന്തുകൊണ്ട് നിങ്ങൾ സമ്പന്നരല്ല

നമ്മുടെ ജീവിതത്തിന്റെ തുടക്കത്തിൽതന്നെ ആരെങ്കിലും നമ്മോട് പറയണം, നമ്മൾ മരിക്കുകയാണെന്ന്. അപ്പോൾ നമുക്ക് ഓരോ ദിവസത്തിന്റെയും ഓരോ മിനിറ്റും ആസ്വദിച്ച് ജീവിതം നയിക്കാം. അങ്ങനെ ചെയ്യൂ! ഞാൻ പറയുന്നു. നിങ്ങൾ എന്ത് ചെയ്യാൻ ആഗ്രഹിക്കുന്നുവോ അത് ഇപ്പോൾ ചെയ്യുക. വരുവാനുള്ള നാളെകൾ വളരെ പരിമിതമാണ്.

—മൈക്കൽ ലാൻഡൻ

സ്ലോലെയ്ന്റെ അയോഗ്യത വെളിപ്പെടുത്തുന്നു

സ്ലോലെയ്ൻ നിങ്ങളുടെ "സമ്പന്നരാകുക" തന്ത്രമാണെങ്കിൽ, എനിക്ക് ഒരു അനുമാനം ഉണ്ടാക്കാം : നിങ്ങൾ സമ്പന്നനല്ല, നിങ്ങൾ ഒരിക്കലും ആയിരിക്കില്ല. കൊള്ളാം, എനിക്കെങ്ങനെ ഇത്ര ഉറപ്പിക്കാം? ലളിതം. സ്ലോലെയ്ൻ അനിയന്ത്രിതമായ പരിമിത ഉത്തലകശക്തി അല്ലെങ്കിൽ ULL ("യൂൾ" എന്ന് ഉച്ചരിക്കുന്നത്) എന്നതിൽ വേരൂന്നിയ തന്ത്രമാണ്. ഈ സുപ്രധാന ആശയം ഓർമ്മിക്കാൻ നിങ്ങൾക്ക് സഹായം ആവശ്യമുണ്ടെങ്കിൽ, ചിന്തിക്കുക, "സ്ലോലെയ്ൻ നിങ്ങളുടെ പദ്ധതിയാണോ, 'ULL' ഒരിക്കലും സമ്പന്നമാകില്ല.

നിയന്ത്രണാതീതമായ പരിമിത ഉത്തലകശക്തി എന്നത് സ്ലോലെയ്നിന്റെ നിഷ്ഫലത തെളിയിക്കുന്ന അസ്വസ്ഥജനകമായ തെളിവാണ്. സ്ലോലെയ്നിൽ നിങ്ങൾ എങ്ങനെ സമ്പന്നനാകും? നിങ്ങൾക്ക് വലിയ ശമ്പളമുള്ള ജോലി ലഭിക്കുക, പണം ലാഭിക്കുക, മിതവ്യയത്തോടെ ജീവിക്കുക, ഓഹരി വിപണിയിൽ നിക്ഷേപിക്കുക, 50 വർഷത്തേക്ക് ആവർത്തിക്കുക. നിങ്ങൾ എങ്കിൽ ഈ തന്ത്രം അതിന്റെ ഗണിത ഘടനകളിലേക്ക് മാറ്റുക, എന്ന് നിങ്ങൾ കണ്ടെത്തും പദ്ധതിയെ നിർവ്വചിക്കുന്ന പരിവർത്തിത വസ്തുക്കളെ നിയന്ത്രിക്കാനോ പ്രയോജനപ്പെടുത്താനോ കഴിയില്ല.

നിയന്ത്രണാതീതമായ പരിമിത ഉത്തലകശക്തി (ULL) – ഭാഗം 1

ULL വളരെ പ്രധാനമായിരിക്കുന്നത് എന്തുകൊണ്ട്? സാമ്പത്തിക സമ്പത്ത്

ശേഖരിക്കുന്നതിന്, ശരാശരി വ്യക്തിയുമായി താരതമ്യപ്പെടുത്തുമ്പോൾ നിങ്ങൾ ഒരു വലിയ തുക ആകർഷിക്കേണ്ടതായും സമ്പാദിക്കേണ്ടതായും ഉണ്ട്. ഒരു വലിയ തുക ആകർഷിക്കാൻ, രണ്ട് കാര്യങ്ങൾ തികച്ചും ആവശ്യമാണ് :

1. നിയന്ത്രണം
2. ഉത്തലകശക്തി

സ്ലോലെയ്നിന് ഇവ രണ്ടുമില്ല, നിങ്ങൾ അതിന്റെ ഗണിതശാസ്ത്രപരമായ തത്തുല്യത്തിലേക്കോ അല്ലെങ്കിൽ അതിന്റെ സമ്പത്ത് പ്രപഞ്ചത്തിലേക്കുള്ള തന്ത്രമോ റിവേഴ്സ് എഞ്ചിനീയർ ചെയ്യുമ്പോൾ ആ സത്യം വെളിപ്പെടും. പദ്ധതിയുടെ പിന്നിലെ കണക്കുകൾ അനാവരണം ചെയ്യുക, അതിന്റെ ബലഹീനത വെളിപ്പെടും!

സ്ലോലെയ്ൻ പുനർനിർമ്മിക്കുമ്പോൾ, നിങ്ങൾക്ക് രണ്ട് വേരിയബിളുകൾ ലഭിക്കും:

1. "പ്രാഥമിക വരുമാന സ്രോതസ്സ്" (വരുമാനം എങ്ങനെ നേടാമെന്ന് നിർവ്വചിക്കുന്നു)
2. "സമ്പത്ത് ത്വരിതപ്പെടുത്തുന്നു" (സമ്പത്ത് എങ്ങനെ ശേഖരിക്കപ്പെടുന്നു എന്ന് നിർവ്വചിക്കുന്നു)

സ്ലോലെയ്നുടെ പ്രാഥമിക വരുമാന സ്രോതസ്സ് "ഒരു ജോലി"യിൽനിന്നാണ് വരുന്നത്, അതേസമയം സമ്പത്ത് ആക്സിലറേഷൻ വെഹിക്കിൾ 401(k) പോലുള്ള "മാർക്കറ്റ് നിക്ഷേപങ്ങളിൽ" നിന്നും ഇൻഡെക്സ് ചെയ്ത ഫണ്ടുകളിൽനിന്നും വരുന്നു. ഇത് ഒരുമിച്ച് ചേർക്കുക, നിങ്ങൾ സ്ലോലെയ്നുടെ സമ്പത്ത് സമവാക്യത്തിൽ എത്തിച്ചേരുന്നു :

സമ്പത്ത് = (ജോലി) + (വിപണിയിൽ നിക്ഷേപം)

പ്രാഥമിക വരുമാന സ്രോതസ്സ് സമ്പത്തിന്റെ ത്വരിതപ്പെടുത്തൽ

ഈ പ്ലാൻ പ്രകാരം, ഒരു ജോലിയിൽനിന്നുള്ള വരുമാനം ജീവിതശൈലിയിലും വിപണി നിക്ഷേപത്തിലും പണംനൽകുന്നു. എന്നിരുന്നാലും, പ്ലാനിനുള്ളിലെ നിരോധിത ULL കണ്ടെത്തുന്നതിന്, ഞങ്ങൾ ഈ ഘടകങ്ങളെ മുന്നോട്ട് കണക്കിലെടുക്കേണ്ടതുണ്ട്, ജോലി എന്ന വേരിയബിളിൽനിന്ന് ആരംഭിക്കുന്നു.

സമ്പത്തിന്റെ രക്ഷകൻ : നൈസർഗ്ഗിക മൂല്യം

ഒരു ജോലിയിൽ പണം സമ്പാദിക്കുന്നത് എങ്ങനെയാണ്? *നൈസർഗ്ഗിക മൂല്യം.*

നൈസർഗ്ഗിക മൂല്യം നിർണ്ണയിക്കുന്നത് മാർക്കറ്റാണ്, അത് നിങ്ങളുടെ സമയം പണത്തിനായി കച്ചവടം ചെയ്യാൻ നിങ്ങൾക്കുള്ള വിലയാണ്. ഒരു ജോലിയിൽനിന്ന് നിങ്ങൾ സമ്പാദിക്കുന്നതാണ് നൈസർഗ്ഗിക മൂല്യം. നിങ്ങൾ സമൂഹത്തിന് നൽകുന്ന കാര്യങ്ങൾക്ക് പണം നൽകാൻ ആരെങ്കിലും തയ്യാറാണോ?

അന്തർലീനമായ മൂല്യം മണിക്കൂറിൽ അല്ലെങ്കിൽ വർഷംതോറും സമയത്തിന്റെ യൂണിറ്റുകളിൽ അളക്കുന്നു.

അയൽപക്കത്തെ ഗ്രില്ലിൽ ബർഗറുകൾ മറിച്ചിടാൻ നിങ്ങൾക്ക് മണിക്കൂറിന് $10 നൽകുകയാണെങ്കിൽ, നിങ്ങളുടെ അന്തർലീനമായ മൂല്യം മണിക്കൂറിന് $10 ആണ്. നിങ്ങൾ ഒരു അക്കൗണ്ടന്റ് ആണെങ്കിൽ $120,000 വാർഷിക ശമ്പളം സമ്പാദിക്കുകയാണെങ്കിൽ, നിങ്ങളുടെ നൈസർഗ്ഗിക മൂല്യം പ്രതിവർഷം $120,000 ആണ്.

ജോലി [നൈസർഗ്ഗിക മൂല്യം] = മണിക്കൂറുകളുടെ ശമ്പള നിരക്ക് × ജോലി ചെയ്ത മണിക്കൂറുകൾ

അല്ലെങ്കിൽ

ജോലി [നൈസർഗ്ഗിക മൂല്യം] = വാർഷിക ശമ്പളം

നൈസർഗ്ഗിക മൂല്യം സമയത്തിന്റെ യൂണിറ്റുകളിൽ അളക്കുന്നത് ശ്രദ്ധിക്കുക. ഈ "സമയ ബന്ധം" സമ്പത്ത് സൃഷ്ടിക്കുന്നതിനുള്ള സ്ലോലെയ്നിന്റെ ആദ്യത്തെ ശിക്ഷാ ഘടകം അവതരിപ്പിക്കുന്നു.

നിങ്ങൾക്ക് സമയം നിയന്ത്രിക്കാൻ കഴിയുമോ? നിങ്ങൾക്ക് സമയം പ്രയോജനപ്പെടുത്താൻ കഴിയുമോ?

നിങ്ങൾക്ക് കഴിയില്ല.

നിങ്ങളുടെ പകൽ വിനിമയത്തിനായി ഒരു ദിവസം 24 മണിക്കൂർ സമയം മാത്രമാണ് പരിമിതപ്പെടുത്തിയിരിക്കുന്നത്. നിങ്ങൾ മണിക്കൂറിന് $200 സമ്പാദിക്കുകയാണെങ്കിൽ, ഒരു ദിവസം 400 മണിക്കൂർ ജോലി ചെയ്യാമെന്നുള്ള അത്ഭുതപ്പെടുത്തൽ ആവശ്യപ്പെടാൻ കഴിയില്ല.

നിങ്ങൾ പ്രതിവർഷം $50,000 സമ്പാദിക്കുകയാണെങ്കിൽ, നിങ്ങളുടെ ജീവിതത്തിൽ 400 വർഷം പ്രവർത്തിക്കാമെന്ന് അത്ഭുതകരമായി ആവശ്യപ്പെടാൻ കഴിയില്ല. സമയത്തിന് യാതൊരു സ്വാധീനവുമില്ല.

മണിക്കൂറിന് അനുസരിച്ച് ജോലി ചെയ്യുന്നവർക്ക്, നിങ്ങളുടെ പരമാവധി ഉയർന്ന പരിധി 24 മണിക്കൂറാണ്, ആലോചിക്കുക, ഈ പരിധി മാറ്റാൻ നിങ്ങൾക്ക് ഒന്നും ചെയ്യാനില്ല. തത്വത്തിൽ, നിങ്ങൾക്ക് 24 മണിക്കൂറും ട്രേഡ് ചെയ്യാം നിങ്ങളുടെ ദിവസത്തിന്റെ വരുമാനത്തിനുവേണ്ടി, എന്നാൽ നിങ്ങൾക്ക് കൂടുതൽ വ്യാപാരം ചെയ്യാൻ കഴിയില്ല. തീർച്ചയായും, ദിവസം 24 മണിക്കൂറും പ്രവർത്തിക്കുക എന്നത് മനുഷ്യസാധ്യമല്ല, അതിനാൽ പ്രതിദിനം 8 മുതൽ 12 മണിക്കൂർ വരെ വ്യാപാരം നടക്കുന്നു.

ശമ്പളം വാങ്ങുന്ന തൊഴിലാളിക്ക്, ഇതേ നിരോധനം തന്നെയാണ്. നിങ്ങൾക്ക് നിങ്ങളുടെ സാധാരണ ആയുർദൈർഘ്യത്തേക്കാൾ കൂടുതൽ വർഷം ജോലി ചെയ്യാൻ കഴിയില്ല. ഈ വിനിമയത്തിന്റെ ഉയർന്ന പരിധി എന്താണ്? നാല്പത്, അമ്പത് വർഷം? രേഖപ്പെടുത്തിയിട്ടുള്ള എല്ലാ ചരിത്രത്തിലും, ഒരു മനുഷ്യനും 10,000 വർഷം പ്രവർത്തിച്ചിട്ടില്ല. നിങ്ങൾ മണിക്കൂറിനോ അല്ലെങ്കിൽ വർഷ കണക്കിലോ കൂലിവാങ്ങിയാലും – അത് പ്രശ്നമല്ല – നിങ്ങൾക്ക് സമയം പ്രയോജനപ്പെടുത്താൻ കഴിയില്ല!

ഗണിതശാസ്ത്രം കള്ളം പറയില്ല; 12 എപ്പോഴും 10,000,000-ൽ കുറഞ്ഞത് തന്നെയായിരിക്കും. ലിവറേജ് പരിമിതമാണെങ്കിൽ സമ്പത്ത് സൃഷ്ടിക്കലും അങ്ങനെയായിരിക്കും. ചെറിയ സംഖ്യകൾ കോടീശ്വരന്മാരാക്കില്ല.

പരിമിതമായ ലിവറേജിന് പിന്നിൽ മറ്റൊരു സമ്പത്ത് നശിപ്പിക്കുന്ന കൊലയാളിയുണ്ട് – നിയന്ത്രണമില്ലായ്മ. നിങ്ങളുടെ തൊഴിലുടമയെ നിങ്ങൾ നിയന്ത്രിക്കുന്നുണ്ടോ? നിങ്ങളുടെ ശമ്പളം നിയന്ത്രിക്കാൻ കഴിയുമോ? നിങ്ങൾക്ക് സമ്പദ് വ്യവസ്ഥയെ നിയന്ത്രിക്കാനാകുമോ? നിങ്ങൾക്ക് ഒരു വർഷം 50,000 ഡോളറും അടുത്ത വർഷം ബാങ്കിൽ 50 മില്യൺ ഡോളറും സമ്പാദിക്കാൻ കഴിയുമോ? നിങ്ങളുടെ 4% ശമ്പള വർദ്ധനവ് ഉൾപ്പെടെ, നിങ്ങളുടെ ജോലിയെ സംബന്ധിച്ച് എന്തെങ്കിലും നിയന്ത്രിക്കാൻ കഴിയുമോ?

നിങ്ങൾക്ക് ജോലിയിൽ ഉയരാൻ കഴിയുമെന്ന് നിങ്ങൾ വിചാരിച്ചേക്കാം, പക്ഷേ നിങ്ങൾക്ക് കഴിയില്ല.

നിയന്ത്രണം ദുർബ്ബലമാണ്; അല്ലെങ്കിൽ ഇല്ലതന്നെ.

സംയുക്ത പലിശ : "അവർ" നിങ്ങളോട് പറയാതിരിക്കുന്നത്

സ്ലോലെയ്ൻ സമ്പത്ത് വഴിയിലെ രണ്ടാമത്തെ വേരിയബിൾ "പ്രൈമറി വെൽത്ത് ആക്സിലറേറ്റർ" ആണ്. ഇത് 401(k) പോലെയുള്ള കമ്പോള നിക്ഷേപങ്ങൾ, കൂടാതെ സാമ്പത്തിക ഉപദേഷ്ടാക്കളും മറ്റും പ്രചരിപ്പിക്കുന്ന മറ്റ് പരമ്പരാഗത നിക്ഷേപങ്ങളിലൂടെ വരുന്നവയാണ്.

ഈ നിക്ഷേപങ്ങൾ "സംയുക്ത പലിശ" എന്നറിയപ്പെടുന്ന സാമ്പത്തിക തന്ത്രം ഉപയോഗിക്കുന്നു. നീണ്ട കാലത്തേക്കുള്ള പലിശ ശേഖരണത്തിന്റെ ശക്തിയുടെ രൂപരേഖ നൽകുന്ന ഒരു ഗണിത ഘടനയാണിത്.

കൂട്ടുപലിശയുടെ അടിസ്ഥാന വിൽപ്പന പരസ്യങ്ങൾക്ക് വേഗത നൽകുന്ന പഴയ ഗുരുവിന്റെ വിരമിക്കൽ ഗാനം പോലെയാണ് ഇത്. ഇന്ന് നിക്ഷേപിച്ച $10,000, 50 വർഷത്തിനുള്ളിൽ കോടികൾ മൂല്യമുള്ളതായിരിക്കും. 50 വർഷത്തേക്ക് പ്രതിമാസം $250 നിക്ഷേപിക്കുക, നിങ്ങൾ സമ്പന്നനായി വിരമിക്കും!

ശരിയായി ഉപയോഗിച്ചാൽ, "സംയുക്ത പലിശ" സമ്പത്തിന്റെ ശക്തമായ സഖ്യകക്ഷിയാണ്; സ്ലോലെയ്ൻ ഉദ്ദേശങ്ങൾക്കുവേണ്ടി ഉപയോഗിക്കുന്ന, ഇത് സാമ്പത്തിക യാത്രയുടെ വേഗതയെ തടസ്സപ്പെടുത്തുന്നു.

എന്തുകൊണ്ട്? വീണ്ടും, നിങ്ങൾ ഗണിതത്തെ ഉപയോഗിച്ചാൽ ഈ കുരുക്ക് പരിഹരിക്കപ്പെടും – എന്തുകൊണ്ടാണ് ഒരു ജോലി നിങ്ങളെ സമ്പന്നരാക്കാത്തത് എന്നതിന് ഉത്തരം പറയും : സമയം.

കൂട്ടുപലിശ വഴിയുള്ള സമ്പത്ത് സൃഷ്ടിക്കുന്നതിന് ധാരാളം സമയം ആവശ്യമാണ്. ഒരു ജോലി, കൂട്ടുപലിശ, അല്ലെങ്കിൽ ഓഹരികൾ അല്ലെങ്കിൽ ഇൻഡക്സ് ചെയ്ത ഫണ്ടുകൾപോലുള്ള വിപണി നിക്ഷേപങ്ങൾ പ്രയോജനപ്പെടുത്താനോ നിയന്ത്രിക്കാനോ കഴിയില്ല. അവർ ന്യൂനതയുള്ള ഗണിതത്തെ ആശ്രയിക്കുന്നു സമ്പത്ത് സൃഷ്ടിക്കാൻ.

ജോലിയുടെ വരുമാനം മണിക്കൂർ നിരക്കിലോ വാർഷിക ശമ്പളത്തിലോ അളക്കുന്നതിനാൽ, "സംയുക്ത പലിശ"യുടെ സമ്പത്ത് ത്വരിതപ്പെടുത്തൽ പ്രക്രിയയും സമയത്തിൽ അളക്കുന്നു (വർഷങ്ങൾ) വാർഷിക വിളവ് കൊണ്ട് ഗുണിക്കുന്നു. സമ്പത്തിലേക്കുള്ള സ്ലോലെയ്ൻ പാത്തോളജിയുടെ ഗണിത സൂത്രവാക്യമായ ഭൗതികശാസ്ത്രം നമുക്ക് വീണ്ടും അവലോകനം ചെയ്യാം :

സമ്പത്ത് = (ജോലി) + (വിപണി നിക്ഷേപം)

പ്രാഥമിക വരുമാന സ്രോതസ്സ്   സമ്പത്തിന്റെ ആക്സിലറേറ്റർ

അല്ലെങ്കിൽ ഘടകം:

സമ്പത്ത് = ആന്തരിക മൂല്യം (വാർഷികം) + സംയുക്ത പലിശ (വാർഷികം)

പ്രാഥമിക വരുമാന സ്രോതസ് സമ്പത്തിന്റെ ആക്സിലറേറ്റർ

കൂടുതൽ ഘടകം:

സമ്പത്ത് = *(സമയം × മണിക്കൂർ അല്ലെങ്കിൽ ശമ്പള മൂല്യം) + നിക്ഷേപിച്ച തുക × (1 + വിളവ്)* $^{\text{സമയം}}$

പ്രാഥമിക വരുമാന സ്രോതസ്സ്   സമ്പത്തിന്റെ ആക്സിലറേറ്റർ

ഒരു ജോലിയിലേതുപോലെ, "സംയുക്ത പലിശ"യിലെ പിഴവ് അതേ ഗണിതശാസ്ത്ര നിയന്ത്രണങ്ങളിലാണ്, നിങ്ങൾക്കായി എന്നതിനുപകരം നിങ്ങൾക്കെതിരെ പ്രവർത്തിക്കുന്ന നമ്പറുകളാൽ. ഒന്നു നോക്കൂ ഈ ചാർട്ടിൽ, കൂട്ടുപലിശയുടെ ഫലവും ആ $10,000 നിക്ഷേപവും എടുത്തുകാണിക്കുന്നു.

$10,000–ന്റെ നിക്ഷേപം				
സമയം (വർഷം)	വളർച്ചയുടെ അനുപാതം			
	5%	10%	15%	20%
5	$12,763	$16,105	$20,114	$24,883
10	$16,289	$25,937	$40,456	$61,917
15	$20,789	$41,772	$81,371	$154,070
20	$26,553	$67,275	$163,665	$383,376
25	$33,864	$108,347	$329,190	$953,962
30	$43,219	$174,494	$662,118	$2,373,763
35	$55,160	$ 281,024	$1,331,755	$5,906,682
40	$70,400	$ 452,593	$2.678,635	$14,697,716

10,000 ഡോളർ നിക്ഷേപം 15% വളർച്ച കൈവരിക്കുമെന്ന് ഒരു സ്ലോലെയ്ൻ ഗുരു പ്രസംഗിക്കുന്നു. 40 വർഷത്തിനുള്ളിൽ $2.5 മില്യൺ ഡോളറിലധികം മൂല്യം!!! അടിപൊളി!!!

അവർ നിങ്ങളോട് പറയാത്തത് എന്താണ്?

നിങ്ങൾ ബെർണി മഡോഫ് അല്ലെങ്കിൽ ചാൾസ് പോൻസിയോടുമൊപ്പം നിക്ഷേപിച്ചില്ലായെങ്കിൽ വർഷാവർഷം 15% റിട്ടേൺ അസാധ്യമാണെന്ന് അവർ നിങ്ങളോട് പറയുന്നില്ല. അവർ നിങ്ങളോട് അത് പറയില്ല, 40 വർഷത്തിൽ

നിങ്ങൾ മരിച്ചിരിക്കുമെന്ന് അല്ലെങ്കിൽ, അതിനോട് അടുത്തിരിക്കും എന്ന്. അവർ നിങ്ങളോട് അത് പറയില്ല, നിങ്ങളുടെ ഇന്നത്തെ ഡോളറിൽ $2.5 മില്യൺ 40 വർഷത്തിൽ $250,000 വിലയുള്ളതാവും, ഇന്നത്തെ ഡോളർ നിരക്കിൽ മാത്രമല്ല ഒരു പാക്കറ്റ് ച്യൂയിംഗത്തിന് $6.00 വിലവരുമെന്നും. ഈ സമ്പത്ത് ത്വരിതപ്പെടുത്തൽ രീതി അവർ ഉപയോഗിക്കുന്നതല്ലെന്ന് അവർ നിങ്ങളോട് പറയുന്നില്ല. ഇങ്ങനെ അവർ നിങ്ങളോട് പറയാത്തതായി ധാരാളം കാര്യങ്ങളുണ്ട്, എന്നിട്ടും യാതൊന്നും ചോദിക്കാതെ നിങ്ങൾ അവരെ വിശ്വസിക്കണമെന്ന് അവർ ആഗ്രഹിക്കുന്നു.

നിയന്ത്രണാതീതമായ പരിമിത ഉത്തലകശക്തി (ULL) – ഭാഗം 2

സംയുക്ത പലിശ ഫലപ്രദമാകുന്നതിന്, നിങ്ങൾക്ക് മൂന്ന് കാര്യങ്ങൾ ആവശ്യമാണ് :

1. സമയം, വർഷങ്ങളിൽ അളക്കുന്നത്.
2. ആ വർഷങ്ങളിൽ അനുകൂലമായ വാർഷിക നിക്ഷേപ വരുമാനം.
3. നിക്ഷേപിച്ച തുക, ആവർത്തിച്ചുള്ള നിക്ഷേപം.

ഈ മൂന്ന് വേരിയബിളുകൾ നമ്മുടെ സ്ലോലെയ്ൻ സമ്പത്തിന്റെ അവസാന ഭാഗ സമവാക്യത്തെ നിയന്ത്രിക്കുന്നു :

സംയുക്ത പലിശ = നിക്ഷേപിച്ച തുക × (1 + ലാഭം) സമയം

ഇത് കൂടുതൽ സങ്കീർണ്ണമായ ഒരു സമവാക്യത്തിന്റെ ലളിതമായ പതിപ്പാണെങ്കിലും, ഈ വിശകലനത്തിൽ പ്രധാനം അതിന്റെ വേരിയബിൾ ഘടകങ്ങളാണ്.

പ്രതിവർഷം നിങ്ങളുടെ നിക്ഷേപത്തിൽ 10% റിട്ടേൺ നൽകുമെന്ന് സംയുക്ത പലിശ പ്രവചിക്കുന്നു. ആ 40 വർഷത്തെ ചൂതാട്ടത്തിന് ആശംസകൾ. വിപണികളിൽ എപ്പോഴെങ്കിലും ഒരു വർഷത്തിനുള്ളിൽ 20% നഷ്ടപ്പെട്ടിട്ടുണ്ടോ? അല്ലെങ്കിൽ 40%? ഉണ്ട്, അങ്ങനെ ചെയ്യുമ്പോൾ, നിങ്ങൾ കഠിനാധ്വാനം ചെയ്ത സമ്പാദ്യം ബാഷ്പീകരിക്കപ്പെടും.

കൂട്ടുപലിശ വഴിയുള്ള സമ്പത്ത് ത്വരണം കാര്യക്ഷമമല്ലെന്ന് നിങ്ങൾ കാണുന്നു. കാരണം, അതിന്റെ വേരിയബിളുകൾ കാര്യക്ഷമമല്ല. സമയമോ വിളവോ പ്രയോജനപ്പെടുത്താനോ നിയന്ത്രിക്കാനോ കഴിയില്ല. എന്നിട്ടും, എന്റെ സുഹൃത്തായ നിയന്ത്രണാതീത പരിമിത ഉത്തലകശക്തിയെ പരിചയപ്പെടുക.

ഈ വർഷം നിങ്ങളുടെ പണത്തിന് 2,000% റിട്ടേൺ ആവശ്യപ്പെടാമോ? നിങ്ങളുടെ നിക്ഷേപ സമയ ചക്രവാളം പ്രമാണികമായ 40 വർഷത്തിൽനിന്ന് 400 വർഷമായി വർദ്ധിപ്പിക്കാനായി ആവശ്യപ്പെടാനാവുമോ? വീണ്ടും, അക്കങ്ങൾ പ്രയോജനപ്പെടുത്താൻ കഴിയില്ല. നിങ്ങളുടെ നിക്ഷേപ ചക്രവാളത്തിന്റെ ഉയർന്ന പരിധി 50 വർഷമാണ്. വിളവ് മോശമാണ് – 6%, 8%, എങ്കിൽ 10% വാർഷിക നിക്ഷേപ വരുമാനം സാധാരണ മാനദണ്ഡങ്ങൾക്കനുസരിച്ചായിരിക്കും. നിങ്ങളുടെ ജീവിതത്തിലെ വർഷങ്ങളാൽ സമയം നിയന്ത്രിക്കപ്പെടുന്നു, സാധാരണ വിപണി നിക്ഷേപങ്ങളുടെ ശരാശരി വിളവ് അനുസരിച്ച്

വിളവ് നിയന്ത്രിക്കപ്പെടുന്നു. തുക പരിമിതമാണ്, നിങ്ങളുടെ വരുമാനം സൃഷ്ടിക്കുന്നതിനുള്ള മാർഗ്ഗം ഒരു ജോലിയിൽനിന്നാണ് വരുന്നത് – അതും പരിമിതമാണ്! കൂട്ടുപലിശയുടെ ഗണിതശാസ്ത്ര ദൗർബല്യത്തെ അട്ടിമറിക്കുക എന്നതിന് ഒരേയൊരു വഴി വലിയ അളവിൽ ആരംഭിക്കുക എന്നതാണ്, *വലിയ സംഖ്യകൾക്ക് ലിവറേജ് ആവശ്യമാണ്!*

കൂടാതെ, ഒരു ജോലിപോലെ, നിങ്ങൾക്ക് സംയുക്ത പലിശ നിയന്ത്രിക്കാൻ കഴിയില്ല. നിങ്ങളുടെ സമ്പാദ്യത്തിന് 25% പലിശ നൽകാൻ ബാങ്കിനോട് ആവശ്യപ്പെടാമോ? ഹേയ്, മിസ്റ്റർ സ്ലോലെയ്ൻ ബാങ്ക്, എന്റെ സേവിംഗ്സ് അക്കൗണ്ടിൽ 25% ലാഭം ഞാൻ ആവശ്യപ്പെടുന്നു!

നിങ്ങൾക്ക് സമ്പദ് വ്യവസ്ഥയെ നിയന്ത്രിക്കാൻ കഴിയുമോ? ഹേയ്, മിസ്റ്റർ ഇക്കണോമി, നിങ്ങൾ എനിക്ക് ഉറപ്പ് തരാമോ തൊഴിലില്ലായ്മയും കച്ചവട സൗഹൃദ നികുതി അന്തരീക്ഷവും?

ഓഹരി വിപണിയിലെ ശരാശരി വിളവ് നിയന്ത്രിക്കാൻ നിങ്ങൾക്ക് കഴിയുമോ? ഹേയ്, മിസ്റ്റർ സ്റ്റോക്ക് മാർക്കറ്റ്, 8% റിട്ടേണിൽ ഞാൻ മടുത്തു, ഈ വർഷം എനിക്ക് 250% തരാമോ? രസകരമായ കാര്യങ്ങൾ!

നിങ്ങൾക്ക് ഈ സമവാക്യത്തിൽ മറ്റൊരു ചെറിയ 1% ലഭിക്കുമെന്ന് ഉറപ്പാക്കാൻ മികച്ച നിക്ഷേപങ്ങൾക്കായി രോഷാകുലമായ അധ്വാനിക്കുന്ന തിരച്ചിലല്ലാതെ മറ്റെന്തെങ്കിലും നിയന്ത്രിക്കാനാകുമോ? നിങ്ങൾക്ക് കഴിയില്ല.

എന്തുകൊണ്ടാണ് ഇൻഡക്സ് ചെയ്ത ഫണ്ടുകളും 401(കെ)–കളും നിങ്ങളെ സമ്പന്നരാക്കാത്തത്?

2008-ൽ, ഒരു പ്രമുഖ ബ്രോക്കറേജ് ഇടം നൽകിയ സ്ഥിരവരുമാന നിക്ഷേപ സെമിനാറിൽ ഞാൻ പോയി. മുനിസിപ്പൽ, കോർപ്പറേറ്റ് ബോണ്ടുകൾ തുടങ്ങിയ ഉപകരണങ്ങളാണ് സ്ഥിരവരുമാന നിക്ഷേപങ്ങൾ. സ്റ്റാൻഡിംഗ് റൂം മാത്രമുള്ള സെമിനാറിൽ ഏകദേശം 50 പേർ പങ്കെടുത്തു. ഞാൻ പിന്നിൽ ഇരുന്ന് ആൾക്കൂട്ടത്തെ നിരീക്ഷിച്ചു. നരച്ച മുടിയുള്ളവർ, സോക്സും ചെരുപ്പുകളും അണിഞ്ഞവർ, വടി കുത്തിയവർ, വീൽചെയറുകളിൽ ഇരിക്കുന്നവർ, എന്നിവ നീക്കം ചെയ്താൽ പിന്നെ അവശേഷിച്ചതെന്താണ്?

ഞാൻ മാത്രം.

മുറിയിലെ ഏറ്റവും പ്രായം കുറഞ്ഞ വ്യക്തി ഞാനായിരുന്നു (ഞാൻ ഇപ്പോൾ അത്ര ചെറുപ്പമല്ല).

വിരമിച്ചവർ നിറഞ്ഞ ഒരു മുറിയിൽ ഒരു മുപ്പത് വയസ്സുകാരൻ എങ്ങനെ കയറി?

സ്ലോലെയ്ൻ വിജയഗാഥകളായിരുന്നു മുറിയിലെ ആളുകൾ. സമ്പത്ത് ത്വരിതപ്പെടുത്താൻ അവർ സമയം ഉപയോഗിച്ചു, അവർക്ക് ലഭിച്ചത് വാർദ്ധക്യമാണ്. അത് വാർദ്ധക്യത്തിലെത്തിയവരെ മോശപ്പെടുത്താൻ ഞാൻ പറയുന്നതല്ല, മറിച്ച് കാര്യത്തിലേക്ക് വെളിച്ചം വീശാൻ വേണ്ടിയാണ് : സംയുക്ത പലിശയ്ക്ക് (സൂചിക-ഫണ്ടുകൾ, മ്യൂച്വൽ ഫണ്ടുകൾ, സ്റ്റോക്ക് മാർക്കറ്റ്) സമ്പത്ത് വേഗത്തിൽ ത്വരിതപ്പെടുത്താൻ കഴിയില്ല.

ഗവേഷണ-വിപണന സ്ഥാപനമായ ഹാരിസൺ ഗ്രൂപ്പ് (HarrisonGroupInc.com) പ്രകാരം, പെന്റാ-മില്യനെയർമാരിൽ 10% മാത്രമാണ് (അറ്റ മൂല്യം $5 ദശ

ലക്ഷം) അവരുടെ സമ്പത്ത് നിഷ്ക്രിയ നിക്ഷേപത്തിൽനിന്നാണ് വന്നതെന്ന് ബോധിപ്പിച്ചത്. പ്രായത്തിന്റെ വിവരങ്ങൾ നൽകിയിട്ടില്ല, എങ്കിലും 10% പേരിൽ ആരും 30 വയസ്സിന് താഴെയുള്ളവരല്ലെന്ന് ഊഹിക്കാം.

ആലോചിച്ചു നോക്കൂ. ഇൻഡക്സ് ഫണ്ടുകളിൽ നിക്ഷേപം നടത്തിയതു കൊണ്ടോ അല്ലെങ്കിൽ അവന്റെ തൊഴിലുടമയുടെ വിരമിക്കൽ പരിപാടിയോ കൊണ്ട് സമ്പന്നനായ ഒരു കോളേജ് വിദ്യാർത്ഥിയെ നിങ്ങൾ എപ്പോഴെങ്കിലും കണ്ടുമുട്ടിയിട്ടുണ്ടോ? 2014-ൽ മുനിസിപ്പൽ ബോണ്ടുകൾ വാങ്ങി, 2018-ൽ വിരമിച്ചയാളുടെ കാര്യമോ? മ്യൂച്വൽ ഫണ്ടുകളുടെ സമതുലിതമായ പോർട്ട്ഫോളിയോ കാരണം അയാൾക്ക് 1.2 മില്യൺ ഡോളർ കാർ വാങ്ങി ഓടിക്കാൻ കഴിയുമെങ്കിൽ അതെന്നെ അത്ഭുതപ്പെടുത്തും.

ഈ ആളുകൾ നിലവിലില്ല, കാരണം, യുവാക്കളായ സമ്പന്നർ 8% റിട്ടേൺ അല്ല എന്നാൽ 800% ആണ് പ്രയോജനപ്പെടുത്തുന്നത്! ഒരു വർഷത്തിനുള്ളിൽ നിങ്ങളുടെ സമ്പത്ത് എപ്പോഴെങ്കിലും 800% വർദ്ധിച്ചിട്ടുണ്ടോ? ഒരുപക്ഷേ ഇല്ല, പക്ഷേ ഒരു കാര്യം അറിയാമോ? എന്റേത് വർദ്ധിച്ചിട്ടുണ്ട്, കാരണം സ്ലോലെയ്ൻ സമ്പത്ത് സമവാക്യവുമായി ഞാൻ ബന്ധിതനല്ലാത്തതിനാൽ. എന്റെ സമ്പത്ത് ത്വരിതപ്പെടുത്തൽ വാഹനം ഷെയർ മാർക്കറ്റിനെ ആശ്രയിക്കുന്നില്ല.

എന്നിരുന്നാലും, ഇവ സമ്പത്തിനെ ത്വരിതപ്പെടുത്തുമെന്ന് വിശ്വസിക്കാൻ നിങ്ങളെ തയ്യാറാക്കും. ഇൻഡക്സ് ഫണ്ടുകൾ, സ്റ്റോക്കുകൾ, ബോണ്ടുകൾ, 401(കെ)-കൾ, ഡോളർ ചെലവ് ശരാശരി, കൂട്ടുപലിശ എന്നിവ സ്ലോലെയ്ൻ സമ്പത്ത് ത്വരിതപ്പെടുത്തുന്നതിനുള്ള യാഥാസ്ഥിതികതയാണ്.

നിർഭാഗ്യവശാൽ, നിയന്ത്രണമോ സ്വാധീനമോ ഇല്ലാതെ, അവർ സമ്പത്ത് ത്വരിതപ്പെടുത്തുന്നതിന് ശക്തിയില്ലാത്തവരാണ്.

വാങ്ങിയ്ക്കുക കൈവശം വെക്കുക എന്നത് നിലച്ചിരിക്കുന്നു

കോളേജിൽ, "ഷെയർ വാങ്ങി കൈവശം വെക്കുക" എന്ന സുരക്ഷിത നിക്ഷേപ തന്ത്രമാണ് ദശലക്ഷങ്ങൾ ഉണ്ടാക്കിയതായി എന്നെ പഠിപ്പിച്ചത്. സുദൃഢമായ കമ്പനികളിൽ ഓഹരികൾ വാങ്ങുക, പതിറ്റാണ്ടുകൾ കാത്തിരിക്കുക, ആഹാ... ഞാൻ ദശലക്ഷക്കണക്കിന് കോരിയെടുക്കും. അവർ ഒരു ഗ്രാഫ് നിങ്ങളുടെ മുന്നിൽ നിരത്തി നിങ്ങളെ ബോധിപ്പിക്കും, "1995-ൽ XYZ കമ്പനിയിലെ $10,000 നിക്ഷേപം ഇന്ന് $5 മില്യൺ മൂല്യമുള്ളതായിരിക്കും!"

നന്ദിയോടെ, ഞാൻ അത് അവഗണിച്ചു.

1997-ൽ, ഞാൻ $1,000 ഉപയോഗിച്ച് ഒരു റോത്ത് IRA അക്കൗണ്ട് തുറക്കുകയും വളർച്ചയ്ക്കു പണം നിക്ഷേപിക്കുകയും ചെയ്തു. ഒരു പ്രധാന നിക്ഷേപത്തിൽ മ്യൂച്വൽ ഫണ്ട് നിക്ഷേപത്തിൽ പണം നിക്ഷേപിച്ചു. അതെ, അത് കൈകാര്യം ചെയ്യാൻ ഞാൻ എന്നെ "പ്രൊഫഷണലുകളെ" ഏൽപ്പിച്ചു. അടുത്ത ദശകത്തേക്ക് ഞാൻ അത് സ്പർശിച്ചില്ല. അടിസ്ഥാനപരമായി, ഞാൻ അക്കൗണ്ടിനെക്കുറിച്ച് മറന്നു.

തുടർന്നുള്ള 10 വർഷങ്ങളിൽ, ഫാസ്റ്റ്ലെയ്ൻ റോഡ് മാപ്പ് പിന്തുടരുന്നതിലൂടെയും ഫാസ്റ്റ്ലെയ്ൻ തന്ത്രം പ്രയോജനപ്പെടുത്തലും വഴി ഞാൻ $10 ദശലക്ഷം ഡോളർ സമ്പാദിച്ചു. വർഷങ്ങൾക്കുമുൻപ് തുറന്ന ആ റോത്ത് IRA-യുടെ കാര്യമോ? ഞാനത് ഒരിക്കലും സ്പർശിച്ചിട്ടില്ല, മാത്രമല്ല അതിനെ സ്ലോലെയ്ന്റെ കുത്തൊഴുക്കിൽ സഞ്ചരിക്കാൻ അനുവദിക്കുകയും ചെയ്തു. 2010-ൽ

ഞാൻ ഈ പുസ്തകം പൂർത്തിയാക്കുമ്പോൾ, ആ അക്കൗണ്ടിന്റെ മൂല്യം $698 ആയിരുന്നു. $698!

പണപ്പെരുപ്പത്തിൽ, യഥാർത്ഥ വാങ്ങൽ ശേഷി $500 ആണ്. എന്റെ അടുക്കള മേശയിലെ എന്റെ ചില്ലറയിടുന്ന ബക്കറ്റ് അതിനേക്കാൾ മികച്ച നിക്ഷേപമായിരുന്നു. ഞാൻ $10,00,000 നിക്ഷേപിച്ചിരുന്നെങ്കിൽ, എനിക്ക് $400,000-ൽ കൂടുതൽ നഷ്ടമാകുമായിരുന്നു.

ഇതാണ് സ്ലോലെയ്നുടെ സമ്പത്തിനായുള്ള എണ്ണയിട്ട ആയുധം? അടിപൊളിയായിട്ടുണ്ട്.

ദശലക്ഷക്കണക്കിന് ആളുകൾ സ്ലോലെയ്ൻ റോഡ് മാപ്പിലെ മന്ത്രമായ "വാങ്ങി പിടിച്ചുവക്കുക" എന്നതിനെ ഭവ്യമായ മുഖ്യ വഴിയായി കണക്കാക്കുന്നു. പതിറ്റാണ്ടുകൾ നീളമുള്ള, അനിയന്ത്രിതമായ അപകടങ്ങളാൽ വലയുന്ന, അപൂർവ്വമായി സമ്പത്തിലേക്ക് നയിക്കുന്ന ഒരു വഴിയാണ് ഇത്.

"ഗെറ്റ് റിച്ച് സ്ലോ" എന്നതിന്റെ ഫലപ്രാപ്തിയെക്കുറിച്ച് ഒരു സ്ലോലെയ്ൻ പ്രവാചകൻ പ്രഖ്യാപിക്കുന്നത് ഞാൻ അടുത്തിടെ കേട്ടു. ഈ സിറപ്പുപോലത്തെ സത്യകഥ ഉദ്ധരിച്ചുകൊണ്ട് : *1940 അവസാനത്തോടെ നിങ്ങൾ S&P500-ന്റെ സ്റ്റോക്കുകളിൽ $1,000 നിക്ഷേപം നടത്തിയിരുന്നെങ്കിൽ നിങ്ങൾക്ക് ഇപ്പോൾ $1,341,513 ഉണ്ടായിരുന്നേനെ*. അതിനാൽ, ഇത് വസ്തുതയാണെന്ന് അനുമാനിച്ചുകൊണ്ട് നമുക്ക് പരിശോധിക്കാം ഈ വസ്തുത.

1. ഇത് 1940 ആണ്, നിങ്ങൾക്ക് 21 വയസ്സ് ഉണ്ടെന്ന് കരുതുക.
2. ഇത് 1940 ആണ്, നിങ്ങൾക്ക് എങ്ങനെയോ $1,000 ലഭിച്ചു, അത് ഇന്നത്തെ ഡോളറിൽ ഏകദേശം $15,000 ആണ്.
3. നിങ്ങൾ 1940-കളിലെ പണത്തിൽ $1,000 എടുത്ത് മുകളിൽ പറഞ്ഞതുപോലെ ചെയ്തു.

അഭിനന്ദനങ്ങൾ! ഇത് ഇപ്പോൾ 2011 ആണ്, നിങ്ങൾക്ക് 91 വയസ്സായി, $1,341,513 കൊണ്ട് സമ്പന്നനാണ്. അല്ലെങ്കിൽ നിങ്ങളുടെ ജനനസമയത്ത് $1,000 ലഭിക്കാൻ ഭാഗ്യമുണ്ടെങ്കിൽ, നിങ്ങൾക്ക് ഇപ്പോൾ 71 വയസ്സ് തികയും! അതെ, സുഹൃത്തുക്കളേ, ഇത് ആവേശഭരിതരാകാനുള്ള സമയമാണ്! "മെല്ലെ സമ്പന്നനാകുക" നിങ്ങളെ സമ്പന്നനാക്കാൻ പോകുന്നു! വെറുതെ അവഗണിക്കുക നിങ്ങളുടെ 74 വർഷത്തെ ആയുർദൈർഘ്യം, നിങ്ങളുടെ വീൽ ചെയറിൽ ക്രോം റിംസ് സജ്ജീകരിച്ചിട്ടുണ്ടെന്ന് ഉറപ്പാക്കുക.

ഗൗരവമായി, ഈ വിഡ്ഢിത്തത്തിൽ ആരെങ്കിലും എങ്ങനെ ആവേശഭരിതനാകും?

സമയവുമായുള്ള സ്ലോലെയ്നിന്റെ ചതിക്കുന്ന ബന്ധം

കൂട്ടുപലിശയും ജോലിയും ഒരേ രോഗത്താൽ ഭ്രമിതമാണ് : പാപപരവും അത്യാഗ്രഹത്തോടെയും നിങ്ങളുടെ സമയത്തെ ഉപഭോഗം ചെയ്യുകയും നിയന്ത്രണത്തെ ഉപേക്ഷിക്കുകയും ചെയ്യുക. സ്ലോലെയ്ൻ സമ്പത്ത് സമവാക്യത്തിലെ രണ്ട് വേരിയബിളുകളും സമയത്തെ അടിസ്ഥാനമാക്കിയുള്ളതാണ് – ഒരു ജോലിയിലും വിപണി നിക്ഷേപങ്ങളിലും വ്യാപാരം ചെയ്യപ്പെടുന്ന സമയം. മരണനിരക്കിന്റെ

ഗണിതശാസ്ത്രപരമായ വൈകല്യങ്ങളുമായി ജന്മനാ ബന്ധിപ്പിച്ചിരിക്കുന്ന സമ്പത്തിന്റെ പ്രധാന ഘടകമായി സമയം മാറുന്നു : ഒരു ദിവസത്തിൽ 24 മണിക്കൂറും ഒരു 50 വർഷത്തെ തൊഴിൽ-ജീവിത പ്രതീക്ഷ.

അതെ, "സമ്പന്നനാകുക" എന്നത് സമയത്തിന്റെ ഒരു പ്രവർത്തനമാണ്. *നിങ്ങൾ എന്നേക്കും ജീവിക്കാൻ പദ്ധതിയിടുന്നില്ലെങ്കിൽ, ഈ ബന്ധം സംശയാസ്പദമായി വിഡ്ഢിത്തമാണ്. എന്തുകൊണ്ട്?*

കാരണം നിങ്ങളുടെ സമയം കച്ചവടം ചെയ്യുന്നത് നിങ്ങളുടെ സമ്പത്ത് കച്ചവടം ചെയ്യുകയാണ്. ഈ ദയനീയമായ സാധാരണ ഉദാഹരണങ്ങൾ പരിശോധിക്കുക. മൊത്ത ശമ്പളത്തിൽ ഒരു 5% സേവിംഗ്സ് നിരക്ക് ഊഹിക്കുക പ്രതിവർഷം 8% വാർഷിക നിക്ഷേപ വരുമാനവും. നമ്മൾ വിലക്കയറ്റവും നികുതികളും ഒഴിവാക്കുന്നു.

ശമ്പളം @ $25,000/വർഷം, $1,250/വർഷം ലാഭിക്കുക, 40 വർഷത്തിലധികം നിക്ഷേപം @ 8% = $362,895

ശമ്പളം @ $50,000/വർഷം, $2,500/വർഷം ലാഭിക്കുക, 40 വർഷത്തിലധികം നിക്ഷേപം @ 8% = $725,791

ശമ്പളം @ $75,000/വർഷം, $3,750/വർഷം ലാഭിക്കുക, 40 വർഷത്തിലധികം നിക്ഷേപം @ 8% = $1,088,686

ശമ്പളം @ $100,000/വർഷം, $5,000/വർഷം ലാഭിക്കുക, 40 വർഷത്തിലധികം നിക്ഷേപം @ 8% = $1,451,581

ശമ്പളം @ $150,000/വർഷം, $7,500/വർഷം ലാഭിക്കുക, 40 വർഷത്തിലധികം നിക്ഷേപം @ 8% = $2,177,132

അക്കങ്ങളിൽ ആകൃഷ്ടരാകരുത്. ഇത് ഇന്നേക്ക് 40 വർഷം മുതലുള്ളതാണെന്ന് ഓർമ്മിക്കുക. നിങ്ങൾക്ക് 20 വയസ്സുണ്ടെങ്കിൽ, നിങ്ങൾക്ക് 60 വയസ്സ് വരും. നിങ്ങൾക്ക് 30 വയസ്സുണ്ടെങ്കിൽ, നിങ്ങൾ 70 വയസ്സ് വരും. നിങ്ങൾക്ക് 40 വയസ്സുണ്ടെങ്കിൽ, നിങ്ങൾ മരിക്കും. ക്ഷമിക്കണം, അത് ജീവിത പ്രത്യാശയ്ക്കുമപ്പുറമാണ്.

അപ്പോൾ ഈ പ്രായങ്ങളിൽ, ഈ പണവും അത് വാങ്ങുന്ന സ്വാതന്ത്ര്യവും ആകർഷകമാണോ?

കൂടാതെ, ഈ പണത്തിന് ഇന്നത്തെ വാങ്ങൽ ശേഷിയുടെ 50% ഉണ്ടായിരിക്കുമെന്ന് നിങ്ങൾ മനസ്സിലാക്കുന്നുണ്ടോ? 40 വർഷങ്ങൾക്കുമുൻപ് നിങ്ങൾക്ക് 5,000 ഡോളറിന് ഒരു കാറും 50 സെന്റിന് ഒരു റൊട്ടിയും വാങ്ങാമായിരുന്നു. നമ്മൾ മറ്റ് ഉന്നതമായ അനുമാനങ്ങൾ, ലാഭകരമായ തൊഴിൽ, ശക്തമായ സമ്പദ് വ്യവസ്ഥ എന്നിവ മറക്കരുത് അത് പ്രതിവർഷം സുരക്ഷിതമായ 8% നിർദ്ദേശിക്കുന്നു. 2008-ൽ വിപണിയിൽ 50% നഷ്ടമുണ്ടായി. ഞാൻ ഊഹിക്കുന്നു ഗുരുക്കന്മാർ ഈ അപാകതകളെക്കുറിച്ച് പറയാൻ മറന്നു.

പ്രിയമുള്ളവരെ, നിങ്ങൾ കോടീശ്വരനാകുന്നത് നിങ്ങളുടെ കൈയ്യിൽ ഊന്നുവടി വന്നതിനുശേഷമാകാൻ നിങ്ങൾ ആഗ്രഹിക്കുന്നില്ല, അത് നിങ്ങളുടെ യൗവനത്തിനൊപ്പം വരണമെന്നാണ് നിങ്ങൾ ആഗ്രഹിക്കുന്നത്.

എല്ലാ ദിവസവും, ആളുകൾ സമ്പത്തിന്റെ ചെറിയ കഷണങ്ങൾക്കായി സമയം ത്യജിക്കുന്നു, ഇവിടെ സമയം ബാധ്യതയാണ്, ആസ്തിയല്ല. എന്താണോ

സമയം മോഷ്ടിക്കുന്നതും സമയത്തെ സ്വാതന്ത്ര്യപ്പെടുത്താനുള്ള ശക്തി ഇല്ലാത്തതും അതൊരു ബാധ്യതയാണ്.

സ്ലോലെയ്നിനുള്ളിൽ, എന്നേക്കും ഒഴുകുന്ന ഒരു ഉറവ പോലെ സമയം തെറ്റായി കൈകാര്യം ചെയ്യപ്പെടുന്നു. നിർഭാഗ്യവശാൽ, മരണനിരക്ക് 100% ആണ്, ജീവിതത്തിന്റെ ഭാവി മരണമാണ്. ഒരു ദിവസം നിങ്ങൾ മരിക്കുന്നു, നിങ്ങളുടെ സമയത്തിന്റെ 60% നിങ്ങളുടെ കുട്ടികൾ വളരുകയും നിങ്ങളുടെ പങ്കാളി യോഗ പരിശീലകനൊപ്പം വഞ്ചിക്കുകയും ചെയ്യുമ്പോൾ ഒരു ക്യൂബിക്കിളിൽ പാഴായില്ല എന്ന് പ്രതീക്ഷിക്കാം.

സ്ലോലെയ്ൻ പ്രതീക്ഷയുടെ ഒരു പദ്ധതിയാണ്

സ്ലോലെയ്ൻ നിങ്ങളുടെ നിയന്ത്രണം നേർപ്പിക്കുന്നു. നിങ്ങളുടെ സാമ്പത്തിക വിധി നിയന്ത്രിക്കാൻ ആഗ്രഹിക്കുന്നതിനാലാണ് നിങ്ങൾ ഈ പുസ്തകം വായിക്കുന്നത്, അത് വാൾസ്ട്രീറ്റിലോ ഏതെങ്കിലും കോർപ്പറേഷന്റെയോ കൈയിലാകരുത്.

നിങ്ങൾക്ക് സമ്പന്നനാകണമെങ്കിൽ, നിങ്ങളിലെ വേരിയബിളുകൾ നിയന്ത്രിക്കുകയും പ്രയോജനപ്പെടുത്തുകയും വേണം – നിയന്ത്രണമില്ലാത്ത ഏതൊരു സാമ്പത്തിക പദ്ധതിയും, പ്രതീക്ഷയുടെ ഒരു പദ്ധതിയായി നിലനില്ക്കും.

എന്നെ ജോലിയിൽ നിന്ന് പിരിച്ചുവിടില്ലെന്ന് പ്രതീക്ഷിക്കുന്നു!

എന്റെ ഓഹരികൾ വമ്പൻ ഉയർച്ചയിലാകുമെന്ന് പ്രതീക്ഷിക്കുന്നു!

എനിക്ക് ആ പ്രമോഷൻ ലഭിക്കുമെന്ന് പ്രതീക്ഷിക്കുന്നു!

എന്റെ ജോലി സമയം വെട്ടിക്കുറച്ചിട്ടില്ലെന്ന് പ്രതീക്ഷിക്കുന്നു!

എന്റെ കമ്പനി പാപ്പരാകില്ലെന്ന് പ്രതീക്ഷിക്കുന്നു!

പ്രത്യാശ, പ്രത്യാശ, പ്രത്യാശ മാത്രം!

ക്ഷമിക്കണം, പ്രതീക്ഷ ഒരു പദ്ധതിയല്ല!

സ്ലോലെയ്ൻ പ്ലാൻ ഒരു ഗണിത ജയിലിൽ വിശ്രമിക്കുന്നു, സമയം അതിന്റെ കാവല്ക്കാരനും. സ്ഫോടനാത്മകമായ സമ്പത്ത് വേഗത്തിൽ സൃഷ്ടിക്കുന്നതിന്, നിങ്ങൾ സ്ലോലെയ്ൻ ഫോർമുലയും സമയവുമായുള്ള അതിന്റെ ദ്രോഹപരമായ ബന്ധവും ഉപേക്ഷിക്കണം. സമ്പത്ത് കെട്ടിപ്പടുക്കുന്നത് സമയം ഒരു ആസ്തിയായിട്ടാണ്, ബാധ്യതയായിട്ടല്ല!

എന്നിരുന്നാലും, നിയന്ത്രണാതീതമായ പരിമിത ലിവറേജിനോടുള്ള സ്ലോലെയ്നറുടെ പ്രതികരണം പ്രവചിക്കാവുന്നതാണ് : അവർ നിയന്ത്രിക്കാവുന്ന ഒരു വേരിയബിളിനെതിരെ – അവരുടെ അന്തർലീനമായ മൂല്യത്തിനെതിരായി അവർ ഒരു അബദ്ധ യുദ്ധത്തിൽ ഏർപ്പെടുന്നു. സ്ലോലെയ്നർ വാദിക്കുന്നു, “എനിക്ക് കൂടുതൽ പണം സമ്പാദിക്കണം!” ആ പോരാട്ടം ചെലവേറിയ വിദ്യാഭ്യാസം കൊണ്ട് വ്യർത്ഥമായി പോരാടുന്നു.

അധ്യായ സംഗ്രഹം : ഫാസ്റ്റ്ലെയ്ൻ പ്രത്യേകതകൾ

- നിയന്ത്രണാതീതമായ പരിമിത ലിവറേജ് കാരണം സ്ലോലെയ്ൻ സമ്പത്ത് അസംഭവ്യമാണ് (ULL).
- സ്ലോലെയ്ൻ സമ്പത്ത്, സമവാക്യത്തിലെ ആദ്യ വേരിയബിൾ ഘടകം

ഒരു ജോലിയിൽനിന്നാണ്. ഈ ആന്തരികമൂല്യകാരണം നിങ്ങളുടെ ജീവിതത്തിന്റെ ഓരോ യൂണിറ്റിനുമുള്ള നിങ്ങളുടെ നാമമാത്ര മൂല്യമാണ്.

- അന്തർലീനമായ മൂല്യം നിങ്ങളുടെ സമയത്തിന്റെ മൂല്യമാണ്, മാർക്കറ്റ് സജ്ജീകരിച്ച് സമയത്തിന്റെ യൂണിറ്റുകളിൽ അളക്കുന്നത്, ഒന്നുകിൽ മണിക്കൂറിൽ അല്ലെങ്കിൽ വർഷംതോറും.
- സ്ലോലെയ്നിൽ, അന്തർലീനമായ മൂല്യം (അതിന്റെ സമയം അളക്കുന്നത് പരിഗണിക്കാതെ) സംഖ്യാപരമായി തടഞ്ഞിരിക്കുന്നു, കാരണം ദിവസത്തിൽ 24 മണിക്കൂർ മാത്രമേ ഉള്ളൂ (മണിക്കൂറുള്ള തൊഴിലാളിക്ക്), ശരാശരി ആയുസ് 74 വർഷമാണ് (ശമ്പള തൊഴിലാളിക്ക്).
- സ്ലോലെയ്നിന്റെ പ്രാഥമിക വരുമാന സ്രോതസ്സ് (ഒരു ജോലി) പോലെ, സ്ലോലെയ്നറിന്റെ സമ്പത്തിന്റെ ത്വരക വാഹനം (കോമ്പൗണ്ട് പലിശ) സമയവുമായി ബന്ധപ്പെട്ടിരിക്കുന്നു.
- ഒരു ജോലി പോലെ, കൂട്ടുപലിശയും ഗണിതശാസ്ത്രപരമായി വ്യർത്ഥമാണ്, അതിൽ കൃത്രിമം കാണിക്കാൻ കഴിയില്ല. നിങ്ങൾക്ക് വർഷംതോറും അസാധാരണമായ വരുമാനം നൽകുന്നതിന് വിപണിയെ (അല്ലെങ്കിൽ സമ്പദ്വ്യവസ്ഥയെ) നിർബന്ധിതമായി പോഷിപ്പിക്കാനാവില്ല.
- സമയത്തെ അടിസ്ഥാനമാക്കി ഗണിതശാസ്ത്രവുമായി ബന്ധപ്പെടുത്തുമ്പോൾ സമ്പത്ത് ത്വരിതപ്പെടുത്താനാവില്ല.
- സമയം നിങ്ങളുടെ ആദിമ ഇന്ധനമാണ്, അത് പണത്തിനായി കച്ചവടം ചെയ്യപ്പെടരുത്.
- നിങ്ങളുടെ സമയം സമ്പത്തിനായി ചെലവഴിക്കാവുന്ന ഒരു വിഭവമായിരിക്കരുത് കാരണം സമ്പത്ത് തന്നെ സമയംകൊണ്ട് നിർമ്മിച്ചതാണ്.
- നിങ്ങളുടെ മരണനിരക്ക് സമ്പത്ത് സൃഷ്ടിക്കുന്നതിന് സമയത്തെ ഗണിതശാസ്ത്രപരമായി നിഷ്ഫലമാക്കുന്നു.
- നിങ്ങളുടെ സമ്പത്ത് പ്രപഞ്ചത്തിൽ അന്തർലീനമായിരിക്കുന്ന വേരിയബിളുകൾ നിങ്ങൾ നിയന്ത്രിക്കുന്നില്ലെങ്കിൽ, നിങ്ങൾ നിങ്ങളുടെ സാമ്പത്തിക പദ്ധതി നിയന്ത്രിക്കുന്നില്ല.

നിഷ്ഫലമായ പോരാട്ടം : വിദ്യാഭ്യാസം

എന്റെ പഠനത്തെ തടസ്സപ്പെടുത്തുന്ന ഒരേയൊരു കാര്യം
എന്റെ വിദ്യാഭ്യാസമാണ്.

—ആൽബർട്ട് ഐൻസ്റ്റീൻ

അനിയന്ത്രിതമായ പരിമിത ഉത്തലകശക്തിക്കെതിരായ പോരാട്ടം : വിദ്യാഭ്യാസം

അവരുടെ സമ്പത്ത് സമവാക്യത്തിൽ ജനിതകമായി അടങ്ങിയിട്ടുള്ള നിയന്ത്രണാതീതമായ പരിമിത ശക്തിയോടുള്ള സ്ലോലെയ്നറുടെ സ്വാഭാവിക പ്രതികരണം (ULL) അന്തർലീനമായ മൂല്യത്തോട് വിദ്യാഭ്യാസം എന്ന ആയുധം വിന്യസിച്ചുകൊണ്ട് യുദ്ധം ചെയ്യുക എന്നതാണ്.

ULL സ്ലോലെയ്ൻ നിർവ്വചിക്കുന്നു, സ്ലോലെയ്നർ വർദ്ധിപ്പിക്കേണ്ട ഏക വേരിയബിൾ യുക്തിസഹമാക്കുന്നത് അവരുടെ വേതന നിരക്കാണ്. എനിക്ക് ആറക്ക വരുമാനം ഉണ്ടാക്കണം! എനിക്ക് കൂടുതൽ പണം ഉണ്ടാക്കണം! അതിനാൽ, പ്രവചനാതീതമായി, അവർ വീണ്ടും സ്കൂളിൽ പോയി MBA അല്ലെങ്കിൽ എന്തെങ്കിലും സർട്ടിഫിക്കറ്റ് നേടുന്നു. അവർ വാദിക്കും, "എംബിഎ ബിരുദധാരികൾ 15% കൂടുതൽ സമ്പാദിക്കുന്നു!" അല്ലെങ്കിൽ "സാക്ഷ്യപ്പെടുത്തിയ PMP-യുടെ പ്രാരംഭ ശമ്പളം വർഷത്തിൽ $120,000!"

ഉദാഹരണത്തിന്, സ്റ്റീവ് ഡെബോയിസ് തന്റെ യോഗ്യതാപത്രങ്ങൾ മനോഹരമാക്കാൻ ഒരു MBA പ്രോഗ്രാമിൽ ചേരുന്നു. MBA-യുടെ ചെലവ് $55,000 ആണ്, 800 മണിക്കൂർ. സ്റ്റീവ് ഈ രണ്ടിരട്ടി ചെലവിനെ (സമയവും പണവും) ന്യായീകരിക്കുന്നു, കാരണം അവൻ തന്റെ ആന്തരിക മൂല്യം ഉയരുമെന്ന് പ്രതീക്ഷിക്കുന്നു. അത് പൂർത്തിയാകുമ്പോൾ, സ്റ്റീവ് തന്റെ കമ്പനിക്ക് കൂടുതൽ മൂല്യമുള്ളവനായിരിക്കുമെന്നും അതിൽ മത്സരാധിഷ്ഠിത വിപണിയിൽ കൂടുതൽ മൂല്യമുള്ളവനായിരിക്കുമെന്നും പ്രതീക്ഷിക്കുന്നു. നിർഭാഗ്യവശാൽ, അവൻ ഇപ്പോഴും പണത്തിനായി തന്റെ സമയം വ്യാപാരം ചെയ്യുന്നു, ഉയർന്ന നിരക്കിൽ, എന്നിട്ടും അനിയന്ത്രിതവും പ്രയോജനമില്ലാത്തതുമായി.

മറ്റൊരു ഉദാഹരണം ഒരു പ്രോജക്ട് മാനേജ്മെന്റിൽ ചേർന്ന എന്റെ സുഹ

ത്താണ്. അവളുടെ ജീവിതത്തിൽനിന്ന് അഞ്ച് ശനിയാഴ്ചകളിലെ എട്ട് മണിക്കൂർ കഴിച്ചുതീർത്ത സർട്ടിഫിക്കേഷൻ ക്ലാസ്സിന് $2,700 ചിലവായി. അവളുടെ ലക്ഷ്യം? ഒരു പ്രോജക്റ്റ് മാനേജ്മെന്റ് ക്രെഡൻഷ്യൽ മാർക്കറ്റിൽ അവളുടെ ആന്തരിക മൂല്യം ഉയർത്തുമെന്ന്. ഒരു സർട്ടിഫൈഡ് പ്രോജക്ട് മാനേജർ എന്ന നിലയിൽ, ഉയർന്ന ശമ്പളത്തിൽ പുതിയ അവസരങ്ങൾക്കായി അവൾ സ്വയം തുറന്നുകൊടുക്കുന്നു. ഇപ്പോഴും, പണത്തിനായി സമയത്തെ കച്ചവടം ചെയ്യുകയാണ്.

ബോധപൂർവ്വമായാലും അല്ലെങ്കിലും, ആന്തരിക മൂല്യം ഉയർത്തുന്നത് കൊണ്ട് സമ്പത്ത് സൃഷ്ടിക്കാൻ കഴിയുമെന്ന് സ്ലോലൈനർ വിശ്വസിക്കുന്നു. കോളേജ് കഴിയുന്നതോടെ തന്നെ ഉയർന്ന ശമ്പളം ലഭിക്കാൻ ആഗ്രഹിക്കുന്നുണ്ടോ? മെഡിക്കൽ കോളേജിൽ പോയി ഡോക്ടറാകുക. ഒരു ഫിസിഷ്യൻ എന്ന നിലയിൽ, നിങ്ങളുടെ ആന്തരിക മൂല്യം ഇപ്പോൾ മണിക്കൂറിന് $500 വിലമതിക്കുന്നു. ഒരു എഞ്ചിനീയർ, ഒരു അഭിഭാഷകൻ അല്ലെങ്കിൽ ഒരു അക്കൗണ്ടന്റ് ആകുക – എല്ലാവരും ഉയർന്ന ശമ്പളം വാങ്ങുന്ന, പ്രൊഫഷണൽ, ശമ്പളമുള്ള സ്ഥാനങ്ങളാണ്. സാധാരണഗതിയിൽ, ഒരു ഔപചാരിക കോളേജ് വിദ്യാഭ്യാസം സ്ലോലെയ്ൻ ഉദ്ദേശ്യങ്ങൾ നിറവേറ്റുക എന്നതിനായി ഉപയോഗിക്കുന്നു – ആന്തരിക മൂല്യം ഉയർത്താനുള്ള ഒരു വ്യക്തമായ ശ്രമം. ആന്തരിക മൂല്യ വേരിയബിളിനെതിരെ പോരാടുക!

എല്ലാ വിദ്യാഭ്യാസവും കുലീനമായതല്ല

ആന്തരിക മൂല്യം ഉയർത്താൻ ഉപയോഗിക്കുന്ന ഔപചാരിക വിദ്യാഭ്യാസത്തിന്റെ പ്രശ്നം അത് സമയത്തിലും പണത്തിലും ക്രൂരമായ ചെലവുണ്ടാക്കുന്നതാണ് എന്നതാണ്. ഒരു പുതിയ എംബിഎ ബിരുദധാരിയായ ഒരു പയ്യൻ, ഹൈസ്കൂൾ വിദ്യാഭ്യാസത്തിലേ കരസ്ഥമാക്കാവുന്ന ഒരു ജോലി ചെയ്തുകൊണ്ട് വിദ്യാഭ്യാസ വായ്പകൾ അടയ്ക്കാൻ പാടുപെടുന്നു, എന്നിങ്ങനെയുള്ള വാർത്തകൾ കേൾക്കാതെ ഒരാഴ്ചപോലും കടന്നുപോകുന്നില്ല. നിങ്ങളെ ജോലിയിൽ കുടുക്കുന്ന കടം നല്ലതല്ല. “ഉയർന്ന വിദ്യാഭ്യാസം” നേടാനുള്ള ഒരു മുൻകരുതൽ നിങ്ങളുടെ സ്വാതന്ത്ര്യത്തിനെതിരെ ഒരു ട്രോജൻ കുതിരയായിരിക്കാം.

എല്ലാ വിദ്യാഭ്യാസവും തുല്യമോ കുലീനമോ അല്ല. ചില വിദ്യാഭ്യാസം സമ്പത്തിനെ തടയും. ഒരു വിദ്യാഭ്യാസം നിങ്ങളുടെ ജീവിതകാലം മുഴുവൻ നിങ്ങളെ കടത്തിന്റെ ഒരു പർവ്വതത്തിൻ കീഴിൽ തളച്ചിടുകയും, നിങ്ങളെ ഒരു ജോലിയിലേക്ക് ബന്ധിക്കുകയും ചെയ്യുന്നു എങ്കിൽ, ഇത് ശരിക്കും ഒരു നല്ല വിദ്യാഭ്യാസമാണോ? ഒരു എംബിഎ കരസ്ഥമാക്കിയതുകൊണ്ട് നിങ്ങളുടെ ശമ്പളം 15% വർദ്ധിക്കുന്നു, എന്നാൽ ലോൺ അടയ്ക്കാൻ 15 വർഷമെടുക്കും, ഇതൊരു നല്ല നിക്ഷേപമായിരുന്നോ?

ഇതൊരു വലിയ മിഥ്യയാണ് : സമ്പന്നനാകാൻ നിങ്ങൾക്ക് ചെലവേറിയ കോളേജ് ബിരുദം ആവശ്യമാണ്. അസംബന്ധം. ഫാസ്റ്റ് ലെയ്ൻ സമ്പത്തിന് ബിരുദം ഒരു മുൻവ്യവസ്ഥയല്ല. ഏറ്റവും ധനികരായ ഫാസ്റ്റ് ലെയ്നർമാരിൽ ചിലർ, ബിൽ ഗേറ്റ്സ്, സ്റ്റീവൻ സ്പിൽബർഗ്, റിച്ചാർഡ് ബ്രാൻസൺ, മൈക്കൽ ഡെൽ, ഫെലിക്സ് ഡെന്നിസ്, ഡേവിഡ് ഗെഫൻ, ജോൺ പോൾ ഡിജോറിയ തുടങ്ങിയവർ ഫാസ്റ്റ് ലെയ്ൻ ലക്ഷ്യങ്ങൾ പിന്തുടരുന്നതിനായി ഹൈസ്കൂളോ കോളേജോ ഒരിക്കലും പൂർത്തിയാക്കാത്ത ആളുകളാണ്. എത്ര ധൈര്യമുണ്ടായിട്ടാണ് അവർ സമ്പന്നരാകുകയും “വിദ്യാഭ്യാസം” നേടാതിരിക്കുകയും ചെയ്തത്?

സ്ലോലെയ്ൻ കെണി

വിദ്യാഭ്യാസത്തിനായി ചെലവേറിയ കോളേജ് ട്യൂഷന് ധനസഹായം നൽകുന്നത് അപകടകരമായ ഒരു കളിയാണ്. അത് സ്ലോലെയ്ൻ കെണിയിലേക്ക് നയിക്കുന്നു : *അനുരൂപതയും വിദ്യാഭ്യാസ അടിമത്വവും.*

ഒരു സാധാരണ കോളേജ് വിദ്യർത്ഥിയുടെ പഠനം പൊതുവിജ്ഞാനത്തിൽ നിന്ന് നിശ്ചയപ്പെടുത്തിയ നൈപുണ്യ ഗണങ്ങളിലേക്ക് പുരോഗമിക്കുന്നു. ഉദാഹരണത്തിന്, ധനകാര്യം പഠിക്കുമ്പോൾ ഞാൻ സങ്കീർണ്ണമായ ഗണിതശാസ്ത്രം പഠിച്ചു. സാമ്പത്തിക തീരുമാനങ്ങൾ എടുക്കുന്നതിന് സഹായകമായ സൂത്രവാക്യങ്ങൾ, "പാട്ടത്തിന് നൽകുക അല്ലെങ്കിൽ വാങ്ങുക", "നിക്ഷേപത്തിൽ നിന്നുള്ള വരുമാനം" തുടങ്ങിയ കാര്യങ്ങൾ പോലെയുള്ളവ. ഈ ആശയങ്ങൾ ഭാവി ഓപ്ഷനുകളിൽ നിന്ന് നിങ്ങളെ തടസ്സപ്പെടുത്തുന്ന പ്രത്യേക വ്യാപാര ഉപകരണങ്ങളാണ്. ഫിനാൻഷ്യൽ സെക്ടറിലെ ജോലി, ഇൻഷുറൻസ് കമ്പനി, അക്കൗണ്ടിംഗ് സ്ഥാപനം, അല്ലെങ്കിൽ ഇൻവെസ്റ്റ്മെന്റ് ഹൗസ് എന്നിവയാണ് ധനകാര്യ ബിരുദധാരികൾക്കുള്ള നിർദ്ദിഷ്ട പാത.

എന്റെ വിദ്യാഭ്യാസത്തിന് ഒരു വിദ്യാഭ്യാസ നൈപുണ്യത്തിനെ അടിസ്ഥാനമാക്കി പ്രത്യേക വിഷയങ്ങൾക്കുള്ള ഓപ്ഷനുകളിലേക്ക് എന്നെ നിയന്ത്രിക്കുന്നതിൽ പരോക്ഷവും ഉദ്ദേശിക്കാത്തതുമായ അനന്തരഫലങ്ങൾ ഉണ്ടായിരുന്നു. ഫലം? അനുരൂപതയും പരിമിതമായ തിരഞ്ഞെടുപ്പും. എന്റെ മേഖലയിൽ അവസരങ്ങൾ ഇല്ലെങ്കിൽ, എന്റെ വിദ്യാഭ്യാസം പാർശ്വവൽക്കരിക്കപ്പെട്ടതും മൂല്യച്യുതി വരുത്തിയതുമായി മാറുന്നു. ലഭ്യമായ അവസരങ്ങൾക്ക് എനിക്ക് ഉള്ളതിനേക്കാൾ (എംബിഎ), കുറഞ്ഞ വിദ്യാഭ്യാസമാണ് (ഒരു ബിഎസ് എന്ന് വിചാരിക്കാം) ആവശ്യമെങ്കിൽ ഞാൻ അമിത യോഗ്യതയുള്ളവനും തൊഴിൽ രഹിതനുമായിത്തീരുന്നു. എന്റെ കഴിവുകൾ സാങ്കേതിക പരിണാമത്തെ അടിസ്ഥാനമാക്കിയുള്ള പ്രായോഗികതയിൽ ആശ്രയിക്കുന്നതാണെങ്കിൽ, എന്റെ വിദ്യാഭ്യാസം ആക്ഷേപമായി മാറുന്നു, സമൂഹത്തോടുള്ള എന്റെ മൂല്യം അതിനനുസരിച്ച് കുറയുന്നു.

വിദ്യാഭ്യാസ കെണിയിലെ രണ്ടാമത്തെ അപകടം "വിദ്യാഭ്യാസ അടിമത്തം" ആണ്. നടപ്പാതക്കാരൻ "ജീവിതശൈലി അടിമത്വം" നയിക്കുന്നെങ്കിൽ, സ്ലോലൈനർ ഇരയെ ഒരു ജോലിയിലേക്ക് കുടുക്കുന്ന "വിദ്യാഭ്യാസ അടിമത്തമായി" ഗുസ്തി പിടിക്കുന്നു (വിദ്യാഭ്യാസത്താൽ ഇല്ലാതാക്കപ്പെട്ട സ്വാതന്ത്ര്യം). വിദ്യാഭ്യാസം നിങ്ങളെ ജോലിക്ക് ഏൽപ്പിച്ചോ? നൂതന ബിരുദങ്ങൾ വിലകുറഞ്ഞതല്ല. കോളേജ് ബോർഡ് പറയുന്നതു പ്രകാരം 2017-ലെ ഒരു പൊതു സർവ്വകലാശാലയിലെ ശരാശരി കോളേജ് ബിരുദം, മുറിയും സ്ഥാപനവുമടക്കം, $100,000-ലധികം ചെലവുവരുന്നതാണ്. ഒരു സ്വകാര്യ സ്കൂളിന്റെ യശസ്സ് ആഗ്രഹിക്കുകയാണെങ്കിലോ? ഒരു ഫെരാരിയുടെ വിലയായ $200,000-ൽ കൂടുതൽ വരും. ഈ ഒരുതരം കടം നിങ്ങളുടെ സ്വപ്നങ്ങളെ കുഴിച്ചുമൂടും, അവ സജീവമാക്കുകയല്ല. അത് ശാശ്വതമായി നിങ്ങളെ ബന്ധിപ്പിക്കും സ്ലോലെയ്നിലേക്കോ അതിലും മോശമായ, നടപ്പാതയിലേക്കോ.

സ്ഥിതിവിവരക്കണക്കുകൾ പരിഗണിക്കുക. 2007-ൽ *വാഷിംഗ്ടൺ പോസ്റ്റ്* റിപ്പോർട്ട് ചെയ്തു, വലിയ വിദ്യാർത്ഥി വായ്പാ സേവന ദാതാവായ നെല്ലി മേ പറയുന്നതനുസരിച്ച്, കോളേജ് വിദ്യാഭ്യാസ സമയത്ത് അവർ സീനിയേഴ്സ് ആവുന്ന സമയത്ത്, അവരിൽ 56% പേർക്ക് ശരാശരി $2,864 ബാലൻസുള്ള

നാലോ അതിലധികമോ ക്രെഡിറ്റ് കാർഡുകൾ ഉണ്ടായിരിക്കും. ഒരു പൊതുനയ ഗവേഷണ, അഭിഭാഷക സംഘടനയായ, Demos-USA.org-ന്റെ ഒരു ഗവേഷണ റിപ്പോർട്ട് അനുസരിച്ച്, 18-24 പ്രായപരിധിയിലുള്ള ആളുകൾ ഏകദേശം അവരുടെ പ്രതിമാസ വരുമാനത്തിന്റെ 30% കടം തിരിച്ചടക്കാനായി ചെലവഴിക്കുന്നു. 20 വർഷം മുൻപുള്ളതിനേക്കാൾ ഇരട്ടിയാണിത്. കോളേജ് വായ്പക്കാരിൽ നടത്തിയ ഒരു സർവേയിൽ ഏകദേശം $19,000 വായ്പാ കടങ്ങളുമായാണ് ശരാശരി കോളേജ് സീനിയർ വിദ്യാർത്ഥിൾ ബിരുദം നേടുന്നത്, ബിരുദാനന്തര ബിരുദം പിന്തുടരുന്നവർക്ക് $45,000-ൽ കൂടുതലാണ്. 2007-ലെ ചാൾസ് ഷ്വാബ് സർവേ, കൗമാരക്കാർ പ്രായമാകുമ്പോൾ അവർക്ക് ശരാശരി $145,000 ശമ്പളം ലഭിക്കും എന്ന് വിശ്വസിക്കുന്നുവെന്ന് വെളിപ്പെടുത്തി. യാഥാർത്ഥ്യം? ഒരു കോളേജ് ബിരുദം നേടിയ മുതിർന്നവർ ശരാശരി $54,000 നേടുന്നു. നിർഭാഗ്യവശാൽ, ഭാവി നിങ്ങൾക്ക് കണ്ണട ധരിക്കാൻ പാകത്തിന് തിളങ്ങുന്നതല്ല. യാഥാർത്ഥ്യത്തിനും പ്രതീക്ഷയ്ക്കും പിന്നിലെ സത്യത്തിന് ഏകദേശം 100,000 ഡോളറിന്റെ വിടവുണ്ട്. നമ്മുടെ യുവാക്കളുടെ കടങ്ങൾ എന്തുകൊണ്ടാണ് കൂടുന്നതെന്ന് ഈ അസമത്വം വിശദീകരിച്ചേക്കാം. അവർ യാഥാർത്ഥ്യത്തെ പ്രതീക്ഷയ്ക്കൊത്ത് ഉയർത്താൻ ശ്രമിക്കുന്നു. *എനിക്ക് $145,000 സമ്പാദിക്കാൻ കഴിയുന്നില്ലെങ്കിൽ, കാഴ്ചയിൽ ഞാൻ $145,000 ഉണ്ടാക്കുന്നതായി തോന്നിപ്പിക്കാൻ എനിക്ക് കഴിയും!*

സമ്പത്തില്ലാത്തതിന് ആളുകൾക്ക് ഏറ്റവും നല്ല ഒഴികഴിവ് "എനിക്ക് സമയമില്ല" എന്നതാണ്. നന്നായി, എന്തുകൊണ്ടാണ് നിങ്ങൾക്ക് സമയമില്ലാത്തത്? കാരണം നിനക്ക് ജോലിയുണ്ട്. എന്തുകൊണ്ടാണ് നിങ്ങൾ ജോലി ചെയ്യുന്നത്? കാരണം, നിങ്ങൾക്ക് അതിന്റെ ആവശ്യമുണ്ട്. എന്തുകൊണ്ടാണ് നിങ്ങൾക്ക് ഇതിന്റെ ആവശ്യം? കാരണം നിങ്ങൾക്ക് പല ബില്ലുകളും അടയ്ക്കാനുണ്ട്. നിങ്ങൾക്ക് എന്തുകൊണ്ടാണ് ബില്ലുകൾ അടയ്ക്കാനുള്ളത്? കാരണം നിങ്ങൾക്ക് കടമുണ്ട്. നിങ്ങൾക്ക് എന്തുകൊണ്ടാണ് കടം? കാരണം നിങ്ങൾ ആറ് വർഷം സ്കൂളിൽ പോയി, വിദ്യാർത്ഥി വായ്പയിൽ ആറ് അക്കമുള്ള ഒരു തുക കടമുണ്ട്.

നിങ്ങളുടെ ഉന്നത വിദ്യാഭ്യാസത്തിന് നിങ്ങൾ പണം കടം എടുത്താൽ സ്വയമേവ പരാന്നഭോജിയാകുകയും നിങ്ങളെ നിർബന്ധിത ജോലി അടിമത്തത്തിലേക്ക് കുടുക്കുകയും അത് സ്വാതന്ത്ര്യം നശിപ്പിക്കുകയും ചെയ്യുന്നു. നിങ്ങൾക്ക് കൂടുതൽ സമ്പാദിക്കാൻ കഴിയുമെങ്കിലും, കടം തീർക്കാൻ ജോലി നിർബന്ധിതമാകുന്നു. കടമെന്നാൽ പരാന്നഭോജികളാണ് കാരണം അത് ഒഴിവുസമയങ്ങൾ ഇല്ലാതാക്കുകയും പകരം കരാറുകളുടെ സമയം സൃഷ്ടിക്കുകയും ചെയ്യുന്നു. ദുഃഖകരമെന്നു പറയട്ടെ, പരാന്നഭോജി കടം ക്ഷമിക്കാത്തതും ഉറവിടത്തോട് അനുകമ്പയില്ലാത്തതുമാണ്. നിങ്ങൾ $45,000 നിങ്ങളുടെ ആകർഷണീയമായ BMW നായി കൊടുക്കാനുണ്ടെങ്കിലും അല്ലെങ്കിൽ വിദ്യാർത്ഥി വായ്പകൾക്കായി കടപ്പെട്ടിരിക്കുകയാണെങ്കിലും, കടം സ്വാതന്ത്ര്യം മോഷ്ടിക്കുന്നു, നിർബന്ധിത സമയം നിർമ്മിക്കുന്നു.

അധ്യായ സംഗ്രഹം : ഫാസ്റ്റ്ലെയ്ൻ പ്രത്യേകതകൾ

- സ്ലോലെയ്നർമാർ വിദ്യാഭ്യാസത്തിലൂടെ ആന്തരിക മൂല്യം കൈകാര്യം ചെയ്യാൻ ശ്രമിക്കുന്നു.
- ഉപജീവനത്തിനായി നിങ്ങൾ ചെലവഴിക്കുന്ന സമയമാണ് കരാർ ചെയ്ത സമയം. ഇത് ഒഴിവുസമയത്തിന് വിപരീതമാണ്.
- പരാന്നഭോജി കടം എന്നത് കരാർ സമയവും ജോലി സൃഷ്ടിക്കുന്ന കടവുമാണ്.

ഗുരുക്കന്മാരുടെ കാപട്യം

ഒരു വിഡ്ഢിയും അവന്റെ പണവും പെട്ടെന്ന് വേർപിരിഞ്ഞ ഒരു കാലമുണ്ടായിരുന്നു. എന്നാൽ ഇപ്പോൾ അത് എല്ലാവർക്കും സംഭവിക്കുന്നു.

—അഡ്ലൈ സ്റ്റീവൻസൺ

നിങ്ങൾ വഞ്ചിക്കപ്പെട്ടു

കോളേജ് കഴിഞ്ഞ് നിങ്ങളുടെ ശരീരം അൽപം മാംസളമായി തോന്നുന്നുവെന്ന് കരുതുക, മാഗസിന്റെ പുറംപേജിലെ മോഡലിന്റേതുപോലുള്ള ശരീരമാക്കാനുള്ള സമയമാണെന്ന് നിങ്ങൾ തീരുമാനിക്കുന്നു. നിങ്ങൾ "വലിയ ലാഭം : നിങ്ങളുടെ ശരീരം എങ്ങനെ ഒരു സ്പാർട്ടൻ യോദ്ധാവിന്റേതുപോലെ നിർമ്മിച്ചെടുക്കാം" എന്നൊരു കമ്മ്യൂണിറ്റി കോളേജ് ക്ലാസ്സിൽ ചേരുന്നു.

ക്ലാസ്സിന്റെ ആദ്യ ദിവസം, നിങ്ങൾ നേരത്തെ എത്തി, ഇൻസ്ട്രക്ടറുടെ വരവും കാത്ത് ആകാംക്ഷയോടെ കാത്തിരിക്കുന്നു. കുറച്ചുമിനിറ്റുകൾക്ക് ശേഷം, ഒരു തടിച്ച മനുഷ്യൻ മുറിയിലേക്ക് നടന്നുവന്ന് ക്ലാസ്സിന്റെ മുൻവശത്ത് ഇരിപ്പുറപ്പിച്ചു. നിങ്ങൾ വിചാരിക്കുന്നു, കൊള്ളാം, അവൻ തടിച്ചവനാണ്... പക്ഷേ അവൻ അത് മാറ്റാനായി ഇവിടെ വന്നിരിക്കുന്നു... അവന് നല്ലത്! ആ മനുഷ്യൻ നന്നായി വിയർക്കുന്നുണ്ട്, പേപ്പറുകളുടെ ഒരു ശേഖരത്തിൽ എന്തോ മാറിമാറി നോക്കുന്നു. നിങ്ങൾ ആ മനുഷ്യന്റെ അടുത്തുള്ള വിദ്യാർത്ഥികൾക്കായുള്ള കസേരയിലേക്ക് നോക്കുന്നു, അയാൾക്ക് അതിൽ ഒതുങ്ങാൻ കഴിയുമോ എന്ന് ആശ്ചര്യപ്പെടുന്നു... അയാൾക്ക് കസേരയുടെ ഇരട്ടി വലിപ്പമുണ്ട്!

അപ്പോൾ നിങ്ങൾ പെട്ടെന്ന് ഒരു വിരോധാഭാസം അനുഭവിച്ചറിയുന്നു.

ഇത് ഒരു വിദ്യാർത്ഥിയല്ല, പരിശീലകനാണ്!

ഇത് തമാശ ഒന്നുമല്ലല്ലോ?

ഈ മനുഷ്യന് എങ്ങനെ "വലിയ ലാഭം : നിങ്ങളുടെ ശരീരം എങ്ങനെ ഒരു സ്പാർട്ടൻ യോദ്ധാവിന്റേതുപോലെ നിർമ്മിച്ചെടുക്കാം" എന്ന ക്ലാസ്സ് ഫലപ്രദമായി പഠിപ്പിക്കാൻ കഴിയും. അയാൾക്ക് വ്യക്തമായും സ്വയം ഒരു സ്പാർട്ടന്റെ ശരീരം ഇല്ലെങ്കിൽ?

ആർക്കെങ്കിലും അവനെ എങ്ങനെ ഗൗരവമായി എടുക്കാൻ കഴിയും?

കാപട്യത്തിൽ അമ്പരന്ന്, നിങ്ങൾ ക്ലാസ്സിൽനിന്ന് പുറത്തുവന്ന് ട്യൂഷൻ തുക തിരിച്ചുതരാൻ കോളേജിനോട് ചോദിക്കുന്നു.

ഗുരുക്കന്മാരുടെയും സാമ്പത്തിക ഉപദേഷ്ടാക്കളുടെയും കാര്യം വരുമ്പോൾ നിങ്ങൾ ചെയ്യേണ്ടത് ഇതാണ് : ക്ലാസ്സ് വിടുക റീഫണ്ട് അഭ്യർത്ഥിക്കുകയും ചെയ്യുക, കാരണം അവർ പ്രയോഗത്തിന്റെ വിരോധാഭാസത്തിൽ കുറ്റക്കാരാണ്.

പരിശീലനത്തിന്റെ വിരോധാഭാസം

പ്രാക്ടീസിന്റെ വിരോധാഭാസം ചോദിക്കുന്നു, “നിങ്ങൾ പ്രസംഗിക്കുന്നത് നിങ്ങൾ പ്രാവർത്തികമാക്കുന്നുണ്ടോ? നിങ്ങൾ പഠിപ്പിക്കുന്നതിന്റെ ഒരു ഉദാഹരണമാകാൻ നിങ്ങൾക്കാകുമോ?”

ഒരു ചർമ്മരോഗിയിൽനിന്ന് ചർമ്മ സംരക്ഷണ ഉപദേശം സ്വീകരിക്കുമോ?
പാപ്പരായ ഒരുത്തനിൽനിന്ന് നിങ്ങൾ സാമ്പത്തിക ഉപദേശം സ്വീകരിക്കുമോ?
നിങ്ങൾ ഒരു ശുചീകരണ തൊഴിലാളിയിൽനിന്ന് വൈദ്യോപദേശം സ്വീകരിക്കുമോ?
90 പൌണ്ട് ഭാരമുള്ള ദുർബലനായ ഒരാളിൽനിന്ന്, നിങ്ങൾ ബോഡിബിൽഡിംഗ് ഉപദേശം സ്വീകരിക്കുമോ?

എന്റെ ഫോറത്തിൽ പ്രയോഗത്തിന്റെ വിരോധാഭാസത്തിന്മേൽ ചൂടേറിയ ചർച്ചകൾ നടക്കാറുണ്ട്. ചിലർക്ക് തോന്നുന്നു, സമ്പത്തിനായുള്ള ഒരു തന്ത്രം പ്രസംഗിക്കുന്നത് സ്വീകാര്യമാണ്, പക്ഷേ ഒരിക്കലും അത് ഉപയോഗിക്കരുത്.

ഞാൻ പറയുന്നതുപോലെ ചെയ്യുക, ഞാൻ ചെയ്യുന്നതുപോലെയല്ല

ആരെങ്കിലും പണമുണ്ടാക്കാനുള്ള തന്ത്രം പ്രോത്സാഹിപ്പിക്കുമ്പോൾ, ആ തന്ത്രമല്ല അവനെയോ അവളെയോ സമ്പന്നനാക്കിയതെങ്കിൽ പ്രയോഗത്തിന്റെ ഒരു വിരോധാഭാസം നിലനിൽക്കുന്നു. മറ്റൊരു വിധത്തിൽ പറഞ്ഞാൽ, *സ്വന്തം ഉപദേശം പ്രയോഗിക്കുന്നവരല്ല അവർ.*

ഈ ആളുകൾ ഒരു സമ്പത്ത് സമവാക്യം (സ്ലോലെയ്ൻ) ഫലപ്രദമായി പഠിപ്പിക്കുന്ന മറ്റൊന്ന് (ഫാസ്റ്റ് ലെയ്ൻ) പ്രയോജനപ്പെടുത്തി സമ്പന്നരാകുന്നു.

സാമ്പത്തിക ശക്തികേന്ദ്രമായ “സൂസെ” ആളുകളോട് അവരുടെ മ്യൂച്വൽ ഫണ്ട് പോർട്ട്ഫോളിയോകൾ “ഡോളർ-കോസ്റ്റ് ആവറേജ്” ചെയ്യാൻ നിർദ്ദേശിക്കുമ്പോൾ, ഞാൻ അവരെ ശ്രദ്ധിക്കണോ? ഒരിക്കലും ഇല്ല. ഞാൻ ചിരിച്ചു. എപ്പോൾ “ക്രാമർ” ലേമാൻ ബ്രദേഴ്സിൽ സ്റ്റോക്കിനായി വാദിക്കുന്നു, കാരണം ഇത് ഒരു നല്ല വാങ്ങലാണെന്ന് അദ്ദേഹം പറയുന്നു. ഞാൻ കേൾക്കുമോ? ഒരിക്കലുമില്ല.

ഈ ആളുകളുടെ നിക്ഷേപ ഉപദേശം പിന്തുടരുന്ന ആരോടും എനിക്ക് ഖേദമുണ്ട്. ഈ ആളുകളെ നിക്ഷേപ ഉപദേഷ്ടാക്കളേക്കാൾ മികച്ച എന്റർടെയ്നർമാരായി ഞാൻ കരുതുന്നു. വിരമിക്കൽ സമ്പാദ്യം നഷ്ടമായ പാവം ബലഹീനരോട് എനിക്ക് പ്രത്യേകിച്ചൊരു സ്നേഹമൊന്നുമില്ല, കാരണം ചില CNBC പണ്ഡിറ്റുകളുടെ നിക്ഷേപ ഉപദേശങ്ങൾ സ്വീകരിച്ച് അവർ നഷ്ടം വരുത്തിയവരാണ്.

ഈ ആളുകൾക്ക് എന്തിന്റെ കേടാണ്?

നിങ്ങളുടെ സാമ്പത്തിക പദ്ധതിയുടെ ഉത്തരവാദിത്തം നിങ്ങൾ എങ്ങനെ ഏറ്റെടുക്കാതിരിക്കും?

പിന്നെ നിങ്ങളുടെ അമ്മാവൻ ഉണ്ട്. നിങ്ങൾക്ക് ആളെ അറിയാം – എല്ലാം അറിയുന്ന വിദ്യാസമ്പന്നനായ നിങ്ങളുടെ ജീവിതത്തിലെ മൂപ്പൻ, ഹോഴ്സ്ഹെഡ് നെബുലയിലെ ഇരുണ്ട ദ്രവ്യത്തിന്റെ തന്മാത്രാ ഘടന ഉൾപ്പെടെ എല്ലാം. സത്യ കഥകളുടെ അവന്റെ സൈന്യം വിന്യാസത്തിന് എപ്പോഴും തയ്യാറാണ് : സ്റ്റോക്ക് ടിപ്പുകൾ, ഏറ്റവും പുതിയതും മികച്ചതുമായ നിക്ഷേപങ്ങൾ, പണ ട്രെന്റുകൾ. എങ്കിലും നീ മറക്കാതിരിക്കാൻ, അവൻ ശമ്പളം മുതൽ ശമ്പളം വരെ ജീവിക്കുന്നു.

ഈ ആളുകളെ ഞാൻ "എല്ലാം അറിയുന്ന പാപ്പര്" എന്ന് വിളിക്കുന്നു – സാമ്പത്തികവും, പണമുണ്ടാക്കാനും ഉപദേശം നൽകുന്ന, എന്നിട്ടും നിർദ്ധനരായ മനുഷ്യർ. ഈ കുപ്രചരണക്കാരായ ആൾമാറാട്ടക്കാർ ആരോഗ്യവും ശാരീരിക ക്ഷമതയും ഉള്ള ഒരു ജീവിതം എങ്ങനെ ജീവിക്കാം എന്നതിനെക്കുറിച്ചുള്ള 300 പൌണ്ടിന്റെ നടക്കുന്ന കാപട്യങ്ങളാണ്. ഈ ആളുകളെ വിനോദത്തിനായി കേൾക്കുക, ഉപദേശത്തിനായല്ല. നല്ല ഉപദേശം വരുന്നത് സഫലതയുടെ രേഖകൾ മറികടന്ന ആളുകളിൽനിന്നാണ് – മൈതാനത്തിൽപോലും ഇറങ്ങാത്ത ആളുകളിൽ നിന്നല്ല! അതെ, ഏറ്റവും മികച്ചത് ക്വാർട്ടർബാക്കിംഗ് ഉപദേശം വരുന്നത് ടോം ബ്രാഡിയിൽനിന്നാണ് എംജെ ഡിമാർക്കോയിൽനിന്നല്ല.

പരിശീലനത്തിന്റെ വിരോധാഭാസം നിലവിലുണ്ടോ?

പണത്തിന്റെ കളിയിൽ, പണംതന്നെയാണ് സ്കോർകാർഡ്. അവർ എങ്ങനെയാണ് "സ്കോർ ചെയ്തത്" എന്ന് ആരെങ്കിലും നിങ്ങളോട് പറഞ്ഞാൽ അവർ തങ്ങളുടെ യഥാർത്ഥ സമ്പത്ത് രീതികൾ വെളിപ്പെടുത്തുന്നുവെന്ന് ഉറപ്പാക്കുക, യഥാർത്ഥ കുറ്റവാളിയെ മറച്ചുവെക്കുന്ന മിഥ്യാധാരണയല്ല.

ദുഃഖകരമെന്നു പറയട്ടെ, നല്ലതും പ്രായോഗികവുമായ സമ്പത്തിനായുള്ള ഉപദേശം ലഭിക്കുന്നത് ഫലത്തിൽ അസാധ്യമാണ്. കാരണം, മിക്ക ഗുരുക്കന്മാരും പ്രയോഗത്തിന്റെ വിരോധാഭാസമാണ് ജീവിക്കുന്നത്. അതെ, ഗുരുക്കന്മാർ അവരുടെ ഉപദേശത്താൽ വളരെ അപൂർവ്വമായി മാത്രം സമ്പന്നരാണ്. എന്നാൽ സമ്പന്നരാകുന്നതിന് കാരണം അവർ വിജയകരമായ ഫാസ്റ്റ്ലെയ്നർമാരാണെന്നതാണ്, അവർ രഹസ്യമായി വിരോധാഭാസമായ പ്രാക്ടീസ് രീതികൾ മറക്കുന്നു.

മുൻപ് വിവരിച്ച ഈ വിരോധാഭാസ രൂപകങ്ങൾ നിങ്ങളുടെ സാമ്പത്തിക റോഡ് മാപ്പ് നിങ്ങൾ ഏൽപ്പിച്ചവരുടെ കാപട്യത്തിന് അനുയോജ്യമാണ്. അവർ ഒരിക്കലും അക്കരെ കടക്കാത്ത ഒരു നദി സവാരിയിലേക്ക് നിങ്ങളെ അന്ധരായി തള്ളിവിടുന്നു. അതിനിടയിൽ, മുകളിൽ അവരുടെ കോർപ്പറേറ്റ് ജെറ്റിൽ ഷാംപെയ്ൻ കുടിച്ചുകൊണ്ട് അവർ നിങ്ങളെ സുഖമായി നോക്കുന്നു. അവരുടെ സമ്പത്തിലേക്കുള്ള വഴിക്ക് പിന്നിലെ മായം കലരാത്ത കഥ, അത് ആരുംതന്നെ നിങ്ങളോട് പറയുന്നില്ല, പക്ഷേ ഞാൻ പറയാം.

ഏറ്റവും കൂടുതൽ വിറ്റഴിക്കപ്പെടുന്ന പുസ്തകത്തിന്റെ എഴുത്തുകാരൻ സ്ലോലെയ്ൻ റോഡ് മാപ്പ് വിശുദ്ധമെന്ന ഭാവത്തിൽ കാഹളം മുഴക്കികൊണ്ട് സാമ്പത്തിക ഉപദേശം നൽകുന്നു. ടിവി, റേഡിയോ, പുസ്തകങ്ങൾ എന്നിവയിലൂടെ. അവർ വിൽക്കുന്ന തന്ത്രങ്ങൾ വലിയ മിഥ്യാധാരണകളുടെ പരിഹാസമാണ്. ഈ ആളുകൾ അവരുടെ പ്രസംഗങ്ങളാൽ സമ്പന്നരായതാണെന്ന് നിങ്ങൾ

ഗൗരവമായി ചിന്തിക്കുന്നുണ്ടോ? *അതോ, അവർ ഫാസ്റ്റ് ലെയ്നിലൂടെ സമ്പന്ന രാകുമ്പോൾ, സ്ലോലെയ്ൻ നിങ്ങൾക്ക് വിൽക്കുകയാണോ?*

അവരുടെ അഭിനയത്തിനു പിന്നിലെ സാധ്യതയുള്ള മാന്ത്രിക വിദ്യയെ ക്കുറിച്ച് ഞാൻ അനുമാനിക്കട്ടെ.

ആദ്യത്തേത് "സൂസെ" ആണ്. സൂസെ മ്യൂച്വൽ ഫണ്ടുകൾ, ഡോളർ ചെലവ് ശരാശരി, റിട്ടയർമെന്റ് അക്കൗണ്ടുകൾ എന്നിവ പ്രസംഗിക്കുന്നു. നമുക്ക് പല മാധ്യമങ്ങളിലും സൂസെയെ കേൾക്കാൻ കഴിയും : റേഡിയോ, ടിവി, കൂടാതെ അവളുടെ ഏതെങ്കിലും അര ഡസൻ പുസ്തകങ്ങൾ. അവളുടെ ജാലകം എല്ലായി ടത്തും ഉണ്ട്. അവൾ നികൃഷ്ടമായ സ്ലോലെയ്ൻ പോസ്റ്റർ കുട്ടിയാണ്, സ്ലോലെ യ്ൻ യാത്രകൾ ദശലക്ഷക്കണക്കിന് ആളുകളിലേക്ക് ഛർദിച്ച ഉയർന്ന ശബ്ദ മുള്ള നിർമ്മാതാവ്. അതുകൊണ്ട് എന്താണ് പ്രശ്നം? ഇത് സ്വയം ചോദിക്കുക : സൂസെ മുനിസിപ്പൽ ബോണ്ടുകൾ, ഡോളർ-ചെലവ്-ശരാശരി, ഓഹരി വിപണി നിക്ഷേപം എന്നിവ പോലെയുള്ള സ്വന്തം ഉപദേശം പാലിച്ചതിനാൽ സമ്പന്ന യായതാണോ? സാധ്യതയുടെ കാപട്യം – അഭ്യാസത്തിന്റെ വിരോധാഭാസം – അതാണ് സൂസെയുടെ സമ്പത്ത് സൃഷ്ടി രീതി, അവൾ സഞ്ചരിക്കുന്ന വഴിയോ പഠിപ്പിക്കുകയോ ചെയ്യുന്നതല്ല. അവൾ നിങ്ങളെ സ്ലോലെയ്ൻ പറഞ്ഞ് വീഴ്ത്തു മ്പോൾ അവൾ ഫാസ്റ്റ് ലെയ്ൻ റോഡ് മാപ്പ് പ്രയോജനപ്പെടുത്തുന്നുണ്ടോ? അവളുടെ സ്വന്തം ഉപദേശം പാലിച്ചതിനാലാണോ അവൾക്ക് ദശലക്ഷക്കണെ ക്കിന് മൂല്യമുണ്ടായത്? അല്ലെങ്കിൽ അവൾ ദശലക്ഷക്കണക്കിന് പുസ്തകങ്ങൾ വിറ്റതുകൊണ്ടോ? *അവളുടെ സമ്പത്ത് സമവാക്യം അവൾ പഠിപ്പിക്കുന്നതിൽ നിന്ന് വ്യത്യസ്തമാണോ?* കാര്യങ്ങൾ നിങ്ങളെ ഹമ്... എന്ന് ചിന്തിക്കാൻ കാരണമാകുന്നു.

2007-ലെ ഒരു ലേഖനത്തിൽ സൂസെ തന്റെ ഭൂരിഭാഗവും സമ്പത്ത് (ഏകദേശം $25 ദശലക്ഷം) ബോണ്ടുകളിൽ, പ്രാഥമികമായി മുനിസിപ്പൽ ബോണ്ടുകളിലുണ്ടെന്ന് സമ്മതിച്ചതായി ഉദ്ധരിച്ചു. കൂടാതെ, തന്റെ സമ്പത്തിന്റെ 4% മാത്രമേ ഓഹരി വിപണിയിൽ കെട്ടിക്കിടക്കുന്നുള്ളൂ എന്ന് അവൾ സമ്മതി ക്കുന്നു, കാരണം "എനിക്ക് ഒരു ദശലക്ഷം ഡോളർ നഷ്ടപ്പെടുത്തുന്നുവെങ്കിലും, വ്യക്തിപരമായി ഞാൻ അത് കാര്യമാക്കുന്നില്ല."

കൊള്ളാം, എന്നിട്ടും, നിങ്ങളുടെ സമ്പത്ത് കെട്ടിപ്പടുക്കാൻ നിങ്ങൾ വിശ്വ സിക്കേണ്ട വഴി ഇതാണോ?

25 മില്യൺ അമേരിക്കൻ ഡോളർ എങ്ങനെയാണ് മിസ് സൂസെ സ്വന്തമാ ക്കിയത്? അവളുടെ ഉപദേശത്തിലെ ചാമ്പ്യന്മാരായ സ്റ്റോക്ക് മാർക്കറ്റ്, മ്യൂച്വൽ ഫണ്ടുകൾ, ഐആർഎകൾ, ബോണ്ടുകൾ, ട്രഷറികൾ എന്നിവയാലോ? അതോ, അവൾ ഫാസ്റ്റ് ലെയ്ൻ റോഡ് മാപ്പ് ഉപയോഗിച്ച്, സ്ഫോടനാത്മക വേഗത്തിൽ സമ്പത്ത് സമ്പാദിച്ചോ, എന്നിട്ട് അവളുടെ സമ്പത്ത് ഈ ഉപകരണങ്ങളിലേക്ക് പകർന്നതോ? എന്നിരുന്നാലും, ദാരിദ്ര്യത്തിന്റെ കൊടുമുടിയിൽ നിൽക്കുന്ന ആളു കൾക്കുള്ള അവളുടെ ഉപദേശം സമ്പത്ത് സൃഷ്ടിക്കാൻ അവർ ഓഹരി വിപണി യിൽ നിക്ഷേപിക്കണം എന്നതാണ്. അവൾ അതു ചെയ്യുന്നില്ലെന്ന് കാണു മ്പോഴും. കുട്ടികാരെ, *സമ്പന്നർ വരുമാനത്തിനും സമ്പത്തിന്റെ സംരക്ഷണത്തി നുമായി വിപണി ഉപയോഗിക്കുന്നു – അത് സൃഷ്ടിക്കാനല്ല!*

പിന്നെ വേറൊന്നാണ് ഡേവിഡ്. ഡേവിഡിന്റെ ഒട്ടനവധി പുസ്തകങ്ങളിലൂടെ കടന്നുപോയി, ഭയപ്പെടുത്തുന്ന അളവിലുള്ള സ്ലോലെയ്നുകൾ പോലുള്ളവ :

സംയുക്ത പലിശ പട്ടികകൾ, നിങ്ങളുടെ ശമ്പളത്തിന്റെ 10% സംരക്ഷിക്കുക, വിലകൂടിയ കോഫി കുടിക്കുന്നത് നിർത്തുക, മറ്റ് ദീർഘകാല സ്ലോലെയ്ൻ വിവാദ ഭാഷണങ്ങൾ. വീണ്ടും, പരിശീലനത്തിന്റെ വിരോധാഭാസം മുന്നിൽ വന്നു നിൽക്കുന്നു.

ഡേവിഡ് തന്റെ ഉപദേശത്തിലൂടെയാണോ അതോ മണി മാനേജ്മെന്റ് ഫീസിലൂടെയാണോ സമ്പന്നനായത്? അല്ലെങ്കിൽ 11 പുസ്തകങ്ങൾ, പല ദശലക്ഷത്തിലധികം വിറ്റഴിച്ചതിൽനിന്നോ? പലപ്പോഴും സ്ലോലെയ്ൻ മാലിന്യം ആവർത്തിക്കുന്നതിനാൽ, നിങ്ങൾക്ക് ഇത് മടുക്കുന്നതുവരെ?

അവസാനമായി, റോബർട്ട്. ഹവായ് സ്വദേശിയായ അവന്, ഒരു ധനികനായ പിതാവും, ഒരു ദരിദ്രനായ പിതാവും, അങ്ങനെ രണ്ട് പിതാക്കളുണ്ട്. ആസ്തികളുടെ യഥാർത്ഥ നിർവ്വചനം റോബർട്ട് ധിക്കാരപൂർവ്വം വിശദീകരിക്കുന്നു. പരിഷ്കൃതരായ നിക്ഷേപകർ റിയൽ എസ്റ്റേറ്റിൽ ആഴത്തിൽ നിക്ഷേപം നടത്തുന്നു. ദേശീയ ടെലിവിഷനിൽ, റോബർട്ട് ഒരിക്കൽ അവന്റെ ലംബോർഗിനിയെക്കുറിച്ച് വീമ്പിളക്കിയപ്പോൾ ഈ അതിരുകടന്ന പൊങ്ങച്ചം വിരോധാഭാസമായി ഞാൻ കണ്ടു, കൂടെ വിവേകശൂന്യവും. എന്തുകൊണ്ട്? റോബർട്ട് തന്റെ പഠിപ്പിക്കലുകളുടെ ഫലം കാണിക്കുന്നില്ലേ? ഒരുപക്ഷേ ഉണ്ടാകാം.

റോബർട്ട് ഒരു ഫാസ്റ്റ് ലെയ്ൻ വിജയഗാഥയാണ്. ദശലക്ഷക്കണക്കിന് മൂല്യമുള്ള ഒരു ബ്രാൻഡ് അദ്ദേഹം സൃഷ്ടിക്കുകയും നിർമ്മിക്കുകയും ചെയ്തു. എന്നാൽ കൗതുകകരമായ ചോദ്യം ഇതാണ് : ആദ്യം വന്നത് ഏതാണ്? ഏറ്റവും കൂടുതൽ വിറ്റഴിക്കപ്പെടുന്ന പുസ്തകമോ അല്ലെങ്കിൽ ലംബോർഗിനിയോ? പരിശീലനത്തിന്റെ ഒരു വിരോധാഭാസം അതിനിടയിൽ ഉണ്ടോ? റോബർട്ടിന് റിയൽ എസ്റ്റേറ്റ് പഠിപ്പിക്കലുകൾ പ്രയോജനപ്പെടുത്തിയതിലൂടെ, ഈ പദവി പുസ്തകത്തിനുമുൻപേ ഉണ്ടായിരുന്നോ? അല്ലെങ്കിൽ ലംബോർഗിനി, ദശലക്ഷക്കണക്കിന് പുസ്തകങ്ങൾ വിറ്റതിന് ശേഷമാണോ എത്തുന്നത്? റോബർട്ട് നിസ്സംശയമായും പുസ്തകങ്ങൾ, ഗെയിമുകൾ, സെമിനാറുകൾ എന്നിവ വിൽക്കുന്നതിലൂടെ ഒരു മികച്ച സാമ്പത്തിക നേട്ടം കൈവരിച്ചു. ഗെയിമിലെ കളിക്കാരൻ മറ്റൊന്ന് ഉപയോഗിക്കുമ്പോൾ നിങ്ങൾക്ക് വേറെ ഒരു സമ്പത്ത് സമവാക്യം വിൽക്കപ്പെടാൻ സാധ്യതയുണ്ടോ?

ഗുരുക്കൾ ഒരു വിപണി ആവശ്യം നിറവേറ്റുന്നു, ഞാൻ അത് നിഷേധിക്കുന്നില്ല. എന്നിരുന്നാലും ഇത് പരിഗണിക്കുക : അവർ അവരുടെ വിരോധാഭാസത്തെക്കുറിച്ചും അവരുടെ മാന്ത്രിക മരുന്നിനെക്കുറിച്ചും സത്യസന്ധത പുലർത്തുന്നുണ്ടോ?

അവർ പ്രസംഗിക്കുന്നതുകൊണ്ടോ അവർ വിൽക്കുന്നതുകൊണ്ടോ അവർ സമ്പന്നരായതാണോ?

ഫാസ്റ്റ് ലെയ്ൻ ഗണിതശാസ്ത്രം നിങ്ങൾക്ക് പരിചിതമായിക്കഴിഞ്ഞാൽ, നിങ്ങൾക്ക് വ്യക്തമാകും ഏത് ഗുരുക്കന്മാരാണ് വിരോധാഭാസത്തിൽ കുറ്റക്കാരാകാൻ സാധ്യതയെന്ന്. അവരെ സമ്പന്നരാക്കിയതിന്റെയും അവരുടെ പഠിപ്പിക്കലുകളെ നിയന്ത്രിക്കുന്നതിന്റെയും അടിസ്ഥാന ഗണിതശാസ്ത്ര സമവാക്യം ഒന്നാണോ?

"ഞാൻ പറയുന്നതുപോലെ ചെയ്യുക" എന്നത് "ഞാൻ ചെയ്യുന്നതുപോലെ ചെയ്യുക" എന്നതുമായി പൊരുത്തപ്പെടുന്നില്ല എങ്കിൽ, നിങ്ങൾ സംശയിക്കണം.

എന്നെ വ്യത്യസ്തനാക്കുന്നത് ഇതാണ് : ഈ പുസ്തകത്തിലെ ഫാസ്റ്റ് ലെയ്ൻ

ആശയങ്ങൾ എനിക്ക് സാമ്പത്തിക സ്വാതന്ത്ര്യം നൽകി. എനിക്ക് ഇതിനകം സാമ്പത്തിക സ്വാതന്ത്ര്യമുണ്ട് – നല്ല വീട്, സ്പോർട്സ് കാറുകളും മിന്നുന്ന റാപ്പർ ക്രെഡിറ്റ് കാർഡും. ഇവയൊക്കെ ലഭിക്കാൻ എനിക്ക് ഈ പുസ്തകം ആവശ്യമില്ല. ഈ ഫാസ്റ്റ് ലെയ്ൻ നിരാകരണവും ഞാൻ ഏറ്റുപറയുന്നു : ഈ പുസ്തകത്തിന് എന്നെ സമ്പന്നനാക്കാനുള്ള ശക്തിയുണ്ട്, കാരണം ഞാൻ നിങ്ങളെ പഠിപ്പിക്കുന്ന അതേ സമ്പത്ത് സമവാക്യം അത് പ്രയോജനപ്പെടുത്തുന്നതിനാൽ. മറ്റൊരു വാക്കിൽ, ഒരു രചയിതാവ് അല്ലെങ്കിൽ ഒരു സംരംഭകൻ എന്ന നിലയിൽ "ഞാൻ പറയുന്നതുപോലെ ചെയ്യുക" എന്നത് "ഞാൻ ചെയ്യുന്നതുപോലെ ചെയ്യുക" എന്നതുമായി പൊരുത്തപ്പെടുന്നു.

സ്ലോലെയ്ൻ ഗുരുക്കൾ പരാജയം സമ്മതിച്ചു

ഒരു സ്ലോലെയ്ൻ സാമ്പത്തിക റേഡിയോ ഷോയിൽ, ഒരു ശ്രോതാവ് ഉപദേശം തേടി : ഏതാനും മാസങ്ങൾക്കുള്ളിൽ മാന്ദ്യം അവളുടെ സമ്പാദ്യത്തിന്റെ 50% നശിപ്പിച്ചു, അത് ശേഖരിക്കാൻ അവൾക്ക് ഏകദേശം 10 വർഷങ്ങൾ എടുത്തു.

സ്ലോലെയ്ൻ ഗുരുവിന്റെ ഉപദേശം?

ഒരു സാന്ത്വനം, "പദ്ധതിയിൽ ഉറച്ചുനിൽക്കുക." വീണ്ടും കമ്മിറ്റ് ചെയ്യുക. പുനർനിർമ്മിക്കുക.

മറ്റൊരുവിധത്തിൽ പറഞ്ഞാൽ, എന്റെ വിചിത്രമായ പദ്ധതി നിങ്ങളെ പരാജയപ്പെടുത്തി, നിങ്ങളെ പരാജയപ്പെടുത്താൻ 11 വർഷമെടുത്തു, എന്നാലും അതിൽ ഉറച്ചുനിൽക്കുക.

സമ്പദ് വ്യവസ്ഥ തിരിച്ചുവരുമെന്ന് പ്രതീക്ഷിക്കുന്നു.

സമ്പദ് വ്യവസ്ഥ ഒരിക്കലും മറ്റൊരു മാന്ദ്യം കാണില്ലെന്ന് പ്രതീക്ഷിക്കുന്നു.

പ്രതീക്ഷ, പ്രത്യാശ, പ്രത്യാശ.

അതെ, ദയവായി എന്റെ ഏറ്റവും പുതിയ പുസ്തകം വാങ്ങൂ, നിങ്ങളുടെ കൂട്ടിലെ മുട്ട വിരിയിക്കുക...

സാമ്പത്തിക മാന്ദ്യം സ്ലോലെയ്നെ ആജീവനാന്ത ശാഖകൾ ഉപയോഗിച്ച് അപകടകരമായ ഒരു വഞ്ചനയായി തുറന്നുകാട്ടുന്നു. ഈ ഗുരുക്കന്മാർ അവരുടെ സമ്പന്നമായ ഉപജീവനം സ്ലോലെയ്ൻ റോഡ് മാപ്പ് വിൽക്കുന്നതുവഴി ഉണ്ടാകുന്നതിനാൽ, അത് പ്രവർത്തിക്കുന്നുവെന്ന് നിങ്ങൾ വിശ്വസിക്കണമെന്നത് അവർക്ക് ആവശ്യമാണ്.

അവരുടെ സമ്പത്ത് നിങ്ങളുടെ വിശ്വാസത്തിൽനിന്നാണ് ഉണ്ടാകുന്നത്.

2008-ലെ മാന്ദ്യത്തിന്റെ വിദഗ്ധമായ വെളിപ്പെടൽ ഉണ്ടായിരുന്നിട്ടും, സ്ലോലെയ്നിലെ പ്രബുദ്ധരായവർ അവരുടെ തന്ത്രം ദയനീയമായി യോഗ്യമല്ലെന്ന് ഒരിക്കലും സമ്മതിക്കില്ല, പകരം അവർ സത്യം മറച്ചുവെക്കാൻ വഞ്ചനാപരമായ രീതിയിലാണ് പ്രവർത്തിക്കുന്നത്. അവരുടെ സന്ദേശം പുനഃക്രമീകരിച്ച് അവർ അത് തന്നെ പരാജയപ്പെട്ട കാവ്യമീമാംസ തുപ്പുന്നത് തുടരുന്നു. പുതിയ പുസ്തകങ്ങൾ എഴുതി, പുതിയ തലക്കെട്ടുകളും പുതിയ ചർവിതചർവണങ്ങളും ഉപയോഗിച്ച്. മിക്കവാറും അവയുടെ ശീർഷകങ്ങൾ ഇതുപോലെയായിരിക്കും :

നിങ്ങളുടെ സമ്പത്ത് പുനർനിർമ്മിക്കുക...
വീണ്ടും ആരംഭിക്കുക...
വീണ്ടും ഒത്തുകൂടു

ഭാഷയിലെ മാറ്റം ശ്രദ്ധിക്കുക, സത്യം തുറന്നുകാട്ടുന്നു : പദ്ധതി വളരെ മികച്ചതാണെങ്കിൽ, എന്തുകൊണ്ട് നിങ്ങൾക്ക് "പുനർനിർമ്മാണം" അല്ലെങ്കിൽ "വീണ്ടും തുടങ്ങൽ" ആവശ്യമാകുന്നു?

തന്ത്രം പ്രവർത്തിച്ചിരുന്നെങ്കിൽ, അത്തരം വാക്കുകളുടെ ആവശ്യമേ ഇല്ലായിരുന്നു.

അഭിനയം തുടരുന്നതിന്, ഗുരുക്കന്മാർ വിരൂപമായതിനെ സുന്ദരമാക്കേണ്ടതുണ്ട്. പഴയ തന്ത്രം വിൽക്കുന്ന പുതിയ പുസ്തകങ്ങൾ. അതേ പഴയ ഭ്രാന്ത് വിൽക്കുന്നു. ഈ പുസ്തകങ്ങൾക്കുള്ളിൽ നിങ്ങൾ "ക്ഷമ", "വീണ്ടെടുക്കുക", "അച്ചടക്കം" തുടങ്ങിയ വാക്കുകൾ കണ്ടെത്തും.

പിന്നെ ഏറ്റവും വലിയ ചോദ്യം...

ഗുരുക്കന്മാർക്ക് "തുടങ്ങുക" അല്ലെങ്കിൽ "പുനർനിർമ്മാണം" ചെയ്യണമെന്ന് നിങ്ങൾ കരുതുന്നുണ്ടോ?

തീർച്ചയായും ഇല്ല. അവർ വിൽക്കുന്ന പ്ലാൻ ഉപയോഗിക്കുന്നില്ല! അനിയന്ത്രിതമായ പരിമിതമായ ലിവറേജിൽ പ്രവചിക്കാത്ത തികച്ചും വ്യത്യസ്തമായ ഒരു സമ്പത്ത് പ്രപഞ്ചത്തിലാണ് അവർ പ്രവർത്തിക്കുന്നത്.

അധ്യായ സംഗ്രഹം : ഫാസ്റ്റ്‌ലെയ്ൻ പ്രത്യേകതകൾ

- തെളിയിക്കപ്പെട്ട, വിജയകരമായ ട്രാക്ക് റെക്കോർഡുകളുള്ള ആളുകളിൽ നിന്ന് ഉപദേശം സ്വീകരിക്കുക.
- പല സാമ്പത്തിക ഗുരുക്കന്മാരും പലപ്പോഴും പരിശീലനത്തിന്റെ വിരോധാഭാസത്താൽ കഷ്ടപ്പെടുന്നു; അവർ ഒരു സമ്പത്തിന്റെ സമവാക്യം പഠിപ്പിക്കുന്നു, മറ്റൊന്നിൽ സമ്പന്നനാകുന്നു. അവർ സ്വന്തം പഠിപ്പിക്കലുകളിൽ നിന്ന് സമ്പന്നരാകുന്നില്ല.

സ്ലോലെയ്ൻ വിജയം : പ്രതീക്ഷയുടെ ചൂതാട്ടം

ഒരിക്കലും ശ്രമിക്കാത്തതിൽ ഖേദിക്കുന്നതിനേക്കാൾ പരാജയത്തിന്റെ പശ്ചാത്താപത്തിൽ ജീവിക്കാൻ ഞാൻ ആഗ്രഹിക്കുന്നു.

—എംജെ ഡിമാർക്കോ

പുറപ്പാട് : സ്ലോലെയ്നിലെ ജീവിതം

സ്ലോലെയ്ൻ റോഡ് മാപ്പിലൂടെയുള്ള സമ്പത്തിന്റെ വഴി, ബൈബിളിലെ മോശെയുടെ പുറപ്പാടിന്റെ കഥയ്ക്ക് സാമ്യമാണ്. ഈജിപ്ഷ്യൻ അടിമത്തത്തിൽ നിന്ന് ദൈവം മോശയെ 40 വർഷത്തെ കഠിനമായ യാത്രയിലേക്ക് നയിക്കുന്നു. മരുഭൂമിയിലൂടെ, തേനും പാലും ഒഴുകുന്ന നാട്ടിൽ ഒരു വിജയകരമായ ഭാവിയുടെ വാഗ്ദാനത്തോടെ. ജീവിതകാലം മുഴുവൻ കഠിനാധ്വാനത്തിനും പോരാട്ടത്തിനും ശേഷം, മോശെ അവന്റെ ലക്ഷ്യസ്ഥാനത്തിന്റെ വാതിൽപ്പടിയിൽ എത്തുകയും അവൻ മരിക്കുകയും ചെയ്യുന്നു. യാത്രയുടെ വാഗ്ദാനം അവൻ ഒരിക്കലും കാണുന്നില്ല കാരണം ജീവിതത്തിന് യാതൊരു ഉറപ്പുമില്ല.

ദുഃഖകരമെന്നു പറയട്ടെ, സ്ലോലെയ്ൻ സമ്പത്ത് മരുഭൂമിയിലൂടെയുള്ള ഈ ദുസ്സഹ യാത്രയ്ക്ക് സമാനമാണ്. അതൊരു യാത്രയാണ് അത് പൂർത്തിയാക്കാൻ പതിറ്റാണ്ടുകൾ എടുക്കും, നിങ്ങളുടെ ജീവിതത്തെ പട്ടിണിയിലാക്കുന്നു, വാഗ്ദാനങ്ങളൊന്നും നൽകുന്നില്ല. അതെ, കോളേജിൽനിന്ന് ബിരുദം നേടുക, ഒരു നല്ല ജോലി നേടുക, നിങ്ങളുടെ പണം വാൾസ്ട്രീറ്റിനെ ഏൽപ്പിക്കുക, ബോസിനെ നന്നായി സേവിക്കുക, നിങ്ങൾക്ക് പ്രതിഫലം ലഭിച്ചേക്കാം. പണം അച്ചടിയുടെയും സർക്കാരിന്റെ അശ്രദ്ധയുടെയും ഇന്നത്തെ ഭയാനകമായ സാമ്പത്തിക അന്തരീക്ഷത്തിൽ, ആളുകൾ ഇപ്പോഴും അത് വിശ്വസിക്കുന്നതിൽ ഞാൻ അത്ഭുതപ്പെടുന്നു.

എന്നാൽ ആളുകൾ അങ്ങനെ തന്നെ ചെയ്യുന്നു, അസംഖ്യം ആളുകൾ.

സ്ലോലെയ്ൻ പുസ്തകങ്ങൾക്കായുള്ള സെയിൽസ് വില്പനക്കണക്കുകൾ കാണുമ്പോൾ ഞാൻ അന്ധാളിച്ചുപോയി. ലക്ഷങ്ങൾ വിറ്റു. എത്ര സങ്കടകരമാണ്. അപകടകരമായ കുഴികൾ നിറഞ്ഞ പാതയിലൂടെ ദശലക്ഷക്കണക്കിന് ആളുകളെ വഴിതെറ്റിക്കുന്നു. സ്വാതന്ത്ര്യത്തിന്റെ നാളെ എന്ന വലിച്ചുനീട്ടിയ പ്രത്യാശയിലേക്ക് നയിക്കുന്ന വർഷങ്ങളെടുക്കുന്ന വഴിയിലേക്ക്.

നിങ്ങൾ ദീർഘവും ആരോഗ്യകരവുമായ ജീവിതം നയിക്കുമെന്ന് കരുതുന്നത് അഹങ്കാരമാണ്. ആ ജീവിതം നിങ്ങൾക്കു നേരെ വളവുകളൊന്നും എറിയില്ലെന്ന് ഊഹിക്കുന്നത് നിഷ്കളങ്കമാണ്. സ്ലോലെയ്ൻ വിജയിക്കണമെങ്കിൽ, അത് ജീവിതം പ്രവചിക്കാവുന്നതും ക്ഷമിക്കുന്നതുമാണെന്ന് അനുമാനിക്കുന്നു.

അങ്ങനെയല്ല. നിങ്ങളുടെ ജോലി നഷ്ടപ്പെടും. നിങ്ങൾക്ക് അസുഖം വരുന്നു. കാറിന് പുതിയ ട്രാൻസ്മിഷൻ ആവശ്യമായി വരുന്നു. നിങ്ങൾ വിവാഹം കഴിക്കുന്നു. നിങ്ങൾ വിവാഹമോചനം നേടുന്നു. നിങ്ങൾക്ക് കുട്ടികളുണ്ടാകുന്നു. നിങ്ങൾക്ക് പ്രത്യേക വൈകല്യങ്ങളുള്ള ഒരു കുട്ടിയുണ്ട്. നിങ്ങൾക്ക് പരിചരണം ആവശ്യമുള്ള പ്രായമായ മാതാപിതാക്കളുണ്ട്. സമ്പദ് വ്യവസ്ഥ മാന്ദ്യത്തിലോ ദുർബ്ബലതയിലോ മുങ്ങുന്നു. സ്ലോലെയ്ൻ റോഡ് മാപ്പിനെ അപകടകരമായ ഒരു പന്തയമാക്കി മാറ്റുന്ന പ്രതിസന്ധി പോയിന്റുകളുടെ ഒരു മൃഗശാലയാണ് ജീവിതം. അത് നിങ്ങളുടെ ഏറ്റവും വിലയേറിയ സ്വത്ത് ഉപയോഗിക്കുന്നു : സമയം.

ഏഴ് സ്ലോലെയ്ൻ അപകടങ്ങൾ

ആളുകൾ സ്ലോലെയ്നിൽ നടക്കുന്നു, എന്തെന്നാൽ അവരോട് അവിടെ നടക്കാൻ പറഞ്ഞതുകൊണ്ടാണ്. അവർ വിശ്വസിക്കുന്നു അപകടസാധ്യതകൾ കുറവാണ്, അത് സുരക്ഷിതവുമാണ്. എല്ലാത്തിനുമുപരി, എല്ലാ പുതിയ ബിസിനസ്സുകളും 90% അഞ്ച് വർഷത്തിനുശേഷം പരാജയപ്പെടുന്നു. അതിനാൽ "ഫാസ്റ്റ് ലെയ്ൻ" സുരക്ഷിതമായിരിക്കില്ല! നിങ്ങൾ സ്ലോലെയ്നിന്റെ ആഖ്യാനങ്ങളിലേക്ക് ഒരൽപ്പം യുക്തി എറിയുകയാണെങ്കിൽ അത് അങ്ങേയറ്റം അപകടകരമാണെന്നും പൂർണ്ണമായും പ്രത്യാശയിൽ അടിസ്ഥാനമാക്കിയുള്ള പദ്ധതിയാണെന്നും നിങ്ങൾ കണ്ടെത്തും. അനുമാനങ്ങൾ – അവയുടെ പതിറ്റാണ്ടുകൾ – സ്ലോലെയ്നിന്റെ യഥാർത്ഥ അപകടസാധ്യതകൾ തുറന്നുകാട്ടുന്നു. ഈ റോഡിലൂടെ സഞ്ചരിക്കാനുള്ള തീരുമാനമെടുക്കു, ചൂതാട്ടം കളിയ്ക്കുവാൻ തയ്യാറാകു. ചില അപകടസാധ്യതകൾ ഇതാ :

1. നിങ്ങളുടെ ആരോഗ്യത്തിന്റെ അപകടം

നിങ്ങളുടെ അവസാന ഘട്ടത്തിലെ വർഷങ്ങളിൽ നിങ്ങളുടെ സമ്പാദ്യത്തിന്റെ ഫലം ആസ്വദിക്കാൻ നിങ്ങൾ ദീർഘകാലം ജീവിക്കുമെന്ന് സ്ലോലെയ്ൻ പ്രതീക്ഷിക്കുന്നു. ഓർക്കുക, നിങ്ങൾക്ക് ദശലക്ഷങ്ങൾ ഉണ്ടാകും, നിങ്ങൾ 65-ൽ വിരമിക്കുമ്പോൾ! അത് ആസ്വദിക്കാൻ നിങ്ങൾ ആരോഗ്യവാനായിരിക്കുമോ? ജീവനോടെയുണ്ടാകുമോ? നിങ്ങൾക്ക് നിങ്ങളുടെ ജോലി ചെയ്യുവാൻ കഴിയുന്നില്ലെങ്കിൽ, നിങ്ങൾക്ക് പണം സമ്പാദിക്കാൻ കഴിയില്ല. നിങ്ങൾക്ക് പണിയെടുക്കാൻ കഴിയുന്നില്ലെങ്കിൽ, ഈ പദ്ധതിക്ക് എന്ത് സംഭവിക്കും? കൂടാതെ, മറ്റ് ദുരന്തങ്ങൾ ഒഴിവാക്കുക; നിങ്ങളുടെ ജോലി സമ്മർദ്ദം നിങ്ങളെ കൊല്ലില്ലെന്ന് പ്രതീക്ഷിക്കുന്നു, നിങ്ങളുടെ കുടുംബം ആരോഗ്യത്തോടെ തുടരുമെന്നും.

2. ജോലിയുടെ അപകടം

നിങ്ങൾക്ക് എല്ലായ്പ്പോഴും ജോലി ലഭിക്കുമെന്ന് സ്ലോലെയ്ൻ പ്രതീക്ഷിക്കുന്നു. വർഷംതോറും കോർപ്പറേറ്റ് ഗോവണി സുരക്ഷിതമായി കയറുമെന്നും. നിങ്ങൾ പിരിച്ചുവിടലുകൾ, കോർപ്പറേറ്റ് രാഷ്ട്രീയം, മോശം വ്യവസായ ചക്രങ്ങൾ, തൊഴിൽ നൈപുണ്യ തകർച്ച, മോശം തൊഴിൽ വിപണികൾ എന്നിവ ഒഴിവാക്കണം.

3. നിങ്ങളുടെ വീടിന്റെ അപകടം

വീടിന്റെ ഉടമസ്ഥത ഒരു ഇടത്തരം വർഗ്ഗക്കാർക്ക് സമ്പത്തിന്റെ വാഹനമായി വാഴ്ത്തപ്പെടുന്നു. പല ഗുരുക്കന്മാരും ഉച്ചത്തിൽ നിലവിളിക്കുന്നു, "നിങ്ങളുടെ വീടിന്റെ ബലത്തിൽ വിരമിച്ചോളൂ!" കൂടാതെ "നിങ്ങളുടെ വീട് ഒരു സ്വത്താണ്!" വെറുതെ കിട്ടുന്ന ജ്ഞാനം. റിയൽ എസ്റ്റേറ്റ് മൂല്യങ്ങൾ എപ്പോഴും ഉയരുമെന്ന് സ്ലോലെയ്ൻ പ്രതീക്ഷിക്കുന്നു, അത് തീർത്തും തെറ്റാണ്. 2008-ൽ, എന്റെ വീടിന്റെ മൂല്യം $800,000 ഇടിഞ്ഞു. ഞാൻ എന്റെ വീടിനെ ഒരു നിക്ഷേപമായി കാണുന്നു, ഞാൻ അതിൽ ആശ്രയിക്കുന്നില്ല എന്നതിൽ ഞാൻ നന്ദിയുള്ളവനാണ്.

4. കമ്പനിയുടെ അപകടം

പല കമ്പനികളും നൂറ്റാണ്ടുകളെ മറികടക്കുന്നില്ല. നിങ്ങളുടെ റിട്ടയർമെന്റ് 1) നിങ്ങളുടെ ജോലി, 2) നിങ്ങളുടെ പെൻഷൻ, അല്ലെങ്കിൽ 3) നിങ്ങളുടെ ഷെയർ എന്നിവയിലൂടെയുള്ള ജോലിയിലാണ് നിങ്ങളുടെ വിശ്വാസമെങ്കിൽ, കമ്പനി അധികനാൾ നിലനിൽക്കണമെന്ന് നിങ്ങൾ പ്രതീക്ഷിക്കുന്നു. നിങ്ങൾ പന്തയം വെക്കുന്നു. കമ്പനി എക്സിക്യൂട്ടീവുകളുടെ കെടുകാര്യസ്ഥത മൂലം അവരുടെ വിരമിക്കൽ പെൻഷനുകൾ നഷ്ടപ്പെട്ടുവെന്ന് വളരെ വൈകിയാണ് വിരമിച്ച പലർക്കും മനസ്സിലാകുന്നത്. ഒരു കമ്പനിയുടെ മാത്രം ഷെയറിൽ തങ്ങളുടെ സമ്പത്ത് പന്തയം വെക്കുന്ന മറ്റുചിലർ, ഭാവിയിൽ ഷെയർ കൂടുതൽ മൂല്യമുള്ളതായിരിക്കുമെന്ന് ചിന്തിച്ചുകൊണ്ട് വലിയ റിസ്ക് സ്വീകരിക്കുന്നു. നിങ്ങളുടെ വിരമിക്കൽ മറ്റുള്ളവരിൽ നിക്ഷിപ്തമാണെങ്കിൽ, നിങ്ങൾ അനിയന്ത്രിതമായ അപകടസാധ്യതകൾ സ്വീകരിക്കുന്നു. നിങ്ങളുടെ സാമ്പത്തിക പദ്ധതിയുടെ ശക്തി മറ്റുള്ളവരുടെ കൈയിലിരിക്കുമ്പോൾ, നിങ്ങൾക്ക് നിയന്ത്രണം നഷ്ടപ്പെടാൻ സാധ്യതയുണ്ട്.

5. നിങ്ങളുടെ ജീവിതശൈലിയുടെ അപകടം

സ്ലോലെയ്ൻ നിങ്ങളെ പിശുക്കനും ദരിദ്രനും ആക്കി വെയ്ക്കുന്നു. ഒരു വിദേശ കാർ സ്വന്തമാക്കാൻ ആഗ്രഹിക്കുന്നുണ്ടോ? അത് മറന്നേക്കൂ. ഒരു ബീച്ചിൽ ജീവിക്കാൻ ആഗ്രഹിക്കുന്നുണ്ടോ? നടക്കാത്ത ആഗ്രഹത്തെ സ്വപ്നം കാണുന്നു. ജീവിതശൈലി മെച്ചപ്പെടുത്താനുള്ള പ്രലോഭനങ്ങൾ നിങ്ങൾക്ക് നിയന്ത്രിക്കാൻ കഴിയുന്നില്ലെങ്കിൽ (നല്ല വീട്, നല്ല കാർ, പുറത്തുനിന്ന് നല്ല ഭക്ഷണം), സ്ലോലെയ്ൻ മന്ദഗതിയിലാവുകയും ഗതി തിരിച്ചുവിടുകയും ചെയ്യുന്നു. സ്ലോലെയ്ൻ നിങ്ങളുടെ "വൈകിയ സംതൃപ്തി" എന്നതിനെ, "സംതൃപ്തി ഇല്ല" എന്നതിലേക്ക് വ്യത്യാസപ്പെടുത്തുന്നു.

6. സമ്പദ് വ്യവസ്ഥയുടെ അപകടം

നിങ്ങളുടെ നിക്ഷേപങ്ങൾ വർഷംതോറും പ്രവചിക്കാവുന്ന 8% വരുമാനം നൽകുമെന്ന് സ്ലോലെയ്ൻ പ്രതീക്ഷിക്കുന്നു. "വാങ്ങിക്കുക കൈവശം വെക്കുക" എന്ന സിദ്ധാന്തം നിങ്ങൾ വിശ്വസിക്കണം. അങ്ങനെ സംഭവിക്കുന്നില്ല, കാരണം സാമ്പത്തിക തകർച്ചകളും മാന്ദ്യങ്ങളും നഷ്ടങ്ങളും സംഭവിക്കുന്നു. ഉദാഹരണത്തിന്, 2008-09-ൽ, ഷെയർ മാർക്കറ്റുകൾ ഏകദേശം 60% നഷ്ടപ്പെട്ടു. നിങ്ങൾ 15 വർഷംകൊണ്ട് 100,000 ഡോളർ സമാഹരിച്ചുവെങ്കിൽ, ഇപ്പോൾ അതിന്റെ

മൂല്യം 40,000 ഡോളറായിരിക്കും. 8% വാർഷിക റിട്ടേണിൽ നിങ്ങൾക്ക് 14 വർഷമെടുക്കും അത് പഴയതുപോലെയാവാൻ! ഏകദേശം 30 വർഷം പാഴായതിന് തുല്യമാണ് അത്! അത് പണപ്പെരുപ്പത്തെ കണക്കാക്കുന്നില്ല, അത് നിങ്ങളുടെ $100,000-നെ ഏകദേശം $50,000 ആക്കുന്നു!

7. നടപ്പാതയുടെ അപകടം

നിരാശരായ സ്ലോലെയ്നർമാർ പലപ്പോഴും നടപ്പാതയിലേക്ക് മടങ്ങുന്നു. എന്തുകൊണ്ട്? നിയന്ത്രണത്തിലാകുമെന്ന് പ്രതീക്ഷിക്കുന്നു. നിങ്ങൾക്ക് സമയം, ജോലി, അല്ലെങ്കിൽ നിങ്ങളുടെ ജീവിതത്തിലെ അഞ്ച് ദിവസം എന്നിവ ഓരോ ആഴ്ചയും നിയന്ത്രിക്കാൻ കഴിയാതെ വരുമ്പോൾ, നിങ്ങൾ ശക്തിയില്ലാത്തവരായി തോന്നുന്നു. നിസ്സഹായതയുടെ വികാരങ്ങൾ തൽക്ഷണം സംതൃപ്തിയുടെയും ജീവിതശൈലിയുടെയും അടിമത്തത്തിനായി പാകമായ ഒരു അന്തരീക്ഷം സൃഷ്ടിക്കുന്നു. 2008-ൽ *ജേർണൽ ഓഫ് കൺസ്യൂമർ റിസർച്ച്* പ്രസിദ്ധീകരിച്ച ഒരു പഠനം ഇതാണ്, ആളുകൾക്ക് ശക്തിയില്ലായ്മയും നിയന്ത്രണമില്ലായ്മയും അനുഭവപ്പെടുമ്പോൾ, ഉയർന്ന പദവി നൽകുന്ന കാര്യങ്ങൾ വാങ്ങാൻ അവർക്ക് ശക്തമായ ആഗ്രഹമുണ്ടാവുന്നു. എന്തിനാണ് അവർക്ക് ശക്തിയില്ലാത്തതായി എന്തിന് തോന്നുന്നു? വളരെ ലളിതം. സ്ലോലെയ്നിൽ, സമയം കാരണം നിങ്ങൾ നിയന്ത്രണം ഉപേക്ഷിക്കുന്നു. നിയന്ത്രണത്തിലാണ്, നടപ്പാതയിലേക്കുള്ള ഗേറ്റുകൾ വീണ്ടും തുറക്കുന്നു. പ്രതീക്ഷ ഒരു പദ്ധതിയല്ല.

ചെറുത്തുനിൽപ്പ് നിരർത്ഥകമാണ്

നിങ്ങൾ സ്ലോലെയ്നിനുമേൽ ഒരു പോസ്റ്റ്മോർട്ടം നടത്തുമ്പോൾ അതിന്റെ യഥാർത്ഥ നിറങ്ങൾ നിങ്ങൾ കാണുന്നു : ഇത് മന്ദഗതിയിലാണ്, അത് സമയം പാഴാക്കുന്നു, അത് അപകടകരമാണ്. പ്ലാൻ പ്രവർത്തിക്കുന്നില്ലെന്ന് ഒരു സ്ലോലെയ്നർ മനസ്സിലാക്കുമ്പോൾ, അവൻ പെട്ടെന്ന് കൂടുതൽ പ്രവർത്തനനിരതനാകുന്നു. സ്ലോലെയ്നിലെ സക്രിയത്വം ഒരു കാറിന്റെ ആക്സിലറേറ്റർ ഫ്ലോറിലേക്ക് തള്ളുന്നത് പോലെയാണ്. അതിന്റെ ഉയർന്ന വേഗപരിധി എങ്ങനെയെങ്കിലും നിഗൂഢമായി ഉയരുമെന്ന് പ്രതീക്ഷിക്കുന്നു. വാസ്തവത്തിൽ, വഴിയുടെ തന്നെയാണ് പ്രശ്നം, ആക്സിലറേറ്ററല്ല.

എന്നിരുന്നാലും, ഒരു സ്ലോലെയ്നർ തന്റെ ദുർബ്ബലമായ ഗണിതശാസ്ത്ര പ്രപഞ്ചത്തെ വേരിയബിളുകളെ യോജിപ്പുള്ളതാക്കാൻ ശ്രമിക്കും.

- ജോലി സമയം വർദ്ധിപ്പിച്ച് ആന്തരിക മൂല്യം കൈകാര്യം ചെയ്യുക. (എനിക്ക് കൂടുതൽ പണം ഉണ്ടാക്കണം)
- ജോലികൾ മാറ്റുന്നതിലൂടെയോ വേറെ ജോലികൾ കൂടി ചെയ്യുന്നതിലൂടെയോ ആന്തരിക മൂല്യം കൈകാര്യം ചെയ്യുക. (എനിക്ക് കൂടുതൽ വേതനം കിട്ടണം!)
- വീണ്ടും വിദ്യാഭ്യാസത്തിലേക്ക് മടങ്ങിക്കൊണ്ട് ആന്തരിക മൂല്യം കൈകാര്യം ചെയ്യുക. (എനിക്ക് ഒരു മികച്ച ഭാവി വേണം!)
- മികച്ച നിക്ഷേപ ആദായം തേടി കൂട്ടുപലിശ കൈകാര്യം ചെയ്യുക. (എനിക്ക് മികച്ച നിക്ഷേപങ്ങൾ വേണം!)
- നിക്ഷേപ സമയ ചക്രവാളം വികസിപ്പിച്ചുകൊണ്ട് സംയുക്ത പലിശ കൈകാര്യം ചെയ്യുക. (എനിക്ക് കൂടുതൽ സമയം വേണം!)

- നിക്ഷേപം വർദ്ധിപ്പിച്ച് കൂട്ടപലിശ കൈകാര്യം ചെയ്യുക. (എനിക്ക് കൂടുതൽ മിച്ചം വെയ്ക്കണം!)

ഈ ആറ് പ്രതികരണങ്ങളിൽ ഓരോന്നും സ്ലോലേനറുടെ സമ്പത്ത് സമവാക്യത്തിന്റെ ബലഹീനതയെ കൈകാര്യം ചെയ്യാനുള്ള വ്യർത്ഥമായ ശ്രമമാണ്. നിർഭാഗ്യവശാൽ, ഗണിതശാസ്ത്രത്തിന്റെ പരിമിതികൾ അട്ടിമറിക്കാനാവില്ല, അങ്ങനെ ചെയ്യുന്നത് അപകടകരമായ കാരണ-ഫല ചക്രങ്ങളിൽ കലാശിക്കുന്നു. എപ്പോൾ ഒരു സ്ലോലെയ്നർ കൂടുതൽ പണം സമ്പാദിക്കാൻ ആഗ്രഹിക്കുന്നു, അവൻ ജോലി സമയം വർദ്ധിപ്പിക്കുന്നു, മെച്ചപ്പെട്ട ശമ്പളമുള്ള ജോലിയിലേക്ക് മാറുന്നു, അല്ലെങ്കിൽ ജോലികൾ കൂട്ടിച്ചേർക്കുന്നു. ഒരു സ്ലോലെയ്നർ കൂടുതൽ പണം ലഭിക്കാൻ ആഗ്രഹിക്കുമ്പോൾ, അവൻ ആന്തരിക മൂല്യം വർദ്ധിപ്പിക്കുമെന്ന പ്രതീക്ഷയിൽ വീണ്ടും വിദ്യാഭ്യാസത്തിലേക്ക് മടങ്ങുന്നു. 3% നിക്ഷേപ വരുമാനം വേണ്ടത്ര വേഗത്തിൽ സമ്പത്ത് സൃഷ്ടിക്കുന്നില്ലെന്ന് ഒരു സ്ലോലെയ്നർ മനസ്സിലാക്കുമ്പോൾ, വലിയ അപകടസാധ്യതകൾ വലിയ വരുമാനത്തിനായി കരുതപ്പെടുന്നു. ഒരു സ്ലോലെയ്നർ തന്റെ നീക്കിയിരിപ്പിന്റെ 40% ഒരു സാമ്പത്തിക മാന്ദ്യത്തിൽ അപ്രത്യക്ഷമാകുന്നത് നിരീക്ഷിക്കുമ്പോൾ, അഞ്ച് വർഷം മതി "തിരിച്ചു വരാൻ" എന്ന് വാദിച്ചുകൊണ്ട് അദ്ദേഹം വീണ്ടും ജോലിയിലേക്ക് പോകുന്നു.

നിങ്ങൾക്ക് ഗണിതശാസ്ത്രപരമായ പരിമിതികളെ മറികടക്കാൻ കഴിയില്ല. 10 മൈൽ വേഗതയുള്ള ഒരു കാറിന് എല്ലായ്പ്പോഴും 10 മൈൽ വേഗത ഉണ്ടായിരിക്കും, നിങ്ങൾ ആക്സിലറേറ്റർ എത്ര കഠിനമായി തള്ളുന്നു എന്നത് പ്രധാനമല്ല. നിങ്ങൾ 10 മൈൽ വേഗതയിൽ രാജ്യത്തുടനീളം സഞ്ചരിക്കുകയാണെങ്കിൽ, നിങ്ങൾക്ക് 40 വർഷം വേണ്ടിവരും!

സംഖ്യകൾ എല്ലായ്പ്പോഴും മിതത്വത്തിൽ ഉള്ളതിനാൽ സ്ലോലെയ്ൻ മിതത്വത്തിലേക്ക് നയിക്കുന്നു.

സ്ലോലെയ്ൻ അപകടസാധ്യതയുള്ളതാണ്. കാരണം, അതിന്റെ വേരിയബിളുകൾ നിയന്ത്രിക്കാനാകാത്തതും ലിവറേജ് ഇല്ലാത്തതുമാണ്. ULL യഥാർത്ഥത്തിൽ അർത്ഥമാക്കുന്നത് "ULL" ഒരിക്കലും സമ്പന്നരാകരുത് എന്നാണ്. എന്നിരുന്നാലും, സ്ലോലെയ്നർമാർക്ക് ഫലപ്രദമായി കൈകാര്യം ചെയ്യാൻ കഴിയുന്ന ഒരു വേരിയബിൾ ആണ് ജീവിതശൈലി. നിർഭാഗ്യവശാൽ, ഇത് പെട്ടെന്ന് സ്ലോലെയ്ൻ ജീവിതം ദുരിതത്തിന്റെ പഴകിയ പ്രദർശനമാക്കി മാറ്റുന്നു. അതെ, കുറവിൽ സന്തോഷിക്കുക.

സമ്പത്ത് നേടുന്നതിൽ പരാജയം : തെറ്റായ സമവാക്യം, തെറ്റായ വേരിയബിൾ

ചില ഘട്ടങ്ങളിൽ, സ്റ്റോക്ക് മാർക്കറ്റിനെ വലിയ വരുമാനം തനിക്ക് നൽകാൻ നിർബന്ധിക്കാൻ കഴിയില്ലെന്ന് സ്ലോലെയ്നർ മനസ്സിലാക്കുന്നു. 200% ശമ്പളം വർദ്ധിപ്പിക്കാൻ അദ്ദേഹത്തിന് നിർബന്ധിക്കാനാവില്ല. അദ്ദേഹത്തിന് ആന്തരിക മൂല്യം ഉയർത്താനായി ഉന്നത വിദ്യാഭ്യാസം താങ്ങാൻ കഴിയില്ല. ജോലി മാറുന്നതുകൊണ്ടും ശമ്പള വർദ്ധനവിന്റെ അവസരം വളരെ കുറവാണ്. സ്ലോലെയ്നർ തന്റെ സമവാക്യത്തിന് അടിമയാകുകയും ചെലവുകൾ കുറക്കുന്നതിലൂടെ വർദ്ധിപ്പിച്ച വ്യക്തിഗത മൊത്ത വരുമാനം, നിയന്ത്രിക്കാവുന്ന ഏക വേരിയബിളിൽ കൃത്രിമം കാണിക്കുകയും ചെയ്യുന്നു.

വ്യക്തിഗത മൊത്ത വരുമാനം = ആന്തരിക മൂല്യം – വ്യക്തിഗത ചെലവുകൾ

സ്ലോലെയ്ൻ ഗുരുക്കന്മാർ ഈ തന്ത്രത്തെ പ്രശംസിക്കുന്നു. ശാസനകൾ വ്യക്തമാണ് : നിങ്ങളുടെ കടം വീട്ടുക. പഴയ കാറിനായി പുതിയ കാർ ഉപേക്ഷിക്കുക. നിങ്ങളുടെ ഇൻഷുറൻസ് കിഴിവുകൾ ഉയർത്തുക. നിങ്ങളുടെ ക്രെഡിറ്റ് കാർഡുകൾ റദ്ദാക്കുക, എല്ലാത്തിനും റൊക്കം പണം നൽകുക. Starbucks-ൽ $10 കോഫി വാങ്ങുന്നത് നിർത്തുക. നിങ്ങളുടെ ഉച്ചഭക്ഷണം വീട്ടിൽനിന്നും കൊണ്ടുവരിക. സാധനങ്ങൾ മൊത്തത്തിൽ വാങ്ങുക. കൂപ്പണുകൾ ക്ലിപ്പിംഗ് ചെയ്യാൻ നാല് മണിക്കൂർ ചെലവഴിക്കുക. വരൂ സുഹൃത്തുക്കളെ, ചെലവുകൾ വെട്ടിക്കുറക്കൂ – ഒരു ദിവസം നിങ്ങൾ സമ്പന്നനാകും! അടിപൊളി.

മടുപ്പിക്കുന്ന ഈ തന്ത്രങ്ങൾ സ്ലോലെയ്നിൽ കുടുങ്ങിക്കിടക്കുന്നതിനുള്ള ഒരു പ്രാമാണിക പ്രതികരണമാണ്. ജീവിതശൈലിയുടെ തകർച്ച. നിങ്ങൾ ഒരു മോശം സമ്പത്ത് സമവാക്യവുമായി വിവാഹിതനാകുമ്പോൾ, ഇത് പ്രതിരോധമാണ്. ഇത് സോഫയിൽ കിടന്ന് വിവാഹമോചനം നേടുന്നതിന് തുല്യമാണ്.

സമ്പത്ത് സമയവുമായി ബന്ധപ്പെട്ടിരിക്കുന്നതിനാൽ നിയന്ത്രിക്കാൻ കഴിയില്ല. അപ്പോൾ നിങ്ങൾക്ക് അടുക്കളയിലെ ആക്രികൾ മാത്രം അവശേഷിക്കുന്ന ചെലവ് ചുരുക്കലിന്റെ രൂപത്തിൽ ജീവിതശൈലി തകർച്ച. അതെ, അറുപിശുക്കൻ ആകുക.

തെറ്റ്.

കണ്ണഞ്ചിപ്പിക്കുന്ന ചെലവുകൾ സമ്പത്ത് സൃഷ്ടിക്കുന്നില്ല. *വരുമാനത്തിലുള്ള പെരുത്ത വർദ്ധനവും ചെലവുകൾ നിയന്ത്രിക്കുന്നതും സമ്പത്ത് സൃഷ്ടിക്കുന്നു.*

ഉദാഹരണത്തിന്, ഞാൻ പതിവായി പ്രതിമാസം 100,000 ഡോളറിലധികം സമ്പാദിച്ചപ്പോൾ, ഞാൻ വേഗത്തിൽ സമ്പത്ത് സമാഹരിച്ചു, എന്റെ ചെലവുകൾ നിയന്ത്രിക്കുകയും കുറക്കുകയും ചെയ്തപ്പോൾ. എന്റെ വരുമാനം വർദ്ധിക്കുന്നതിനനുസരിച്ച്, ചെലവുകൾ രേഖീയമായി വളർന്നു, പക്ഷേ അവയെ അവഗണിച്ചില്ല. എന്റെ വരുമാനം 100% വർദ്ധിച്ചാൽ, ചെലവുകൾ 10% മാത്രം വർദ്ധിച്ചു. മോശപ്പെട്ട ചെലവുകാരണം ഞാൻ സമ്പത്ത് കുമിഞ്ഞുകൂട്ടിയില്ല. *വരുമാന സ്ഫോടനവും ആപേക്ഷിക ചെലവ് നിയന്ത്രണവും സമ്പത്ത് സൃഷ്ടിച്ചു.*

ഒരു സ്ലോലെയ്നർ ചെലവ് വേരിയബിളിൽ ഏർപ്പെടുമ്പോൾ എന്ത് സംഭവിക്കും?

നിങ്ങൾക്ക് ചെയ്യാൻ കഴിയാത്ത കാര്യങ്ങളിലേക്ക് ജീവിതം മാറുന്നു.

നിങ്ങൾക്ക് ആ യാത്ര നടത്താൻ കഴിയില്ല. നിങ്ങളുടെ കുട്ടികൾക്ക് മാന്യമായ ഒരു ജോടി ഷൂസ് വാങ്ങാൻ കഴിയില്ല. നിങ്ങൾക്ക് ഒരു സ്വപ്ന കാർ സ്വന്തമാക്കാൻ കഴിയില്ല. നിങ്ങൾക്ക് സിനിമാ ചാനലുകൾ സബ്സ്ക്രൈബ് ചെയ്യാൻ കഴിയില്ല. അതെ, നല്ലത് പഴയ "നാളെയുടെ വാഗ്ദാനത്തിനായി നിങ്ങളുടെ ഇന്നിനെ ബലിയർപ്പിക്കുക."

നിങ്ങൾ ഒത്തുതീർപ്പിലെത്തുന്നു.

സ്ലോലെയ്ൻ വിജയം : പ്രശസ്തി അല്ലെങ്കിൽ ഒരു വാർദ്ധക്യസേവന വാർഡ്

നിങ്ങളുടെ ജീവിതത്തിന്റെ 40 വർഷം ചെലവഴിക്കുകയും മിക്കവാറും പരാജയ

പ്പെടുകയും ചെയ്യുന്ന ഒരു പ്ലാനിൽ നിക്ഷേപിക്കുന്നത് എന്തിനാണ്? ഞാൻ ചെയ്യില്ല. സ്ലോലെയ്ൻ പരാജയം ഒറ്റരാത്രികൊണ്ട് സംഭവിക്കുന്നതല്ല എന്നതാണ് ഭയാനകമായ യാഥാർത്ഥ്യം; പരാജയം ഒരു ചിതൽ ബാധിച്ച വിറകുപുര പോലെ വർഷങ്ങളെടുത്ത് സംഭവിക്കുന്നു, അതിന്റെ നിവാസികൾ മനസ്സിലാക്കി വരുമ്പോൾ, അത് വളരെ വൈകിയിരിക്കും. അതെ, സ്ലോലെയ്ൻ വിജയം ഒരു ട്രക്ക്-സ്റ്റോപ്പിൽ രുചികര ഭോജനം ലഭിക്കുന്നതുപോലെ കഠിനമാണ്.

2002-ലെ AARP (മുൻപ് *അമേരിക്കൻ അസോസിയേഷൻ ഓഫ് റിട്ടയേർഡ് പേഴ്സൺസ്*) സർവേയിൽ പങ്കെടുത്തവരിൽ 69% പേരും വിരമിക്കൽ പ്രായം കഴിഞ്ഞ് ജോലി ചെയ്യേണ്ടിവരുമെന്ന് പറഞ്ഞു. ഒരു വർഷം മുൻപ്, 45% പേർ തങ്ങളുടെ 70-കളിലും 80-കളിലും ജോലി ചെയ്യണമെന്ന് പറഞ്ഞു. പതിനഞ്ചു വർഷം പിന്നീട്, 2017-ലെ ഗാലപ്പ് പോൾ ഈ സംഖ്യ ഇപ്പോൾ 74% ആണെന്ന് വെളിപ്പെടുത്തി. നമുക്ക് ഊഹിക്കാം ഈ ഡാറ്റയിൽനിന്ന് ശല്യപ്പെടുത്തുന്ന ചിലത് : *സ്ലോലെയ്നിന്റെ പരാജയ നിരക്ക് ഏകദേശം 75% ആണ്.*

അപകടസാധ്യതകൾ ഉണ്ടായിരുന്നിട്ടും, ഗണിതശാസ്ത്രപരമായ പരിമിതികൾ ഉണ്ടായിരുന്നിട്ടും, ഒരു വാരാന്ത്യത്തിലെ സാധാരണമായ അഞ്ച് ദിവസത്തെ വ്യാപാരം ഉണ്ടായിരുന്നിട്ടും, എല്ലാം ഉണ്ടായിരുന്നിട്ടും, നിങ്ങൾക്ക് ഉറച്ചുനിന്ന് നിങ്ങളുടെ ഭാഗ്യം പരീക്ഷിക്കാം. വിജയം അസാധ്യമല്ല. എനിക്ക് ചില കാര്യങ്ങൾ സൂചിപ്പിക്കേണ്ടതുണ്ട് : സ്ലോലെയ്ൻ വിജയികൾ സാധാരണയായി വളരെ കഴിവുള്ളവരോ, പ്രായമായരോ, അല്ലെങ്കിൽ അമിത ജോലി ചെയ്തവരോ ആണ്.

സ്ലോലെയ്ൻ എങ്ങനെ നേടാം : "രഹസ്യ എക്സിറ്റ്"

നിങ്ങൾ അതിന്റെ "രഹസ്യ എക്സിറ്റ് കണ്ടെത്തിയാൽ," അതിന്റെ "ജയിലിൽ നിന്ന് സ്വതന്ത്രമായി പുറത്തുകടക്കുക" കാർഡ് കണ്ടെത്തിയാൽ സ്ലോലെയ്ൻ വെല്ലുവിളിക്കപ്പെടും. അത് നിയന്ത്രണാതീതമായ ലിമിറ്റഡ് ലിവറേജിന്റെ പരിമിതികളെ നിർവീര്യമാക്കുന്നു. സ്ലോലെയ്നിൽ നിന്ന് രക്ഷപ്പെടാനുള്ള ആ രഹസ്യം?

പ്രശസ്തി.

പ്രശസ്തി അന്തർലീനമായ മൂല്യത്തിന്റെ ഗണിതശാസ്ത്രപരമായ പരിമിതികളെ തകർക്കുന്നു. സ്ലോലെയ്ൻ ധിക്കരിക്കുന്നവർ പ്രശസ്തി കാരണം നമ്മുടെ സംസ്കാരത്തിൽ ഏറ്റവും വ്യാപകമാണ് – അത്ലറ്റുകൾ, റാപ്പർമാർ, സംഗീതജ്ഞർ, അഭിനേതാക്കൾ, വിനോദക്കാർ. നിങ്ങൾക്ക് സ്ലോലെയ്നിന്റെ ബലഹീനതയെ മറികടക്കണമെങ്കിൽ നിങ്ങൾ പ്രശസ്തനാകണം. എന്തുകൊണ്ട്? പ്രശസ്തിയും കുപ്രസിദ്ധിയും ഉയർന്ന ആന്തരിക മൂല്യം വഹിക്കുന്നു. നിങ്ങൾക്കോ നിങ്ങളുടെ സേവനങ്ങൾക്കോ ആളുകൾ അസാധാരണമായ നിരക്കുകൾ നൽകുന്നു. (ഒരു റിയാലിറ്റി ഷോ താരത്തെപോലെ, നിങ്ങൾക്ക് കഴിവുകളൊന്നുമില്ലെങ്കിൽ പോലും.)

20 വയസ്സുള്ള ഒരു ബാസ്കറ്റ്ബോൾ കളിക്കാരൻ കോളേജ് വിട്ട് $30 മില്യൺ കരാർ സ്കോർ ചെയ്യുമ്പോൾ നിങ്ങൾ സ്ലോലെയ്ൻ ധിക്കാരത്തിനു സാക്ഷ്യം വഹിച്ചു. ഒരു പ്രധാന ചിത്രത്തിലെ വേഷത്തിന് ഒരു നടിക്ക് 15 മില്ല്യൺ ഡോളർ ലഭിക്കുമ്പോൾ, നിങ്ങൾ സ്ലോലെയ്നിന് സാക്ഷ്യം വഹിച്ചു. ഒരു വീട്ടിൽ വളർന്ന ഐറിഷ് പയ്യൻ വെയിറ്ററിൽനിന്ന് *അമേരിക്കൻ ഐഡൽ* ടോപ്പ് ഫൈനലി

സ്റ്റായി ഉയരുമ്പോൾ, അന്തർലീനമായ മൂല്യം പൊട്ടിത്തെറിക്കുന്നതു കാരണം സ്ലോലെയ്ൻ റോഡ് മാപ്പിന്റെ പരിമിതികൾ തകർന്നിരിക്കുന്നു. പെട്ടെന്ന്, *വാസ്തവികമായ മൂല്യം ആന്തരിക മൂല്യത്തിന് കൂടുതൽ ബലം നൽകുന്നു.*

നിർഭാഗ്യവശാൽ, സമ്പത്ത് തേടുന്ന മിക്ക ആളുകളും സ്ലോലെയ്ൻ ധിക്കാരം വഴിയാണ് അങ്ങനെ ചെയ്യുന്നത് ഫാസ്റ്റ്ലെയ്ൻ വഴിയല്ല. സൗഭാഗ്യ ദായകരായ പ്രശസ്തിയാണ് വ്യക്തമായ ആക്രമണം ചെയ്യുന്നത്. പാട്ടുമത്സര ത്തിന്റെ ഓഡിഷനുകൾക്കുള്ള സ്റ്റേഡിയങ്ങൾ എന്തുകൊണ്ട് തിങ്ങിനിറയുന്നു? പ്രശസ്തി ആന്തരിക മൂല്യത്തിൽ അത്ഭുതമാംവിധം വർദ്ധനവ് നല്കുന്നു.

സ്വയം നിങ്ങൾ അനിവാര്യമായി മാറുന്നതിലൂടെ സ്ലോലെയ്നിന്റെ പരിമി തികളെ മറികടക്കാൻ നിങ്ങൾക്കാകുന്നു. സമൂഹത്തിൽ നിന്നുള്ള ബഹുമാനം കാരണം നിങ്ങൾക്ക് ഉയരങ്ങളിലെത്താനാവും. ദശലക്ഷക്കണക്കിന് ആളുകൾ നിങ്ങളെ അന്വേഷിക്കുകയാണെങ്കിൽ, നിങ്ങൾക്ക് ദശലക്ഷക്കണക്കിന് പ്രതി ഫലം ലഭിക്കും. പ്രൊഫഷണൽ ബാസ്കറ്റ്ബോൾ കളിക്കാരനായ ലെബ്രോൺ ജെയിംസിന് ദശലക്ഷക്കണക്കിന് പ്രതിഫലം ലഭിക്കുന്നു, കാരണം അദ്ദേഹ ത്തിന്റെ കഴിവുകൾ വിരളമായി മാത്രം ലഭിക്കുന്നവയുടെ ഗണത്തിലാണ്. വിനോദ രൂപത്തിൽ അവരുടെ ബ്രാൻഡ് ദശലക്ഷക്കണക്കിന് ആളുകൾ ആവ ശ്യപ്പെടുന്നതിനാൽ പ്രശസ്ത അഭിനേതാക്കളും വിനോദക്കാരും ദശലക്ഷക്കണ ക്കിന് പ്രതിഫലം വാങ്ങുന്നു. അങ്ങേയറ്റം പ്രതിഭകൾക്ക് വളരെ മികച്ച പ്രതി ഫലം ലഭിക്കുന്നു.

കൂടുതൽ ജോലിയുടെ മാർഗ്ഗത്തിലൂടെ കോർപ്പറേറ്റ് മാനേജ്മെന്റ് വരെ

സ്ലോലെയ്ൻ "രഹസ്യ എക്സിറ്റ്" വളരെ ആവശ്യപ്പെടുന്ന മറ്റൊന്ന് നല്ല കോർ പ്പറേറ്റ് മാനേജ്മെന്റാണ്. "കോർപ്പറേറ്റ് ഗോവണിയിൽ കയറുക" എന്ന സ്ലോലെയ്ൻ സന്ദേശം നിങ്ങൾ കേട്ടിട്ടുണ്ടെന്നതിൽ സംശയമില്ല.

ഒരു കോർപ്പറേറ്റ് സിഇഒ 20 മില്യൺ ഡോളർ സ്റ്റോക്ക് ഓപ്ഷനുകളിൽ നിക്ഷേപിക്കുമ്പോൾ, മറ്റൊരു സ്ലോലെയ്ൻ ധിക്കാരത്തിന് നിങ്ങൾ സാക്ഷ്യം വഹിച്ചു. കൂട്ടത്തിൽ മികച്ച റാങ്കുകളുള്ള വലിയ കമ്പനികളിലെ അമിത വേതനം കൈപ്പറ്റുന്ന സിഇഒമാരെക്കുറിച്ച് നിങ്ങൾ തീർച്ചയായും കേട്ടിട്ടുണ്ട്.

നിങ്ങൾ എപ്പോഴെങ്കിലും അവരുടെ പ്രായം നോക്കിയിട്ടുണ്ടോ?

സ്ഥാപകരും ഉടമകളും ഒഴികെ, അവരിൽ ഭൂരിഭാഗവും 50-നും 60-നും ഇടയിൽ പ്രായമുള്ളവരാണ്. സ്വാഭാവികമായും, കോർപ്പറേറ്റ് മാനേജ്മെന്റിലൂ ടെയുള്ള റോഡുകൾ ഒറ്റരാത്രികൊണ്ട് സംഭവിക്കുന്നതല്ല; താഴെ തട്ടു മുതൽ CEO വരെ 40 വർഷമെടുത്തേക്കാം. അങ്ങനെയാണെങ്കിൽ, തീർച്ചയായും നിങ്ങൾ അവിടേക്ക് എളുപ്പം എത്തിപ്പെടില്ല. ഇല്ല, നിങ്ങൾ ഓഫീസിൽ നേരത്തെ എത്തു കയും വൈകി പോകുകയും ചെയ്യുന്നു.

ക്ഷമിക്കണം, 40 വർഷത്തെ ക്ഷമയ്ക്കും പ്രാർത്ഥനക്കും ശേഷം ലഭിക്കുന്ന ഒരു സ്വർണ്ണ പാരച്യൂട്ടിനായി കാത്തിരിക്കുക എന്നത്, ചൂതാട്ടമല്ല, ഞാൻ അതിനെ ഒന്നു പരീക്ഷിക്കാൻ ആഗ്രഹിക്കുന്നു.

വിജയികളായ സ്ലോലെയ്നേർസ് "ഇടയിൽ" കുടുങ്ങുന്നു

എനിക്ക് പ്രശസ്തിയോ കോർപ്പറേറ്റിന്റെ ഉയരങ്ങളിൽ എത്തണമെന്നോ ആഗ്ര

ഹമില്ല. എനിക്ക് ഒരു സ്യൂട്ടോ, ടൈയോ പോലുമില്ല. അപ്പോൾ ഞാൻ എങ്ങനെ കോർപ്പറേറ്റ് ഗോവണിയിൽ കയറും? നിങ്ങൾക്ക് പ്രശസ്തിയോട് അല്ലെങ്കിൽ സമ്പത്തിലേക്കുള്ള വഴിയായി കോർപ്പറേറ്റ് ആരോഹണം എന്നതിൽ അലർജിയുണ്ടെങ്കിൽ, എന്താണ് അവശേഷിക്കുന്നത്? സമൂഹം സ്ലോലെയ്ൻ നിങ്ങളുടെ ഒരേയൊരു ഓപ്ഷനായി നടപ്പിലാക്കുന്നു. നിർഭാഗ്യവശാൽ, ആ തന്ത്രം നേരെ "മധ്യത്തിലേക്ക്" നയിക്കുന്നു – മധ്യവർഗ്ഗം അല്ലെങ്കിൽ മധ്യവയസ്സ്.

എല്ലാ ലോട്ടറിക്കും ഒരു വിജയിയുണ്ട്. അതെ, മോശം സാധ്യതകളുള്ള വിജയികളുണ്ട്!

സ്ലോലെയ്ൻ റോഡ്-മാപ്പ് അതിജീവിച്ചുവന്ന "പുരാതന വഴികളിലെ യാത്രക്കാർ" (സ്ലോലെയ്ൻ തന്ത്രം ഉപയോഗിച്ച് വിജയിക്കുന്ന സ്ലോലെയ്നർമാർ) ഒടുവിൽ കോടീശ്വരന്മാരായി മാറുന്നു. പക്ഷേ ദയവുചെയ്ത്, വിലകുറഞ്ഞ ഷാംപെയ്ൻ പൊട്ടിക്കാറായിട്ടില്ല.

ഒരു സ്ലോലെയ്ൻ കോടീശ്വരനും ഫാസ്റ്റ് ലെയ്ൻ കോടീശ്വരനും തമ്മിലുള്ള വ്യത്യാസം ഇതുപോലെയാണ്, ബ്യൂക്കും ഫെരാരിയും തമ്മിലുള്ള വ്യത്യാസം. വ്യത്യാസം തിരിച്ചറിയുമ്പോൾ, നിങ്ങൾക്ക് ഉപദേശത്തെ ശരിയായി വിമർശിക്കുകയും അതിന്റെ ശരിയായ ഫാസ്റ്റ് ലെയ്നിലോ സ്ലോലെയ്ൻ ബോക്സിലോ നൽകുകയും ചെയ്യാം.

കോടീശ്വരന്മാർ സമ്പന്നരാണ്... അതോ അവരാണോ?

യുകെയിൽനിന്നുള്ള കൈലി എന്ന യുവതിയെക്കുറിച്ചുള്ള ഒരു ലേഖനം ഞാൻ അടുത്തിടെ വായിച്ചു, കുറച്ച് വർഷങ്ങൾക്കുമുൻപ്, ഒരു ലോട്ടറിയിൽ ദശലക്ഷക്കണക്കിന് വിജയിച്ചു, താമസിയാതെ അതിൽ ഭൂരിഭാഗവും നഷ്ടപ്പെട്ടു. തീർച്ചയായും, "നഷ്ടം" എന്നതിനർത്ഥം പണത്തിന്റെ മുഴുവൻ ബാഗും അവളുടെ പുതിയ ബ്രാൻഡ് കൺവേർട്ടിബിൾ കാറിൽ വേഗത്തിൽ സഞ്ചരിച്ചുകൊണ്ടിരിക്കവേ നഷ്ടമായി എന്നാണ്.

അവൾ അത് "നഷ്ടപ്പെടുത്തിയില്ല" – *അവൾ അത് ചെലവഴിച്ചു.*

3 മില്യൺ ഡോളർ നേടുമ്പോൾ അവൾക്ക് വെറും 16 വയസ്സായിരുന്നു, അവിടുന്ന് ആറ് വർഷമേ എടുത്തുള്ളൂ അവൾക്ക് അത് ഊതികളയാൻ : മയക്കുമരുന്ന്, പാർട്ടി, വിദേശ കാറുകൾ, ബ്രെസ്റ്റ് ഇംപ്ലാന്റുകൾ, വാപൊളിഞ്ഞു നിൽക്കേണ്ടിവരുന്ന $730,000-ന്റെ ഡിസൈനർ വസ്ത്രങ്ങൾ. പ്രശ്നമെന്താ? കൈലി സമ്പന്നയാണെന്ന് കരുതി അവൾ സമ്പന്നയായതുപോലെ ചെലവഴിച്ചു. അവൾ അവളുടെ ജീവിതത്തിന് ഒരു തലക്കെട്ട് വാങ്ങി : "ഞാൻ ഒരു കോടീശ്വരിയാണ്." അതേസമയം $3 മില്ല്യൺ അത്യാവശ്യം മാന്യമായ പണമാണ്, പക്ഷെ അവളുടെ ജീവിതശൈലിക്ക് $30 മില്യൺ ആവശ്യമായിരുന്നു.

അത് നമ്മുടെ പ്രശസ്തമായ "കോടീശ്വരൻ" എന്ന വാക്കിലേക്ക് നമ്മെ എത്തിക്കുന്നു.

ആ വാക്ക് കേൾക്കുമ്പോൾ നിങ്ങൾക്ക് എന്ത് തോന്നുന്നു? സമ്പത്തുപോലെ, നിങ്ങൾക്ക് അതിരുകടന്ന ജീവിതശൈലിയുടെ ദർശനങ്ങൾ ഉണ്ടായിരിക്കാം : ബോട്ടുകൾ, ഹെലികോപ്റ്ററുകൾ, മാളികകൾ, ചെലവേറിയ ആഭരണങ്ങൾ. പതിറ്റാണ്ടുകളായി, "കോടീശ്വരൻ" എന്ന പദം "സമ്പന്നൻ" ആയ ഒരാളെ വിവരിക്കാൻ സർവ്വവ്യാപിയായി ഉപയോഗിക്കുന്നു.

സമൃദ്ധിയുടെ ഈ ദർശനങ്ങൾ ഒരു കോടീശ്വരന്റെ ജീവിതശൈലിയെ വിവരിക്കുന്നു, സ്ലോലെയ്ൻ അല്ല, ഫാസ്റ്റ് ലെയ്ൻ വഴി.

പ്രശസ്തി കൊണ്ടോ കോർപ്പറേറ്റ് വേശ്യാവൃത്തികൊണ്ടോ രക്ഷപ്പെടാത്ത സ്ലോലെയ്ൻ കോടീശ്വരന്മാർ വ്യത്യസ്തമായി ജീവിക്കുന്നു. നിരുപദ്രവകരമായ ഇടത്തരം അയൽപക്കങ്ങളിൽ അവർക്ക് വീടുകൾ ഉണ്ട്. അവർ ഹോണ്ടാസ് അല്ലെങ്കിൽ ടൊയോട്ടകൾ പോലുള്ള നിസ്സാര കാറുകൾ ഓടിക്കുന്നു, അവർ അപൂർവ്വമായി അവധിക്കാലം ആഘോഷിക്കുന്നു, അവർ അവരുടെ ഡൈനിംഗ് ചെലവുകൾ പരിമിതപ്പെടുത്തുന്നു, അവർ കൂപ്പണുകൾ വെട്ടിക്കളഞ്ഞു, അവർ അവരുടെ റിട്ടയർമെന്റ് അക്കൗണ്ടുകൾ പരമാവധിയാക്കുന്നു. അവർ മിക്കവാറും വെറുക്കുന്ന ജോലികൾ ആഴ്ചയിൽ അഞ്ച് ദിവസവും ചെയ്യുന്നു. അവരുടെ ശമ്പളത്തിന്റെ 10% ലാഭിക്കുന്നു.. മറ്റുള്ളവർ ചെറുകിട ബിസിനസ്സുകൾ, ഫ്രാഞ്ചൈസികൾ, റീട്ടെയിൽ സ്റ്റോറുകൾ എന്നിവ സ്വന്തമാക്കി. ഏറ്റവുമധികം വിറ്റഴിക്കപ്പെടുന്ന നിരവധി അന്താരാഷ്ട്ര പുസ്തകങ്ങൾ ഞങ്ങളെ പ്രബുദ്ധരാക്കി : അതെ, ഇവയാണ് "കോടീശ്വരന്മാരായ അയൽപക്കക്കാർ".

സങ്കടകരമെന്നു പറയട്ടെ, ഇന്നത്തെ പദങ്ങളിൽ, ഒരു "കോടീശ്വരൻ" (അറ്റ മൂല്യം $1,000,000) ഉയർന്ന മധ്യവർഗ്ഗം മാത്രമാണ്. കോടീശ്വരൻ സമ്പന്നനല്ല. പത്ത് ദശലക്ഷം പഴയ ഒരു ദശലക്ഷമാണ്.

സങ്കടകരം, എനിക്കറിയാം.

പല ലോട്ടറി ജേതാക്കളും ഏതാനും വർഷങ്ങൾക്കുശേഷം തകരാൻ കാരണം ഈ മറഞ്ഞിരിക്കുന്ന സത്യമാണ്.

വിജയികൾ ആഡംബരപൂർണ്ണമായ ഒരു ജീവിതശൈലി വിഭാവനം ചെയ്യുകയും ജീവിക്കുകയും ചെയ്യുന്നു. കുറച്ച് മില്ല്യൺ ഡോളറുകൾക്ക് അതിനെ പിന്തുണക്കാനാവില്ല എന്നത് തിരിച്ചറിയാതെ. നിങ്ങൾ ഒരു മില്യൺ രൂപ നേടിയാൽ (നികുതി കഴിഞ്ഞാൽ $500,000 മാത്രം), നിങ്ങളുടെ ജീവിതശൈലി മാറാൻ പാടില്ല. ഇൻസ്റ്റാഗ്രാമിൽ കാണിച്ചിരിക്കുന്നതുപോലെ നിങ്ങൾ "കോടീശ്വരൻ ജീവിതശൈലി" ജീവിക്കാൻ ശ്രമിക്കുകയാണെങ്കിൽ, ഒരു വിഡ്ഢിയും അവന്റെ പണവും ഉടൻ വേർപിരിയുന്നു.

ലോട്ടറിയെടുക്കുന്നത് തന്നെ നടപ്പാതക്കാരുടെ ലക്ഷണമാണ്.

പുതുതായി കിരീടം നേടിയ ഒരു ലോട്ടറി ജേതാവ് കുറച്ച് വർഷങ്ങൾക്കു ശേഷം തകരുന്നത് നിങ്ങളെ ഞെട്ടിക്കേണ്ടതില്ല. ലോട്ടറി വിജയികൾ "കോടീശ്വരൻ" എന്ന വാക്കിന് "സമ്പന്നൻ" എന്ന് നിയോഗിക്കുന്നു. അതിനാൽ അവരുടെ ഭാഗ്യം മിഥ്യാധാരണയിൽ വേഗത്തിൽ ചെലവഴിക്കപ്പെടുന്നു, അതിനുശേഷം അവർ പാപ്പരാകുന്നു. "കോടീശ്വരൻ" വാക്ക് അവരെ കബളിപ്പിച്ചു. മില്യനെയർ മധ്യവർഗ്ഗമാണ്.

സാധാരണഗതിയിൽ "കോടീശ്വരന്മാർ"ക്കായി നീക്കിവച്ചിരിക്കുന്ന ഒരു ജീവിതശൈലി നയിക്കാൻ നിങ്ങൾക്ക് $1 മില്യണിൽ കൂടുതൽ ആവശ്യമാണ്. $1 മില്യൺ ഉള്ളത് നിങ്ങൾക്ക് സമ്പന്നരുടെയും പ്രശസ്തരുടേയും ജീവിതശൈലിയുടെ അവകാശം നൽകുന്നില്ല. അതിനെക്കുറിച്ച് ചിന്തിക്കാൻ പോലും നിങ്ങൾക്ക് കുറഞ്ഞത് 10 ദശലക്ഷം ഡോളർ ആവശ്യമാണ്. അപ്പോൾ, മാധ്യമങ്ങൾ "കോടീശ്വരൻ" എന്ന വാക്ക് നിങ്ങൾക്ക് സ്പൂൺ-ഫീഡ് ചെയ്യുമ്പോൾ, അതിന്റെ കാഴ്ചപ്പാട് മനസ്സിലാക്കുക : ഇത് സ്ലോലെയ്നും മധ്യവർഗ്ഗവുമാണോ? അതോ ഫാസ്റ്റ് ലെയ്നും സമ്പന്നനുമാണോ?

സ്ലോലെയ്നും ഫാസ്റ്റ്ലെയ്നും കോടീശ്വരന്മാർ തമ്മിലുള്ള 12 വ്യത്യാസങ്ങൾ

1. സ്ലോലെയ്ൻ കോടീശ്വരന്മാർ 30 വർഷമോ അതിൽ കൂടുതലോ എടുത്ത് ദശലക്ഷങ്ങൾ സമ്പാദിക്കുന്നു. ഫാസ്റ്റ് ലെയ്ൻ കോടീശ്വരന്മാർ 10 വർഷമോ അതിൽ താഴെയോ കൊണ്ട് ദശലക്ഷങ്ങൾ ഉണ്ടാക്കുന്നു.
2. സ്ലോലെയ്ൻ കോടീശ്വരന്മാർ ഇടത്തരം വീടുകളിൽ താമസിക്കേണ്ടതുണ്ട്. ഫാസ്റ്റ് ലെയ്ൻ കോടീശ്വരന്മാർ ആഡംബര എസ്റ്റേറ്റുകളിൽ താമസിക്കാം.
3. സ്ലോലെയ്ൻ കോടീശ്വരന്മാർക്ക് എംബിഎ ഉണ്ട്. ഫാസ്റ്റ് ലെയ്ൻ കോടീശ്വരന്മാർ എം.ബി.എ ആളുകളെ ജോലിയിൽ നിയമിക്കുന്നു.
4. സ്ലോലെയ്ൻ കോടീശ്വരന്മാർ അവരുടെ ആസ്തികൾ വിപണി ശക്തികളാൽ ഒഴുകാൻ അനുവദിക്കുന്നു. ഫാസ്റ്റ് ലെയ്ൻ കോടീശ്വരന്മാർ അവരുടെ ആസ്തികൾ നിയന്ത്രിക്കുകയും അവയുടെ മൂല്യം കൈകാര്യം ചെയ്യാനുള്ള അധികാരം കൈവശം വെക്കുകയും ചെയ്യുന്നു.
5. സ്ലോലെയ്ൻ കോടീശ്വരന്മാർക്ക് വിദേശ കാറുകൾ വാങ്ങാൻ കഴിയില്ല. ഫാസ്റ്റ് ലെയ്ൻ കോടീശ്വരന്മാർക്ക് അവർ ആഗ്രഹിക്കുന്നതെന്തും നേടാന കഴിയും.
6. സ്ലോലെയ്ൻ കോടീശ്വരന്മാർ അവരുടെ സമയത്തിനായി പ്രവർത്തിക്കുന്നു. ഫാസ്റ്റ് ലെയ്ൻ കോടീശ്വരന്മാർക്ക് സമയം അവർക്കായി ജോലി ചെയ്യുന്നു.
7. സ്ലോലെയ്ൻ കോടീശ്വരന്മാർ ജോലിക്കാരാണ്. ഫാസ്റ്റ് ലെയ്ൻ കോടീശ്വരന്മാർ ജീവനക്കാരെ നിയമിക്കുന്നു.
8. സ്ലോലെയ്ൻ കോടീശ്വരന്മാർക്ക് 401(k)-കൾ ഉണ്ട്. ഫാസ്റ്റ് ലെയ്ൻ കോടീശ്വരന്മാർ 401(k)-കൾ വാഗ്ദാനം ചെയ്യുന്നു.
9. സ്ലോലെയ്ൻ കോടീശ്വരന്മാർ സമ്പന്നരാകാൻ ഇൻഡക്സ് ഫണ്ടുകളും വാൾ സ്ട്രീറ്റ് ഉപകരണങ്ങളും ഉപയോഗിക്കുന്നു. ഫാസ്റ്റ് ലെയ്ൻ കോടീശ്വരന്മാർ വരുമാനം, ദ്രവ്യത, മൂലധന വിന്യാസം എന്നിവ ഉപയോഗിക്കുന്നു.
10. സ്ലോലെയ്ൻ കോടീശ്വരന്മാർ മറ്റുള്ളവരെ അവരുടെ വരുമാന മാർഗ്ഗങ്ങൾ നിയന്ത്രിക്കാൻ അനുവദിക്കുന്നു. ഫാസ്റ്റ് ലെയ്ൻ കോടീശ്വരന്മാർ അവരുടെ വരുമാന മാർഗ്ഗങ്ങൾ നിയന്ത്രിക്കുന്നു.
11. സ്ലോലെയ്ൻ കോടീശ്വരന്മാർ പണംകൊണ്ട് വിലകുറഞ്ഞവരാണ്. ഫാസ്റ്റ് ലെയ്ൻ കോടീശ്വരന്മാർ സമയം കൊണ്ട് വിലകുറഞ്ഞവരാണ്.
12. സ്ലോലെയ്ൻ കോടീശ്വരന്മാർ അവരുടെ വീട് ആസ്തിക്കായി ഉപയോഗിക്കുന്നു. ഫാസ്റ്റ് ലെയ്ൻ കോടീശ്വരന്മാർ താമസത്തിനായി അവരുടെ വീട് ഉപയോഗിക്കുന്നു.

നിങ്ങൾക്ക് ചെയ്യാൻ കഴിയാത്ത കാര്യങ്ങളെക്കുറിച്ചുള്ള മടുപ്പിക്കുന്ന ശാസനകളോടെ അടുത്ത മധ്യവർഗ്ഗ കോടീശ്വരനാകാനുള്ളതല്ല ഫാസ്റ്റ് ലെയ്ൻ; നിങ്ങൾക്ക് എന്തൊക്കെ ചെയ്യാൻ കഴിയും എന്നതിനെക്കുറിച്ചാണ്.

അധ്യായ സംഗ്രഹം : ഫാസ്റ്റ്ലെയ്ൻ പ്രത്യേകതകൾ

- സ്ലോലെയ്നിൽ ഏഴ് അപകടങ്ങളുണ്ട്, അതിൽ അഞ്ചെണ്ണം നിയന്ത്രിക്കാൻ കഴിയില്ല.
- "ജീവിതശൈലി" എന്ന അപകടസാധ്യതയാണ് സ്ലോലെയ്നർമാർ നിയന്ത്രിക്കാൻ ശ്രമിക്കുന്ന ഒരു അപകടസാധ്യത.
- സ്ലോലെയ്നിന്റെ ഗണിതശാസ്ത്ര പ്രപഞ്ചം തന്നെ മധ്യവർഗ്ഗമായതിനാൽ, മധ്യവർഗ്ഗത്തിലേക്ക് തന്നെ നയിക്കുന്നു.
- സ്ലോലെയ്നർമാർ "ചെലവ്" വേരിയബിളിൽ കൃത്രിമം കാണിക്കുന്നു. കാരണം, അത് അവർക്ക് നിയന്ത്രിക്കാൻ കഴിയും.
- ക്രമാതീതമായ വരുമാന വളർച്ചയും ചെലവ് മാനേജ്മെന്റും സമ്പത്ത് സൃഷ്ടിക്കുന്നു – ചെലവുകൾ വെട്ടിക്കുറച്ചുകൊണ്ട് മാത്രമല്ല.
- പ്രശസ്തി അല്ലെങ്കിൽ കോർപ്പറേറ്റ് മാനേജ്മെന്റിന്റെ ഉള്ളിലെ കളികൾ കൊണ്ട്, നിങ്ങളുടെ അന്തർലീനമായ മൂല്യം സ്ഫോടനത്തിലൂടെ സ്ലോലെയ്ൻ സമവാക്യം തകർക്കാനാകും.
- പ്രശസ്തി അല്ലെങ്കിൽ കോർപ്പറേറ്റ് മാനേജ്മെന്റിൽ വിജയിക്കാത്ത സ്ലോലെയ്നർമാർ മധ്യവർഗ്ഗമായി അവസാനിക്കുന്നു, മധ്യവർഗ്ഗവും മധ്യവയസ്സും.
- സ്ലോലെയ്ൻ കോടീശ്വരന്മാർ മധ്യവർഗ്ഗത്തിൽ കുടുങ്ങി കിടക്കുന്നു.
- പഴയകാല $10 ദശലക്ഷം ഇപ്പോളത്തെ $1 ദശലക്ഷം ആണ്.
- ഒരു കോടീശ്വരന് സാമ്പത്തിക അച്ചടക്കമില്ലാതെ കോടീശ്വരന്റേതായ ജീവിതശൈലി നയിക്കാൻ കഴിയില്ല.
- ലോട്ടറി വിജയികൾ കോടീശ്വര കെണിയിൽ വീഴുകയും അവർ ഒരു "കോടീശ്വരൻ" ജീവിതശൈലി നയിക്കാൻ ശ്രമിച്ചതിനാൽ തകരുകയും ചെയ്യുന്നു. കുറച്ച് ദശലക്ഷങ്ങൾകൊണ്ട് വളരെ ദൂരം പോകുവാൻ സാധിക്കില്ലെന്ന് മനസ്സിലാക്കുന്നില്ല.

ഭാഗം 5

സമ്പത്ത് : ഫാസ്റ്റ്ലെയ്ൻ റോഡ് മാപ്പ്

സമ്പത്തിന്റെ കുറുക്കുവഴി : ഫാസ്റ്റ്ലെയ്ൻ

നന്നായി അറിയുമെങ്കിൽ ആളുകൾ നന്നായി ചെയ്യും.

—ജിം റോൺ

ഗേറ്റ് നമ്പർ 3-നെ കുറിച്ച് എന്താണ്?

നടപ്പാതയോ സ്ലോലെയ്നോ? ത്യാഗം ഇന്നോ നാളെയോ? നിങ്ങൾക്ക് നടപ്പാതയിലൂടെ നടക്കാം, സാമ്പത്തിക പദ്ധതികളൊന്നുമില്ലാതെ, ഇന്നത്തെ ഇംഗിതങ്ങൾക്ക് നാളത്തെ അനന്തരഫലങ്ങൾ ഇല്ലായെന്ന് സ്വയം ബോധ്യപ്പെട്ടുത്തിക്കൊണ്ട്. അല്ലെങ്കിൽ, നിങ്ങൾക്ക് സ്ലോലെയ്ൻ ഓടിച്ച് ഇന്നിനെ ചൂതാട്ടം നടത്താം സുരക്ഷിതമായ നാളെയുടെ അപകടകരമായ പന്തയത്തിനായി.

എന്നാൽ കാത്തിരിക്കുക! മറ്റൊരു മാർഗ്ഗം ഉണ്ട്... ഒരു ബദൽ, ഒരു ഹൈബ്രിഡ് സാമ്പത്തിക റോഡ് മാപ്പ്, സമ്പത്ത് വേഗത്തിൽ സൃഷ്ടിക്കാനും സമ്പത്ത് ശേഖരണത്തിൽനിന്ന് 40 വർഷം വെട്ടിക്കുറക്കാനും കഴിയും. നിങ്ങൾക്ക് 18 വയസ്സുണ്ടെങ്കിൽ, 25 വയസ്സാകുമ്പോഴേക്കും വലിയ ധനികനാകാം. നിങ്ങൾക്ക് 30 വയസ്സുണ്ടെങ്കിൽ, നിങ്ങൾക്ക് 36-ൽ വിരമിക്കാൻ കഴിയും. 48-ൽ ഈ വഴിയിൽ സഞ്ചരിക്കുകയാണെങ്കിൽ, നിങ്ങൾക്ക് 54-ഓടെ വിരമിക്കാം. പക്ഷേ അതിന് സാധ്യമാണോ? അപകടകരമാണോ? നിങ്ങൾക്ക് മൂന്ന് നറുക്കകളിൽ ഒന്ന് കളിക്കാം, എങ്കിൽ ഏതാണ് നിങ്ങൾ കളിക്കുക?

നടപ്പാതയിലെ ചൂതാട്ടം : ഒന്നാം സമ്മാനം : $50,000,000 ഉടനടി ലഭിച്ചു. നിങ്ങളുടെ വിജയസാധ്യത : 6 ദശലക്ഷത്തിൽ 1 (.0000016%)

റാഫിൾ സ്ലോലെയ്ൻ : ഒന്നാം സമ്മാനം : 40 വർഷത്തിനുള്ളിൽ $500,000 സമ്മാനിച്ചു. നിങ്ങളുടെ വിജയസാധ്യത : 6-ൽ 1 (17%)

റാഫിൾ ഫാസ്റ്റ് ലെയ്ൻ : ഒന്നാം സമ്മാനം : 6 വർഷത്തിനുള്ളിൽ $10,000,000 ലഭിച്ചു.നിങ്ങളുടെ വിജയസാധ്യത : 7-ൽ 1 (14%)

ഏതാണ് നിങ്ങൾ തിരഞ്ഞെടുത്തത്? പ്രതീക്ഷയോടെ റാഫിൾ ഫാസ്റ്റ് ലെയ്ൻ, കാരണം റാഫിൾ ഫാസ്റ്റ് ലെയ്നിന്റെ വർദ്ധിച്ചുവരുന്ന അപകടസാധ്യത കവച്ചു

വെക്കുന്നതരത്തിൽ അതിന്റെ പ്രതിഫലം വളരെ കൂടുതലാണ്. നടപ്പാതയിലെ ചൂതാട്ടം പാഴായ ഒരു ലോംഗ് ഷോട്ട് ആണ്. നിങ്ങളുടെ ഫിനാൻഷ്യൽ റോഡ് മാപ്പുകളുടെ തിരഞ്ഞെടുപ്പ് – നടപ്പാത, സ്ലോലെയ്ൻ അല്ലെങ്കിൽ ഫാസ്റ്റ് ലെയ്ൻ – ഈ സാങ്കൽപ്പികത പോലെയാണ്. റോഡ് മാപ്പുകളും അവയുടെ സമ്പത്തും സമവാക്യങ്ങൾ നിങ്ങൾ മനസ്സിലാക്കിക്കഴിഞ്ഞാൽ, നിങ്ങളുടെ കോമ്പസ് ആയി സേവിക്കുന്ന ഒന്ന് നിങ്ങൾക്ക് തിരഞ്ഞെടുക്കാം.

എന്താണ് ഫാസ്റ്റ് ലെയ്ൻ?

നിയന്ത്രണ യോഗ്യമായ പരിധിയില്ലാത്ത ലിവറേജ് (കൺട്രോളബിൾ അൺ ലിമിറ്റഡ് ലിവറേജ്/CUL)-നാൽ സവിശേഷപ്പെടുത്തിയതാണ് ഫാസ്റ്റ് ലെയ്ൻ. അതിനാൽ ദ്രുതഗതിയിലുള്ള സമ്പത്ത് സൃഷ്ടിക്കലിനും അസാധാരണമായ ജീ വിതശൈലിക്കും അനുയോജ്യമായ അന്തരീക്ഷം സൃഷ്ടിക്കുന്നു. താഴെപ്പറയുന്ന നാല് ഭാഗങ്ങൾ ശ്രദ്ധിക്കുക :

1. നിയന്ത്രിക്കാവുന്ന പരിധിയില്ലാത്ത ലിവറേജ് (CUL)

സ്ലോലെയ്നിന് ലിവറേജ് ഇല്ലാത്ത അനിയന്ത്രിതമായ വേരിയബിളുകളാൽ നിർ വ്വചിക്കപ്പെട്ടിരിക്കുന്നു. ഫാസ്റ്റ ലെയ്ൻ അതിന്റെ വിപരീത സാഹചര്യങ്ങളെ ചൂഷണം ചെയ്യുന്നു : പരമാവധി നിയന്ത്രണവും ലിവറേജും.

2. ബിസിനസ്സ്

നിങ്ങളുടെ സ്വന്തം ബിസിനസ്സ്, സ്വയം തൊഴിൽ, സംരംഭകത്വം എന്നിവയാണ് ഫാസ്റ്റ് ലെയ്നിന്റെ കേന്ദ്രം, സ്ലോലെയ്നിന് ഒരു ജോലി എന്നപോലെ.

3. ജീവിതശൈലി

ഫാസ്റ്റ ലെയ്ൻ ഒരു ജീവിതശൈലി തിരഞ്ഞെടുപ്പാണ് : വിശ്വാസങ്ങളുടെയും പ്രക്രിയകളുടെയും, പ്രവർത്തനങ്ങളുടെയും സമിശ്രമായ പ്രതിബദ്ധത.

4. ദ്രുത സമ്പത്ത് സൃഷ്ടിക്കൽ

ഫാസ്റ്റ് ലെയ്ൻ വേഗത്തിലും "മിഡിൽ ക്ലാസ്സ്" എന്ന ആശയത്തിന്റെ അപ്പുറവും വലിയ തുകകൾ സൃഷ്ടിക്കുന്നതിനെക്കുറിച്ചാണ്.

ഫാസ്റ്റ് ലെയ്നിനെ നന്നായി വിവരിക്കുന്ന ഒരു കഥ ഇതാ, അതെ, ഈ കഥ ഇന്റർനെറ്റിൽ പോസ്റ്റ് ചെയ്ത ഒരു യഥാർത്ഥ കഥയിൽനിന്ന് പ്രചോദനം ഉൾ ക്കൊണ്ടതാണ്.

> *നീണ്ട നാല് വർഷങ്ങൾക്കുശേഷം, ഞാൻ എന്റെ കമ്പനി 32 മില്യൺ ഡോളറിന് വിറ്റ [റാപ്പിഡ് വെൽത്ത് ക്രിയേഷൻ] ഞാൻ ഒരു കാര്യവും മാറ്റില്ല. വേഗത്തിൽ പണം സമ്പാദിക്കാനും പേപ്പർ പണം യഥാർത്ഥ പണമാക്കി മാറ്റാനും ഞാൻ ആഗ്രഹിച്ചതിനാൽ ഞാൻ വിറ്റതിൽ സന്തോഷമുണ്ട്. ഈ തീരുമാനം എന്റെ ജീവിതത്തെ എന്നെന്നേക്കു മായി മാറ്റിമറിച്ചു.*
>
> *ഇപ്പോൾ, ഞാൻ ആഗ്രഹിക്കുന്നതെന്തും ചെയ്യുന്നു, എനിക്ക് ഒട്ടും*

ബോറടിയില്ല. ലോകം ആണ് എന്റെ കളിസ്ഥലം; ഞാൻ യാത്ര ചെയ്യുന്നു. ഞാൻ രണ്ട് പുതിയ ഭാഷകളും പിയാനോ വായിക്കുന്നതും പഠിച്ചു. വർഷത്തിൽ ഒരു മാസമെങ്കിലും ഞാൻ വാട്ടർ സ്പോർട്സ്, ഹൈക്ക്, സ്നോബോർഡ് എന്നിവ കളിക്കാറുണ്ട്. എനിക്ക് മൂന്ന് വീടുകൾ സ്വന്തമാണ്, ഞാൻ ആഗ്രഹിക്കുമ്പോഴെല്ലാം പ്രൊഫഷണൽ സ്പോർട്സും എന്റെ പ്രിയപ്പെട്ട ടീമുകളേയും കാണും, ആഴ്ചയിൽ 3-4 സിനിമകൾ കാണുന്നു, ആഴ്ചയിൽ 1-2 പുസ്തകങ്ങൾ വായിക്കുന്നു. എന്റെ സമയത്തിന്റെ ഭൂരിഭാഗവും എന്റെ കുടുംബത്തോടൊപ്പം ചില വഴിക്കുന്നു. എന്റെ രണ്ട് പെൺമക്കൾ എന്റെ കൺമുന്നിൽ വളരുന്നത് അക്ഷരാർത്ഥത്തിൽ ഞാൻ കാണുന്നു. എന്റെ കുടുംബം ഓസ്ട്രേലിയയും കരീബിയനും ഉൾപ്പെടെ ഗ്രഹത്തിന്റെ നാല് കോണുകളിലും താമസിച്ചു.

തിരിഞ്ഞു നോക്കുമ്പോൾ, അത് എളുപ്പമായിരുന്നില്ല. ഞാൻ നാല് വർഷമായി 12-16 മണിക്കൂർ ദിവസം ജോലി ചെയ്തു, മിക്കവാറും എല്ലായ്പ്പോഴും ആഴ്ചയിൽ ആറു ദിവസവും, എല്ലായ്പ്പോഴും ഞായറാഴ്ച ഏതാനും മണിക്കൂറുകളും. ഞങ്ങൾ ഒരു ആകർഷണീയമായ സേവനം സൃഷ്ടിക്കുകയും അതിന്റെ എല്ലാം വിറ്റഴിക്കുകയും ചെയ്തു. [CUL ആയുള്ള ബിസിനസ്സ്] ദുഷ്കരമായ സമയങ്ങൾ ഞാൻ ഓർക്കുന്നു, എന്റെ പണത്തിന്റെ ഓരോ പൈസയും നൽകേണ്ടിവന്ന കമ്പനിയിലേക്ക്... ഞങ്ങളുടെ അക്കൗണ്ടിൽ കുറഞ്ഞത് അഞ്ച് തവണയെങ്കിലും 50 രൂപയിൽ താഴെ മാത്രം ഉണ്ടായിരുന്നതായിട്ടുണ്ട്. ആ സ്റ്റാർട്ടപ്പ് വർഷങ്ങളിൽ എന്റെ കുടുംബത്തെ കൂടാതെ, ഞാൻ ധാരാളം ത്യാഗങ്ങൾ ചെയ്തു; ഞാൻ കേബിൾ ടിവി റദ്ദാക്കി. ഞാൻ ആസ്വദിച്ച പല കാര്യങ്ങളും താൽക്കാലികമായി നിർത്തി, എന്തെന്നാൽ ഒരു ആജീവനാന്ത ജോലിയേക്കാളും മഹത്തായ [ജീവിതശൈലി] ഒരു ലക്ഷ്യത്തിനും സ്വപ്നത്തിനും ഞാൻ പ്രതിജ്ഞാബദ്ധനായിരുന്നു.

ഇപ്പോൾ, ഞാൻ ഒന്നിലധികം സ്റ്റാർട്ടപ്പ് കമ്പനികളിൽ ഒരു നിക്ഷേപകനാണ്, എനിക്ക് ഒരിക്കലും സങ്കൽപ്പിക്കാൻപോലും കഴിയാത്ത സ്വാധീനം അത് നിർമ്മിക്കുന്നു. എനിക്ക് ക്ഷമാപണമോ ഖേദമോ ഇല്ല. എന്റെ ജീവിതം അടിച്ചുപൊളിക്കുന്നു, ഞാൻ ഒരു കാര്യവും മാറ്റില്ല. ബിസിനസ്സിലേക്ക് പ്രവേശിക്കാനും ഒരു കമ്പനി തുടങ്ങാനും ഞാൻ ഒരു തിരഞ്ഞെടുപ്പ് നടത്തിയില്ലായിരുന്നുവെങ്കിൽ, ഞാൻ എവിടെയായിരിക്കുമെന്ന് എനിക്കറിയില്ല.

ഈ കഥ ഫാസ്റ്റ് ലെയ്നിനെ പ്രതിനിധീകരിക്കുന്നു. ഒരു ബിസിനസ്സ് സൃഷ്ടിച്ചു; ഒരു ജീവിതശൈലിയാൽ ബിസിനസ്സ് വളർന്നു. അതൊരു എക്സ്പ്രസ് വേ തുറന്നു. എക്സ്പ്രസ് വേ അസാധാരണമായ സമ്പത്തിലേക്ക് നയിച്ചു, അത് സ്വാതന്ത്ര്യത്തിലേക്ക് നയിച്ചു. അതെ, ഇത് എളുപ്പമല്ല, എല്ലാവർക്കും വേണ്ടിയുള്ളതല്ല. ചോദ്യം ഇതാണ് : *ഇത് നിങ്ങൾക്കുള്ളതാണോ?*

ഫാസ്റ്റ് ലെയ്നിലെ മസ്തിഷ്ക മാർഗ്ഗദർശികൾ

മറ്റ് റോഡ് മാപ്പുകളെപ്പോലെ, ഫാസ്റ്റ് ലെയ്ൻ റോഡ് മാപ്പിലും സമാന മസ്തിഷ്ക

മാർഗ്ഗദർശികൾ അടങ്ങിയിരിക്കുന്നു. ഇത് യാത്രയിലുടനീളം ഫാസ്റ്റ് ലെയ്നറുകളുടെ പ്രവർത്തനങ്ങളെ നിയന്ത്രിക്കുന്നു. അതിപ്രകാരമാണ് :

കടത്തെക്കുറിച്ചുള്ള ധാരണ : *എന്റെ പദ്ധതി കെട്ടിപ്പടുക്കാനും വളർത്താനും എന്നെ അനുവദിക്കുകയാണെങ്കിൽ കടം ഉപയോഗപ്രദമാണ്.*

സമയത്തെക്കുറിച്ചുള്ള ധാരണ : *സമയമാണ് എന്റെ ഏറ്റവും പ്രധാനപ്പെട്ട സ്വത്ത്, പണത്തേക്കാൾ വളരെ കൂടുതൽ.*

വിദ്യാഭ്യാസ ധാരണ : *നിങ്ങൾ പഠനം നിർത്തുന്ന നിമിഷം നിങ്ങൾ വളർച്ച നിർത്തുന്ന നിമിഷമാണ്. അറിവിന്റെയും അവബോധത്തിന്റെയും നിരന്തരമായ വികാസം എന്റെ യാത്രയിൽ നിർണ്ണായകമാണ്.*

പണത്തിന്റെ ധാരണ : *പണം എല്ലായിടത്തും ഉണ്ട്, അത് വളരെ സമൃദ്ധമാണ്. പണം ആണ് ഞാൻ എത്രയെത്ര ജീവിതങ്ങളെ സ്പർശിച്ചു എന്നതിന്റെ പ്രതിഫലനം. പണം ഞാൻ സൃഷ്ടിച്ച മൂല്യത്തെ പ്രതിഫലിപ്പിക്കുന്നു.*

പ്രാഥമിക വരുമാന സ്രോതസ്സ് : *എന്റെ ബിസിനസ്സ് സംവിധാനങ്ങളിലൂടെയും നിക്ഷേപങ്ങളിലൂടെയും ഞാൻ വരുമാനം നേടുന്നു.*

പ്രൈമറി വെൽത്ത് ആക്സിലറേറ്റർ : *ഞാൻ ഒന്നുമില്ലായ്മയിൽനിന്ന് എന്തെങ്കിലും ഉണ്ടാക്കുന്നു. ഞാൻ ആസ്തികൾ പ്രസവിക്കുന്നു, വിപണിയിൽ അവ വിലപ്പെട്ടതാക്കി മാറ്റുന്നു. മറ്റ് സമയങ്ങളിൽ, ഞാൻ നിലവിലുള്ള ആസ്തികളും എടുക്കുന്നു, നിലവിലുള്ള സമ്പത്തുകൊണ്ട് അവയ്ക്ക് മൂല്യവൃദ്ധി ചെയ്യുന്നു.*

സമ്പത്ത് ധാരണ : *പണമൊഴുക്കിനും ആസ്തി മൂല്യനിർണ്ണയത്തിനും ബിസിനസ്സ് സംവിധാനങ്ങൾ നിർമ്മിക്കുക.*

സമ്പത്ത് സമവാക്യം : *സമ്പത്ത് = അറ്റാദായം + ആസ്തി മൂല്യം*

തന്ത്രം : *ഞാൻ എത്രത്തോളം സഹായിക്കുന്നുവോ അത്രയധികം ഞാൻ സമയത്തിലും പണത്തിലും വ്യക്തിത്വത്തിലും നിർവൃതിയിലും സമ്പന്നനാകും.*

ലക്ഷ്യസ്ഥാനം : *ആജീവനാന്ത നിഷ്ക്രിയ വരുമാനം, ഒന്നുകിൽ ബിസിനസ്സ് അല്ലെങ്കിൽ നിക്ഷേപം വഴി.*

ഉത്തരവാദിത്തവും നിയന്ത്രണവും : *ജീവിതമാണ് ഞാൻ ഉണ്ടാക്കുന്നത്. എന്റെ സാമ്പത്തിക പദ്ധതിയുടെ ഉത്തരവാദിത്തവും പൂർണ്ണമായും എന്റേതാണ്. എന്റെ സാഹചര്യങ്ങളോട് എങ്ങനെ പ്രതികരിക്കണമെന്ന് ഞാൻ തിരഞ്ഞെടുക്കുന്നു.*

ജീവിത വീക്ഷണം : *എന്റെ സ്വപ്നങ്ങൾ എത്ര വിചിത്രമാണെങ്കിലും പിന്തുടരുന്നത് മൂല്യവത്താണ്. ആ സ്വപ്നങ്ങൾ യാഥാർത്ഥ്യമാക്കാൻ സമയവും പണവും എടുക്കുമെന്ന് ഞാൻ മനസ്സിലാക്കുന്നു.*

ഈ മൈൻഡ്പോസ്റ്റുകളാണ് ഫാസ്റ്റ് ലെയ്നറുടെ ജീവിതശൈലി രൂപപ്പെടുത്തുന്നത്. അത് പ്രവർത്തനത്തെ നയിക്കുന്നു.

ഫാസ്റ്റ് ലെയ്ൻ റോഡ് മാപ്പ് : സമ്പത്തിന് മുൻതൂക്കം

ഫാസ്റ്റ് ലെയ്ൻ റോഡ് മാപ്പ് സമ്പത്തിന് കീഴിലാണ് പ്രവർത്തിക്കുന്നത്, നിയന്ത്രിക്കാവുന്ന, പരിധിയില്ലാത്ത മാറ്റംവരുത്താവുന്ന ഘടകങ്ങളുള്ള, സമയത്തിന്റെ ഗണിതശാസ്ത്ര കൂട് നീക്കംചെയ്യപ്പെട്ട ഗണിതശാസ്ത്ര സമവാക്യത്തിന്റെ

താഴെയാണ് സമ്പത്ത് പ്രവർത്തിക്കുന്നത്. ULL-ന് പകരം CUL ആണ്. "ലാഭം" അല്ലെങ്കിൽ "ആസ്തി മൂല്യം" വഴി വികസിക്കുന്ന പരിധിയില്ലാത്ത ഗണിതശാസ്ത്രത്തിലൂടെ സമ്പത്തിലേക്കുള്ള അതിവേഗ പാത അല്ലെങ്കിൽ രണ്ടും, റോഡ് മാപ്പ് തുറന്നുകാട്ടുന്നു. ഈ ദ്രുതഗതിയിലുള്ള സമ്പത്ത് ശേഖരണം വർഷങ്ങളെ സമ്പത്തിൽനിന്ന് ഒഴിവാക്കുന്നു. കാരണം, ഈ യാത്ര പ്രക്രിയയ്ക്കിടയിൽ സമയം നീക്കം ചെയ്യപ്പെടുകയോ ചൂഷണം ചെയ്യപ്പെടുകയോ ആണ്. ഫാസ്റ്റ് ലെയ്ൻ ചെറിയ കാലയളവിൽ സമ്പത്ത് ഉൽപ്പാദിപ്പിക്കുന്നു – ദശലക്ഷക്കണക്കിന്, ചിലപ്പോൾ കോടിക്കണക്കിന് ഡോളർ.

അതെ, ഇത് ശരിയാണ് : "വേഗത്തിൽ സമ്പന്നനാകുക" നിലവിലുണ്ട്.

"വേഗത്തിൽ സമ്പന്നർ ആകുക" എന്നതിന് പിന്നിലെ നിഴൽ

വിജയകരമായ ഫാസ്റ്റ ലെയ്നർമാർ "വേഗത്തിൽ സമ്പന്നർ ആകും". ആ മൂന്ന് വാക്കുകൾ നിങ്ങളെ ഭയപ്പെടുത്തരുത്; അവ കേൾക്കുമ്പോൾ, "ചതി" എന്നുതുടങ്ങുന്ന നിഷേധാത്മക കൂട്ടുകെട്ടുകളുടെ കുത്തൊഴുക്ക് നിങ്ങൾക്ക് അനുഭവപ്പെടും എന്നെനിക്കറിയാം : ഇതുപോലുള്ളവ "ഒരു ചെറിയ ക്ലാസിഫൈഡ് പരസ്യം", $5,000 ചെലവു വരുന്ന സെമിനാറുകൾ, ഇൻഫോമെർഷ്യൽ ഗുരുക്കളുടെ ഓർമ്മകൾ, വിദേശ ലോട്ടറികൾ, നൈജീരിയയിൽ നിന്നുള്ള ഇന്റീരിയർ ഫിനാൻസ് മന്ത്രി $9 മില്യൺ ഡോളർ (USD) ബാധ്യതയിൽ നിന്നും മുക്തി നേടാൻ സഹായം ആവശ്യപ്പെടുന്നു, "ബിൽ ഗേറ്റ്സ്" എന്ന വ്യാജേന "ഈ ഇമെയിൽ ബീറ്റാ ടെസ്റ്റ് എല്ലാവർക്കും കൈമാറണം"എന്ന് അപേക്ഷിക്കുന്നു. "കൂടാതെ $50,000 പെട്ടെന്നുള്ള പണമായി നൽകണം, കാരണം ദൈവമേ, കത്തിൽ പറഞ്ഞിരിക്കുന്ന വക്കീൽ അങ്ങനെ പറയുന്നു. എന്നിവപോലെയുള്ള കാര്യങ്ങളിൽ നിങ്ങൾ നിറഞ്ഞിരിക്കുകയാണെന്ന് എനിക്കറിയാം.

"വേഗത്തിൽ സമ്പന്നരാകുക" എന്നത് ദുരുപയോഗം ചെയ്യപ്പെട്ട ഒരു വാചകമാണ്, അതിന് വിശ്വാസ്യതയേയില്ല : അടികൊണ്ടും ഒപ്പം തച്ചുതകർത്തും, അത് നിലവിലില്ലെന്ന് വിശ്വസിക്കത്തക്കവണ്ണം നമ്മൾ തളർന്നുപോയി. സാന്തായെപ്പോലെയോ യൂണികോൺ പോലെയോ നമ്മൾ ഉപദേശിക്കപ്പെട്ടു, "വേഗത്തിൽ സമ്പന്നനാകുക ഒരു തട്ടിപ്പാണ്!"

ഞാൻ നിങ്ങളെ കുറ്റപ്പെടുത്തുന്നില്ല, പക്ഷേ ഇത് ശരിയാണോ?

ഇൻഫോമെർഷ്യലുകളിലും വെബ്സൈറ്റുകളിലും പരസ്യം ചെയ്യുന്നതുപോലെ ദശലക്ഷക്കണക്കിന് വേഗത്തിൽ സമ്പാദിക്കാൻ കഴിയില്ലേ?

"സമ്പന്നരാക്കുന്ന സ്കീമുകൾ" എന്നത് "വേഗത്തിൽ സമ്പന്നർ ആകുക" എന്നതിന്റെ ഗ്രാമീണ രൂപമല്ല, എന്നാൽ അതിന്റെ ദുഷിച്ച ഇരട്ടയാണ്, "എളുപ്പത്തിൽ സമ്പന്നൻ ആകൂ." "എളുപ്പത്തിൽ സമ്പന്നൻ ആകൂ" അതിന്റെ നിരപരാധിയായ സഹോദരനിൽ നിഴൽ വീഴ്ത്തുന്നു, ഇരകളുടെ ഒരു നിരയെ അതിന്റെ സഹോദരനാൽ കുറ്റപ്പെടുത്താനായി വിടുന്നു. "ഗറ്റ് റിച്ച് ഈസി" അതിന്റെ പ്രദർശനങ്ങൾ ലൈംലൈറ്റിലും ബീച്ചുകളുടെയും ഈന്തപ്പനകളുടെയും ഉപയോഗിച്ച ഫെരാരിയുടേയും ചിത്രങ്ങളുള്ള ഇൻസ്റ്റാഗ്രാം ഫീഡുകളിലും നടത്തുന്നു. അത് എല്ലാവരും ആഗ്രഹിക്കുന്ന മായയുടെ ഒരു മരീചിക തീർക്കുകയും കള്ളം പറയുകയും വഞ്ചിക്കുകയും ചെയ്യുന്നു. വെറും ഈ $197-ന്റെ പിഡിഎഫ് വാങ്ങുന്നത് കാണുക അല്ലെങ്കിൽ ഈ സ്റ്റോക്ക് സോഫ്റ്റ്‌വെയർ പ്രോഗ്രാം വാങ്ങുക, നിങ്ങൾ 10 ദിവസത്തിനുള്ളിൽ സമ്പന്നനാകൂ! അല്ല! അത് "വേഗത്തിൽ സമ്പ

ന്നനാകുക" എന്നല്ല, "എളുപ്പത്തിൽ സമ്പന്നനാകുക" – അത് ഭാരം കുറഞ്ഞ പേഴ്സിലേക്ക് മാത്രം നയിക്കുന്നു.

ഫാസ്റ്റ ലെയ്ൻ വിജയഗാഥകൾ "വേഗത്തിൽ സമ്പന്നർ ആകുക" എന്നതിനെ ഉൾക്കൊള്ളുന്നു. ആളുകൾക്ക് "അത് നിലവിലില്ല" എന്നത് അജ്ഞത ഉയർത്തിയ മറ്റൊരു അസത്യമാണ്. തോറ്റ സ്ലോലെയ്ൻ ആളുകളാൽ സത്യത്തെ ദുഷിപ്പിക്കാൻ അനുവദിക്കരുത്. സമതിക്കരുത്. "അത് മറ്റുള്ളവർക്ക് മാത്രമേ സംഭവിക്കൂ" എന്നത് നിങ്ങളുടെ സത്യമാക്കരുത്. നിരവധി ആളുകൾ "വേഗത്തിൽ സമ്പന്നരാകുക" എന്ന രീതിയിൽ ജീവിച്ചു. കാരണം, അത് പ്രക്രിയയാൽ പ്രമാണപ്പെട്ടതാണ്.

ഫാസ്റ്റ്ലെയ്നിൽനിന്നുള്ള കഥകൾ

നിങ്ങൾ ഒരു ശൂന്യതയിൽ ജീവിക്കുന്നില്ലെങ്കിൽ, നിങ്ങൾക്ക് ഇതിനകംതന്നെ ഫാസ്റ്റ്ലെയ്ൻ പരിചിതമാണ്. ബിസിനസ്സ് മുഖേന ആരെങ്കിലും പെട്ടെന്ന് സമ്പന്നരാകുമ്പോൾ, നിങ്ങൾ ഫാസ്റ്റ്ലെയ്നിന് സാക്ഷ്യം വഹിക്കുന്നു. തലക്കെട്ടുകളിൽനിന്ന് വലിച്ചെടുത്ത ചില ഫാസ്റ്റ്ലെയ്ൻ കഥകൾ ഇതാ :

- കണ്ടുപിടുത്തക്കാരൻ ഒരു ഗാഡ്ജെറ്റ് സൃഷ്ടിക്കുകയും ലക്ഷക്കണക്കിന് വച്ച് 15 മൊത്തവ്യാപാരികൾക്ക് വിൽക്കുകയും ചെയ്യുന്നു.
- ആയിരക്കണക്കിന് സബ്സ്ക്രൈബർമാരുള്ള YouTuber, ഒരു സബ്സ്ക്രിപ്ഷൻ സേവനമായോ ഉൽപ്പന്ന വാഗ്ദാനത്തിലേക്കോ ധനസമ്പാദനം നടത്തുന്നു.
- ഒരു സെൽ ഫോൺ ആപ്ലിക്കേഷൻ നിർമ്മിച്ച് 50,000 തവണ വിൽക്കുന്ന വ്യക്തി.
- വിശപ്പിൽനിന്ന് രക്ഷിക്കാൻ ഒരു എനർജി ബാർ രൂപപ്പെടുത്തുന്ന വ്യക്തി. പിന്നീട് തന്റെ കമ്പനിക്ക് $192 മില്യൺ വാഗ്ദാനം ചെയ്യപ്പെടുന്നു.
- ഒരു വ്യക്തി ബ്ലോഗ് നിർമ്മിക്കുകയും മൂന്ന് വർഷത്തിനുശേഷം അത് 4 മില്യൺ ഡോളറിന് വലിയൊരു ഫാർമസ്യൂട്ടിക്കൽ കമ്പനിക്ക് വിൽക്കുകയും ചെയ്യുന്നു.
- ഒരു മോപ്പ് കണ്ടുപിടിച്ച് 500,000 എണ്ണം ക്യൂവിസിയിൽ വിൽക്കുന്ന സ്ത്രീ.
- മാസം $70,000 ലാഭിക്കുന്ന ഒരു വെബ്സൈറ്റ് നിർമ്മിക്കുകയും പിന്നീട് അത് ദശലക്ഷത്തിന് വിൽക്കുകയും ചെയ്യുന്ന കൗമാരക്കാരൻ.
- ഒരു ഉൽപന്ന പ്രക്രിയക്ക് പേറ്റന്റ് നേടുകയും തുടർന്ന് ഫോർച്യൂൺ 500-ന് ലൈസൻസ് സംഘടിപ്പിക്കുകയും ചെയ്യുന്ന വ്യക്തി. കമ്പനി പിന്നീട് 14 ദശലക്ഷം ഡോളർ സമ്പാദിക്കുന്നു.
- തന്റെ പ്രിയപ്പെട്ട ബാസ്കറ്റ്ബോൾ ടീമിനെ കേൾക്കാൻ സഹായിക്കുന്നതിന് ഒരു വെബ്സൈറ്റ് സൃഷ്ടിക്കുന്ന വ്യക്തി പിന്നീട് കമ്പനി 5.5 ബില്യൺ ഡോളറിന് വിൽക്കുന്നു.
- ഒരു സോഫ്റ്റ്വെയർ കമ്പനി കെട്ടിപ്പടുക്കുകയും പിന്നീട് ഗ്രഹത്തിലെ ഏറ്റവും ധനികനാകുകയും ചെയ്യുന്ന ആൾ.
- വാർദ്ധക്യത്തെ പ്രതിരോധിക്കുന്ന ചികിത്സകൾ ഗവേഷണം ചെയ്യുകയും ഒരു മരുന്ന് കമ്പനിക്ക് 700 മില്യൺ ഡോളറിന് വിൽക്കുകയും ചെയ്യുന്ന ഡോക്ടർ.

- കൗമാരക്കാരനായ ഒരു മാന്ത്രികനെക്കുറിച്ച് ഒരു പുസ്തകം എഴുതുകയും പിന്നീട് ഒരു കോടീശ്വരി ആയിത്തീരുകയും ചെയ്യുന്ന എഴുത്തുകാരി.
- സ്ത്രീകൾക്ക് ശരീര ഗുരുത്വാകർഷണങ്ങൾക്കെതിരെ പോരാടാൻ സഹായിക്കുന്ന 20 ദശലക്ഷം അടിവസ്ത്രങ്ങൾ നിർമ്മിക്കുകയും വിൽക്കുകയും ചെയ്ത പെൺകുട്ടി, പിന്നീട് കോടീശ്വരിയാകുകയും ചെയ്യുന്നു.
- ഒരു ഉൽപ്പന്ന പ്രക്രിയ പരിഷ്കരിക്കുകയും മെച്ചപ്പെടുത്തുകയും ചെയ്യുന്ന സംരംഭകൻ ആമസോൺ ഉൾപ്പെടെ വിവിധ ചാനലുകളിലൂടെ പ്രതിമാസം $150,000 വിൽക്കുന്നു.
- ലോകത്തുടനീളം യാത്ര ചെയ്യാൻ അനുവദിക്കുന്ന $20K/മാസം സപ്ലിമെന്റ് ബിസിനസ്സ് സൃഷ്ടിക്കുന്ന വ്യക്തി, പിന്നീട് $560K-ന് വിൽക്കുന്നു.

ചില വലിയ കഥകൾ നിങ്ങളെ കബളിപ്പിക്കാൻ അനുവദിക്കരുത്. മിക്ക "ഫാസ്റ്റ് ലെയ്നുകളും" പരസ്യമാക്കിയിട്ടില്ല, റഡാറിന് കീഴിൽ പറക്കുകയാണ് : ഭാഗ്യമുണ്ട് പക്ഷേ പ്രശസ്തിയില്ല. വലിയ "വേഗത്തിൽ സമ്പന്നരാകുക" ഫാസ്റ്റ് ലെയ്നുകൾ വാർത്ത ഉണ്ടാക്കുന്നു, ചെറിയ ഉടമകളെ സ്വതന്ത്രരാക്കുന്നു.

ഫാസ്റ്റ് ലെയ്ൻ : സമ്പത്തിന്റെ വ്യാവസായിക വിപ്ലവം

വ്യാവസായിക വിപ്ലവം, യന്ത്രം അടിസ്ഥാനമാക്കിയുള്ള നിർമ്മാണത്തിന്റെ വേഗതയും കാര്യക്ഷമതയും എങ്ങനെ പ്രയോജനപ്പെടുത്താമെന്ന് മനുഷ്യർ പഠിച്ച ചരിത്രപരമായ കാലഘട്ടമായിരുന്നു. ശാരീരിക അധ്വാനം സിസ്റ്റങ്ങളാൽ മാറ്റിസ്ഥാപിച്ചു. ഒരു പ്രത്യേക ഉൽപ്പാദന ഫലമായി സംയോജിപ്പിച്ച വ്യത്യസ്ത ഭാഗങ്ങളുടെ യൂണിയൻ. മനുഷ്യർ സ്വമേധയാ കൈകാര്യം ചെയ്യുന്ന ദീർഘവും ശ്രമകരവുമായ ജോലികൾ യന്ത്രവൽക്കരണത്തിലേക്ക് രൂപാന്തരപ്പെട്ടു. ഉൽപ്പാദന സമവാക്യത്തിൽനിന്ന് ഭൂരിഭാഗം മനുഷ്യാധ്വാനത്തെയും പുറത്താക്കുന്നു. ആ കാലഘട്ടത്തിൽ, അത് അവരുടെ "വേഗത്തിൽ സമ്പന്നരാകുക" എന്നതിന്റെ പതിപ്പായിരുന്നു. മുൻപ് നിർമ്മാണത്തിന് മാസങ്ങൾ വേണ്ടിവന്ന ഉൽപ്പന്നങ്ങൾ ഇന്ന് ദിവസങ്ങൾ മാത്രം എടുക്കുന്നു.

അതുപോലെ, ഫാസ്റ്റ്ലെയ്ൻ റോഡ് മാപ്പ് വഴിയുള്ള സാമ്പത്തിക സ്വാതന്ത്ര്യം സമ്പത്തിനുവേണ്ടിയുള്ള ഒരു വ്യാവസായിക വിപ്ലവം പോലെയാണ്. സമ്പത്തിലേക്കുള്ള സ്വതവേയുള്ള വഴി സ്വമേധയാ ഉള്ള അധ്വാനമാണ്, സമയത്തിനും ആന്തരിക മൂല്യത്തിനും എതിരായ പോരാട്ടം. സമ്പത്തിലേക്കുള്ള അതിവേഗ പാത സമ്പത്തിനെ വ്യവസായവൽക്കരിക്കുക എന്നത് നമ്മുടെ പൂർവ്വികർ ഉൽപ്പാദനം ചിട്ടപ്പെടുത്തിയത് പോലെ അതിനെ ചിട്ടപ്പെടുത്തുന്ന പ്രക്രിയയാണ്. സ്ഥിരം ഉപയോഗിക്കുന്ന റോഡും (സ്ലോലെയ്ൻ) കുറുക്കുവഴിയും (ഫാസ്റ്റ് ലെയ്ൻ) തമ്മിലുള്ള വ്യത്യാസങ്ങൾ ഒരു ഈജിപ്ഷ്യൻ ഉപമയിൽ നന്നായി പ്രദർശിപ്പിച്ചിരിക്കുന്നു.

ഫാസ്റ്റ് ലെയ്ൻ സമ്പത്തിന്റെ ഉപമ

ഒരു മഹാനായ ഈജിപ്ഷ്യൻ ഫറവോൻ തന്റെ ഇരട്ട അനന്തിരവരായ ചൂമ, അസൂർ എന്നിവരെ വിളിച്ച് മഹത്തായ ഒരു ദൗത്യത്തിനായി അവരെ നിയോഗിക്കുന്നു : ഈജിപ്തിനുള്ള ആദരാഞ്ജലിയായി രണ്ട് സ്മാരക പിരമിഡുകൾ നിർമ്മിക്കുക.

ഓരോ അനന്തിരവന്റെയും പിരമിഡ് പൂർത്തിയാകുമ്പോൾ, ഫറവോൻ ഓരോരുത്തർക്കും രാജപദവിയാൽ ഉടനടി പ്രതിഫലം വാഗ്ദാനം ചെയ്യുന്നു, സമ്പത്തിന്റെ നടുവിൽ വിരമിക്കലും ബാക്കിയുള്ള അവരുടെ സ്വാഭാവിക ജീവിതത്തിൽ ആഡംബരവും.

കൂടാതെ, ഓരോ അനന്തിരവനും അവനവന്റെ പിരമിഡ് ഒറ്റക്ക് നിർമ്മിക്കണം.

18 വയസ്സുള്ള ചൂമക്കും അസുറിനും തങ്ങളുടെ കഠിനമായ ജോലി പൂർത്തിയാക്കാൻ വർഷങ്ങളെടുക്കുമെന്ന് അറിയാം.

എന്നിരുന്നാലും, ഓരോരുത്തരും വെല്ലുവിളിക്ക് പ്രാധാന്യം നൽകുകയും ഫറവോന്റെ നിർദ്ദേശങ്ങൾമൂലം തങ്ങൾ ബഹുമാനിതരായെന്നും കരുതി.

നീണ്ട പിരമിഡ് നിർമ്മാണ പ്രക്രിയ ആരംഭിക്കാൻ തയ്യാറായി അവർ ഫറവോന്റെ അറകളിൽനിന്ന് പുറത്തുകടക്കുന്നു.

അസൂർ ഉടൻതന്നെ ആരംഭിച്ചു. അവൻ സാവധാനം വലിയ കനത്ത കല്ലുകൾ ഒരു ചതുരരൂപത്തിലേക്ക് വലിച്ചിടുന്നു. കുറച്ച് മാസങ്ങൾക്കുശേഷം, അസുറിന്റെ പിരമിഡിന്റെ അടിത്തറ രൂപംകൊള്ളുന്നു. നഗരവാസികൾ അസൂറിന്റെ സൃഷ്ടിപരമായ പ്രയത്നങ്ങൾക്ക് ചുറ്റും ഒത്തുകൂടുകയും അദ്ദേഹത്തിന്റെ കരവിരുതിനെ പ്രശംസിക്കുകയും ചെയ്യുന്നു. കല്ലുകൾ ഭാരമേറിയതും ചലിക്കാൻ പ്രയാസമുള്ളതുമാണ്, ഒരു വർഷത്തെ കഠിനമായ അധ്വാനത്തിനുശേഷം അസൂറിന്റെ പിരമിഡിന്റെ ചതുരാകൃതിയിലുള്ള അടിത്തറ ഏതാണ്ട് പൂർത്തിയായി.

എന്നാൽ അസൂർ ആശയക്കുഴപ്പത്തിലായി. ചൂമയുടെ പിരമിഡ് പണിയേണ്ട ഭൂമി ശൂന്യമാണ്. ഒരു കല്ലുപോലും ഇട്ടിട്ടില്ല. അടിത്തറയില്ല. കൊത്തുപണികളില്ല. ഒന്നുമില്ല. ഒരു വർഷംമുൻപ് ഫറവോൻ ജോലി ഏൽപ്പിച്ചപ്പോൾ ഉണ്ടായിരുന്നതുപോലെ അത് തരിശാണ്.

ആശയക്കുഴപ്പത്തിലായ അസൂർ ചൂമയുടെ വീട് സന്ദർശിക്കുകയും അവൻ ഉത്സാഹപൂർവ്വം തന്റെ കളപ്പുരയിൽനിന്ന് ഒരുതരത്തിലുള്ള മനുഷ്യ പീഡന ഉപകരണത്തോട് സാമ്യമുള്ള ഒരു വളച്ചൊടിച്ച ഉപകരണത്തിൽ പ്രവർത്തിക്കുന്നത് കാണുന്നു.

അസൂർ തടസ്സപ്പെടുത്തി, "ചൂമാ! എന്ത് നാശമാണ് നീ ചെയ്യുന്നത്!? നീ ഫറവോന് ഒരു പിരമിഡ് പണിയുകയല്ലേ വേണ്ടത്, നീ ഈ കളപ്പുരയിൽ അടച്ചിട്ട് ആ ഭ്രാന്തൻ യന്ത്രത്തിനൊപ്പം ദിവസങ്ങൾ ചെലവഴിക്കുകയും ചെയ്യുന്നു?"

ചൂമ ചിരിച്ചുകൊണ്ട് പറഞ്ഞു, "ഞാൻ ഒരു പിരമിഡ് നിർമ്മിക്കുകയാണ്, എന്നെ ഒറ്റക്ക് വിടൂ."

അസൂർ പരിഹസിക്കുന്നു, "അതെ, ഉറപ്പായിട്ടും പണിയുകയാണ്. ഒരു വർഷത്തിലേറെയായി നീ ഒരു കല്ല് പോലും വെച്ചിട്ടില്ല!"

തന്റെ സഹോദരന്റെ ആരോപണത്തിൽ മുഴുകിയെങ്കിലും അചഞ്ചലമായ ചൂമ മറുപടി പറഞ്ഞു, "അസൂർ, നീ ദീർഘവീക്ഷണമില്ലാത്തവനാണ്. സമ്പത്തിനായുള്ള ദാഹത്താൽ നിന്റെ കാഴ്ച മങ്ങിയിരിക്കുന്നു. നീ നിന്റെ പിരമിഡ് നിർമ്മിക്കുക ഞാൻ എന്റേത് പണിയാം."

അസൂർ നടന്നുപോകുമ്പോൾ, അയാൾ ആക്രോശിച്ചു, "വിഡ്ഢി! അവൻ നിന്റെ രാജ്യദ്രോഹം കണ്ടെത്തുമ്പോൾ ഫറവോൻ നിങ്ങളെ തൂക്കുമരത്തിൽ തൂക്കിയിടും."

മറ്റൊരു വർഷം കടന്നുപോകുകയും അസൂർ തന്റെ പിരമിഡിന്റെ അടിത്തറ ഉറപ്പിക്കുകയും, രണ്ടാംനില ആരംഭിക്കുകയും ചെയ്തു. പക്ഷെ, ഒരു പ്രശ്നം ഉടലെടുത്തു. അസൂർ തന്റെ പ്രവർത്തിയിൽ പാടുപെടുന്നു. കല്ലുകൾ ഭാരമുള്ളവയാണ്, പിരമിഡിന്റെ രണ്ടാം നിലയിലേക്ക് അവയെ ഉയർത്താൻ അവന് കഴിയില്ല.

തന്റെ ശാരീരിക പരിമിതികളാൽ വെല്ലുവിളിക്കപ്പെട്ട അസൂർ തന്റെ ബലഹീനത തിരിച്ചറിയുന്നു : ഭാരമേറിയ കല്ലുകൾ നീക്കാൻ കൂടുതൽ ശക്തി അവന് ആവശ്യമാണ്, അതിനായി ബെന്നുവിന്റെ ഉപദേശം തേടുന്നു, ഈജിപ്തിലെ ഏറ്റവും ശക്തനായ മനുഷ്യനാണ് ബെന്നു. പേശികൾ വലുതും ശക്തവുമാക്കാൻ ബെന്നു അസൂരിനെ പരിശീലിപ്പിക്കുന്നു. അതിനായി അവന്റെ സമ്പത്തിന്റെ വലിയൊരു ഭാഗം ചെലവാക്കുന്നു. ശരീരശക്തി വർദ്ധിക്കുന്നതോടെ, ഭാരമേറിയ കല്ലുകൾ ഉയർന്നതലങ്ങളിലേക്ക് എത്തിക്കുക എളുപ്പമാകുമെന്ന് അസൂർ പ്രതീക്ഷിക്കുന്നു.

അതേസമയം, ചൂമയുടെ പിരമിഡ് പ്ലോട്ട് ഇപ്പോഴും ശൂന്യമാണ്. എല്ലാ പരിസ്ഥിതിയും കണ്ടിട്ട്, തന്റെ സഹോദരൻ മരണം ആഗ്രഹിക്കുന്നുണ്ടായിരിക്കാം എന്ന് അസൂർ ചിന്തിച്ചു. അതിന് കാരണം, ചൂമ ഫറവോന്റെ കൽപ്പന ലംഘിക്കുന്നത് അതിനായിട്ടായിരിക്കാം എന്ന് അസൂർ അനുമാനിക്കുന്നു. അസൂർ തന്റെ സഹോദരനെയും നിലവിലില്ലാത്ത അവന്റെ പിരമിഡിനെയുംകുറിച്ച് മറക്കുന്നു.

ഒരു വർഷംകൂടി കടന്നുപോയി, അസൂരിന്റെ പിരമിഡ് നിർമ്മാണം മന്ദഗതിയിലായി ഇഴഞ്ഞുതുടങ്ങി. ഒരു കല്ല് സ്ഥാപിക്കാൻ ഒരു മാസമെടുക്കും. മുകളിലെ നിലകളിലേക്ക് കല്ലുകൾ നീക്കുന്നതിന് വലിയ ശക്തി ആവശ്യമാണ്, അസൂർ കൂടുതൽ ശക്തി ഉണ്ടാക്കാൻ ബെന്നുവിനൊപ്പം പ്രവർത്തിക്കാൻ കൂടുതൽ സമയവും ചെലവഴിക്കുന്നു.

കൂടാതെ, അസൂർ തന്റെ പണത്തിന്റെ ഭൂരിഭാഗവും ഉപദേശത്തിനുള്ള ഫീസും പരിശീലനത്തിന് ആവശ്യമായ വിലകൂടിയ ഭക്ഷണക്രമവുമായി ചെലവഴിക്കുന്നു. അസൂർ കണക്കാക്കുന്നത്, അദ്ദേഹത്തിന്റെ ഇപ്പോഴത്തെ നിർമ്മാണ വേഗതയിൽ, മറ്റൊരു 30 വർഷത്തിനുള്ളിൽ അദ്ദേഹത്തിന്റെ പിരമിഡ് പൂർത്തിയാകും. അസ്വസ്ഥനാകാതെ, അസൂർ പ്രശംസിക്കുന്നു, "മൂന്ന് വർഷത്തിനുശേഷം, ഞാൻ എന്റെ സഹോദരനെ ഒരുപാട് മറികടന്നിരിക്കുന്നു. അവൻ ഇതുവരെ ഒരു കല്ല് പോലും വച്ചിട്ടില്ല! ആ മണ്ടൻ!"

അങ്ങനെയിരിക്കെ, പെട്ടെന്ന്, ഒരു ദിവസം, ഒരു കനത്ത കല്ല് വലിച്ചെടുക്കുമ്പോൾ, നഗര ചത്വരത്തിൽനിന്ന് ഒരു വലിയ ബഹളം അസൂർ കേൾക്കുന്നു. നഗരവാസികൾ, അവന്റെ സ്ഥിരം ജോലി നിരീക്ഷകരായിരുന്നവർ, അവന്റെ സ്ഥലത്തുനിന്നും ബഹളത്തിന് കാരണമായതെന്തെന്ന് കാണുവാൻ പെട്ടെന്ന് പോകുന്നു. സ്വയം കൗതുകത്തോടെ, അസൂറും അന്വേഷിക്കാൻ പോകുന്നു.

ആഹ്ലാദകരമായ ഒരു ജനക്കൂട്ടത്താൽ ചുറ്റപ്പെട്ട ചൂമ ടൗൺ സ്ക്വയറിൽ 25 അടിയുള്ള ഒരു സൂത്രപണിയന്ത്രം നയിച്ചുകൊണ്ട് വരുന്നു. ഗാൻട്രികൾ, ചക്രങ്ങൾ, ലിവറുകൾ, കയറുകൾ എന്നിവയാലുള്ള ഒരു ഉയർത്താനുള്ള യന്ത്രം. ചൂമാ ഗ്രാമവീഥിയിലൂടെ ആഹ്ലാദഭരിതരായ ജനക്കൂട്ടത്തിനിടയിൽ പതുക്കെ നീങ്ങുമ്പോൾ, അസൂർ സത്യത്തെ മനസ്സിലാക്കി ആശങ്കാകുലനായി. ചൂമയുടെ തരിശായ പിരമിഡ് പ്ലോട്ടിലേക്കെത്തി ഒരു ചെറിയ കൺനോട്ടത്തിനുശേഷം, അസൂരിന്റെ സംശയങ്ങൾ സ്ഥിരീകരിച്ചു.

മിനിറ്റുകൾക്കുള്ളിൽ, ചൂമയുടെ വിചിത്ര യന്ത്രം കനത്ത കല്ലുകൾ ചലിപ്പിക്കാൻ തുടങ്ങുന്നു. തന്റെ പിരമിഡിന് അടിത്തറയിടാൻ തുടങ്ങുന്നു. ഒന്നിനുപുറകെ ഒന്നായി, യന്ത്രം അനായാസമായി കല്ലുകൾ ഉയർത്തുകയും മൃദുവായി അവയെ അട്ടുക്കട്ടുക്കായി സ്ഥാപിക്കുകയും ചെയ്യുന്നു. അത്ഭുതകരമായി, ചൂമയുടെ കുറച്ച് പരിശ്രമം മാത്രമാണ് യന്ത്രത്തിന്റെ പ്രവർത്തനത്തിന് ആവശ്യമായി വന്നത്. ഒരു ഗിയർ സംവിധാനത്താൽ കെട്ടുപിണഞ്ഞിരിക്കുന്ന ഒരു കയറിലേക്കും കാന്റിലിവറിലേക്കും ഘടിപ്പിച്ചിരിക്കുന്ന ഒരു ചക്രം കറക്കുക, പണി കഴിഞ്ഞു! കനത്ത കല്ലുകൾ വേഗത്തിലും മാന്ത്രികമായും നീങ്ങി.

അസൂരിന്റെ പിരമിഡ് അടിത്തറ നിർമ്മിക്കാൻ ഒരു വർഷമെടുത്തപ്പോൾ, ചൂമ ഒരാഴ്ചയ്ക്കുള്ളിൽ അവന്റെ പിരമിഡിന്റെ അടിത്തറ നിരത്തി. അസൂർ പൊരുതിയ രണ്ടാം ലെവൽ കൂടുതൽ ഞെട്ടിപ്പിച്ചു : ചൂമയുടെ യന്ത്രം 30 മടങ്ങ് വേഗത്തിൽ ജോലി ചെയ്യുന്നു. അസൂർ രണ്ടുമാസം എടുത്തത് ചൂമയുടെ യന്ത്രം രണ്ടുദിവസം എടുത്തു. 40 ദിവസം കഴിഞ്ഞപ്പോൾ ചൂമയും അദ്ദേഹത്തിന്റെ യന്ത്രവും, അസൂരിന്റെ മൂന്ന് വർഷത്തെ കഠിനാധ്വാനത്തിന്റെ അത്രയും നിർവ്വഹിച്ചു.

ഈ വെളിപാട് അസൂരിനെ നശിപ്പിച്ചു കളഞ്ഞു. ഭാരോദ്വഹനത്തിൽ വർഷങ്ങളോളം അദ്ദേഹം ചെലവഴിച്ചു, *ചൂമാ അവനുവേണ്ടി പ്രയത്നിക്കുന്ന ഒരു യന്ത്രം ഉണ്ടാക്കി.*

യന്ത്രത്തെ ബഹുമാനിക്കുന്നതിനുപകരം, അസൂർ ശാഠ്യത്തോടെ പ്രതിജ്ഞ ചെയ്യുന്നു, “ഞാൻ ശക്തനാകണം! എനിക്ക് കൂടുതൽ ഭാരമുള്ള കല്ലുകൾ ഉയർത്തണം! ചൂമ തന്റെ മെഷീന്റെ ക്രാങ്ക് പ്രവർത്തിക്കുന്നത് തുടരുമ്പോൾ അസൂർ പിരമിഡ് നിർമ്മാണത്തിന്റെ കഠിനാധ്വാനം തുടർന്നു.

എട്ട് വർഷത്തിനുശേഷം, 26 വയസ്സുള്ളപ്പോൾ ചൂമ തന്റെ പിരമിഡ് നിർമ്മാണം പൂർത്തിയാക്കി : *മൂന്ന് വർഷം സംവിധാനം ഉണ്ടാക്കാനും, സംവിധാനത്തിന്റെ നേട്ടങ്ങൾ കൊയ്യാൻ അഞ്ച് വർഷവും.* മഹാനായ ഫറവോൻ സന്തോഷിച്ചു. വാഗ്ദാനം ചെയ്തതുപോലെ പ്രവർത്തിച്ചു. അവൻ ചൂമക്ക് രാജപദവി നൽകി. കൂടാതെ, വലിയ സമ്പത്ത് പ്രതിഫലം നൽകി. ജീവിതത്തിലൊരിക്കലും ചൂമക്ക് മറ്റൊരു ദിവസം ജോലി ചെയ്യേണ്ടതില്ല.

അതേസമയം, അസൂർ അതേ പഴയ ദിനചര്യയിൽ തന്നെ കുഴിച്ചുകൊണ്ടിരുന്നു. പാറകൾ ഉയർത്തുക, ശക്തരാകാനും പാറകൾ ഉയർത്താനും ശക്തരാകാനും സമയവും പണവും പാഴാക്കുക. നിർഭാഗ്യവശാൽ, അസൂർ തന്റെ വികലമായ തന്ത്രം അംഗീകരിക്കാൻ വിസമ്മതി ക്കുകയും പഴയ പ്രക്രിയ തന്നെ സഹിക്കുകയും ചെയ്യുന്നു : നിങ്ങൾക്ക് ഇനി ഉയർത്താൻ കഴിയാത്തതുവരെ കനത്ത കല്ലുകൾ കൊണ്ടുപോകുക... പിന്നെ ശക്തമാകുക, അങ്ങനെ നിങ്ങൾക്ക് ഉയർത്താം കനത്ത കല്ലുകൾ.

ബുദ്ധിശൂന്യമായ ഈ ഔഷധകുറിപ്പ് അസൂറിനെ ജീവിതകാലം മുഴുവൻ വിയർപ്പിന്റെയും വിരസതയുടെയും വഴിയിലേക്ക് നയിക്കുന്നു.

ഫറവോന് വാഗ്ദത്തം ചെയ്ത പിരമിഡ് പൂർണ്ണതയിലെത്തിക്കാൻ അവന് കഴിഞ്ഞില്ല. കാരണം എല്ലാ കല്ലുകളും അവൻ മാത്രമായി ഉയർത്തേണ്ടിവന്നു, അപ്പോൾ അവനുവേണ്ടി പ്രവർത്തിക്കുന്ന ഒരു സംവിധാനത്തിൽ ശ്രദ്ധ കേന്ദ്രീകരിക്കുവാൻ അവൻ മറന്നുപോയി.

തന്റെ പിരമിഡിന്റെ 12-ാം നിലയിലായിരിക്കെ അസൂറിന് ഹൃദയാഘാതം സംഭവിക്കുകയും മരിക്കുകയും ചെയ്യുന്നു. വെറും രണ്ട് നിലമാത്രം ബാക്കി

നിൽക്കേ, ഫറവോൻ വാഗ്ദാനം ചെയ്ത വലിയ സമ്പത്ത് അവൻ ഒരിക്കലും അനുഭവിക്കുന്നില്ല.

അതേസമയം, ആഡംബരത്തിന്റെ കിരീടത്തിൽ ചൂമ 40 വർഷംമുൻപ് വിരമിക്കുന്നു. വെറുതെ നടക്കുന്ന ഒഴിവുസമയങ്ങളിൽ, ഈജിപ്തിലെ ഏറ്റവും വലിയ പണ്ഡിതനും പ്രഗത്ഭനുമായ കണ്ടുപിടുത്തക്കാരനായി ചൂമ മാറുന്നു. അവൻ നിർമ്മിച്ച അതേ പിരമിഡിൽ ഫറവോനോടൊപ്പം അദ്ദേഹത്തെ സംസ്കരിച്ചിരിക്കുന്നു.

ഫാസ്റ്റ് ലെയ്ൻ ഒരു കച്ചവട വ്യവസ്ഥിതിയാണ് : സ്ലോലെയ്ൻ ഒരു ജോലിയാണ്

സ്ലോലെയ്ൻ ഒരു ജോലിയാണ് : നിങ്ങളുടെ കഠിനാധ്വാനം നിങ്ങളുടെ തൊഴിലുടമയുടെ പണനേട്ടത്തിനായി ഉപയോഗിക്കപ്പെടുന്നു. അസൂരിന്റെ പോരാട്ടങ്ങൾ ഒരു സ്ലോലെയ്നുറുടേതിന് സമാനമാണ്; സമ്പന്നനാകാൻ, ശക്തനാകാൻ നിങ്ങളോട് പറയുന്നു (പണം ചെലവഴിക്കുക, സ്കൂളിലേക്ക് മടങ്ങുക, തൊഴിൽ വിപണിയിൽ കൂടുതൽ സമ്പാദിക്കുക) അങ്ങനെ നിങ്ങൾക്ക് ഉയർത്താം കനത്ത കല്ലുകൾ.

ഫാസ്റ്റ്ലെയ്ൻ ഒരു മികച്ച സംവിധാനം നിർമ്മിക്കുന്നതിനെക്കുറിച്ചാണ്, മികച്ച സൂത്ര പണിയന്ത്രം, മികച്ച ഉൽപ്പന്നം, അല്ലെങ്കിൽ നിങ്ങളുടെ ജോലിയെ സ്വാധീനിക്കുന്ന മികച്ച "എന്തെങ്കിലും". സ്ലോലെയ്നിൽ, ഭാരോദ്വഹനത്തിന്റെ ഉറവിടം നിങ്ങളാണ്, ഫാസ്റ്റ്ലെയിനിൽ നിങ്ങൾ ഒരു പദ്ധതി നിർമ്മിക്കുന്നു, അത് നിങ്ങൾക്കായി ചെയ്യുന്നു.

നിങ്ങളുടെ സമ്പത്തിനായുള്ള റോഡ് യാത്രയിൽ, സ്ലോലെയ്ൻ റോഡ് മാപ്പ് നിങ്ങളോട് ദീർഘനേരം സഹിച്ചുനിൽക്കാൻ ആവശ്യപ്പെടുന്നു, മടുപ്പിക്കുന്ന നടത്തം. സമ്പത്തിന്റെ അധ്വാനം പ്രക്രിയ തന്നെയാണ്. ഫാസ്റ്റ്ലെയ്നിൽ, നിങ്ങൾ സൃഷ്ടിക്കുന്ന ഒരു ബിസിനസ്സ് പദ്ധതിയിലാണ് സമ്പത്ത് നയിക്കപ്പെടുന്നത് – അധ്വാനം എന്നത് പദ്ധതിയുടെ സൃഷ്ടിയും മാനേജ്മെന്റുമാണ്.

അധ്യായ സംഗ്രഹം: ഫാസ്റ്റ്ലെയ്ൻ പ്രത്യേകതകൾ

- ഒരു ഫാസ്റ്റ്ലെയ്ൻ തന്ത്രത്തിന്റെ റിസ്ക് സ്ലോലെയ്നിൽനിന്ന് വളരെ വ്യത്യസ്തമല്ല. എന്നാൽ, പ്രതിഫലം വളരെ വലുതാണ്.
- ഫാസ്റ്റ്ലെയ്ൻ റോഡ് മാപ്പ് നിയന്ത്രിക്കാവുന്ന പരിധിയില്ലാത്ത ലിവറേജിനു മുകളിൽ മുൻകൂട്ടി നിശ്ചയിച്ചിട്ടുള്ള ഒരു ബദൽ സാമ്പത്തിക തന്ത്രമാണ്.
- ഫാസ്റ്റ്ലെയ്ൻ റോഡ്മാപ്പ് സമ്പത്തിന് മുൻകൈയെടുക്കുന്നു.
- ഫാസറ്റ്ലെയിൻ റോഡ്മാപ്പിന് "വേഗത്തിൽ സമ്പന്നനാകാം" എന്നതിന്റെ ഫലങ്ങൾ സൃഷ്ടിക്കാൻ കഴിയും, "ഗറ്റ് റിച്ച് ഈസി"യിൽ ആശയ കുഴപ്പത്തിലാവേണ്ട.

ടീമിന്റെയും കളിയുടെയും തന്ത്രം മാറ്റുക

സ്വയം താഴ്ത്തിക്കെട്ടിയ ഒരു മനുഷ്യൻ വളരെ ചെറിയ വ്യക്തിത്വമാണ്.

—ബെഞ്ചമിൻ ഫ്രാങ്ക്ലിൻ

ഫാസ്റ്റ്‌ലെയ്ൻ റോഡ് മാപ്പ് : സമ്പത്തിന്റെ കളിയുടെ തന്ത്രം

തോൽക്കുന്ന ടീമുകൾ തോൽക്കുന്ന തന്ത്രങ്ങൾ ഉപയോഗിക്കുന്നു. തോറ്റ ടീമിനായി കളിക്കുകയെന്നാൽ, നിങ്ങൾ തോൽക്കുന്ന തന്ത്രങ്ങളിൽ പെട്ടുപോയിരിക്കുന്നു. വിജയിക്കാനായി ടീമുകൾ മാറി വിജയിയുടെ തന്ത്രങ്ങൾ ഉപയോഗിക്കുക. വിജയിക്കുന്ന ഫോർമുല ഉപയോഗിക്കുന്നതിനാൽ ഫാസ്റ്റ്‌ലെയ്ൻ റോഡ്മാപ്പ് സാമ്പത്തിക വിജയികളെ സൃഷ്ടിക്കുന്നു, അതിന്റെ അടിത്തറ പരിധിയില്ലാത്തതും നിയന്ത്രിക്കാവുന്നതുമായ ഗണിതശാസ്ത്രത്തിൽ വേരൂന്നിയതുമാണ്.

ഈ തന്ത്രം എവിടെയാണ്, നിങ്ങൾക്കത് എങ്ങനെ ലഭിക്കും?

നിങ്ങൾ ഭൂരിപക്ഷ പ്രത്യയശാസ്ത്രം ഉപേക്ഷിച്ച് *സ്ലോലെയ്ൻ വഞ്ചകരാകണം.*

ടീമുകളും തന്ത്രങ്ങളും മാറുന്നു

നിങ്ങൾ ജനിച്ച ദിവസം മുതൽ, ടീം കൺസ്യൂമറിനുവേണ്ടി കളിക്കാൻ സ്ഥാനമേറ്റവരാണ്. ബാർബി ഡോളും, ടോങ്ക ട്രക്കും, *സ്റ്റാർ വാർസ്* ആക്ഷൻ താരങ്ങളും വഴി. നിങ്ങളെ ആവശ്യത്തിന് അനുകൂലമായ രീതിയിൽ വ്യവസ്ഥ ചെയ്യപ്പെട്ടിട്ടുണ്ടായിരുന്നു : ഉൽപ്പന്നങ്ങളുടെ അത്യാവശ്യം, ഉൽപ്പന്നങ്ങളുടെ ആവശ്യം, ഉൽപ്പന്നങ്ങളുടെ വാങ്ങൽ, ഒപ്പം തീർച്ചയായും, ആ ഉൽപ്പന്നങ്ങളിൽ ഏറ്റവും വിലകുറഞ്ഞത് അന്വേഷിക്കുക.

സ്ലോലെയ്നും നടപ്പാതയിലെ യാത്രക്കാരും തമ്മിലുള്ള പരസ്പരബന്ധം ഇതാണ് : ജോലികൾ നിലവിലുണ്ട് ഉപഭോക്തൃ പ്രക്രിയ സുഗമമാക്കാൻ. നിങ്ങൾ ഒരു ഉപഭോക്തൃ ഉൽപ്പന്ന കമ്പനിയുടെ ബ്രാൻഡ് മാനേജരായി മാറുന്നു. നിങ്ങൾ ഒരു ഇൻഷുറൻസ് ഏജന്റ് ആയിത്തീരുന്നു. നിങ്ങൾ ഒരു അക്കൗണ്ടന്റായി മാറുന്നു ചില കോർപ്പറേറ്റിന്റെ – ഇത് ഉപഭോക്താവാൽ നയിക്കപ്പെടുന്നു. ചര

ക്കുകളും സേവനങ്ങളും ഉപഭോക്താക്കളുടെ കൈകളിലേക്ക് നീക്കുന്നതിൽ ശ്രദ്ധ കേന്ദ്രീകരിക്കുകയും ചെയ്യുന്നു.

ഈ "ഉപഭോക്തൃ" കേന്ദ്രീകരണം ഫാസ്റ്റ്ലെയ്ൻ വിരുദ്ധ ചിന്തയിലേക്കുള്ള ഗുരുത്വാകർഷണംപോലെ പ്രവർത്തിക്കുന്നു. ഉടൻ തന്നെ നിങ്ങളെ തെറ്റായ ടീമിൽ ഉൾപ്പെടുത്തുന്നു.

രഹസ്യത്തെ അറിയുക

ഫാസ്റ്റ്ലെയ്ൻ റോഡ്മാപ്പ് രഹസ്യത്തിന്റെ അർത്ഥം വ്യാഖ്യാനിക്കുന്നത് ഡീക്രിപ്ഷൻ കീയുടെ സംരക്ഷകരായ ടീമിൽ ചേരുന്നതുപോലെ ലളിതമാണ്.

ടീം നിർമ്മാതാവ് ആണ് വിജയികളായ ടീം.

ഉപഭോഗത്തിലല്ല, ഉൽപാദിപ്പിക്കുന്നതിലാണ് ജീവിതത്തിന്റെ ശ്രദ്ധ പുനഃക്രമീകരിക്കേണ്ടത്.

നിങ്ങളുടെ ചിന്തയെ ഭൂരിപക്ഷ ചിന്തയിൽനിന്ന് (ഉപഭോക്താവ്) ന്യൂന പക്ഷ ചിന്തയിലേക്ക് (നിർമ്മാതാവ്) പുനർനിർമ്മിക്കുമ്പോൾ, നിങ്ങൾ ടീമുകളും വിധേയത്വവും ഫലപ്രദമായി മാറ്റുന്നു.

അതെ, *ഇപ്പോൾ നിങ്ങൾ ആദ്യം നിർമ്മാതാവും പിന്നീട് ഉപഭോക്താവും ആകുന്നു.*

ഇത് നടപ്പിലാക്കുക എന്നാൽ, ടിവിയിൽ ഉൽപ്പന്നങ്ങൾ വാങ്ങുന്നതിനുപ കരം ഉൽപ്പന്നങ്ങൾ വിൽക്കുക. സ്വർണ്ണം കുഴിക്കുന്നതിനുപകരം, കുഴിക്കാനുള്ള ഉപകരണങ്ങൾ വിൽക്കുക. ഒരു ക്ലാസ് എടുക്കുന്നതിനുപകരം ഒരു ക്ലാസ് വാഗ്ദാനം ചെയ്യുക. പണം കടം വാങ്ങുക എന്നതിനുപകരം കടം കൊടുക്കുക. ജോലിയെടുക്കുന്നതിനുപകരം, ജോലികൾ കൊടുക്കുക. പണയത്തിന് കൊടു ക്കുന്നതിനുപകരം പണയത്തിനെടുക്കുക. ഉപഭോഗത്തിൽനിന്ന് സ്വതന്ത്രമാക്കുക, വശങ്ങൾ മാറുക, കൂടാതെ നിർമ്മാതാവെന്ന നിലയിൽ ലോകത്തിലേക്ക് പുനഃ ക്രമീകരിക്കുക.

എനിക്കറിയാം; അത് എളുപ്പമല്ല.

എന്നിരുന്നാലും, നിങ്ങൾ ഒരു നിർമ്മാതാവിന്റെ വീക്ഷണകോണിൽനിന്ന് ലോകത്തെ വീക്ഷിച്ചുകഴിഞ്ഞാൽ, സ്ഥിരസ്ഥിതിയിൽനിന്ന് ക്ലിയർ സ്റ്റീരിയോ സൗണ്ടിലേക്ക് മികച്ചരീതിയിൽ ട്യൂൺ ചെയ്ത റേഡിയോ ഫ്രീക്വൻസിപോലെ നിങ്ങളുടെ ധാരണ മൂർച്ച കൂട്ടുന്നു. പെട്ടെന്ന്, അവസരങ്ങൾക്ക് വ്യക്തതയുണ്ടാകുന്നു. തലച്ചോറിൽ പുതിയ ആശയങ്ങൾ എത്തിച്ചേരുന്നു, അഴിമതികൾ തുറന്നു കാട്ടപ്പെടുന്നു. നിങ്ങളുടെ സമ്പത്ത് സൃഷ്ടിക്കുന്ന സ്വഭാവം ശക്തിപ്പെടുത്തുന്നതിന് പുതിയ ന്യൂനപക്ഷ പദവി നിർണ്ണായകമാണ്. ഓർക്കുക, സമ്പന്നർ ഒരു ന്യൂന പക്ഷമാണ്, നിങ്ങൾ ആ ന്യൂനപക്ഷത്തിൽ ആയിരിക്കാൻ ആഗ്രഹിക്കുന്നു. അത് ഒരു നിർമ്മാതാവിന്റെ മാനസികാവസ്ഥയിൽ ആരംഭിക്കുന്നു.

നിർമ്മാതാവെന്ന നിലയിൽ പുനർനിർമ്മാണം

എന്തെങ്കിലും വാങ്ങാൻ നിങ്ങളെ പ്രേരിപ്പിക്കുന്ന ഒരു പരസ്യ സന്ദേശം നിങ്ങൾ നേരിടുമ്പോൾ, നിർമ്മാതാവിന്റെ വീക്ഷണകോണിൽനിന്ന് അത് പരിശോധി ക്കുക. ഈ കമ്പനി എങ്ങനെയാണ് പണം സമ്പാദിക്കുന്നത്? അതിന്റെ മാർക്ക റ്റിംഗ് സന്ദേശങ്ങളിൽ എന്ത് മാനസിക തന്ത്രങ്ങളാണ് ഉപയോഗിക്കുന്നത്?

ഈ ഉൽപ്പന്നമോ സേവനമോ നൽകുന്നതിന് ഏതുതരം പ്രവർത്തന പ്രക്രിയകൾ ഉൾപ്പെട്ടിട്ടുണ്ട്? ഈ കമ്പനി ഒരു ലാഭം ഉണ്ടാക്കുകയാണോ? എന്താണ് വരുമാന മാതൃക? ഈ ഉൽപ്പന്നം നിർമ്മിച്ചത് വിദേശത്തോ പ്രാദേശികമായോ?

രാത്രി വൈകിയുള്ള ടെലിവിഷൻ പരസ്യത്തിൽനിന്ന് ഞാൻ ഒരിക്കലും ഒരു ഉൽപ്പന്നം വാങ്ങിയിട്ടില്ല. കാരണം, ഞാൻ അതേ ടീമിലാണ്. ഒരു നിർമ്മാതാവ് എന്ന നിലയിൽ, പരസ്യങ്ങൾ എന്തിനുവേണ്ടിയാണെന്ന് ഞാൻ കാണുന്നു : നിർമ്മാതാക്കൾ (ന്യൂനപക്ഷം) ഉപഭോക്താവിനെ (ഭൂരിപക്ഷം) സേവിക്കുന്നു. "ഇപ്പോൾ പ്രവർത്തിക്കുക," "നിൽക്കൂ, ഇനിയുമുണ്ട്!" "സൗജന്യ ബോണസ്സ്" – ഇവ ഒരു നിർമ്മാതാവിന്റെ ആയുധപ്പുരയിലെ വിപണന ആയുധങ്ങളാണ്. ഞാൻ പരസ്യങ്ങൾ കാണുന്നത് വാങ്ങാനല്ല, മറിച്ച് പ്രൊഫഷണലുകൾ എന്താണ് ചെയ്യുന്നതെന്ന് കാണാനാണ്.

നിർമ്മാതാക്കൾ എന്ന നിലയിൽ, ഞങ്ങളുടെ ജോലി ഉപഭോക്താക്കളെ വാങ്ങാൻ പ്രേരിപ്പിക്കുക എന്നതാണ്.

നിർമ്മാതാവിന്റെ മാനസികാവസ്ഥയിലേക്ക് അടച്ചിട്ട ഒരു നിർമ്മാതാവ് എന്ന നിലയിൽ, ഞാൻ സമ്പത്ത് ആകർഷിക്കുന്നു. കാരണം, ഉപഭോക്താക്കൾ നിർമ്മാതാക്കളെ അന്വേഷിക്കുന്നു. ഉപഭോക്താക്കൾ അവരുടെ നിറവ് ആവശ്യപ്പെടുന്ന ഭൂരിപക്ഷമാണ്!

സമൃദ്ധമായി ഉപയോഗിക്കുന്നതിന്, ഫലപ്രദമായി ഉൽപ്പാദിപ്പിക്കുക

ഈ നിർമ്മാതാവ്/ഉപഭോക്തൃ ഇരട്ടത്വത്തിന്റെ വിരോധാഭാസം എന്താണ്? ഒരിക്കൽ നിങ്ങൾ ഒരു നിർമ്മാതാവ് ആയി വിജയിച്ചാൽ, ചെറിയ പരിണത ഫലങ്ങൾ പോലുമില്ലാതെ നിങ്ങൾക്ക് ആവശ്യമുള്ളതെന്തും വാങ്ങിക്കാം. കാരണം, നിങ്ങൾ സമ്പന്നനായിരിക്കും.

സമൃദ്ധമായി ഉപഭോഗം ചെയ്യാൻ, ആദ്യം സമൃദ്ധമായി ഉൽപ്പാദിപ്പിക്കുക.

നിർഭാഗ്യവശാൽ, ഭൂരിഭാഗം ആളുകളും പിന്നാക്കാവസ്ഥയിലാണ് : ഉപഭോഗമുണ്ട് ഉൽപ്പാദനമില്ല.

നിർമ്മാതാക്കൾ സമ്പന്നരാകുന്നു.

ഉപഭോക്താക്കൾ ദരിദ്രരാകുന്നു.

ടീമുകളെ മാറ്റി സ്വയം ആദ്യം ഒരു നിർമ്മാതാവും പിന്നീട് ഒരു ഉപഭോക്താവുമായി പുനഃക്രമീകരിക്കുക. സമ്പത്തിനെ നിങ്ങളിലേക്ക് ആകർഷിക്കുക.

ഒരു നിർമ്മാതാവാകുക : ഒരു ബിസിനസ്സ് സിസ്റ്റം പ്രയോജനപ്പെടുത്തുക

ടീമുകൾ മാറാനും ഒരു നിർമ്മാതാവാകാനും, നിങ്ങൾ ഒരു സംരംഭകനും ഒരു നവീനനുമാകണം. നിങ്ങൾ ഒരു ദർശകനും സ്രഷ്ടാവും ആയിരിക്കണം. നിങ്ങൾ ഒരു ബിസിനസ്സിന് ജന്മം നൽകേണ്ടതുണ്ട്, *ലോകത്തിന് മൂല്യം വാഗ്ദാനം* ചെയ്യുക.

സ്ലോലെയ്നിലേക്കുള്ള കേന്ദ്രീകൃത തീം ഒരു ജോലിയാണെങ്കിൽ, ഫാസ്റ്റ് ലെയ്നിൽ അതൊരു ബിസിനസ്സാണ്. അതെ, നല്ല പഴയ സ്വയം തൊഴിൽ. എനിക്കറിയാം, "സമ്പന്നരാകുക" എന്ന വിഷയ പുസ്തകങ്ങൾക്ക് ഇതൊരു വലിയ വാർത്ത അല്ല, എന്നിരുന്നാലും, മിക്ക ചെറുകിട ബിസിനസ്സ് ഉടമകളും ഒരു ഫാസ്റ്റ് ലെയ്നിൽനിന്ന് പ്രകാശ വർഷങ്ങൾ അകലെയാണ്, സ്ലോലെയ്ൻ

അളവുകൾ ഉപയോഗിച്ച് ഉഴറുകയാണ്. *ചില ബിസിനസ്സുകൾ ജോലിയായി വേഷംമാറി!*

ഫാസ്റ്റ്ലെയ്ൻ സമ്പത്ത് സമവാക്യത്തിന്റെ താക്കോലാണ് ഫാസ്റ്റ്ലെയ്ൻ ബിസിനസ്സ് (സമ്പത്ത് = ലാഭം + ആസ്തി മൂല്യം). കാരണം, ഇത് ഉത്തലകശക്തി തുറന്നുതരുന്നു. പരിധിയില്ലാത്തതും നിയന്ത്രിക്കാവുന്നതുമായ ഒരു പുതിയ വെൽത്ത് വേരിയബിളുകൾ, അതേസമയം സ്ലോലെയ്നിൽ അവ പരിമിതവും അനിയന്ത്രിതവുമാണ്. അതെ, ULL സ്ഥാനം CUL-നായി മാറ്റി.

ഉദാഹരണത്തിന്, ഈ പുസ്തകത്തിന്റെ വിൽപ്പന എന്നെ സ്ലോലെയ്ൻ സമ്പത്തിന്റെ സമവാക്യത്തിൽനിന്നും അതിന്റെ പ്രപഞ്ചത്തിൽനിന്നും പുറത്താക്കുന്നു. ഈ പുസ്തകം എന്നെ ഫാസ്റ്റ്ലെയ്ൻ പ്രപഞ്ചത്തിലേക്ക് എത്തിക്കുന്നു. അതായത് അറ്റാദായം, ആസ്തി മൂല്യം എന്നിവയുടെ സമ്പത്ത് സമവാക്യത്താൽ നിയന്ത്രിക്കപ്പെടുന്നു. ഈ പുസ്തകം സമയത്തിലും പണത്തിലും പരിധിയില്ലാത്ത സ്വാധീനമുള്ള ബിസിനസ്സ് പദ്ധതിയാണ്!

ഒന്നാമതായി, ഇത് സമയത്തെ അതിജീവിക്കുന്നു, എന്റെ യഥാർത്ഥ സമയനിക്ഷേപം കഴിഞ്ഞ് വളരെക്കാലം വരുമാനം നേടാൻ ഇതിന് കഴിയും. ഈ പുസ്തകം എന്നിൽനിന്നും (മനുഷ്യന്റെ ആസ്തി) വരുമാനം ഉണ്ടാക്കുന്ന നടപടി പുസ്തകത്തിലേക്ക് (ബിസിനസ്സ് ആസ്തി) ഫലപ്രദമായി കൈമാറുന്നു.

തുടക്കം മുതൽ അവസാനം വരെ, ഈ പുസ്തകത്തിന് എന്റെ സമയത്തിന്റെ ഏകദേശം 1,000 മണിക്കൂർ ചിലവായി. ഞാൻ 100,000 പുസ്തകങ്ങൾ വിൽക്കുകയാണെങ്കിൽ ഓരോന്നിനും $5 ലാഭ നിരക്കിൽ, ഞാൻ സമ്പാദിക്കുന്നത് $500,000 അല്ലെങ്കിൽ നിക്ഷേപിച്ച ഓരോ മണിക്കൂറിനും ഏകദേശം $500. ഞാൻ 500,000 പുസ്തകങ്ങൾ വിറ്റാൽ, നിക്ഷേപിച്ച ഒരു മണിക്കൂറിൽ $2,500. കൂടുതൽ ഞാൻ വിൽക്കുന്നു, എന്റെ യഥാർത്ഥ സമയനിക്ഷേപത്തിൽ കൂടുതൽ വലിയ വരുമാനമുണ്ടാകുന്നു, ഞാൻ ഇതിനകം സമയത്തിന് പണമടച്ചതുപോലെ. ഞാൻ ഈ പുസ്തകം 2010-ൽ പൂർത്തിയാക്കി, പ്രത്യേകമായി അത് അതിരുകടക്കുന്നതായി അത് എഴുതുകയും ചെയ്തു. ഏത് വർഷമാണെന്നത് (ഗണിതത്തിന്റെ നിയമങ്ങൾ മാറില്ല!) അപ്രസക്തമാണ്. പിന്നീട് വർഷങ്ങൾക്ക് ഇപ്പുറവും, അത് ഇപ്പോഴും സ്ഥിരമായി വിൽക്കുന്നു. വർഷങ്ങൾക്കുമുൻപ് ഞാൻ നടത്തിയ ഒരു സമയനിക്ഷേപത്തിൽനിന്ന് ഞാൻ $5 സമ്പാദിക്കുന്നു!

എന്നാൽ അത് മെച്ചപ്പെട്ടുകൊണ്ടേയിരിക്കുന്നു!

ഞാൻ ഒരു റേഡിയോ ഷോയിൽ 10 മിനിറ്റ് അതിഥിയായി സംസാരിക്കുകയും ആ പ്രത്യക്ഷപ്പെടൽ 1,000 പുസ്തക വിൽപ്പന ലഭിക്കുകയും ചെയ്യുന്നുവെങ്കിൽ, ഈ 10 മിനിറ്റ് നിക്ഷേപം $5,000 വരുമാനം നൽകുന്നു (1,000 പുസ്തകങ്ങൾ × $5 ലാഭം) കൂടാതെ മണിക്കൂറിന് $30,000 എന്ന നിരക്കിൽ എന്റെ സമയത്തിന് ആദായം നൽകുന്നു.

മണിക്കൂറിൽ $30,000 എന്ന നിരക്കിൽ നിങ്ങളുടെ സമയം സമ്പന്നമാക്കാൻ നിങ്ങൾക്ക് കഴിയുമോ?

അതെ, നിങ്ങൾക്ക് കഴിയും, വളരെ വേഗത്തിൽ.

സ്ലോലെയ്ൻ റോഡ്മാപ്പ് അടിച്ചേൽപ്പിച്ച കാലത്തിന്റെ വിലങ്ങുകളിൽനിന്ന് നിങ്ങൾ സ്വയം തുറക്കുമ്പോൾ നിങ്ങൾ കാണുന്നു, പരിധിയില്ലാതെ ഗണിതം പ്രയോജനപ്പെടുത്തുന്ന ഒരു സിസ്റ്റത്തിന് നിങ്ങൾ വരുമാനത്തെ ഏൽപ്പിക്കുന്ന അങ്ങനെ വേഗത്തിലുള്ള സമ്പത്ത് സാധ്യമാകും.

എന്റെ സമ്പത്ത് പ്രപഞ്ചത്തിലെ വേരിയബിളുകൾ നിയന്ത്രിക്കാനും കൂടാതെ, കൂടുതലായുള്ള പരിശ്രമംകൊണ്ട് അതിന്റെ ഗുണം പ്രയോജനപ്പെടുത്താനും കഴിയും.

എന്തുകൊണ്ടാണ് ഫാസ്റ്റ്ലെയ്ന് സാമ്പത്തിക സ്വാതന്ത്ര്യവും ഏതൊരു ഇൻഡെക്സ്ഡ് ഫണ്ടിനും കഴിയുന്നതിനേക്കാൾ വേഗത്തിൽ സമ്പത്തും നൽകാൻ കഴിയുന്നതെന്ന് അടുത്ത അധ്യായത്തിൽ നിങ്ങൾ കണ്ടെത്തും.

അധ്യായ സംഗ്രഹം : ഫാസ്റ്റ്ലെയ്ൻ പ്രത്യേകതകൾ

- നിർമ്മാതാക്കൾ ഫാസ്റ്റ്ലെയ്ൻ റോഡ് മാപ്പിൽ തദ്ദേശീയരാണ്.
- സമ്പന്നരെപ്പോലെ ഉൽപ്പാദകരും ന്യൂനപക്ഷമാണ്. അതേസമയം, ഉപഭോക്താക്കൾ ഭൂരിപക്ഷമാണ് ദരിദ്രരെപ്പോലെ.
- ഒരു നിർമ്മാതാവ് എന്ന നിലയിൽ നിങ്ങൾ വിജയിക്കുമ്പോൾ, നിങ്ങൾ ആഗ്രഹിക്കുന്നതെന്തും നിങ്ങൾക്ക് ഉപയോഗിക്കാനാകും.
- ഫാസ്റ്റ്ലെയ്നർമാർ നിർമ്മാതാക്കൾ, സംരംഭകർ, നവീനർ, ദർശകർ, സ്രഷ്ടാക്കൾ എന്നിവരാണ്.
- ഒരു ബിസിനസ്സ് ഒരു ഫാസ്റ്റെസ്റ്റ് ലെയ്ൻ ഉണ്ടാക്കുന്നില്ല – ചില ബിസിനസ്സുകൾ വേഷംമാറിയ ജോലികളാണ്.
- ഫാസ്റ്റ്ലെയ്ൻ സമ്പത്ത് സമവാക്യം സമയവുമായി ബന്ധിപ്പിച്ചിട്ടില്ല, അതിന്റെ വേരിയബിളുകൾ പരിധിയില്ലാത്തതും നിയന്ത്രിക്കാവുന്നതുമാണ്.

സമ്പന്നർ യഥാർത്ഥത്തിൽ എങ്ങനെ സമ്പന്നരാകുന്നു

ഒരാൾക്ക് എത്ര ദൂരം പോകാൻ കഴിയുമെന്ന്, അപകടസാധ്യതയിലും വളരെ ദൂരം പോകുന്നവർക്ക് മാത്രമേ കണ്ടെത്താൻ കഴിയൂ.

—ടി എസ് എലിയറ്റ്

കത്തുന്ന ചോദ്യം : "നിങ്ങൾ എങ്ങനെ സമ്പന്നരായി?"

ഭൂരിഭാഗം ആളുകളുടേയും വീടിനേക്കാൾ കൂടുതൽ വിലയുള്ള ഏത് കാർ ഓടിച്ചാലും, അപരിചിതർ നിങ്ങളെ ചോദ്യങ്ങൾകൊണ്ട് മൂടും. "നിങ്ങൾ ഉപജീവനത്തിനായി എന്താണ് ചെയ്യുന്നത്?" നിരുപദ്രവകരമാണെന്ന് തോന്നുന്ന ഈ ചോദ്യം ഉള്ളിൽ കത്തുന്ന യഥാർത്ഥ ചോദ്യത്തിന്റെ മുഖംമൂടിയാണ്, "നിങ്ങൾ എങ്ങനെയാണ് സമ്പന്നരായത്?"

ആളുകൾ ഞാൻ സ്വീകരിച്ച പാത അറിയാൻ ആഗ്രഹിക്കുന്നു, അതിലൂടെ അവർക്ക് അതേ പാതയിലൂടെ സഞ്ചരിക്കുന്നതിന് അവരുടെ സാധ്യത വിലയിരുത്താനാകും. എന്റെ പാത ഊഹിക്കാൻ ഞാൻ അവരോട് ആവശ്യപ്പെടുമ്പോൾ, ഉത്തരങ്ങൾ സാധാരണമാണ് : അത്ലറ്റ്. നടൻ. പ്ലാസ്റ്റിക് സർജൻ. സമ്പന്നരായ മാതാപിതാക്കളാൽ ലാളിക്കപ്പെട്ട ഒരു പയ്യൻ. ഒരു ലോട്ടറി വിജയി.

ഈ ഊഹക്കച്ചവട "ഉത്തരങ്ങൾ" ആളുകളുടെ ധാരണകൾക്ക് പിന്നിലെ യാഥാർത്ഥ്യത്തെ മറനീക്കുന്നു : സമ്പന്നനാകാൻ, നിങ്ങൾ പ്രശസ്തനാകണം, അനന്തരാവകാശം നേടണം അല്ലെങ്കിൽ പണം ജയിച്ച് നേടണം, അല്ലെങ്കിൽ ഉയർന്ന പ്രതിഫലം വാങ്ങുന്ന ഒരു പ്രൊഫഷണലാകണം. ആ അപരിചിതനെ അവന്റെ ലംബോർഗിനിയിൽ കാണുന്നതുവരെ ഞാൻ ചിന്തിച്ചത് അതാണ്, പല വർഷംമുൻപ്.

ഫാസ്റ്റ്ലെയ്ൻ സമ്പത്തിന്റെ സമവാക്യം

യൗവനത്തിന്റെ സമൃദ്ധിയിൽ സമ്പന്നനായി ജീവിക്കുന്നതിന് "വേഗം സമ്പന്നരാകുക" എന്ന മിഥ്യയെ തകർക്കേണ്ടതുണ്ട്." നിങ്ങൾക്ക് 30 വയസ്സ് പ്രായവും

കോടീശ്വരനമാണെങ്കിൽ, അനന്തരാവകാശം വഴി നിങ്ങൾ സമ്പന്നനോ പ്രശസ്തനോ ആയതല്ല, നിങ്ങൾ സാധാരണതയുടെ എല്ലാ ഘടനയെയും മോശമാക്കുന്നു. നമുക്ക് അത് സഹിക്കാൻ കഴിയില്ല, എന്തോ നമുക്ക് കഴിയുമോ?

വീണ്ടും, ഗണിതശാസ്ത്രത്തിന്റെ സാർവ്വത്രിക ഭാഷയിൽ രഹസ്യം മറനീക്കപ്പെടുന്നു. സ്ലോലെയ്നിലെ സമവാക്യത്തിന്റെ (ULL) കമ്മ്യൂണിസ്റ്റ് സ്വേച്ഛാധിപത്യത്തിൽനിന്ന് സ്വയം മോചനം നേടുക എന്നതാണ് രഹസ്യം. കൂടാതെ സ്വാതന്ത്ര്യത്തിന്റെ സ്വതന്ത്രവാദിയായി ഫാസ്റ്റ്‌ലെയ്ൻ സമവാക്യത്തെ (CUL) സ്വന്തമാക്കുക.

സമ്പത്ത് = അറ്റാദായം + ആസ്തി മൂല്യം.

ഈ സമവാക്യത്തിനിടയിൽ ഫാസ്റ്റ്‌ലെയ്നിന്റെ യഥാർത്ഥ ശക്തിയും എങ്ങനെ സമ്പത്ത് വേഗത്തിൽ നിർമ്മിക്കാമെന്നും ഉണ്ട്. അതിന്റെ വേരിയബിളുകൾ നിയന്ത്രിക്കാവുന്നതും പരിധിയില്ലാത്തതുമാണ്. നിങ്ങളുടെ സമ്പത്ത് സമവാക്യത്തിൽ അന്തർലീനമായ വേരിയബിളുകൾ നിങ്ങൾക്ക് കൈകാര്യം ചെയ്യാൻ കഴിയുമെങ്കിൽ, നിങ്ങൾക്ക് സമ്പന്നനാകാം. ആ വേരിയബിളുകൾ ഇവയാണ്:

അറ്റാദായം = വിറ്റ യൂണിറ്റുകൾ × യൂണിറ്റ് ലാഭം

കൂടാതെ

ആസ്തി മൂല്യം = അറ്റാദായം × വ്യവസായ ഗുണിതം

എല്ലാ ബിസിനസ്സ് ഉടമകളും ഈ സമവാക്യം പ്രയോജനപ്പെടുത്തുന്നു, അതിൽ [യൂണിറ്റുകൾ വിറ്റത്] × [യൂണിറ്റ് ലാഭം] അറ്റാദായം നിർണ്ണയിക്കുന്നു.

എന്റെ ഇന്റർനെറ്റ് കമ്പനിയെ ഒരു ഉദാഹരണമായി ഉപയോഗിച്ചുകൊണ്ട്, എന്റെ യൂണിറ്റ് ലാഭം ഏകദേശം ഓരോ വെബ്സൈറ്റ് പരിവർത്തനത്തിനും $4 ആയിരുന്നു. (ഒരു ലീഡ് സൃഷ്ടിച്ച ഒരു ഉപയോക്താവായിരുന്നു പരിവർത്തനം). ഓരോ ദിവസവും 12,000 പേർ എന്റെ വെബ്സൈറ്റ് സന്ദർശിച്ചിരുന്നു. ഇതിനർത്ഥം എന്റെ "യൂണിറ്റുകൾ വിറ്റു" എന്ന വേരിയബിളിന് പ്രതിദിനം 12,000 എന്ന ഉയർന്ന പരിധി ഉണ്ടായിരുന്നു. എനിക്ക് പ്രതിദിനം 12,000 ആളുകളെ "വിൽക്കുക" എന്നതിലേക്ക് അവസരം ലഭിച്ചു.

ഈ വേരിയബിളിനെ സ്ലോലെയ്നിന്റെ പ്രവർത്തന സമയവുമായി താരതമ്യം ചെയ്യാം. എന്റെ സമ്പത്ത് സമവാക്യത്തിന് കീഴിൽ, എന്റെ സമ്പത്തിന്റെ ഉയർന്ന പരിധി "വിറ്റുപോയ യൂണിറ്റുകൾ" 12,000 ആയി. തീർച്ചയായും, 100% പരിവർത്തനം യുക്തിരഹിതമാണ്, "പരിവർത്തനം" എല്ലാ 12,000 പേരിലും സാധ്യമല്ല. അതുപോലെ, സ്ലോലെയ്നിൽ, യുക്തിരഹിതമായ ഉയർന്ന പരിധി 24 ആണ്, കാരണം ദിവസം 24 മണിക്കൂർ മാത്രമേ ജോലി ചെയ്യാനാകുകയുള്ളൂ. യുക്തിപരമായി, യഥാർത്ഥ ഉയർന്ന പരിധി പ്രതിദിനം 8 മുതൽ 12 മണിക്കൂർ വരെയാണ്.

എന്താണ് നിങ്ങളെ സമ്പന്നരാക്കാൻ പോകുന്നത്? പ്രതിദിനം 12,000 ആളുകളിലേക്ക് എക്സ്പോഷർ ചെയ്യാനുള്ള ഉയർന്ന പരിധി? അതോ ദിവസം നിങ്ങളുടെ ജോലി സമയം പരമാവധി വർദ്ധിപ്പിക്കണോ? അത് 12,000 *വേഴ്സസ്* 24. ഇതൊരു മത്സരമേയല്ല. ഞാൻ സമ്പന്നനാകുകയും സ്ലോലെയ്നർ പ്രായമാവുകയും ചെയ്യുന്നു. നിയന്ത്രിക്കാവുന്ന പരിധിയില്ലാത്ത വേരിയബിളുകൾ നിങ്ങളെ സമ്പ

ന്നരാക്കും. അപ്പോൾ ഞാൻ ഈ വേരിയബിൾ എങ്ങനെ നിയന്ത്രിച്ചു? ഇത് എങ്ങനെയാണ് പരിധിയില്ലാത്തത്? ലളിതം. എന്റെ ശരാശരി പരിവർത്തന അനുപാതം 12% ആയിരുന്നു. എനിക്ക് കൂടുതൽ ലാഭം ഉണ്ടാക്കണമെങ്കിൽ, ഞാൻ ബോസിന്റെ ഓഫീസിൽ കയറി വർദ്ധന ആവശ്യപ്പെടുന്നില്ല. ഇല്ല, വിന്യാസത്തിനായി എനിക്ക് നിരവധി ആയുധങ്ങൾ ലഭ്യമാണ്.

1. പരിവർത്തന അനുപാതം വർദ്ധിപ്പിച്ച് യൂണിറ്റ് വില്പന ഉയർത്തുക

12%-ൽ നിന്ന് 13% ആയിട്ടുള്ള 1% വർദ്ധനവ് എനിക്ക് ഏകദേശം $480 പ്രതിദിനം തൽക്ഷണം വർദ്ധിപ്പിക്കും. അത് പ്രതിമാസം $14,400 ആണ്. ഞാൻ വെബ്സൈറ്റ് പുനർരൂപകൽപ്പന ചെയ്യുകയാണെങ്കിൽ, അത് വിജയിക്കുകയാണെങ്കിൽ, 15% ആയി പരിവർത്തനം ചെയ്തു. ഇപ്പോൾ ഞാൻ എന്റെ വരുമാനം മാസം $43,000-ലേക്ക് വർദ്ധിപ്പിച്ചു.

2. വർദ്ധിക്കുന്ന വെബ് ട്രാഫിക് വഴി യൂണിറ്റ് വില്പന ഉയർത്തുക

ലാഭം വർദ്ധിപ്പിക്കാനായി, എനിക്ക് ട്രാഫിക് വർദ്ധിപ്പിക്കാൻ കഴിയും. ഞാൻ എന്റെ വെബ്സൈറ്റിലേക്ക് വെബ് ഉപയോക്താക്കളെ 12,000 മുതൽ 15,000 വരെ വർദ്ധിപ്പിക്കുകയാണെങ്കിൽ, പരിവർത്തനം 12% ആയി തുടരുന്നു, എങ്കിൽ എന്റെ പ്രതിദിന വരുമാനം $1,440 വർദ്ധിക്കുന്നു, അല്ലെങ്കിൽ പ്രതിമാസം $43,200! സാധ്യതയില്ലേ? അതു സംഭവിച്ചു! ചില ദിവസങ്ങളിൽ എനിക്ക് 20,000-ത്തിലധികം ഉപയോക്താക്കൾ സന്ദർശിക്കുന്ന ട്രാഫിക് സ്പൈക്കുകൾ ഉണ്ട്.

3. യൂണിറ്റ് ലാഭം ഉയർത്തുക

എന്റെ സേവനത്തിനായുള്ള വിതരണത്തിലെ ബലഹീനത ഞാൻ കണ്ടെത്തുകയോ മൂല്യം മെച്ചപ്പെടുത്തുകയോ ചെയ്താൽ, എനിക്ക് വിലകളും എന്റെ യൂണിറ്റ് ലാഭവും ഉയർത്താനാകും. എന്റെ യൂണിറ്റ് ലാഭം $4-ൽ നിന്ന് $4.50-ലേക്ക് മാറുകയാണെങ്കിൽ, ഞാൻ എന്റെ വരുമാനം പ്രതിദിനം 8,000 ഡോളറിൽനിന്ന് 10,800 ഡോളറായി ഉയർത്തുന്നു. അത് പ്രതിമാസം $84,000 അധികമായി വിവർത്തനം ചെയ്യുന്നു! നിങ്ങൾ ഇതുവരെ തോൽവി സമ്മതിച്ചില്ലേ?

നിയന്ത്രണം ഉണ്ടായിരിക്കുന്നത് അതിശയകരമല്ലേ? സമ്പത്ത് സൃഷ്ടിക്കുന്നതിനുള്ള എന്റെ ഓപ്ഷനുകൾ ഇതായിരുന്നു. എനിക്ക് "യൂണിറ്റ് ലാഭം", "വിറ്റ യൂണിറ്റുകൾ" എന്നീ രണ്ട് വേരിയബിളുകളിലും ന്യായമായ നിയന്ത്രണം ഉണ്ടായിരുന്നു. സ്ലോലെയ്നിൽ 3% ശമ്പള വർദ്ധനയ്ക്കായി നിങ്ങൾ ബോസിനോട് അഭ്യർത്ഥിക്കുന്നു.

രണ്ടാമതായി, എന്റെ സമ്പത്ത് വേരിയബിളുകൾ ഫലത്തിൽ പരിധിയില്ലാത്തത് എങ്ങനെയാണെന്ന് ശ്രദ്ധിക്കുക. ഞാൻ എന്റെ മാർക്കറ്റിന്റെ ഒരു ചെറിയ ഭാഗം മാത്രം നിയന്ത്രിച്ചു, ഒപ്പം ട്രാഫിക്കിന്റെ ഉയർന്ന പരിധി നിലവിലെ 12,000 ആളുകളല്ല, പ്രതിദിനം 50,000-100,000 ഉപയോക്താക്കൾ. യൂണിറ്റ് ലാഭവും അനുകൂലമാണ്. വർദ്ധിച്ച വിലകളോ പുതിയ സേവനങ്ങളോ ഉപയോഗിച്ച് എനിക്ക് പരീക്ഷിക്കാം.

എനിക്ക് ഒന്നും ചിലവാകാത്ത ഒരു പുതിയ സേവനം ഞാൻ അവതരിപ്പിച്ച് പ്രോഗ്രാമിന്റെ രൂപരേഖ എന്റെ പരസ്യദാതാക്കൾക്ക് ഒരു ഇമെയിൽ വഴി

ഞാൻ അയച്ചു. മിനിറ്റുകൾക്കുള്ളിൽ, ഞാൻ ആവർത്തിച്ചുള്ള വാർഷിക വരുമാനത്തിൽ കുറച്ചായിരം ഡോളറുകൾ ഉണ്ടാക്കി. ഞാൻ നിക്ഷേപിച്ച സമയം തുച്ഛമായിരുന്നു ഫലങ്ങൾ സഞ്ചിതമായിരുന്നു.

പരിധിയില്ലാത്ത വേരിയബിളുകൾ = ഉയർന്ന വേഗത പരിധി =
ഉയർന്ന വരുമാന സാധ്യത.

ഈ ഉദാഹരണത്തിന്റെ ശക്തി, എന്തുകൊണ്ടാണ് ഞാൻ സമ്പന്നനായതെന്നും മറ്റുള്ളവരിൽ ഭൂരിഭാഗവും സമ്പന്നരായില്ലെന്നും വ്യക്തമാക്കുന്നതാണ്. *എന്റെ സമ്പത്ത് സമവാക്യം പരിധിയില്ലാത്തതും നിയന്ത്രിക്കാവുന്നതുമായതിനാൽ* ഞാൻ എന്റെ പ്രപഞ്ചം മാറ്റി.

എന്റെ തന്ത്രത്തിൽ ചെറിയ, വർദ്ധനയുള്ള മാറ്റങ്ങൾ വരുത്തുമ്പോൾ, ഞാൻ എന്റെ വരുമാനം ഇരട്ടിയാക്കുന്നു. വേരിയബിളുകളിൽ കേവലം 1% വർദ്ധനവ് ആയിരക്കണക്കിന് പുതിയ ലംബോർഗിനിയെ അർത്ഥമാക്കാം. നിങ്ങളുടെ വെൽത്ത് വേരിയബിളുകൾക്ക് ഉയർന്ന ലിവറേജ് ഉണ്ടെങ്കിൽ, നിങ്ങളുടെ വരുമാന സാധ്യതക്കും ഉണ്ട് – അതോ നിങ്ങൾ 24 മണിക്കൂർ പരിധിയിൽ അന്തർലീനമായ മൂല്യത്തിൽ ഉറച്ചുനിൽക്കുമോ?

നിർഭാഗ്യവശാൽ, നിരവധി ഉത്സാഹികളായ ബിസിനസ്സ് ഉടമകൾ കുറഞ്ഞ, ശിക്ഷാ വേഗതയിൽ അവസരങ്ങളിൽ ഏർപ്പെടുന്നു. ഉദാഹരണത്തിന്, നിങ്ങൾ ഹോം ഡിപ്പോയുടെ പുറത്തിരുന്ന് നിങ്ങളുടെ ഹോട്ട് ഡോഗ് കാർട്ടിൽ നിന്നുള്ള ഹോട്ട് ഡോഗ്സ് വിൽക്കുകയാണെങ്കിൽ, ത്വരിതപ്പെടുത്തലില്ലാതെ നിങ്ങൾ ജോലിയുടെ വേഗത അവസാനിപ്പിച്ചു. നിങ്ങളുടെ വ്യാപ്തി ഒരു ചെറിയ പ്രദേശത്ത് പരിമിതപ്പെടുത്തിയിരിക്കുന്നതിനാൽ വേരിയബിളുകൾ പരിമിതമാണ്. ഒരു ദിവസം നിങ്ങൾക്ക് എത്ര ഹോട്ട് ഡോഗുകൾ വിൽക്കാൻ കഴിയും? 40? 100? ഇത് സാധ്യമാണോ നിനക്ക് വീട്ടിൽ പോയി ഭാര്യയോട് "പ്രിയേ! ഞാൻ ഇന്ന് 20,000 ഹോട്ട് ഡോഗുകൾ വിറ്റു! എന്ന് ആക്രോശിക്കാനാവുമോ." അത് ഒരിക്കലും സംഭവിക്കില്ല! വീണ്ടും, ഇത് യഥാർത്ഥ മൂല്യത്തിന്റെ കാര്യത്തിൽ 24 മണിക്കൂർ കൂട്ടിൽനിന്ന് വളരെ വ്യത്യസ്തമല്ല.

ചെറിയ സംഖ്യകൾക്ക് മിതത്വത്തിലേക്ക് ശക്തമായ ആകർഷണമുണ്ട്.

മറ്റൊരു ഉദാഹരണം ഈ പുസ്തകം തന്നെ. സാമ്പത്തിക സ്വാതന്ത്ര്യത്തിലോ നേരത്തെയുള്ള റിട്ടയർമെന്റിലോ എത്ര പേർക്ക് താൽപര്യമുണ്ട്? എന്റെ മാർക്കറ്റ്, എന്റെ ഉയർന്ന വേഗത പരിധി ലോകമെമ്പാടുമുള്ള ദശലക്ഷക്കണക്കിന് ആളുകളാണ്. ഫാസ്റ്റ്ലെയ്ൻ സമ്പത്ത് സമവാക്യം ആയുധമാക്കാൻ, നിങ്ങൾ ലിവറേജ് അല്ലെങ്കിൽ ഉയർന്ന വേഗത പരിധിക്ക് സാധ്യതയുള്ള ഒരു ഫാസ്റ്റ് ലെയ്ൻ ബിസിനസ്സ് വിന്യസിക്കണം. മന്ദഗതിയിലുള്ള സംഖ്യകൾ സമ്പത്തിനെ മന്ദഗതിയിലാക്കുന്നു!

കോടീശ്വരന്മാർ മുതലുകൾ സൃഷ്ടിക്കുകയും കൈകാര്യം ചെയ്യുകയും ചെയ്യുന്നു (മുതലിന്റെ മൂല്യം)

3,000 പെന്റാ മില്യനെയർമാരുടെ (5 മില്യൺ ഡോളർ ആസ്തി) ഒരു സർവേയിൽ ഹാരിസൺ ഗ്രൂപ്പ് (HarrisonGroupInc.com) റിപ്പോർട്ട് ചെയ്തതനുസരിച്ച്, മിക്കവാറും എല്ലാ പെന്റാ-കോടീശ്വരന്മാരും തങ്ങളുടെ വരുമാനം കുറച്ച് വർഷങ്ങൾക്ക

ശേഷം ഒരു വലിയ തുകയായി ഉണ്ടാക്കിയതാണെന്ന്. ആവർത്തിക്കുന്നത് മൂല്യവത്താണ് : ഒരു വലിയ പിണ്ഡം തുക, "40 വർഷത്തേക്ക് അവന്റെ ശമ്പളത്തിന്റെ 10% ലാഭിച്ചുകൊണ്ട്" അല്ല. "ഒരു വലിയ തുക" എന്നത് "ആസ്തി മൂല്യം" എന്നതിനുള്ള മറ്റൊരു വാചകമാണ്. കൂടാതെ, 80% പേരും ഒന്നുകിൽ സ്വന്തം ബിസിനസ്സ് ആരംഭിച്ചു അല്ലെങ്കിൽ സ്ഫോടനാത്മകമായ വളർച്ച കണ്ട ഒരു ചെറിയ കമ്പനിയിൽ ജോലി ചെയ്തു. സ്ഫോടനാത്മകമായ വളർച്ചയാണ് ആസ്തി മൂല്യത്തെ പ്രതിനിധീകരിക്കുന്ന മറ്റൊരു വാചകം. എന്നിട്ടും, ഈ കോടീശ്വരന്മാർക്കാർക്കും ഡി.എം.വി.യിൽ ഒരു ജോലിയും ഇല്ല. ആശ്ചര്യപ്പെട്ടോ? ആവശ്യമില്ല.

സമ്പന്നരുടെ പ്രാഥമിക സമ്പത്ത് ത്വരിതപ്പെടുത്തുന്നത് ഒരു ആശയത്തിലേക്ക് ചുരുങ്ങുന്നു : *അഭിനന്ദനീയവും നിയന്ത്രിക്കാവുന്നതുമായ ആസ്തികൾ.* ഞങ്ങളുടെ ഫാസ്റ്റ്‌ലെയ്ൻ സമ്പത്ത് സമവാക്യത്തിൽ, ഈ രണ്ടാമത്തെ ഘടകത്തെ "ആസ്തി മൂല്യം" എന്ന് വിളിക്കുന്നു. വിപണി മൂല്യമുള്ള നിങ്ങളുടെ ഏതൊരു വസ്തുവിന്റെയും മൂല്യമാണ് ആസ്തി മൂല്യം.

സ്ലോലെയ്നർമാർക്കും ഫാസ്റ്റ്‌ലെയ്നർമാർക്കും "ആസ്തികളുടെ" രണ്ട് വിരുദ്ധ വീക്ഷണങ്ങളുണ്ട്. സ്ലോലെയ്നർമാർ കാലക്രമേണ മൂല്യം കുറയുന്ന മൂല്യത്തകർച്ചയുള്ള ആസ്തികൾ വാങ്ങുകയും വിൽക്കുകയും ചെയ്യുന്നു. കാറുകൾ, ബോട്ടുകൾ, ഇലക്ട്രോണിക്സ്, ഡിസൈനർ വസ്തുങ്ങൾ, ഗിസ്മോഡോകൾ, തൊട്ടടുത്തുള്ള സമചതുര പക്ഷിശാലയിൽ കണ്ട പുതുതായി വിവാഹമോചിതയായ സ്ത്രീയിൽ മതിപ്പുളവാക്കാനായി തിളങ്ങുന്ന ആഭരണങ്ങൾ എന്നിവ – ഇതെല്ലാം നിങ്ങളുടെ ക്രെഡിറ്റ് കാർഡ് പണംനൽകിയ നിമിഷം വിലനഷ്ടപ്പെടുന്ന സ്വത്താണ്.

ഇതിന് വിരുദ്ധമായി, ഫാസ്റ്റ്‌ലെയ്നർമാർ വിലമതിക്കുന്ന ആസ്തികൾ വാങ്ങുകയും വിൽക്കുകയും ചെയ്യുന്നു : ബിസിനസ്സുകൾ, ബ്രാൻഡുകൾ, പണമൊഴുക്ക്, നോട്ടുകൾ, ബൗദ്ധിക സ്വത്ത്, ലൈസൻസുകൾ, കണ്ടുപിടുത്തങ്ങൾ, പേറ്റന്റുകൾ, റിയൽ എസ്റ്റേറ്റ്. ഫാസ്റ്റ്‌ലെയ്ൻ സമ്പത്ത് സമവാക്യവുമായി ബന്ധപ്പെട്ടതിനാൽ, "ആസ്തി മൂല്യത്തിന്റെ" ശക്തി നിങ്ങളുടെ ഫലത്തിൽ പരിധിയില്ലാത്ത രീതിയിൽ വേരിയബിളിനെ നിയന്ത്രിക്കാനുള്ള കഴിവാണ്.

ആസ്തി മൂല്യം അനുസരിച്ച് സമ്പത്ത് ത്വരിതപ്പെടുത്തൽ

ആസ്തി മൂല്യം ത്വരിതപ്പെടുത്തുകയും നവീകരിച്ചവ വിപണിയിൽ വിൽക്കുകയും ചെയ്തുകൊണ്ട് സമ്പന്നർ സമ്പത്ത് ത്വരിതപ്പെടുത്തുന്നു.

ഇരുപത്തിനാലുകാരിയായ ഷീല ഹിന്റൺ സഞ്ചരിക്കുന്ന കമ്പ്യൂട്ടർ ടെക്നീഷ്യനായി ഒരു ബിസിനസ്സ് തുടങ്ങുന്നതിനായി ജോലി ഉപേക്ഷിച്ചു. ആദ്യം, അവളുടെ ബിസിനസ്സ് പ്രാദേശിക നഗരത്തിലാണ് പ്രവർത്തിക്കുന്നത്. എന്നാൽ, വളർച്ച അവളെ കൂടുതൽ സാങ്കേതിക വിദഗ്ധരെ നിയമിക്കാൻ പ്രേരിപ്പിക്കുന്നു, അത് സമീപത്തുള്ള നഗരങ്ങളിലേക്ക് വ്യാപിക്കുന്നു. ഏതാനും വർഷങ്ങൾക്കുള്ളിൽ, 6 മധ്യ-പടിഞ്ഞാറൻ സ്റ്റേറ്റുകളിൽ പ്രവർത്തിക്കുന്ന ഒരു കമ്പനി ഷീല സ്വന്തമാക്കി. അവൾ ഒരു ടെക്നീഷ്യനിൽനിന്ന് സിസ്റ്റത്തിന്റെ നടത്തിപ്പുകാരിയായി മാറുന്നു. അവളുടെ കമ്പനി 3 ദശലക്ഷം ഡോളർ ലാഭം ആസ്വദിക്കുന്നു. ലാഭം ആസ്വദിച്ചശേഷം (അതിന്റെ $6M

ലാഭിക്കുകയും), അവൾ തന്റെ കമ്പനിയെ $21 ദശലക്ഷത്തിന് ഒരു വലിയ കമ്പ്യൂട്ടർ നിർമ്മാതാവിന് വിൽക്കുന്നു. ഒന്നുമില്ലായ്മയിൽനിന്ന് എന്തിലേക്കോ അവൾ ഒരു ആസ്തി കെട്ടിപ്പടുത്തു. അവൾ ഒരിക്കലും "നിഷ്ക്രിയ വരുമാനം" ആസ്വദിച്ചിരുന്നില്ല. എന്നാൽ സമ്പത്ത് മാത്ര മായിരുന്ന ആസ്തി, ഇപ്പോൾ $27 മില്യൺ സ്വർണ്ണ മുട്ടയാൽ, അവൾക്ക് ജീവിതത്തിന് നിഷ്ക്രിയ വരുമാനമുണ്ട്, ഇനി ഒരിക്കലും ജോലി ചെയ്യേണ്ട ആവശ്യമില്ല.

"ആസ്തി മൂല്യം" ഉൾപ്പെടുന്ന രണ്ട് വേരിയബിളുകളെ മുൻ കഥ മികച്ച രീതിയിൽ പ്രതിനിധീകരിക്കുന്നു :

ആസ്തി മൂല്യം = (അറ്റ ലാഭം) × (വ്യവസായ ഗുണിതം).

എപ്പോൾ വേണമെങ്കിലും ഒരു ആസ്തിക്ക് ലാഭം സുസ്ഥിരമാണ്, നിലവിലുള്ള വിപണി സാഹചര്യങ്ങൾ ഭരിക്കുന്ന ഒരു വ്യവസായ ഗുണിതം ആസ്തിയുടെ മൂല്യം നിർണ്ണയിക്കുന്നു. ആസ്തിയുടെ അറ്റാദായം മൂല്യനിർണ്ണയം കൊണ്ട് ഗുണിച്ചതിനെ അടിസ്ഥാനമാക്കി മറ്റ് ആളുകളോ കമ്പനികളോ ആ ആസ്തി വാങ്ങും. ഉദാഹര ണത്തിന്, നിങ്ങൾക്ക് $100,000 വരുമാനമുള്ള ഒരു നിർമ്മാണ കമ്പനിയുണ്ടെ ങ്കിൽ നിങ്ങളുടെ വ്യവസായത്തിന്റെ ശരാശരി ഗുണിതം 6 ആണ്, നിങ്ങളുടെ ആസ്തി മൂല്യം $600,000 ആണ്. വ്യവസായ മൾട്ടിപ്ലയറുകൾ സമ്പദ് വ്യവസ്ഥക്ക നുസരിച്ചും വ്യവസായ മേഖലകളിലും ഉയരുകയും താഴുകയും ചെയ്യുന്നതിനാൽ തീവ്രമായ ചർച്ചകൾക്ക് വിധേയമാണ്.

"ഗുണിതസംഖ്യ" നിങ്ങൾക്ക് ഇതിനകം പരിചിതമായിരിക്കാം. പൊതുജ നങ്ങൾക്കിടയിലെ ഓഹരി വ്യാപാര വിപണികൾ ഓരോ കമ്പനിയുടെയും ഗുണിതസംഖ്യയെ വില-വരുമാനം അനുപാതം അല്ലെങ്കിൽ PE അനുസരിച്ച് നിർവ്വചിക്കുന്നു,. ഒരു കമ്പനിയുടെ സ്റ്റോക്ക് 10 മടങ്ങ് PE-യിൽ ട്രേഡ് ചെയ്യുകയാണെങ്കിൽ, നിക്ഷേപകർ ആ കമ്പനി 10 ഇരട്ടിയിൽ വാങ്ങുന്നു. വില-വരുമാനം നിങ്ങളുടെ കമ്പനി ഒരു ചെറിയ സ്വകാര്യ കമ്പനിയാണോ അതോ പരസ്യമായി വ്യാപാരം നടത്തുന്ന വലിയ കമ്പനിയാണോ എന്നതി നെകുറിച്ച് പരിഗണിക്കാതെ തന്നെ പ്രസക്തമാണ് : നിങ്ങളുടെ കമ്പനിയുടെ മൂല്യനിർണ്ണയം നിങ്ങളുടേതായ പ്രത്യേക വ്യവസായത്തിന്റെ സംബന്ധികമായ PE-യെ അടിസ്ഥാനമാക്കിയുള്ളതാണ്.

ഉദാഹരണത്തിന്, എന്റെ പ്രത്യേക വെബ് സ്പേസിൽ, വ്യവസായ ഗുണി തങ്ങൾ 2-നും 6-നും ഇടയിലാണ്. ഈ വിശകലനത്തിനായി, നമുക്ക് മധ്യഭാഗം ഉപയോഗിക്കാം : ഏത് സമയത്തും ഞാൻ എന്റെ അറ്റാദായം വർദ്ധിപ്പിച്ചാൽ എന്റെ ബിസിനസ്സിന്റെ മൂല്യം കുറഞ്ഞത് 4 അല്ലെങ്കിൽ 400% വർദ്ധിച്ച എന്നാണ് ഇതിനർത്ഥം. 400%! ഇന്നത്തെ സാമ്പത്തിക വിപണിയിൽ നിങ്ങൾക്ക് 400% വരുമാനം എവിടെ നിന്ന് ലഭിക്കും? ഏതെങ്കിലും മ്യൂച്വൽ ഫണ്ടുകൾ 400% തരു ന്നുണ്ടോ? ഇന്നത്തെ കാര്യം മറക്കാം, എന്നെങ്കിലും ഉണ്ടോ?

ഫലത്തിൽ, ഇത് നിങ്ങളുടെ കയ്യിൽ ഒരു അസാധാരണമായ സമ്പത്ത്-നിർ മ്മാണ ഉപകരണം സ്ഥാപിക്കുന്നു. വരുമാനം, ലാഭം അല്ലെങ്കിൽ സമ്പാദ്യം എന്നിവക്ക് ആസ്തി മൂല്യം നിർണ്ണയിക്കാൻ കഴിയും, ഞാൻ ഓരോ തവണയും

അറ്റാദായം വർദ്ധിപ്പിക്കുമ്പോഴും 400% ആസ്തി വളർച്ച ഞാൻ അനുഭവിച്ചു. ഞാൻ ലാഭം നേടിയ ഓരോ ഡോളറിനും, എന്റെ കമ്പനിയുടെ മൂല്യം 4 മടങ്ങ് അല്ലെങ്കിൽ $4 വർദ്ധിക്കും. എന്റെ ലാഭം വർഷം $500,000 വർദ്ധിച്ചാൽ, എന്റെ കമ്പനിയുടെ മൂല്യം $2 ദശലക്ഷം വർദ്ധിക്കും.

ഓരോ വ്യവസായത്തിനെയും സംബന്ധിച്ചുള്ള ശരാശരി ഗുണിതങ്ങളുടെ ഒരു ലിസ്റ്റ് ചുവടെ ചേർക്കുന്നു.

പരസ്യം	2.84
ബ്യൂട്ടി ഷോപ്പുകൾ	4.10
ബാറുകൾ/മദ്യശാലകൾ	2.70
പരവതാനി ശുചീകരണം	5.22
കമ്പ്യൂട്ടർ സംബന്ധമായ ജോലി	8.19
തൊഴിൽ ഏജൻസികൾ	5.40
എഞ്ചിനീയറിംഗ് ജോലികൾ	6.32
ഗ്യാസോലിൻ സ്റ്റേഷനുകൾ	3.70
പലചരക്ക് കടകൾ	11.34
മെഡിക്കൽ ലാബുകൾ	2.62
മറ്റ് ചില്ലറ വ്യാപാര കടകൾ	3.62
പേറ്റന്റ് ഉടമകളും വാടകക്കാരും	14.56
ശാരീരികക്ഷമതാ സൗകര്യങ്ങൾ	3.56
പ്ലംബിംഗ് /എച്ച്വിഎസി ജോലികൾ	4.52
സർജിക്കൽ, മെഡിക്കൽ ഉപകരണങ്ങൾ	17.32
ഉപയോഗിച്ച വസ്തുക്കളുടെ കടകൾ	4.92

സമ്പത്തിന്റെ വേഗത വർദ്ധിപ്പിക്കുന്ന ഘടകം (WAF)

നിങ്ങൾ ഒരു മൾട്ടിനാഷണൽ കോർപ്പറേഷനിൽ ജോലി ചെയ്ത് മുഷിഞ്ഞ ഒരു എഞ്ചിനീയറാണെന്ന് കരുതുക. നിങ്ങൾ മൂന്ന് വർഷമായി ജോലി ചെയ്യുന്നു. നിങ്ങളുടെ ശമ്പളത്തിന്റെ 10% ഉത്സാഹത്തോടെ ലാഭിക്കുന്നു. ഒരു വർഷം ശരാശരി 8% വരുമാനം ലഭിക്കുന്ന ഒരു ഇൻഡക്സ്ഡ് ഫണ്ടിലേക്ക് നിക്ഷേപിക്കുന്നു.

നിങ്ങളുടെ സമ്പത്തിന്റെ വേഗത വർദ്ധിപ്പിക്കുന്ന ഘടകം (WAF) 8% ആണ്.

ഇപ്പോൾ നിങ്ങൾ ജോലി ഉപേക്ഷിച്ച് നിങ്ങളുടെ അനുഭവം എടുത്ത് മെഡിക്കൽ ഉപകരണങ്ങൾ നിർമ്മിക്കുന്ന ഒരു കമ്പനി സൃഷ്ടിക്കാൻ പുറപ്പെട്ടുവെന്ന് കരുതുക. നിങ്ങളുടെ മെഡിക്കൽ ഉൽപന്നങ്ങളുടെ മൊത്തം കച്ചവടം (വാങ്ങുവാൻ സാധ്യതയുള്ളവർ) 16 ദശലക്ഷമാണെന്ന് നിങ്ങൾ കണക്കാക്കുന്നു. മുകളിലുള്ള ചാർട്ട് പ്രകാരം, “മെഡിക്കൽ ഉപകരണങ്ങൾ” വ്യവസായത്തിന്റെ ശരാശരി ഗുണിതം 17-ൽ കൂടുതലാണ്. ഇതിനർത്ഥം നിങ്ങളുടെ സമ്പത്ത് ത്വരിതപ്പെട്ട

ത്തലിന്റെ പരിധിയിൽ, നിങ്ങൾക്ക് സമ്പത്ത് 17 ഘടകത്താൽ, അല്ലെങ്കിൽ 1,700% ത്വരിതപ്പെടുത്താൻ കഴിയും എന്നാണ്.

നിങ്ങളുടെ സമ്പത്തിന്റെ വേഗത വർദ്ധിപ്പിക്കുന്ന ഘടകം (WAF) 1,700% ആണ്.

ഈ ഉദാഹരണം ഇനിയും വിപുലീകരിക്കാം. അടുത്ത ആറ് വർഷത്തേക്ക്, നിങ്ങൾ ഈ കമ്പനിയെ അതിന്റെ അറ്റവരുമാനം പ്രതിവർഷം $1.2 മില്യൺ എന്ന നിലയിലേക്ക് വളർത്തുന്നു. ഇതിനർത്ഥം നിങ്ങൾ ഇപ്പോൾ പ്രതിമാസം $100,000 സമ്പാദിക്കുന്ന (നിങ്ങളുടെ ലാഭം) എന്നാണ്. കൂടാതെ നിങ്ങളുടെ കമ്പനിക്ക് (ആസ്തി) ഇപ്പോൾ ശരാശരി ഗുണിതത്തെ ($1.2MM × 17.32 ഗുണനഫലം) അടിസ്ഥാനമാക്കി $18.4 ദശലക്ഷത്തിനടുത്ത മൂല്യമുണ്ട്.

നിങ്ങൾക്ക് ബിസിനസ്സ് വളർത്തുന്നത് (ആസ്തി മൂല്യം സമ്പത്ത് വർദ്ധിപ്പിക്കുക വഴി) പണമൊഴുക്ക് വഴിയും (വരുമാനം വർദ്ധിപ്പിച്ചും) തുടരാം. അല്ലെങ്കിൽ ലിക്വിഡേറ്റ് ചെയ്യാൻ (ആസ്തി മൂല്യം വിൽക്കുക) സമ്പത്ത് ത്വരിതപ്പെടുത്തൽ സാക്ഷാത്കരിക്കാൻ ശ്രമിക്കാം.

സ്ലോലെയ്നർ, ഫാസ്റ്റ് ലെയ്നർ എന്നിവയ്ക്കായുള്ള സമ്പത്ത് വേഗത വർദ്ധിപ്പാക്കാനുള്ള രണ്ട് ഓപ്ഷനുകളെ താരതമ്യം ചെയ്യുക. നിങ്ങൾ ഒരു എഞ്ചിനീയറായി തുടരുകയാണെങ്കിൽ നിങ്ങളുടെ സമ്പത്ത് ത്വരിതപ്പെടുത്തൽ ഓപ്ഷനുകൾ :

1. നിങ്ങളുടെ ആന്തരിക മൂല്യം ഉയർത്തുക, ബോസ് നിങ്ങൾക്ക് ശമ്പള വർദ്ധനവ് നൽകുമെന്ന് പ്രതീക്ഷിക്കുക.
2. കമ്പനി നിങ്ങളെ പിരിച്ചുവിടില്ലെന്ന് പ്രതീക്ഷിക്കുന്നു, അതിനാൽ നിങ്ങൾക്ക് തുടർന്നും വരുമാനം ലഭിക്കും.
3. നിങ്ങളുടെ ശമ്പളത്തിന്റെ 10% ഇൻഡെക്സ് ചെയ്ത ഫണ്ടിൽ ലാഭിക്കുകയും അടുത്ത 40 വർഷത്തേക്ക് 8% റിട്ടേൺ പ്രതീക്ഷിക്കുകയും ചെയ്യുക.

നിങ്ങളുടെ സ്വന്തം മെഡിക്കൽ ഉപകരണ കമ്പനി സ്വന്തമാക്കിയാൽ നിങ്ങളുടെ സമ്പത്ത് ത്വരിതപ്പെടുത്തൽ ഓപ്ഷനുകൾ :

1. നിങ്ങളുടെ മെഡിക്കൽ ഉപകരണ വിൽപ്പനയിലൂടെ സാധ്യതയുള്ള വരുമാനത്തോടൊപ്പം ശരിയായ വരുമാനവും ഉയർത്തുക. അത് 16 ദശലക്ഷം ആയിരിക്കും.
2. ആസ്തി മൂല്യം 1,700% എന്ന നിലയിൽ വർദ്ധിപ്പിക്കുക.
3. ആസ്തി മൂല്യം ലിക്വിഡേറ്റ് ചെയ്ത് പേപ്പർ പണം യഥാർത്ഥ പണമാക്കി മാറ്റുക.

30 വയസ്സുള്ള ചിലർക്ക് 50 മില്യൺ ഡോളർ വിലയും മറ്റു ചിലർക്ക് $19,000 വിലയും എന്ന് ഇപ്പോൾ നിങ്ങൾക്ക് കാണാൻ കഴിയുന്നുണ്ടോ? ഫാസ്റ്റ്ലെയ്ൻ പ്രപഞ്ചം 1,700%-വും ദശലക്ഷക്കണക്കിനും നേട്ടങ്ങളിൽ പ്രവർത്തിക്കുന്നു.

സ്ലോലെയ്ൻ പ്രപഞ്ചം 8%-ഉം 40-ഉം ആണ്. ഒന്ന് പ്ലാൻ പ്രതീക്ഷ ആണ്, മറ്റൊന്ന് നിയന്ത്രണത്തെക്കുറിച്ചാണ്. ബ്രേക്കിംഗ് ന്യൂസ് : 8%-ഉം 40-ഉം 40 വർഷത്തിനുള്ളിൽ കോടീശ്വരന്മാരാകുന്നു : 1,700%-വും 16 ദശലക്ഷവും നാല് വർഷത്തിനുള്ളിൽ ശതകോടീശ്വരന്മാരാകുന്നു.

സമ്പത്തിന്റെ ഇരട്ട-വശങ്ങളുള്ള ആക്രമണം

സമ്പത്ത് സൃഷ്ടിക്കുന്നതിനുള്ള ഇരട്ടത്താപ്പാണ് ലാഭത്തിന്റെ തീക്ഷ്ണമായ പിന്തുടരൽ. ആസ്തി മൂല്യം ലാഭവുമായി ബന്ധിപ്പിച്ചിരിക്കുന്നു, അതുകൊണ്ട് അറ്റാദായം ഉയർത്തുന്നത് ഒരേസമയം ശരാശരി വ്യവസായ ഗുണിതങ്ങളാൽ ആസ്തി മൂല്യം ഉയർത്തുന്നു. തീർച്ചയായും, ഇത് വിപരീതമായും പ്രവർത്തിക്കുന്നു; നിങ്ങളുടെ കമ്പനി നിന്നുപോവുകയും അറ്റവരുമാനം കുറയുകയും ചെയ്താൽ, അതിനാൽ അനുബന്ധ ആസ്തി മൂല്യവും കുറയും. ഞാൻ എന്റെ കമ്പനി തിരികെ വാങ്ങിയപ്പോൾ, ഞാൻ $250,000 നൽകി. പിന്നെ അടുത്ത കുറേ വർഷത്തേക്ക് ഞാൻ ആസ്തി കൈകാര്യം ചെയ്യുകയും അതിന്റെ മൂല്യം വർദ്ധിപ്പിക്കുകയും ചെയ്തു.

1. ഞാൻ എന്റെ ഉപഭോക്തൃ അടിത്തറ 30% വിപുലീകരിച്ചു.
2. ഞാൻ ചെലവുകൾ കുറച്ചു, ലാഭക്ഷമത മെച്ചപ്പെടുത്തുന്നു.
3. ഞാൻ പ്രവർത്തനങ്ങളെ കാര്യക്ഷമമാക്കി, അത് നിഷ്ക്രിയത്വം സൃഷ്ടിച്ചു.
4. ഞാൻ "അറ്റ വരുമാനം" ഉയർത്തി.

ഈ പ്രക്രിയയിൽ, എന്റെ അറ്റവരുമാനം വിസ്ഫോടനകരമായ രീതിയിൽ വളർന്നു, അതോടൊപ്പം ആസ്തി മൂല്യവും. പിന്നീട്, ദശലക്ഷക്കണക്കിന് ലാഭം നേടിയ ശേഷം, കോടിക്കണക്കിന് ഡോളർ ഓഫറുകൾ നൽകി ഞാൻ കമ്പനിയെ വിൽപ്പനയ്ക്ക് വെച്ചു. ഞാൻ $250,000-ന് ഒരു വസ്തുവക വാങ്ങി, വിലവർദ്ധിപ്പിച്ചു, വേരിയ ബിളുകൾ കൈകാര്യം ചെയ്തു, തുടർന്ന് അത് ദശലക്ഷക്കണക്കിന് വിറ്റു.

ഞാൻ എന്റെ സാമ്പത്തിക പദ്ധതി നിയന്ത്രിച്ചു; പദ്ധതി എന്നെ നിയന്ത്രിച്ചില്ല.

ഫാസ്റ്റ് ലെയ്നിൽ, നിങ്ങളുടെ സമ്പത്ത് ത്വരകം വിലമതിക്കാവുന്ന ആസ്തികൾ സൃഷ്ടിക്കുന്നതിനോ വാങ്ങുന്നതിനോ അടിസ്ഥാനമാക്കിയുള്ളതാണ്, ശേഷം മൂല്യം ചേർക്കുകയും വേരിയബിളുകൾ കൈകാര്യം ചെയ്യുകയും തുടർന്ന് വിൽക്കുകയും ചെയ്യുന്നു. അല്ലെങ്കിൽ നിങ്ങൾക്ക് ഒരു സ്ലോലെയ്ൻ ബദൽ തിരഞ്ഞെടുക്കാം – വാൾ സ്ട്രീറ്റിന് പ്രതിമാസം $200 നൽകുക. കൂടാതെ പ്രതിവർഷം 8%, 40 വർഷത്തെ ജോലി എന്നിവയ്ക്കായി പ്രാർത്ഥിക്കുക.

എന്നോട് ക്ഷമിക്കണം, എനിക്ക് ചിരി വരുന്നു.

ഏറ്റവും വേഗതയേറിയ സമ്പത്ത് വർദ്ധന : ലിക്വിഡേഷന്റെ ഫലങ്ങൾ

ലിക്വിഡേഷൻ ഫലങ്ങൾ ഒറ്റരാത്രികൊണ്ട് കോടീശ്വരന്മാരെ സൃഷ്ടിക്കുന്നു, എന്നാൽ ലിക്വിഡേഷൻ സംഭവിച്ചാൽ മാത്രം. നിങ്ങളുടെ വിലയേറിയ ആസ്തി വിപണിയിൽ വിൽക്കുന്ന പ്രക്രിയയാണ് ലിക്വിഡേഷൻ ഫലങ്ങൾ. ഇത് ഒരു ഫാസ്റ്റ് ലെയ്നിൽനിന്നും പുറത്തു കടക്കാനുള്ള തന്ത്രമാണ്.

> *ജോൺ ഹാമർസ്റ്റൈൻ ഒരു സോഷ്യൽ നെറ്റ്‌വർക്കിംഗ് വെബ്സൈറ്റ് സൃഷ്ടിക്കുന്നു, അത് വൈറലാകുന്നു. ഉടൻ ദശലക്ഷക്കണക്കിന് ആളുകൾ അദ്ദേഹത്തിന്റെ സേവനം ഉപയോഗിക്കുന്നു, ജോൺ സ്വയം ആനന്ദകരമായ വാങ്ങൽ ഓഫറുകൾ കാണുന്നു. ഊഹക്കച്ചവട നിക്ഷേപങ്ങളും.*
>
> *വരുമാനവും ലാഭവുമില്ലാതിരുന്നിട്ടും, ജോൺ വിപണിയിൽ മൂല്യ*

മുള്ള ഒരു ആസ്തി കെട്ടിപ്പടുത്തു. തന്റെ സേവനത്തിനായി $640 ദശലക്ഷത്തിന്റെ ഓഫർ വെബിലെ പ്രമുഖ സെർച്ച് എഞ്ചിൻ കമ്പനിയിൽ നിന്ന് അദ്ദേഹത്തിന് ലഭിക്കുന്നു.

ഒരിക്കൽ അയാൾ വരുമാനം ഉണ്ടാക്കാൻ തുടങ്ങുമ്പോൾ തന്റെ ബിസിനസ്സിന് കൂടുതൽ പണം ലഭിക്കുമെന്ന് വാദിച്ച് ജോൺ നിരസിക്കുന്നു. ഇത് സത്യമാണെങ്കിലും ഇതൊരു ചൂതാട്ടമാണ്.

18 മാസങ്ങൾക്കുശേഷം, ജോണിന്റെ സോഷ്യൽ നെറ്റ്‌വർക്കിംഗ് സേവനത്തിന് പ്രചാരം നഷ്ടപ്പെടുന്നു, സേവനം ഒരു ഫാഷൻ മാത്രമായിരുന്നുവെന്ന് തെളിയിക്കുന്നു. കമ്പനി മോശം തമാശ ആയി മാറുന്നു.

കുറയുന്ന വസ്തുവിന്റെ സമ്പന്നമായ മൂല്യനിർണ്ണയം തേടി, ജോണിന് നിക്ഷേപകരെ അല്ലെങ്കിൽ വാങ്ങുന്നയാളുടെ താൽപ്പര്യം ലഭിക്കുന്നില്ല. $640 മില്യൺ താൻ എടുക്കേണ്ടതായിരുന്നുവെന്നും ഒരു ലിക്വിഡേഷൻ പരിണാമം നടക്കേണ്ടതായിരുന്നെന്നും അവൻ വളരെ വൈകി മനസ്സിലാക്കുന്നു. അവൻ ഒടുവിൽ ഒരു സ്വകാര്യ ഇക്വിറ്റി സ്ഥാപനത്തിന് $2.5 മില്യൺ "ഫയർ-സെയിൽ" വിലയിൽ കമ്പനി വിൽക്കുന്നു. അവന്റെ മോശം സമയ നിശ്ചയം അദ്ദേഹത്തിന് $600 മില്യണിലധികം നഷ്ടംവരുത്തി.

ബിസിനസ്സുകൾ, റിയൽ എസ്റ്റേറ്റ്, മറ്റ് ശ്രദ്ധേയമായ ആസ്തികൾ എന്നിവയുടെ മൂല്യനിർണ്ണയത്തിൽ ഒന്നുമില്ല, ഇത്രമാത്രം – വിഷയാടിസ്ഥാനത്തിലുള്ള വിശകലനത്തെയും മാർക്കറ്റ് ഡാറ്റയെയും അടിസ്ഥാനമാക്കിയുള്ള മൂല്യനിർണ്ണയങ്ങൾ. നിങ്ങൾ ആദ്യം മുതൽ നിർമ്മിച്ചെടുത്ത കമ്പനിക്ക് $60 മില്യൺ പേപ്പർ മൂല്യമുണ്ടെങ്കിൽ നിങ്ങളുടെ ബാങ്ക് അക്കൗണ്ടിൽ $10,000 മാത്രമേ ഉള്ളുവെങ്കിൽ, നിങ്ങൾ ശരിക്കും ഒരു കോടീശ്വരനാണോ?

വാസ്തവത്തിൽ അല്ല.

പണമാക്കാത്ത, പേപ്പർ കോടീശ്വരന്മാർക്ക് ഫെരാരികളും കൊട്ടാരം പോലെയുള്ള എസ്റ്റേറ്റുകളും വാങ്ങാൻ കഴിയില്ല; പണമാണ് അത് ചെയ്യുന്നു. പണം ലഭിക്കാൻ, നിങ്ങൾ ലാഭം വർദ്ധിപ്പിക്കുകയും അത് സംരക്ഷിക്കുകയും വേണം, അല്ലെങ്കിൽ പോകുക വലിയ എക്സിറ്റിലേക്ക് : ലിക്വിഡേഷൻ.

വിൽക്കാൻ കഴിയുന്ന പണമൊഴുകുന്ന ആസ്തികൾ നിർമ്മിച്ചുകൊണ്ട് ഫാസ്റ്റ്‌ലെയ്നർമാർ സമ്പത്ത് ത്വരിതപ്പെടുത്തുന്നു. അവരുടെ സമ്പത്ത് സമവാക്യത്തിന് നിയന്ത്രിക്കാവുന്നതും പരിധിയില്ലാത്തതുമായ ലിവറേജുണ്ട്.

അധ്യായ സംഗ്രഹം : ഫാസ്റ്റ്‌ലെയ്ൻ പ്രത്യേകതകൾ

- ഫാസ്റ്റ്‌ലെയ്ൻ സമ്പത്ത് സമവാക്യത്തിന്റെ താക്കോൽ, ഉയർന്ന വേഗത പരിധി ഉണ്ടായിരിക്കണം, അല്ലെങ്കിൽ വിൽക്കുന്ന യൂണിറ്റുകൾക്ക് പരിധിയില്ലാത്ത മൂല്യമായിരിക്കണം. ഇത് ലിവറേജ് സൃഷ്ടിക്കുന്നു. നിങ്ങളുടെ ഉൽപ്പന്നമോ സേവനമോ വേണ്ടതായിട്ടുള്ള വിപണി നിങ്ങളുടെ ഉയർന്ന പരിധി നിർണ്ണയിക്കുന്നു.
- നിങ്ങളുടെ വേഗത പരിധി ഉയർന്നാൽ നിങ്ങളുടെ വരുമാന സാധ്യതയും കൂടുതലാണ്.

- സമ്പന്നർക്ക് ത്വരിതപ്പെടുത്തുന്ന പ്രാഥമിക സമ്പത്ത് ആസ്തി മൂല്യമാണ്. അത് മികവെത്തിക്കാവുന്നതോ സൃഷ്ടിച്ചതോ ആയ ആസ്തികൾ, സ്ഥാപിച്ചതോ, വാങ്ങിയതോ എന്നിവയാൽ നിർവ്വചിക്കപ്പെട്ടിരിക്കുന്നു.
- ആസ്തി മൂല്യം വഴിയുള്ള സമ്പത്ത് സൃഷ്ടിക്കുന്നത് ഓരോ വ്യവസായത്തിന്റെയും ശരാശരി ഗുണിതം വഴി ത്വരിതപ്പെടുത്തുന്നു. അറ്റവരുമാനത്തിലെ ഓരോ ഡോളറിനും, ആസ്തി മൂല്യം ഗുണിതഘടകംകൊണ്ട് ഗുണിക്കുന്നു.
- നിങ്ങളുടെ വ്യവസായത്തിന്റെ പ്രത്യേകത നിങ്ങളുടെ സമ്പത്ത് ത്വരിതപ്പെടുത്തുന്ന ഘടകം നിർണ്ണയിക്കുന്ന ശരാശരി ഗുണിതത്തെ നിർണ്ണയിക്കും. ഗുണിതം 3 ആണെങ്കിൽ, നിങ്ങളുടെ WAF 300% ആണ്.
- ലിക്വിഡേഷൻ പരിണാമങ്ങൾ വിലമതിക്കപ്പെടുന്ന ആസ്തികളെ ("പേപ്പർ" അറ്റമൂല്യം) പണമായി ("യഥാർത്ഥ" അറ്റമൂല്യം) രൂപാന്തരപ്പെടുത്തുന്നു. അത് മറ്റൊരു നിഷ്ക്രിയ വരുമാനത്തിന്റെ പ്രവാഹമായി രൂപാന്തരപ്പെടുത്താവുന്നതാണ് : ഒരു പണ സംവിധാനം.

സമ്പത്തും സമയവും വിഭജിക്കുക

സമയം നിങ്ങളുടെ ജീവിതത്തിന്റെ നാണയമാണ്. നിങ്ങളുടെ കൈവശമുള്ള ഒരേയൊരു നാണയം ഇതാണ്. അത് എങ്ങനെ ചെലവഴിക്കണമെന്ന് നിങ്ങൾക്ക് മാത്രമേ നിർണ്ണയിക്കാൻ കഴിയൂ. നിങ്ങൾക്കായി അത് ചെലവഴിക്കാൻ മറ്റുള്ളവരെ അനുവദിക്കാതിരിക്കാൻ ശ്രദ്ധിക്കുക.

—കാൾ സാൻഡ്ബർഗ്

സമ്പത്തിന്റെ വ്യവസായവൽക്കരണം : കാലത്തിൽനിന്നുള്ള മോചനം

എന്റെ ആദ്യത്തെ ഫാസ്റ്റ്ലെയ്ൻ രുചി 20-കളുടെ അവസാനത്തിലായിരുന്നു : എന്റെ ജീവിതത്തിലെ ഏറ്റവും മോശം മാസം അനുഭവിക്കുമ്പോൾ : പ്രക്ഷുബ്ധമായ ബന്ധത്തിന്റെയും ചില പ്രശ്നകരമായ ആരോഗ്യ വാർത്തകളുടെയും ക്രൂരമായ മിശ്രിതം, എന്റെ ബിസിനസ്സ് ഉൽപ്പാദനക്ഷമതയ്ക്ക് ഒരു മാരകമായ കോക്ടെയ്ൽ ആയി. മാസത്തിൽ ഭൂരിഭാഗവും ഞാൻ കിടപ്പിലായിരുന്നു, ന്യായാധിപൻ ജൂഡി സാമാന്യബുദ്ധിയുടെ തീക്കാറ്റ് അഴിച്ചുവിടുന്നത് നിരീക്ഷിച്ചുകൊണ്ട്. ഈ പ്രശ്നകരമായ സമയത്ത് എന്റെ ഫാസ്റ്റ്ലെയ്ൻ വിജയ ടിക്കറ്റ് എനിക്ക് പണമാക്കേണ്ടി വന്നു – ഞാൻ നിങ്ങളോട് പറയട്ടെ, എനിക്കങ്ങനെ ചെയ്യേണ്ടി വന്നു.

ജീവിതത്തോട് “ദേഷ്യപ്പെട്ടിട്ടും”, എന്റെ വരുമാനം യഥാർത്ഥത്തിൽ വർദ്ധിച്ചു. അതെ, വളർന്നു. ഞാൻ നിർത്തിയിട്ടും വരുമാനം നിലച്ചില്ല.

എങ്ങനെയാണ് എനിക്ക് ഇത്രയും ഭാഗ്യം ലഭിച്ചത്?

ഞാൻ സമയത്തിൽനിന്ന് മോചനം നേടി.

വർഷങ്ങൾക്കുമുൻപ്, “പണത്തിനായുള്ള എന്റെ സമയം” എന്ന ചങ്ങലകൾ ഞാൻ തകർത്തു. ഇത് സ്ലോലെയ്ൻ സമവാക്യത്തിന്റെ ഞെരുക്കത്തിൽനിന്ന് രക്ഷപ്പെട്ട് ഫാസ്റ്റ്ലെയ്നിൽ കളിക്കളത്തിൽ പ്രവർത്തിക്കാൻ എന്നെ അനുവദിച്ചു.

നിങ്ങൾക്ക് നിയന്ത്രിക്കാൻ കഴിയാത്ത അചഞ്ചലമായി പരിമിതപ്പെടുത്തിയ ഘടകങ്ങളിൽ നിങ്ങളുടെ സമ്പത്ത് പ്രവചിക്കുമ്പോൾ, നിങ്ങൾ വേഗത്തിൽ പുരോഗതി കൈവരിക്കാൻ പോകുന്നില്ല. നിങ്ങളുടെ നിയന്ത്രണത്തിലല്ല, കാരണം സമയത്തിന്റെ നിയന്ത്രണത്തിലാണ്. നിങ്ങൾക്ക് നിയന്ത്രണമില്ല,

കാരണം ബോസാണ് നിയന്ത്രിക്കുന്നത്. നിങ്ങളുടെ നിയന്ത്രണത്തിലല്ല, ഓഹരി വിപണിയുടെ നിയന്ത്രണത്തിലായതിനാൽ.

സമൂഹം തികച്ചും സ്വീകാര്യമെന്ന് കരുതുന്ന ഈ നിയന്ത്രണങ്ങളിൽനിന്ന് ഞാൻ എങ്ങനെ രക്ഷപ്പെട്ടു? പണത്തിനുവേണ്ടി എന്റെ സമയം (സ്വമേധയാലുള്ള ജോലി) കച്ചവടം ചെയ്യുന്നതിന് പകരം, ഞാൻ അത് ഒരു ബിസിനസ്സ് സംവിധാനത്തിലേക്ക് കൊടുത്തു – വ്യാവസായിക സമ്പത്ത് ഉൽപ്പാദനം.

എന്റെ കാര്യത്തിൽ, സമയം എനിക്കായി പ്രവർത്തിക്കുകയായിരുന്നു, എനിക്കെതിരെയല്ല. എന്റെ ബിസിനസ്സ് സിസ്റ്റം കാലക്രമേണ പണം സമ്പാദിച്ചു, എന്നിട്ടും എന്റെ സമയം ഒഴിവാക്കി. അതൊരു വെർച്ച്വൽ മണി ട്രീ ആയിരുന്നു, ഞാൻ എന്താണ് ചെയ്യുന്നതെന്ന് അത് കാര്യമാക്കിയില്ല. ഞാൻ ജെറി സ്പ്രിംഗർ കാണുകയായിരുന്നോ അതോ ജമൈക്കയിൽ ജെറ്റ് സ്കീയിംഗ് ചെയ്യുകയായിരുന്നോ – ഈ സംവിധാനം സ്വന്തം യന്ത്രമായി നിർമ്മിക്കപ്പെട്ടിട്ടുള്ളതാണ് – എന്റെ വൃത്തികെട്ട ജോലി ചെയ്യുന്ന ജീവനുള്ള, ശ്വസിക്കുന്ന ഒരു അസ്തിത്വം. എന്റെ സിസ്റ്റം എനിക്കായി സമയം മാറ്റി. സമയം എന്നെ സ്വന്തമാക്കുന്നതിനു പകരം ഞാൻ എന്റെ സമയം സ്വന്തമാക്കി.

നിഷ്ക്രിയ വരുമാനം : റിട്ടയർമെന്റിന്റെ ബഹുപ്രതീക്ഷിത പടി

പണമുണ്ടാക്കുന്ന സർക്കിളുകളിലെ പ്രധാന വാക്ക് “നിഷ്ക്രിയ വരുമാനം” ആണ് – ജോലി ചെയ്യാത്ത സമയത്ത് വരുമാനം. വിരമിച്ചിട്ടും, ക്ലോക്ക് വർക്ക് പോലെ എനിക്ക് എല്ലാ മാസവും ചെക്കുകൾ ലഭിക്കുന്നു, ഞാൻ ചെറുവിരൽ ഉയർത്തുന്നില്ല. നിഷ്ക്രിയ വരുമാനം എന്നത് സ്ലോലെയ്ൻ സ്വദേശിയായ “പണത്തിനു വേണ്ടിയുള്ള ജോലി” എന്ന സമവാക്യത്തിൽനിന്നുള്ള വിജയകരമായ വിവാഹമോചനമാണ്. നിഷ്ക്രിയ വരുമാനത്തിന്റെ സൗന്ദര്യം നിങ്ങൾക്ക് 20 വയസ്സോ 80 വയസ്സോ ആണെങ്കിലും അത് പ്രശ്നമാക്കുന്നില്ല. നിങ്ങളുടെ പ്രതിമാസ വരുമാനം നികുതി ഉൾപ്പെടെയുള്ള നിങ്ങളുടെ ജീവിതശൈലി ചെലവുകളേക്കാൾ കൂടുതലാണെങ്കിൽ, എന്താണെന്ന് ഊഹിക്കുക? നിങ്ങൾ വിരമിച്ചു!

ഫാസ്റ്റ്ലെയ്ൻ റോഡ് മാപ്പ് രണ്ട് ഉദ്ദേശ്യങ്ങൾക്കായി രൂപകൽപ്പന ചെയ്തിട്ടുള്ളതാണ്. നിങ്ങളുടെ ചെലവുകളുടെയും ജീവിതശൈലി ആഗ്രഹങ്ങളുടെയും ആധിക്യത്തിലേക്കുള്ള ഒരു നിഷ്ക്രിയ വരുമാന സ്കീം, കൂടാതെ പ്രായ പരിധി കണക്കിലെടുക്കാതെ, സാമ്പത്തിക സ്വാതന്ത്ര്യം യാഥാർത്ഥ്യമാക്കാൻ.

സമയത്തെ തകർക്കുക എന്നാൽ ഒരു പണവൃക്ഷം വളർത്തുക

അത് സത്യമാണെന്ന് അമ്മ എന്നെ ബോധ്യപ്പെടുത്തി. “നമുക്ക് അത് താങ്ങാൻ കഴിയില്ല, പണം മരങ്ങളിൽ വളരുമെന്ന് നിങ്ങൾ കരുതുന്നുണ്ടോ?” അവൾക്ക് തെറ്റി. നിങ്ങൾ ഒരു പണവൃക്ഷം സ്വന്തമാക്കിയാൽ പണം മരങ്ങളിൽ വളരുന്നു. ഒപ്പം, വിത്ത് എങ്ങനെ, എവിടെ നിന്ന് ലഭിക്കുമെന്ന് നിങ്ങൾക്കറിയാമെങ്കിൽ നിങ്ങൾക്ക് ഒരെണ്ണം സ്വന്തമാക്കാം.

പണമരങ്ങളാണ് സ്വന്തമായി നിലനിൽക്കുന്ന ബിസിനസ്സ് സംവിധാനങ്ങൾ. അവർ സമയാസമയങ്ങളിലെ പിന്തുണയും പോഷണവും ആവശ്യപ്പെടുന്നു എന്നാൽ സ്വന്തമായി നിലനിൽക്കുകയും നിങ്ങളുടെ പണത്തിനുവേണ്ടി സമയം എന്ന കച്ചവടത്തിന് ഒരു പകരമാവുകയും ചെയ്യും.

കുറച്ച് വർഷങ്ങൾക്കുമുൻപ്, ഞാൻ വെഗാസിലായിരുന്നു, എനിക്ക്

ഏകദേശം $2,000 ചൂതാട്ടത്തിൽ നഷ്ടപ്പെട്ടു. വളരെ മോശമായി പരാജയപ്പെട്ട് ഹോട്ടൽ മുറിയിലേക്ക് പിൻവാങ്ങിയ ശേഷം, എനിക്ക് മനസ്സിലായി, എന്തിനാണ് വിഷമിക്കുന്നത്? എനിക്ക് $2,000 നഷ്ടമായി, പക്ഷേ ആ ദിവസം, എന്റെ മണി ട്രീ, ഞാൻ സൃഷ്ടിച്ച എന്റെ ഇന്റർനെറ്റ് കമ്പനി, $6,000 സമ്പാദിച്ചു. അതേ ഞാൻ ചൂതാട്ടം നടത്തിയ സമയത്ത് (അല്ലെങ്കിൽ ഉറങ്ങിയ, നീന്തിയ, അല്ലെങ്കിൽ ഭക്ഷണം കഴിച്ച), എന്റെ പണവൃക്ഷം പൂത്ത് ഫലം കായ്ച്ചു.

ഒരു മണി ട്രീ ഒരു ബിസിനസ്സ് സംവിധാനമാണ്. അത് ഫാസ്റ്റ്ലെയ്ൻ റോഡ് മാപ്പിന്റെ മെയിൻ സ്ട്രീറ്റാണ്. നിങ്ങൾ "ഔദ്യോഗികമായി" വിരമിക്കുന്നതിനുമുൻപ് പണവൃക്ഷങ്ങൾ നിഷ്ക്രിയ വരുമാന മാർഗ്ഗങ്ങൾ സൃഷ്ടിക്കുന്നു. അതെ, നിങ്ങൾക്ക് റിട്ടയർമെന്റിന്റെയും സാമ്പത്തിക സ്വാതന്ത്ര്യത്തിന്റെയും ലക്ഷ്യസ്ഥാനം അനുഭവിക്കാൻ കഴിയും, യഥാർത്ഥത്തിൽ വിരമിക്കാതെ തന്നെ. ഇത് ഒമ്പത് മണിക്കൂർ വിമാനയാത്ര മാന്ത്രികമായി ഒഴിവാക്കി, ദക്ഷിണ പസഫിക്കിലേക്ക് ഒരു അവധിക്കാലം എടുക്കുന്നതിന് സമാനമാണ്.

പണമരത്തിന്റെ തൈകൾ : ഒരു ഫാസ്റ്റ്ലെയ്ൻ ബിസിനസ്സ്

എല്ലാ ബിസിനസ്സുകളും ഫാസ്റ്റ്ലെയ്ൻ അല്ല, അവയിൽ പലതും പണമാക്കി മാറ്റാൻ കഴിയില്ല. ഗുരുക്കന്മാരാലും ലൈഫ് കോച്ചുകളാലും തെറ്റിദ്ധരിക്കപ്പെട്ട്, "നിങ്ങളുടെ ധനത്തിന്റെ സ്വന്തം ബോസ് ആകുക", "നിങ്ങൾ ഇഷ്ടപ്പെടുന്നത് ചെയ്യുക!" എന്നിങ്ങനെയുള്ളവയുടെ പ്രലോഭനത്താൽ സംരംഭകർ വഴിതെറ്റിപ്പോകുന്നു. എന്നിട്ട്, കൂലി അടിമത്തത്തിന് സമാനമായ രീതിയിൽ ബിസിനസ്സ് അടിമത്തത്തിന്റെ പാതയിൽ ആയിത്തീരും.

സ്വന്തം ബോസ് ആകുക എന്നത് ജിലിയന്റെ സ്വപ്നമാണ്. 13 വർഷത്തെ വാൾസ്ട്രീറ്റ് കരിയറിന് ശേഷം, ജിലിയൻ തന്റെ സാമ്പത്തിക ഉപദേഷ്ടാവ് ജോലി ഉപേക്ഷിച്ച് ഒരു അറിയപ്പെടുന്ന ഡെലിവറി ഫ്രാഞ്ചൈസി വാങ്ങുന്നു. ഫ്രാഞ്ചൈസി ഫീസിനും സ്റ്റാർട്ടപ്പ് ചെലവുകൾക്കുമായി അവൾ അവളുടെ 401(k) പകുതിയും ലിക്വിഡേറ്റ് ചെയ്യുന്നു. മൂന്ന് മാസത്തിനുശേഷം അവൾ ബിസിനസ്സിലാണ്, അവളുടെ സ്വപ്നം സാക്ഷാത്കരിക്കുമെന്ന് പ്രതീക്ഷിക്കുന്നു. എന്നാൽ തന്റെ സ്വപ്നം ഒരു പേടിസ്വപ്നം മാത്രമാണെന്ന് ജിലിയൻ കണ്ടെത്തി. ഏഴ് ദിവസങ്ങളിലെ ജോലി ആഴ്ചകൾ, നീണ്ട മണിക്കൂറുകൾ, അവളും കോർപ്പറേറ്റ് ഫ്രാഞ്ചൈസറും തമ്മിലുള്ള നിരന്തരമായ വഴക്കുകൾ, അവൾ രണ്ടു വർഷത്തിനുള്ളിൽ തളർന്ന് അവശയാകുന്നു.

അവളുടെ ലാഭവിഹിതം, ഫ്രാഞ്ചൈസി റോയൽറ്റികളാൽ മെലിയുകയും മൃദുവാകുകയും ചെയ്തത്, അവളുടെ സ്ഥാനത്ത് റെസ്റ്റോറന്റ് നടത്തുന്നതിന് ഒരു ഓപ്പറേറ്ററെ നിയമിക്കാൻ അവളെ അനുവദിച്ചില്ല. അവൾ അവളുടെ സമയം ഡോളറുകൾക്കായി വ്യാപാരം ചെയ്യുമ്പോൾ അവൾ കുടുങ്ങിയതായി തോന്നി.

അവളുടെ ബിസിനസ്സിൽ അവൾ പ്രതിവർഷം $90,000 ലാഭം നേടുന്നുണ്ടെങ്കിലും, ജിലിയന് അവളുടെ അധ്വാനത്തിന്റെ ഫലം ആസ്വദിക്കാൻ സമയമില്ല. അവൾക്ക് ഒരു ജനറൽ മാനേജർക്ക് $60,000 നൽ

കിയിട്ട്, അവൾക്ക് ഒഴിവു സമയം ഉണ്ടാക്കാം. പ്രതിവർഷം $30,000-ൽ അവൾക്ക് അതിജീവിക്കാൻ കഴിയില്ലെന്നറിഞ്ഞുകൊണ്ട്, അവൾ തന്റെ ബിസിനസ്സിൽ കുടുങ്ങിയതായി തോന്നുന്നു. നാല് വർഷത്തിനു ശേഷം, അവൾ ബിസിനസ്സ് വിൽക്കുകയും 9-5 ജോലിയുടെ സുഖം അന്വേഷിക്കുകയും ചെയ്യുന്നു.

വളരെയധികം ആളുകൾ തരിശായ, ഫലഭൂയിഷ്ഠമല്ലാത്ത മണ്ണിൽ വ്യവസായങ്ങൾ നട്ടുപിടിപ്പിക്കുന്നു, പണവൃക്ഷങ്ങൾക്ക് ഫലമുണ്ടാക്കാൻ കഴിയാത്തിടത്ത്. പകരം അവർ സമയവും പണവും വലിച്ചെടുക്കുന്ന ഒരു മെലിഞ്ഞ സ്ലോലെയ്ൻ തണ്ടിൽ അവസാനിക്കുന്നു, ഒരു മോശം ജോലിയിൽനിന്ന് വ്യത്യസ്തമല്ല.

അഞ്ച് ഫാസ്റ്റ്ലെയ്ൻ ബിസിനസ്സ് തൈകൾ

പണമരങ്ങളാകുന്ന അഞ്ച് ബിസിനസ്സ് തൈകൾ ഉണ്ട്. ഇവ സ്വയം പരിപൂർണ്ണമല്ല എന്നത് ആദ്യമേ ഓർമ്മിപ്പിക്കട്ടെ, പരസ്പരം ചേർച്ചയില്ലാത്തതാണ്. ഓരോ സിസ്റ്റത്തിനും അന്തർലീനമായി ഒരു ഗ്രേഡ് ഉണ്ട്, അതിന്റെ നിഷ്ക്രിയ നിലയെ തീരുമാനിക്കുന്നു. ഉയർന്ന ഗ്രേഡ് അർത്ഥമാക്കുന്നത് നിഷ്ക്രിയത്വത്തിനുള്ള വലിയ സാധ്യതയാണ്, പക്ഷേ ഒരു വലിയ വരുമാനം എന്നതായിരിക്കണമെന്നില്ല.

- **വാടക സംവിധാനങ്ങൾ**
- **കമ്പ്യൂട്ടർ/സോഫ്റ്റ്വെയർ സംവിധാനങ്ങൾ**
- **സാമഗ്രി സംവിധാനങ്ങൾ**
- **വിതരണ സംവിധാനങ്ങൾ**
- **ഹ്യൂമൻ റിസോഴ്സ് സംവിധാനങ്ങൾ**

തൈ 1 : വാടക സംവിധാനങ്ങൾ (നിഷ്ക്രിയത്വ ശ്രേണി : എ)

റിയൽ എസ്റ്റേറ്റ് ഒരു "വാടക സംവിധാനം" ആണ്. റിയൽ എസ്റ്റേറ്റ് മണിട്രീകളെ ഞാൻ ഫാസ്റ്റ്ലെയ്ൻ 1.0 ആയി കണക്കാക്കുന്നു അല്ലെങ്കിൽ വെൽത്ത് 1.0. ഇത് പഴയ രീതിയാണ്, ഇപ്പോഴും സമ്പത്തിലേക്കുള്ള നല്ലൊരു വഴിയാണ്. ഉദാഹരണത്തിന്, ഒരു മികച്ച വാടകക്കാരനുള്ള ഒരു കുടുംബത്തിന് താമസിക്കാവുന്ന വാടക വീട് എനിക്കുണ്ട്. ഞാൻ ജീവിക്കുന്നത് ചന്ദ്രനിലായിരിക്കാം, എങ്കിലും ഓരോ മാസവും എനിക്ക് മെയിലിൽ ഒരു ചെക്ക് ലഭിക്കുന്നു. കാരണം, എന്റെ സമയം അതിന്റെ വരുമാനത്തിൽനിന്ന് വേർപെടുത്തിയിരിക്കുന്നു. റിയൽ എസ്റ്റേറ്റ് എന്നത് വെൽത്ത് 1.0-ന്റെ മികച്ച ഉദാഹരണമാണ്, കാരണം റിയൽ എസ്റ്റേറ്റ് അതിന്റേതന്നെ സ്വന്തം സംവിധാനമാണ്. ഇത് 95% നിഷ്ക്രിയമാണ്. സമയാസമയം, അവന്റെ വസ്തു ഉപയോഗിക്കുന്നതിന് വാടകക്കാരൻ ഭൂവുടമകൾക്ക് പണം നൽകണം. ചെറു കുടുംബങ്ങൾ മുതൽ അപ്പാർട്ട്മെന്റ് കെട്ടിടങ്ങൾ വരെ വൻകിട വാണിജ്യങ്ങളുടെ ഓഫീസ് കെട്ടിടങ്ങൾ വരെ, റിയൽ എസ്റ്റേറ്റ് എല്ലായ്പ്പോഴും പണമരങ്ങളുടെ തൈകൾ നട്ടുവളർത്തുന്നതിനുള്ള സ്ഥിരമായ ചോയിസാണ്. കൂടാതെ, റിയൽ എസ്റ്റേറ്റ് എന്നത് കൈകാര്യം ചെയ്യാവുന്ന ഒരു ആസ്തിയാണ്, അതിന്റെ മൂല്യം വിലമതിക്കുന്നതാണ്. ഫാസ്റ്റ്ലെയ്ൻ സമ്പത്ത്

സമവാക്യത്തിന്റെ മൂലക്കല്ലുകളാണ് വിലമതിക്കാവുന്ന ആസ്തികൾ (ആസ്തി മൂല്യം).

റിയൽ എസ്റ്റേറ്റിൽ ഏർപ്പെടാൻ ആഗ്രഹിക്കുന്നില്ലേ? ഒരു പ്രശ്നവുമില്ല. വാടക സംവിധാനങ്ങൾ റിയൽ എസ്റ്റേറ്റിനായി മാത്രം നീക്കിവെച്ചിരിക്കുന്നതല്ല.

വാടകയ്ക്ക് നൽകൽ സംവിധാനങ്ങൾ മറ്റ് വിവിധ സ്രോതസ്സുകളിൽനിന്ന് വരാം : പാട്ടങ്ങൾ, റോയൽറ്റി പേയ്മെന്റുകൾ, ലൈസൻസിംഗ് എന്നിവ ആവർത്തിച്ചുള്ള വരുമാനം ഉണ്ടാക്കാൻ കഴിയുന്ന "വാടക സംവിധാനങ്ങളുടെ" മറ്റ് രൂപങ്ങളാണ്. ഉദാഹരണത്തിന്, ഒരു സംഗീത ശേഖരത്തിന്റെ അവകാശം നിങ്ങൾ സ്വന്തമാക്കുമ്പോൾ, സംഗീതം ഉപയോഗിക്കുന്നതിന് കോർപ്പറേഷനുകൾ നിങ്ങൾക്ക് റോയൽറ്റി നൽകണം. സാധനം പതിറ്റാണ്ടുകൾക്കുമുൻപ് റെക്കോർഡ് ചെയ്തതായിരിക്കാം, പക്ഷേ അത് ഇപ്പോഴും റോയൽറ്റി സൃഷ്ടിക്കുന്നു.

അതുപോലെ, നിങ്ങൾ ഒരു ഉൽപ്പന്ന പ്രക്രിയ കണ്ടുപിടിക്കുകയും പേറ്റന്റ് ചെയ്യുകയും മറ്റുള്ള കമ്പനികൾക്ക് ലൈസൻസിന് നൽകുകയും ചെയ്യുകയാണെങ്കിൽ, നിങ്ങൾ വീണ്ടും ലൈസൻസിംഗ് ഫീസിൽനിന്ന് വരുമാനം നേടുന്നു. പേറ്റന്റ് കണ്ടുപിടിക്കുകയും രജിസ്റ്റർ ചെയ്യുകയും ചെയ്തു, എന്നിട്ടും അതിന്റെ വരുമാനം നിങ്ങളുടെ സമയം ഒഴികെയുള്ള സമയത്തെ അതിജീവിക്കുന്നു. ഫോട്ടോഗ്രാഫർമാർ മറ്റുള്ളവർക്ക് തങ്ങളുടെ ഫോട്ടോകൾ ഉപയോഗിക്കാൻ അനുവദിക്കുന്നതിലൂടെ ലൈസൻസിംഗ് വരുമാനം നേടാനാകും. കാർട്ടൂണിസ്റ്റുകൾ പുസ്തക രചയിതാക്കൾക്കും പത്രപ്രസാധകർക്കും അവരുടെ കലാസൃഷ്ടി ഉപയോഗിക്കാൻ അനുമതി നൽകുന്നു. കാർട്ടൂൺ വർഷങ്ങൾക്കുമുൻപ് സൃഷ്ടിക്കപ്പെട്ടവയാകാം, എന്നിട്ടും, അത് സമയത്തെ അതിജീവിക്കുകയും ഉടമസ്ഥന് വാടക വരുമാനം ഉണ്ടാക്കുകയും ചെയ്യുന്നു.

ഒടുവിൽ, ഈ പുസ്തകം ലോകമെമ്പാടും 15-ലധികം ഭാഷകളിലേക്ക് വിവർത്തനം ചെയ്യുകയും പ്രസിദ്ധീകരിക്കുകയും ചെയ്തു. ഈ വിദേശപുസ്തക വിൽപ്പന എനിക്ക് ഗ്രഹത്തിൽ വ്യാപിച്ചുകിടക്കുന്ന, ഞാൻ സന്ദർശിച്ചിട്ടുപോലുമില്ലാത്ത രാജ്യങ്ങളിൽനിന്ന് പ്രതിവർഷം റോയൽറ്റി നേടിത്തരുന്നു. വാടക സംവിധാനങ്ങൾ ശക്തമായ പണമരങ്ങളാണ്. കാരണം, അവ നിഷ്ക്രിയത്വ സ്കെയിലിൽ ഉയർന്നതും സമയത്തെ അതിജീവിക്കുന്നതുമാണ്.

തൈ 2 : കമ്പ്യൂട്ടർ/സോഫ്റ്റ്‌വെയർ സിസ്റ്റങ്ങൾ (നിഷ്ക്രിയത്വ ശ്രേണി : എ)

ഇന്റർനെറ്റ് ഉൾപ്പെടെയുള്ള കമ്പ്യൂട്ടർ, സോഫ്റ്റ്‌വെയർ സംവിധാനങ്ങളാണ് എന്റെ ഇഷ്ടപ്പെട്ട സംവിധാനം. ഇവിടെയുള്ള മറ്റേതൊരു റോഡിനേക്കാളും അധികം ദശലക്ഷങ്ങളിലേക്ക് ഇന്റർനെറ്റ് വഴിയൊരുക്കി എന്നത് ഞെട്ടിക്കുന്ന കാര്യമല്ല. വാസ്തവത്തിൽ, കഴിഞ്ഞ അഞ്ച് പതിറ്റാണ്ടുകൾ കൂട്ടിച്ചേർത്തതിനേക്കാൾ കൂടുതൽ കോടീശ്വരന്മാരെ ഇന്റർനെറ്റ് കഴിഞ്ഞ അഞ്ച് വർഷത്തിനുള്ളിൽ സൃഷ്ടിച്ചുവെന്ന ഒരു സ്ഥിതിവിവരക്കണക്ക് ഞാൻ കേട്ടു. എന്താണ് ഇന്റർനെറ്റിനേയും കമ്പ്യൂട്ടർ സംവിധാനങ്ങളേയും ഇത്ര ശക്തമാക്കുന്നത്?

കംപ്യൂട്ടറുകൾ അത്ഭുതകരമായ കണ്ടുപിടുത്തങ്ങളും പണമരത്തിനുള്ള ഫലഭൂയിഷ്ഠമായ വിത്തുകളുമാണ്. അവർ ദിവസത്തിൽ 24 മണിക്കൂറും ആഴ്ചയിൽ 7 ദിവസവും ജോലിചെയ്യുന്നു, ജോലി സാഹചര്യങ്ങളെക്കുറിച്ച് അവർ വ്യാകുലപ്പെടുന്നില്ല അല്ലെങ്കിൽ നിങ്ങൾ അവർക്ക് വേണ്ടത്ര പണം നൽകുന്നില്ലെന്ന്

പരാതി പറയുന്നില്ല. മടിയനായ ജോണിനെ അല്ലെങ്കിൽ ഓരേ-ഷർട്ട് ബോബിനെപോലെ സഹപ്രവർത്തകരെക്കുറിച്ച് അവ വിലപിക്കുന്നില്ല. കമ്പ്യൂട്ടറുകൾ വൈകുന്നില്ല, അവർ ശമ്പള വർദ്ധനവ് ആവശ്യപ്പെടുന്നില്ല, കൂടാതെ നിങ്ങൾ ഒരു പുതിയ മെഴ്‌സിഡസ് വാങ്ങിയത് അവർ കാര്യമാക്കുന്നില്ല. ഇല്ല, അവർ ചെയ്യേണ്ടത് ചെയ്യാൻ പ്രോഗ്രാം ചെയ്തു അവ ചെയ്യുന്നു, അത് പൂർത്തിയായി.

റിയൽ എസ്റ്റേറ്റിൽനിന്ന് ഇന്റർനെറ്റിനെ വ്യത്യസ്തമാക്കുന്നത് അതിൽ പരോക്ഷമായി ലിവറേജ് അടങ്ങിയിരിക്കുന്നു എന്നതാണ്. നിങ്ങൾ ഒരു വെബ്സൈറ്റ് സ്വന്തമാക്കുമ്പോൾ, ദശലക്ഷക്കണക്കിന് ആളുകളിലേക്ക് നിങ്ങൾക്ക് എത്താനാകും. എന്നാലും സ്ട്രീറ്റിൽ നിങ്ങൾക്ക് മൂന്ന് കിടപ്പുമുറിയുള്ള വീട് ഉണ്ടെങ്കിൽ, അത് കുറച്ച് പേരിലേക്കേ എത്തുന്നുള്ളൂ. ഈ ദ്വിത്വം ഇന്റർനെറ്റ് സംവിധാനങ്ങളെ നിലവിലുള്ള ഏറ്റവും മികച്ച ബിസിനസ്സ് തൈകളിൽ ഒന്നാക്കുന്നു.

കൂടാതെ, കമ്പ്യൂട്ടർ സംവിധാനങ്ങൾ ഇന്റർനെറ്റിൽ മാത്രം പരിമിതപ്പെടുത്തിയിട്ടില്ല. അതിന് സോഫ്റ്റ്‌വെയർ അല്ലെങ്കിൽ ആപ്ലിക്കേഷനുകൾ ആകാം. ഒറാക്കിളിന്റെ ലാറി എല്ലിസണെപ്പോലെ അല്ലെങ്കിൽ മൈക്രോസോഫ്റ്റിന്റെ പോൾ അലനെ പോലെ ഈ ഗ്രഹത്തിലെ ഏറ്റവും ധനികരായ ചിലർ സോഫ്റ്റ്‌വെയർ കോടീശ്വരന്മാരാണ്. സോഫ്റ്റ്‌വെയർ തടിച്ച ഇടലാഭങ്ങൾ ആസ്വദിക്കുന്നു, കാരണം അത് എളുപ്പത്തിൽ പകർത്താനാകും. കോഡ് എഴുതിക്കഴിഞ്ഞാൽ, അത് പൂർത്തിയായി. നിങ്ങൾക്ക് എളുപ്പത്തിൽ ഒന്ന് അല്ലെങ്കിൽ 10,000 വിൽക്കുക സാധ്യമാണ്. നിങ്ങൾക്ക് ഒരു ഓഫീസ് കെട്ടിടം എളുപ്പത്തിൽ പകർപ്പെടുക്കാനാകുമോ? നിങ്ങൾക്ക് കഴിയില്ല.

സോഫ്റ്റ് വെയർ കോടീശ്വരന്മാർ "സാധാരണക്കാർ" ആകാം. ഫേസ്ബുക്ക്, ഐഫോൺ ആപ്ലിക്കേഷൻ ഡെവലപ്പർമാർ അതിവേഗം പണം സമ്പാദിക്കുന്നു. ഒരു ഐഫോൺ ഡെവലപ്പർ, നിക്കോളാസ്, ഒരു ഐഫോൺ ഗെയിം ഉപയോഗിച്ച് ഒരു മാസത്തിനുള്ളിൽ $600,000 വാരിക്കൂട്ടി. ഒരു ഫോൺ അഭിമുഖത്തിൽ, വർഷം കഴിയുമ്പോഴേക്ക് കോടീശ്വരനായാൽ താൻ ഞെട്ടിപ്പോകില്ലെന്ന് നിക്കോളാസ് പറഞ്ഞു. ഒരു ദിവസം നിക്കോളാസ് തന്റെ സുഖപ്രദമായ ജോലിയിൽ സ്ലോലെയ്നിൽ സഞ്ചരിക്കുകയായിരുന്നു 401(k)-യിലേക്ക് കുറച്ച് പണം നിക്ഷേപിച്ചുകൊണ്ട്, പെട്ടെന്ന് അയാൾ സ്വയം ഒരു ഫാസ്റ്റ്‌ലെയ്ൻ നടുവിൽ തന്നെ കണ്ടു. തീർച്ചയായും, ഫാസ്റ്റ്‌ലെയിനിലേക്കുള്ള റോഡ് എളുപ്പമായിരുന്നില്ല നിക്കോളാസിന്. സൺ മൈക്രോ സിസ്റ്റംസിൽ എഞ്ചിനീയറായ അദ്ദേഹം, എട്ട് മണിക്കൂർ ജോലി കഴിഞ്ഞ് പിന്നീട് തന്റെ അപ്ലിക്കേഷനുവേണ്ടി ജോലി ചെയ്തു. ഒരു വയസ്സുള്ള മകനെ ഒരു കൈകൊണ്ട് തൊട്ടിലാട്ടി മറ്റൊന്നു കൊണ്ട് കോഡിംഗ് ചെയ്തു. ഒരു ഐഫോൺ ആപ്പ് എങ്ങനെ കോഡ് ചെയ്യാമെന്ന് അയാൾ എങ്ങനെ പഠിച്ചു? നിക്കോളാസിന് പുസ്തകങ്ങൾ വാങ്ങുന്നതിനായി കഴിഞ്ഞില്ല, അതിനാൽ അദ്ദേഹം വെബ്സൈറ്റുകൾ പരിശോധിച്ച് സ്വയം പഠിപ്പിച്ചു. ഹും... നീ നേട്ടത്തിന്റെ പിന്നിലെ പ്രക്രിയയെപ്പറ്റി ചിന്തിക്കുന്നുണ്ടോ?

സോഫ്റ്റ്‌വെയർ, ശക്തമായ വിതരണത്തിലേക്ക് ടാപ്പുചെയ്യുമ്പോൾ, ദശലക്ഷക്കണക്കിന് പകർപ്പുണ്ടാക്കാനാവും. നിഷ്ക്രിയത്വത്തിലേക്ക് കാര്യമായ അപചയമില്ലാതെ അത് വളരുന്നു.

തൈ 3 : ഉള്ളടക്ക സംവിധാനങ്ങൾ (നിഷ്ക്രിയത്വ ശ്രേണി : ബി)

വിവര സംവിധാനങ്ങളാണ് ഉള്ളടക്ക സംവിധാനങ്ങൾ. ആ വിവരം പലതരത്തിലുള്ള മറ്റു സംവിധാനങ്ങളുമായി ലയിപ്പിക്കാം. ഇന്റർനെറ്റ്, ഫിസിക്കൽ ഡിസ്ട്രിബ്യൂഷൻ സിസ്റ്റങ്ങൾ എന്നിങ്ങനെയുള്ള വിവിധ സംവിധാനങ്ങൾ. എനിക്ക് മറ്റ് ചാനലുകളിലൂടെ ഫലപ്രദമായി ചലിപ്പിക്കുവാൻ കഴിയുന്ന ഒരു ഉള്ളടക്ക സംവിധാനമാണ് ഈ പുസ്തകം. ആമസോൺ, ബുക്ക് ഡിസ്ട്രിബ്യൂട്ടർമാർ, അല്ലെങ്കിൽ എത്തിച്ചേരാനുള്ള മറ്റ് മാധ്യമങ്ങൾ വഴി.

സമ്പത്തിന്റെ പഴയ കാലത്ത്, ഉള്ളടക്കത്തിലൂടെ സമ്പന്നമാകുക എന്നതിനർത്ഥം നിങ്ങൾ പത്ര മുതലാളി, മാഗസിൻ പ്രസാധകൻ അല്ലെങ്കിൽ വിജയകരമായ എഴുത്തുകാരൻ എന്നിവയിലാരെങ്കിലുമാണെന്നാണ്. പ്രസ്സ് നിയന്ത്രിക്കുക. ഉള്ളടക്കം വിതരണം ചെയ്യുക. സോഫ്റ്റ്‌വെയർ പോലെ വിവരങ്ങൾ എളുപ്പത്തിൽ പകർത്താനുള്ള സൗകര്യമുണ്ട്. ഈ പുസ്തകങ്ങൾ 10 ദശലക്ഷം അച്ചടിക്കുവാൻ എനിക്ക് കഴിയും. ഞാൻ ഒരിക്കലും 10 ദശലക്ഷം റിയൽ എസ്റ്റേറ്റ് സ്വന്തമാക്കില്ല, എനിക്ക് ആഗ്രഹവുമില്ല. സോഫ്റ്റ്‌വെയർ പ്രതിരൂപങ്ങളെ പോലെ, ഈ ഗ്രഹത്തിലെ ചില അതിസമ്പന്നരായ ആളുകൾ വിജയിച്ച എഴുത്തുകാരാണ്.

കുറച്ച് വർഷങ്ങൾക്കുള്ളിൽ, *ഹാരി പോട്ടർ* ബ്രാൻഡിന്റെ രചയിതാവായ ജെകെ റൗളിംഗ് വിവാഹമോചിതയായ 32-കാരി ഇംഗ്ലീഷ് അധ്യാപകയിൽ നിന്ന് 400 മില്ല്യൺ ഡോളറിലധികം വിലമതിക്കുന്ന ഒരു മാധ്യമ മുതലാളിയായി. ആ ഏകയായ അമ്മ 35 വ്യത്യസ്ത ഭാഷകളിലായി തന്റെ പുസ്തകങ്ങളുടെ 30 ദശലക്ഷത്തിലധികം കോപ്പികൾ വിറ്റു. “ഞാൻ ഒരു വിവാഹമോചിതയായ അമ്മയാണ്, എനിക്ക് സമയമില്ല.” എന്ന ഒഴികഴിവ് അവൾ കേട്ടിട്ടില്ലെന്ന് ഞാൻ ഊഹിക്കുന്നു, മിസ്. റൗളിംഗ് തന്റെ ജീവിതത്തിലെ ഏറ്റവും സന്തോഷകരമായ നിമിഷം ഓർക്കുന്നു – ദശലക്ഷക്കണക്കിന് സമ്പാദിച്ചപ്പോഴല്ല, പക്ഷേ അവൾക്ക് മുഴുവൻ സമയവും എഴുതാൻ കഴിയുന്ന നിമിഷത്തിൽ.

അതുപോലെ, ഡാൻ ബ്രൗൺ *ഡാവിഞ്ചി കോഡ്*-ന്റെ 80 ദശലക്ഷത്തിലധികം കോപ്പികൾ വിറ്റു 51 ഭാഷകളിൽ. ഞാൻ വ്യക്തമായി പറയട്ടെ : നിങ്ങൾ എന്തെങ്കിലും 80 ദശലക്ഷം വിൽക്കുകയാണെങ്കിൽ, നിങ്ങൾ വളരെ ധനികനായ ഒരു മനുഷ്യനായിരിക്കും.

ഉള്ളടക്ക വിതരണത്തിന്റെ ഏറ്റവും പുതിയ പ്രവണത കമ്പ്യൂട്ടർ സിസ്റ്റങ്ങളുമായി ലയിച്ചു. വീഡിയോ ബ്ലോഗിംഗ് (YouTube), സോഷ്യൽ നെറ്റ്‌വർക്കുകൾ (Facebook പേജുകൾ/Instagram ചാനലുകൾ), ഇ-ബുക്കുകൾ, ഓൺലൈൻ മാഗസിനുകൾ എന്നിവയെല്ലാം കമ്പ്യൂട്ടർ സംവിധാനങ്ങളും ഉള്ളടക്ക വിതരണവും ചേർന്ന ഏറ്റവും പുതിയ സങ്കരത്തെ നൽകുന്നു. വാസ്തവത്തിൽ, ഈ പുതിയ കോമ്പിനേഷൻ വളരെ ശക്തമാണ്. പഴയ, ഹാർഡ്-ലൈൻ മോഡലുകളെ ബിസിനസ്സിൽനിന്ന് പുറത്താക്കുന്നു. പേപ്പർ പത്രങ്ങളും മാഗസിനുകളും വരുന്ന ദശകത്തിൽ വംശനാശഭീഷണി നേരിടുകയാണ്.

മാറ്റം കോടീശ്വരന്മാരെ സൃഷ്ടിക്കുന്നു. മാറ്റങ്ങൾ കാണുകയും പ്രയോജനപ്പെടുത്തുകയും ചെയ്യുന്നവർ പുതിയ കോടീശ്വരന്മാരും ശതകോടീശ്വരന്മാരുമായി മാറും. മാറ്റം എന്നത് സ്ഥിരമായതിനാൽ, കോടീശ്വരൻ അവസരങ്ങളും സ്ഥിരമായി തുടരുന്നു.

ഉള്ളടക്കവും കാലത്തെ അതിജീവിക്കുന്നു. ഈ പുസ്തകം എഴുതാൻ എനിക്ക് വർഷങ്ങൾ എടുത്തിട്ടുണ്ടാകാം, പക്ഷേ അത് വർഷങ്ങളോളം നിലനിൽക്കുന്നു.

അഞ്ച് വർഷം കഴിഞ്ഞ് ആരെങ്കിലും ഈ പുസ്തകം വാങ്ങിയാൽ, ഞാൻ സമ്പാദിക്കും, ഞാൻ വർഷങ്ങൾക്കുമുൻപ് നടത്തിയ സമയനിക്ഷേപത്തിൽ ചെറിയ ലാഭം നേടും. ഉള്ളടക്കം വീണ്ടും വീണ്ടും വിൽപ്പനയ്ക്ക് അർഹമായ സ്വത്താണ്, ഓരോ വിൽപ്പനയിലും ഫലപ്രദമായ സമയച്ചെലവ് കുറയുന്നു, ആദായ നിരക്ക് വികസിക്കുന്നു.

തൈ 4 : വിതരണ സംവിധാനങ്ങൾ (നിഷ്ക്രിയത്വ ശ്രേണി : ബി)

ഉൽപ്പന്നങ്ങൾ ജനങ്ങളിലേക്ക് നീക്കാൻ രൂപകൽപ്പന ചെയ്തിരിക്കുന്ന ഏതെങ്കിലും ഘടനയോ സ്ഥാപനമോ ആണ് വിതരണ സംവിധാനം. വിതരണ സംവിധാനങ്ങൾ മറ്റ് തൈകൾക്കൊപ്പം സങ്കരങ്ങളാകാം, ഉള്ളടക്കവും കമ്പ്യൂട്ടർ സംവിധാനവുംപോലെ.

നിങ്ങൾ ഒരു പുതിയ ഉൽപ്പന്നം കണ്ടുപിടിച്ച് നിർമ്മിക്കുകയും അത് QVC-യിൽ വിൽക്കുകയും ചെയ്യുന്നവെങ്കിൽ, നിങ്ങൾ ഒരു വിതരണ സംവിധാനം പ്രയോജനപ്പെടുത്തുന്നു. നിങ്ങൾ 2 മണിക്ക് പരസ്യങ്ങൾ വഴി ആ ഉൽപ്പന്നം വിൽക്കുകയാണെങ്കിൽ, നിങ്ങൾ ഒരു വിതരണ സംവിധാനം പ്രയോജനപ്പെടുത്തുന്നു. നിങ്ങളുടെ ഉൽപ്പന്നം വാൾ-മാർട്ട്, ടാർഗെറ്റ് തുടങ്ങിയ ചില്ലറ വ്യാപാരികൾക്ക് വിൽക്കുന്ന വിതരണക്കാരായ നാല് മൊത്തവ്യാപാരത്തിന് വിൽക്കുകയാണെങ്കിൽ, നിങ്ങൾ ഒരു വിതരണ സംവിധാനം പ്രയോജനപ്പെടുത്തുന്നു.

ഏതെങ്കിലും ഉൽപ്പന്നം കണ്ടുപിടിക്കുമ്പോൾ, കണ്ടുപിടുത്തം എല്ലായ്പ്പോഴും പകുതി യുദ്ധമാണ്. വിതരണമാണ് മറ്റൊന്ന്. ലോകത്തിലെ ഏറ്റവും വലിയ ഉൽപ്പന്നം അത് ശരിയായ വിതരണ സംവിധാനത്തിലേക്ക് പ്രയോജനപ്പെടുത്തിയില്ലെങ്കിൽ അത് ഉപയോഗിക്കാതെ പോകുന്നു – ഒന്നുകിൽ നിലവിലുള്ളത്, അല്ലെങ്കിൽ നിങ്ങൾ സൃഷ്ടിക്കുന്ന ഒന്ന്.

ഞാൻ ഉപയോഗിക്കുന്ന ഒരു വിതരണ സംവിധാനത്തിന്റെ ഒരു ഉദാഹരണമാണ് Amazon.com. ഈ പുസ്തകം ആമസോണിൽ വിൽക്കുന്നു, ദശലക്ഷക്കണക്കിന് ആളുകൾക്ക് ലഭ്യമാണ്. എന്നിരുന്നാലും, ആമസോണിൽ ഇരിക്കുന്ന ഒരു പുസ്തകം ഗാരേജിൽ ഇരിക്കുന്ന 1,000 കുതിരശക്തിയുള്ള കാറു പോലെ യാഥാർത്ഥ്യമാകാത്ത സാധ്യതകളെ പ്രതിനിധീകരിക്കുന്നു. എഞ്ചിൻ പ്രവർത്തിപ്പിക്കുകയും വിതരണ സംവിധാനത്തിന്റെ ശക്തി പ്രവർത്തിപ്പിക്കുകയും ചെയ്യുന്നത് എന്റെ ജോലിയാണ്. ഉപകരണം നിലവിലുണ്ട്, വിജയകരമായ (അല്ലെങ്കിൽ പരാജയപ്പെട്ട) നിർവ്വഹണത്തിലൂടെ ചൂഷണം ചെയ്യാൻ തയ്യാറാണ്.

നമ്മുടെ ഐഫോൺ ഡെവലപ്പർ തന്റെ സോഫ്റ്റ്‌വെയർ ചലിപ്പിക്കുന്നതിനായി iPhone "ആപ്പ് സ്റ്റോർ" പ്രയോജനപ്പെടുത്തി. ഇതായിരുന്നു അദ്ദേഹത്തിന്റെ വിതരണ കേന്ദ്രം. വിതരണമില്ലാതെ, അദ്ദേഹത്തിന് സോഫ്റ്റ്‌വെയർ വിൽക്കാൻ കഴിയില്ല.

ഉൽപന്നം ജനങ്ങളിലേക്ക് എത്തിക്കുന്നതിനുള്ള ഒരു ഉപാധിയാണ് വിതരണം. ചില സംവിധാനങ്ങൾ മറ്റുള്ളവയേക്കാൾ മികച്ചതാണ്, വിതരണത്തിന്റെ കാര്യത്തിൽ, ഇതെല്ലാം നിയന്ത്രണത്തെ ആശ്രയിച്ചിരിക്കുന്നു. നിങ്ങളുടെ പുതിയ വിറ്റാമിൻ ഉൽപ്പന്നം വിൽക്കാൻ നിങ്ങൾ ഒരു നെറ്റ്‌വർക്ക് മാർക്കറ്റിംഗ് കമ്പനി സൃഷ്ടിക്കുകയാണെങ്കിൽ, നിങ്ങൾ ദശലക്ഷക്കണക്കിന് സമ്പാദിക്കാൻ കഴിവുള്ള ശക്തമായ ഒരു വിതരണ ശൃംഖല സൃഷ്ടിക്കുകയാണ്. നിങ്ങൾ

ഒരു നെറ്റ്‌വർക്ക് മാർക്കറ്റിംഗ് കമ്പനിയിൽ ചേരുകയാണെങ്കിൽ, വിതരണ പ്രക്രിയയിൽ നിങ്ങൾ ഒരു ഗിയർ ആകുക എന്നതാണ് തിരഞ്ഞെടുക്കുന്നത്.

വിതരണത്തിന്റെ മറ്റൊരു ശക്തമായ രൂപം ഫ്രാഞ്ചൈസിംഗ് കൂടാതെ/അല്ലെങ്കിൽ ശൃംഖലവൽക്കരണം ആണ്. എപ്പോൾ വിജയകരമായ പടയുടെ ആശയം ബ്രാൻഡാക്കുകയും, വ്യവസ്ഥാപിതമാക്കുകയും ചെയ്തോ, അത് മറ്റ് വ്യക്തികളിലേക്ക് പകർത്താനും വിൽക്കാനും കഴിയും. ദുർബ്ബലമായ ലിവറേജുള്ള പ്രാദേശിക ബിസിനസ്സുകൾ ഫ്രാഞ്ചൈസികളും ശൃംഖലകളും ഉപയോഗിച്ച് വിജയകരമാക്കാമെന്ന് പ്രായോഗിക ജ്ഞാനമുള്ള ഫാസ്റ്റ്‌ലെയ്ൻ സംരംഭകർ തിരിച്ചറിയുന്നു.

ഈ പാത പരിചിതമാണെന്ന് തോന്നുന്നുണ്ടോ? ഉണ്ടാവും; ലോകത്തിലെ ഏറ്റവും വലിയ കോഫി ശൃംഖലയായി മാറുന്നതിനായി സ്റ്റാർബക്ക്സ് ഇതാണ് ചെയ്തത്.

മറ്റ് റെസ്റ്റോറന്റുകൾ ശൃംഖലകളുടെയും ഫ്രാഞ്ചൈസികളുടെയും സംയോജനം വിന്യസിക്കുന്നു. ഡയറി ക്വീനിനും മക്ഡൊണാൾഡിനും ശൃംഖലകളും ഫ്രാഞ്ചൈസികളും ഉണ്ട്. നിങ്ങളുടെ ബിസിനസ്സ് പ്രവർത്തിക്കുന്നുണ്ടെങ്കിൽ പരിമിതമായ തോതിൽ, അത് ശൃംഖലകളും ഫ്രാഞ്ചൈസികളും ഉപയോഗിച്ച് കീഴടക്കാൻ കഴിയും. നിങ്ങൾക്ക് ഒരു ഹോട്ട്-ഡോഗ് കാർട്ട് സ്വന്തമായുണ്ടെങ്കിൽ ഒരു സ്ഥലത്ത് വിൽക്കുകയാണെങ്കിൽ, യാതൊരു ലെവറേജും ഇല്ല. നിങ്ങൾക്ക് 500 ഹോട്ട്-ഡോഗ് കാർട്ട് ഉണ്ടെങ്കിൽ 500 ഉടമസ്ഥ-നടത്തിപ്പുകാർ മുഖേന 500 സ്ഥലങ്ങളിൽ കാർട്ടുകളും വിൽപ്പനയും നടത്തുകയാണെങ്കിൽ, പെട്ടെന്ന് ലെവറേജ് പ്രത്യക്ഷപ്പെടുന്നു. ഫാസ്റ്റ്‌ലെയ്ൻ സമ്പത്ത് സമവാക്യത്തിന് ശക്തിയുണ്ട്.

തൈ 5 : ഹ്യൂമൻ റിസോഴ്സ് സിസ്റ്റംസ് (നിഷ്ക്രിയത്വ ശ്രേണി : സി)

Amazon.com എന്നത് ഒരു കമ്പ്യൂട്ടർ സംവിധാനത്തിന്റെ പിൻബലമുള്ളതും ഒരു ഹ്യൂമൻ റിസോഴ്സ് സിസ്റ്റം ഉപയോഗിച്ച് പ്രവർത്തിപ്പിക്കുന്നതുമായ ഒരു വിതരണ സംവിധാനമാണ്. മനുഷ്യവിഭവശേഷി സംവിധാനങ്ങളാണ് ഏറ്റവും ചെലവേറിയതും പ്രവർത്തിപ്പിക്കാൻ സങ്കീർണ്ണവും. മനുഷ്യരുടെ പെരുമാറ്റങ്ങൾ പ്രവചനാതീതവും ചെലവേറിയതും ബുദ്ധിമുട്ടുള്ളതുമാണ്. ജീവനക്കാരെ ആശ്രയിക്കുന്ന ഒരു കമ്പനിയോട് ചോദിക്കുക, ജീവനക്കാരെ സന്തോഷിപ്പിച്ച് നിർത്തുക എന്നത് എത്രത്തോളം വെല്ലുവിളിയാണെന്ന്.

ഞാൻ എന്റെ സ്വന്തം കമ്പനിയുമായി ജീവനക്കാരുടെ കവലയിൽ എത്തി. ഒന്നുകിൽ എനിക്ക് സാങ്കേതികവിദ്യയുടെ കാലഹരണപ്പെടലിന് വിധേയമാകണം അല്ലെങ്കിൽ എന്റെ കമ്പനിയെ അടുത്ത തലത്തിലേക്ക് ഉയർത്താൻ രണ്ട് പേരെ കൂടി നിയമിക്കണം. എന്റെ ബിസിനസ്സ് ഇതിനകം 80% നിഷ്ക്രിയമായിരുന്നതിനാൽ, ജീവനക്കാരെ ചേർക്കുന്നത് ബിസിനസ്സ് നിഷ്ക്രിയത്വത്തെ ഇല്ലാതാക്കും എന്നെനിക്കറിയാമായിരുന്നു കാരണം, ജീവനക്കാർക്ക് കൈകാര്യം ചെയ്യൽ ആവശ്യമാണ്. ഒരു നിശ്ചിത തലത്തിലെത്തിയാൽ പിന്നെ മാനേജർമാർക്കുപോലും മാനേജർമാരെ ആവശ്യമുണ്ട്.

എന്റെ കമ്പനിയെ ഓട്ടോപൈലറ്റിൽ നിർത്തുകയും അത് കാലക്രമേണ സാവധാനം ഇല്ലാതാകുന്നത് കാണുകയും ചെയ്യുക എന്നതായിരുന്നു മറ്റ് പോംവഴികൾ (വെബ് കമ്പനികൾ നിരന്തരം പുനർനിർമ്മിക്കേണ്ടതുണ്ട്),

കഴിച്ചെടുത്ത് "സ്റ്റാർട്ടപ്പ്" മോഡിലേക്ക് മടങ്ങുക ("ച്ചമ"-യെപോലെ ജോലിയുടെ സമയദീർഘം), അല്ലെങ്കിൽ അത് വിൽക്കുക. ഓപ്ഷനുകൾ വിലയിരുത്തിയ തിനുശേഷം, ഞാൻ വിൽക്കാമെന്നത് തിരഞ്ഞെടുത്തു. എന്റെ കാര്യത്തിൽ, ഹ്യൂമൻ റിസോഴ്സ് കൂട്ടുക എന്നത് നിഷ്ക്രിയത്വത്തെ കുറക്കുകയാണ്, കൂട്ടുകയല്ല. കൂടുതൽ ആളുകളെ ജോലിക്കെടുക്കുന്നതു വഴി ഞാൻ കൂടുതൽ പണം സമ്പാദി ക്കുമായിരുന്നു. എന്നാൽ, അതിനായി എന്റെ ഒഴിവു സമയം ഉപേക്ഷിക്കാൻ ഞാൻ തയ്യാറായിരുന്നില്ല.

ഞാൻ എന്റെ കമ്പനി വിറ്റ് ഒരു വർഷം കഴിഞ്ഞ്, വിമാനത്താവളത്തിന് സമീപം ഒരു പാർക്കിംഗ് ബിസിനസ്സിന്റെ സാധ്യത ഞാൻ പരിശോധിച്ചു. ഫീനിക്സ് വിമാനത്താവളത്തിലേക്കുള്ള പ്രാദേശിക യാത്രക്കാർക്ക് തൊട്ടടുത്തുള്ള പാർക്കിംഗ് സ്ഥലത്ത് അവരുടെ കാർ വാലറ്റ് പാർക്ക് ചെയ്യുകയും, എയർപോർ ട്ടിലേക്ക് വണ്ടിയിൽ കൊണ്ടുവിടുകയും ചെയ്യും. പൊതുവിൽ, ഇത് ഒരു വാടക സംവിധാനം ആയിരുന്നു. ആളുകൾ അവരുടെ കാർ പാർക്ക് ചെയ്യാൻ പണം നൽകുകയും ഞാൻ പാർക്ക് ചെയ്തിരിക്കുന്ന ഓരോ കാറിനും പ്രതിദിന ഫീസ് നേടുകയും ചെയ്യും. അതിന് ഇന്റർനെറ്റ് പോലുള്ള ഗുണങ്ങളുണ്ടായിരുന്നു; അത് 24x7 ഓടുകയും വരുമാനം ഉണ്ടാക്കുകയും ചെയ്തു. ലളിതമായ സമയത്തിലൂടെ. നിഷ്ക്രിയത്വത്തിന് ഉയർന്ന സാധ്യതയുള്ള മികച്ച ആശയമായിരുന്നു അത്. എയർപോർട്ടിന് സമീപം ഞാൻ ഭൂമി വിൽപ്പനക്ക് കണ്ടെത്തി, അത് സ്ഥിര പ്പെടുത്തി. ഞാൻ നമ്പറുകൾ പ്രവർത്തിപ്പിക്കാൻ തുടങ്ങി, ഈ ബിസിനസ്സ് എങ്ങനെ യാഥാർത്ഥ്യമാക്കാം എന്നറിയാനുള്ള പ്രൊജക്ഷനുകളും സാഹചര്യ ങ്ങളും നോക്കി.

അക്കങ്ങൾ പ്രധാനപ്പെട്ട ചിലത് വെളിപ്പെടുത്തി. "വാടക വ്യവസ്ഥയുടെ" ഡിഎൻഎ ബിസിനസ്സ് മോഡലിന് ഉണ്ടായിരുന്നു. എന്നാൽ പ്രവർത്തനം ഒരു "മനുഷ്യവിഭവ വ്യവസ്ഥ" ആയിരുന്നു. ഈ ആശയം വിജയിക്കുകയാണെങ്കിൽ, ഇതിന് കുറഞ്ഞത് രണ്ട് ഡസൻ ആളുകളുടെ ശമ്പളം ആവശ്യമായി വരുമായി രുന്നു. അത് എന്നെ തണുപ്പിച്ചു, ഞാൻ അത് തുടർന്നില്ല. മനുഷ്യവിഭവശേഷി സംവിധാനങ്ങൾക്ക് മാനേജ്മെന്റ് ബുദ്ധിമുട്ടുകൾ പ്രവചനാതീതമായിരിക്കും അത് "നിഷ്ക്രിയത്വം" ഒരു സാധ്യതയില്ലാത്തതാക്കുന്ന കൂടാതെ/അല്ലെങ്കിൽ വിദൂര സാധ്യതയാക്കി മാറ്റും.

ഫാസ്റ്റ്ലെയ്ൻ കമ്മ്യൂണിറ്റിയിലെ ഒരു അംഗത്തിന് കുറച്ച് സ്വയം സംഭരണ സൗകര്യങ്ങളുണ്ട്. അവരുടെ ബിസിനസ്സ് ഒരു വാടക സംവിധാന മാണ്. ആളുകൾ അവരുടെ ഉപയോഗ ശൂന്യമായ സാധനങ്ങൾ സൂക്ഷിക്കാൻ പണം നൽകുകയും അവർക്ക് പ്രതിമാസ വരുമാനം ലഭിക്കുകയും ചെയ്യുന്നു. അവരുടെ ബിസിനസ്സ് ഒരു ഹ്യൂമൺ റിസോഴ്സ് സംവിധാനത്തിലാണ് പ്രവർ ത്തിക്കുന്നതെന്ന് നിങ്ങൾ ഊഹിക്കും – മാനേജ്മെന്റുകൾ, പ്രോപ്പർട്ടി അസി സ്റ്റന്റുമാർ – പക്ഷേ അത് അങ്ങനെയല്ല. അവരുടെ സംവിധാനം യാന്ത്രികമാണ്, ഓരോ വസ്തുക്കളും പ്രവർത്തിപ്പിക്കുന്നതിന് പൊതുജനങ്ങൾക്ക് ഉപയോഗിക്കാ വുന്ന ഒരു കമ്പ്യൂട്ടർ സിസ്റ്റം. ഇത് അവരുടെ ബിസിനസ്സ് 85% നിഷ്ക്രിയമാക്കുന്നു. കിയോസ്കിനു പകരം, ഹ്യൂമൻ റിസോഴ്സ് സംവിധാനങ്ങൾ ആക്കുക, നിഷ്ക്രിയാ വസ്ഥയുടെ നിരക്ക് താഴും.

മനുഷ്യവിഭവശേഷി സംവിധാനങ്ങൾ നിഷ്ക്രിയത്വത്തിലേക്കുള്ള ചോർച്ച യാണെന്ന് ഇത് സൂചിപ്പിക്കുന്നുണ്ടോ?

ഇത് ആശ്രയിച്ചിരിക്കുന്നു.

ഒന്നാമതായി, ബിസിനസ്സിൽ ഇപ്പോഴുള്ള നിഷ്ക്രിയത്വത്തിന്റെ നില എന്താണ്? നിങ്ങൾ ഒരു കോഫി ഷോപ്പ് സ്വന്തമാക്കി ആഴ്ചയിൽ 80 മണിക്കൂർ ജോലി ചെയ്യുകയാണ്, എങ്കിൽ നിങ്ങൾക്ക് പൂജ്യം നിഷ്ക്രിയത്വമാണ് ഉള്ളത്. മാനുഷിക വിഭവ സംവിധാനമായ ഒരു ജനറൽ മാനേജർ നിഷ്ക്രിയത്വം ഏകദേശം 40% വർദ്ധിപ്പിക്കും. എന്റെ ബിസിനസ്സിൽ, ഞാൻ 80% നിഷ്ക്രിയത്വത്തിലാണ് പ്രവർത്തിക്കുന്നത്. ഏതെങ്കിലും മനുഷ്യവിഭവശേഷി കൂട്ടിച്ചേർക്കുന്നതോടെ സംവിധാനത്തിലെ നിഷ്ക്രിയത്വം കുറക്കുമായിരുന്നു.

നല്ല ജീവനക്കാർ പണവൃക്ഷങ്ങൾ വളർത്തുന്നു. മോശം ജീവനക്കാർ പണത്തിന്റെ ഫലം പറിച്ചെടുക്കുന്നു, വെട്ടിക്കളയേണ്ടത് ആവശ്യമാണ്. എന്നിരുന്നാലും അത് നിങ്ങളെ തടയാൻ അനുവദിക്കരുത്. നിങ്ങൾക്ക് ദശലക്ഷക്കണക്കിന് അല്ലെങ്കിൽ കോടിക്കണക്കിന് ഉണ്ടാക്കണമെങ്കിൽ, മനുഷ്യ വിഭവശേഷി സംവിധാനങ്ങൾ (ജീവനക്കാർ) ആവശ്യമാണ്. അതേസമയം ഏകസംരംഭകർക്ക് ധാരാളം പണം സമ്പാദിക്കാൻ കഴിയും, എന്നാലും എല്ലാം സ്വയം ചെയ്യാൻ കഴിയില്ല. ചില ഘട്ടത്തിൽ, നിങ്ങളുടെ സമയവും വളർച്ചയും നിയന്ത്രിക്കുന്നതിന് മുൻഗണന നൽകണം.

അധ്യായ സംഗ്രഹം : ഫാസ്റ്റ്‌ലെയ്ൻ പ്രത്യേകതകൾ

- സ്ലോലെയ്നിന്റെ "പണത്തിനായി സമയം," ഇടപാട് ബന്ധത്തിൽനിന്ന് സ്വയം മോചനം നേടുന്നതിന് നിങ്ങൾ ഒരു നിർമ്മാതാവാകേണ്ടതുണ്ട്, പ്രത്യേകിച്ചും, ഒരു ബിസിനസ്സ് ഉടമ ആകേണ്ടതുണ്ട്.
- ബിസിനസ്സ് സംവിധാനങ്ങൾ "പണത്തിനായുള്ള നിങ്ങളുടെ സമയം" തമ്മിലുള്ള ബന്ധം തകർക്കുന്നു, കാരണം അവ നിങ്ങളുടെ സമയവ്യാപാരത്തിനായി പകരക്കാരെപ്പോലെ പ്രവർത്തിക്കും.
- നിങ്ങളുടെ എല്ലാ ആവശ്യങ്ങളും ജീവിതശൈലി ചെലവുകളും (നികുതി ഉൾപ്പെടെ) കവിയുന്ന ഒരു നിഷ്ക്രിയ വരുമാനം നിങ്ങൾക്കുണ്ടെങ്കിൽ, നിങ്ങൾ വിരമിച്ചു.
- വിരമിക്കൽ ഏത് പ്രായത്തിലും സംഭവിക്കാം.
- പണവൃക്ഷത്തിൽനിന്നുള്ള ഫലം നിഷ്ക്രിയ വരുമാനമാണ്.
- ഒരു ഫാസ്റ്റ്‌ലെയ്ൻ ലക്ഷ്യം, നിങ്ങളുടെ സമയത്തെ ഒഴികെ സമയത്തെ അതിജീവിക്കുന്ന ഒരു ബിസിനസ്സ് സംവിധാനം സൃഷ്ടിക്കുക എന്നതാണ്.
- 5 മണി-ട്രീ തൈകൾ എന്നത് വാടക സംവിധാനങ്ങൾ, കമ്പ്യൂട്ടർ സംവിധാനങ്ങൾ, ഉള്ളടക്ക സംവിധാനങ്ങൾ, വിതരണ സംവിധാനങ്ങൾ, മനുഷ്യവിഭവശേഷി സംവിധാനങ്ങൾ എന്നിവയാണ്.
- റിയൽ എസ്റ്റേറ്റ്, ലൈസൻസുകൾ, പേറ്റന്റുകൾ എന്നിവ വാടക സംവിധാനങ്ങളുടെ ഉദാഹരണങ്ങളാണ്.
- കമ്പ്യൂട്ടർ സംവിധാനങ്ങളുടെ ഉദാഹരണങ്ങളാണ് ഇന്റർനെറ്റ്, സോഫ്റ്റ്‌വെയർ ബിസിനസ്സുകൾ.
- ഗ്രന്ഥരചന, ബ്ലോഗിംഗ്, മാസികകൾ എന്നിവ ഉള്ളടക്ക സംവിധാനങ്ങളുടെ രൂപങ്ങളാണ്.

- ഫ്രാഞ്ചൈസിംഗ്, ചെയിനിംഗ്, നെറ്റ്‌വർക്ക് മാർക്കറ്റിംഗ്, ടെലിവിഷൻ മാർക്കറ്റിംഗ് എന്നിവയാണ് വിതരണ സംവിധാനങ്ങളുടെ ഉദാഹരണങ്ങൾ.
- ഹ്യൂമൻ റിസോഴ്സ് സംവിധാനങ്ങൾക്ക് നിഷ്ക്രിയത്വത്തിലേക്ക് കൂട്ടിച്ചേർക്കാനോ കുറക്കാനോ കഴിയും.
- മാനവവിഭവശേഷി സംവിധാനങ്ങൾ കൈകാര്യം ചെയ്യുന്നതിനും നടപ്പിലാക്കുന്നതിനും ഏറ്റവും ചെലവേറിയതാണ്.

സ്വാതന്ത്ര്യ സമരത്തിനായി സൈന്യത്തെ തയ്യാറാക്കുക

ധനികൻ ദരിദ്രനെ ഭരിക്കുന്നു,
കടം വാങ്ങുന്നവൻ കടം കൊടുക്കുന്നവന്റെ അടിമയാണ്.
—സദൃശവാക്യങ്ങൾ 22:7 (NIV)

സമ്പന്നർ എങ്ങനെ സമ്പത്ത് വർദ്ധിപ്പിക്കുന്നു

ലിമോസിനുകളിൽ ചില ആളുകൾക്കായി കുറച്ച് വർഷങ്ങൾ ഞാൻ ഡ്രൈവറായി ജോലി ചെയ്തു, അതിനാൽ ഞാൻ ഒരുപാട് കേൾക്കേണ്ടിയും വന്നു. ഞാൻ ഓർമ്മിക്കുന്നു, ഒരു മാസത്തിൽ പലതവണ പാർട്ടികൾക്കും ലഹരി ഉല്ലാസയാത്രകൾക്കും തന്റെ സ്വകാര്യ അകമ്പടി സേവിക്കാൻ എന്റെയും ലിമോസിന്റെയും സഹായം ഉപയോഗിച്ച 20-ഓളം പ്രായമുള്ള ഒരു യുവ ക്ലയന്റ് ഗാരിയെ. പ്രത്യേകിച്ച്, ഈ വ്യക്തി വെള്ളിയാഴ്ചയോ ശനിയാഴ്ചയോ മാത്രമല്ല, ആഴ്ചയിൽ എല്ലാ സമയങ്ങളിലും അദ്ദേഹം ലിമോസിൻ വാടകയ്ക്കെടുക്കും. അവന്റെ ജീവിതത്തിലെ എല്ലാ ദിവസവും അവന്റെ വാരാന്ത്യമായിരുന്നു. അവൻ എപ്പോൾ ലിമോസിൻ വാടകയ്ക്കെടുത്താലും, എനിക്കറിയാമായിരുന്നു അതൊരു നീണ്ടതും ലാഭകരവുമായ രാത്രിയാകുമെന്ന്, കാരണം അയാൾ മനസ്സറിഞ്ഞ് ടിപ്പ് നൽകുകയും ചെയ്തിരുന്നു.

തകർന്നതും സമ്പത്തിന്റെ വിദ്യാർത്ഥിയും ആയതിനാൽ എനിക്ക് എന്റെ ജിജ്ഞാസ അടക്കാനായില്ല. ഞാൻ ലിമോ കമ്പനി ഉടമയോട് ചോദിച്ചു, “എന്താണ് ഗാരിയുടെ കഥ?” ഗാരി സെമി-റിട്ടയർഡ് ആണെന്നും തന്റെ അഡ്മിനിസ്ട്രേറ്റീവ് ഓഫീസ് കമ്പനി ദശലക്ഷങ്ങൾക്ക് വിറ്റുവെന്നും അദ്ദേഹം എന്നോട് പറഞ്ഞു. വളരെ രസകരം. ഇയാൾക്ക് എന്നേക്കാൾ അധികം പ്രായമുണ്ടാവില്ല, അവൻ നേരത്തെ തന്നെ റിട്ടയർ ചെയ്ത് വലിയ രീതിയിൽ ജീവിക്കുന്നു!

അടുത്ത കുറച്ചുതവണകൂടി ഞാൻ ആ മനുഷ്യനുവേണ്ടി ഡ്രൈവറായി, സമ്പന്നരുടെ ഒരു രുചികരമായ വിവരം ലഭിക്കുമെന്ന് പ്രതീക്ഷിച്ചുകൊണ്ട് അവന്റെ സംഭാഷണങ്ങൾ ഞാൻ ശ്രദ്ധിച്ചു.

കിട്ടുകയും ചെയ്തു.

തന്റെ ക്ലബ്ബ് സഹായിയോട്, ഗാരി മദ്യപിച്ച് പറയുന്നത് ഞാൻ കേട്ടു : "മുനിസിപ്പാലിറ്റികൾക്കും ട്രഷറികൾക്കും നന്ദി, ഇനിയും എന്റെ ജീവിതത്തിലെ ഒരു ദിവസം പോലും എനിക്ക് ജോലി ചെയ്യേണ്ടതില്ല."

സമ്പത്ത് കുരുക്കിന്റെ മറ്റൊരു ഭാഗവും കൂടി പരിഹരിച്ചു.

നിലവിലുള്ള നിഷ്ക്രിയ വരുമാനത്തിന്റെ ഏറ്റവും മികച്ച വേദി

മുൻ അധ്യായത്തിൽ, നിലവിലുള്ള ഏറ്റവും മികച്ച മണി-ട്രീ തൈകളെ പരാമർശിക്കാൻ ഞാൻ വിട്ടുപോയി. ഞാൻ അത് ഒഴിവാക്കി, കാരണം ഇത് ശരിക്കും ഒരു ബിസിനസ്സ് തൈയല്ല, മറിച്ച് ഇതിനകം തന്നെ നിങ്ങളുടെ കൈവശമുള്ള ഒരു വിത്താണ്. നിങ്ങൾ തകർന്നിരിക്കുകയാണെങ്കിലും, ജോലിയിൽനിന്ന് പിരിച്ചുവിടലിന്റെ വക്കിലാണെങ്കിലും അല്ലെങ്കിൽ ബിസിനസ്സ് ഇല്ലാതിരിക്കിലും, നിങ്ങൾക്ക് ഇതിനകംതന്നെ നിലവിലുള്ള ഏറ്റവും മികച്ച മണി-ട്രീ വിത്തിനുള്ള അസംസ്കൃത വസ്തുക്കൾ ഉണ്ട്.

എന്താണിത്? ഊഹിക്കുക. റിയൽ എസ്റ്റേറ്റ്? ഒരു ഇന്റർനെറ്റ് ബിസിനസ്സ്? ഒരു നെറ്റ്‌വർക്ക് മാർക്കറ്റിംഗ് കമ്പനി? ഒരു കണ്ടുപിടുത്തത്തിന്റെ ലൈസൻസ്? അല്ല, അല്ല, ഒരിക്കലും അല്ല. നിലവിലുള്ള മികച്ച പണവൃക്ഷം നിങ്ങളുടെ പോക്കറ്റിൽത്തന്നെ ഇരിക്കുന്നു : അതേ, പഴയ പരീക്ഷണമാക്കിയ വിത്ത്, പണം.

അതെ, പണം. പണം മാത്രമാണ് പണവൃക്ഷങ്ങളുടെ രാജാവ്.

പണം എങ്ങനെ നിഷ്ക്രിയമാണ്? നിങ്ങൾക്ക് ധാരാളം പണമുണ്ടെങ്കിൽ, നിങ്ങൾക്ക് ഉപഭോക്താവിൽനിന്ന് നിർമ്മാതാവിലേക്ക് മാറുന്നതിനുള്ള ഗേറ്റിന്റെ ചാവി നൽകപ്പെട്ടും. പ്രത്യേകിച്ചും, നിങ്ങൾ കടം വാങ്ങുന്നയാളിൽ നിന്ന് കടംകൊടുക്കുന്നവനിലേക്ക് നീങ്ങുന്നു. നിങ്ങൾ ജീവനക്കാരനിൽനിന്ന് തൊഴിലുടമയിലേക്ക് മാറുന്നു. നിങ്ങൾ ഉപഭോക്താവിൽനിന്ന് നീങ്ങുന്നു ഉടമയിലേക്ക്. മറ്റൊരുവിധത്തിൽ പറഞ്ഞാൽ, നിങ്ങളുടെ പണം ഉപയോഗിക്കുന്നതിന് പലിശയുടെയോ ഉടമസ്ഥതയുടെയോ രൂപത്തിൽ ആളുകൾ നിങ്ങൾക്ക് പണം നൽകുന്നു.

ഉദാഹരണത്തിന്, നമുക്ക് പലിശ പരിശോധിക്കാം, അത് പണം കടം കൊടുക്കുന്നതിന് നേടിയ ഒരു ഫീസാണ്. ശരിയാണ് ഇപ്പോൾ നിങ്ങൾ ഒരുപക്ഷേ പലിശ സമ്പാദിക്കാത്ത, എന്നാൽ പലിശ നൽകുന്ന ഒരാളായിരിക്കാം. ആരോ നിങ്ങളുടെ വീടിനുള്ള പണം കടം നൽകി, പകരം നിങ്ങൾ ഉടമക്ക് പലിശ അടക്കും. ആ പലിശ മറ്റൊരാൾക്ക് ലാഭമോ വരുമാനമോ ആണ്.

കടം കൊടുക്കുന്നയാൾ ആകുന്നത് സങ്കീർണ്ണമാണെന്ന് തോന്നുമെങ്കിലും, അത് അങ്ങനെയല്ല. ഒരു ബാങ്കിൽനിന്ന് ഒരു ഡെപ്പോസിറ്റ് സർട്ടിഫിക്കറ്റ് വാങ്ങുന്ന സമയം, നിങ്ങൾ ഒരു വായ്പക്കാരനാകും. ഒരു മുനിസിപ്പൽ ബോണ്ട്, ഉറവിടത്തിൽനിന്ന് നേരിട്ടോ അല്ലെങ്കിൽ പരോക്ഷമായ മ്യൂച്വൽ ഫണ്ട് വഴിയോ വാങ്ങുന്നതുവഴി, നിങ്ങൾ കടം കൊടുക്കുന്നവനാകുന്നു. നിങ്ങൾ ബാങ്കിൽ പണം നിക്ഷേപിക്കുമ്പോൾ, നിങ്ങൾ ഒരു കടം കൊടുക്കുന്നയാളായി മാറുന്നു.

ഒരു കടം കൊടുക്കുന്നയാൾ എന്ന നിലയിൽ, നിങ്ങൾ വായ്പകൾ കൈകാര്യം ചെയ്യുന്നില്ല; നിങ്ങൾ വെറുതെ ഇരുന്നു ചെക്കുകൾ ശേഖരിക്കുന്നു. ഇത് വളരെ എളുപ്പവും മികച്ച നിഷ്ക്രിയവുമാണ്. എന്റെ സമ്പന്നനായ ലിമോസിൻ യാത്രക്കാ

രനായ ഗാരി ഒരു കടം കൊടുക്കുന്നയാളായിരുന്നു, ജീവിതത്തിൽ ഒരു ദിവസം പോലും ജോലി ചെയ്യേണ്ടി വന്നിട്ടില്ല.

സംരക്ഷിച്ചുവെക്കുന്നവർ കടം കൊടുക്കുന്നവരും ഉടമകളും നിർമ്മാതാക്കളുമായി മാറുന്നു

ഒരിക്കൽ ഒരു "ടൂ-ഡാഡ്" ഗുരുവിൽ നിന്ന് ഒരു റേഡിയോ പരസ്യം ഞാൻ കേട്ടു, അത് ഒരു സെമിനാറിൽ പങ്കെടുക്കുന്നതിന് ക്ഷണിച്ചുകൊണ്ടുള്ളതായിരുന്നു. അദ്ദേഹം പ്രഖ്യാപിച്ചു : "സംരക്ഷിച്ചുവെക്കുന്നവർ പരാജിതരാണ്!" എനിക്ക് എന്റെ കാതുകളെ വിശ്വസിക്കാനായില്ല. സംരക്ഷിച്ചുവെക്കുന്നവർ പരാജിതർ? പിന്നെ ആരാണ് വിജയികൾ? അപകടകരമായ റിയൽ എസ്റ്റേറ്റ് നിക്ഷേപങ്ങളിൽ ദശലക്ഷക്കണക്കിന് കടം വാങ്ങാൻ നിങ്ങൾ ഉപദേശിച്ച ആളുകൾ? ലാഭിക്കുന്നവർ പരാജിതരല്ല. ലാഭിക്കുന്നവർ വിജയികളാണ്, കാരണം അവർ ഒടുവിൽ കടം കൊടുക്കുന്നവരായി മാറുന്നു. ലാഭിക്കുന്നവർ വിജയികളാണ്, കാരണം അവർ കമ്പനികളുടെ ഉടമകളാകുന്നു. ലാഭിക്കുന്നവർ വിജയികളാണ്, കാരണം അവർ നിർമ്മാതാക്കളാകുകയും ആസ്തികൾ നിർമ്മിക്കുകയും ചെയ്യുന്നു.

നിങ്ങളുടെ വാലറ്റ് തുറന്ന് ഒരു ഡോളറിൽ നോക്കുക. ഒരു ഡോളർ. ഇതുകൊണ്ട് അധികം വാങ്ങാനാകില്ല, പക്ഷേ അത് ഒരു നിഷ്ക്രിയ വരുമാന സ്കീമിലേക്കുള്ള ഭ്രൂണത്തിന്റെ തുടക്കമാണ്. ഒരു ഡോളറിന് നിങ്ങളുടെ ജീവിതത്തിനാവശ്യമായ നിഷ്ക്രിയ വരുമാനം തരുവാനുള്ള ശക്തിയുണ്ട്. അതെ, ജീവിതത്തിനായി. ഒരു നിക്കൽ സ്ക്വാറ്റ് വാങ്ങുമ്പോൾ, അത് പണത്തിൽ അന്തർലീനമായ DNA അൺലോക്ക് ചെയ്യുന്നു – അത് പൂർണ്ണമായും നിഷ്ക്രിയമാണ്.

ഈ ലളിതമായ യാഥാർത്ഥ്യം കാരണം ഞാൻ എന്റെ മുപ്പതുകളിൽ വിരമിച്ചു. ഞാൻ ഒരു വായ്പക്കാരനാണ്, നിങ്ങൾക്ക് കടം കൊടുക്കാൻ ധാരാളം പണമുണ്ടെങ്കിൽ, എല്ലാ മാസവും നിഷ്ക്രിയ വരുമാനം വരുന്നതിനാൽ നിങ്ങൾ സ്വതന്ത്രമായി ജീവിക്കുന്നു.

നിങ്ങൾക്ക് 10 മില്യൺ ഡോളർ ഉണ്ടായിരുന്നെങ്കിൽ, അത് വെറും 5% പലിശക്ക് കടം കൊടുത്താൽ, നിങ്ങൾക്ക് ആസ്വദിക്കാം ഓരോ മാസവും $41,666 നിഷ്ക്രിയ വരുമാനം. നിങ്ങളുടെ പ്രതിമാസ വരുമാനം 8% ആണെങ്കിൽ പ്രതിമാസം $66,666 – പൂർണ്ണമായി നിഷ്ക്രിയം. പ്രതിമാസം 60,000 ഡോളറിലധികം! ഇത് പ്രാഥമിക കാര്യങ്ങളൊന്നും തൊടാതെയാണ്. നിങ്ങൾക്ക് വർഷങ്ങളോളം ഇത് ചെയ്യാൻ കഴിയും, ഇപ്പോഴും 10 ദശലക്ഷം ഡോളർ അവശേഷിക്കുന്നുണ്ട്!

എല്ലാ മാസവും നിങ്ങളുടെ മെയിൽബോക്സ് തുറക്കുമ്പോൾ $40,000-ന്റെ ചെക്ക് കിട്ടുന്നതായി സങ്കൽപ്പിക്കുക – നിങ്ങൾക്ക് അതിനായി ഒന്നും ചെയ്യേണ്ടിയും വരുന്നില്ല. പ്രതിമാസം $40,000 സമ്പാദിക്കുന്നതിൽ നിങ്ങൾക്ക് എന്ത് ബുദ്ധിമുട്ടുകൾ നേരിടാനാണ്? ഞാൻ ഒരുപാട് വാതുവെച്ചു. നടക്കാത്തത്? എന്നാൽ അല്ല? ഞാൻ ജീവിക്കുന്നത് ഇങ്ങനെയാണ്. കുറഞ്ഞ പലിശ നിരക്കിലുള്ള അന്തരീക്ഷത്തിൽപോലും എനിക്ക് 4%–6%-ൽ സുരക്ഷിതമായ നിക്ഷേപ വരുമാനം കണ്ടെത്താൻ കഴിയും, ചിലത് നികുതി രഹിതം. പലിശ നിരക്ക് വർദ്ധിക്കുന്നതിനെക്കുറിച്ചുള്ള ചിന്തയിൽ ഭൂരിഭാഗം ആളുകളും വിറക്കുന്നു, എനിക്കത് ഇഷ്ടമാണ്. എനിക്ക് ശമ്പള വർദ്ധനവ് ലഭിക്കുന്നു. 1% പലിശ നിരക്ക് വർദ്ധനവ് എനിക്ക് പ്രതിമാസം ആയിരങ്ങളായി വിവർത്തനം ചെയ്യുന്നു. പലിശനിരക്കുകൾക്കൊപ്പം പണപ്പെരുപ്പവും ഒരേപോലെ ഉയരുന്നതിനാൽ, എന്റെ

വരുമാനത്തിന് പണപ്പെരുപ്പ സംരക്ഷണത്തിന്റെ ഒരു ഘടകമുണ്ട്. പണപ്പെരുപ്പം ഉയർന്നാൽ പലിശനിരക്കും കൂടും. അപ്പോൾ ഇതെല്ലാം എങ്ങനെ യാഥാർത്ഥ്യമാകും? ഞാൻ എന്റെ ഇന്റർനെറ്റ് ബിസിനസ്സുകൾ (ഒരു ബിസിനസ്സ് മണിട്രീ തൈകൾ) വഴി ഒരു നിഷ്ക്രിയ വരുമാന സ്കീം സൃഷ്ടിച്ചു, ഇത് എന്റെ വായ്പയിൽനിന്നുള്ള നിഷ്ക്രിയ വരുമാന സംവിധാനത്തിന് ധനസഹായം നൽകി. എന്റെ ഇന്റർനെറ്റ് ബിസിനസ്സ് 80% നിഷ്ക്രിയമായിരിക്കുമ്പോൾ (അതെ, എനിക്ക് ആഴ്ചയിൽ നിരവധി മണിക്കൂർ ജോലി ചെയ്യേണ്ടിവന്നു), എന്റെ വായ്പയുടെ നിഷ്ക്രിയത്വം 99.5% ആണ്. ഞാൻ ഫലത്തിൽ ഒന്നും ചെയ്യുന്നില്ല, ചെക്കുകൾ വരുന്നു.

എന്റെ സമയം ഡോളറിനായി ട്രേഡ് ചെയ്യുന്നതിനുപകരം, ഞാൻ എന്റെ സമയം ഒരു സ്വയംഭരണാധികാരത്തിലേക്ക് നിക്ഷേപിച്ചു. സിസ്റ്റം ഒരേസമയം നിഷ്ക്രിയത്വത്തിന് പ്രാപ്തവും എന്റെ പണ വ്യവസ്ഥയ്ക്ക് ധനസഹായം നൽകാൻ കഴിവുള്ളതുമാണ്. ഇതൊരു ഇരട്ട-വശങ്ങളുള്ള ആക്രമണമായിരുന്നു, നിഷ്ക്രിയ വരുമാനമായിരുന്നു ചെറുതും വലുതുമായ ലക്ഷ്യം.

നിങ്ങളുടെ സ്വാതന്ത്ര്യത്തിനായി സൈന്യത്തെ ശേഖരിക്കുക

ലാഭിക്കുന്ന ഓരോ ഡോളറും നിങ്ങളുടെ സൈന്യത്തിലെ മറ്റൊരു സ്വാതന്ത്ര്യ സേനാനികളാണ്. നിങ്ങളുടെ പണം നിങ്ങൾക്കായി പോരാടുകയാണെങ്കിൽ, നിങ്ങളുടെ സമയം സ്വതന്ത്രമാവുകയും "പണത്തിനായുള്ള സമയം" എന്ന സമവാക്യം നിങ്ങൾ തകർക്കുകയും ചെയ്യുന്നു.

പണം നിങ്ങളുടെ സൈന്യമാണ്. നിങ്ങൾക്ക് എത്രയധികം ഉണ്ടോ അത്രയധികം അവർ സ്വാതന്ത്ര്യത്തിനായി പോരാടും. സ്ലോലെയ്നർമാർ സമ്പത്ത് സമവാക്യത്തിലെ വരുമാന വേരിയബിളിൽ ശ്രദ്ധ കേന്ദ്രീകരിക്കേണ്ടതിനു പകരം, ചെലവ് വേരിയബിളിൽ ശ്രദ്ധ കേന്ദ്രീകരിക്കുന്നു. നിങ്ങളുടെ സ്വാതന്ത്ര്യ സമര പ്രവർത്തകരുടെ സൈന്യത്തെ വളർത്തുന്നതിനുള്ള താക്കോലാണ് വരുമാനം. ജിമ്മിയുടെ ഓട്ടോ സലൂണിൽ കാറുകളുടെ വിശദാംശങ്ങൾ പറഞ്ഞുകൊടുത്തുകൊണ്ട് ഒരു വലിയ സൈന്യത്തെ നിങ്ങൾ റിക്രൂട്ട് ചെയ്യാൻ പോകുന്നില്ല.

ഞാൻ യുഎസ് ഡോളറിനെ മാത്രമല്ല, എല്ലാ അന്താരാഷ്ട്ര ഡോളർ മൂല്യമുള്ള ആസ്തികളെയും പരാമർശിക്കുന്നു. ഞാൻ ഇത് എഴുതുമ്പോൾ, എന്റെ വരുമാനത്തിന്റെ ഭൂരിഭാഗവും ശക്തമായ കറൻസികളും മികച്ച വരുമാനമുള്ള മറ്റ് രാജ്യങ്ങളിലെ യു.എസ്. ഡോളർ ഇതര ആസ്തികളിൽനിന്ന് ഉരുത്തിരിഞ്ഞതാണ്. ഫാസ്റ്റ്ലെയ്നർമാർ പ്രാദേശികമായല്ല, ആഗോളതലത്തിൽ ചിന്തിക്കുന്നു.

ഒരു ഡോളർ നിങ്ങൾക്ക് എത്രമാത്രം അർത്ഥവത്താണ്? എല്ലാ വെള്ളിയാഴ്ചയും ക്ലബ്ബിൽ നിങ്ങൾക്ക് മദ്യം സെർവ്ചെയ്ത് ലഭിക്കുന്നതിനായുള്ള ഒരു സംവിധാനം? അതോ നിങ്ങളുടെ പണവൃക്ഷത്തിന്റെ വിത്താണോ? അത് നിങ്ങളുടെ സ്വാതന്ത്ര്യ പോരാളിയാണോ? നിങ്ങൾ പണത്തിനുവേണ്ടി പോരാടുന്നതിന് പകരം പണത്തെ നിങ്ങൾക്കായി പോരാടിപ്പിക്കുക.

ഫാസ്റ്റ്ലെയ്നർമാർ (സമ്പന്നർ) എങ്ങനെയാണ് സംയുക്ത പലിശ ഉപയോഗിക്കുന്നത്

സ്ലോലെയ്ൻ പരിശോധിക്കുമ്പോൾ, ഞാൻ സംയുക്ത പലിശയ്ക്ക് അതിന്റെ സമ

യത്തോടുള്ള ആസക്തി കാരണം, ഒരു നപുംസകമാണെന്ന് ആരോപിച്ചു. സ്ലോലെയൻ മീഡിയ പാദസേവകർ ആ ആരോപണം വായിച്ചാൽ, അപ്പോൾ എന്നെ കുരിശിലേറ്റും. സംയുക്ത പലിശയെ നിശ്ചിതമായി വിമർശിക്കുക എന്നത് സാമ്പത്തിക ദൈവനിന്ദയുടെ പരകോടിയാണ്. പക്ഷേ, വലിയ തുകകളിൽ പ്രയോജനപ്പെടുത്തുമ്പോൾ അത് ശക്തമായ ഒരു വരുമാനം ഉണ്ടാക്കുന്ന നിഷ്ക്രിയത്വമാണെന്ന് ഞാൻ ഘോഷിക്കുകയും ചെയ്തു. പരസ്പര വിരുദ്ധമാണോ?

വിദ്യാഭ്യാസം പോലെതന്നെ, ഫാസ്റ്റ്ലെയ്നേർസും സ്ലോലെയ്നേർസും സംയുക്ത താൽപര്യം വ്യത്യസ്തമായി ഉപയോഗിക്കുന്നു. സ്ലോലെയ്നർമാർ (മധ്യവർഗ്ഗക്കാർ) സമ്പന്നരാകാൻ കൂട്ടുപലിശ ഉപയോഗിക്കുന്നു ഫാസ്റ്റ് ലെയ്നർമാർ (സമ്പന്നർ) വരുമാനവും പണലഭ്യതയും സൃഷ്ടിക്കാൻ ഇത് ഉപയോഗിക്കുന്നു. സ്ലോലെയ്നർസ് ആരംഭിക്കുന്നത് $5-ൽ ആണ്; ഫാസ്റ്റ്ലെയ്നറുകൾ 5 മില്യൺ ഡോളറിൽ തുടങ്ങുന്നു.

കൂട്ടുപലിശ എനിക്ക് ധാരാളം പണം നൽകുന്നു. ഞാൻ ഉപയോഗിക്കുന്ന ഒരു ഉപകരണമാണിത്. ഇത് ഒരു വലിയ നിഷ്ക്രിയ വരുമാന സ്രോതസ്സാണ്. എന്നിട്ടും, കൂട്ടുപലിശ എന്റെ സമ്പത്തിന് ഉത്തരവാദിയല്ല. ഇത് നിർണ്ണായകമാണ്. ഫാസ്റ്റ്ലെയ്നർമാർ സമ്പത്ത് കെട്ടിപ്പടുക്കാൻ സംയുക്ത പലിശ ഉപയോഗിക്കുന്നില്ല, കാരണം അത് അവരുടെ സമ്പത്ത് സമവാക്യത്തിലില്ല. സമ്പത്ത് സൃഷ്ടിക്കുന്നതിന്റെ ഭാരിച്ച ഉന്നമനം അവരുടെ ഫാസ്റ്റ്ലെയ്ൻ ബിസിനസ്സിന് വിട്ടുകൊടുത്തിരിക്കുന്നു.

ഒരു ധനികനായ രാഷ്ട്രീയക്കാരനോ പൊതുപ്രവർത്തകനോ തന്റെ സാമ്പത്തികം വെളിപ്പെടുത്തുമ്പോൾ, പൊതുവായ ചില സമാനതകൾ കാണാം. അവരുടെ സമ്പത്ത് വരുന്നത് ബിസിനസ്സ് താൽപര്യങ്ങളിൽനിന്നാണ്, അതേസമയം ലിക്വിഡ് ക്യാഷ് റിസർവ്, മുനിസിപ്പൽ ബോണ്ടുകൾ, ട്രഷറികൾ, വളരെ പണാധിഷ്ഠിതമായ നിക്ഷേപം തുടങ്ങിയ സ്ഥിരവരുമാന സെക്യൂരിറ്റികളുമായി ബന്ധിപ്പിച്ചിരിക്കുന്നു. *സമ്പന്നർ സമ്പത്തുണ്ടാക്കാൻ വിപണിയെ ഉപയോഗിക്കുന്നില്ല; അവർ തങ്ങളുടെ നിലവിലുള്ള സമ്പത്ത് പ്രയോജനപ്പെടുത്താവുന്ന ബിസിനസ്സ് ആസ്തികൾ ഉപയോഗിച്ച് വർദ്ധിപ്പിക്കുകയാണ്.* ഓർക്കുക, ഇൻഡെക്സ് ഫണ്ടുകളിൽ നിക്ഷേപിച്ച് സമ്പന്നനായ 25-കാരനായ കോടീശ്വരൻ ഒരു യക്ഷിക്കഥ പോലെയാണ്. കോടീശ്വരന്മാർ പണത്തെ ചലിപ്പിക്കുന്നവരാണ്! അവരാണ് നിർമ്മാതാക്കൾ!

കോമ്പൗണ്ട് പലിശ ശരിക്കും എങ്ങനെ ഉപയോഗിക്കാം?

നിങ്ങൾക്ക് ഇപ്പോൾ $5 മില്യൺ കിട്ടണമെന്ന് ആഗ്രഹിക്കുന്നോ, അതോ നാല്പതു ദിവസത്തേക്ക് ഓരോ ദിവസവും ഇരട്ടിയായിക്കൊണ്ടിരിക്കുന്ന ഒരു രൂപയോ? ചിന്തിക്കാൻ ഒന്നുമില്ല, അല്ലേ? നിങ്ങൾ $5 മില്യൺ രൂപ എടുക്കും. പക്ഷേ അതായിരിക്കും ഗുരുതരമായ ഒരു തെറ്റ്. ഇപ്പോൾ $5 മില്യൺ സ്വീകരിക്കുമ്പോൾ, നിങ്ങൾ ഏകദേശം $5,500,000,000 ഉപേക്ഷിക്കുന്നു. അതായത് 5.5 ബില്യൺ ഡോളർ. ചുവടെയുള്ള ചാർട്ട് ഇരട്ടിപ്പിക്കലിന്റെ ശക്തി കാണിക്കുന്നു.

ഒരു പെന്നിയുടെ ഇരട്ടിക്കൽ			
ദിവസം	തുക	ദിവസം	തുക
1	.01	21	10,485.76
2	.02	22	20,971.52
4	.08	24	83,886.08
5	.16	25	167,772.16
6	.32	26	335,544.32
7	.64	27	671,088.64
8	1.28	28	1,342,177.28
9	2.56	29	2,684,334.56
10	5.12	30	5,368,709,12
11	10.24	31	10,737,418.24
12	20.48	32	21,474,836.48
13	40.96	33	42,949,672.96
14	81.92	34	85,899,345.92
15	163.84	35	171,798,691.84
16	327.68	36	343,597,383.68
17	655.36	37	687.194,767.36
18	1,310.72	38	1,374,389,534.72
19	2621.44	39	2,748,779,069.44
20	5242.88	40	5,497,558,138.88

ഇപ്പോൾ മുമ്പത്തെ ചാർട്ട് മാറ്റി ദിവസങ്ങൾ വർഷങ്ങളായി മാറ്റുക. ഇതിന്റെ ഒരു ദിവസം മുമ്പ് നിങ്ങൾക്ക് 21 വയസ്സായിരുന്നുവെന്ന് അനുമാനിക്കുക.

ഒരു പെന്നിയുടെ ഇരട്ടിക്കൽ			
പ്രായം (വയസ്സ്)	തുക	പ്രായം (വയസ്സ്)	തുക
21	.01	41	10,485.76
22	.02	42	20,971.52
23	.04	43	41,943.04
24	.08	44	83,886.08
25	.16	45	167,772.16
26	.32	46	335,544.32

27	.64	47	671,088.64
28	1.28	48	1,34,177.28
29	2.56	49	2,684,354.56
30	5.12	50	5,368,709.12
31	10.24	51	10,737,418.24
32	20.48	52	21,474,836.48
33	40.96	53	42,949,672.96
34	81.92	54	85,899,345.92
35	163.84	55	171,798,691.84
36	327.68	56	343,597,383.68
37	655.36	57	687,194,767.36
38	1,310.72	58	1,374,389,534.72
39	2,621.44	59	2,748,779,069.44
40	5,242.88	60	5,497,558,138.88

രൂപാന്തരപ്പെട്ട ചാർട്ട് ഒരു സ്ലോലെയ്നറുടെ യാത്രയെ സൂചിപ്പിക്കുന്നതാണ് ജീവിതത്തിന്റെ ഭൂരിഭാഗവും ബാഷ്പീകരിക്കപ്പെടുന്നതുവരെ സംയുക്ത പലിശ അതിന്റെ ശക്തി ഉപയോഗിക്കുന്നില്ല.

നിങ്ങളുടെ അൻപതുകളും അറുപതുകളും വരെ വലിയ പണം നേടാനാകുന്നില്ല, ഇത് വർഷാവർഷം 100% റിട്ടേണുകളുണ്ടായിട്ടു കൂടിയാണ്. ശരാശരി വിപണി വരുമാനം 7% ആയിരിക്കും. എന്നിട്ടും ഇരട്ടിയാകുമ്പോൾ, 40-ാം വയസ്സിൽ നിങ്ങൾക്ക് കഷ്ടിച്ചാണ് ആറ് ഗ്രാൻഡ് സ്വന്തമാകുന്നത്. വീണ്ടും, ഇതാണ് സ്ലോലെയ്നറുടെ വിഷമാവസ്ഥ : സമയബന്ധിതമായ തടവിലാക്കപ്പെടലും അനിയന്ത്രിതമായ വരുമാനവും.

ഫാസ്റ്റ് ലെയ്നർമാർ ഈ ബലഹീനത മനസ്സിലാക്കുകയും സംയുക്ത പലിശ എന്ന ആയുധം ഏറ്റവും ഫലപ്രദമാകുന്നത് വലിയ തുകയോടൊപ്പമാണെന്ന് തിരിച്ചറിയുകയും ചെയ്യുന്നു. സംയുക്ത പലിശ ഫലപ്രദമാകുന്നതിന് നിങ്ങൾ ക്രസ്റ്റ് വഴി യാത്രചെയ്ത് 30 വർഷത്തെ ഗണിതശാസ്ത്രപരമായ കഴിവില്ലായ്മയെ മറികടക്കണം.

സംയുക്ത പലിശയുടെ വേലിയേറ്റം

കടലിൽനിന്ന് ദൂരെയുള്ള ഒരു വേലിയേറ്റം പോലെ, സംയുക്ത പലിശയുടെ ശക്തി കരയുടെ സമീപം അത് നീങ്ങുന്നതുവരെ ദൃശ്യമാകില്ല. തിരമാല കരയിലേക്ക് അടുക്കുമ്പോൾ, അതിന്റെ ശക്തി അവിശ്വസനീയമാംവിധം ശക്തമാകും.

ഭൂരിഭാഗം സ്ലോലെയ്നർമാരും ഒരു ദശലക്ഷം മൈൽ അകലെ കടലിൽ സംയുക്ത പലിശ തിരമാലയിൽ സഞ്ചരിക്കുന്നു. എന്താണെന്ന് ഊഹിക്കുക – ഒന്നും സംഭവിക്കുന്നില്ല. അവ ലക്ഷ്യമില്ലാതെ പൊങ്ങിക്കിടക്കുന്നു, എങ്ങോട്ടും

പോകുന്നില്ല. പത്ത് ശതമാനം പലിശ 5,000 ഡോളറിനുമേൽ, അത് ആരേയും കോടീശ്വരന്മാരാക്കില്ല. 3% സേവിംഗ്സ് അക്കൗണ്ടിൽ നിങ്ങളുടെ ശമ്പളത്തിന്റെ $200 പ്രതിമാസം ലാഭിക്കുന്നത് നിങ്ങളെ വേഗത്തിൽ സമ്പന്നരാക്കില്ല. നിങ്ങൾക്ക് കടലിൽ കിലോമീറ്ററുകളോളം അകലെയുള്ള തിരമാലയിൽ കഴിഞ്ഞുകൊണ്ട് ഒന്നും നേടാൻ കഴിയില്ല.

ഒരു പെന്നി ഇരട്ടിപ്പിക്കൽ

വയസ്സ്	തുക		വയസ്സ്	തുക
21	.01		41	10,485.76
22	.02		42	20,971.52
23	.04	30 വർഷത്തെ	43	41,943.04
24	.08	കാലയളവ് ഒഴിവാക്കി	44	83,886.08
25	.16	നിങ്ങൾക്ക് ഇവിടെ	45	167,772.16
26	.32	തുടങ്ങാമോ?	46	335,544.32
27	.64		47	671,088.64
28	1.28		48	1,342,177.28
29	2.36		49	2,684,354.56
30	5.12		50	5,368,709.12
31	10.24		51	10,737,418.24
32	20.48		52	21,474,836.48
33	40.96		53	42,949,672.96
34	81.92		54	85,8999,345.92
35	163.84		55	171,798,691.84
36	327.68		56	343,597,383.68
37	655.36		57	687,194,767.36
38	1,310.72		58	1,374,389,534.72
39	2,621.44		59	2,748,729,069.44
40	5,242.88		60	5,497,558,138.88

ഫാസ്റ്റ്ലെയ്നർ കരയ്ക്ക് സമീപമുള്ള വേലിയേറ്റ ശക്തികളെ നിരീക്ഷിക്കുകയും അതിനെ തീരത്ത് കണ്ടുമുട്ടാൻ ശ്രമിക്കുകയും ചെയ്യുന്നു. തീരത്ത്, വേലിയേറ്റ തിരമാലയെ ഉപയോഗപ്രദമായി ഓടിക്കാൻ കഴിയും.

കൂട്ടുപലിശയുടെ ശക്തി സജീവമാക്കാൻ, ഒരു വലിയ സംഖ്യ ഉപയോഗിച്ച് തീരത്ത് ആരംഭിക്കുക, അത് പ്രയോജനപ്പെടുത്താം. 10 മില്യൺ ഡോളറിന്റെ പത്ത് ശതമാനം പലിശ പ്രതിവർഷം ഒരു മില്യൺ ഡോളറാണ് – ഓരോ മാസവും $83,333.

സമ്പന്നർ സംയുക്ത പലിശ സമ്പന്നനാകാനായല്ല ഉപയോഗിക്കുന്നതെന്ന്

കാണിക്കുക എന്നതാണ് ഈ ചിത്രീകരണത്തിന്റെ ലക്ഷ്യം; അവർ അത് ദ്രവ്യത, മൂലധന വിന്യാസം എന്നിങ്ങനെയുള്ള വരുമാനത്തിനായി ഉപയോഗിക്കുന്നു.

10 മില്യൺ ഡോളറിന്റെ 5% നികുതിരഹിത വരുമാനം പെട്ടെന്ന് പ്രതിവർഷം $500,000 നിഷ്ക്രിയ വരുമാനം സൃഷ്ടിക്കുന്നു.

കടൽത്തീരത്തെ വേലിയേറ്റം പോലെ, കൂട്ടുപലിശ വലിയ തുകയുമായി മത്സരിക്കുമ്പോൾ അസഹനീയമായ ശക്തിയെ ഉയർത്തുന്നു. ഇവിടെയാണ് പണം പൂർണ്ണമായും നിഷ്ക്രിയ വരുമാന ഒഴുക്കായി രൂപാന്തരപ്പെടുന്നത്.

നിങ്ങളുടെ 10 മില്യൺ ഡോളർ (അല്ലെങ്കിൽ അതിൽ കൂടുതൽ) സമ്പാദിക്കുന്നതിന്, ഒരു ഫാസ്റ്റ്ലെയ്ൻ ബിസിനസ്സിൽനിന്ന് ഉടലെടുത്ത ക്രമാതീതമായ ലിവറേജിന്റെ വളർച്ചയാണ് അതിനുള്ള പരിഹാരം – അറ്റ വരുമാനവും ആസ്തിയുടെ മൂല്യവും – ചെലവുകളിലല്ല, ഓഹരി വിപണിയിലല്ല, ജോലിയിലല്ല.

അധ്യായ സംഗ്രഹം : ഫാസ്റ്റ്ലെയ്ൻ പ്രത്യേകതകൾ

- സംരക്ഷിച്ച ഒരു ഡോളർ ഒരു പണവൃക്ഷത്തിലേക്കുള്ള വിത്താണ്.
- $10 ദശലക്ഷം ഡോളറിന്റെ വെറും 5% പലിശ നിഷ്ക്രിയ വരുമാനത്തിൽ പ്രതിമാസം $40,000 ആണ്.
- സംരക്ഷിച്ച ഡോളറാണ് മികച്ച നിഷ്ക്രിയ വരുമാന ഉപകരണം.
- ഫാസ്റ്റ്ലെയ്നർമാർ (സമ്പന്നർ) സമ്പന്നരാകാൻ കൂട്ടുപലിശയോ വിപണിയോ ഉപയോഗിക്കില്ല എന്നാൽ വരുമാനം ഉണ്ടാക്കാനും, ദ്രവ്യത നിലനിർത്താനും, മൂലധനം വിന്യസിക്കാനും ഉപയോഗിക്കുന്നു.
- സംരക്ഷിച്ച ഡോളർ നിങ്ങളുടെ സൈന്യത്തിൽ ചേർത്ത ഒരു സ്വാതന്ത്ര്യ സമര സേനാനിയാണ്.
- സമ്പന്നമായ സംയുക്ത പലിശ അതിന്റെ തീവ്രതയിൽ സ്വാധീനിക്കുന്നു, വലിയ തുകകൾക്കെതിരെ പ്രയോഗിക്കുന്നു.
- ഫാസ്റ്റ്ലെയ്നർമാർ ഒടുവിൽ മൊത്തമായി പണം കടം കൊടുക്കുന്നവരായി മാറുന്നു.

സമ്പത്തിന്റെ യഥാർത്ഥ നിയമം

വിജയിയായ മനുഷ്യനാകാനല്ല,
മറിച്ച് മൂല്യമുള്ള മനുഷ്യനാകാൻ ശ്രമിക്കുക.
—ആൽബർട്ട് ഐൻസ്റ്റീൻ

പ്രഭാവം, ആകർഷണമല്ല

പ്രഭാവ നിയമം. അല്ല, തെറ്റായ അച്ചടിയല്ല. ഗണിതശാസ്ത്രം പ്രപഞ്ചത്തിന്റെ അതിരുകടന്ന ഭാഷയാണ്. അത് വിവാദമാക്കാനോ ചർച്ച ചെയ്യാനോ കഴിയില്ല. രണ്ട് + രണ്ട് = നാല്. 10 ദശലക്ഷം എന്ന സംഖ്യ എപ്പോഴും 24-നേക്കാൾ വലുതായിരിക്കും. ഈ പ്രസ്താവനകൾ വസ്തുതകളാണ്, തത്ത്വചിന്തയുടെ ചില മാന്ത്രിക സിദ്ധാന്തത്തിന്റെ വ്യാഖ്യാനത്തിന് വിധേയമല്ല.

ഗണിതം നിയമമാണ്.

“രഹസ്യങ്ങളും” നിഗൂഢ തത്ത്വചിന്തകളും അല്ല.

നിങ്ങൾക്ക് സമ്പന്നനാകാൻ താൽപര്യമുണ്ടെങ്കിൽ, പ്രപഞ്ചത്തിന്റെ യഥാർത്ഥ നിയമം നിരീക്ഷിക്കാൻ ആരംഭിക്കുക – ഗണിതം – തെളിയിക്കാനോ രേഖപ്പെടുത്താനോ കഴിയാത്ത ചില ഹോക്കസ് പോക്കസ് നിയമമല്ല. ക്യാമ്പ് ഫയറിന് ചുറ്റും പോസിറ്റീവ് ചർവ്വിതചർവ്വണങ്ങൾ പാടുന്നത് നിങ്ങളെ സമ്പന്നരാക്കില്ല. ഓ, വെറുതെ ടെൻഷനടിക്കേണ്ട; ആകർഷണ നിയമം കേൾക്കാൻ വളരെ മികച്ചതാണെന്ന് എനിക്കറിയാം, അതിന്റെ കുറച്ച് പ്രായോഗിക പ്രയോഗങ്ങളുമുണ്ട്.

ആകർഷണ നിയമം (“LOA”) പരിചയമില്ലാത്തവർക്ക്, നിങ്ങൾ എന്ത് ചിന്തിക്കുന്നുവോ നിങ്ങൾ അത് ആയിത്തീരുന്നുവെന്നും നിങ്ങളുടെ ബോധപൂർവ്വവും അബോധാവസ്ഥയിലുള്ളതുമായ ചിന്തകൾ നിങ്ങളുടെ യാഥാർത്ഥ്യമാകുന്നുവെന്നും പ്രസ്താവിക്കുന്ന ഒരു നിഗൂഢ തത്ത്വശാസ്ത്രമാണിത്. നിങ്ങൾക്ക് എന്താണ് ആവശ്യമെന്ന് കൃത്യമായി അറിയാമെങ്കിൽ LOA വാദിക്കുന്നു, പ്രപഞ്ചത്തോട് ചോദിക്കുക, അത് വരുന്നതായി കാണുക, ഒടുവിൽ നിങ്ങൾക്ക് അത് ലഭിക്കും. സമ്പത്തിനെക്കുറിച്ച് ചിന്തിക്കുക, നിങ്ങൾക്ക് സമ്പത്തുണ്ടാകും! എളുപ്പമാണെന്ന് തോന്നുന്നു, അല്ലേ?

LOA വിശ്വസിക്കുന്ന ജനക്കൂട്ടത്തോടുള്ള എന്റെ ആത്മാർത്ഥമായ എതിർപ്പ് ഞാൻ മറച്ചു വെയ്ക്കുന്നില്ല; "ചിന്തിക്കുന്നത്" നിങ്ങളെ സമ്പന്നരാക്കുമെന്ന് കരുതുന്നവർക്ക് പുസ്തകങ്ങൾ വിൽക്കാൻ വേണ്ടി തയ്യാറാക്കപ്പെട്ടിട്ടുള്ള ഒരു കൂട്ടം അസംബന്ധങ്ങളാണ് അവരെന്ന് ഞാൻ കരുതുന്നു.

വാസ്തവത്തിൽ, LOA എന്നത് വിശ്വാസത്തിന്റെയും ദൃശ്യവൽക്കരണത്തിന്റെയും പഴയ തത്ത്വങ്ങൾ പുതിയ കുപ്പിയിൽ വലിയ വിൽപ്പനക്കായി ഒരുക്കിയത് മാത്രമാണ്. ആരാണ് യഥാർത്ഥ ഫാസ്റ്റ്ലെയ്നർമാർ? LOA വിപണനക്കാർ!

പഞ്ചസാര കൂടാതെ ഒരു കേക്ക് ചുടാമോ?

എന്തുകൊണ്ടാണ് ഈ പുസ്തകം എഴുതാൻ എനിക്ക് ഇത്രയും സമയം എടുത്തത്? അതിനെക്കുറിച്ച് പോസിറ്റീവായി ചിന്തിക്കുകയും ആഗ്രഹിക്കുകയും ചെയ്തുകൊണ്ട് ഞാൻ രണ്ട് വർഷം ചെലവഴിച്ചു. ഞാൻ ആകർഷണ നിയമം പ്രവർത്തിക്കാൻ അനുവദിച്ചു. ഞാൻ ഈ പുസ്തകത്തിനായി പ്രപഞ്ചത്തോട് ചോദിച്ചു. ഞാൻ എന്നെത്തന്നെ തുറന്നു കൊടുത്തു. ഞാൻ അത് എന്റെ കൺമുന്നിൽ കണ്ടു. ഞാൻ ഒരു ബുക്ക്സ്റ്റോർ ഷെൽഫിന്റെ ചിത്രം പോലും പകർത്തി ഷെൽഫിൽ എന്റെ പുസ്തകം ഫോട്ടോഷോപ്പ് ചെയ്തു. എന്താണ് സംഭവിച്ചത്?

തീർത്തും ഒന്നും സംഭവിച്ചില്ല. കൈയും കെട്ടി നോക്കിയിരുന്നു.

പ്രപഞ്ചം ഒരിക്കലും എനിക്ക് എന്റെ പൂർത്തിയായ പുസ്തകം തന്നിട്ടില്ല. എന്റെ പുസ്തകത്തിനായുള്ള എന്റെ എല്ലാ പോസിറ്റീവ് ചിന്തകളും പ്രപഞ്ചത്തെക്കുറിച്ചുള്ള ധ്യാനവും ഉണ്ടായിരുന്നിട്ടും, അത് ഒരിക്കലും യാഥാർത്ഥ്യമായില്ല എന്നതാണ് വസ്തുത, ഞാൻ എന്റെ നിതംബം ഒരു കസേരയിൽ ഇരുത്തി എഴുതാൻ തുടങ്ങുന്നതുവരെ. ഞാൻ ഒരു ഏകോപനം ഉണ്ടാക്കി പ്രവർത്തനത്തോടുള്ള പ്രതിബദ്ധത, ബോധപൂർവ്വമായ തിരഞ്ഞെടുപ്പ്, തുടർന്ന് വമ്പിച്ച പ്രവർത്തനത്തിന്റെ രൂപത്തിൽ ആ തിരഞ്ഞെടുപ്പിനുള്ള പ്രതിബദ്ധത കാണിച്ചു.

നിങ്ങൾ ആകർഷണ നിയമത്തിന്റെ ഒരു പ്രശംസകൻ ആണെങ്കിൽ, ഈ വിമർശനം കുറ്റകരമാണെങ്കിൽ, അത് സാരമില്ല : ഞാൻ *മില്യനെയർ ഫാസ്റ്റ്ലെയ്ൻ* എഴുതിയത് സുഹൃത്തുക്കളെ ഉണ്ടാക്കുന്നതിനോ പോസിറ്റീവ് ചിന്താഗതിയിൽ ജീവിക്കുന്നതിന്റെ ഇടപഴകലുകളെക്കുറിച്ച് സംസാരിക്കാനുള്ള പുസ്തകമിറക്കാനോ അല്ല. നിങ്ങളെ സ്വതന്ത്രനാക്കാൻ നിങ്ങൾ ചെയ്യേണ്ടത് എന്താണെന്ന് കൃത്യമായി നിങ്ങളോട് പറയാനാണ് ഞാനിത് എഴുതിയത്. ചിന്ത ആരെയും സ്വതന്ത്രനാക്കില്ല (അല്ലെങ്കിൽ ധനികനാക്കിയില്ല), പ്രവർത്തിക്കുന്ന നിയമങ്ങളുടെ പ്രയോഗത്തിലേക്കുള്ള സ്ഥിരമായ പ്രവർത്തനമായി ചിന്ത സ്വയം മാറിയാലല്ലാതെ.

സത്യത്തിൽ, എന്റെ വിജയത്തിനുകാരണം നല്ല ചിന്തയാണെന്ന് ആരെങ്കിലും അനുമാനിക്കുന്നത് അപമാനകരമാണെന്ന് ഞാൻ കാണുന്നു. മനുഷ്യസ്വഭാവം മനസ്സിലാക്കിയിട്ടുള്ള ഒരു യാഥാർത്ഥ്യ വാദിയാണ് ഞാൻ. ആ സ്വഭാവം എന്നത്, ചെറുത്തുനിൽപ്പ് ഏറ്റവും കുറവുള്ള പാത സ്വീകരിക്കുക എന്നതാണ്.

ഈ "ആകർഷണ" നിയമങ്ങൾ വിസ്തരിക്കുന്ന പുസ്തകങ്ങൾ ദശലക്ഷക്കണക്കിന് വിൽക്കുന്നത് എന്നെ അത്ഭുതപ്പെടുത്തുന്നില്ല. സമ്പത്തിലേക്കുള്ള എളുപ്പവഴികൾ വാഗ്ദാനം ചെയ്യുന്ന പുസ്തകങ്ങൾ നന്നായി പ്രവർത്തിക്കുന്നു കാരണം, ലൈംഗികത പോലെ, എളുപ്പം വിൽക്കാവുന്നവയാണ്.

സമ്പത്തിന്റെ നാട്യങ്ങളായ സംഭവങ്ങൾ വിറ്റുപോകുന്നു. പ്രക്രിയയല്ല.

അതെ, വക്രതയെക്കാൾ പോസിറ്റീവിറ്റിയാണ് കൂടുതൽ ഇഷ്ടപ്പെടുന്നത്. വിശ്വാസമാണ് മാറ്റത്തിന്റെ ആരംഭസൂചിക. ദൃശ്യവൽക്കരണം നിർണ്ണായകമാണ്. അതെ, നിങ്ങൾക്കത് ചെയ്യാൻ കഴിയുമെന്ന് നിങ്ങൾ വിശ്വസിക്കുന്നില്ലെങ്കിൽ, എനിക്ക് നിങ്ങളോടു പറയാനുണ്ട് – നിങ്ങൾക്ക് കഴിയില്ല. ഈ കാര്യം പുതിയതല്ല, പഴയതാണ്. ആകർഷണ നിയമം ടൂൾബോക്സിലെ നല്ലൊരു ചുറ്റികയാണെങ്കിലും, അതിന്റെ പോരായ്മ അത് എല്ലാ സമ്പത്തും, എല്ലാ ആളുകളും, എല്ലാ സംസ്കാരങ്ങളും, എല്ലാ റോഡുകളും അതീതമായ യഥാർത്ഥ രഹസ്യത്തെ അവഗണിക്കുന്നു എന്നതാണ് – അതാണ് പ്രഭാവത്തിന്റെ നിയമം.

"ആകർഷണത്തിന്റെ പിഴവ്" അത് ഗണിതത്തെ അവഗണിക്കുന്നു എന്നതാണ്.

പ്രഭാവത്തിന്റെ നിയമം : ഫാസ്റ്റ്ലെയ്ൻ അടിസ്ഥാനം

പ്രഭാവ നിയമം പറയുന്നു, *നിങ്ങൾ എത്ര കൂടുതൽ ജീവിതങ്ങളെ നിയന്ത്രിച്ച് സ്വാധീനിക്കുന്നുവോ, അളവിൽ അല്ലെങ്കിൽ വ്യാപ്തിയിൽ നിങ്ങൾ അത്രയും കൂടുതൽ സമ്പന്നനാകും* എന്ന്. ചുരുക്കിയതും ശുദ്ധീകരിക്കപ്പെട്ടതുമായ പതിപ്പ് ഇതാണ് : ദശലക്ഷക്കണക്കിന് ആളുകളെ ബാധിക്കുക, ദശലക്ഷങ്ങൾ ഉണ്ടാക്കുക. (വ്യാകരണപണ്ഡിതരേ, നിങ്ങൾ നിലവിളിക്കുന്നത് എനിക്ക് കേൾക്കാം. ശാന്തമാകൂ. "പ്രഭാവം", "ഫലം" എന്നിവ തമ്മിലുള്ള വ്യത്യാസം എനിക്കറിയാം. 1913-ൽ സി & ജി മിറിയം.കോം പുതുക്കി പ്രസിദ്ധീകരിച്ച *വെബ്സ്റ്റേഴ്സ് അൺബ്രിഡ്ജ്ഡ് നിഘണ്ടുവിൽ* ദൃശ്യമാകുന്ന "എഫക്ഷൻ" ആണ് ഞാൻ ഉപയോഗിക്കുന്നത്.)

അൽപ്പകാലം മുൻപ്, *"ദശലക്ഷങ്ങൾ ഉണ്ടാക്കാം" എന്ന ശീർഷകത്തിൽ ഇന്നേവരെ എഴുതിയിട്ടുള്ള ഏറ്റവും ചെറിയ ലേഖനം* ഞാൻ എഴുതി. ലേഖനം എത്ര ദൈർഘ്യമുള്ളതാണെന്ന് ഊഹിക്കുക? ഒരു ഖണ്ഡിക? ഒരുപക്ഷേ ഒന്നോ രണ്ടോ വാക്യമോ? ഇല്ല. രണ്ട് വാക്കുകൾ മാത്രം. ഏതാണാ വാക്കുകൾ?

ദശലക്ഷങ്ങളെ സ്വാധീനിക്കുക.

ദശലക്ഷക്കണക്കിന് ആളുകളെ സ്വാധീനിക്കുകയും ദശലക്ഷങ്ങൾ ഉണ്ടാക്കുകയും ചെയ്യുക. ഇത് അതിനേക്കാൾ ലളിതമല്ല!

മറ്റൊരുവിധത്തിൽ പറഞ്ഞാൽ, നിങ്ങൾ എത്രയെത്ര ജീവിതങ്ങളെ സ്പർശിച്ചു? നിങ്ങളുടെ ജോലി, നിങ്ങളുടെ ആസ്തികൾ, നിങ്ങളുടെ കൈപ്പണികൾ എന്നിവയാൽ ആർക്കാണ് നേട്ടമുണ്ടായത്? നിങ്ങൾ എന്ത് പ്രശ്നങ്ങൾ പരിഹരിച്ചു? സമൂഹത്തിൽ നിങ്ങൾക്ക് എന്ത് മൂല്യമുണ്ട്? നിങ്ങൾ ഒരു ഹോട്ടലിൽ ഫ്രണ്ട് ഡെസ്കിൽ ജോലി ചെയ്യുകയാണെങ്കിൽ, നിങ്ങൾ വലിയ സ്വാധീനം ചെലുത്തുന്നില്ല, നിങ്ങളുടെ ബാങ്ക് അക്കൗണ്ട് അതേ വസ്തുത പ്രതിനിധീകരിക്കും. നിങ്ങളുടെ പക്കലുള്ള പണത്തിന്റെ അളവ് (അല്ലെങ്കിൽ ഇല്ലായ്മ) നേരിട്ടുള്ള പ്രതിഫലനമാണ് നിങ്ങൾ നൽകിയ (അല്ലെങ്കിൽ നൽകിയിട്ടില്ലാത്തതിന്റെ) മൂല്യത്തിന്റെ അളവ്.

പ്രഭാവം അളവും വിസ്താരവും ആണ് അല്ലെങ്കിൽ രണ്ടും ആണ്

ഇഫക്ഷൻ നിയമം ചൂഷണം ചെയ്യാൻ, നിങ്ങളുടെ ബിസിനസ്സ്, അളവ് അല്ലെങ്കിൽ വിസ്താരം എന്നിവയിൽ ഒന്നിൽ സ്വാധീനം ചെലുത്തേണ്ടതുണ്ട്, അല്ലെ

ങ്കിൽ രണ്ടിലും. ഞങ്ങളുടെ ഫാസ്റ്റ്ലെയിൻ സമ്പത്ത് സമവാക്യത്തിനുള്ളിൽ, "അളവ്" ഒപ്പം "വിസ്താരം" എന്നത് നമ്മുടെ "യഥാർത്ഥ ലാഭം" വേരിയബിളിൽ വ്യക്തമാണ്.

യഥാർത്ഥ ലാഭം = വിറ്റ യൂണിറ്റുകൾ (അളവ്) × യൂണിറ്റ് ലാഭം (വിസ്താരം)

നമ്മുടെ ഫാസ്റ്റ്ലെയ്ൻ റോഡ് മാപ്പിൽ പ്രതിഫലിക്കുന്ന അളവിന്റെ ഒരു ഉദാഹരണം, ലാഭ വേരിയബിൾ ഘടകങ്ങളിലൂടെ വീക്ഷിക്കാനാകും : വിറ്റ യൂണിറ്റുകൾ. നിങ്ങൾ 20 ദശലക്ഷം പേനകൾ വിറ്റ് 75 സെന്റ് വച്ച് ഓരോന്നിനും ലാഭം ഉണ്ടാക്കുകയാണെങ്കിൽ, നിങ്ങൾ 15 മില്യൺ ഡോളർ സമ്പാദിച്ചു. കുറഞ്ഞ വിസ്താരത്തിലൂടെ ഇത് അളവിൽ സ്വാധീനം ചെലുത്തുന്നു. വ്യക്തമായും, ഒരു എഴുത്ത് പേന വിൽക്കുന്നത് ആരുടെയും ജീവിതത്തിൽ വലിയ സ്വാധീനം ചെലുത്തുന്നില്ല. സമ്പത്ത് അളവ് വഴിയാണ് കൈമാറ്റം ചെയ്യപ്പെടുന്നത്, വിസ്താരത്തിലൂടെയല്ല.

നേരെമറിച്ച്, വിസ്താരം ചിലരിൽ വലിയ പ്രഭാവം ഉണ്ടാക്കുന്നു, കൂടാതെ നമ്മുടെ ഫാസ്റ്റ്ലെയ്ൻ സമ്പത്തിന്റെ സമവാക്യത്തിലും വലിയ സ്വാധീനം ചെലുത്തുന്നു, ഇത് യൂണിറ്റ് ലാഭത്തിൽ പ്രതിഫലിക്കുന്നു. വില എപ്പോഴും വ്യാപ്തിയെ പ്രതിഫലിപ്പിക്കുന്നു. നിങ്ങൾ $50 മില്യൺ മൂല്യമുള്ള ഒരു ഉൽപ്പന്നം വിൽക്കുന്നവെങ്കിൽ, നിങ്ങൾക്ക് വ്യാപ്തിയിലേക്ക് പ്രവേശനമുണ്ട്. ഉദാഹരണത്തിന്, നിങ്ങൾക്ക് 400 യൂണിറ്റുകളുള്ള ഒരു അപ്പാർട്ട്മെന്റ് കോംപ്ലക്സും ഓരോ യൂണിറ്റിനും $100 വീതം ലാഭവും ഉണ്ടെങ്കിൽ, നിങ്ങൾക്ക് പ്രതിമാസ വരുമാനത്തിൽ $40,000 ലഭിക്കും. നിങ്ങൾ 400 കുടുംബങ്ങൾക്ക് ഭവനം നൽകുന്നതിനാൽ, അളവിലല്ല, വ്യാപ്തിയുടെ സ്വാധീനമാണ് നിങ്ങൾ ഉണ്ടാക്കുന്നത്.

ആശ്രയത്തിൽ വ്യാപ്തിയുണ്ട്. ചെറിയ അളവുകളിലും വ്യാപ്തിയുടെ പ്രവർത്തനങ്ങൾക്ക് ഉയർന്ന ലാഭസാധ്യതയുണ്ട്. വ്യാപ്തി എല്ലായ്പ്പോഴും ഒരു ഇനത്തിന്റെ വിലയിൽ പ്രതിഫലിക്കുന്നു : ഉയർന്ന മൂല്യം = ഉയർന്ന വില = ഉയർന്ന അളവ്.

നിങ്ങൾക്ക് അളവും വ്യാപ്തിയും സംയോജിപ്പിക്കാൻ കഴിയുമെങ്കിൽ, നമ്മൾ ദശലക്ഷക്കണക്കിന് അല്ല ബില്യണുകളെക്കുറിച്ച് ചർച്ച ചെയ്യും. സ്റ്റീവ് ജോബ്സ് വ്യാപ്തിയിലും അളവിലും സ്വാധീനം ചെലുത്തി, അതിനാൽ കോടിക്കണക്കിന് മൂല്യമുള്ള ആളായി മരിച്ചു.

അളവ് കോടീശ്വരന്മാരെ സൃഷ്ടിക്കുന്നു. വ്യാപ്തി കോടീശ്വരന്മാരെ സൃഷ്ടിക്കുന്നു. അളവും വ്യാപ്തിയുംകൂടി ശതകോടീശ്വരന്മാരെ സൃഷ്ടിക്കുന്നു.

പണം പിന്തുടരുക!

നിർഭാഗ്യവശാൽ, "നിയമം" എന്ന വാക്ക് ആശയങ്ങളെ പ്രതിനിധീകരിക്കാൻ അയഞ്ഞതാണ് യഥാർത്ഥത്തിൽ നിയമങ്ങളല്ല. ആകർഷണ നിയമം ഒരു നിയമമല്ല, ഒരു സിദ്ധാന്തമാണ്. "നിയമം" എന്ന വാക്ക് സത്യമാണ്. ഇത് 100% സമയവും പ്രവർത്തിക്കുന്നു. നിങ്ങൾ പത്താംനിലയിലെ ഡോം വിൻഡോയിൽ നിന്ന് ഒരു തണ്ണിമത്തൻ താഴേക്കിടുമ്പോൾ, ഗുരുത്വാകർഷണ നിയമം സ്ഥലം പിടിക്കുന്നു – തണ്ണിമത്തൻ ഓരോ തവണയും നിലത്തേക്ക് വീഴുന്നു. ഫലം 100% ഉറപ്പാണ്.

നിർഭാഗ്യവശാൽ, പോസിറ്റീവ് ചിന്തയും ദൃശ്യവൽക്കരണവും 100% ഉറപ്പോടെ പ്രവർത്തിക്കുന്നില്ല. വിശ്വാസവും പ്രകടനവും കേവലമല്ലാത്തതിനാൽ അവയെ നിയമങ്ങളായി തരംതിരിക്കാൻ കഴിയില്ല. എന്നിരുന്നാലും, പ്രാബല്യത്തിന്റെ നിയമം കേവലമാണ്.

സ്വയം കോടീശ്വരനാക്കിയ ഏതെങ്കിലും ഒരു വ്യക്തിയെ നിങ്ങൾ എനിക്ക് കാണിച്ചു തരൂ, ഞാൻ നിങ്ങൾക്ക് പ്രത്യക്ഷമായോ പരോക്ഷമായോ അളവിലോ വലിപ്പത്തിലോ പലരുടെയും ജീവിതത്തിൽ സ്പർശിച്ച ഒരാളെ കാണിച്ചുതരാം. വുഡ്വർഡിനോടും ബെർൺസ്റ്റൈനോടും, ഡീപ്പ് ത്രോട്ട് പറഞ്ഞു, "പണം പിന്തുടരുക," നിങ്ങൾ അങ്ങനെ ചെയ്യുമ്പോൾ, നിങ്ങൾ സമ്പത്തിന്റെ ഒരേയൊരു യഥാർത്ഥ നിയമം കണ്ടെത്തും, അത് പ്രഭാവമാണ്. എന്തുകൊണ്ട്? കാരണം പ്രഭാവം ഗണിതശാസ്ത്രത്തിൽ വേരൂന്നിയതാണ്, ഇക്കാരണത്താൽ ഇത് ഏതൊരു റോഡ് മാപ്പിലും പ്രവർത്തിക്കുന്നു.

സ്ലോലെയ്നർ തടവിൽനിന്ന് രക്ഷപ്പെടാൻ സ്ലോലെയ്നർന് പ്രഭാവ നിയമം ഉപയോഗിക്കാം. പ്രൊഫഷനൽ കായികതാരങ്ങൾ, അഭിനേതാക്കൾ, വിനോദ സഞ്ചാരികൾ – ആന്തരിക മൂല്യ സ്ഫോടനങ്ങൾ സംഭവിക്കുന്നത് പ്രഭാവം കാരണമാണ് : സമൂഹം പെട്ടെന്ന് നിങ്ങളുടെ മൂല്യം ഉൽക്കാ പതനമാണെന്ന് മനസ്സിലാക്കുന്നു. അതെ, ഈ ആളുകൾ അവർ ഇപ്പോഴും പണത്തിനായി അവരുടെ സമയം വ്യാപാരം ചെയ്യുന്നു, പക്ഷേ അഭൂതപൂർവ്വമായ മൂല്യത്തിൽ.

ഉദാഹരണത്തിന്, നിങ്ങൾ ഒരു ഹാസ്യനടനാണെങ്കിൽ ദശലക്ഷക്കണക്കിന് ആളുകളെ ചിരിപ്പിക്കുന്നുവെങ്കിൽ, നിങ്ങൾ നിസ്സംശയമായും ലക്ഷങ്ങൾ ഉണ്ടാക്കും. നിങ്ങൾ ഇപ്പോഴും പണത്തിനായി നിങ്ങളുടെ സമയം വ്യാപാരം ചെയ്യുന്ന സമയത്ത്, നിങ്ങൾ വലിയ തലത്തിലുള്ള പ്രതിഫലത്തിനുമേൽ അത് വ്യാപാരം ചെയ്യുന്നു. *നിങ്ങൾ ദശലക്ഷക്കണക്കിന് ആളുകളെ രസിപ്പിക്കുകയാണെങ്കിൽ, നിങ്ങൾക്ക് ലക്ഷങ്ങൾ ലഭിക്കും.*

ഒരു റാപ്പർ ദശലക്ഷക്കണക്കിന് പാട്ടുകൾ വിൽക്കുകയും ദശലക്ഷക്കണക്കിന് പ്രതിഫലം വാങ്ങുകയും ചെയ്യുന്നു. ഒരു വീട്ടമ്മ ഒരു ദശലക്ഷം അടുക്കള വിഭവങ്ങൾ വിറ്റ് ദശലക്ഷങ്ങൾ സമ്പാദിക്കുന്നു. ഒരു ലോട്ടറി വിജയി ദശലക്ഷക്കണക്കിന് വിജയിക്കുന്നു കാരണം ദശലക്ഷക്കണക്കിന് ആളുകൾ ഭാഗ്യപരീക്ഷണത്തിൽ ഏർപ്പെടുന്നു. ഡാഡി വാർബക്കിന്റെ മകന് പൈതൃക സ്വത്തിൽ ദശലക്ഷക്കണക്കിന് ഡോളർ ലഭിച്ചു, കാരണം വാർബക്സ് കമ്പനി ദശലക്ഷക്കണക്കിന് ആളുകൾക്ക് സേവനം നൽകി. ഒരു പ്ലാസ്റ്റിക് സർജൻ ദശലക്ഷക്കണക്കിന് സമ്പാദിക്കുന്നു, കാരണം അയാൾ വലിയ അളവിൽ അനേകരെ സേവിക്കുന്നു. ഒരു സ്റ്റാർ അത്ലറ്റിന്റെ ഏജന്റ് ദശലക്ഷക്കണക്കിന് സമ്പാദിക്കുന്നു, കാരണം അയാളുടെ ഉപഭോക്താക്കൾ ദശലക്ഷക്കണക്കിന് നൽകുന്നു. *കോടീശ്വരന്മാരുടെ പണത്തിന്റെ ഉറവിടം കണ്ടെത്തുക, നിങ്ങൾ ദശലക്ഷക്കണക്കിന് കാരണങ്ങൾ കണ്ടെത്തും.*

നേരിട്ടോ അല്ലെങ്കിൽ പരോക്ഷമായോ, അളവിന്റെയോ വ്യാപ്തിയുടെയോ പ്രഭാവം എല്ലായ്പ്പോഴും പണത്തിനെ നയിക്കുന്നു. പ്രത്യക്ഷമായോ പരോക്ഷമായോ നിങ്ങൾ എത്രത്തോളം ജീവിതങ്ങളെ സ്വാധീനിക്കുന്നുവോ അത്രയും കൂടുതൽ സമ്പത്ത് ആകർഷിക്കും.

വലിയ സമ്പത്ത് വലിയ സംഖ്യകളെ പിന്തുടരുന്നു

അത്‌ലറ്റുകൾ പ്രഭാവത്തിന്റെ ഉത്തമ ഉദാഹരണമാണ്. നിങ്ങൾ പ്രൊഫഷണൽ ബേസ്ബോൾ കളിക്കുകയാണെങ്കിൽ, നിങ്ങൾക്ക് ഒരു ഉൽക്കാശിലയോളം അന്തർലീന മൂല്യം നൽകും. 2014-ൽ ജിയാൻകാർലോ സ്റ്റാന്റൺ 325 മില്യൺ കരാർ ഡോളറിൽ ഒപ്പുവച്ചു. അത് കൃത്യമായി എങ്ങനെ ന്യായീകരിക്കപ്പെടുന്നു? ലളിതം. ഫലപ്രാപ്തി നിയമം എല്ലാ സമ്പത്തിനെയും ന്യായീകരിക്കുന്നു. ജിയാൻ കാർലോ സ്റ്റാന്റൺ, ബേസ്ബോൾ വഴി ദശലക്ഷക്കണക്കിന് ആളുകളെ രസിപ്പിക്കുന്നു. അവൻ അളവ് പ്രയോജനപ്പെടുത്തുന്നു. ഏതൊരു പ്രൊഫഷണൽ അത്‌ലറ്റിനും ഇത് സമാനമാണ്. അവർ ലക്ഷങ്ങളാണ് പ്രതിഫലം വാങ്ങുന്നത്. കാരണം, അവർ ദശലക്ഷക്കണക്കിന് ആളുകളെ രസിപ്പിക്കുന്നു. ഒരു കോർപ്പറേഷനെ സുഗമമാക്കുന്ന കോർപ്പറേറ്റ് എക്സിക്യൂട്ടീവ് ദശലക്ഷക്കണക്കിന് ആളുകൾക്ക് സേവനങ്ങൾ നൽകുകയും ദശലക്ഷക്കണക്കിന് പ്രതിഫലം ലഭിക്കുകയും ചെയ്യുന്നു.

വീണ്ടും, ഇവ പ്രാബല്യത്തിന്റെ നിയമത്തെ സ്വാധീനിക്കുന്ന ഗ്ലോറിഫൈഡ് പവർ ആന്തരിക-മൂല്യ സ്ഥാനങ്ങളാണ്. ആന്തരിക മൂല്യത്തിലൂടെ നിങ്ങൾക്ക് സമ്പന്നനാകണമെങ്കിൽ, നിങ്ങൾ അത് പ്രഭാവ നിയമത്തിലൂടെ ചെയ്യണം. ദശലക്ഷക്കണക്കിന് ആളുകളെ സ്വാധീനിക്കുന്ന ഒരു സ്ഥാനത്ത് എത്തുക. ഒഴിച്ചുകൂടാനാവാത്തതും പകരം വെക്കാനില്ലാത്തതുമാവുക. ഒരു അത്‌ലറ്റ്, വിനോദദായകർ, അല്ലെങ്കിൽ ഒരു ഉന്നത എക്സിക്യൂട്ടീവിനെപ്പോലെ.

ഒരു കായികതാരത്തെപ്പോലെ ദശലക്ഷക്കണക്കിന് ആളുകളിലേക്ക് പ്രവേശനം നേടാനാകുന്നില്ലേ?

എങ്കിൽ ഉറവിടത്തിലേക്ക് നേരിട്ടു പോയി ഉറവിടം സേവിക്കുക.

ഉദാഹരണത്തിന്, ഉയർന്ന പ്രൊഫൈൽ അത്‌ലറ്റുകളുടെ ഏജന്റുമാർ അത്‌ലറ്റുകളെപ്പോലെതന്നെ സമ്പന്നരാണ് കാരണം അവർക്ക് പ്രഭാവ നിയമവുമായി പരോക്ഷ ബന്ധമുണ്ട്. റിയൽ എസ്റ്റേറ്റ് ബ്രോക്കർമാർ സമ്പന്നരുടെ വീടുകളിൽ ശ്രദ്ധ കേന്ദ്രീകരിച്ചിരിക്കുന്നവരാണെങ്കിൽ, അവർ പരോക്ഷമായി സമ്പന്നരാകുന്നു, കാരണം നിയമത്തിന്റെ മധ്യസ്ഥരുമായി സ്വയം ബന്ധിപ്പിക്കുക വഴി. റോഡ്മാപ്പുകളോ സമയ വ്യാപാരങ്ങളോ മറ്റെന്തെങ്കിലുമോ പ്രഭാവ നിയമം ശ്രദ്ധിക്കുന്നില്ല എന്നാൽ വലിയ സംഖ്യകളുടെ ഗണിത ശക്തിയെ ശ്രദ്ധിക്കുന്നു. കുറച്ചുതവണ ഒരു ഭീമാകാരമായ പ്രഭാവം ഉണ്ടാക്കുക അല്ലെങ്കിൽ ദശലക്ഷക്കണക്കിന് തവണ ചെറിയ പ്രഭാവം ഉണ്ടാക്കുക.

ജോ മാഗ്നിറ്റ്യൂഡ് വാണിജ്യ റിയൽ എസ്റ്റേറ്റ് വികസിപ്പിക്കുന്ന ഒരു കമ്പനിയുടെ ഉടമയാണ്. അവൻ 14 ഓഫീസ് കോംപ്ലക്സുകൾ പണിയുകയും പിന്നീട് അവിടെ ചെറിയ ഓഫീസുകൾ വിഭജിക്കുകയും ചെയ്യുന്നു. ഓരോന്നും പൂർണ്ണമായും വിറ്റ സങ്കീർണ്ണമായ ലാഭം $400,000 (വ്യാപ്തി) × 14 (അളവ്) അതായത് $5,600,000 ആണ്.

താരങ്ങളുടെ ഭക്ഷണക്രമം വിശദീകരിക്കുന്ന ഒരു പുസ്തകം ജോ സ്മൈയിൽ എഴുതുന്നു. അവൻ 800,000 കോപ്പികൾ വിൽക്കുന്നു (അളവ്) ഒരു പകർപ്പിന് $7 സമ്പാദിക്കുന്നു (വ്യാപ്തി). അവൻ അതേ തുക സമ്പാദിക്കുന്നു : $5,600,000.

വലിയ സംഖ്യകളുടെ ഉറവിടത്തിലേക്ക് നിങ്ങൾ അടുക്കുംതോറും നിങ്ങൾ സമ്പത്തിലേക്ക് കൂടുതൽ അടുക്കും. ദശലക്ഷക്കണക്കിന് ആളുകളെ സേവിക്കുകയെന്നത് ദശലക്ഷക്കണക്കിന് ലാഭിക്കുക എന്നതാണ്.

വലുതായി സമ്പാദിക്കാൻ വലുതായി ചിന്തിക്കുക.

അധ്യായ സംഗ്രഹം : ഫാസ്റ്റ്ലെയ്ൻ പ്രത്യേകതകൾ

- നിങ്ങൾ കൂടുതൽ ജീവിതങ്ങളെ ബാധിക്കുകയോ ലംഘിക്കുകയോ ചെയ്യുകയാണെങ്കിൽ പ്രഭാവനിയമം പ്രസ്താവിക്കുന്നു, അളവിൽ അല്ലെങ്കിൽ വ്യാപ്തിയിൽ, നിങ്ങൾ കൂടുതൽ സമ്പന്നരാകും.
- അളവ് എന്നത് നമ്മുടെ ഫാസ്റ്റ്ലെയ്ൻ സമ്പത്തിനുള്ളിലെ ലാഭ വേരിയബിളിന്റെ "വിറ്റ യൂണിറ്റുകൾ" എന്നാണ്. വ്യാപ്തി എന്നത് നമ്മുടെ ഫാസ്റ്റ്ലെയ്ൻ സമ്പത്ത് സമവാക്യത്തിലെ പ്രൊഫിറ്റ് വേരിയബിളിന്റെ "യൂണിറ്റ് ലാഭം" എന്ന് വിവർത്തനം ചെയ്യുന്നു.
- ആകർഷണ നിയമം ഒരു നിയമമല്ല, ഒരു സിദ്ധാന്തമാണ്. പ്രഭാവത്തിന്റെ നിയമം കേവലമാണ്, ഒരു റോഡ്മാപ്പിന് അതീതമായി പ്രവർത്തിക്കുന്നു.
- സ്വയം നിർമ്മിതമായ സമ്പത്തിന്റെ എല്ലാ വകഭേദങ്ങളും പ്രഭാവ നിയമത്തിലേക്ക് വേരുനീട്ടുന്നു.
- ഫലത്തിന്റെ സമ്പൂർണ്ണത നേരിട്ടുള്ള പ്രാപ്യതയിൽനിന്നും നിയന്ത്രണത്തിൽനിന്നും വരുന്നു (നിങ്ങൾ അത്ലറ്റാണ്) മറ്റൊന്ന് പരോക്ഷമായ പ്രാപ്യതയിൽനിന്നും (നിങ്ങൾ അത്ലറ്റിന്റെ ഏജന്റാണ്).
- ദശലക്ഷക്കണക്കിന് സമ്പാദിക്കുന്നതിന് നിങ്ങൾ ദശലക്ഷക്കണക്കിന് അളവിലോ കുറച്ചധികം വലുപ്പത്തിലോ സേവിക്കണം.

ഭാഗം 6

സമ്പത്തിലേക്കുള്ള നിങ്ങളുടെ വാഹനം : നിങ്ങൾ

ആദ്യം സ്വയം ഉടമസ്ഥനാകു

സംഭവങ്ങളുടെയും സാഹചര്യങ്ങളുടെയും ഉത്ഭവം നമ്മുടെ ഉള്ളിൽ തന്നെയാണ്. നാം വിതച്ച വിത്തുകളിൽനിന്നാണ് അവ ഉത്ഭവിക്കുന്നത്.

—ഹെൻറി ഡേവിഡ് തോറോ

"സ്വയം ആദ്യം പണം അടക്കുക" എന്നതിന്റെ ദുർബ്ബലത

ഫാസ്റ്റ്ലെയ്ൻ വിജയത്തിന്, വരാനിരിയ്ക്കുന്ന യാത്രയ്ക്കായി നന്നായി ട്യൂൺ ചെയ്ത് മികച്ചതാക്കി തയ്യാറാക്കി നിർത്തിയിരിക്കുന്ന വാഹനം ആവശ്യമുണ്ട്.

നിങ്ങളാണ് സമ്പത്തിലേക്കുള്ള യാത്രയിലെ വാഹനം.

നിങ്ങൾ പ്രവർത്തനത്തിനും പുരോഗതിക്കും പ്രേരണയാണ്.

യാത്രയുടെയും നിങ്ങളുടെ ചുമതല ഏറ്റെടുക്കുന്നതിനുള്ള ആദ്യ ചുവടിന്റെയും ഉത്തരവാദിത്തം നിങ്ങൾക്കാണ്.

"ആദ്യം സ്വയം പണം അടയ്ക്കുക" എന്ന ഒരു സാധാരണ സ്ലോലെയ്ൻ പ്രഖ്യാപനം നിങ്ങൾ കേട്ടിട്ടുണ്ടാകാം, 1926-ൽ ജോർജ്ജ് ക്ലസൻ എഴുതിയ *ദി റിച്ചെസ്റ്റ് മാൻ ഇൻ ബാബിലോൺ* എന്ന പുസ്തകത്തിൽ. വായിക്കാൻ ഒരു നല്ല പുസ്തകം, പക്ഷേ അടിസ്ഥാനപരമായി പിഴവുള്ളതാണ്.

"ആദ്യം സ്വയം പണം അടയ്ക്കുക" എന്നത് നിങ്ങൾക്ക് പരിചിതമില്ലെങ്കിൽ, അത് നിങ്ങളുടെ പണം ലാഭിക്കാൻ (നിങ്ങൾക്കായി പണംമുടക്കികൊണ്ട്) പ്രേരിപ്പിക്കുന്ന ഒരു സ്ലോലെയ്ൻ സിദ്ധാന്തമാണ്. അതനുസരിച്ച മറ്റ് എന്തിനും മുൻപ് സ്വന്തത്തിനായി പണമടയ്ക്കണം – ബില്ലുകൾ, ഭക്ഷണം, ഗ്യാസ്, കാർ പേയ്മെന്റുകൾ എന്നിവക്കുമുൻപ്. ഇത് സ്ലോലെയ്നറുടെ സേവിംഗ്സ് നിരക്ക് ത്വരിതപ്പെടുത്താൻ പ്രേരിപ്പിക്കുന്നു, ക്ഷയിച്ച സമ്പത്ത് ത്വരിതപ്പെടുത്തൽ വാഹനം : വിപണി നിക്ഷേപം വഴിയുള്ള സംയുക്ത പലിശ.

വസ്തുത, "സ്വയം ആദ്യം പണം അടയ്ക്കുക" എന്ന് ഒരു സ്ലോലെയ്നറെ ഉപദേശിക്കുന്നത് ഒരു കോണിപ്പടി കയറാൻ ഇരുകൈകാലുകളും ഇല്ലാത്ത ആളെ ഉപദേശിക്കുന്നത് പോലെയാണ്. അത് നിഷ്ഫലമാണ്.

നിങ്ങൾക്ക് ജോലിയുണ്ടെങ്കിൽ, നിങ്ങളുടെ അവസാനത്തെ ശമ്പളം പരിശോധിക്കുക.

നിങ്ങളുടെ മൊത്ത വേതനം നിങ്ങളുടെ മൊത്തം ശമ്പളത്തിന് തുല്യമാണോ? അത് അങ്ങനെയല്ല, ചിലർക്ക് അങ്ങനെയായിരിക്കാം 35% കുറവോ അതിൽ കൂടുതലോ. കൂടാതെ, 401(k)-കൾ, IRA-കൾ എന്നിവ പോലുള്ള പ്രീ-ടാക്സ് സേവിംഗ് ആയുധങ്ങൾ സമ്പത്ത് സൃഷ്ടിക്കുന്നതിന് നിങ്ങളുടെ സംഭാവനകൾ ചെറിയ നിരക്കുകളായി പരിമിതപ്പെടുത്തുമ്പോൾ ഒരു ജോലിയിലെ നികുതിക്കു മുൻപുള്ള അടിസ്ഥാനം സംഘടനാപരമായി പിഴയായി മാറുന്നു.

നിങ്ങളുടെ പ്രാഥമിക വരുമാന സ്രോതസ്സ് ഒരു ജോലിയിൽനിന്നാണ് വരുന്നതെങ്കിൽ, സ്വയം പണം നൽകാനുള്ള നിങ്ങളുടെ കഴിവ് ആദ്യം തളർന്നിരിക്കുന്നു. കാരണം സർക്കാരുകൾക്കാണ് ആദ്യം ശമ്പളം! “ആദ്യം സ്വയം പണം അടയ്ക്കുക” എന്നത് യുക്തിയുക്തമായിരിക്കാൻ, നിങ്ങൾ സ്വയം ആദ്യം അനന്തമായ തുകകൾ നൽകേണ്ടതുണ്ട്, അത് കഴിഞ്ഞു സർക്കാരിനും. *നിങ്ങൾ നിങ്ങളുടെ വാഹനത്തിന്റെ ഉടമസ്ഥനാകണം.*

ആദ്യം നിങ്ങൾക്ക് പണം അടക്കുന്നതിന്, സ്വയം ഉടമസ്ഥനാകണം

നിങ്ങൾ സ്വയം ഉടമസ്ഥനായില്ലെങ്കിൽ നിങ്ങൾക്ക് ആദ്യം പണം നൽകാനാവില്ല. നിങ്ങളുടെ വാഹനം (നിങ്ങൾ) സ്വതന്ത്രവും വ്യക്തവും ആയിരിക്കണം. നിങ്ങൾക്ക് ഒരു ജോലി ഉള്ളപ്പോൾ, ആരെങ്കിലും നിങ്ങളെ സ്വന്തമാക്കും. ആരെങ്കിലും നിങ്ങളെ സ്വന്തമാക്കുമ്പോൾ, നിങ്ങൾക്ക് ആദ്യം ശമ്പളം നൽകപ്പെടുന്നില്ല, പക്ഷേ അവസാനമാണ്.

നിങ്ങളുടെ വാഹനത്തെ – നിങ്ങൾ സ്വയം – നിയന്ത്രിക്കുന്നതിനുള്ള ആദ്യപടി സ്വയം യജമാനനാകുക എന്നതാണ്. അതുവഴി ആദ്യം നിങ്ങൾക്കും അവസാനത്തേത് സർക്കാരിനും നൽകുക. നിങ്ങൾ നിയന്ത്രിക്കുന്ന ഒരു തൊഴിൽ സംഘത്തിലേക്ക് നിങ്ങളുടെ ബിസിനസ്സ് മാറ്റിയെടുക്കുന്നതിലൂടെ അത് പൂർത്തീകരിക്കപ്പെടുന്നു.

തൊഴിൽസംഘം ഫാസ്റ്റ്ലെയ്ൻ ഫ്രെയിമായി പ്രവർത്തിക്കുന്നു. കാരണം അത് “അവസാനം സ്വയം അടയ്ക്കുക” എന്നതിനെതിരായി “ആദ്യം സ്വയം അടയ്ക്കുക” എന്നതിന്റെ നികുതി ആനുകൂല്യം ഉടനടി വാഗ്ദാനം ചെയ്യുന്നു.

നിങ്ങൾക്ക് ഒരു സ്വയംതൊഴിൽസംഘം സ്വന്തമാകുമ്പോൾ, അറ്റാദായം ചെലവുകൾകൊണ്ട് കുറയ്ക്കുന്നു. ശേഷിക്കുന്ന ലാഭത്തിന് നികുതി ചുമത്തുകയും ആ നികുതികൾ സർക്കാരിന് നൽകുകയും ചെയ്യുന്നു. കൂടാതെ, തൊഴിൽസംഘങ്ങൾ അവയുടെ ഉടമകളിൽനിന്ന് വേറിട്ട് നിലനിൽക്കുകയും സമയത്തെ അതിജീവിക്കുകയും ചെയ്യുന്നു. *നിങ്ങളുടെ ബിസിനസ്സ് വ്യവസ്ഥിതിയായി വർത്തിക്കുന്ന പ്രതിനിധിത്വത്തിന്റെ ഒരു ഘടനയാണ് ഇത്.*

നിങ്ങൾ ഒരു തൊഴിൽസംഘത്തെ സ്വന്തമാക്കുമ്പോൾ, ഗവൺമെന്റിന് (യുഎസ്എ അനുമാനിക്കുക) വർഷത്തിൽ നാല് തവണ പണം നൽകുന്നു. കണക്കാക്കിയ നികുതികളിലൂടെ ഓരോ പാദത്തിലും ഒരിക്കൽ. നിങ്ങൾക്ക് ഒരു ശമ്പളപ്പട്ടിക ഉണ്ടെങ്കിൽ, ഓരോ തവണയും നിങ്ങൾ നിങ്ങളുടെ ജീവനക്കാർക്ക് പണം നൽകുമ്പോൾ നികുതി അടക്കുന്നു. വർഷത്തിൽ 365 തവണ ഞാൻ സ്വയം പണം നൽകുന്നു, സർക്കാരിന് വർഷത്തിൽ നാല് തവണ നൽകുമ്പോൾ. അതൊരു “ആദ്യം സ്വയം പണം നൽകുക” മാത്രമല്ല, സമ്പത്തിനും അനുയോജ്യമായൊരു ഘടന പോലെയല്ലേ?

സ്വയം എങ്ങനെ ഉടമസ്ഥനാകാം

പല സംരംഭകരെയുംപോലെ, ഞാൻ ഒരു ഏക ഉടമസ്ഥനായി ബിസിനസ്സിൽ ഏർപ്പെടുന്ന ഭയാനകമായ തെറ്റ് ചെയ്തു. ഒരു ബിസിനസ്സ് ഘടനയെ ഏക ഉടമസ്ഥാവകാശത്തിൽ ശുപാർശ ചെയ്യുന്ന പൊതു പങ്കാളിത്തം ഒഴിവാക്കണം എന്ന് ഉപദേശിക്കുന്ന ഏതൊരു "ഉപദേശകനും" എയർപോർട്ട് ടോയ്‌ലറ്റ് പോലെ ഒഴിവാക്കപ്പെടണം. ഈ സ്വത്വങ്ങൾ അപകടസാധ്യതയുള്ളതാണ്. കാരണം, അവ നിങ്ങളെ സംരക്ഷിക്കുകയുമില്ല, പരിധിയില്ലാത്ത ബാധ്യത വരുത്തുകയും ചെയ്യുന്നു, നിങ്ങളിലേക്കും നിങ്ങളുടെ സ്വകാര്യ ആസ്തികളിലേക്കും.

നിങ്ങൾ ഒരു പ്ലമ്പറും ഒരു ഏക ഉടമസ്ഥ അവകാശിയും ആണെങ്കിൽ, നിങ്ങൾ അബദ്ധത്തിൽ ഒരു ഉപഭോക്താവിന്റെ വീട്ടിലെ പൈപ്പ് കട്ടർ വിട്ടുപോകുകയും, അത് ഉപയോഗിച്ച് ആ ഉപഭോക്താവിന്റെ മൂന്ന് വയസ്സുകാരൻ മരണപ്പെടുകയും ഉണ്ടായി, ഊഹിക്കുക? നിങ്ങൾ സുരക്ഷിതമല്ലാത്ത ഒരു ബിസിനസ്സ് സ്വത്വം തിരഞ്ഞെടുത്തതിനാൽ അവർ നിങ്ങളുടെ പിന്നാലെ വരുന്നു. ഒരു കൂട്ടു സംഘടനയ്ക്കെതിരെ കേസെടുക്കുന്നതിനുപകരം, അവർ നിങ്ങൾക്കും നിങ്ങളുടെ ഉടമസ്ഥതയിലുള്ള എല്ലാത്തിനും എതിരായി കേസെടുക്കുകയും പിടിച്ചെടുക്കാൻ തയ്യാറാകുകയും ചെയ്യുന്നു. യുഎസ് അധിഷ്ഠിത ബിസിനസ്സ് എന്ന് അനുമാനിച്ചുകൊണ്ട്, നിങ്ങളുടെ ഫാസ്റ്റ്‌ലെയ്ൻ ബിസിനസ്സിനായുള്ള മികച്ച ബിസിനസ്സ് ഘടനകൾ ഇവയാണ് :

1. സി തൊഴിൽസംഘം
2. എസ് തൊഴിൽസംഘം
3. ലിമിറ്റഡ് ലയബിലിറ്റി തൊഴിൽസംഘം

ഓരോന്നിനും അതിന്റേതായ ഗുണങ്ങളും ദോഷങ്ങളുമുണ്ട്. എന്നാൽ എല്ലാവർക്കും പൊതുവായി രണ്ട് പ്രയോജനങ്ങളുണ്ട് : ബാധ്യതയുടെയും നികുതി കാര്യക്ഷമതയുടെയും പരിമിതി.

സി തൊഴിൽസംഘം

സി തൊഴിൽസംഘം സമയത്തെ അതിജീവിക്കുന്ന ഒരു ബിസിനസ്സ് ഘടനയാണ്, അത് എളുപ്പത്തിൽ പ്രവർത്തിക്കാനും കൈമാറ്റം ചെയ്യാനും കഴിയും. തൊഴിൽ സംഘത്തിന്റെ ലാഭത്തിന് തൊഴിൽസംഘ ആദായനികുതി നിരക്കിൽ നികുതി ചുമത്തുകയും അവയുടെ വരുമാനം ഓഹരി ഉടമകൾക്ക് വിതരണം ചെയ്യുകയും ചെയ്യുന്നു.

ചില സി -കോർപ് ഉടമകൾ "വരുമാനം വിഭജിക്കുന്നു" എന്നറിയപ്പെടുന്ന ഒരു തന്ത്രം വിന്യസിക്കാൻ ഈ ഘടന ഉപയോഗിക്കുന്നു. ബിസിനസ്സിന്റെ വരുമാനം ഉടമയ്ക്കും ബിസിനസ്സിനുമായി വിഭജിക്കുക എന്നതാണ് തന്ത്രം. അതായത് ഒന്നിന് മാത്രമുള്ള വലിയ വരുമാനത്തിന്റെ നികുതിയ്ക്ക് എതിരായി രണ്ടിന്റെയും നികുതി ഫലപ്രദമായി കുറക്കുന്നു. നികുതി തന്ത്രത്തിൽ മുഴുകുന്നത് ഈ പുസ്തകത്തിന്റെ പരിധിയിലല്ലെങ്കിലും ജനസംഘ രൂപീകരണം, ഇത് ഒരു ഫാസ്റ്റ്‌ലെയ്ൻ ഘടകം വാഗ്ദാനം ചെയ്യുന്നു, അത് നിയന്ത്രണമാണ്.

സി സംഘങ്ങളും അവയുടെ ഉടമകളും ഇരട്ട നികുതിക്ക് വിധേയരായിരിക്കുമ്പോൾ (കോർപ്പറേറ്റ് ലാഭത്തിനും ഓഹരിയുടമകൾക്കുള്ള ലാഭവിഹിത

ത്തിനും മുകളിലുള്ള നികുതി), അവ വലിയ സംഘങ്ങൾക്കും "സ്വത്ത് വളർച്ച" തന്ത്രമുള്ള സംഘങ്ങൾക്കും പ്രയോജനകരമാണ്. മറ്റൊരു വാക്കിൽ പറഞ്ഞാൽ, നിങ്ങൾ ലാഭം വിതരണം ചെയ്യാൻ ആസൂത്രണം ചെയ്യുന്നില്ലെങ്കിൽ, "അറ്റാദായത്തിന്" മുകളിൽ, "ആസ്തി മൂല്യം" കെട്ടിപ്പടുക്കുന്നതിൽ ശ്രദ്ധ കേന്ദ്രീകരിക്കുകയാണെങ്കിൽ സി സംഘങ്ങൾ ആ ജോലി ചെയ്യുന്നു. പരസ്യമായി വ്യാപാരം ചെയ്യുന്ന കമ്പനികളിൽ ഭൂരിഭാഗവും സി സംഘമാണ്, അത് അവരുടെ ഓഹരി ഉടമകൾക്ക് ലാഭവിഹിതം വിതരണം ചെയ്യില്ല. അവർ വരുമാനവും ആസ്തി മൂല്യവും വർദ്ധിപ്പിക്കുന്നു.

എസ് കോർപ്പറേഷൻ

ഒരു എസ് സംഘം ഒരു സി സംഘം പോലെയാണ്. അത് ഒരു പ്രത്യേക സ്ഥാപനമായി നികുതി ചുമത്തിയിട്ടില്ല. ഒരു "ഗതാഗത യൂണിറ്റായി" കണക്കാക്കപ്പെടുകയും, നികുതികൾ സംഘം എന്ന തലത്തിൽ നൽകപ്പെടുന്നില്ല, എന്നാൽ വ്യക്തിഗത തലത്തിലും ഉടമയുടെ വ്യക്തിഗത നികുതി റിട്ടേണിലും അവ പ്രതിഫലിക്കുന്നു. എസ് കോർപ്പറേഷനുകൾക്ക് ചില നികുതി ആനുകൂല്യങ്ങളും ഉണ്ട്. കാരണം, ലാഭം ഏക ഉടമസ്ഥതയിൽ വരുന്ന സ്വയം തൊഴിലിനുള്ള കനത്ത നികുതിക്ക് വിധേയമല്ല. എന്നിരുന്നാലും, പരിധിയില്ലാത്ത ഉടമകളുള്ള സി-യിൽ നിന്ന് വ്യത്യസ്തമായി, എസ് സംഘങ്ങൾ 100 ഉടമകളായി പരിമിതപ്പെട്ടിരിക്കുന്നു, അധിക ഫയലിംഗ് ആവശ്യതകൾ ഉണ്ടായിരിക്കും.

ലിമിറ്റഡ് ലയബിലിറ്റി കോർപ്പറേഷൻ (LLC)

ഒരു എൽ എൽ സി പങ്കാളിത്തത്തിന്റെ നേട്ടങ്ങളോ അല്ലെങ്കിൽ ഏക ഉടമസ്ഥാവകാശമോ ഉള്ള ഒരു തൊഴിൽസംഘം പോലെ പ്രവർത്തിക്കുന്നു. എൽ എൽ സി ലാഭം അതിന്റെ അംഗങ്ങൾ എന്ന് വിളിക്കപ്പെടുന്ന ഉടമകളിലൂടെ കടന്നുപോകുന്നു. കൂടാതെ, അത് അവരുടെ വ്യക്തിഗത ആദായനികുതിയിൽ പ്രതിഫലിക്കുന്നു. എൽ എൽ സി-കളും "ഗതാഗത യൂണിറ്റ്" സ്ഥാപനങ്ങൾ ആയി കണക്കാക്കപ്പെടുന്നു. കാരണം, ലാഭം നേരിട്ട് ഉടമകൾക്ക് കൈമാറുന്നു. പങ്കാളിത്തത്തിന്, എൽ എൽ സി അല്ലെങ്കിൽ എസ് സംഘമാണ് ഒരു പൊതു പങ്കാളിത്തത്തിനുപകരം ശുപാർശ ചെയ്യപ്പെടുന്ന ഘടന, വീണ്ടും, ഇവയും ബാധ്യത പരിരക്ഷ നൽകുന്നില്ല.

ചെറിയ സ്റ്റാർട്ടപ്പുകൾക്കായി, ഒരു എൽ എൽ സി അല്ലെങ്കിൽ ഒരു എസ് സംഘം നോക്കുന്നതിനായി ഞാൻ ശുപാർശ ചെയ്യുന്നു. വ്യക്തിപരമായി, പങ്കാളിത്തത്തിൽനിന്നും ഏക ഉടമസ്ഥാവകാശങ്ങളിൽനിന്നും ഞാൻ ഒഴിഞ്ഞുമാറുന്നു. കാരണം, അത് ഒരിക്കലും ബാധ്യത പരിമിതപ്പെടുത്തുന്നില്ല.

ഒരു തൊഴിൽസംഘം രൂപീകരിക്കുന്നത് വിചാരിക്കുന്നത്ര ദുഷ്കരമല്ല. നിങ്ങളുടെ ദേശം അനുസരിച്ച്, ഇതിന് $1,000-ൽ കൂടുതൽ ചെലവാകില്ല. അരിസോണയിൽ, ഏതാനും നൂറ് ഡോളറുകളെക്കാൾ കുറഞ്ഞ ചിലവിൽ ഒന്ന് സൃഷ്ടിക്കാൻ കഴിയും.

ഒരു യൂണിറ്റ് തിരഞ്ഞെടുക്കുന്നു

ഒരു യൂണിറ്റ് തിരഞ്ഞെടുക്കുന്നത് നിങ്ങളുടെ ലക്ഷ്യങ്ങളെയും നിങ്ങളുടെ ബിസി

നസ്സിനായുള്ള നിങ്ങളുടെ കാഴ്ചപ്പാടിനെയും ആശ്രയിച്ചിരിക്കുന്നു. ഇവിടെ തീരുമാനിക്കാൻ നിങ്ങളെ സഹായിക്കുന്ന പൊതുവായ ചില ചോദ്യങ്ങളാണ് :

- എന്താണ് നിങ്ങളുടെ എക്സിറ്റ് തന്ത്രം? പൊതുവാക്കി മാറ്റുന്നതോ? സ്വകാര്യ നിക്ഷേപകർക്ക് വിൽക്കുന്നതോ?
- നിങ്ങളുടെ വളർച്ചാ തന്ത്രം എന്താണ്?
- ഏറ്റവും മോശമായ സാഹചര്യത്തിൽ നിങ്ങളുടെ ബാധ്യത വെളിപ്പെടുത്തൽ എന്താണ്?
- ഇപ്പോൾ മൂലധനം സമാഹരിക്കാൻ നിങ്ങൾ പദ്ധതിയിടുന്നുണ്ടോ അതോ ഭാവിയിലോ?
- ജീവനക്കാരെ നിയമിക്കാൻ നിങ്ങൾ പദ്ധതിയിടുന്നുണ്ടോ?
- പുതിയ പങ്കാളികളെ സ്വീകരിക്കാൻ നിങ്ങൾ ഉദ്ദേശിക്കുന്നുണ്ടോ?
- വേഗത്തിൽ ലാഭം നേടാൻ നിങ്ങൾ പദ്ധതിയിടുന്നുണ്ടോ? അതോ തൽക്കാലത്തേക്കില്ലേ?

നിങ്ങളുടെ ഉത്തരങ്ങൾ മികച്ച യൂണിറ്റിനെ നിർണ്ണയിക്കുന്നു. എന്റെ ബിസിനസ്സുകളിൽ, ഞാൻ പലതരം എസ് സംഘങ്ങൾ മുതൽ എൽഎൽസികൾ മുതൽ ട്രസ്റ്റുകൾ വരെയുള്ള ഘടനകൾ ഉപയോഗിക്കുന്നു.

അവസാനമായി, ഞാൻ ഒരു അക്കൗണ്ടന്റോ അഭിഭാഷകനോ അല്ല, അതിനാൽ ദയവായി ഇത് നിയമപരമോ പ്രൊഫഷണൽ ഉപദേശമോ ആയി വ്യാഖ്യാനിക്കരുത്.

എപ്പോഴും നിങ്ങൾക്ക് ഏറ്റവും മികച്ചത് എന്താണെന്ന് നിർണ്ണയിക്കാൻ ആധികാരികമായ കാലികവിവരങ്ങൾ അറിയുന്ന ഉചിതമായ ഒരാളുമായി ബന്ധപ്പെടുക – നിയമങ്ങൾ, സമ്പദ് വ്യവസ്ഥകൾ, നികുതികൾ, കൂടാതെ നിയന്ത്രണങ്ങൾ എന്നിവയെക്കുറിച്ച് – ഇതെല്ലാം എല്ലായ്പ്പോഴും മാറിക്കൊണ്ടിരിക്കുന്നു, വർഷംതോറും, രാജ്യങ്ങൾ തോറും.

അധ്യായ സംഗ്രഹം : ഫാസ്റ്റ്ലെയ്ൻ പ്രത്യേകതകൾ

- "ആദ്യം സ്വയം പണം അടയ്ക്കുക" എന്നത് ഒരു ജോലിയിൽ അടിസ്ഥാനപരമായി അസാധ്യമാണ്.
- നിങ്ങളുടെ വാഹനം (സ്വയം നിങ്ങൾ) സ്വന്തമാക്കാൻ, നിങ്ങളെ ഔപചാരികമായി ഒരു ബിസിനസ്സ് പ്രവർത്തനത്തിൽ ഒഴിവാക്കുന്ന ഒരു സംഘം ആരംഭിക്കുക. നിങ്ങളുടെ സംഘം എന്നത് നിങ്ങളുടെ പകരമാണ്.
- ശുപാർശ ചെയ്യുന്ന ഫാസ്റ്റ്ലെയ്ൻ ബിസിനസ്സ് സ്ഥാപനം ഒരു സി സംഘം, ഒരു എസ് സംഘം അല്ലെങ്കിൽ ഒരു എൽ എൽ സി ആണ്.

ജീവിതത്തിന്റെ സ്റ്റിയറിംഗ് വീൽ

നിങ്ങൾ ബോധപൂർവ്വവും അബോധപൂർവ്വവും തിരഞ്ഞെടുക്കുന്ന എല്ലാ പ്രക്രിയകളുടെയും ആകെ ഫലമാണ് നിങ്ങളുടെ ജീവിതം. തിരഞ്ഞെടുക്കുന്ന പ്രക്രിയ നിങ്ങൾക്ക് നിയന്ത്രിക്കാൻ കഴിയുമെങ്കിൽ, നിങ്ങളുടെ ജീവിതത്തിന്റെ എല്ലാ വശങ്ങളും നിങ്ങൾക്ക് നിയന്ത്രിക്കാനാകും. ചുമതലക്കാരനായി നിന്ന് നിങ്ങൾ ഏറ്റെടുത്തതിൽനിന്ന് ലഭിക്കുന്ന സ്വാതന്ത്ര്യം നിങ്ങൾക്ക് അനുഭവിക്കാനാകും.

—റോബർട്ട് എഫ്. ബെന്നറ്റ്

ദാരിദ്ര്യത്തിന്റെ ഏറ്റവും പ്രധാന കാരണം

ദാരിദ്ര്യം ഒരു രോഗമാണെങ്കിൽ, അതിന്റെ കാരണത്തെക്കുറിച്ച് ഊഹിക്കുക. തീർച്ചയായും, പണത്തിന്റെ അഭാവം. എന്നാൽ ഇത് അടിസ്ഥാന പ്രശ്നത്തിന്റെ ഒരു കാരണമാണോ അതോ ലക്ഷണമാണോ?

വിദ്യാഭ്യാസത്തിന്റെ അഭാവം ആണോ?

അവസരങ്ങളുടെ അഭാവം, നല്ല മാതൃകകൾ, അല്ലെങ്കിൽ ദൃഢനിശ്ചയം?

ഇല്ല. അതെല്ലാം ലക്ഷണങ്ങളാണ്.

നിങ്ങൾ ദാരിദ്ര്യത്തിന്റെ കാൽപ്പാടുകൾ പിന്തുടരുകയാണെങ്കിൽ, ദാരിദ്ര്യം ആരംഭിക്കുന്നത് അതേ സ്ഥലത്തുതന്നെയാണെന്ന് നിങ്ങൾ കണ്ടെത്തും : തിരഞ്ഞെടുപ്പ്.

മോശം തിരഞ്ഞെടുപ്പുകളാണ് ദാരിദ്ര്യത്തിന്റെ പ്രധാന കാരണം.

പ്രശ്നത്തിന്റെ കാതലായ ഭാഗം

എന്റെ വരുമാനം ഉയർന്നതോടെ എന്റെ കൊളസ്ട്രോളും വർദ്ധിച്ചു. നല്ല ജീവിതത്തിന്റെ പാത അമിതഭക്ഷണത്തിന്റെ ഒരു മലഞ്ചെരിവിന് സമാന്തരമായി പോകുന്നു. എന്റെ ഡോക്ടർ കൈക്കൊണ്ട രീതി മരുന്ന് കുറിപ്പടികൾ കുറിക്കുക എന്നതായിരുന്നു. ഞാൻ നിരസിച്ചു, കാരണം രോഗലക്ഷണങ്ങൾ മറക്കുകയല്ല, പ്രശ്നങ്ങൾ പരിഹരിക്കാനാണ് ഞാൻ ആഗ്രഹിച്ചത്.

നിങ്ങൾ ഒരു വലിയ ഫാർമസ്യൂട്ടിക്കൽ കമ്പനിയെപ്പോലെ സമ്പത്തിനെ

സമീപിക്കുകയും, ലക്ഷണങ്ങളെ ആക്രമിക്കുകയും പ്രശ്നങ്ങൾ അവഗണിക്കുകയും ചെയ്യുമ്പോൾ, നിങ്ങൾ വിജയിക്കില്ല. ക്ഷീണം അനുഭവപ്പെടുന്നുണ്ടോ? ഈ ഗുളിക കഴിക്കൂ. ഭാരം കുറയ്ക്കാൻ ആഗ്രഹിക്കുന്നുണ്ടോ? മറ്റൊരു ഗുളിക. യഥാർത്ഥ പ്രശ്നങ്ങളെ കണ്ടില്ലെന്ന് നടിച്ച്, ബുദ്ധിമുട്ട് അനുഭവിക്കുമ്പോൾ മാത്രം അതിൽ ശ്രദ്ധ ചെലുത്തുന്നു. ഞാൻ കൊളസ്ട്രോൾ മരുന്ന് നിരസിച്ചു. കാരണം, അത് ലക്ഷണത്തെയാണ് കേന്ദ്രീകരിച്ചത് പ്രശ്നത്തെയല്ല. *മോശം ഭക്ഷണക്രമമാണ് പ്രശ്നം; കൊളസ്ട്രോൾ ആണ് ലക്ഷണം.*

നിങ്ങളുടെ കാറിന്റെ ഇന്ധന ടാങ്കിൽ ഒരു ചെറിയ ചോർച്ചയുണ്ടെങ്കിൽ, നിങ്ങൾ അത് എങ്ങനെ പരിഹരിക്കും? ലക്ഷണത്തെ പരിഹരിക്കുന്നവർ ഇന്ധനത്തിന്റെ സ്ഥിരമായ ഒഴുക്ക് ഉറപ്പാക്കാൻ ഗ്യാസ് സ്റ്റേഷനിലേക്കുള്ള തന്റെ യാത്രകൾ വർദ്ധിപ്പിക്കും. പ്രശ്നങ്ങളെ പരിഹരിക്കുന്നവർ ദ്വാരം അടക്കുന്നു. ഒരാൾ ലക്ഷണത്തെ പൂർണ്ണമായി കേന്ദ്രീകരിക്കുന്നു (ഗ്യാസ് ടാങ്ക് ചോർച്ച), മറ്റൊന്ന് പ്രശ്നം പരിഹരിക്കുന്നു (ഗ്യാസ് ടാങ്കിൽ ഒരു ദ്വാരമുണ്ട്). ഇന്ധനം ചേർക്കുന്നത് ലക്ഷണത്തെ പരിഗണിക്കുമ്പോൾ, അത് പ്രശ്നം പരിഹരിക്കില്ല. എപ്പോൾ വരെ ശാശ്വതമായ പരിഹാരം ഉറപ്പാക്കുന്നില്ലയോ, പ്രശ്നങ്ങൾ ഉയർന്നുവന്നു കൊണ്ടിരിക്കും.

വിജയവും തിരഞ്ഞെടുപ്പുമായി ഇത് എങ്ങനെ ബന്ധപ്പെട്ടിരിക്കുന്നു?

ലളിതം : *നിങ്ങൾ ആഗ്രഹിക്കുന്നിടത്ത് നിങ്ങൾ ഇല്ലെങ്കിൽ, പ്രശ്നം നിങ്ങളുടെ തിരഞ്ഞെടുപ്പുകളാണ്.*

നിങ്ങളുടെ സാഹചര്യങ്ങൾ ആ പ്രക്രിയകളുടെ തിരഞ്ഞെടുപ്പിന്റെ ലക്ഷണങ്ങളാണ്. ഉദാഹരണത്തിന്, എല്ലാവരും വിജയ ഉദ്ധരണികൾ ഇഷ്ടപ്പെടുന്നു. ഇതാ ഇവിടെ രണ്ടെണ്ണം:

- *സഹിച്ചുനിൽക്കാനുള്ള ആഗ്രഹമാണ് പലപ്പോഴും പരാജയവും വിജയവും തമ്മിലുള്ള വ്യത്യാസം.*
- *വിജയം എന്നതിനർത്ഥം ധൈര്യവും നിശ്ചയദാർഢ്യവും ഇച്ഛാശക്തിയും ഉണ്ടായിരിക്കുകയും അതോടൊപ്പം നിങ്ങൾ ആയിരിക്കണമെന്ന് നിങ്ങൾ വിശ്വസിക്കുന്ന വ്യക്തിയാവുക എന്നതുമാണ്.*

ഈ ഉദ്ധരണികളുടെ പ്രശ്നം അവ ലക്ഷണങ്ങളില്ലാത്തവയാണ്. യഥാർത്ഥ പ്രശ്നം അവ അവ്യക്തമാണ്, അത് തിരഞ്ഞെടുപ്പാണ്.

ആദ്യ ഉദ്ധരണി ദൃഢതയെപ്പറ്റി പറയുന്നു. നിങ്ങൾ എങ്ങനെ സ്ഥിരോത്സാഹിയാകും? നിങ്ങൾ ബോധപൂർവ്വമായ തിരഞ്ഞെടുപ്പിൽനിന്ന് പ്രതികരിക്കൂ. ഒരു തിരഞ്ഞെടുപ്പ് മാത്രമല്ല, നൂറുകണക്കിന്, ഒരുപക്ഷേ ആയിരക്കണക്കിന്. ഒരു തിരഞ്ഞെടുപ്പിൽ മാത്രം ഉറച്ചുനിൽക്കാൻ നിങ്ങൾക്ക് ആവില്ല. ഒരു ദിവസം രാവിലെ ഉണർന്ന് "ഓ, ഇന്നുമുതൽ ഞാൻ സ്ഥിരോത്സാഹം കാണിക്കും" എന്ന് പറയാൻ കഴിയില്ല. അത് എല്ലാ ദിവസവും സംഭവിക്കണം, ഒരിക്കൽ മാത്രമല്ല! സ്ഥിരോത്സാഹം ജീവിതശൈലി കെട്ടിച്ചമക്കുന്ന നിരവധി തിരഞ്ഞെടുപ്പുകളാൽ നെയ്തെടുത്തതാണ്. നിങ്ങൾ രണ്ട് ശ്രമങ്ങൾക്കുശേഷം ഉപേക്ഷിച്ചാൽ, നിങ്ങൾ ദൃഢത കാണിച്ചുവോ? ഒരു പരാജയത്തിനുശേഷം നിങ്ങൾക്ക് സ്ഥിരോത്സാഹം അവകാശപ്പെടാനാകുമോ?

അതുപോലെ, രണ്ടാമത്തെ ഉദ്ധരണിയും ഇതേ ആശയക്കുഴപ്പം അനുഭവി

ക്കുന്നു. ദൃഢനിശ്ചയം ഒരു ഏകമായ തിരഞ്ഞെടുപ്പല്ല, മറിച്ച് ആയിരക്കണക്കിന് തിരഞ്ഞെടുപ്പുകളാണ്. നിങ്ങൾക്ക് ദൃഢനിശ്ചയം ചെയ്യാൻ തീരുമാനിക്കാനാവില്ല; അത് ആവർത്തിച്ച്, യോജിച്ച്, പ്രതിബദ്ധതയോടെ സംഭവിക്കണം. ഇത് വ്യക്തമാക്കുന്നത് ഇങ്ങനെയാണ്, ഫാസ്റ്റ്ലെയ്ൻ നിങ്ങൾ പരീക്ഷിക്കുന്ന ഒന്നല്ല, നിങ്ങൾ ജീവിക്കുന്ന ഒന്നാണ്.

ഇത് ഒരു തിരഞ്ഞെടുപ്പല്ല, മറിച്ച് നൂറുകണക്കിനുള്ള തിരഞ്ഞെടുപ്പുകളാണ്. തിരഞ്ഞെടുപ്പുകളുടെ ഒരു നിര ഒരുമിച്ച് വരുമ്പോൾ, അവർ നിങ്ങളുടെ പ്രക്രിയ സൃഷ്ടിക്കുന്നു. നിങ്ങളുടെ പ്രക്രിയ നിങ്ങളുടെ ജീവിതശൈലി സൃഷ്ടിക്കും. ജീവിതശൈലി തിരഞ്ഞെടുപ്പുകൾ നിങ്ങളെ കോടീശ്വരനാക്കും.

നിങ്ങളുടെ ജീവിതത്തിന്റെ സ്റ്റിയറിംഗ് വീൽ

നിങ്ങളുടെ തിരഞ്ഞെടുപ്പുകൾ ഭാവിയിലെ സാഹചര്യങ്ങളുടെ തീ ആളിക്കത്തിക്കുന്നു. നിങ്ങളുടെ ജീവിതത്തിന്റെ വേഷാദികൾ നിങ്ങളുടെ തിരഞ്ഞെടുപ്പുകളുടെ പരിണിതഫലങ്ങളുടെ കൂട്ടങ്ങളാൽ തുന്നിചേർത്തിരിക്കുന്നു – ദശലക്ഷക്കണക്കിന് – നിങ്ങൾ ചലനത്തിലേക്ക് ഇറക്കിവിട്ടവയുടെ. നിങ്ങൾ പ്രവർത്തിക്കുക, പ്രതികരിക്കുക, വിശ്വസിക്കുക, അവിശ്വസിക്കുക, ഗ്രഹിക്കുക, തെറ്റായി മനസ്സിലാക്കുക, അതെല്ലാം നിങ്ങളുടെ അസ്തിത്വത്തെ രൂപപ്പെടുത്തുന്നു. നിങ്ങളുടെ ജീവിതത്തിൽ അതൃപ്തിയുണ്ടെങ്കിൽ നിങ്ങളുടെ തിരഞ്ഞെടുപ്പുകൾ അതിന്റെ പൂർണ്ണമായ ഉത്തരവാദിത്തം എടുക്കും. നിങ്ങളെയും നിങ്ങളുടെ തിരഞ്ഞെടുപ്പുകളെയും കുറ്റപ്പെടുത്തുക.

അതെ, നിങ്ങളെ നിങ്ങൾ തിരഞ്ഞെടുത്തതുതന്നെയാണ്.

എന്റെ തിരഞ്ഞെടുപ്പുകളുടെ കുതിരശക്തി മനസ്സിലാക്കാൻ എനിക്ക് 26 വർഷത്തെ ജീവിതവും ഒരു ഹിമപാതവും വേണ്ടിവന്നു. ഹിമപാതം എന്റെ ലിമോസിൻ തടഞ്ഞു. പക്ഷേ, ഞാൻ അത് തിരഞ്ഞെടുത്തതിനാൽ ഞാൻ അവിടെ ഉണ്ടായിരുന്നു.

ജോലി ചെയ്യുവാനുള്ള തിരഞ്ഞെടുപ്പ് ഞാൻ നടത്തി.

കുറഞ്ഞ വാടകയുള്ള ബിസിനസ്സുകൾ പിന്തുടരാൻ ഞാൻ തിരഞ്ഞെടുത്തു.

ചിക്കാഗോയിൽ ജീവിതം തുടരാൻ ഞാൻ തിരഞ്ഞെടുത്തു.

കോളേജ് കഴിഞ്ഞ് കോർപ്പറേറ്റ് ഒഴിവാക്കാൻ ഞാൻ തീരുമാനിച്ചു.

ഞാൻ എന്റെ സുഹൃത്തുക്കളെ തിരഞ്ഞെടുത്തു.

ഞാൻ എന്റെ ബിസിനസ്സ് കാര്യങ്ങൾ തിരഞ്ഞെടുത്തു.

ഞാൻ ഇതെല്ലാം തിരഞ്ഞെടുത്തു, അത് എന്റെ ജീവിതത്തെ ആ നിമിഷത്തിലേക്ക് മാറ്റി. ഞാൻ ഈ സത്യത്തോടെല്ലാം ചേർന്നുനിന്ന് മനസ്സിലാക്കി, ഞാൻ എന്റെ ജീവിതത്തിന്റെ സാരഥിയാണെന്നും എന്റെ പ്രശ്നങ്ങൾ എന്റെ തിരഞ്ഞെടുപ്പുകളുടെ അനന്തരഫലങ്ങളായിരുന്നുവെന്നും. ഞാൻ എന്നെത്തന്നെ അവിടേക്ക് നയിച്ചു.

നിങ്ങൾ ഇത് വായിക്കുന്നത് എവിടെയിരുന്നാണെങ്കിലും : ട്രെയിനിൽ വായിക്കുമ്പോഴോ, ഒരു വിമാനത്തിൽ, ഒരു പഴകിയ അപ്പാർട്ട്മെന്റിന്റെ ടോയ്ലെറ്റിൽ, അല്ലെങ്കിൽ കരീബിയൻ തീരത്ത്, അതെല്ലാം നിങ്ങൾ തിരഞ്ഞെടുത്തതത്. ഞാൻ നിങ്ങളെ ഈ പുസ്തകം എടുത്ത് വായിക്കുവാൻ നിർബന്ധിച്ചില്ല. നിങ്ങൾ തിരഞ്ഞെടുത്തു. അതെ, നിങ്ങൾ എവിടെയാകാനാണോ തീരു

മാനിച്ചത് അവിടെ തന്നെയാണ് നിങ്ങൾ ആയിരിക്കുന്നത്. അത് അസന്തുഷ്ടിയാണെങ്കിൽ, നിങ്ങൾ മികച്ച തിരഞ്ഞെടുപ്പുകൾ ആരംഭിക്കേണ്ടതുണ്ട്.

സമ്പന്നരാകാൻ തിരഞ്ഞെടുക്കുക അല്ലെങ്കിൽ ദരിദ്രരാകാൻ തിരഞ്ഞെടുക്കുക

സമ്പത്തിനെക്കുറിച്ച് ചിന്തിക്കുന്നതിനും സമ്പത്ത് തിരഞ്ഞെടുക്കുന്നതിനും ഇടയിൽ വലിയൊരു കിടങ്ങുണ്ട്. നിങ്ങൾക്ക് നടപ്പാത, സ്ലോലെയ്ൻ അല്ലെങ്കിൽ ഫാസ്റ്റ്ലെയ്ൻ ഏതെങ്കിലും തിരഞ്ഞെടുക്കാം. നിങ്ങളുടെ ജീവിതം വലിയ ലക്ഷ്യത്തോടൊപ്പം ക്രമീകരിക്കാൻ തിരഞ്ഞെടുക്കാം, അല്ലെങ്കിൽ ജീവിതം നിങ്ങളെ ജീവിക്കാൻ അനുവദിക്കാം. നിങ്ങൾക്ക് ഈ സിദ്ധാന്തങ്ങൾ വിശ്വസിക്കുകയോ വേണ്ടെന്ന് തീരുമാനിക്കുകയോ ചെയ്യാം. തിരഞ്ഞെടുപ്പും നിങ്ങളും ആണ് പൊതുവായുള്ളത്.

നിങ്ങളുടെ സ്റ്റിയറിംഗ് വീൽ (തിരഞ്ഞെടുക്കൽ) ആണ് നിങ്ങളുടെ ജീവിതത്തിലെ ഏറ്റവും ശക്തമായ നിയന്ത്രണം. എന്തുകൊണ്ടാണ് ഞാൻ സ്ലോലെയ്നെ വെറുക്കുന്നത്? കാരണം അത് തിരഞ്ഞെടുപ്പിനെ നിഷേധിക്കുകയും അത് മറ്റൊരാൾക്ക് നൽകുകയും ചെയ്യുന്നു. കമ്പനി, ബോസ്, വാൾസ്ട്രീറ്റ്, സമ്പദ്‌വ്യവസ്ഥ, കൂടാതെ ഒരു കൂട്ടം മറ്റുള്ളവരും.

ആളുകൾ ദരിദ്രരാകാൻ തിരഞ്ഞെടുക്കുന്നില്ല. അവർ സാവധാനം ഒത്തുചേരുന്ന മോശം തീരുമാനങ്ങൾ എടുക്കുന്നു ഒരു ദാരിദ്ര്യത്തിന്റെ പസിലിലേക്ക്. ദാരിദ്ര്യത്തിലേക്ക് കാൽപ്പാടുകൾ പിൻതുടർന്നുനോക്കുക. അത് സാവധാനത്തിൽ സംഭവിക്കുന്നു, വ്യവസ്ഥാപിതമായും, രീതിപരമായും, മോശം തിരഞ്ഞെടുപ്പുകളുടെ സ്ഥിരമായ ഭക്ഷണക്രമത്തിലൂടെ.

- പരീക്ഷകളിലോ പഠനത്തിലോ കോപ്പിയടിക്കാനുള്ള തിരഞ്ഞെടുപ്പ്.
- മാതാപിതാക്കൾ പണം നൽകിയതിനാൽ കോളേജ് പാഴാക്കാനുള്ള തിരഞ്ഞെടുപ്പ്.
- നുണ പറയുകയോ സത്യസന്ധത പുലർത്തുകയോ ചെയ്യാനുള്ള തിരഞ്ഞെടുപ്പ്.
- ഇൻഷുറൻസ് ഇല്ലാതെ വാഹനമോടിക്കാനുള്ള തിരഞ്ഞെടുപ്പ്.
- നല്ല ആളുകളെക്കാൾ ചീത്ത ആളുകളുമായി ചങ്ങാത്തം കൂടാനുള്ള തിരഞ്ഞെടുപ്പ്.
- ടിവി കാണാനോ പുസ്തകം വായിക്കാനോ ഉള്ള തിരഞ്ഞെടുപ്പ്.
- 55 mph സോണിൽ 105 mph ഡ്രൈവ് ചെയ്യാനുള്ള തിരഞ്ഞെടുപ്പ്.
- ആവശ്യസാധനങ്ങളുടെ കട കൊള്ളയടിക്കാനുള്ള തിരഞ്ഞെടുപ്പ്.
- ഭക്ഷണത്തിലോ മദ്യത്തിലോ അമിതമായി ആസക്തിയുണ്ടാകാനുള്ള തിരഞ്ഞെടുപ്പ്.
- മുൻപിൽ വരുന്ന ഏത് ആളുകളെയും വിശ്വസിക്കാനുള്ള തിരഞ്ഞെടുപ്പ്.
- നിങ്ങളുടെ പ്രധാനപ്പെട്ട മറ്റുള്ളവരെ വഞ്ചിക്കാനുള്ള തിരഞ്ഞെടുപ്പ്.
- സാധനങ്ങൾ കടത്തിൽ വാങ്ങാനുള്ള തിരഞ്ഞെടുപ്പ്.
- ഒരു വാരാന്ത്യത്തിൽ ലഹരിപദാർത്ഥം ഉപയോഗിക്കാനുള്ള തിരഞ്ഞെടുപ്പ്.
- പശ്ചാത്തല പരിശോധന കൂടാതെ ഒരു കരാറുകാരനെ നിയമിക്കുന്നതിനുള്ള തിരഞ്ഞെടുപ്പ്.

- ആഴ്ചയിൽ 30 മണിക്കൂർ വീഡിയോ ഗെയിമുകൾ കളിക്കാനുള്ള തിരഞ്ഞെടുപ്പ്.
- നാലാഴ്ചത്തെ ഡേറ്റിംഗിനുശേഷം വിവാഹം കഴിക്കാനുള്ള തിരഞ്ഞെടുപ്പ്.
- കഴിവില്ലാത്ത പങ്കാളികളുമായി ബിസിനസ്സിലേക്ക് പോകാനുള്ള തിരഞ്ഞെടുപ്പ്.

വഞ്ചനയിലേക്കുള്ള വഴി എപ്പോഴും തുറന്നിരിക്കുന്നു

ഞാൻ എപ്പോഴും ഒരു നല്ല സ്ട്രീറ്റ് റേസ് ഇഷ്ടപ്പെടുന്നു. വൈവിധ്യമാർന്നതും ശക്തമായതുമായ വൈപ്പർ കാറുകൾ സ്വന്തമായുള്ളവരുണ്ടായതിനാൽ, ഏറ്റുമുട്ടൽ സാധാരണമായിരുന്നു. ഒരു വേനൽക്കാല സായാഹ്നം കുറച്ച് മദ്യപാനത്തിനു ശേഷം, ഞാൻ എന്റെ അഹന്തയെ എന്നെ നിയന്ത്രിക്കാൻ അനുവദിച്ചു. ഞാൻ തെരുവിൽ കാറോട്ടത്തിലേർപ്പെട്ടു. അമിതമായ വേഗത്തിൽ, നിയന്ത്രണം വിട്ട്, എതിരെ വരുന്ന ട്രാഫിക്കിലേക്ക് ഞാൻ കടന്നു, ഒരു ഈന്തപ്പനയിൽ ഇടിച്ചു. അതു കഴിഞ്ഞപ്പോൾ വൈപ്പറിന്റെ പാസഞ്ചർ സീറ്റിൽ 50 അടി നീളമുള്ള ഈന്തപ്പനയുടെ കൊമ്പ് കിടന്നിരുന്നു. എന്നെ അറസ്റ്റ് ചെയ്തു, ജയിലിലേക്ക് കൊണ്ടുപോകുകയും, മദ്യത്തിന്റെയോ മയക്കമരുന്നിന്റെയോ സ്വാധീനത്തിൽ അശ്രദ്ധമായി വാഹനമോടിക്കുകയും, അപായപ്പെടുത്താൻ ശ്രമിക്കുകയും ചെയ്തു എന്നീ കുറ്റങ്ങൾ ചുമത്തുകയും ചെയ്തു.

ഭാഗ്യവശാൽ, ഞാൻ ആരെയും, എന്നെത്തന്നെയും കൊന്നില്ല. വാസ്തവത്തിൽ, അറസ്റ്റുചെയ്യുന്ന ഉദ്യോഗസ്ഥൻ (മുഴുവൻ ഓട്ടത്തിനും സാക്ഷ്യം വഹിച്ചിരുന്ന – മിടുക്കൻ, അല്ലേ?) പ്രസ്താവിച്ചു, പാസഞ്ചർ സൈഡിനെതിരെ ഉണ്ടായ ആഘാതം ഡ്രൈവർ സീറ്റിലെതിരെ ആയിരുന്നെങ്കിൽ, ഞാൻ മരണപ്പെടുമായിരുന്നു. എന്റെ ജീവിതത്തിന്റെ തീരുമാനം ടോസ് ചെയ്ത് നടത്തപ്പെട്ടു.

പറഞ്ഞതിനർത്ഥം, മത്സരിക്കുന്നതിനുള്ള എന്റെ തിരഞ്ഞെടുപ്പ് വഞ്ചനാപരമായ തിരഞ്ഞെടുപ്പായിരുന്നു.

വഞ്ചാനാപരമായ തിരഞ്ഞെടുപ്പുകൾ നിങ്ങളുടെ ജീവിതത്തിന്, നിങ്ങളുടെ സ്വപ്നങ്ങൾക്ക്, നിങ്ങളുടെ ലക്ഷ്യങ്ങൾക്ക് പരിഹരിക്കാനാകാത്ത ദോഷം ചെയ്യുന്ന പ്രവർത്തനങ്ങളാണ്. വഞ്ചനാപരമായ നിങ്ങളുടെ തിരഞ്ഞെടുപ്പുകളുടെ അനന്തരഫലങ്ങൾ ജീവിതത്തെ രക്ഷപ്പെടാൻ ബുദ്ധിമുട്ടുള്ളതും, പലപ്പോഴും അപകടകരവുമായ അപ്രതീക്ഷിത വഴിത്തിരിവുകളിലേക്ക് വലിച്ചെറിയുന്നു; നിങ്ങളുടെ ജീവിതത്തെ എന്നന്നേക്കുമായി മാറ്റിമറിക്കുന്നു.

ഞാൻ ആരെയെങ്കിലും കൊന്നിരുന്നുവെങ്കിൽ, ഞാൻ വർഷങ്ങളോളം ജയിലിൽ കഴിയുമായിരുന്നു, എന്റെ സമ്പത്തിന്റെ പകുതി അഭിഭാഷകർക്കായി ചിലവഴിക്കുമായിരുന്നു. കൂടാതെ, ഞാൻ ഒരാളുടെ ജീവിതം കവർന്നു എന്ന വേദനാജനകമായ യാഥാർത്ഥ്യവുമായി ജീവിക്കേണ്ടിവന്നേനെ. ജീവിതം പുതിയ സാഹചര്യങ്ങൾ അനാവരണം ചെയ്യപ്പെടുമ്പോൾ തൽക്ഷണം രൂപാന്തരപ്പെടുമായിരുന്നു. എത്ര പണംകൊണ്ടും നിങ്ങളെ ജയിലിൽ പോകുന്നത് തടയാനോ ഒരാളുടെ ജീവനെടുക്കുക എന്ന വിഡ്ഢിത്തമായ ഭയത്തിൽനിന്ന് നിങ്ങളുടെ ആത്മാവിനെ ശുദ്ധീകരിക്കാനോ കഴിയില്ല.

ജാക്ക് ലോൺ എടുത്ത് തന്റെ സ്വപ്നഭവനം പണിയുകയും $65K/വർഷം

മാത്രം അയാൾ സമ്പാദിച്ചുകൊണ്ടിരിക്കുമ്പോൾ. $800K കടം എടുക്കുകയും ചെയ്യുന്നു. കുറഞ്ഞ പലിശ നിരക്കും ഉയർന്ന ഭവന വിപണിയും കാരണം, അവൻ വായ്പ സ്വീകരിക്കുന്നു. അവൻ രേഖകൾ വായിക്കുന്നില്ല കടം കൊടുക്കുന്നയാൾക്ക് നല്ല താൽപര്യങ്ങളാണെന്ന് അനുമാനിക്കുന്നു. പതിനെട്ട് മാസങ്ങൾക്കുശേഷം, അവന്റെ പലിശ നിരക്ക് ഉയർത്തുകയും കടം താങ്ങാനാകാതെ അവനെ ജപ്തിയിലേക്ക് നിർബന്ധിതനാക്കുന്നു. അവന്റെ മോശം വിശ്വാസ്യത അവനെ 12 വർഷമായി വേട്ടയാടുന്നു. അയാൾക്ക് ഒരു പുതിയ കടത്തിനും യോഗ്യത നേടാൻ കഴിയില്ല. അതിനാൽ സാധ്യതയുള്ള ബിസിനസ്സ് അവസരങ്ങൾ ഉപയോഗിക്കപ്പെടാതെ പോകുന്നു.

28 വയസ്സുള്ള ഒരു ഫാസ്റ്റ്ലെയ്ൻ കോടീശ്വരൻ, ആന്ദ്രേയ്ക്ക് എല്ലാം ഉണ്ട്: പണം, സുന്ദരിയായ ഭാര്യ, ആരോഗ്യമുള്ള ഒരു കുഞ്ഞ്. കൂടാതെ, അഞ്ച് പട്ടണങ്ങളിലായി ചിതറിക്കിടക്കുന്ന ഏഴ് റെസ്റ്റോറന്റുകൾ. ആന്ദ്രേ ലോകത്തിന്റെ മുകളിലാണ്, അജയ്യനായി തോന്നുന്നു. ഒരു വെള്ളിയാഴ്ച രാത്രി തന്റെ നൈറ്റ് മാനേജരുടെ ജന്മദിനം ആഘോഷിക്കാൻ അൽപം മദ്യപാനത്തിനുശേഷം, ആന്ദ്രേ വീട്ടിലേക്ക് അലസമായി മദ്യപിച്ച് ഡ്രൈവ് ചെയ്യുന്നു. "എനിക്ക് കുഴപ്പമില്ല" എന്ന് അയാൾ ചിന്തിക്കുന്നു. വീട്ടിലേക്കുള്ള വഴിയിൽ അയാൾ ഒരു അപകടത്തിൽ പെടുകയും നാലംഗ കുടുംബം മരണപ്പെടുകയും ചെയ്യുന്നു. മദ്യപിച്ച് വാഹനമോടിച്ചതിന് ആന്ദ്രേയെ നരഹത്യക്ക് അറസ്റ്റ് ചെയ്തു. അവന്റെ ശിക്ഷയുടെ ഭാഗമായി 11 വർഷം അയാൾ ജയിലിൽ കഴിയുന്നു. അയാൾക്ക് ബിസിനസ്സും കുടുംബവും നഷ്ടപ്പെടുന്നു.

ഒന്നിലധികം വഞ്ചനാപരമായ തിരഞ്ഞെടുപ്പുകൾ കാരണം ആന്ദ്രേയുടെ ജീവിതം എന്നെന്നേക്കുമായി മാറി. മദ്യപിക്കാനുള്ള തിരഞ്ഞെടുപ്പ്. ഡ്രൈവ് ചെയ്യാനുള്ള തിരഞ്ഞെടുപ്പ്. "എനിക്ക് കുഴപ്പമില്ല" എന്ന് ചിന്തിക്കാനുള്ള തിരഞ്ഞെടുപ്പ്. തിരഞ്ഞെടുപ്പുകളുടെ പരമ്പര ധാരാളം ഉണ്ട്, അവന്റെ എക്സിറ്റ് തന്ത്രം വ്യക്തമാണ്. അവൻ ബുദ്ധിപൂർവ്വം തിരഞ്ഞെടുക്കുന്നില്ല.

സ്പോർട്സ് പേജുകളിൽനിന്നുള്ള സംഭവങ്ങൾ എല്ലായ്പ്പോഴും വഞ്ചനയുടെ ഗൗരവം വ്യക്തമാക്കുന്നതായി തോന്നുന്നു. ഫുട്ബോൾ കളിക്കാരൻ മൈക്കൽ വിക്ക് ക്രിമിനൽ പ്രവർത്തനത്തിൽ പങ്കാളിയായി, അത് അവന്റെ ജീവിതത്തെ മാറ്റിമറിച്ചു. അവന്റെ പാരമ്പര്യം (അങ്ങനെ വിളിക്കുകയാണെങ്കിൽ) ഒരിക്കലും പഴയതുപോലെ ആകില്ല. അദ്ദേഹത്തിന് ബഹുമാനവും അവന്റെ ജീവിതത്തിന്റെ രണ്ട് വർഷവും നഷ്ടപ്പെട്ടു. അദ്ദേഹം നടത്തിയ ഒന്നിലധികം തിരഞ്ഞെടുപ്പുകൾ നടത്തി, അതിലൊന്ന് ലോകം കൈവിട്ട ക്രിമിനലുകളുടെ പ്രവർത്തനങ്ങളുമായി സഹകരിക്കുക എന്നതായിരുന്നു.

മറ്റൊരു എൻ എഫ് എൽ ഫുട്ബോൾ കളിക്കാരൻ ഒരു തിരഞ്ഞെടുപ്പ് നടത്തി, അത് അവന്റെ ജീവൻ നഷ്ടപ്പെടുത്തി. നിങ്ങളുടെ ഭാര്യയെ വഞ്ചിക്കുന്നത് വളരെ ദാരുണമായി അവസാനിക്കുമെന്ന് നിങ്ങൾ ഒരിക്കലും കരുതുകയില്ല. അത് നടന്നത് സ്റ്റീവ് മക്നായർക്കാണ്, ടെന്നസിയിലെ നാഷ്വില്ലിലെ ഒരു ഫ്ലാറ്റിൽ വെച്ച് അയാളുടെ കാമുകി അവനെ വെടിവെച്ച് കൊന്നു. അവൻ സ്വയം കൊല്ലപ്പെടാൻ ആഗ്രഹിച്ചിരുന്നില്ലെങ്കിലും, അയാൾ ആ സ്ത്രീയെ പിന്തുടരാൻ

തീരുമാനിച്ചിരുന്നു. അവൻ അവരുമായി ബന്ധപ്പെടാൻ തിരഞ്ഞെടുപ്പ് നടത്തി. അവൻ വഞ്ചിക്കാൻ തിരഞ്ഞെടുത്തു. അവൻ അങ്ങനെ മുമ്പോട്ട് പോകാൻ തിരഞ്ഞെടുത്തു. നിങ്ങൾ നോക്കൂ, ഞങ്ങൾ ഇവിടെ സംസാരിക്കുന്നത് ഒരു തിരഞ്ഞെടുപ്പിനെക്കുറിച്ചല്ല, മറിച്ച് അവൻ വഞ്ചനയ്ക്ക് പങ്കാളിയാകാൻ കാരണമായ പലതും. അവന്റെ തിരഞ്ഞെടുപ്പുകൾ തോക്കിൽ തിരകൾ നിറച്ചു, പക്ഷേ മറ്റാരോ ട്രിഗർ വലിച്ചു.

അടുത്തിടെ, ഉയർന്ന സ്ഥിതിയിലുള്ള പുരുഷന്മാർ (കോസ്ബി, വെയ്ൻസ്റ്റീൻ, ലോവർ) കരിയർ സംബന്ധിയായ സഹായങ്ങളുടെ പകരമായി സ്ത്രീകളുടെമേൽ അനുചിതമായ (ചിലപ്പോൾ ക്രിമിനൽ സ്വഭാവമുള്ള) പ്രവർത്തനങ്ങൾക്ക മുതിരുന്നത് പ്രശ്നകരമല്ലാത്ത തിരഞ്ഞെടുപ്പുകളായിരിക്കുമെന്ന്. ഈ തിരഞ്ഞെടുപ്പുകൾ നിശ്ചിതമായിരുന്നില്ല, എന്നാൽ വിട്ടുമാറാത്തതായിരുന്നു. അവരുടെ വഞ്ചനകൾ അവസാനം അവർക്ക് പ്രതിഫലവും നൽകി.

നിങ്ങളുടെ ജീവിതത്തിന്റെ സ്റ്റിയറിംഗ് വീൽ അപകടകരമായ ആയുധമാണ്. മൂന്ന് ഇഞ്ച് മതി. വേഗതയിൽ സഞ്ചരിക്കുമ്പോൾ നിങ്ങളുടെ ജീവിതചക്രം മൂന്ന് ചെറിയ ഇഞ്ച് ചലിപ്പിക്കുക. നിങ്ങൾക്ക് നിങ്ങളുടെ ജീവിതം നയിക്കാനാകും തിരിച്ചുവരാത്ത പാതയിലേക്ക്, അല്ലെങ്കിൽ മോശമായ, ഒരു കോൺക്രീറ്റ് ഭിത്തിയിൽ ഇടിക്കുന്നതിന്. ഒരു ഓട്ടോമൊബൈൽ സ്റ്റിയറിംഗ് വീൽ പോലെ, നിങ്ങളുടെ തിരഞ്ഞെടുപ്പുകൾ വളരെ സെൻസിറ്റീവ് ആണ്. നിർഭാഗ്യവശാൽ, വഞ്ചനാപരമായ റോഡുകളിൽ എപ്പോഴും പച്ച വെളിച്ചം ഉണ്ടായിരിക്കും. ആളുകൾ അവരുടെ സ്വന്തം തിരഞ്ഞെടുപ്പുകളുടെ ദുരിതത്തിൽ മുങ്ങിമരിക്കുന്നു തങ്ങൾ കാരണക്കാരാണെന്ന് അംഗീകരിക്കാൻ അവഗണിച്ചുകൊണ്ട്.

തിരഞ്ഞെടുപ്പ് ഇപ്പോഴത്തെ, പ്രഭാവം എന്നത്തേക്കും

നീ അറിഞ്ഞോളും.

"നീ അറിഞ്ഞോളും" എന്നത് "ഞാൻ ശരിയാണ്, നിങ്ങൾ തെറ്റാണ്, സമയം ആ സത്യം കണ്ടെത്തുക തന്നെ ചെയ്യും." എന്നതിനുള്ള എന്റെ അമ്മയുടെ ഒരു പരിഹാസമാണ്.

കലഹപ്രിയമായ കൗമാരപ്രായത്തിൽ, ഒരു ഇളകി മറിഞ്ഞ ഒരു റോഡിലൂടെ മോട്ടോർസൈക്കിൾ ഓടിക്കുന്നതിനുവേണ്ടിയുള്ള എന്റെ അപേക്ഷകൾക്കും ആക്രോശത്തിനുമൊടുവിൽ അടിയറവു പറയുമ്പോൾ അമ്മ എന്നോട് "നീ അറിഞ്ഞോളും" എന്ന് ആക്രോശിച്ചിരുന്നു. അമ്മയ്ക്ക് ഈ ആശയം ഇഷ്ടപ്പെട്ടില്ല, അതിനാൽ തന്നെ "നീ അറിഞ്ഞോളും" എന്ന് പറഞ്ഞുകൊണ്ട് അവളുടെ അഭിപ്രായം സമാപിപ്പിച്ചിരുന്നു. ആ "നീ അറിഞ്ഞോളും" യാഥാർത്ഥ്യമാകാൻ അധികനാൾ വേണ്ടിവന്നില്ല. നിറഞ്ഞ ആവേശോത്സാഹം നിറഞ്ഞ, ധിക്കാരം നിറഞ്ഞ, അജയ്യനാണെന്ന ചിന്തയുള്ള, മോട്ടോർ സൈക്കിൾ ഓടിക്കാൻ അധികം പരിചിതമാകാത്ത 15 വയസ്സുള്ള കുട്ടി അവന്റെ ജീവിതംകൊണ്ട് ചൂതാട്ടം നടത്തി. മണിക്കൂറിൽ 50 മൈൽ വേഗത്തിൽ ഓടിച്ചു പോയിരുന്ന ഞാൻ ഒരു ചെളിമൺ വഴിയിൽ അപകടത്തിൽപെട്ടു. ഒപ്പം, എന്റെ കൈത്തണ്ടയും രണ്ട് വിരലുകളും, എന്റെ കാൽമുട്ടിലെ ഞരമ്പുകൾ നഷ്ടപ്പെട്ടു, എന്റെ കഴുത്തിന്റെ അവസ്ഥയും പരിതാപകരമായിരുന്നു.

അസ്ഥികൾ സുഖം പ്രാപിച്ചെങ്കിലും, അന്നത്തെ ദിവസത്തിന്റെ അനന്തരഫലങ്ങൾ ഇപ്പോഴും മുഴുവൻ മാഞ്ഞുപോയിരുന്നില്ല.

പതിറ്റാണ്ടുകൾക്കുശേഷം, ഞാൻ വിട്ടുമാറാത്ത കഴുത്ത് വേദനയോടെയാണ് ജീവിക്കുന്നത്, അസ്വസ്ഥത ഒഴിവാക്കാൻ അസാധാരണമായ പല സ്ഥിതികളിൽ ഉറങ്ങേണ്ടി വരുന്നു. ഞാൻ എണ്ണമറ്റ മണിക്കൂറുകളും പണവും തെറാപ്പികൾക്കും, കൈറോപ്രാക്റ്റിക് ചികിത്സകൾക്കും, ശാരീരിക പ്രവർത്തനങ്ങൾക്കുമായി ചെലവഴിച്ചു. പലതവണ ഞാൻ തിരികെ അന്നത്തെ സമയത്തിലേക്ക് പോകുന്നതായി സങ്കൽപ്പിക്കുന്നു. ആ അഹങ്കാരിയായ കുട്ടിയെ തല്ലി ശരിപ്പെടുത്തുന്നതായും – എങ്ങനെയാണ് കാര്യങ്ങൾ എന്ന് അവനോട് പറയാൻ സാധിച്ചിരുന്നെങ്കിൽ എന്ന് ആഗ്രഹിക്കുന്നു. അവൻ ഈ അധ്യായം വായിച്ചിരുന്നെങ്കിൽ എന്ന് ഞാൻ ആഗ്രഹിക്കുന്നു; അവന്റെ തിരഞ്ഞെടുപ്പുകളുടെ പാത, അതിന്റെ ശക്തി അവൻ മനസ്സിലാക്കിയിരുന്നെങ്കിൽ എന്ന് ഞാൻ ആഗ്രഹിക്കുന്നു.

നമ്മുടെ തിരഞ്ഞെടുപ്പുകൾക്ക് ദശാബ്ദങ്ങൾക്കപ്പുറമുള്ള അനന്തരഫലങ്ങളുണ്ട്. ഈ അപാരത കുതിരശക്തിയാണ്. എല്ലാ ദിവസവും എന്റെ അസ്വസ്ഥതകൾ ആ നിർഭാഗ്യകരമായ ദിവസത്തെ ഓർമ്മിപ്പിക്കുന്നു. ഞാൻ മോശമായി തിരഞ്ഞെടുത്തു. ഇന്നും, ആ തിരഞ്ഞെടുപ്പിന്റെ പലിശ ഞാൻ അടക്കുകയാണ്. ഒരു പലിശ, അത് ഒരിക്കലും തീരാത്ത കടംപോലെ.

ബട്ടർഫ്ലൈ പ്രഭാവം

നിങ്ങളുടെ പാതയെ എന്നെന്നേക്കുമായി മാറ്റാൻ കഴിയുന്ന ഒരു ഭാവി തിരഞ്ഞെടുപ്പ് ഈ തൽക്ഷണം നിങ്ങൾക്ക് നടത്താനാകുമോ? നിങ്ങൾക്ക് കഴിയും, അത് ദാരിദ്ര്യവും സമ്പത്തും തമ്മിലുള്ള വ്യത്യാസമായിരിക്കാം.

നിങ്ങളുടെ പ്രാരംഭ സാഹചര്യങ്ങളിൽ (പ്രക്രിയകളിൽ) അല്പം മാറ്റം വരുത്തുമ്പോൾ, കാലക്രമേണ എത്രമാത്രം അഗാധമായ ഫലങ്ങളിലൂടെ കടന്നുപോകുന്നുവെന്ന് നോക്കുക.

ഒരു ഗോൾഫ് ക്ലബ്ബിൽ ഒരു ഗോൾഫ് പന്തിൽ അടിക്കുന്നതുപോലെ ചിന്തിക്കുക.

ഗോൾഫ് ക്ലബ്ബിന്റെ ഫേസ് പന്തിൽ സ്ക്വയറിൽ അടിക്കുമ്പോൾ, പന്ത് നേരെ പോയി ദ്വാരത്തിൽ വീഴുന്നു. എന്നാൽ ക്ലബ്ഫെയ്സ് ഒരു ഡിഗ്രിയുടെ അംശം തിരിക്കുമ്പോൾ, പന്തിന്റെ പാത വളരെ അകലെയായി നിലകൊള്ളുന്നു. അതിന്റെ ആഘാതത്തിൽ, വ്യതിചലനം വളരെ ചെറുതാണെങ്കിലും പന്ത് സഞ്ചരിക്കുമ്പോൾ വിടവ് വളരെ വലുതാകുന്നതുവരെ അത് സഞ്ചരിക്കുകയും വീണ്ടും വിശാലമാവുകയും ചെയ്യുന്നതുവഴി അത് അസാധ്യമാക്കുന്നു. ഇന്നത്തെ ഒരു മോശം തിരഞ്ഞെടുപ്പിന് നിങ്ങളുടെ പാതയെ ഒരു ഡിഗ്രിയിൽ മാത്രമേ ക്രമീകരിക്കാൻ കഴിയൂ. എന്നാൽ, വർഷങ്ങളായി പിശക് വലുതാകുന്നു.

തിരഞ്ഞെടുപ്പുകൾക്ക് കാലക്രമേണ ഇത്തരത്തിലുള്ള വ്യതിചലനമുണ്ട്, അതിനെ "സ്വാധീന വ്യതിചലനം" എന്ന് വിളിക്കുന്നു. വർഷങ്ങളിലുടനീളമുള്ള നിങ്ങളുടെ തിരഞ്ഞെടുപ്പുകൾ വിശാലമായി കണക്കുകൂട്ടുമ്പോൾ, വ്യതിചലനം വിശാലമാകുന്നു. വ്യത്യാസം പോസിറ്റീവ് അല്ലെങ്കിൽ നെഗറ്റീവ് ആകാം. ഉദാഹരണത്തിന്, ഞാൻ ചിക്കാഗോയിൽനിന്ന് ഫീനിക്സിലേക്ക് മാറിയപ്പോൾ, "സ്വാധീന വ്യതിചലനം" സമയത്തിനനുസരിച്ച് വളരെ അധികമായി. ഞാൻ ഈ തിരഞ്ഞെടുപ്പ് നടത്തിയില്ലെങ്കിൽ എന്റെ ജീവിതം കാര്യമായി വ്യത്യസ്തമാകുമായിരുന്നു. ഞാനും ഒരു ലിമോസിൻ ഡ്രൈവർ എന്ന നിലയിൽ, യാതൊരു

ഭാവിയുമില്ലാത്ത, ഒരു അവസാന ജോലി ഞാൻ തിരഞ്ഞെടുത്തു. ഇത് ഒരു ബിസിനസ്സ് ആവശ്യത്തിലേക്ക് എന്റെ കണ്ണുതുറന്നു. അതും അസാധാരണമായ കുതിരശക്തിയുള്ളതും നല്ല "സ്വാധീന വ്യതിചലനം" സൃഷ്ടിച്ചതുമായ ഒരു തിരഞ്ഞെടുപ്പായിരുന്നു.

ആഷ്ടൺ കച്ചർ നായകനായി 2003-ൽ പുറത്തിറങ്ങിയ *ബട്ടർഫ്ലൈ ഇഫക്റ്റ്* ഒരു മികച്ച ചിത്രമാണ്. അതിൽ തിരഞ്ഞെടുപ്പിന്റെ തീവ്ര ശക്തിയെപ്പറ്റി മികച്ച രീതിയിൽ ചിത്രീകരിക്കുന്നു. സിനിമയിൽ, പ്രധാന കഥാപാത്രങ്ങൾ ചെറുപ്പക്കാർ എന്ന നിലയിൽ വഞ്ചനാപരമായ തിരഞ്ഞെടുപ്പുകളിൽ ഇടപെടുകയും ഓരോ ജീവിതവും എങ്ങനെ വികസിക്കുന്നുവെന്നും വഞ്ചനാപരമായ തിരഞ്ഞെടുപ്പുകൾ ഏതു കാലത്തിലൂടെ കടന്നുപോകുന്നുവെന്നും നിങ്ങൾ സാക്ഷ്യപ്പെടുത്തുന്നു. സ്വാധീന വ്യതിചലനം നിങ്ങൾ കാണുന്നു!

എല്ലാ ദിവസവും നിങ്ങൾ തീരുമാനങ്ങൾ എടുക്കുന്നത് വർഷങ്ങളിലൂടെ അലയടിക്കുന്നതാണെന്ന് തിരിച്ചറിയുക. ചോദ്യം, നിങ്ങളുടെ തിരഞ്ഞെടുപ്പ് സന്തോഷത്തിലേക്കും സമ്പത്തിലേക്കും തിരിയുമോ? അല്ലെങ്കിൽ വിഷാദത്തിലേക്കോ ദാരിദ്ര്യത്തിലേക്കോ ?

കുതിരശക്തിയുടെ മണ്ണൊലിപ്പ്

നിങ്ങളുടെ തിരഞ്ഞെടുപ്പുകൾക്ക് ഭാവിയിലേക്ക് കാര്യമായ പാതയുണ്ട്, നിങ്ങൾ ചെറുപ്പമാണ്. കൂടുതൽ കുതിരശക്തി അവർ പുറന്തള്ളുന്നു. നിർഭാഗ്യവശാൽ, പ്രായത്തിനനുസരിച്ച് കുതിരശക്തി മങ്ങുന്നു.

ഇത് ആശയക്കുഴപ്പമുണ്ടാക്കുന്നുണ്ടെങ്കിൽ, ഭൂമിയുടെ ഭ്രമണപഥത്തിൽ കൂട്ടിയിടി നേരിടുന്ന ഒരു ഛിന്നഗ്രഹത്തിന്റെ അടിസ്ഥാനത്തിൽ, അതിനെക്കുറിച്ച് ചിന്തിക്കുക. ഒരു ഛിന്നഗ്രഹം ദശലക്ഷക്കണക്കിന് മൈലുകൾ ബഹിരാകാശത്ത് എത്തുമ്പോൾ (നിങ്ങളുടെ യുവത്വ തിരഞ്ഞെടുപ്പുകളെ പ്രതിനിധീകരിക്കുന്നു) പാതയിലെ ലളിതമായ ഒരു ഡിഗ്രി മാറ്റം ഭൂമിയെ നാശത്തിൽനിന്നും രക്ഷിക്കും. ഇതാണ് കുതിരശക്തിയുടെ ബലം. ഞങ്ങൾ പ്രായമായ ആളുകൾക്ക്, ഛിന്നഗ്രഹം ഭൂമിയോട് വളരെ അടുത്താണ് (നമ്മുടെ മരണത്തോട് അടുക്കുന്നു), ഇത് ഞങ്ങളുടെ തിരഞ്ഞെടുപ്പുകളുടെ ശക്തിയെ ദുർബ്ബലപ്പെടുത്തുന്നു. ഒരു ഡിഗ്രി മാറ്റം അത്ര ഫലപ്രദമല്ല, അതേ ശക്തിക്ക്, അത് 10 ഡിഗ്രി ആയിരിക്കണം.

നിങ്ങൾ 25 വയസ്സിന് താഴെയായിരിക്കുമ്പോൾ നിങ്ങൾക്ക് പരമാവധി കുതിരശക്തിയും നിങ്ങളുടെ തിരഞ്ഞെടുപ്പുകൾ അവിശ്വസനീയമായ അളവിലുള്ള ശക്തി പുറത്തുവിടും. അതിലും കൂടുതൽ ഞാൻ ഇരുപതു വർഷംമുൻപ് നടത്തിയ ഒരു ലളിതമായ തിരഞ്ഞെടുപ്പ് ഇന്നും അനുഭവപ്പെടുന്നു. അത് വലിയൊരു ചുഴറ്റു ബലമാണ്!

നിങ്ങളുടെ തിരഞ്ഞെടുപ്പുകളെക്കുറിച്ച് നിങ്ങൾ ചിന്തിക്കുകയാണെങ്കിൽ, നിങ്ങൾ അവ ഒരു നിശ്ചിത നിമിഷങ്ങൾകൊണ്ട് ഉണ്ടാക്കുന്നവയാണ്. എന്നിട്ടും അവയുടെ അനന്തരഫലങ്ങൾ ജീവിതകാലം മുഴുവൻ മറികടക്കും, പ്രത്യേകിച്ച് ജീവിതത്തിന്റെ തുടക്കത്തിൽ ഉണ്ടാക്കിയവ. ദശലക്ഷക്കണക്കിന് ശാഖകളുള്ള ഒരു മുതിർന്ന ഓക്ക് മരം പോലെയാണ് നിങ്ങളുടെ ജീവിത തിരഞ്ഞെടുപ്പുകൾ. ശാഖകൾ നിങ്ങളുടെ തിരഞ്ഞെടുപ്പിന്റെ അനന്തരഫലങ്ങളെ പ്രതീകപ്പെടുത്തുന്നു. മരത്തിന്റെ തടിക്ക് സമീപം, ശാഖകൾ കട്ടിയുള്ളതാണ്, ജീവിതത്തിന്റെ തുടക്കത്തിൽ നിങ്ങൾ എടുത്ത തീരുമാനങ്ങളെ പ്രതിഫലി

പ്പിക്കുന്നു. മുകളിലെ ശാഖകൾ നേർത്തതാണ്, നിങ്ങളുടെ ജീവിതാവസാനത്തോടടുത്തുള്ള തീരുമാനങ്ങളെ പ്രതീകപ്പെടുത്തുന്നു.

യുവത്വമുള്ള തിരഞ്ഞെടുപ്പുകൾ ഏറ്റവും ശക്തി പ്രസരിപ്പിക്കുകയും നിങ്ങളുടെ തായ്മരത്തിന്റെ ശാഖ കെട്ടിപ്പടുക്കുകയും ചെയ്യുന്നു. കാലക്രമേണ ശാഖകൾ മുകളിലേക്ക് കയറുമ്പോൾ, അവ കനംകുറഞ്ഞതും ദുർബ്ബലവുമാണ്. അതിന്റെ ശാഖക്ക് ആയതിനാൽ മരത്തെ പുതിയ ദിശകളിലേക്ക് വളയ്ക്കാൻ വേണ്ടത്ര ശക്തിയില്ല. കാരണം, തായ്ത്തടി പ്രായം, അനുഭവപരിചയം, ഉറപ്പിച്ച ശീലങ്ങൾ എന്നിവയാൽ കട്ടിയുള്ളതാണ്.

എന്റെ മോട്ടോർ സൈക്കിൾ അപകടത്തിൽപ്പെട്ടു. അതിന്റെ ഗണ്യമായ കുതിരശക്തി കാരണം എനിക്ക് ഇന്ന് അത് അനുഭവപ്പെടുന്നു. നിങ്ങൾ 23 വയസ്സുള്ളവനും അഞ്ചു കുട്ടികളുമുള്ള അവിവാഹിതനുമാണെങ്കിൽ, നിങ്ങളുടെ തിരഞ്ഞെടുപ്പിന്റെ ശാഖകൾ എവിടേക്ക് നിങ്ങളെ നയിക്കുമെന്ന് കരുതുന്നു?

നിങ്ങൾ തിരഞ്ഞെടുത്ത വൃക്ഷം എത്ര കട്ടിയുള്ളതും വളയാത്തതുമാണ്? നിങ്ങൾ ക്ലാസ്സുകൾ ഒഴിവാക്കുകയും കോളേജിൽ കഴിഞ്ഞ നാലുവർഷമായി മദ്യപിക്കുകയും ചെയ്യുകയാണെങ്കിൽ, അത് നിങ്ങളുടെ ആ തിരഞ്ഞെടുത്ത വൃക്ഷത്തിൽ എങ്ങനെ അലയടിക്കും? നിങ്ങളുടെ ഉറ്റ സുഹൃത്താണ് ഹെറോയിൻ കൈകാര്യം ചെയ്യുന്നതെങ്കിൽ, ആ ശാഖ എങ്ങോട്ട് നയിക്കും?

16-ാം വയസ്സിൽ, ഒരു സ്കൂൾ തമാശക്കായി, ഡേവിഡ് സ്കൂൾ ബസ്സിൽ ഒരു പുക ബോംബ് കത്തിക്കുന്നു 14 കുട്ടികൾ പുക ശ്വസിച്ചു. ഭാഗ്യവശാൽ, ആ കുട്ടികൾ പെട്ടെന്ന് സുഖം പ്രാപിച്ചു, പക്ഷേ ഡേവിഡിന്റെ 10 ദിവസത്തെ ജുവനൈൽ തടങ്കൽ എന്നെന്നേക്കുമായി ഡേവിഡിന്റെ ജീവിതത്തെ മറ്റൊരു വഴിയിലേക്ക് തള്ളിവിടുന്നു. ഡേവിഡ് റൂഡിയെ കണ്ടുമുട്ടുന്നു, തികഞ്ഞ കവർച്ചയുടെ "നിയമങ്ങൾ" അവൻ ഡേവിഡിനെ പഠിപ്പിക്കുന്നു. ഈ ബന്ധം ഡേവിഡിന്റെ പുതിയ തൊഴിൽ തിരഞ്ഞെടുപ്പ് കെട്ടിപ്പടുക്കുന്നു – മോഷണം. ഏഴു വർഷം നിയമത്തിൽനിന്ന് ഒളിച്ചുജിവിച്ചതിനുശേഷം, ഡേവിഡ് പിടിക്കപ്പെടുകയും കുറ്റവാളിയാകുകയും ഒമ്പത് വർഷം തടവിന് ശിക്ഷിക്കുകയും ചെയ്യുന്നു.

ഡേവിഡ് റൂഡിയെ കണ്ടുമുട്ടിയില്ലെങ്കിൽ, അവൻ എവിടെ ആയിരിക്കും? ഒരു ഫയർ മാൻ ? ബാങ്കർ? തിരഞ്ഞെടുപ്പും ഒപ്പം അതിന്റെ കുതിരശക്തിയും മുമ്പോട്ട് സഞ്ചരിക്കുന്നു.

17-ാം വയസ്സിൽ മാതാപിതാക്കളുടെ ആഗ്രഹത്തിന് വിരുദ്ധമായി, ഒരു ഓണേഴ്സ് ബിരുദം വിദ്യാർത്ഥിനിയായ അലീസ നാല് മാസം മുൻപ് പ്രാദേശിക ബാറിൽ വച്ച് കണ്ടുമുട്ടിയ 31 വയസ്സുള്ള ഒരു പുരുഷനൊപ്പം വീടുവിട്ട് പോകുന്നു. അവളുടെ കാമുകൻ അവളെ ക്രിസ്റ്റൽ മെത്തിനെ പരിചയപ്പെടുത്തുന്നു, തുടക്കത്തിൽ രസകരമായ ഒരു പരീക്ഷണം എന്ന നിലയിൽ ആരംഭിച്ചത് ജീവിതത്തെ ദഹിപ്പിക്കുന്ന ഒരു ആസക്തിയായി മാറുന്നു. അലീസ അവളുടെ ശീലത്തെ പിന്തുണക്കാൻ നിയമവിരുദ്ധ പ്രവർത്തനങ്ങൾ അവലംബിക്കുന്നു, പ്രത്യേകിച്ച് അവളുടെ മാതാപിതാക്കളിൽനിന്ന് മോഷ്ടിക്കുന്നത് ഉൾപ്പെടെ. ലോക്കൽ മാളിൽ മോഷ്ടിക്കുന്നതിനിടെ പിടിക്കപ്പെടുമ്പോ

ഴാണ് അവളുടെ കണക്കുകൂട്ടലിൽ തെറ്റ് സംഭവിക്കുന്നത് കൂടാതെ മൂന്ന് വർഷത്തെ തടവിനും ഭരണകൂടം നിർബന്ധിത പുനരധിവാസ ത്തിനും ശിക്ഷിച്ചു.

അലീസ അവളുടെ മാതാപിതാക്കളെ കേട്ടിരുന്നെങ്കിൽ, അവൾ ഇന്ന് എവിടെ ആയിരിക്കും?

തിരഞ്ഞെടുപ്പും അതിന്റെ കുതിരശക്തിയും കവിഞ്ഞ് മുമ്പോട്ട് സഞ്ചരി ക്കുന്നു.

നിങ്ങളുടെ ദൈനംദിന ജീവിതത്തിൽ എടുക്കുന്ന ഏറ്റവും ചെറിയ തിര ഞ്ഞെടുപ്പുകൾ ശീലങ്ങളും പ്രക്രിയയെ രൂപപ്പെടുത്തുന്ന ജീവിതശൈലിയും സൃഷ്ടി ക്കുന്നു – അവയാണ് ഏറ്റവും വലിയ സ്വാധീനം ചെലുത്താൻ കഴിയുന്നവ.

ഫാസ്റ്റ്‌ലെയ്നിലേക്ക് പോകുക എന്ന് നിങ്ങൾക്ക് തീരുമാനിക്കാൻ കഴിയി ല്ല, കാരണം അത് ഒരു പരിണാമം മാത്രമാണ്.

ഒരു ഫാസ്റ്റ്‌ലെയ്ൻ പ്രക്രിയ നൂറുകണക്കിന് തിരഞ്ഞെടുപ്പുകളാണ്.

പ്രായം പരിഗണിക്കാതെ, നിങ്ങളുടെ ജീവിതത്തെക്കുറിച്ച് ചിന്തിക്കുകയും റോഡിലെ നാൽക്കവലകൾ വിശകലനം ചെയ്യുകയും ചെയ്യുക, ആ നാൽക്കവ ലകൾ നിങ്ങളെ എവിടേക്കാണ് കൊണ്ടുപോയത്. കവലകൾ വലുതും ചെറുത മായ തിരഞ്ഞെടുപ്പുകളാണ്. നിങ്ങളെ വ്യത്യസ്തമായി മറ്റെവിടെയോ നയിക്കാ നുള്ള ഗംഭീരമായ ശക്തിയുടെ പൊതുവായ നൂൽ ഓരോരുത്തരും പങ്കിടുന്നു. ഇന്ന് നിങ്ങൾ എന്ത് തീരുമാനമെടുത്താലും അത് ബാധിക്കും; നാളയെ, ആഴ്ചകളെ, മാസങ്ങളെ, വർഷങ്ങളെ, പതിറ്റാണ്ടുകളെ പിന്നെ, അതെ, തലമുറകളേയും.

നിങ്ങൾക്ക് 30 വയസ്സിന് താഴെയാണെങ്കിൽ, നിങ്ങളുടെ തെരഞ്ഞെടു പ്പുകൾ ഉയർന്ന തീവ്രശക്തിയിലാണ്, കാരണം അവയാണ് നിങ്ങൾ തിരഞ്ഞെ ടുത്ത വൃക്ഷത്തിന്റെ കട്ടിയുള്ള ശാഖകൾ വളർത്തുന്നത്.

ഇപ്പോൾ സമയം അതിന്റെ വേഗത കൂട്ടുവാനുള്ളതാണ്!

അധ്യായ സംഗ്രഹം : ഫാസ്റ്റ്‌ലെയ്ൻ പ്രത്യേകതകൾ

- മോശം തിരഞ്ഞെടുപ്പുകളാണ് ദാരിദ്ര്യത്തിന്റെ പ്രധാന കാരണം.
- നിങ്ങളുടെ ജീവിതത്തിന്റെ സ്റ്റിയറിംഗ് വീൽ നിങ്ങളുടെ തിരഞ്ഞെടുപ്പാണ്.
- നിങ്ങൾ കൃത്യമായി തിരഞ്ഞെടുത്തിടത്താണ് നിങ്ങൾ.
- പ്രക്രിയ രൂപപ്പെടുത്തുന്ന നൂറുകണക്കിന് തിരഞ്ഞെടുപ്പുകളാണ് വിജയം. പ്രക്രിയ ജീവിതശൈലി രൂപപ്പെടുത്തുന്നു.
- നിങ്ങളുടെ ജീവിതത്തിലെ ഏറ്റവും ശക്തമായ നിയന്ത്രണമാണ് തിരഞ്ഞെടുപ്പ്.
- വഞ്ചനാപരമായ തിരഞ്ഞെടുപ്പുകൾ എന്നെന്നേക്കുമായി നിങ്ങളുടെ ജീവിതത്തെ പ്രതികൂലമായി ബാധിക്കുന്നു.
- നിങ്ങളുടെ തിരഞ്ഞെടുപ്പുകൾക്ക് കാര്യമായ കുതിരശക്തി അല്ലെങ്കിൽ ഭാവിയിലേക്കുള്ള പാതയുണ്ട്.
- നിങ്ങൾ എത്രത്തോളം ചെറുപ്പമാണോ, നിങ്ങളുടെ തിരഞ്ഞെടുപ്പുകൾ അത്രയും ശക്തമായിരിക്കും കൂടുതൽ കുതിരശക്തിയും നിങ്ങളുടെ കൈവശമായിരിക്കും.
- കാലക്രമേണ, പഴയ തിരഞ്ഞെടുപ്പുകളുടെ അനന്തരഫലങ്ങൾ കട്ടിയുള്ളതും വളയാൻ പ്രയാസവുമാകുന്നു, കുതിരശക്തി കുറയുന്നു.

നിങ്ങളുടെ വിൻഡ്ഷീൽഡ് വൃത്തിയാക്കുക

നമ്മൾ എന്താണെന്ന് നാം കാണുന്നതുവരെ, നമ്മൾ ആകേണ്ടതിലേക്ക് എത്താനുള്ള നടപടികൾ സ്വീകരിക്കാൻ നമുക്ക് കഴിയില്ല.

—ഷാർലറ്റ് പി. ഗിൽമാൻ

നിങ്ങളുടെ വിൻഡ്ഷീൽഡ് വൃത്തിയാക്കുക

എന്റെ ലംബോർഗിനിയിലേക്ക് ഗ്യാസ് പമ്പ് ചെയ്യുന്നതിനിടയിൽ ഒരിക്കൽ ഒരു കൗമാരക്കാരൻ എന്നോട് കുറച്ച് ചിത്രങ്ങൾ എടുക്കട്ടെയെന്ന ചോദിച്ചു. "തീർച്ചയായും, എടുത്തോളൂ!" ഞാൻ മറുപടി പറഞ്ഞു. കാറിനെപ്പറ്റിയുള്ള കുറെയേറെ വീമ്പു പറച്ചിലിനും പ്രശംസകൾക്കും ശേഷം, അദ്ദേഹം വേദനയോടെ പറഞ്ഞു, "എനിക്ക് കഴിയുന്നത്ര ചിത്രങ്ങൾ എടുക്കണം, കാരണം, എനിക്ക് ഒരിക്കലും ഇതുപോലൊന്ന് വാങ്ങാൻ കഴിയില്ല."

ആ നിഗമനത്തിൽ ഒരു പ്രശ്നം കാണുന്നുണ്ടോ? ഈ യുവാവ് ഒരു തിരഞ്ഞെടുപ്പ് നടത്തി അവൻ ഒരിക്കലും ലംബോർഗിനി സ്വന്തമാക്കില്ല എന്ന വിശ്വാസം. സ്വന്തം വിൻഡ്ഷീൽഡിനപ്പുറം അയാൾക്ക് കാണാൻ കഴിഞ്ഞില്ല. ഇതൊരു ചെറിയ തിരഞ്ഞെടുപ്പാണോ? വഞ്ചനാപരമായ തിരഞ്ഞെടുപ്പോ? ഗണ്യമായ കുതിരശക്തിയുടെ ഒരു തിരഞ്ഞെടുപ്പ്?

നിരപരാധിയെന്നു തോന്നിക്കുന്ന ഈ ധാരണയിൽ ചതിയുടെ തീവ്രമായ കുതിരശക്തിയുണ്ട്. അത് സ്വപ്നങ്ങളെ മുരടിപ്പിക്കുന്നതാണ്.

കൗമാരക്കാരന്റെ തിരഞ്ഞെടുപ്പ് ധാരണ മോശമായിരുന്നു. അതുകാരണം അതവനെ എന്നെന്നേക്കുമായി ഒരു ശരാശരി ഫലത്തിലേക്ക് നയിക്കും. അദ്ദേഹത്തിന്റെ ജൂറി ഇതിനകം ആലോചിച്ചിരുന്നു, വിധി ഇതായിരുന്നു : അമിതവ്യയമായ ഒരു കാർ എല്ലായ്പ്പോഴും "അവന്റെ പരിധിക്ക് പുറത്തായിരിക്കും", അതിനാൽ അവന്റെ തിരഞ്ഞെടുപ്പുകൾ ആ ചിന്താഗതിയെ പ്രതിഫലിപ്പിക്കും. നിർഭാഗ്യവശാൽ, നമ്മുടെ സ്വന്തം കൈകൊണ്ട് നിർമ്മിച്ച വിൻഡ്ഷീൽഡിലേക്ക് മേഘാവൃതമാകുന്നതിന്റെ ദുർബ്ബലപ്പെടുത്തുന്ന ഫലം അദ്ദേഹത്തിന് മനസ്സിലായില്ല.

ധാരണയുടെ തിരഞ്ഞെടുപ്പ്

കഴിഞ്ഞ അധ്യായത്തിൽ, തിരഞ്ഞെടുപ്പുകളും നിങ്ങളുടെ ജീവിതത്തിൽ അവ

ചെലുത്തുന്ന സ്വാധീനവും നമ്മൾ ചർച്ച ചെയ്തു. ഇതുവരെ ഇത് പ്രവർത്തനത്തിന്റെ തിരഞ്ഞെടുപ്പുകളെക്കുറിച്ചാണ് – പ്രത്യാഘാതങ്ങൾ സൃഷ്ടിക്കുന്ന ഭൌതിക പ്രവർത്തനങ്ങൾ. എന്നിരുന്നാലും, നിങ്ങൾ ആഴത്തിൽ നോക്കുകയാണെങ്കിൽ, ആ പ്രവർത്തനങ്ങൾക്ക് കാരണമെന്താണ്? എന്താണ് നിങ്ങളെ പ്രവർത്തിക്കാനും തിരഞ്ഞെടുക്കാനും പ്രേരിപ്പിക്കുന്നത്? നമ്മൾക്ക് രണ്ട് തരം തിരഞ്ഞെടുപ്പുകൾ ഉണ്ട് :

1) ധാരണയുടെ തിരഞ്ഞെടുപ്പുകൾ (ചിന്തിക്കുന്നതിന്റെ രീതികൾ)
2) പ്രവർത്തനത്തിന്റെ തിരഞ്ഞെടുപ്പുകൾ (വായിക്കുന്നതിന്റെ തിരഞ്ഞെടുപ്പ്)

പ്രവർത്തനത്തിന്റെ തിരഞ്ഞെടുപ്പുകൾക്കു മുൻപുള്ളതാണ് ധാരണയുടെ തിരഞ്ഞെടുപ്പുകൾ. നിങ്ങൾ ചില ആശയങ്ങൾ വിശ്വസിക്കുകയും ഗ്രഹിക്കുകയും ചെയ്താൽ, നിങ്ങൾ ആ വിശ്വാസത്തിൽ പ്രവർത്തിക്കാൻ സാധ്യതയുണ്ട്. പെട്രോൾ സ്റ്റേഷനിൽവെച്ചുള്ള ഞാനും കൗമാരക്കാരനും തമ്മിലുള്ള വ്യത്യാസം ഇതായിരുന്നു : എന്റെ ആദ്യത്തെ ലംബോർഗിനിക്ക് സാക്ഷ്യം വഹിച്ചപ്പോൾ ഞാൻ കുട്ടിയായിരുന്നു, എന്നിരുന്നാലും ഞാൻ വിചാരിച്ചു, “ഒരു ദിവസം, ഞാൻ അവയിലൊന്ന് സ്വന്തമാക്കും!” എന്റെ ധാരണയുടെ തിരഞ്ഞെടുപ്പ് ശക്തവും ആ ധാരണയെ പ്രതിഫലിപ്പിക്കുന്ന പ്രവർത്തന തിരഞ്ഞെടുപ്പുകളിലേക്ക് ആവേശിക്കുകയും ചെയ്തു.

നോക്കൂ, നിങ്ങളുടെ വിശേഷ സംഭവങ്ങളെ നിങ്ങൾ ഒരു പ്രത്യേക ചട്ടക്കൂടിൽനിന്ന് വ്യാഖ്യാനിക്കാൻ തിരഞ്ഞെടുക്കുന്നതായി കാണുന്നു. നിങ്ങളുടെ ചുറ്റുമുള്ള സംഭവങ്ങളെ നിങ്ങളുടെ മനസ്സ് അടയാളപ്പെടുത്തുകയും തരംതിരിക്കുകയും ചെയ്യുന്നു. ഉദാഹരണത്തിന്, ആരെങ്കിലും “നായ” എന്ന് ഇപ്പോൾ പറയുമ്പോൾ, നിങ്ങൾ ഒരു കറുത്ത ലാബ്രഡോറിനെ കണ്ടേക്കാം, മറ്റുള്ളവർ ഒരു പൂഡിലിനെ കാണും. മുൻപു കടൽത്തീരത്ത് ഒരു മാളിക കാണുമ്പോൾ, “ഭാഗ്യശാലി?” എന്ന് നിങ്ങൾ ചിന്തിക്കുമോ അതോ “ഞാൻ ഒരിക്കലും അത്തരത്തിലുള്ള എന്തെങ്കിലും സ്വന്തമാക്കില്ല?” എന്നോ. മികച്ച തിരഞ്ഞെടുപ്പുകൾ നടത്തുന്നതിനുള്ള ആദ്യപടി നിങ്ങളുടെ ധാരണയുടെ തിരഞ്ഞെടുപ്പിൽനിന്നാണ് ആരംഭിക്കുന്നത്. കാരണം, നിങ്ങളുടെ പ്രവർത്തനങ്ങൾ ആ ധാരണകളിൽ നിന്നാണ് പരിണമിക്കുന്നത്.

നിങ്ങളുടെ ജോലി നഷ്ടപ്പെടുകയാണെങ്കിൽ, നിങ്ങൾക്ക് അത് മോശമായോ അല്ലെങ്കിൽ നല്ലതോ ആയി ചിത്രീകരിക്കാം. നിങ്ങൾ അമിത വേഗതയ്ക്ക് പിടിക്കപ്പെട്ടാൽ നിങ്ങൾക്ക് ദേഷ്യമോ നന്ദിയോ പ്രകടിപ്പിക്കാം. ധാരണയുടെ തിരഞ്ഞെടുപ്പും അതിന്റെ പ്രഥമഗണനയും നിങ്ങളുടെ ചെവികൾക്കിടയിൽ നിന്ന് ആരംഭിക്കുകയും പ്രവർത്തനത്തിന്റെ തിരഞ്ഞെടുപ്പുകളിലേക്ക് സ്വയം നയിക്കുകയും ചെയ്യുന്നു.

നിങ്ങളുടെ ധാരണ യാഥാർത്ഥ്യമല്ല

കുറച്ച് വർഷങ്ങൾക്കുമുൻപ്, ഞാനും എന്റെ കാമുകിയും സുഹൃത്തിന്റെ വീട്ടിൽ ഒരു പാർട്ടിക്കുപോയിരുന്നു. ഞങ്ങൾ ഒരു ചെറിയ മേശക്കരികെ ഇരുന്നു, അമിതമായി ഉത്സാഹിയായ ഒരു മാന്യൻ മേശയിൽനിന്ന് മേശയിലേക്ക് സംസാരിച്ചുകൊണ്ട് സഞ്ചരിക്കുന്നത് കണ്ടു. അയാൾ എന്തോ വിൽക്കുന്നതിനായി റൂമിൽ ഉപഭോക്താക്കളെ കാണുന്നതുപോലെ തോന്നി.

അയാൾ അതുതന്നെ ചെയ്യുകയായിരുന്നു.

ഒടുവിൽ അയാൾ ഞങ്ങളുടെ മേശയ്ക്കരികിലെത്തി മര്യാദയില്ലായ്മ തുറന്നു വിട്ടു, "ഹേയ്, പ്രതിമാസം $10,000 സമ്പാദിക്കാൻ നിങ്ങൾ ആഗ്രഹിക്കുന്നുണ്ടോ?" ചോദ്യം പാർട്ടിക്ക് അനുചിതമായിരുന്നതിനാൽ ഞാനും അനുചിതമായി പ്രതികരിക്കാൻ തീരുമാനിച്ചു.

ഞാൻ ചോദിച്ചു, "പ്രതിമാസം $10,000? ശരിക്കും?" ഞാൻ വലയിലാണെന്ന് കരുതി അയാൾ ചില ഹെർബൽ സപ്ലിമെന്റുകൾക്കുള്ള ഒരു നെറ്റ്‌വർക്ക് മാർക്കറ്റിംഗ് അവസരങ്ങൾ എനിക്ക് വിൽക്കാൻ ശ്രമിച്ചു. ഞാൻ അവനെ തടസ്സപ്പെടുത്തി കളിയാക്കി ചിരിച്ചുകൊണ്ട് പറഞ്ഞു, "ശ്രദ്ധിക്കൂ, ഞാൻ ഓരോ രണ്ട് ദിവസവും $10,0000 ഉണ്ടാക്കുന്നു, അതിനാൽ എനിക്ക് നിങ്ങൾ പറയുന്ന അവസരം 90% ശമ്പളം വെട്ടിക്കുറക്കുന്നതുപോലെ തോന്നുന്നു. എനിക്ക് താൽപര്യമുണ്ടെന്ന് നിങ്ങൾ കരുതുന്നുണ്ടോ?" അയാളുടെ കണ്ണുകൾ തള്ളി പുറത്തേക്കുവന്നു, യാതൊന്നും കിട്ടാത്ത എലിയെപ്പോലെ അയാൾ ഓടിപ്പോയി.

ഈ ഹ്രസ്വമായ സംഭാഷണത്തിൽ, ഈ മനുഷ്യൻ ഒരു അനുമാനം നടത്തി : പ്രതിമാസം $10,000 ഒരുപാട് പണമാണ്! എന്നാൽ അല്ല. പണം അനന്തമാണ്. ഫാസ്റ്റ്‌ലെയ്ൻ അവസരവാദികൾക്ക് ആ അവസരങ്ങൾ, അത് പ്രതിമാസം ആറ്, ഏഴ് അക്കങ്ങളിലായി വർദ്ധിപ്പിക്കാൻ കഴിയും. *ധാരണ മാത്രമാണ് വ്യത്യാസം.*

10,000 ഡോളർ ഒരുപാട് പണമാണെന്ന് ഞാൻ കരുതിയ ദിവസം ഞാൻ ഓർക്കുന്നു. അത് ധാരണയായിരുന്നു, യാഥാർത്ഥ്യമല്ല. നിങ്ങൾ ശരിയായ തിരഞ്ഞെടുപ്പുകൾ ഉണ്ടാക്കുകയും ശരിയായ ഫാസ്റ്റ് ലെയ്ൻ റോഡുകളിലൂടെ ഓടിക്കുകയുമാണെങ്കിൽ ഒരു മാസംകൊണ്ട് $1 മില്യൺ സമ്പാദിക്കാൻ സാധിക്കും. ഈ ധാരണ പ്രവർത്തനത്തിന്റെ മികച്ച തിരഞ്ഞെടുപ്പിലേക്ക് നയിക്കുന്നു. പാർട്ടിയിൽ കണ്ട ആ ആളോ? തിരക്കേറിയ വഴിയാണ് അദ്ദേഹം തിരഞ്ഞെടുത്തത്. ഒരു മൾട്ടി ലെവൽ മാർക്കറ്റിംഗ് കമ്പനി സൃഷ്ടിക്കുന്നതിനുപകരം അദ്ദേഹം അതിൽ ചേർന്നു.

പ്രഭാവത്തിലൂടെ ജനങ്ങളെ സേവിക്കുന്നതിനുപകരം അദ്ദേഹം ജനങ്ങളോടൊപ്പം ചേർന്നു.

വിൻഡ്ഷീൽഡ് തുടയ്ക്കുന്നത് ഭാഷയിൽ തുടങ്ങുന്നു

നിങ്ങളുടെ ചിന്തകളിലെയും നിങ്ങളുടെ ഭാഷയിലെയും വാക്കുകൾ പരിശോധിച്ചുകൊണ്ട് നിങ്ങൾക്ക് നിങ്ങളുടെ മാനസികാവസ്ഥ തുറന്നുകാട്ടാനാകും. ഉദാഹരണത്തിന് ഫാസ്റ്റ്‌ലെയ്ൻ ഫോറത്തിൽ നടത്തിയ ഈ അഭിപ്രായം എടുക്കുക:

> *"കഴിഞ്ഞ വെള്ളിയാഴ്ച ഞാൻ വിവാഹനിശ്ചയം നടത്തി! കുറച്ചുകാലമായി ഞാൻ ഇതുമായി മല്ലിടുകയായിരുന്നു. എന്നാൽ ഒരു വിവാഹത്തിന് ഒരു ശ്രമം കൂടി നടത്താമെന്ന് തീരുമാനിച്ചു. അവൾ ഒരു മികച്ച പെൺകുട്ടിയാണ്, ഏറ്റവും മികച്ചതിന് അവൾക്ക് അർഹതയുണ്ട്, അത് അവൾക്ക് നൽകാനാകുമെന്ന് ഞാൻ കരുതുന്നു."*

ഈ പ്രസ്താവന വായിക്കുമ്പോൾ ഉറപ്പായ വിജയം നിങ്ങൾ കാണുന്നുണ്ടോ? അല്ലെങ്കിൽ തീർച്ചപ്പെടുത്താത്ത പരാജയമോ? ആ പുരുഷന് ഏറ്റവും നല്ല ദാമ്പത്യം

ആശംസിക്കുമ്പോൾ, ദൃഢതയില്ലാത്ത പൊള്ളയായ വാക്കുകൾ ഞാൻ കാണുന്നു : "ശ്രമിക്കുക," "ഞാൻ കരുതുന്നു." ഈ ഭാഷ കുഴപ്പം സൂചിപ്പിക്കുന്നു. എന്തായിരിക്കും എന്നെ ബോധ്യപ്പെടുത്തുമായിരുന്നത്?

"കഴിഞ്ഞ വെള്ളിയാഴ്ച ഞാൻ വിവാഹനിശ്ചയം നടത്തി! കുറച്ചുകാലമായി ഞാൻ ഇവളുമായി മല്ലിട്ടുകയായിരുന്നു ഒടുവിൽ ഞാൻ വിവാഹം കഴിക്കാൻ തീരുമാനിച്ചു. അവൾ ഒരു മികച്ച പെൺകുട്ടിയാണ്, ഏറ്റവും നല്ലതിന് അർഹതയുണ്ട്, ഞാൻ അത് അവൾക്ക് നൽകും."

വ്യത്യാസം ശ്രദ്ധിക്കുക. ഒന്ന് ദുർബ്ബലവും മറ്റൊന്ന് ഉറച്ചതുമാണ്. രണ്ടും ഒരേ കാര്യം പറയുന്നതെന്ന് തോന്നിയേക്കാം, എന്നാൽ ഒന്ന് സാധ്യമായ പരാജയത്തെ സൂചിപ്പിക്കുന്നു, മറ്റൊന്ന് പ്രതിജ്ഞാബദ്ധമായ വിജയത്തെ സൂചിപ്പിക്കുന്നു. നിങ്ങളുടെ ആന്തരിക ഭാഷ ഭാരം വഹിക്കുന്നു. ഒരു ബ്രെയിൻ സർജൻ നിങ്ങളോട് ശസ്ത്രക്രിയയ്ക്കുമുൻപ് ഇങ്ങനെ പറഞ്ഞാൽ, "എനിക്ക് നിങ്ങളെ ഓപ്പറേഷൻ ചെയ്യാൻ കഴിയുമെന്ന് ഞാൻ കരുതുന്നു, അതിൽ വിജയിക്കാനായി ഞാൻ ശ്രമിക്കും," നിങ്ങൾ പരിഭ്രാന്തരാകുകയും അവിടുന്ന് രക്ഷപ്പെട്ട് ഹോസ്പിറ്റൽ ഗൗണുകളിൽതന്നെ പല രാത്രികൾ കഴിയുകയും ചെയ്യും.

നിങ്ങളുടെ വാക്കുകളും ചിന്തകളും മാറ്റുന്നത് നിങ്ങളുടെ വിൻഡ്ഷീൽഡ് തുടച്ച് വൃത്തിയാക്കി നിങ്ങളുടെ കുമിളക്കപ്പുറം കാണുന്നതിന് ബന്ധപ്പെട്ടിരിക്കുന്നു. നിങ്ങളുടെ ധാരണയുടെ തിരഞ്ഞെടുപ്പ് എങ്ങനെ നിയന്ത്രിക്കാം? നിങ്ങളുടെ മനസ്സിൽ ഏത് ഭാഷയാണ് ഉപയോഗിക്കുന്നത്? "ഞാൻ ഒരിക്കലും... എനിക്ക് കഴിയില്ല... എങ്കിൽ മാത്രം..." അതോ നല്ല വാക്കുകൾ തിരഞ്ഞെടുക്കാറുണ്ടോ? "ഇത് സാധ്യമാണ്... ഞാൻ തരണം ചെയ്യും... ഞാൻ ചെയ്യും... എനിക്ക് കഴിയും."

നിങ്ങളുടെ ലോകം "ഒരിക്കലും", "കഴിവില്ല" തുടങ്ങിയ വാക്കുകൾ ഉപയോഗിച്ച് ക്യാൻവാസ് ചെയ്തിട്ടുണ്ടെങ്കിൽ, എന്താണെന്ന് ഊഹിക്കുക? അത് സത്യമാണ് – നിങ്ങൾക്ക് കഴിയില്ല, ഒരിക്കലും ചെയ്യില്ല!

ഒരു മാസംകൊണ്ട് ഒരു മില്യൺ ഡോളർ സമ്പാദിക്കാൻ കഴിയുമോ? അതെ തീർച്ചയായും, അത് ചെയ്യുന്ന ആരോടെങ്കിലും ചോദിച്ചാൽ മതി. അവന്റെ വിൻഡ്ഷീൽഡിനെ നിങ്ങളുടേതിൽനിന്ന് വ്യത്യസ്തമാക്കുന്നത് എന്താണ്? ധാരണയുടെ നല്ല തിരഞ്ഞെടുപ്പുകൾ പ്രവർത്തനത്തിന്റെ നല്ല തിരഞ്ഞെടുപ്പുകളായി പരിവർത്തനം ചെയ്യുന്നു. നിങ്ങളുടെ ധാരണ മാറ്റുക എന്നത് നിങ്ങളുടെ ഭാവി പ്രവർത്തനങ്ങൾ മാറ്റുക എന്നതാണ്.

സമ്പത്തിനെയും പണത്തെയുംകുറിച്ചുള്ള നിങ്ങളുടെ ധാരണ മാറ്റുക എന്നതാണ് ഈ പുസ്തകത്തിന്റെ ലക്ഷ്യം. ഏത് പ്രായത്തിലും വിരമിക്കൽ സാധ്യമാണെന്ന് വിശ്വസിക്കുക. വാർധക്യം സമ്പത്തിന് ഒരു മുൻവ്യവസ്ഥയല്ലെന്ന് വിശ്വസിക്കുക. ഒരു ബിസിനസ്സുപോലെ തന്നെ ഒരു ജോലിയും അപകടസാധ്യതയുള്ളതാണെന്ന് വിശ്വസിക്കുക. സ്റ്റോക്ക് മാർക്കറ്റ് സമ്പത്തിലേക്കുള്ള ഒരു ഉറപ്പുള്ള പാതയല്ല എന്ന് വിശ്വസിക്കുക. ഇന്ന് മുതൽ ഏതാനും വർഷങ്ങൾക്കുള്ളിൽ നിങ്ങൾക്ക് വിരമിക്കാൻ കഴിയുമെന്ന് വിശ്വസിക്കുക.

അപ്പോൾ എങ്ങനെയാണ് നിങ്ങൾ പുതിയ വിശ്വാസങ്ങൾ അപ്‌ലോഡ് ചെയ്യുകയും പഴയവയെ തിരുത്തിയെഴുതുകയും ചെയ്യുന്നത്?

പുതിയ വിശ്വാസങ്ങളുമായി പൊരുത്തപ്പെടുന്ന വിവരങ്ങൾ, വിഭവങ്ങൾ, ആളുകൾ എന്നിവ കണ്ടെത്തുക. എന്നെ സംബന്ധിച്ചിടത്തോളം, വേഗത്തിൽ സമ്പത്ത് സമ്പാദിച്ചവരുടെ കഥകൾ ഞാൻ പിന്തുടർന്നു അങ്ങനെ താമസിയാതെ, “വേഗത്തിൽ സമ്പന്നനാകുക” എന്നത് ഒരു മിഥ്യയായിരുന്നില്ലെന്ന് പഠിക്കുകയും ചെയ്തു. ഞാൻ 24 വയസ്സുള്ള കോടീശ്വരനായ കണ്ടുപിടുത്തക്കാർ, ബിസിനസ്സ് സ്ഥാപകർ, രചയിതാക്കൾ, വെബ്സൈറ്റ് ഉടമകൾ എന്നിവരെ കണ്ടെത്തി.

നിങ്ങൾക്ക് അസാധാരണമായ ഫലങ്ങൾ വേണമെങ്കിൽ, അസാധാരണമായ ചിന്ത ആവശ്യമാണ്. നിർഭാഗ്യവശാൽ, “അസാധാരണമായത്” എന്ന വാക്കും അവയ്ക്ക് ഊർജ്ജം പകരുന്ന വിശ്വാസങ്ങളും സമൂഹത്തിന്റെ മധ്യസ്ഥതയിൽ കുടുങ്ങിയതായി കാണുന്നില്ല.

സ്റ്റിയറിംഗ് ടിപ്പുകൾ : മികച്ച തിരഞ്ഞെടുപ്പുകളും മികച്ച ജീവിതവും

നിങ്ങളുടെ യാത്ര പുരോഗമിക്കുമ്പോൾ, സ്വയം ബഹുമാനിക്കുകയും ചോദിക്കുകയും ചെയ്യുക, ഇത് ധാരണയുടെ നല്ല തിരഞ്ഞെടുപ്പാണോ? പ്രവർത്തനത്തിന്റെ നല്ല തിരഞ്ഞെടുപ്പ്? ഇത് എന്റെ സ്വപ്നങ്ങളെ ചതിക്കുകയും മെച്ചപ്പെട്ട ജീവിതത്തിലേക്ക് എന്റെ വിൻഡ്ഷീൽഡിനെ മൂടുകയും ചെയ്യുമോ? ഞാൻ ഒരു ഇരയോ വിജയിയോ ആയി തിരഞ്ഞെടുത്തിട്ടുണ്ടോ? ഞാൻ വെല്ലുവിളി സ്വീകരിച്ചോ അതോ കീഴടങ്ങിയോ?

നിങ്ങളുടെ ജീവിതം മാറ്റുന്നത് തിരഞ്ഞെടുക്കുന്നതിൽനിന്ന് ആരംഭിക്കുന്നു. സമ്പത്തിലേക്കുള്ള ഫാസ്റ്റ്ലെയ്ൻ വാഹനം തിരഞ്ഞെടുപ്പിനു മുകളിൽ നയിക്കപ്പെടുന്നു, ടാറിനുമേൽ അല്ല. തീരുമാനമെടുപ്പിന്റെ ഗുരുത്വാകർഷണത്തെ ആശ്രയിച്ച് രണ്ട് തന്ത്രങ്ങൾ ഉപയോഗിച്ച് നിങ്ങൾ മികച്ച തിരഞ്ഞെടുപ്പുകൾ നടത്താൻ തുടങ്ങുന്നു.

1) **മോശം അവസ്ഥ പരിണതഫല വിശകലനം** (Worse Case Consequence Analysis/WCCA)
2) **ഭാരമുള്ള ശരാശരി തീരുമാന മാട്രിക്സ്** (Weighted Average Decision Matrix / WADM)

അപകടകരമായ വഴിത്തിരിവുകളിൽനിന്നും വഞ്ചനാപരമായ തിരഞ്ഞെടുപ്പുകളിൽനിന്നും നിങ്ങളെ അകറ്റുന്നതിനാണ് WCCA രൂപകൽപ്പന ചെയ്തിരിക്കുന്നത്. നേരേമറിച്ച്, ഒന്നിലധികം ആകസ്മികതകളിൽനിന്ന് മികച്ച വലിയ തീരുമാനങ്ങൾ എടുക്കാൻ നിങ്ങളെ സഹായിക്കുന്നതിനാണ് WADM രൂപകൽപ്പന ചെയ്തിരിക്കുന്നത്. ഈ ദ്വിമുഖ ആക്രമണം തിരഞ്ഞെടുക്കൽ അതിരുകളിൽ പ്രവർത്തിക്കുന്നു : വിനാശകരമായ പ്രക്രിയാ-തിരഞ്ഞെടുപ്പുകളിൽ നിന്നും തടയുകയും നല്ല പ്രക്രിയാ-തിരഞ്ഞെടുപ്പുകളുടെ ലഭ്യതയും.

മോശം അവസ്ഥ പരിണതഫല വിശകലനം (WCCA)

ആദ്യ തീരുമാന ഉപകരണം മോശ അവസ്ഥ പരിണതഫല വിശകലനം (WCCA) ആണ്, അത് നിങ്ങളുടെ മുന്നോട്ടുള്ള ചിന്താഗതിക്കാരനും പ്രത്യാഘാതങ്ങളുടെ വിശകലനക്കാരനുമായി മാറ്റുന്നതിന് അവശ്യമാണ്. WCCA അനന്ത

രഫലത്തിന്റെ ഓരോ തീരുമാനത്തെക്കുറിച്ചും മൂന്ന് ചോദ്യങ്ങൾക്ക് ഉത്തരം നൽകാൻ നിങ്ങളോട് ആവശ്യപ്പെടുന്നു :

1. ഈ തിരഞ്ഞെടുപ്പിന്റെ ഏറ്റവും മോശമായ അനന്തരഫലം എന്താണ്?
2. ഈ ഫലത്തിന്റെ സാധ്യത എന്താണ്?
3. ഇത് സ്വീകാര്യമായ അപകടമാണോ?

ഈ മൂന്ന് ചോദ്യങ്ങൾ ദൈർഘ്യമേറിയതായി തോന്നുമെങ്കിലും, നിങ്ങളുടെ വിശകലനപ്രക്രിയ കുറച്ച് സെക്കൻഡിൽ കൂടുതൽ സമയം എടുക്കാൻ പാടില്ല. നിങ്ങൾക്ക് പേനയോ പേപ്പറോ ആവശ്യമില്ല, നിങ്ങളുടെ മസ്തിഷ്കവും അവബോധത്തിന്റെ ബോധപൂർവ്വമായ തിരഞ്ഞെടുപ്പും മാത്രം. WCCA ഉപയോഗിച്ച് തിരഞ്ഞെടുപ്പുകൾ വിശകലനം ചെയ്യുമ്പോൾ, ദുരന്ത സാധ്യതകൾ തുറന്നു കാട്ടപ്പെടുകയും ബദലുകൾ തിരഞ്ഞെടുക്കുകയും ചെയ്യുന്നു. വഞ്ചനാപരമായ റോഡുകൾ ഒഴിവാക്കാം.

ഞാൻ WCCA വ്യാപകമായി ഉപയോഗിക്കുന്നു. ഉദാഹരണത്തിന്, നിരവധി വർഷങ്ങൾക്കുമുൻപ്, ഒരു പ്രാദേശിക ബാറിൽ കുറച്ച് പെഗ്ഗുകൾ കഴിച്ചതിനുശേഷം, ഞാനുമായി ആകർഷണത്തിലായെന്ന് ബോധ്യം വന്ന ഒരു സ്ത്രീയുമായി വീട്ടിലേക്കുപോയി. അവൾ പഴയ വിദൂഷക സ്വരത്തിൽ, "ഞാനുമായി രമിക്കൂ." എന്ന് മന്ത്രിച്ചു. തീർച്ചയായും, രണ്ട് മണിക്കൂറായി അവളെ അറിയാമായിരുന്ന എനിക്ക് ഇത് പ്രണയമല്ല മറ്റെന്തോ ആണെന്ന് അറിയാമായിരുന്നു. എന്റെ മദ്യപാന അഭിനിവേശത്തിന് പുറകിൽ, ഞാൻ എന്റെ WCCA വിശകലനത്തിലൂടെ ഓടി. എന്താണ് ഈ തിരഞ്ഞെടുപ്പിന്റെ മോശം ഫലം?

1. എനിക്ക് ലൈംഗികമായി പകരുന്ന രോഗം വരാം.
2. അവൾ ഗർഭിണിയായേക്കാം, പിന്നീട് ജീവിതകാലം മുഴുവൻ അവളുടെ ബന്ധനത്തിൽ ഞാൻ ആയേക്കാം.
3. ഞാൻ ബലാത്സംഗം ചെയ്തുവെന്ന് തെറ്റായി ആരോപിക്കാം. (അവൾ തല ചുറ്റുന്ന ചില അഭിപ്രായങ്ങൾ പറഞ്ഞു!)

ഈ ഫലങ്ങളുടെ സാധ്യത എത്രമാത്രമാണ്?

1. എസ് ടി ഡി-യുടെ : 10% (അവളുടെ ബാഹ്യ ലൈംഗികതയെ അടിസ്ഥാനമാക്കി!)
2. ഗർഭധാരണം : 1%.
3. തെറ്റായ ആരോപണങ്ങൾ : 0.5%.

ഇതൊരു സ്വീകാര്യമായ അപകടമാണോ? ഞാൻ ഉടനെതന്നെ, ഒരിക്കലുമില്ല എന്ന നിഷ്കർഷത്തിൽ എത്തി. 10% അല്ലെങ്കിൽ 1% – അപകടസാധ്യത വളരെ വലുതാണെന്നും ആ അപകടസാധ്യതയ്ക്ക് എന്റെ ജീവിതം എന്നെന്നേക്കുമായി മാറ്റാൻ കഴിയുന്ന ഫലങ്ങളുണ്ടെന്നും ഞാൻ കണ്ടെത്തി. ഞാൻ സ്ത്രീയുടെ മുന്നേറ്റങ്ങൾ നിരസിക്കുകയും എന്റെ മോഹം മറ്റൊരു തിരഞ്ഞെടുപ്പിനുവേണ്ടി മറച്ചു വെക്കുകയും ചെയ്തു. ഇല്ലായിരുന്നെങ്കിൽ? തീർച്ചയായും, ഞാൻ ഒരു പെട്ടെന്നുള്ള വിനോദം ആസ്വദിക്കുമായിരുന്നു. പക്ഷേ, പിന്നീട് അതിനെക്കുറിച്ച് എന്ത്?

ഒരു ആസൂത്രിതമല്ലാത്ത ഗർഭാവസ്ഥയുടെ സ്ഥാനത്ത് ഞാൻ അറിയാത്ത സ്ത്രീയുമായി ഇടപെടണോ? എന്റെ ആരോഗ്യവും, ഭാവി പങ്കാളിയ്ക്കായുള്ള എന്റെ തിരച്ചിൽ പരിമിതപ്പെടുത്തുന്ന എന്നെ അപകടത്തിലാക്കുന്ന ഒരു രോഗത്താൽ ഞാൻ ശിക്ഷിക്കപ്പെടുമോ? സാധ്യമായ അനന്തരഫലങ്ങളുണ്ടാകുന്ന ഈ നടപടിക്ക് അഗാധമായ വഞ്ചനാപാതകൾ ഉണ്ടായിരുന്നു, അത് ഞാൻ ഒഴിവാക്കി.

ഞാൻ ഡ്രൈവ് ചെയ്യുമ്പോൾ WCCA പ്രവർത്തിക്കുന്നു. വൈപ്പർ, ലംബോർഗിനി, ഏതുമാകട്ടെ – ഒരു പൊതുവഴിയിൽ മത്സരം തിരയുന്ന മറ്റുള്ള വിഡ്ഢി ഡ്രൈവർമാർ എന്നെ നിരന്തരം ശകാരിക്കുന്നു. തീർച്ചയായും, ഞാൻ മൂന്ന് സെക്കൻഡ് നേരത്തേക്ക് ആക്സിലറേറ്റർ അമർത്തിയേക്കാം. എന്നാൽ ആ മൂന്ന് സെക്കൻഡിൽ, WCCA ഏറ്റെടുക്കുന്നു. സംഭവിക്കാവുന്ന ഏറ്റവും മോശമായത് എന്താണ്? എനിക്ക് എന്നെയോ മറ്റാരെയെങ്കിലുമോ കൊല്ലാമായിരുന്നു. സാധ്യത? 3%? എന്റെ റേസിംഗ് കഴിവ് അറിയുന്നതിനാൽ, അപകടസാധ്യതകൾ വളരെ ഉയർന്നതാണ്. ഞാൻ ആക്സിലറേറ്ററിൽ നിന്ന് കാൽ ഉയർത്തി മത്സരത്തിൽ നിന്ന് പിന്മാറുന്ന മറ്റേ ഡ്രൈവറോ? അവൻ എന്തൊക്കെയോ തെളിയിക്കാനും, വേഗത്തിൽ സാധ്യമായ അനന്തരഫലങ്ങൾ അവഗണിച്ചുകൊണ്ട് ഓടിച്ചുപോകുന്നു. അത് സാരമില്ല, ഒരുപക്ഷേ അവൻ പത്ത് വരഷം പഴക്കമുള്ള ഫോർട്ട്-കാൻ ഹോണ്ട ഓടിക്കുന്നതിനും ഞാൻ ലംബോർഗിനിയിലായിരിക്കുന്നതിനും ഒരു കാരണം ഉണ്ടായിരിക്കും.

നിങ്ങൾക്ക് സ്ട്രീറ്റ് റേസ് വിജയിച്ചതിന് അഭിനന്ദനങ്ങൾ – ഞാൻ ജീവിതം വിജയിക്കും.

വെയ്റ്റഡ് ആവറേജ് ഡിസിഷൻ മാട്രിക്സ് (WADM)

എപ്പോഴെങ്കിലും കടുത്ത തീരുമാനവുമായി മല്ലിടുന്നുണ്ടോ? ഒരു ദിവസം നിങ്ങൾ ഓപ്ഷൻ എ ഇഷ്ടപ്പെടുന്നു, അടുത്ത ദിവസം തന്നെ നിങ്ങൾ ബി ഓപ്ഷനിലേക്ക് മടങ്ങുന്നു. ഒരു കടുത്ത തീരുമാനമെടുക്കുന്നത് ഉയർന്ന സംഖ്യ തിരഞ്ഞെടുക്കുന്നതുപോലെ ലളിതമായിരുന്നെങ്കിൽ എത്ര നന്നായിരുന്നു അല്ലേ?

തീരുമാനത്തിനായി ഞാൻ ഉപയോഗിക്കുന്ന രണ്ടാമത്തെ ഉപകരണം വലിയ തീരുമാനങ്ങളെ താരതമ്യം ചെയ്യുകയും അളക്കുകയും ചെയ്യുന്നു. നിങ്ങൾക്ക് അവയെ അറിയാം : നിങ്ങൾ വിട്ടുപോകണോ അതോ നിൽക്കണോ? ഉപേക്ഷിക്കണോ അതോ തുടരണോ? തിരികെ കോളേജിൽ പോകണോ വേണ്ടയോ? WADM-നുവേണ്ടി, നിങ്ങൾക്ക് പേപ്പറും പെൻസിലും വേണം. അല്ലെങ്കിൽ, നിങ്ങൾക്ക് ഹെൽപ്മൈ ഡിസിഷൻ.കോം സന്ദർശിക്കാവുന്നതാണ്, കൂടാതെ നിങ്ങൾക്കായി കണക്കുകൂട്ടാൻ വെബിനെ അനുവദിക്കുക. ഓർക്കുക, WADM വലിയ തീരുമാനങ്ങൾക്കുള്ളതാണ്, അതിനാൽ നിങ്ങൾക്ക് ഇത് വർഷത്തിൽ കുറച്ചുതവണ ഉപയോഗിക്കാം, അതേസമയം WCCA ദിവസവും ഉപയോഗിക്കാം.

WADM ഉപയോഗിച്ച്, പ്രസക്തമായ ഘടകങ്ങളെ വേർതിരിച്ച് മുൻഗണന നൽകുന്നതിനാൽ തീരുമാനമെടുക്കൽ എളുപ്പമാണ്. അതിനാൽ നിങ്ങളുടെ തീരുമാനങ്ങളിലേക്കും പിന്നീട് ഓരോ തീരുമാനത്തിനും ഒരു മൂല്യം നൽകുന്നു. ഉയർന്ന മൂല്യം മികച്ച തീരുമാനത്തെ പ്രതിഫലിപ്പിക്കുന്നു. ഉദാഹരണത്തിന്, നിങ്ങൾക്ക് ഡെട്രോയിറ്റിലേക്ക് അല്ലെങ്കിൽ ഫീനിക്സിലേക്ക് മാറുന്നതിന് ഇടയിൽ ഒരു ചോയിസ് ഉണ്ടെങ്കിൽ, ഡബ്ല്യുഎഡിഎം ഡെട്രോയിറ്റ്88, ഫീനിക്സ് 93 പോലെയുള്ള ലളിതമായ സംഖ്യാനിർണ്ണയം നൽകും. സംഖ്യയെ അടിസ്ഥാ

നമാക്കി, ഫീനിക്സ് ആണ് മികച്ച ചോയ്സ്. അതേസമയം WADM വസ്തുനിഷ്ഠ മാണ്, അതിന് നിങ്ങളുടെ അനിയന്ത്രിതമായ വസ്തുനിഷ്ഠത ആവശ്യമാണ്. ഇത് ഒരു മികച്ച ഉപകരണമാണ് നിങ്ങളുടെ മുൻഗണനകൾക്ക് കൂടുതൽ അനുകൂലമായ തിരഞ്ഞെടുപ്പ് ഏതാണെന്ന് തിരിച്ചറിയുന്നതിന്.

WADM ഉപയോഗിക്കുന്നതിന്, കുറഞ്ഞത് രണ്ട് ചോയ്സുകളെങ്കിലും ആവ ശ്യമാണ്, പക്ഷേ അതിലും കൂടുതൽ ഉപയോഗിക്കാം. നിങ്ങൾ തീർച്ചയായും ഡെട്രോയിറ്റിൽ താമസിക്കുന്നുവെന്നും ഫീനിക്സിലേക്ക് മാറുന്നതിനെക്കുറിച്ച് ആലോചിക്കുകയാണെന്നും പറയാം. നിങ്ങൾ തീരുമാനവുമായി മല്ലിടുന്നു, വ്യക്തത ലഭിക്കില്ല. ഒരു ദിവസം നിങ്ങൾ അവിടെനിന്ന് മാറാൻ ആഗ്രഹിക്കുന്നു, അടുത്തത് നിങ്ങൾ താമസിക്കാൻ ആഗ്രഹിക്കുന്നു. സാധാരണയായി, ഇത്തരം വ്യർത്ഥത സംഭവിക്കുന്നത് വളരെയധികം തീരുമാന ഘടകങ്ങൾ ഓരോ തിര ഞ്ഞെടുപ്പികളിലും ഉള്ളപ്പോഴാണ്.

ഒരു പെൻസിലും പേപ്പറും എടുക്കുക. നിങ്ങളുടെ പേപ്പറിൽ മൂന്ന് കോളങ്ങൾ ഉണ്ടാക്കുക, ഒന്ന് "ഘടകങ്ങൾ" എന്ന തലക്കെട്ടിലും, ഓരോ ചോയിസിനുമുള്ള മറ്റ് രണ്ടെണ്ണം, "ഡിട്രോയിറ്റ്", "ഫീനിക്സ്."

ഭാരമുള്ള ശരാശരി തീരുമാന മാട്രിക്സ് (WADM)		
ഘടകങ്ങൾ	ഡിട്രോയിറ്റ്	ഫീനിക്സ്

രണ്ടാമതായി, നിങ്ങളുടെ തീരുമാനത്തിൽ ഏത് തീരുമാന ഘടകങ്ങൾ പ്രധാ നമാണ്? കാലാവസ്ഥ? സ്കൂളുകൾ? ജീവിതച്ചെലവ്? ബന്ധുകുടുംബങ്ങൾക്ക് അടു ത്താണോ? തീരുമാനവുമായി ബന്ധപ്പെട്ട എല്ലാ ഘടകങ്ങളും എഴുതുക, എത്ര ചെറുതാണെങ്കിലും. ഈ ഘടകങ്ങൾ "ഘടകം" എന്ന കോളത്തിൽ എഴുതുക. നിങ്ങളുടെ WADM ഇപ്പോൾ ഇതുപോലെ കാണപ്പെടും :

ഭാരമുള്ള ശരാശരി തീരുമാന മാട്രിക്സ് (WADM)		
ഘടകങ്ങൾ	ഡിട്രോയിറ്റ്	ഫീനിക്സ്
കാലാവസ്ഥ സ്കൂൾ ജീവിതച്ചെലവ് ബിസിനസ്സ് അവസ്ഥ		

നികുതി സുരക്ഷ ആഘോഷം കുടുംബത്തോടുള്ള അടുപ്പം		

മൂന്നാമതായി, ഓരോ തീരുമാന ഘടകത്തിനും അടുത്തായി, അതിൽനിന്നുള്ള തീരുമാനത്തിന്റെ പ്രാധാന്യം 1 മുതൽ 10 വരെ കണക്കാക്കുക, 10 ആണ് ഏറ്റവും പ്രധാനപ്പെട്ടത്. ഉദാഹരണത്തിന്, നിങ്ങൾക്ക് വിഷാദം കാലാനുസൃതമാണ്, അതിനാൽ കാലാവസ്ഥക്ക് നിങ്ങളുടെ മാട്രിക്സിൽ 10 നൽകിയിരിക്കുന്നു. തുടർന്ന്, നിങ്ങളുടെ കുട്ടികൾക്ക് ഏകദേശം 18 വയസ്സ് പ്രായമുണ്ട്, അതിനാൽ ഒരു നല്ല സ്കൂൾ സമ്പ്രദായം ഒരു മുൻഗണനയല്ലെന്ന് നിങ്ങൾ തീരുമാനിക്കുന്നു. അതിനാൽ ഒരു 3 സ്വീകരിക്കുന്നു. എല്ലാ ഘടകങ്ങൾക്കും ഇത് ചെയ്യുക. ഇപ്പോൾ നിങ്ങളുടെ WADM ഇതുപോലെ കാണപ്പെടുന്നു :

ഭാരമുള്ള ശരാശരി തീരുമാന മാട്രിക്സ് (WADM)		
ഘടകങ്ങൾ	ഡിട്രോയിറ്റ്	ഫീനിക്സ്
കാലാവസ്ഥ (10) സ്കൂൾ (3) ജീവിതച്ചെലവ് (6) ബിസിനസ്സ് അവസ്ഥ (2) നികുതി (7) സുരക്ഷ (4) ആഘോഷം (8) കുടുംബത്തോടുള്ള അടുപ്പം (7)		

ഓരോ മാനദണ്ഡവും 1 മുതൽ 10 വരെ റാങ്ക് ചെയ്തശേഷം, ഓരോ തീരുമാന ഘടകത്തിനും അനുസരിച്ച് ഓരോ ചോയിസും 1 മുതൽ 10 വരെ ഗ്രേഡ് ചെയ്യുക.

ഡിട്രോയിറ്റിലെ സ്കൂൾ സംവിധാനം? നിങ്ങൾ അതിന് 2 നൽകുന്നു. ഫീനിക്സിൽ, നിങ്ങൾ സ്കൂൾ സംവിധാനത്തിന് നൽകുന്ന ഒരു 3, ഇത് അൽപ്പം മികച്ചതാ ണെന്ന് നിങ്ങൾ നിർണ്ണയിക്കുന്നതുകൊണ്ട്.

ഡിട്രോയിറ്റിൽ വിനോദത്തിന് നിങ്ങൾ 5 നിയോഗിക്കുന്നു. കാരണം, അവ നിങ്ങളുടെ ശക്തരായ റെഡ് വിംഗിസിന്റെ തട്ടകമാണ്, അതേസമയം ഫീനിക്സിന് 2 ലഭിക്കുന്നു.

ഓരോ തിരഞ്ഞെടുപ്പിനുള്ളിലും ഓരോ തീരുമാന ഘടകത്തിനും തുടരുക. നിങ്ങളുടെ WADM ഇപ്പോൾ ഇതുപോലെ വേണം കാണപ്പെടാൻ :

ഭാരമുള്ള ശരാശരി തീരുമാന മാട്രിക്സ് (WADM)		
ഘടകങ്ങൾ	ഡിട്രോയിറ്റ്	ഫീനിക്സ്
കാലാവസ്ഥ (10)	2	8
സ്കൂൾ (3)	2	3
ജീവിതച്ചെലവ് (6)	5	7
ബിസിനസ്സ് അവസ്ഥ (2)	6	4
നികുതി (7)	6	7
സുരക്ഷ (4)	3	6
ആഘോഷം (8)	5	2
കുടുംബത്തോടുള്ള അടുപ്പം (7)	10	0

അടുത്തതായി, ഓരോ വരിയിലും, ഗ്രേഡിനെ വെയിറ്റേജുമായി ഗുണിച്ച് ആ നമ്പർ ബ്രാക്കറ്റിൽ ഗ്രേഡിന് അടുത്തായി ഇടുക. ഉദാഹരണത്തിന്, വിനോദ നിരയിൽ, ഡെട്രോയിറ്റിന് 40 (8 × 5 ശ്രേണി) ലഭിക്കുന്നു, അതേസമയം ഫീനിക്സിന് 16 (8 × 2 ശ്രേണി) ലഭിക്കുന്നു. എല്ലാ വരികൾക്കും ഇത് ചെയ്യുക.

നിങ്ങളുടെ WADM ഇപ്പോൾ ഇതുപോലെയായിരിക്കും :

ഭാരമുള്ള ശരാശരി തീരുമാന മാട്രിക്സ് (WADM)		
ഘടകങ്ങൾ	ഡിട്രോയിറ്റ്	ഫീനിക്സ്
കാലാവസ്ഥ (10)	2 [20]	8 [80]
സ്കൂൾ (3)	2 [6]	3 [9]
ജീവിതച്ചെലവ് (6)	5 [30]	7 [42]
ബിസിനസ്സ് അവസ്ഥ (2)	6 [12]	4 [8]
നികുതി (7)	6 [42]	7 [49]
സുരക്ഷ (4)	3 [12]	6 [24]
ആഘോഷം (8)	5 [40]	2 [16]
കുടുംബത്തോടുള്ള അടുപ്പം (7)	10 [70]	0 [0]

ഓരോ ഫൈനൽ ചോയ്സ് നമ്പർ ലഭിക്കുന്നതിന് ഗ്രേഡഡ് വെയ്റ്റ് നിരകൾ കൂട്ടിച്ചേർക്കുക എന്നതാണ് അവസാന ഘട്ടം.

ഏറ്റവും ഉയർന്ന സംഖ്യയുള്ള തിരഞ്ഞെടുപ്പായിരിക്കും നിങ്ങൾക്ക് ഏറ്റവും അനുകൂലമായത്. നിങ്ങളുടെ അന്തിമ WADM ഇതുപോലെ കാണപ്പെടും:

ഭാരമുള്ള ശരാശരി തീരുമാന മാട്രിക്സ് (WADM)		
ഘടകങ്ങൾ	ഡിട്രോയിറ്റ്	ഫീനിക്സ്
കാലാവസ്ഥ (10)	2 [20]	8[80]
സ്കൂൾ (3)	2 [6]	3[9]
ജീവിതച്ചെലവ് (6)	5[30]	7[42]
ബിസിനസ്സ് അവസ്ഥ (2)	6[12]	4[8]
നികുതി (7)	6[42]	7[49]
സുരക്ഷ (4)	3[12]	6[24]
ആഘോഷം (8)	5[40]	2[16]
കുടുംബത്തോടുള്ള അടുപ്പം (7)	10[70]	0[0]
	232	**228**
(മികച്ച ഓപ്ഷൻ)		

ഈ സാങ്കൽപ്പിക ഉദാഹരണത്തിൽ, നിങ്ങൾ ഡെട്രോയിറ്റിൽ തന്നെ തുടരണം. കാരണം, അതിനാണ് ഏറ്റവും ഉയർന്ന സ്കോർ ലഭിച്ചിരിക്കുന്നത്, 228-ന് മുകളിൽ 232.

നിങ്ങൾക്ക് പൂർണ്ണതയുള്ളിടത്തോളം വലിയ തീരുമാനങ്ങൾ എടുക്കുന്നതിനുള്ള മികച്ച ഉപകരണമാണ് WADM. കാരണം, അത് ഫാക്ടർ വെയിറ്റിംഗിൽ സത്യസന്ധത പുലർത്തുന്നു. ഞാൻ എന്റെ ജീവിതത്തിൽ പലതവണ WADM ഉപയോഗിച്ച് കടുത്ത തീരുമാനങ്ങളിൽ വ്യക്തതകൊണ്ട് വരാൻ ശ്രമിച്ചിട്ടുണ്ട്. എനിക്ക് ഫീനിക്സിലേക്ക് മാറണമെന്ന് അത് തെളിയിച്ചു. എന്തുകൊണ്ടാണ് എന്റെ ബിസിനസ്സ് വിൽക്കാൻ സമയമായത് എന്നതിലേക്ക് എനിക്ക് അത് ഉൾക്കാഴ്ച നൽകി. അത് ചില മോശം ബിസിനസ്സ് നിക്ഷേപങ്ങളിൽ ഇടപെടുന്നതിൽനിന്ന് എന്നെ ഒഴിവാക്കി.

2005-ൽ എനിക്ക് ലാസ് വെഗാസ് റെസ്റ്റോറന്റിൽ നിക്ഷേപിക്കാൻ അവസരം ലഭിച്ചു. അവസരത്തെയും സ്ഥാപകരെയുംകുറിച്ച് ഞാൻ എന്റെ ശ്രദ്ധാപൂർവ്വമായ പഠനം നടത്തിയ ശേഷം, ഒരു തീരുമാനം എടുക്കാനുള്ള സമയമായി. എനിക്ക് തീരുമാനിക്കാൻ കഴിഞ്ഞില്ല. ഒരു WADM വിശകലനത്തിലൂടെ ഞാൻ എന്റെ തീരുമാനക്ഷയത്തെ പരിഹരിച്ചു. ഞാൻ നിക്ഷേപം നിരസിക്കണമെന്ന് അത് സൂചിപ്പിച്ചു, ഞാൻ ചെയ്തു. ഒരു വർഷം കഴിഞ്ഞ് ഞാൻ ചില കേട്ടുകേൾവിയിലൂടെ അറിഞ്ഞു നിക്ഷേപം തെക്കോട്ട് പോയെന്ന്. എല്ലാ നിക്ഷേപകർക്കും അവരുടെ പണമെല്ലാം നഷ്ടമായി. എന്റെ അവ്യക്തതയ്ക്ക് WADM വ്യക്തത നൽകുകയും $125,000 നഷ്ടത്തിൽനിന്ന് എന്നെ രക്ഷിക്കുകയും ചെയ്തു.

നിങ്ങൾ രാജ്യത്തിന്റെ ഒരു ഭൂപടം പരിശോധിച്ചാൽ, നിങ്ങൾക്ക് ദശലക്ഷക്കണക്കിന് റോഡുകൾ ലഭിക്കും : ഫ്രീവേകൾ, തെരുവുകൾ, വഴികൾ, നടപ്പാതകൾ, എല്ലാം വ്യത്യസ്തമായ എവിടേക്കോ നയിക്കുന്നു. ആ റോഡുകളിൽ നിങ്ങ ളുടെ തിരഞ്ഞെടുപ്പുകൾ കണ്ടെത്തുക. ഒന്നുകിൽ ആകർഷണീയമായ കുറുക്കുവഴികൾ അല്ലെങ്കിൽ വിനാശകരമായ വഴിതിരിച്ചുവിടലുകൾ. ഈ രണ്ട് തീരുമാന ഉപകരണങ്ങൾ നിങ്ങളുടെ സമ്പത്ത് യാത്രയ്ക്കുള്ള മാർഗ്ഗനിർദ്ദേശക ഉപകരണങ്ങളാണ്.

റിയർവ്യൂ മിററിൽനിന്ന് നിങ്ങളുടെ കണ്ണുകൾ ഒഴിവാക്കുക

ഇന്നാണ് നിങ്ങളുടെ ശിഷ്ടജീവിതകാലം ആരംഭിക്കുന്നത്. അതെ, നിങ്ങൾ ഇന്നലെ വേവലാതിപ്പെട്ട നാളെയാണ് ഇന്നത്തെ ദിനങ്ങൾ. ഭൂതകാലത്തിന്റെ പ്രശ്നമെന്തെന്നാൽ, നമ്മൾ വേണ്ടാത്ത ഓർമ്മകൾ ഓർക്കുകയും മറക്കേണ്ടതായ ഓർമ്മകൾ മറക്കാതിരിക്കുകയും ചെയ്യുന്നു എന്നതാണ്. നിങ്ങളുടെ കണ്ണുകൾ റിയർവ്യൂ മിററിൽ കുടുങ്ങിയിരിക്കുകയാണെങ്കിൽ, നിങ്ങൾ ഭൂതകാലത്തിൽ കുടുങ്ങി കിടക്കുകയാണ്. നിങ്ങൾ ഭൂതകാലത്തിൽ കുടുങ്ങിയിട്ടുണ്ടെങ്കിൽ, നിങ്ങൾ മുന്നോട്ട് നോക്കുന്നില്ല. നിങ്ങൾക്ക് കഴിയില്ല.

പ്രപഞ്ചം നിങ്ങളുടെ ഭൂതകാലത്തെക്കുറിച്ച് ശ്രദ്ധിക്കുന്നില്ല. അത് അന്ധയാണ്. ഞാൻ ഹൈസ്കൂളിൽ പിങ്ക് നിറത്തിലുള്ള പാന്റ്സ് ധരിച്ചിരുന്നു എന്നത് പ്രപഞ്ചം ശ്രദ്ധിക്കുന്നില്ല. (ഹേയ്, *മിയാമി വൈസ്* ഓർക്കുന്നുണ്ടോ?) ഞാൻ ഫ്രാൻസിസ് ഫ്രാങ്കനുമായി വഴക്കിട്ടതും തോറ്റതും പ്രപഞ്ചത്തിന് കാര്യമല്ല. പ്രപഞ്ചം യുസിഎൽഎ-യിൽനിന്നുള്ള നിങ്ങളുടെ എംബിഎയെക്കുറിച്ചോ മയക്കമരുന്ന് ഇടപാട് നടത്തുന്ന പിതാവിനെക്കുറിച്ചോ നിങ്ങൾ ജൂനിയർ ഹൈയിൽ നിങ്ങളുടെ കിടക്ക നനയ്ക്കുന്നതോ ശ്രദ്ധിക്കുന്നില്ല. പ്രപഞ്ചം ഇതൊന്നും ശ്രദ്ധിക്കുന്നില്ല. ഒരു വ്യക്തി, ഒരു വ്യക്തിമാത്രമേ മുൻകാല ലംഘനങ്ങളെ ആയുധമാക്കുന്നുള്ളൂ : നിങ്ങൾ.

പ്രപഞ്ചം ഓർക്കുന്നില്ലെങ്കിൽ, നിങ്ങൾ എന്തിനാണ്?

മൂന്ന് സഹോദരങ്ങളിൽ ഏറ്റവും ഇളയവനായതിനാൽ, ഞാൻ ചില നീച വാക്കുകൾക്ക് പാത്രമായിരുന്നുവെന്ന് നിങ്ങൾക്ക് വാതുവെക്കാം. തടിയൻ, വിഡ്ഢി, അങ്ങനെ എന്തും. എന്നിരുന്നാലും, എന്റെ സഹോദരൻ എന്നെ വിഡ്ഢി എന്ന് 12 വർഷമായി വിളിച്ചതുകൊണ്ട് അത് എന്റെ യാഥാർത്ഥ്യമാകുന്നില്ല.

നിങ്ങൾ അനുവദിച്ചില്ലെങ്കിൽ നിങ്ങളുടെ ഭൂതകാലം ഒരിക്കലും നിങ്ങളുടെ ഭാവിക്ക് തുല്യമാകില്ല.

ഒരു നാണയം എറിയുന്നതിനെക്കുറിച്ച് ചിന്തിക്കുക.

അത് എത്ര തവണ എറിഞ്ഞാലും, അടുത്ത മറിച്ചിലിലും അത് എപ്പോഴും ക്രമ രഹിതമാണ്. സാധ്യതയെ ഭൂതകാലം അടിസ്ഥാനമാക്കി ഒരു ഭാവി കറക്കത്തിലേക്ക് ബന്ധിപ്പിക്കാൻ കഴിയില്ല.

നിങ്ങളുടെ ഭൂതകാലം അതുപോലെ തന്നെ.

അഞ്ച് ബന്ധങ്ങളിൽ നിങ്ങൾ പരാജയപ്പെട്ടതിനാൽ നിങ്ങളുടെ അടുത്തത് പരാജയപ്പെടുമെന്ന് അർത്ഥമാക്കുന്നില്ല. പ്രത്യേകിച്ചും നിങ്ങൾ അവയിൽനിന്ന് പഠിക്കുകയാണെങ്കിൽ! നിങ്ങൾ മൂന്ന് മണിക്കൂറിനുമുൻപ് ബർഗറുകൾ മറിച്ചിരുന്നതിനാൽ നിങ്ങൾക്ക് അടുത്ത വർഷം കോടീശ്വരനാകാൻ കഴിയില്ല എന്നൊന്നുമില്ല. പ്രപഞ്ചം മറക്കുന്നു, ഞാൻ തറ തുടച്ചിരുന്നതും പിസ്സ വിതരണം ചെയ്തതുമെല്ലാം പ്രപഞ്ചം മറന്നതുപോലെ.

നിങ്ങളുടെ ഓർമ്മ ചതി നിറഞ്ഞതാണോ?

നിങ്ങളുടെ തിരഞ്ഞെടുപ്പുകളുടെ അതേ ക്രമീകരണരീതി നിങ്ങളുടെ ഓർമ്മകൾ വഹിക്കുന്നു. അവർ ചതിയരാണ്, നിശബ്ദരാണ്, അല്ലെങ്കിൽ ദ്രുതഗതിയിലുള്ളതാണ്. തിരഞ്ഞെടുപ്പിന്റെ അനന്തരഫലങ്ങളിൽനിന്ന് വ്യത്യസ്തമായി, നിങ്ങ

ളുടെ ഭൂതകാലം എങ്ങനെയാണെന്ന് നിങ്ങൾക്ക് തരംതിരിച്ച് തിരഞ്ഞെടുക്കാം. ഭൂതകാലത്തിന്റെ രേഖകൾ മുദ്രവെയ്ക്കാം.

ഉദാഹരണത്തിന്, നിങ്ങൾ നിക്ഷേപിച്ച ഉടനെ പാപ്പരായി പോയ റസ്റ്റോറന്റ് ഫ്രാഞ്ചൈസിയിൽ നിങ്ങളുടെ ജീവിത സമ്പാദ്യം നഷ്ടപ്പെട്ടാൽ, നിങ്ങളുടെ ഓർമ്മ ഒന്നുകിൽ ത്വരിതപ്പെടുത്താം അല്ലെങ്കിൽ വഞ്ചനാപരമാക്കാം. നിങ്ങളുടെ ഓർമ്മയും അതിന്റെ ധാരണയും ഇതായിരിക്കാം :

“ബിസിനസ്സ് ഉടമസ്ഥത വലിയ അപകടമാണ്. ഞാൻ ഇനി ഒരിക്കലും അങ്ങനെ ചെയ്യില്ല” അല്ലെങ്കിൽ “അടുത്ത തവണ, ഞാൻ ഫ്രാഞ്ചൈസികൾ വിൽക്കാൻ പോകുന്നു, അവ വാങ്ങുന്നില്ല.” *ആദ്യത്തേത് വഞ്ചനയാണ്, അതേ സമയം രണ്ടാമത്തേത് ത്വരിതപ്പെടുത്തലാണ്.*

പരാജയവും ഭൂതകാലവും രൂപപ്പെടുത്തുന്നതിൽ നിങ്ങൾക്ക് ഒരു തിരഞ്ഞെടുപ്പുണ്ട്. അത് സേവിക്കുന്നു അല്ലെങ്കിൽ തടസ്സപ്പെടുത്തുന്നു.

എന്റെ സ്വന്തം പരാജയങ്ങളെക്കുറിച്ച് ഞാൻ ചിന്തിക്കുമ്പോൾ, ഭാവിയിൽ മാറ്റംവരുത്താൻ അവ എന്നെ സഹായിക്കുന്നു. അത് ഉത്തരവാദിത്തമോ/ചുമതലയുടെയോ പ്രക്രിയയുടെ ഒരു ഭാഗമാണ്. ഞാൻ എന്താണ് പഠിച്ചത്? ഭാവിയിൽ എനിക്ക് എന്ത് മാറ്റാൻ കഴിയും? ഞാൻ എന്താണ് മറക്കേണ്ടത്?

ഞാൻ എന്റെ വൈപ്പറിനെ തകർത്ത് ഏതാണ്ട് മരണത്തിന് അടുത്തെത്തിയതിനുശേഷം, ഏതാണ്ട് എല്ലാം നഷ്ടപ്പെട്ടതായി മാനസികമായ അവ്യക്തത ബാധിച്ചത് ഞാൻ ഓർക്കുന്നു. ആ വികാരങ്ങൾ ആവർത്തിക്കാൻ ഞാൻ ആഗ്രഹിച്ചില്ല, ആ ഓർമ്മകൾ ഭാവിയിൽ മാറ്റംവരുത്തി : തെരുവ് മത്സരം മണ്ടന്മാർക്കുള്ളതാണ്. പകരം, എനിക്ക് അഹന്ത വാഴാൻ അനുവദിക്കാം, തെരുവ് ഓട്ടം തുടരാം, “ഇനി ഒരിക്കലും ഞാൻ മറ്റൊരു ഓട്ടം തോൽക്കില്ല!” എന്ന് വീമ്പിളക്കാം. അതേസമയം നമ്മുടെ തിരഞ്ഞെടുപ്പുകളുടെ അനന്തരഫലങ്ങളിൽ കൃത്രിമമായി കൈകാര്യം ചെയ്യാൻ കഴിയില്ല. പക്ഷേ, നിങ്ങളുടെ ഓർമ്മകളെ നിങ്ങൾക്ക് കൈകാര്യം ചെയ്യാനും അതിനെ നിനക്കുവേണ്ടി പണിയെടുപ്പിക്കാനും കഴിയും. ഹൈസ്കൂൾ ജിം ക്ലാസ്സിൽ അവസാനമായി തിരഞ്ഞെടുക്കപ്പെട്ടതുകൊണ്ട് എന്റെ ജീവിതം നിർവ്വചിക്കപ്പെടില്ല. നിങ്ങളുടെ ഭൂതകാലത്താൽ നിങ്ങൾ നിർവ്വചിക്കപ്പെടുകയാണെങ്കിൽ, നിങ്ങൾ ഭാവിയിൽ ആഗ്രഹിക്കുന്നത് ആയിത്തീരുക എന്നത് അസാധ്യമായിരിക്കും.

അധ്യായ സംഗ്രഹം : ഫാസ്റ്റ്ലെയ്ൻ പ്രത്യേകതകൾ

- നിങ്ങളുടെ ധാരണാ തിരഞ്ഞെടുപ്പുകളിൽനിന്ന് നിങ്ങളുടെ പ്രവർത്തന തിരഞ്ഞെടുപ്പുകൾ പ്രകടമാണ്.
- നിങ്ങൾ ഗ്രഹിക്കാൻ തിരഞ്ഞെടുക്കുന്നതോ അല്ലാത്തതോ ആയത് ഒരു പ്രവർത്തനത്തിന്റെ, അല്ലെങ്കിൽ നിഷ്ക്രിയത്വത്തിന്റെ തിരഞ്ഞെടുപ്പിലേക്ക് സ്വയം പ്രകടമാകും.
- യാഥാർത്ഥ്യമായി ധാരണ അനുഭവിക്കുന്നവരുമായി സ്വയം വിന്യസിച്ചുകൊണ്ട് നിങ്ങൾക്ക് ധാരണയുടെ തിരഞ്ഞെടുപ്പ് മാറ്റാനാകും.
- മോശമായ സാഹചര്യങ്ങളുടെ വിശകലനം വഞ്ചനാപരമായ തിരഞ്ഞെടുപ്പുകൾ ഒഴിവാക്കാൻ സഹായിക്കുന്നു.
- ഭാരമുള്ള ശരാശരി തീരുമാന മാട്രിക്സ് മികച്ച വലിയ തീരുമാനങ്ങൾ

എടുക്കാൻ നിങ്ങളെ സഹായിക്കും ഇതരമാർഗ്ഗങ്ങളും അവയുടെ ആന്തരിക ഘടകങ്ങളും വ്യക്തമാക്കുന്നതിലൂടെ.

- പ്രപഞ്ചത്തിന് ഓർമ്മയില്ല, നിങ്ങൾക്ക് മാത്രമേ ഓർമ്മയുള്ളൂ.
- നിങ്ങളുടെ ഭൂതകാലം ത്വരിതമോ വഞ്ചനാപരമോ ആകാം. വർഗ്ഗീകരണം നിങ്ങൾ തിരഞ്ഞെടുക്കുക.
- നിങ്ങളുടെ കണ്ണുകൾ ഭൂതകാലത്തിലേക്ക് മാറ്റുകയാണെങ്കിൽ, ഭാവിയിൽ നിങ്ങൾക്ക് ആവശ്യമുള്ള വ്യക്തിയാകാൻ കഴിയില്ല.

നിഷേധാത്മക ചിന്തകൾ അകറ്റുക

പ്രതിഭക്ക് മധ്യസ്ഥർ നൽകുന്ന ആദരാഞ്ജലിയാണ് പരിഹാസം.

—ഓസ്കാർ വൈൽഡ്

ഫാസ്റ്റ്ലെയ്നിന്റെ സ്വാഭാവികമായ നിഷേധാത്മക എതിർപ്പ്

മനുഷ്യരാശിയുടെ ഏറ്റവും വലിയ കണ്ടുപിടുത്തം വിമാനമായിരുന്നു. കാരണം, അത് പ്രകൃതിയുടെ ഗുരുത്വാകർഷണബലത്തെ തോൽപ്പിക്കുന്നതും കാഴ്ചയിൽ ഭൗതികശാസ്ത്ര നിയമങ്ങളെ ലംഘിക്കുന്നതുമായി തോന്നി. ഇത്രയും ഭാരമുള്ള വസ്തു എങ്ങനെ വായുവിൽ പൊങ്ങിനിൽക്കുന്നു? ഓർവില്ലിന്റെയും വിൽബർ റൈറ്റിന്റെയും മുന്നേറ്റത്തിൽ വളരെ ഗംഭീരമായത് എന്താണെന്നുവച്ചാൽ, അത് പറക്കുന്ന പ്രവൃത്തി മാത്രമല്ല, സമൂഹത്തിന്റെ ഗുരുത്വാകർഷണത്തിൽനിന്ന് സ്വതന്ത്രമാക്കാനുള്ള പ്രവർത്തനമായിരുന്നു.

"പറക്കൽ അസാധ്യമാണ്."
"നിങ്ങളെന്താ വിഡ്ഢികളാണോ?"
"നിങ്ങൾ നിങ്ങളുടെ സമയം പാഴാക്കുന്നു."
"വിഡ്ഢിത്തം..."

വിമാനം പറത്താൻ തുടങ്ങുന്നതിനുമുൻപ്, റൈറ്റ് സഹോദരന്മാർക്ക് സമൂഹത്തിന്റെ സ്വാഭാവിക എതിർക്കാറ്റിൽനിന്ന് സ്വതന്ത്രരാകേണ്ടി വന്നു – എല്ലാ യുവ മനസ്സുകളെയും വിഷലിപ്തമാക്കുന്ന സ്വാഭാവിക സാമൂഹിക അവസ്ഥ. ഒരു ഫാസ്റ്റ്ലെയ്ൻ ഫോറത്തിന്റെ ഒരംഗം ഇത് പോസ്റ്റ് ചെയ്തു :

> *ഒരു കിന്റർഗാർട്ടൻ ക്ലാസ്സിൽ പോയി അവരിൽ എത്രപേർക്ക് പാടാൻ കഴിയുമെന്ന് കുട്ടികളോട് ചോദിക്കുക. എല്ലാ കൈകളും ഉയരും. 13 വർഷം വേഗത്തിൽ മുന്നോട്ടുപോയി, അതേ ക്ലാസ്സിലെ മുതിർന്നവരോട് അതേ ചോദ്യം ചോദിക്കു. കുറച്ച് കൈകൾ മാത്രം ഉയരും. എന്താണ് മാറിയത്?*

തങ്ങൾക്ക് പാടാൻ കഴിയുമെന്ന് കിന്റർഗാർട്ടൻ കുട്ടികൾ വിശ്വസിച്ചു കാരണം ആരും അങ്ങനെയല്ലെന്ന് പറഞ്ഞിട്ടില്ലാത്തതിനാൽ.

തികച്ചും ശരിയാണ്. നിഷേധികളെ നാം കേൾക്കരുത്. കാരണം, അവർ സമൂഹത്താൽ വ്യവസ്ഥീകരിക്കപ്പെട്ടിട്ടുണ്ട്. നിങ്ങളുടെ വാഹനത്തിന്റെ ഗ്രില്ലിൽ സമൂഹം നിരന്തരമായി കാറ്റ് വീശും. സാമൂഹിക മാനദണ്ഡങ്ങളിൽ നിന്ന് വ്യതിചലിക്കുന്നതിനെക്കുറിച്ച് നിങ്ങൾ വിഷമിക്കേണ്ടതില്ല. കാരണം, തകർച്ചയിൽനിന്നുള്ള രണ്ടു ശമ്പളം അകലെയാണ് മാനദണ്ഡങ്ങൾ ഉള്ളത്. ശരാശരി ആളുകൾ ഉൽപ്പാദിപ്പിക്കുന്ന ശരാശരി ഫലങ്ങൾക്ക് അപ്പുറത്തേക്ക് പോകാൻ നിങ്ങൾ ആഗ്രഹിക്കുന്നുവെങ്കിൽ, നിങ്ങൾ "എല്ലാവരുടെയും പ്രീതി" എന്നതിൽ വീഴാത്ത ഒരു അസാധാരണ സമീപനം സ്വീകരിക്കേണ്ടതുണ്ട്.

നിങ്ങൾ എത്രത്തോളം അലൗകികവും അസാധാരണവുമാകാൻ ശ്രമിക്കുന്നുവോ അത്രയധികം സാമൂഹിക പ്രബോധനത്തിലൂടെ നിങ്ങൾ പോരാടേണ്ടതുണ്ട്.

അസാധാരണമായ സമ്പത്തിന് നിങ്ങൾക്ക് അസാധാരണമായ ധാരണകൾ ആവശ്യമാണ്.

ദുർഗന്ധം വമിക്കുന്ന കാറ്റിനോട് പുറം തിരിയുക

നിങ്ങൾ ഒരു എതിർകാറ്റിനോട് പുറം തിരിഞ്ഞാൽ, അത് ഒരു ത്വരകമാകും. എനിക്ക് അത് ചെയ്യേണ്ടിവന്നു, ഇല്ലെങ്കിൽ ഞാൻ പരാജയപ്പെട്ടുമായിരുന്നു. കോളേജിൽനിന്ന് ബിരുദം നേടിയ ശേഷം, ഞാൻ ഒരു നല്ല ജോലി കണ്ടെത്തുമെന്ന് പ്രതീക്ഷിക്കപ്പെട്ടിരുന്നു. ഞാൻ അത് ചെയ്തില്ല, പകരം വ്യാവസായിക സംരംഭങ്ങളിൽ ഏർപ്പെട്ടു.

എനിക്ക് ഭ്രാന്താണെന്ന് എന്റെ കുടുംബം പ്രഖ്യാപിച്ചു, "നിങ്ങൾ അഞ്ച് വർഷത്തെ വിദ്യാഭാസം പാഴാക്കുന്നു!" ഞാൻ വ്യാമോഹിയാണെന്ന് സമപ്രായക്കാർ കരുതി. ഓ, പ്രിയപ്പെട്ടവനെ രണ്ട് ബിസിനസ്സ് ഡിഗ്രികൾ ചുമരിൽ തൂങ്ങിക്കിടക്കുമ്പോൾ പിസ്സ ഡെലിവറി ചെയ്യുന്നതും ലിമോസിനുകൾ ഓടിക്കുന്നതും?! പ്രൊഫഷണൽ "കോളേജ്-വിദ്യാഭ്യാസമുള്ള" എന്ന അച്ചിൽ തീർത്ത കാൽപ്പനിക സങ്കല്പങ്ങളെയും കിട്ടാവുന്ന ആനുകൂല്യങ്ങളെയും തിരസ്കരിച്ചതിനാൽ എന്നെ സ്ത്രീകൾ ഡേറ്റ് ചെയ്തില്ല.

ഫാസ്റ്റ്ലെയ്നിലേക്ക് പോകുന്നതിനും ചലനശക്തിക്ക് ആക്കംകൂട്ടുന്നതിനുമായി നിങ്ങളുടെ ദിശയിൽ മോശം കാറ്റ് വീശുന്ന ആളുകളിൽനിന്നും നിങ്ങൾ തിരിഞ്ഞുനിൽക്കേണ്ടതുണ്ട്. അതിനായി സമൂഹത്തിന്റെ ഗുരുത്വാകർഷണശക്തിയിൽനിന്നും അവരുടെ പ്രതീക്ഷകളിൽനിന്നും നിങ്ങൾ നിങ്ങളെ സ്വതന്ത്രരാക്കണം. നിങ്ങൾ ഈ സ്വാഭാവിക ഗുരുത്വാകർഷണത്തെക്കുറിച്ച് ശ്രദ്ധാലുവായില്ലെങ്കിൽ ജീവിതം ഒരു സ്വയം-സുസ്ഥിരമായ ചക്രത്തിലേക്ക് വഷളായിപോയേക്കാം. അതാണ് സമൂഹത്തിന്റെ സാധാരണം എന്നതിന്റെ കൽപ്പന : ഉറക്കത്തിൽ നിന്നെഴുന്നേൽക്കുക, ജോലിക്ക് പോകുക, വീട്ടിൽ വരുക, ഭക്ഷണം കഴിക്കുക, *ലോ ആൻഡ് ഓർഡർ*-ന്റെ ഏതാനും എപ്പിസോഡുകൾ കാണുക, ഉറങ്ങാൻ പോകുക... പിന്നെ ഇതേ ക്രമത്തിൽ വർഷാവർഷം ആവർത്തിക്കുക.

നിങ്ങൾ അനുഭവിച്ചറിയുന്നതിനുമൻപുതന്നെ നിങ്ങളുടെ ജീവിതത്തിന്റെ 45 വർഷം കഴിഞ്ഞുപോയേക്കാം. നിങ്ങൾക്ക് നിങ്ങളുടെ സാമ്പത്തിക പദ്ധതി

നിർമ്മിക്കാൻ മറ്റൊരു 25 വർഷം ആവശ്യമാണ്. സമയം കടന്നുപോകുന്നു, സ്വപ്നങ്ങൾ മരിക്കുന്നു, എന്താണ് അവശേഷിക്കുന്നത്? ഒരു പഴയ വാടിപ്പോയ ശരീരം, എന്താവുമായിരുന്നു എന്നതിന്റെ പേരിൽ.

ഈ ദുർഗന്ധം വമിക്കുന്ന കാറ്റിന്റെ സ്രോതസ്സ് എവിടെയാണ്? അതാണ് :

1. അത് മനസ്സിലാകാത്ത സുഹൃത്തുക്കളും കുടുംബാംഗങ്ങളും.
2. സ്ലോലെയ്ൻ സിദ്ധാന്തം പ്രസംഗിക്കുന്ന മാധ്യമങ്ങളും വിദ്യാഭ്യാസ സ്ഥാപനങ്ങളും.
3. സമ്പത്ത് മറ്റുള്ളവർക്കുള്ളതാണെന്ന് വിശ്വസിക്കാൻ നിർബന്ധിതരായ മാതാപിതാക്കൾ.
4. നിങ്ങളുടെ വീട് ഏറ്റവും മികച്ച നിക്ഷേപമാണെന്ന് അവകാശപ്പെടുന്ന സ്ലോലെയ്ൻ ഗുരുക്കൾ.
5. ഇന്ന് 100 ഡോളർ നിക്ഷേപിച്ചാൽ 50 വർഷങ്ങൾ കഴിഞ്ഞാൽ 10 മില്യൺ ഡോളർ ആകുമെന്ന് പറയുന്ന സ്ലോലെയ്ൻ ഗുരുക്കൾ.
6. നിങ്ങളുടെ പരിസ്ഥിതി.

നിഷേധാത്മക ഉപദേശകരിൽനിന്ന് രക്ഷപെടുക

നിങ്ങളുടെ ലക്ഷ്യങ്ങളെ ശാക്തീകരിക്കാത്ത ആളുകൾ, കാറ്റിനെ എതിർദിശയിലേക്ക തിരിച്ചു വിടുന്ന ആളുകളാണ്. അവർ യാത്രയിൽ ഘർഷണം കൂട്ടുന്നു. പ്രവർത്തനങ്ങളിലോ ആശയങ്ങളിലോ നിങ്ങൾ ആവേശം കാണിക്കുമ്പോൾ, ഇങ്ങനെയുള്ളവർ സംശയത്തോടും അവിശ്വാസത്തോടുംകൂടി പ്രതികരിക്കുന്നു. നിഷേധാത്മക രീതിയിൽ “ഓ അത് പ്രവർത്തിക്കില്ല,” “ആരോ ഇതിനകം അത് ചെയ്യുന്നു,” “എന്തിന് കഷ്ടപ്പെടണം?” ഇങ്ങനെയൊക്കെ വളച്ചൊടിക്കുന്നു. പ്രചോദനാത്മകരുടെ ഇടയിൽ, ഇവരെ “വെറുക്കുന്നവർ” അല്ലെങ്കിൽ “സ്വപ്നം മോഷ്ടിക്കുന്നവർ” എന്ന് വിളിക്കുന്നു.

നിങ്ങൾ അവരോട് പുറംതിരിഞ്ഞുനിൽക്കണം. എല്ലാ സംരംഭകരുടെ ജീവിതത്തിലും നിഷേധാത്മകതയുള്ളവർ ഉണ്ട്. നെറ്റ്‌വർക്ക് മാർക്കറ്റിംഗ ചെയ്യുന്നവർ എന്നെ ഒരു നിഷേധാത്മകതയുള്ളവരായി കണക്കാക്കുന്നു. ഈ ആളുകൾ സാധാരണ ഫാസ്റ്റ്‌ലെയ്ൻ റോഡ് യാത്രയിലെ തടസ്സങ്ങളാണ്. ഓർക്കുക, ഈ ആളുകൾ സാമൂഹികമായി മുൻകൂട്ടി നിശ്ചയിച്ച പാതയിൽ വിശ്വസിക്കാൻ വ്യവസ്ഥ ചെയ്തിട്ടുണ്ട്. അവർക്ക് ഫാസ്റ്റ്‌ലെയ്നിനെക്കുറിച്ച് അറിയില്ല, അവർ അതിൽ വിശ്വസിക്കുന്നുമില്ല. ആ ബോക്സിന് പുറത്തുള്ള എന്തും വിദേശമാണ്, നിങ്ങൾ ഫാസ്റ്റ്‌ലെയ്ൻ സംസാരിക്കുമ്പോൾ, നിങ്ങൾ *സ്റ്റാർ ട്രക്ക്* സീരിയലിലെ ക്ലിംഗോൺ സംസാരിക്കുന്നതുപോലെ തോന്നും അവർക്ക്.

ഒരു നിർമ്മാതാവ് എന്ന നിലയിൽ നിങ്ങൾ ന്യൂനപക്ഷമാണ്, ബാക്കിയുള്ളവർ ഉപഭോക്താക്കളാണ്. “എല്ലാവരും” (സമ്പന്നരല്ലാത്തവർ) പോലെ അല്ലാതിരിക്കാൻ, നിങ്ങൾക്ക് (സമ്പന്നരായിരിക്കും) ശക്തമായ പ്രതിരോധം ആവശ്യമാണ്; അല്ലാത്തപക്ഷം, അവരുടെ വിഷാംശം നിങ്ങളുടെ മാനസികാവസ്ഥയെ ബാധിക്കുന്നു. , നിഷേധാത്മകമായ, പരിമിതമായ ചിന്തകളുടെ ശീലങ്ങളുള്ളവരുമായുള്ള ഒത്തുചേരൽ ആത്മവഞ്ചനയാണ്. അനിയന്ത്രിതമാണെങ്കിൽ, ഈ കാറ്റുകൾ നേരിട്ട് സോഫയിലേക്കും വീഡിയോ ഗെയിം കൺസോളി

ലേക്കും നയിക്കുന്നു. അതെ, പഴയ, "നിങ്ങൾ നായ്ക്കളുമായി കറങ്ങുകയാണെങ്കിൽ, നിങ്ങൾക്ക് ഈച്ചകൾ ലഭിക്കും."

ഈ ദ്വിമുഖം നിങ്ങളെ ഒരു വിടരുന്ന പുഷ്പമാക്കി മാറ്റുന്നു, അതിന് സംരക്ഷണം, വെള്ളം, ധാരാളം വെയിലും ആവശ്യമായി വരുന്നു. നെഗറ്റീവ് സുഹൃത്തുക്കളോ കുടുംബാംഗങ്ങളോ സഹപ്രവർത്തകരോ ഇരുണ്ട മേഘങ്ങളാണ്. നിങ്ങൾ സ്വയം പ്രതിരോധിക്കുക അല്ലെങ്കിൽ സാവധാനത്തിലുള്ള സ്വാംശീകരണത്തിന്റെ അനന്തരഫലങ്ങൾ അനുഭവിക്കുക.

പാരിസ്ഥിതിക കാറ്റിൽനിന്ന് രക്ഷപ്പെടുന്നു

നിങ്ങൾ മനുഷ്യർ ഹേതുവായ എതിർകാറ്റിനെ വ്യതിചലിപ്പിക്കുമ്പോൾ, പാരിസ്ഥിതിക ഘടകങ്ങൾ അത്ര എളുപ്പത്തിൽ നിയന്ത്രിക്കപ്പെടുന്നില്ല. പാരിസ്ഥിതിക എതിർകാറ്റുകൾ എന്തൊക്കെയാണ്?

എന്നെ സംബന്ധിച്ചിടത്തോളം അത് ചിക്കാഗോ ആയിരുന്നു. ഞാൻ കാലാനുസൃതമായി വിഷാദത്തിലായിരുന്നു, പ്രചോദനത്തിന് സൂര്യൻ ആവശ്യമായിരുന്നു. ചിക്കാഗോ എന്റെ എതിർക്കാറ്റിന്റെ കൊടുങ്കാറ്റായിരുന്നു, എനിക്ക് വിജയം വേണമെങ്കിൽ, പുറംതിരിയണമായിരുന്നു. ഞാൻ രക്ഷപ്പെട്ട്, ഗ്രഹത്തിലെ ഏറ്റവും സൂര്യപ്രകാശമുള്ള സ്ഥലങ്ങളിലൊന്നിലേക്ക് മാറി. എന്റെ പാരിസ്ഥിതിക എതിർ കാറ്റിലേക്കു ഞാൻ പുറംതിരിഞ്ഞില്ലായിരുന്നുവെങ്കിൽ, നിലവിൽ ഈ പുസ്തകം ഉണ്ടാകുമായിരുന്നില്ല. ചുഴലിക്കാറ്റിനോട് മുഖം തിരിച്ചില്ലെങ്കിൽ ഞാൻ ഇന്ന് എവിടെയാകുമായിരുന്നു? എനിക്കറിയാം ഞാൻ ഇവിടെ ഉണ്ടാകില്ല, സന്തോഷവാനായി, 30 വർഷംമുൻപ് വിരമിച്ചുകൊണ്ട്. ഇല്ല, ഞാൻ കെന്നഡിയിലെ എക്സ്പ്രസ്സ് വേയിൽ ട്രാഫിക്കിനോട് മല്ലിടുകയായിരിക്കാം, വിഷാദത്തിൽ നിന്നും രക്ഷനേടുവാനായി ഗുളികകൾ കഴിക്കുകയായിരിക്കാം. ഞാൻ തീർന്നുപോയിരിക്കാം.

എന്റെ പാരിസ്ഥിതിക എതിർക്കാറ്റ് ഒരു വാൽക്കാറ്റാക്കി മാറ്റാൻ ഞാൻ ഒരു തിരഞ്ഞെടുപ്പ് നടത്തി. അതേസമയം എന്റെ എല്ലാ പ്രശ്നങ്ങളെയും എന്റെ പരിസ്ഥിതിയുടെമേൽ കുറ്റപ്പെടുത്താൻ എനിക്ക് കഴിയില്ലെന്നിരിക്കിലും, അവർ സമ്പത്തിലുള്ള "താൽപ്പര്യത്തിനും" "പ്രതിബദ്ധതയ്ക്കും" ഇടയിൽ ഈ വിച്ഛേദിക്കലിന് നിർബന്ധിച്ചു.

മറ്റൊരു എതിർകാറ്റ് നിങ്ങളുടെ തൊഴിൽ അന്തരീക്ഷമായിരിക്കാം. നിങ്ങളുടെ വെറുക്കപ്പെട്ട ജോലി നിങ്ങളിൽനിന്നുള്ള ജീവിതത്തെ ചോർത്തിയെടുത്താൽ, അതൊരു കാറ്റാണ്. ഒരു നീണ്ട പ്രവൃത്തിദിനത്തിനുശേഷം നിങ്ങളുടെ സ്വപ്നങ്ങൾക്കും ഫാസ്റ്റ്ലെയ്ൻ പ്ലാനിനുംവേണ്ടി നിങ്ങളിൽ ഒന്നും തന്നെ അവശേഷിക്കുന്നില്ലെങ്കിൽ, നീ കഴിഞ്ഞു. എതിർകാറ്റ് നിന്നെ കുടുക്കി.

വളർന്നുവരുമ്പോൾ, ഞാൻ പഠിച്ച വിജയകരമായ സംരംഭകരിൽ ഒരാൾ ആയിരുന്നു സിൽവസ്റ്റർ സ്റ്റാലോൺ. സ്റ്റാലോൺ ഒരു നടനാണെന്ന് കരുതുന്നുണ്ടെങ്കിലും, അദ്ദേഹം ശരിക്കും ഒരു സംരംഭകനാണ്. അദ്ദേഹത്തിന്റെ *റോക്കി* സിനിമയുടെ തിരക്കഥ ദശലക്ഷക്കണക്കിന് ആളുകളെ സ്പർശിച്ച അദ്ദേഹത്തിന്റെ ഉൽപ്പന്നമായിരുന്നു, ഒരു നിർദ്ദിഷ്ട ആവശ്യപ്രകാരം അദ്ദേഹം അത് വിറ്റു, ഒരു കൂട്ടം സാഹചര്യങ്ങൾക്കുമേലെ, അതിൽ അദ്ദേഹത്തിന് പ്രധാനവേഷം ചെയ്യണമെന്ന വ്യവസ്ഥ ഉൾപ്പെടുന്നു.

പ്രഭാവനിയമം സ്റ്റാലോൺന് അന്യമായിരുന്നില്ല. സ്റ്റാലോൺന്റെ പറയുന്ന

വിജയഗാഥയുടെ ഘടകങ്ങളിൽ ഒന്ന് ഒരു "സാധാരണ" ജോലി ലഭിക്കുന്നതിനോടുള്ള അദ്ദേഹത്തിന്റെ പ്രതിരോധമായിരുന്നു. എങ്കിലും അദ്ദേഹം സൂചിപ്പിച്ച അദ്ദേഹം ഒരു കോർപ്പറേറ്റ് ജോലി ഏറ്റെടുത്തുവെങ്കിൽ, അവന്റെ സ്വപ്നം മരിക്കുമായിരുന്നു. കാരണം, ഒരു ജോലിയുടെ ഗുരുത്വാകർഷണം തനിക്ക് രക്ഷപ്പെടാനാവാത്തതാണെന്ന് അദ്ദേഹത്തിനറിയാമായിരുന്നു. കോർപ്പറേറ്റ് അന്തരീക്ഷം ഒരു എതിർകാറ്റാണെന്ന് അദ്ദേഹം തിരിച്ചറിഞ്ഞു.

നിങ്ങളുടെ ചുറ്റുപാട് നിങ്ങളുടെ മുഖത്ത് ശക്തമായ ഒരു എതിർകാറ്റ് വീശുകയാണെങ്കിൽ, നിങ്ങൾ കാറ്റ് നീക്കം ചെയ്യാനുള്ള നടപടികൾക്കായി മുൻകൈയെടുക്കണം. നിങ്ങളുടെ സ്വപ്നങ്ങളെ തടയുന്ന കാറ്റുകൾ ഏതാണ്? നിയന്ത്രണം ഏറ്റെടുക്കുകയും നിങ്ങളുടെ ജീവിതത്തിന്റെ പാത മാറ്റാൻ കഴിയുന്ന തിരഞ്ഞെടുപ്പുകൾ നടത്തുകയും ചെയ്യുക.

വേഗത്തിലുള്ള കാറ്റുകളുടെ നിർമ്മാണം

എന്റെ ചുറ്റുപാടായിരുന്നു എന്റെ എതിർകാറ്റ്. നിങ്ങളെ സംബന്ധിച്ചിടത്തോളം ഇത് നെഗറ്റീവ് സുഹൃത്തുക്കളോ സ്ലോലെയ്ൻ സ്വാധീനമോ മറ്റോ ആയിരിക്കാം. നിങ്ങൾ ഈ ആളുകളോട് പുറംതിരിഞ്ഞുനിൽക്കുമ്പോൾ, നിങ്ങൾ ഈ എതിർകാറ്റ് തകർക്കുന്നു. നിങ്ങളുടെ ലക്ഷ്യങ്ങളെ ശാക്തീകരിക്കുന്ന ആളുകളുമായി നിങ്ങൾ സഹവസിക്കുമ്പോൾ, നിങ്ങൾ നിങ്ങളുടെ പുറകിൽ ഒരു കാറ്റ് സൃഷ്ടിക്കുന്നു, ആക്കംകൂട്ടുന്നു. പോസിറ്റീവ് ആളുകൾ നിങ്ങളുടെ വളർച്ചയെ പരിപോഷിപ്പിക്കുന്നു, നിങ്ങളുടെ പരാജയങ്ങളെ ശമിപ്പിക്കുന്നു, നിങ്ങളുടെ സ്വപ്നങ്ങളിൽ നിക്ഷേപിക്കുന്നു. നല്ല ആളുകൾ നിങ്ങളുടെ സ്വപ്നങ്ങളിലേക്കുള്ള വഴികളാണ്. പ്രചോദനാത്മക ഇന്ധനത്തിൽ മാത്രമല്ല, നിങ്ങളുടെ അവസരോചിതമായ എത്തിച്ചേരൽ വിപുലീകരിക്കുന്നതിലും.

ആളുകൾ റോഡുകൾ പോലെയാണ് – അവർക്ക് ഒന്നുകിൽ അവസരമോ ദുരിതമോ നിങ്ങളുടെ ജീവിതത്തിലേക്ക് കൊണ്ടുവരാൻ കഴിയും. ഈ റോഡുകളുടെ ഗുണനിലവാരം വ്യക്തിയുടെ ഗുണനിലവാരത്തെ മാത്രം ആശ്രയിച്ചിരിക്കുന്നു.

യുദ്ധത്തിന് തയ്യാറെടുക്കുന്ന ഒരു സൈനിക പ്ലാറ്റൂൺ പോലെ നിങ്ങളുടെ ജീവിതത്തിലെ ബന്ധങ്ങളെക്കുറിച്ച് ചിന്തിക്കുക. ആരുമായാണ് നിങ്ങൾ യുദ്ധത്തിന് പോകുന്നത്? എപ്പോഴും വൈകിവരുന്ന നിങ്ങളുടെ സുഹൃത്ത് മാർക്ക്, കള്ളം പറയുന്നവൻ, ഒപ്പം എല്ലാ ശനിയാഴ്ച രാത്രിയും മദ്യപിച്ച് ബോധംപോകുന്നവൻ? ഓരോ മൂന്നാഴ്ച കൂടുമ്പോഴും പുതിയ ജോലി അന്വേഷിക്കുന്ന നിങ്ങളുടെ സുഹൃത്ത് ലൂസി, വ്യാജ ചെക്കുകളിൽ പിടിക്കപ്പെട്ടു, ജീവിതകാലം മുഴുവൻ അവളുടെ തന്ത്രങ്ങളും ചെലവുകളും വഹിക്കുവാൻ കഴിയുന്ന അതിസമ്പന്നനായ ഒരാളെ മാത്രം തിരയുന്നവൾ? നിങ്ങൾക്ക് ആശ്രയിക്കാനാവുന്നത് ഈ ആളുകളിലാണോ? ഇവരുമായി ആണോ നിങ്ങൾ യുദ്ധത്തിന് പോകാൻ ആഗ്രഹിക്കുന്നത്? ഇല്ലെങ്കിൽ, നിങ്ങൾ നിങ്ങളുടെ ടീമിലേക്കു മികച്ച യോദ്ധാക്കളെ തിരഞ്ഞെടുക്കേണ്ടതുണ്ട്.

എങ്ങനെ? സംരംഭക ക്ലബ്ബുകളിൽ ചേരുക, നെറ്റ്‌വർക്കിംഗ് ഇവന്റുകളിൽ പങ്കെടുക്കുക, സമാന ചിന്താഗതിക്കാരുമായി സ്വയം സഖ്യമുണ്ടാക്കുക, ഫാസ്റ്റ്‌ലെയ്ൻ സബ്സ്ക്രൈബ് ചെയ്യുന്ന എന്തും സാധ്യമായ ചിന്താഗതിയുള്ള ആളുകളെ ചുറ്റിപ്പറ്റി, നിങ്ങളുടെ യോദ്ധാക്കളുടെ ടീമിൽ ആരെയാണ് വേണ്ടതെന്ന് തീരു

മാനിക്കുക. വായിക്കുക, നിങ്ങൾ ആഗ്രഹിക്കുന്ന തരത്തിലുള്ള വിജയം നേടിയവരുടെ പുസ്തകങ്ങളും ആത്മകഥകളും. ഒരു ഉപദേഷ്ടാവിനെ കണ്ടെത്തുക. ഫാസ്റ്റ് ലെയ്ൻ ഫോറംപോലെയുള്ള ഫാസ്റ്റ്ലെയ്ൻ മാനസികാവസ്ഥയുള്ള സംരംഭക ഫോറങ്ങളിൽ ചേരുക. ആരെങ്കിലും എനിക്ക് ഇമെയിൽ ചെയ്യാത്ത ഒരാഴ്ച പോലും കടന്നുപോകുന്നില്ല, "ഈ ഫോറം എന്റെ ജീവിതത്തെ മാറ്റിമറിച്ചു!". അതൊരു പിന്തുണക്കാറ്റാണ്!

കൂട്ടരേ, ഇത് യുദ്ധമാണ്, നിങ്ങളുടെ ജീവിതം സന്തുലിതമാണ്. നിങ്ങൾക്ക് യോദ്ധാക്കളെ വേണം. ഡെത്ത് സ്റ്റാറിലേക്ക് കടക്കാത്തതും സ്ലോലെയ്ൻ ട്രാക്ടറിന്റെ ബീം ലൈറ്റ് നിർജ്ജീവമാക്കാനും കഴിയുന്നവരെ. സ്ലോലെയ്നേഴ്സിന്റെ സാമ്രാജ്യത്ത കണ്ടപാടെ ഭയന്ന് തങ്ങളുടെ ആയുധം താഴെയിട്ട് പരാജയം സമ്മതിക്കുന്നവരെയല്ല. നിങ്ങളുടെ പരിസ്ഥിതിയിലും നിങ്ങളുടെ ബന്ധങ്ങളിലും പ്രതിഫലിപ്പിക്കുക, എതിർകാറ്റ് തിരിച്ചറിയുക. പിന്നെ ത്വരിതപ്പെടുത്തുന്ന പ്രവർത്തനം തിരഞ്ഞെടുക്കുക : ഈ എതിർക്കാറ്റ് നീക്കം ചെയ്യാനോ അവഗണിക്കാനോ നിയന്ത്രിക്കാനോ കഴിയുമോ? സ്വാഭാവിക കാറ്റിൽനിന്ന് വ്യത്യസ്തമായി, നിങ്ങളുടെ കാറ്റിന്റെ മദ്ധ്യസ്ഥൻ നിങ്ങളാണ്. എതിർക്കാറ്റിനെ തകർത്ത് പുറകിൽ വെക്കുന്നവരെ വിജയം പിന്തുടരുന്നു.

കാര്യമായ മറ്റേതെങ്കിലുമോ അതോ കാര്യമായ വ്യതിചലനമോ?

നിങ്ങളുടെ വാഹനത്തിന്റെ പാസഞ്ചർ സീറ്റിൽ ഇരിക്കുന്ന ആളായിരിക്കും ഏറ്റവും മോശം എതിർകാറ്റ്. അവർ ഇരുന്ന് നിങ്ങളുടെ മണ്ടൻ ആശയങ്ങളെക്കുറിച്ച് പ്രഭാഷണം നടത്തുകയും നിങ്ങളുടെ പരാജയങ്ങളെക്കുറിച്ച് നിങ്ങളെ ഓർമ്മപ്പെടുത്തുകയും ചെയ്യുന്നു. അഥവാ അവർ ഒന്നും പറയില്ല, നിങ്ങളുടെ ശ്രദ്ധ തിരിക്കുന്നു : അവർ റേഡിയോ ഉപയോഗിച്ച് കളിക്കുന്നു, ഏസിയുടെ ചൂട് ക്രമീകരിക്കുന്നു, വിൻഡോയിൽ കുഴപ്പമുണ്ടാക്കുന്നു, പഴയ ഡുറാൻ ഡുറാൻ ട്യൂണുകൾ മൂളുന്നു അഥവാ പിൻസീറ്റിലിരുന്നുകൊണ്ട് ഡ്രൈവറുടെ വേഷം ചെയ്യുന്നു : "ചാൾസ്! ചാൾസ്! ഇതു ചെയ്യൂ! അത് ചെയ്യൂ! വളവ് അവിടെ! അങ്ങനെയല്ല മണ്ടാ!" നിങ്ങളുടെ യാത്രയ്ക്ക് അപകടകരമായേക്കാവുന്നത് എന്താണ്, ആരാണ് ഈ വ്യക്തി? അവർ എങ്ങനെയാണ് നിങ്ങളുടെ കാറിൽ കയറിയത്?

ഈ വ്യക്തി നിങ്ങളുടെ പ്രധാനപ്പെട്ട ഒരാളാണ്. മറ്റു താൽപര്യമുള്ള സംരംഭകരുമായി സംസാരിക്കുന്നതിലൂടെ ഞാൻ മനസ്സിലാക്കി, പ്രധാനപ്പെട്ട മറ്റുള്ള (ഇണകൾ, പ്രതിശ്രുത വധുക്കൾ, കാമുകിമാർ, കാമുകൻമാർ) വലിയ നിഷേധാത്മകതയുള്ളവരിൽ ചിലത് ആകാം. നിങ്ങളുടെ ആദർശങ്ങൾക്കും ലക്ഷ്യങ്ങൾക്കും കാരണമാകാത്ത ഒരു ജീവിത പങ്കാളിയുണ്ടാവുന്നത് നനഞ്ഞ വളം നിറഞ്ഞ ട്രെയിലർ വലിച്ചുകൊണ്ടുപോകുന്നത് പോലെയാണ്. നിങ്ങളുടെ പങ്കാളി ഒരു സംരംഭക തത്ത്വചിന്തയിൽ യോജിക്കുന്നില്ലെങ്കിലും സ്ലോലെയ്ൻ റോഡിനെ തട്ടി തെറിപ്പിക്കുന്നില്ലെങ്കിലും, ഒരുമിച്ച് വളരാനാകുമെന്ന് പ്രതീക്ഷിക്കാമോ? നിങ്ങളുടെ മൂലയിൽ നിങ്ങളോടൊപ്പം യുദ്ധം ചെയ്യുന്നയാൾ വേഗം പ്രധാനം ചെയ്യുന്ന, എതിർക്കുന്നവരാണെങ്കിൽ അവർ വഞ്ചകരാകും.

എന്റെ ആദ്യ കാമുകിമാരിൽ ഒരാൾ വിവാഹത്തിന് യോജിച്ച A+ ആളായിരുന്നു. എന്നാൽ അവൾ പൂർണ്ണമായും സ്ലോലെയ്ൻ തത്വശാസ്ത്രത്തിലേക്ക് ഒപ്പുവെച്ചു. എന്തുകൊണ്ടാണ് ഞാൻ ഒരു സംരംഭകനാകാൻ ഇത്ര ഉത്സാഹം കാണിക്കുന്നതെന്ന് അവൾക്ക് മനസ്സിലായില്ല. എന്റെ പരാജയങ്ങൾ വളർന്ന

പ്പോൾ ഞങ്ങളുടെ ബന്ധം വഷളായി, ബന്ധം ഒടുവിൽ അവസാനിച്ചു. ഇത് ആരുടെയും തെറ്റല്ല; ഞങ്ങൾ രണ്ട് വ്യത്യസ്ത ആളുകളായിരുന്ന രണ്ട് വ്യത്യസ്ത പാതകൾ.

മോശം ബന്ധങ്ങളാണ് ഫാസ്റ്റ്‌ലെയ്ൻ വിജയത്തിലേക്കുള്ള വഴിതടയുന്നത്. അവ നിങ്ങളുടെ ഊർജ്ജം ചോർത്തുകയും സ്വപ്നങ്ങൾക്ക് മങ്ങൽ ഏല്പിക്കുകയും ചെയ്യുന്നു. ഇത് ഒഴുക്കിനെതിരെ മുകളിലേക്ക് ബോട്ട് തുഴയുന്നത് പോലെയാണ്. ഇഷ്ടമില്ലാത്ത യാത്രക്കാർ ഭാരം കൂട്ടുന്നു, ശ്രദ്ധ വ്യതിചലിപ്പിക്കുന്നു, ചിലപ്പോൾ അവരെ നീക്കം ചെയ്യുന്നത് വലിയ വിലകൊടുക്കേണ്ടിവരും. അതെ, വിവാഹമോചനം വഞ്ചനാപരമാണ്, വൈകാരികമായും സാമ്പത്തികമായും ചെലവേറിയതാണ്. ആരും യാത്ര ചെയ്തിട്ടില്ലാത്ത റോഡിലൂടെയുള്ള യാത്ര ഇതിനകം ബുദ്ധിമുട്ടാണ്. എന്തിനാണ് നിങ്ങളുടെ ലക്ഷ്യസ്ഥാനം പങ്കിടാത്ത ആരെയെങ്കിലും കൂട്ടി കാറിന്റെ ഭാരം കൂട്ടുന്നത്? നിങ്ങൾ നിങ്ങളിലും നിങ്ങളുടെ ലക്ഷ്യങ്ങളിലും വിശ്വസിക്കുന്ന ഒരു വ്യക്തിയുമായി ശരിയായ ബന്ധത്തിലാണോ? അല്ലെങ്കിൽ നിങ്ങളുടെ ബന്ധം ചെറുചൂടുള്ള വെള്ളംപോലെ, മോശമല്ല, എന്നാൽ നല്ലതല്ല, നിൽക്കാൻ മാത്രം സുഖമെന്നത് പോലെയാണോ? അങ്ങനെയാണെങ്കിൽ, ഇത് നിങ്ങളുടെ യാത്രക്കാരനെ വിലയിരുത്താനുള്ള സമയമായിരിക്കാം.

അധ്യായ സംഗ്രഹം : ഫാസ്റ്റ്‌ലെയ്ൻ പ്രത്യേകതകൾ

- സമൂഹത്തിന്റെ സ്വാഭാവിക ഗുരുത്വാകർഷണം അസാധാരണമല്ല, മറിച്ച് ശരാശരിയാണ്.
- വിഷബന്ധങ്ങൾ ഊർജ്ജം ചോർത്തുകയും നിങ്ങളുടെ അസാധാരണമായ ലക്ഷ്യങ്ങളിൽനിന്ന് വ്യതിചലിപ്പിക്കുകയും ചെയ്യുന്നു.
- നിങ്ങളുടെ ജീവിതത്തിലെ ആളുകൾ ഒരു യുദ്ധ പ്ലാറ്റൂണിലെ നിങ്ങളുടെ സഖാക്കളെപ്പോലെയാണ്. അവർക്ക് നിങ്ങളെ രക്ഷിക്കാൻ കഴിയും, സഹായിക്കാൻ കഴിയും അല്ലെങ്കിൽ നശിപ്പിക്കുവാനും കഴിയും.
- നല്ല ബന്ധങ്ങൾ നിങ്ങളുടെ പ്രക്രിയയെ ത്വരിതപ്പെടുത്തുന്നു, അതേസമയം മോശം ബന്ധങ്ങൾ വഞ്ചകരാണ്.

നിങ്ങളുടെ അടിസ്ഥാന ഇന്ധനം : സമയം

സമയം, നിങ്ങൾക്ക് ഒരു കേക്കുപോലെ കൊടുത്തുപോകാവുന്ന ഒരു ചരക്കല്ല. സമയം ജീവിതത്തിന്റെ സംഗ്രഹമാണ്. നിങ്ങളുടെ സമയം നൽകാൻ ആരെങ്കിലും നിങ്ങളോട് ആവശ്യപ്പെടുമ്പോൾ, അവർ ശരിക്കും നിങ്ങളുടെ ജീവിതത്തിന്റെ ഒരു ഭാഗം ആവശ്യപ്പെടുന്നു.

—ആന്റോനെറ്റ് ബോസ്കോ

$6 ബക്കറ്റ് ചിക്കൻ

എന്തുകൊണ്ടാണ് മിക്ക ആളുകളും ഒരിക്കലും സമ്പന്നരാകാത്തത്? $6 ബക്കറ്റ് ചിക്കനേക്കാൾ അധികമായി കാണാൻപറ്റാത്തത്. ഇത് വലിയ വാർത്തയായി. ഒരു പ്രമുഖ ഫാസ്റ്റ് ഫുഡ് റെസ്റ്റോറന്റ് ഇന്റർനെറ്റ് കൂപ്പൺ ഉള്ള ആർക്കും സൗജന്യമായി ഒരു ബക്കറ്റ് ചിക്കൻ വാഗ്ദാനം ചെയ്തു. റസ്റ്റോറന്റ് ലൊക്കേഷനുകളിലേക്ക് ആളുകൾ ഒഴുകിയെത്തി, മണിക്കൂറുകളോളം കാത്തിരുന്നു, എല്ലാം സൗജന്യമായി ലഴിക്കാൻ പോകുന്ന $6 ബക്കറ്റ് ചിക്കനുവേണ്ടി. സൗജന്യമായി എന്തെങ്കിലും ലഭിക്കാൻ മണിക്കൂറുകളോളം വരിയിൽ നിൽക്കുന്ന ആരെയെങ്കിലും അറിയാമോ ?

ഒരു പക്ഷേ, നിങ്ങളും അവരിൽ ഒരാളാണോ?

ഈ കഥകൾ സാധാരണമാണ്, എന്നിട്ടും എന്റെ പ്രതികരണം ഒന്നുതന്നെയാണ് : ഈ ആളുകൾക്ക് എന്തിന്റെ കേടാണ്? ഞാൻ നിങ്ങളോട് പറയും : *ഈ ആളുകൾ അവരുടെ സമയത്തെ പൂജ്യത്തിൽ വിലമതിക്കുന്നു. അത് സൗജന്യമാണ്.* നാം ശ്വസിക്കുന്ന വായുപോലെ, സമയവും സമൃദ്ധവും അനന്തവുമായി വിതരണം ചെയ്യപ്പെടുന്നുവെന്ന് അവർക്ക് ബോധ്യപ്പെട്ടിരിക്കുന്നു. അവർ അനശ്വരരെപ്പോലെ ജീവിക്കുന്നു. അവരുടെ ജീവിതത്തിന്റെ ഇന്ധനമായ സമയം, ഒരിക്കലും ശൂന്യമായി പോകുന്നില്ല എന്ന് അവർ ഉറച്ചു വിശ്വസിക്കുന്നു.

ഈ ആളുകൾക്ക് ജീവനോടെയിരിക്കാൻ ഇനിയും മൂന്നാഴ്ച മാത്രമേ ബാക്കിയുള്ളുവെങ്കിൽ, അവർ ഈ ഒരു ബക്കറ്റ് ചിക്കനുവേണ്ടി വന്നു നിൽക്കുമോ എന്ന് ഞാൻ സംശയിക്കുന്നു? അവർക്ക് മൂന്ന് മാസം ഉണ്ടായിരുന്നെങ്കിലോ? മൂന്നു വർഷങ്ങൾ? എന്ത് മാരക അളവിലുള്ള യുക്തിപരവും ന്യായവുമായ ആവ

ശ്യമായിരിക്കും ആളുകളിൽ ബോധം നിറയ്ക്കുക? ഒരു സൗജന്യ ബക്കറ്റ് ചിക്കൻ ലഭിക്കാൻ മൂന്ന് മണിക്കൂർ കാത്തിരിക്കുന്നത്, സമയം നന്നായി ചെലവഴിയ്ക്കലല്ല എന്നത് ഉറപ്പിക്കുകയും ചെയ്യും? കൊഴുത്ത ചിക്കന്റെ പരമാർത്ഥ സത്യം : *നിങ്ങളുടെ സമയം മോശമായി വിലമതിക്കുക, നിങ്ങൾ ദരിദ്രരാകും.* ഒരു ജീവിത ശൈലി തിരഞ്ഞെടുപ്പെന്ന നിലയിൽ സമയം പാഴാക്കുമ്പോൾ നിങ്ങൾ ആഗ്രഹിക്കാത്ത സ്ഥലങ്ങളിൽ കുടുങ്ങിപ്പോകും.

ചുറ്റുപാടും വീക്ഷിക്കുക. നിങ്ങളുടെ സുഹൃത്തുക്കളും കുടുംബാംഗങ്ങളും സമപ്രായക്കാരും അവരുടെ സമയത്തെ എങ്ങനെ വിലമതിക്കുന്നു? നാല് പൈസ ലാഭിക്കാനാണോ അവർ വരിയിൽ നിൽക്കുന്നത്? 10 ഡോളർ ലാഭിക്കാൻ അവർ 40 മിനിറ്റ് ഡ്രൈവ് ചെയ്യുന്നുണ്ടോ? *ഡാൻസിങ് വിത്ത് സ്റ്റാർസ്*-ലെ വിജയി ആരെന്നറിയാൻ അവർ ആകാംക്ഷയോടെ സോഫയിൽ ചിലവഴിക്കുന്നുണ്ടോ?

ഒരു ശരാശരി അമേരിക്കക്കാരൻ ദിവസവും നാല് മണിക്കൂറിലധികം ടിവി കാണുന്നു. ഒരു 65 വർഷത്തെ ജീവിതത്തിൽ, ആ വ്യക്തി ഒമ്പത് വർഷം ടെലിവിഷനിൽ ഒട്ടിപ്പിടിച്ചിരിക്കും. ഒമ്പത് വർഷം മിസ് ബുള്ളർ. ഒമ്പത്.

എന്തുകൊണ്ട്?

വളരെ ലളിതം.

ജീവിതം ദുസ്സഹമാണ്. ജീവിതത്തിന് ഒരു രക്ഷപ്പെടൽ ആവശ്യമാണ്. ജീവിതം അത്ര നല്ലതല്ല. മണിക്കൂറുകൾ ചെലവഴിച്ച് ഓൺലൈനിൽ *ക്ലാഷ് ഓഫ് ക്ലാൻസ്* അല്ലെങ്കിൽ *കാൻഡി ക്രഷ്* കളിക്കുന്ന ഒരാളെ കാണിക്കൂ, ഒരു പക്ഷേ വളരെ വിജയിക്കാത്തവരെ ഞാനും നിങ്ങൾക്ക് കാണിച്ചുതരാം. ജീവിതം നാശത്തിലേക്കടുക്കുമ്പോൾ രക്ഷപ്പെടലുകൾ തേടുന്നു. എനിക്ക് ടെലിവിഷൻ ആവശ്യമില്ല, കാരണം, ഞാൻ എന്റെ സമയം നിക്ഷേപിച്ചത് ജീവിക്കാൻ യോഗ്യമായ ഒരു യഥാർത്ഥ ജീവിതത്തിനാണ് അല്ലാതെ എല്ലാ ചൊവ്വാഴ്ച രാത്രിയും 8 മണിക്ക് സംപ്രേക്ഷണം ചെയ്യുന്ന ഒരു സാങ്കൽപ്പിക രക്ഷപ്പെടലല്ല.

വീണ്ടും, ഭൂരിപക്ഷ ചിന്തകൾ സാമാന്യത നൽകുന്നു, ആ ഭൂരിപക്ഷത്തിന് സമയം മൂല്യം കുറഞ്ഞതും ബുദ്ധിശൂന്യമായി പാഴാക്കുന്നതുമായ സ്വത്താണ്. *ഗെയിം ഓഫ് ത്രോൺസ്, ഹൗ ഐ മെറ്റ് യുവർ മദർ*, എന്നതിനായി ഒമ്പത് വർഷം പാഴാക്കുന്നതിനുപകരം എന്തുകൊണ്ട് ആ ഒമ്പത് വർഷം അടുത്ത മുപ്പത് വർഷത്തേക്ക് ലാഭവിഹിതം നൽകാൻ കഴിയുന്ന ഒരു ബിസിനസ്സ് സംവിധാനത്തിലേക്ക് നിക്ഷേപിച്ചുകൂടാ?

ടൈറ്റാനിക് : നിങ്ങളുടെ കപ്പൽ എത്ര വേഗത്തിലാണ് മുങ്ങുന്നത്?

പണം ലാഭിക്കാൻ വരിയിൽ നിൽക്കുന്ന ആളുകൾ പിക്കറ്റ് ബോർഡ് പിടിച്ച ലോകത്തോട് പറയണം, "എന്റെ ജീവനേക്കാൾ പണത്തിന് ഞാൻ പ്രാധാന്യം നൽകുന്നു." ആ തിരഞ്ഞെടുപ്പ് പ്രക്രിയ ഒരു പ്രാഥമിക തെറ്റാണ്.

പണത്തിന്മേലുള്ള സമയത്തിന്റെ ആധിപത്യത്തിന്റെ മികച്ച ഉദാഹരണമാണ് 1997-ലെ സിനിമ, *ടൈറ്റാനിക്.* കപ്പൽ മുങ്ങുകയും കുറച്ച് ലൈഫ് ബോട്ടുകൾ അവശേഷിക്കുകയും ചെയ്യുമ്പോൾ, ബില്ലി സെയ്ൻ അവതരിപ്പിക്കുന്ന ഒരു ധനിക സ്റ്റീൽ വ്യവസായിയായ കാലെഡൻ ഹോക്ലി, ഒരു കപ്പൽ ഓഫീസറുമായി തന്റെ ജീവിതത്തിനായി വിലപേശുന്നു, ഒരു ലൈഫ് ബോട്ട് സീറ്റിന് പകരമായി പണം വാഗ്ദാനം ചെയ്യുന്നു. ഉദ്യോഗസ്ഥൻ ആ വ്യവസായ പ്രമുഖനെ

കർശനമായ ഉറപ്പോടെ ശാസിക്കുന്നു : "നിങ്ങളുടെ പണത്തിന് നിങ്ങളെ ഇനി രക്ഷിക്കാനാവില്ല, എന്നെ രക്ഷിക്കാൻ കഴിയുന്നതിനേക്കാൾ."

ഒരു നിമിഷം അതിനെക്കുറിച്ച് ചിന്തിക്കുക.

നിങ്ങളുടെ പണത്തിന് എന്നെ രക്ഷിക്കാൻ കഴിയുന്നതിനേക്കാൾ നിങ്ങളെ രക്ഷിക്കാൻ കഴിയില്ല.

വളരെ ശക്തമായത്.

ആ എട്ട് സെക്കൻഡിനുള്ളിൽ, സമയത്തിന്റെ യഥാർത്ഥ മൂല്യം തുറന്നുകാട്ടപ്പെടുന്നു. ഒപ്പം നമ്മൾ നമ്മുടെ സ്വന്തം ഓടിക്കൊണ്ടിരിക്കുന്ന ഡെത്ത്-ക്ലോക്കിന്റെ നിശ്ചിതത്വത്തിൽ എത്തിച്ചേരുകയും ചെയ്യുന്നു. നിങ്ങൾ നോക്കൂ, നിങ്ങളുടെ സമയം പോയിക്കഴിഞ്ഞാൽ, നിങ്ങൾ മരിച്ചു. നിങ്ങളുടെ ക്ലോക്ക് ടിക്ക് ചെയ്യുന്നത് നിർത്തുമ്പോൾ, ഒരു പണവും നിങ്ങളെ അവസാനം വരെ രക്ഷിക്കില്ല.

സമയം ജീവിതത്തിന്റെ ഗ്യാസ് ടാങ്കാണെന്ന് ഫാസ്റ്റ്ലെയ്നർമാർ മനസ്സിലാക്കുന്നു. ഗ്യാസ് ടാങ്ക് കാലിയാകുമ്പോൾ, ജീവിതം അവസാനിക്കുന്നു. സമയമാണ് നിങ്ങളുടെ ഏറ്റവും വലിയ സ്വത്ത്, പണമല്ല, പുനർജീവിപ്പിച്ച 1969 മോഡൽ മസ്റ്റാങ്ങ് അല്ല, മുത്തച്ഛന്റെ പഴയ നാണയ ശേഖരമല്ല. സമയം.

നാമെല്ലാവരും മുങ്ങുന്ന കപ്പലിലാണ് എന്നതാണ് വസ്തുത. സമയത്തോടുള്ള നിങ്ങളുടെ കാഴ്ചപ്പാട് ഇങ്ങനെയാണോ കണക്കാക്കുന്നത്? നിങ്ങൾ അതിനെ മാനിക്കുന്നുണ്ടോ അതോ അലസമായാണോ കൈകാര്യം ചെയ്യപ്പെടുന്നത്? അല്ലെങ്കിൽ നിങ്ങളുടെ ടാങ്ക് ഒരിക്കലും ശൂന്യമായി ഓടില്ലെന്നതുപോലെ മൗലിക ഇന്ധനം പാഴാക്കപ്പെടുകയാണോ?

നിങ്ങൾ സമ്പന്നനായി ജനിച്ചു, തകർന്നവനായി മരിക്കും

സമയത്തിന് സമാനമാക്കാനോ അല്ലെങ്കിൽ സമതുല്യമാക്കാനോ ഉള്ള വലിയ കഴിവുണ്ട്. പൂർണ്ണമായ ഇന്ധനവുമായാണ് നിങ്ങൾ ജനിച്ചത്. വീണ്ടും ഇന്ധനം നിറയ്ക്കുവാനുള്ള ഒരു സാഹചര്യവും ഇല്ല. നിങ്ങൾ ആദ്യം ശ്വാസം എടുത്ത നിമിഷം തന്നെ നിങ്ങളിൽ സർവ്വകാലത്തേയ്ക്കുമുള്ള ഒരേയൊരു നിറക്കൽ ചെയ്തുകഴിഞ്ഞു.

നിങ്ങളുടെ നശ്വര പരിധിക്ക് പുറത്ത് സമയം സൃഷ്ടിക്കാൻ കഴിയില്ല. തീർച്ചയായും, നമുക്ക് നല്ല ആരോഗ്യവും ഭക്ഷണക്രമവും ഉപയോഗിച്ച് 76 വർഷത്തെ ആയുസ്സ് 82 ആയി നീട്ടാൻ കഴിഞ്ഞേക്കും. എന്നാൽ നശ്വരതയിൽ, സമയം അനന്തതയിൽനിന്ന് അവസാനമുള്ളതായി മാറുന്നു. മനുഷ്യരാശിയുടെ ഏറ്റവും വലിയ മോഷണം എന്തെന്നാൽ ഈ ഭൂമിയിലെ നമ്മുടെ സമയം അനന്തമാണെന്ന മട്ടിൽ അതല്ലെങ്കിൽകൂടി പ്രവർത്തിക്കുക എന്നതാണ്.

സമയം മാരകമായ ദൗർലഭ്യമാണ്, അതേസമയം പണം സമൃദ്ധമാണ് എന്നതാണ് യാഥാർത്ഥ്യം.

ഓരോ ദിവസവും, ലോക കറൻസി വിപണിയിൽ 3 ട്രില്യൺ ഡോളർ വിനിമയം ചെയ്യപ്പെടുന്നു. അതായത് $3,000,000,000,000. ഇതിനെ ഇങ്ങനെ മനസ്സിലാക്കാം, നിങ്ങൾക്ക് 10 ലക്ഷം ഡോളർ ഒരു ദിവസം ചെലവഴിക്കാം 8,000 വർഷത്തേക്ക്, എന്നിട്ടും നിങ്ങൾ $3 ട്രില്യൺ പൂർണ്ണമായി ചെലവഴിക്കില്ല. അതായത് നിലവിലുള്ള ഒരു ദിവസത്തെ കറൻസി മൂല്യത്തെ അളന്നാൽ 109

ആയുസ്സിന് സമമാണ്. പണം സമൃദ്ധമാണ് ലോക ഗവൺമെന്റുകൾ കൂടുതൽ അച്ചടിക്കുന്നിടത്തോളം സമൃദ്ധം ആയിരിക്കുകയും ചെയ്യും.

ഇപ്പോൾ, നിങ്ങൾക്ക് 8,000 വർഷത്തെ ആയുസ്സ് ഇല്ലാത്തതിനാൽ, അത് യുക്തിസഹമല്ലേ, സമയം ഇല്ലെങ്കിലും പണം സമൃദ്ധമായ ഒരു വിഭവമാണെന്നത്? നിങ്ങൾക്ക് എല്ലായ്പ്പോഴും കൂടുതൽ പണം നേടാനാകും, എന്നാൽ നിങ്ങൾക്ക് മരണത്തെ ഒഴിവാക്കാൻ കഴിയില്ല. സാമ്പത്തിക ഭാഗ്യത്തിന്റെ വിരോധാഭാസ മെന്തെന്നാൽ നിങ്ങളുടെ കൈവശം എത്രയുണ്ടെങ്കിലും, നിങ്ങൾ തകർന്നു മരിക്കും. നിങ്ങളുടെ ടാങ്ക് ഓരോ സെക്കൻഡിലും രക്തം ഒഴുക്കുന്നതിനാൽ നിങ്ങൾക്ക് സമയത്തിന്റെ തുടർച്ചയായ ജ്വലനത്തിൽനിന്ന് രക്ഷപ്പെടാൻ കഴി യില്ല. നിങ്ങൾക്ക് സന്തോഷത്തോടെ ജീവിക്കാം അല്ലെങ്കിൽ ദയനീയമായ വിഷാദാവസ്ഥയിൽ – സമയം നിസ്സംഗമാണ്, അത് ഒഴുകിപ്പോകുന്നു. സമയം കുറവായതിനാൽ, $6 ബക്കറ്റ് ചിക്കനുവേണ്ടി നിങ്ങളുടെ ജീവിതത്തിന്റെ 3 മണി ക്കൂർ പാഴാക്കാതിരിക്കുന്നതിൽ അർത്ഥമില്ലേ?

കരാറെടുത്ത സമയം എന്നത് സൗജന്യ സമയത്തിന്റെ മറുവിലയാണ്

നിങ്ങളുടെ ആയുസ്സ് കൂട്ടുന്ന രണ്ട് തരം സമയങ്ങളുണ്ട്: നിങ്ങളുടെ ഒഴിവു സമയവും നിങ്ങളുടെ കരാർ സമയവും.

നിങ്ങളുടെ ആയുസ്സ് = സൗജന്യ സമയം + കരാർ ചെയ്ത സമയം

"ഒഴിവ് സമയം" നിങ്ങൾക്ക് ഇഷ്ടമുള്ളതുപോലെ ചെലവഴിക്കാം : ടിവി, പാർ ക്കിൽ ഒരു ജോഗിംഗ്, വീഡിയോ ഗെയിമുകൾ, ഉറങ്ങുക, ഭക്ഷണം കഴിക്കുക, അവധിക്കാലം. നിങ്ങൾ മറ്റുള്ളവരെപ്പോലെയാണെങ്കിൽ, നിങ്ങളുടെ ഒഴിവു സമയം വൈകുന്നേരങ്ങളിലും ഒപ്പം വാരാന്ത്യങ്ങളിലുമാണ്, അവിടെ സമയം പണത്തിനുവേണ്ടി കൈമാറ്റം ചെയ്യപ്പെടുന്നില്ല.

"കരാറെടുത്ത സമയം" വിപരീതമാണ് : ഇത് പണം സമ്പാദിക്കുന്നതിന് ചെലവഴിച്ച ആകെ സമയവും സമയം ചെലവഴിച്ചതിന്റെ അനന്തരഫലങ്ങളു മാണ്. നിങ്ങൾ രാവിലെ ഉണരുമ്പോൾ, കുളിക്കുക, വസ്ത്രം ധരിക്കുക, റയിൽവേ സ്റ്റേഷനിലേക്ക് ഡ്രൈവ് ചെയ്യുക, കാത്തിരിക്കുക, ജോലിസ്ഥലത്തേക്ക് ട്രയി നിൽ കയറുക, തുടർന്ന് എട്ട് മണിക്കൂർ ജോലി ചെയ്യുക – ഇത് കരാർ ചെയ്ത സമയമാണ്. നിങ്ങളുടെ മുഴുവൻ വാരാന്ത്യവും പ്രവർത്തനവാരത്തിനായി "റീചാർജ്" ചെയ്യുമ്പോൾ, ഇത് കരാറുള്ള സമയമാണ്. കരാർ സമയം എന്നാൽ യഥാർത്ഥ ജോലിയും അതോടൊപ്പം നിങ്ങൾ ആ ജോലിക്കുവേണ്ടി ചെയ്യുന്ന ജോലിയുമാണ്.

പ്രഭാത ആചാരങ്ങൾ, ട്രാഫിക്, വീട്ടിൽ റിപ്പോർട്ടുകൾ സമാഹരിക്കൽ, ഏകാന്തമായ "റീചാർജുകൾ" – ഒരു രൂപ സമ്പാദിക്കാൻ ചെലവഴിക്കുന്ന സമ യവുമെല്ലാം കരാറുചെയ്ത സമയമാണ്.

നിങ്ങൾ ലോട്ടറി നേടിയാൽ, കരാറുള്ള സമയം ഇനി ആവശ്യമില്ലാത്തതി നാൽ നിങ്ങൾ ജോലി ഉപേക്ഷിക്കും, പെട്ടെന്ന് ഒഴിവു സമയം കൊണ്ട് മാറ്റി സ്ഥാപിക്കുന്നതുമാണ്.

പണം ഒഴിവു സമയം വാങ്ങുകയും കരാറുള്ള സമയം ഇല്ലാതാക്കുകയും ചെയ്യുന്നു.

എന്നിരുന്നാലും, നിങ്ങളുടെ ഒഴിവു സമയത്തിന്റെ വിരോധാഭാസം അത് സൗജന്യമല്ല എന്നതാണ്; അത് വാങ്ങുകയും പണം നൽകുകയും ചെയ്യുന്നു – നിങ്ങളുടെ കരാർ പ്രകാരം. നിങ്ങൾ രണ്ടാഴ്ചത്തെ അവധിക്കാലം ആസ്വദിക്കുന്നു, കാരണം അതിനായി കരാർ സമയത്തിന്റെ ഒരു വർഷം നൽകി. നിങ്ങൾക്ക് സോഫയിൽ ഒരു തണുത്ത ബിയർ ഉപയോഗിച്ച് വിശ്രമിക്കാം. കാരണം, നേരത്തെ എട്ട് മണിക്കൂർ കരാർ സമയത്തിന് നൽകി.

കരാർ ചെയ്ത സമയം നിങ്ങളുടെ ഒഴിവു സമയത്തിന്റെ മോചനദ്രവ്യമായി മാറുന്നു.

ശരിയായ സമയവും തെറ്റായ സമയവും തമ്മിൽ

ശരിയായ സമയവും തെറ്റായ സമയവുമുണ്ട്. ശരിയായ സമയം ഒഴിവു സമയമാണ്; കരാറുണ്ടാക്കിയ സമയം തെറ്റായ സമയമാണ്. സ്ലോലെയ്ൻ സമയത്തെ വിലയായി നൽകുന്നു – ജോലി സമയവും വിപണികളിൽ നിക്ഷേപിച്ച സമയവും. ഓർക്കുക, രണ്ട് സൗജന്യ ദിവസങ്ങൾക്കായി അഞ്ച് ദിവസം കരാറിൽ ഏർപ്പെട്ടിരിക്കുന്നത് മോശമായ വ്യാപാരമാണ്! അച്ചാണി എന്ന നിലയിൽ സമയത്തെ ഉപയോഗിക്കുന്ന ഒരു സാമ്പത്തിക പദ്ധതി ഒരു നല്ല പദ്ധതിയല്ല.

നിങ്ങൾ അടിമത്തത്തിലാണ് ജനിച്ചതെങ്കിൽ, നിങ്ങളുടെ ജീവിതം 100% കരാറുള്ളതായിരിക്കും 0% ഒഴിവു സമയം. മൊത്തം സമയം കൈകാര്യം ചെയ്യാൻ കഴിയില്ലെങ്കിലും, നിങ്ങൾക്ക് നിങ്ങളുടെ സമയം, സമയ അനുപാതം വഴി കൈകാര്യം ചെയ്യാൻ കഴിയും.

ഒരു ദിവസത്തെ കരാർ സമയവും ആറ് ദിവസത്തെ ഒഴിവ് സമയവും ലഭിക്കുന്നത് നല്ലതായിരിക്കില്ലേ? കരാർ ചെയ്ത സമയത്തിന്റെ കൈകളിൽനിന്ന് നിങ്ങൾക്ക് ഒഴിവു സമയം മോഷ്ടിക്കാൻ കഴിയുമെങ്കിൽ, "തെറ്റായ സമയം" അപേക്ഷിച്ച് "ശരിയായ സമയം", കൂടുതൽ ജീവിതത്തിൽ ലഭിക്കും.

ഡിക്കിക്കുള്ളിലെ ചപ്പുചവറുകൾ എറിഞ്ഞുകളയൂ!

നിങ്ങൾ ഡ്രാഗ് സ്ട്രിപ്പിൽ കാറോട്ട മത്സരം നടത്തുകയാണെങ്കിൽ, ഓരോ ഔൺസ് ഭാരവും കണക്കിലെടുക്കുമെന്ന് നിങ്ങൾക്കറിയാം. റേസർമാർ കാർ കഴിയുന്നത്ര ഭാരം കുറച്ചതാക്കുന്നതിന് അനാവശ്യമായതെല്ലാം നീക്കം ചെയ്യുന്നു. ഇത് കാര്യക്ഷമതയും വേഗതയും പ്രകടനവും വർദ്ധിപ്പിക്കുന്നു, വേഗത്തിലുള്ള പൂർത്തീകരണത്തിന് കാരണമാകുന്നു. അനാവശ്യ ഭാരം കാറിനെ കൂടുതൽ കഠിനമായി പ്രവർത്തിക്കാൻ പ്രേരിപ്പിക്കുന്നു.

എന്നിട്ടും സമ്പത്തിലേക്കുള്ള നമ്മുടെ യാത്രയിൽ, ഭാരം കൂട്ടുന്നതിൽ നമ്മൾ കുറ്റക്കാരാണ്. നമ്മളുടെ വാഹനത്തിന്റെ ഡിക്കിയിൽ നിറഞ്ഞിരിക്കുന്ന ചവറുകളാണ് കൂടുതൽ കഠിനാധ്വാനം ചെയ്യാൻ നമ്മെ പ്രേരിപ്പിക്കുന്നത്. നിങ്ങൾ എപ്പോൾ കൂടുതൽ സമയം കഠിനാധ്വാനം ചെയ്യുമ്പോഴും, അത് നിങ്ങളെ ക്ഷീണിപ്പിക്കുകയും തകർക്കുകയും ചെയ്യുന്നു.

ഈ ദുർബ്ബലപ്പെടുത്തുന്ന ഭാരം പരാദ കടമാണ്.

നിങ്ങൾ ലോകത്തോട് കടപ്പെട്ടിരിക്കുന്നതെല്ലാം പരാദ കടമാണ്.

ഇത് ജീവിതശൈലി അടിമത്തത്തിന്റെ വിസർജ്യമാണ്.

നിങ്ങളുടെ തിളങ്ങുന്ന പുതിയ ഇൻഫിനിറ്റി കാർ 60 പ്രതിമാസ തവണ

കൾക്ക് എടുത്തതാണ്, നിങ്ങളുടെ വീട് 30 വർഷത്തിലേറെയായി ലോണിലാണ്, നിങ്ങളുടെ ഫാൻസി ഡിസൈനർ വസ്ത്രങ്ങൾ നാല് മാസംമുൻപ് ഔട്ട്-ഓഫ്-ഫാഷനിൽ നിന്ന് നീക്കം ചെയ്തതാണ്, അതെ, അത്തരത്തിലുള്ള പതുങ്ങിയിരിക്കുന്ന ഫർണിച്ചറുകൾപോലും ആ സമയത്തെ ഒരു നല്ല ആശയമായി തോന്നിപ്പിച്ചിരുന്നു.

ഈ വിഡ്ഢിത്തങ്ങളെല്ലാം അടിമത്തം സൃഷ്ടിക്കുകയും കരാറുള്ള സമയത്തെ നിർബന്ധമാക്കുകയും ചെയ്യുന്നു.

നിങ്ങൾ ജോലി ചെയ്യാൻ നിർബന്ധിതരാകുമ്പോൾ, നിങ്ങളുടെ തിരഞ്ഞെടുക്കൽ പരിമിതപ്പെടുത്തുകയും പരിമിതമായ തിരഞ്ഞെടുപ്പുകൾ റോഡുകൾ അടക്കുകയും ചെയ്യുന്നു.

എന്റെ അമ്മയുടെ വിചിത്രമായ പാവകളുടെ ശേഖരം, ഒരു പരാന്നഭോജി എന്റെ കഴുത്തിൽ ചാഞ്ഞു, എന്റെ രക്തം വലിച്ചെടുക്കുന്നതിലും കുറവല്ല. പരാന്നഭോജി കടം നിങ്ങളുടെ റോഡ് ട്രിപ്പിന് എതിരാണ്; ഒഴിവുസമയവും ഊർജ്ജവും സ്വാതന്ത്ര്യവും ആരോഗ്യവും മോഷ്ടിക്കുന്ന ഒരു ചോരക്കുടിയനാണ് – യഥാർത്ഥ സമ്പത്തിന്റെ ഒരു ശത്രുവിനെപ്പോലെ.

പരാന്നഭുക്കായ കടം സൗജന്യ സമയം കൊണ്ടുപോകുന്നു

കരാറെടുത്ത സമയത്തിന്റെ പ്രധാന കാരണം പരാദ കടമാണ്. തീർച്ചയായും നിങ്ങൾ കേട്ടിട്ടുണ്ട് "ഹൃദയങ്ങളുടെ കള്ളൻ" എന്ന വാചകം. പരാദ കടത്തിന്റെ കാര്യം വരുമ്പോൾ, അത് "ജീവന്റെ കള്ളൻ" ആണ്.

പരാദ കടം ഒരു ആർത്തിക്കാരനായ പന്നിയാണ്, ഒഴിവുസമയങ്ങളെ തിന്നുതീർക്കുകയും കരാർചെയ്ത സമയമായി പുറന്തള്ളുകയും ചെയ്യുന്നു. നിങ്ങളെ ജോലി ചെയ്യാൻ പ്രേരിപ്പിക്കുന്ന ഏതൊരു കടവും ഒഴിവു സമയങ്ങളെ ചെലവാക്കുന്നു, അത് കരാർ സമയമാക്കി മാറ്റുന്നു.

കടത്തിന് നിരന്തരം രക്ത തുള്ളികൾ വേണം, ആ രക്തം വരുന്നത് നിങ്ങളുടെ ജീവിതത്തിന്റെ ഗ്യാസ് ടാങ്കിൽ നിന്നാണ് : സമയം. സമയം നിശ്ചിതമായതിനാൽ, കരാർ ചെയ്ത സമയത്തിന്റെ വർദ്ധനവ് വരുന്ന ഒരേയൊരു ഉറവിടമാണ് : നിങ്ങളുടെ ഒഴിവു സമയം.

പരാന്നഭുക്ക് കടത്തിന്റെ ചെലവ്

ഒരു ശരാശരി അമേരിക്കക്കാരൻ അവരുടെ മൂല്യത്തേക്കാൾ കൂടുതൽ കടപ്പെട്ടിരിക്കുന്നു. കടത്തിനുമേൽ കെട്ടിപ്പടുത്ത ഒരു ജീവിതശൈലി ഉണ്ടായിരിക്കുകയെന്നത് കരാർ ചെയ്ത സമയത്തിന്റെ രൂപത്തിൽ ജീവിതശൈലി അടിമത്തം ഉണ്ടാക്കുന്നു. മൊത്തത്തിലുള്ള സമയം പരിമിതമാണ്. അതുകാരണം, ഒഴിവുസമയങ്ങളിൽനിന്ന് ചൂണ്ടയിട്ടുകൊണ്ട് കരാറുള്ള സമയം വളരുന്നു. കരാറുള്ള സമയം നടപ്പാതയിലേക്ക് നയിക്കുന്നു.

അടുത്ത തവണ നിങ്ങൾ ചില ഫാൻസി ഗാഡ്ജെറ്റ് കടത്തിൽ വാങ്ങുമ്പോൾ, നിങ്ങൾ എന്താണ് വാങ്ങുന്നതെന്ന് കൃത്യമായി അറിഞ്ഞ് വാങ്ങുക. നിങ്ങൾ ഒഴിവു സമയം തിന്നുകയും അതിനെ കരാർ ചെയ്ത സമയമായി രൂപാന്തരപ്പെടുത്തുകയും ചെയ്യുന്ന പരാന്നഭോജി കടം വാങ്ങുകയാണ്.

ഉദാഹരണത്തിന്, നിങ്ങൾ $4,000 വിലയുള്ള ഒരു ഓഡിയോ സിസ്റ്റം

വാങ്ങുകയും $10 ഓരോ മണിക്കൂറിലും ഉണ്ടാക്കുകയും ചെയ്താൽ, യഥാർത്ഥ വില എന്താണ്? ഈ മാലിന്യത്തിന്റെ ഭാരം എത്രയാണ്?

ആ വില നിങ്ങളുടെ ഒഴിവു സമയത്തിന്റെ 400 മണിക്കൂറാണ്. കാരണം, നിങ്ങൾ 400 മണിക്കൂർ × മണിക്കൂറിന് $10 ജോലി ചെയ്യണം കടം വീട്ടാൻ. 10% പലിശയും ചേർക്കുകയാണെങ്കിൽ നിങ്ങളുടെ അവസാന ചിലവ് ഒഴിവു സമയത്തിന്റെ 440 മണിക്കൂർ ആയി ഭാരം വർദ്ധിപ്പിക്കുന്നു.

അതിനാൽ അടുത്ത തവണ വിസ ക്രെഡിറ്റ് കാർഡ് ഉപയോഗിക്കുമ്പോൾ, യഥാർത്ഥ ചെലവ് കണക്കാക്കുക. എത്ര ഒഴിവു സമയം ഇത് എനിക്ക് ചിലവാക്കും? നമ്മൾ വാങ്ങുന്ന എല്ലാത്തിനും ഒന്നല്ല, രണ്ട് വിലയുണ്ട് :

1. യഥാർത്ഥ ഡോളർ വില
2. ഒഴിവു സമയം കരാറുള്ള സമയമായി രൂപാന്തരപ്പെട്ടത്.

ചോക്കലേറ്റ് ചിപ്പ് കുക്കികളുടെ നിയമം

ഞാൻ ആദ്യമായി സ്വന്തം നിലക്ക് താമസം മാറിയപ്പോൾ, ഞാൻ പെട്ടെന്ന് ചോക്ലേറ്റ് ചിപ്പ് കുക്കികളുടെ നിയമം പഠിച്ചു. കുക്കികൾ പലചരക്ക കടയിലെ ഉന്തുവണ്ടിയിൽ കയറിയില്ലെങ്കിൽ, അവ വീടുകളിൽ എത്തില്ല. ഒപ്പം അവ വീടുകളിൽ എത്തിയില്ലെങ്കിൽ എന്റെ വായിൽ കയറില്ല. അവ എന്റെ വായിൽ എത്തിയില്ലെങ്കിൽ, അവ വയറിലെ കൊഴുപ്പായി മാറില്ല.

പരാദ കടവും ഇതേ നിയമം പിന്തുടരുന്നു. പരാദ കടത്തിന്റെ ഉറവിടം നിയന്ത്രിച്ചുകൊണ്ട് ഇതിനെ നിയന്ത്രിക്കാം : തൽക്ഷണ സംതൃപ്തി, നടപ്പാതയുടെ ഒരു സ്വഭാവം. അടുത്ത തവണ നിങ്ങൾക്ക് നിർബന്ധം തോന്നുന്ന മേസിയിൽ നിന്ന് കുറച്ച് കളിപ്പാട്ടം വാങ്ങാൻ, സ്വയം ചോദിക്കുക : ഇത് ആറ് മാസത്തിനുള്ളിൽ കാലഹരണപ്പെടുമോ ബാക്കിയുള്ള മാലിന്യങ്ങളോടൊപ്പം ഗാരേജിൽ വീഴുമോ? അടുത്ത നാല് മാസത്തിനുള്ളിൽ ഈ സെക്വിൻ ജീൻസ് ക്ലോസറ്റിന്റെ പൊടിപടലമുള്ള ഭാഗത്തേക്കുനീക്കി വെയ്ക്കപ്പെടുമോ? വീണ്ടും, നിങ്ങൾ താങ്ങാനാകാതെ അടുത്ത പുത്തൻ ഫാഷൻ വാങ്ങുമ്പോൾ, നിങ്ങൾ നടപ്പാതയിലേക്ക് ഒഴുകുന്ന പരാന്നഭോജി കടത്തിനുള്ള ഗേറ്റുകൾ തുറക്കുന്നു.

ആ ഉൽപ്പന്നത്തിന്റെ വില നിങ്ങളുടെ ക്രെഡിറ്റ് കാർഡിൽ എത്തിയില്ലെങ്കിൽ, അത് പരാന്നഭോജികളായി മാറില്ല. നിങ്ങൾ ഒഴിവു സമയം സംരക്ഷിക്കുന്നു!

ചിന്തിക്കുക!

ഈ വാങ്ങൽ സ്വാതന്ത്ര്യത്തെ തട്ടിപ്പറിക്കുമോ?

ഇത് ഞാൻ സ്വന്തമാക്കുമോ അതോ എന്നെ സ്വന്തമാക്കുമോ?

ചിലർ ഇരുമ്പ് കമ്പികൾക്ക് പിന്നിൽ അടിമത്തം തിരഞ്ഞെടുക്കുമ്പോൾ, മറ്റുള്ളവർ വെൽവെറ്റ് ചുവരുകൾക്ക് പിന്നിൽ അടിമത്തം തിരഞ്ഞെടുക്കുന്നു. രണ്ടും ഒന്നുതന്നെ. ഒഴിവു സമയം ലഭിക്കുന്നതാണ് പരമമായ സമ്പത്ത്. നിങ്ങൾ എങ്ങനെ ജീവിക്കണമെന്ന് ആഗ്രഹിക്കുന്നുവോ അങ്ങനെ ജീവിക്കുക. ഫാസ്റ്റ് ലെയ്ൻ ജീവിതശൈലി സമ്പന്നവും സമയ സമ്പന്നവുമാകുന്നതിനെപ്പറ്റിയാണ്.

"ഫ്രീ ടൈം" എന്ന മോശം മൂല്യനിർണ്ണയം ദരിദ്രതയിലേക്ക് നയിക്കുന്നു

സമ്പന്നനായാലും ദരിദ്രനായാലും, സമയം എല്ലാവർക്കും തുല്യമായി കൈവശ

പ്പെടുത്തുകയും പങ്കിടുകയും ചെലവഴിക്കുകയും ചെയ്യുന്നു. എല്ലാ ദിവസവും, നിങ്ങൾ അത് ഉപയോഗിക്കുക. ഞാൻ അത് ഉപയോഗിക്കുന്നു. നിങ്ങളുടെ അയൽക്കാരൻ അത് ഉപയോഗിക്കുന്നു. ആർക്കും കൂടുതൽ ലഭിക്കുന്നില്ല, കുറവുമില്ല. എല്ലാവർക്കും ഇരുപത്തിനാല് മണിക്കൂർ. ആർക്കും അന്യായമായ നേട്ടമില്ല. നീ, ഞാൻ, നമ്മൾ എല്ലാവർക്കും കഴിക്കാനും കാലഹരണപ്പെടാനും ചെലവഴിക്കാനും 24 മണിക്കൂർ ഉണ്ട്.

സമയമാണ് ഗ്രഹത്തിന്റെ ആത്യന്തിക സമനില.

പിന്നെ എന്തിനാണ് വളരെ കുറച്ചുപേർ സമ്പന്നരാകുന്നത്, ബാക്കിയുള്ളവർ ശമ്പളത്തിൽനിന്ന് ശമ്പള ചെക്കിലേക്ക് ചുരുങ്ങുന്നു? ഒഴിവുസമയത്തിന്റെ മൂല്യനിർണ്ണയം, തിരഞ്ഞെടുത്ത റോഡ് മാപ്പ്, പരാദ കടം ഏറ്റെടുക്കൽ എന്നിവയിലാണ് വ്യത്യാസം കിടക്കുന്നത്. പെരുമാറ്റം ഊഹിക്കുക – സമ്പന്നനോ ദരിദ്രനോ?

- ഈ വ്യക്തി ഉച്ചവരെ ഉറങ്ങുന്നു.
- ഈ വ്യക്തി മണിക്കൂറുകളോളം റിയാലിറ്റി ടിവി പരിപാടി കാണുന്നു.
- $20 ലാഭിക്കാൻ ഈ വ്യക്തി രണ്ട് മണിക്കൂർ ഡ്രൈവ് ചെയ്യുന്നു.
- ഈ വ്യക്തി $100 ലാഭിക്കുന്നതിന് ഒന്നിലധികം ലേ ഓവറുകളുള്ള എയർലൈൻ ടിക്കറ്റുകൾ വാങ്ങുന്നു.
- ഈ വ്യക്തി മണിക്കൂറുകളോളം സോഷ്യൽ നെറ്റ്‌വർക്കുകളിലും ഗോസിപ്പ് ബ്ലോഗുകളിലും തെന്നിനീങ്ങുന്നു.
- ഈ വ്യക്തി *വേൾഡ് ഓഫ് വാർക്രാഫ്റ്റ്*-ലെ ലെവൽ 10 ഡ്രൂയിഡാണ്.
- ഈ വ്യക്തി ചിക്കാഗോ കബ്സ്-ന്റെ എല്ലാ ഗെയിമുകളും കാണും.

ദാരിദ്ര്യത്തിന്റെ കുഴഞ്ഞുമറിഞ്ഞ വേരുകൾക്ക് പിന്നിൽ, മോശം തിരഞ്ഞെടുപ്പുകളിൽനിന്ന് ജനിക്കുന്ന ഒഴിവുസമയത്തിന്റെ മോശം മൂല്യനിർണ്ണയം നിങ്ങൾ കണ്ടെത്തും.

“സമയം നഷ്ടപ്പെടുത്തുന്നവർ” സമയത്തിന്റെ മോശം മൂല്യനിർണ്ണയക്കാരാണ്.

പുലർച്ചെ 4 മണിക്ക് വാൾമാർട്ടിൽ ക്യാമ്പ് ചെയ്ത് പുലർച്ചയിലെ ആദ്യ വിൽപ്പന പിടിക്കാൻ കാത്തിരുന്ന ആളുകളാണ് ഇത്. ഒരു സൗജന്യ 32" HDTV കിട്ടിയേക്കാമെന്ന പ്രതീക്ഷയിൽ ബെസ്റ്റ് ബൈയുടെ പുറത്ത് അവർ ഉറങ്ങുകയാണ്. സൗജന്യ പ്രഭാതഭക്ഷണം ലഭിക്കുമെന്ന പ്രതീക്ഷയിൽ അവർ ikea-യുടെ പുറത്ത് കാത്തിരിക്കുകയാണ്.

സമയം നഷ്ടപ്പെടുത്തുന്നവർ ലാഭിക്കുന്നതിൽ അസൗകര്യമുള്ളവരാണ്.

അസൗകര്യകരമായി ലാഭിക്കുന്നവർ ഭയന്ന് ഓരോ ഡോളറിലും തീവ്രമായി മുറുകെ പിടിക്കുന്നു, ഒരിക്കലും തിരിച്ചുവരില്ലെന്ന് ഭയന്ന്. പണം ലാഭിക്കുന്നതിന് അങ്ങേയറ്റത്തെ അസൗകര്യങ്ങൾ ഒരിക്കലും പൊരുത്തപ്പെടുന്നില്ല.

ഉദാഹരണത്തിന്, എന്റെ ഒരു പഴയ സുഹൃത്ത് വ്യായാമത്തിനായി ഒരു ബൈക്ക് ആഗ്രഹിച്ചു, അവളുടെ വീടിന് മൈലുകൾ അകലെയുള്ള ഒരു കടയിൽ അത് കണ്ടെത്തി. ഞാൻ അവളോട് പറഞ്ഞു നാട്ടിലെ സാധനം വാങ്ങാൻ കൂടാതെ $29 അധികമായ ഉയർന്ന വില നൽകുകയും ചെയ്യുക. ഇല്ല, അവൾ ഒരു

അസൗകര്യമായ ലാഭിക്കുന്നവൾ ആയിരുന്നു. പകരം, $29 ലാഭിക്കാൻ അവൾ ഒരു മണിക്കൂർ വണ്ടി ഓടിച്ചു.

ചെലവഴിച്ച ആകെ സമയം? രണ്ടര മണിക്കൂർ. ഉപയോഗിച്ച വാതകവും മൊത്തം അവളുടെ സമയത്തിന്റെ മൂല്യവും കുറക്കുക, മണിക്കൂറിന് ഏകദേശം $5 ആണ്.

അവസാനം ഞാൻ പരിശോധിച്ചതിൽ, അവൾ മണിക്കൂറിന് $5 എന്ന നിരക്കിൽ പ്രവർത്തിക്കുന്നില്ല. പക്ഷേ ഈ നിരക്കിൽ അവളുടെ ഒഴിവു സമയം പാഴാക്കുന്നതിൽ ഒരു പ്രശ്നവുമില്ല.

അസൗകര്യമുള്ള സൂക്ഷിപ്പുകാരൻ പണം ലാഭിക്കാൻ സന്തോഷത്തോടെ സമയം പാഴാക്കുന്നു. ഒന്നിലധികം സ്റ്റോപ്പുകൾ ഉള്ള വിമാന ടിക്കറ്റു മുതൽ ഷെയർ-ഷട്ടിൽ എയർപോർട്ട് സേവനംവരെ, അസൗകര്യങ്ങൾ പൊരുത്തപ്പെടുന്നില്ല മണിക്കൂറിൽ കുറച്ച് രൂപ ലാഭിക്കുന്നതുമായി.

ഈ ആളുകൾക്ക് ജീവിക്കാൻ മൂന്ന് മാസമുണ്ടെങ്കിൽ, അവർ ബെസ്റ്റ് ബൈയ്ക്ക് പുറത്തായി സ്ലീപ്പിംഗ് ബാഗിൽ കാത്തിരിക്കുകയായിരിക്കുമോ? ആറു മാസം? ആറ് വർഷം? ഈ ആളുകൾ ഏത് പരിധിയിൽ അവരുടെ സ്ലീപ്പിംഗ് ബാഗ് നടപ്പാതയിൽ പൊതിഞ്ഞ്, “അയ്യോ, ഞാൻ എന്താണ് ചെയ്യുന്നത്, ഇലക്ട്രോണിക്സ് കടയുടെ പുറത്ത് ഒരു നടപ്പാതയിൽ കിടക്കുകയാണോ? ഇത് എന്റെ ജീവിതത്തിന്റെ സമർത്ഥമായ ഉപയോഗമാണോ?” എന്ന് പറയും.

കാൽനടയാത്രക്കാർ നടപ്പാതകളിൽത്തന്നെ ഉറങ്ങുന്നു. അതെ, ഞാൻ തകർന്നപ്പോൾ പോലും എന്റെ സമയത്തോട് ഞാൻ എപ്പോഴും പിശുക്ക് കാണിച്ചിട്ടുണ്ട്.

തീരുമാനങ്ങൾ എടുക്കുന്നതിൽ ഫാസ്റ്റ്ലെയ്നർമാർ സമയത്തെ അവരുടെ പ്രാഥമിക പരിഗണനയായി ഉയർത്തുന്നു. കാരണം, അത് ഞങ്ങളുടെ ഏറ്റവും മൂല്യവത്തായ സ്വത്താണ്.

ഫാസ്റ്റ്ലെയ്നർമാർ സമയവുമായി മിതത്വം പാലിക്കുന്നവരാണ്. അതേ സമയം സ്ലോലെയ്നർമാർ പണത്തിന്റെ കാര്യത്തിൽ മിതവ്യയമുള്ളവരാണ്.

നടപ്പാതക്കാരും സ്ലോലെയ്നർമാരും തീരുമാനങ്ങൾ എടുക്കുന്നതിനുള്ള ഏക മാനദണ്ഡമായി പണം ഉപയോഗിക്കുന്നു : ഏത് ജോലിയാണ് ഏറ്റവും കൂടുതൽ പ്രതിഫലം നൽകുന്നത്? വിലകുറഞ്ഞ ഇനം എവിടെയാണ്? എനിക്ക് എങ്ങനെ കുറച്ച് കോഴി സൗജന്യമായി ലഭിക്കും? പണം ദുർലഭമാണ്, സമയം പിന്നിലേക്ക് കൊണ്ടുവരികയും കുഴപ്പങ്ങൾ ഉത്തുവാരുകയും ചെയ്യുന്നു. നിങ്ങൾ സമ്പന്നനാകാൻ ആഗ്രഹിക്കുന്നുവെങ്കിൽ, നിങ്ങൾ സമ്പന്നനായി ചിന്തിക്കാൻ തുടങ്ങണം.

സമയം രാജാവാണ്.

അധ്യായ സംഗ്രഹം : ഫാസ്റ്റ്ലെയ്ൻ പ്രത്യേകതകൾ

- ഫാസ്റ്റ്ലെയ്നർമാർ സമയത്തെ എല്ലാ ആസ്തികളുടെയും രാജാവായി കണക്കാക്കുന്നു.
- സമയം വളരെ വിരളമാണ്, അതേസമയം പണം സമൃദ്ധമാണ്.
- പണം സമ്പാദിക്കാൻ നിങ്ങൾ ചെലവഴിക്കുന്ന സമയമാണ് കരാറായ സമയം. ഒഴിവു സമയം നിങ്ങളുടെ ഇഷ്ടംപോലെ ചെലവഴിക്കുന്നു.

- നിങ്ങളുടെ ആയുസ്സ് ഒഴിവു സമയവും കരാറുള്ള സമയവും ചേർന്നതാണ്.
- കരാറുള്ള സമയം സൗജന്യ സമയം വാങ്ങുകയും പണം നൽകുകയും ചെയ്യുന്നു.
- ഫാസ്റ്റ്ലെയ്നർമാർ കരാറുള്ള സമയത്തെ ഒഴിവു സമയമാക്കി മാറ്റാൻ ശ്രമിക്കുന്നു.
- പരാന്നഭോജി കടം ഒഴിവു സമയം ഭക്ഷിക്കുകയും അത് കരാറുള്ള സമയമായി വിസർജ്ജിക്കുകയും ചെയ്യുന്നു.
- ജീവിതശൈലി അതിരുകടന്നതിന് രണ്ട് ചിലവുകൾ ഉണ്ട് : അടിസ്ഥാന ചെലവും ഒഴിവു സമയത്തിനുള്ള ചെലവും.
- പരാദ കടത്തെ അതിന്റെ ഉറവിടത്തിൽതന്നെ തടയണം : തൽക്ഷണ സംതൃപ്തി.

വൃത്തിഹീനമായ, പഴകിയ ഓയിൽ മാറ്റുക

സ്കൂളിൽനിന്നും പഠിച്ചതെല്ലാം മറന്നുപോയതിനുശേഷവും അവശേഷിക്കുന്ന ബാക്കിയാണ് വിദ്യാഭ്യാസമെന്നത്.

—ആൽബർട്ട് ഐൻസ്റ്റീൻ

ഓരോ 3000 മൈലിലും ഓയിൽ മാറ്റുക

കാർ ഉടമസ്ഥതയുടെ ആദ്യ പാഠം : ഓരോ 3,000 മൈലിലും ഓയിൽ മാറ്റുക. പാഠങ്ങൾ അവഗണിക്കുകയാണെങ്കിൽ, നിങ്ങളുടെ കാർ അതിന്റെ ഉപയോഗ പ്രദമായ ജീവിതത്തിനുമുൻപ് നശിക്കും. സമയാസമയങ്ങളിലുള്ള ഓയിൽ മാറ്റങ്ങൾ നിങ്ങളുടെ കാർ കാര്യക്ഷമമായി പ്രവർത്തിക്കുന്നതിൽ നിലനിർത്തുന്നു. മാറ്റമില്ലാത്ത ഓയിൽ പഴകിയതായിത്തീരുകയും സവാരി പരുക്കനാക്കുകയും ചെയ്യുന്നു. പരുക്കൻ റോഡ് യാത്രകൾ റോഡ് സൈഡിൽ തടസ്സപ്പെടുന്നു.

ഫാസ്റ്റ്‌ലെയ്ൻ റോഡ് യാത്ര പുതിയ ഓയിൽ മാറ്റം ആവശ്യപ്പെടുന്നു. എന്നാൽ എന്താണ് ഓയിൽ? ഓയിൽ വിദ്യാഭ്യാസമാണ്. അറിവ്. സ്ട്രീറ്റ് സ്മാർട്ട്. പക്ഷെ സൂക്ഷിക്കണം... അത് ശരിയായ ഓയിൽ തന്നെയായിരിക്കണം ശരിയായ ഉദ്ദേശത്തിന്.

നടപ്പാതയിൽ നടക്കുന്നവർ ഓയിലിനെക്കുറിച്ച് ചിന്തിക്കാറില്ല. അതിനാൽ തന്നെ അവരുടെ യാത്ര 3000 മൈലുകൾക്കുശേഷം പൂർത്തിയാകുന്നു. ബിരുദമെന്നത് അവസാന ഓയിൽ മാറ്റമാണ്. സ്ലോലെയ്നർമാർ അവരുടെ ആന്തരിക മൂല്യം ഉയർത്തുന്നതിനുള്ള വ്യക്തമായ ഉദ്ദേശ്യത്തിനായി വാഹനത്തിൽ ഓയിലിടുന്നു. നൂതന വിദ്യാഭ്യാസവും സർട്ടിഫിക്കേഷനുകളും : എന്താണ് വലിയ ശമ്പളം കൽപ്പിക്കാൻ പോകുന്നത്? ഫാസ്റ്റ്‌ലെയ്നർമാർ അവരുടെ വാഹനങ്ങൾക്ക് ജങ്ക് യാർഡിൽ എത്തുന്നതുവരെ ഓയിലിടുന്നു.

ബിരുദം അവസാനമല്ല; അത് തുടക്കമാണ്

ഈ സത്യത്തെ നേരിടുക. *ഇന്ന് നിങ്ങൾക്കറിയാവുന്ന കാര്യങ്ങൾ നാളെ നിങ്ങൾക്ക് ആവശ്യമുള്ളിടത്ത് എത്തിക്കാൻ പര്യാപ്തമല്ല.* നിങ്ങൾ നിരന്തരം സ്വയം പുനർനിർമ്മിക്കണം, പുനർനിർമ്മാണം വിദ്യാഭ്യാസമാണ്.

നിർഭാഗ്യവശാൽ, ബിരുദം പരമ്പരാഗതമായി വിദ്യാഭ്യാസത്തിന്റെ അവസാനത്തെ സൂചിപ്പിക്കുന്നു. നിങ്ങളുടെ ബിരുദ പ്രായത്തെ പരിഗണിക്കാതെ, പ്രായപൂർത്തിയാകാൻ തുടങ്ങുന്നു. പാർട്ടി അവസാനിച്ചു, യഥാർത്ഥ ജീവിതം ആരംഭിക്കുന്നു. ബിരുദാനന്തരം പഠനം നിർത്തുന്നത് സമ്പത്തിന്റെ ആത്മഹത്യയാണ്.

നിങ്ങളുടെ ഏറ്റവും ഫലപ്രദമായ വരുമാന വർഷങ്ങൾ ബിരുദം നേടിയതിനുശേഷമാണ് സംഭവിക്കുന്നത്. അങ്ങനെയെങ്കിൽ, ഔപചാരിക സ്കൂൾ വിദ്യാഭ്യാസത്തിനുശേഷം വളരെക്കാലം കഴിഞ്ഞും വിദ്യാഭ്യാസ പ്രക്രിയ തുടരുന്നത് മിടുക്കല്ലേ?

ജിം ഗല്ലഗെർ 11 വർഷംമുൻപ് ബിരുദം നേടി, ഇപ്പോഴും തൊഴിൽ രഹിതനാണ്. ജിം ഒരു സ്റ്റോക്ക് ബ്രോക്കറാണ്, എന്നാൽ ഇന്റർനെറ്റ് സാങ്കേതികവിദ്യ കാരണം അദ്ദേഹത്തിന്റെ വൈദഗ്ധ്യം വംശനാശ ഭീഷണി നേരിടുന്നു. ആ പ്രത്യേക ജോലി-സെറ്റിനുള്ള ജിമ്മിന്റെ വിദ്യാഭ്യാസം കാലഹരണപ്പെട്ടു, അത് നിലവിലെ ലോകത്തിന് ബാധകമല്ല. ലോകം മുന്നോട്ടുപോയി, എന്നിട്ടും ജിമ്മും അവന്റെ വിദ്യാഭ്യാസവും മുന്നോട്ടു പോയില്ല. ജിം അവജ്ഞയോടെ ഒരു പ്രാദേശിക ഫർണിച്ചർ സ്റ്റോറിൽ ചെറിയ സെയിൽസ് ജോലിയിൽ ചേർന്നു. അവന്റെ സാമ്പത്തിക പദ്ധതി മുടങ്ങി. കാരണം, 11 വർഷംമുൻപ് അവസാനമായി മാറ്റിയ അതേ പഴകിയ ഓയിൽ ഉപയോഗിച്ചാണ് അവൻ പ്രവർത്തിക്കുന്നത്. ജിം അവന്റെ ഓയിൽ മാറ്റുന്നതിൽ പരാജയപ്പെടുന്നു അങ്ങനെ സമ്പത്തിലേക്കുള്ള ജിമ്മിന്റെ യാത്രയും പരാജയപ്പെടുന്നു.

വിദ്യാഭ്യാസം, നിങ്ങളുടെ ഓയിൽ, നിങ്ങളുടെ സമ്പത്ത് റോഡ് യാത്രയുടെ നിർണ്ണായക ഘടകമാണ്. നിങ്ങൾ പുതിയ വിദ്യാഭ്യാസം, പുതിയ കഴിവുകൾ, പുതിയ റോഡുകൾ തുറക്കുക, കാര്യങ്ങൾ സുഗമമായി പ്രവർത്തിക്കും. ശരിയായ വിദ്യാഭ്യാസത്തിന് അവിശ്വസനീയമായ കുതിരശക്തി ഉണ്ട്. പഴയ വിദ്യാഭ്യാസത്തെ പുതിയ അവസരങ്ങൾ വളരെ അപൂർവ്വമായിമാത്രം പിന്തുടരുന്നു.

വിദ്യാഭ്യാസത്തിന്റെ പങ്ക്

സ്ലോലെയ്ൻ, ഫാസ്റ്റ്ലെയ്ൻ റോഡ് മാപ്പുകൾക്ക് കീഴിൽ വിദ്യാഭ്യാസം ഒരേപോലെ സദ്ഗുണമുള്ളതാണ്, എന്നാൽ അവയുടെ വേഷങ്ങൾ ആഴത്തിൽ വ്യത്യസ്തമാണ്. സ്ലോലെയ്നിൽ, ആന്തരികമൂല്യത്തെ ഉയർത്താൻ വിദ്യാഭ്യാസം ഉപയോഗിക്കുന്നു, ഫാസ്റ്റ്ലെയ്നിൽ ആയിരിക്കുമ്പോൾ അത് ബിസിനസ്സ് സംവിധാനം സുഗമമാക്കുന്നതിനും വളർത്തുന്നതിനും ഉപയോഗിക്കുന്നു. കൂടാതെ, പരാന്നഭോജി കടം ഉണ്ടാക്കാത്ത രീതികളാൽ ഫാസ്റ്റ്ലെയ്ൻ വിദ്യാഭ്യാസം സുരക്ഷിതമാണ്. ഫാസ്റ്റ്ലെയ്നിലെ വിദ്യാഭ്യാസത്തിന്റെ ഉദ്ദേശ്യം പണവൃക്ഷത്തിന്റെയും ബിസിനസ്സ് സംവിധാനത്തിന്റെയും ശക്തി വർദ്ധിപ്പിക്കുക എന്നതാണ്. നിങ്ങൾ ചക്രത്തിലെ വെറും ഒരു പല്ലല്ല; മറിച്ച് *നിങ്ങൾ ചക്രം നിർമ്മിക്കാൻ പഠിക്കുന്നു.*

ഉദാഹരണത്തിന്, ഞാൻ ഒരു പരിശീലന സെമിനാറിന് പോയാൽ, ഇത്തരമൊരു നൈപുണ്യം തരുന്ന "ഏറ്റവും മികച്ച വിൽപ്പനക്കാരെ എടുക്കുക," ഞാൻ

എന്റെ ബിസിനസ്സിന്റെയും പണവൃക്ഷത്തിന്റെയും പ്രത്യൽപ്പാദനക്ഷമത വർദ്ധിപ്പിക്കുന്ന പ്രവർത്തനങ്ങളിൽ ഏർപ്പെട്ടിരിക്കുകയാണ്. ഞാൻ ഒരു പുതിയ കമ്പ്യൂട്ടർ സാങ്കേതികവിദ്യയെക്കുറിച്ചുള്ള ഒരു പുസ്തകം വായിച്ചാൽ അത് പുതിയ സംവേദനാത്മക വെബ്സൈറ്റ് സവിശേഷതകൾ എങ്ങനെ സൃഷ്ടിക്കാമെന്ന് ചിത്രീകരിക്കുന്നു, ഞാൻ അതിന്റെ സംവിധാനം സുഗമമാക്കാനും പഠിക്കുകയാണ്. വീണ്ടും, ഫാസ്റ്റ്ലെയ്ൻ വിദ്യാഭ്യാസം ബിസിനസ്സ് സമ്പ്രദായത്തിന്റെ വളർച്ചയെ പ്രോത്സാഹിപ്പിക്കുന്നതാണ്. നേരെമറിച്ച്, സ്ലോലെയ്ൻ വിദ്യാഭ്യാസം രൂപകൽപ്പന ചെയ്തിരിക്കുന്നത് വിദ്യാഭ്യാസം നേടുന്ന വ്യക്തിയുടെ ആന്തരികമൂല്യം പ്രത്യേകമായി മെച്ചപ്പെടുത്തുന്നതിനാണ്. ഇത് സിസ്റ്റത്തിൽ ഒരു ഗിയർ ആകുക എന്നതാണ്.

ഒരു ഫാസ്റ്റ്ലെയ്ൻ ഫോറം ഉപയോക്താവിന് എം ബി എ പഠിക്കാൻ അവസരം ലഭിച്ചു, അത് വിലമതിക്കുന്നുവോ എന്ന് ചോദിച്ചു. എന്റെ ഉത്തരം സാധാരണഗതിയിൽ ഇല്ല എന്നായിരിക്കും, എന്നാൽ ഈ സാഹചര്യം വ്യത്യസ്തമായിരുന്നു. ഒന്നാമതായി, എംബിഎ-യ്ക്ക് പണച്ചെലവില്ല, സമയച്ചെലവ് മാത്രമേയുള്ളൂ. കാരണം, സർക്കാർ അതിന് പണം നൽകിയിരുന്നു. രണ്ടാമതായി, ഈ മാന്യൻ ഫാസ്റ്റ്ലെയ്ൻ പ്രത്യയശാസ്ത്രം സ്വീകരിച്ചു, അതിനാൽ അവന്റെ ഉദ്ദേശ്യം അന്തർലീനമായ മൂല്യവർദ്ധന ആയിരുന്നില്ല, മറിച്ച് ഒരു ഫാസ്റ്റ്ലെയ്ൻ സിസ്റ്റം സുഗമമാക്കാനുള്ള അദ്ദേഹത്തിന്റെ അറിവിന്റെ വികാസമായിരുന്നു. അതിനാൽ ഞാൻ അതിന് വോട്ട് ചെയ്തു.

"എങ്ങനെയെന്ന് എനിക്കറിയില്ല!"

ഓയിൽമാറ്റം നിങ്ങളുടെ കാറിനെ മാസങ്ങളോ വർഷങ്ങളോ ലിഫ്റ്റിൽ നിർത്തുകയാണെങ്കിൽ, എന്താണ് പ്രയോജനം? നിങ്ങളുടെ തുടർവിദ്യാഭ്യാസം അനുരൂപമോ പരാന്നഭോജികളോ ആയ കടംകൊണ്ട് വരരുത്, മറിച്ച് നിങ്ങളുടെ ഫാസ്റ്റ്ലെയ്ൻ സംവിധാനം സുഗമമാക്കണം. എങ്ങനെ? യഥാർത്ഥ ലോകത്തെ നിങ്ങളുടെ സർവ്വകലാശാലയാക്കുക. അതെ, *നിങ്ങൾതന്നെ നിങ്ങളുടെ സ്വന്തം സർവ്വകലാശാലയാണ്.*

ഏതെങ്കിലും വിജയകരമായ സംരംഭകനോട് ചോദിക്കൂ, അവർ ഈ സത്യം സാധൂകരിക്കും : നിങ്ങൾ ഇടപഴകുന്നതിൽനിന്നും പഠിക്കുക, ചെയ്യുന്നതിൽ നിന്നും, പുറത്തുകടക്കുന്നതിൽനിന്നും, ആവർത്തിച്ചുള്ള നടപടികളിൽനിന്നും പഠിക്കുക. ഏതെങ്കിലും പുസ്തകത്തിൽനിന്നോ പ്രൊഫസറിൽനിന്നോ ഉള്ളതിനേക്കാൾ കൂടുതൽ പഠിക്കുന്നു.

എന്നാൽ നിങ്ങൾ വിലപിച്ചുകൊണ്ടിരിക്കുന്ന "എങ്ങനെയെന്ന് എനിക്കറിയില്ല!" ഓ, നിർത്തൂ. ഏറ്റവും കൂടുതൽ ഉപയോഗിക്കുന്ന ഒഴികഴിവുകളുടെ പട്ടികയിലെ പൊതുശത്രു നമ്പർ 1, "എങ്ങനെയെന്ന് എനിക്കറിയില്ല!" ശരി, എങ്ങനെയെന്ന് നിങ്ങൾക്കറിയാത്തത് എന്തുകൊണ്ട്? ഞാൻ നിങ്ങളോട് എന്തുകൊണ്ടെന്ന് പറയാം. എങ്ങനെയെന്ന് നിങ്ങൾ സ്വയം പഠിപ്പിച്ചിട്ടില്ലാത്തതിനാൽ നിങ്ങൾക്കറിയില്ല "എങ്ങനെയെന്നറിയാൻ" നിങ്ങൾ വേണ്ടത്ര ശ്രമിച്ചിട്ടില്ല. അറിവ് സജീവമായി പിന്തുടരുന്നതിനേക്കാൾ "എങ്ങനെയെന്ന് എനിക്കറിയില്ല" എന്ന ഇടവഴിയിൽ അനുതപിക്കുന്നത് എളുപ്പമാണെന്ന് നിങ്ങൾ കാണുന്നു.

അറിവുനിറഞ്ഞ ഇന്നത്തെ സമൂഹത്തിൽ, *എങ്ങനെയെന്ന് കണ്ടെത്താതിരിക്കാൻ ഒരു ഒഴികഴിവുമില്ല.*

ഞാൻ കോളേജിൽനിന്ന് രണ്ട് ബിസിനസ്സ് ബിരുദങ്ങൾ നേടി, മാർക്കറ്റിംഗും ഫൈനാൻസും. അവ രണ്ടും കമ്പ്യൂട്ടർ സയൻസുമായി ബന്ധപ്പെട്ടിരുന്നില്ല. കമ്പ്യൂട്ടർ പ്രോഗ്രാമിംഗ് അനുഭവവും ഇല്ലാതെയാണ് ഞാൻ ബിരുദം നേടിയത്. എന്നിട്ടും ഞാൻ ഇന്റർനെറ്റിൽ എന്റെ ദശലക്ഷങ്ങൾ സമ്പാദിച്ചു. തമാശ എന്താണെന്നുവച്ചാൽ, 13 വർഷത്തെ ചെലവേറിയ സ്ഥാപന വിദ്യാഭ്യാസത്തിനുശേഷവും, ഞാൻ ഒരിക്കലും ഒരു ഇന്റർനെറ്റ് അല്ലെങ്കിൽ വെബ് സാങ്കേതികവിദ്യകളെക്കുറിച്ചുള്ള ഔപചാരിക ക്ലാസ്സിൽ പങ്കെടുത്തിട്ടില്ല. കഷ്ടം, എന്റെ കമ്പ്യൂട്ടർ ക്ലാസ്സുകൾ ആമുഖ ബിസിനസ്സ് കോഴ്സുകളായി പരിമിതപ്പെടുത്തിയിരിക്കുന്നു. ഇന്റർനെറ്റ് പഠിക്കാൻ ഞാൻ സ്കൂളിൽ പോയില്ലെങ്കിൽ, ഞാൻ എങ്ങനെ ഈ കഴിവുകൾ പഠിച്ചു? ഞാൻ എന്റെ ഓയിൽ ഇടയ്ക്കിടെ മാറ്റാൻ ശ്രമിച്ചു. ഞാൻ സ്വയം പഠിച്ചു. ഞാൻ പുസ്തകങ്ങൾ വായിച്ചു. ഞാൻ ലൈബ്രറിയിൽ ചെന്നെത്തി, മണിക്കൂറുകളോളം വെബിൽ ചിലവഴിക്കുകയും ലേഖനങ്ങൾ വായിച്ചു, ട്യൂട്ടോറിയലുകൾ, വിക്കിസുകൾ കണ്ടു. ഞാൻ അറിവുതേടുകയും കണ്ടെത്തുകയും ചെയ്തു.

വർഷങ്ങൾക്കുമുൻപ്, ഞാൻ ഇന്റർനെറ്റ് മീഡിയയിൽ എന്റെ കരിയർ ആരംഭിച്ചപ്പോൾ, എനിക്ക് ഒരു പ്രയാസവുമില്ലാതെ ഇത് ഉപേക്ഷിച്ച് സാധാരണതയിലേക്ക് ചായാൻ കഴിയുമായിരുന്നു : എങ്ങനെയെന്ന് എനിക്കറിയില്ല! ഒരു വെബ്സൈറ്റ് എങ്ങനെ പ്രോഗ്രാം ചെയ്യണമെന്ന് എനിക്കറിയില്ല! ഗ്രാഫിക്സ് എങ്ങനെ ഡിസൈൻ ചെയ്യണമെന്ന് എനിക്കറിയില്ല! സെർവർ എങ്ങനെ കൈകാര്യം ചെയ്യണമെന്ന് എനിക്കറിയില്ല! മാർക്കറ്റിംഗ് കോപ്പി എങ്ങനെ എഴുതണമെന്ന് എനിക്കറിയില്ല! ഈ ഒഴികഴിവുകൾ നിങ്ങളുടെ സ്വപ്നങ്ങളെ മയപ്പെടുത്താൻ തയ്യാറായ ഒരു പ്ലാസ്റ്റിക് ബാഗ് പോലെയാണ്, പക്ഷേ നിങ്ങൾ ബാഗിൽ തല കയറ്റിയാൽ മാത്രം. പകരം, ഒരു വെബ്സൈറ്റിനെക്കുറിച്ചുള്ള എന്റെ കാഴ്ചപ്പാട് "എങ്ങനെയെന്ന് എനിക്കറിയില്ല"എന്നതിൽ അവസാനിച്ചില്ല. പക്ഷേ, അത് അവിടെ ആരംഭിച്ചു. അതിനാൽ, ബാഗിൽനിന്ന് നിങ്ങളുടെ തല പുറത്തെടുക്കുക!

ഇന്ന് എനിക്ക് ഒരു പബ്ലിഷിംഗ് കമ്പനിയും സംരംഭകത്വത്തിനായുള്ള ചർച്ചാ പോർട്ടലും ഉണ്ട്. ആ സംരംഭങ്ങൾ ആസൂത്രണം ചെയ്യുമ്പോൾ, ഞാൻ അത് ആരംഭിച്ചത് ശൂന്യമായ അറിവോടെ ആയിരുന്നു. വെല്ലുവിളി മറികടക്കാൻ, എനിക്ക് പഠിക്കേണ്ടിവന്നു. പഠനം. അന്വേഷണം. പ്രശ്നങ്ങൾ പരിഹരിക്കൽ.

സെർച്ച് എഞ്ചിനുകളായിരുന്നു എന്റെ ഗുരുക്കന്മാർ.

ഞാൻ എന്റെ കഴിവ് (എന്റെ ഓയിൽ) പുതുക്കിയില്ലെങ്കിൽ, എന്റെ എല്ലാ യാത്രകളും അകാലത്തിൽ അവസാനിക്കുമായിരുന്നു. എന്റെ മതപരമായ അറിവിന്റെ അന്വേഷണം എന്നെ എപ്പോഴും കാര്യക്ഷമതയിൽ നിലനിർത്തി മാറിക്കൊണ്ടിരിക്കുന്ന ഈ ലോകത്തിൽ ഫാസ്റ്റ്ലെയ്ൻ അവസരങ്ങൾക്കായി എന്നെ മികച്ചതാക്കി.

വിദ്യാഭ്യാസം ബിരുദത്തോടെ അവസാനിച്ചില്ല, അത് ആരംഭിച്ചു.

എല്ലാറ്റിനും ഉപരിയായി, എന്റെ സ്വയം പഠിപ്പിച്ച വിദ്യാഭ്യാസം അതിവേഗ പാതയിലെ അവസരങ്ങളിലേക്കുള്ള ഇരട്ട-ടർബോ കുതിപ്പായിരുന്നു; എന്റെ കഴിവുകൾ പരാന്നഭോജിയായ കടമോ അനുരൂപമോ നിറഞ്ഞതല്ല.

വിദ്യാഭ്യാസം അനായാസേന ലഭ്യമാണ്

സ്വതന്ത്ര ലോകത്തിന്റെ ഏറ്റവും വലിയ പരിഹാസം അറിവിന്റെ അപര്യാപ്തമായ ഉപയോഗമാണ്. നിങ്ങളുടെ പ്രാദേശിക പുസ്തകശാലയുടെ അകത്തേക്ക് നടക്കുക, ശ്വസിക്കുക. അതിന്റെ മണം? അത് അനന്തമായ അറിവിന്റെ ഗന്ധമാണ്. നിങ്ങളുടെ പ്രാദേശിക ലൈബ്രറിയിലേക്ക് നടന്ന് ചുറ്റും നോക്കുക. അത്ഭുതകരം. ചുമര് നിറയെ പുസ്തകങ്ങൾ, എടുക്കുന്നത് സൗജന്യം. നിങ്ങൾക്ക് എല്ലാ പുസ്തകങ്ങളും, ഓരോ ഖണ്ഡികയും, ഓരോ വാചകവും തീർക്കാൻ കഴിയുമോ എന്ന് സങ്കൽപ്പിക്കുക. "എനിക്കറിയില്ല" എന്നത് നിങ്ങളുടെ വിജയത്തിന് ഹാനികരമാകുമോ?

വിദ്യാഭ്യാസം അനായാസേന ലഭ്യമാണെന്നതിൽ ഞാൻ ആശ്ചര്യപ്പെടുന്നു, എന്നിട്ടും മിക്കവരും അത് അവഗണിക്കാൻ തിരഞ്ഞെടുക്കുന്നു. ഒരു മരത്തിലെ പറിച്ചെടുക്കാത്ത ഫലമാണ് വിദ്യാഭ്യാസം, അതിനുവേണ്ടത് നിലത്തു കിടക്കുന്ന ഗോവണി മാത്രം മതി. എന്നിരുന്നാലും, മിക്ക ആളുകളും "എനിക്ക് വിദ്യാഭ്യാസം താങ്ങാൻ കഴിയില്ല" എന്ന പരിമിതമായ വിശ്വാസത്തിൽ മുറുകെ പിടിക്കുന്നു.

ക്ഷമിക്കണം, മടിയനായിരിക്കുന്നതുകൊണ്ട് തന്നുപോരുന്ന ഒരു ഒഴികഴിവാണ് ഇത്.

നിങ്ങളുടെ ഉപഭോഗത്തിന് വിദ്യാഭ്യാസം സൗജന്യമാണ്. അനന്തമായ അറിവ് നിങ്ങളുടെ വിരൽത്തുമ്പിലാണ്. അത് ലഭിക്കുന്നതിൽനിന്ന് നിങ്ങളെ തടയുന്ന ഒരേയൊരു കാര്യം നിങ്ങൾ മാത്രമാണ്. അതെ നിങ്ങൾ.

ടിവി ഓഫ് ചെയ്യുക, ഒരു പുസ്തകം എടുത്ത് വായിക്കുക. ഫാന്റസി ഫുട്ബോൾ കളിക്കുന്നത് നിർത്തി ലൈബ്രറിയിലെത്തുക. എക്സ് ബോക്സ് ഉപേക്ഷിച്ച് പുസ്തകങ്ങളിൽ മുഴുകുക. പ്രതിബദ്ധതയുള്ള ഫാസ്റ്റ്ലെയ്നർക്ക് ഒരു പുസ്തകത്തിൽ നിന്ന് എന്തെങ്കിലും രഹസ്യമായി കണ്ടുപിടിക്കുന്നതിനുള്ള കഴിവ് ഉണ്ട്. അദ്ദേഹം സെമിനാറുകളിൽ പങ്കെടുക്കുന്നു. അദ്ദേഹം ബിസിനസ്സ് ഫോറങ്ങളിൽ കയറിയിറങ്ങുന്നു. അവൻ ഗൂഗിളിലോ യൂട്യൂബിലോ വ്യത്യസ്ത വിഷയങ്ങളും തന്ത്രങ്ങളും തിരയുന്നു.

ശാരീരിക കഴിവുകൾ ആവശ്യമില്ലാത്ത എന്തിലും ഒരു വിദഗ്ധനാകാൻ നിങ്ങൾക്ക് സഹജമായ ശക്തിയുണ്ട്. എന്തും! ലോകത്തിലെ ഒരു പുസ്തകത്തിനും ആവില്ല എന്നെ ഒരു പ്രൊഫഷണൽ ഗായകനാക്കാനോ അല്ലെങ്കിൽ ഒരു ബാസ്കറ്റ്ബോൾ കളിക്കാരനാക്കാനോ, എന്നാൽ പുസ്തകങ്ങൾക്ക് തുടക്കക്കാരെ ഭൗതികമല്ലാത്ത വിഷയങ്ങളിൽ വിദഗ്ധരാക്കി മാറ്റാൻ കഴിയും. നിങ്ങൾക്ക് ഒരു കറൻസി ട്രേഡിംഗ് വിദഗ്ധനാകാം. റിയൽ എസ്റ്റേറ്റ്. ബിസിനസ്സ്. വെബ്പ്രോഗ്രാമിംഗ്. വിൽപ്പന. ഒരു പൊതു പ്രഭാഷകൻ. ശാരീരികമായ ഏകോപനം ആവശ്യമില്ലാത്ത ഏതെങ്കിലും അച്ചടക്കത്തിന്റെ വൈദഗ്ധ്യം അവിടെയുണ്ട്. അതിന് എന്താണ് ആവശ്യപ്പെടുന്നത്? നിങ്ങളുടെ പിന്തുടരുന്നതിലുള്ള പ്രതിബദ്ധത, പിന്നെ ഏറ്റവും വലിയത് : അത് പ്രായോഗികത്തിൽ കൊണ്ടുവരിക.

ഞാൻ എന്റെ വീട് പുനർനിർമ്മിച്ചപ്പോൾ, എന്റെ ഗംഭീരമായ വിശ്രമമുറിയുടെ ഭിത്തികൾ ഫോക്സ് പെയിന്റ് ചെയ്യേണ്ടതായി വന്നു. വിശാലമായ പ്രതലങ്ങളിൽ ആഴവും പ്രകാശവും സൃഷ്ടിക്കാൻ ഉപയോഗിക്കുന്ന സങ്കീർണ്ണമായ ഒരു പെയിന്റിംഗ് സാങ്കേതികതയാണ് ഫോക്സ് ഫിനിഷിംഗ്. എനിക്ക് രണ്ട് ചോയ്സുകളുണ്ടായിരുന്നു : ഒരു പ്രൊഫഷണലിനെ വിളിക്കുക അല്ലെങ്കിൽ അത്

സ്വയം ചെയ്യാൻ പഠിക്കുക. ഞാൻ കലാപ്രിയനും വിരമിച്ചവനുമായതിനാൽ, ഇതൊരു രസകരമായ വെല്ലുവിളിയായാണ് ഞാൻ വീക്ഷിച്ചത്. അങ്ങനെ ഞാൻ അത് സ്വയം ചെയ്യാൻ തീരുമാനിച്ചു.

ഞാൻ ഇന്റർനെറ്റിൽ എത്തി ഏതാനും മണിക്കൂറുകൾ വീഡിയോ ട്യൂട്ടോറിയലുകൾ കണ്ടു. ഞാൻ ഹോം ഡിപ്പോയിൽ പോയി, സാധനങ്ങൾ വാങ്ങി. തുടർന്നുള്ള ദിവസങ്ങളിൽ ഞാൻ കാർഡ്ബോർഡ് ബോക്സുകളിൽ പരിശീലിച്ചു. ഒരാഴ്ചക്കുള്ളിൽ ഞാൻ ഫാക്സ് പെയിന്റിംഗിൽ പ്രാവീണ്യം നേടി. ഒരു ആഴ്ചയിൽ ഒരു കഴിവ് ഞാൻ സ്വയം പഠിച്ചു. ദിവസങ്ങൾക്കുമുൻപ് ഞാൻ "എങ്ങനെയെന്ന് എനിക്കറിയില്ല!" എന്ന ഗോളത്തിലായിരുന്നു. ദിവസങ്ങൾക്കുശേഷം, എനിക്ക് വേണമെങ്കിൽ വിൽക്കാൻ കഴിയുന്ന ഒരു പുതിയ കഴിവ് ഞാൻ നേടി. മികച്ച ഫോക്സ് പെയിന്റടിക്കുന്നവർക്ക് ഒരു ചതുരശ്ര അടിക്ക് 12 ഡോളർ ലഭിക്കും. ഒരാഴ്ചക്കുള്ളിൽ, ഫാസ്റ്റ്ലെയ്ൻ സമവാക്യത്തിലേക്കുള്ള ഒരു ചെറിയ റോഡ് തുറന്നുകാട്ടുന്ന ഒരു വൈദഗ്ധ്യം ഞാൻ സ്വയം സൃഷ്ടിച്ചു.

കഴിവുകളും വൈദഗ്ധ്യവും നിങ്ങൾക്കായി കാത്തിരിക്കുന്നു. ആരും നിങ്ങളുടെ മടിയിൽ ഒരു പുസ്തകം ഇടുകയും അറിവു സമ്മാനിക്കുകയും ചെയ്യുന്നില്ല. നിങ്ങൾ അത് അന്വേഷിക്കുകയും അവയിൽ പ്രവർത്തിക്കുകയും ചെയ്യുകയും തുടർന്ന് ഉപയോഗിക്കുകയും വേണം. *അറിവിന്റെ സമ്പാദനവും പ്രയോഗവും നിങ്ങളെ സമ്പന്നനാക്കും.*

അപ്പോൾ നിങ്ങൾ എവിടെയാണ് ചെലവുകുറഞ്ഞ രീതിയിൽ അവസാനിക്കാത്ത അറിവ് നേടുന്നത്? നിങ്ങൾ ശ്വസിക്കുന്ന വായുപോലെ, പറിച്ചെടുക്കാൻ കാത്തിരിക്കുന്ന ഒരു ആപ്പിൾ മരം പോലെ അത് നിങ്ങൾക്ക് ചുറ്റും ഉണ്ട്.

പുസ്തക കടകൾ : നിങ്ങളുടെ വിദ്യാഭ്യാസ ചെലവിനായുള്ള ഡോളറിൽ ഏറ്റവും വലിയ വരുമാനം പുസ്തകങ്ങൾ തന്നെ തരുന്നു. അവയെ വാങ്ങുക അല്ലെങ്കിൽ കടം വാങ്ങുക. എങ്ങനെയും വായിച്ചാൽ മതി.

ലൈബ്രറി : വിജ്ഞാനത്തിന്റെ ഏറ്റവും വലിയ സ്വതന്ത്ര ശേഖരവും "എനിക്ക് പുസ്തകങ്ങൾ വാങ്ങാൻ കഴിയില്ല" എന്ന ഒഴികഴിവ് ഇല്ലായ്മ ചെയ്യുന്നതുമാണ്. ലൈബ്രറിയിൽനിന്നാണ് ഞാൻ എന്റെ തുടക്കം കുറിച്ചത്.

ഇന്റർനെറ്റ് ഫോറങ്ങൾ/YouTube ചാനലുകൾ : സമാന ചിന്താഗതിയുള്ള സംഘങ്ങളെ കണ്ടെത്തുകയും വിജയിച്ചവരിൽനിന്ന് പഠിക്കുകയും ചെയ്യുക. സഹായിക്കാനുതകുന്ന കാറ്റിന്റെ ഗതിയെ കണ്ടെത്തുക!

ഇന്റർനെറ്റ് ക്ലാസ്സുകൾ : താങ്ങാനാവുന്നതും സൗകര്യപ്രദവുമാണ്. ഉഡെമി, ലിൻഡ, ഖാൻ തുടങ്ങിയ സ്ഥലങ്ങൾ.

ഇന്റർനെറ്റ് ബ്ലോഗുകൾ/പോഡ്കാസ്റ്റുകൾ/സ്ക്രീൻകാസ്റ്റുകൾ/വെബ് കാസ്റ്റുകൾ : ഒഴികഴിവുകളെ നശിപ്പിക്കുന്ന മറ്റൊരു സംവിധാനം.

സെമിനാറുകൾ : നല്ല സെമിനാറുകൾ നല്ല മൂല്യം കൊണ്ടുവരുന്നു. ശരിയായ സ്ഥാപനങ്ങളാൽ സ്പോൺസർ ചെയ്യുന്നതാണെന്ന് ചിന്തിച്ചുകൊണ്ട്, അല്ലാതെ പെട്ടെന്ന് സമ്പന്നനാക്കുന്ന ഗുരുക്കളുടെയല്ല.

ടെലിവിഷൻ : കേബിൾ ടിവി ടെലിവിഷനെ വിദ്യാഭ്യാസമാക്കി മാറ്റി. ബുദ്ധിശൂന്യമായ റിയാലിറ്റി ടിവി മാലിന്യത്തിൽനിന്ന് വ്യതിചലിച്ച് വിദ്യാഭ്യാസ മൂല്യമുള്ള ചാനലുകളിലേക്ക് ട്യൂൺ ചെയ്യുക : ചരിത്രം, ഡിസ്കവറി, സയൻസ്, HGTV, മിലിട്ടറി, നാഷണൽ ജിയോഗ്രാഫിക്.

തുടർവിദ്യാഭ്യാസ ക്ലാസ്സുകൾ : കമ്മ്യൂണിറ്റി കോളേജുകളാണ് കൂടുതലും വാഗ്ദാനം ചെയ്യുന്നത്, ഈ ക്ലാസ്സുകൾ പ്രത്യേക വിഷയങ്ങളിൽ ഔപചാരിക പരിശീലനത്തിന്റെ വിപുലമായ ശ്രേണി വാഗ്ദാനം ചെയ്യുന്നു.

സൗജന്യ മാസികകൾ : TradePub.com, FreeBizMag.com എന്നിവ സന്ദർശിച്ച് നിങ്ങളുടെ താൽപര്യമുള്ള വിഷയവുമായി ബന്ധപ്പെട്ട മാസികകളുടെ സബ്സ്ക്രിപ്ഷനുകൾ സൗജന്യമായി സൈൻ അപ്പ് ചെയ്യുക.

നിർഭാഗ്യവശാൽ, അനന്തമായ അറിവ് നമ്മെ ചുറ്റിപ്പറ്റിയുള്ളപ്പോൾ, മിക്ക ആളുകളും അത് അവഗണിക്കുന്നു. വിജയകരമായ റിയൽ എസ്റ്റേറ്റ് നിക്ഷേപകനായ ലോണി സ്ക്രഗ്സിന്റെ (LonnieScruggs.net) വിദ്യാഭ്യാസത്തെക്കുറിച്ചുള്ള ഈ അഭിപ്രായം ഉദാഹരണമായി എടുക്കുക :

> *ഞാൻ രണ്ട് ജോലികൾ ഒരേസമയം ചെയ്തിരുന്നു. വിദ്യാഭ്യാസം എന്റെ ജീവിതം മാറ്റിമറിച്ചു. എന്റെ പണം എങ്ങനെ ജോലിക്കു വേണ്ടി മാറ്റിവെക്കും എന്ന് ഞാൻ പഠിക്കുന്നതിനുമുൻപ്, ഞാൻ എല്ലാ ജോലികളും ചെയ്യുകയായിരുന്നു. ഞാൻ അത്ര വിദ്യാഭ്യാസമില്ലാത്തവനായിരുന്നു അതിനാൽ സാമ്പത്തിക സ്വാതന്ത്ര്യത്തിനുള്ള ഉത്തരം രണ്ട് ജോലിയാണെന്ന് അന്ന് ഞാൻ കരുതി. അതുതന്നെയാണ് ഞാൻ വർഷങ്ങളോളം ചെയ്തത്. ഒടുവിൽ, ഒരു ദിവസത്തിൽ മതിയായ മണിക്കൂറുകൾ ഇല്ലെന്ന് ഞാൻ മനസ്സിലാക്കി. എനിക്ക് സാമ്പത്തിക സുരക്ഷിതത്വത്തിൽ എത്തിച്ചേരാൻ ഒരു മാസത്തിൽ വേണ്ടത്ര മണിക്കൂർ ജോലി ചെയ്യാൻ കഴിഞ്ഞില്ല. ഇതിലും നല്ല ഒരു വഴി വേണമായിരുന്നു. ഞാൻ അത് അന്വേഷിക്കാൻ തുടങ്ങി.*
>
> *വിദ്യാഭ്യാസവും വിജ്ഞാനവുമാണ് ഉത്തരമെന്ന് തിരിച്ചറിഞ്ഞപ്പോൾ ഞാൻ വിദ്യാഭ്യാസം നേടാനുള്ള ഒരു മനസ്സ് നേടി. അതിനുമുമ്പ്, എനിക്ക് ഉണ്ടായിരുന്നത് കുറച്ച് "സ്കൂൾപഠനം" മാത്രമാണ്. ഇപ്പോൾ എനിക്ക് കുറച്ച് വിദ്യാഭ്യാസം ആവശ്യമാണെന്ന് മനസ്സിലായി.*
>
> *ഇപ്പോൾ ഞാൻ തിരിഞ്ഞുനോക്കുമ്പോൾ, മറ്റുള്ളവർ ചെയ്തുകൊണ്ടിരുന്ന എളുപ്പവും രസകരവുമായ എല്ലാ കാര്യങ്ങളും ഞാൻ ചെയ്തിട്ടില്ലെന്ന് മനസ്സിലായി. പക്ഷേ ഞാൻ ശരിയായ കാര്യങ്ങൾ എല്ലാം ചെയ്തു. ഇന്ന്, ഞങ്ങൾ സാമ്പത്തിക സുരക്ഷിതത്വവും സാമ്പത്തിക സ്വാതന്ത്ര്യവും ആസ്വദിക്കുന്നു. നമുക്ക് ഇഷ്ടമുള്ളത് ചെയ്യാം. നമ്മുടെ പല സുഹൃത്തുക്കളും ഇപ്പോഴും അവർക്ക് അറിയാത്ത ജോലി ചെയ്യുന്നു, അവർ ആഗ്രഹിക്കുന്ന സാമ്പത്തിക സുരക്ഷയ്ക്കായി തിരയുന്നു. എനിക്ക് തിരഞ്ഞെടുക്കാനുള്ള അതേ അവസരം അവർക്കും ഉണ്ടായിരുന്നു; അവർ വെറുതെ തെറ്റായ തിരഞ്ഞെടുപ്പുകൾ നടത്തി.*

അവർക്കെല്ലാം സ്കൂൾ വിദ്യാഭ്യാസം ഉണ്ടായിരുന്നു. പക്ഷേ അവർക്കൊന്നും സാമ്പത്തിക സ്വാതന്ത്ര്യം നൽകുന്നതിന് ആവശ്യമായ വിദ്യാഭ്യാസം ഉണ്ടായിരുന്നില്ല. ഇപ്പോൾ അവർ എന്നോട് പറയുന്നു ഞങ്ങൾ എത്ര ഭാഗ്യവാന്മാരാണെന്ന്.

നിങ്ങൾക്ക് ചെയ്യാൻ കഴിയുന്ന ഏറ്റവും മികച്ച നിക്ഷേപം നിങ്ങളിലാണ്. അതിനാൽ നിങ്ങളുടെ വിദ്യാഭ്യാസത്തിനു പണം നൽകാൻ തയ്യാറാവുക, അല്ലെങ്കിൽ പിന്നീട് ആ വിദ്യാഭ്യാസ കുറവിന് വലിയ വില കൊടുക്കാൻ തയ്യാറാവുക. ഇന്ന് നിങ്ങൾ എടുക്കുന്ന തിരഞ്ഞെടുപ്പുകൾ നിങ്ങളുടെ സാമ്പത്തിക ഭാവി നിർണ്ണയിക്കും. നിങ്ങൾ ശരിയായ തിരഞ്ഞെടുപ്പ് നടത്തുന്നുവെന്ന് ഉറപ്പാക്കുക. കാരണം, ആ തിര ഞ്ഞെടുപ്പിന്റെ ഫലങ്ങൾക്കൊപ്പം നിങ്ങൾ ജീവിക്കേണ്ടിവരും.

ഒരു ബിരുദദാനച്ചടങ്ങിൽ വിദ്യാഭ്യാസം അവസാനിക്കില്ലെന്ന് ധനികർ മനസ്സിലാക്കുന്നു; അത് ആരംഭിക്കുന്നു. ലോകം നിരന്തരമായ ഒഴുക്കിലാണ്, അത് വികസിക്കുമ്പോൾ നിങ്ങളുടെ വിദ്യാഭ്യാസം നീങ്ങണം അതോടൊപ്പം ഇല്ലെങ്കിൽ, നിങ്ങൾ മിതത്വത്തിലേക്ക് തെന്നിനീങ്ങും.

"എനിക്ക് സമയമില്ല!"

"എങ്ങനെയെന്ന് എനിക്കറിയില്ല!" എന്നതിന്റെ തൊട്ടുപിന്നാലെ വരുന്നതാണ് "എനിക്ക് സമയമില്ല!" നിങ്ങളുടെ ഓയിൽ മാറ്റാൻ ഈ ഭൂമിയിൽ എവിടെ സമയം കണ്ടെത്താനാണ്? ഞാൻ വളരെ ഗൗരമായി പറയുന്നതാണ്, മുഴുവൻ സമയ ജോലിക്കും രണ്ടു കുട്ടികൾക്കുമിടയിൽ, എവിടെ സമയം? അത് മറ്റെല്ലാത്തിനും ഇടയിലാണ്.

ആവർത്തനവും സ്ഥിരതയുമുള്ള നിലവിലുള്ള പ്രവർത്തനങ്ങളുമായി ചേർക്കുമ്പോൾ, ഓയിൽ മാറ്റുന്നത് നിങ്ങൾക്ക് ബുദ്ധിമുട്ടുള്ള കാര്യമല്ല. സമയം രേഖീയമാണെങ്കിലും, "ഒരു വെടിയ്ക്ക് രണ്ടു പക്ഷി" എന്ന പഴമൊഴി പോലെ ഒരു സമയ ബ്ലോക്കിൽ ഡബിൾ ഡ്യൂട്ടി നിർവ്വഹിക്കുന്നതിലൂടെ അത് കൈകാര്യം ചെയ്യാൻ കഴിയും.

സമയം വർദ്ധിപ്പിക്കുക, നിങ്ങൾ സമ്പത്ത് വർദ്ധിപ്പിക്കും. ഒരു സമയ ഫ്രെയിമിൽ രണ്ട് ലക്ഷ്യങ്ങൾ നിറവേറ്റുക. ജീവിതം നിങ്ങളുടെ സർവ്വകലാശാലയാക്കുക. ചില സമയ തട്ടിപ്പുകൾ ഇതാ, കാര്യക്ഷമതയെ നശിപ്പിക്കാതെ എനിക്ക് വേണ്ടി പ്രവർത്തിക്കുന്ന "ലൈഫ് യൂണിവേഴ്സിറ്റി" തന്ത്രങ്ങൾ.

ഡ്രൈവിംഗിന്റെ സർവ്വകലാശാല: ഗതാഗത ശല്യങ്ങളിൽ കുടുങ്ങിക്കിടക്കുമ്പോൾ ഓഡിയോ ബുക്കുകളോ സാമ്പത്തിക വാർത്താ റേഡിയോയോ ശ്രവിക്കുക. ഗതാഗത ശല്യങ്ങൾ വിദ്യാഭ്യാസത്തിലേക്ക് രൂപാന്തരപ്പെടുത്തുക.

വ്യായാമത്തിന്റെ സർവ്വകലാശാല : ജിമ്മിൽ വ്യായാമം ചെയ്യുമ്പോൾ പുസ്തകങ്ങളും പോഡ്കാസ്റ്റുകളും മാസികകളും ആഗിരണം ചെയ്യുക. സെറ്റുകൾക്കിടയിൽ, ട്രെഡ് മില്ലിലോ നിശ്ചലമായ ബൈക്കിലോ ഉള്ള സമയത്ത് വ്യായാമം വിദ്യാഭ്യാസത്തിലേക്ക് രൂപാന്തരപ്പെട്ടിരിക്കുന്നു.

പ്രതീക്ഷയുടെ സർവ്വകലാശാല : നീണ്ട കാത്തിരിപ്പ് നിങ്ങൾ പ്രതീക്ഷിക്കുമ്പോൾ വായിക്കാൻ എന്തെങ്കിലും കൊണ്ടുവരിക : വിമാനത്താവളങ്ങൾ, ഡോക്ടറുടെ ഓഫീസുകൾ, ഏറ്റവും കൂടുതൽ കാലതാമസം വരുത്തുന്ന സംസ്ഥാനത്തിന്റെ മോട്ടോർ വാഹന വകുപ്പ്. അവിടെയിരുന്ന് പെരുവിരൽ ഞെരിച്ചുകൊണ്ടിരിക്കാതെ എന്തെങ്കിലും വായിക്കുക!

ടോയ്ലെറ്റ് രൂപത്തിലുള്ള സർവ്വകലാശാല : വിദ്യാഭ്യാസ മൂല്യമുള്ള എന്തെങ്കിലും വായിക്കാതെ ഒരിക്കലും സിംഹാസനത്തിലിരിക്കരുത്. ഓരോ ദിവസവും പുതിയ എന്തെങ്കിലും പഠിക്കുക എന്ന ഉദ്ദേശ്യത്തോടെ നിങ്ങളുടെ "ഇരുന്ന സമയം" (നിങ്ങൾ പൂർത്തിയാക്കിയതിന് ശേഷവും) കൂട്ടുക. നിങ്ങളുടെ ഓയിൽ മാറ്റാനുള്ള ഏറ്റവും നല്ല സ്ഥലമാണ് ടോയ്ലെറ്റ് സർവ്വകലാശാല. ഇത് ദിവസവും സംഭവിക്കുന്നതിനാൽ സമയച്ചെലവ് ഒഴിവാക്കാനാവില്ല. ഇതിനർത്ഥം നിങ്ങളുടെ സമയ നിക്ഷേപത്തിൽനിന്നുള്ള വരുമാനം അനന്തമാണ്! ടോയ്ലെറ്റ് സമയം വിദ്യാഭ്യാസമായി മാറി.

ജോലിയുടെ രൂപത്തിലുള്ള സർവ്വകലാശാല : നിങ്ങൾക്ക് കഴിയുമെങ്കിൽ, ജോലി കുറഞ്ഞ സമയങ്ങളിൽ വായിക്കുക. എന്റെ ഡെഡ്ജോബ് ജോലിയുടെ സമയത്ത് (ലിമോസ് ഡ്രൈവിംഗ്, പിസ്സ ഡെലിവറി) ഞാൻ ജോലികൾക്കിടയിലും "കാത്തിരിപ്പ് സമയങ്ങൾ" ആസ്വദിച്ചു. യാത്രക്കാർക്കും പിസ്സകൾക്കും ഫ്ലവർ ഓർഡറുകൾക്കുംവേണ്ടി കാത്തിരിക്കുമ്പോൾ ഞാൻ വായിച്ചു. പോക്കറ്റ്-പോക്കർ കളിച്ച് സമയം പാഴാക്കിയില്ല; ഞാൻ വായിച്ചു. നിങ്ങളുടെ ജോലിയുടെ ഇടയിൽ കിട്ടുന്ന വിലയേറിയ സമയം ഉപയോഗിക്കുവാൻ കഴിയുമെങ്കിൽ വിദ്യാഭ്യാസത്തിന് നിങ്ങൾക്ക് ധനം നല്കപ്പെടുന്നു എന്നർത്ഥം. ദിശാഹീനമായ ജോലികൾ വിദ്യാഭ്യാസത്തിലേക്ക് രൂപാന്തരപ്പെട്ടു.

ടിവി-ടൈം സർവ്വകലാശാല : ടിവിയിൽനിന്ന് അകന്നു മാറാൻ കഴിയുന്നില്ലേ? ഒരു പ്രശ്നവുമില്ല; നിങ്ങളുടെ വർക്ക്സ്പെയ്സിന് സമീപം ഒരു ടെലിവിഷൻ വെക്കൂ. ടിവി അതിന്റെ പണിയെടുക്കുമ്പോൾ നിങ്ങളുടെ ഫാസ്റ്റ്ലെയ്ൻ പ്ലാൻ ഒരേസമയം പ്രവർത്തിപ്പിക്കുക. *സ്റ്റാർ ട്രെക്ക്*-ന്റെ എണ്ണമറ്റ ആവർത്തനങ്ങൾ കാണുമ്പോൾ, ധൈര്യത്തോടെ ഇതുവരെ ആരും പോകാത്തിടത്തേക്ക് ഞാൻ പോകുന്നു, വെബ്സൈറ്റുകൾ എങ്ങനെ പ്രോഗ്രാം ചെയ്യാമെന്ന് ഞാൻ ഒരേസമയം പഠിച്ചു. വാസ്തവത്തിൽ, ഞാൻ ഇത് എഴുതുമ്പോൾ, ന്യൂ ഓർലിയൻസ് സെയിന്റ്സ്, *മൺഡേ നൈറ്റ് ഫുട്ബോൾ* കളിയിൽ ന്യൂ ഇംഗ്ലണ്ട് പാട്രിയറ്റ്സിനെ അടിച്ചമർത്തുന്നത് ഞാൻ നിരീക്ഷിക്കുകയാണ്. മൈതാനത്തെ കലഹം ജോലിയും വിദ്യാഭ്യാസവുമായി രൂപാന്തരപ്പെട്ടു

നിങ്ങൾ ഇതിനകം ഉപയോഗിക്കുന്ന സമയത്തെക്കുറിച്ച് ചിന്തിക്കുക. ജീവിതത്തിൽ എത്ര മണിക്കൂറുകൾ നിസ്സാരകാര്യങ്ങൾക്കായി പാഴാക്കുന്നു? ടെലിവിഷനിലെ ഒമ്പത് വർഷം? ഈ സമയം നഷ്ടപ്പെടുത്തേണ്ടതില്ല, സമയം പാഴാക്കേണ്ടതില്ല. ഈ സമയം ഫാസ്റ്റ്ലെയ്ൻ ഓയിൽ മാറ്റത്തിന് പാകമാണ്. നിങ്ങളുടെ ഒന്നിലധികം ജോലികൾ ഒരേ സമയത്ത് ചെയ്യുന്ന സെഷനുകൾ ബുദ്ധിപൂർവ്വം തിരഞ്ഞെടുക്കുക – ഒന്നിലധികം ജോലികൾ ഒരേ സമയത്ത് ചെയ്യുന്ന ആഴത്തിലുള്ള ശ്രദ്ധയെയും ഏകാഗ്രതയെയും ബാധിക്കുമെന്ന് തെളിയിക്കപ്പെട്ടിട്ടുണ്ട്.

നിങ്ങളുടെ ഓയിൽ റീചാർജ് ആരംഭിക്കാൻ, നിങ്ങൾക്ക് ജീവിതത്തിലെ താൽപര്യമുള്ള ഒരു വിഷയം അല്ലെങ്കിൽ മെച്ചപ്പെടേണ്ട ഒരു പ്രദേശം തിരഞ്ഞെടുക്കുക. വിൽപ്പനയിലോ എഴുത്തിലോ മികവില്ലേ? ലൈബ്രറിയിൽ എത്തി വായിക്കാൻ തുടങ്ങുക. ഞാൻ ഫാസ്റ്റ്‌ലെയ്ൻ എഴുതാൻ തുടങ്ങുന്നതിനുമുൻപ്, ഇതുമായി ബന്ധപ്പെട്ട ആറ് പുസ്തകങ്ങൾ വാങ്ങി – പ്രസിദ്ധീകരിക്കൽ, ലേഖനം, പുസ്തകമെഴുത്ത് എന്നിവയെക്കുറിച്ചുള്ളത്. ഞാൻ അന്ധമായി ഒരു പുസ്തകം എഴുതി പ്രസിദ്ധീകരിക്കുകയല്ല; പ്രക്രിയയിലൂടെ ഞാൻ എന്നെത്തന്നെ നന്നായി പഠിപ്പിച്ചു.

പ്രതിവർഷം 12 പുസ്തകങ്ങളെങ്കിലും അല്ലെങ്കിൽ മാസത്തിൽ ഒന്ന് വായിക്കാൻ ഒരു ലക്ഷ്യം വെക്കുക. നിങ്ങൾ എന്നെപ്പോലെ ആക്രമണകാരിയാണെങ്കിൽ, നിങ്ങൾ എല്ലാ ആഴ്ചയും ഒരു പുസ്തകം വായിക്കും. എനിക്ക് വേണ്ടത്ര സമ്മർദ്ദം ചെലുത്താൻ കഴിയില്ല. നിങ്ങൾ എത്രത്തോളം കൂടുതൽ അറിവ് ആഗിരണം ചെയ്യുന്നോ, ഫാസ്റ്റ്‌ലെയ്ൻ റോഡ് യാത്രയിൽ നിങ്ങൾ അത്രയും കൂടുതൽ കരുത്ത് സൃഷ്ടിക്കുന്നു.

$50,000 ഓയിൽ മാറ്റം

ഓയിൽ മാറ്റുന്ന സ്ഥലങ്ങളിൽ ഒന്നിൽ ഞാൻ അവസാനമായി പോയപ്പോൾ, പരസ്യത്തിലൂടെ വാഗ്ദാനം നൽകിയ $21.99-ന്റെ ഓയിൽ മാറ്റം അധിക സേവന നിർദ്ദേശങ്ങൾ കാരണം $110-ന്റെ ബില്ലായി മാറി. ഒരു ഓയിൽ മാറ്റത്തിന് 30 രൂപയിൽ കൂടുതൽ ചിലവ് വരരുത്, ഭാരമേറിയ എന്തും നിങ്ങളുടെ സംശയങ്ങൾ ഉണർത്തണം. ഇരുപത് രൂപയാണ് ഒരു പുസ്തകത്തിന്റെ ശരാശരി വില. ഉപയോഗിച്ച പുസ്തകങ്ങൾക്ക് കുറവാണ്. ലൈബ്രറി പുസ്തകങ്ങൾ സൗജന്യമാണ്. ഒരു കമ്മ്യൂണിറ്റി കോളേജിലാണ് തുടർ വിദ്യാഭ്യാസം അവിടെ മണിക്കൂറിന് $30. ഓയിൽ മാറ്റങ്ങൾ വിലകുറഞ്ഞതാണ്. എന്നിട്ടും, നമ്മൾ കടങ്ങളുടെ ചങ്ങലകൾ കണങ്കാലുകളോട് കെട്ടുന്നു, ഓയിൽ മാറ്റത്തിന് ആയിരക്കണക്കിന് ഡോളറുകൾ നൽകുന്നു.

സർക്കാർ സാമ്പത്തിക രക്ഷാപ്രവർത്തനങ്ങളിൽ ഒന്നിനെതിരെ പരസ്യമായി പ്രതിഷേധിക്കുന്ന ഒരു വിദ്യാർത്ഥിയുടെ ചിത്രം കഴിഞ്ഞ ദിവസം ഞാൻ കണ്ടു. അവൾ ഒരു വലിയ പ്ലക്കാർഡ് ഉയർത്തി : “എനിക്ക് 4.0 GPA ഉണ്ട്, $90,000 കടമുണ്ട്, ജോലിയില്ല – എവിടെയാണ് എന്റെ സാമ്പത്തിക സഹായം?

നിങ്ങളുടെ സാമ്പത്തിക സഹായം എവിടെയാണ്?

ഞാൻ നിങ്ങളോട് പറയട്ടെ, ബാത്ത്റൂമിലേക്ക് നടക്കുക, ലൈറ്റ്-സ്വിച്ച് ഇടുക, അകത്തെ കണ്ണാടിയിലേക്ക് നോക്കു. ഇവിടെത്തന്നെയാണ് നിങ്ങളുടെ സാമ്പത്തിക സഹായം ലഭിക്കുന്നത്.

ഒരു ജോലി ലഭിക്കാത്ത, കടബാധ്യതയുള്ള കോളേജ് ബിരുദധാരികളിൽ നിന്നുള്ള സങ്കട കഥകൾ എനിക്ക് മടുത്തു. ഉത്തരവാദിത്തം ഏറ്റെടുക്കുക. കോളേജ് പഠനം ഒരു ജോലി ഉറപ്പുനൽകുന്ന എന്ന മിഥ്യാധാരണയിലായിരുന്നു നിങ്ങൾ. നിങ്ങളുടെ വാഹനം ഓടിക്കാൻ കമ്പോള ശക്തികളെ അനുവദിക്കുമ്പോൾ നിങ്ങൾ, നിങ്ങളുടെ 4.0 GPA-യുടെയും നിങ്ങളുടെ ആറക്ക കടത്തിന്റെ ഭാരവും കാണിക്കുന്ന ഒരു ഹോം മെയ്ഡ് പോസ്റ്ററുമായി തെരുവിൽ അവസാനിക്കാൻ സാധ്യതയുണ്ട്.

ആർക്കും ഒരു ചിന്തയുമില്ല. നിങ്ങൾ കടം വാങ്ങിയതിനാൽ നിങ്ങൾ കട

ത്തിലാണ്. നിങ്ങൾ കടത്തിലാണ് അതിനുകാരണം നിങ്ങൾ എഴുതിവച്ച നുണ വാങ്ങിക്കുകയും നിയന്ത്രണം പരിത്യജിക്കുകയും ചെയ്തതിനാലാണ്.

നിങ്ങൾ സ്ലോലൈൻ വാങ്ങി. കടം വാങ്ങാൻ നിർബന്ധിക്കപ്പെട്ടിരുന്നോ? നിർമ്മാതാക്കളെ ശിക്ഷിക്കുകയും ഉപഭോക്താക്കൾക്ക് പ്രതിഫലം നൽകുകയും ചെയ്യുന്ന രാഷ്ട്രീയക്കാർക്ക് നിങ്ങൾ വോട്ട് ചെയ്തതിനാൽ നിങ്ങൾക്ക് ജോലിയില്ല. വസ്തുതകൾ അഭിമുഖീകരിക്കുക.

ആജീവനാന്തം കരാറെടുത്ത സമയത്തിന് നിർബന്ധിക്കുന്ന വിലകൂടിയ ഓയിൽ മാറ്റം മണ്ടത്തരമാണ്. വീണ്ടും, പരാദ കടം ഉറവിടത്തെക്കുറിച്ച് ശ്രദ്ധിക്കുന്നില്ല; അത് നിങ്ങളുടെ സൗജന്യസമയം രുചിച്ച് നോക്കുന്നതിനായി ആഗ്രഹിക്കുന്നു, അല്പം ഉപ്പും, കുരുമുളകും താളിച്ചതിനുശേഷം.

സെമിനാറിന്റെ പരാജയപ്പെടൽ

ഒരു സെമിനാറിൽ പങ്കെടുക്കാൻ ഏത് വിഡ്ഢി $50,000 നൽകും? പലരും ചെയ്യുന്നു. ഇതൊരു ഫാസ്റ്റ്ലെയ്ൻ ഫോറത്തിലെ സ്ഥിരം ചോദ്യമാണ്. അങ്ങനെ – അങ്ങനെ – റിയൽ എസ്റ്റേറ്റ് നിക്ഷേപത്തെക്കുറിച്ച് മൂന്ന് ദിവസത്തെ സെമിനാർ വാഗ്ദാനം ചെയ്യുന്നു $50,000-ന്. ഞാൻ അത് വാങ്ങണോ? എന്ത്? നിങ്ങൾ മയക്കുമരുന്ന് പുകക്കുന്ന ആളാണോ? നിങ്ങൾ എന്താണ് വാങ്ങുന്നതെന്ന് നിങ്ങൾക്കറിയാമോ? ഞാൻ നിങ്ങളോട് പറയട്ടെ. നിങ്ങൾ ഒരാൾക്ക് $50,000 കൊടുക്കുന്നു, പുസ്തകശാലയിൽനിന്ന് 19 രൂപയ്ക്ക് ലഭിക്കുന്ന ഒരു പുസ്തകം വിശദീകരിക്കാൻ.

50,000 ഡോളറിന്റെ സെമിനാർ എന്നത് ഞങ്ങൾ നിർമ്മാതാക്കൾക്ക് അറിയാവുന്ന ചൂഷണമാണ് : ആളുകൾ മടിയന്മാരാണ്. അത് തങ്ങൾക്ക് കൈയിൽ ലഭിക്കണമെന്ന് ജനങ്ങൾ ആഗ്രഹിക്കുന്നു. ഡോട്ടുകൾ വായിക്കാനും ബന്ധിപ്പിക്കാനും അവർ ആഗ്രഹിക്കുന്നില്ല. അവർ നയിക്കപ്പെടാനും കൈകൊണ്ട് പിടിക്കാനും ആഗ്രഹിക്കുന്നു, അല്ലെങ്കിൽ അതിലും മികച്ചത്, അത് അവർക്കായി പൂർണ്ണമായും ചെയ്തുകൊടുക്കാനും. ആളുകൾക്ക് പരിപാടികൾ വേണം, പ്രക്രിയകളല്ല, $50,000 സെമിനാറിനേക്കാൾ മികച്ച പരിപാടി എന്താണ്!

സെമിനാറുകൾ വിദ്യാഭ്യാസത്തിന് മികച്ചതാകാം. പക്ഷേ അത് ശരിയായ സെമിനാറായിരിക്കണം, താങ്ങാനാവുന്നതും നിർമ്മാതാക്കളും പരിചയസമ്പന്നരായ വിദഗ്ധരും നൽകുന്നതുമാകണം. അല്ലാതെ പ്രൊഫഷണലുകളാലോ, കരിയർ പബ്ലിക് സ്പീക്കറുകളാലോ അല്ല. ഉയർന്ന ഡോളർ മൂല്യമുള്ള മിക്ക സെമിനാറുകളും നന്നായി ക്രമീകരിക്കപ്പെട്ട മാർക്കറ്റിംഗാണ്. അതിന്റെ ഒരേയൊരു ലക്ഷ്യം നിങ്ങളുടെ വാലറ്റിനെ പൂർണ്ണമായും ശൂന്യമാക്കുക എന്നതാണ്. ഏറ്റവും വിലകുറഞ്ഞ സെമിനാറുകൾ കൂടുതൽ ചെലവേറിയ സെമിനാറിലേക്ക് നയിക്കുന്നതിന്റെ മുന്നോടിയായ ഒരു ദിവസത്തെ കച്ചവടമാണ്. നന്നായി വേഷം ധരിച്ച ആ അവതാരകർ? അവർ സാധാരണയായ പരിശീലനത്തിന്റെ വിരോധാഭാസം പേറുന്നവരാണ്, ദശലക്ഷക്കണക്കിന് ആളുകൾക്ക് ദിശാനിർദ്ദേശം നല്കി സമ്പന്നരായവർ, എന്നാൽ അവർ ഒരിക്കലും അവർ പറയുന്ന വഴിയിൽ സഞ്ചരിക്കുന്നുമില്ല.

ഫാസ്റ്റ്ലെയ്ൻ ഫോറത്തിലെ ഒരു അംഗം ഒരു ജനപ്രിയ പുസ്തക ഗുരുവിനൊപ്പമുണ്ടായ തന്റെ സമീപകാല സെമിനാർ അനുഭവം പ്രതിഫലിപ്പിച്ചു :

ആദ്യം, നിങ്ങളെ മറ്റുള്ളവരുമായി സമ്പർക്കം പുലർത്തുന്നതിന് അനുവദിക്കുന്നതല്ല. നിങ്ങളെ നെറ്റ്‌വർക്കിലേക്ക് അനുവദിച്ചിരുന്നെങ്കിൽ സെമിനാർ ഒരു വമ്പൻ വിൽപ്പന മാത്രമാണെന്ന് ആളുകൾക്ക് പെട്ടെന്ന് മനസ്സിലാകും, 50,000 ഡോളർ വിലയുള്ള ഒരു വലിയ, കൂടുതൽ ചെലവേറിയ സെമിനാറിനുള്ള പേശലാണെന്ന്. രണ്ടാമത്, നിങ്ങളുടെ തോന്നലിനെ ശ്രദ്ധിക്കണമായിരുന്ന എന്നതൊഴിച്ചാൽ നിങ്ങൾ ഒരു കാര്യവും പഠിക്കില്ല, ഒന്നും. യഥാർത്ഥത്തിൽ ഓരോ മിനിറ്റിലും ഒരു ചോര കുടിയന്മാർ ജനിക്കുന്നുണ്ട്. ആളുകൾക്ക് ബാങ്കിൽ ഒന്നുമില്ലെങ്കിലും, പക്ഷേ മെച്ചപ്പെട്ട എന്തെങ്കിലും ലഭിക്കുമെന്ന പ്രതീക്ഷയുമായി $50K കൊണ്ടുവരുന്നത് അത്ഭുതകരമാണ്. ഒടുവിൽ, സെമിനാറിൽ ഒരു ഭാഗം വേറെ ഉണ്ട്. നിങ്ങളുടെ ക്രെഡിറ്റ് കാർഡ് പരിധി വർദ്ധിപ്പിക്കും. കാരണം സമ്പന്നർ പണം ഉണ്ടാക്കുകയും ദരിദ്രർ പണം സമ്പാദിക്കുകയും ചെയ്യുന്നു. അപ്പോൾ എല്ലാവരും പോയി അവരുടെ ക്രെഡിറ്റ് പരിധികൾ വർദ്ധിപ്പിക്കുന്നു, എന്നിട്ട് ഊഹിക്കുക – നിങ്ങൾ എത്രത്തോളം "ഗൌരവത്തിലാണ്" എന്നതിനെ ആശ്രയിച്ച്, $16K മുതൽ $50K വരെയുള്ള ഏതെങ്കിലുമൊരു വില അവർ നിങ്ങളെ അടിച്ചേൽപ്പിക്കുന്നു. എന്തൊരു വിരോധം? പ്രത്യക്ഷത്തിൽ അല്ല, കാരണം ആളുകൾ കന്നുകാലികളെപ്പോലെ മുറിയുടെ പുറകിലേക്ക് ഓടുന്നു അറുക്കപ്പെടാൻ, കൈയിൽ ക്രെഡിറ്റ് കാർഡുകൾ. ആത്മസംതൃപ്തിയുടെ ഒരു പരിഭ്രാന്തിയോടെയും അവരുടെ ഷർട്ടിൽ "ഞാൻ സ്വയം നിക്ഷേപിക്കുന്നു" എന്ന മനോഹരമായ ഒരു ചെറിയ സ്റ്റിക്കറോടെയുമാണ് അവർ അവിടെനിന്നും പോകുന്നത്.

50,000 ഡോളറിന്റെ ഓയിൽ മാറ്റം 50,000 ഡോളറിന്റെ സെമിനാർ പോലെ ഞെട്ടിക്കുന്നതാണ്. നല്ല സെമിനാറുകൾ 1,000 ഡോളറിൽ താഴെയുള്ളതും ബഹുമാന്യരായ വിദഗ്ധരും പ്രാക്ടീഷണർമാരും സെമിനാർ സ്ഥാപനങ്ങളും നൽകുന്നവയുമാണ്. നല്ല സെമിനാറുകൾ വിദ്യാഭ്യാസപരമാണ്, പുതിയ കാഡിലാക്ക് എസ്കലേഡ് കാറിന്റെ വിലയിലല്ല അത് ലഭിക്കുന്നത്. മോശം സെമിനാറുകൾ അമിത പ്രചാരണമുള്ളതും ഉയർന്ന സമ്മർദ്ദവും ചൂഷണവും നിറഞ്ഞതുമാണ്. മോശം സെമിനാറുകൾ പണം സമ്പാദിക്കുന്നതിനെക്കുറിച്ചാണ്, നിങ്ങളെ സഹായിക്കുന്നതിനെക്കുറിച്ചല്ല.

ഒരു സെമിനാറിനെ നല്ലതെന്നും ചീത്തയെന്നും എങ്ങനെ പറയാൻ കഴിയും? അതിന്റെ ആദ്യത്തെ സൂചന വിലയാണ്. സംഘാടകന് നിങ്ങളുടെ വിദ്യാഭ്യാസത്തേക്കാൾ കൂടുതൽ താൽപര്യം പണമുണ്ടാക്കുന്നതിനാണ് എന്നതിനുള്ള മുന്നറിയിപ്പാണ്. രണ്ടാമത്തേത് വീണ്ടും വിലയാണ്. സൗജന്യത്തിനെ സൂക്ഷിക്കുക. സാധാരണയായി സൗജന്യം എന്നത് അർത്ഥമാക്കുന്നത് എട്ട് മിനിറ്റ് വിദ്യാഭ്യാസവും എട്ട് മണിക്കൂർ ഉയർന്ന വിലക്ക് വിൽക്കുന്ന സെമിനാറും. മൂന്നാമതായി, ആരാണ് അത് നൽകുന്നത്? ഇതൊരു പ്രൊഫഷണൽ സ്പീക്കറാണോ? അല്ലെങ്കിൽ ആരെങ്കിലും അവൻ അല്ലെങ്കിൽ അവൾ പഠിപ്പിക്കുന്നത് യഥാർത്ഥത്തിൽ നടപ്പിലാക്കുന്നുണ്ടോ? സെമിനാറിന്റെ നോട്ടീസ് മനസ്സിരുത്തി വായിക്കുക. "ജോണി ഗുരുവിന്റെ തന്ത്രങ്ങൾ ദശലക്ഷക്കണക്കിന് സമ്പാദിച്ചു!" എന്നിട്ട് ഏറ്റവും ചെറിയ അക്ഷരത്തിൽ എഴുതിയിരിക്കുന്നു, "ജോണി ഗുരു ഹാജരാകില്ല". യഥാർത്ഥ ശസ്ത്രക്രിയാ വിദഗ്ധൻ ലഭ്യമല്ലെങ്കിൽ അഭിനയക്കാ

രനായ ഒരു പകരക്കാരനെ നിങ്ങളിൽ ശസ്ത്രക്രിയ നടത്താൻ നിങ്ങൾ അനുവദിക്കുമോ? ഒരിക്കലുമില്ല.

അധ്യായ സംഗ്രഹം : ഫാസ്റ്റ്ലെയ്ൻ പ്രത്യേകതകൾ

- ഫാസ്റ്റ്ലെയ്നർമാർ അവരുടെ വിദ്യാഭ്യാസം ബിരുദാനന്തരം ആരംഭിക്കുന്നു, അതിനുമുമ്പ് ചെയ്തില്ലെങ്കിൽ.
- ഒരു ഫാസ്റ്റ്ലെയ്നറുടെ വിദ്യാഭ്യാസം അവരുടെ ബിസിനസ്സ് സംവിധാനത്തെയും അവരുടെ പണ വൃക്ഷത്തേയും മികച്ചതാക്കാൻ ഉപയോഗിക്കുന്നു, ആന്തരിക മൂല്യം ഉയർത്താൻ അല്ല.
- ഫാസ്റ്റ്ലെയ്നേഴ്സിന് ചക്രത്തിൽ ഒരു പല്ലാകാൻ താൽപര്യമില്ല. അവർ ചക്രം ആകാൻ ആഗ്രഹിക്കുന്നു.
- "എങ്ങനെയെന്ന് എനിക്കറിയില്ല" എന്നത് അച്ചടക്കത്താൽ പൊളിച്ചെഴുതിയ ഒരു ഒഴികഴിവാണ്.
- അനന്തമായ അറിവ് എല്ലായിടത്തും ഉണ്ട്, അത് സൗജന്യവുമാണ്. അഥവാ ഇല്ലാതിരിക്കുന്നുവെങ്കിൽ അതിനെ സ്വാംശീകരിക്കുന്നതിനുള്ള പഠനമാണ്.
- ശാരീരിക വൈദഗ്ധ്യം ആവശ്യമില്ലാത്ത ഏത് വിഷയത്തിലും നിങ്ങൾക്ക് വിദഗ്ധനാകാം.
- വിദ്യാഭ്യാസ റീചാർജ്ജുകൾ ഇതിനകം മറ്റ് കാര്യങ്ങൾക്കായി അനുവദിച്ച സമയ പരിധിക്കുള്ളിൽ സംഭവിപ്പിക്കാം.
- ചെലവേറിയ സെമിനാറുകളുടെ സംഘാടകർ, ശൂന്യമായ വാഗ്ദാനങ്ങൾ "ഇവന്റുകളായി" വിപണനം ചെയ്തുകൊണ്ട് നടപ്പാതക്കാരെയും നിരാകരിച്ച സ്ലോലെയ്നർമാരെയും പ്രയോജനപ്പെടുത്തുന്നു.

റെഡ് ലൈൻ അമർത്തുക

കാര്യങ്ങൾ നിയന്ത്രണത്തിലാണെന്ന് തോന്നുന്നുവെങ്കിൽ,
നിങ്ങൾ വേണ്ടത്ര വേഗത്തിൽ പോകുന്നില്ല.
—മരിയോ ആൻഡ്രെറ്റി

ഫാസ്റ്റ്ലെയ്ൻ വിജയികൾ റെഡ് ലൈനിൽ നിർമ്മിക്കപ്പെട്ടവരാണ്

വിജയികൾ റെഡ് ലൈനിൽ നിർമ്മിക്കപ്പെട്ടവരാണ്. എന്താണ് റെഡ് ലൈൻ? റെഡ് ലൈൻ ശ്രദ്ധമാണ്, കലർപ്പില്ലാത്ത പ്രതിബദ്ധത.

പണം കായ്ക്കുന്ന മരങ്ങളും ബിസിനസ്സുകളും സംവിധാനങ്ങളും ഒറ്റരാത്രി കൊണ്ട് നിർമ്മിച്ചതല്ല. ചൂമായുടെ പിരമിഡ് മെഷീൻ നിർമ്മിക്കാൻ അയാൾക്ക് വർഷങ്ങളെടുത്തു. പ്രതിബദ്ധത എന്നാൽ പണവൃക്ഷത്തിനുള്ള വെള്ളം, സൂര്യൻ, വളം, കൃഷി എന്നിവയാണ്. പ്രതിബദ്ധത എന്നത് ഒരു കലാപ പലായനം ഉണ്ടാക്കാൻ സാധ്യതയുള്ള വാക്കാണെന്ന് എനിക്കറിയാം. ഫാസ്റ്റ്ലെയ്ൻ പ്രക്രിയ എളുപ്പമാണെന്ന് നിങ്ങൾ കരുതുന്നുവെങ്കിൽ, ഇപ്പോൾ നിർത്തി സ്ലോലെയ്നിലേക്ക് മടങ്ങുക, അതും എളുപ്പമല്ല!

ഓർക്കുക, "ഗെറ്റ് റിച്ച് ഈസി" എന്നത് ചൂണ്ടയുടെ രീതിയിലുള്ള ഒരു വശീകരണമാണ്. ഊർജ്ജസ്വലമായ ഒരു ബിസിനസ്സ് ഉണ്ടാക്കിയെടുക്കുക എന്നത് ഒരു കുട്ടിയെ ജനനം മുതൽ പ്രായപൂർത്തിയാകുന്നതുവരെ വളർത്തുന്ന സൃഷ്ടിപോലെയാണ്. ഒരു രക്ഷിതാവ് തങ്ങളുടെ കുട്ടികളോട് പ്രതിബദ്ധത പുലർത്തുന്നത് പോലെ, നിങ്ങളുടെ സിസ്റ്റത്തോടും നിങ്ങളുടെ ബിസിനസ്സിനോടും നിങ്ങൾ പ്രതിബദ്ധത പുലർത്തണം. ആ റെഡ് ലൈനിൽ ആണ് ഒരു കാറിന്റെ പരിധികൾ പരിശോധിക്കപ്പെടുന്നത്, അവിടെയാണ് നിങ്ങളുടെ പരിധികളും പരീക്ഷിക്കപ്പെടുന്നതും.

നിങ്ങൾക്ക് താൽപര്യമോ പ്രതിബദ്ധതയോ?

നിരവധി ആളുകൾ ആദ്യ ഗിയറിൽ ജീവിതത്തിന്റെ കടൽതീരത്തുകൂടി ചുറ്റിത്തിരിയുന്നു. തുടർന്ന് എങ്ങനെ ഞാൻ ഇവിടെയെത്തി എന്ന് ആശ്ചര്യപ്പെടുകയും ചെയ്യുന്നു. ആരാണ് പണത്തെക്കുറിച്ചോർത്ത് വിഷമിക്കാതെയിരിക്കുന്നത്?

നിർഭാഗ്യവശാൽ, സമ്പത്തിലും സാമ്പത്തിക സുരക്ഷിതത്വത്തിലും "താൽപര്യം" കാണിക്കാൻ ഒരു പരിശ്രമവും ആവശ്യമില്ല. താൽപര്യം കിന്റർഗാർട്ടൻ ആണ്; അത് പോരാ, "താൽപര്യം" ഉള്ളവർ ഫസ്റ്റ് ഗിയറിൽ ജീവിക്കുന്നു.

ഫസ്റ്റ് ഗിയർ ഉപേക്ഷിക്കാൻ, നല്ല ചോയ്സുകളുടെ ഒരു നിര സംഭവിക്കേണ്ടതുണ്ട്, അത് ഒരു ജീവിതരീതിയായി മാറുന്ന ആ പോയിന്റ് വരെ. ഇല്ല, ഇത് ഒറ്റരാത്രികൊണ്ട് നടക്കുന്ന കാര്യമല്ല. താൽപര്യത്തിനും പ്രതിബദ്ധതക്കും ഇടയിൽ അഗാധമായ വ്യത്യാസമുണ്ട്. നിങ്ങളുടെ പ്രവർത്തനങ്ങളുടെ ഗുണനിലവാരവും സ്ഥിരതയും അനുസരിച്ചാണ് ഇത് നിർവ്വചിച്ചിരിക്കുന്നത്.

താൽപര്യമുള്ളവർ ഒരു പുസ്തകം വായിക്കുന്നു; പ്രതിബദ്ധതയുള്ളവർ പുസ്തകത്തെ 50 തവണ പ്രയോഗിക്കുന്നു. ഒരു ബിസിനസ്സ് തുടങ്ങാൻ താല്പര്യം ജനിക്കുന്നു; പ്രതിബദ്ധത എൽ എൽ സി പേപ്പർവർക്കുകൾ ക്രമപ്പെടുത്തി സൂക്ഷിക്കുന്നു. തിങ്കൾ മുതൽ വെള്ളി വരെ ദിവസത്തിൽ ഒരു മണിക്കൂർ നിങ്ങളുടെ ബിസിനസ്സിൽ താൽപര്യം പ്രവർത്തിക്കുന്നു; പ്രതിബദ്ധത ആഴ്ചയിൽ ഏഴു ദിവസവും സമയം അനുവദിക്കുമ്പോഴെല്ലാം നിങ്ങളുടെ ബിസിനസ്സിൽ പ്രവർത്തിക്കുന്നു. താല്പര്യം വിലകൂടിയ കാർ വാടകയ്ക്ക് എടുക്കുന്നു; പ്രതിബദ്ധത ഒരു ബൈക്ക് ഓടിച്ച് നിങ്ങളുടെ വ്യവസ്ഥയിലേക്ക് പണം നിക്ഷേപിക്കുന്നു. താൽപര്യം സമ്പന്നമായി കാണപ്പെടുന്നു; പ്രതിബദ്ധത സമ്പന്നനാകാൻ ആസൂത്രണം ചെയ്യുന്നു.

ഫേസ്ബുക്കിന്റെ സ്ഥാപകനായ മാർക്ക് സക്കർബർഗ് താൽപര്യംകൊണ്ട് മാത്രം ഏറ്റവും കൂടുതൽ ഉപയോഗിക്കുന്ന സോഷ്യൽ നെറ്റ് വർക്കിംഗ് സൈറ്റ് നിർമ്മിച്ചില്ല. അദ്ദേഹം പ്രതിജ്ഞാബദ്ധനായിരുന്നു. എലോൺ മസ്ക് താൽപര്യം കൊണ്ട് മാത്രം റോക്കറ്റ് മെച്ചപ്പെടുത്തിയില്ല; അദ്ദേഹം പ്രതിജ്ഞാബദ്ധനായിരുന്നു. താൽപര്യം, മൂന്നാമത്തെ പരാജയത്തിനുശേഷം തോൽവി സമ്മതിക്കുന്നു; നൂറാമതിനു ശേഷവും അതുമായി ബന്ധപ്പെട്ടിരിക്കുക എന്നതാണ് പ്രതിബദ്ധത തുടരുകയെന്നത്.

ഞാൻ എന്റെ കമ്പനി, എന്റെ വ്യവസ്ഥ, എന്റെ പ്രതിനിധി എന്നിവ നിർമ്മിക്കുമ്പോൾ ഞാൻ പ്രതിജ്ഞാബദ്ധനായിരുന്നു. ഞാൻ ആഴ്ചകളോളം ദിവസത്തിൽ 12 മണിക്കൂർ എന്റെ വ്യവസ്ഥിതി പൂർണ്ണമാക്കാനും നിർമ്മിക്കാനും ചെലവഴിക്കും. പല രാത്രികളും സുഹൃത്തുക്കളോടൊപ്പം മദ്യപിക്കുന്നത് ഞാൻ ഉപേക്ഷിച്ചു. ഇടുങ്ങിയ സ്റ്റുഡിയോ അപ്പാർട്ട്മെന്റിലാണ് ഞാൻ താമസിച്ചിരുന്നത്. ഉച്ചഭക്ഷണത്തിനും അത്താഴത്തിനും ഞാൻ വില കുറഞ്ഞ പാസ്ത കഴിക്കും. എന്റെ പദ്ധതികൾ പ്രവർത്തിക്കുന്നതിന് ഞാൻ പാത്രങ്ങൾ കഴുകാനും തയ്യാറായിരുന്നു. അതേസമയം എന്റെ സുഹൃത്തുക്കൾ റേസിംഗ് വീഡിയോ ഗെയിമിൽ ഏറ്റവും വേഗതയേറിയ കാർ ഉണ്ടെന്ന് വീമ്പിളക്കുന്നതിൽ കൂടുതൽ ശ്രദ്ധാലുക്കളായിരുന്നു. എനിക്ക് സാമ്പത്തിക സ്വാതന്ത്ര്യം വേണം. എനിക്ക് യഥാർത്ഥത്തിൽ വേഗതയേറിയ കാർ വേണം, ഒരു വീഡിയോ ഗെയിമിൽ അല്ല. എന്റെ സുഹൃത്തുക്കൾ ഒരു ഫാന്റസി ലോകത്ത് വിജയികളാകാൻ പ്രതിജ്ഞാബദ്ധരായിരുന്നു, യഥാർത്ഥ ലോകത്ത് ഒരു വിജയിയാകാൻ ഞാൻ പ്രതിജ്ഞാബദ്ധനായിരുന്നു. *ഫാസ്റ്റ്‌ലെയ്ൻ ജേതാക്കൾ റെഡ് ലൈനിൽ കെട്ടിച്ചമച്ചവരാണ്.*

"മിക്ക ആളുകളിൽനിന്നും" സ്വയം അകന്നുനിൽക്കുക

നിങ്ങൾക്ക് എത്ര അഭിനിവേശത്തോടെ ഇത് ആവശ്യമാണ്? നിങ്ങൾ എത്ര

ത്തോളം തയ്യാറാണ്? നിങ്ങളുടെ കാറിൽ ഉറങ്ങേണ്ടിവന്നാൽ നിങ്ങൾ തയ്യാറാണോ ഇതിനുവേണ്ടി? നിങ്ങളുടെ സുഹൃത്തുക്കൾക്ക് വീടുകൾ ഉള്ളപ്പോൾ ഒരു ചെറിയ അപ്പാർട്ട്മെന്റിൽ താമസിക്കാൻ നിങ്ങൾ തയ്യാറാണോ? 150,000 മൈൽ ഓടിയ ഒരു ശകടത്തിന് അനുകൂലമായി പുതിയ BMW ഉപേക്ഷിക്കാൻ നിങ്ങൾ തയ്യാറാണോ? നിങ്ങളുടെ സുഹൃത്തുക്കൾക്ക് പ്രതിവർഷം $50K ലഭിക്കുന്ന ജോലികൾ ഉള്ളപ്പോൾ മലോണിയുടെ ബാറിലും ഗ്രില്ലിലും മേശകൾ തുടക്കാൻ നിങ്ങൾ തയ്യാറാണോ? നിങ്ങൾ എത്രത്തോളം തയ്യാറാണ്?

മിക്ക ആളുകളും തയ്യാറല്ല, ഇത് വിജയികളെ പരാജിതരിൽനിന്ന് വേർതിരിക്കുന്നു. 50 വർഷമായി എലിപന്തയത്തിൽ ജീവിക്കുക എന്ന ആശയം വേദനാജനകമാണ് അതിൽനിന്ന് പണിപ്പെട്ട് രക്ഷപ്പെടുക എന്നതിനേക്കാൾ. നിങ്ങൾക്ക് ഇപ്പോൾ സാമാന്യമായ സുഖം ലഭിച്ചേക്കാം അല്ലെങ്കിൽ ഉജ്ജ്വലമായ ആശ്വാസം ഭാവിയിൽ ലഭിച്ചേക്കാം. ദീർഘകാലം അസാധാരണമായ സുഖം ലഭിക്കുമെന്ന മുന്നറിവുകൊണ്ട് ഫാസ്റ്റ്ലെയ്ൻ ഹ്രസ്വകാല സുഖസൗകര്യങ്ങൾ വേണ്ടെന്ന് വയ്ക്കുന്നു.

ചെളിയിൽ വീണ വൃത്തികേടാകുമ്പോൾ മിക്കവരും ആദ്യ ഗിയറിന്റെ സുഗമമായ യാത്ര തിരഞ്ഞെടുത്ത് റെഡ് ലൈനിന്റെ അസ്വസ്ഥത ഒഴിവാക്കുകയും ചെയ്യും. അങ്ങനെ റെഡ് ലൈൻ റോഡ് ബ്ലോക്കുകളിലൂടെ കടന്നുപോകുകയും പ്രക്രിയയെ കഠിനമാക്കുകയും ചെയ്യുന്നു.

കാർണഗീ മെലോൺ യൂണിവേഴ്സിറ്റി പ്രൊഫസർ റാൻഡി പൗഷ് അവസാനഘട്ട കാൻസർ ബാധിച്ചിരിക്കുന്നതായി രോഗനിർണ്ണയം നടത്തിയപ്പോൾ, തന്റെ അവസാനത്തെ പ്രഭാഷണത്തിലൂടെ അദ്ദേഹം ഞങ്ങളെ അനുഗ്രഹിച്ചു. ഒരു വീഡിയോ സംഭാഷണത്തിൽ അദ്ദേഹം പറഞ്ഞു :

> *ഇഷ്ടിക ചുവരുകൾ അവിടെയുള്ളതിന് ഒരു കാരണമുണ്ട്. ഇഷ്ടിക ചുവരുകൾ നമ്മളെ പുറത്തു നിർത്താനല്ല അവിടെയുള്ളത്; നമുക്ക് എത്ര കണ്ട് ഒരു കാര്യം ആവശ്യമാണെന്ന് മനസ്സിലാക്കാനുള്ള അവസരമായാണ് ഇഷ്ടിക ചുവരുകൾ ഉള്ളത്. അത്ര തന്നെ ആഗ്രഹമില്ലാത്ത ആളുകളെ തടയാനാണ് ഇഷ്ടിക ചുവരുകൾ അവിടെയുള്ളത്. മറ്റുള്ളവരെ തടയാൻ അവ അവിടെയുണ്ട്!*

ഉദ്ധരണിയിലെ അവസാന രണ്ട് വാക്കുകൾ "മറ്റ് ആളുകൾ" ആണ്. നിങ്ങൾക്ക് ഉറപ്പ് വേണം നിങ്ങൾ "മറ്റ് ആളുകൾ" അല്ല, കാരണം "മറ്റ് ആളുകൾ" എന്നത് "മിക്ക ആളുകളുടെയും" പര്യായമാണ്. മിക്ക ആളുകളെന്നത് രണ്ട് ശമ്പളം കിട്ടാതെ വരുമ്പോൾ തകർന്നുപോകുന്ന ഉപഭോക്താക്കളാണ്. മിക്ക ആളുകളും അവരുടെ ബിസിനസ്സ് വ്യവസ്ഥയിൽ കൂടുതൽ മണിക്കൂർ ചെലവഴിക്കില്ല, ആ സമയം അവരുടെ സുഹൃത്തുക്കൾ കടം പെരുകിയ ജീവിതം നയിക്കുന്നു. മിക്ക ആളുകളും സുഹൃത്തുക്കളെയും കുടുംബാംഗങ്ങളെയും അവരുടെ സ്വപ്നങ്ങളെ "അത് നടക്കില്ല "എന്ന നിർദ്ദേശത്താൽ നിരുത്സാഹപ്പെടുത്തുന്നതിന് അവസരം നൽകും. മിക്ക ആളുകളും ആവേശഭരിതരായി തുടങ്ങുകയും അത്യുത്സാഹത്തോടെ കുതിക്കുകയും ചെയ്യുന്നു. ആദ്യ കുഴിയിൽ അല്ലെങ്കിൽ പരാജയത്തിൽ തന്നെ തോൽവി സമതിക്കുന്നു. മിക്ക ആളുകളും "ഞാൻ ഉപേക്ഷിച്ചു" എന്നതിന് കീഴടങ്ങുന്നു, വിജയത്തിൽനിന്ന് ഒന്നോ രണ്ടോ ചുവടുകൾ അകലെയാണെന്ന് അറിയാതെ – ഫാസ്റ്റ്ലെയ്ൻ വിജയത്തിന്റെ ആദ്യ ബിന്ദു.

"നമ്മൾ അവിടെ എത്തിയില്ലേ ഇതുവരെ?" സമ്പത്ത് വക്രതയുള്ള ഒരു വസ്തുവാണ്, അതിനെ നേടാൻ ആഗ്രഹിക്കുന്ന ദുർബ്ബലർ അതിന്റെ അവ്യക്തത കാരണം വഴി വിട്ടുപോകുന്നു. നിങ്ങളുടെ യാത്ര ആവേശത്തിന്റെയും ചോദ്യം ചെയ്യലിന്റെയും പ്രതിബദ്ധതയുടേയും, പുനർജന്മത്തിന്റേയും പാതയിൽ കൂടി കടന്നുപോകും. ഫാസ്റ്റ്ലെയ്ൻ വിജയത്തിന് സമയവും പരിശ്രമവും ചുങ്കമായി നിക്ഷേപിക്കേണ്ടത് ആവശ്യമാണ്. ഈ ചുങ്കം ആണ് നിങ്ങളെ സ്പെഷ്യൽ ആക്കുകയും മറ്റെല്ലാവരെയും പുറത്ത് നിർത്തുകയും ചെയ്യുന്നത്.

ഈ റെഡ് ലൈൻ ശ്രമം മറികടക്കാനോ മറ്റാരെക്കൊണ്ടെങ്കിലും ചെയ്യിക്കാനോ കഴിയില്ല. ജോലിക്കും ത്യാഗത്തിനുമുള്ള നിങ്ങളുടെ പ്രതീക്ഷകൾക്ക് പ്രാധാന്യം നൽകുക, നിങ്ങളുടെ ലക്ഷ്യസ്ഥാനം അറിയുക, നിങ്ങൾ ലളിതമാണെന്ന് അറിയുക. ആ ജീവനാന്തം 5-ന്-2 വ്യാപാരം ചെയ്യാൻ നിങ്ങൾ ആഗ്രഹിക്കാത്തതിനാൽ ചുങ്കം അടക്കുന്നു! ഫാസ്റ്റ്ലെയ്ൻ അവസരം ആവശ്യപ്പെടുന്ന കഠിനാധ്വാനം നിങ്ങൾ ചെയ്യുന്നില്ലെങ്കിൽ, മറ്റാരെങ്കിലും ചെയ്യും. നിങ്ങൾ മറ്റുള്ളവരെപ്പോലെ അല്ലെങ്കിൽ, നിങ്ങൾ അത്ഭുതകരമായ ചിലത് കണ്ടെത്തും : *എല്ലാവരെയും പോലല്ലാതെ* നിങ്ങൾക്ക് ജീവിക്കാൻ കഴിയും.

ബ്രേക്കിൽനിന്ന് നിങ്ങളുടെ കാൽ എടുത്തുമാറ്റുക!

വിജയത്തിന്റെ വിയർപ്പ് എന്നാൽ പരാജയമാണ്, ഞാൻ വിയർത്ത് കുളിച്ചിരിക്കുന്നു.

സ്റ്റെപ്പ്, സ്പിൻ അല്ലെങ്കിൽ എയ്റോബിക്സ് എന്നീ ക്ലാസ്സുകളിൽ ഏതെങ്കിലും നിങ്ങൾ എടുത്തിട്ടുണ്ടെങ്കിൽ, നിങ്ങൾക്ക് ലക്ഷ്യങ്ങൾ അറിയാം : വിയർപ്പ്, ഹൃദയ സംബന്ധമായ ഈട്, ശരീരഭാരം കുറയ്ക്കൽ. നിങ്ങൾ ഒരു കാർഡിയോ ക്ലാസ്സിൽ പോകുകയും ഇൻസ്ട്രക്ടർ വിയർക്കുന്നത് വിലക്കുകയും ചെയ്തുവെങ്കിൽ, അത് അതിന്റെ ഉദ്ദേശ്യത്തെ നിരാകരിക്കും. സ്വാഭാവികമായും കഠിനാധ്വാനം ചെയ്യുമ്പോൾ വിയർപ്പ് ഉൽപ്പാദിപ്പിക്കുന്നു, വിയർപ്പ് നിങ്ങളുടെ പരിശ്രമത്തിന്റെ തെളിവായി മാറുന്നു.

നിർഭാഗ്യവശാൽ, നിങ്ങൾ പരാജയത്തെ ഭയപ്പെടുകയും ബ്രേക്കുകൾ അയക്കാൻ നിരസിക്കുകയും ചെയ്യുമ്പോൾ, ഒരു വിരോധാഭാസമാണ് നിങ്ങൾ അഭിമുഖീകരിക്കുന്നത്. *വിജയത്തിന്റെ വിയർപ്പ് പരാജയമാണ്.* വിയർക്കാതെ നിങ്ങൾക്ക് ഹൃദയ സംബന്ധമായ ഈട് ഉണ്ടാക്കാൻ കഴിയില്ലെന്നിരിക്കിൽ, പരാജയപ്പെടാതെ നിങ്ങൾക്ക് വിജയം അനുഭവിക്കാൻ കഴിയില്ല. പരാജയം വിജയത്തോടുള്ള സ്വാഭാവിക പ്രതികരണമാണ്. നിങ്ങൾ പരാജയം ഒഴിവാക്കുകയാണെങ്കിൽ നിങ്ങൾ വിജയവും ഒഴിവാക്കും.

ബ്രേക്ക് വിടാതെ നിങ്ങൾക്ക് സമ്പത്തിലേക്കുള്ള വഴി ഓടിക്കാൻ കഴിയില്ല. നിങ്ങൾ അപകടസാധ്യതകൾ ഏറ്റെടുക്കുകതന്നെ വേണം. അസൗകര്യം അനുഭവിക്കുകയും പുരോഗതിയിലേക്ക് പരാജയപ്പെടുകയും ചെയ്യുക.

പരാജയ ഭയത്തിന് കാരണമാകുന്നത് എന്താണ്? ഉത്തരം : അമിതമായി കണക്കാക്കിയ ഏറ്റവും മോശം പരിണതഫല വിശകലനം. സംഭവിക്കാവുന്ന ഏറ്റവും മോശമായത് എന്താണ്, അത് സംഭവിക്കാനുള്ള സാധ്യത എന്താണ്? നിങ്ങൾക്ക് ജോലിയിലേക്ക് തിരികെ പോകേണ്ടി വരുമോ? നിങ്ങൾക്കോ ഭാര്യക്കോ രണ്ടാമത്തെ ജോലി ആവശ്യമുണ്ടോ? വലിയ കാര്യമാണ്. എപ്പോൾ നിങ്ങൾ സാമൂഹിക എതിർക്കാറ്റുകളെ ചെറുക്കുന്നുവോ, നിങ്ങൾ വിയർക്കും!

കണക്കാക്കിയ അപകടസാധ്യതകൾ എടുക്കുക. അങ്ങനെ ചെയ്താൽ മോശം സംഭവിക്കും. നിങ്ങൾ പുതിയ ആളുകളെ കണ്ടുമുട്ടുന്നു. പുതിയ അവസരങ്ങൾ ഉയർന്നുവരുന്നു. അഭിപ്രായങ്ങൾ ഒഴുകിവരുന്നു. "ലക്കി ബ്രേക്കുകൾ" നിങ്ങളുടെ ജീവിതത്തിലേക്ക് ചേരുന്നു. നിങ്ങളുടെ ചെയ്തികൾ അത്ഭുതകരമായ കാര്യങ്ങൾ ചെയ്യുന്നു.

അതെ, ഫാസ്റ്റ്ലൈൻ ഒരു അപകടമുള്ളതാണ്. പരാജയം ആസന്നമാണ്. കമ്പ്യൂട്ടറുകൾ എങ്ങനെ കോഡ് ചെയ്യാമെന്ന് പരീക്ഷിച്ച്-പരാജയപ്പെട്ട് ഞാൻ പഠിച്ചു. ഒരു കോഡ് ബ്ലോക്ക് നൂറുകണക്കിന് തവണ പരാജയപ്പെടും, ശരിയായ വഴി കണ്ടെത്തും വരെ. എന്റെ മറ്റ് പരാജയങ്ങൾ മോറോണിക് നെറ്റ്വർക്ക് മാർക്കറ്റിംഗ് ഗിഗുകൾ മുതൽ ആഭരണങ്ങൾ റീട്ടെയിലിംങ്ങും മുതൽ നേരിട്ടുള്ള വിപണന പരിപാടികൾ വരെയാണ്. ഓരോ തവണയും, ഞാൻ അത് നിഷേധിച്ചു, വീണ്ടും വിശകലനം ചെയ്തു, പഠിച്ചു, ക്രമീകരിച്ചു, വീണ്ടും ശ്രമിച്ചു. ഞാൻ പ്രവർത്തിച്ചു, വിലയിരുത്തി, പിന്നെ ക്രമീകരിച്ചു. സ്നേഹമുള്ളവരേ, ഞാൻ ബ്രേക്കുകൾ വിട്ടിരിക്കുന്നു!

ഒരിക്കൽ ഞാൻ കേട്ടു, "ഒരു മിടുക്കനായ മനുഷ്യൻ അവന്റെ തെറ്റുകളിൽ നിന്ന് പഠിക്കുന്നു. ഒരു ജ്ഞാനി മറ്റുള്ളവരുടെ തെറ്റുകളിൽനിന്ന് പഠിക്കുന്നു". എന്റെ പരാജയങ്ങളിൽനിന്ന് നിങ്ങൾക്ക് പഠിക്കാം. ഞാൻ ഒറ്റരാത്രികൊണ്ടല്ല ഫാസ്റ്റ്ലെയ്ൻ പഠിച്ചത്. പരാജയത്തിന്റെ വെളിച്ചത്തിൽ ഞാൻ അത് കണ്ടെത്തി. പരാജയത്തെക്കുറിച്ചുള്ള ഭയം സാധാരണമാണ്, എന്നിരുന്നാലും പരാജയം അനുഭവം സൃഷ്ടിക്കുകയും അനുഭവം ജ്ഞാനത്തെ വളർത്തുകയും ചെയ്യുന്നു.

ഫാസ്റ്റ്ലെയ്ൻ അപകടങ്ങൾ ജീവിതകാലം മുഴുവൻ ഉണ്ടാകാം

ബിൽ ഗേറ്റ്സ് ഒരു അത്ഭുതമാണ്. അദ്ദേഹം ഒരു കമ്പനി ഉണ്ടാക്കി കോടികൾ സമ്പാദിച്ചു. അദ്ദേഹത്തിന് കോടീശ്വരനാകാൻ ഒരു കമ്പനി മാത്രം മതിയായിരുന്നു. രണ്ട് ലിക്വിഡേഷൻ സംഭവങ്ങളും ദശലക്ഷക്കണക്കിന് വിലയുള്ള നിലവിലെ കമ്പനിയും ഉണ്ടായിരുന്നിട്ടും, ചിലർ ഞാൻ ഒരൊറ്റ വിജയത്തിന്റെ അത്ഭുതമാണെന്ന് പറഞ്ഞേക്കാം. കൊള്ളാം. ഞാൻ ഒരൊറ്റ വിജയത്തിന്റെ അത്ഭുതമാകാൻ ആഗ്രഹിക്കുന്നു, ഒരുവിജയം പോലുമില്ലാത്ത അത്ഭുതമാവുന്നതിനേക്കാൾ. ഒരു വിജയം മാത്രം മതി, നിങ്ങൾക്ക് മുഴുവൻ ജീവിതത്തിനായി സജ്ജമാകാം.

നിങ്ങൾക്ക് ഒരു വെല്ലുവിളിയുണ്ട് : നിങ്ങൾക്ക് ബേസ്ബോൾ വിജയം കരസ്ഥമാക്കണമെങ്കിൽ, ഹോം റണ്ണുകൾ പ്രാപ്തമാകണം, മുന്നോട്ടുകുതിച്ച് വലിയ പ്രഹരങ്ങൾ നടത്തേണ്ടതുണ്ട്. ഹോം റണ്ണുകളോ സിംഗിളുകളോ വെളിയിൽ ബെഞ്ചിലിരുന്നു കൊണ്ട് അടിക്കാനാവില്ല. എന്നാൽ എഴുന്നേല്ക്കു പ്ലേറ്റ് വരെയെത്തി ആഞ്ഞ് പ്രഹരങ്ങൾ നടത്തു. അടിച്ചുപൊളിക്കാൻ തുടങ്ങുക! തെറ്റായ പന്തുകളും പോപ്പ് ഔട്ടുകളും! മതിയായ ബാറ്റുവീശലും ബിസിനസ്സിന്റെ വേഗതയുമായി സ്വയം ഇണങ്ങിച്ചേർന്ന്, ബന്ധപ്പെടുന്നത് എളുപ്പമാകുന്നു.

ബുദ്ധിപരമായ അപകടസാധ്യത എടുക്കുക, വിഡ്ഢിത്തം ഒഴിവാക്കുക

അപകടസാധ്യത വിശകലനം ചെയ്യുമ്പോൾ, രണ്ട് തരത്തിലുള്ള അപകടസാധ്യതകൾ മികച്ച - അല്ലെങ്കിൽ ഏറ്റവും മോശമായ പരിണതഫലങ്ങൾ അല്ലെങ്കിൽ അനന്തരഫലങ്ങളാൽ നിയുക്തീകരിച്ചിട്ടുണ്ട്: *ബുദ്ധിപരമായ അപകടസാധ്യതകളും ഭ്രാന്തമായ അപകടസാധ്യതകളും.*

ലാസ് വെഗാസിലേക്ക് പറക്കുന്നതും ഒരു മാസത്തെ ശമ്പളം ചൂതാടുന്നതും ഒരു വിഡ്ഢിത്തരമായ അപകടമാണ്. തകരാർ ഉള്ള ബ്രേക്കുമായി ഫ്രീവേയിൽ കാർ ഓടിക്കുന്നത് ഒരു വിഡ്ഢിത്തരമായ അപകടമാണ്. നിങ്ങൾ എപ്പോൾ ബുദ്ധിപരമായ അപകടസാധ്യതകൾ എടുക്കുകയും ഭ്രാന്തമായവ ഒഴിവാക്കുകയും ചെയ്യുന്നോ, കാലക്രമേണ നിങ്ങൾ നിങ്ങളുടെ സമ്പത്തിന്റെ പാത വർദ്ധിപ്പിക്കുന്നു. ബുദ്ധിപരമായ അപകടസാധ്യതകൾക്ക് പരിമിതമായ പോരായ്മകളുണ്ട്, അതേസമയം പരിധിയില്ലാത്ത നേട്ടങ്ങളാണുള്ളത്. വിഡ്ഢിത്തരമായ അപകടസാധ്യതകൾക്ക് നിലയില്ലാത്തത്ര പോരായ്മകളുണ്ട്, അവയുടെ ഉയർച്ച പരിമിതമാണ്, അല്ലെങ്കിൽ ഹ്രസ്വകാലത്തേക്കാണ്.

മിക്ക വിഡ്ഢിത്തരമായ അപകടസാധ്യതകളും പ്രകടമായ ലക്ഷണങ്ങളില്ലാത്ത വിഭാഗത്തിൽപ്പെടുന്നു. അവർ വെറുതെ വ്യക്തമായി നിർവ്വചിക്കപ്പെട്ടുന്നില്ല, അവ കണ്ടെത്തുന്നതിന് അൽപം ഉത്സാഹം ആവശ്യമാണ്. ഞാൻ 850 കുതിരശക്തിയുള്ള കാറിൽ റേസിംഗിന് ഫീനിക്സിന്റെ തെരുവുകളിൽ പോയിട്ടുണ്ടെങ്കിൽ ഞാൻ ലക്ഷണങ്ങളില്ലാത്ത വിഡ്ഢിത്തരമായ അപകടം എടുക്കുന്നു. ഒരു ഹ്രസ്വകാല അഡ്രിനാലിൻ പൊട്ടിത്തെറിയും താൽക്കാലിക അഹങ്കാരത്തിന്റെ ഉത്തേജനവും ആണ് എന്റെ നേട്ടം. വാഹനാപകടമോ എന്നെയോ മറ്റാരെയെങ്കിലുമോ കൊല്ലുകയോ ചെയ്യുക എന്നതാണ് പോരായ്മ. നേട്ടം പരിമിതവും ഹ്രസ്വവുമാണ് – പോരായ്മ പരിധിയില്ലാത്തതും ദൈർഘ്യമേറിയതുമാണ്. അതെ, ഇത് വളരെ മണ്ടത്തരമാണെന്ന് തോന്നുന്നു.

ഇതാ മറ്റൊരു മണ്ടത്തരമായ അപകടസാധ്യത, അത് വെളിപ്പെടുത്താൻ എനിക്ക് ഈ അധ്യായം വേണ്ടി വന്നു. ഞാൻ ഒരു ക്ലൗഡ് കമ്പ്യൂട്ടിംഗ് ആപ്ലിക്കേഷനിൽ ഈ പുസ്തകം എഴുതുന്നു. അതിനർത്ഥം ഞാൻ ഒരു ബാഹ്യ ഉറവിടത്തിലോ ഒരു ബാഹ്യ സെർവറിലോ എഴുതുന്നു. ഞാൻ എന്റെ സൃഷ്ടിയുടെ പകർപ്പുകൾ ഉണ്ടാക്കിയിട്ടില്ല. ക്ലൗഡ് സെർവർ പ്രശ്നത്തിലാവുകയാണെങ്കിൽ, എന്റെ കൃതിയും പോയി.

അതെ, വിഡ്ഢിത്തരമായ അപകടസാധ്യതകൾ എല്ലാ വലുപ്പത്തിലും രുചിയിലും വരുന്നു, ഇത് എന്നെ ആ ദിവസത്തിന്റെ വിഡ്ഢിയായി പ്രഖ്യാപിക്കുന്നു. ഞാൻ എന്റെ കൃതി ബാക്ക് അപ്പ് ചെയ്യാൻ പോകുന്നു, അൽപം ക്ഷമിക്കണേ.

ശരി, ഞാൻ തിരിച്ചെത്തി.

ഇനി ബുദ്ധിപരമായ അപകടസാധ്യതകളെക്കുറിച്ച് സംസാരിക്കാം. ഞാൻ ഒരു ഇന്റർനെറ്റ് കമ്പനിയിൽ $100,000 നിക്ഷേപിക്കുമ്പോൾ, ഞാൻ ഒരു ബുദ്ധിപരമായ അപകടസാധ്യതയിൽ ഏർപ്പെടുന്നു. ഞാൻ എന്റെ ഇന്റർനെറ്റ് കമ്പനി വിറ്റപ്പോൾ, വരുമാനത്തിന്റെ ഒരു ഭാഗം ഞാൻ കമ്പനിയിലേക്ക് തിരികെ നിക്ഷേപിച്ചു. എന്തുകൊണ്ടാണ് ഞാൻ $100,000 നിക്ഷേപിച്ച് എന്നെത്തന്നെ അപകടസാധ്യതയിലേക്ക് തുറന്നുകൊടുക്കുന്നത്? ഏറ്റെടുക്കുന്ന കമ്പനിയുടെ വിജയ സാധ്യത മാന്യമായിരിക്കും എന്ന് ഞാൻ വിലയിരുത്തി. എന്റെ ചെറിയ കമ്പനി എടുത്ത് അത് ഒരു 100 മില്യൺ ഡോളർ കമ്പനിയായി രൂപാന്തരപ്പെടുത്തുക എന്നതായിരുന്നു അവരുടെ ലക്ഷ്യം. അവർ വിജയിക്കുകയാണെങ്കിൽ, എന്റെ ചെറിയ $100,000 നിക്ഷേപം ദശലക്ഷങ്ങൾ വിലമതിക്കും. ദോഷം? കമ്പനി പരാജയപ്പെടുകയും എന്റെ നിക്ഷേപത്തിന്റെ മൂല്യം അതിന്റെ മൂല്യത്തിന്റെ ഭൂരിഭാഗവും നഷ്ടപ്പെടുത്തുകയും ചെയ്യും. നഷ്ടത്തിലാകുമ്പോൾ എന്റെ കുറവുകൾ പരിമിതമാണ്. എന്നാൽ നേട്ടം ഗണ്യമാണ്. ഇതൊരു ബുദ്ധിപരമായ അപകടസാധ്യതയാണ്.

ഒരു ഫാസ്റ്റ്‌ലെയ്ൻ ബിസിനസ്സ് പിന്തുടരാൻ നിങ്ങൾ ജോലി ഉപേക്ഷിച്ചാൽ, അത് ബുദ്ധിപരമായ അപകടമാണ്. നിങ്ങളുടെ നേട്ടം ദശലക്ഷങ്ങൾ ആകാം. ദോഷം? നിങ്ങൾക്ക് നിങ്ങളുടെ നിലവാരത്തിന് താഴെ ജീവിക്കേണ്ടിവന്നേക്കാം : തറ തുടക്കുക, ബർഗറുകൾ ഫ്ലിപ്പുചെയ്യുക, അരിയും ബീൻസും കഴിക്കുക, പലചരക്ക് കടയിലേക്ക് നിങ്ങളുടെ ബൈക്ക് ഓടിക്കുക. അല്ലെങ്കിൽ ഏറ്റവും മോശം, നിങ്ങളുടെ കുട്ടിക്ക് ഏറ്റവും പുതിയ ഐഫോൺ നിഷേധിക്കുക എന്നതാണ്. അത് ശരിക്കും മോശമാണോ? നിങ്ങളുടെ ലക്ഷ്യസ്ഥാനവും റോഡ് മാപ്പിലുള്ള നിങ്ങളുടെ പ്രതിബദ്ധതയും അറിയുന്ന ആളാണെങ്കിൽ അല്ല. വീണ്ടും, നിങ്ങൾ ചെയ്യാൻ തയ്യാറുള്ളതും തയ്യാറില്ലാത്തതും എന്നതിലേക്ക് എല്ലാം എത്തുന്നു. അപകടസാധ്യത ശ്രദ്ധാപൂർവ്വമായ മേൽനോട്ടത്തിൽ ഉൾപ്പെടുന്നു. വിഡ്ഢിത്തരമായ അപകടസാധ്യത കുറക്കുകയും ബുദ്ധിപരമായ അപകടസാധ്യത പ്രയോജനപ്പെടുത്തുകയും ചെയ്യുക. പരാജയത്തിന്റെ കാര്യത്തിൽ, എന്നെ വിശ്വസിക്കു – *ഒരിക്കലും ശ്രമിക്കാത്തതിൽ ഖേദിക്കുന്നതിനേക്കാൾ പരാജയത്തിന്റെ പശ്ചാത്താപത്തിൽ ജീവിക്കുന്നതാണ് എളുപ്പം.*

"ഒരു ദിവസം" എന്നതിനെ മറക്കു

റെഡ് ലൈൻ സ്വീകരിക്കുന്നതിൽനിന്ന് ആളുകളെ തടയുന്നത് എന്താണ്?

ഒരു ദിവസം തടയുന്നു. എന്നെങ്കിലും ഞാൻ ചെയ്യും... ഒരു ദിവസം ഞാൻ ഇത് ചെയ്യും, ഒരു ദിവസം ഞാൻ അത് ചെയ്യും, ഒരു ദിവസം കുട്ടികൾ വളർന്നതിനുശേഷം, ഒരു ദിവസം കടങ്ങൾ വീട്ടുമ്പോൾ... ഒരു ദിവസം. എന്നിട്ടും ഒരു ദിവസം വരുന്നില്ല. ഒരു ദിവസം എന്നത് നിങ്ങളുടെ മനസ്സിന്റെ തിയേറ്ററിലെ വിദൂര ചക്രവാളമാണ്.

ഒരു ദിവസം എന്നത് അപകടകരവും തളർത്തുന്നതുമാണ്. ഇത് നിങ്ങളെ ഒരിടത്തുമില്ലാത്ത ഒരു ദേശത്ത് കുടുക്കുന്നു. ഒരു ദിവസം ഇവിടെയാണ്, ഇപ്പോൾ, പ്രാകൃതവും വൃത്തിയുള്ളതും, നാളേക്ക് വിധേയത്വമില്ലെന്ന് യാചിക്കുന്നതുമാണ്. ഈ ലളിതമായ പരിവർത്തനത്തിനായി ഫാസ്റ്റ്‌ലെയ്ൻ നിങ്ങളോട് അഭ്യർത്ഥിക്കുന്നു : ഒരു ദിവസത്തെ ഇന്നത്തെ ദിവസമാക്കുക.

എപ്പോഴെങ്കിലും എവിടെയെങ്കിലും, എല്ലാ ട്രാഫിക് ലൈറ്റുകളും പച്ചയായിരിക്കെ വാഹനമോടിച്ചിട്ടുണ്ടോ? നിർഭാഗ്യവശാൽ, അവസരത്തിന്റെയും അപകടസാധ്യത കുറക്കുന്നതിന്റെയും കാര്യത്തിലേക്ക് വരുമ്പോൾ, ആളുകൾ തികഞ്ഞ സമയത്തിനായി കാത്തിരിക്കുന്നു – എല്ലാ ലൈറ്റുകളും പച്ച നിറമാകുന്നതുവരെ, അത് "ഒരു ദിവസത്തെ" കുറിക്കുന്നു. സ്ലോലെയ്നി-ൽ രക്ഷപ്പെടാൻ അന്വേഷിക്കുന്ന ആരോടെങ്കിലും ചോദിക്കു... എന്തുകൊണ്ടാണ് നിങ്ങൾ കുതിച്ചുചാട്ടം നടത്താത്തത്? നിങ്ങൾ എന്തിനുവേണ്ടിയാണ് കാത്തിരിക്കുന്നത്? എപ്പോഴും ഇങ്ങനെ എന്തെങ്കിലും ഒഴികഴിവുകൾ കിട്ടും :

"ഞാൻ ഒരു പ്രമോഷനായി കാത്തിരിക്കുകയാണ്."

"എന്റെ കുട്ടികൾ വലുതാകാൻ ഞാൻ കാത്തിരിക്കുകയാണ്."

"ഞാൻ കടത്തിൽനിന്ന് മുക്തനാകാൻ കാത്തിരിക്കുകയാണ്."

"എനിക്ക് പണം അനന്തരാവകാശമായി ലഭിക്കുന്നതുവരെ ഞാൻ കാത്തിരിക്കുന്നു."

"ഞാൻ പുതുവർഷത്തിനായി കാത്തിരിക്കുകയാണ്."

"ഞാൻ സ്കൂൾ അവസാനിപ്പിക്കാൻ കാത്തിരിക്കുകയാണ്."

"എന്റെ ഭാര്യക്ക് ജോലി കിട്ടാൻ ഞാൻ കാത്തിരിക്കുകയാണ്."

"സമ്പദ് വ്യവസ്ഥ മാറുന്നതിനായി ഞാൻ കാത്തിരിക്കുകയാണ്."

"ചൂട് വെള്ളത്തിന്റെ ഹീറ്റർ ശരിയാക്കുന്നത് വരെ ഞാൻ കാത്തിരിക്കുന്നു."

"ഞാൻ ഇതിനായി കാത്തിരിക്കുകയാണ്..."

"ഞാൻ അതിനായി കാത്തിരിക്കുകയാണ്..."

സാധാരണ കഥാതന്തു എപ്പോഴും ഒന്നുതന്നെയാണ്... "ഞാൻ കാത്തിരിക്കുന്നു." എന്നാൽ എന്തിനുവേണ്ടി കാത്തിരിക്കുന്നു? എന്നെങ്കിലും! എന്നെങ്കിലും എന്തെങ്കിലും, എന്തെങ്കിലും സംഭവങ്ങൾ, അല്ലെങ്കിൽ ചില മുൻവ്യവസ്ഥകൾ. ഖേദകരമെന്നു പറയട്ടെ, ഈ മാനസികാവസ്ഥകളുടെ അവസരങ്ങൾ വരികയും പോവുകയും ചെയ്യുന്നു, തേടുന്നവനെ വർഷങ്ങളോളം ഒരേ വഴിയിൽ കുടുങ്ങുന്നതിനായി ഉപേക്ഷിച്ചുകൊണ്ട്. എല്ലാ പച്ച ലൈറ്റുകൾക്കുംവേണ്ടിയുള്ള കാത്തിരിപ്പ് നവംബറിലെ മൂന്നാമത്തെ ബുധനാഴ്ച ആകാശത്തെ പർപ്പിൾ നിറമാകാൻ കാത്തിരിക്കുന്നത് പോലെയാണ്.

മനസ്സിലായില്ലെങ്കിൽ ഞാൻ അത് വ്യക്തമാക്കട്ടെ : ഒരിക്കലും തികഞ്ഞ സമയമില്ല. ഇന്നാണ് *ഒരു ദിവസം.* ഇന്ന് ഇപ്പോൾ. ഒരു ആഴ്ച എന്നത് 7 ഇന്നത്തെ ദിവസങ്ങൾ ഒരുമിച്ച് ചേർത്തതാണ്, ഒരു വർഷം 365-ഉം. ഇന്നാണ് നിനക്ക് എല്ലാം കിട്ടിയത്! നിങ്ങൾ കാത്തിരിക്കുകയാണെങ്കിൽ, അവസരം കടന്നുപോകുന്നു. നിങ്ങളുടെ ഫാസ്റ്റ്ലെയ്ൻ യാത്ര ഒരിക്കലും ആരംഭിക്കുന്നില്ല, മാത്രമല്ല വർഷാവർഷം പഴയവയിൽ സംതൃപ്തത കൈവരുകയും പുതിയ മുൻവ്യവസ്ഥകൾ കൂട്ടിച്ചേർക്കപ്പെടുകയും ചെയ്യും. അവസരം കടന്നുപോകുമ്പോൾ, മറ്റെന്താണ് കടന്നുപോകുന്നതെന്ന് ഊഹിക്കുക? സമയം. നിലവാരമില്ലാത്ത സോപ്പ് ഓപ്പറ സംഗീതം മുഴക്കുക. അതെ, സമയം കടന്നുപോകുമ്പോൾ, നിങ്ങളുടെ ജീവിതത്തിന്റെ മണൽത്തരികളും പോകുന്നു... മാത്രമല്ല ഇതാണ് നമ്മുടെ ജീവിതത്തിന്റെ ദിവസങ്ങൾ.

അവസരങ്ങൾ സമയത്തെക്കുറിച്ച് ശ്രദ്ധിക്കുന്നില്ല

അവസരം നിങ്ങളുടെ പരിസരത്തിലൂടെ ഇടക്കിടെ സഞ്ചരിക്കുന്നു, അങ്ങനെ ചെയ്യുമ്പോൾ നിങ്ങൾ അത് ചാടിപ്പിടിക്കണം, പോകാൻ അനുവദിക്കരുത്. അപകടസാധ്യത വിലയിരുത്തി പ്രവർത്തിയിലേർപ്പെടുക. നിർഭാഗ്യവശാൽ, അവസരം നിങ്ങളുടെ സമയത്തെക്കുറിച്ച് കാര്യമാക്കുന്നില്ല. അവസരം നിങ്ങളുടെ സാഹചര്യങ്ങൾ കണക്കാക്കുന്നില്ല—നിങ്ങളുടെ തകർന്ന കാർ അല്ലെങ്കിൽ നിങ്ങളുടെ ജീവിതത്തിന്റെ പ്രക്ഷുബ്ധത. അത് വരുന്നു, സ്വന്തം ഇഷ്ടത്തോടെ പോകുന്നു, അതിന്റേതായ ഒരു മനസ്സുണ്ട്, അത് പ്രതിസന്ധികളോട് അന്ധമാണ്. അവസരം മാറ്റങ്ങളും വെല്ലുവിളികളുംപോലെ വസ്ത്രം ധരിച്ച് വരുന്നു. ഓർക്കുക, മാറ്റം കോടീശ്വരന്മാരാക്കുന്നു.

"ഫാസ്റ്റ്ലെയ്ൻ ഫോറം" (ദി ഫാസ്റ്റ്ലെയ്ൻ ഫോറം.കോം) എന്റെ സമയത്തിന് പുറത്തുള്ള അവസരം പിടിച്ചെടുക്കുന്നതിനുള്ള എന്റെ ഉദാഹരണമാണ്. ഈ പുസ്തകം എഴുതുന്നതിന് വർഷങ്ങൾക്കുമുൻപ് എന്റെ ഫോറം ഉണ്ടായിരുന്നു. അതിന് കാരണം എന്റെ സമീപത്തിൽ അവസരം അപ്രതീക്ഷിതമായികടന്നു വന്നതിനാലാണ്. "ഫാസ്റ്റ്ലെയ്ൻ ഫോറം"ത്തിന് മുൻകൂട്ടി നിശ്ചയിച്ച സമയം

എന്റെ പുസ്തകം പൂർത്തിയാക്കിയതിന് ശേഷമായിരുന്നു. എന്നിരുന്നാലും, ആദ്യത്തെ വാക്ക് എഴുതുന്നതിന് വർഷങ്ങൾക്കുമുൻപ്, ഞാൻ കൂടെക്കൂടെ പോയിരുന്ന ഒരു ബിസിനസ് ഫോറം വീണ്ടും സന്ദർശിച്ചു. പരിചിതമായ ഫോറം സംഭാവകർ "പഴയ നാളുകളെ" പറ്റി വിലപിക്കുന്നതും എങ്ങനെ ചില്ലറ വ്യാപാരികൾ ഫോറം ആക്രമിച്ചു എന്നതിനെപ്പറ്റിയും ഞാൻ തിരിച്ചറിഞ്ഞു : അവരുടെ അസംബന്ധങ്ങൾ, പദ്ധതികൾ, അഴിമതികൾ എന്നിവ കൂട്ടികൊടുക്കുന്ന ആളുകൾ. കളകൾ പടർന്നു പന്തലിച്ച പൂന്തോട്ടമായിരുന്നു അത്. ജനങ്ങൾ ഒരു മാറ്റമോ ബദലോ ആവശ്യപ്പെട്ടു.

ഭാവിയിൽ എപ്പോഴോ ഒരു ഫോറം വരുന്നുണ്ടെന്ന് എന്റെ മനസ്സിൽ ഉണ്ടായിരുന്നു.

പക്ഷേ അവസരം എന്റെ സൗകര്യത്തിനനുസരിച്ചല്ല വന്നത്.

അവസരങ്ങൾ പെട്ടെന്ന് വഴിമാറി, അതിന്റെ കാതടപ്പിക്കുന്ന ശബ്ദം ഞാൻ കേട്ടു. ഞാൻ കുളിക്കാനിറങ്ങിയെങ്കിലും, ഞാൻ പുറത്തിറങ്ങി, നനഞ്ഞൊഴുകി കൊണ്ട് പുറത്തേക്കോടി, തയ്യാറാകാതെ, അകാലത്തിൽ, അവസരവുമായി കണ്ടുമുട്ടി. ഞാൻ അതിനെ അഭിവാദ്യം ചെയ്തു, വാതിൽ തുറന്ന് അകത്തേക്ക് നയിച്ചു. എന്റെ സമയത്തിനല്ല, "അവസരത്തിന്റെ സമയം", ആ ഒരുദിവസം ഇന്നായി. *ആദ്യ വാക്ക് എഴുതുന്നതിന് മുൻപുതന്നെ നൂറുകണക്കിന് പുസ്തകങ്ങൾ മുൻകൂട്ടി വിൽക്കാൻ എനിക്ക് ആ തീരുമാനം കാരണമായി.*

ലോകത്തെ വിജയകരമായ പല സംരംഭകരും കോളേജ് മുതൽക്കേ ബിസിനസ്സ് ആരംഭിച്ചു. നിങ്ങൾക്ക് അവരുടെ കമ്പനികളെ അറിയാം : മൈക്രോസോഫ്റ്റ്, ഡെൽ, ഫെഡ് എക്സ്, ഫേസ്ബുക്ക്. അവരുടെ സ്ഥാപകർ അവരുടെ സമയത്തിന് പുറത്തുള്ള അവസരം മുതലെടുക്കുകയും ബുദ്ധിപരമായ ഒരു സാഹസം തിരഞ്ഞെടുക്കുകയും ചെയ്തു. ഈ സംരംഭകർ അവസരം പിടിച്ചെടുത്തു, മുൻവ്യവസ്ഥകളുടെ സംതൃപ്തിക്കായി കാത്തുനിന്നില്ല : "ഞാൻ ബിരുദം നേടിയ ശേഷം" അല്ലെങ്കിൽ "വേനൽ അവധിക്കാലത്ത്" അല്ലെങ്കിൽ "എന്റെ ഗണിതത്തിന്റെ 202 പരീക്ഷയ്ക്ക് ശേഷം" അവസരങ്ങൾ പൂരിപ്പിച്ചിട്ടില്ലാത്ത ആവശ്യങ്ങൾ പോലെ അണിഞ്ഞൊരുങ്ങുന്നു. അവ നിങ്ങളുടെ ഡോർബെൽ റിംഗ് ചെയ്യുമ്പോൾ, ഉത്തരം പറയൂ! ഉത്തരം കിട്ടാതെ വരുമ്പോൾ, അവസരം അവിടം വിട്ട് മറ്റൊരു ഡോർബെൽ അടിക്കുന്നു, ഒടുവിൽ ആരെങ്കിലും ഉത്തരം പറയും.

എങ്കിൽ നിങ്ങൾ എന്തുകൊണ്ട് അല്ല? ടൈമിംഗ് അപൂർവ്വമായി തികഞ്ഞതാകും. കാത്തിരിപ്പ് മധ്യസ്ഥതയെ ശക്തിപ്പെടുത്തുന്നു. ആളുകൾ അവരുടെ ജീവിതം മുഴുവൻ തികഞ്ഞ ഇതിനും അതിനും വേണ്ടി കാത്തിരിക്കും. തികഞ്ഞ സാഹചര്യങ്ങളും അവസ്ഥകളും ഒരിക്കലും വരുന്നില്ല. എന്താണ് എത്തുന്നത്? കാലം, വാർധക്യം, നഷ്ടപ്പെട്ട സ്വപ്നത്തിന്റെ ഭൂതവും.

ഇപ്പോൾ നിങ്ങൾക്ക് ഗാരേജിൽ നിന്ന് പുറത്തിറങ്ങി റോഡിലേക്ക് പോകാനുള്ള അവസരമുണ്ട്. നിങ്ങളുടെ ഫാസ്റ്റ്ലെയ്ൻ യാത്ര ആരംഭിക്കുന്നിടത്താണ് റോഡ്. ഫാസ്റ്റ്ലെയ്ൻ റോഡുകൾ സമ്പത്തിലേക്ക് നയിക്കുന്നു. നിങ്ങൾക്ക് ഫാസ്റ്റ്ലെയ്ൻ റോഡ് മാപ്പ് ഉണ്ട്, സ്ലോലെയ്നും സൈഡ്വാക്കറും എങ്ങനെയാണ് പ്രവർത്തിക്കുന്നതെന്ന് നിങ്ങൾക്കറിയാം. നിങ്ങളുടെ വാഹനം എങ്ങനെ ട്യൂൺ ചെയ്യണമെന്ന് നിങ്ങൾക്കറിയാം. ഏത് മാനസികാവസ്ഥയാണ് ആസ്തിയെന്നതും ബാധ്യതകളെന്നതും നിങ്ങൾക്കറിയാം. നിങ്ങളുടെ വാഹനത്തിനെതിരെ ഗൂഢാലോചന നടത്തുന്ന ഗുരുത്വാകർഷണ ശക്തികളെ നിങ്ങൾ

തുറന്നുകാട്ടി. ഗാരേജിൽനിന്ന് പുറത്തുകടക്കാൻ ആവശ്യമായ എല്ലാ ഉപകരണങ്ങളും നിങ്ങളുടെ പക്കലുണ്ട്, സമ്പത്തിലേക്കുള്ള അനേകം വഴികളിൽ ഒന്നിൽ എത്തുക. അതെ, ഇത് റോഡിലെത്താനുള്ള സമയമാണ്.

അധ്യായ സംഗ്രഹം: ഫാസ്റ്റ്‌ലെയ്ൻ പ്രത്യേകതകൾ

- പലിശയാണ് ഫസ്റ്റ് ഗിയർ. പ്രതിബദ്ധതയാണ് റെഡ് ലെയ്ൻ.
- കഠിനാധ്വാനവും പ്രതിബദ്ധതയും വിജയികളെ പരാജിതരിൽനിന്ന് വേർതിരിക്കുന്നു.
- ചിലർ ദീർഘകാല ഉൽക്കാസമമായ *സുഖത്തെക്കാൾ* ഹ്രസ്വകാല *ശരാശരി സുഖസൗകര്യങ്ങൾ* തിരഞ്ഞെടുക്കുന്നു.
- മറ്റുള്ളവരിൽനിന്ന് വ്യത്യസ്തമായി ജീവിക്കാൻ, എല്ലാവരും ചെയ്യാത്തത് നിങ്ങൾ ചെയ്യണം.
- നിങ്ങളുടെ പ്രതീക്ഷകളെ കഠിനാധ്വാനം, ത്യാഗം, റോഡിലെ മറ്റ് തടസ്സങ്ങൾ എന്നിവയിലേക്ക് സജ്ജമാക്കുക. ദുർബ്ബലരെ റോഡിൽനിന്ന് മാറ്റി അയക്കുന്ന കുഴിബോംബുകളും "മിക്ക ആളുകളുടെയും" ദേശത്തേക്ക് മടക്കി അയക്കുന്നു.
- വിജയത്തെ പരിഗണിക്കുമ്പോൾ പരാജയം സ്വാഭാവികമാണ്. അത് പ്രതീക്ഷിക്കുക, അതിൽനിന്ന് പഠിക്കുക.
- ഒരു ഹോം റൺ നിങ്ങളുടെ ജീവിതത്തെ സാമ്പത്തികമായി സുരക്ഷിതമാക്കാം, ഒരുപക്ഷേ തലമുറകളെയും.
- ഹോം റണ്ണുകൾ ഡഗ് ഔട്ടിൽ അടിക്കാനാവില്ല.
- വിഡ്ഢിത്തരമായ അപകടസാധ്യതകൾക്ക് പരിധിയില്ലാത്ത ദോഷവും (ദീർഘകാലവും) പരിമിതമായ നേട്ടവും (ഹ്രസ്വകാലാവധി) ഉണ്ട്.
- ബുദ്ധിപരമായ അപകടസാധ്യതകൾക്ക് പരിധിയില്ലാത്ത നേട്ടവും (ദീർഘകാല) പരിമിതമായ ദോഷങ്ങളുമുണ്ട് (ഹ്രസ്വകാലം)
- ഒരിക്കലും തികഞ്ഞ സമയമില്ല, "എന്നെങ്കിലും" കാത്തിരിക്കുന്നത് സമയം പാഴാക്കുന്നു.

ഭാഗം 7

സമ്പത്തിലേക്കുള്ള വഴികൾ

സമ്പത്തിലേക്കുള്ള ശരിയായ വഴികൾ

റോഡിന്റെ ആരംഭം തിരഞ്ഞെടുക്കുന്നവൻ
അത് നയിക്കുന്ന സ്ഥലം തിരഞ്ഞെടുക്കുന്നു.
അത് അവസാനത്തെ നിർണ്ണയിക്കുന്ന ഉപാധിയാണ്.
—ഹെൻറി എമേഴ്സൺ ഫോസ്ഡിക്ക്

നിങ്ങളുടെ സമ്പത്തിലേക്കുള്ള വഴി നിർജ്ജീവമാണോ?

സമ്പത്തിന്റെ യാത്രയിൽ ഇത് ഏതുമായി ബന്ധപ്പെട്ട പാതയാണ്? നിങ്ങൾ ഒരു സ്ലോലെയ്നർ ആണെങ്കിൽ, നിങ്ങളുടെ പാതയാണ് നിങ്ങളുടെ ജോലി : ഡോക്ടർ, അഭിഭാഷകൻ, എഞ്ചിനീയർ, സെയിൽസ്മാൻ, ഹെയർഡ്രെസ്സർ, പൈലറ്റ്. നിങ്ങൾ ഒരു ഫാസ്റ്റ്ലെയ്നർ ആണെങ്കിൽ, നിങ്ങളുടെ പാത ഒരു ബിസിനസാണ് : ഇന്റർനെറ്റ് സംരംഭകൻ, റിയൽ എസ്റ്റേറ്റ് നിക്ഷേപകൻ, രചയിതാവ് അല്ലെങ്കിൽ കണ്ടുപിടുത്തക്കാരൻ.

നിങ്ങളുടെ റോഡ് നിങ്ങളുടെ കരിയർ അല്ലെങ്കിൽ ബിസിനസ് പാതയാണ്, അത് സമ്പത്തിലേക്കുള്ള വഴിയായിരിക്കണം. നിർഭാഗ്യവശാൽ, മിക്ക ജോലികൾക്കും അവയുടെ ഗണിതപരമായ പരിമിതികളാൽ സാധിക്കില്ല. അതിശയകരമെന്നു പറയട്ടെ, മിക്ക ബിസിനസുകൾക്കും ഇല്ല! ചിക്കാഗോയിൽനിന്ന് ആരംഭിച്ച് കിഴക്കോട്ട് നയിക്കുന്ന ഒരു പാത ഒരിക്കലും ലാസ് വെഗാസിൽ മുട്ടില്ല. അതൊരു വഴിയവസാനമാണ്! നിങ്ങൾ തെറ്റായ ഒരു ബിസിനസ് റോഡിലാണെങ്കിൽ നിങ്ങൾ സ്റ്റിയറിംഗ് വീൽ ഉപയോഗിക്കുകയും സഞ്ചാരമാർഗ്ഗം തിരുത്തുകയും വേണം : പുറത്തുകടക്കുക, തിരിയുക, അല്ലെങ്കിൽ തിരികെ സഞ്ചരിക്കുക.

ഈ പ്രതിസന്ധി ദശലക്ഷക്കണക്കിന് ബിസിനസ് ഉടമകൾ അഭിമുഖീകരിക്കുന്നു. അവർ സ്വയം വിഡ്ഢികളാകുന്ന തെറ്റായ വഴിയിലൂടെ വാഹനമോടിക്കുന്നതിലൂടെ. അതിനുശേഷം എന്തിനാണ് സമ്പത്ത് അവരെ ഒഴിവാക്കിയതെന്ന് ചിന്തിക്കുന്നു. 8 മണിക്കൂർ പ്രവൃത്തിദിനങ്ങൾക്കെതിരെ പോരാടുന്നതിന് പകരം, അവർ 12 മണിക്കൂർ സ്റ്റോർ സമയവുമായി പോരാടുന്നു. ഒരു വ്യവസ്ഥി

തിയുടെ പകരക്കാരനെ പ്രയോജനപ്പെടുത്തുന്നതിനുപകരം, അവർ സമയം ഡോളറിന് കച്ചവടം ചെയ്യുന്നു. അഞ്ചു ദിവസത്തെ കച്ചവടത്തിന് പകരം രണ്ട് ദിവസത്തെ അവധിയിലേക്കുള്ള ജോലി ദിവസങ്ങൾ, അവർ ആജീവനാന്ത ശാശ്വതമായി 6-ന്-1, അല്ലെങ്കിൽ 7-ന്-0 എന്നിങ്ങനെ വ്യാപാരം ചെയ്യുന്നു.

നിങ്ങൾ ഫാസ്റ്റ്ലെയ്ൻ തത്വശാസ്ത്രം ശ്രദ്ധിക്കുകയും, ഫാസ്റ്റ്ലെയ്ൻ പറഞ്ഞതനുസരിച്ച്, "ഒരു ബിസിനസ് ആരംഭിക്കു," എന്നത് ഒരു നാരങ്ങാവെള്ളത്തിന്റെ കട ആരംഭിക്കുന്നതിന് കാരണമാകുകയും ചെയ്തെങ്കിൽ, ഞാൻ പരാജയപ്പെട്ടു. അതിനു കാരണം ആ പാത യോഗ്യമല്ല, കാരണം അതിനു സമ്പത്തിനുള്ള സാധ്യതകൾ ഇല്ല. ശരിയായ പാത സമ്പത്തിലേക്കു നയിക്കുകയും യഥാർത്ഥ സാധ്യതകൾ ഉണ്ടായിരിക്കുകയും ചെയ്യും! എങ്ങനെ? നിങ്ങളുടെ റോഡ് പ്രഭാവ നിയമത്തിന് അടുത്തോ അതിലൂടെയോ കടന്നുപോകണം.

പ്രാബല്യത്തിലേക്കുള്ള വഴി : അഞ്ച് ഫാസ്റ്റ്ലെയ്ൻ കൽപനകൾ

ദശലക്ഷങ്ങൾ ഉണ്ടാക്കാൻ ദശലക്ഷക്കണക്കിന് ആളുകളെ നിങ്ങൾ സ്വാധീനിക്കണമെന്ന് പ്രഭാവ നിയമം പറയുന്നു. എങ്ങനെ നിങ്ങൾക്ക് ദശലക്ഷങ്ങളെ സ്വാധീനിക്കാൻ കഴിയും? സ്ലോലെയ്നിൽ നിങ്ങളുടെ ആന്തരിക മൂല്യം പൊട്ടിവിടരുകയും അത്യന്താപേക്ഷിതമായി മാറുകയും ദശലക്ഷക്കണക്കിന് സമ്പാദിക്കുകയും ചെയ്യുന്നു. ഫാസ്റ്റ്ലെയ്നിൽ, നിങ്ങൾ ഒരു ബിസിനസ് പ്രവർത്തനസജ്ജമാക്കുകയും അത് ദശലക്ഷക്കണക്കിന് ജീവിതങ്ങളെ അളവിൽ സ്പർശിക്കുന്നു, അല്ലെങ്കിൽ അനേകം ജീവിതങ്ങളെ വലുപ്പത്തിൽ സ്പർശിക്കുന്നു. പ്രഭാവ നിയമത്തിന്റെ അയൽപക്കത്തിലൂടെ നിങ്ങളുടെ പാത നയിക്കുകയോ അതിലേക്ക് ഒരു എക്സിറ്റ്-റാംപ് ഉണ്ടാവുകയോ ഇല്ലായെങ്കിൽ, ക്ഷമിക്കണം, നിങ്ങൾ തെറ്റായ വഴിയിലാണ്.

ഫാസ്റ്റ്ലെയ്ൻ സമ്പത്ത് സമവാക്യത്തിന്റെ ശക്തി ജ്വലിപ്പിക്കുന്നത് പ്രഭാവ നിയമത്തിലേക്ക് നയിക്കുന്ന ഒരു ബിസിനസ് ആണ്. ബിസിനസ്സ് അവസരങ്ങൾ സമൃദ്ധമാണ്, നിർഭാഗ്യവശാൽ അവയിൽ മിക്കതും ഫാസ്റ്റ്ലെയ്ൻ റോഡുകളല്ല. നിങ്ങൾ $15-ന് ഹെയർകട്ട് നടത്തുന്ന ഒരു ലഘുവ്യാപാര സ്റ്റോറിൽ കുടുങ്ങിക്കിടക്കുകയാണെങ്കിൽ, ദശലക്ഷക്കണക്കിന് ആളുകൾക്ക് സേവനം നൽകുമെന്ന് ന്യായമായും പ്രതീക്ഷിക്കാമോ? നിങ്ങളുടെ റോഡ് പ്രഭാവത്തിലേക്ക് ദിശാപരമായി വെല്ലുവിളിക്കപ്പെടുകയാണെങ്കിൽ ഒരു ആക്രമണ മനോഭാവം മൂർച്ഛിക്കുന്നു, കാരണം പ്രഭാവമാണ് സമ്പത്തിന്റെ കാവൽക്കാരൻ.

പ്രഭാവ നിയമം പ്രകാശിപ്പിക്കുന്നതിനും നിങ്ങളുടെ ഫാസ്റ്റ്ലെയ്ൻ റോഡ് പ്രകാശിപ്പിക്കുന്നതിനും, ക്രോസ് എക്സാമിനേഷൻ നടത്തുക. ഇത് അഞ്ച് ഫാസ്റ്റ്ലെയ്ൻ നിയമങ്ങൾക്ക് എതിരാണ്. സെന്റ്സ് ചട്ടക്കൂട് (CENTS FRAMEWORK).

1) നിയന്ത്രണത്തിന്റെ (Control) നിയമം

2) പ്രവേശനത്തിന്റെ (Entry) നിയമം

3) ആവശ്യകതയുടെ (Need) നിയമം

4) സമയത്തിന്റെ (Time) നിയമം

5) അളവിന്റെ (Scale) നിയമം

CENTS ഒരു ഫാസ്റ്റ്ലെയ്ൻ ലിറ്റ്മസ് ടെസ്റ്റ് ആണ്, നിങ്ങളുടെ റോഡിനെ സാധൂകരിക്കുന്നു. നിങ്ങളുടെ പാത (അല്ലെങ്കിൽ സാധ്യതയുള്ള റോഡ്) സമ്പത്തിലേക്കുള്ള വഴി തെളിക്കുമോ? ഇത് ഫാസ്റ്റ്ലെയ്ൻ ആണോ? ഇത് ഫാസ്റ്റ്ലെയ്ൻ ആക്കാമോ? അത് ഫലപ്രാപ്തിയെ ബാധിക്കുമോ? കോടിക്കണക്കിന് ഡോളറിന്റെ വ്യവസായത്തിലേക്ക് നിങ്ങളുടെ റോഡ് റൂട്ട് സൃഷ്ടിക്കാൻ കഴിയുമോ? നിഷ്ക്രിയ വരുമാനം, അവസാന ലിക്വിഡേഷൻ ഇവന്റിൽ അവസാനിക്കുമോ?

അഞ്ച് നിയമങ്ങളും പാലിക്കുന്ന ഒരു റോഡ് നിങ്ങളെ വേഗത്തിൽ ഭയങ്കര ധനികനാക്കും. ലംഘനങ്ങൾ വർദ്ധിക്കുന്നതിനനുസരിച്ച്, റോഡ് അതിന്റെ സമ്പത്തിന്റെ സാധ്യതയിൽ അധഃപതിക്കുന്നു, അതോടൊപ്പം, പ്രഭാവത്തിന്റെ അടുത്തെത്താനുള്ള നിങ്ങളുടെ കഴിവും കുറയുന്നു. ഒന്നോ അതിലധികമോ നിയമങ്ങൾ ലംഘിക്കാനും വേഗത്തിൽ സമ്പത്ത് സൃഷ്ടിക്കാനും കഴിയുമെങ്കിലും, നിങ്ങൾ എല്ലാ നിയമങ്ങളും തൃപ്തിപ്പെടുത്തുന്ന ഒരു പാത ലക്ഷ്യമിടണം. ശക്തമായ സമ്പത്ത് സൃഷ്ടിക്കുന്നവയാണ് ശക്തമായ റോഡുകൾ. ദുഃഖകരമെന്നു പറയട്ടെ, മിക്ക ബിസിനസ് അവസരങ്ങളും നിയമങ്ങളെ പരാജയപ്പെടുത്തുന്നു, അവ പരാജയപ്പെടുകയാണെങ്കിൽ, അവ നിങ്ങളുടെ ആദരവും ശ്രദ്ധയും അർഹിക്കുന്നില്ല.

അധ്യായ സംഗ്രഹം: ഫാസ്റ്റ്ലെയ്ൻ പ്രത്യേകതകൾ

- എല്ലാ ബിസിനസുകളും ശരിയായ വഴിയല്ല. കുറച്ച് റോഡുകൾ പ്രഭാവ നിയമത്തിന്റെ അടുത്തേക്കോ അതിലൂടെയോ നിയമം പാലിച്ചോ നീങ്ങുന്നു.
- മികച്ച റോഡുകളും ശുദ്ധമായ ഫാസ്റ്റ്ലെയ്നുകളും സെന്റ്സ് ചട്ടക്കൂടിനെ തൃപ്തിപ്പെടുത്തുന്നു; അഞ്ച് ഫാസ്റ്റ്ലെയ്ൻ നിയമങ്ങൾ : നിയന്ത്രണം, പ്രവേശനം, ആവശ്യം, സമയം, അളവ്.

നിയന്ത്രണത്തിന്റെ നിയമം

ഉറപ്പിക്കാൻ കഴിയുന്ന ഒരു ആശ്രിതത്വവുമില്ല
നിങ്ങളിൽതന്നെയുള്ള ആശ്രിതത്വമല്ലാതെ.

—ജോൺ ഗേ

ഡ്രൈവറുടെ സീറ്റ് ആവശ്യപ്പെടുക

ഉവ്വോ അതോ അല്ലയോ. നിങ്ങൾ ഒന്നുകിൽ ഫാസ്റ്റ്ലെയ്ൻ ഓടിക്കുന്നു അല്ലെങ്കിൽ ഇല്ല. ഒന്നുകിൽ നിങ്ങൾ നിങ്ങളുടെ സാമ്പത്തിക പദ്ധതിയിൽ നിയന്ത്രണത്തിലാണ് അല്ലെങ്കിൽ നിങ്ങൾ അങ്ങനെയല്ല. ഇടയിൽ ഒന്നുമില്ല. നിങ്ങൾ ഡ്രൈവിംഗ് ചെയ്യുന്നില്ലായെങ്കിൽ, നിങ്ങൾ പാസഞ്ചർ സീറ്റിൽ ഇരിക്കുന്നു, മറ്റാരെങ്കിലും നിയന്ത്രിക്കുന്നു.

നിങ്ങളുടെ സ്വപ്ന കാർ, ബോട്ട് അല്ലെങ്കിൽ വിമാനം എന്നിവയെക്കുറിച്ച് സങ്കൽപ്പിക്കുക. കൊള്ളാം, ഇതാ താക്കോലുകൾ. നിങ്ങൾക്ക് അത് ഒരു മണിക്കൂറോളം ലഭിക്കും, ബാധ്യതകളൊന്നുമില്ലാതെ. നിങ്ങൾ ആ താക്കോലുകൾ പിടിച്ച് ഒരു സന്തോഷയാത്രയ്ക്ക് ഒരുക്കമാണോ, ഓരോ മിനിറ്റും ഉപയോഗിച്ചുകൊണ്ട്? അല്ലെങ്കിൽ പാസഞ്ചർ സീറ്റിലേക്ക് നിങ്ങൾ തള്ളിക്കയറി "മേഹ്, നിങ്ങൾ നിയന്ത്രിക്കൂ, ഞാൻ ഇവിടെ ഇരുന്ന് ഒരു സവാരി നടത്താം" എന്ന് പറഞ്ഞു ഒഴിഞ്ഞുപോകുമോ? വിവേകമില്ലാത്തത്? അങ്ങനെയല്ല. പലരും ബിസിനസ്സിനെ സമീപിക്കുന്നത് ഇങ്ങനെയാണ് : അവർ കൈകാണിക്കുന്നു, ഡ്രൈവർ സീറ്റ് വിട്ടുകൊടുക്കുന്നു, നിയന്ത്രണ നിയമങ്ങൾ ലംഘിക്കുന്നു. അങ്ങനെ ചെയ്യുമ്പോൾ, അവർ അവരുടെ സാമ്പത്തിക പദ്ധതിയുടെ നിയന്ത്രണം ത്യജിക്കുകയും ആത്യന്തികമായി മറ്റൊരാളെ സമ്പന്നനാക്കുകയും ചെയ്യുന്നു.

ഫാസ്റ്റ്ലെയ്നിൽ വണ്ടിക്ക് കൈകാണിച്ച്, സവാരി നടത്തുന്നു

ജീവിതത്തിലെ സവാരി യാത്രക്കാർ നടപ്പാത ചവിട്ടി അരക്കുമ്പോൾ, ബിസിനസ്സിലെ സവാരിയാത്രക്കാർ നിയന്ത്രണത്തിന്റെ നിയമങ്ങൾ ലംഘിക്കുന്നു.

CENTS-ന്റെ C (നിയന്ത്രണം/Control)

ഒരു ബിസിനസ്സ് ഹിച്ച്ഹൈക്കർ അപകടസാധ്യതകളിൽനിന്ന് അഭയം തേടുകയും ഒരു മാതൃാധിപത്യ സംഘടനയുടെ പരിധിക്കുള്ളിൽ ഭയന്ന് പതുങ്ങികിടക്കുകയും ചെയ്യുന്നു. ഈ ആജ്ഞാനുവർത്തി ബന്ധം നിയന്ത്രണം ഉപേക്ഷിക്കുകയും ഡ്രൈവറുടെ പ്രവർത്തനങ്ങൾക്ക് നിങ്ങളെ ദുർബ്ബലരാക്കുകയും ചെയ്യുന്നു. നിങ്ങൾ നിങ്ങളുടെ ബിസിനസ്സ് നിയന്ത്രിക്കുമ്പോൾ, നിങ്ങൾ നിങ്ങളുടെ ബിസിനസ്സിലെ എല്ലാം നിയന്ത്രിക്കുന്നു—നിങ്ങളുടെ സ്ഥാപനം, നിങ്ങളുടെ ഉൽപ്പന്നങ്ങൾ, നിങ്ങളുടെ വിലനിർണ്ണയം, നിങ്ങളുടെ വരുമാന മോഡൽ, നിങ്ങളുടെ പ്രവർത്തന തിരഞ്ഞെടുപ്പുകൾ. നിങ്ങൾക്ക് നിങ്ങളുടെ കമ്പനിയുടെ എല്ലാ വശങ്ങളും, നിയന്ത്രിക്കാൻ കഴിയുന്നില്ലെങ്കിൽ, നിങ്ങൾക്ക് ലക്ഷ്യമില്ല! നിങ്ങൾക്ക് ലക്ഷ്യമില്ലെങ്കിൽ, നിങ്ങൾ പെട്ടെന്നുള്ള, അപ്രതീക്ഷിതമായ തകർച്ചകൾക്കായി സ്വയം സജ്ജമാക്കുക.

ഫാസ്റ്റ്ലെയ്ൻ ഡ്രൈവർമാർ നിയന്ത്രണം നിലനിർത്തുന്നു. നിയമം ലംഘിക്കുന്നവർ അത് ചെയ്യില്ല. പൊതുവിൽ :

- ഡ്രൈവർമാർ എംഎൽഎം കമ്പനികൾ സൃഷ്ടിക്കുന്നു; അവർ അതിനൊപ്പം ചേരുന്നില്ല.
- ഡ്രൈവർമാർ ഫ്രാഞ്ചൈസികൾ വിൽക്കുന്നു; അവർ അവ വാങ്ങുന്നില്ല.
- ഡ്രൈവർമാർ അഫിലിയേറ്റ് പ്രോഗ്രാമുകൾ വാഗ്ദാനം ചെയ്യുന്നു; അവർ അവരോടൊപ്പം ചേരുന്നില്ല.
- ഡ്രൈവർമാർ ഹെഡ്ജ് ഫണ്ടുകൾ പ്രവർത്തിപ്പിക്കുന്നു; അവർ അവയിൽ നിക്ഷേപിക്കുന്നില്ല.
- ഡ്രൈവർമാർ സ്റ്റോക്ക് വിൽക്കുന്നു; അവർ സ്റ്റോക്ക് വാങ്ങുന്നില്ല.
- ഡ്രൈവർമാർ ഡ്രോപ്പ്-ഷിപ്പിംഗ് വാഗ്ദാനം ചെയ്യുന്നു; അവർ ഡ്രോപ്പ്-ഷിപ്പിംഗ് ഉപയോഗിക്കുന്നില്ല.
- ഡ്രൈവർമാർ തൊഴിൽ വാഗ്ദാനം ചെയ്യുന്നു; അവർക്ക് ജോലി ലഭിക്കുന്നില്ല.
- ഡ്രൈവർമാർ വാടകയും റോയൽറ്റിയും സ്വീകരിക്കുന്നു; അവർ വാടകയും റോയൽറ്റിയും നൽകുന്നില്ല.
- ഡ്രൈവർമാർ ലൈസൻസുകൾ വിൽക്കുന്നു; അവർ അവ വാങ്ങുന്നില്ല.
- ഡ്രൈവർമാർ ഐപിഒ ഓഹരികൾ വിൽക്കുന്നു; അവർ അവ വാങ്ങുന്നില്ല.
- ഡ്രൈവർമാർ ഏറ്റവും ചൂടേറിയ ട്രെൻഡിനൊപ്പം ചേരില്ല, അവർ ഏറ്റവും ചൂടേറിയ ട്രെൻഡ് നൽകുന്നു.

അപ്പോൾ നിങ്ങൾ ഒരു ഫാസ്റ്റ്ലെയ്ൻ ഓടിക്കുകയാണോ? അതോ സവാരിയോ?

ഈ ഹിച്ച്ഹൈക്കർ വിവരണം നിങ്ങളെ വിവരിക്കുന്നുവെങ്കിൽ, നിരുത്സാഹപ്പെടുകയോ പ്രതിരോധിക്കുകയോ ചെയ്യരുത്. എല്ലാ സന്ദർഭങ്ങളിലും നിങ്ങൾക്ക് ഒരു ഡ്രൈവർ ആകാൻ കഴിയില്ല. അത്ഭുതം, ഞാൻ പോലും ഹിച്ച്ഹൈക്കിംഗ് പ്രവർത്തനങ്ങളിൽ പങ്കെടുക്കുന്നു. ഫാസ്റ്റ്ലെയ്ൻ ഹിച്ച്ഹൈക്കറുകൾക്ക് നല്ല പണം സമ്പാദിക്കാൻ കഴിയും, ചിലപ്പോൾ വള്ളംനിറയെ. എന്നിരുന്നാലും, ഇത് മനസ്സിലാക്കുക : ഡ്രൈവർ നിയന്ത്രണം നിലനിർത്തുകയും

വലിയ പണം സമ്പാദിക്കുകയും ചെയ്യുന്നു. ഏറ്റവും മികച്ചതിൽ, ഹിച്ച്ഹൈക്കർ നല്ല പണം സമ്പാദിക്കുന്നു.

നല്ല പണവും വലിയ പണവും

നല്ല പണം, വലിയ പണം, ഐതിഹാസിക പണം എന്നിവ തമ്മിൽ വ്യത്യാസമുണ്ട്. നല്ല പണമെന്നാൽ $20,000 മാസം.

എല്ലാ നെറ്റ്‌വർക്ക് മാർക്കറ്റിംഗ് കമ്പനിയുടെയും സ്ഥിരം വിളി, "ഹേയ്, പ്രതിമാസം $10,000 വേണോ? വലിയ കാര്യം. നിങ്ങളുടെ വിൻഡ്ഷീൽഡ് ഓർക്കുക. നിങ്ങളുടെ തലച്ചോറിൽ മാത്രമാണ് ഇത് വലിയ പണം. അത് മാന്യമായ പണമാണ്, എന്നാൽ ന്യൂപോർട്ട് ബീച്ചിൽ 40-അടിയുടെ ആഡംബര കപ്പലിന്റേയും, സ്വകാര്യ ജെറ്റിന്റേയും അകത്തേക്ക് അത് നിങ്ങളെ എത്തിക്കുന്നില്ല."

വലിയ പണമെന്നാൽ $200,000/മാസം. ഇപ്പോൾ നമ്മൾ സംസാരിക്കുന്നു – ഓരോ മാസവും $200,000 നിങ്ങളുടെ ജീവിതശൈലിയിൽ ഒരു വിള്ളൽ വീഴ്ത്തുന്നു. ഈ വരുമാന നിലവാരത്തിൽ, ജീവിതം മാറുന്നു.

ഇനി ഐതിഹാസികമായ പണമുണ്ട്, അവിടെ നിങ്ങൾ ഒരു ദശലക്ഷത്തിലധികം ഡോളർ എല്ലാ മാസവും സമ്പാദിക്കുന്നു. അതിരുകടന്നതാണോ? ഒരിക്കലുമല്ല. നിങ്ങൾ എല്ലാ നിയമങ്ങളും പ്രയോജനപ്പെടുത്തുകയും നിങ്ങളുടെ കമ്പനിയെ നിയന്ത്രിക്കുകയും ചെയ്യുമ്പോൾ, പ്രതിമാസം ഒരു ദശലക്ഷം അസാധ്യമല്ല.

വലിയ പണമോ ഐതിഹാസികമായ പണമോ നേടുന്നതിന്, നിങ്ങളുടെ എല്ലാ വ്യവസ്ഥകളും നിങ്ങൾ നിയന്ത്രിക്കേണ്ടതുണ്ട്. നിങ്ങൾ നിയന്ത്രണം ഉപേക്ഷിക്കുകയും അധികാരം ഒരു ഉയർന്ന അധികാരിയിലേക്ക് മാറ്റിവെക്കുകയും ചെയ്യുമ്പോൾ, നിങ്ങൾ വലിയ പണം ഡ്രൈവർക്ക് വിട്ടുകൊടുക്കുകയും യാത്രക്കാരനായി നല്ല പണം സ്വീകരിക്കുകയും ചെയ്യുന്നു.

ഉദാഹരണത്തിന്, എന്റെ കമ്പനി ഒരു സംയോജിത പരിപാടി വാഗ്ദാനം ചെയ്തു. എന്റെ മികച്ച അംഗം സ്ഥിരമായി $20,000+/മാസം സമ്പാദിച്ചു. അതെ, അവൻ നല്ല പണം സമ്പാദിച്ചുകൊണ്ടിരുന്നു. അവൻ ഹിച്ച്ഹൈക്കിംഗ് പാസഞ്ചറായിരുന്നു, ഡ്രൈവറായ ഞാൻ സംയോജിത പ്രക്രിയ നിയന്ത്രിച്ചു. എന്നിരുന്നാലും, അവൻ ഏറ്റെടുത്ത അപകടത്തെക്കുറിച്ച് ചിന്തിക്കുക. എപ്പോൾ വേണമെങ്കിലും എനിക്ക് ഒരു "പുതിയ നയം" സ്ഥാപിക്കാമായിരുന്നു; അത് അവന്റെ വരുമാനം കുറക്കുമായിരുന്നു. ഞാൻ അവന്റെ വരുമാന സ്കീം നിയന്ത്രിച്ചു, അഫിലിയേറ്റ് ഉടമ്പടിയെ ഞാൻ ശല്യപ്പെടുത്തുകയോ മാറ്റുകയോ പരിഷ്കരിക്കുകയോ ചെയ്യില്ലെന്ന ചിന്തയിൽ അവൻ അപകടസാധ്യതയെ ഉൾക്കൊള്ളുകയും ചെയ്തു. ഏറ്റവും പ്രധാനമായി, ഒരു ഡ്രൈവർ എന്ന നിലയിൽ, വലിയ പണം സമ്പാദിക്കുന്നത് ഞാനായിരുന്നു ($200,000/മാസം), എന്നാൽ അവൻ ($20,000/മാസം) പണത്തിന് ഉടമ്പടി ചെയ്തു.

അതുപോലെ, "ആഡ്സെൻസ്" കോടീശ്വരന്മാർ എന്ന് വിളിക്കപ്പെടുന്ന ഇന്റർനെറ്റ് സംരംഭകരുടെ ഒരു അതുല്യ ഗ്രൂപ്പിനെക്കുറിച്ച് നിങ്ങൾ കേട്ടിരിക്കാം. ഓൺലൈനിൽ ഉള്ള ഒരു പരസ്യ ശൃംഖലയാണ് ഗൂഗിൾ ആഡ്സെൻസ്, കണ്ടന്റ് പ്രസാധകർക്ക് അവരുടെ വെബ്സൈറ്റുകളുടെ ട്രാഫിക്കിൽനിന്ന് വരുമാനം നേടാൻ ഇത് സഹായിക്കുന്നു. ഗൂഗിൾ ആഡ്സെൻസ് പ്രോഗ്രാമിനെ ഉപയോഗപ്പെടുത്തി നല്ല പണം സമ്പാദിക്കുന്ന അഫിലിയേറ്റുകൾ, ബ്ലോഗർമാർ,

പ്രസാധകർ എന്നിവരുണ്ട്. ചില കണ്ടന്റ് ദാതാക്കളും ബ്ലോഗർമാരും പ്രതിമാസം ആറ് അക്കങ്ങൾ സമ്പാദിക്കുന്നു. ഇത് വലിയ പണമാണ്, എന്നിട്ടും ഗൂഗിൾ (ഡ്രൈവർ) ഐതിഹാസികമായ പണം ഉണ്ടാക്കുന്നു.

നിയന്ത്രണത്തിന്റെ അഭാവം = അപകടങ്ങൾ

ഹിച്ച്ഹൈക്കിംഗിന്റെ അപകടങ്ങളെക്കുറിച്ച് ചിന്തിക്കുക. നിങ്ങൾ ഒരു അപരിചിതന്റെ കാറിൽ കയറുകയും അവരെ നിങ്ങൾ വണ്ടിയോടിക്കാൻ അനുവദിക്കുകയും ചെയ്യു. ഒരു ഫാസ്റ്റ്ലെയ്ൻ ഹിച്ച്ഹൈക്കിംഗ് അവിശ്വസനീയമായ അപകടമാണ്, പ്രത്യേകിച്ചും നിങ്ങളുടെ കുടുംബം ചരക്കാകുമ്പോൾ. കഷ്ടപ്പെട്ട് പഠിച്ച എണ്ണമറ്റ സംരംഭകർക്ക് എന്റെ അനുഭവം അതുപോലെ ആവർത്തിച്ചിരുന്നു.

ചില പശ്ചാത്തലം : എന്റെ ഫോറം ഗൂഗിൾ പരസ്യ ശൃംഖലയെ ഉപയോഗിക്കുന്നു, എന്റെ ഫോറത്തിൽനിന്ന് വികസിക്കുന്ന പരസ്യത്തിലെ ക്ലിക്കുകൾക്ക് വരുമാനം കിട്ടുന്നു. ഇതൊരു ഹിച്ച്ഹൈക്കിംഗ് ബന്ധമാണ്—ഗൂഗിൾ ഡ്രൈവറും, എന്റെ ഫോറം യാത്രക്കാരനുമാണ്. എന്റെ ഫോറത്തിലെ ഒരു ത്രെഡ് ഒരു ഇ-ബുക്ക് മാർക്കറ്റിംഗ് പ്രോഗ്രാം ചർച്ച ചെയ്തു. ആ ത്രെഡ് പുരോഗമിക്കവെ, ഒരു മുൻ പാപ്പരായ NBA കളിക്കാരനെക്കുറിച്ച് ഒരു തമാശ ഉണ്ടാകുകയും (നീണ്ട കഥ ചെറുതാക്കി പറഞ്ഞാൽ), കൂട്ടുകാരെ, ഗൂഗിളിലെ ആളുകൾ ആ വിഷയം അവരുടെ നിബന്ധനകൾ ലംഘിച്ചതായി അവകാശപ്പെട്ടു. എന്റെ പരസ്യങ്ങൾ അവസാനിപ്പിച്ചു, വരുമാനം നിർത്തി. എന്റെ കുടുംബത്തെ പോറ്റുന്നതിനായി എന്റെ ഫോറവും അതിന്റെ ഗൂഗിൾ വരുമാനവും ഉത്തരവാദികളായിരുന്നെങ്കിൽ എന്ന് ഇപ്പോൾ സങ്കൽപ്പിക്കുക. ഈ പരസ്യങ്ങളിൽനിന്നും ഞാൻ പ്രതിമാസം $15,000 സമ്പാദിക്കുന്നുണ്ടായിരുന്നെങ്കിൽ എന്ന് സങ്കൽപ്പിക്കുക. ഒറ്റയടിക്ക്, പൂഫ്! മൊത്തം പോയി.

നിയന്ത്രണമില്ല. പറയാനൊന്നുമില്ല. ശക്തിയില്ല. പ്രശ്നം പരിഹരിക്കാൻ എനിക്ക് എട്ട് ദിവസമെടുത്തു, പക്ഷേ അത് ഒരു യാത്രക്കാരനെന്ന നിലയിൽ ഹിച്ച്ഹൈക്കിംഗ് അപകടങ്ങളും ഡ്രൈവിംഗും അത് തുറന്നുകാട്ടി. ആ എട്ടു ദിവസങ്ങളിലും, ആ പ്രവർത്തനത്തിൽനിന്നുള്ള എന്റെ വരുമാനം പൂജ്യമായിരുന്നു. ഏതൊരു ഡ്രൈവർ-ഹിച്ച്ഹൈക്കർ ബന്ധത്തിൽ, ഡ്രൈവർ എല്ലായ്പ്പോഴും ഹിച്ച്ഹൈക്കറിനേക്കാൾ കൂടുതൽ പണം സമ്പാദിക്കുകയും ഫാസ്റ്റ്ലെയ്ൻ തന്ത്രത്തിലേക്കുള്ള ഒരു പ്രധാന ഘടകം നിലനിർത്തുകയും ചെയ്യുന്നു : *നിയന്ത്രണം.*

മറ്റൊരു സ്ഥാപനത്തിന് അധികാരമുള്ള ഒരു കമ്പനി നടത്തുന്നത് എനിക്ക് സങ്കൽപ്പിക്കാൻ കഴിയില്ല അതും നിങ്ങളുടെ വരുമാന സ്കീം തൽക്ഷണം ഇല്ലാതാക്കാൻ കഴിവുള്ളപ്പോൾ. ആർക്കെങ്കിലും "ഒരു സ്വിച്ച് ഫ്ലിപ്പുചെയ്ത്" നിങ്ങളുടെ ബിസിനസ്സ് നശിപ്പിക്കാൻ കഴിയുമെങ്കിൽ, നിങ്ങളുടെ സാമ്പത്തിക പദ്ധതിയുമായി നിങ്ങൾ റൗലറ്റ് കളിക്കുകയാണ്. നിങ്ങൾ ഡ്രൈവർക്ക് താക്കോൽ വിട്ടുകൊടുക്കുന്നതാണ് ഹിച്ച്ഹൈക്കിംഗിന്റെ ജന്മനായുള്ള അപകടം. ഡ്രൈവർ ഒരു മതിലിൽ ഇടിക്കുകയാണെങ്കിൽ, ആരാണ് അവരോടൊപ്പം പോകുന്നത് എന്ന് ഊഹിക്കുക.

നിങ്ങൾ.

ഹിച്ച്ഹൈക്കിംഗിന്റെ പ്രശ്നം നിങ്ങൾക്ക് ഡ്രൈവറെ ഒരിക്കലും അറിയില്ല

എന്നതാണ്. ഡ്രൈവർ നീതിയും ധർമ്മവും ന്യായവുമുള്ളയാളാകാം അല്ലെങ്കിൽ ഡ്രൈവർ അഴിമതിക്കാരനും ദുഷ്ടനുമാകാം. എങ്ങനെയായിരുന്നാലും, നിങ്ങളുടെ ഡ്രൈവർക്ക് നിങ്ങൾ അധികാരം വിട്ടുകൊടുക്കുന്നു. താക്കോൽ കൈവശമുള്ള വൻ അധികാരം കൈവശം വെക്കുന്നു.

എന്നിട്ടും ദശലക്ഷക്കണക്കിന് ആളുകൾ ഈ തരത്തിലുള്ള സംഘടനാ നിയന്ത്രണത്തിന് കീഴടങ്ങുന്നത് ഒരിക്കലും നിർത്തുന്നില്ല. മാർക്കറ്റിംഗ്, പരസ്യങ്ങൾ, റോയൽറ്റികൾ എന്നിവയുൾപ്പെടെയുള്ള നിർണ്ണായക ബിസിനസ്സ് തീരുമാനങ്ങളുടെ നിയന്ത്രണം നൽകിക്കൊണ്ട് അവർ ഫ്രാഞ്ചൈസി കരാറുകളിൽ ഒപ്പിടുന്നു. അവർ ഡിസ്ട്രിബ്യൂട്ടർഷിപ്പുകളിൽ ചേരുന്നു മറ്റുള്ളവർ അവരുടെ നഷ്ടപരിഹാര ഘടന നിർദ്ദേശിക്കുന്നു. അവരുടെ ഉൽപ്പന്ന ഫണൽ സംവിധാനം ചെയ്യുന്നത് ഒരു കേന്ദ്രീകൃത ഉറവിടമാണ്. അവർക്ക് ചെയ്യാൻ കഴിയുന്നതും ചെയ്യാൻ കഴിയാത്തതുമായ കാര്യങ്ങൾ യന്ത്രപ്പാവകളോടെന്നപോലെ അവരോട് പറയപ്പെടുന്നു. അവരല്ല അവരുടെ യഥാർത്ഥ മുതലാളിയെന്ന മനസ്സിലാക്കാതെ അവർ ഒരു കോർപ്പറേറ്റ് മാടിയാർക്കിനോട് ബന്ദിയാക്കപ്പെടുന്നു. നിങ്ങളുടെ ഉൽപ്പന്നമോ വിലയോ മാറ്റാനോ വിപണന തീരുമാനങ്ങളെ സ്വാധീനിക്കാനോ നിങ്ങൾക്ക് കഴിയുന്നില്ലെങ്കിൽ, നിങ്ങൾ ഒരു ബോസ് ആണോ?

പതിറ്റാണ്ടുകൾക്കുമുൻപ് ഞാൻ ഒരു നെറ്റ്വർക്ക് മാർക്കറ്റിംഗ് കമ്പനിയിൽ ചേർന്നു. എനിക്ക് നല്ല പോലെ പണം സമ്പാദിക്കുന്ന ഒരു സുഹൃത്ത് ഉണ്ടായിരുന്നു. ആത്യന്തികമായി, കമ്പനി അതിന്റെ ഉൽപ്പന്ന നിരയും നഷ്ടപരിഹാര ഘടനയും മാറ്റി. എന്റെ സുഹൃത്തിന്റെ വരുമാന മാർഗ്ഗം തടസ്സപ്പെട്ടു, ഒടുവിൽ അപ്രത്യക്ഷമായി. അവൻ സൃഷ്ടിച്ച അസറ്റ് (അവന്റെ താഴ്ചയുടെ പണമൊഴുക്ക് സ്കീം) ഒരു മാസങ്ങൾക്കകം ബാഷ്പീകരിക്കപ്പെട്ടു. "സ്വന്തം ബിസിനസ്സ് ഉടമയാണെന്ന്" അവകാശപ്പെട്ടിട്ടും എന്റെ സുഹൃത്തിന് നിയന്ത്രണമില്ലായിരുന്നു. നിയന്ത്രണത്തിന്റെ നിയമം ലംഘിച്ചതാണ് അദ്ദേഹത്തിന്റെ തെറ്റ്. അവന് ഒരിക്കലും അവന്റെ ബിസിനസ്സിന്റെ താക്കോലുകൾ ഉണ്ടായിരുന്നില്ല, അവന്റെ സാമ്രാജ്യം അദ്ദേഹത്തിന് ശബ്ദമില്ലാത്ത ഒരു രാഷ്ട്രീയ പാർട്ടി ഭരിക്കുന്ന അടിത്തറയിൽ വ്യാജത്തിൽ സ്ഥാപിച്ച മരീചിക മാത്രമായിരുന്നു.

ഡ്രൈവർമാർ സമൂലമായ തിരിവുകൾ വരുത്തുകയും നിബന്ധനകൾ മാറ്റുകയും ചെയ്യുമ്പോൾ, നിങ്ങൾക്ക് അവരോടൊപ്പം പോകാതെ മറ്റൊരു മാർഗ്ഗവുമില്ല. അത് പാപ്പരത്തമോ കുറ്റകരമായ അവഗണനയോ ആണെങ്കിൽ, അവരുടെ മുങ്ങുന്ന കപ്പൽ നിങ്ങളുടേത് കൂടിയായി മാറുന്നു. ഇതുപോലുള്ള ഒരു ബിസിനസ്സ് ബന്ധത്തിൽ പങ്കാളിയാകാൻ നിങ്ങൾ ശരിക്കും ആഗ്രഹിക്കുന്നുണ്ടോ?

ഗപ്പിപോലെയല്ല, സ്രാവിനെപ്പോലെ ചിന്തിക്കുക

നിങ്ങൾ ഒരു അക്വേറിയത്തിലാണ് താമസിച്ചിരുന്നതെങ്കിൽ, നിങ്ങൾ സ്രാവാകുമായിരുന്നോ അതോ ഗപ്പിയോ?

സ്രാവുകൾ തിന്നുന്നു... ഗപ്പികൾ തിന്നപ്പെടുന്നു.

ഉപഭോക്താവിന്റെ മനസ്സിനും അവരുടെ പണത്തിനുംവേണ്ടിയുള്ള കടുത്ത മത്സരമാണ് ബിസിനസ്സ്. അത് ഒന്നിലധികം ജീവജാലങ്ങൾ ഉപജീവനത്തിനായി യുദ്ധം ചെയ്യുന്ന വിശാലമായ സമുദ്രമാണ് : പണം. ഈ സമുദ്ര മത്സരത്തിൽ, നിങ്ങൾ ഭക്ഷണ ശൃംഖലയുടെ മുകളിലായിരിക്കാൻ ആഗ്രഹിക്കുന്നു, താഴെയല്ല മുകളിലേക്ക് പോരാടി കയറുന്നു.

കോർപ്പറേറ്റ് ഗോവണി നിർമ്മിക്കുക – അവയിൽ ചേരരുത്.

പിരമിഡ് ഓർഗനൈസേഷനുകൾ നിർമ്മിക്കുക – അവയിൽ ചേരരുത്.

ചില്ലറയല്ല, നിർമ്മാണം എന്ന് ചിന്തിക്കുക.

ഒരു സ്രാവ് ആകാൻ, നിങ്ങൾ ഒന്നായി ചിന്തിക്കണം. സ്രാവുകൾ വലുത് ചിന്തിക്കുന്നു ഗപ്പികൾ ചെറുതായി ചിന്തിക്കുന്നു. ഒരു സ്രാവ് എന്ന നിലയിൽ, നിങ്ങൾ നിങ്ങളുടെ വിശ്വാസ സമ്പ്രദായത്തിലേക്ക് തുളച്ചുകയറുകയും അതിന്റെ മാനസികാവസ്ഥ മാറ്റുകയും വേണം.

പ്രാദേശികമായല്ല, ആഗോളതലത്തിൽ ചിന്തിക്കുക.

നയിക്കാൻ ചിന്തിക്കുക, പിന്തുടരുന്നതിനല്ല.

പകർത്താനല്ല, നവീകരിക്കാൻ ചിന്തിക്കുക.

ഗപ്പിയിൽനിന്ന് സ്രാവിലേക്കുള്ള മാറ്റവും പരിവർത്തനവും നിങ്ങളുടെ ചിന്തകളിൽനിന്നാണ് ആരംഭിക്കുന്നത്, നിങ്ങളുടെ ശ്രദ്ധ ചിലരിൽനിന്ന് പലതിലേക്ക് നീങ്ങുമ്പോൾ.

നിങ്ങളുടെ ഫാസ്റ്റ്‌ലെയ്ൻ റോഡിൽ ഇടപഴകുമ്പോൾ, സ്രാവാകുകയും സമുദ്രം മുഴുവൻ നിങ്ങളുടെ കളിസ്ഥലമായി ഉപയോഗിക്കുകയും ചെയ്യുക. എപ്പോഴെങ്കിലും മീൻ കൂട്ടം കണ്ടിട്ടുണ്ടോ? ഓരോ മത്സ്യവും വ്യക്തിഗതമായി പ്രവർത്തിക്കുന്നില്ല. അവർ ഒരു കൂട്ടമായി പ്രവർത്തിക്കുന്നു. നിർഭാഗ്യവശാൽ, മിക്ക ആളുകൾക്കും ഈ തുല്യതയുടെ അപകടം കാണാൻ കഴിയില്ല. തങ്ങളേക്കാൾ ശക്തിയുള്ള ശക്തിയാൽ നിയന്ത്രിക്കപ്പെടുന്ന ഒരു കൂട്ടത്തിൽ മുഴുകിയിരിക്കുന്ന ഒരു മത്സ്യം മാത്രമാണ് അവർ. ആരാണ് ഈ മത്സ്യക്കൂട്ടങ്ങളിലേക്ക് ആകർഷിക്കപ്പെടുന്നത്? സ്രാവുകൾ. സ്രാവ് ആവുക—വേട്ടക്കാരൻ, ഗപ്പി അല്ല. ഒരു ഡ്രൈവർ ആകുക, ഒരു ഹിച്ച്ഹൈക്കറല്ല.

നിങ്ങളുടെ ബ്രാൻഡിൽ മാത്രം നിക്ഷേപിക്കുക!

നിങ്ങൾ ആരുടെ പണവൃക്ഷമാണ് വളർത്തുന്നത്? നിങ്ങൾ നിങ്ങളുടെ ബ്രാൻഡിലോ മറ്റാരുടെയെങ്കിലും ബ്രാൻഡിലോ നിക്ഷേപിക്കുകയാണോ?

എപ്പോഴെങ്കിലും ട്രാഫിക്കിൽ ഇരിക്കെ, ഏതെങ്കിലും കമ്പനിയുടെ പരസ്യസാധനങ്ങളോ സ്റ്റിക്കറുകളോ പതിച്ച ഒരു കാർ കണ്ടെത്തിയിട്ടുണ്ടോ? അക്കായ് പാനീയങ്ങൾ വിൽക്കുന്ന നെറ്റ്‌വർക്ക് മാർക്കറ്റിംഗ് ജിഗുകൾ മുതൽ രാജ്യത്തെ ഏറ്റവും വലിയ മേക്കപ്പ് കമ്പനി വരെ, ഈ പരസ്യ സാധനങ്ങൾ ഡ്രൈവറിൽനിന്നുള്ള ഔദ്യോഗിക അറിയിപ്പുകളാണ് : “അതെ സുഹൃത്തുക്കളേ, എന്റെ ജീവിതം മറ്റൊരാളുടെ ബ്രാൻഡിൽ നിക്ഷേപിച്ചിരിക്കുന്നു.”

സ്രാവ് നിറഞ്ഞ സമുദ്രത്തിലെ ഗപ്പികളാണവ.

അടുത്തിടെ എന്റെ ജിമ്മിന്റെ പാർക്കിംഗ് സ്ഥലത്ത് പ്രായമായ ഒരു സ്ത്രീ എന്നെ സമീപിച്ചു. അവൾ അവളുടെ കാർ നിർത്തി, എന്റെ ലംബോർഗിനിയെയും അതിന്റെ ഡംഭുള്ള ലൈസൻസ് പ്ലേറ്റിനെയും കുറിച്ച് എന്നോട് ചോദിച്ചു. പിന്നീട് അവൾ പണ്ടോറയുടെ പെട്ടി തുറന്ന് ചോദിച്ചു, “നിങ്ങൾ എന്തെങ്കിലും നെറ്റ്‌വർക്ക് മാർക്കറ്റിംഗ് ചെയ്യുന്നുണ്ടോ?” ഞാൻ പറയുന്നതിനുമുൻപ്, അവളുടെ കാറിലേക്ക് നോക്കി. പുതിയ ടയറുകളും പെയിന്റടിയും ആവശ്യമായ തുരുമ്പിച്ച പഴയ ഹ്യൂണ്ടായാണ് അവൾ ഓടിച്ചിരുന്നത്. പിൻ വിൻഡോ കാണുന്നില്ല (ഡക്റ്റ് ടേപ്പും പ്ലാസ്റ്റിക്കും കണക്കാക്കുന്നില്ലെങ്കിൽ). അവളുടെ നെറ്റ്‌വർക്ക് മാർക്കറ്റിംഗ്

കമ്പനിയുടെ മഹത്വം വിളിച്ചോതുന്ന കാന്തിക അടയാളങ്ങൾകൊണ്ട് സൈഡ് ഡോറുകൾ പ്ലാസ്റ്റർ ചെയ്തിരിക്കുന്നു. "വീട്ടിൽനിന്ന് വലിയ വരുമാനം ഉണ്ടാക്കൂ, 555-555-5555 എന്ന നമ്പറിൽ വിളിക്കൂ!"

അവളുടെ കമ്പനിയും (അവളുടെ പാതയും) ഇത്ര മഹത്തരമാണോ എന്ന് ഞാൻ ആശ്ചര്യപ്പെട്ടു. എന്നാൽ എന്തിനാണ് അവൾ എന്റെ ലംബോയുടെ ഫ്രണ്ട് ലെഫ്റ്റ് ടയറിനേക്കാൾ കുറഞ്ഞ വിലയുള്ള ഒരു വിറ്റുകളയാറായ ഹ്യുണ്ടായ് ഡ്രൈവ് ചെയ്യുന്നത് എന്ന് ഞാൻ അത്ഭുതപ്പെട്ടു. "വീട്ടിൽനിന്ന് വലിയ വരുമാനം ഉണ്ടാക്കുക!" എന്ന് അവൾക്കു എങ്ങനെ പറയാൻ കഴിയും, അവൾ അങ്ങനെ യല്ലെങ്കിൽ? അവൾ നിയന്ത്രിക്കാത്ത ഒരു ബിസിനസ്സിൽ എന്തിനാണ് നിക്ഷേപം നടത്തുന്നതെന്ന് ഞാൻ അവളോട് ബഹുമാനത്തോടെ ചോദിച്ചു. എന്തുകൊണ്ട് നിങ്ങളുടേത് വരക്കേണ്ട സമയത്തു നിങ്ങൾ മറ്റൊരാളുടെ "വലിയ ചിത്രം" വരക്കുന്നത്? അവൾ പുഞ്ചിരിച്ചു.

അവൾ ചിരിച്ചുകൊണ്ട് "അവളുടെ സ്വപ്നങ്ങളെ മോഷ്ടിക്കുന്നവരിൽ" എന്ന പ്രതിരോധം ഉയർത്തിക്കൊണ്ട് എന്റെ വിശകലനം നിരസിച്ചു. അവൾക്ക് അവൾ ചെയ്യുന്ന ജോലി ന്യായയുക്തവുമായി തോന്നുകയും, എന്റെ നിർദ്ദേശങ്ങ ളിൽ അവളുടെ മനസ്സ് അടഞ്ഞിരിക്കുകയും ചെയ്തു. അത് കൊള്ളാം. നിങ്ങൾ ചെയ്യുന്നത് തുടരുക, അത് നിങ്ങളെ യഥാർത്ഥ സ്വാതന്ത്ര്യത്തിലേക്ക് വിജയി പ്പിക്കുമോ എന്ന് നോക്കുക. ഞാൻ പറയുന്നത് കേൾക്കരുത്; നിങ്ങൾ എന്നെ സമീപിച്ചു, ഞാൻ വിരമിച്ചതും എന്റെ സ്വപ്നത്തിൽ ജീവിക്കുന്നതുമായ ആളാണ്. അത് അഹങ്കാരവും ഭാവനയും ആയി തോന്നുമെന്ന് എനിക്കറിയാം, ഞാൻ ക്ഷമ ചോദിക്കുന്നു, എന്നാൽ യുക്തി മിക്ക ആളുകളെയും ഒഴിവാക്കുന്നു.

നിങ്ങൾ അന്ധമായി നിങ്ങളുടെ ജീവിതവും സമയവും മറ്റൊരാളുടെ ബ്രാൻ ഡിലേക്ക് നിക്ഷേപിക്കുമ്പോൾ, നിങ്ങൾ അവരുടെ മാർക്കറ്റിംഗ് പദ്ധതിയുടെ ഭാഗമാകുന്നു. നിങ്ങൾ അവരുടെ വലിയ ഒരു ചിത്രത്തിലെ ചെറിയ ഒരു പെയിന്റ് ആയി മാറും. വലിയ പണത്തിനെതിരെ നല്ല പണം സമ്പാദിക്കാനുള്ള ചെറിയ സാധ്യതയിലേക്ക് നിങ്ങൾ സ്വയം പിൻവലിയുന്നു. ചെറുപ്പത്തിൽ എന്റെ സ്വന്തം ബ്രാൻഡിൽ നിക്ഷേപിക്കാത്തത് സംരംഭകൻ എന്ന നിലയിൽ എന്റെ ഗുരുത രമായ തെറ്റായിരുന്നു. ഒരു ഫാസ്റ്റ്ലെയ്നിനെ ഹിച്ച്ഹൈക്ക് ചെയ്യുക എന്നത് പല സംരംഭകരേയും വഞ്ചിക്കുന്ന ഒരു പകർച്ചവ്യാധിയാണ്. ഞാൻ "ആവുമാ യിരിക്കും" എന്ന് പറയുന്നു. ഹിച്ച്ഹൈക്കിംഗ് സംരംഭകത്വമല്ല, കാരണം സൃഷ്ടിയും നവീകരണവുമാണ് സംരംഭകത്വത്തിന്റെ കാതൽ. ഹിച്ച്ഹൈക്കർമാർ മാർഗ്ഗം തെളിക്കുന്നവരല്ല; അവർ സൃഷ്ടിക്കുകയോ നവീകരിക്കുകയോ ചെയ്യുന്നില്ല. അവർ വിൽക്കുന്നു, പ്രവർത്തിപ്പിക്കുന്നു, കൈകാര്യം ചെയ്യുന്നു.

ഡ്രൈവർ കട അടച്ചാൽ നിങ്ങളുടെ ഭാഗ്യം തീർന്നു. ഡ്രൈവർ ഒരു ഉൽ പ്പന്നം നിർത്തുകയും അത് നിങ്ങളുടെ ഏക വരുമാന മാർഗ്ഗവുമാണെങ്കിൽ, നിങ്ങൾ ഭാഗ്യഹീനരായി. ഫാസ്റ്റ്ലെയ്നർമാർ അവരുടെ ബ്രാൻഡുകൾ, അവരുടെ പ്രോപ്പർട്ടികൾ, അവരുടെ സാമ്പത്തിക പദ്ധതികൾ എന്നിവ നിയന്ത്രിക്കുന്നു. അവർ അത് അന്ധമായി മറ്റുള്ളവർക്ക് നൽകി മികച്ചതിനായി പ്രതീക്ഷിക്കില്ല.

ഒരു ഫാസ്റ്റ്ലെയ്നായി നെറ്റ്‌വർക്ക് മാർക്കറ്റിംഗ്... എങ്കിൽ മാത്രം...

നെറ്റ്‌വർക്ക് മാർക്കറ്റിംഗ് ഒരു ഫാസ്റ്റ്ലെയ്നാണ്, എന്നാൽ നിങ്ങൾ നെറ്റ്‌വർക്ക് മാർക്കറ്റിംഗ് കമ്പനിയുടെ ഉടമയാണെങ്കിൽ മാത്രം. ഒരു ഫാസ്റ്റ്ലെയ്നർ എന്ന

നിലയിൽ, നിങ്ങൾ ഈ കമ്പനികൾ സൃഷ്ടിക്കാൻ ആഗ്രഹിക്കുന്നു, അവയിൽ ചേരരുത്.

ഞാൻ അവരെ ശുദ്ധീകരിക്കുന്നതിനുമുൻപ്, എനിക്ക് ധാരാളം ഫേസ്ബുക്ക് സുഹൃത്തുക്കൾ ഉണ്ടായിരുന്നു, നെറ്റ്‌വർക്ക് മാർക്കറ്റിംഗിൽ ആവേശത്തോടെ മുഴുകിയവർ. ഞാൻ ഒരിക്കലും എന്റെ വീക്ഷണങ്ങൾ പരസ്യമാക്കിയില്ല. കാരണം ആത്യന്തികമായി, അവർ അത് സ്വയം കാണണം. $20,000/മാസം എന്നത് ഒരു വലിയ വരുമാനമാണെന്ന് അവർ വിശ്വസിക്കുന്നുവെങ്കിൽ, അവർ വിശ്വസിക്കട്ടെ. അവരുടെ വരുമാന സ്കീം എന്നെന്നേക്കുമായി നിഷ്ക്രിയമായിരിക്കുമെന്ന് അവർ വിശ്വസിക്കുന്നുവെങ്കിൽ, അവരെ അത് വിശ്വസിക്കാൻ അനുവദിക്കുക. അവർ നിയന്ത്രണത്തിലാണെന്ന് അവർ വിശ്വസിക്കുന്നുവെങ്കിൽ, അവർ അത് വിശ്വസിക്കട്ടെ. ഈ ആളുകളോട് തീ ചൂടാണെന്ന് പറയാനാവില്ല, അവർ സ്വയം പൊള്ളൽ അനുഭവിക്കണം.

സത്യം തുറന്നുകാട്ടാൻ എനിക്ക് നാല് നെറ്റ്‌വർക്ക് മാർക്കറ്റിംഗ് കമ്പനികൾ വേണ്ടി വന്നു. അതും സത്യം? പസഫിക് തീരത്ത് ഗാരേജുകളിൽ നിറയെ എക്സോട്ടിക് കാറുകളുമായി താമസിക്കുന്ന കമ്പനിയിലെ ഏക ആളുകൾ സ്ഥാപകരും ആന്തരിക വലയത്തിലുള്ളവരും മാത്രമായിരുന്നു – വർഷങ്ങൾക്കുശേഷം ചേർന്ന വിതരണക്കാർക്കല്ല.

നെറ്റ്‌വർക്ക് മാർക്കറ്റിംഗിനെക്കുറിച്ചുള്ള എന്റെ അതൃപ്തി ഞാൻ മറച്ചുവെക്കുന്നില്ല, കാരണം തെറ്റായി വ്യാഖ്യാനിക്കപ്പെട്ടതാണെങ്കിലും. നെറ്റ്‌വർക്ക് മാർക്കറ്റിംഗ് എന്നത് സ്വയം വേഷംമാറിയ ഒരു ഹിച്ച്ഹൈക്കിംഗ് സംരംഭകത്വ തന്ത്രമാണ്. എന്റെ അതൃപ്തി തെറ്റിദ്ധാരണയിലാണ്; ദശലക്ഷങ്ങൾ "നിങ്ങളുടെ സ്വന്തം ബോസ് ആകുക!" "നിങ്ങളുടെ സ്വന്തം കമ്പനി സ്വന്തമാക്കൂ!" അല്ലെങ്കിൽ "നിഷ്ക്രിയം ശേഷിക്കുന്ന വരുമാനം!" പോലുള്ള പേശലുകളിൽ വീഴുന്നു.

ഈ അവകാശവാദങ്ങൾക്ക് സാധുതയുടെ ഒരു ചെറിയ കഷണം ഉണ്ടെങ്കിലും, അവ എംഎൽഎം-ന്റെ യഥാർത്ഥ സത്തയെ മറക്കുന്നു. വിൽപ്പന, വിതരണം, പരിശീലനം എന്നിവയെ – സംരംഭകത്വമല്ല.

ഞാൻ നാല് എംഎൽഎം കമ്പനികളിൽ ഏർപ്പെട്ടിരുന്നു. ഒരിക്കൽപ്പോലും ഞാൻ ഉൽപ്പന്ന തീരുമാനങ്ങളെപ്പറ്റി, ഗവേഷണവും വികസനവും, മാർക്കറ്റിംഗ് നിയന്ത്രണങ്ങൾ, നിയമങ്ങൾ, ചെലവ് വിശകലനം, അല്ലെങ്കിൽ ഒരു ബിസിനസ്സ് സ്വന്തമാക്കുന്നതിന് അടിസ്ഥാനപരമായ മറ്റേതെങ്കിലും പ്രവർത്തനത്തെപറ്റി ഡിക്റ്റേറ്റ് ചെയ്തതായി ഓർക്കുന്നില്ല. ഒരു നെറ്റ്‌വർക്ക് വിപണനക്കാരൻ എന്ന നിലയിൽ, നിങ്ങൾക്ക് ഒരു ബിസിനസ്സ് ഇല്ല – നിങ്ങൾ ഒരു ജോലി കൈകാര്യം ചെയ്യുകയും വിൽപ്പന സംഘടന സൃഷ്ടിക്കുകയും ചെയ്യുന്നു. അത് മെത്തക്കടിയിൽ പണം നിറച്ച് നിക്ഷേപം എന്ന് വിളിക്കുന്നത് പോലെയാണ്.

വർഷങ്ങൾക്കുമുൻപ്, എനിക്ക് എംഎൽ എം-ൽ നന്നായി പ്രവർത്തിച്ച സുഹൃത്തുക്കൾ ഉണ്ടായിരുന്നു, അവരിൽ ചിലർ ഇപ്പോഴും ചെയ്യുന്നു. അത്ഭുതം, ഞാൻ പോലും നന്നായി ചെയ്തു. പക്ഷേ രണ്ടുകാര്യങ്ങൾ എന്നെ അലട്ടി. ആദ്യം, എനിക്ക് നിയന്ത്രണമില്ലായിരുന്നു. ഞാൻ അവിടെ കമ്പനിയുടെ കാരുണ്യം, അതിന്റെ നയങ്ങൾ, അതിന്റെ നടപടിക്രമങ്ങൾ, അതിന്റെ ഉൽപ്പന്ന ലൈൻ, അതിന്റെ ചെലവ് ഘടന – എന്നിവയെ ആശ്രയിച്ചാണ് ഉണ്ടായിരുന്നത്. കൂടാതെ എന്ത് ഉത്തരവ് പുറപ്പെടുവിച്ചാലും ഞാൻ അതിൽ കുടുങ്ങിപ്പോകും. എന്റെ കമ്പനി അതിന്റെ ഏറ്റവും മികച്ച ഉൽപ്പന്നം നിർത്തലാക്കിയപ്പോൾ,

എന്റെ വരുമാനം എന്റെ സ്വന്തം തെറ്റ് കൂടാതെ കുത്തനെ ഇടിഞ്ഞതായി ഞാൻ ഓർക്കുന്നു.

എംഎൽഎം-ൽ നല്ല ജീവിതം നയിച്ചിരുന്ന എന്റെ സുഹൃത്ത്? കോർപ്പറേറ്റ് തീരുമാനങ്ങളിലെ എതിർപ്പിനെ തുടർന്ന് അദ്ദേഹം രാജിവച്ചു, ഞാൻ കേട്ടതിൽനിന്ന്, അദ്ദേഹം കുറച്ച് വർഷങ്ങൾ കൂടുമ്പോൾ അവസരങ്ങളിൽനിന്ന് അവസരങ്ങളിലേക്ക് കുതിക്കുന്നു. അവൻ ചക്രം ആവർത്തിക്കുന്നു : ചില ചൂടുള്ള അവസരങ്ങളിൽ കയറുക, അത് ഉണക്കുക, അടുത്തതിലേക്ക് നീങ്ങുക. അവസാനം ഞാൻ പരിശോധിച്ചതിൽ, അവൻ പണക്കാരനായില്ല, വിരമിച്ചില്ല. അവൻ തിരക്കേറിയ എലിപ്പന്തയത്തിൽ കുടുങ്ങിയില്ല. പക്ഷേ, ഒരു കാരറ്റിൽനിന്ന് അടുത്തതിലേക്കുള്ള മുയൽ പന്തയത്തിൽ.

എന്റെ മനസ്സിലെ രണ്ടാമത്തെ വേദന വ്യക്തമായിരുന്നു : എനിക്ക് ഒരു സംരംഭകനായി തോന്നിയില്ല. എനിക്ക് താറുമാറായ കൂട്ടിൽ കുടുങ്ങിയ തേനീച്ചയെപ്പോലെ തോന്നി. എന്റെ കഠിനാധ്വാനത്തിൽനിന്ന് പ്രയോജനം ലഭിക്കുന്ന ഒരു വലിയ കമ്പനിയിലെ ജീവനക്കാരനെപ്പോലെയാണ് എനിക്ക് തോന്നിയത്, ആ ജോലി കുറച്ച് ഡോളർ ഫലമായി നൽകിയപ്പോഴും. ഞാൻ ഒരുപാട് നിയമങ്ങൾ ലംഘിക്കുകയാണെന്ന് എന്റെ ഉപബോധമനസ്സിന് അറിയാമായിരുന്നു. കൂടാതെ പറയാത്ത നിയമങ്ങൾ, പ്രവേശന നിയമം, നിയന്ത്രണ നിയമം, "എല്ലാവരുടെയും" നിയമം (അധ്യായം 31).

ഈ മാതൃകയോടുള്ള എന്റെ അനിഷ്ടം, പങ്കാളികളാകാൻ ആഗ്രഹിക്കുന്നവരെ തെറ്റായ ദിശയിലേക്ക് നയിച്ചതാണ്; ഒരു ഫാസ്റ്റ്ലെയ്നുടെ പദ്ധതിയിൽ ഒരു സെയിൽസ് മാനേജർമാരായിരിക്കുമ്പോൾ അവർ സംരംഭകരാണെന്ന് അവർ കരുതുന്നു എന്നതാണ്.

ഈ ആളുകൾക്ക് ഒരു വലിയ മാറ്റമുണ്ടാക്കാൻ കഴിയുമോ? തീർച്ചയായും, ഞാൻ ആ വസ്തുതയിൽ വാദിക്കുന്നില്ല. ഫോർച്യൂൺ 500 കമ്പനികളിലെ മികച്ച വിൽപ്പനക്കാരും ധാരാളം പണം സമ്പാദിക്കുന്നു. ലോട്ടറി വിജയികളും ധാരാളം പണം സമ്പാദിക്കുന്നു. നമ്മൾ ഇവിടെ സംസാരിക്കുന്നത് വിചിത്രതകളാണ്, കേവലമല്ല. എംഎൽഎം വിതരണക്കാർ കമ്മീഷൻ ചെയ്ത ജീവനക്കാരാണ്, സംരംഭകരുടെ വേഷം ധരിച്ച് അവർ നിയന്ത്രിക്കാത്ത ഒരു ഭരണത്തിൽ ഒരു ഫാസ്റ്റ്ലെയ്നറിനായി ജോലി ചെയ്യുന്നു. പക്ഷേ, ഫാസ്റ്റ്ലെയ്നർ നിയന്ത്രിക്കുന്നു. *നെറ്റ്‌വർക്ക് ഫാസ്റ്റ്ലെയ്നറുടെ സൈന്യത്തിലെ സൈനികരാണ് വിപണനക്കാർ.*

അതിനാൽ എന്നെ തൂക്കിലേറ്റാൻ തയ്യാറുള്ള എല്ലാ എംഎൽഎം ആളുകളോടും ഞാൻ വ്യക്തമായി പറയട്ടെ : ഞാൻ നെറ്റ്‌വർക്ക് മാർക്കറ്റിംഗ് ഒരു സംരംഭകനെന്ന നിലയിൽ സ്നേഹിക്കുന്നു. വിതരണം ആവശ്യമുള്ള ഒരു ഉൽപ്പന്നം ഞാൻ എപ്പോഴെങ്കിലും കണ്ടുപിടിക്കുകയാണെങ്കിൽ, നെറ്റ്‌വർക്ക് മാർക്കറ്റിംഗായിരിക്കും എന്റെ ആദ്യ പരിഗണന. കൂടാതെ, എംഎൽഎം മികച്ച വിദ്യാഭ്യാസ മൂല്യമുണ്ട് : വിൽപ്പന, പ്രചോദനം, ടീം-വളർത്തൽ, നെറ്റ്‌വർക്കിംഗ്. നെറ്റ്‌വർക്ക് മാർക്കറ്റിംഗിൽ നിങ്ങൾക്ക് വിജയിക്കാൻ കഴിയുമെങ്കിൽ, നിങ്ങൾക്ക് എന്തിനും വിജയിക്കാൻ കഴിയുമെന്ന് ഞാൻ വിശ്വസിക്കുന്നു.

എന്റെ സുഹൃത്തിനെ സംബന്ധിച്ചിടത്തോളം, അവൻ ഒരു ഫാസ്റ്റ്ലെയ്നിലെ ഒരു ഹിച്ച്ഹൈക്കറാണ്. അവൻ മനസ്സിലാക്കാത്തത് ഒരു നെറ്റ്‌വർക്ക് മാർക്കറ്റിംഗ് കമ്പനിയിൽ ചേരുന്നതിലൂടെ ഫാസ്റ്റ്ലെയ്ൻ സമ്പത്ത് വളരെ അപൂർവ്വമായി മാത്രമേ ലഭിക്കുന്നുള്ളൂ, അത് സൃഷ്ടിക്കുന്നതിൽനിന്നാണ് വരുന്നത്.

ആളുകൾ ചേരാൻ അതിയായി ആഗ്രഹിക്കുന്ന കമ്പനി നിങ്ങൾ സൃഷ്ടിക്കണം. നിങ്ങൾ ഉൽപ്പന്നത്തെയും നയത്തെയും നിയന്ത്രിക്കണം. നിർമ്മാതാവിന്റെ റോൾ എടുക്കുക.

ഫാസ്റ്റ്ലെയ്നർ സ്വന്തം ബ്രാൻഡ് സൃഷ്ടിക്കുകയും അതിൽ നിക്ഷേപിക്കുകയും ചെയ്യുന്നു; ഹിച്ച്ഹൈക്കർ മറ്റൊരാളുടെ കപ്പലിൽ കയറുന്നു, തോളത്ത് എടുത്ത് കൊണ്ടുപോകാൻ പ്രതീക്ഷിക്കുന്നു. നിങ്ങളുടെ വ്യവസ്ഥയെ നിയന്ത്രിക്കുന്നില്ലെങ്കിൽ, നിങ്ങളുടെ മണി ട്രീയെ, നിങ്ങളുടെ ബ്രാൻഡിനെ, നിങ്ങൾ ഒന്നും നിയന്ത്രിക്കുന്നില്ല. നിങ്ങൾ പിരമിഡിന് മുകളിൽ ഇരുന്ന് ജനങ്ങളെ സേവിക്കണം. പിരമിഡുകൾ കയറുന്നത് നിർത്തി അവ നിർമ്മിക്കാൻ ആരംഭിക്കുക.

അധ്യായ സംഗ്രഹം : ഫാസ്റ്റ്ലെയ്ൻ പ്രത്യേകതകൾ

- ഹിച്ച്ഹൈക്കർമാർ അവരുടെ ബിസിനസ്സിന്റെ നിയന്ത്രണം ഒരു ഫാസ്റ്റ് ലെയ്നറിന് വിട്ടുകൊടുക്കുന്നു.
- "നല്ല" പണവും "വലിയ" പണവും തമ്മിൽ വ്യത്യാസമുണ്ട്. ഹിച്ച്ഹൈക്കർമാർക്ക് നല്ല പണം സമ്പാദിക്കുമ്പോൾ ഫാസ്റ്റ്ലെയ്നർക്ക് വലിയ പണം സമ്പാദിക്കാൻ കഴിയും. ചിലപ്പോൾ ഐതിഹാസിക പണം.
- ഒരു ഡ്രൈവർ/ഹിച്ച്ഹൈക്കർ ബന്ധത്തിൽ, ഡ്രൈവർ നിയന്ത്രണം നിലനിർത്തുന്നു, ഡ്രൈവറുടെ കാരുണ്യത്തിലാണ് ഹിച്ച്ഹൈക്കർ.
- ഹിച്ച്ഹൈക്കർമാർ മറ്റൊരാളുടെ ഫാസ്റ്റ്ലെയ്ൻ പ്ലാനിന് കീഴിലാണ്.
- നിങ്ങൾ നിയന്ത്രിക്കുന്ന ഒരു സ്ഥാപനത്തിൽ ലോകത്തെ നിങ്ങളുടെ കളിസ്ഥലമാക്കുക.
- നെറ്റ്വർക്ക് മാർക്കറ്റിംഗിന് സംരംഭകത്വവുമായി കാര്യമായ ബന്ധമില്ല. എന്നാൽ കൂടുതൽ കാര്യങ്ങൾ വിൽപ്പന, നെറ്റ്വർക്കിംഗ്, പരിശീലനം, പ്രചോദനം എന്നിവയിൽ ചെയ്യാനുണ്ട്.
- നെറ്റ്വർക്ക് മാർക്കറ്റിംഗ് നിയന്ത്രണത്തിന്റെയും പ്രവേശനത്തിന്റെയും കൽപ്പനകളിൽ പരാജയപ്പെടുത്തുന്നു, ചിലപ്പോൾ, ആവശ്യത്തിലും.
- നെറ്റ്വർക്ക് വിപണനക്കാർ ഫാസ്റ്റ്ലെയ്നറുടെ സൈന്യത്തിലെ സൈനികരാണ്.
- നെറ്റ്വർക്ക് മാർക്കറ്റിംഗ് ഒരു ശക്തമായ വിതരണ സംവിധാനമാണ്. ഒരു ഫാസ്റ്റ്ലെയൻ എന്ന നിലയിൽ, സ്വയം അന്വേഷിക്കുക, ഒന്നിലും ചേരരുത്.
- നെറ്റ്വർക്ക് മാർക്കറ്റിംഗിന് ഈ മേഖലയിൽ ചില മികച്ച വിദ്യാഭ്യാസ മൂല്യം ഉണ്ടായിരിക്കും. വിൽപ്പന, പ്രചോദനം, ടീം വളർത്തൽ.
- നെറ്റ്വർക്ക് മാർക്കറ്റിംഗിൽ നിങ്ങൾക്ക് വിജയിക്കാൻ കഴിയുമെങ്കിൽ, നിങ്ങൾക്ക് ഒരു ഫാസ്റ്റ്ലെയ്ൻ എന്ന നിലയിൽ, സ്വയം അന്വേഷിക്കുക, ഒന്നിലും ചേരരുത്. ഫാസ്റ്റ്ലെയ്ൻ സംരംഭത്തിലും വിജയിക്കാം.

പ്രവേശനത്തിന്റെ നിയമം

ലക്ഷ്യമില്ലാത്തതിനാൽ നമ്മുടെ പദ്ധതികൾ തെറ്റിപ്പോകുന്നു.
ഒരു മനുഷ്യൻ താൻ ഏത് സുരക്ഷിതസ്ഥാനത്തിന് വേണ്ടിയാണ്
നിർമ്മിക്കുന്നതെന്ന് അറിയാത്തപ്പോൾ, ഒരു കാറ്റും ശരിയായ കാറ്റല്ല.
—സെനെക

നിങ്ങൾക്ക് ആടുകളോ ആട്ടിടയരോ ആകാം

അത് 1994 ആയിരുന്നു, ഞാൻ തിങ്ങിനിറഞ്ഞ ഒരു ഓഡിറ്റോറിയത്തിൽ കുഴപ്പം നിറഞ്ഞ ആളുകളുടെ ഒരു കൂട്ടത്തിൽ അകപ്പെട്ടു – ഉറുമ്പിൻ പുറ്റിലെ ഒരു ഉറുമ്പ് മാതിരി. മാസങ്ങൾക്കുമുൻപ്, ഞാൻ ഒരു നെറ്റ്‌വർക്ക് മാർക്കറ്റിംഗ് കമ്പനിയിൽ ഏർപ്പെട്ടു, ഇത് അവരുടെ പ്രതിമാസ മോട്ടിവേഷണൽ മീറ്റിംഗ് ആയിരുന്നു. ആ സമൂഹം ആവേശഭരിതരായിരുന്നു, ഉത്കണ്ഠാകുലരായിരുന്നു.

ഞാൻ ആയിരുന്നില്ല. ഞാൻ ചുറ്റും നോക്കി, എങ്ങും ഒരു ബിസിനസ്സ് കണ്ടില്ല, മറിച്ച് ഏതോ ഒരു മതത്തിന്റെ കൂട്ടായ്മ കണ്ടു. പറഞ്ഞതെന്തും മുറുകെ പിടിക്കുന്ന തേനീച്ചക്കൂട്ടത്തിന്റെ ഒരു സൈന്യം ഞാനവിടെ കണ്ടു, വിമർശനാത്മക ന്യായവാദം മാറ്റിവച്ച്, എന്നെയും പഠിപ്പിക്കാൻ പോകുന്നു. ഞാൻ അത്ര എളുപ്പം പഠിച്ചില്ല. ഞാൻ ചോദ്യങ്ങൾ ചോദിച്ചു. ഞാൻ എടുക്കാൻ പോകുന്ന വഴിയെക്കുറിച്ച് സ്ഥിരതയുള്ള, ജിജ്ഞാസയുള്ളവനായിരുന്നു.

"നിങ്ങൾ എത്ര പണം സമ്പാദിക്കുന്നു?" ഞാൻ നേരത്തെയും പലപ്പോഴും ചോദിച്ചു. രാഷ്ട്രീയക്കാരെപ്പോലെ, ഉത്തരം പറയാനുള്ളത് ഓർഗനൈസേഷനിലെ സ്ഥിരംവ്യക്തിയിലേക്ക് തിരിച്ചുവിട്ടു, എങ്കിലും ഞാൻ വഞ്ചിക്കപ്പെട്ടില്ല. ശരി, ബിൽ ഹാൻസൺ ഒരു മാസം $30,000 സമ്പാദിക്കുന്നുവെന്ന് നിങ്ങൾ ഇതിനകം എന്നോട് പറഞ്ഞിട്ടുണ്ട്, എന്നാൽ നിങ്ങൾ എത്ര മാത്രം സമ്പാദിക്കുന്നു? താങ്കളോ? നിങ്ങളോ? ബാക്കി ഈ മുറിയിലുള്ള 3000 ആളുകളോ?

അവരിൽ ചുരുക്കം ചിലർ പണമുണ്ടാക്കി എന്നതാണ് വസ്തുത.

എന്തുകൊണ്ട്?

പ്രവേശനത്തിന്റെ നിയമത്തിൽ പരാജയപ്പെട്ടു, ഗതാഗതക്കുരുക്ക് നിറഞ്ഞ

റോഡിൽ അവർ കുടുങ്ങി. തിരക്കേറിയതും ഞെരുങ്ങിയതുമായ റോഡുകൾ പതുക്കെ നീങ്ങുന്നു, നീങ്ങുകയാണെങ്കിൽ.

പ്രവേശനത്തിന്റെ നിയമം

ഞാൻ നെറ്റ്‌വർക്കിംഗ് മാർക്കറ്റിംഗിനെ നാല് തവണ പരാജയപ്പെടുത്തി. കാരണം, ഉപബോധമനസ്സ് സത്യം തിരിച്ചറിഞ്ഞു : ആ പാത പ്രവേശന നിയമം ലംഘിച്ചു.

CENTS-ന്റെ E (എൻട്രി)

പ്രവേശന നിയമം പറയുന്നു, *ഏതൊരു ബിസിനസ് റോഡിലേക്കും പ്രവേശന തടസ്സം മാറുകയോ അല്ലെങ്കിൽ കുറയുകയോ ചെയ്യുമ്പോൾ ആ മേഖലയിലെ റോഡിന്റെ ഫലപ്രാപ്തി കുറയുകയും മത്സരം ശക്തിപ്പെടുകയും ചെയ്യുന്നു.* ഉയർന്ന പ്രവേശന തടസ്സങ്ങൾ കാണിക്കുന്നത് കരുത്തുറ്റതും കൂടുതൽ ശക്തവുമായ റോഡിനെയാണ്, കുറഞ്ഞ മത്സരവും അസാധാരണത്വത്തിന്റെ ആവശ്യകതയും ഉള്ള റോഡുകൾ.

ലോ-ബാരിയർ-എൻട്രി ബിസിനസ്സുകൾ ദുർബ്ബലമായ റോഡുകളാണ്. കാരണം, എളുപ്പത്തിലുള്ള പ്രവേശനം ഉയർന്ന മത്സരവും ഉയർന്ന തിരക്കും സൃഷ്ടിക്കുകയും, ഇവയെല്ലാം ഒറ്റ ഫലം തന്നെ പകുത്തെടുക്കുന്നു. പിന്നെ എവിടെയാണോ ഗതാഗതമുള്ളത്, അവിടെ ഒരു ചലനവുമില്ല.

മറ്റൊരുവിധത്തിൽ പറഞ്ഞാൽ, "ബിസിനസ്സിലേക്ക് പ്രവേശിക്കുന്നത്" ഒരു ഡിസ്ട്രിബ്യൂട്ടർ കിറ്റിനായി $200 നൽകുന്നത് പോലെ ലളിതമാണെങ്കിൽ, പ്രവേശന തടസ്സങ്ങളൊന്നുമില്ല, അങ്ങനെയുള്ള അവസരങ്ങൾ കടന്നുപോകാൻ അനുവദിക്കണം. എങ്കിൽ ചാന്റെ ചൈനീസ് റെസ്റ്റോറന്റിന് പിന്നിലെ ഒരു കുപ്പത്തൊട്ടിക്ക് അടുത്തായി ഇടവഴിയിൽ ഉറങ്ങുന്ന ഏതെങ്കിലും ജോ ബ്ലോക്ക് മിനിറ്റുകൾക്കുള്ളിൽ ബിസിനസ്സ് ആരംഭിക്കാൻ കഴിയും, ഇത് നിങ്ങൾ ചെയ്യാൻ ആഗ്രഹിക്കുന്ന ഒരു ബിസിനസ്സ് അല്ല! പ്രവേശന തടസ്സങ്ങളില്ലാത്ത ബിസിനസ്സ് എന്ന് വിളിക്കപ്പെടുന്നവയാൽ ലോകം നിറഞ്ഞിരിക്കുന്നു. അതുകൊണ്ടാണ് അവർ നൈരാശ്യപ്പെടുന്നത്, അവരെ പിന്തുടരുന്ന ആളുകൾ സമ്പന്നരല്ല.

ഒരു ദശാബ്ദം മുൻപ്, "ഇ-ബേയിൽ ദശലക്ഷക്കണക്കിന് സമ്പാദിക്കുക!" എന്നത് വലിയ കോളിളക്കം സൃഷ്ടിച്ചു. അത് അധികനാൾ നീണ്ടുനിന്നില്ല. കാരണം, ഈ അവസരം ഒടുവിൽ പ്രവേശന കല്പനകൾ ലംഘിച്ചു. നിങ്ങൾക്ക് 10 മിനിറ്റിനുള്ളിൽ ഒരു ഇ-ബേ ബിസിനസ് സൃഷ്ടിക്കാൻ കഴിയുമെങ്കിൽ, എന്തായിരിക്കുമെന്ന് ഊഹിക്കുക? ദശലക്ഷക്കണക്കിന് മറ്റ് ആളുകൾക്കും ഇത് ചെയ്യാൻ കഴിയും. പിന്നെ ആരാണ് ദശലക്ഷങ്ങൾ ഉണ്ടാക്കിയത്? ആദ്യകാല ദത്തെടുത്തവർ, ഇ-ബേ-യും, ഇ-ബെയുടെ സ്ഥാപകരും. അവർ ഫാസ്റ്റ്‌ലെയ്ൻ ഓടിക്കുകയും ദശലക്ഷക്കണക്കിന് ഹിച്ച്ഹൈക്കർമാരെ വഴിയിൽ പിടിക്കുകയും ചെയ്തു. കുറച്ച് പേർ നന്നായി ചെയ്തു, ദശലക്ഷക്കണക്കിന് ആളുകൾ ചെയ്തില്ല.

വർഷങ്ങൾക്കുമുൻപുള്ള മറ്റൊരു വലിയ ചർച്ചയായിരുന്നു ഇന്റർനെറ്റ് ബ്ലോഗിംഗ്. ബ്ലോഗർമാർ ആയിരക്കണക്കിന് സമ്പാദിക്കുന്നു! ശരിയാണ്, എന്നാൽ ഇക്കാലത്ത്, മൾട്ടിമില്യനെയർ ബ്ലോഗർ അപൂർവ്വമാണ്. എന്തുകൊണ്ട്? എളുപ്പത്തിലുള്ള പ്രവേശന വഴി, ഇടപാടുകൾ കൂടിയത്, മത്സരം, കൂടാതെ

പൂരിതാവസ്ഥ എന്നിവ അവസരത്തെ തല്ലി താഴെയിട്ടു. പൂരിതാവസ്ഥ വിൽപ്പനയുടെ അളവ് കുറയുന്നതിന് കാരണമാകുന്നു. വിൽപ്പന അളവ് കുറയുന്നത് ലാഭനഷ്ടത്തിന് കാരണമാകുന്നു.

ആർക്കെങ്കിലും ഒരു ദിവസത്തിനുള്ളിൽ ഒരു ബിസിനസ് ആരംഭിക്കാൻ കഴിയുമെങ്കിൽ, അല്ലെങ്കിൽ അതിൽ കുറഞ്ഞ കാര്യങ്ങൾ നിങ്ങൾക്ക് ചെയ്യാൻ കഴിയുമെങ്കിൽ, നിങ്ങൾ പ്രവേശന നിയമവും കഠിനമായ സാധ്യതകളും ലംഘിക്കുന്നതിന് മുന്നിലാണ്. അതുകൊണ്ടാണ് സജീവമായ ബ്ലോഗുകളേക്കാൾ കൂടുതൽ ചത്ത ബ്ലോഗുകൾ ഉള്ളത്.

നെറ്റ്‌വർക്ക് മാർക്കറ്റിംഗ്, അല്ലെങ്കിൽ മൾട്ടി ലെവൽ മാർക്കറ്റിംഗ് (എംഎൽഎം), എല്ലായ്പ്പോഴും പ്രവേശന നിയമത്തിൽ പരാജയപ്പെടുന്നു – നിങ്ങളുടെ ഉടമസ്ഥതയിലുള്ളതും എംഎൽഎം കമ്പനി സൃഷ്ടിക്കുന്നതും ഒഴികെ.

നിങ്ങൾ ചെയ്യുന്നത് പോലെ കൃത്യമായി ചെയ്യുന്ന മറ്റ് 2,000 ആളുകളുള്ള ഒരു മുറിയിലാണ് നിങ്ങളെങ്കിൽ, നിങ്ങൾ കഠിനമായ സാധ്യതകളോട് പോരാടുന്നു. ആരാണ് പുതുമയുള്ളവൻ, നേതാവ്, ചെങ്കടലിനെ വേർപെടുത്തുന്ന പാറയിടുക്കിൽ നിൽക്കുന്നവൻ? എംഎൽഎം കമ്പനി സ്ഥാപിച്ച വേദിയിൽ നിൽക്കുന്ന ആളാണ് ഫാസ്റ്റ്ലെയ്ൻ. താങ്കൾ? ക്ഷമിക്കണം, നിങ്ങൾ അവന്റെ ഫാസ്റ്റ്ലെയ്ൻ സൈന്യത്തിലെ മറ്റൊരു സൈനികൻ മാത്രമാണ്, അവന്റെ മാർക്കറ്റിംഗ് തന്ത്രത്തിലെ ചക്രപ്പല്ല്. എംഎൽഎം സ്ഥാപകന് പിരമിഡിൽ കയറേണ്ട ആവശ്യമില്ല., കാരണം, *അവൻ പിരമിഡ് നിർമ്മിച്ചു! നിങ്ങൾക്ക് ഒരു പിരമിഡ് നിർമ്മാതാവോ പിരമിഡ് കയറുന്നയാളോ ആകാം.* നിങ്ങൾക്ക് ആടുകളോ ആട്ടിടയനോ ആകാം.

ദുർബ്ബലമായ പ്രവേശനത്തെ മറികടക്കാൻ "അസാധാരണത്വം" ആവശ്യമാണ്

നിങ്ങൾ പ്രവേശന നിയമം ലംഘിക്കുകയാണെങ്കിൽ, അസാധാരണമായിരിക്കാൻ തയ്യാറാകുക. അസാധാരണത്വം പ്രവേശന സാധ്യതകളെ തകർക്കുന്നു. നിർഭാഗ്യവശാൽ, അസാധാരണത്വം വളരെ നീണ്ടതാണ്. ശരാശരിക്ക് മുകളിലുള്ള ഒരു ഹൈസ്കൂൾ അത്ലറ്റിനെപ്പോലെ.

ഉദാഹരണത്തിന്, ആയിരക്കണക്കിന് മറ്റ് നെറ്റ്‌വർക്ക് വിപണനക്കാരുമായി ഞാൻ ആ ഓഡിറ്റോറിയത്തിൽ ഇരിക്കുമ്പോൾ, ഞാൻ മനസ്സിലാക്കി ആയിരക്കണക്കിന് ആളുകൾക്കിടയിൽ ഒരേ കാര്യത്തിൽ വിജയിയായി ഇരിക്കുന്നതിനേക്കാൾ, ഞാൻ അസാധാരണമായത് ചെയ്യണം.

ഞാൻ ഏറ്റവും മികച്ചവനായിരിക്കണം. എന്നോടുതന്നെ സത്യസന്ധത പുലർത്തുക, എനിക്ക് ആ നിർമ്മിതിയിൽ അങ്ങനെ ആകാൻ കഴിയില്ലെന്ന് എനിക്കറിയാമായിരുന്നു. സമാന ചിന്താഗതിക്കാരായ 50,000 "വിതരണക്കാർ" ഉള്ളതിൽ എനിക്ക് അസാധാരണക്കാരനാകാൻ കഴിയുമോ? എനിക്ക് സംശയമായി. നേരെമറിച്ച്, ഞാൻ എന്റെ ഇന്റർനെറ്റ് ബിസിനസ് ആരംഭിച്ചപ്പോൾ എനിക്ക് ഏകദേശം 12 എതിരാളികൾ ഉണ്ടായിരുന്നു. 12 പേരിൽ എനിക്ക് അസാധാരണക്കാരനാകാൻ കഴിയുമോ? തീർച്ചയായും.

അസാധാരണതയുടെ മറ്റൊരു ഉദാഹരണം പ്രൊഫഷണൽ പോക്കർ കളിക്കുന്നവരും ഓഹരികൾ, ഫ്യൂച്ചറുകൾ, കറൻസി ട്രേഡിംഗ് എന്നിവ പോലെയുള്ള സാമ്പത്തിക വ്യാപാരം ചെയ്യുന്നവരുമാണ്. രണ്ട് പരിശീലനങ്ങളും പ്രവേശനം

ലംഘിക്കുന്നു, കൂടാതെ ചെറിയ പ്രവേശന നിയന്ത്രണങ്ങളുമുണ്ട്. എനിക്ക് 10,000 ഡോളറുമായി വെഗാസിലേക്ക് പോയി ഏത് സമയത്തും പോക്കർ ടൂർണമെന്റിൽ പങ്കെടുക്കാം. എനിക്ക് ഒരു ബ്രോക്കറേജ് അക്കൗണ്ടിൽ $10,000 നിക്ഷേപിക്കാം, കറൻസി വ്യാപാരം ആരംഭിക്കാം. പ്രവേശനത്തിന്റെ അഭാവം തന്നെ വിപണിയെ സൃഷ്ടിക്കുകയും, ആ വിപണിയിൽ വിജയം സൃഷ്ടിക്കാൻ, നിങ്ങൾ അസാധാരണനായിരിക്കണം. ലോകത്തിലെ മികച്ചവരായ (ഏറ്റവും ധനികരായ) പോക്കർ കളിക്കാർ അസാധാരണരാണ്. കൂടാതെ, ഏറ്റവും ദുർബ്ബലമായ പ്രവേശനത്തിലൂടെ കടന്നുവന്ന ദുർബ്ബലരായവരെ മുതലെടുക്കുകയും ചെയ്യുന്നു. പ്രൊഫഷണലുകൾ ഈ ആളുകളെ "ചത്ത പണം" എന്ന് വിളിക്കുന്നു.

കറൻസി മാർക്കറ്റുകളിലും ഇതേ കളിക്കളങ്ങൾ നിലവിലുണ്ട്. പുതുമുഖങ്ങൾ വരുന്നു, പോകുന്നു, കറൻസികൾ വ്യാപാരം ചെയ്യുന്നു, ഒരു ഭാഗ്യം പ്രതീക്ഷിക്കുന്നു, അതേസമയം ദശലക്ഷക്കണക്കിന് ഉണ്ടാക്കുന്നത് അസാധാരണമായ ആളുകളും കളത്തിന്റെ നിർമ്മാതാക്കളും മാത്രമാണ് – കറൻസി പ്ലാറ്റ്ഫോമുകൾ, ബ്രോക്കറേജ് ഹൗസുകൾ, പോക്കർ വെബ്സൈറ്റുകൾ എന്നിവപോലെയുള്ളവർ.

ഒരു പഴഞ്ചൊല്ലുണ്ട്, "സ്വർണ്ണം കുഴിച്ചെടുക്കാനുള്ള ഓട്ടത്തിൽ, കുഴിക്കുന്നവരാകരുത്, കോരിക വിൽക്കുന്നവരാകുക!" പ്രവേശനത്തിന്റെ കാര്യം വരുമ്പോൾ, നിങ്ങളുടെ വ്യവസായവും ബിസിനസ്സും മറ്റുള്ളവർക്ക് ലഭ്യമാകരുത്. കാരണം അങ്ങനെയാണെങ്കിൽ, നിങ്ങൾ അസാധാരണനായിരിക്കണം. നിങ്ങൾ അസാധാരണനാണെങ്കിൽ, പ്രവേശനം ഒരു ബാധ്യതയല്ല, മറിച്ച് ഒരു ആസ്തിയായി മാറുന്നു.

പ്രവേശനം ഒരു പ്രക്രിയയാണ്, ഒരു സംഭവമല്ല

നിങ്ങളുടെ ബിസിനസ് പ്രവേശനം ലംഘിക്കുന്നുണ്ടോ എന്ന് അറിയണോ? ഉത്തരം ലളിതമാണ് : ബിസിനസ് ഒരു ഇവന്റ് അല്ലെങ്കിൽ ഒരു പ്രക്രിയയിൽ പ്രവേശിക്കുകയാണോ? യഥാർത്ഥ ബിസിനസ് സ്റ്റാർട്ടപ്പുകൾ പ്രക്രിയകളാണ്, ഇവന്റുകളല്ല. ഒരു ഡിസ്ട്രിബ്യൂട്ടർ കിറ്റ് വാങ്ങിയതുകൊണ്ടോ ഒരു ഓൺലൈൻ ഫോം പൂരിപ്പിച്ചതുകൊണ്ടോ പെട്ടെന്ന് നിങ്ങൾ ഒരു ബിസിനസ്സിലാണെങ്കിൽ നിങ്ങൾ പ്രവേശനത്തെ ലംഘിക്കുന്നു. നിങ്ങൾ പെട്ടെന്ന് ബിസിനസ്സിലാകാൻ കാരണം നിങ്ങൾ ഒന്നോ രണ്ടോ നടപടികൾ എടുത്തതിന്റെ പേരിലാണെങ്കിൽ, നിങ്ങൾ പ്രവേശനം ലംഘിക്കുന്നു. നേരെമറിച്ച്, ഞാൻ സെഡോണ അരിസോണയിൽ കിടക്കാനൊരിടവും പ്രഭാതഭക്ഷണവും ആരംഭിക്കാൻ ആഗ്രഹിക്കുന്നുവെങ്കിൽ, എനിക്ക് ഒരു പ്രോപ്പർട്ടി കണ്ടെത്തണം, അത് ശരിയാക്കണം, അതിന് സാമ്പത്തികമുണ്ടാക്കണം, ഇൻഷ്വർ ചെയ്യണം, ലൈസൻസിംഗും പെർമിറ്റുകളും നേടണം, ജീവനക്കാരെ നിയമിക്കണം, കൂടാതെ മറ്റ് 10 പടികളോളം നിർവ്വഹിക്കണം. പ്രവേശനം ഒരു വിശദമായ പ്രക്രിയയാണ്.

ഒരു ബിസിനസ് ആരംഭിക്കുന്നത്, സമ്പത്ത് പോലെ, പ്രക്രിയ രൂപപ്പെടുത്തുന്ന തിരഞ്ഞെടുപ്പുകളുടെ ഒരു സംയോജിത പരമ്പരയാണ്. നെറ്റ്‌വർക്ക് മാർക്കറ്റിംഗ് കമ്പനികളുടെ സ്ഥാപകർ മികച്ച രീതിയിൽ പ്രവർത്തിക്കുന്നു. കാരണം, ആളുകൾ ഇവന്റുകൾ ഇഷ്ടപ്പെടുന്നുവെന്ന് അവർക്കറിയാം. കൂടാതെ, "ഈ ആപ്ലിക്കേഷൻ പൂർത്തിയാക്കുക നിങ്ങൾ ബിസിനസ്സിലാണ്!" എന്നത് ഒരു മികച്ച ഇവന്റായി കരുതപ്പെടുന്നു. പ്രവേശന എളുപ്പത്തെ അവർ ഒരു നേട്ടമായി ഉപയോഗിക്കുന്നു.

സംരംഭകർ എന്ന നിലയിൽ, മറ്റുള്ളവർക്ക് ഒരു ഇവന്റിനായി ചേരാൻ കഴിയുന്ന കമ്പനികൾ ആരംഭിക്കാൻ നമ്മൾ ആഗ്രഹിക്കുന്നു. സ്വയം വഞ്ചിക്കരുത്. ഒരു സംരംഭക മാസികയുടെ പിൻഭാഗത്ത് ലിസ്റ്റുചെയ്തിരിക്കുന്ന ചില വിലാസങ്ങളിലേക്ക് ഒരു ചെക്ക് മെയിൽ ചെയ്യുന്നത് ഒരു ബിസിനസ് തുടക്കമല്ല. ചെയ്യുക/ചേരുക/പങ്കെടുക്കുക എന്നിവക്ക് 10 മിനിറ്റ് എടുക്കുന്ന ഏതൊരു ബിസിനസും പ്രവേശനം ലംഘിക്കുന്നു. അങ്ങനെ പ്രവേശനം ലംഘിച്ച് നിങ്ങളുടെ ടിക്കറ്റ് സ്റ്റാമ്പ് ചെയ്ത് നിങ്ങൾ മറ്റൊരു ലോകത്തേക്ക് കയറുമ്പോൾ, നിങ്ങൾ മറ്റൊരാളുടെ ഫാസ്റ്റ്ലെയ്ൻ പദ്ധതിയിൽ ഒരു സ്പ്പ് ആയി നിലനിൽക്കും.

എല്ലാവരും അതു തന്നെയാണ് ചെയ്യുന്നത്!

എക്സ്പ്രസ്സ് വേ-യിലെ ട്രാഫിക്കിൽ എപ്പോഴെങ്കിലും കുടുങ്ങി മണിക്കൂറുകളോളം എവിടെയും പോകാതിരുന്നിട്ടുണ്ടോ? "എല്ലാവരും അതുതന്നെയാമ് ചെയ്യുന്നത്" എന്നതിലേക്ക് സ്വാഗതം. തിരക്ക് നിറഞ്ഞ റോഡ് എല്ലാവരെയും കൊണ്ട് നിറഞ്ഞ റോഡാണ്. എല്ലാവരും അത് ചെയ്യുന്നുവെങ്കിൽ, ഞാൻ അത് ചെയ്യില്ല. ഞാൻ റോഡിൽ നിന്ന് പുറത്തുകടക്കും, നിങ്ങളും ചെയ്യണം.

എന്തുകൊണ്ട്?

കാരണം എല്ലാവരും സമ്പന്നരല്ല. എല്ലാവരും സമ്പന്നരാണെങ്കിൽ, "എല്ലാവരും അതു തന്നെയാണ് ചെയ്യുന്നത്" എന്നത് പ്രവർത്തിക്കും.

പണത്തിന്റെ കാര്യത്തിൽ, ഏറ്റവും മികച്ച മുന്നറിയിപ്പ് "എല്ലാവരും" ആണ്. എല്ലാവരും എന്നത് പ്രവേശന നിയമം ലംഘിച്ചുവെന്നതിന്റെ മുന്നറിയിപ്പാണ്. എല്ലാവരും അതേ പ്രവർത്തനത്താൽ മയക്കപ്പെടുകയാണെങ്കിൽ, അത് തീർച്ചയായും പരാജയപ്പെടും.

ഹൗസിംഗ് ബൂമിന്റെ സമയത്ത് "എല്ലാവരും" ഭ്രാന്തുപോലെ വീടുകൾ വാങ്ങുമ്പോൾ, ഞാൻ വിപരീതമായതു ചെയ്തു. ഞാൻ സൈഡിൽ ഇരുന്നു വിറ്റു. വാങ്ങുവാനുള്ള ഭ്രാന്ത് പെരുകുമ്പോൾ, നിങ്ങൾ അത് വിൽക്കണം. വിൽക്കുവാനുള്ള ഭ്രാന്ത് പെരുകുകയാണെങ്കിൽ, നിങ്ങൾ വാങ്ങി ക്ഷമയോടെ സമ്പത്ത് സൂക്ഷിച്ച് വെക്കണം.

ചരിത്രം പരിശോധിച്ചാൽ, "എല്ലാവരും അതു തന്നെയാണ് ചെയ്യുന്നത്" എന്ന കുതിച്ചുചാട്ടങ്ങളും തോൽവികളും കൊണ്ട് നിറഞ്ഞിരിക്കുന്നു. 1990-കളുടെ അവസാനത്തിലെ ടെക് സ്റ്റോക്ക്-ന്റെ കുതിച്ചുചാട്ടം, അതിനുശേഷം ഉണ്ടായ വലിയ എണ്ണവില സ്ഫോടനം, ലോകമെമ്പാടും സാമ്പത്തിക മാന്ദ്യത്തിലേക്ക് നയിച്ച കെട്ടിടനിർമ്മാണത്തിന്റെ തകർച്ച, അടുത്തിടെ പോലും, മുഖ്യധാരാ പ്രാദേശികതയിലേക്ക് ഉയർന്ന ബിറ്റ്കോയിൻ/ക്രിപ്റ്റോകറൻസി. "എല്ലാവരും അതു തന്നെയാണ് ചെയ്യുന്നത്" എന്ന് എല്ലാവരും ഉദാഹരിക്കുന്നു – വരാനിരിക്കുന്ന വിനാശത്തിലേക്ക് ഇഴഞ്ഞു നീങ്ങുന്ന കനത്ത ഗതാഗത തിരക്കുള്ള ഒരു റോഡിനെപ്പോലെ, കശാപ്പിനായി പോകുന്ന കുഞ്ഞാടുകളെപോലെ.

"എല്ലാവരും" എന്ന മുന്നറിയിപ്പ് അടയാളങ്ങൾ

1990-കളുടെ അവസാനത്തിൽ ടെക് സ്റ്റോക്കുകൾ കുതിച്ചുയരുമ്പോൾ, ഞാൻ എല്ലാവരെയും പിന്തുടർന്നതിനാൽ എനിക്ക് പണം നഷ്ടപ്പെട്ടു. ഞാൻ മനസ്സിലാക്കി. ഏറ്റവും പുതിയ ഹൗസിംഗ് ബൂം സമയത്ത്, ഞാൻ ഒരു വീട് വാങ്ങിയില്ല. ഇല്ല, ഇത്തവണ ഞാൻ തകർച്ചക്കുമുൻപ് മൂന്ന് പ്രോപ്പർട്ടികൾ വിറ്റു. ഭവന

വിപണി തകർന്ന സമയത്ത്, താമസിയാതെ സ്റ്റോക്കുകൾ പിൻതുടർന്നു, ഞാൻ വളരെ മുന്നോട്ടു പോകുകയും കാശിന്റെമേൽ ഇരിക്കുകയും ചെയ്തു. എനിക്ക് എങ്ങനെ അറിയാൻകഴിഞ്ഞു?

"എല്ലാവരും അതു തന്നെയാണ് ചെയ്യുന്നത്" എന്നതിന്റെ അടയാളങ്ങൾ ഞാൻ കണ്ടെത്തി, കാരണം എല്ലാവരും സമ്പന്നരാണെങ്കിൽ, "എല്ലാവരും അതു തന്നെയാണ് ചെയ്യുന്നത്" പ്രവർത്തിക്കും. ഈ യുക്തി വ്യാജമാണെന്ന് തോന്നുമെങ്കിലും, അത് എന്നെ ഒരിക്കലും പരാജയപ്പെടുത്തിയിട്ടില്ല. "എല്ലാവരും അതു തന്നെ ചെയ്യുന്നുണ്ടോ" എന്ന് എനിക്ക് എങ്ങനെ അറിയാം? ലളിതം. ടീം ഉപഭോക്താവിലേക്ക് വ്യാപിക്കുന്ന ഏതൊരു നിക്ഷേപത്തെക്കുറിച്ചും യുക്തിരഹിതമായ ആഹ്ളാദം ഉള്ളപ്പോൾ – സാധാരണ ജനസാന്ദ്രത – അപ്പോഴാണ് ഞാൻ പുറത്തുകടക്കാനും പുറത്തുനിൽക്കാനും സമയമായതെന്ന് അറിയുന്നത്.

പ്ലംബർ ടോയ്ലറ്റ് ശരിയാക്കാൻ വന്നപ്പോൾ കഴിഞ്ഞ മൂന്ന് മാസത്തിനുള്ളിൽ 15% വില മതിപ്പ് വർദ്ധിച്ച തന്റെ മൂന്ന് വാടക കെട്ടിടങ്ങളെക്കുറിച്ച് പറയുമ്പോൾ, പുറത്തുകടക്കാൻ സമയമായി എന്ന് മനസ്സിലാക്കി, പുറത്തു നിൽക്കുകയും ചെയ്യുക.

നിങ്ങളുടെ സ്വകാര്യ പരിശീലകൻ തന്റെ ഇന്റർനെറ്റ് സ്റ്റോക്ക് പോർട്ട്ഫോളിയോയെക്കുറിച്ച് രണ്ട് മാസത്തിനുള്ളിൽ 40% ലഭിച്ചുവെന്ന് ആക്രോശിക്കുമ്പോൾ, പുറത്തുകടക്കാനും പുറത്തുനിൽക്കാനുമുള്ള സമയമാണിത് എന്ന് മനസ്സിലാക്കുക.

നിങ്ങളുടെ ട്രക്ക് ഡ്രൈവറായ കസിൻ ക്രിപ്റ്റോകറൻസി ആൾട്ട്കോയിനിൽ നിക്ഷേപിച്ചു, അത് 250% ഉയർന്നു എന്ന് പറയുമ്പോൾ, മനസ്സിലാക്കുക, പുറത്തിറങ്ങി മാറിനിൽക്കാനുള്ള സമയമാണിത്.

മണ്ടത്തരമായ പണം – അതായത് എല്ലാവരും – എന്നത് എല്ലായ്പ്പോഴും ഒരു കുതിച്ചുചാട്ടത്തിന്റെ അവസാനത്തിൽ പ്രത്യക്ഷപ്പെടുന്നു.

ആരുടേതാണ് മണ്ടത്തരമായ പണം? ഉപഭോക്താക്കൾ! പണത്തിനെ പിന്തുടരുന്നവർ!

എന്നാൽ, ചില കൗശലക്കാരായ ആളുകൾ എല്ലാവരുടെയും നിയമത്തിൽ പ്രാവീണ്യം നേടിയിട്ടുണ്ട്. പുറത്തുകടക്കുന്നതിനുപകരം അവർ മറുവശം ചുരുക്കുകയും തകർച്ചയിൽനിന്ന് ലാഭം നേടുകയും ചെയ്യുന്നു. ഓരോ പൊട്ടിത്തെറിയിലും പുതിയ കോടീശ്വരന്മാരും ശതകോടീശ്വരന്മാരും സൃഷ്ടിക്കപ്പെടുന്നത് ഓരോ ഉൽക്കാസമമായ യുക്തിരഹിതമായ ഉയർച്ചയിലും വരാനിരിക്കുന്ന തകർച്ച അനിവാര്യമാണെന്ന് അവർ കണ്ടതുകൊണ്ടാണ്.

2009-ന്റെ തുടക്കത്തിൽ സ്റ്റോക്ക് മാർക്കറ്റ് പൊട്ടിയപ്പോൾ, ആരാണ് വാങ്ങുന്നത്, ആരാണ് വിറ്റിരുന്നത്? എല്ലാവരും വിൽക്കുകയായിരുന്നു. ഞാൻ വളരെ മുന്നേപോയി, ഒരു വർഷം മുൻപേ വിറ്റു. വാറൻ ബുഫെറ്റ് വാങ്ങുകയായിരുന്നു. എല്ലാവരും വിൽക്കുന്നു, ലോകത്തിലെ ഏറ്റവും ധനികൻ വാങ്ങുന്നു. ഹും. എല്ലാവർക്കും തെറ്റ് പറ്റിയതായിരിക്കുമോ? അതെ അങ്ങനെ സംഭവിക്കും.

എല്ലാവരിലും വ്യത്യസ്തമായി ജീവിക്കാൻ നിങ്ങൾ ആഗ്രഹിക്കുന്നുവെങ്കിൽ, നിങ്ങൾക്ക് എല്ലാവരേയുംപോലെ ആകാൻ കഴിയില്ല. അത് അസാധാരണത്വമായി തെറ്റിദ്ധരിക്കരുത്. നിങ്ങൾ ഒരു ഗണത്തെ നയിക്കുകയും "എല്ലാവരും" പിന്തുടരുകയും വേണം. എപ്പോൾ ആടുകൾ കശാപ്പിനായി ഒറ്റവരിയിൽ അണിനിരക്കുന്നു, നിങ്ങൾ അറവുശാല സ്വന്തമാക്കാൻ ആഗ്രഹിക്കുന്നു.

അധ്യായ സംഗ്രഹം : ഫാസ്റ്റ്ലെയ്ൻ പ്രത്യേകതകൾ

- പ്രവേശന തടസ്സങ്ങൾ കുറയുന്നതിനനുസരിച്ച് മത്സരം ഉയരുകയും റോഡ് ദുർബ്ബലമാവുകയും ചെയ്യുന്നുവെന്ന് പ്രവേശന നിയമം പ്രസ്താവിക്കുന്നു.
- എളുപ്പത്തിൽ പ്രവേശനമുള്ള റോഡുകൾ കൂടുതൽ ട്രാഫിക് വഹിക്കുന്നു. കൂടുതൽ ട്രാഫിക് ഉയർന്ന മത്സരം സൃഷ്ടിക്കുന്നു, ഉയർന്ന മത്സരം പങ്കെടുക്കുന്നവർക്ക് കുറഞ്ഞ മാർജിൻ സൃഷ്ടിക്കുന്നു.
- ദുർബ്ബലമായ പ്രവേശന തടസ്സമുള്ള ബിസിനസുകൾക്ക് പലപ്പോഴും നിയന്ത്രണമില്ലാതിരിക്കുകയും, അതിനാൽ പൂരിതമായ വിപണിയിൽ പ്രവർത്തിക്കുകയും ചെയ്യുന്നു.
- ദുർബ്ബലമായ പ്രവേശന തടസ്സങ്ങളെ മറികടക്കാൻ അസാധാരണത്വം ആവശ്യമാണ്.
- ഒരു ബിസിനസ് റോഡിലേക്കുള്ള പ്രവേശനം ചുങ്കം കൊടുക്കേണ്ടതായ ഒരു പ്രക്രിയയായിരിക്കണം, ഒരു ഇവന്റല്ല.
- “എല്ലാവരും” എന്നത് പൊതുജന വിഭാഗങ്ങളെ ഉൾക്കൊള്ളുന്നു, അവ മുഖ്യധാരാ മാധ്യമങ്ങളാൽ നൽകപ്പെടുന്നു.
- എല്ലാവരും സമ്പന്നരാണെങ്കിൽ, “എല്ലാവരും അതു തന്നെയാണ് ചെയ്യുന്നത്” എന്നത് പ്രവർത്തിക്കും. എല്ലാവരും സമ്പന്നരാണെങ്കിൽ, പിന്നെ ആരും സമ്പന്നരല്ല.
- “എല്ലാവരും അതു തന്നെയാണ് ചെയ്യുന്നത്” എന്നത് അമിതമായി വാങ്ങിയ അവസ്ഥകൾക്കും പ്രവേശന കവാടത്തിനുമുള്ള ഒരു സൂചനയാണ് “മണ്ടത്തരമായ പണത്തിന്റെ”.

ആവശ്യത്തിന്റെ നിയമം

നമ്മൾ എന്തിനുവേണ്ടിയാണ് ജീവിക്കുന്നത്,
പരസ്പരം ബുദ്ധിമുട്ട് കുറക്കാൻ വേണ്ടിയല്ലെങ്കിൽ
പിന്നെ എന്തിനുവേണ്ടിയാണ്?

—ജോർജ്ജ് എലിയറ്റ്

മണൽകൊണ്ടുള്ള അടിസ്ഥാനം വീടുകളെ തകർക്കുന്നു

എല്ലാ പുതിയ ബിസിനസ്സുകളുടെയും തൊണ്ണൂറ് ശതമാനവും അഞ്ച് വർഷത്തിനുള്ളിൽ പരാജയപ്പെടുന്നു. എന്തുകൊണ്ടാണ് അത് പരാജയപ്പെടുന്നതെന്ന് എനിക്കറിയാം. ആവശ്യത്തിന്റെ നിയമം പരാജയപ്പെടുന്നതിനാൽ അവർ പരാജയപ്പെടുന്നു.

CENTS-ന്റെ N (ആവശ്യം/NEED)

നിങ്ങൾ ഒരു തെറ്റായ അടിത്തറയിൽ ഒരു ബിസിനസ് നിർമ്മിക്കുമ്പോൾ, അത് പരാജയപ്പെടും. മണൽകൊണ്ടുള്ള അടിസ്ഥാനങ്ങൾ വീടുകൾ തകർക്കുന്നു.

ആവശ്യകതയുടെ നിയമങ്ങൾ ലംഘിക്കുന്ന ബിസിനസ്സുകൾ 90% പരാജയ വിഭാഗത്തിൽ പ്രവേശിക്കുന്നു അല്ലെങ്കിൽ ജോലിയായി വേഷംമാറുന്നു. വിജയിക്കുന്ന ബിസിനസ് ചുറ്റുപാട് ലളിതവും പലപ്പോഴും മറന്നുപോയതും പരിഹാസ്യപരമെന്നോളം വ്യക്തമായതും, പക്ഷേ അങ്ങനെയല്ലാത്തതും ആയിരിക്കും. *ആവശ്യങ്ങൾ പരിഹരിക്കുകയും മൂല്യം നൽകുകയും ചെയ്യുന്ന ബിസിനസ്സുകൾ വിജയിക്കും.* പ്രശ്നങ്ങൾ പരിഹരിക്കുന്ന ബിസിനസ്സിന് ലാഭം ലഭിക്കും. സ്വാർത്ഥവും ഇടുങ്ങിയ ഉദ്ദേശ്യങ്ങളും ഉള്ള ബിസിനസ്സ് നല്ല, ദീർഘകാല മോഡലുകൾ ഉണ്ടാക്കുന്നില്ല.

ബിസിനസ്സുകളുടെ ഉദ്ദേശ്യത്തെക്കുറിച്ച് ചിന്തിക്കുക. എന്തുകൊണ്ടാണ് അവ നിലനിൽക്കുന്നത്? "നിങ്ങൾ ഇഷ്ടപ്പെടുന്നത് ചെയ്യുക" എന്ന നിങ്ങളുടെ സ്വാർത്ഥ ആഗ്രഹം തൃപ്തിപ്പെടുത്താനോ? സമ്പത്തിനും സാമ്പത്തിക സ്വാതന്ത്ര്യത്തിനും വേണ്ടിയുള്ള നിങ്ങളുടെ ആഗ്രഹം തൃപ്തിപ്പെടുത്താനോ? നിങ്ങളുടെ ആഗ്രഹങ്ങൾ, നിങ്ങളുടെ സ്വപ്നങ്ങൾ, നിങ്ങളുടെ അഭിനിവേശങ്ങൾ എന്നിവയെക്കു

റിച്ചോ, നിങ്ങളുടെ "എന്തുകൊണ്ട്" അല്ലെങ്കിൽ നിങ്ങൾ സമ്പന്നനാകാൻ ആഗ്രഹിക്കുന്നതിന്റെ കാരണങ്ങളോ ആരും ശ്രദ്ധിക്കുന്നില്ല. ഒരു ഫെരാരി സ്വന്തമാക്കി നിങ്ങളുടെ മാതാപിതാക്കളെ തെറ്റാണെന്ന് തെളിയിക്കുന്നതിനെ ക്കുറിച്ച് ആരും ശ്രദ്ധിക്കുന്നില്ല. ആ കോർപ്പറേറ്റ് അമേരിക്ക നിന്നോട് അന്യായം ചെയ്തതും ആരും ശ്രദ്ധിക്കുന്നില്ല. ആരും ശ്രദ്ധിക്കുന്നില്ല! അതെ, ലോകം ഒരു സ്വാർത്ഥ സ്ഥലമാണ്, ആരും "ഫാസ്റ്റ്ലെയ്നിലേക്ക് പോകാനുള്ള" നിങ്ങളുടെ ഉദ്ദേശ്യങ്ങളെക്കുറിച്ച് രണ്ടാമതൊന്ന് ശ്രദ്ധിക്കുന്നില്ല.

അപ്പോൾ ആളുകൾ എന്താണ് ശ്രദ്ധിക്കുന്നത്?

നിങ്ങളുടെ ബിസിനസ്സിന് അവർക്കായി എന്തു ചെയ്യാനാകുമെന്ന് ആളുകൾ ശ്രദ്ധിക്കുന്നു. അത് അവരെ എങ്ങനെ സഹായിക്കും? അവർക്ക് അതിൽ എന്താണ് ഉള്ളത്? അത് അവരുടെ പ്രശ്നം പരിഹരിക്കുമോ? അവരുടെ ജീവിതം എളുപ്പമാക്കുമോ? അവർക്ക് അഭയം നൽകുമോ? അവരുടെ പണം ലാഭിക്കുമോ? അവരെ പഠിപ്പിക്കുമോ? അവർക്ക് എന്തെങ്കിലും തോന്നിപ്പിക്കുമോ? എന്നോട് പറയൂ, ദൈവത്തിന്റെ പച്ചയായ ഭൂമിയിൽ ഞാൻ എന്തിനാണ് നിങ്ങളുടെ ബിസി നസ്സിന് പണം നൽകേണ്ടത്? എന്ത് മൂല്യമാണ് നീ എന്റെ ജീവിതത്തിലേക്ക് ചേർക്കുന്നത് ?

നമ്മുടെ നിർമ്മാതാവ്/ഉപഭോക്തൃ ദ്വിത്വത്തിലേക്ക് മടങ്ങുക. ഉപഭോക്താ ക്കൾ സ്വാർത്ഥരാണ്. അവർക്ക് അറിയാൻ ആവശ്യപ്പെടുന്നത് "ഇതിൽ എനിക്ക് എന്താണ് ഉള്ളത്!" എന്നാണ്. ഒരു നിർമ്മാതാവ് എന്ന നിലയിൽ വിജയി ക്കാൻ, *സ്വന്തം സ്വാർത്ഥത കീഴടക്കുക, മറ്റുള്ളവരുടെ സ്വാർത്ഥതയെ അഭിസം ബോധന ചെയ്യുക.*

പണത്തെ പിൻതുടരുന്നത് നിർത്തുക – ആവശ്യങ്ങളെ പിൻതുടരുക

പണം സമ്പാദിക്കാൻ വേണ്ടി ഒരിക്കലും ഒരു ബിസിനസ് ആരംഭിക്കരുത്. പണത്തെ പിന്തുടരുന്നത് നിർത്തി ആവശ്യങ്ങൾ പിന്തുടരാൻ തുടങ്ങുക. ഞാൻ അത് ആവർത്തിക്കട്ടെ, കാരണം ഈ പുസ്തകത്തിലെ ഏറ്റവും പ്രധാനപ്പെട്ട കാര്യം ഇതാണ്: നിങ്ങളുടെ സ്വാർത്ഥ ആഗ്രഹങ്ങളുടെ അടിസ്ഥാനത്തിൽ ബിസിനസിനെക്കുറിച്ച് ചിന്തിക്കുന്നത് നിർത്തുക, അത് പണമായാലും,സ്വപ്ന ങ്ങൾ അല്ലെങ്കിൽ "നിങ്ങൾ ഇഷ്ടപ്പെടുന്നത് ചെയ്യുക." എന്നതായാലും. പകരം, ആവശ്യങ്ങൾ, പ്രശ്നങ്ങൾ, വേദനാ കാരണങ്ങൾ, സേവനം, കുറവുകൾ, വികാര ങ്ങൾ എന്നിവ പിന്തുടരുക.

സംരംഭകർ പരാജയപ്പെടുന്നത് അവർ സ്വാർത്ഥ പരിസരങ്ങളെ അടിസ്ഥാ നമാക്കി ബിസിനസ്സുകൾ സൃഷ്ടിക്കുന്നതിനാലാണ്. സ്വാർത്ഥമായ സ്ഥലങ്ങൾ ലാഭകരമായ ബിസിനസ്സുകൾ നൽകുന്നില്ല; അവർ നേരിട്ട് 90% പരാജയപ്പെട്ട വേസ്റ്റ് ബാസ്കറ്റ്-ലേക്ക് നയിക്കുന്നു.

"എനിക്ക് ഒരു പുതിയ വരുമാന സ്കീം വേണം."

"ഞാൻ ഒരു വിദഗ്ധനാണ് എന്നതിൽ, അതിനാൽ ഞാൻ അത് ചെയ്യും."

"ഞാൻ 'സമ്പന്നനാകൂ' എന്നൊരു പുസ്തകം വായിച്ചു, അതിൽ ഒരു ബിസിനസ് തുടങ്ങാൻ പറയുന്നുണ്ട്."

തെറ്റ്, തെറ്റ്, വീണ്ടും തെറ്റ്.

വീണ്ടും, സ്വാർത്ഥ, ആത്മരതിപരമായ ആവശ്യത്തിന്റെ നിയമം ലംഘിക്കുന്നതിനുള്ള വിഐപി ക്ഷണങ്ങളാണ്.

നിങ്ങൾ സ്വാർത്ഥനാകുന്നത് നിർത്തി നിങ്ങളിലേക്ക് തിരിയുമ്പോൾ നിങ്ങളും നിങ്ങളുടെ ബിസിനസ്സും പണം ആകർഷിക്കുകയും, നിങ്ങളുടെ ആവശ്യങ്ങളിൽനിന്ന് മറ്റ് ആളുകളുടെ ആവശ്യങ്ങളിലേക്ക് ബിസിനസ്സിന്റെ ശ്രദ്ധ തിരിക്കുകയും ചെയ്യുന്നു. ആദ്യം കൊടുക്കുക, രണ്ടാമത് എടുക്കുക. ആവശ്യങ്ങളാണ് ആദ്യം വരുന്നത്, പണമല്ല! നിങ്ങളുടെ സ്വന്തം സ്വാർത്ഥ ആവശ്യങ്ങളാൽ വിപണനസ്ഥലത്തെ ആകർഷിക്കുക, എന്റെ പന്തയം നിങ്ങളുടെ പരാജയത്തിലാണ്.

> *ജോ ഒരു ആയോധനകല വിദഗ്ധനായിരുന്നു. അദ്ദേഹത്തിന് തന്റെ കരകൗശലവിദ്യ ഇഷ്ടമായിരുന്നു. ഗുരുക്കന്മാരുടെ ഉപദേശം പിന്തുടർന്നു, അവൻ "നിങ്ങൾ ഇഷ്ടപ്പെടുന്നത് ചെയ്യാൻ" പുറപ്പെടുകയും ഒരു ആയോധനകല സ്റ്റുഡിയോ തുറക്കുകയും ചെയ്തു... അവന്റെ പ്രതിവർഷം $21,000 ബിസിനസ് ലാഭത്തിൽ, കുടുംബത്തെ പോറ്റാൻ കഴിയാത്തതിനാൽ 10 മാസത്തിനുള്ളിൽ അദ്ദേഹത്തിന്റെ സ്റ്റുഡിയോ അടച്ചു.*

ജോ ആരംഭിക്കുന്നതിനുമുൻപ്, അവൻ പരാജയത്തിന് വിധിക്കപ്പെട്ടു. മണൽ പാകിയ തെറ്റായ സംരംഭക റോഡ് അടിസ്ഥാനമാക്കിയാണ് അദ്ദേഹം ബിസിനസ്സിൽ പ്രവേശിച്ചത്, സ്വാർത്ഥ ആവശ്യങ്ങളും സ്വാർത്ഥ ആഗ്രഹങ്ങളും അടിസ്ഥാനമാക്കിയുള്ള ഒരു പരിസരം : "ഞാൻ ആയോധന കലകളിൽ വിദഗ്ധനാണ്, കലയെ സ്നേഹിക്കുന്നു, അതിനാൽ ഞാൻ ഒരു സ്റ്റുഡിയോ തുറക്കണം." ശരിയായ അടിത്തറ ബാഹ്യമായി വിപണി ആവശ്യങ്ങളെ അടിസ്ഥാനമാക്കിയുള്ളതാണ്, ആന്തരിക സ്വാർത്ഥ ആവശ്യങ്ങളല്ല. സ്വാർത്ഥ ലക്ഷ്യങ്ങൾക്ക് പകരം ജോ എന്താണ് ചിന്തിക്കേണ്ടിയിരുന്നത്?

- എന്റെ അയൽപക്കത്ത് ഒരു ആയോധന കല സ്റ്റുഡിയോ ആവശ്യമുണ്ടോ?
- നിലവിലുള്ള ആയോധന കല സ്റ്റുഡിയോകൾ ചെയ്യുന്ന തെറ്റും, എനിക്ക് കൂടുതൽ നന്നാക്കാനാകുന്നതും എന്താണ്?
- ആയോധനകല വിദ്യാർത്ഥിക്ക് ഞാൻ എന്ത് മെച്ചപ്പെട്ട മൂല്യമാണ് വാഗ്ദാനം ചെയ്യുന്നത്?
- ഈ കമ്മ്യൂണിറ്റിയിലേക്ക് ഞാൻ എന്ത് ആസ്തികളാണ് കൊണ്ടുവരുന്നത്?

മാർക്കറ്റിൽ ഒരു യഥാർത്ഥ ആവശ്യവുമില്ലാത്തതിനാലും ഉദ്ദേശ്യങ്ങൾ സ്വാർത്ഥമായിരുന്നതിന്നാലും ജോ പരാജയപ്പെട്ടു. ജോ ഈ ചോദ്യങ്ങൾ ആദ്യം വിശകലനം ചെയ്തിരുന്നെങ്കിൽ, വിജയകരമായ ഒരു റോഡ് ഡ്രൈവ് ചെയ്യാനുള്ള അദ്ദേഹത്തിന്റെ സാധ്യതകൾ നാടകീയമായി മെച്ചപ്പെടുമായിരുന്നു.

കുറച്ച് വർഷങ്ങൾക്കുമുൻപ്, സാമ്പത്തിക വളർച്ചയുടെ സമയത്ത്, എന്റെ അമ്മയുടെ പ്രദേശമായ ചാൻഡലറിനാടുത്തുള്ള അരിസോണ, ഫീനിക്സിന് തെക്കുള്ള നഗരപ്രാന്തവാസികളുടെ കൂട്ടായ്മ, അവിടെ ഒരു ഒറ്റപ്പെട്ടുനിൽക്കുന്ന കടയുടെ മുൻഭാഗം നിർമ്മിക്കുന്നത് ഞാൻ ശ്രദ്ധിച്ചു. കെട്ടിടം പൂർത്തിയായപ്പോൾ

കടയിലേക്ക് വാടകക്കാരൻ മാറിയപ്പോൾ, പരാജയത്തിന്റെ ചൂട് അറിഞ്ഞു. എനിക്ക് എങ്ങനെ അറിയാൻ കഴിയുമായിരുന്നു?

ഈ പുതിയ സ്റ്റോർ ഒരു ഹിപ്-ഹോപ്പ് അപ്പാരൽ ബോട്ടിക് ആയിരുന്നു. നിങ്ങളുടെ സീറ്റ് ബെൽറ്റ് വേഗം ഇട്ടോളൂ, ഇതാ വരുന്നു പരാജയം! എന്തു കൊണ്ട്? സ്റ്റോർ ആവശ്യത്തിന്റെ നിയമം ലംഘിക്കുന്നു. അയൽപക്കത്തിൽ ഒരു ഹിപ്-ഹോപ്പ് സ്റ്റോർ ആവശ്യമില്ല. പ്രദേശം നഗരമല്ല, സമീപത്ത് നൃത്ത ക്ലബ്ബുകളൊന്നുമില്ല, വിദൂരമായിപ്പോലും ഹിപ്-ഹോപ്പ് എന്നു തോന്നുന്ന ഒന്നും കാണുന്നില്ല. വാസ്തവത്തിൽ, 100 മീറ്റർ അകലെയല്ലാതെ ഒരു വയസ്സായവരെ സംരക്ഷിക്കുന്ന റിട്ടയർമെന്റ് ഹോം ഉണ്ട്. 91 വയസ്സുള്ള മുത്തച്ഛനാണോ ഹിപ്-ഹോപ്പ് സാമാനങ്ങളുടെ ലക്ഷ്യം?

ഇവിടെ പ്രകടമായ പ്രശ്നം സ്വാർത്ഥതയാണ്. ഉടമ അവന്റെ അഭിനിവേശം പിന്തുടരുന്നു, ഒപ്പം ഹിപ്-ഹോപ്പ് സംഗീതത്തോടും സംസ്കാരത്തോടുമുള്ള അവന്റെ ഇഷ്ടം. ഒരുപക്ഷേ ഒരു ലൈഫ് കോച്ച് അവനോട് "നീ ഇഷ്ടപ്പെടുന്നത് ചെയ്യുക." എന്നു പറഞ്ഞിരിക്കാം. ഉദ്ദേശ്യം എന്തുതന്നെയായാലും, ആവശ്യം ആന്തരികമാണ്, ബാഹ്യമായ വിപണന അടിസ്ഥാനത്തിലല്ല. ബിസിനസ് 12 മാസം നീണ്ടുനിൽക്കുമെന്ന് ഞാൻ പ്രവചിച്ചു. 18 മാസങ്ങൾക്കുശേഷം, ബിസിനസ് അപ്രത്യക്ഷമായി. ആവശ്യങ്ങളൊന്നുമില്ലാത്തതിനാൽ റോഡിൽ മണൽ വിരിച്ചു.

പണത്തിന്റെ അത്യാഗ്രഹി പണത്തെ പിന്തുടരുന്നു, ആവശ്യങ്ങളെ അല്ല

ഒരു ബിസിനസ് ആരംഭിച്ച് സമ്പത്ത് സമ്പാദിക്കുക എന്ന മഹത്തായ ലക്ഷ്യ ങ്ങളുള്ള സംരംഭകരിൽനിന്നുള്ള പോസ്റ്റുകൾ ഞാൻ പതിവായി വായിക്കാറുണ്ട്. ഏതെങ്കിലും ബിസിനസ് ഫോറത്തിൽ ചെന്നാൽ, ബിസിനസ്സിന്റെ കിണറ്റിൽ വിഷം കലർത്തുന്ന വഴിതെറ്റിയ, സ്വാർത്ഥതയുടെ അടിത്തറ കാണുവാൻ നിങ്ങൾക്ക് സാധിക്കും.

- ഒരു ബിസിനസ് ആരംഭിച്ച് എനിക്ക് എങ്ങനെ പണമുണ്ടാക്കാം?
- $200-ൽ നിന്ന് എനിക്ക് എന്ത് ബിസിനസ് ആരംഭിച്ച് പ്രതിമാസം $5K സമ്പാദിക്കാം?
- എനിക്ക് വീടുമായി ബന്ധപ്പെട്ട് എന്ത് ബിസിനസ് ആരംഭിക്കാനാകും?
- ഉപകരണങ്ങൾ നിർമ്മിക്കുന്ന ഒരു സുഹൃത്ത് എനിക്കുണ്ട്; അവ വിറ്റ് എനിക്ക് പണമുണ്ടാക്കാൻ കഴിയുമെന്ന് നിങ്ങൾ കരുതുന്നുണ്ടോ?
- എനിക്ക് നിഷ്ക്രിയ വരുമാനം ലഭിക്കുന്നതിന് ആമസോണിൽ എനിക്ക് എന്ത് വിൽക്കാൻ കഴിയും?
- ചൈനയിൽനിന്ന് ഇറക്കുമതി ചെയ്യാനും eBay-യിൽ വിൽക്കാനുമുള്ള നല്ല ഉൽപ്പന്നം ഏതാണ്?
- കുറഞ്ഞ പണത്തിൽ ആരംഭിക്കാൻ ഏറ്റവും മികച്ച ബിസിനസ് ഏതാണ്?

നിങ്ങൾ ഇരുന്ന് ഇത്തരം ചോദ്യങ്ങൾ സ്വയം ചോദിക്കുകയാണെങ്കിൽ, നിങ്ങൾ പരാജയപ്പെടാൻ സാധ്യതയുണ്ട്. കാരണം ഈ ഡയലോഗുകൾ നിങ്ങളുടെ ആവ ശ്യങ്ങളല്ല, പണത്തോടുള്ള താൽപ്പര്യമാണ് വെളിപ്പെടുത്തുന്നത്, അല്ലെങ്കിൽ മൂല്യം. നിങ്ങൾ പിന്നിലേക്കാണ് മനസ്സിലാക്കിയത്! ഞാൻ ഈ സംരംഭകരെ

"പണത്തിന്റെ അത്യാഗ്രഹികൾ" എന്ന് വിളിക്കുന്നു. അവർ ഒരു ബിസിനസ്സിൽ നിന്ന് അടുത്തതിലേക്ക് ചാടുന്നു, വിപണിയിലെ അസന്തുലിതാവസ്ഥയെ കാർന്നെടുക്കുകയും മദ്ധ്യസ്ഥമാക്കുകയും ചെയ്തുകൊണ്ട്. അപൂർവ്വമായി ആവശ്യങ്ങൾ പരിഹരിക്കുന്നു അല്ലെങ്കിൽ ആക്കം സൃഷ്ടിക്കുന്നു. ചിലപ്പോൾ ഈ സ്വാർത്ഥ ബിസിനസ് ഉപഭോക്തൃ ആവശ്യങ്ങൾ അവഗണിക്കപ്പെടുന്നതിനാൽ ഉടമകൾ സംശയാസ്പദമായ ബിസിനസ് രീതികൾ ഉപയോഗിക്കുന്നു, ശല്യപ്പെടുത്തുന്ന തീക്ഷ്ണതയോടെ പണം പിന്തുടരുന്നു.

നിർമ്മാതാവിലേക്ക് പരിവർത്തനം ചെയ്യാത്ത ഉപഭോക്താക്കളാണ് പണം പിന്തുടരുന്നവർ.

അവർ നിർമ്മാതാക്കളാകാൻ ആഗ്രഹിക്കുന്നു, പക്ഷേ അവർ ഉപഭോക്താക്കളെപ്പോലെ സ്വാർത്ഥമായി ചിന്തിക്കുന്നു.

ഉദാഹരണത്തിന്, ഭവന നിർമ്മാണ കുതിച്ചുചാട്ടത്തിൽ, പണത്തെ പിന്തുടരുന്നവർ പണയ ബ്രോക്കർമാരും റിയൽ എസ്റ്റേറ്റ് ഏജന്റുമാരും ആയിത്തീർന്നു. കുമിളയുടെ തകർച്ച വ്യവസായത്തെ അധികവും ശുദ്ധീകരിച്ചു. ജപ്തികൾ എക്കാലത്തെയും ഉയർന്ന നിരക്കിലെത്തിയപ്പോൾ, "വായ്പ പരിഷ്കർത്താക്കൾ" ആയി ഏറ്റവും പുതിയ പണം പിന്തുടരുന്നവർ. ഓരോ കുതിച്ചുചാട്ടവും പണത്തെ പിന്തുടരുന്നവരെ ആകർഷിക്കുന്നു. ട്രെൻഡ് ട്രെയിൻ തങ്ങളെ മാത്രം സേവിക്കുക എന്ന വിചാരത്തിൽ ചാടിക്കയറുന്നു. ഇരപിടിക്കാൻ ധാരാളം സ്വാർത്ഥ ഉപഭോക്താക്കളുള്ളപ്പോൾ പണത്തെ പിന്തുടരുന്നവർ അതിജീവിക്കുകയും ചിലപ്പോൾ അഭിവൃദ്ധിപ്പെടുകയും ചെയ്യുന്നു, കുറഞ്ഞത് അവർ വഞ്ചനക്ക് തുറന്നുകാട്ടപ്പെടുന്നതുവരെയോ ഒരു പുതിയ മികച്ചത് കറങ്ങി വരുന്നതുവരെയോ. പണത്തെ പിന്തുടരുന്നവർ ആക്രമിക്കുകയും അസന്തുലിതാവസ്ഥ ഉണ്ടാക്കുകയും ചെയ്യുന്നു.

പണത്തെ ആകർഷിക്കുക എന്നത് പണത്തെക്കുറിച്ച് മറക്കുക എന്നതാണ്

വലിയ പണം സമ്പാദിക്കാൻ ആഗ്രഹിക്കുന്നുണ്ടോ? എങ്കിൽ പണം പിന്തുടരുന്നതിന് പകരം അതിനെ ആകർഷിക്കാൻ ആരംഭിക്കുക.

പണം ഒരു കുസൃതി പൂച്ചയെപ്പോലെയാണ്; നിങ്ങൾ അതിനുപിന്നാലെ അയൽപക്കത്തുടെ ഓടുകയാണെങ്കിൽ, അത് നിങ്ങളെ ഒഴിവാക്കുന്നു. അത് റോസാപ്പൂവിന്റെ പുറകിലോ പൂന്തോട്ടത്തിലോ ഒരു മരത്തിലോ ഒളിക്കുന്നു. എന്നിരുന്നാലും, നിങ്ങൾ അതിനെ അവഗണിക്കുകയും പൂച്ചയെ ആകർഷിക്കുന്ന കാര്യങ്ങൾ ചെയ്യുകയുമാണെങ്കിൽ, അത് നിങ്ങളുടെ അടുത്ത് വന്ന് നിങ്ങളുടെ മടിയിൽ ഇരിക്കും.

സ്വാർത്ഥരായ ആളുകളിലേക്ക് പണം ആകർഷിക്കപ്പെടുന്നില്ല. അത് പ്രശ്നങ്ങളെ പരിഹരിക്കുന്ന ബിസിനസ്സുകളിലേക്ക് ആകർഷിക്കപ്പെടുന്നു. ആവശ്യങ്ങൾ നിറവേറ്റുകയും മൂല്യം കൂട്ടുകയും ചെയ്യുന്ന ആളുകളിലേക്ക് ഇത് ആകർഷിക്കപ്പെടുന്നു. ആവശ്യങ്ങൾ വൻതോതിൽ പരിഹരിക്കുക, പണം വൻതോതിൽ ആകർഷിക്കുന്നു.

നിങ്ങളുടെ ജീവിതത്തിലെ പണത്തിന്റെ അളവ് നിങ്ങൾ മറ്റുള്ളവർക്ക് നൽകിയ മൂല്യത്തിന്റെ പ്രതിഫലനം മാത്രമാണ്. ഈ സഹവർത്തിത്വത്തെ അവഗണിക്കുക, പണം നിങ്ങളെ അവഗണിക്കും. വിജയകരമായ ബിസിനസ്സ

കൾ ഒരു പൊതു സ്വഭാവം പങ്കിടുന്നു : ഉപഭോക്തൃ ആവശ്യങ്ങളുടെ സംതൃപ്തി വിപണിയിലെ വിൽപ്പനയിൽ പ്രതിഫലിക്കുന്നു. നിങ്ങളല്ല, മാർക്കറ്റും ഉപഭോക്താക്കളുമാണ് നിങ്ങളുടെ ബിസിനസ് ലാഭകരമാണോ എന്ന് നിർണ്ണയിക്കുക. നിങ്ങൾ ഏതെങ്കിലും സാധനത്തിന്റെ 10 ദശലക്ഷം എണ്ണം വിൽക്കുകയാണെങ്കിൽ, നിങ്ങളുടെ ഉൽപ്പന്നം 10 ദശലക്ഷം ആളുകളെ സഹായിക്കുമെന്നും അല്ലെങ്കിൽ അവരുടെ ആവശ്യങ്ങളെ തൃപ്തിപ്പെടുത്തുമെന്നും സമ്മതിച്ചിരിക്കുന്നു.

ഫാസ്റ്റ്ലെയ്ൻ-ലേക്ക്, കഠിനമായ ആവശ്യങ്ങളും, ആഗ്രഹങ്ങളും പരിഹാരങ്ങളും കൊണ്ട് പണിതീർത്ത കോൺക്രീറ്റ് റോഡുകളാണ് ഉചിതമായത്, മണലുകൊണ്ടുള്ളതല്ല. ഒരു പാറപോലെ കട്ടിയുള്ള നടപ്പാത നിങ്ങൾക്ക് അന്യായമായ സാധ്യതകൾ നൽകുന്നു. വലിയ അളവിലുള്ളതോ വലിയ വലുപ്പത്തിലുള്ളതോ ആയ ആവശ്യങ്ങൾ പരിഹരിക്കുക. ബിൽ ഗേറ്റ്സ് ചെയ്തത് പോലെ ഒരു സോഫ്റ്റ്വെയർ കമ്പനി ആരംഭിക്കുന്നത് അതിശയകരമായിരിക്കും, അല്ലെങ്കിൽ പഴയ എന്തോ ഒന്നിന് ഒരു പുതുമ കൊടുക്കുന്നപോലെ തോന്നുന്ന എന്തെങ്കിലും ചെറുത്. 10,000 പേർക്ക് ദിവസവും സേവനം നൽകുന്ന ഒരു വെബ്സൈറ്റ് നിങ്ങൾക്കുണ്ടെങ്കിൽ, നിങ്ങൾ സ്വാധീനം ചെലുത്തുന്നു. 1,000 ആളുകൾക്ക് പാർപ്പിടം നൽകുന്ന റിയൽ എസ്റ്റേറ്റ് കമ്പനി നിങ്ങൾക്കുണ്ടെങ്കിൽ, നിങ്ങൾ സ്വാധീനം ചെലുത്തുന്നു.

അതിശയകരമായ സ്വാധീനം ചെലുത്തി മൂല്യം നൽകാൻ ആരംഭിക്കുക! പണം നിങ്ങളിലേക്ക് വരാൻ അനുവദിക്കുക! നിങ്ങളുടെ ലോകത്തിന് പുറത്ത് ചുറ്റും നോക്കുക, സ്വാർത്ഥനാകുന്നത് നിർത്തുക, നിങ്ങളുടെ സഹമനുഷ്യരെ സഹായിക്കുക അവരുടെ പ്രശ്നങ്ങൾ പരിഹരിക്കുക. സ്വാർത്ഥതയുടെ ലോകത്ത്, നിസ്വാർത്ഥനാകുക.

കൂടുതൽ ഉറപ്പുള്ള എന്തെങ്കിലും ആവശ്യമുണ്ടോ? ഒരു പ്രശ്നവുമില്ല. ഇനിപ്പറയുന്നവയിൽ ഏതെങ്കിലും നേടുന്ന 1 ദശലക്ഷം ആളുകളെ നിർമ്മിക്കുക :

1. അവരെ സുഖപ്പെടുത്തുക. (വിനോദം, സംഗീതം, വീഡിയോ ഗെയിമുകൾ)
2. ഒരു പ്രശ്നം പരിഹരിക്കാൻ അവരെ സഹായിക്കുക.
3. അവരെ വിദ്യ അഭ്യസിപ്പിക്കുക.
4. അവരെ മികച്ചതാക്കുക (ആരോഗ്യം, പോഷകാഹാരം, വസ്ത്രം, മേക്കപ്പ്).
5. അവർക്ക് സുരക്ഷിതത്വം നൽകുക (ഭവനം, സുരക്ഷ, ആരോഗ്യം).
6. പോസിറ്റീവ് വികാരം ഉയർത്തുക (സ്നേഹം, സന്തോഷം, ചിരി, ആത്മാഭിമാനം).
7. അടിസ്ഥാനം (ഭക്ഷണം) മുതൽ റിസ്ക് (ലൈംഗികം) വരെയുള്ള വിശപ്പ് തൃപ്തിപ്പെടുത്തുക.
8. കാര്യങ്ങൾ എളുപ്പമാക്കുക.
9. അവരുടെ സ്വപ്നങ്ങൾ മെച്ചപ്പെടുത്തുകയും പ്രത്യാശ നൽകുകയും ചെയ്യുക.

...നിങ്ങൾക്ക് ദശലക്ഷക്കണക്കിന് മൂല്യമുണ്ടാകുമെന്ന് ഞാൻ ഉറപ്പുനൽകുന്നു.

അതിനാൽ അടുത്ത തവണ നിങ്ങൾ പണം സമ്പാദിക്കാൻ വെബിൽ പരതുമ്പോൾ, സ്വയം ചോദിക്കുക, "ഞാൻ ലോകത്തിന് എന്താണ് വാഗ്ദാനം ചെയ്യേണ്ടത്?" ലോകത്തിന് മൂല്യം വാഗ്ദാനം ചെയ്യുക, പണം നിങ്ങളിലേക്ക് കാന്തികമായി അടുക്കുന്നു.

"നിങ്ങൾ ഇഷ്ടപ്പെടുന്നത് ചെയ്യുക" നിങ്ങൾ ചെയ്യുന്നതുപോലെ മരിക്കുക.

ഈ വാക്കുകൾ പറയുന്ന മറ്റൊരു ഗുരുവിനെ സൂക്ഷിക്കുക: "നിങ്ങൾ ഇഷ്ടപ്പെടുന്നത് ചെയ്യുക, പണം പിന്തുടരും!" ബുൾഷിറ്റ്. അതായത്, ആവശ്യത്തിന്റെ കൽപ്പന ലംഘിക്കാൻ നിങ്ങൾ ആഗ്രഹിക്കുന്നില്ലെങ്കിൽ. "നിങ്ങൾ ഇഷ്ടപ്പെടുന്നതെന്തോ അത് ചെയ്യൂ" എന്നത് കപട ഗുരുക്കന്മാരാലും ലൈഫ് കോച്ചുകളാലും നടത്തിയ മറ്റൊരു പുരാണ കൽപ്പനയാണ്. നിർഭാഗ്യവശാൽ, "നിങ്ങൾ ഇഷ്ടപ്പെടുന്നത് ചെയ്യുക" എന്ന പാത സമ്പത്തുമായി അപൂർവ്വമായി ഒത്തുചേരുന്നു. വാസ്തവത്തിൽ, അത് നിങ്ങളെ താഴേക്ക് നയിച്ചേക്കാം വിനാശകരമായ പ്രണയത്തിലേക്കുള്ള വഴിയിലേക്ക് പോലും.

നിങ്ങൾ എന്നെപ്പോലെയാണെങ്കിൽ, "നിങ്ങൾ ഇഷ്ടപ്പെടുന്നത് ചെയ്യുക" എന്നത് ഒരിക്കലും ഒരു ഓപ്ഷനായിരുന്നില്ല. നിങ്ങൾ ഇഷ്ടപ്പെടുന്നത് എന്താണെന്ന് ചിന്തിക്കുക, എന്നിട്ട് ചിന്തിക്കുക, ആരെങ്കിലും അതിന് പണം നൽകുമോ? ഇത് ഒരു ആവശ്യം പരിഹരിക്കാൻ പോകുന്നുണ്ടോ?

അതുപയോഗിച്ച് പണം സമ്പാദിക്കാൻ നിങ്ങൾ യോഗ്യനാണോ? മിക്കവാറും, നിങ്ങൾ അങ്ങനെയല്ല.

"നിങ്ങൾ ഇഷ്ടപ്പെടുന്നത് ചെയ്യുക" എന്നതിന്, നിങ്ങൾക്ക് രണ്ട് കാര്യങ്ങൾ ആവശ്യമാണ് : (1) നിങ്ങളുടെ ഇഷ്ടം ഒരു ആവശ്യം പരിഹരിക്കണം കൂടാതെ (2) നിങ്ങൾ അതിൽ അസാധാരണമായിരിക്കണം.

എനിക്ക് ബാസ്കറ്റ്ബോൾ കളിക്കാൻ ഇഷ്ടമാണ്, പക്ഷേ, ഞാൻ അത് ഉള്ളിൽതന്നെ വെക്കുന്നു. ബാസ്കറ്റ്ബോളിനോടുള്ള എന്റെ ഇഷ്ടം കരിയറുമായി എനിക്ക് കൂട്ടിവായിക്കാനാവില്ല. എനിക്ക് പിയാനോ വായിക്കാൻ ഇഷ്ടമാണ്, പക്ഷേ വീണ്ടും, ഞാൻ അതിൽ പരാജയമാണ്. ഞാൻ പലതും ഇഷ്ടപ്പെടുന്നു, പക്ഷേ ഞാൻ അവയിൽ മോശമാണ്! ഈ "ഇഷ്ടങ്ങളിൽ" ഏതെങ്കിലും ഒരു കരിയർ എനിക്ക് വേണമെങ്കിൽ, എനിക്ക് പരിധിയില്ലാത്ത സമയവും പണവും ആവശ്യമാണ്. കാരണം, അത് ചെയ്യാൻ ആരും എനിക്ക് ഒരു പൈസപോലും തരില്ല. ആരാണ് ആ അയോഗ്യത സഹിക്കാൻ ആഗ്രഹിക്കുന്നത്?

ഈ പുസ്തകത്തെ തന്നെ പരിഗണിക്കാം. എനിക്ക് എഴുതാൻ ഇഷ്ടമാണ്. ഈ പുസ്തകം "ഞാൻ ഇഷ്ടപ്പെടുന്നത് ചെയ്യുക" എന്ന സ്വപ്നത്തെ പ്രതിനിധീകരിക്കുന്നു, ആ സ്വപ്നം സാധ്യമാക്കിയത് ഫാസ്റ്റ്ലെയ്ൻ ആണ്. എനിക്ക് ഈ പുസ്തകം ലോണടയ്ക്കാനുള്ള പണമുണ്ടാക്കാൻ വേണ്ടി എഴുതണമായിരുന്നുവെങ്കിൽ (എനിക്ക് ലോൺ ഇല്ല!) അത് ചെയ്യുമെന്ന് എനിക്ക് ഉറപ്പില്ല. ഈ പുസ്തകം 10 കോപ്പി അല്ലെങ്കിൽ 10 ദശലക്ഷം വിൽക്കും എന്ന് എനിക്ക് ഒരു പിടിയുമില്ല. അതിനാൽ എനിക്ക് അതിൽ ആശ്രയിക്കാൻ കഴിയില്ല.

പണത്തിനായി "നിങ്ങൾ ഇഷ്ടപ്പെടുന്നത് ചെയ്യുന്നത്" പലപ്പോഴും മതിയായതല്ല. കാരണം, ഞങ്ങൾ മതിയായവരല്ല. കൂടാതെ, നിരവധി ആളുകൾ അവരുടെ "തങ്ങൾ ഇഷ്ടപ്പെടുന്നത് ചെയ്യുന്നു" വിപണികളിൽ തിരക്ക് കൂട്ടുകയും മാർജിനുകൾ കുറയുകയും ചെയ്യുന്നു. കനത്ത മത്സരം വാഴുന്നു.

തിരക്കേറിയ ഇടത്തിൽ ഒരു പുസ്തകം എഴുതുന്നത്, ഞാൻ എഴുതാൻ ഇഷ്ടപ്പെടുന്നതിനാൽ പണം പിന്തുടരുമെന്ന് ഉറപ്പില്ല. സത്യത്തിൽ, ഞാൻ എഴുതാൻ ഇഷ്ടപ്പെടുന്നത് ആരും ശ്രദ്ധിക്കുന്നില്ല. നിങ്ങളോ? തീർച്ചയായും അല്ല! *എന്റെ എഴുത്ത് നിങ്ങളെ സഹായിക്കുമോ എന്നറിയാൻ നിങ്ങൾ ആഗ്രഹിക്കുന്നു.*

ഒരു മാഗസിൻ അഭിമുഖത്തിൽ കോടീശ്വരനായ ആർജെ കിർക്കിനോട് അയാളുടെ വിജയത്തിന്റെ അടിസ്ഥാനത്തെപ്പറ്റി ചോദിച്ചു. അയാൾ മറുപടി പറഞ്ഞു, "ഞാൻ ഉപകാരപ്രദമാണോ അല്ലയോ എന്ന് മറ്റുള്ളവരാണ് പറയേണ്ടത്."

നിങ്ങൾ ഉപയോഗപ്രദമാണോ എന്ന് തീരുമാനിക്കേണ്ടത് നിങ്ങളല്ല. വിപണിയാണ് അത് നിശ്ചയിക്കുന്നത്.

ആളുകൾ അവരുടെ സംതൃപ്തിക്ക് പണം നൽകുന്നു; "നിങ്ങൾ എന്താണ് ഇഷ്ടപ്പെടുന്നത് അത് ചെയ്യുക " എന്ന നിങ്ങളുടെ ആവശ്യം നിറവേറ്റാൻ അവർ പണം നൽകുന്നില്ല.

നിങ്ങളുടെ ആസ്വാദനത്തിനല്ല, പരിഹാരങ്ങൾക്കാണ് ആളുകൾ പണം നൽകുന്നത്.

പ്രശ്നങ്ങൾ പരിഹരിച്ചതിനുള്ള പണമാണ് ആളുകൾ നൽകുന്നത്.

നിങ്ങളുടെ ഏതെങ്കിലും കാര്യത്തോടുള്ള ഇഷ്ടത്തിലേക്ക് ആളുകൾ ഒരു ചുക്കും നൽകില്ല. "നിങ്ങൾ ഇഷ്ടപ്പെടുന്നത് ചെയ്യുക" അതിശയകരമാംവിധം ആവശ്യം നിറവേറ്റിയില്ലെങ്കിൽ, ആരും അതിന് പണം നൽകില്ല!

എന്റെ കഴിവ് ആധികാരികമായതിനാലും എനിക്ക് പണത്തിന്റെ സ്ഥിരീകരണം ആവശ്യമില്ലാത്തതിനാലും ഈ പുസ്തകം സാധ്യമാണ്. ആ വാചകം വളരെ സങ്കീർണ്ണമാണെങ്കിൽ, നിങ്ങൾ എന്റെ അഭിപ്രായത്തെ അംഗീകരിക്കുന്നു. ഒരുപക്ഷേ ഞാൻ വേണ്ടത്ര മികച്ചവനല്ല. വിൽപ്പന പരിഗണിക്കാതെ തന്നെ, എന്റെ പുസ്തകം "ഇഷ്ടമുള്ളത് ചെയ്യുക" എന്നതിന്റെ ഒരു സാക്ഷ്യപത്രമാണ്, പിന്നെ ഞാൻ മികച്ചവനാണെങ്കിലും അല്ലെങ്കിലും. ഫാസ്റ്റ്ലെയ്ൻ ആ സമവാക്യത്തിൽനിന്ന് പണം നീക്കം ചെയ്യാൻ അനുവദിച്ചു.

ഇപ്പോൾ, "എനിക്ക് ഇഷ്ടമുള്ളത് ചെയ്യുന്നതിന്" എനിക്ക് പണം വിൽക്കേണ്ടതില്ല. ഞാനങ്ങ് ചെയ്യുന്നു.

മറ്റൊരുവിധത്തിൽ പറഞ്ഞാൽ, പണം "നിങ്ങൾ ഇഷ്ടപ്പെടുന്നത് ചെയ്യുക" എന്നതിലേക്ക് നയിച്ചു, അത് പിന്തുടരാതെ.

ബാസ്കറ്റ്ബോൾ കളിക്കാൻ ലെബ്രോൺ ജെയിംസിന് പണം ലഭിക്കുന്നു. കാരണം, അയാൾ ഇതിൽ മികച്ചവനാണ്. "നിങ്ങൾ ഇഷ്ടപ്പെടുന്നത് ചെയ്യുക" എന്ന പാതയിൽ നിന്ന് പണ സ്ഥിരീകരണങ്ങൾ ഒഴിവാക്കുക എന്നതാണ് ഫാസ്റ്റ്ലെയ്നിലെ നിരവധി ഘട്ടങ്ങളിൽ ഒന്ന്. ഫാസ്റ്റ്ലെയ്ൻ വിജയം അർത്ഥമാക്കുന്നത് എനിക്ക് ആഴ്ചയിൽ ഏഴ ദിവസങ്ങൾ ബാസ്കറ്റ്ബോൾ കളിക്കാനാകുമെന്നാണ്. എനിക്ക് ദിവസം മുഴുവൻ വീഡിയോ ഗെയിമുകൾ കളിക്കാൻ കഴിയും. "ഞാൻ എന്ത് ചെയ്യാൻ ഇഷ്ടപ്പെടുന്നു" എന്നതിന് എനിക്ക് പണം നൽകേണ്ടതില്ല. കാരണം, എനിക്ക് ഇപ്പോൾ ഇത് സ്വാതന്ത്ര്യത്തോടെ ചെയ്യാൻ കഴിയും.

ഇഷ്ടപ്പെടുന്നതും മതിയായതുമായ ഒരു പ്രത്യേക പ്രവർത്തനത്തിൽനിന്ന് വരുമാനം നേടാൻ കഴിയുന്ന ഭാഗ്യശാലികളിൽ ഒരാളാണ് നിങ്ങളെങ്കിൽ, നിങ്ങൾക്ക് അഭിനന്ദനങ്ങൾ. ഒപ്പം അഭിനന്ദനങ്ങൾ – നിങ്ങൾക്ക് ഒരു ഫാസ്റ്റ്ലെയ്ൻ ആവശ്യമില്ലായിരിക്കാം. ഒരു സ്ലോലെയ്ൻ മാത്രം മതിയാകും. വിഷമിക്കേണ്ടതില്ല. എന്നാൽ നമ്മുടെ സ്നേഹത്തെ വരുമാനമാക്കി മാറ്റാൻ കഴിയാത്ത നമ്മെപ്പോലുള്ളവർക്ക്, ഫാസ്റ്റ്ലെയ്ൻ വഴിതെളിച്ച മറ്റ് ബദലുകൾ ഉണ്ട്.

"നിങ്ങൾ ഇഷ്ടപ്പെടുന്നത് ചെയ്യുന്നു" വ്യാജങ്ങളും അനുബന്ധ രൂപങ്ങളും

നിങ്ങൾക്ക് ഇഷ്ടമുള്ളത് ചെയ്യാൻ കഴിയുന്ന ഒരു ജോലിയോ ബിസിനസോ ചെയ്യാൻ കഴിയുന്നില്ലെങ്കിൽ, നിങ്ങൾ ആ കെണിയിൽ വീഴാൻ സാധ്യതയുണ്ട്. നിങ്ങളുടെ സ്വാഭാവിക പ്രതികരണം പിശാചുമായി ഒരു കരാർ ഉണ്ടാക്കുക എന്നതാണ് – സ്ലോലെയ്ൻ. നിങ്ങൾ നിങ്ങൾക്ക് ഇഷ്ടപ്പെടുന്ന കാര്യങ്ങൾ ചെയ്യുന്നതിന് പകരമായി, നിങ്ങൾ വെറുക്കുന്ന കാര്യങ്ങൾ ചെയ്തുകൊണ്ട് നിങ്ങളുടെ ജീവിതം മാറ്റിസ്ഥാപിക്കും.

നിങ്ങൾ പറയുന്നു, "ഞാൻ വെറുക്കുന്ന ദിവസങ്ങളിൽ ജോലി ചെയ്യും, അതിനാൽ രണ്ട് വാരാന്ത്യ ദിനങ്ങൾ ഞാൻ ഇഷ്ടപ്പെടുന്ന ഒന്ന് എനിക്ക് ആസ്വദിക്കാനാകും." ഈ കൊടുക്കൽ വാങ്ങൽ യുക്തിസഹമായ ചിന്തപോലെ തോന്നുന്നുണ്ടോ?

ഉദാഹരണത്തിന്, എന്റെ സുഹൃത്ത് ആൻഡി ഒരു ബാങ്ക് കളക്ഷൻ ഏജന്റാണ്, അവന്റെ ജോലിയെ അവൻ വെറുക്കുന്നു. ബിയർ കുടിക്കുന്ന സമയം, ജോലിയെക്കുറിച്ചുള്ള പരാതികൾ, നിരാശ, ബി സ് എന്നിവ ഞാൻ കേൾക്കുന്നു : നാസികളെ പോലെയുള്ള മൈക്രോ മാനേജ്മെന്റ്, കഴിവുകെട്ട മുതലാളി, അവന്റെ മാനസിക വിഭ്രാന്തിയുള്ള സഹപ്രവർത്തകർ. അവൻ എല്ലാ മുന്നണികളിൽനിന്നും പുറത്താക്കലിന്റെ വക്കത്താണ്. ഒരാഴ്ചയിലെ അഞ്ചുദിവസത്തെ ഈ കഷ്ടപ്പാടിൽ അയാൾ തളർന്നുപോയി. അവന്റെ രക്ഷ? അവന്റെ വാരാന്ത്യം. "നിങ്ങൾ വെറുക്കുന്നതെന്തോ അത് ചെയ്യുക" എന്നതിന് ഒരു വാരാന്ത്യത്തിലെ "നിങ്ങൾ ഇഷ്ടപ്പെടുന്നത് ചെയ്യുക" എന്നതിനാൽ കൂലിനൽകപ്പെടുന്നു – അയാൾ ബോട്ടിംഗ് നടത്തുന്നു.

അപ്പോൾ മറ്റ് ആളുകൾ ഒരു ബദലായി "നിങ്ങൾ ഇഷ്ടപ്പെടുന്നത് ചെയ്യുക" എന്നതിന്റെ അനുബന്ധങ്ങളുമായി ചർച്ച ചെയ്യുന്നു. ഉദാഹരണത്തിന്, പോളിൻ നെയ്തെടുക്കാൻ ഇഷ്ടപ്പെടുന്നു, അതിനാൽ അവൾ തന്റെ നെയ്ത്ത് ഓൺലൈനിൽ വിൽക്കുന്നു. ജോസ് ഓട്ടോമോട്ടീവ് ഓഡിയോ ഇഷ്ടപ്പെടുന്നതിനാൽ അവൻ ഒരു കാർ സ്റ്റീരിയോ ഷോപ്പ് തുറക്കുന്നു. ജാനിസിന് ശിൽപം ചെയ്യാൻ ഇഷ്ടമാണ് പ്രാദേശിക ഗാലറിയിൽ അവളുടെ സൃഷ്ടികൾ വിൽക്കുന്നു. ഗാരി ഒരു മികച്ച ബോഡി ബിൽഡറാണ്. അതിനാൽ അവൻ വ്യക്തിഗത പരിശീലകൻ ആയിത്തീരുന്നു.

അനുബന്ധ സൃഷ്ടികൾക്ക് രണ്ട് അപകടങ്ങളുണ്ട് :

1. അവർ വേഗത്തിൽ പണം സമ്പാദിക്കുന്നില്ല.
2. അവർ സ്നേഹത്തെ അപകടപ്പെടുത്തുന്നു.

ഒന്നാമതായി, "നിങ്ങൾ ഇഷ്ടപ്പെടുന്നത് ചെയ്യുക" വളരെ അപൂർവ്വമായി പണം വേഗത്തിൽ സൃഷ്ടിക്കുന്നു. കാരണം, നിങ്ങൾ മാത്രമല്ല ഇഷ്ടപ്പെടുന്നത് ചെയ്യുന്നത് എന്ന് മാത്രമല്ല, ആയിരക്കണക്കിന് മറ്റുള്ളവരും ചെയ്യുന്നു (വെറുതെ തെളിവിനായി *അമേരിക്കൻ ഐഡൽ*-നായുള്ള ആദ്യ ആഴ്ചയിലെ ഓഡിഷനുകളിലേക്ക് ട്യൂൺ ചെയ്യുക). ആവശ്യം ദുർബ്ബലമാണ്. ഈ വിപണികളെ പൂരിതമാക്കുകയും ലാഭവിഹിതം ആഴം കുറഞ്ഞതാക്കുകയും ചെയ്യുന്നു.

എന്റെ ജിമ്മിൽ, ഒരു പരിചയക്കാരനായ പരിശീലകൻ എന്നോട് പറഞ്ഞു, അവൻ രണ്ടറ്റവും കൂട്ടി മുട്ടിക്കാൻ പാടുപെടുകയാണ്. എന്തുകൊണ്ടെന്ന് ഞാൻ ചോദിച്ചപ്പോൾ, വ്യക്തിഗത പരിശീലനം വളരെ മത്സരാത്മകമാണ്, തന്റെ സമ

യത്തിന് വില ഈടാക്കാൻ കഴിയില്ലെന്ന് അദ്ദേഹം പ്രതികരിച്ചു. അവന്റെ സേവന ഫീസ് പണപ്പെരുപ്പമാണ്, പരിശീലകരുടെ സമൃദ്ധമായ വിതരണവും, വിതരണം ആവശ്യത്തിൽ കവിയുമ്പോൾ (ആവശ്യവും) വില കുറയുന്നു. വേണ്ടത്ര ആവശ്യമില്ല, വളരെയധികം വിതരണം.

എന്തുകൊണ്ടാണ് വ്യക്തിഗത പരിശീലകർക്കുള്ള പ്രവർത്തനതലം ഇത്ര പൂരിതമാകുന്നത്? ലളിതം. ആവശ്യത്തെക്കുറിച്ച് ചിന്തിക്കാതെ ആളുകൾ ഗുരു-എസ്ക്യൂ ഉപദേശം പിന്തുടരുന്നു : “നിങ്ങൾക്ക് ഇഷ്ടമുള്ളതു ചെയ്യുക.” നിർഭാഗ്യവശാൽ, നിങ്ങൾ ഇത് ചെയ്യാൻ ഇഷ്ടപ്പെടുന്നെങ്കിൽ, ആയിരക്കണക്കിന് മറ്റുള്ളവരും ഇത് ഇഷ്ടപ്പെടുന്നുവെന്ന് വാതുവെക്കാം. നിങ്ങൾ “നിങ്ങൾ ഇഷ്ടപ്പെടുന്നത്” ചെയ്യുമ്പോൾ, കടുത്ത മത്സരം നേരിടാൻ തയ്യാറാകുക. ആരാണ് ഉയർന്ന മാർജിനുകൾ ആസ്വദിക്കുന്നത്? വ്യക്തിഗത പരിശീലകൻ? അല്ലെങ്കിൽ കുറ്റകൃത്യങ്ങളുടെ സംഭവസ്ഥലം വൃത്തിയാക്കാൻ ഒരു കമ്പനി തുടങ്ങുന്ന ആൾ?

ഡെറിവേറ്റീവുകളുടെ രണ്ടാമത്തെ അപകടം, പണത്തിനായി നിങ്ങൾ അത് ചെയ്യുമ്പോൾ നിങ്ങളുടെ സ്നേഹം കളങ്കപ്പെട്ടുവാനുള്ള ദുർബ്ബലത കാണിക്കുന്നു എന്നതാണ്. ഒരു ശമ്പളത്തിന് പകരമായി നിങ്ങൾ ഇഷ്ടപ്പെടുന്നുവെന്ന് കരുതുന്ന എന്തെങ്കിലും ചെയ്യാൻ നിങ്ങൾ നിർബന്ധിതനാകുകയാണെങ്കിൽ, ആ സ്നേഹം അപകടത്തിലാകും.

പതിറ്റാണ്ടുകൾക്കുമുൻപ്, എനിക്ക് ഡ്രൈവിംഗ് ഇഷ്ടമായതിനാൽ ഞാൻ ഒരു ലിമോ ഡ്രൈവറായി ജോലിയിൽ പ്രവേശിച്ചു. ആ ജോലി അവസാനിക്കുന്നതോട് കൂടി, എനിക്ക് ഡ്രൈവിംഗ് വെറുപ്പായി. ജോലി കഴിഞ്ഞ്, ഞാൻ വീട്ടിലിരിക്കും. കാരണം, എനിക്ക് അത് അത്രയേറെ മുഷിപ്പായിരുന്നു. എന്റെ ഇഷ്ടം മലിനമായി.

ഒരിക്കൽ എനിക്ക് അതിശയകരമായ പെയിന്റിംഗുകൾ സൃഷ്ടിക്കുന്നത് ഒരു ഹോബിയായ ഒരു സുഹൃത്ത് ഉണ്ടായിരുന്നു. എന്തുകൊണ്ടാണ് അവൾ ഉപജീവനത്തിനായി മുഴുവൻ സമയവും വരക്കാത്തത് എന്ന് ഞാൻ ചോദിച്ചപ്പോൾ, അവളുടെ ഉത്തരം ലളിതമായിരുന്നു : ഞാൻ എനിക്ക് പെയിന്റ് ചെയ്യാൻ താല്പര്യമുള്ളപ്പോൾ വരക്കുന്നു. പണത്തിനുവേണ്ടി അവൾ വരക്കാൻ ശ്രമിച്ച വളരെ ചുരുക്കം സമയങ്ങളിൽ അത് അവളുടെ കലാപരമായ സർഗ്ഗാത്മകതയെ നിശ്ചലമാക്കി. കാരണം, മറ്റൊരു ശക്തിയായിരുന്നു പ്രചോദനം – പണം, അല്ലാതെ ആ നിമിഷത്തിൽനിന്നുള്ള വികാരമല്ല.

“നിങ്ങൾ ഇഷ്ടപ്പെടുന്നത് ചെയ്യുക” എന്നത് പ്രൊഫഷണൽ അത്ലറ്റുകൾക്ക് വിട്ടുകൊടുത്തിരിക്കുന്നു, കാരണം അവർ അവരുടെ ഗെയിമുകളുടെ പരകോടിയിലാണ്. എന്നിട്ടും, ദശലക്ഷക്കണക്കിന് സമ്പാദിച്ചതിനുശേഷവും, ഈ കായിക താരങ്ങളിൽ പലരും ഇതേ വിധി അനുഭവിക്കുന്നു. അവർക്ക് കളിയോടുള്ള ഇഷ്ടം നഷ്ടപ്പെടുന്നു. നർത്തകർക്ക് അവരുടെ നൃത്തത്തോടുള്ള സ്നേഹം നഷ്ടപ്പെടുന്നു. കലാകാരന്മാർക്ക് കലയോടുള്ള സ്നേഹം നഷ്ടപ്പെടുന്നു. പണവും ജീവിതത്തിന്റെ ആവശ്യങ്ങളും സ്നേഹത്തിന്റെ മേൽ കാർമേഘം പരത്തുകയും അതിനെ ഒരു ഭാരമാക്കി ഇരുണ്ട് കയറുകയും ചെയ്യുന്നു.

“നിങ്ങൾ ഇഷ്ടപ്പെടുന്നത് ചെയ്യുക” എന്നതിന്റെ ഡെറിവേറ്റീവുകൾ സന്തോഷത്തിന്റെ ഒരു സങ്കൽപ്പം നൽകിയേക്കാം, അത് പൂരിത വിപണികളിൽ പ്രവർത്തിക്കുന്നു, അതിലും പ്രധാനമായി, അവ പ്രവർത്തനത്തോടുള്ള നിങ്ങളുടെ സ്വാഭാവിക സ്നേഹം അപകടത്തിലാക്കാം.

നിങ്ങളുടെ ജ്വലനം : സ്നേഹത്തിൽനിന്ന് അഭിനിവേശത്തിലേക്ക് നീങ്ങുന്നു

ഫാസ്റ്റ്ലെയ്നിന്റെ പ്രചോദനാത്മക ഇന്ധനം ഇഷ്ടമല്ല, മറിച്ച് അഭിനിവേശമാണ് നിങ്ങളുടെ ഭാവി കാഴ്ചപ്പാടിനോടുള്ള അഭിനിവേശവും വ്യക്തിഗത വളർച്ചയിൽ നിന്നുള്ള അഭിനിവേശവും. നിങ്ങൾക്ക് ഒരു ഇഷ്ടം ഉണ്ടെങ്കിൽ നിർദ്ദിഷ്ട ലക്ഷ്യത്തിൽ എത്തിച്ചേരാനായി, നിങ്ങൾ എന്തും ചെയ്യും. എനിക്ക് ലംബോർഗിനികളോട് ഒരു ഇഷ്ടം ഉണ്ടായിരുന്നു അതിനായി എന്തും ചെയ്യാൻ തയ്യാറാണ്. പട്ടികളുടെ വിസർജ്ജനം എടുക്കുക, തറ തുടക്കുക, പുലർച്ചെ 3 മണിക്ക് ജോലി ചെയ്യുക – അത് എന്തുതന്നെയായാലും, അത് ചെയ്യാൻ എനിക്ക് പ്രചോദനം ഉണ്ടായിരുന്നു. എനിക്ക് ലിമോസ് ഓടിക്കാൻ ഒരു അഭിനിവേശമോ ഇഷ്ടമോ ഉണ്ടായിരുന്നോ? ഒട്ടുമില്ല. പക്ഷേ, എന്റെ ഭാവി ലക്ഷ്യങ്ങളോടും ഒപ്പം ഞാൻ എന്റെ ജീവിതത്തിൽനിന്ന് എന്ത് പ്രതീക്ഷിച്ചിരുന്നുവെന്നതിനോടുമുള്ള അഭിനിവേശം എനിക്കുണ്ടായിരുന്നു. അത് പ്രവർത്തിക്കാനും പിന്നെ ആവർത്തിക്കാനും എന്നെ പ്രേരിപ്പിച്ചു.

നിങ്ങളുടെ വാഹനത്തിന് ഒരു ഇഗ്നിഷൻ, ഒരു സ്റ്റാർട്ടർ, നിങ്ങളെ രാവിലെ കിടക്കയിൽനിന്ന് ചാടിയെഴുന്നേൽക്കാൻ ആ ദിവസത്തെ നേരിടാനായി വെല്ലുവിളിക്കാൻ പ്രേരിപ്പിക്കുന്ന എന്തെങ്കിലും ഒന്ന് ആവശ്യമാണ്. ആ ജ്വലനം അഭിനിവേശമാണ്. മറ്റുള്ളവർ ഇതിനെ ഒരു അർത്ഥം, ഒരു ഉദ്ദേശ്യം അല്ലെങ്കിൽ "എന്തുകൊണ്ട്" എന്ന് വിളിക്കാം. നിങ്ങൾക്കോ നിങ്ങളുടെ കുടുംബത്തിനോ മറ്റെന്തെങ്കിലിനുമോ വേണ്ടി വലിയ എന്തെങ്കിലും നിങ്ങൾ ആഗ്രഹിക്കുന്നുണ്ട്. ഇത് എല്ലാവർക്കും വ്യത്യസ്തമാണ്, എന്നാൽ നിങ്ങൾ അത് കണ്ടെത്തുമ്പോൾ, നിങ്ങൾ അതിനായി എന്തും ചെയ്യും.

യഥാർത്ഥത്തിൽ സ്വപ്നതുല്യമായ ഒരു ലക്ഷ്യസ്ഥാനത്തേക്ക് നയിക്കുന്ന ഒരു പാതയിൽ നിങ്ങളുടെ ലക്ഷ്യങ്ങൾ സ്ഥാപിക്കുമ്പോൾ, അത് ദൈനംദിന പ്രവർത്തനങ്ങളെ ആവേശഭരിതരാക്കുന്നു. ചില പ്രവർത്തനങ്ങൾ ചെയ്യുന്നതിലൂടെ നിങ്ങൾക്ക് പണം ലഭിക്കുന്നില്ലെങ്കിൽ, അത് പ്രവർത്തിക്കാനുള്ള നിങ്ങളുടെ അഭിനിവേശത്തെ ജ്വലിപ്പിക്കുന്ന ഒരു നിർദ്ദിഷ്ട "എന്തുകൊണ്ട്" അല്ലെങ്കിൽ "അവസാന ലക്ഷ്യം" കണ്ടെത്തുക.

നിങ്ങളുടെ എന്തുകൊണ്ട് എന്താണ്? എന്തിനാണ് നിങ്ങൾ ഇങ്ങനെ ചെയ്യുന്നത്? എന്തിനാണ് ഫാസ്റ്റ്ലെയ്ൻ പോകുന്നത്? നിങ്ങൾക്ക് ആരെയാണ് തെറ്റ് തെളിയിക്കേണ്ടത്? എന്റെ "എന്തുകൊണ്ട്" ഇങ്ങനെ വായിക്കുന്നു :

"എനിക്ക് എന്റെ അമ്മയുടെ കടം അടച്ച് തീർക്കണം."
"എനിക്ക് അലാറം ഇല്ലാതെ ഉണരണം."
"പണത്തിന്റെ സമ്മർദ്ദമില്ലാതെ ഒരു പുസ്തകം എഴുതാൻ ഞാൻ ആഗ്രഹിക്കുന്നു."
"എനിക്ക് ഒരു മലഞ്ചെരിവിൽ കുളമുള്ള ഒരു വലിയ വീട് വേണം."
"എനിക്ക് ഒരു ലംബോർഗിനി വേണം."
"എനിക്ക് ഒരു മാറ്റം വരുത്തണം."
"അവൻ തെറ്റാണെന്ന് തെളിയിക്കാൻ ഞാൻ ആഗ്രഹിക്കുന്നു."

അഭിനിവേശം "നിങ്ങൾ ഇഷ്ടപ്പെടുന്നത് ചെയ്യുക" എന്നതിനെ തോല്പിക്കുന്നു, കാരണം, അഭിനിവേശം സാമാന്യവൽക്കരിക്കപ്പെട്ടതും ഏതെങ്കിലും ലക്ഷ്യത്തി

ലേക്ക് ശ്രദ്ധ കേന്ദ്രീകരിക്കുന്നതും ആകാം. ശ്രദ്ധ "നിങ്ങൾ ഇഷ്ടപ്പെടുന്നത് ചെയ്യുക" ആയിരിക്കുമ്പോൾ, ഫോക്കസ് വ്യവസായ - നിർദ്ദിഷ്ടമാകുകയും നിങ്ങൾ ആവശ്യത്തിന്റെ നിയമം ലംഘിക്കുകയും ചെയ്യും.

എന്തുകൊണ്ടാണ് നിങ്ങൾ ഈ ബിസിനസ് ആരംഭിക്കുന്നത്?

നിങ്ങൾ അത് ഇഷ്ടപ്പെടുന്നതുകൊണ്ടോ?

അതോ വിപണിയിൽ ഇതിന്റെ ആവശ്യം ഉള്ളതുകൊണ്ടോ?

ഞാൻ ആവർത്തിക്കുന്നു : ഒരു അന്തിമ ലക്ഷ്യത്തിനായുള്ള അഭിനിവേശം, ഒരു എന്തുകൊണ്ട്, ഫാസ്റ്റ്ലെയ്ൻ പ്രവർത്തനത്തെ നയിക്കുന്നു.

ഡേർട്ടി ജോബ്സ് എന്ന കേബിൾ ടെലിവിഷൻ ഷോയുടെ അവതാരകനായ മൈക്ക് റോവ്, അത്ര പ്രിയകരമല്ലാത്ത കടമകൾ ചെയ്തുകൊണ്ടിരിക്കുന്ന ബിസിനസ്സുകളുടെ നിരവധി ഉടമകളെ ചിത്രീകരിച്ചു. പശുവളം പരിശോധിക്കുന്നത് മുതൽ പ്രാവിന്റെ കാഷ്ടം വൃത്തിയാക്കൽ വരെ, ഉടമകൾ ആവേശഭരിതരായിരുന്നു. അവരാരും അവർ ചെയ്തതിനെ "ഇഷ്ടപ്പെട്ടില്ല", എന്നാൽ അവർക്ക് തീക്ഷ്ണമായ "എന്തുകൊണ്ട്"കളും വളരെ ആഴത്തിലുള്ള ബാങ്ക് അക്കൗണ്ടുകളും ഉണ്ടായിരുന്നു. മറ്റെല്ലാവരും "നിങ്ങൾ ഇഷ്ടപ്പെടുന്നത് ചെയ്യുക" എന്നതിനെ പിന്തുടരുന്ന തിരക്കിലായതിനാൽ മത്സരം വിരളമായിരുന്നു.

നിങ്ങളുടെ ദൈനംദിന പ്രവർത്തനങ്ങളെ ആവേശഭരിതമായി പ്രചോദിപ്പിക്കാൻ നിങ്ങൾക്ക് വേണ്ടത് ശക്തമായ "എന്തുകൊണ്ട്" മാത്രമാണ് - "രാവിലെ എഴുന്നേൽക്കുക" ഒരു ഫാസ്റ്റ്ലെയ്ൻ തുറക്കുന്നതിനുള്ള റോഡിലേക്ക് രൂപാന്തരീകരണം നടത്തുന്നു. എന്താണ് നിങ്ങളുടെ കാരണം, ആ പ്രക്രിയ നിങ്ങളെ പ്രചോദിപ്പിക്കാൻ ശക്തമാണോ?

ആർജ്ജവം ജോലിയുടെ കഷ്ടപ്പാടുകൾ ഇല്ലാതാക്കുന്നു

ഞാൻ എന്റെ കമ്പനിയിൽ സ്റ്റാർട്ടപ്പ് മോഡിൽ ആയിരുന്നപ്പോൾ, ഞാൻ മണിക്കൂറുകളോളം ജോലി ചെയ്തു. ഞാൻ കഷ്ടപ്പെടുകയായിരുന്നോ? അല്ല. ഞാൻ അത് ആസ്വദിച്ചു, കാരണം എന്റെ "എന്തുകൊണ്ട്" ഉണ്ടായിരുന്നു. ഞാൻ അവയുടെ അടുത്തേക്ക് നീങ്ങുകയായിരുന്നു. യാത്ര എന്നെ കഠിനമാക്കി, വെല്ലുവിളിച്ചു, അതെ, അത് രസകരമായിരുന്നു! ഞാൻ ആഗ്രഹിക്കുന്ന കാര്യങ്ങളിൽ ഞാൻ അഭിനിവേശമുള്ളവനായിരുന്നു, ഞാൻ അത് നേടാൻ പോകുകയായിരുന്നു. ഫാസ്റ്റ്ലെയ്ൻ ഒരു ലക്ഷ്യസ്ഥാനമല്ല. എന്നാൽ വ്യക്തിപരമായ യാത്രയായിരുന്നു.

ഈ പുസ്തകം എഴുതുന്നത് ഒരു നീണ്ടുനിൽക്കുന്ന ഒരു യാത്രയാണ്, അത് മൂന്ന് തവണ ഉപേക്ഷിച്ചുവെന്ന് ഞാൻ സമ്മതിക്കുന്നു. എന്തുകൊണ്ട്? ഒരു വർഷം കൊണ്ട് എഴുതി പൂർത്തിയാക്കാതെ, എഴുത്തിനോടുള്ള ഇഷ്ടം ആവിയായി. എന്റെ സ്നേഹം വെറുപ്പായി മാറി. ഞാൻ "എനിക്ക് ഇഷ്ടമുള്ളത് ചെയ്യുന്നു" പെട്ടെന്ന് ആളുകൾ ഒരു പുസ്തകം പ്രതീക്ഷിക്കാൻ തുടങ്ങിയതിനാൽ അതിനോടുള്ള സ്നേഹം മങ്ങി. ഞാൻ ഒരു സുഹൃത്തിനോട് പറഞ്ഞു, "ഞാൻ ഉപേക്ഷിച്ചു. ഞാൻ ഇനി അത് ആസ്വദിക്കുന്നില്ല, എനിക്ക് അത് പൂർത്തിയാക്കേണ്ട ആവശ്യമില്ല."

അങ്ങനെയെങ്കിൽ എഴുത്തിനോടുള്ള എന്റെ ഇഷ്ടം ഇല്ലാതായെങ്കിൽ ഞാനെങ്ങനെ അത് പൂർത്തിയാക്കി? ഞാൻ എന്റെ അഭിനിവേശം കണ്ടെത്തി, അത് പൂർത്തിയാക്കാൻ എന്നെ നിർബന്ധിച്ചു : മറ്റുള്ളവരുടെ സ്വപ്നങ്ങൾ യാഥാർത്ഥ്യമാകുന്നത് കാണാൻ ഞാൻ ഇഷ്ടപ്പെടുന്നു. ഉയിരറ്റ സ്വപ്നത്തിന്

പെട്ടെന്ന് ജീവൻ ലഭിച്ചപ്പോൾ, എനിക്ക് ഉന്മേഷം തോന്നി. എപ്പോൾ ഞാൻ ഉപേക്ഷിക്കാൻ ആഗ്രഹിക്കുന്നുവോ, അപ്പോൾ എന്നെ അഭിനന്ദിക്കുന്ന ഒരു ഇമെയിൽ എനിക്ക് ലഭിക്കും : "നിങ്ങളുടെ ഫോറം എന്റെ ജീവിതം മാറ്റിമറിച്ചു" അല്ലെങ്കിൽ "നന്ദി, എന്റെ ജീവിതം നല്ലതിലേക്ക് മാറിയിരിക്കുന്നു." എന്റെ എഴുത്തു ശ്രമത്തെ പ്രവർത്തനമായി മാറ്റിസ്ഥാപിക്കാനുള്ള വികാരാധീനമായ നാണയവ്യവസ്ഥയാണ് അത്. ഞാൻ സ്നേഹത്തിൽനിന്നും കഷ്ടപ്പാടിലേക്കും അഭിനിവേശത്തിലേക്കും പോയി.

അതിശയകരമായ ഒരു സ്വപ്നവുമായി ഒത്തുചേരാൻ നിങ്ങളുടെ വഴി നേടുക

നിങ്ങളുടെ സ്വപ്നങ്ങളുമായി ഒത്തുചേരാത്ത ഒരു റോഡ്, അത് മോശം വഴിയാണ്. നിങ്ങളുടെ സ്വപ്നങ്ങളെ വിട്ടുകൊടുക്കുമ്പോൾ, ജീവിതം വാടിപ്പോകുന്നു. ബാല്യത്തിലേക്ക് മടങ്ങുക : "നിങ്ങൾ വളരുമ്പോൾ നിങ്ങൾക്ക് എന്താണ് ആകാൻ ആഗ്രഹം?" എന്ന് നിങ്ങൾ കേട്ടിരുന്നിടത്തേക്ക്. ഈ ചോദ്യത്തിനുള്ളിൽ, ഇത് ശരിക്കും എന്താണ് ചോദിക്കുന്നത്? ഇത് നിങ്ങളുടെ സ്വപ്നങ്ങളിലെ വഴിയിലേക്കുള്ള ഒരു അന്വേഷണമാണ്, ഇതിന് സാധാരണയായി ഒരു സ്വപ്നസാദൃശമായ കാഴ്ചയിലാണ് ഉത്തരം കൊടുത്തിരുന്നത്. എന്നെ സംബന്ധിച്ചിടത്തോളം, ഒരു ബഹിരാകാശയാത്രികനാകാൻ ഞാൻ ആഗ്രഹിച്ചു (ഹാൻ സോളോയെ കുറ്റപ്പെടുത്തിക്കോളൂ) ഒരു സിനിമാ നിർമ്മാതാവ് (ജോർജ് ലൂക്കാസിനെ കുറ്റപ്പെടുത്തുന്നു) ഒരു എഴുത്തുകാരനും (ഐസക് അസിമോവിനെ കുറ്റപ്പെടുത്തുന്നു).

നിങ്ങളോ? നിങ്ങളുടെ അതിരുകടന്ന, അതിശയകരമായ സ്വപ്നം എന്താണ്? ആശങ്കയുടെ യഥാർത്ഥ ചോദ്യം : നിങ്ങൾ അത് ചെയ്യാൻ എന്തെങ്കിലും സാധ്യതയുണ്ടോ, അല്ലെങ്കിൽ അത് ചെയ്യുമോ? കൂടുതൽ സാധ്യത, നിങ്ങൾ ചെയ്യില്ല. കാരണം, സ്ലോലെയ്ൻ അതിനെ കൊന്നു.

ഞാൻ എന്റെ സുഹൃത്ത് റിക്കിനോട് ഈ ചോദ്യം ചോദിച്ചു. എന്താണെന്ന് ഊഹിക്കുക. അവൻ ഈ ചോദ്യത്തിന് ഉത്തരമായി "എനിക്ക് വെറൈസൺ വയർലെസിൽ ഒരു സെയിൽസ് റെപ്രസന്റേറ്റീവ് ആകണം." എന്ന് പറഞ്ഞില്ല. അവൻ ഉത്തരം പറഞ്ഞു "എനിക്ക് ഒരു റേസ് കാർ ഡ്രൈവർ ആകണം". അപ്പോൾ, എന്തുകൊണ്ടാണ് റിക്ക് ഇന്ന് സെൽ ഫോണുകൾ വിൽക്കുന്നത്? അവൻ യഥാർത്ഥത്തിൽ തന്റെ സ്വപ്നമായ ഒരു റേസ് കാർ ഡ്രൈവറായി മാറാൻ എന്തെങ്കിലും സാധ്യതയുണ്ടോ?

ഇല്ല. സ്വപ്നം നശിച്ചു, റോഡ് വിജനമാണ്. എന്നിരുന്നാലും, റിക്ക് തന്റെ ജോലിയിൽ ഉറച്ചു നിൽക്കുകയും ഒരു പ്രൊമോഷനായി കാത്തിരിക്കുകയും ചെയ്യുമ്പോൾ അവൻ അത്ഭുതപ്പെടുന്നു, "ഇതിലും കൂടുതൽ ഉണ്ടാവണം."

പിന്നെ സാറായുണ്ട്. അവൾ ഈ ചോദ്യത്തിന്, "എനിക്ക് ടാക്കോ ബെല്ലിലെ ഒരു ഷിഫ്റ്റ് മാനേജർ ആകണം." എന്ന് ഉത്തരം നൽകിയില്ല. ഇല്ല, അവൾ ഒരു കലാകാരിയാകാൻ ആഗ്രഹിച്ചു. എന്നാൽ ഇന്ന് സാറാ സ്വയം നശിച്ച ഷിഫ്റ്റിൽ ജോലി ചെയ്യുന്നു. പുളിച്ച ക്രീമിനെ ഫിംഗർ പെയിന്റായി തെറ്റിദ്ധരിച്ച് ചില വൃത്തികെട്ടവർ ഡൈനിംഗ് മുറിയെ അഴുക്കാക്കിയത് അവൾ വൃത്തിയാക്കുന്നു. അവൾ പിഴിയുന്ന യന്ത്രത്തിൽ മോപ്പിന്റെ തല ആഞ്ഞടിക്കുമ്പോൾ, സാറാക്ക് ഒരു നിമിഷം അസ്വസ്ഥതയുണ്ട്. "ഇങ്ങനെയാണോ എന്റെ ജീവിതം മാറിയത് ?"

ഈ ആളുകളുടെ പ്രശ്നം അവരുടെ ജോലിയല്ല. നമ്മൾ വെറുക്കുന്ന മോശമായ, ലജ്ജാകരമായ ജോലികൾ നമുക്കെല്ലാവർക്കും ഉണ്ടായിരുന്നു. അവരുടെ അവസാന റോഡ് ഒരിക്കലും സ്വപ്നങ്ങളുമായി ഒത്തുചേരില്ല എന്നതാണ് പ്രശ്നം. ബില്ലുകൾ അടക്കാൻ സ്വപ്നങ്ങൾ ഉപേക്ഷിച്ചു. സ്വപ്നങ്ങളിലേക്ക് ഒത്തുചേരുന്ന റോഡിന് പകരം (അല്ലെങ്കിൽ ഒരു സ്വപ്നത്തിനുള്ള അവസരം), അവരുടെ പാത ഒരു ഒഴിച്ചുകൂടാനാവാത്ത നരകത്തിലൂടെ കടന്നുപോകുന്നു. ജീവിതം കഷ്ടപ്പാടായി മാറുന്നു. വെരിസോണിലോ ടാക്കോ ബെല്ലിലോ ജോലി ചെയ്യുന്നതിൽ തെറ്റൊന്നുമില്ല. ഹേയ്, ഈ ജോലികൾ ഞാൻ നടത്തിയ അർത്ഥശൂന്യമായ ജോലികളുമായി താരതമ്യപ്പെടുത്തുമ്പോൾ പ്രമോഷനുകളാകുമായിരുന്നു. എന്നാൽ ദയവായി, ഈ ജോലികൾ നിങ്ങളുടെ അവസാനവും അവസാന പാതയും ആക്കരുത്, കാരണം "അവസാനം" മിക്കവാറും ഒരിക്കലും വരില്ല.

നിങ്ങൾ കണ്ടോ? നിങ്ങളുടെ സ്വപ്നം മരിച്ചെങ്കിൽ, നിങ്ങളുടെ അഭിനിവേശവും മരിച്ചു. ലോകത്തിലെ ഏറ്റവും വലിയ വയലിനിസ്റ്റിന് ട്രെയിൻ ഡിപ്പോയിൽ അവ മീട്ടുമ്പോൾ "അഭിനിവേശമില്ല" എന്നത് നിങ്ങളെ തളർത്തുന്നത് പോലെയാണ്. "അഭിനിവേശമില്ല" എന്നത് മധ്യസ്ഥതയിലേക്കും എല്ലാവരുടെയും സ്ഥാനത്തേക്കും നയിക്കുന്നു. "അഭിനിവേശമില്ല" എന്നത് അസന്തുഷ്ടിയിലേക്ക് നയിക്കുന്നു. "അഭിനിവേശമില്ല" എന്നത് സമ്പത്തില്ലായ്മ എന്നതിന് തുല്യമാണ്.

പ്രചോദനത്തിനായി നിങ്ങൾ പാടുപെടുകയാണെങ്കിൽ, നിങ്ങളുടെ സ്വപ്നത്തെ വീണ്ടും ഊർജ്ജസ്വലമാക്കുകയും അതിന്റെ യാഥാർത്ഥ്യത്തിലേക്കുള്ള ഒരു പാത കത്തിക്കാൻ കഴിവുള്ള ഒരു റോഡിലേക്ക് അതിനെ വിന്യസിപ്പിക്കുകയും ചെയ്യുക. ഉയിരറ്റ സ്വപ്നങ്ങൾക്ക് അഭിനിവേശത്തിന്റെ പാതകളെ തെളിക്കാൻ കഴിയില്ല. മറ്റുള്ളവർക്ക് ചെയ്യാൻ കഴിയാത്തതിനപ്പുറം ആഗ്രഹിക്കുന്നത് ചെയ്യാനുള്ള നിങ്ങളുടെ ഇഷ്ടമാണ് അഭിനിവേശം. ഫാസ്റ്റ്ലെയ്നർമാർ എല്ലാവരിൽ നിന്നും വ്യത്യസ്തമായി പ്രവർത്തിക്കുന്നു. അതിനാൽ അവർക്ക് മറ്റാരെയും പോലല്ലാതെ ജീവിക്കാൻ കഴിയും. 40 വർഷത്തെ സ്വാതന്ത്ര്യത്തിന് പകരമായി നാല് വർഷത്തെ കഠിനാധ്വാനം എടുക്കുക. നിർഭാഗ്യവശാൽ, മിക്ക ആളുകളും നാലാഴ്ചത്തെ സ്വാതന്ത്ര്യത്തിനായി 40 വർഷത്തെ കഠിനാധ്വാനം ചെയ്യുന്നു, അല്ലെങ്കിൽ എത്രത്തോളം അവരുടെ ശമ്പളമുള്ള അവധി നീണ്ടുനിൽക്കും അതുവരെ.

നിങ്ങളുടെ "ടോയ്ലറ്റിൽ ഐസ്" കണ്ടെത്തുക

നിങ്ങളുടെ അഭിനിവേശം എങ്ങനെ കണ്ടെത്തും? ഒരു അർത്ഥം കൊണ്ടോ അല്ലെങ്കിൽ ഒരു "എന്തുകൊണ്ട്"? അത് ഒന്നുകിൽ ആവേശത്തിൽനിന്നാണ് വരുന്നത് അല്ലെങ്കിൽ അസംതൃപ്തിയിൽ നിന്ന്. ഫാസ്റ്റ്ലെയ്ൻ ഫോറത്തിൽ (TheFastlaneForum.com) പോസ്റ്റ് ചെയ്ത ഈ കഥ എടുക്കുക :

ഞാൻ ഒരു ദരിദ്ര കുടുംബത്തിലാണ് വളർന്നത്, ഒരു വീടാക്കി മാറ്റിയ പഴയ ഓടുമേഞ്ഞ കളപ്പുരയിലാണ് ഞാൻ താമസിച്ചിരുന്നത്. വർഷത്തിലെ ഏറ്റവും മോശം സമയങ്ങളിലൊന്ന് ശൈത്യകാലമായിരുന്നു. കാരണം, ഞങ്ങളുടെ വെള്ളത്തിന്റെ പൈപ്പുകൾ മരവിക്കും, ഞങ്ങൾക്ക് ഒഴുകുന്ന വെള്ളമുണ്ടാകില്ല. ടോയ്ലെറ്റ് ഫ്ലഷ് ചെയ്യാനുള്ള

ഏക മാർഗ്ഗം കളപ്പുരയിലേക്ക് ഐസ് കൊണ്ടുവന്ന് ടോയ്‌ലെറ്റിന് പിന്നിലെ ടാങ്കിൽ നിറക്കുക എന്നതാണ്, അത് ഉരുകുന്നത് വരെ കാത്തിരിക്കുക. ഞങ്ങൾക്ക് ഫ്ലഷ് ചെയ്യാൻ വേണ്ടി മാത്രം ടോയ്‌ലെറ്റ് പാത്രത്തിൽ അമ്മ ഐസ് ഇടുന്നത് ഞാൻ കണ്ടിട്ടുണ്ട്. ആരെങ്കിലും അവരുടെ കാര്യസാധ്യത്തിനുശേഷം വീണ്ടും അത് നിറക്കേണ്ടിവരുന്നു എന്നതായിരുന്നു ഏറ്റവും ബുദ്ധിമുട്ടുള്ള കാര്യം. ഞാൻ സ്വയം ചിന്തിച്ചു, "ഇനിയൊരിക്കലും എനിക്കിതുപോലെ ജീവിക്കാൻ ആഗ്രഹമില്ല!"

നിങ്ങളുടെ അഭിനിവേശം എന്താണ് – എല്ലാക്കാലത്തേക്കും "ടോയ്‌ലെറ്റിൽ ഐസ്?"

ലെസ്ലി വാൾബേൺ മൃഗങ്ങളോട് അഭിനിവേശമുള്ളയാളാണ്. നായ്ക്കളെ ദയാവധം ചെയ്യുന്ന കൗണ്ടി ഉടമസ്ഥതയിലുള്ള ഷെൽട്ടറുകളിൽ നിരാശരായ അവളുടെ സ്വപ്നം കൊല്ലാത്ത നായ രക്ഷാ അഭയകേന്ദ്ര മാണ്. അവൾക്ക് "അവൾ ഇഷ്ടപ്പെടുന്നത് ചെയ്യാൻ" കഴിയും. ഒരു അഭയകേന്ദ്രത്തിൽ ജോലി നേടാം. അത് അവളെ അവളുടെ സ്വപ്ന ങ്ങളിലേക്ക് അടുപ്പിക്കുകയില്ല, സമ്പത്ത് സമ്പാദിക്കാൻ ജോലി അവളെ സഹായിക്കില്ല. മാത്രമല്ല സ്വപ്നം പിന്തുടരാൻ ആവശ്യമായ സമ്പത്ത് സ്വരുക്കൂട്ടുന്നതിനുപോലും ആ ജോലി സഹായിക്കില്ല. അതെ, നായ ഷെൽട്ടറുകൾ ചെലവേറിയതാണ്. പകരം, ലെസ്ലി അവളുടെ അഭിനിവേശം പ്രചോദനം വർദ്ധിപ്പിക്കാൻ അനുവദിക്കുന്നു – അവൾ ഒരു ഫാസ്റ്റ്‌ലെയ്ൻ ബിസിനസ് ആരംഭിക്കുന്നു (മൃഗങ്ങളു മായി ബന്ധമില്ലാത്തത്) അത് ഒടുവിൽ അവളുടെ സ്വപ്നത്തിന് ധനസഹായം നൽകുന്നു. അവളുടെ അഭിനിവേശം നയിക്കുന്നു, പണ ത്തിന്റെ കഠിനപരീക്ഷണമില്ലാതെ ഒരു സ്വപ്നത്തിലേക്ക്.

നിങ്ങളുടെ ജീവിതം ആവേശത്തോടെ അല്ലെങ്കിൽ അസംതൃപ്തിയോടെ തല കീഴായി മാറിയ ഒരു സമയത്തെക്കുറിച്ച് ചിന്തിക്കുക.

അതാണ് നിങ്ങളുടെ അഭിനിവേശം. എന്നെ സംബന്ധിച്ചിടത്തോളം, എന്റെ കൗമാരപ്രായത്തിൽ ഞാൻ ആദ്യത്തെ ലംബോർഗിനി കണ്ടപ്പോഴുള്ള ആവേശമായിരുന്നു. ഞാൻ തീരുമാനിച്ചു "ഒരു ദിവസം, ഞാൻ ഒരു ലംബോർ ഗിനി സ്വന്തമാക്കും." എന്നെ സംബന്ധിച്ചിടത്തോളം, അസംതൃപ്തമായ അഭിനി വേശം, എന്റെ അമ്മ ജീവനില്ലാത്ത ജോലികളിൽ കഷ്ടപ്പെടുന്നതും ഭർത്താവി ല്ലാതെ മൂന്ന് കുട്ടികളെ വളർത്താൻ ശ്രമിക്കുന്നതും കാണുകയായിരുന്നു. രണ്ടും എന്റെ അഭിനിവേശത്തിന് ആക്കം കൂട്ടി; എനിക്ക് ഒരു ലംബോർഗിനി വേണം ഒപ്പം എന്റെ അമ്മയുടെ ഭാരം കുറക്കാൻ സഹായിക്കണമെന്ന് ഞാൻ ആഗ്രഹിച്ചു. ആവേശം (ആവശ്യങ്ങളും ആഗ്രഹങ്ങളും) വികാരാധീനമായ ഇന്ധ നമായി വർത്തിക്കുന്നു, അതുപോലെ അതൃപ്തിയും (അനഭിലഷണീയമായ സാഹചര്യങ്ങൾ).

മറ്റുള്ളവർ ചെയ്യാത്തത് ചെയ്യാൻ ഇവരണ്ടും എന്നെ അനുവദിച്ചു.

നിങ്ങളുടേത് കണ്ടെത്തുകയാണെങ്കിൽ, നിങ്ങൾക്കും ലഭിക്കും.

അധ്യായ സംഗ്രഹം : ഫാസ്റ്റ്‌ലെയ്ൻ പ്രത്യേകതകൾ

- ആവശ്യങ്ങൾ പരിഹരിക്കുന്ന ബിസിനസുകൾ വിജയിക്കുമെന്ന് ആവശ്യത്തിന്റെ നിയമം പ്രസ്താവിക്കുന്നു. ആവശ്യങ്ങൾ വേദന നിലകളോ സേവന വിടവുകളോ പരിഹരിക്കപ്പെടാത്ത പ്രശ്നങ്ങളോ വൈകാരിക വിച്ഛേദനമോ ആവാം.
- എല്ലാ പുതിയ ബിസിനസ്സുകളുടെയും തൊണ്ണൂറ് ശതമാനവും പരാജയപ്പെടുന്നത് അവ സ്വാർത്ഥതയിൽ അധിഷ്ഠിതമായതിനാൽ ആന്തരിക ആവശ്യങ്ങൾ, ബാഹ്യ വിപണി ആവശ്യങ്ങളല്ല.
- സ്വപ്നങ്ങൾക്കോ പണത്തിനോ വേണ്ടിയുള്ള നിങ്ങളുടെ സ്വാർത്ഥ ആഗ്രഹങ്ങളെക്കുറിച്ച് ആരും ശ്രദ്ധിക്കുന്നില്ല; നിങ്ങളുടെ ബിസിനസ്സിന് അവർക്കായി എന്തുചെയ്യാനാകുമെന്ന് അറിയാൻ മാത്രം ആളുകൾ ആഗ്രഹിക്കുന്നു.
- പണം വേട്ടയാടുന്നവർ സ്വാർത്ഥതയിൽനിന്ന് മുക്തരായിട്ടില്ല, അവരുടെ ബിസിനസ്സുകൾ പലപ്പോഴും സ്വന്തം സ്വാർത്ഥ ആവശ്യങ്ങൾ പിന്തുടരുന്നു.
- ആളുകൾ അവരുടെ പണം ഉപയോഗിച്ച് നിങ്ങളുടെ ബിസിനസ്സിന് വോട്ട് ചെയ്യുന്നു.
- പണത്തെ പിന്തുടരുകയാണെങ്കിൽ, അത് നിങ്ങളെ ഒഴിവാക്കും. എന്നിരുന്നാലും, നിങ്ങൾ അത് അവഗണിക്കുകയും പണത്തെ ആകർഷിക്കുന്ന മറ്റെന്തിലെങ്കിലും ശ്രദ്ധ കേന്ദ്രീകരിക്കുകയും ചെയ്യുന്നുവെങ്കിൽ, നിങ്ങൾ അത് നിങ്ങളിലേക്ക് ആകർഷിക്കും.
- ഒരു ദശലക്ഷം ആളുകളെ സഹായിക്കൂ, നിങ്ങൾ ഒരു കോടീശ്വരനാകും.
- "നിങ്ങൾ ഇഷ്ടപ്പെടുന്നത് ചെയ്യുക" പണം പിന്തുടരാൻ, നിങ്ങളുടെ ഇഷ്ടം ഒരു ആവശ്യകത പരിഹരിക്കണം നിങ്ങളതിൽ അസാധാരണമായിരിക്കണം.
- "നിങ്ങൾ ഇഷ്ടപ്പെടുന്നത് ചെയ്യുക" എന്നത് ശോകമായ മാർജിനോടുകൂടിയ തിരക്കേറിയ വിപണിക്ക് വേദിയൊരുക്കുന്നു.
- നിങ്ങൾക്ക് സാമ്പത്തിക സ്രോതസ്സുകൾ ഉള്ളപ്പോൾ, നിങ്ങൾക്ക് "നിങ്ങൾ ഇഷ്ടപ്പെടുന്നത് ചെയ്യാൻ" കഴിയും. അതിൽ പ്രതിഫലം നേടേണ്ടതായി വരില്ല, നിങ്ങൾ അതിൽ മികച്ചവരായിരിക്കണമെന്നില്ല.
- സ്ലോലെയ്നർമാർ "നിങ്ങൾ ഇഷ്ടപ്പെടുന്നത് ചെയ്യുക" എന്നത് "നിങ്ങൾ വെറുക്കുന്നതെന്തും ചെയ്യുക" എന്നതിനൊപ്പം നൽകുന്നു. രണ്ട് ദിവസത്തെ ഇഷ്ടത്തിന് വെറുപ്പിന്റെ അഞ്ച് ദിവസം.
- പണത്തിനുവേണ്ടി "നിങ്ങൾ ഇഷ്ടപ്പെടുന്നത് ചെയ്യുന്നത്" നിങ്ങളുടെ സ്നേഹത്തെ അപകടത്തിലാക്കും.
- അന്തിമ ലക്ഷ്യത്തിനായുള്ള അഭിനിവേശം, എന്തുകൊണ്ട്, ഇവ ഫാസ്റ്റ്ലെയ്നെ വിജയിപ്പിക്കുന്നു.
- വികാരാധീനമായ ഒരു "എന്തുകൊണ്ട്"ന് ജോലിയെ സന്തോഷമാക്കി മാറ്റാൻ കഴിയും.
- "നിങ്ങൾ ഇഷ്ടപ്പെടുന്നത് ചെയ്യുന്നത്" സാധാരണയായി ആവശ്യത്തിന്റെ നിയമത്തിന്റെ ലംഘനത്തിലേക്ക് നയിക്കുന്നു.
- നിങ്ങൾക്കുള്ള ശരിയായ പാത നിങ്ങളുടെ സ്വപ്നങ്ങളുമായി ഒത്തുചേരുന്ന ഒന്നാണ്.

സമയത്തിന്റെ നിയമം

എന്റെ അഭിപ്രായത്തിൽ ഒരു വസ്തുവിന്റെ വിലയെന്നത്,
അതിനുവേണ്ടി അർപ്പിച്ച ജീവിതമാണ്,
ഉടനടിയായോ അഥവാ ദീർഘകാലത്തേക്കോ.

—ഹെൻറി ഡേവിഡ് തോറോ

എല്ലാ ബന്ധനങ്ങളും തകർക്കുക

ഏറ്റവും പ്രിയപ്പെട്ട (തെറ്റായി വ്യാഖ്യാനിക്കപ്പെട്ടതും) നിയമമാണ് സമയത്തിന്റെ നിയമം. സമയത്തിന്റെ നിയമം നിങ്ങളുടെ ബിസിനസ്സും അതിന്റെ വരുമാനവും നിങ്ങളുടെ സമയത്തിൽനിന്ന് വേർപെട്ടു നിൽക്കാൻ ആവശ്യപ്പെടുന്നു. നിങ്ങൾ പ്രവർത്തിക്കാത്ത സമയത്ത് നിങ്ങളുടെ ബിസിനസ്സ് നിങ്ങൾക്കായി പ്രവർത്തിക്കുമോ? സമയത്തിന്റെ ലക്ഷ്യം നിഷ്ക്രിയ വരുമാനവും ഊർജ്ജസ്വലമായ പണവൃക്ഷവുമാണ്.

CENTS-ന്റെ T (സമയം/TIME)

ലാഭകരമായ ഒരു ബിസിനസ്സ്, സമ്പത്ത് അല്ലെങ്കിൽ വേർപിരിഞ്ഞ സമയം ഉറപ്പ് നൽകുന്നില്ല. ചില ബിസിനസ്സ് ഉടമകൾ അവരുടെ ബിസിനസ്സുമായി സംയോജിക്കപ്പെട്ടവരാണ്. പ്രത്യക്ഷത്തിൽ അവരുടെ ബിസിനസ്സ് ഒരു ജോലിയാണ്, ജീവപര്യന്തം തടവുപോലെ.

സ്റ്റാർട്ടപ്പ്, വളർച്ച, പക്വത ഘട്ടം ഇവയിൽ ഒരു ബിസിനസ്സിനായി നിങ്ങളുടെ ഹൃദയവും ആത്മാവും ഉപേക്ഷിക്കുമ്പോൾ അത് തികച്ചും സാധാരണമാണ്, ഇത് ഞാൻ 40 വർഷത്തേക്ക് സഹിക്കാൻ ആഗ്രഹിക്കുന്ന ഒരു കുറിപ്പടി അല്ല. സമയത്തിന്റെ നിയമം ചോദിക്കുന്നു :

- ഞാൻ ഇല്ലാത്തപ്പോൾ ഈ ബിസിനസ്സ് സ്വയമേവ പ്രവർത്തിപ്പിക്കാനും വ്യവസ്ഥാപിതമാക്കാനും കഴിയുമോ?
- മനുഷ്യ വിഭവശേഷി തൈകൾ വാടകക്കെടുക്കാൻ എന്റെ ലാഭം കനത്തതാണോ?

- പണമരത്തിന്റെ തൈകൾ അവതരിപ്പിക്കുന്നതിൽനിന്ന് എന്റെ പ്രവർത്തനത്തിന് പ്രയോജനം ലഭിക്കുമോ?
- ഈ ബിസിനസ്സ് എന്റെ സമയം ഉപയോഗിക്കാതെ പ്രവർത്തിപ്പിക്കാൻ എനിക്ക് എങ്ങനെ കഴിയും?

ജോലികൾ വരുമാനത്തിനായുള്ള സമയ വ്യാപാരമാണ്, അതെ, ചില ബിസിനസ്സുകളും. ഫാസ്റ്റ്ലെയ്ൻ എന്ന ലക്ഷ്യം നിങ്ങളുടെ സമയത്തെ വരുമാനത്തിൽ നിന്ന് വിച്ഛേദിക്കുന്നതാണ്, ആ വരുമാനം ദശലക്ഷങ്ങൾ അല്ലെങ്കിലും. നിങ്ങൾ ആഴ്ചയിൽ 10 മണിക്കൂർ ജോലി ചെയ്ത് $60,000 സമ്പാദിക്കണോ, അല്ലെങ്കിൽ $140,000-ന് ആഴ്ചയിൽ 70 മണിക്കൂർ ജോലി ചെയ്യണോ? എല്ലാ സമയത്തും ഞാൻ ആദ്യത്തേതിനെ അപേക്ഷിച്ച് രണ്ടാമത്തേതിന് മുൻഗണന കൊടുക്കും.

ആഷ്ലിൻ ഗാർഡ്നർ കലയും സാഹിത്യവും ഇഷ്ടപ്പെടുന്നു. ഗുരുക്കളുടെ ഉപദേശം പിന്തുടരുന്ന, അവൾ "അവൾക്ക് ഇഷ്ടമുള്ളത് ചെയ്യാൻ" പുറപ്പെടുന്നു – അവൾ ഒരു കോഫി ഷോപ്പ് തുറക്കുന്നു. പ്രാദേശിക കരകൗശലവും പ്രതിവാര സാഹിത്യ വായനകളും അവതരിപ്പിക്കുന്നു. പുതിയ പ്രണയബന്ധംപോലെ, അവളുടെ പുതിയ ബിസിനസ്സ് ഒരു വലിയ ബഹളത്തോടെ ആരംഭിക്കുന്നു, ആവേശവും ആകാംക്ഷയും അതിന്റെ ഉറവിടമാണ്. എന്നിരുന്നാലും, രണ്ട് വർഷത്തിന് ശേഷം, അവളുടെ ബിസിനസ്സ് സാധാരണ നിലയിലാവുകയും തിളക്കത്തിൽ നിന്ന് ബുദ്ധിമുട്ടിലേക്ക് മങ്ങുകയും ചെയ്യുന്നു. അവളുടെ ബിസിനസ്സ് അവളുടെ സ്വന്തമല്ലെന്ന് ആഷ്ലിൻ മനസ്സിലാക്കുന്നു; അവളാണ് അതിന് സ്വന്തം.

അത് തുറക്കാൻ അവൾ 4 മണിക്ക് എഴുന്നേൽക്കുകയും, രാത്രി അത് അടക്കാൻ 8 മണിക്ക് അവിടെ ഉണ്ടായിരിക്കുകയും വേണം. 24/7 ബിസിനസ്സ് ഒരു ശാശ്വതമായ നാശമാണ്. ജീവനക്കാർ വരുന്നു, പോകുന്നു, അതിൽ പ്രഗത്ഭർ അവൾക്ക് താങ്ങാൻ കഴിയാത്ത ശമ്പളം ആവശ്യപ്പെടുന്നു. അവളുടെ സാമൂഹിക ജീവിതം മരിക്കുകയും കാമുകൻ ബന്ധം ഉപേക്ഷിക്കുകയും ചെയ്യുന്നു. അതിനു കാരണം അവൾക്ക് ഒരിക്കലും അവൾക്കായി നീക്കി വെക്കാനുള്ള സമയമില്ല. അവളുടെ ജിം അംഗത്വം കാലഹരണപ്പെടുകയും, അതോടൊപ്പം അവളുടെ പ്രതിവാര യോഗ ക്ലാസും. അവളുടെ സമയവും ജീവിതവും വീണ്ടെടുക്കാൻ ശ്രമിക്കുന്നു, അങ്ങനെ ആഷ്ലിൻ ഒരു ജനറൽ മാനേജരെ നിയമിക്കുന്നത് പരിഗണിക്കുന്നു. നിർഭാഗ്യവശാൽ, ഒരു ജി എം-നെ ജോലിക്ക് വെക്കുന്നതോടെ അവളുടെ ലാഭം ചുവപ്പുനാടയിൽ കുരുങ്ങും. അവൾ സൗജന്യമായി അവളുടെ ബിസിനസ്സ് ചെയ്യില്ല. അവൾ ഉണ്ടാക്കുന്ന ലാഭം ജീവിതത്തിനോളം വിലപ്പെട്ടതല്ല. മൂന്ന് വർഷമായി ബിസിനസ്സ് ചെയ്യുന്ന അവൾ കട അടക്കുന്നു, തൊഴിലുടമയെക്കാൾ ജീവനക്കാരന്റെ റാങ്കിലേക്ക് മടങ്ങാൻ നോക്കുന്നു.

ആഷ്ലിൻ ബിസിനസ്സിൽ പരാജയപ്പെട്ടില്ല. അവളുടെ കോഫി ഷോപ്പ് വിജയിക്കുകയും അവൾ ഒരു എളിമയുള്ള ജീവിതം സമ്പാദിക്കുകയും ചെയ്തു. അവൾ എവി

ടെയാണ് പരാജയപ്പെട്ടത്? അവൾ സമയത്തിന്റെ നിയമത്തിൽ പരാജയപ്പെട്ടു, മിക്ക ബിസിനസ്സ് ഉടമകളെയും പോലെ, ആവേശത്തിനപ്പുറം ചിന്തിച്ചില്ല.

ഒരിക്കലും വളരാത്ത പണവൃക്ഷം

വിജയകരമായ ഒരു ബിസിനസ്സ് രസകരവുമല്ല ഗെയിമുകളുമല്ല, പ്രത്യേകിച്ച് സമയത്തിന്റെ നിയമം ലംഘിക്കുന്നവയാണെങ്കിൽ. പലപ്പോഴും ആളുകൾ ബിസിനസ്സിൽ പ്രവേശിക്കുന്നത് അത് എങ്ങനെയായിരിക്കും എന്ന തെറ്റായ ആശയത്തിലാണ്. ഗുരുക്കന്മാരാലും ലൈഫ് കോച്ചുകളാലും ഇന്ധനം നിറച്ച പലരും അത് വിശ്വസിച്ച് തെറ്റിദ്ധരിപ്പിക്കപ്പെടുകയും "സ്വന്തം മുതലാളിയാകുക", "നിങ്ങൾ ഇഷ്ടപ്പെടുന്നത് ചെയ്യുക" എന്നിവ വികസിപ്പിക്കാൻ മതിയായ പ്രചോദനമാണ് വിജയം എന്ന് കരുതുന്നു. നിർഭാഗ്യവശാൽ, ഈ ബിസിനസ്സ് ഉടമകൾ റോഡുകളിലേക്ക് ലയിക്കുകയും മരുഭൂമിയിലൂടെ സഞ്ചരിക്കുകയും ചെയ്യുന്നു. ക്ഷമിക്കണം, പണവൃക്ഷങ്ങൾ മരുഭൂമിയിൽ വളരുന്നില്ല.

ആഷ്ലിനെക്കുറിച്ചും അവളുടെ വിചിത്രമായ കോഫി ഷോപ്പിനെക്കുറിച്ചും ചിന്തിക്കുക. കോഫി ഷോപ്പ് പരാജയപ്പെടണമെന്നില്ല, പക്ഷേ അത് അവളെ പരാജയപ്പെടുത്തി. ആഷ്ലിൻ അവളുടെ സ്വന്തം ബോസ് ആയിരുന്നോ? തീർച്ചയായും, പക്ഷേ അത് മതിയായിരുന്നില്ല. കലയോടും സാഹിത്യത്തോടും ഉള്ള അവളുടെ അഭിനിവേശവും സ്വന്തം ബോസ് ആകാനുള്ള ആഗ്രഹവുമാണ് അവളെ പ്രേരിപ്പിച്ചത്. അത്തരം സ്വഭാവങ്ങൾ ആരോഗ്യകരമാണെങ്കിലും, അത് ഒരു ന്യൂനതയുള്ള പാതയെ മാറ്റില്ല. നിങ്ങൾക്ക് വരണ്ട മണ്ണിൽനിന്ന് പൂക്കൾ മുളപ്പിക്കാൻ കഴിയില്ല.

ഒരു ഫാസ്റ്റ്ലെയ്നർ എന്ന നിലയിൽ, നിങ്ങൾക്ക് ഏത് ബിസിനസ്സും ആരംഭിക്കാം, പക്ഷേ ഒടുവിൽ നിങ്ങളത് തന്നെത്താൻ പ്രവർത്തിക്കുന്നതാക്കാൻ പരിശ്രമിക്കണം. നിങ്ങൾക്ക് നിഷ്ക്രിയത്വവും ജീവനുള്ള പണവൃക്ഷവും വേണം. സമയത്തിന്റെ നിയമത്തിൽ നിങ്ങൾ പരാജയപ്പെടുമ്പോൾ, പരാജയം സംഭവിക്കുന്നത് രണ്ട് തടസ്സങ്ങളിലൊന്നാലാണ്. അവ :

1. നിങ്ങളുടെ ബിസിനസ്സ് റോഡ് ന്യൂനതയിൽ ആരംഭിച്ചതിനാൽ നിങ്ങൾക്ക് വിത്തുകളിലേക്ക് പ്രവേശനമില്ല.
2. ഫലഭൂയിഷ്ഠമല്ലാത്ത മണ്ണിൽ വിത്തുകൾ വളരുകയില്ല.

നിങ്ങളുടെ ബിസിനസ്സ് ഒരു മണി-ട്രീ തൈകളെ അടിസ്ഥാനമാക്കിയുള്ളതാണെങ്കിൽ, അത് ഒരു പണവൃക്ഷം വളർത്താൻ കഴിവുള്ളതായിരിക്കണം. കണ്ടന്റ് സംവിധാനങ്ങൾ, കമ്പ്യൂട്ടർ സംവിധാനങ്ങൾ, സോഫ്റ്റ്‌വെയർ സംവിധാനങ്ങൾ, വിതരണ സംവിധാനങ്ങൾ, മനുഷ്യവിഭവശേഷി സംവിധാനങ്ങൾ എന്നിവയെല്ലാം പണവൃക്ഷത്തിലേക്കുള്ള തൈകളാണ്. നിങ്ങളുടെ ബിസിനസ്സ് ഒന്നിനെ അടിസ്ഥാനമാക്കിയുള്ളതല്ലെങ്കിൽ, അത് നിഷ്ക്രിയമാക്കാൻ ഏതെങ്കിലുമൊന്നിനെ ചേർത്ത് നിർത്താമോ?

ആഷ്ലിന്റെ കോഫി ഷോപ്പിനായി, അവൾക്ക് ഒരു മണി ട്രീ വിത്ത് ആവശ്യമാണെന്ന് അവൾ തിരിച്ചറിഞ്ഞു – ഹ്യൂമൻ റിസോഴ്സ് – ഒരു ജനറൽ മാനേജരുടെ രൂപത്തിൽ. അവൾക്ക് ചെലവ് ന്യായീകരിക്കാൻ കഴിഞ്ഞില്ല, വിത്ത് അപ്രാപ്യമായിരുന്നു. അവളുടെ വഴി കുറവായി തുടങ്ങി. അവൾ അവളുടെ

സാമ്പത്തികം അവഗണിച്ച് ഒരു ജനറൽ മാനേജരെ നിയമിക്കുകയാണെങ്കിൽ, അതിനാൽ വിത്ത് നടുമെങ്കിലും, വിത്ത് മുളക്കില്ല കാരണം അവിടെ മാർജിനു കൾ ഇല്ല. ഫലപുഷ്ടിയില്ലാത്ത മൈതാനങ്ങൾക്ക് പണവൃക്ഷങ്ങൾ വളർത്താൻ കഴിയില്ല. മണി-ട്രീ തൈകളെ അടിസ്ഥാനമാക്കിയുള്ളതല്ലാത്ത ബിസിനസ്സ് തിരഞ്ഞെടുക്കുമ്പോൾ പരാജയം ആരംഭിക്കുന്നു.

മിക്ക ബിസിനസ്സ് റോഡുകളുടെയും പ്രശ്നം പണമരത്തിന് വാസയോഗ്യമല്ല എന്നതാണ്, സമയത്തിന്റെ നിയമത്തിനെ തെറ്റിക്കുന്നത് കൊണ്ടാണ് അത്. വിത്തുകൾ എടുക്കാൻ പാകത്തിനല്ല, എടുക്കാനാവുന്ന വിത്തുകൾ മണ്ണിന് അനു രൂപമല്ല.

അധ്യായ സംഗ്രഹം : ഫാസ്റ്റ്ലെയ്ൻ പ്രത്യേകതകൾ

- നിങ്ങളുടെ സമയവുമായി ബന്ധപ്പെട്ട ഒരു ബിസിനസ്സ് ഒരു ജോലിയാണ്.
- നിങ്ങളുടെ സമയം ഒഴിവാക്കി, വരുമാനം നേടുന്ന ഒരു ബിസിനസ്സ് സമയ ത്തിന്റെ നിയമത്തെ തൃപ്തിപ്പെടുത്തുന്നു.
- സമയത്തിന്റെ നിയമത്തെ തൃപ്തിപ്പെടുത്താൻ, പണ തൈകളുടെ വ്യവസ്ഥ കൾ ഉപയോഗിക്കുന്ന ഒരു ബിസിനസ്സിൽനിന്ന് ആരംഭിക്കുക, അല്ലെങ്കിൽ ഒരെണ്ണം അവതരിപ്പിക്കുക.

അളവിന്റെ നിയമം

ബിസിനസ്സിൽ, വിജയിക്കാൻ
നിങ്ങൾ ഒരിക്കൽ മാത്രം ശരിയായാൽ മതി.
—മാർക്ക് ക്യൂബൻ

സ്പീഡ് ലിമിറ്റ്–15 അതോ 150?

നിങ്ങളുടെ ബിസിനസ്സ് റോഡ് അളവിന്റെ നിയമം ലംഘിക്കുമ്പോൾ, സമ്പത്ത് ത്വരിതപ്പെടുത്തൽ നിയന്ത്രിച്ചിരിക്കുന്നു. മറ്റൊരുവിധത്തിൽ പറഞ്ഞാൽ, നിങ്ങൾക്ക് ഒരു വേഗപരിധി നൽകിയിരിക്കുന്നു. 15 എന്ന വേഗപരിധി ഉപയോഗിച്ച് നിങ്ങൾ ഏത് റോഡിലും ഓടിക്കുക, നിങ്ങൾ എവിടെയും വേഗത്തിൽ എത്താൻ പോകുന്നില്ല. അളവ് എന്നാൽ ലിവറേജുമായി ബന്ധപ്പെട്ടതാണ്, ഫാസ്റ്റ്‌ലെയ്ൻ സമ്പത്ത് സമവാക്യത്തിന് ശക്തി നൽകുന്നത് ലിവറേജാണ്.

CENTS–ന്റെ S (SCALE/സ്കെയിൽ)

ബിസിനസ്സ് ലിവറേജ് ഒരു കളിസ്ഥലം പോലെയാണ്, അല്ലെങ്കിൽ വെള്ളത്തിന്റെ ആവാസവ്യവസ്ഥയാണ്. സമുദ്രത്തിലോ പ്രാദേശിക പാർക്കിലെ ഒരു കുളത്തിലോ വസിക്കുന്നതിന്ന് നിങ്ങൾക്ക് തിരഞ്ഞെടുക്കാം. ആറ് ബിസിനസ് ആവാസ വ്യവസ്ഥകളുണ്ട് :

- ലോക്കൽ/കമ്മ്യൂണിറ്റി (നീന്തൽ കുളം)
- കൗണ്ടി/നഗരം (ചെറിയ കുളം)
- സംസ്ഥാനവ്യാപകമായി (ലഗൂൺ)
- പ്രാദേശികം (തടാകം)
- ദേശീയം (കടൽ)
- ലോകവ്യാപകമായി (സമുദ്രം)

സ്കെയിൽ പ്രാദേശികമായോ ഒരു ചെറിയ സംഖ്യക്ക് മാത്രം യോജിക്കുന്ന ഒരു കുളത്തിലോ കണ്ടെത്താൻ ആളുകൾക്ക് പ്രയാസമാണ്. തീർച്ചയായും, ഇത്

ചെയ്യാൻ കഴിയും, പക്ഷേ, ഇതിന് മാഗ്നിറ്റ്യൂഡ് അഥവാ വലുപ്പം ആവശ്യമാണ്, മാഗ്നിറ്റ്യൂഡ് വിലകുറഞ്ഞു വരുന്നില്ല. നിങ്ങൾക്ക് ഒരു ടാനിംഗ് സലൂൺ ഉണ്ടെങ്കിൽ, നിങ്ങളുടെ ആവാസ വ്യവസ്ഥ പ്രാദേശികമാണ്.

ഉയർന്ന നിലവാരത്തിലുള്ള റെസ്റ്റോറന്റ് ആണ് നിങ്ങളുടെ ഉടമസ്ഥതയിലെങ്കിൽ, നിങ്ങളുടെ ആവാസ കേന്ദ്രം കൗണ്ടി/നഗരമാണ്. നിങ്ങൾ ഒരു ഇന്റർനെറ്റ് കമ്പനിയുടെ ഉടമയാണെങ്കിൽ, നിങ്ങളുടെ വാസസ്ഥലം ലോകവ്യാപകമാണ്. വലിയ ആവാസവ്യവസ്ഥയിൽ, സാധ്യതയുള്ള വേഗത വർദ്ധിക്കും, അല്ലെങ്കിൽ നിങ്ങളുടെ ഫാസ്റ്റ്‌ലെയ്ൻ-ന്റെ ലിവറേജ്.

സിംഗിൾസ് അല്ല, വലിയ ഷോട്ടുകൾ അടിക്കു

കോടീശ്വരനായ മാർക്ക് ക്യൂബൻ അടുത്തിടെ തന്റെ ബ്ലോഗിൽ എഴുതിയത് നിങ്ങൾ എത്ര സമയം ബിസിനെസ്സിൽ തകർത്തെറിയപ്പെട്ടു എന്നത് പ്രശ്നമല്ല, കാരണം, നിങ്ങൾ ഒരിക്കൽ മാത്രം ശരിയായിരിക്കണം, ആ "ഒരിക്കൽ" എന്നതിന് നിങ്ങളുടെ ജീവിതത്തെ സജ്ജമാക്കാൻ കഴിയും. മറ്റൊരുവിധത്തിൽ പറഞ്ഞാൽ, *ഹോം റണ്ണുകളുടെ ബിസിനെസ്സിൽ ആയിരിക്കുക.*

ബിസിനെസ് ബേസ്ബോൾ പോലെയാണ്. നിങ്ങൾക്ക് ഹോം റണ്ണുകൾ അടിക്കാൻ കഴിയുന്ന ഒരു മൈതാനത്ത് കളിക്കുക; അവ നിരോധിച്ചിരിക്കുന്ന ഒരു മൈതാനത്ത് കളിക്കരുത്! ഉദാഹരണത്തിന്, നിങ്ങൾ മെയിൻ സ്ട്രീറ്റിൽ ഒരു വസ്ത്ര ബൊട്ടീക്ക് സ്വന്തമാക്കിയാൽ, നിങ്ങൾ അളവിന്റെ നിയമങ്ങൾ ലംഘിക്കുന്നു. അതിനു കാരണം നിങ്ങളുടെ ഉപഭോക്തൃ കൂട്ടം പ്രാദേശിക വ്യാപാര മേഖലയിൽനിന്നാണ് ആകർഷിക്കപ്പെടുന്നത്. ആ അളവ് തകർക്കാൻ, ബിസിനെസ് ഉടമസ്ഥൻ പകർപ്പെടുക്കൽ രൂപത്തിൽ ലിവറേജ് കൈവരിക്കേണ്ടതുണ്ട് : കൂടുതൽ സ്റ്റോറുകൾ തുറക്കുക, ഫ്രാഞ്ചൈസികൾ വിൽക്കുക, അല്ലെങ്കിൽ ഇന്റർനെറ്റിൽ വിൽക്കുക.

നിർഭാഗ്യവശാൽ, മിക്ക സംരംഭകരും "ഒറ്റക്ക് മാത്രം" ബിസിനസ്സുകൾ ഏറ്റെടുക്കുന്നു. അവരുടെ കളിസ്ഥലം മുരടിച്ചു. അവരുടെ റോഡ് "വേഗപരിധി : 15" എന്ന് അലറുന്നു. ഹോം റൺ അസാധ്യവും അവരുടെ ആവാസവ്യവസ്ഥ ചുരുങ്ങുകയും ചെയ്യു. നിങ്ങൾ ഒരു മസാജ് തെറാപ്പിസ്റ്റ് ആണെങ്കിൽ, നിങ്ങൾക്ക് ഒരിക്കലും നിങ്ങളുടെ വാതിലിനു പുറത്ത് 10,000 ആശ്രയദാതാക്കൾ ഉണ്ടായിരിക്കുകയില്ല. ഒരു ലിവറേജും ഇല്ല! നിങ്ങൾക്ക് ഫാസ്റ്റ്‌ലെയ്ൻ സമവാക്യത്തിൽ ലെവെറേജ് ഇല്ലെങ്കിൽ, നിങ്ങൾക്ക് അവസരമില്ല! പ്രഭാവത്തിന്റെ നിയമത്തിലേക്കുള്ള വഴിയിലെ ഒരു ടോൾബൂത്ത് പോലെയാണ് അളവിന്റെ നിയമം!

ഫാസ്റ്റ്‌ലെയ്ൻ സമ്പത്തിന്റെ സമവാക്യം : നിരായുധരാക്കുക

നിങ്ങൾ അളവിന്റെ നിയമം ലംഘിക്കുമ്പോൾ, നിങ്ങൾ ഫാസ്റ്റ്‌ലെയ്ൻ സമ്പത്ത് സമവാക്യം നിരായുധീകരിക്കുകയും അതിന്റെ ശക്തിയെ സ്ലോലെയ്ൻ പദവിയിലേക്ക് താഴ്ത്തുകയും ചെയ്യുന്നു. ഫാസ്റ്റ്‌ലെയ്ൻ സമ്പത്ത് സമവാക്യം ഓർക്കുക :

സമ്പത്ത് = അറ്റാദായം + ആസ്തി മൂല്യം

ആസ്തി മൂല്യം അറ്റാദായത്തിനുമേൽ പ്രവചിക്കുന്നു, ഇത് യൂണിറ്റ് ലാഭം വിറ്റ യൂണിറ്റുകൾകൊണ്ട് ഗുണിച്ചാൽ കിട്ടുന്നു.

അറ്റാദായം = വിറ്റ യൂണിറ്റുകൾ × യൂണിറ്റ് ലാഭം

"വിറ്റഴിക്കപ്പെടുന്ന യൂണിറ്റുകൾക്ക്" ഒരു പരിധിയുണ്ടെങ്കിൽ, നിങ്ങൾ ലിവറേജ് തടയുന്നു. ലിവറേജ് ഇല്ലാതെ, നിങ്ങൾക്ക് സമ്പത്ത് ക്രമാതീതമായി സൃഷ്ടിക്കാൻ കഴിയില്ല. വലുതാക്കാൻ കഴിയാത്ത ഒരു ബിസിനസ് റോഡിലൂടെ നിങ്ങൾ സഞ്ചരിക്കുമ്പോൾ, നിങ്ങൾ ഫാസ്റ്റ്ലെയ്ൻ സമ്പത്ത് സമവാക്യം ശക്തിയില്ലാത്തതാക്കുന്നു.

ഒരു ജനപ്രിയ സാൻഡ്‌വിച്ച് ഫ്രാഞ്ചൈസി പ്രാദേശിക അയൽപക്കത്തിൽ വാങ്ങുന്ന ആളാണ് എന്റെ പ്രിയപ്പെട്ട ഉദാഹരണം. ഈ ബിസിനസ് അളവിന്റെ നിയമം ലംഘിക്കുന്നതിനാൽ വേരിയബിളുകൾ – വിറ്റ യൂണിറ്റുകളും യൂണിറ്റ് ലാഭവും – പരോക്ഷമായി പരിമിതമാണ്.

ഈ മനുഷ്യന് ഒരു ദിവസം എത്ര സാൻഡ്‌വിച്ചുകൾ വിൽക്കാൻ കഴിയും?

അമ്പത്? നൂറ്? ദിവസത്തിൽ എത്ര മണിക്കൂർ ഉണ്ട്? ഇരുപത്തിനാല്?

സാമ്യം കണ്ടോ? വിൽക്കുന്ന യൂണിറ്റുകളുടെ ലക്ഷ്യം 100 മടങ്ങ് കൂടുതലായിരിക്കണം. 10,000 ആണെങ്കിൽ എങ്ങനെയുണ്ടാവും? അല്ലെങ്കിൽ 100,000?

ഒരു ദിവസത്തിൽ കൂടുതൽ സാൻഡ്‌വിച്ചുകൾ വിൽക്കാൻ ഈ സാൻഡ്‌വിച്ച് ഷോപ്പുടമക്ക് എന്തെങ്കിലും ചെയ്യാൻ കഴിയുമോ?

അയാളുടെ നിലവിലെ ഘടനയിൽ, ഇല്ല.

അവന്റെ പ്രാദേശിക വ്യാപാര മേഖലയിലേക്ക് അളവ് പരിമിതമാണ്. ഓസ്ട്രേലിയയിൽ താമസിക്കുന്ന ഒരു മനുഷ്യന് ഇയാൾ ഒരിക്കലും ഒരു കോൾഡ് കട്ട് കോംബോ വിൽക്കില്ല, അയൽ നഗരത്തിലേക്ക് പോലും. അളവ് പരിമിതമാണ്, സ്ലോലെയ്ൻ റോഡ് പോലെ ഈ റോഡിന് പരിമിതമായ വേഗപരിധി ഉണ്ടായിരിക്കണം.

കാര്യങ്ങൾ കൂടുതൽ വഷളാക്കാൻ, സമവാക്യത്തിന്റെ മറ്റേ അറ്റവും പരിമിതമാണ് : ലാഭത്തിന്റെ യൂണിറ്റ്. ഒരു സാൻഡ്‌വിച്ചും പാനീയവും ഉപയോഗിച്ച് പരമാവധി യൂണിറ്റ് ലാഭം എന്താണ്? രണ്ട് രൂപ?

വീണ്ടും, നമ്മൾ കുറഞ്ഞ സംഖ്യകളുടെ പരിധിക്ക് കീഴിലാണ് പ്രവർത്തിക്കുന്നത്. *ഈ നമ്പറുകൾ സമ്പത്തിനെ മറികടക്കില്ല; അവർ സമ്പത്ത് പരിമിതപ്പെടുത്തുന്നു.*

ചോദ്യങ്ങൾ ഉന്നയിച്ച് എന്നെ ശല്യപ്പെടുത്തുന്നതിനുമുൻപ് ഞാൻ വ്യക്തമാക്കാം : ഒരു പ്രാദേശിക റസ്റ്റോറന്റ് ഉടമക്ക് സമ്പന്നനാകാൻ കഴിയില്ലെന്ന് ഞാൻ നിർദ്ദേശിക്കുന്നില്ല. വാസ്തവത്തിൽ, നന്നായി പ്രവർത്തിക്കുന്ന കുറച്ച് റസ്റ്റോറന്റ് ഉടമകളെ എനിക്കറിയാം. അവർ ഒരു വ്യത്യസ്ത തരം റസ്റ്റോറന്റ് പ്രവർത്തിപ്പിക്കുന്നുവെന്നതൊഴിച്ചാൽ – ഉയർന്ന നിലവാരമുള്ള സ്ഥാപനങ്ങൾ, അവിടെ അളവിനും വലുപ്പത്തിനും കൂടുതൽ വ്യാപ്തിയുണ്ട്. നിങ്ങളുടെ ശരാശരി ഡിന്നർ ബിൽ $300 ആണെങ്കിൽ ആശ്രയദാതാക്കൾ നഗരത്തിൽ എല്ലായിടത്തുനിന്നും വരുന്നു. പ്രാദേശിക അയൽപക്കത്ത് നിന്നും മാത്രമല്ല, എങ്കിൽ നിങ്ങൾ മറ്റൊരു സ്കെയിലിൽ പ്രവർത്തിക്കുന്നു. യൂണിറ്റ്-ന്റെ ലാഭം എന്നത് ഒരു സാൻഡ്‌വിച്ചിന് $2 അല്ല, എന്നാൽ ഒരാൾക്ക് $80 ആണ്, മദ്യത്തോടൊപ്പം ഇത് $160 ആയി ഉയരുന്നു.

റീച്ച് അല്ലെങ്കിൽ വലുപ്പം = സ്കെയിൽ

അളവ് നേടുന്നതിന്, വ്യാപ്തി അല്ലെങ്കിൽ എത്തിച്ചേരൽ വർദ്ധിക്കണം. വ്യാപ്തി സ്വാഭാവികമായും വർദ്ധിക്കുന്ന മൂല്യമോ വിലയോ ഉപയോഗിച്ച്. നിങ്ങൾ ഹ്യൂണ്ടെയികളേക്കാൾ ലംബോർഗിനികൾ വിൽക്കുകയാണെങ്കിൽ, നിങ്ങളുടെ വ്യാപ്തി വലുതാണ്, ലംബോർഗിനികളുടെ പരോക്ഷമായ വിലകൊണ്ട് മാത്രം. നിങ്ങൾ പ്രഭാവത്തിന്റെ അടുത്താണ് (ലംബോർഗിനി ഉടമകൾ മിക്കവാറും ഫല പ്രാപ്തി നിയമം ചൂഷണം ചെയ്യുന്നു). നിങ്ങൾ സമ്പന്നർക്കുള്ള ഒരു യഥാർത്ഥ റിയൽ എസ്റ്റേറ്റ് ഏജന്റ് ആണെങ്കിൽ, കോടിക്കണക്കിന് ഡോളർ എസ്റ്റേറ്റുകൾ വിൽക്കുക, നിങ്ങളുടെ വിലയനുസരിച്ച് വ്യാപ്തി കൈവരിക്കുന്നു. ഉയർന്ന വിലയും ചെലവും വ്യാപ്തി വർദ്ധിപ്പിക്കുന്നു. നിങ്ങൾ മാൻഹട്ടനിലെ ഏറ്റവും ചെലവേറിയ അപ്പാർട്ട്മെന്റ് കെട്ടിടം വിജയകരമായി വിൽക്കുകയാണെങ്കിൽ നിങ്ങൾക്ക് വലുപ്പത്തിന്റേയും യഥാർത്ഥ അളവിന്റേയും പ്രഭാവം ഉണ്ടായിരുന്നു. നിങ്ങൾ വ്യാപ്തിയോടെ പ്രവർത്തിക്കുകയാണെങ്കിൽ, നിങ്ങൾ പ്രഭാവത്തിന്റെ അടുത്താണ് അല്ലെങ്കിൽ ഉള്ളിലാണ്.

എത്താവുന്ന അകലം, വ്യാപ്തിയെ ഒഴിവാക്കി, അളവ് കൈവരിക്കുന്നു. വൻ സംഖ്യകളിൽ എത്തിച്ചേരുക. നിങ്ങൾ കൂടുതൽ ആളുകളിലേക്ക് എത്തുമ്പോൾ, വലിയ തോതിലുള്ള സാധ്യതകൾ ഉണ്ടാകുന്നു. നിങ്ങളുടെ ബിസിനസ് ആരെയാണ് സേവിക്കുന്നത്? പ്രാദേശിക അയൽപക്കം? അതോ ലോകമോ? നിങ്ങളുടെ കളിയിടത്തിന്റെ വ്യാപ്തിക്കനുസരിച്ച്, അത്രയും വലുതായിരിക്കും സമ്പത്തിനുള്ള നിങ്ങളുടെ കഴിവ്.

മെയിൻ സ്ട്രീറ്റിൽ സാൻഡ്‌വിച്ചുകൾ വിൽക്കുന്നതിൽ കുടുങ്ങിയ ആൾക്ക് സ്കെയിലോ വലിപ്പമോ ഇല്ല. പ്രതിവർഷം $40,000 ലാഭം ആക്കി മാറ്റാൻ ഈ വ്യക്തിക്ക് എന്തെങ്കിലും ചെയ്യാൻ കഴിയുമോ? $400,000? ഇല്ല. അവൻ ആരംഭിക്കുന്നതിനുമുൻപ് തന്നെ അവസാനമായി. അവൻ ഒരു ഫ്രാഞ്ചൈസി വാങ്ങിയില്ല; അവൻ ഒരു ജോലി വാങ്ങി. അവൻ ഉറക്കമുണർന്ന് അളവിൽ വിൽക്കുന്നില്ലെന്ന് മനസ്സിലാക്കുന്നതുവരെ അവൻ ഒരിക്കലും സമ്പന്നനാകില്ല പ്രത്യേകിച്ച്, ഒരു ദിവസം 100 ആളുകൾക്ക് ഒരു ബക്ക് ലാഭത്തിൽ സാൻഡ്‌വിച്ചുകൾ വിൽക്കുമ്പോൾ.

സ്കെയിൽ ലിവറേജ് ആണ്!

അളവിന്റെ നിയമം ഫാസ്റ്റ്ലെയ്ൻ സമ്പത്തിന്റെ സമവാക്യം പരമാവധിയാക്കുന്ന ഒരു ബിസിനസ് ആവശ്യപ്പെടുന്നു. പ്രഭാവനിയമത്തിന് ഒരു അവസരം നൽകുക! സമ്പത്തിന് ഒരു അവസരം നൽകുക! നിങ്ങളുടെ ബിസിനസ് (അല്ലെങ്കിൽ സാധ്യതയുള്ള ബിസിനസ്) അളവിന്റെ നിയമത്തെ മാനിക്കുന്നുണ്ടോ എന്ന് എങ്ങനെ നിങ്ങൾക്കറിയാം? സ്വയം ചോദിക്കുക :

- ഈ ബിസിനസ്സിന്റെ അറ്റവരുമാനം പരിധിയില്ലാതെ അളക്കാൻ കഴിയുമോ, ഓരോന്നിനും $2,000 മാസം മുതൽ $200,000 വരെ?
- ഈ ബിസിനസ്സിന്റെ ആസ്തി മൂല്യം ദശലക്ഷക്കണക്കിന് അളവുകൂട്ടാൻ കഴിയുമോ?
- ഈ ബിസിനസ്സിന് ദശലക്ഷങ്ങളെ സ്വാധീനിക്കാൻ കഴിയുമോ? അതോ നൂറുകണക്കിന് ആളുകളെ ബാധിക്കുമോ? അതിന്റെ ഉപഭോക്താ

ക്കൾ വലിയ കൂട്ടമാണോ അതോ നഗരത്തിലെ ഒരു ചെറിയ സമൂഹമോ?

- ഈ ബിസിനസ്സ് പ്രാദേശിക വ്യാപാര മേഖലക്ക് അപ്പുറത്തേക്ക് പകർത്താനും വികസിപ്പിക്കാനും കഴിയുമോ? ഫ്രാഞ്ചൈസിംഗ്, ചെയിനിംഗ് അല്ലെങ്കിൽ അധിക യൂണിറ്റുകൾ വഴി?
- മികച്ച സാഹചര്യം, യൂണിറ്റുകൾ വിൽക്കുന്ന സാധ്യത എന്താണ്? നൂറ് അതോ നൂറ് കോടിയോ?
- ഏറ്റവും നല്ല സാഹചര്യത്തിൽ, യൂണിറ്റ് ലാഭം എത്രത്തോളം വഴക്കമുള്ളതാണ്? അതിന് വ്യാപ്തി ഉണ്ടോ?

നിങ്ങൾക്ക് ഈ ചോദ്യങ്ങൾ സ്ഥിരീകരിക്കാൻ കഴിയുന്നില്ലെങ്കിൽ, നിങ്ങൾ ഒരു നിയന്ത്രിത ബിസിനസ്സിൽ കുടുങ്ങിയിരിക്കാം, അവിടെ സമ്പത്ത് സൃഷ്ടിക്കൽ തടസ്സപ്പെടുന്നു.

ചെറിയ ആവാസ വ്യവസ്ഥകൾ ചെറിയ സമ്പത്ത് സൃഷ്ടിക്കുന്നു. അളവ് വലിയ സംഖ്യകളാണ്. ദേശീയമായും ആഗോളതലത്തിലും, വലുതായി ചിന്തിക്കുക. വലിയ സംഖ്യകൾ, അല്ലെങ്കിൽ സ്കെയിൽ, ഫലപ്രാപ്തി നിയമത്തിലേക്കുള്ള കടന്നുകയറ്റമാണ്. ദശലക്ഷക്കണക്കിന് ഉണ്ടാക്കാൻ, നിങ്ങൾ ദശലക്ഷങ്ങളെ ബാധിക്കണം. അത് പ്രധാന തെരുവിലെ ഒരു ചെറിയ സ്റ്റോറിൽ സംഭവിക്കുന്നില്ല. എന്നാൽ രാജ്യത്തുടനീളമുള്ള നൂറുകണക്കിന് സ്റ്റോറുകളിൽ സംഭവിക്കുന്നു.

പ്രഭാവത്തിന്റെ അയൽപക്കത്തെ നിയന്ത്രിക്കുക

എന്റെ ഒരു "സമ്പത്ത് അന്വേഷിക്കുന്ന" സുഹൃത്ത് ചോദിച്ചു, ഒരു കോഫി ഫ്രാഞ്ചൈസി വാങ്ങുന്നത് ഒരു നല്ല ആശയമാണോയെന്ന്. ഞാൻ പറഞ്ഞു, "ഇല്ല." എന്റെ ഉത്തരം അവനെ ഞെട്ടിച്ചു, കാരണം, അവൻ "നിങ്ങളായിരിക്കണം സ്വന്തം ബോസ്" എന്ന ചെണ്ട കൊട്ടുന്നവനായിരുന്നു. പ്രഭാവ നിയമം തടയപ്പെട്ടതിനാൽ എനിക്ക് ഈ ആശയം ഇഷ്ടപ്പെട്ടില്ല.

എന്തായിരുന്നു പ്രശ്നം?

അദ്ദേഹത്തിന്റെ ലക്ഷ്യം സാമ്പത്തിക സ്വാതന്ത്ര്യമായിരുന്നു.

ഇതാണ് അദ്ദേഹത്തിന്റെ ലക്ഷ്യമെങ്കിൽ, പ്രാദേശിക സമൂഹത്തിൽ ഒരു കോഫി ഫ്രാഞ്ചൈസി സ്വന്തമാക്കുന്നതുകൊണ്ട് തന്ത്രം ഏൽക്കാൻ പോകുന്നില്ല. ഒരു കോഫി ഷോപ്പ് കൊണ്ട്, അദ്ദേഹത്തിന് പ്രഭാവത്തിന്റെ നിയമത്തിലേക്ക് പ്രവേശനമില്ല. ഒരു ദിവസം 100 കോഫികൾ വിൽക്കുന്നത് അളവിലോ വ്യാപ്തിയിലോ സ്വാധീനം ചെലുത്തില്ല. ഈ ഫ്രാഞ്ചൈസികളിൽ 20 എണ്ണം സ്വന്തമാക്കാൻ അദ്ദേഹം ആഗ്രഹിക്കാത്തതിനാൽ, ഒരെണ്ണം മാത്രം മതിയെന്നതിനാൽ, നിയമത്തിൽനിന്ന് അദ്ദേഹത്തെ തടഞ്ഞു.

വഴി അടച്ചു.

നിങ്ങൾക്ക് പ്രഭാവ നിയമം ആക്സസ് ചെയ്യാൻ കഴിയുന്നില്ലെങ്കിൽ, നിങ്ങൾ സമ്പന്നനാകില്ല. എല്ലാവരിലേക്കും ഉള്ള സമ്പത്തിന്റെ വഴി പ്രഭാവനിയമത്തിലൂടെയാണ്. സ്ലോലെയ്നർ-നെ സംബന്ധിച്ചിടത്തോളം, എൽ ഓ ഇ-യെ വലിയ അന്തർലീനമായ ജനസമ്മതി നേരിടേണ്ടിവരും : ദശലക്ഷക്കണക്കിന് ആളുകൾക്ക് മുന്നിൽ പാടുക, ദശലക്ഷക്കണക്കിന് ആളുകളെ രസിപ്പിക്കുക, പന്ത്

കളിക്കുക അതും ദശലക്ഷങ്ങളുടെ മുന്നിൽ. ഫാസ്റ്റ്ലെയ്നർ-ന്, എൽ ഓ ഇ – എന്നത് സ്കെയിൽ അല്ലെങ്കിൽ അസറ്റ് മൂല്യം അനുസരിച്ചാണ് പെട്ടെന്നുള്ള വർദ്ധനവ് : ദശലക്ഷക്കണക്കിന് വിൽക്കുക, ദശലക്ഷക്കണക്കിന് ആളുകളെ സഹായിക്കുക, ദശലക്ഷങ്ങളെ സേവിക്കുക, ദശലക്ഷങ്ങളെ സ്വാധീനിക്കുക.

പ്രാബല്യത്തിലുള്ള ബാരിക്കേഡുകളുടെ നിയമം

പ്രഭാവത്തിന്റെ നിയമം മനസ്സിലാക്കുന്നതിൽനിന്ന് സംരംഭകരെ തടയുന്ന മൂന്ന് ബാരിക്കേഡുകൾ ഉണ്ട് : അളവ്, വ്യാപ്തി, ഉറവിടം.

പ്രഭാവത്തിന്റെ ഏറ്റവും ശക്തമായ തടയണ അളവ് ആണ്. നിങ്ങൾക്ക് ദശലക്ഷക്കണക്കിന് ആളുകളെ സേവിക്കാൻ കഴിയുന്നില്ലെങ്കിൽ, നിങ്ങൾ ദശലക്ഷങ്ങൾ ഉണ്ടാക്കില്ല. ഇനി എന്റെ സുഹൃത്തിന്റെ കോഫി ഷോപ്പിലേക്ക് മടങ്ങുമ്പോൾ, അവന്റെ "വിറ്റ യൂണിറ്റുകൾ" വേരിയബിൾ ഫാസ്റ്റ്ലെയ്നിലെ സമ്പത്ത് സമവാക്യം പരിമിതപ്പെടുത്തിയിരിക്കുന്നു, കാരണം, അവന്റെ കഫേ ഒരു പ്രാദേശിക സമൂഹത്തിൽ ഉൾപ്പെടുന്നു. അവന്റെ വിൽപ്പന ഗണിതശാസ്ത്രപരമായി ഒരു കട്ടപ്പമുള്ള സംഖ്യയിൽ ഉൾപ്പെടുത്തിയിട്ടുണ്ട് – അളവ് ഇല്ല. അവൻ ഒരിക്കലും ന്യൂസിലാൻഡിൽ ഒരാൾക്ക് കാപ്പി വിൽക്കില്ല. ഇല്ലാത്ത ഒരു ബിസിനസ് ത്വരണം തടയുന്ന സ്പീഡ് ഗവർണറുള്ള ഒരു കാർ പോലെ അളവ് പ്രവർത്തിക്കുന്നു.

കൂടുതൽ ഫ്രാഞ്ചൈസികൾ കൂടുതൽ സ്ഥലങ്ങളിൽ വാങ്ങുക എന്നതാണ് എന്റെ സുഹൃത്തിന്റെ ഏക പോംവഴി. സംസ്ഥാനത്തുടനീളം അദ്ദേഹത്തിന് 29 ഫ്രാഞ്ചൈസികൾ സ്വന്തമായുണ്ടെങ്കിൽ, അയാൾ പ്രതിദിനം 6,000 കാപ്പികൾ നൽകും. അളവ് പ്രബലമാവുകയും അളവിൽ പ്രഭാവ നിയമം ഘടിപ്പിക്കുകയും ചെയ്യുന്നു. തീർച്ചയായും, ഏറ്റവും അനുകൂലമായ ഫാസ്റ്റ്ലെയ്ൻ തന്ത്രം ഫ്രാഞ്ചൈസികൾ വാങ്ങുന്നില്ല, പക്ഷേ അവ വിൽക്കുന്നു.

എന്റെ സുഹൃത്തിന് ഒന്നിലധികം ഫ്രാഞ്ചൈസികൾ സ്വന്തമാക്കാൻ താൽപ്പര്യമില്ലെങ്കിൽ അയാൾക്ക് അളവിന്റെ തടയണ തകർക്കാൻ കഴിയില്ല. അളവ് (വിറ്റ യൂണിറ്റുകൾ) അല്ലെങ്കിൽ വ്യാപ്തി (ഉയർന്ന യൂണിറ്റ് ലാഭം) ഇല്ലാതെ അവൻ ഡ്രൈവ് ചെയ്യുന്നു. ദുർബ്ബലമായ അസറ്റ് മൂല്യം സൃഷ്ടിക്കുന്ന ഒരു ബിസിനസ് ഉണ്ടാക്കുന്നു. അവന്റെ സമ്പത്ത് സമവാക്യം മന്ദഗതിയിലാവുകയും പ്രഭാവ നിയമം അടച്ചിടപ്പെടുകയും അയാളെ ഒരു മധ്യവർഗ്ഗത്തിലേക്ക് തടവിലാക്കുകയും ചെയ്യുന്നു. ഒരു മധ്യവർഗ്ഗ വരുമാനവും ദുർബ്ബലമായ ആസ്തി മൂല്യനിർണ്ണയവും കൊണ്ട്, അവൻ സ്ലോലെയ്നിന്റെ ഒരു സമ്പത്ത് സമവാക്യത്തിലെ വൈകല്യങ്ങളിലേക്ക് കടക്കുന്നു.

പ്രഭാവത്തിലേക്കുള്ള മറ്റൊരു തടയണ വ്യാപ്തി ആണ്.

നമ്മളുടെ കോഫി ഷോപ്പ് ഉടമ അളവ് നിയന്ത്രിച്ചിരിക്കുന്നതിനാൽ, അവന്റെ മറ്റൊരു ഓപ്ഷൻ വ്യാപ്തിയാൽ അളവുകൂട്ടുക. നിർഭാഗ്യവശാൽ, വ്യാപ്തിയുടെ റോഡും അടച്ചിരിക്കുന്നു. യൂണിറ്റ് ലാഭം കൃത്രിമമായി കാണിക്കാൻ സാധിക്കില്ല. ഓരോ വിൽപ്പനയും കുറച്ച് രൂപയേക്കാൾ വലിയ ലാഭം ഉണ്ടാക്കില്ല. വില വർദ്ധിപ്പിക്കുന്നത് യൂണിറ്റുകളുടെ വിൽപ്പന കുറയ്ക്കുന്നു. വിൽക്കുന്ന ഓരോ കാപ്പിയിലും $100,000 ലാഭം അസാധ്യമാണ്.

പ്രഭാവ നിയമത്തിലേക്കുള്ള നേരിട്ടുള്ള പ്രവേശനം സമ്പത്തിലേക്കുള്ള ഒരു വിഡ്ഢിത്തമായ വഴിയാണെങ്കിലും പരോക്ഷമായി പ്രവേശനം അത്ര വ്യക്തമല്ല.

കാരണം, പ്രഭാവം എല്ലായ്പ്പോഴും ഉടമകളിലേക്കും നിർമ്മാതാക്കളിലേക്കും ഒഴുകുന്നു, ജീവനക്കാരോ ഉപഭോക്താക്കളിലേക്കോ അല്ല.

ഉദാഹരണത്തിന്, നിങ്ങൾ ഒരു സ്വകാര്യ-കെയർ ഫെസിലിറ്റിയിൽ ഒരു ഡോക്ടറായി ജോലിചെയ്യുകയാണെങ്കിൽ, നിങ്ങൾക്ക് വ്യാപ്തി ഉണ്ടെന്നും അതിനാൽ നിങ്ങൾ സമ്പന്നരാകണമെന്നും വാദിക്കാം. വാസ്തവത്തിൽ, എല്ലാ ഡോക്ടർമാരും വലിപ്പം ഉള്ളതിനാൽ സമ്പന്നരായിരിക്കണം, അല്ലേ? ശരിക്കും അല്ല. ഈ അനുമാനത്തിലെ തെറ്റ് എന്താണെന്നുവച്ചാൽ, *പ്രഭാവ നിയമം നിയന്ത്രണമുള്ളവരെ മാത്രമേ ബഹുമാനിക്കുന്നുള്ളൂ എന്നതാണ്.*

ആ സ്വകാര്യ ആരോഗ്യ സംരക്ഷണ സൗകര്യം? സൗകര്യത്തിന്റെ ഉടമക്ക് പ്രഭാവ നിയമത്തിന്റെ മുഴുവൻ ആനുകൂല്യവും ലഭിക്കും, അവൻ നിയമിച്ച ഡോക്ടർമാർക്കല്ല. ജോലിക്കാരായ ഡോക്ടർമാർക്ക് പ്രഭാവത്തിലേക്ക് പ്രവേശനം ഉറപ്പുനൽകുന്നില്ല, കാരണം അവർ വ്യവസ്ഥയെ നിയന്ത്രിക്കുന്നില്ല. എന്തായാലും അവർക്ക് സമ്പന്നരാകാൻ കഴിയുമോ? തീർച്ചയായും, പക്ഷേ ആ തീരുമാനം വ്യവസ്ഥയുടെ ഉടമസ്ഥൻ നടത്തുന്ന അന്തർലീനമായ മൂല്യനിർണ്ണയത്തിന് വിട്ടിരിക്കുന്നു.

പ്രാക്ടീസ് സ്വന്തമായുള്ളതും മറ്റ് ഡോക്ടർമാരെ നിയമിക്കുന്നതുമായ ഡോക്ടർമാർക്ക് പ്രഭാവത്തിലേക്ക് പൂർണ്ണമായ പ്രവേശനം ലഭിക്കുകയും സമ്പന്നരാകുകയും ചെയ്യും. *പ്രഭാവം എല്ലായ്പ്പോഴും വ്യവസ്ഥയുടെ ശിൽപ്പിയോട് പക്ഷപാതപരമായാണ് നിലനിൽക്കുന്നത്.*

നിയമം എങ്ങനെ ആക്സസ് ചെയ്യാം

നിങ്ങൾക്ക് പ്രഭാവ നിയമത്തിലേക്ക് ആക്സസ് വേണമെങ്കിൽ, അളവ് തകർക്കാൻ കഴിയുന്ന ഒരു റോഡിൽ ഓടിക്കുക അല്ലെങ്കിൽ അതിന്റെ ഉറവിടത്തിന്റെ വ്യാപ്തി നിയന്ത്രിക്കുക. നിങ്ങൾക്ക് ഉറവിടമാകാൻ കഴിയുന്നില്ലെങ്കിൽ, ഉറവിടത്തെ സേവിക്കുക.

ഭാഗ്യവശാൽ, ഏത് റോഡുകളാണ് പ്രഭാവ നിയമത്തിന് സമാന്തരമായി പ്രവർത്തിക്കുന്നതെന്ന് നിങ്ങൾക്ക് എളുപ്പത്തിൽ നിർണ്ണയിക്കാനാകും. നിങ്ങളുടെ റോഡ് എന്തുതന്നെയായാലും, റോഡ് മാപ്പ് പരിഗണിക്കാതെ, അതിന് ദശലക്ഷക്കണക്കിനെ (അളവ്) നേരിട്ട് സ്വാധീനം ചെലുത്താൻ കഴിയുമോ? ഇതിന് ചിലരെ (വ്യാപ്തിയിൽ) വളരെയധികം സ്വാധീനിക്കാൻ കഴിയുമോ?

- ദശലക്ഷക്കണക്കിന് ആളുകൾക്ക് ഉപയോഗിക്കാൻ കഴിയുന്ന ഒരു ഗാഡ്ജെറ്റ് നിങ്ങൾ കണ്ടുപിടിക്കുകയാണെങ്കിൽ, നിങ്ങൾക്ക് നേരിട്ടുള്ള അളവും നിയമത്തിലേക്ക് പ്രാപ്യതയുമുണ്ട്. വേഗത്തിലുള്ള സമ്പത്ത് സാധ്യമാണ്.
- നിങ്ങളെ *അമേരിക്കൻ ഐഡലിൽ* ഒരു ഫൈനലിസ്റ്റായി തിരഞ്ഞെടുത്താൽ, നിങ്ങൾക്ക് നേരിട്ടുള്ള അളവ് ഉണ്ട്, നിയമം പ്രാപ്യമാണ്. വേഗത്തിലുള്ള സമ്പത്ത് സാധ്യമാണ്.
- നിങ്ങൾ ഏകയായ അമ്മമാർക്ക് സേവനം നൽകുന്ന ഒരു വെബ്സൈറ്റ് നിർമ്മിക്കുകയാണെങ്കിൽ, നിങ്ങൾക്ക് നേരിട്ടുള്ള സ്കെയിലുണ്ട്. നിയമം പ്രാപ്യമാണ്. വേഗത്തിലുള്ള സമ്പത്ത് സാധ്യമാണ്.
- നിങ്ങൾ ഫോർച്യൂൺ100 കമ്പനിയിൽ ഒരു CFO സ്ഥാനത്തുനിന്ന് രണ്ട്

മാനേജ്മെന്റ് സ്ഥാനങ്ങൾ അകലെയാണെങ്കിൽ, നിങ്ങൾക്ക് നേരിട്ടല്ലാതെ അളവുണ്ട്, നിയമം ആക്സസ് ചെയ്യാവുന്നതാണ്. വേഗത്തിലുള്ള സമ്പത്ത് സാധ്യമാണ്.

- നിങ്ങൾ ഒരു അഭിഭാഷകനാണെങ്കിൽ, തെറ്റായ മരണങ്ങൾ ഉൾപ്പെടുന്ന കേസുകൾ എടുക്കുകയാണെങ്കിൽ, നിങ്ങൾക്ക് പരോക്ഷമായ വ്യാപ്തിയും നിയമം പ്രാപ്യവുമാണ്. വേഗത്തിലുള്ള സമ്പത്ത് സാധ്യമാണ്.
- നിങ്ങൾ ഒരു വിജയകരമായ റീട്ടെയിൽ സ്റ്റോർ സൃഷ്ടിച്ച് അത് 300 സംരംഭകർക്ക് രാജ്യത്തുടനീളം ഫ്രാഞ്ചൈസി ചെയ്യുകയാണെങ്കിൽ, നിങ്ങൾക്ക് അളവും വ്യാപ്തിയും ഉണ്ട്, നിയമം ആക്സസ് ചെയ്യാവുന്നതാണ്. വേഗത്തിലുള്ള സമ്പത്ത് സാധ്യമാണ്.
- നിങ്ങൾ സ്കിൻ ക്യാൻസർ കണ്ടുപിടിക്കുന്ന ഒരു യന്ത്രം കണ്ടുപിടിച്ചാൽ, നിങ്ങൾക്ക് വ്യാപ്തിയും അളവും ഉണ്ട്, നിയമം പ്രാപ്യവുമാണ്. വേഗത്തിലുള്ള സമ്പത്ത് സാധ്യമാണ്.

വലുതായി ചിന്തിക്കുക, എന്നാൽ അളവ് കൂടാതെ/അല്ലെങ്കിൽ വ്യാപ്തിയെക്കുറിച്ചും ചിന്തിക്കുക.

നിങ്ങളുടെ ഫാസ്റ്റ്ലെയ്ൻ സമവാക്യം വിശകലനം ചെയ്ത് വേരിയബിളുകൾ പരിശോധിക്കുക. നിങ്ങളുടെ ഏതൊക്കെ യൂണിറ്റുകൾ വിറ്റു, യൂണിറ്റിന് എത്ര ലാഭം പരമാവധി നേടി?

നിങ്ങളുടെ കസ്റ്റമർ പൂളിന്റെ വലുപ്പം എത്രയാണ്?

ഉദാഹരണത്തിന്, ഒരു രചയിതാവ് എന്ന നിലയിൽ, എനിക്ക് അളവ് ഉണ്ട്, സ്കെയിലിനൊപ്പം, പ്രഭാവ നിയമം പ്രാപ്യമായതാണ്. ആരാണ് എന്റെ പ്രേക്ഷകർ? ഇംഗ്ലീഷ് സംസാരിക്കുന്ന ലോകം മുഴുവൻ, ദശലക്ഷക്കണക്കിന് ആളുകൾ! ഓസ്ട്രേലിയയിൽനിന്നോ അല്ലെങ്കിൽ ന്യൂസിലാൻഡ്-ൽ നിന്നോ ഈ പുസ്തകം ഓർഡർ ചെയ്യുമ്പോൾ എപ്പോൾ വേണമെങ്കിലും അളവിനെക്കുറിച്ച് ഞാൻ ഓർമ്മിക്കും. എന്റെ ഉയർന്ന പരിധി ലോകമാണ്. എന്റെ റോഡിന് വേഗ പരിധിയില്ല അത് പ്രഭാവ നിയമത്തിലേക്ക് പ്രവേശനം നൽകുന്നു.

അധ്യായ സംഗ്രഹം : ഫാസ്റ്റ്ലെയ്ൻ പ്രത്യേകതകൾ

- നിങ്ങളുടെ മൊത്തം ഉപഭോക്താക്കളുടെ എണ്ണം നിങ്ങളുടെ ആവാസ വ്യവസ്ഥയെ നിർണ്ണയിക്കുന്നു. വലിയ ആവാസ വ്യവസ്ഥയിൽ, സമ്പത്തിനുള്ള സാധ്യത കൂടുതലാണ്.
- ഒരു ബിസിനസ് സിംഗിൾസ് അല്ലെങ്കിൽ ഹോം അധിഷ്ഠിത ബിസിനസ് ആകാം. അതിന്റെ ശക്തി നിർണ്ണയിക്കുന്നത് അളവ് ആണ്, അത് ആവാസ വ്യവസ്ഥയിൽനിന്ന് ഉരുത്തിരിഞ്ഞതാണ്.
- നിങ്ങൾ അളവിന്റെ നിയമം ലംഘിക്കുമ്പോൾ ഫാസ്റ്റ്ലെയ്ൻ സമ്പത്ത് സമവാക്യം നിരായുധനാകും.
- അളവ് എത്തിച്ചേരുന്ന ദൂരത്തിലാണ് കൈവരിക്കുന്നത് (യൂണിറ്റുകൾ വിറ്റു). കൂടാതെ/അല്ലെങ്കിൽ വ്യാപ്തിയിൽ (യൂണിറ്റ് ലാഭം) കൈവരിക്കുന്നു.
- അളവ്, വ്യാപ്തി, അല്ലെങ്കിൽ സ്രോതസ്സ് എന്നിവയാൽ വഴിതടയാൻ കഴിയുന്ന സമ്പത്തിലേക്കുള്ള പ്രാഥമിക മാർഗ്ഗമാണ് പ്രഭാവം.

- പ്രഭാവത്തിന്റെ അനന്തരഫലങ്ങൾ ഉടമകളിലേക്കും നിർമ്മാതാക്കളിലേക്കും എത്തുന്നു. അളവ് തകർക്കുക അല്ലെങ്കിൽ അനിയന്ത്രിതമായ ഒരു സ്ഥാപനത്തിലെ പരോക്ഷമായ അളവ് സമ്പത്തിന്റെ ഗ്യാരന്റി അല്ല.
- പ്രഭാവത്തിലേക്ക് പ്രവേശനം നേടുന്നതിന്, നിങ്ങൾ നിയന്ത്രിക്കുന്ന ഒരു സ്ഥാപനത്തിന്റെ അളവിന്റെയോ വ്യാപ്തിയുടെയോ തടസ്സം തകർക്കേണ്ടതുണ്ട്.
- അളവ്, വ്യാപ്തി അല്ലെങ്കിൽ ഉറവിടം എന്നിവയുടെ പോരായ്മ സമ്പത്ത് സൃഷ്ടിക്കൽ വേഗതയ്ക്കെതിരെ നിയന്ത്രണ സാമഗ്രികൾ സൃഷ്ടിക്കുന്നു.

ദ്രുത സമ്പത്ത് : അന്തർസംസ്ഥാന മാർഗ്ഗം

നിങ്ങൾക്ക് ഒരിക്കലും തിരികെ നൽകാൻ കഴിയാത്ത ഒരാൾക്കുവേണ്ടി എന്തെങ്കിലും ചെയ്യാതെ നിങ്ങൾക്ക് ഒരു ദിവസം പരിപൂർണ്ണമായി ജീവിക്കാൻ കഴിയില്ല.

—ജോൺ വുഡൻ

നാൽക്കവല

നിങ്ങൾക്ക് രാജ്യത്തുടനീളം പോകണമെങ്കിൽ, ഏറ്റവും വേഗതയേറിയ പാതകളിൽ ഓടിക്കുക, വേഗത കുറഞ്ഞ റോഡുകളല്ല. യുക്ത്യനുസൃതമായി തോന്നാം, സാമ്പത്തിക സ്വാതന്ത്ര്യം വരുമ്പോൾ ഒഴികെ.

ഏറ്റവും വേഗതയേറിയ റോഡുകളിൽ ഓടിക്കുന്നതിനുപകരം, മിക്ക ആളുകളും ഏറ്റവും സാവധാനത്തിലാണ് ഓടിക്കുന്നത്, ചില സന്ദർഭങ്ങളിൽ, അങ്ങനെ ചെയ്യാത്ത ഒരു റോഡ് അവരെ അവിടെ എത്തിക്കുകപോലും ചെയ്യില്ല.

ഒരു ബിസിനസ് ആരംഭിക്കുന്നത് ഒരു വലിയ തീരുമാനമാണ്. വർദ്ധിച്ച താൽപ്പര്യത്തോടെ അത് കൈകാര്യം ചെയ്യുക, നിങ്ങളുടെ ബിസിനസ് ഒരു ഹോബിയായി തോന്നിക്കും. ഹോബിപോലെ നടത്തുന്ന ബിസിനസ്സിന് ഹോബി പോലെ ആദായം കിട്ടുന്നു.

എന്റെ 20-കളുടെ മധ്യത്തിൽ, ശാശ്വതമായ വിജയമില്ലാതെ ഞാൻ പലതരം ബിസിനസ്സുകളിൽ മുഴുകി. ഇത് എന്റെ ജീവിതത്തിന്റെ വഴിത്തിരിവായിരുന്നു. ഈ മാസത്തിലെ എന്റെ ഏറ്റവും ഇഷ്ട ജോലി അത് ലിമോസിനുകൾ ഓടിക്കുന്നതായിരുന്നു. തീർച്ചയായും, എനിക്ക് ബില്ലുകൾ അടയ്ക്കാൻ ഉള്ളതിനാൽ ഞാൻ ജോലി ഏറ്റെടുത്തു, പക്ഷേ എനിക്ക് മറ്റ് ഉദ്ദേശ്യങ്ങൾ ഉണ്ടായിരുന്നു : നുഴഞ്ഞുകയറ്റം.

ഒരു ലിമോസിൻ കമ്പനി സ്വന്തമാക്കണമെന്ന് ഞാൻ കരുതി.

ലിമോസിൻ ബിസിനസ്സിൽ ഒരിക്കലും ഉൾപ്പെട്ടിട്ടില്ലാത്തതിനാൽ, എനിക്ക് ആ ഒരു ബിസിനസ്സിൽ ജോലി ലഭിക്കുമെന്നും പണി പഠിക്കുമെന്നും ഞാൻ കരുതുകയും ചെയ്തു. അതിൽ ഒരു വർഷത്തിനുശേഷം, എന്റെ അവസരം – എന്റെ തിരിയാനുള്ള വഴി – എത്തി. ലിമോസിൻ കമ്പനിയുടെ ഉടമ കമ്പനി

വിൽപ്പനക്കു വെച്ചു, പണമൊന്നും നൽകാതെ എനിക്ക് അത് വാഗ്ദാനം ചെയ്തു. ഇതാ എന്റെ അവസരം – ഒരു ലിമോസിൻ സർവീസ് സ്വന്തമാക്കാനുള്ള അവസരം! ഒരു പ്രശ്നം ഉണ്ടായിരുന്നതൊഴിച്ചാൽ.

ഞാൻ തകർന്ന അവസ്ഥയിലായിരുന്നു.

ആഴ്ചകൾക്കുമുൻപ്, ഞാൻ ഫീനിക്സിലേക്ക് മാറാൻ തീരുമാനിച്ചു, താമസം മാറാനുള്ള തയ്യാറെടുപ്പിലായിരുന്നു.

ഇപ്പോൾ ഇതും.

ഞാനിവിടെ തുടരണോ?

കൂടാതെ, നിലവിലെ ഉടമയുടെ നിരന്തരമായ ആവശ്യങ്ങൾ വലവീശുന്നത് കണ്ടതിനുശേഷം ഒരു വർഷത്തിലേറെയായി ബിസിനസ്സിൽ, വളരെ ശക്തമായ ഒരു കാര്യം ഞാൻ മനസ്സിലാക്കി : ഞാൻ അത് ആസ്വദിച്ചില്ല. 24/7 കൂടുതലും അതിരാവിലെ എന്ന നിലയിലായിരുന്നു ബിസിനസ്. ഞാനോ? ഞാൻ ഒരു ഭ്രാന്തൻ കിറുക്കുപിടിച്ച മനുഷ്യനാണ്, അതിരാവിലെ. അതുകൊണ്ട് വഞ്ചനാപരമോ ത്വരിതമോ ആയ ഒരു തിരഞ്ഞെടുപ്പിനെ ഞാൻ അഭിമുഖീകരിച്ചു. ഞാൻ പോകാൻ ആഗ്രഹിക്കുന്ന റോഡാണോ ഇത്? ഈ മഹത്തായ "പണം അവശ്യമില്ല" അവസരം കൈവിടാൻ എനിക്ക് ആഗ്രഹമുണ്ടോ എന്നിട്ട് ഫീനിക്സിലേക്ക് പോകണോ?

ഞാൻ എന്താണ് ചെയ്തത്?

എനിക്ക് വ്യക്തത നൽകുന്നതിനായി ഞാൻ എന്റെ വെയ്റ്റഡ് ആവറേജ് ഡിസിഷൻ മാട്രിക്സ് (WADM) സമാഹരിച്ചു. അതെ, ഈ പുസ്തകത്തിലെ കാര്യങ്ങൾ ഞാൻ ശരിക്കും ഉപയോഗിക്കുന്നു! വ്യക്തമായും, ഫീനിക്സ് വിജയിച്ചു, ഞാൻ ലിമോസിൻ കമ്പനി വാങ്ങിയില്ല. പക്ഷേ ആ തീരുമാന മാട്രിക്സിൽ എന്തായിരുന്നു എന്നെ ശരിയായ പാതയും ശരിയായ നടപടിയും തിരിച്ചറിയാൻ സഹായിച്ചത്?

ഫാസ്റ്റ്ലെയ്ൻ-ന്റെ അഞ്ച് നിയമങ്ങളും എനിക്കറിയാമായിരുന്നു. ബിസി നസ്സിന്റെ ഏത് വഴിയിലാണ് "ഫാസ്റ്റ്ലെയ്ൻ പ്യൂരിറ്റി" ഉള്ളതെന്ന് എനിക്കറിയാമായിരുന്നു... രണ്ടും നടപ്പിലാക്കുന്നതിന്റെ സാധ്യതകൾ എനിക്കറിയാമായിരുന്നു.

ഫാസ്റ്റ്ലെയ്ൻ ശുദ്ധത : അഞ്ച് നിയമങ്ങൾ

അനാവശ്യമായ ഒരു ബിസിനസ്സിൽ നിങ്ങൾ നിക്ഷേപിക്കരുത്.

പണത്തിനായി സമയം കച്ചവടം ചെയ്യരുത്.

നിങ്ങൾ പരിമിതമായ അളവിൽ പ്രവർത്തിക്കരുത്.

നിങ്ങൾ നിയന്ത്രണം ഉപേക്ഷിക്കരുത്.

ഒരു ബിസിനസ് സ്റ്റാർട്ടപ്പിനെ പ്രക്രിയയുടെ മേലുള്ള സംഭവമാകാൻ നിങ്ങൾ അനുവദിക്കരുത്.

ഞാൻ ലിമോസിൻ സേവനത്തെ ഒരു സാധ്യതയുള്ള ബിസിനസ്സായി വിശകലനം ചെയ്തപ്പോൾ, അത് ആ ഫാസ്റ്റ്ലെയ്ൻ ശുദ്ധമായിരുന്നില്ല. അത് നിയന്ത്രണത്തിന്റെയും പ്രവേശനത്തിന്റെയും മാനദണ്ഡങ്ങളെ തൃപ്തിപ്പെടുത്തിയിരുന്നു, പക്ഷേ അതിന് അളവ് ഉണ്ടായിരുന്നില്ല; ഇത് ചിക്കാഗോയുടെ വടക്കുപടിഞ്ഞാറൻ പ്രാന്തപ്രദേശങ്ങളിൽ സേവനം നൽകി.

പ്രവർത്തനത്തിന് സമയമുക്തമാകാൻ കഴിയില്ലായിരുന്നു ; എനിക്ക് മണിക്കൂറുകളോളം നോക്കിയിരിക്കേണ്ടിവരുമായിരുന്നു, കൂടാതെ മനുഷ്യവിഭവശേഷി വിന്യസിക്കുന്നതിന് തക്ക ഇടലാഭം ഉണ്ടായിരുന്നില്ല.

അത് തീർച്ചയായും ഒരു അനിയന്ത്രിതമായ ആവശ്യം പരിഹരിച്ചില്ല; ചിക്കാഗോയിൽ, ലിമോ കമ്പനികൾ ഡസൻ കണക്കിന് ഉണ്ടായിരുന്നു.

"ഫാസ്റ്റ്ലെയ്ൻ"ന്റെ വീക്ഷണത്തിൽ, ബിസിനസ് ചെയ്യുന്നതിന്, അതിന് ധാരാളം സമയവും പരിശ്രമവും പണവും ആവശ്യമായി വരുമായിരുന്നു.

തുടക്കം മുതൽക്കേ ശരിയായ ഫാസ്റ്റ്ലെയ്ൻ-ന്റെ ഒരു ബിസിനസ്സിൽ ഏർപ്പെടാൻ ഞാൻ ആഗ്രഹിക്കുന്നുവെന്ന് ആഴത്തിൽ എനിക്കറിയാമായിരുന്നു, മെനഞ്ഞെടുക്കേണ്ടതല്ലാത്തത്.

ശുദ്ധമായ ഫാസ്റ്റ്ലെയ്നുകൾക്ക് മികച്ച സമ്പത്ത് സാധ്യതകളുണ്ട്, എനിക്കത് അറിയാമായിരുന്നു. നിങ്ങൾ പ്രഭാവത്തിന്റെ നിയമം അനുസരിക്കുമ്പോൾ, പണം നിങ്ങളുടെ വഴിയെ ചലിപ്പിക്കുന്നു. അതിവേഗതയുള്ള ഏറ്റവും ശുദ്ധമായ ഫാസ്റ്റ്ലെയ്ൻ പാതകൾ ഏതൊക്കെയാണ്? ഏത് റോഡുകൾക്കാണ് പ്രഭാവ നിയമത്തിലേക്ക് പ്രവേശിക്കാൻ കഴിയുകയും ഒപ്പം ഫാസ്റ്റ്ലെയ്ൻ ആരംഭിക്കാൻ കഴിയുന്നതും?

മൂന്ന് ഫാസ്റ്റ്ലെയ്ൻ അന്തർസംസ്ഥാന മാർഗ്ഗങ്ങൾ

ഞാൻ ഏറ്റവും ശക്തമായ ഫാസ്റ്റ്ലെയ്ൻ റോഡുകളെ "ദ ത്രീ I" അല്ലെങ്കിൽ "ദ ത്രീ ഇന്റർസ്റ്റേറ്റ്സ്" എന്ന് വിളിക്കുന്നു. കാരണം അവയ്ക്ക് ഏറ്റവും വേഗതയേറിയ ഉയർന്ന വേഗത പരിധികൾ ഉണ്ട്, മാത്രമല്ല, അവ യെല്ലാം കണ്ടുമുട്ടാനും അല്ലെങ്കിൽ കണ്ടുമുട്ടുകയും ചെയ്യുന്ന ഫാസ്റ്റ്ലെയ്ൻ കമാൻഡുകൾ. മൂന്ന് അന്തർ സംസ്ഥാനങ്ങൾ ഇവയാണ് :

1. **ഇന്റർനെറ്റ്**
2. **പുതുക്കൽ**
3. **ബോധപൂർവ്വമായ ആവർത്തനം**

ഓരോ അന്തർസംസ്ഥാന റോഡും ഡസൻ കണക്കിന് മറ്റ് റോഡുകളുടെ കൂട്ടമാണ്. മൂന്നും ഒരുമിച്ച് ചേർക്കുകയാണെങ്കിൽ, നിങ്ങളുടെ യാത്രക്കായി നൂറുകണക്കിന് റോഡുകൾ ലഭ്യമാണ്.

ശക്തമായ ഫാസ്റ്റ്ലെയ്ൻ #1 : ഇന്റർനെറ്റ്

ഏറ്റവും ഫലപ്രദമായ അന്തർസംസ്ഥാന മാർഗ്ഗമാണ്, ഒരു ഇന്റർനെറ്റ് ബിസിനസ്. ഇന്റർനെറ്റാണ് കഴിഞ്ഞ ദശകത്തിൽ ഇവിടെയുള്ള മറ്റേതൊരു മാധ്യമത്തേക്കാളും കൂടുതൽ കോടീശ്വരന്മാരെ സൃഷ്ടിച്ചത്. ട്രാവൽ ഏജന്റുമാർ, സ്റ്റോക്ക് ബ്രോക്കർമാർ, പത്രങ്ങൾ, മാസികകൾ തുടങ്ങിയ പഴയ ഹാർഡ്-ലൈൻ വ്യവസായങ്ങളെ അന്നും ഇന്നും ഇന്റർനെറ്റ് നശിപ്പിക്കുന്നു. ഇന്റർനെറ്റ് ഫാസ്റ്റ്ലെയ്ൻ സ്രാവാണ്.

ഞാൻ എന്റെ ഭാഗ്യം കണ്ടെത്തിയ ഇടമാണ് ഇന്റർനെറ്റ്, ലിമോസിൻ-ന്റെ അവസരം നിരസിക്കാനുള്ള ഒരു കാരണം അതാണ്. ലഭ്യമായ ഏറ്റവും മികച്ച ഫാസ്റ്റ്ലെയ്നാണ് ഇന്റർനെറ്റ്, കാരണം ആവശ്യം അടിസ്ഥാനമാക്കിയുള്ള പരി

സരമായതിനാൽ ഉടൻ തന്നെ അത് അഞ്ച് ഫാസ്റ്റ്ലെയ്ൻ നിയമങ്ങൾ അനുസരിക്കുന്നു. ഇത് സ്വാഭാവികമായും ലോകമെമ്പാടുമുള്ള പ്രേക്ഷകരിലേക്ക് അളവുണ്ടാക്കുന്നു, ഇത് കമ്പ്യൂട്ടർ സിസ്റ്റങ്ങൾ വഴി സ്വയംപ്രവർത്തിക്കുന്നതിലേക്ക് ചിട്ടപ്പെടുത്തുന്നു, ഇത് നിങ്ങൾക്ക് നിയന്ത്രിക്കാൻ കഴിയുന്ന ഒരു മാധ്യമമാണ് (നിർഭാഗ്യവശാൽ, മിക്കതും സാധിക്കില്ല), കൂടാതെ "എല്ലാവരെയും" പ്രവേശനത്തിൽനിന്ന് തടയാൻ അതിന്റെ വേലികൾ ഇപ്പോഴും ശക്തമാണ്.

ഇന്റർനെറ്റ് ബിസിനസ് മോഡലുകൾ (റോഡുകൾ) ഏഴ് വിശാലമായ വിഭാഗങ്ങളായി തിരിച്ചിരിക്കുന്നു :

1. **സബ്സ്ക്രിപ്ഷൻ അടിസ്ഥാനമാക്കിയുള്ളത് :** ഉപയോക്താക്കൾക്ക് ഡാറ്റാ, വിവരങ്ങൾ, അല്ലെങ്കിൽ സോഫ്റ്റ്‌വെയർ (SAAS) എന്നിവയിലേക്കുള്ള പ്രവേശനം വാഗ്ദാനം ചെയ്യുക, കൂടാതെ ഒരു പ്രതിമാസ ഫീസ് ഈടാക്കുക. ഡാറ്റായെന്നത് ലീഡുകൾ, വിൽപ്പന വിവരങ്ങൾ, മാനേജ്മെന്റ് സേവനങ്ങൾ (സോഷ്യൽ മീഡിയ ഡാഷ്ബോർഡുകൾ) ഒരു കുത്തക ഡാറ്റാബേസ് അല്ലെങ്കിൽ നല്ല പഴയ രീതിയിലുള്ള അശ്ലീലങ്ങൾ. നിങ്ങളുടെ വിവരങ്ങൾക്കായി 10,000 ആളുകൾ പ്രതിമാസം $9.95 നൽകുമ്പോൾ, നിങ്ങൾ ഫാസ്റ്റ്ലെയിനിൽ നേട്ടം കൊയ്യുകയാണ്!

ഞാൻ കമ്പനിയുടെ ഉടമസ്ഥതയിലുള്ളപ്പോൾ, എല്ലാ സബ്സ്ക്രിപ്ഷൻ അടിസ്ഥാനമാക്കിയുള്ള നിരവധി വെബ് സേവനങ്ങൾക്കായി എനിക്ക് പണം ലഭിച്ചിരുന്നു. ഡാറ്റാ അനലിറ്റിക്സ് മുതൽ (ആരാണ് എന്റെ സൈറ്റ് സന്ദർശിക്കുന്നത്?) അഫിലിയേറ്റ് മാനേജ്മെന്റ് വരെ (ആർക്കാണ് എന്റെ സേവനം നൽകാൻ ആഗ്രഹിക്കുന്നത്?).

വെബ്സൈറ്റ് പ്രവർത്തനസമയത്തിന്റെ ഗതി ഉപയോഗിച്ച് ഒരു പ്രത്യേക കമ്പനി ഒരു വെബ്-സൈറ്റ്-മോണിറ്ററിംഗ് സേവനം നടത്തി. അതിന്റെ ഹോം പേജിൽ അത് എത്ര ക്ലയന്റുകളെ നിരീക്ഷിച്ചുവെന്ന് പരസ്യം ചെയ്തു.

ആ സമയത്ത്, അത് "20,000 ക്ലയന്റുകളെ സേവിച്ചു" എന്ന് ലിസ്റ്റു ചെയ്തു, എനിക്ക് പ്രതിമാസം $50 സേവനത്തിനായി നൽകുകയായിരുന്നു. എന്റെ ഫീസ് ശരാശരി ആയി നോക്കുകയാണെങ്കിൽ, 20,000 × $50 = $1,000,000 മൊത്തത്തിൽ വരുമാനം – പ്രതിമാസം. ഇത് ഒരു ഇന്റർനെറ്റ് ബിസിനസ് സിസ്റ്റത്തിന്റെ ഉത്തമ ഉദാഹരണമാണ്. അതിൽ ബിസിനസ് ആണ് വ്യവസ്ഥ. ഉൽപ്പന്നങ്ങളൊന്നുമില്ല. ഷിപ്പിംഗ് ഇല്ല. തലവേദനയുമില്ല.

ഈ വെബ്സൈറ്റ് 75% ലാഭപരിധിയിൽ $750,000-ൽ പ്രതിമാസം വരുമാനം ആസ്വദിക്കുന്നുവെന്ന് ഞാൻ ഊഹിക്കുന്നു. $750,000/മാസം ലഭിക്കുമോ? അപ്പോൾ എത്ര പെട്ടെന്നാണ് നിങ്ങൾ സമ്പാദിക്കുന്ന കോടീശ്വരനാകുന്നത്? അല്ലെങ്കിൽ, നിങ്ങളുടെ $45K/വർഷ ശമ്പളത്തിൽനിന്ന് $200/മാസം ലാഭിക്കണോ? അപകീർത്തികരമായ കളിസ്ഥലം ചിരിപ്പിക്കുന്നതാണ്.

സബ്സ്ക്രിപ്ഷൻ സൈറ്റുകളുടെ ഉദാഹരണങ്ങൾ – ബഫർ.കോം, അഡോബ്, അതെ, എന്റെ പോലും സ്വന്തം ഫാസ്റ്റ്ലെയ്ൻ ഫോറം (ഇത് സൗജന്യമാണ്, എന്നാൽ സബ്സ്ക്രിപ്ഷൻ അപ്ഗ്രേഡുണ്ട്).

2. **കണ്ടെന്റ് അടിസ്ഥാനമാക്കിയുള്ളത് :** ഒരു പ്രത്യേക സ്ഥലത്തിലേക്കോ വ്യവസായത്തിലേക്കോ ഉള്ള വിവരങ്ങൾ നൽകുന്നത് ഉള്ളടക്കം അടിസ്ഥാനമാക്കി

യുള്ള മോഡലുകലുള്ള ഓൺലൈൻ വാർത്താ മാഗസിനുകളും പ്രചരിപ്പിക്കുന്ന ബ്ലോഗുകളുമാണ്. ഈ സേവനങ്ങൾ സൗജന്യ ഉപഭോഗത്തിന് കണ്ടെന്റ് നൽകുകയും എത്തിച്ചേരാൻ ആഗ്രഹിക്കുന്ന കക്ഷികൾക്ക് പരസ്യം വിൽക്കുകയും ചെയ്യുന്നു. എന്റെ ഫാസ്റ്റ്‌ലെയ്ൻ ഫോറം ഭാഗികമായി ഉള്ളടക്കത്തെ അടിസ്ഥാനമാക്കിയുള്ള വരുമാന മാതൃകയാണ്. പ്രവേശന തടസ്സങ്ങൾ ഗണ്യമായി കുറയുകയും ഉയർന്ന ട്രാഫിക്കിനെ ആശ്രയിക്കുകയും ചെയ്യുന്നതിനാൽ ഉള്ളടക്കം അടിസ്ഥാനമാക്കിയുള്ള വരുമാന മാതൃകയിൽ വിജയിക്കുക പ്രയാസമാണ്. കൂടാതെ, ഉള്ളടക്ക സംവിധാനങ്ങൾ അഫിലിയേറ്റ് പ്രോഗ്രാമുകൾ വളരെയധികം ഉപയോഗിക്കുന്നു, ഇത് ഹിച്ച്ഹൈക്കിംഗ് ഘടനയാണ്.

3. **ലീഡ് ജനറേഷൻ :** ഏകീകൃതമല്ലാത്ത ഒരു വ്യവസായത്തെ ഒരേസമയം സമാഹരിക്കുന്ന സമയത്ത് ലീഡ് ജനറേഷൻ സേവനങ്ങൾ പലപ്പോഴും ഉപഭോക്താക്കൾക്ക് സേവനം നൽകുന്നു. ഇതിനുവേണ്ടി ഞാൻ ചെയ്തതാണ് ലിമോസിൻ വ്യവസായം. ഞാൻ വളരെ വിഘടിച്ച ഒരു വ്യവസായത്തെ കേന്ദ്രീകൃതമായ ഉറവിടമായ ഒന്നാക്കി മാറ്റി. ഉപഭോക്താക്കളെ മിശ്രിതത്തിലേക്ക് കൊണ്ടുവന്നു. ആ ഉപഭോക്തൃ വിവരങ്ങൾ ലിമോ കമ്പനികൾക്ക് വിറ്റു. വിഘടിച്ച വ്യവസായങ്ങളിൽ ലീഡ് ജനറേഷൻ ജനപ്രിയമാണ്. കാരണം, അവയിൽ ചെറുകിട-ഇടത്തരം ബിസിനസ്സുകൾ ഉൾപ്പെടുന്ന വ്യവസായങ്ങളാണുള്ളത്. എയർലൈൻ ബിസിനസ്സിൽ ലീഡ് ജനറേഷൻ ഒരുപക്ഷേ, ഈ സമയത്ത് പ്രവർത്തിക്കില്ല, അതേസമയം പ്ലാസ്റ്റിക് സർജന്മാർക്ക് ലീഡ് ജനറേഷൻ നടക്കും. ലീഡ് ജനറേഷൻ രണ്ട് ആവശ്യങ്ങൾ പരിഹരിക്കുന്നു : (1) സമയവും പണവും ലാഭിക്കാനുള്ള ഉപഭോക്താവിന്റെ ആഗ്രഹം, (2) കുറഞ്ഞ ചെലവിൽ പുതിയ ഉപഭോക്താക്കളെ കണ്ടെത്തേണ്ടതുണ്ടെന്നുള്ള ബിസിനസ് ഉടമയുടെ ആവശ്യം.

4. **സോഷ്യൽ നെറ്റ്‌വർക്കുകൾ/കമ്മ്യൂണിറ്റികൾ/ഫോറങ്ങൾ :** ഉള്ളടക്ക സംവിധാനങ്ങളുടെ ബന്ധുവാണ് സമൂഹങ്ങളെ വളർത്തിയെടുക്കൽ. കാഴ്ചക്കായി ഉള്ളടക്കം ശേഖരിക്കുന്നതിന് പകരം, ആളുകളെ ഗ്രൂപ്പുകളായി അല്ലെങ്കിൽ ഗോത്രങ്ങളായി ഇതിലേക്ക് വലിച്ചിടുന്നു. ഫേസ്ബുക്ക് തുടങ്ങിയത് കോളേജ് പ്രായമുള്ള വിദ്യാർത്ഥികൾക്കായുള്ള ഒരു കൂട്ടായ്മക്കുവേണ്ടിയായിരുന്നു. അത് എല്ലാ പ്രായക്കാർക്കുമുള്ള ഒരു പൊതു സമൂഹ്യമാധ്യമമായി പരിണമിച്ചു. ലിങ്ക്ഡ് ഇൻ ഉയർന്ന മൊബൈൽ പ്രൊഫഷണലുകളെ ബാധിക്കുന്നതാണ്. സമൂഹമാധ്യമങ്ങൾ നിഗൂഢമായ നോവലെഴുത്തുകാർ മുതൽ സമാന ചിന്താഗതിക്കാരായ സമൂഹങ്ങളുടെ കേവലം സമാഹരണക്കാർ മാത്രമാണ്, വാരാന്ത്യത്തിൽ എഞ്ചിനുകൾ പുനർനിർമ്മിക്കാൻ ഇഷ്ടപ്പെടുന്നവർ. സമൂഹത്തിന്റെ വികസനം, ഭീമാകാരമായ കോർപ്പറേഷനുകൾക്ക് മാത്രമായി ഒതുങ്ങുന്നില്ല. നിങ്ങളുടെ യൂട്യൂബ് അക്കൗണ്ടിലോ ഇൻസ്റ്റാഗ്രാം അക്കൗണ്ടിലോ 500,000 സബ്സ്ക്രൈബർമാരുണ്ടെങ്കിൽ, നിങ്ങൾ ഒരു കമ്മ്യൂണിറ്റി വളർത്തിയെടുക്കുകയാണ്.

5. **ബ്രോക്കറേജ് സംവിധാനങ്ങൾ :** ബ്രോക്കർമാർ വാങ്ങുന്നവരെയും വിൽക്കുന്നവരെയും ഒരുമിച്ച് കൊണ്ടുവന്ന് ഇടപാടുകൾ സുഗമമാക്കുന്നു. അവർ ഒരു പ്രത്യേക വ്യവസായത്തിന്റെ വിപണി നിർമ്മാതാക്കളാണ്, ഓരോ ഇടപാടിനും സാധാരണയായി പണം സമ്പാദിക്കുന്നു. ഉദാഹരണത്തിന്, എന്റെ വെബ്സൈറ്റ് ലിമോസിൻ റിസർവേഷനുകൾ എടുത്തിരുന്നു. യാത്രാനിരക്കിന്റെ ഒരു ശതമാനം

എടുക്കുകയും ചെയ്തിരുന്നു. അറിയപ്പെടുന്ന ബ്രോക്കർമാരുടെ ഉദാഹരണങ്ങൾ പേപാൽ, അപ്പ് വർക്ക്, കാർസ് ഡയറക്റ്റ്, ട്രാവെലോസിറ്റി.കോം.

6. **പരസ്യം :** ബ്രോക്കറേജുകൾക്ക് സമാനമായി, പരസ്യദാതാക്കൾ വാങ്ങുന്ന വരെയും വിൽക്കുന്നവരെയും ഒരുമിച്ച് കൊണ്ടുവരുകയും ഇടപാട് ഫീസിന് പകരം പരസ്യ ഫീസ് സ്വീകരിക്കുകയും ചെയ്യുന്നു. ഞാനും ഒരു വെബ്സൈറ്റിന്റെ ഉടമയായിരുന്നു, ലിമോസിനുകൾ വിൽപ്പനക്ക് എന്ന് പരസ്യപ്പെടുത്തിയിരുന്നു. സൈറ്റിൽ വില്പനക്ക് വെച്ചിരിക്കുന്ന ഓരോ ലിമോസിനും പരസ്യ ഫീസ് സ്വീകരിച്ചിരുന്നു. ഞാൻ വാങ്ങുന്നവരെയും വിൽക്കുന്നവരെയും പരിചയപ്പെടുത്തി. ചില സേവനങ്ങൾ രണ്ടും പ്രയോജനപ്പെടുത്തുന്ന ഈ-ബേ പോലെയുള്ള ബ്രോക്കറേജും പരസ്യവും ഒരുമിച്ച്. കൂടാതെ ഗൂഗിൾ, യാഹൂ പോലുള്ള സെർച്ച് എഞ്ചിനുകളും പരസ്യ, ബ്രോക്കറേജ് മോഡലുകൾ പ്രവർത്തിപ്പിക്കുന്നു.

7. **ഈ-കോമേഴ്സ് :** ഈ-കോമേഴ്സ് എന്നത് ഇന്റർനെറ്റിൽ ചരക്കുകളും സേവനങ്ങളും വിവരങ്ങളും വിൽക്കുന്ന പ്രവർത്തനമാണ്. ആമസോൺ, ടാർഗെറ്റ്, റാകുട്ടെൻ എന്നിവ വലിയ തോതിലുള്ള ഈ-കോമേഴ്സ് ദാതാക്കളുടെ ഉദാഹരണങ്ങളാണ്. എന്നിരുന്നാലും, നിരവധി ചെറിയ പ്രാദേശിക സ്റ്റോറുകൾ ഈ-കോമേഴ്സ് വികസിപ്പിക്കുകയും മോഡലിനൊപ്പം അളവുകൾ സൃഷ്ടിക്കുകയും ചെയ്തു. എന്റെ വീട്ടുമുറ്റത്ത്, ഒരു ഈ-കോമേഴ്സ് സ്റ്റോർ നടത്തുന്ന മിനസോട്ടയിലെ ഒരു ചെറിയ റീട്ടെയിലറിൽനിന്ന് ഓൺലൈനായി ഞാൻ വാങ്ങിയ 24 സോളാർ വിളക്കുകൾ ഉണ്ട്. വർഷങ്ങൾക്കുമുൻപ്, ആ സ്റ്റോർ അളവില്ലാതെ പ്രാദേശികമായിരുന്നു – ഇപ്പോൾ ഈ-കോമേഴ്സ്-ന്റെ സാന്നിദ്ധ്യത്താൽ അവർ ലോകമെമ്പാടും ഉണ്ട് ഫീനിക്സിലെ വിരമിച്ച ആളുകൾക്ക് ഉൽപ്പന്നങ്ങൾ വിൽക്കുന്നു.

ഈ-കോമേഴ്സ് വിവരങ്ങളാകാനും സാധിക്കും. ഇന്റർനെറ്റിലെ വിവര വിതരണത്തിന്റെ ഏറ്റവും ജനപ്രിയമായ രൂപമാണ് ഈ-ബുക്കുകൾ. ഞാൻ എന്റെ പുസ്തകം ഇന്റർനെറ്റിൽ ഈ-ബുക്ക് രൂപത്തിൽ വിൽക്കുമ്പോൾ, ഞാൻ ഈ-കോമേഴ്സിൽ പങ്കെടുക്കുന്നു. അരിസോണ സ്റ്റേറ്റ് യൂണിവേഴ്സിറ്റിയിലെ പാർക്കിംഗ് സ്ഥലത്ത് ഇരുന്നുകൊണ്ട് എന്റെ പെട്ടിയിലെ പുസ്തകങ്ങൾ എനിക്ക് വിൽക്കാൻ കഴിയും, അല്ലെങ്കിൽ എനിക്ക് ഒരു വെബ്സൈറ്റ് ഉണ്ടാക്കി യൂറോപ്പിലെ ആളുകൾക്ക് പുസ്തകങ്ങൾ വിൽക്കാം.

നിങ്ങൾ ഇന്റർനെറ്റിനെ ഒരു ഫാസ്റ്റ്ലെയ്ൻ റോഡായി കാണുമ്പോൾ, നമ്മുടെ ഫാസ്റ്റ്ലെയ്ൻ വെൽത്ത് ഇക്വേഷനെതിരെ പരിശോധിക്കുമ്പോൾ അത് വളരെയധികം ശക്തമാണ്.

സമ്പത്ത് = അറ്റാദായം + ആസ്തി മൂല്യം

വിൽക്കുന്ന വേരിയബിളിനുള്ളിൽ (അറ്റവരുമാനത്തിനുള്ളിൽ), ഉയർന്ന പരിധിയിൽ ഇന്റർനെറ്റിൽ ഇടപാടുകൾ നടത്തുമ്പോൾ ലോകം നിങ്ങളുടേതായി മാറുന്നു. കൂടാതെ, ആസ്തി മൂല്യം, ഫാസ്റ്റ്ലെയ്ൻ സമ്പത്ത് സമവാക്യത്തിന്റെ ഒരു ഘടകമാണ്, അറ്റ വരുമാനം മാത്രമല്ല നിർണ്ണയിക്കുന്നത് ട്രാഫിക് നിരക്കും. പല വെബ്സൈറ്റുകളും ശതകോടിക്കണക്കിന് രൂപക്ക് വിറ്റു, ഒരു പൈസ

പോലും ഇല്ല ലാഭം. ട്രാഫിക്ക് അല്ലെങ്കിൽ ഒരു വെബ്സൈറ്റിലേക്കുള്ള സന്ദർശകർക്ക് അതിരുകളില്ലാത്ത വളർച്ചയുടെ അളവുമുണ്ട്. അറ്റാദായത്തിന്റെയും ആസ്തി മൂല്യത്തിന്റെയും ഫാസ്റ്റ്ലെയ്ൻ വേരിയബിളുകൾക്ക് ഫലത്തിൽ പരിധിയില്ലാത്ത നേട്ടമുണ്ട്.

ശക്തമായ ഫാസ്റ്റ് ലെയ്ൻ #2 : ഇന്നൊവേഷൻ

ഫാസ്റ്റ്ലെയ്ൻ പരിശുദ്ധിയുടെ മറ്റൊരു വിശാലമായ സ്റ്റോക്ക് ആണ് ഇന്നൊവേഷൻ, കൂടാതെ നിരവധി റോഡുകളെ ഉൾക്കൊള്ളുന്നു. സമ്പന്നരാകാനുള്ള പണ്ടേയുള്ള നല്ലൊരു രീതിയാണിത് : ഒരു ഉൽപ്പന്നം, സേവനം അല്ലെങ്കിൽ അറിവിന്റെ ഒരു ഭാഗം കണ്ടുപിടിക്കുക, അതിനെ നവീകരിക്കുക, തുടർന്ന് വിതരണം ചെയ്യുക.

വിതരണത്തെ തുടർന്നുള്ള സൃഷ്ടിയുടെ ഏത് പ്രവൃത്തിയും നവീകരണം ഉൾക്കൊള്ളുന്നു. ഞാൻ അത് ആവർത്തിക്കട്ടെ : നവീകരണത്തിൽ രണ്ട് പ്രവൃത്തികൾ ഉൾപ്പെടുന്നു :

1. നിർമ്മാണം
2. വിതരണം

ഒരു ഉൽപ്പന്നം കണ്ടുപിടിക്കുക, തുടർന്ന് പരസ്യം വഴി വിൽക്കുക, ഇന്റർനെറ്റിൽ വിൽക്കുക, ക്യൂവിസിയിൽ വിൽക്കുക, 10,000 കണക്കിനുവരുന്ന നെറ്റ്വർക്ക് മാർക്കറ്റിംഗ് വിതരണക്കാർ വഴി വിൽക്കുക അല്ലെങ്കിൽ 20 മൊത്തക്കച്ചവടക്കാർക്ക് വിൽക്കുക വഴി അത് 20,000 ചില്ലറ വ്യാപാരികൾക്ക് വിൽക്കുക.

നവീകരണത്തിന്റെ ഉൽപ്പന്നം എന്താണ്? ഒരു ആവശ്യം പരിഹരിക്കുന്ന അല്ലെങ്കിൽ ഒരു ആഗ്രഹം നിറവേറ്റുന്ന ഫലത്തിൽ എന്തും.

- ഭക്ഷണം (ബിയർ, ബാർബിക്യൂ സോസ്, കുക്കികൾ. രഹസ്യ പാചകക്കുറിപ്പുകൾ)
- ഗാർഹിക വസ്തുക്കൾ (വാക്വം ക്ലീനിംഗ് ചെയ്യുന്ന റോബോട്ടുകൾ, ഉപകരണങ്ങൾ, ഹാംഗറുകൾ)
- ആരോഗ്യവും ഉന്മേഷവും (വിറ്റാമിനുകൾ, ഔഷധസസ്യങ്ങൾ, ഊർജ്ജ പാനീയങ്ങൾ, ബാറുകൾ, “പൗരുഷ വർദ്ധന സൂത്രവാക്യങ്ങൾ”)
- വിവരങ്ങൾ (പുസ്തകങ്ങൾ, മാസികകൾ, സബ്സ്ക്രിപ്ഷൻ വാർത്താക്കുറിപ്പുകൾ)
- വ്യക്തിഗതം (വസ്തുങ്ങൾ, പഴ്സുകൾ, ഷൂകൾ, കയ്യുറകൾ)
- ഓട്ടോമോട്ടീവ് (ആക്സസറികൾ, ആഡ്-ഓണുകൾ, സ്റ്റിക്ക്-ഓണുകൾ)
- ഗെയിമുകൾ അല്ലെങ്കിൽ കളിപ്പാട്ടങ്ങൾ

കണ്ടുപിടിത്തം ഇപ്പോഴും അവിടെ സമ്പന്നരാകുന്നതിനുള്ള സ്ഥിര രീതിയായി അംഗീകരിക്കപ്പെട്ടിരിക്കുന്നു. അതെ, അത് ജീവനോടെയും സുഖത്തോടെയും ഉണ്ട്. എന്നിരുന്നാലും, വഞ്ചിതരാകരുത്. കണ്ടുപിടുത്തം എന്നത് യഥാർത്ഥത്തിൽ വാഹനം, ടെലിഫോൺ, അല്ലെങ്കിൽ വിഡ്ഢി സെഗ്വേ മുതലായവ കണ്ടുപിടിക്കലല്ല – കാതലായ കണ്ടുപിടുത്ത പ്രവർത്തനം എന്നത് എന്തെങ്കിലും

എടുത്ത് അത് മെച്ചപ്പെടുത്തുകയോ പരിഷ്കരിക്കുകയോ ചെയ്യുക എന്നതാണ്. എന്തെങ്കിലും പഴയതും പഴകിയതും എടുക്കുക, അത് നന്നാക്കുക. ഒരു അധികം വെളിച്ചം കണ്ടിട്ടില്ലാത്ത ഉൽപ്പന്നം എടുക്കുക, അത് നിങ്ങളുടെ സ്വന്തമാക്കുക, അത് ലോകത്തിന് വീണ്ടും അവതരിപ്പിക്കുക. പാരമ്പര്യേതരമായ എന്തെങ്കിലും എടുക്കുക അത് പരമ്പരാഗതമാക്കുക.

വിരസമായ തെളിഞ്ഞ കുപ്പികളിൽനിന്ന് വോഡ്ക വീണ്ടും ആകർഷകമായ വർണ്ണാഭമായ കുപ്പികളിൽ പാക്ക് ചെയ്യുന്ന ഒരു കണ്ടുപിടുത്തക്കാരനെ ഞാൻ ടിവിയിൽ കണ്ടു. വാസ്തവത്തിൽ, എന്റെ ജന്മദിനത്തിന് എനിക്ക് തലയോട്ടിയുടെ ആകൃതിയിലുള്ള ഒരു കുപ്പി വോഡ്ക ലഭിച്ചു. വോഡ്ക നൂറ്റാണ്ടുകളായി നിലവിലുണ്ട്, എന്നിട്ടും ഒരു സംരംഭകൻ പഴകിയ ആ ഉൽപ്പന്നമെടുത്തു, അതുല്യതയുടെയും വ്യത്യസ്തതയുടെയും ഒരു ഘടകം ചേർത്തു. ചിലപ്പോൾ അത്രക്ക് ലളിതമാണ്.

എന്റെ പ്രിയപ്പെട്ട ഉദാഹരണം സ്നഗ്ഗി ആണ്, ഒരു വലിപ്പംകൂടിയ വൻതോതിൽ വിപണിയിലുള്ള കൈകളുള്ള പുതപ്പ്. ആ ഉൽപ്പന്ന ആശയം വർഷങ്ങളായി നിലനിൽക്കുന്നു, പക്ഷേ അവർ ആ ആശയം സ്വീകരിച്ചു, അത് വീണ്ടും പാക്ക് ചെയ്തു, റീമാർക്കറ്റ് ചെയ്തു, 40 ദശലക്ഷം പിന്നീട് വിറ്റു, ഒരു ബ്ലോക്ക്ബസ്റ്റർ. നവീകരണം ഒരു ഇരട്ട വെല്ലുവിളി നിറഞ്ഞ പ്രക്രിയയാണ് : നിർമ്മാണവും വിതരണവും.

ഒരു ആവശ്യം പരിഹരിക്കുന്ന ഒരു ഉൽപ്പന്നം കണ്ടുപിടിക്കുന്നത് പകുതി യുദ്ധമാണ്. മറ്റേ പകുതി നിങ്ങളുടെ കണ്ടുപിടുത്തം ദശലക്ഷക്കണക്കിന് ആളുകളുടെ കൈകളിലെത്തിക്കുന്നു, അതിൽ വൈവിധ്യമാർന്ന വിതരണ ചാനലുകൾ ഉൾപ്പെടുന്നു : ഇൻഫോമെർഷ്യൽ (മാസ് മീഡിയ വഴി വിൽക്കുക), ചില്ലറവിൽപ്പന (വിതരണക്കാർക്ക് വിൽക്കുക കൂടാതെ മൊത്തക്കച്ചവടക്കാർക്കും), നേരിട്ടുള്ള വിപണനം (അച്ചടി മാധ്യമം, തപാൽ മെയിൽ, ഇന്റർനെറ്റ് വഴി വിൽക്കുക).

ഉദാഹരണത്തിന്, ഞാൻ ഈ പുസ്തകം എഴുതുമ്പോൾ, ഞാനായിരുന്നു നിർമ്മാതാവ്. ഞാൻ എഴുതി, ഒരുമിച്ചാക്കി, അത് എഡിറ്റ് ചെയ്യുകയും അത് ഭൗതികമായി പ്രസിദ്ധീകരിക്കുകയും ചെയ്തു. ഞാൻ ഇന്നൊവേഷൻ പരിശീലിച്ചു. എന്നിരുന്നാലും, എല്ലാ നവീകരണ റോഡുകളെയും പോലെ, ഒരു വലിയ യുദ്ധത്തിലെ ഒരു ചെറിയ യുദ്ധമാണ് നിർമ്മാണം.

വിതരണത്തിൽ യുദ്ധം ജയിക്കുക തന്നെ ചെയ്യുന്നു.

ഒരു വലിയ ഉൽപ്പന്നം ആളുകളുടെ കൈകളിൽ എത്തിയില്ലെങ്കിൽ അത് വിലപ്പോവില്ല, അതിന് വിതരണം ആവശ്യമാണ്. ഞാൻ വിജയിക്കണമെങ്കിൽ എന്റെ പുസ്തകത്തിനായി, എനിക്ക് ആമസോൺ (വിതരണ സിസ്റ്റം), പുസ്തക വിതരണക്കാർ (മൊത്തക്കച്ചവടക്കാർ), ഇന്റർനെറ്റ് (മറ്റൊരു വിതരണ വ്യവസ്ഥ) ഉപയോഗപ്രദമാക്കണം.

അതെ, നിങ്ങളുടെ ഉൽപ്പന്ന കണ്ടുപിടുത്തം നിങ്ങൾ കണ്ടുപിടിച്ചതും പക്ഷെ ചൈനയിൽനിന്ന് നിർമ്മിച്ചതുമായ ഒന്നായിരിക്കാം, അല്ലെങ്കിൽ ഒരു വാരാന്ത്യത്തിൽ നിങ്ങൾ എഴുതുന്ന ഒരു ഈ-ബുക്ക്. നവീകരണം – പുസ്തകങ്ങൾ മുതൽ ഉൽപ്പന്നങ്ങൾ വരെ – ഫാസ്റ്റ്ലെയ്ൻ ആണ്. എന്തുകൊണ്ടാണ് ആളുകൾ "പെട്ടെന്ന് സമ്പന്നരാകൂ" പുസ്തകങ്ങൾ ഉള്ളടക്കം 30 മുൻ പുസ്തകങ്ങളിൽനിന്ന് പുനരുജ്ജീവിപ്പിക്കപ്പെട്ടതാണെങ്കിലും വിൽക്കുന്നതെന്ന് നിങ്ങൾ എപ്പോഴെ

ങ്കിലും ചിന്തിച്ചിട്ടുണ്ടോ? എഴുത്തുകാർക്ക് എഴുത്ത് ഒരു ശക്തമായ ഫാസ്റ്റ്ലെയ്നാണെന്ന് അറിയാം.

ഫാസ്റ്റ്ലെയ്ൻ പുസ്തകത്തിന്റെ രചനയിൽ, പുസ്തകമോ അതിലുപയോഗിച്ചിരിക്കുന്ന വാക്കുകളോ ഒരിക്കലും ഒരു വെല്ലുവിളി അല്ല. ലോകത്തിലെ ഏറ്റവും വലിയ പുസ്തകങ്ങളിൽ ചിലത് വായിക്കപ്പെടാതെ പോകുന്നു, അതേസമയം സാധാരണമായവ ദശലക്ഷക്കണക്കിന് വിൽക്കുന്നു. മാർക്കറ്റിംഗ്, പബ്ലിക് റിലേഷൻസ്, നല്ല പഴയ രീതിയിലുള്ള ബിസിനസ് അറിവ് എന്നിവയിലാണ് വ്യത്യാസം കിടക്കുന്നത്. ഒരു പുസ്തകം എഴുതുന്നത് ഒരു ബിസിനസ്സല്ല; പുസ്തകം വിൽക്കുന്നതാണ് ബിസിനസ്.

ദശലക്ഷക്കണക്കിന് ആളുകൾക്ക് ഈ പുസ്തകം വിൽക്കാൻ ഞാൻ തീവ്രമായി ആഗ്രഹിക്കുന്നുവെങ്കിൽ, ഞാൻ നിർമ്മിക്കണം, എന്നിട്ട് വിതരണം ചെയ്യണം. എനിക്ക് വിൽക്കണം, മാർക്കറ്റ് ചെയ്യണം, പ്രചരിപ്പിക്കണം, പ്രത്യക്ഷപ്പെടണം, സംസാരിക്കണം, അഭിമുഖം ചെയ്യണം, എഴുതണം; എനിക്ക് വിതരണ ബിസിനസ്സിൽ നിക്ഷേപിക്കണം. ഫാസ്റ്റ്ലെയ്ൻ സമ്പത്ത് സമവാക്യം പ്രയോജനപ്പെടുത്താനും ഫലപ്രാപ്തിയുടെ നിയമത്തിനടുത്തെത്താനും, ഞാൻ എന്റെ പ്രതിബദ്ധതയുടെ ഹെൽമെറ്റും മുറുകെ പിടിക്കണം... ജോലി, ജോലി, ജോലി...

ശക്തമായ ഫാസ്റ്റ്ലെയ്ൻ #3 : ബോധപൂർവ്വമായ പുനരാവർത്തനം

അവസാന ഫാസ്റ്റ്ലെയ്ൻ അന്തർസംസ്ഥാന മാർഗ്ഗമാണ് "ബോധപൂർവ്വമായ പുനരാവർത്തനം". ആവർത്തനം ഇതാണ് : "ഉപാധികൾ അല്ലെങ്കിൽ ഒരു പ്രക്രിയ ആവർത്തിക്കുന്ന പ്രവൃത്തി, സാധാരണയായി ആഗ്രഹിക്കുന്ന ലക്ഷ്യം അല്ലെങ്കിൽ ഫലത്തിലേക്ക് എത്തിച്ചേരുക എന്ന ഉദ്ദേശ്യത്തോടെ."

ബോധപൂർവ്വമായ ആവർത്തനം ഒരു ശക്തമായ ഫാസ്റ്റ്ലെയ്നാണ്, പക്ഷേ ഇത് ഏറ്റവും വലിയ വെല്ലുവിളി വാഗ്ദാനം ചെയ്യുന്നു. കാരണം, അത് യഥാർത്ഥത്തിൽ എല്ലാ അഞ്ച് നിയമങ്ങളും പാലിക്കുന്നില്ല, മറിച്ച് നാലെണ്ണം.

മനഃപൂർവ്വമായ ആവർത്തന പ്രക്രിയ എന്നത് അന്തിമ നിയമമായ അളവിനെ തൃപ്തിപ്പെടുത്തുന്ന പ്രവർത്തനമാണ്. മാനവ വിഭവശേഷി സംവിധാനങ്ങളിലൂടെയോ അല്ലെങ്കിൽ ആവർത്തിച്ചുള്ള വിജയങ്ങളിലൂടെയോ ആണ് അളവ് കൈവരിക്കുന്നത്.

ഉദാഹരണത്തിന്, ഒരു റിയൽ എസ്റ്റേറ്റ് നിക്ഷേപകൻ ഒരു ബാങ്കിൽ ഒരു കുടുംബത്തിന് യോഗ്യമായ വീട് ലേലത്തിൽ വാങ്ങുകയും പിന്നീട് അത് വാടകയ്ക്ക് കൊടുക്കുകയും ചെയ്യുന്നുവെങ്കിൽ, അളവില്ല, ആ ഒരു പ്രവൃത്തികൊണ്ട് ഒന്നിനും അളവ് സൃഷ്ടിക്കാൻ കഴിയില്ല. നിക്ഷേപകന് തന്റെ ഫാസ്റ്റ്ലെയ്ൻ സമ്പത്ത് സമവാക്യത്തിൽ ഇളകാനുള്ള സ്ഥലം റൂമിൽ ഇല്ല : അറ്റാദായം വാടകയിൽനിന്നും ആസ്തി മൂല്യം വീടിന്റെ വിപണി മൂല്യത്തിൽനിന്നും ഉരുത്തിരിഞ്ഞതാണ്.

ആ വെല്ലുവിളി പരിഹരിക്കാൻ, നിക്ഷേപകൻ ബോധപൂർവ്വമായ ആവർത്തനം നടപ്പിലാക്കുകയും പ്രക്രിയ ആവർത്തിക്കുകയും ചെയ്യുന്നു. ഒരു വീട് വാങ്ങുന്നതിന് പകരം, അയാൾ 50 വീടുകൾ വാങ്ങുന്നു. അതെ, ചെയ്യുന്നതിനേക്കാൾ എളുപ്പമാണ് പറയാൻ, അത് അവിശ്വസനീയമാംവിധം മന്ദഗതിയിലാകാം. ഫലത്തിൽ, നിക്ഷേപകൻ "ഒന്നുകളുടെ" ഒരു ഫീൽഡിൽ കളിക്കാൻ

തിരഞ്ഞെടുത്ത് ഹോം റൺ അടിക്കുന്നതിന്, ബോധപൂർവ്വമായ ആവർത്തനം തന്ത്രമായി മാറേണ്ടതുണ്ട്.

ആവർത്തനം ലാഭകരമാണ്, സിംഗിളുകളിൽ അധിഷ്ഠിത ബിസിനസ്സാണ് ഹോം റണ്ണിലേക്ക് അളവ് കൂട്ടുന്നത്.

ഫ്രാഞ്ചൈസിംഗ് തന്നെ ബോധപൂർവ്വമായ ആവർത്തനത്തിന്റെ മറ്റൊരു ഉദാഹരണമാണ്.

നിങ്ങൾ ബോധപൂർവ്വമായ ആവർത്തനത്തെ മനസ്സിൽ കണ്ടുകൊണ്ട് ഒരു ചെറിയ സ്റ്റോർ നിർമ്മിക്കുകയാണെങ്കിൽ, നിങ്ങളുടെ ലക്ഷ്യം ഒരു കട അല്ല, എന്നാൽ നൂറുകണക്കിന്, ഒരുപക്ഷേ ആയിരക്കണക്കിന്, ചെയിനിങ്ങിലൂടെ അല്ലെങ്കിൽ ഫ്രാഞ്ചൈസിംഗിലൂടെ.

പല വിജയങ്ങൾ ആവർത്തിക്കുന്നതിനുമുൻപേ ആവർത്തകനായ വ്യക്തി തന്റെ ബിസിനസ്സിലേക്കു പോകുകയും തന്റെ സിസ്റ്റത്തിലൂടെ പലയിടത്തും കുക്കി-കട്ട് ചെയ്യുകയും ചെയ്യുന്നു. ഒരു ചെറിയ സ്റ്റോർ പലപ്പോഴും നാല് നിയമങ്ങളുടെ ലംഘനമായി ആരംഭിക്കുന്നു. പക്ഷേ ആവർത്തനത്തിലൂടെ ഒരു പൂർണ്ണ ഫാസ്റ്റ്ലെയ്ൻ സംരംഭത്തിലേക്ക് വേഗത്തിൽ മാറ്റാൻ കഴിയും. ഫാസ്റ്റ്ലെയ്ൻ ഫ്രാഞ്ചൈസിംഗിന്റെ അടിസ്ഥാനം വ്യവസ്ഥാപിതമായി ഒരു പ്രാദേശിക ബിസിനസ് കെട്ടിപ്പടുക്കുക എന്നതാണ്. തുടർന്ന്, ആശയം ദേശീയതലത്തിലോ ലോകവ്യാപകമായോ ഫ്രാഞ്ചൈസ് ചെയ്യുക. ആവർത്തകന്റെ ലക്ഷ്യം ഒരു ആശയം, ഒരു ബ്രാൻഡ്, ഒരു സിസ്റ്റം എന്നിവ ആവർത്തിക്കുകയും വിൽക്കുകയും അതിൽനിന്ന് സ്വയം ഒഴിവാക്കുകയും ചെയ്യുക എന്നതാണ്. നിങ്ങളുടെ ചെറിയ ഭക്ഷണശാല പ്രത്യേകിച്ച് ഫാസ്റ്റ്ലെയ്ൻ ആയിരിക്കില്ലെങ്കിലും ബോധപൂർവ്വമായ ആവർത്തനം എന്ന പ്രക്രിയയിലൂടെ ചെയിനിംഗിലൂടെയോ പകർപ്പെടുക്കുകയോ ഫ്രാഞ്ചൈസിയോ വഴി ഫാസ്റ്റ്ലെയ്നിലേക്ക് മാറ്റാം.

എന്റെ ഫോറത്തിലെ ഒരു ജനപ്രിയ ത്രെഡ് "ഒരു മിഠായി മാടക്കട ഫാസ്റ്റ് ലെയ്നാണോ?" എന്ന പേരിലായിരുന്നു. മാളിൽ സ്വയം പ്രവർത്തിക്കുന്ന മിഠായി കടകൾ ഉണ്ടോ എന്നും ഒരു ഫാസ്റ്റ്ലെയ്ൻ പ്ലാൻ ആണോ എന്നും അറിയാൻ ഒരു ഫോറം ഉപയോക്താവിന് താൽപ്പര്യമുണ്ട്. ഒരു ഒറ്റപ്പെട്ട നിലയിൽ, ഇല്ല. എന്നാൽ ബോധപൂർവ്വമായ ആവർത്തനത്തിന്റെ കൂടെ? ഒരുപക്ഷേ, ഓൺലൈൻ റീട്ടെയിൽ അമേരിക്കയിലെ എല്ലാ മാളുകളെയും കൊല്ലുന്നില്ല എന്ന് അനുമാനിക്കാം.

ഒരു മാളിലെ ഒരു മാടക്കട നിങ്ങളെ സമ്പന്നനാക്കാൻ പോകുന്നില്ല. കാരണം ഇത് സിംഗിൾസ് അധിഷ്ഠിത ബിസിനസ്സാണ്. എന്നിരുന്നാലും, 50 മാളുകളിലായി 200 മാടക്കടകൾ ഉണ്ടെങ്കിൽ സാധ്യമാകാം. കാരണം, അത് അറ്റ വരുമാനം സൃഷ്ടിക്കുകയും ആസ്തി മൂല്യം അളവ് കൂട്ടുകയും വ്യാപ്തിയുടെ വലിയ സ്വാധീനം ചെലുത്തുകയും ചെയ്യുന്നു.

പരിമിതമായ തോതിലുള്ള ഫാസ്റ്റ്ലെയ്നറിന്റെ പ്രതികരണമാണ് ബോധപൂർവ്വമായ ആവർത്തനം.

അധ്യായ സംഗ്രഹം : ഫാസ്റ്റ്ലെയ്ൻ പ്രത്യേകതകൾ

- മികച്ച ഫാസ്റ്റ്ലെയ്നുകൾ അഞ്ച് നിയമങ്ങളും നിറവേറ്റുന്നു : നിയന്ത്രണം, പ്രവേശനം, ആവശ്യം, സമയം, ഒപ്പം സ്കെയിൽ.

- ആവശ്യകതയെ അടിസ്ഥാനമാക്കിയുള്ള ഒരു ആമുഖം അനുമാനിക്കുകയാണെങ്കിൽ, ഇന്റർനെറ്റ് ഏറ്റവും വേഗതയേറിയ അന്തർസംസ്ഥാനമാണ്. കാരണം അത് എല്ലാ നിയമങ്ങളെയും പൂർണ്ണമായി തൃപ്തിപ്പെടുത്തുന്നു.
- ഏത് തരത്തിലുള്ള തുറന്ന റോഡുകൾക്കും നവീകരണം ആകാൻ കഴിയും : എഴുത്ത്, കണ്ടുപിടുത്തം, അല്ലെങ്കിൽ സേവനങ്ങൾ.
- കണ്ടുപിടുത്തം വിജയിക്കുന്നതിന് വിതരണവുമായി ബന്ധിപ്പിക്കേണ്ടതുണ്ട്.
- ഒരു സിംഗിൾസ് അധിഷ്ഠിത ബിസിനസ് ബോധപൂർവ്വമായ ആവർത്തനത്തിലൂടെ ഹോം-റൺ ബിസിനസ്സിലേക്ക് സ്കെയിൽ ചെയ്യപ്പെടുന്നു. ആവർത്തനത്തിലൂടെ, സ്കെയിൽ കീഴടക്കുന്നു.

നിങ്ങളുടെ തുറന്ന വഴി കണ്ടെത്തുക

ആദ്യം, വിചിത്രമായ ഒരു പുതിയ കാര്യം ചെയ്യാൻ കഴിയുമെന്ന് ആളുകൾ വിശ്വസിക്കാൻ വിസമ്മതിക്കുന്നു. പിന്നീട് അത് ചെയ്യാൻ കഴിയുമെന്ന് അവർ പ്രതീക്ഷിക്കാൻ തുടങ്ങുന്നു, അപ്പോൾ അത് ചെയ്യാൻ കഴിയുമെന്ന് അവർ കാണുന്നു, അപ്പോൾ അത് സംഭവിക്കുന്നു, എന്തുകൊണ്ട് നൂറ്റാണ്ടുകൾക്കുമുൻപ് അത് ചെയ്തില്ലായെന്ന് ലോകം മുഴുവൻ അത്ഭുതപ്പെടുന്നു.

—ഫ്രാൻസിസ് ഹോഡ്ജ്സൺ ബർണെറ്റ്

ആവശ്യങ്ങൾ, ആശയങ്ങൾ, അവസരങ്ങൾ കൂടാതെ തുറന്ന പാതയും

അവസരങ്ങളും അവർ പ്രതിനിധാനം ചെയ്യുന്ന തുറന്ന വഴികളും എല്ലായിടത്തും ഉണ്ട്. ചുറ്റും നോക്കുക. സ്റ്റോർ കൗണ്ടറിൽ പരാതി പറയുന്ന ആൾ. അവസരം. ആ മണ്ടത്തരമായ വോയ്സ്മെയിൽ നിങ്ങൾ ബാങ്കിലേക്ക് വിളിക്കുമ്പോൾ നാവിഗേറ്റ് ചെയ്യുന്നത് നിങ്ങൾക്ക് വെറുപ്പാണ്. അവസരം. അങ്ങാടിയിൽ തളർന്നു കിടക്കുന്ന വിൽക്കാത്ത വീട്. അവസരം. റോഡിന്റെ വശത്തുള്ള ആ മാലിന്യം. അവസരം. റഫ്രിജറേറ്ററിൽ രണ്ട് ദിവസം മാത്രം നീണ്ടുനിന്ന ചീഞ്ഞ സാലഡ്. അവസരം. ആ ഓൺലൈൻ ഫോറത്തിൽ ചീറിപ്പായുന്ന ആളുകൾ. അവസരം.

നിങ്ങൾക്ക് ചുറ്റുമുള്ള അവസരങ്ങൾ നിങ്ങൾക്ക് കാണാൻ കഴിയുന്നില്ലെങ്കിൽ, നിങ്ങൾ അവയ്ക്ക് നേരെ ഫാസ്റ്റ്ലെയ്ൻ ട്യൂൺ ചെയ്തിട്ടില്ല. ചില ചെറിയ മാനസിക ക്രമീകരണങ്ങൾ വരുത്തുമ്പോൾ, അടച്ചതായി തോന്നുന്ന റോഡുകൾ പെട്ടെന്ന് തുറക്കുന്നു. പല സംരംഭകരും അവസരം തെറ്റായി വ്യാഖ്യാനിക്കുന്നു. കാരണം, അവർ അവസരത്തെ മുന്നേറ്റവും ഇതിഹാസവുമായ ആശയങ്ങളായി ബന്ധപ്പെടുത്തുന്നു. അവർ പരിപൂർണ്ണവും പുതിയതുമായ അനാവരണം ചെയ്യപ്പെടാത്ത ആശയങ്ങൾ തേടുന്നു; മഹത്തായ സംഭവങ്ങളിൽ അനാവരണം ചെയ്യപ്പെടുന്നവ. അപൂർവ്വമായി അങ്ങനെ സംഭവിക്കുന്നു.

ലൈറ്റ് ബൾബ് അല്ലെങ്കിൽ കാർ, പോലെയുള്ള ചില തട്ടുപൊളിപ്പൻ മുന്നേറ്റങ്ങളെ കുറിച്ചാവുന്ന അവസരങ്ങൾ അപൂർവ്വമാണ്. എന്നാൽ, നിറവേറ്റാത്ത ആവശ്യം പോലെ ലളിതമാണ്, അല്ലെങ്കിൽ വേണ്ടത്ര നിറവേറ്റാത്ത ആവശ്യം

പോലെയാണ്. അവസരം ഒരു അസൗകര്യത്തിനുള്ള പരിഹാരമാണ്. അവസരം ലളിതമാണ്. അവസരം ഒരു തോന്നൽ ആണ്. അവസരം ആശ്വാസമാണ്. മികച്ച സേവനമാണ് അവസരം. അവസരം വേദന പരിഹരിക്കുന്നു. അവസരം ദുർബ്ബലമായ കമ്പനികളെ ബിസിനസ്സിൽനിന്ന് പുറത്താക്കുന്നു.

ആരോ അത് ചെയ്യുന്നു

നിങ്ങൾക്ക് ഒരു മികച്ച ആശയം ലഭിച്ചു, പക്ഷേ ആരെങ്കിലും ഇതിനകം അത് ചെയ്യുന്നുണ്ടോ? അതുകൊണ്ടെന്ത്. അത് നന്നായി ചെയ്യുക.

"ആരോ അത് ചെയ്യുന്നു" എന്നത് അസാദ്ധ്യമായ തടസ്സം അടിച്ചേൽപ്പിക്കുന്ന ഒരു സ്മാരക മിഥ്യയാണ്. ആരെങ്കിലും എപ്പോഴും അത് ചെയ്യുന്നുണ്ട്. നിങ്ങൾക്ക് അത് നല്ലതായി ചെയ്യാൻ കഴിയുമോ എന്നതാണ് ഏറ്റവും വലിയ ചോദ്യം? നിങ്ങൾക്ക് ആവശ്യം നന്നായി നിറവേറ്റാനോ കൂടുതൽ മൂല്യം വാഗ്ദാനം ചെയ്യാനോ മികച്ച വിപണനക്കാരനാകാനോ കഴിയുമോ? ഇന്റർനെറ്റിൽ ഒരു ലിമോസിൻ പോർട്ടൽ തുടങ്ങാനുള്ള എന്റെ ആശയം എന്നെ ആകർഷിച്ചപ്പോൾ, ഞാൻ അത് ഒരു ഐതിഹാസിക ആശയമായിരുന്നുവെന്ന് ചിന്തിച്ചു... അതായത്, ഞാൻ വെബിൽ പോയി തിരയുന്നതുവരെ. പ്രാകൃതവും ഉപദ്രവിക്കപ്പെടാത്തതുമായ ആശയമാണെന്ന് ഞാൻ കരുതിയവ ചെയ്യുന്ന ഒരു ഡസൻ കമ്പനികൾ അവിടെ ഇതിനകം ഉണ്ടായിരുന്നു.

ആ സമയത്ത്, എന്റെ ഫ്രീക്വൻസി ട്യൂൺ ചെയ്തിരുന്നില്ല. ഞാൻ ആ ആശയം ഉപേക്ഷിക്കുകയും ആ കുപ്രസിദ്ധ തട്ടുപൊളിപ്പൻ ആശയം തേടിയുള്ള പുതിയ മസ്തിഷ്കോദ്ദീപന സെഷൻ, ഭൂമിയിലെ 7 ബില്യൺ ആളുകളിൽ ഒരാൾ പോലും ഒരിക്കലും ചിന്തിച്ചിട്ടില്ലാത്ത ഒരു ആശയം ആലോചിക്കാൻ പോവുകയായിരുന്നു. എന്നാൽ എന്റെ ഒരു സുഹൃത്ത് എന്റെ ആ ധാരണയെ തടസ്സപ്പെടുത്തുകയും എന്റെ ആന്റിനയെ ശരിയായ ട്യൂണിലേക്ക് ചവിട്ടുകയും ചെയ്തു. അവൾ പറഞ്ഞു, "എല്ലായിടത്തും മത്സരം ഉണ്ട്. അത് ചെയ്യുക, നന്നായി ചെയ്യുക." അവൾ പറഞ്ഞത് ശരിയാണ്. മത്സരമാണ് ബിസിനസ്സിന്റെ പ്രധാന ഘടകം. ഈ അവസരം ഒരു തുറന്ന റോഡ് ആയിരുന്നു, അടച്ചതല്ല. നിലവിലുള്ള ഈ വെബ് ഡയറക്ടറികൾ എളുപ്പത്തിൽ കണ്ടെത്താനായില്ല, കൂടാതെ, മിക്കവാറും, ഉപയോക്തൃ സൗഹൃദമായിരുന്നില്ല. മോശമായി നിറവേറ്റപ്പെട്ട ഒരു ആവശ്യം ഞാൻ തിരിച്ചറിഞ്ഞു "റോഡ് അടച്ചിരിക്കുന്നു" എന്ന് മുന്നറിയിപ്പുള്ള നിരവധി ബാരിക്കേഡുകൾ ഉണ്ടായിരുന്നിട്ടും, അവസരങ്ങളുടെ ഈ പാത ഓടിക്കാൻ ഞാൻ തീരുമാനിച്ചു. ഒരു പതിറ്റാണ്ടിനുശേഷം, ഞാൻ ഭയപ്പെട്ടിരുന്ന കമ്പനികളെല്ലാം അപ്രത്യക്ഷമാവുകയോ അപ്രധാനമാവുകയോ ചെയ്തു. വാസ്തവത്തിൽ, വ്യവസായ പ്രമുഖൻ എന്റെ ആധിപത്യത്തിനോട് പ്രതികരിക്കാൻ കഴിയാതെ, ഒരു ബദൽ സേവനത്തിലേക്ക് വഴിതിരിച്ചുവിട്ടു.

വലിയ ആശയം മറക്കുക; മികച്ചതിനായി പോകുക

വിജയകരമായ ബിസിനസ്സുകൾ ചില ഐതിഹാസിക ആശയങ്ങളിൽനിന്ന് അപൂർവ്വമായി വികസിക്കുന്നു. ഇല്ല, ഭാഗ്യമുള്ള സംരംഭകർ നിലവിലുള്ള ആശയങ്ങൾ സ്വീകരിക്കുകയും അവ മെച്ചപ്പെടുത്തുകയും ചെയ്യുന്നു. മോശമായി ചെയ്തിരുന്ന ആവശ്യങ്ങളെ അവർ നന്നായി പരിഹരിക്കുന്നു. *വലിയ ആശയം ഒഴിവാക്കി വലിയ നിർവ്വഹണത്തിലേക്ക് പോകുക.* നിങ്ങൾക്ക് ഇതുവരെ ചെയ്യാത്ത

ഒരു ആശയം ആവശ്യമില്ല. പഴയ ആശയങ്ങൾ മതി; എടുക്കുക അത് നന്നായി ചെയ്യുക! ആരും ചെയ്യാത്തതുപോലെ നിർവ്വഹിക്കുക!

വർഷങ്ങൾക്കുമുൻപ്, സെർജി ബ്രിനും ലാറി പേജും ഇന്റർനെറ്റ് ലാൻഡ്സ്കേപ്പിലേക്ക് നോക്കി പറഞ്ഞു "ഉഫ്, അവിടെ ധാരാളം സെർച്ച് എഞ്ചിനുകൾ ഉണ്ട്—യാഹൂ, സ്നാപ്പ്, ആൾടാ വിസ്ത—എന്തുകൊണ്ടാണ് ഗൂഗിൾ ആരംഭിക്കുന്നത്? അത് ചെയ്തുകഴിഞ്ഞിരിക്കുന്നു!" നന്ദി, അവർ അങ്ങനെ ചെയ്തില്ല, ഇപ്പോൾ ഗൂഗിൾ ഏറ്റവും കൂടുതൽ ഉപയോഗിക്കുന്ന സെർച്ച് എഞ്ചിനാണ്, അത് കാരണം ബ്രിനും പേജും ഇപ്പോൾ കോടീശ്വരന്മാരാണ്. തികച്ചും പുതിയ ആശയം? അല്ല, വലിയ നിർവ്വഹണത്തിലൂടെ ഒരു ആവശ്യം മികവിൽ പരിഹരിച്ചു.

ഡിപ്പാർട്ട്മെന്റ് സ്റ്റോറുകൾ പതിറ്റാണ്ടുകളായി ഉണ്ട്, പക്ഷേ അത് സാം വാൾട്ടൺ-നെ തടഞ്ഞില്ല വാൾ-മാർട്ട് സൃഷ്ടിക്കുന്നതിൽനിന്ന്. റോഡ് അടഞ്ഞു കിടക്കുന്നതു പോലെ തോന്നിയിരുന്നെങ്കിലും തുറന്ന റോഡായിരുന്നു അത്.

പതിറ്റാണ്ടുകളായി ഹാംബർഗറുകൾ ഉണ്ടായിരുന്നു, പക്ഷേ അത് റേ ക്രോക്കിനെ തടഞ്ഞില്ല, കമ്പനിയിൽ ചേർന്നതിനുശേഷം മക്ഡൊണാൾഡ്സിനെ വളർത്തുന്നതിന്. റോഡ് അടഞ്ഞുകിടക്കുന്നതു പോലെ തോന്നിയിരുന്നെങ്കിലും തുറന്ന റോഡായിരുന്നു അത്.

സ്റ്റാർബക്സ് ആശയത്തിലേക്ക് ഹോവാർഡ് ഷുൾട്സ് വന്നപ്പോൾ ആയിരം വർഷമായി ലോകത്ത് കോഫി ഉണ്ടായിരുന്നു. ഒരു പുതിയ ആശയം? അല്ല, സ്റ്റാർബക്സ് കോഫി ഫാഷനാക്കി, ഒരു ബ്രാൻഡ് നിർമ്മിച്ചെടുത്തു, ഒരു ചുറ്റുപാട്, ഒരു വികാരം എന്നിവ കണ്ടുപിടിച്ച് അത് കോഫിയിൽ ബന്ധിപ്പിച്ചു. റോഡ് അടഞ്ഞു കിടക്കുന്നതു പോലെ തോന്നിയിരുന്നെങ്കിലും തുറന്ന റോഡായിരുന്നു അത്.

ഡിവിഡി വാടകയ്ക്ക് കൊടുക്കുന്ന സ്റ്റോറുകൾ വളരെക്കാലമായി ഉണ്ടായിരുന്നു, പക്ഷേ അത് നെറ്റ്ഫ്ലിക്സിനെയോ റെഡ് ബോക്സിനേയോ ഒരു കമ്പനി ആരംഭിക്കുന്നതിൽനിന്നും, ആവശ്യകത സമവാക്യത്തിലേക്ക് "സൗകര്യം" ചേർക്കുന്നതിൽനിന്നും തടഞ്ഞില്ല. റോഡ് അടഞ്ഞുകിടക്കുന്നതുപോലെ തോന്നിയെങ്കിലും അത് തുറന്ന റോഡായിരുന്നു.

ആയിരക്കണക്കിന് വർഷങ്ങളായി ബിയർ ഉണ്ടാക്കുന്നു. പക്ഷേ അത് ജിം കോച്ചിനെ തടഞ്ഞില്ല, ഡോഗ്ഫിഷ് ഹെഡ് ക്രാഫ്റ്റ് ബ്ര്യൂവറി ആരംഭിക്കുന്നതിൽനിന്നോ, സാം ആഡംസ് അല്ലെങ്കിൽ സാം കാലജിയോണിൽനിന്നോ തടഞ്ഞില്ല. ഇപ്പോൾ അമേരിക്കയിൽ അതിവേഗം വളരുന്ന ബ്രൂവറിയാണിത്. 1995-ൽ 10-ഗാലൺ ഹോം ബ്രൂ കിറ്റും ചെറിയ പണവുമായിട്ടാണ് ഡോഗ് ഫിഷ് ആരംഭിച്ചത്. ഒരു തുറന്ന വഴി ഉണ്ടായിരുന്നു, റോഡ് അടഞ്ഞതായി തോന്നിയപ്പോൾ.

മനുഷ്യർ ഈ ഗ്രഹത്തിൽ നടന്ന കാലം മുതൽ മാലിന്യങ്ങൾ ഉണ്ട്. എന്നിട്ടും 1-800-GOT-JUNK ആരംഭിക്കുന്നതിൽനിന്നും തുടർന്ന് ഫ്രാഞ്ചൈസിംഗിൽ നിന്നും ബ്രയാൻ സ്കഡാമോറിനെ ആരും തടഞ്ഞില്ല, അല്ലെങ്കിൽ വെയ്ൻ ഹ്യൂയിംഗയെ ഒരു ട്രക്കും ഒപ്പം ഒരുപിടി ഉപഭോക്താക്കളെയും ഉപയോഗിച്ച് വേസ്റ്റ് മാനേജ്മെന്റ് സ്ഥാപിക്കുന്നതിൽനിന്നോ ഇത് തടഞ്ഞോ? പിന്നീട് അദ്ദേഹം മാലിന്യസംസ്കരണത്തെ ഫോർച്യൂൺ 500 കമ്പനി ആയി നിർമ്മിച്ചു. മാലിന്യം ഒരു പുതിയ ആവശ്യമാണോ? അതോ മെച്ചപ്പെട്ട പൂർണ്ണമായ നിർവ്വഹണം ആവശ്യമായിരുന്നോ? ഇത് റോഡ് അടച്ചതായി തോന്നിയപ്പോഴും ഒരു തുറന്ന റോഡായിരുന്നു.

കൈകളുള്ള ഒരു പുതപ്പ്? ഇത് വർഷങ്ങളായി തുടരുന്നു, പക്ഷേ ഇൻഫോമെർഷ്യൽ മാർക്കറ്റിംഗ് വഴി 40 ദശലക്ഷം ബ്ലാങ്കറ്റുകൾ വിൽക്കുന്നതിൽ നിന്ന് അത് സ്നഗ്ഗിയെ തടഞ്ഞില്ല. ഒരു പഴയ ആശയം നന്നായി വിപണനം ചെയ്തു മികച്ച രീതിയിൽ നടപ്പിലാക്കുകയും ചെയ്തു. റോഡ് അടഞ്ഞുകിടക്കുന്നതുപോലെ തോന്നിയെങ്കിലും തുറന്ന റോഡായിരുന്നു.

ഫേസ്ബുക്കിന് മുൻപ് മൈസ്പേസ് നന്നായി വികസിച്ചിരുന്നു. പക്ഷേ അത് മാർക്ക് സുക്കർബർഗിനെ തടഞ്ഞില്ല. അദ്ദേഹം ഒരു പ്രധാന ആവശ്യം കാണുകയും അത് പരിഹരിക്കുകയും ചെയ്തു. പിന്നീട് അതിന്റെ വളർച്ചയെ തുടർന്ന് അതിനെ കൂടുതൽ മെച്ചപ്പെട്ടതാക്കി. റോഡ് അടഞ്ഞുകിടക്കുന്നതുപോലെ തോന്നിയെങ്കിലും തുറന്ന റോഡായിരുന്നു.

മോശമായി നിറവേറ്റുന്ന ആവശ്യങ്ങൾ പലപ്പോഴും അടഞ്ഞതായി കാണപ്പെടുന്ന തുറന്ന റോഡുകളാണ്. വിജയകരമായ ബിസിനസ്സുകൾ നിലവിലുള്ള ആശയങ്ങളും സേവനങ്ങളും ഉൽപ്പന്നങ്ങളും എടുത്ത് അവയെ മികച്ചതാക്കുന്നു അല്ലെങ്കിൽ അവരെ പുതിയ ദിശകളിലേക്ക് തിരിച്ചുവിടുന്നു.

തുറന്ന റോഡുകൾ എങ്ങനെ കണ്ടെത്താം

ഫാസ്റ്റ്ലെയ്ൻ അവസരത്തിനായി ചൂഷണം ചെയ്യാവുന്ന ഒരു ആവശ്യം ഞാൻ കണ്ടെത്താത്ത ഒരു ദിവസം പോലും കടന്നുപോകുന്നില്ല. അവസരങ്ങളുടെ ഭ്രൂപ്രകൃതി ഞാൻ കാണുന്നത് കാരണം എന്റെ മനസ്സ് എന്റെ ഇന്ദ്രിയങ്ങളെ ക്രമീകരിച്ചിരിക്കുന്നു. മിക്ക ആളുകളും കാണാത്തത് ഞാൻ കാണുകയും കേൾക്കുകയും ചെയ്യുന്നു. നിങ്ങളുടെ കണ്ണുകളും ചെവികളും ഒരേ ആവൃത്തിയിലേക്ക് എങ്ങനെ ട്യൂൺ ചെയ്യാം? ഒരു ചെറിയ പരിശീലനത്തിലൂടെ, ഇത് എളുപ്പമാണ്.

തുറന്ന റോഡുകൾ, ആവശ്യങ്ങൾ, അവസരങ്ങൾ എന്നിവ "കോഡ് പദങ്ങൾ" അല്ലെങ്കിൽ "ഇതൊരു അവസരമാണ്!" എന്ന നിലവിളിയുടെ മുഖവുരയുമായാണ് വരുന്നത്. ഈ നിലവിളിയിൽ നിങ്ങൾ പിടിക്കുമ്പോൾ (അല്ലെങ്കിൽ മറ്റാരെങ്കിലും) നിങ്ങൾ സാധ്യമായ ഒരു അവസരം കണ്ടെത്തി. ഇതാ ഏറ്റവും കൂടുതൽ ഉപയോഗിക്കുന്ന സാധാരണ വാക്യങ്ങൾ :

"ഞാൻ വെറുക്കുന്നു..."
നിങ്ങൾ എന്താണ് വെറുക്കുന്നത്? വിദ്വേഷം പരിഹരിക്കുക, അവിടെ നിങ്ങളുടെ തുറന്ന വഴിയുണ്ട്.

"എനിക്ക് ഇഷ്ടമല്ല..."
നിങ്ങൾക്ക് എന്താണ് ഇഷ്ടപ്പെടാത്തത്? അനിഷ്ടം നീക്കം ചെയ്യുക, അവിടെ നിങ്ങളുടെ തുറന്ന വഴിയുണ്ട്.

"ഇത് എന്നെ നിരാശനാക്കുന്നു..."
എന്താണ് നിരാശാജനകമായത്? നിരാശ നീക്കം ചെയ്യുക, അവിടെ നിങ്ങളുടെ തുറന്ന വഴിയുണ്ട്.

"എന്തുകൊണ്ടാണിത് ഇങ്ങനെ?"
എനിക്കറിയില്ല, അത് എന്തുകൊണ്ടാണെന്ന്? "എന്തുകൊണ്ട്" നീക്കം ചെയ്യുക, അവിടെ നിങ്ങളുടെ തുറന്ന വഴിയുണ്ട്.

"ഞാനങ്ങനെ ചെയ്യണോ?"
നിങ്ങൾ ചെയ്യണോ? "ചെയ്യണോ" നീക്കം ചെയ്യുക. അവിടെ നിങ്ങളുടെ തുറന്ന വഴിയുണ്ട്.

"ഞാൻ ആഗ്രഹിക്കുന്നുണ്ടായിരുന്നു..."
നിങ്ങൾ എന്താണ് ആഗ്രഹിക്കുന്നത്? നിങ്ങൾ ആഗ്രഹിക്കുന്നുവെങ്കിൽ, മറ്റുള്ളവരും ആഗ്രഹിക്കുന്നു. ആഗ്രഹങ്ങൾ സാക്ഷാത്കരിക്കുക, ഒപ്പം അവിടെ നിങ്ങളുടെ തുറന്ന വഴിയുണ്ട്.

"ഞാൻ ക്ഷീണിച്ചു..."
നിങ്ങൾ എന്തിലാണ് ക്ഷീണിച്ചത്? ആരുടെയെങ്കിലും ക്ഷീണം പരിഹരിക്കുക, നിങ്ങളുടെ തുറന്ന വഴിയുണ്ട്.

"ഇത് കഷ്ടപ്പെട്ട ജോലിയാണ്..."
എന്താണ് കഷ്ടം? കഷ്ടത്തരം നീക്കം ചെയ്യുക അല്ലെങ്കിൽ കുറയ്ക്കുക, അവിടെ നിങ്ങളുടെ തുറന്ന വഴിയുണ്ട്.

പ്രവചിക്കാവുന്ന കോഡ് വാക്കുകൾ ധരിക്കുന്ന അവസരം, അത് അതിന്റെ സാന്നിധ്യം ശ്രദ്ധയിൽപ്പെടുത്തുന്നു. ഉദാഹരണത്തിന്, ഞാൻ ഒരു അനിപുണനായ ആഹാരികനാണ്. ഒരു വെള്ള ഷർട്ടും സ്പഗറ്റിയും കിട്ടിയാൽ തീർന്നു. അനിപുണത മാറ്റിവെച്ചാൽ, എന്റെ വായയുടെ ഉള്ളിൽ എന്റെ ചുണ്ടുകൾ കടിക്കുന്ന ഒരു മോശം കഴിവുണ്ട്. ഞാൻ എന്നെത്തന്നെ കടിക്കുമ്പോൾ, ഓരോ തവണയും ഒരു വ്രണം രൂപം കൊള്ളുന്നു. എനിക്ക് ഗ്രേഡ് സ്കൂൾ മുതൽ വല്ലാത്ത വ്രണ പ്രശ്നങ്ങൾ ഉണ്ടായിരുന്നു. എനിക്ക് ഉണ്ടായ അവസാനത്തെ വ്രണം ഒരാഴ്ച നീണ്ടുനിൽക്കുകയും അത് വേദനാജനകവുമായിരുന്നു. "ഈ വ്രണങ്ങളിൽ ഞാൻ മടുത്തു!" "എനിക്ക് വയറു വേദനിച്ചു." ഭാഷ ശ്രദ്ധിക്കുക, "ഞാൻ തളർന്നു..." അവസരത്തിന്റെ മണി അടിച്ചില്ലേ!

എന്റെ അസ്വസ്ഥത എന്നെ വ്രണ ഗവേഷണത്തിനായി ഇന്റർനെറ്റിലേക്ക് നയിച്ചു. ഞാൻ ചില പരസ്പരവിരുദ്ധമായ അനുമാനങ്ങളും അവയെ എങ്ങനെ തടയാം എന്നതിനെക്കുറിച്ചുള്ള വിവരങ്ങളും കണ്ടെത്തി. ചിലർ വിറ്റാമിൻ എക്സ് ശുപാർശ ചെയ്തപ്പോൾ മറ്റുള്ളവർ ഹെർബ് വൈ (വിറ്റാമിൻ എക്സ്, ഹെർബ് വൈ എന്നിവ ശുപാർശ ചെയ്തു. ഞാൻ എന്റെ ഫോർമുല സംരക്ഷിക്കുന്നതിനാൽ യഥാർത്ഥ പേരല്ല!) അതിനാൽ, ഞാൻ വിറ്റാമിൻ എക്സ് വാങ്ങി ഒപ്പം ഹെർബ് വൈയും എന്റെ അടുത്ത ച്യൂയിംഗ് മിസ്റ്റേക്ക് വരെ കാത്തിരുന്നു.

അങ്ങനെ അത് സംഭവിച്ചു. കുറച്ച് ഓട്സ് കഴിക്കുന്നതിനിടയിൽ ഞാൻ ചുണ്ടിൽ കടിച്ചു. കുറച്ച് ദിവസങ്ങൾക്കുശേഷം കടിയേറ്റ സ്ഥലത്ത് ഒരു വ്രണം ഉണ്ടാകുന്നതായി എനിക്ക് തോന്നി. ഞാൻ വിറ്റാമിൻ എക്സും ഹെർബ് വൈയും കഴിച്ചു. ശ്രദ്ധേയമെന്നു പറയട്ടെ, വ്രണം ഒരിക്കലും രൂപപ്പെട്ടില്ല, വിറ്റാമിൻ എക്സും ഹെർബ് വൈയും വ്രണ പ്രതിരോധമായി പ്രവർത്തിച്ചു. ഇപ്പോൾ, നേരത്തെ കടിയേറ്റ മുറിവിൽനിന്ന് എനിക്ക് വ്രണം അനുഭവപ്പെട്ടുമ്പോൾ, ഞാൻ ഈ പ്രക്രിയ ആവർത്തിക്കുന്നു, ഓരോ തവണയും വ്രണം സംഭവിക്കുന്നില്ല. ഏകദേശം മൂന്ന് വർഷമായി എനിക്ക് വ്രണം ഉണ്ടായിട്ടില്ല! ഞാൻ മാസത്തിൽ ഒരു തവണ എന്ന നിലയിൽനിന്നും ഒന്നുമില്ല എന്ന തരത്തിലേക്ക് പോയി. എന്റെ അവസരം

വ്യക്തമാണ്. എനിക്ക് എന്റെ പ്രത്യേക “വ്രണ സൂത്രവാക്യം” ജനങ്ങളോട് മാർക്കറ്റ് ചെയ്യാം. എനിക്ക് നിയന്ത്രണവും മാന്യമായ പ്രവേശന തടസ്സങ്ങളും സ്കെയിലും സമയവുമുണ്ട്. എത്ര അനേകം ആളുകൾ ഈ വ്രണങ്ങൾ അനുഭവിക്കുന്നുണ്ടാകും? ഈ കാങ്കർ പ്രതിരോധ സൂത്രവാക്യങ്ങൾ എത്രയെണ്ണം ഉണ്ടാകും? കുറച്ച്, പക്ഷേ അവ നന്നായി വിപണനം ചെയ്യപ്പെടുന്നുണ്ടോ? എനിക്ക് നന്നായി നടപ്പിലാക്കാൻ കഴിയുമോ? (കുറിപ്പ് : എന്റെ ഭക്ഷണക്രമം ശരിയാക്കുന്നത് ആത്യന്തികമായി എന്റെ വ്രണങ്ങളും എന്റെ ഫോർമുലയുടെ ആവശ്യകതയും അവസാനിപ്പിച്ചു!)

തുറന്ന റോഡുകളുടെ അവസരങ്ങൾ എളുപ്പത്തിൽ നിറംകൊടുത്ത ഭാഷയിൽ വരുന്നു : അസ്വസ്ഥത, ദുരിതം, അസൗകര്യം, പരാതികൾ, പ്രശ്നങ്ങൾ, പ്രകടന വിടവുകൾ. നിങ്ങൾ തീർച്ചയായും ഈ വെല്ലുവിളികളെ ആക്രമിക്കുകയും പരിഹാരങ്ങൾ അവതരിപ്പിക്കുകയും ചെയ്യുക – ജനങ്ങൾക്ക് പരിഹാരങ്ങൾ വാഗ്ദാനം ചെയ്യുക. പണം പിന്തുടരുമെന്ന് ഞാൻ ഉറപ്പ് നൽകുന്നു! ധാർമ്മികത : മറ്റുള്ളവരുടെ പ്രശ്നങ്ങൾ പരിഹരിക്കുക, നിങ്ങൾ നിങ്ങളുടെ സ്വന്തം പണ പ്രശ്നങ്ങൾ പരിഹരിക്കുക തന്നെ ചെയ്യും!

പരാജയം റോഡുകൾ തുറന്നുതരുന്നു

നിർഭാഗ്യവശാൽ, ഏറ്റവും കുറവ് യാത്ര ചെയ്ത ഫാസ്റ്റ്‌ലെയ്ൻ റോഡുകൾ പരാജയത്തിലാണ് വഴി ഒരുക്കിയത്, സുഗമമായ ടാറല്ല. ഇതിനർത്ഥം തടസ്സങ്ങൾ ഉറപ്പുനൽകുന്നു എന്നാണ്. വിജയത്തിലേക്കുള്ള പാതയിൽ എല്ലാവരും പരാജയപ്പെടുന്നു. തോൽക്കുന്നവരിൽനിന്ന് വിജയിക്കുന്നവരെ വേർതിരിക്കുന്നത് പരാജയം ഉണ്ടാകുമ്പോൾ സംഭവിക്കുന്നതെന്താണ് എന്നതാണ്. നിങ്ങൾ എങ്ങനെ പ്രതികരിക്കാൻ പോകുന്നു? “ഈ ഫാസ്റ്റ്‌ലെയ്ൻ ഷിറ്റ് പ്രവർത്തിക്കുന്നില്ല,” എന്ന വിധിയോടെ നിങ്ങളുടെ യാത്ര അവസാനിക്കുമോ? അല്ലെങ്കിൽ നിങ്ങൾ റോഡ് മാറുമോ? അതോ തുടരുമോ?

നിങ്ങളെ പുതിയ ദിശകളിലേക്ക് നയിക്കുന്ന പരാജയങ്ങൾ പലപ്പോഴും കണ്ടുപിടുത്തത്തിന് ഏറ്റവും നല്ല ഉൽപ്പാദന ശക്തികളാണ്. ഹാർട്ട് പേസ്മേക്കർ, മൈക്രോവേവ് ഓവനുകൾ, പെൻസിലിൻ, വൾക്കനൈസ്ഡ് റബ്ബർ എന്നീ കണ്ടുപിടുത്തങ്ങളെല്ലാം പരാജയങ്ങളുടെയും അപകടങ്ങളുടെയും അഗാധമായ ഫലങ്ങളാണ്. പരാജയം വഴി തുറന്നു, ആ പരാജയത്തിൽ, കണ്ടുപിടുത്തക്കാർക്ക് അത് തിരിച്ചറിയാൻ ധൈര്യമുണ്ടായിരുന്നു.

അതെ, നിങ്ങളുടെ വഴി ഉപേക്ഷിക്കുന്നതും ദിശകൾ മാറ്റുന്നതും ചിലപ്പോൾ മികച്ച തിരഞ്ഞെടുപ്പാണ്. എന്നാൽ “ഉപേക്ഷിക്കലും”, “നിങ്ങളുടെ വഴി ഉപേക്ഷിക്കലും” തമ്മിലുള്ള വ്യത്യാസം ശ്രദ്ധിക്കുക. ഉപേക്ഷിക്കുക എന്നത് നിങ്ങളുടെ സ്വപ്നങ്ങളെ മരിച്ചതായി ഉപേക്ഷിക്കുകയും അസാധ്യതയുടെ ചവറ്റുകുട്ടയിൽ ഇടുകയും ചെയ്യുന്നു. “നിങ്ങളുടെ റോഡ് ഉപേക്ഷിക്കുക” എന്നത് ഗതി മാറ്റുകയും ഒരു പുതിയ റോഡിലേക്ക് തിരിയുകയും ചെയ്യുന്നുവെന്നാണ്. ഒരു സ്വകാര്യ ട്യൂട്ടറിംഗ് കമ്പനി ആരംഭിക്കുന്നതിനായി നിങ്ങൾ ഒരു അധ്യാപകനെന്ന നിലയിൽ നിങ്ങളുടെ കരിയർ അവസാനിപ്പിക്കുകയാണെങ്കിൽ, നിങ്ങൾ നിങ്ങളുടെ പാത മാറ്റി. നിങ്ങൾ നിങ്ങളുടെ ടാനിംഗ് സലൂൺ വിറ്റ് ഒരു ഇന്റർനെറ്റ് കമ്പനി ആരംഭിക്കുകയാണെങ്കിൽ, നിങ്ങൾ ഒരു വഴിയിൽനിന്ന് മറ്റൊരു വഴിയിലേക്ക് തിരിച്ചു. നിങ്ങൾ ആ നെറ്റ്‌വർക്ക് മാർക്കറ്റിംഗ് കമ്പനി ഉപേക്ഷിച്ച് സ്വന്ത

മായി ആരംഭിക്കാൻ തീരുമാനിക്കുകയാണെങ്കിൽ, നിങ്ങൾ നിങ്ങളുടെ പാതകൾ മാറ്റി.

ഞാൻ നിരവധി റോഡ് മാറ്റങ്ങൾ വരുത്തി, പക്ഷേ ഞാൻ സ്വപ്നം ഉപേക്ഷിച്ചില്ല. നിങ്ങളുടെ പാത നിങ്ങളുടെ സ്വപ്നങ്ങളുമായി ഒത്തുചേരുന്നില്ലെങ്കിൽ, നിങ്ങളുടെ വഴി ഉപേക്ഷിക്കാനുള്ള സമയമായിരിക്കാം.

അധ്യായ സംഗ്രഹം : ഫാസ്റ്റ്ലെയ്ൻ പ്രത്യേകതകൾ

- അവസരങ്ങൾ വഴിത്തിരിവുകൾ കണ്ടുപിടിക്കുന്നത് അപൂർവ്വമാണ്, എന്നാൽ പ്രകടന വിടവുകൾ, ചെറിയ അസൗകര്യങ്ങൾ, വേദന പോയിന്റുകൾ എന്നിവയെക്കുറിച്ചാണ്.
- മത്സരം നിങ്ങളുടെ പാതയെ തടസ്സപ്പെടുത്തരുത്. മത്സരം എല്ലായിടത്തും ഉണ്ട്, ഒപ്പം നിങ്ങളുടെ ലക്ഷ്യം "അത് നന്നായി ചെയ്യുക" എന്നതായിരിക്കണം.
- ഫാസ്റ്റ്ലെയ്ൻ വിജയം ആശയത്തിലല്ല, നിർവ്വഹണത്തിലാണ്.
- ലോകത്തിലെ ഏറ്റവും വിജയകരമായ സംരംഭകർക്ക് ഒരു തട്ടുപൊളിപ്പൻ ആശയങ്ങൾ ഉണ്ടായിരുന്നില്ല; അവർ നിലവിലുള്ള ആശയങ്ങൾ എടുത്ത് അവയെ മികച്ചതാക്കുകയോ തുറന്നുകാട്ടുകയോ ചെയ്തു കൂടുതൽ ആളുകളിലേക്ക്.
- നിങ്ങളുടെ ഭാഷയിലും നിങ്ങളുടെ ചിന്താ പ്രക്രിയകളിലും അവസരങ്ങൾ തുറന്നുകാട്ടപ്പെടുന്നു, മറ്റുള്ളവരുടെ ഭാഷ പോലെ.
- പരാജയം പുതിയ റോഡുകൾ തുറക്കുന്നു.
- രക്ഷപെടലും, നിങ്ങൾ സ്വപ്നം ഉപേക്ഷിക്കുമ്പോൾ മാത്രമേ സംഭവിക്കൂ.

നിങ്ങളുടെ റോഡിന് ഒരു ലക്ഷ്യ സ്ഥാനം നല്കുക

നിങ്ങളുടെ ലക്ഷ്യത്തിലേക്കുള്ള പരാജയത്തിലല്ല
ജീവിതത്തിന്റെ ദുരന്തം കിടക്കുന്നത്.
എത്തിപ്പെടാൻ ലക്ഷ്യമില്ലാത്തതാണ് ദുരന്തം.
—ബെഞ്ചമിൻ മെയ്സ്

എന്താണ് നിങ്ങളുടെ ഉദ്ദേശ്യം?

ഫാസ്റ്റ്ലെയ്ൻ നിങ്ങളുടെ ഉദ്ദേശ്യത്തെ ശ്രദ്ധിക്കുന്നില്ല; അത് ഉപാധിയാകാൻ ആഗ്രഹിക്കുന്നു. ചെലവേറിയ ഇറ്റാലിയൻ കാറുകളും ആഡംബര എസ്റ്റേറ്റുകളും നിങ്ങൾക്ക് പ്രധാനമായിരിക്കില്ല.

എനിക്ക് മനസ്സിലായി.

ഒരുപക്ഷേ നിങ്ങൾ പരോപകാരിയും എളിമയോടെ ജീവിക്കാനോ സുവിശേഷം പ്രചരിപ്പിക്കാനോ ജീവകാരുണ്യത്തിനും മനുഷ്യസ്നേഹത്തിനും സംഭാവന നൽകാനും ആഗ്രഹിക്കുന്നു. ഫാസ്റ്റ്ലെയ്ൻ റോഡിന്റെ യാത്രയുടെ അവസാനമെന്തെന്നാൽ സ്വാതന്ത്ര്യത്തോടെ നിങ്ങളുടെ സന്തോഷത്തിനെ കിരീടമണിയിക്കുക എന്നതാണ്.

സാമ്പത്തിക ബാധ്യതകളിൽനിന്നുള്ള സ്വാതന്ത്ര്യം, മേലധികാരികളിൽ നിന്നുള്ള സ്വാതന്ത്ര്യം, അലാറം ക്ലോക്കുകൾ, രണ്ട് മണിക്കൂർ യാത്രകൾ; മോശം അനുപാതങ്ങളിൽനിന്നുള്ള സ്വാതന്ത്ര്യം (9 മുതൽ 5 വരെ, 5 മുതൽ 2 വരെ, ഓരോ 52 ആഴ്ചയിലും 2 ആഴ്ച, 40 വർഷത്തിലെ 8%) നിങ്ങളുടെ കളിസ്ഥലമായി ലോകത്തെ ആസ്വദിക്കാനുള്ള സ്വാതന്ത്ര്യം.

സ്വാതന്ത്ര്യത്തിന്റെ വില : പണം

സ്വാതന്ത്ര്യത്തിന് ഒരു വിലയുണ്ട്, ആ വില പണമാണ്. വലിയ സ്വപ്നങ്ങൾ, ഭൗതികവാദത്തിലെ ഫെരാരി മുതൽ ലാഭേച്ഛയില്ലാത്ത ഫൗണ്ടേഷനുകൾക്ക് വരെ പണം ചിലവാകും. സമുദ്രങ്ങളിൽ നീന്തിക്കൊണ്ട് നിങ്ങൾക്ക് ലോകം ചുറ്റി സഞ്ചരിക്കാൻ കഴിയില്ല. നിങ്ങളുടെ യാത്രയ്ക്ക് പണം നൽകണം, പണം തിന്മയാണെന്ന് നിങ്ങൾ കരുതുന്നുവെങ്കിൽ, നിങ്ങൾ ഇതിനകം തോറ്റിരിക്കുന്നു.

ഫാസ്റ്റ്ലെയ്ൻ ഫോറത്തിൽ, ഒരു ഉപയോക്താവ് ഈ കൈമാറ്റത്തെപ്പറ്റി കുറിച്ചു, ആളുകൾക്ക് സ്വാതന്ത്ര്യ വൃക്ഷത്തിന്റെ ഫലം വേണം, പക്ഷേ അത് നടാനുള്ള ദൃഢനിശ്ചയമില്ല.

ഞാൻ ഒരു ക്യാമ്പ് ഫയറിന് ചുറ്റും ഇരുന്ന് ചിലരോട് സംസാരിച്ചു. പണത്തിന്റെ വിഷയം കയറി വന്നു. പയ്യന്മാരിലൊരാൾ എന്നോട് പറഞ്ഞു, ജീവിതം പണം മാത്രമല്ല, അങ്ങനെയുള്ള പണം യഥാർത്ഥമല്ല – സാമൂഹികമായി അംഗീകരിക്കപ്പെട്ട ഒരു മരീചിക – അവൻ ദരിദ്രനായിരിക്കുവാൻ ആഗ്രഹിക്കുന്നു, ചില കോർപ്പറേറ്റ് തെണ്ടിയായിട്ടല്ല. ഈ മനുഷ്യൻ എന്നോട് പറയുന്നു, അവൻ "സ്വയം കണ്ടെത്തുന്നതിന്" അവന്റെ ജീവിതം പിന്നിൽ ഉപേക്ഷിച്ചുവെന്നും അതിനാൽ അവൻ ഈ സ്ഥലത്ത് മുറിക്കും ബോർഡിനും പകരമായി പരിശീലനം (സൗജന്യമായി) നടത്തുന്നു.

നാല് വയസ്സുള്ള മകനെ പിന്നിൽ ഉപേക്ഷിക്കേണ്ടിവന്നതു മുതൽ കാര്യങ്ങൾ വളരെ ബുദ്ധിമുട്ടായിരുന്നു – എന്നാൽ അവന് "സ്വയം കണ്ടെത്തണം". എല്ലാത്തിനുമുപരി, ജീവിതം പണമല്ല; അവന് മലയോരത്ത് താമസിക്കുന്ന അയൽക്കാർക്ക് ഉള്ളതുപോലെ ഒരു ചെറിയ വീടും ഒരു കുതിരയും മാത്രം വേണം. ക്യാമ്പ് ഫയറിന് ചുറ്റുമുള്ള എല്ലാവരും തലകുലുക്കി ഈ വ്യക്തിയെ ഇത്ര പ്രബുദ്ധനായതിന് അഭിനന്ദിക്കുന്നു. ആദ്യം, ഞാൻ സമ്മതിച്ചു. ജീവിതം പണത്തെക്കുറിച്ചല്ല, സമയത്തെക്കുറിച്ചാണ് – അങ്ങനെയെങ്കിൽ നിങ്ങൾ എന്തിനാണ് ആഴ്ചയിൽ 40 മണിക്കൂർ ഭവനനിർമ്മാണത്തിനായി കളയുന്നത് (പണം പോലുമില്ല!)? രണ്ടാമതായി, പണം ആളുകളെ മാറ്റുന്നില്ല; അത് അവരിൽ ഇതിനകം ഉള്ളതിനെ കൂടുതലാക്കുന്നു. മൂന്നാമതായി, ആ കുന്നിന്റെ താഴെയുള്ള ചെറിയ വീടും കുതിരക്കും ഏകദേശം 1.5 മില്യൺ ഡോളറാണ് വില. ഏറ്റവും പ്രധാനമായി, നിങ്ങൾ നിങ്ങളുടെ മകനെ സ്വയം കണ്ടെത്താനായി ഉപേക്ഷിച്ചുവോ? ഈ പ്രക്രിയയിൽ നിങ്ങൾ ഒരു രൂപ പോലും ഉണ്ടാക്കുന്നില്ലേ? ആരാണ് നിങ്ങളുടെ പ്രബുദ്ധ യാത്രയ്ക്ക് സബ്സിഡി നൽകുന്നത്, നിങ്ങൾ ഉപേക്ഷിച്ച മകനോടുള്ള വൈകാരികവും സാമ്പത്തികവും ആയ ഉത്തരവാദിത്തം? ഈയിടെയായി പണത്തെ വെറുക്കുന്ന ആളുകളുടെ ഒരു പരമ്പരയിലേക്ക് ഞാൻ ഓടിക്കയറുകയുണ്ടാവുന്നു, പണവുമായി ബന്ധപ്പെട്ട എല്ലാ കാര്യങ്ങളും വെറുക്കുന്നവർ, പക്ഷേ അവർ ഇപ്പോഴും അന്തിമഫലം ആഗ്രഹിക്കുന്നു : ഒഴിവുസമയവും അവരുടെ സ്വപ്നം ജീവിക്കാനുള്ള കഴിവും. അദ്ദേഹം തന്റെ രാഷ്ട്രീയം അവതരിപ്പിച്ചപ്പോൾ ഈ സംഭാഷണം എങ്ങനെ കടന്നുപോയിയെന്ന് എനിക്ക് പോലും പിടികിട്ടിയില്ല. മതിയായി പറയുകയാണെങ്കിൽ, ഈ വ്യക്തിക്ക് ഒരു ചെറിയ വീട്, ഒരു കുതിര, ഞങ്ങൾ (അവനല്ല) നൽകണം, മകനെ വളർത്താൻ മറ്റൊരാളും.

എത്ര വലുതായാലും ചെറുതായാലും സ്വപ്നങ്ങൾക്ക് ഒരു വിലയുണ്ട്, ആ വിലയാണ് പണം, ഉത്തരവാദിത്തം, ചുമതല, പ്രതിബദ്ധത. അതെ, ഇതിന് നിങ്ങൾക്ക് പണം ചിലവാകും, പക്ഷേ എത്ര?

നിങ്ങളുടെ ലക്ഷ്യസ്ഥാനം സജ്ജമാക്കുക : ആരംഭിക്കുന്നതിനുള്ള നാല് ഘട്ടങ്ങൾ

ആസ്വദിക്കാനുള്ള സ്വാതന്ത്ര്യം ഉള്ളപ്പോൾ നിങ്ങൾ ആഗ്രഹിക്കുന്ന ജീവിത ശൈലിയാണ് നിങ്ങളുടെ ലക്ഷ്യസ്ഥാനം.

നിങ്ങളുടെ ലക്ഷ്യസ്ഥാനത്ത് എത്താൻ രണ്ട് തന്ത്രങ്ങളുണ്ട്.

ആദ്യത്തേത് മതിയായ പണം ലാഭിക്കുന്ന ഒരു പണ സമ്പ്രദായമാണ് പ്രതിമാസ പലിശയും ലാഭവിഹിതവും വഴി നിങ്ങളുടെ ജീവിതശൈലിയെ പിന്തുണക്കാൻ കഴിയുന്നത്.

രണ്ടാമത്തേത് നിങ്ങളുടെ ജീവിതശൈലിയെ പിന്തുണക്കുന്ന അതേ സമയം നിങ്ങളുടെ പണ വ്യവസ്ഥക്ക് പണം നൽകുന്ന ഒരു നിഷ്ക്രിയ പണമൊഴുക്ക് സൃഷ്ടിക്കുന്ന ബിസിനസ് സംവിധാനമാണ്.

ഇത് സംഭവിക്കുന്നതിന്, നിങ്ങൾക്ക് ലക്ഷ്യങ്ങൾ ആവശ്യമാണ്. പ്രത്യേകിച്ചും, എത്ര പണമാണ് നിങ്ങൾക്കും നിങ്ങളുടെ കുടുംബത്തിനും ആവശ്യമുള്ളത്?

നിങ്ങൾ ആഗ്രഹിക്കുന്ന സ്വാതന്ത്ര്യത്തിനും ജീവിതശൈലിക്കും എന്താണ് വില?

ഈ നാല്-ഘട്ട പ്രക്രിയയിലൂടെ കണ്ടെത്തുക :

1. **ജീവിതശൈലി നിർവ്വചിക്കുക : നിങ്ങൾക്ക് എന്താണ് വേണ്ടത്?**
2. **ചെലവ് വിലയിരുത്തുക : നിങ്ങളുടെ സ്വപ്നങ്ങളുടെ വില എത്രയാണ്?**
3. **ലക്ഷ്യങ്ങൾ സജ്ജമാക്കുക : പണ വ്യവസ്ഥയും ബിസിനസ് വരുമാന ലക്ഷ്യങ്ങളും സജ്ജമാക്കുക.**
4. **ഇത് യാഥാർത്ഥ്യമാക്കുക : പണം നൽകുക ഇത് തുറക്കുക!**

ഘട്ടം 1 : ജീവിതശൈലി നിർവ്വചിക്കുക

നിങ്ങൾ ആഗ്രഹിക്കുന്ന ജീവിതശൈലിയും അതുമായി ബന്ധപ്പെട്ട ചെലവുകളും നിർവ്വചിക്കുക. വലിയ വീട് വേണോ അതോ ലാഭേച്ഛയില്ലാത്ത ധർമ്മസ്ഥാപനമോ? നിങ്ങൾക്ക് കൃത്യമായി എന്താണ് വേണ്ടത്? എല്ലാം എഴുതുക. ഈ വ്യായാമത്തിന്റെ ഉദ്ദേശ്യത്തിനായി, ഞാൻ കൂടെ കളിക്കാം.

മൂന്ന് കാറുകൾ : ഒരു മെഴ്സിഡസ്, ഒരു ഹൈബ്രിഡ്, ഒരു മിനിവാൻ
ജലധാരയും കുളവും വെള്ളച്ചാട്ടവുമുള്ള 6000 ചതുരശ്രയടി വിസ്തീർണ്ണമുള്ള വീട്
മലനിരകളിലെ ഒരു ചെറിയ ക്യാബിൻ
വർഷത്തിൽ മൂന്ന് മാസം യാത്ര ചെയ്യാനുള്ള കഴിവ്
എന്റെ കുട്ടികൾക്കുള്ള സ്വകാര്യ സ്കൂൾ.

ഘട്ടം 2 : ചെലവ് വിലയിരുത്തുക

എല്ലാ അനുബന്ധ ചെലവുകളും ഉൾപ്പെടെ ഓരോന്നിന്റെയും പ്രതിമാസ ചെലവ് നിർണ്ണയിക്കുക; നികുതികൾ, ആവശ്യസാധനങ്ങൾ, അറ്റകുറ്റപ്പണികൾ, ഇൻഷുറൻസ് മുതലായവ. ആരോഗ്യം, ഇൻഷുറൻസ്, ഭക്ഷണം മുതലായ ജീവിതത്തിൽ നിയമിതമായ ചെലവുകൾ മറക്കരുത്.

മൂന്ന് കാറുകൾ : $2,000
വീട് : $5,000
ക്യാബിൻ : $1,000
യാത്ര : $1,000
സ്വകാര്യ സ്കൂൾ : $1,000

ജീവിതശൈലി ചെലവ് = $10,000/മാസം

അടുത്തതായി, നിങ്ങളുടെ പ്രതിമാസ അലവൻസും മറ്റുള്ളവയും നിർണ്ണയിക്കുക. ഇത് സാധനങ്ങൾക്കുള്ളതാണ് – വസ്തുങ്ങൾ, ഗാഡ്ജെറ്റുകൾ, കുട്ടികൾക്കുള്ള കളിപ്പാട്ടങ്ങൾ, വിനോദം മുതലായവ. ഇത് നിങ്ങളുടെ ജീവിതശൈലി ചെലവിനോട് കൂട്ടുക – നിങ്ങളുടെ മൊത്ത ജീവിതച്ചെലവിൽ എത്തിച്ചേരാനായി.

മൊത്ത ജീവിതച്ചെലവ് = $10,000/മാസം. (ജീവിതശൈലി ചെലവ്) + $4,000/ മാസം (അലവൻസുകൾ)

മൊത്ത ജീവിതച്ചെലവ് = $14,000/മാസം.

അടുത്തതായി, മൊത്ത ജീവിതച്ചെലവ് .60 കൊണ്ട് ഹരിച്ചുകൊണ്ട് നിങ്ങളുടെ അറ്റ ജീവിതച്ചെലവ് നിർണ്ണയിക്കുക, അല്ലെങ്കിൽ 60%. ഇത് സാധ്യതയുള്ള നികുതികളെ കണക്കാക്കും.

അറ്റ ജീവിതച്ചെലവ് = $14,000/.60 = $23,333/മാസം.

ഘട്ടം 3 : ലക്ഷ്യങ്ങൾ സജ്ജമാക്കുക

ഈ ഘട്ടത്തിന്റെ ലക്ഷ്യം നിങ്ങളുടെ രണ്ട് ലക്ഷ്യങ്ങൾ സജ്ജമാക്കുക എന്നതാണ് : ബിസിനസ് വ്യവസ്ഥയുടെ വരുമാന ലക്ഷ്യവും പണവ്യവസ്ഥയുടെ ലക്ഷ്യവും. നിങ്ങളുടെ പണവ്യവസ്ഥയുടെ ലക്ഷ്യം കണക്കാക്കാൻ, നിങ്ങളുടെ അറ്റ ജീവിതച്ചെലവ് 12 കൊണ്ട് ഗുണിക്കുക, തുടർന്ന് .05 അല്ലെങ്കിൽ 5% കൊണ്ട് ഹരിക്കുക. അഞ്ച് ശതമാനമാണ് ഒരു പണ വ്യവസ്ഥയിൽ പ്രതീക്ഷിക്കുന്ന ഏറ്റവും കുറഞ്ഞ വിളവ്.

പണവ്യവസ്ഥാ ലക്ഷ്യം = ($23,333 × 12)/.05 = $5,599,920

നിങ്ങളുടെ ബിസിനസ് വ്യവസ്ഥയുടെ ലക്ഷ്യത്തിനായി, നിങ്ങളുടെ മൊത്ത ജീവിതച്ചെലവ് 5 കൊണ്ട് ഗുണിക്കുക. ഒരു പണ വ്യവസ്ഥ വഴി സമാനമായ ഫലം നേടുന്നതിന് ആവശ്യമായ ഘടകം.

ബിസിനസ് വ്യവസ്ഥയുടെ ലക്ഷ്യം = ($14,000 × 5) = $70,000/മാസം.

ഇതാണ് നിങ്ങളുടെ രണ്ട് ലക്ഷ്യങ്ങൾ.

ആദ്യം, നിഷ്ക്രിയ പ്രതിമാസ വരുമാനം $70,000/മാസം സൃഷ്ടിക്കുന്ന ഒരു ബിസിനസ് വ്യവസ്ഥ സൃഷ്ടിക്കാൻ ശ്രമിക്കുക. ഈ വരുമാനത്തിന്റെ 40% നികുതികളിലേക്കും 40% നിങ്ങളുടെ പണ സംവിധാനത്തിലേക്കും പോകുന്നു, 20% നിങ്ങളുടെ ജീവിതശൈലിക്ക് നൽകുന്നു. ഇത് നിങ്ങളുടെ ജീവിതശൈലി

ലക്ഷ്യം നടത്തുകയും ഒരേസമയം നിങ്ങളുടെ പണ വ്യവസ്ഥക്ക് പണം നൽകുകയും ചെയ്യുന്നു.

ആകെത്തുക പണവ്യവസ്ഥയിൽനിന്നുള്ള നിങ്ങളുടെ നിഷ്ക്രിയ വരുമാനമാണ് മറ്റൊരു ലക്ഷ്യം. നിങ്ങളുടെ നിയുക്ത ജീവിതശൈലി ആസ്വദിക്കാൻ പിന്തുണക്കുന്ന ഒരു പണവ്യവസ്ഥ നിങ്ങളുടെ ലക്ഷ്യ നമ്പറായ $5,599,920 ആണ്. ഈ തുകയുടെ അഞ്ച് ശതമാനം പലിശ പ്രതിമാസം ഏകദേശം $23,000 ആണ്, ഇത് ജീവിതശൈലിയും നികുതികളും ഉൾക്കൊള്ളുന്നു.

ഈ ഇരട്ട-വശങ്ങളുള്ള ആക്രമണം ഒരു ബിസിനസ്സിൽനിന്നുള്ള നിഷ്ക്രിയ വരുമാന ഒഴുക്ക് നിർമ്മിക്കുന്ന ഒരു പണസംവിധാനത്തെ ഫണ്ട് ചെയ്യുന്നു. നിങ്ങളിലേക്ക് ലക്ഷ്യസ്ഥാനം വളച്ചൊടിക്കുന്നത് പോലെയാണ് ഫലം. നിങ്ങൾക്ക് വിരമിക്കാതെതന്നെ വിരമിക്കൽ അനുഭവിക്കാൻ കഴിയും.

ഉദാഹരണത്തിന്, എന്റെ വെബ് ബിസിനസ് പ്രതിമാസം $100,000 സമ്പാദിച്ചു ഓരോ മാസം തോറും. എന്നിരുന്നാലും, ചില സന്ദർഭങ്ങളിൽ, എനിക്ക് 20,000,000 ഡോളർ ഉണ്ടായിരുന്നില്ല. പക്ഷേ, ജീവിതശൈലി ഒരു ഓപ്ഷനായിരുന്നു. കാരണം, *എന്റെ ബിസിനസ് സംവിധാനത്തിന്റെ പണമൊഴുക്ക് മൊത്തത്തിന്റെ തുല്യമായിരുന്നു.* അധിക വരുമാനം എന്റെ പണ വ്യവസ്ഥക്ക് ധനസഹായം നൽകി.

പിന്നീട്, എന്റെ "പണ വ്യവസ്ഥ" നമ്പറിൽ എത്താൻ ഞാൻ ആസ്തി ലിക്വിഡേറ്റ് ചെയ്തു. നിങ്ങളുടെ ബിസിനസ് വ്യവസ്ഥ നിഷ്ക്രിയ വരുമാനം സൃഷ്ടിക്കുന്നുവെങ്കിൽ, നിങ്ങളുടെ ജീവിതശൈലിക്ക് പണം നൽകാൻ നിങ്ങൾക്ക് ഇത് ഉപയോഗിക്കാം ഒപ്പം നിങ്ങളുടെ പണ വ്യവസ്ഥക്കും – ഒരേ സമയം.

ഘട്ടം 4 : ഇത് യാഥാർത്ഥ്യമാക്കുക

മൂന്ന് മൈലുകളല്ല, നിങ്ങളുടെ മൂന്നടി മുന്നിൽ നോക്കി ആരംഭിക്കുക. പർവ്വത ശിഖരത്തിലേക്കുള്ള ഒരു നീണ്ട നോട്ടം നിങ്ങളെ കീഴടക്കും, അതിനാൽ അത് നോക്കുന്നത് നിർത്തുക.

വലിയ ജോലികൾ നേടുന്നതിനുള്ള താക്കോൽ അവയെ ഏറ്റവും ചെറിയ ഭാഗങ്ങളായി വിഭജിക്കുക എന്നതാണ്. 26-ാം മൈലിൽ ശ്രദ്ധ കേന്ദ്രീകരിച്ച് നിങ്ങൾക്ക് 26-മൈൽ മാരത്തൺ ഓടാൻ കഴിയില്ല. നിങ്ങൾ ആദ്യത്തേത് ആക്രമിക്കുക, രണ്ടാമത്തേത്, മൂന്നാമത്തേത്, അങ്ങനെ.

ഫാസ്റ്റ്‌ലെയ്ൻ ഫോറത്തിൽ (ദിഫാസ്റ്റ്‌ലെയ്ൻഫോറം.കോം) ഇത് ആവർത്തിക്കുന്നത് ഞാൻ കാണുന്നു : "എനിക്ക് $5,000/മാസം ഉണ്ടാക്കാൻ ഇഷ്ടമാണ്; ഞാൻ ഇത് എങ്ങനെ ചെയ്യും?" തെറ്റായ "പണം പിന്തുടരൽ" യുക്തിക്ക് പുറമെ, ആദ്യ പടി $50/മാസം സമ്പാദിക്കുക എന്നതാണ്. നിങ്ങൾക്ക് പ്രതിമാസം $5,000 ഉണ്ടാക്കാൻ കഴിയില്ല, പ്രതിമാസം $50 എങ്ങനെ സമ്പാദിക്കാമെന്ന് നിങ്ങൾ പഠിക്കുന്നത് വരെ! ഇത് അതിശയകരമാണ് ആളുകൾ പ്രക്രിയയെ എങ്ങനെ ഒഴിവാക്കാൻ ഇഷ്ടപ്പെടുന്നുവെന്നതും എന്നാൽ ഉപലബ്ധികൾ വേണം താനും.

നിങ്ങളുടെ പണ വ്യവസ്ഥ ആരംഭിക്കാൻ, നാലിലൊന്ന് ഒരു കോഫി ക്യാനിൽ ഇടുക. അഭിനന്ദനങ്ങൾ, നിങ്ങളുടെ ലക്ഷ്യത്തിലേക്ക് നിങ്ങൾ 25 ചുവടുകൾ അടുത്തിരിക്കുന്നു.

അല്ല, ഞാൻ തമാശ പറയുന്നതല്ല.

നിങ്ങളുടെ ലക്ഷ്യം 5,600,000 ഡോളറല്ല, 560,000,000 പെന്നികളാണ്.

ഓരോ ദിവസവും അവസാനം നിങ്ങളുടെ ബാക്കിവന്ന ചില്ലറകൾ നിങ്ങളുടെ ക്യാനിലേക്ക് ഇടുക. 60 സെന്റ് അവിടെ കണ്ടെത്തുക, അവിടെ 25 സെന്റ്, അവിടെ 115 സെന്റ്; അത് കൂട്ടിച്ചേർക്കുന്നു, ചെറുതാണെങ്കിലും, നിങ്ങൾ ദിവസവും നിങ്ങളുടെ ലക്ഷ്യത്തിന്റെ അടുത്തേക്ക് നീങ്ങുന്നു.

പരിഹാസ്യമായി തോന്നുന്നോ?

ഇല്ല, ഞാൻ ഇങ്ങനെയാണ് തുടങ്ങിയത്. അതെ, ഇന്നും ഞാൻ ഇത് പരിശീലിക്കുന്നു. കാരണം ഈ വ്യായാമത്തിന് മൂന്ന് ശീലമാക്കൽ ഉദ്ദേശ്യങ്ങളുണ്ട്.

ആദ്യം, നിങ്ങൾ ദിവസവും നിങ്ങളുടെ ബക്കറ്റിൽ മാറ്റം വരുത്തുമ്പോൾ, നിങ്ങൾ സ്വയം പരിശീലിപ്പിക്കുക നിങ്ങളുടെ ലക്ഷ്യം അടുത്തേക്ക് നീങ്ങുന്നതായി സങ്കൽപ്പിക്കുക. നിങ്ങൾക്ക് പ്രതിദിന ഓർമ്മപ്പെടുത്തൽ ലഭിക്കും. തീർച്ചയായും നിങ്ങൾ ഈ രീതിയിൽ 560 ദശലക്ഷം പെന്നികൾ ശേഖരിക്കില്ല, പക്ഷേ ലക്ഷ്യം ആവർത്തനമാണ്. വിദൂരമെന്നു തോന്നിക്കുന്ന ലക്ഷ്യത്തിലേക്കുള്ള മുന്നേറ്റം.

രണ്ടാമതായി, ഇത് വിലയിരുത്താൻ നിങ്ങളെ പ്രേരിപ്പിക്കുന്നു : ആ ലക്ഷ്യത്തിൽ നിങ്ങൾ സമ്മർദ്ദം ചെലുത്തിയിട്ടുണ്ടോ, അല്ലെങ്കിൽ നിങ്ങളുടെ ആയുധപ്പുരയിലെ ഒരേയൊരു ആയുധം ചില്ലറയുള്ള ആ ബക്കറ്റാണോ? നിങ്ങൾ ഒരു ഫാസ്റ്റ്ലെയ്ൻ ബിസിനസ് പിന്തുടരുകയാണോ അല്ലെങ്കിൽ ഇപ്പോഴും ജോലി ആവശ്യമുണ്ടോ?

പണവുമായുള്ള നിങ്ങളുടെ ബന്ധം മാറ്റുക എന്നതാണ് മൂന്നാമത്തെ ലക്ഷ്യം. നിങ്ങൾ ഒരു പണ വ്യവസ്ഥയെക്കുറിച്ച് ഗൗരവമുള്ളയാളാണെങ്കിൽ, പണത്തിനെക്കുറിച്ചുള്ള നിങ്ങളുടെ വിശ്വാസങ്ങളിൽ വലിയ മാറ്റം ആവശ്യമായി വരും. നിങ്ങൾക്ക് എന്താണ് പണം? ഏറ്റവും പുതിയ *കോൾ ഓഫ് ഡ്യൂട്ടി* ലഭിക്കാനുള്ള ഒരു മാധ്യമം? അതോ നിങ്ങളുടെ സ്വാതന്ത്ര്യ സമര സേനക്കായി സൈനികനോ?

ഒരു ബ്രോക്കറേജ് കമ്പനിയിൽ നിങ്ങളുടെ പണ വ്യവസ്ഥക്ക് പണം നൽകുക എന്നതാണ് അവസാന ഘട്ടം. നിങ്ങളുടെ പണ വ്യവസ്ഥയെ പ്രതിനിധീകരിക്കുന്ന ഒരു അക്കൗണ്ട് നിയോഗിക്കുക. സാധാരണ, മിക്ക ബ്രോക്കറേജ് അക്കൗണ്ടുകൾക്കും കുറഞ്ഞത് $1,000 നിക്ഷേപം ആവശ്യമാണ്. നിങ്ങൾക്ക് ഇതിനകം ഒരു അക്കൗണ്ട് ഉണ്ടെങ്കിൽ, പ്രതിവർഷം കുറഞ്ഞത് 5% വരുമാനം നൽകുന്ന ഫണ്ട് തിരഞ്ഞെടുക്കുക, ഫണ്ടുകൾ അവിടേക്ക് നീക്കുക. അല്ലെങ്കിൽ പകരം, നിങ്ങൾ ഒരു ട്രേഡിംഗ് അക്കൗണ്ട് തുറക്കാനും വിലകുറഞ്ഞതും പതിവായി ട്രേഡ് ചെയ്യപ്പെടുന്നതുമായ പരമ്പരാഗത മ്യൂച്വൽ ഫണ്ടിന് പകരം എക്സ്ചേഞ്ച് ട്രേഡഡ് ഫണ്ടുകൾ (ഇടിഎഫ്) പ്രയോജനപ്പെടുത്താനും കഴിയും. ഇവിടെ നിങ്ങളുടെ യഥാർത്ഥ അക്കൗണ്ടിന് പണം നൽകാൻ ഞാൻ ശുപാർശ ചെയ്യുന്ന ബ്രോക്കറേജ് സ്ഥാപനങ്ങൾ ഉണ്ട് :

1. ഫിഡെലിറ്റി (Fidelity.com/1-800-FIDELITY)
2. വാൻഗാർഡ് (Vanguard.com/1-877-662-7447)
3. ടി. റോ പ്രൈസ് (TRowePrice.com/1-800-638-5660)
4. ടിഡിഅമേരിട്രേഡ് (TD-meritrade.com/1-800-454-9272)

അക്കൗണ്ടിന് ഫണ്ട് നൽകാൻ നിങ്ങളുടെ പക്കൽ $1,000 ഇല്ലെങ്കിൽ, $1,000-ന്റെ ദൂരത്തിലുള്ള നാഴികക്കല്ല് എത്തുമ്പോൾ നിങ്ങൾക്കത് ചെയ്യാവുന്നതാണ്. നിങ്ങളുടെ ചില്ലറ നിക്ഷേപ വഞ്ചിയിൽ പ്രതിവർഷം ഏകദേശം $500 നിക്ഷേപിക്കണം. ഒരു യഥാർത്ഥ അക്കൗണ്ടിൽ, നിങ്ങളുടെ പണവ്യവസ്ഥയുടെ തത്സമയ നിഷ്ക്രിയത്വത്തിന് നിങ്ങൾക്ക് സാക്ഷ്യം വഹിക്കാനാകും. നിങ്ങളുടെ നിഷ്ക്രിയ പണ സംവിധാനത്തിൽ നിങ്ങൾക്ക് $50,000 ഉണ്ടെങ്കിൽ (ഒരു ഫാസ്റ്റ്ലെയ്ൻ പിന്തുടരലിന്റെയും സഹായമില്ലാതെ) നിങ്ങൾക്ക് അക്ഷരാർത്ഥത്തിൽ നിങ്ങളുടെ നിഷ്ക്രിയ വരുമാനത്തിന്റെ ഒഴുക്ക് എല്ലാ മാസവും ഒന്നുകിൽ പലിശ അല്ലെങ്കിൽ ലാഭവിഹിതമെന്ന രൂപത്തിൽ കാണാൻ കഴിയും. ഉദാഹരണത്തിന്, നിങ്ങൾ നിങ്ങളുടെ പണസംവിധാനത്തിനായി ഒരു ലോക ബോണ്ട് ഫണ്ടിൽ 6.5% ആദായത്തിൽ നിക്ഷേപിച്ചിട്ടുണ്ടെങ്കിൽ, $50,000-ൽ നിന്ന് നിങ്ങൾക്ക് ഓരോ മാസവും $270 നിഷ്ക്രിയ വരുമാനം ലഭിക്കും.

ഇപ്പോൾ, ഞാൻ ആവർത്തിക്കുന്നു, അറ്റവരുമാനവും ആസ്തി മൂല്യവും കൊണ്ടാണ് ഫാസ്റ്റ്ലെയ്ൻ സമ്പത്ത് സൃഷ്ടിക്കപ്പെടുന്നത് – ഓഹരി വിപണിയോ കൂട്ടുപലിശയോ കൊണ്ടല്ല. നിങ്ങളുടെ ഫാസ്റ്റ്ലെയ്ൻ ബിസിനസ് ഈ അക്കൗണ്ടിൽ പണമിടണം, നിങ്ങളുടെ ശമ്പളത്തിൽനിന്നുള്ള സമ്പാദ്യമല്ല.

റോഡിന്റെ നിയമങ്ങൾ : സാമ്പത്തിക സാക്ഷരത

എന്റെ സഹോദരിക്ക് 21 വയസ്സ് തികഞ്ഞപ്പോൾ, അവൾ അവളുടെ ആദ്യത്തെ പുതിയ കാർ – നിസ്സാൻ പൾസർ വാങ്ങി. അത് അവളുടെ സാമ്പത്തിക രംഗത്തെ ആദ്യത്തെ തെറ്റും സാമ്പത്തിക നിരക്ഷരതയോടുള്ള എന്റെ ആദ്യത്തെ വെളിപ്പെടുത്തലും. എന്റെ സഹോദരിക്ക് കാർ പേയ്മെന്റുകൾ നടത്തുന്നതിൽ പ്രശ്നമുണ്ടായി, അവളുടെ ലോൺ രേഖകൾ വായിക്കാൻ എന്നോട് ആവശ്യപ്പെട്ടപ്പോൾ, ഞാൻ തറയിലിരുന്നുപോയി. ഞാൻ അന്വേഷിച്ചു, "നീ ഈ കാർ എങ്ങനെ വാങ്ങി? എന്തു വിലപേശൽ നടത്തിയാണ് ഇത് വാങ്ങിയത്?"

അവൾ മറുപടി പറഞ്ഞു, "എനിക്ക് പ്രതിമാസം $399 അടവ് വേണമെന്ന് ഞാൻ ഡീലറോട് പറഞ്ഞു."

അവളുടെ ദാരുണമായ തെറ്റ് ഉടമ്പടിയുടെ ബലഹീനതയല്ല, സാമ്പത്തിക നിരക്ഷരതയാണ്. അവൾ ആവശ്യപ്പെട്ടത് ഡീലർ കൃത്യമായി നൽകി, അങ്ങനെ ചെയ്തുകൊണ്ട് അവൾ സാമ്പത്തികമായി ചതിക്കപ്പെട്ടു. സ്റ്റിക്കറിന് മുകളിൽ ആയിരങ്ങൾ കൊടുത്ത് അവൾ ഒരു കാർ വാങ്ങുകയും അനധികൃത നിരക്കിൽ കടം വാങ്ങുകയും ചെയ്തു. ഡീലർ എന്റെ സഹോദരിക്ക് അവൾ ആഗ്രഹിച്ചത് കൃത്യമായി നൽകി : ഒരു കാർ പേയ്മെന്റ് $399/മാസം, ബാക്കി ശൂന്യമായ സ്ഥലങ്ങളെല്ലാം പൂരിപ്പിക്കുക മാത്രമായിരുന്നു അവർ ചെയ്തത്. അവളുടെ ലോൺ 60 മാസമായിരുന്നു (48 ആവശ്യമുള്ളപ്പോൾ) 18.8% പലിശ നിരക്കിലും (9% ആകേണ്ടിയിരുന്നപ്പോൾ). ആത്യന്തികമായി, ഒരു പിശക് കാരണം അവൾ കാറിന്റെ വിലയുടെ ഇരട്ടി നൽകണം – സാമ്പത്തികമായി നിരക്ഷരയാണ് എന്ന തെറ്റ്.

ഒരു പണവ്യവസ്ഥ കൈകാര്യം ചെയ്യുന്നതിന് സാമ്പത്തിക സാക്ഷരത ആവശ്യമാണ്

അടിസ്ഥാന ധനകാര്യത്തിലും സാമ്പത്തിക ശാസ്ത്രത്തിലും നിങ്ങൾക്ക് അജ്ഞ

തയുണ്ടെങ്കിൽ നിങ്ങൾക്ക് ഒരു സാമ്പത്തിക സാമ്രാജ്യം കെട്ടിപ്പടുക്കാൻ കഴിയില്ല. ഈ വിഷയങ്ങൾ ഒരു സാമ്പത്തിക സാമ്രാജ്യത്തിന്റെ നിർമ്മാണ ബ്ലോക്കു കളാണ്, കൂടാതെ അവ ഇല്ലെങ്കിൽ നടപ്പാത അപകടകര മായി മാറുന്നു.

ഓർക്കുക, കൂടുതൽ പണം, പണത്തിന്റെ പ്രശ്നങ്ങൾ പരിഹരിക്കില്ല. ബിരു ദാനന്തരത്തിനുശേഷം സ്വയം വിദ്യാഭ്യാസം ചെയ്യുന്നില്ലെങ്കിൽ – അത് നടപ്പാ തയിലേക്കുള്ള ഒരു കാൽവെപ്പാണ്, മറ്റൊന്ന് അടിസ്ഥാന ധനകാര്യത്തിലും സാമ്പത്തിക ശാസ്ത്രത്തിലും സ്വയം പഠനമില്ലാത്തതാണ്.

ലോകം സാമ്പത്തിക നിരക്ഷരരാൽ നിറഞ്ഞിരിക്കുന്നു; അവർ നിയന്ത്രണ ത്തിന്റെ വിദ്യാഭ്യാസത്തിൽ പരാജയപ്പെട്ടു, റോഡിന്റെ നിയമങ്ങൾ അറിയില്ല.

കുട്ടികളെന്ന നിലയിൽ, ഞങ്ങൾ പണം കൈകാര്യം ചെയ്യുന്നതിനെക്കു റിച്ചോ അടിസ്ഥാന സാമ്പത്തിക അച്ചടക്കത്തെക്കുറിച്ചോ പഠിപ്പിക്കുന്നില്ല. വേട്ട ക്കാരുമായി ചുറ്റിത്തിരിയുന്ന ഒരു സാമ്പത്തിക വനത്തിൽ ഞങ്ങൾ ഉപേക്ഷി ക്കപ്പെട്ടിരിക്കുന്നു. തികച്ചും ബുദ്ധിയുള്ള ആളുകൾക്ക് പല അടിസ്ഥാന സാമ്പ ത്തിക ആശയങ്ങളെക്കുറിച്ച് പ്രാഥമിക അറിവില്ല:

- പലിശ നിരക്കുകൾ
- നികുതി നൽകാവുന്നതും അല്ലാത്തതുമായ വരുമാനം
- മോർട്ട്ഗേജുകളുടെ തവണകളായുള്ള അടവ്
- ഒരു ചെക്ക് ബുക്കിന്റെ ബാലൻസ്
- അടിസ്ഥാന ശതമാനം കണക്കുകൂട്ടലുകൾ
- നിക്ഷേപത്തിന്റെ വരുമാനം കണക്കാക്കുന്നത്
- എന്തുകൊണ്ട് ഓഹരികൾ ഉയരുകയും കുറയുകയും ചെയ്യുന്നു
- ഒരു ബാങ്ക് സ്ഥിര നിക്ഷേപത്തിൽ 15% പലിശ എന്ന് വിളിച്ചുപറയുന്നത് എന്തുകൊണ്ടാണ് "സ്കാം!" ആവുന്നത്.
- വാങ്ങലും വിൽക്കലും പോലെയുള്ള സ്റ്റോക്ക് ഓപ്ഷനുകൾ എങ്ങനെ പ്രവർത്തിക്കുന്നു
- എന്തുകൊണ്ടാണ് ഇൻഷുറൻസ് നിലവിലുള്ളത്
- ഒരു സംയുക്ത നിക്ഷേപം എങ്ങനെ പ്രവർത്തിക്കുന്നു
- എന്താണ് ബോണ്ടുകൾ, അവ എങ്ങനെ ഉയരുകയും താഴുകയും ചെയ്യുന്നു
- ആഗോള കറൻസി

നിഷ്ക്രിയത്വത്തിനായി ഒരു പണ സംവിധാനം വിജയകരമായി പ്രയോജനപ്പെടു ത്തുന്നതിന്, നിങ്ങൾ പണ വ്യവസ്ഥയെ ഇന്ധനമാക്കുന്ന സാമ്പത്തിക ഉപക രണങ്ങൾ ഉപയോഗിച്ച് സ്വയം പരിചയപ്പെടേണ്ടതുണ്ട്. വെറും പലിശ കണ ക്കാക്കുന്നത് എങ്ങനെയെന്നറിയാമോ? നിക്ഷേപത്തിൽനിന്നുള്ള വരുമാനം? പലിശ നിരക്ക് ഉയരുമ്പോൾ ഒരു ബോണ്ടിന്റെ വിലയിൽ എന്താണ് സംഭവി ക്കുന്നതെന്ന് നിങ്ങൾക്കറിയാമോ? നികുതി രഹിത വിളവും നികുതി നൽകേണ്ട വരുമാനവും തമ്മിൽ വ്യത്യാസം മനസ്സിലാവുമോ?

സാമ്പത്തിക നിരക്ഷരർക്ക് പണ സംവിധാനങ്ങൾ കൈകാര്യം ചെയ്യാൻ കഴിയില്ല. നിങ്ങളുടെ റോഡ് യാത്ര വിജയിക്കാൻ, നിങ്ങൾ റോഡിന്റെ നിയമങ്ങൾ അറിയുകയും സമ്പത്ത് "നിയന്ത്രണത്തിന്റെ വിദ്യാഭ്യാസം" വിജയിക്കുകയും വേണം – അടിസ്ഥാന സാമ്പത്തികവും ധനശാസ്ത്രവും.

സ്വന്തം വരുമാനത്തിന് താഴെ ജീവിക്കൽ : സ്ലോലെയ്ൻ

സാമ്പത്തിക സാക്ഷരതയുടെ ആദ്യ നിയമം : "നിങ്ങളുടെ വരുമാനത്തിന് താഴെ ജീവിക്കുക." അതെ, സ്ലോലെയ്ൻ പിടിവാശിക്കാരിൽനിന്ന് പ്രതിധ്വനിച്ച ഒരു പ്രായോഗിക സിദ്ധാന്തം അതിനു തുല്യമായ ഗണിതശാസ്ത്രപരമായ "നിങ്ങളുടെ വരുമാനത്തിന് കീഴിൽ ചെലവുകൾ സൂക്ഷിക്കുക" എന്നതിന് പകരം പറയാവുന്നത്. 10 രൂപ സമ്പാദിക്കുകയും 20 രൂപ ചെലവഴിക്കയുമരുത്.

എന്നാൽ ഇത് ഫാസ്റ്റ്ലെയ്ൻ-ൽ പ്രസക്തമാണോ?

തീർച്ചയായും, ഒരു വേർതിരിവോടെ : *നിങ്ങളുടെ കഴിവിന് താഴെ ജീവിക്കുക നിങ്ങളുടെ മാർഗ്ഗങ്ങൾ വികസിപ്പിക്കുക എന്ന ഉദ്ദേശ്യത്തോടെ.*

ഏത് വരുമാന തലത്തിലും "നിങ്ങളുടെ വരുമാനത്തിന് താഴെ ജീവിക്കുക" എന്നത് പ്രസക്തമാണ്. പ്രധാന വേരിയബിൾ ആണ് "വരുമാനം" എന്ന പദം. ബിൽ 50,000 ഡോളറും ജാക്ക് 1 മില്യൺ ഡോളറും സമ്പാദിക്കുന്നുവെങ്കിൽ, ആർക്കാണ് കൂടുതൽ വരുമാനമുള്ളത്? ആരാണ് അതിരുകടന്ന ജീവിതശൈലി നയിക്കുന്നത്? രണ്ടുപേരും "അവരുടെ വരുമാനത്തിനുള്ളിൽ" ജീവിക്കുന്നുണ്ടാകാം എന്നാൽ ജാക്കിന് തികച്ചും വ്യത്യസ്തമായ ഒരു ജീവിതശൈലിയായിരിക്കും.

ഓർക്കുക, *സ്ലോലെയ്നർമാർ ചെലവ് കുറക്കാൻ ശ്രമിക്കുമ്പോൾ ഫാസ്റ്റ് ലെയ്നർ വരുമാനവും ആസ്തി മൂല്യങ്ങളും പരമാവധിയാക്കാൻ ശ്രമിക്കും.*

നിങ്ങൾക്ക് സമൃദ്ധമായി ജീവിക്കാനും നിങ്ങളുടെ വരുമാനത്തിന് താഴെ ജീവിക്കാനും കഴിയും, എന്നാൽ, ഫാസ്റ്റ്ലെയ്നർമാർക്ക് ഇത് വളരെ വലിയ വെല്ലുവിളിയാണ്. കാരണം ഞങ്ങൾക്ക് ആദ്യം പണം ലഭിക്കുന്നു, അവസാനമല്ല. വരുമാനം നേടിക്കഴിഞ്ഞ് വളരെക്കാലം കഴിഞ്ഞാണ് നികുതി ബില്ലുകൾ വരുന്നത്, കൂടാതെ, "നിങ്ങളുടെ വരുമാനത്തിന് താഴെ ജീവിക്കുക" എന്നതിന് ശരാശരിക്ക് മുകളിലുള്ള അച്ചടക്കം ആവശ്യമാണ്.

ഒരു സാമ്പത്തിക ഉപദേഷ്ടാവ് നിരക്ഷരത പരിഹരിക്കുന്നില്ല

ഞാൻ എന്റെ സ്വന്തം സാമ്പത്തിക ഉപദേഷ്ടാവാണ്, കാരണം, നിയന്ത്രണം നഷ്ടപ്പെടുന്നത് എനിക്ക് ഇഷ്ടമല്ല. ഒരു മുന്നറിയിപ്പോടുകൂടി, ഒരു സാമ്പത്തിക ഉപദേഷ്ടാവിന്റെ സഹായം തേടുന്നത്, നിങ്ങൾക്ക് ലാഭകരമായേക്കാം : ഒരു *സാമ്പത്തിക ഉപദേഷ്ടാവിനെ നിയമിക്കുന്നത് വഴി സാമ്പത്തിക നിരക്ഷരത പരിഹരിക്കുന്നില്ല.* അതെ, നിങ്ങൾ ഉച്ചഭക്ഷണത്തിന് സാലഡ് കഴിച്ചുകൊണ്ട്, അത്താഴത്തിന് ഡോനട്ട്സ് കഴിക്കാം എന്നർത്ഥമാകുന്നില്ല. നിങ്ങൾ ഒരു സാമ്പത്തിക ഉപദേഷ്ടാവിനെ നിയമിക്കുകയാണെങ്കിൽ, നിങ്ങൾക്ക് അവന്റെ ഉപദേശം വിലയിരുത്താനുള്ള കഴിവ് ആവശ്യമാണ്. നിങ്ങളുടെ ഉപദേശകൻ ഉയർന്നുവരുന്ന ഒരു ബോണ്ടിനെ പലിശ നിരക്ക് പരിസ്ഥിതി പ്രകാരം ഉപദേശിക്കുകയാണോ? ട്രഷറികൾ അമിതമായി വാങ്ങുമ്പോൾ നിങ്ങളുടെ ഉപദേശ

കൻ ഉപദേശിക്കുന്നുണ്ടോ? നിങ്ങളുടെ ഉപദേഷ്ടാവ് "സത്യമാണെങ്കിൽ വളരെ നല്ലതായിരുന്നു" എന്ന് തോന്നുന്ന ഒരു നിക്ഷേപത്തെയാണോ ഉപദേശിക്കുന്നത്?" *നിങ്ങളുടെ ഉപദേശകന്റെ ഉപദേശം വിലയിരുത്താനുള്ള ക്ഷമത സാക്ഷരത നൽകുന്നു.*

2008-ൽ $40 മില്യൺ കൂടുതൽ സമ്പാദിച്ചതായി റിപ്പോർട്ടുള്ള നടൻ നിക്കോളാസ് കേജ്, 2009 ഒക്ടോബറിൽ, മോശം ഉപദേശം നൽകുകയും അവനെ നാശത്തിലേക്കുള്ള പാതയിലേക്ക് നയിക്കുകയും ചെയ്തതിനാൽ തന്റെ മുൻ ബിസിനസ് മാനേജർക്കെതിരെ 20 മില്യൺ ഡോളറിന് കേസുകൊടുത്തു. തന്റെ മാനേജർ തന്നെ അപകടസാധ്യതയുള്ള നിക്ഷേപങ്ങളുടെ ഒരു കൊട്ടയിലേക്കും വിനാശകരമായ നഷ്ടങ്ങളിലേക്കും തുറന്നുകാട്ടിയെന്ന് കേജ് വാദിച്ചു. പിന്നീട് നയിച്ച ഒരു കൗണ്ടർ സ്യൂട്ടിൽ, കേജിന്റെ മുൻ ബിസിനസ് മാനേജർ സാമ്പത്തിക ബുദ്ധിമുട്ടുകൾ ഉണ്ടാക്കിയ കേജിന്റെ "ആഡംബര ചെലവുകളെ" കുറ്റപ്പെടുത്തി – അവന്റെ ഉപദേശത്തെയല്ല.

സത്യം എന്തായാലും, നിങ്ങളുടെ ഉപദേശകനെ ഓഡിറ്റ് ചെയ്യാൻ നിങ്ങൾക്ക് കഴിയുന്നില്ലെങ്കിൽ, നിങ്ങൾക്ക് നിയന്ത്രണമില്ല. നിങ്ങൾക്ക് നല്ല ഉപദേശങ്ങളെ ചീത്തയിൽനിന്നും നിരൂപിക്കാൻ കഴിയുന്നില്ലായെങ്കിൽ നിങ്ങൾക്കു നിയന്ത്രണമില്ല. സാമ്പത്തിക ആസൂത്രകരെ ജോലിക്കെടുക്കുന്നവർക്ക്, *സാക്ഷരതയെന്നാൽ ഇൻഷുറൻസ് ആണ്*. സാമ്പത്തിക ഉപദേഷ്ടാക്കൾ സാമ്പത്തിക നിരക്ഷരത പരിഹരിക്കുന്നില്ല, കൂടുതൽ പണം അപര്യാപ്തമായ പണ വ്യവഹാരത്തിനെ പരിഹരിക്കാത്തതുപോലെ.

സാമ്പത്തിക നിരക്ഷരത നിങ്ങളെ അപകടസാധ്യതയിലേക്ക് തുറന്നുകാട്ടുന്നു, ഏറ്റവും മോശം സാഹചര്യത്തിൽ വഞ്ചന. ബെർണാഡ് മഡോഫിന്റെ നിക്ഷേപ ഫണ്ട് ആയിരങ്ങളെ കബളിപ്പിച്ചു, കോടികൾ നഷ്ടപ്പെട്ടു, എന്നാൽ അതിലും ഞെട്ടിപ്പിക്കുന്ന കാര്യം അപകട വിസിൽ വർഷങ്ങൾക്കുമുൻപ് തന്നെ മുഴങ്ങി എന്നതാണ്. നീ കാണുക, നിങ്ങൾ സാമ്പത്തികമായി നിരക്ഷരനാകുമ്പോൾ, നിങ്ങൾ ബധിരനാണ്. നിങ്ങൾ ബധിരനായിരിക്കുമ്പോൾ, *നിങ്ങൾക്ക് അപകട വിസിൽ കേൾക്കാൻ കഴിയില്ല.*

അധ്യായ സംഗ്രഹം : ഫാസ്റ്റ്ലെയ്ൻ പ്രത്യേകതകൾ

- സ്വപ്നങ്ങൾക്ക് പണച്ചെലവുള്ളതിനാൽ നിങ്ങളുടെ ലക്ഷ്യത്തിലേക്കുള്ള മാർഗ്ഗമാണ് ഫാസ്റ്റ്ലെയ്ൻ.
- വലിയ ലക്ഷ്യങ്ങളെ അവയുടെ ഏറ്റവും ചെറിയ ഘടകത്തിലേക്ക് വിഭജിച്ച് കീഴടക്കുക.
- ദൈനംദിന സമ്പാദ്യം പണവുമായുള്ള നിങ്ങളുടെ ബന്ധത്തെ ശക്തിപ്പെടുത്തുന്നു; അത് നിങ്ങളുടെ നിഷ്ക്രിയ സംവിധാനമാണ് അത് സ്വാതന്ത്ര്യം നൽകുന്നു, മറ്റൊരു സൈനികനെ നിങ്ങളുടെ സൈന്യത്തിലേക്ക് ചേർത്തു.
- ഒരു പണ സമ്പ്രദായം ഉപയോഗിക്കുന്നത് സമ്പത്ത് വളർത്താനല്ല, മറിച്ച് വരുമാനം വർദ്ധിപ്പിക്കാനാണ്. വളരുന്ന സമ്പത്തിനെ നിങ്ങളുടെ ഫാസ്റ്റ് ലെയ്ൻ റോഡിലേക്ക് വിടണം.
- നിങ്ങൾ സാമ്പത്തികമായി നിരക്ഷരരാണെങ്കിൽ ഒരു സാമ്പത്തിക സാമ്രാജ്യം കെട്ടിപ്പടുക്കാൻ നിങ്ങൾ പാടുപെടും.

- ഏത് വരുമാന തലത്തിലും "നിങ്ങളുടെ വരുമാനത്തിന് താഴെ ജീവിക്കുക" എന്നത് പ്രസക്തമാണ്.
- ഫാസ്റ്റ്ലെയ്നർ-നെ സംബന്ധിച്ചിടത്തോളം, "നിങ്ങളുടെ മാർഗ്ഗത്തിന് താഴെ ജീവിക്കുക" എന്നതിനർത്ഥം നിങ്ങളുടെ മാർഗ്ഗങ്ങൾ വികസിപ്പിക്കുക എന്നാണ്.
- ഒരു സാമ്പത്തിക ഉപദേഷ്ടാവ് സാമ്പത്തിക നിരക്ഷരത പരിഹരിക്കില്ല, സാക്ഷരത ഇൻഷുറൻസാണ്.
- സാമ്പത്തിക നിരക്ഷരത നിങ്ങളുടെ നിയന്ത്രണം കുറക്കുന്നു, പ്രത്യേകിച്ച് ഒരു സാമ്പത്തിക ഉപദേഷ്ടാവിന്റെ ഉപദേശം വിലയിരുത്തുമ്പോൾ.

ഭാഗം 8

നിങ്ങളുടെ വേഗത : സമ്പത്ത് വർദ്ധിപ്പിക്കുക

വിജയത്തിന്റെ വേഗത

ആശയങ്ങൾ തലച്ചോറിലെ വായുപ്രവാഹമല്ലാതെ മറ്റൊന്നുമല്ല.
—എംജെ ഡിമാർക്കോ

"കൊള്ളാം—220 എംപിഎച്ച്!"

പൊതുസ്ഥലത്ത് പാർക്ക് ചെയ്യുമ്പോൾ എന്റെ ലംബോർഗിനിയിലേക്ക് ഒളിഞ്ഞുനോക്കുന്ന യുവാക്കളുടെ "220 അഭിപ്രായം" ഞാൻ കേൾക്കുന്നു. അതിന്റെ സ്പീഡോമീറ്ററിലെ ഉയർന്ന വേഗത 220 mph ആണ്. എന്നിട്ടും, ഇത്രയധികം പവർ ഉണ്ടായിരുന്നിട്ടും, കാർ ഒരിക്കലും 220 mph അല്ലെങ്കിൽ 150 mph പോലും ഓടിച്ചിട്ടില്ല. "220 mph" എന്നത് "സാധ്യതയുള്ള വേഗത" അല്ലാതെ മറ്റൊന്നുമല്ല, നിങ്ങൾ ഈ പുസ്തകത്തിൽ വായിക്കുന്നത് അത്രമാത്രം : നിഷ്ക്രിയവും യാഥാ ർത്ഥ്യമാക്കാത്തതുമായ സാധ്യതകൾ.

ഫാസ്റ്റ്ലെയ്ൻ തത്ത്വചിന്തയും അതിന്റെ ഗണിതശാസ്ത്രവും സാധ്യതയുള്ള വേഗതയാണ്.

ഫാസ്റ്റ്ലെയ്ൻ റോഡ് മാപ്പും അതിന്റെ സമ്പത്ത് സമവാക്യവും നിങ്ങൾ മനസ്സിലാക്കുന്നു. നിങ്ങൾ നിങ്ങളുടെ നടപ്പാതയും സ്ലോലെയ്നും കളഞ്ഞു. നിങ്ങളുടെ വാഹനം മികച്ചതാക്കി ഇന്ധനം നിറച്ചിരിക്കുന്നു. നിങ്ങൾ പ്രതിജ്ഞാബദ്ധമാണ്, താൽപ്പര്യം മാത്രമല്ല. നിങ്ങൾ പ്രക്രിയ ഏറ്റെടുക്കാൻ തയ്യാറാണ്, നിങ്ങൾക്ക് എന്താണ് വേണ്ടത് എന്ന് അറിയാം, എവിടെ പോകണമെന്നും. നിങ്ങൾ ഒരു റോഡ് തിരഞ്ഞെടുത്തു, ആക്സിലറേറ്ററിൽ ചവിട്ടാനുള്ള സമയമായി.

ഒന്നും ചെയ്യാതിരിക്കുന്നു എന്നത് പ്രതീക്ഷിച്ചതാണ്

രാത്രി വൈകിയുള്ള ആ പരസ്യപരിപാടിയിലെ ഉൽപ്പന്നങ്ങൾ ശരിക്കും പ്രവർത്തിക്കുന്നുണ്ടോ? നിങ്ങൾക്ക് ശരിക്കും ദശലക്ഷക്കണക്കിന് വിദേശ വാണിജ്യ കറൻസി ഉണ്ടാക്കാൻ കഴിയുമോ അതോ പണമില്ലാതെ റിയൽ എസ്റ്റേറ്റ് വാങ്ങാൻ കഴിയുമോ? നിങ്ങൾക്ക് കഴിയും എന്നതാണ് സത്യം – എന്നാൽ ഈ ഇൻഫോമെർഷ്യലിൽ വിൽക്കുന്നവർ അവരുടെ യഥാർത്ഥ വരുമാന മാതൃക നിങ്ങളോട് പറയുന്നില്ല : *ആസൂത്രിതമായ കാലഹരണപ്പെടൽ.*

ആസൂത്രിതമായ കാലഹരണപ്പെടൽ എന്നാൽ അവർ നിങ്ങൾക്ക് വിൽക്കുന്നതെന്തും, നിങ്ങൾ അത് ഉപയോഗിക്കില്ലെന്ന ഒരു വിപണനക്കാരന്റെ പ്രതീക്ഷയാണ്. നിങ്ങൾ അത് ഉപയോഗിക്കുന്നില്ലെങ്കിൽ, നിങ്ങൾ ആ പണം തിരികെ ആവശ്യപ്പെടാൻ സാധ്യതയില്ല.

ഒന്നും ചെയ്യില്ലായെന്നത് പ്രതീക്ഷിക്കുന്നു. നിർമ്മാതാക്കളുടെ ബിസിനസ് മാതൃകകൾക്ക് മനുഷ്യ സ്വഭാവം ശക്തമായ പങ്ക് വഹിക്കുന്നു. ടിവിയിൽ വിൽക്കുന്ന സമ്പന്നനാകുക സംവിധാനങ്ങൾ (അല്ലെങ്കിൽ ലാൻഡിംഗ് പേജുകൾ വഴി ഓൺലൈനിൽ) മനുഷ്യ സ്വഭാവത്തെ പ്രയോജനപ്പെടുത്തുന്നു, കാരണം, മനുഷ്യർ സംഭവങ്ങൾ അന്വേഷിക്കുകയും പ്രക്രിയ ഒഴിവാക്കാൻ ആഗ്രഹിക്കുകയും ചെയ്യുന്നു. ഒന്നും ചെയ്യാതിരിക്കുക അല്ലെങ്കിൽ പാതിമനസ്സോടെ ശ്രമിക്കുക എന്നതാണ് ഏറ്റവും കുറഞ്ഞ പ്രതിരോധത്തിന്റെ പാത.

വസ്തുത എന്തെന്നാൽ, മിക്ക ആളുകളും – ഫാസ്റ്റ്ലെയ്ൻ തന്ത്രത്തോട് യോജിച്ചാലും ഇല്ലെങ്കിലും – വിവരങ്ങൾ കൊണ്ട് ഒന്നും ചെയ്യില്ല. അവർ റോഡ് മാപ്പിലേക്ക് ഉറ്റുനോക്കുകയും ആ ഗണിത ശാസ്ത്രത്തോട് യോജിക്കുകയും ചെയ്യും. പക്ഷേ ഒരിക്കലും റോഡിലും ആക്സിലറേറ്ററിലും തട്ടില്ല. കൈവശം വെക്കേണ്ടുന്ന ഒരു കാര്യമാണ് നിധിയുടെ ഭൂപടം; വീട്ടിൽനിന്ന് ഇറങ്ങി അത് പിന്തുടരുന്നത് മറ്റൊന്നാണ്. ഒന്നും ചെയ്യാതെ ഇരിക്കുന്നത് സാധാരണമാണ് നിങ്ങൾ ഒഴിവാക്കാൻ ശ്രമിക്കുന്നത് സാധാരണനില ആണ്.

വേഗത്തിനായുള്ള തന്ത്രം : ചെസ്സ്, ചെക്കറുകൾ അല്ല

വേഗത എന്നത് ഒരു ഫാസ്റ്റ്ലെയ്ൻ ബിസിനസ്സിനെക്കുറിച്ച് ചിന്തിക്കുകയല്ല, മറിച്ച് അത് സൃഷ്ടിക്കുന്നതാണ്. സ്പീഡ് ഒരു പ്ലേ സ്റ്റേഷൻ ഓഫ് ചെയ്യുന്നു. വേഗത ഒരു ആവശ്യം കണ്ടെത്തുകയും ഒരു പരിഹാരവും ഒരു ആദ്യമാതൃകയും രൂപപ്പെടുത്തുന്നു. നിങ്ങളുടെ ബിസിനസ് സ്ഥാപനത്തിന് വേണ്ടിയുള്ള പേപ്പർ വർക്കാണ് വേഗത. വേഗത ബന്ധങ്ങൾ ഉണ്ടാക്കുന്നു ഒപ്പം നിങ്ങളുടെ പ്രക്രിയയെ ലോകത്തിലേക്ക് പ്രേരിപ്പിക്കുന്നു. നിങ്ങളുടെ എതിരാളികൾ ചെക്കറുകൾ കളിക്കുമ്പോൾ വേഗത നിങ്ങളുടെ ബിസിനസ്സിനെ തന്ത്രപരമായ ഒരു ചെസ്സ് ഗെയിം പോലെ സമീപിക്കുകയാണ്.

സങ്കീർണ്ണമായ കുസൃതികളുള്ള ഒരു സങ്കീർണ്ണ ഗെയിമാണ് ചെസ്സ്, നിങ്ങളുടെ ബിസിനസ്സ് നിർബന്ധമായും സമാനമായി പ്രവർത്തിപ്പിക്കുക. നിർഭാഗ്യവശാൽ, ഭൂരിഭാഗം ബിസിനസ്സ് ഉടമകളും ചെക്കർമാരെപ്പോലെ ബിസിനസ്സിനെ ഒന്നായി സമീപിക്കുന്നു. എല്ലാ കാലാളും ഒരേപോലെ നീങ്ങുന്നു, അതേ സമയം ചെസ്സിൽ ഓരോ ഭാഗവും മൾട്ടി-ഡൈമൻഷണലാണ്. കാരണം, ഓരോ കാലാളും വ്യത്യസ്തമായ ചലിക്കുന്നതിനാൽ അവയുടെ കടമകളും വ്യത്യസ്തമാണ്. ചെക്കർ കളിക്കാൻ ശ്രമിക്കുന്ന സംരംഭകൻ അവർ വിജയിക്കാത്ത കളിയിൽ അവരെ സ്വയം ഉൾപ്പെടുത്തുന്നു.

എന്തുകൊണ്ട്?

ചെക്കർ കളിക്കുന്ന സംരംഭകന് പ്ലേബുക്കിൽ ഒരു നീക്കമുണ്ട് : വില. വിലകൾ ഉയർത്തുക, കുറഞ്ഞ വിലകൾ, വെട്ടിക്കുറച്ച ചെലവുകൾ, വിലകുറഞ്ഞ വിതരണക്കാർ : "ഓ ദൈവമേ, അതിനാൽ എല്ലാവരും എന്നിൽനിന്ന് മേടിക്കാനായി ഞാൻ എങ്ങനെ ഏറ്റവും കുറവ് വിലയിൽ നൽകുന്നവൻ ആകും?" ഈ ഏകമാന ആക്രമണം സംരംഭകരെ ചാക്രിക വിലപേശൽ യുദ്ധങ്ങളിലേക്ക്

വലിച്ചെറിയുന്നു, അവരുടെ ഓഫറുകളെ ഒറ്റ ലക്ഷ്യത്തോടെ പാർശ്വവത്കരിക്കുന്നു : ഏറ്റവും വിലകുറഞ്ഞതായിരിക്കുക.

ലിമോ വ്യവസായത്തിൽ, വിലയുദ്ധങ്ങൾ ആധിപത്യം പുലർത്തി. അതിനു കാരണം, ഉടമകൾ അവരുടെ ബ്രാൻഡുകൾ ചരക്കാക്കിയതിനാൽ അതൊരു ഏകമാനമായ ആക്രമണത്തിലേക്ക് കടന്നു : “എന്റെ ഓഫർ ഏറ്റവും വിലകുറഞ്ഞതാണെങ്കിൽ, ഞാൻ കൂടുതൽ ബിസിനസ്സ് ബുക്ക് ചെയ്യും.”

വിജയത്തിന് നിങ്ങൾ ചെക്കർമാരെ ഉപേക്ഷിച്ച് ഒരു ചെസ്സ് കളിക്കാരനെപ്പോലെ ബഹുമുഖമായി തന്ത്രങ്ങൾ മെനയാൻ ആരംഭിക്കേണ്ടതുണ്ട്. എങ്ങനെ? നിങ്ങൾ ഓരോ ബിസിനസ്സ് പ്രവർത്തനവും ഓരോ ചെസ്സ് കാവലാളെ പോലെ കൈകാര്യം ചെയ്യണം. അവ എങ്ങനെ കളിക്കുന്നു എന്നത് നിങ്ങളുടെ ഫാസ്റ്റ്‌ലെയ്നെ വേഗത്തിലോ ലക്ഷ്യമില്ലാതെ തെന്നിനീങ്ങുന്നതിലേക്കോ വിധിക്കും.

- രാജാവ് : *നിങ്ങളുടെ കൃത്യനിർവ്വഹണം*
- രാജ്ഞി : *നിങ്ങളുടെ മാർക്കറ്റിംഗ്*
- ബിഷപ്പ് : *നിങ്ങളുടെ ഉപഭോക്തൃ സേവനം*
- കുതിര : *നിങ്ങളുടെ ഉൽപ്പന്നം*
- തേര് : *നിങ്ങളുടെ ആളുകൾ*
- കാലാൾ : *നിങ്ങളുടെ ആശയങ്ങൾ.*

ഓരോന്നിന്റെയും എല്ലാ സൂക്ഷ്മതകളും വിഭജിക്കുന്നത് ഈ പുസ്തകത്തിന്റെ പരിധിയിലല്ലെങ്കിലും (അൺസ്ക്രിപ്റ്റഡ്, 2017-ൽ ഞാൻ പ്രസിദ്ധീകരിച്ച പുസ്തകം കൂടുതൽ വിശദമാക്കിയിരിക്കുന്നു) വേഗതയെ ഖണ്ഡിക്കുന്ന നിർണ്ണായകമായ ആക്കം കൂട്ടുന്ന ഘടകങ്ങളെ ഞാൻ പ്രമുഖമാക്കിക്കാട്ടും. നിങ്ങൾക്ക് നിർമ്മിക്കാനുള്ള ഒരു സംവിധാനം ഉണ്ട്!

കൃത്യനിർവ്വഹണം എന്നത് മുഖ്യവും ആശയങ്ങൾ പണയങ്ങളുമാണ്

അന്തർലീനമായ ശക്തിയെന്നത് ഒരു കൃത്യനിർവ്വഹണം വേണ്ടതായ ഒരു അയഞ്ഞ ആശയമാണ്. ഒരു ചെറുപ്പക്കാരൻ സ്പീഡോമീറ്ററിൽ 220 mph എന്ന് കാണുമ്പോൾ, അവർ ഒരു ആശയവും സാധ്യതയും കാണുന്നു. എന്നാൽ ബിസിനസിൽ, ആശയങ്ങൾ പണയക്കാരാണ്; നിഷ്ക്രിയവും പാർക്ക് ചെയ്തിരിക്കുന്നതുമായ ലംബോർഗിനികളിൽ അവ 220-മൈൽ സ്പീഡോമീറ്ററുകളാണ് കാണപ്പെടുന്നത്. ഇപ്പോഴുള്ള വേഗത എന്നത് നിർവ്വഹണമാണ്- ഒരു ആക്സിലറേറ്ററിൽ സമ്മർദ്ദം ചെലുത്തുന്നു-അത് മുഴുവൻ ഗെയിമിന്റെയും പ്രമാണിയാണ്.

സാധ്യതയുള്ള വേഗത → ഒരു ആശയം
യഥാർത്ഥ വേഗത → ഒരു ആശയം ത്വരിതപ്പെടുത്തുകയും നടപ്പിലാക്കുകയും ചെയ്യു.

നിങ്ങളുടെ തലച്ചോറിൽ കുടുങ്ങിയ ഒരു ആശയം ഗാരേജിൽ കുടുങ്ങിയ ഒരു നിശ്ചലമായ ബാറ്ററി ഉള്ള സൂപ്പർ കാർ പോലെയാണ്. അത് യാതൊന്നും നേടുന്നില്ല, അതിന്റെ ഉദ്ദേശ്യം അപ്രയുക്തമാണ്. നിർവ്വഹണം എന്നത് ഒരു ആശയം യാഥാർത്ഥ്യമാക്കുകയും ആ ബാറ്ററിയെ ഉത്തേജിപ്പിക്കുകയും ചെയ്യുന്നതാണ്.

നിർവ്വഹണമെന്നത് ആ വേഗതപ്രിയനെ അവിടെനിന്നും പുറത്തുകൊണ്ടു വരികയും ആക്സിലേറ്ററിനെ ശക്തിയായി അടിത്തട്ടിലേക്ക് താഴ്ത്തുന്നതുമാണ്, അതുവഴി കാറ്റ് താൽക്കാലികമായി നിങ്ങളുടെ മുഖം ഉയർത്തി പിടിക്കുന്നു. നിർവ്വഹണം എന്നത് ആ ആശയം നിങ്ങളുടെ മനസ്സിൽനിന്നും പുറത്തെടുക്കുകയാണ്, സാധ്യതയുടെ വഴികളിലേക്ക്.

ആശയവും നിർവ്വഹണവും തമ്മിൽ വേർതിരിച്ചറിയാൻ സംരംഭകർ പാടുപെടുന്നു.

ആശയങ്ങൾ ദശലക്ഷക്കണക്കിന് മൂല്യമുള്ളതാണെന്ന് അവർ കരുതുന്നു, പക്ഷെ വിജയം ഒരിക്കലും ആശയത്തെക്കുറിച്ചല്ല, മറിച്ച് അത് നിർവ്വഹണത്തെ ആശ്രയിച്ചിരിക്കുന്നു.

"എനിക്ക് ആ ആശയം ഉണ്ടായിരുന്നു!"

ഓ, അതെയോ?

ആര് ശ്രദ്ധിക്കുന്നു.

ഇങ്ങനെയുള്ള ആയിരക്കണക്കിന് പേർ വേറെയുമുണ്ട്. നിങ്ങളെ അവരിൽ നിന്ന് എന്താണ് വേർതിരിക്കുന്നത്? അവർ നിർവ്വഹണം നടത്തി, നിങ്ങൾ ചെയ്തില്ല, നിങ്ങൾ ഒന്നും ചെയ്തില്ല. പകരം, നിങ്ങൾ മണിക്കൂറുകളോളം മനോരാജ്യത്തിലായിരുന്നു. നിങ്ങൾ രാവിലെ ഉറങ്ങാൻ ചെലവഴിച്ചു. നിങ്ങൾ ഒരു ജോലിയിൽ 5 ദിവസങ്ങൾ ചെലവഴിച്ചു. നിങ്ങൾ എല്ലാം തിരഞ്ഞെടുത്തു, എന്നാൽ ആ മഹത്തായ ആശയം മാത്രമില്ല. നോക്കൂ, ആശയങ്ങൾ എന്നത് നിങ്ങളുടെ തലച്ചോറിലെ ഒരു രാസപ്രവർത്തനമല്ലാതെ മറ്റൊന്നുമല്ല. ചെറുതായെങ്കിലും പരിശ്രമം ആവശ്യമുള്ള ഒരു സംഭവമാണ്.

ആശയം ഒരു പരിണാമമാണ്, അതേ സമയം നിർവ്വഹണം പ്രക്രിയയാണ്.

വിജയകരമായ സംരംഭകർ ആകസ്മികമായ തോന്നലുകളിൽനിന്നും ഒന്നും ആരംഭിക്കുന്നില്ല; ഇല്ല, അവർ ആ ഒരു ആശയം (സംഭവം) അത് എടുക്കുകയും അതിനെ വൻതോതിലുള്ള നിർവ്വഹണമായി (പ്രക്രിയ) രൂപാന്തരപ്പെടുത്തുകയും ചെയ്യുന്നു. വിജയികളെയും പരാജിതരെയും അവരുടെ ആശയങ്ങളിൽനിന്ന് വേർതിരിക്കുന്ന വലിയ വിഭജനമാണ് നിർവ്വഹണം.

നിങ്ങൾക്ക് 30 വർഷം മുൻപ് വിരമിക്കണമെങ്കിൽ, നിങ്ങൾക്ക് ആധിപത്യമുള്ള, അശ്രാന്തമായ ഒരു രാജാവ് ആവശ്യമാണ്. തണുപ്പനും സുഖഭോഗാധിക്യവുമുള്ള രാജാക്കന്മാർ മത്സരങ്ങളിൽ തോൽക്കുന്നു പന്തയങ്ങളിൽ വിജയിക്കുകയും ചെയ്യില്ല.

ആശയങ്ങൾ മൂല്യരഹിതമാണ്; നിർവ്വഹണം അമൂല്യവും

എന്റെ ഫോറത്തിൽ 10 മിനിറ്റ് ചെലവഴിക്കൂ, മിക്ക സംരംഭകരുടെയും ഇഷ്ട ആശയങ്ങൾ നിങ്ങൾ കണ്ടെത്തും. എന്നാൽ വളരെ അപൂർവ്വമായി മാത്രമേ അവർ നിർവ്വഹണത്തെക്കുറിച്ച് ചർച്ച ചെയ്യാറുള്ളൂ. അവർ കളിയിലെ കാവലാളുമായി കാര്യഗൗരവമില്ലാതെ പ്രവർത്തിക്കുന്നു.

എനിക്ക് ഈ മികച്ച ആശയം ഉണ്ട്!

വേറെ ആരെങ്കിലും ഇത് ചെയ്യുന്നുണ്ടോ?

എനിക്ക് ഈ ആശയം വെളിപ്പെടുത്താൻ കഴിയില്ല. കാരണം, അത് മോഷ്ടിക്കപ്പെട്ടും!

ഞാൻ എന്റെ ആശയം നിങ്ങളോട് പറയുന്നതിന് മുൻപ് നിങ്ങൾ വെളിപ്പെടുത്തില്ലെന്ന കരാറിൽ ഒപ്പിടുമോ?

ഇല്ല, ഞാൻ നിങ്ങളുടെ കരാറിൽ ഒപ്പിടില്ല, നിങ്ങളുടെ ആശയം ഞാൻ കാര്യമാക്കുന്നില്ല. സമ്പത്തിന്റെ ലോകത്ത്, ആശയങ്ങൾ വിലയില്ലാത്തവയാണ്, പക്ഷേ അവയെ സ്വർണ്ണം പോലെയാണ് കണക്കാക്കുന്നത്. ആശയ മന്ത്രവാദികൾ അവരുടെ ആശയങ്ങൾ വലിയ കാര്യനിർവ്വഹണത്തോടെ സംരക്ഷിക്കുന്നത് ഞാൻ ഇഷ്ടപ്പെടുന്നു, അവർ ഭാവി കള്ളന്മാരുടെ കൈകളിൽ പെടാതിരിക്കാൻ ശ്രദ്ധിക്കും. എന്നാൽ അവരുടെ ആശയങ്ങൾ ഇതിനകം നൂറുകണക്കിന് ആളുകൾ പങ്കിട്ടതായി അവർ അറിയില്ല.

ഒരു ആശയത്തിന്റെ ഉടമ അത് സങ്കൽപ്പിക്കുന്നവനല്ല, അത് നടപ്പിലാക്കുന്നവനാണ്.

ഡെറക് സിവേഴ്സ് (Sivers.org) എന്ന സംരംഭകന്റെ അഭിപ്രായത്തിൽ ആശയങ്ങൾ ഗുണിതങ്ങൾ മാത്രമാണ്. അതേസമയം നിർവ്വഹണം യഥാർത്ഥ പണത്തെ പ്രതിനിധീകരിക്കുന്നു. ഞങ്ങളുടെ ഫാസ്റ്റ്ലെയ്ൻ ചെസ്സ് ഗെയിമിനുള്ളിൽ, ആശയങ്ങൾ (കാലാൾ) സാധ്യതയുള്ള വേഗതയാണ്, അതേസമയം നിർവ്വഹണം (രാജാവ്) പ്രയോഗിക്കുന്ന സമ്മർദ്ദമാണ് ആക്സിലറേറ്റർ.

ഒരു മഹത്തായ ആശയത്തിനെ (സാധ്യതയുള്ള വേഗത/ശക്തമായ പണയങ്ങൾ) ദുർബ്ബലമായ നിർവ്വഹണവുമായി (ത്വരണ മർദ്ദം ഇല്ല/ദുർബ്ബലമായ രാജാവ്) ഘടിപ്പിക്കുമ്പോൾ ഉപയോഗ ശൂന്യമാവുന്നത് എങ്ങനെയെന്ന് ഈ ബന്ധം തെളിയിക്കുന്നു.

പണയം : ആശയം (സാധ്യതയുള്ള ഉയർന്ന വേഗത)

മോശം ആശയം = 1 mph

ദുർബ്ബലമായ ആശയം = 5 mph

അങ്ങനെയും ഇങ്ങനെയും ആശയം = 35 mph

നല്ല ആശയം = 65 mph

മികച്ച ആശയം = 100 mph

ഉജ്ജ്വലമായ ആശയം = 200 mph

രാജാവ് : നിർവ്വഹണം (ആക്സിലറേറ്റർ പ്രഷർ)

നിർവ്വഹണം ഇല്ല = $1

ദുർബ്ബലമായ നിർവ്വഹണം = $1,000

അങ്ങനെയും ഇങ്ങനെയും നിർവ്വഹണം = $10,000

നല്ല നിർവ്വഹണം = $100,000

മികച്ച നിർവ്വഹണം = $1,000,000

ബ്രില്യന്റ് എക്സിക്യൂഷൻ = $10,000,000

നിങ്ങൾ ശ്രദ്ധിച്ചിട്ടുണ്ടെങ്കിൽ, ഒരു മികച്ച ആശയവും നിർവ്വഹണം ഇല്ലായ്മയും 200 രൂപക്ക് വിലയുള്ളതല്ല. ആകർഷണീയമായ സാധ്യതയുള്ള വേഗത (ആശയം) ദുർബ്ബലമായ ആക്സിലറേറ്റർ മർദ്ദവുമായി (നിർവ്വഹണം) സംയോജിപ്പിക്കപ്പെടുന്നു.

എന്നിട്ടും, മികച്ച നിർവ്വഹണത്തോടുകൂടിയ ഒരു അങ്ങനെയും ഇങ്ങനെയുമുള്ള ആശയത്തിന് 350 മില്യൺ ഡോളർ വിലവരും.

നിങ്ങൾ കണ്ടില്ലേ, നിങ്ങളുടെ ആശയങ്ങളുടെയോ അവയുടെ സാധ്യതയുള്ള വേഗതയുടെയോ അല്ല, മറിച്ച് നിങ്ങളുടെ നിർവ്വഹണത്തെക്കുറിച്ചാണ്.

ഞാൻ എന്റെ വെബ് ബിസിനസ്സ് ആരംഭിക്കുമ്പോൾ, മറ്റ് നിരവധി കമ്പനികൾ ഇതിനകം വെബ്സൈറ്റുകൾ സ്ഥാപിച്ചിരുന്നു. "ആരോ ഇപ്പോൾ തന്നെ അത് ചെയ്യുന്നു" എന്ന് ന്യായവാദം ചെയ്യുന്നതിനുപകരം ഞാൻ അത് കൂടുതൽ മികച്ചതായി നടപ്പിലാക്കി എന്റെ വ്യവസായത്തിലെ ഏറ്റവും മികച്ച നേതാവായി.

എന്റെ ആശയം ഗംഭീരമായിരുന്നോ?

ഇല്ല. അതൊരു കുഴപ്പമില്ലാത്ത ആശയമായിരുന്നു, പക്ഷേ മത്സരത്തേക്കാൾ നന്നായി ഞാൻ നടപ്പിലാക്കി.

എന്റെ വരുമാന മാതൃക വിജയിക്കുകയും ദയയില്ലാതെ പകർത്തുകയും ചെയ്തതിനുശേഷം, എന്റെ ബിസിനസ്സ് തകർച്ചയും പരാജയവും നേരിട്ടോ? ഇല്ല, കാരണം ആശയം വിജയത്തിലേക്കുള്ള ചൂണ്ടുപലകയായിരുന്നില്ല, *അത് നിർവ്വഹണം ആയിരുന്നു.*

എന്റെ ആശയം പകർത്തിയ മത്സരാർത്ഥികൾക്ക് സമ്പത്തിന്റെ കളിയിൽ ശക്തനായ ഒരു രാജാവ് ഉണ്ടായിരുന്നില്ല, അത് കൃത്യനിർവ്വഹണമാണ്. പണയങ്ങൾ മോഷ്ടിച്ചല്ല ചെസ്സ് ജയിക്കുന്നത്.

ഇൻസ്റ്റാഗ്രാമും ഫേസ്ബുക്കും യഥാർത്ഥ ആശയത്തിന്റെ ഉടമകളല്ലാതിരുന്നപ്പോൾ എങ്ങനെയാണ് ഏറ്റവും ജനപ്രിയമായ രണ്ട് സോഷ്യൽ നെറ്റ്വർക്കുകളായി മാറിയത്? നിർവ്വഹണം. ഒരു മസ്തിഷ്കത്തിൽ നിന്നും വമിക്കുന്ന ദുഷിച്ച ഉദര വായുവിനെ (ചിന്തകൾ) റോസാപ്പൂവിന്റെ മണമുള്ളതാക്കുന്നത് നിർവ്വഹണമാണ്.

ഗൗരവമായി, ഈ പുസ്തകത്തിലുടനീളം ഞാൻ എന്താണ് പറയുന്നതെന്ന് ചിന്തിക്കുക : എന്തുകൊണ്ട് ആശയങ്ങൾ വളരെ സാധാരണമായിരിക്കെ, നിർവ്വഹണം അത്ര ബുദ്ധിമുട്ടുള്ളതാകുന്നു? ഒരിക്കൽ കൂടി, നമ്മൾ നമ്മുടെ സമ്പത്ത് ദ്വന്ദ്വത്തിലേക്ക് മടങ്ങുന്നു : പരിണാമവും പ്രക്രിയയും. നിർവ്വഹണത്തിന് പ്രക്രിയ ആവശ്യമാണ് : പരിശ്രമം, ത്യാഗം, അച്ചടക്കം, സ്ഥിരോത്സാഹം. ആശയങ്ങൾ പരണാമങ്ങൾ മാത്രമാണ്.

നിങ്ങൾക്ക് 6 ദശലക്ഷം മൈൽ യാത്ര ചെയ്യണമെങ്കിൽ, നിങ്ങൾ 15 മൈൽ വേഗതയിൽ നീങ്ങുകയാണെങ്കിൽ, നിങ്ങൾ 45 വർഷത്തിനുള്ളിൽ അവിടെയെത്തും. ഇത് സ്ലോലെയ്നെ പ്രതിനിധീകരിക്കുന്നു. നിങ്ങൾ 95 മൈൽ വേഗതയിൽ നീങ്ങുകയാണെങ്കിൽ, നിങ്ങൾ ഏഴ് വർഷം കൊണ്ട് അവിടെ എത്തും. ഇതാണ് ഫാസ്റ്റ് ലെയ്ൻ. വേഗതയുടെ ബിസിനസ്സ് എന്നാൽ നിർവ്വഹണം ആണ്. ഫാസ്റ്റ് ലെയ്ൻ-ന്റെ വേഗത ഒരു ബിസിനസ്സ് വൻതോതിൽ വളർത്തുകയും അറ്റവരുമാനവും ആസ്തി മൂല്യവും വൻതോതിൽ പ്രയോജനപ്പെടുത്തുകയും ചെയ്യുന്നു.

അധ്യായ സംഗ്രഹം : ഫാസ്റ്റ്ലെയ്ൻ പ്രത്യേകതകൾ

- വേഗത എന്നത് ആശയങ്ങളെ നിർവ്വഹണത്തിലേക്ക് പരിണമിപ്പിക്കുക എന്നതാണ്.
- മിക്ക ആളുകളും ശക്തമായ വിവരങ്ങൾ കാലഹരണപ്പെടാനും വിലപ്പോവാതിരിക്കാനും അനുവദിക്കുന്നു.
- വിജയകരമായ ഫാസ്റ്റ്ലെയ്ൻ ബിസിനസ്സുകൾ ഒരു ഗെയിം പോലെ മൾട്ടി-ഡൈമൻഷനിലായി ഒരു ചെസ്സ് പോലെയാണ് പ്രവർത്തിക്കുന്നത്. ഏകമാന ബിസിനസ്സുകൾ വിലയിൽ മാത്രം ശ്രദ്ധ കേന്ദ്രീകരിക്കുന്നു.
- നിർവ്വഹണം വിജയികളെയും പരാജിതരെയും അവരുടെ ആശയങ്ങളിൽ നിന്ന് വേർതിരിക്കുന്നു.
- ബിസിനസ്സിൽ, നിർവ്വഹണം പ്രക്രിയയാണ്. ആശയങ്ങൾ പരിണാമങ്ങളും.
- ആശയങ്ങൾ സാധ്യതയുള്ള വേഗതയാണ്. നിർവ്വഹണം യഥാർത്ഥ വേഗതയാണ്.
- മറ്റുള്ളവർ നിങ്ങളുടെ ബ്ലോക്ക്ബസ്റ്റർ ആശയം പങ്കിടുന്നു. ആശയം ആലോചിക്കുന്നവൻ ഒന്നും സ്വന്തമാക്കുന്നില്ല. അവൻ, ആശയം നടപ്പിലാക്കുന്നവൻ എല്ലാം സ്വന്തമാക്കുന്നു.
- ഒരു ആശയം (സാധ്യതയുള്ള വേഗത) പ്രവൃത്തിയെ (യഥാർത്ഥ വേഗത) കണ്ടുമുട്ടുമ്പോഴാണ് യഥാർത്ഥ പണവും ആക്കവും സാക്ഷാത്കരിക്കപ്പെടുന്നത്.
- ആശയം പേശികളിൽ നിന്നും പുറപ്പെടുന്ന ഉദര വായു ആണ്. നിർവ്വഹണം അതിനെ റോസാപ്പൂവിന്റെ മണമുള്ളതാക്കുന്നു.

ബിസിനസ്സ് പ്ലാൻ കത്തിക്കുക, നിർവ്വഹണത്തെ ജ്വലിപ്പിക്കുക

ലോകത്തിലെ ഏറ്റവും മികച്ച ആശയം നിങ്ങളുടെ കൈയിൽ ഉണ്ടായാലും, നിങ്ങൾ അതിൽ പ്രവർത്തിക്കുന്നതുവരെ നിങ്ങൾക്ക് അത് ഒരു ഗുണവും ചെയ്യില്ല. പാൽ ആവശ്യമുള്ളവർ പശു തങ്ങൾക്ക് പാൽ കൊണ്ടുതരുമെന്ന പ്രതീക്ഷയിൽ വയലിന്റെ നടുവിൽ സ്റ്റൂളിൽ ഇരിക്കരുത്.

—കർട്ടിസ് ഗ്രാന്റ്

ലോകം അതിന്റെ ഇഷ്ടാനുസരണം പ്രതികരിക്കുന്നു

ലോകം അതിന്റെ ഇഷ്ടാനുസരണം പ്രതികരിക്കുന്നു. നിങ്ങൾ 1 + 1 = 2 എന്ന് ചിന്തിക്കുകയും ലോകം നിങ്ങളോട് അത് 3 ആണെന്ന് പറയുകയും ചെയ്യുന്നവെങ്കിൽ, നിങ്ങളുടെ മസ്തിഷ്കം നിങ്ങളോട് പറയുന്നതെന്താണെങ്കിലും നിങ്ങൾ അത് അനുവദിക്കണം.

നിങ്ങളുടെ ആശയങ്ങൾ, നിങ്ങളുടെ പദ്ധതികൾ, നിങ്ങളുടെ ബിസിനസ്സ് എന്നിവയുടെ കാര്യത്തിൽ, നിങ്ങൾ അത് ലോകത്തെ അറിയിക്കുന്നതുവരെ എന്താണ് പ്രാവർത്തികമാകുമോ എന്ന് അറിയില്ല.

ബിസിനസ്സിൽ, ഞാൻ ഇതിനെ "ബോക്സിൽ ഇടുന്നത്" എന്ന് വിളിക്കുന്നു.

എന്റെ വെബ്സൈറ്റിൽ ഞാൻ ഒരു പുതിയ സേവനമോ ഫീച്ചറോ പരിചയപ്പെടുത്തിയപ്പോഴെല്ലാം, അത് ലോകം എങ്ങനെ പ്രതികരിക്കുന്നു എന്ന പരീക്ഷണത്തിലേക്ക് മാറ്റപ്പെട്ടു. ഓരോ പരീക്ഷണത്തിലും ഞാൻ ആശ്ചര്യപ്പെടുകയും ചെയ്യും.

"ഈ പുതിയ സൈറ്റ് ഡിസൈൻ ഒരു ബ്ലോക്ക്ബസ്റ്റർ ആയിരിക്കും!".

തുടർന്ന്, ഢും..., അസംതൃപ്തരായ സന്ദർശകരിൽനിന്ന് നൂറുകണക്കിന് ഇമെയിലുകൾ ഒഴുകുന്നു. നിങ്ങളെ ഒരു ഓക്ക് മരത്തിൽ കെട്ടിത്തൂക്കാനും, ഷണ്ഡനാക്കാനും ആഗ്രഹിക്കുന്നവർ.

ആശയങ്ങളുടെ ആത്യന്തിക ജഡ്ജിയും ജൂറിയും ലോകവും അവരെ സേവിക്കുന്ന വിപണികളുമാണ്. നിങ്ങളുടെ ഓഫർ ലോകം ഇഷ്ടപ്പെടുന്നെങ്കിൽ,

അവർ നിങ്ങൾക്ക് അവരുടെ സമയം, ചിന്തകൾ, അല്ലെങ്കിൽ അവരുടെ പണം എന്ന നിലയിൽ അവരുടെ അഭിപ്രായങ്ങൾ നൽകുന്നു.

നിങ്ങളുടെ ഓഫർ അവർക്ക് ഇഷ്ടപ്പെട്ടില്ലെങ്കിൽ, അവർ പണം തടഞ്ഞു വെച്ച് മറ്റെവിടെയെങ്കിലും നോക്കും. ഒപ്പം ശരിക്കും വിഷമിച്ചവരാണെങ്കിലോ? നിങ്ങളെ വിഡ്ഢി എന്ന് വിളിച്ച് അവർ ഇമെയിൽ അല്ലെങ്കിൽ ഒരു ബ്ലോഗ് പോസ്റ്റ് ചെയ്യുന്നു.

ഗോത്രം അവരുടെ അഭിപ്രായം വ്യക്തമാക്കിയിരുന്നു

എന്റെ വെബ്സൈറ്റിന് ഒരു പുനർരൂപകൽപ്പന ആവശ്യമായിരുന്നു. ഒരു പുതിയ രൂപം സൃഷ്ടിക്കാൻ ഞാൻ ആറ് ആഴ്ച ചെലവഴിച്ചു. ഞാൻ ആവേശഭരിതനായി, ലോകം ഈ ഡിസൈൻ ഇഷ്ടപ്പെടാൻ പോകുകയാണ് – ഇത് ശുദ്ധവും ഉപയോക്തൃ സൗഹൃദവുമായിരുന്നു, ഒപ്പം എന്റെ ഡിസൈൻ വൈദഗ്ധ്യം പ്രകടിപ്പിക്കുകയും ചെയ്തു.

എന്നിട്ട് ഞാൻ അത് ലോഞ്ച് ചെയ്തു.

എന്നാൽ ലോകം അത് ഒട്ടും ഇഷ്ടപ്പെട്ടില്ല.

പരാതികൾ പെരുകി. എന്റെ സൈറ്റിന്റെ ബൗൺസ് നിരക്ക് (ആളുകൾ ഒരു പേജ് സന്ദർശിച്ച് പെട്ടെന്ന് സൈറ്റിൽ നിന്നും പുറപ്പെട്ടു പോകുക) ആകാശം മുട്ടി. എന്റെ പരിവർത്തന നിരക്ക് ഫലത്തിൽ ഒന്നുമില്ല എന്ന നിലയിലേക്ക് കുപ്പുകുത്തി. ഞാൻ പ്രതിദിനം 1,200 ലീഡുകളിൽനിന്ന് കഷ്ടിച്ച് 500 ആയി.

ഗോത്രം അവരുടെ അഭിപ്രായം വ്യക്തമാക്കിയിരുന്നു

ആ പുനർരൂപകൽപ്പനയിൽ എന്റെ നിക്ഷേപം ഉണ്ടായിരുന്നിട്ടും, ഞാൻ ഉടൻ തന്നെ പഴയ പതിപ്പിലേക്കു മടങ്ങുകയും എന്റെ ആറ് ആഴ്ചയിലെ ജോലി ഞാൻ ഉപേക്ഷിക്കുകയും ചെയ്തു. എന്റെ പ്രിയ സന്തതി ഒരു സുവർണ്ണ പരാജയമായിരുന്നു. ലോകം ഒരു സൂചന നൽകി, ഞാൻ അത് മനസ്സിലാക്കി, എന്നിട്ട് പ്രതികരിച്ചു.

നിങ്ങൾ കണ്ടില്ലേ, *എല്ലാ സമയത്തും നിങ്ങൾ ഏത് ദിശയിലാണ് പോകേണ്ടതെന്ന് ലോകം നിങ്ങളോട് പറയുന്നു.* അടയാളങ്ങൾ ശ്രദ്ധിക്കുക.

ലോകത്തോട് നിങ്ങൾക്ക് എന്തെങ്കിലും പറയണമെങ്കിൽ നിങ്ങൾ എന്തു ചെയ്യണം?

നിങ്ങളുടെ നടപ്പിലാക്കിയ ആശയങ്ങളും പൊതുധാരണയും ലോകത്തിലേക്ക് കൊണ്ടുവരിക, അതിനെ പറയാൻ അനുവദിക്കുക. നിങ്ങളുടെ പ്രതിഭയുടെ ബ്രഷ് ഉപയോഗിച്ച് ലോകത്തിനു നിറം കൊടുക്കുക, അതിനാൽ നിങ്ങൾ എത്രത്തോളം ശരിയോ തെറ്റോ ആണെന്ന് അവർക്ക് നിങ്ങളോട് പറയാൻ കഴിയും.

നിങ്ങളുടെ നടപ്പിലാക്കിയ ആശയങ്ങൾ തുറന്ന പെട്ടിയിൽ സൂക്ഷിക്കുക.

കോളേജ് പ്രൊഫസർമാർ ശവക്കുഴികളിൽ അസ്വസ്ഥരായിരിക്കും

ലോകം ആശയങ്ങളെ ശ്രദ്ധിക്കുന്നില്ല; അത് അവരോട് മാത്രം പ്രതികരിക്കുന്നു. ഈ ലളിതമായ വസ്തുത സംരംഭകത്വത്തിന്റെ ഏറ്റവും ദൃഢമായ സ്ഥാപനങ്ങളിലൊന്നിൽ ഒരു ദ്വാരമിട്ട് ഞെട്ടിക്കുന്നു – ബിസിനസ്സ് പ്ലാനുകളിൽ. ഈ ക്രൂരതയിൽ പഠന ഗവേഷണ വിഭാഗം രോഷാകുലരാകും. ത്യാഗത്തിന്റെ ആത്യ

ന്തിക ബിസിനസ്സിനായി തയ്യാറാകുക : ബിസിനസ്സ് പ്ലാനുകൾ ഉപയോഗ ശൂന്യമാണ്.

അതെ, ഞാൻ ഇതുതന്നെയാണ് പറഞ്ഞത്.

ബിസിനസ്സ് പ്ലാനുകൾ ഉപയോഗശൂന്യമാണ്, കാരണം അവ ഉത്തേജന ങ്ങളെ അടിസ്ഥാനമാക്കിയുള്ള ആശയങ്ങളാണ്.

നിങ്ങൾ എപ്പോൾവരെ ബാർബിക്യൂ മൂലം അഴുക്കായ ഒരു നാപ്കിൻ കണ ക്കാക്കിയില്ലെങ്കിൽ, എന്റെ പക്കൽ ഒരിക്കലും ഒരു ബിസിനസ്സ് പദ്ധതി ഉണ്ടാ യിരുന്നില്ല. വാസ്തവത്തിൽ, മികച്ച ബിസിനസ്സ് പ്ലാനുകൾ നോട്ട്പാഡ്, പഴയ ആർബിയുടെ ബാഗുകൾ, ബേബി റൂത്ത് റാപ്പറുകൾ, ഐ ഫോണിലെ വോയ്സ് മെമ്മോകൾ എന്നിവയാണ്. ബിസിനസ്സ് പ്ലാനുകളുടെ പ്രശ്നമെന്തെന്നാൽ സാധ്യതയുള്ള വേഗതയുടെ മറ്റൊരു പ്രകടനമാണ്. സൂപ്പർചാർജ്ഡ് ഗാരേജ് രാജ്ഞികളെപ്പോലെ, അവ പുൽത്തകിടി വെട്ടുന്നവരെക്കാൾ ശക്തരല്ല. *കൃത്യനിർവ്വഹണവുമായി ബന്ധിപ്പിക്കുന്നത് വരെ ബിസിനസ്സ് പ്ലാനുകൾ ഉപ യോഗശൂന്യമാണ്.*

പിന്നീട് എന്താണ് സംഭവിക്കുന്നതെന്ന് ഊഹിക്കുക?

നിങ്ങൾ നിർവ്വഹിക്കുന്ന നിമിഷം, ഞാൻ നിങ്ങളോട് പറഞ്ഞത് ലോകം നിങ്ങളോട് പറയും : നിങ്ങളുടെ ബിസിനസ്സ് പ്ലാൻ ഉപയോഗശൂന്യമാണ്.

മാർക്കറ്റ് (ലോകം) നിങ്ങളുടെ ബിസിനസ്സിനെ സങ്കൽപ്പിക്കാനാവാത്ത സ്ഥലങ്ങളിലേക്ക് നയിക്കും. അത് നിങ്ങളുടെ ബിസിനസ്സ് പ്ലാനിനെക്കുറിച്ചുള്ള എല്ലാം ലംഘിക്കുകയും ചെയ്യും. ഏതെങ്കിലും വിജയിയായ സംരംഭകനുമായി അഭിമുഖം നടത്തുക, അവർ നിങ്ങളോട് പറയും ഉദ്ദേശ്യം എ-യിൽ ആരംഭിച്ച് ബി ഉദ്ദേശ്യത്തോടെ അവസാനിച്ചുവെന്ന്. അവർ ഉൽപന്നം X വിൽക്കുകയും ആത്യന്തികമായി Y ഉൽപ്പന്നം വിൽക്കുന്നതിൽ അവസാനിക്കുകയും ചെയ്തു.

നിങ്ങൾ എവിടേക്കാണ് പോകേണ്ടതെന്ന് ലോകം നിങ്ങളോട് പറയുന്നു, ഇല്ല, ലോകം നിങ്ങളുടെ 150 പേജുള്ള PowerPoint ബിസിനസ്സ് പ്ലാനിനെക്കുറിച്ച് രണ്ട് പെൻസ് നൽകുന്നില്ല.

ലൊക്കേഷൻ കുറിക്കുന്നതിനുള്ള ആപ്ലിക്കേഷനായാണ് ഇൻസ്റ്റാഗ്രാം ആരംഭിച്ചത്. വിപണിയെ കേട്ടതിന് ശേഷം, ഫോട്ടോഗ്രാഫിയെ കേന്ദ്രീകരിച്ച് ചെയ്യുന്ന ഒരു വലിയ അളവിൽ വിപണിക്കായുള്ള സാമൂഹ്യ കൂട്ടായ്മയിലേക്ക് അത് ചുവടുവച്ചു. ഞാൻ എന്റെ വെബ്സൈറ്റ് ഒരു ഡയറക്ടറിയായി ആരംഭിച്ചു, അത് ഒരു ലീഡ് ജനറേഷൻ പോർട്ടലായി രൂപാന്തരപ്പെട്ടു.

ബിസിനസ്സ് പ്ലാനുകളെ ദൂഷിപ്പിക്കാൻ ലോകത്തിന് അസാമാന്യമായ ശക്തിയുണ്ട്, അതും ആശയം യാഥാർത്ഥ്യത്തിലേക്ക് രൂപാന്തരപ്പെടുന്ന നിമിഷം.

എന്നിരുന്നാലും, ഇത് സാമ്പത്തിക വിശകലനത്തെ ഒഴിവാക്കുന്നില്ല.

പ്രത്യേക സാമ്പത്തിക പരിമിതികൾ അറിയാതെ അന്ധമായ ഒരു ബി സിനസിലേക്കുള്ള കച്ചവട ചാട്ടം വിഡ്ഢിത്തമായിരിക്കും. ഞാൻ ഒരു ലിമോസിൻ കമ്പനിയുടെ ഒരു ലിമോസിൻ വെബ്സൈറ്റ് സൃഷ്ടിക്കാൻ തീരുമാനിച്ചപ്പോൾ, ഞാൻ ഒരു സാമ്പത്തിക വിശകലനം നടത്തി. എന്നിരുന്നാലും, ആസൂത്രണത്തി ന്റെ സങ്കീർണതകളിലും തളർച്ചയിലും ഞാൻ കുടുങ്ങിയില്ല, അത് നിർവഹണ ത്തിനു പകരമാകില്ല.

എന്താണ് കണ്ടെത്തേണ്ടതെന്ന് മനസ്സിലാക്കുക, അത് ചെയ്യാൻ പോകുക.

ലോകം അതിന്റെ ജോലി ചെയ്യും, യാത്ര ചെയ്യാനുള്ള വഴികൾ നിങ്ങളോട് പറയും.

പക്ഷേ എനിക്ക് സംരംഭ മൂലധനം വേണം!

എനിക്കറിയാം, എനിക്കറിയാം : എനിക്ക് ഇതിനകം എതിർപ്പുകൾ കേൾക്കാനാകും. ഒരു ബിസിനസ്സ് പ്ലാൻ ഇല്ലാതെ, എങ്ങനെ നിങ്ങൾക്ക് സംരംഭ മൂലധനം ലഭിക്കും? നിക്ഷേപകരെ ലഭിക്കും?

നിങ്ങൾക്ക് ലഭിക്കില്ല.

ഒരു ബിസിനസ്സ് പ്ലാൻ ഇല്ലാതെ, നിങ്ങൾക്ക് ഫണ്ടിംഗ് ലഭിക്കില്ല. പക്ഷേ, ദയവായി, ധൈര്യപ്പെടുക, പ്രശ്നം നിങ്ങളുടെ ബിസിനസ്സ് പ്ലാൻ അല്ല, അല്ലെങ്കിൽ അത് ഒരിക്കലും നിങ്ങളുടെ ബിസിനസ്സ് പ്ലാൻ ആയിരിക്കില്ല.

ലോകത്തിലെ ഏറ്റവും മികച്ച ബിസിനസ്സ് പ്ലാൻ എപ്പോഴും നിർവ്വഹണത്തിന്റെ വഴിയിലെ ഒരു റെക്കോർഡായിരിക്കും.

നിങ്ങൾ ഒരു വിജയകരമായ സംരംഭകനാണെങ്കിൽ, ആളുകൾ പൊടുന്നനെ നിങ്ങളുടെ ബിസിനസ്സ് ആസൂത്രണം ആഗ്രഹിക്കും, കാരണം നിങ്ങൾക്ക് അത് നടപ്പിലാക്കാൻ കഴിയുമെന്ന് അവർക്കറിയാം. എനിക്ക് ഒരു ബിസിനസ്സ് പ്ലാൻ രണ്ടു വർഷത്തിന് മുൻപേ തന്റെ കമ്പനി 20 മില്യൺ ഡോളറിന് വിറ്റ സംരംഭകനിൽനിന്ന് ലഭിച്ചെങ്കിൽ നിങ്ങളുടെ അവസാനപണവും വാതുവെക്കുക, ഞാൻ അത് മനസ്സിലാക്കും. മൂല്യം പ്ലാനിന്റേതല്ല, മറിച്ച് അത് നൽകുന്ന വ്യക്തിയും, അയാളുടെ നിർവ്വഹണത്തിന്റെ വഴിയിലെ ജയപരാജയകണക്കുമായിരിക്കും.

ഇന്ന്, ഞാൻ എന്റെ ബിസിനസ്സ് പ്ലാൻ കൊടുത്താൽ വായിക്കുന്ന ആളുകളുടെ ഒരുകൂട്ടം തന്നെ എനിക്കറിയാം. ബിസിനസ്സ് പദ്ധതിയെ സാധൂകരിക്കുന്ന നിർവ്വഹണത്തിന്റെ ഒരു ട്രാക്ക് റെക്കോർഡ് എനിക്കുണ്ടെന്ന് അവർക്കറിയാം. നിങ്ങൾക്ക് നിർവ്വഹണത്തിന്റെ ട്രാക്ക് റെക്കോർഡ് ഇല്ലെങ്കിൽ, ബിസിനസ്സ് പ്ലാനിന് കടലാസ് കഷണത്തിന്റെ വില പോലും ഉണ്ടാവില്ല.

നിർവ്വഹണത്തിലൂടെ ധനം സമാഹരിക്കുക, ബിസിനസ്സ് പ്ലാനുകളിലൂടെയല്ല

കുറച്ച് മൂലധനവും $900 കൊണ്ടും ഞാൻ എന്റെ കമ്പനി ആരംഭിച്ചു. നിക്ഷേപകരില്ല, ഫണ്ടില്ല, സഹായമില്ല. വസ്തുത എന്തെന്നാൽ, 95 പേജുള്ള ഒരു ബിസിനസ്സ് പ്ലാനിൽ ഞാൻ 150 മണിക്കൂർ പാഴാക്കിയിരുന്നെങ്കിൽ, ആരും അത് വായിക്കുമായിരുന്നില്ല. കാരണം, എനിക്ക് അനുഭവപരിചയമില്ലായിരുന്നു : എനിക്ക് പണമില്ല, ട്രാക്ക് റെക്കോർഡില്ല, ഒരു മത്സരങ്ങളിലും പങ്കുകൊണ്ടിട്ടില്ല, പൂർത്തികരിച്ചവ ഒന്നുമില്ല, മത്സരങ്ങളൊന്നും വിജയിച്ചില്ല.

എന്നിരുന്നാലും, ഞാൻ എന്റെ ബിസിനസ്സ് കെട്ടിപ്പടുക്കുകയും വളരുകയും ചെയ്തപ്പോൾ, ഒരു അത്ഭുതം സംഭവിച്ചു. എന്റെ ആശയങ്ങൾ ലോകത്തിന് ഉപഭോഗം ചെയ്യാവുന്ന മൂർത്തമായ ആസ്തികളായി ഘനീഭവിക്കുമ്പോൾ, പെട്ടെന്ന് ഞാൻ സമീപിക്കാവുന്ന സ്വത്തായി മാറി.

സംരംഭക മുതലാളികളും, മാലാഖമാരായ നിക്ഷേപകരും എന്നെ വിളിച്ചു – ഞാൻ അവരെ വിളിച്ചില്ല.

പൊടുന്നനെ, ആളുകൾ എന്റെ ബിസിനസ്സ് പ്ലാൻ കാണാൻ ആഗ്രഹിച്ചു. എന്തുകൊണ്ടാണ് പെട്ടെന്ന് ഹൃദയത്തിൽ മാറ്റം? വർഷങ്ങൾക്കുമുൻപ് ഞാൻ ഇതേ ആളായിരുന്നില്ലേ?

തീർച്ചയായും, പക്ഷേ കടലാസിലെ ഒരു ആശയത്തിനുപകരം, നിർവ്വഹണത്തിൽ പ്രതിഫലിപ്പിക്കുന്ന ഒരു മൂർത്തമായ ആശയം എനിക്കുണ്ടായിരുന്നു.

ഫാസ്റ്റ്ലെയ്ൻ ഫോറത്തിലെ ഒരു സാധാരണ ചോദ്യം ഇതാണ്, "എന്റെ ആശയത്തിന് എങ്ങനെ എനിക്ക് നിക്ഷേപകരെ കണ്ടെത്താൻ കഴിയും?" ആശയം ഒരു കണ്ടുപിടുത്തമാണോ അതോ മികച്ച പുതിയ വെബ്സൈറ്റാണോ എന്നത് പ്രശ്നമല്ല, എന്റെ ഉത്തരം ഒരിക്കലും ഈ ആളുകൾ കേൾക്കാൻ ആഗ്രഹിക്കുന്നതല്ല.

നിങ്ങൾക്ക് നിക്ഷേപകരെ വേണമെങ്കിൽ, പുറത്തുകടന്ന് നടപ്പിലാക്കുക.

ഒരു ആദ്യരൂപം ഉണ്ടാക്കുക.

ഒരു ബ്രാൻഡ് സൃഷ്ടിക്കുക.

മറ്റുള്ളവർക്ക് കാണാനോ സ്പർശിക്കാനോ കഴിയുന്ന ഒരു ട്രാക്ക് റെക്കോർഡ് സൃഷ്ടിക്കുക.

പ്രക്രിയയിൽ മുഴുകുക.

നിങ്ങൾക്ക് ഒരു ആശയത്തിന്റെ ഭൗതികരൂപമുണ്ടായിരിക്കുമ്പോൾ, നിക്ഷേപകർ ആ പണസഞ്ചികൾ തുറക്കും. കഴിവുണ്ടായിരുന്നാൽ മതി, നിങ്ങൾക്ക് പണം നൽകാൻ അവർ മത്സരിക്കും.

നിങ്ങൾക്ക് 120 പേജിന്റെ എഴുത്ത്, ചാർട്ടുകൾ, ഗ്രാഫുകൾ എന്നിവയല്ലാതെ മറ്റൊന്നും ഇല്ലെങ്കിൽ, അത് നിർവ്വഹണമല്ല, സംഘടനാപരമായ കഴിവുകൾ കാണിക്കുന്നു. ഒരിക്കലും സ്വകാര്യ ഓഹരിയിലുള്ള ബിസിനസ്സ് പ്ലാനുകളിൽ മാലാഖമാർ *നിക്ഷേപം നടത്തുന്നില്ല – അവർ നിർവ്വഹണത്തിന്റെ ട്രാക്ക് റെക്കോർഡുകളുള്ള ആളുകളിൽ നിക്ഷേപിക്കുന്നു.* അതാണ് നിങ്ങളുടെ മികച്ച ബിസിനസ്സ് പ്ലാൻ!

അതിനാൽ, നിങ്ങളുടെ ബിസിനസ്സിനായി നിങ്ങൾക്ക് ശരിക്കും ഫണ്ടിംഗ് ലഭിക്കണമെങ്കിൽ, പുറത്തുകടന്ന് നിങ്ങളുടേതായ മൂർത്തമായ ആശയം ഉണ്ടാക്കുക. നിക്ഷേപകർക്ക് അവർക്ക് കാണാനും സ്പർശിക്കാനും അനുഭവിക്കാനും കഴിയുന്ന എന്തെങ്കിലും നൽകുക. നിക്ഷേപകർക്ക് നിങ്ങളുടെ നിർവ്വഹണത്തിന്റെ ഒരു ദൃശ്യം നൽകുക, കാരണം അതാണ് ഫാസ്റ്റ്ലെയിനിൽ വേഗത സൃഷ്ടിക്കുന്നത്.

അധ്യായ സംഗ്രഹം : ഫാസ്റ്റ്ലെയ്ൻ പ്രത്യേകതകൾ

- നിങ്ങൾ നീങ്ങേണ്ട ദിശയിലേക്ക് ലോകം സൂചനകൾ നൽകുന്നു.
- ബിസിനസ്സ് പ്ലാനുകൾ ഉപയോഗശൂന്യമാണ്, കാരണം അവ ഉത്തേജനങ്ങളെ തുടർന്നുള്ള ആശയങ്ങളാണ്.
- ലോകം നിങ്ങളുടെ ആശയങ്ങളുമായി ഇടപഴകുമ്പോൾ തന്നെ, നിങ്ങളുടെ ബിസിനസ്സ് പ്ലാൻ അസാധുവായി.
- മുൻപ് ആസൂത്രണം ചെയ്തിട്ടില്ലാത്ത ദിശകളിലേക്ക് നിങ്ങളെ വിപണനം നയിക്കും.
- ലോകത്തിലെ ഏറ്റവും മികച്ച ബിസിനസ്സ് പ്ലാൻ നിർവ്വഹണത്തിന്റെ ഒരു ട്രാക്ക് റെക്കോർഡാണ് – അത് ബിസിനസ്സ് പ്ലാനിനെ വിശ്വാസ്യയോഗ്യമാക്കുന്നു.

- നിർവ്വഹണത്തിന്റെ ഒരു ട്രാക്ക് റെക്കോർഡ് നിങ്ങൾക്കുണ്ടെങ്കിൽ, പെട്ടെന്ന് ആളുകൾ നിങ്ങളുടെ ബിസിനസ്സ് പ്ലാൻ കാണാൻ ആഗ്രഹിക്കും.
- നിങ്ങളുടെ ബിസിനസ്സിന് ധനസഹായം ലഭിക്കണമെങ്കിൽ, നടപടിയെടുക്കുകയും മൂർത്തമായ നിർവ്വഹണത്തെ പ്രതിഫലിപ്പിക്കുന്ന എന്തെങ്കിലും സൃഷ്ടിക്കുകയും ചെയ്യുക.
- നിക്ഷേപകർ മൂർത്തവും യഥാർത്ഥവുമായ എന്തിലെങ്കിലും നിക്ഷേപിക്കാൻ കൂടുതൽ സാധ്യതയുണ്ട്; കടലാസിൽ അനന്തമായി വ്യവച്ഛേദിച്ച് വച്ചിരിക്കുന്ന ആശയങ്ങളല്ല.

കാൽനട യാത്രക്കാർ നിങ്ങളെ സമ്പന്നരാക്കും!

നിങ്ങൾ ഒരു മികച്ച അനുഭവം സൃഷ്ടിക്കുകയാണെങ്കിൽ,
അതിനെക്കുറിച്ച് ഉപഭോക്താക്കൾ പരസ്പരം പറയുന്നു.
വാമൊഴി വളരെ ശക്തമാണ്.

—ജെഫ് ബെസോസ്

നിങ്ങളുടെ ചെസ്സ് മത്സരത്തിലെ ബിഷപ്പ്

ജീവിതം ദുഷ്കരമാകുമ്പോൾ, നാം പുരോഹിതന്മാരുടെയോ റബ്ബിമാരുടെയോ പാസ്റ്റർമാരുടെയോ ഉപദേശം തേടുന്നു. അവരാണ് ജീവിത പ്രശ്നങ്ങളുടെ "വിശ്വസ്ത" പുരുഷന്മാർ. എന്നിട്ടും നിങ്ങളുടെ ബിസിനസ്സിന്റെ കാര്യം വരുമ്പോൾ, ആരാണ് നിങ്ങളുടെ വിശ്വസ്ത പുരുഷൻ? നിങ്ങളുടെ ഉപഭോക്താക്കളുടെ ഒപ്പം മുൻനിരയിൽ ആരാണ്? ബിസിനസ്സിലെ ചതുരംഗക്കളിയിലെ ബിഷപ്പ് എന്നാൽ നിങ്ങൾ നിങ്ങളുടെ കസ്റ്റമർമാരോട് പെരുമാറുന്ന രീതിയാണ് – ഉപഭോക്തൃ സേവനം. നിങ്ങളുടെ ഉപഭോക്തൃ സേവനം ഒരു പ്രവർത്തനം നൽകണം, നമ്മുടെ പുരോഹിതന്മാരുടേതുപോലുള്ള പ്രവർത്തനം, അതായത് "എപ്പോഴും അവിടെ ഉണ്ടായിരിക്കുക" : സഹായത്തിന്, പിന്തുണക്ക്, പരിഹരിക്കുന്നതിന്.

എന്റെ ആന്തരിക റോഡ് മാപ്പ് : എന്റെ കറുത്ത പുസ്തകം

ഫാസ്റ്റ്ലെയ്ൻ റോഡ് മാപ്പ് എന്റെ സമ്പത്തിന്റെ വടക്കുനോക്കിയന്ത്രം ആയിരുന്നു, പക്ഷേ എനിക്ക് ഒരു ആന്തരിക റോഡ് മാപ്പും ഉണ്ടായിരുന്നു, അത് എന്റെ ബിസിനസ്സ് പ്ലാൻ ആയിരുന്നില്ല.

എന്റെ ചെറിയ കറുത്ത പുസ്തകമായിരുന്നു അത്.

ഇല്ല, എന്റെ കറുത്ത പുസ്തകം മാദക സ്ത്രീകളുടെ ടെലിഫോൺ നമ്പറുകളുടെ ഒരു കലവറയായിരുന്നില്ല. എന്നാൽ, എന്റെ ബിസിനസ്സിൽ ഞാൻ ദിവസവും അനുഭവിച്ചറിഞ്ഞ എല്ലാ പരാതികളുടെയും ആവലാതികളുടെയും പ്രശ്നങ്ങളുടെയും രേഖാമൂലമാണ്. ഒരു ദശാബ്ദത്തിലേറെയായി ഈ പുസ്തകം എന്റെ വഴികാട്ടിയായി പ്രവർത്തിക്കുന്നു. ബിസിനസ്സ് ഉടമകൾ ഒരു പരാതി കേൾക്കുമ്പോൾ, അവരിൽ ഭൂരിഭാഗവും അത് അവഗണിക്കുന്നു. അവരിൽ ഭൂരിഭാഗവും ഒരു ജീവനക്കാരന് പണം കൊടുക്കുന്നു, പ്രശ്നം ഇല്ലാതാകാൻ പ്രാർത്ഥിക്കുന്നു.

ഫാസ്റ്റ്ലെയ്നിൽ അങ്ങനെയല്ല.

പരാതികൾ മനോഹരമായ ഒരു കാര്യമാണ്. അവർ നിങ്ങളുടെ ബിസിനസ്സിലെ നിറവേറ്റപ്പെടാത്ത വെളിപ്പെടാത്ത ആവശ്യങ്ങളും സ്വതന്ത്ര പ്രതികരണങ്ങളെയും പ്രതിനിധീകരിക്കുന്നു. അവർ യാത്രയുടെ റോഡിലെ ശബ്ദത്തെ പ്രതിനിധീകരിക്കുന്നു.

എന്റെ ഉപഭോക്താക്കളുടെ പരാതികളെ ഞാൻ പട്ടിക ചെയ്തു. കാരണം, അവ ഉപഭോക്താവിന്റെ മനസ്സിന്റെ പല വർണ്ണരൂപങ്ങൾ കാട്ടുന്ന ചിത്രദർശിനിയായി പ്രതിഫലിച്ചു. ഒരു പരാതി അർത്ഥമാക്കിയത് മറ്റ് 10 പേർക്ക് സമാനമായ അനുഭവം ഉണ്ടായിരുന്നു എന്നാണ്. എന്റെ കറുത്ത പുസ്തകത്തിൽ ആഴ്ച തോറും സമാനമായ പരാതികൾ കുമിഞ്ഞുകൂടുമ്പോൾ, ഞാൻ പ്രശ്നം വിലയിരുത്തുകയും തിരുത്തൽ നടപടി സ്വീകരിക്കുകയും ചെയ്യേണ്ടിവന്നു.

നിങ്ങൾ നീങ്ങേണ്ട ദിശയെ സൂചിപ്പിക്കുന്ന ലോകത്തിന്റെ കുശുകുശുപ്പുകളാണ് പരാതികൾ.

റോഡ് ശബ്ദത്തിന്റെ നാല് തരം (പരാതികൾ)

നിങ്ങളുടെ പുതിയ വെബ്സൈറ്റിലോ ഉൽപ്പന്നത്തിലോ ആശയത്തിലോ ലോകം അതിന്റെ അഭിപ്രായം വെളിപ്പെടുത്തുമ്പോൾ, നിങ്ങൾ എന്താണ് പ്രതീക്ഷിക്കേണ്ടത്? എന്താണ് അഭിസംബോധന ചെയ്യേണ്ടത്, എന്താണ് അവഗണിക്കേണ്ടത്? നാല് തരത്തിലുള്ള പരാതികളുണ്ട് :

1. മാറ്റത്തെക്കുറിച്ചുള്ള പരാതികൾ
2. പ്രതീക്ഷയുടെ പരാതികൾ
3. അസാധുവായ പരാതികൾ
4. വഞ്ചനയുടെ പരാതികൾ

മാറ്റത്തിന്റെ പരാതികൾ

ആളുകൾ ഇഷ്ടപ്പെടുന്നയെന്തെങ്കിലും കാര്യത്തിൽ മാറ്റംവരുത്തുക, നിങ്ങളുടെ ബിസിനസ്സിന്റെ ചവിട്ടുപടിയിൽ ലഹളസമാനമായ അവസ്ഥയുണ്ടാകും. കോക്ക് അതിന്റെ ഫോർമുല മാറ്റിയത് ഓർക്കുന്നുണ്ടോ? ഹേ ഭഗവാൻ! അവർക്ക് എത്ര ധൈര്യമുണ്ട്! എച് ബി ഓ ഗ്യാങ്സ്റ്റർ നാടകമായ *സോപ്രാനോസ്* അവസാനിപ്പിച്ചത് ഓർക്കുന്നുണ്ടോ? എന്റെ ദൈവമേ! ലോകം മാറ്റത്തെ വെറുക്കുന്നു, മാറ്റത്തെ ചെറുക്കുക എന്നത് സ്വാഭാവികമായ ഒരു മനുഷ്യ സ്വഭാവമാണ്.

സുഖം, പ്രതീക്ഷ, സുരക്ഷിതത്വം എന്നിവയെ മാറ്റം അപകടത്തിലാക്കുന്നു.

ഞാൻ എന്റെ വെബ്സൈറ്റ് പുനർരൂപകൽപ്പന ചെയ്യുകയും നൂറുകണക്കിന് പരാതികൾ ഒഴുകുകയും ചെയ്തപ്പോൾ, ഞാൻ ഒരു നിശ്ചിത അളവിലുള്ള പ്രതിരോധം പ്രതീക്ഷിച്ചിരുന്നു. അത് സാധാരണമാണ്. വാസ്തവത്തിൽ, ഞാൻ ഇതുവരെ ചെയ്തിട്ടുള്ള എല്ലാ പുനർരൂപകൽപ്പനകളും 10-ലധികം വർഷങ്ങൾ ചെറുത്തുനിൽപ്പിനെ നേരിട്ടു. വിമർശനത്തിനുള്ള ചോദ്യം ഇതായിരുന്നു – എത്ര സാധാരണമായിരുന്നു? കൂടാതെ എത്രത്തോളം നിയമാനുസൃതമായിരുന്നു?

മാറ്റത്തെക്കുറിച്ചുള്ള പരാതികൾ ഏറ്റവും കുറവ് വിവരദായകങ്ങളാണുള്ളത്. അതിനാൽ ഏറ്റവും കൂടുതൽ വ്യാഖ്യാനിക്കാൻ പ്രയാസമുള്ളതുമാണ്. എന്റെ

പുനർരൂപകൽപ്പനയുടെ പരാജയത്തിന്, പരാതികൾ സാരമുള്ളതാണെന്ന് ഡാറ്റാ സ്ഥിരീകരിച്ചു. ബൗൺസ് നിരക്കുകൾ മൂന്നിരട്ടിയായി, എന്റെ പരിവർത്തന അനുപാതം ബാധിച്ചു. എനിക്ക് പരാജയം വലിച്ചെടുക്കണമായിരുന്നു, തിരികെ മടങ്ങണമായിരുന്നു, വീണ്ടും ആരംഭിക്കണമായിരുന്നു.

മാറുമ്പോൾ പരാതികളുണ്ടാകും. ഗ്യാരണ്ടി. അതെ, മനുഷ്യ മനഃശാസ്ത്രം കളിക്കുന്നുണ്ടെന്ന കരുതി അവയെല്ലാം നടപടി എടുക്കേണ്ടവയല്ല, നിങ്ങളുടെ ജോലിയുടെ സമഗ്രതയല്ല.

പ്രതീക്ഷയുടെ പരാതികൾ

നിങ്ങൾ ഉപഭോക്തൃ പ്രതീക്ഷകളെ പ്രതികൂലമായി ലംഘിക്കുമ്പോൾ പ്രതീക്ഷയുടെ പരാതികൾ ഉണ്ടാകുന്നു. നിങ്ങളോടൊപ്പം ബിസിനസ്സ് ചെയ്യാൻ നിങ്ങൾ അവരെ ബോധ്യപ്പെടുത്തുന്നു, അവർ എന്തെങ്കിലും പ്രതീക്ഷിക്കുന്നു, ഒപ്പം നിങ്ങൾ നൽകുന്നത് ആ പ്രതീക്ഷക്ക് നിരക്കുന്നില്ല. ഇത് സംഭവിക്കാൻ കാരണം ഒന്നെങ്കിൽ നിങ്ങളുടെ സേവനം പരാജയപ്പെട്ടു അല്ലെങ്കിൽ ഒരു വഞ്ചനാപരമായ വിപണന തന്ത്രത്താൽ അവരുടെ പ്രതീക്ഷ തെറ്റിച്ചു. എന്തുതന്നെയായാലും, ഇരുവരും ഒരു പ്രശ്നം തുറന്നുകാട്ടുന്നു. അത് നിങ്ങളുടെ പ്രശ്നമാണ്, ഉപഭോക്താവിന്റെ അല്ല. ഒന്നുകിൽ നിങ്ങൾ പൂർണ്ണമായി ഒരു മികച്ച ജോലി ചെയ്യണം അല്ലെങ്കിൽ അവരുടെ പ്രതീക്ഷകൾ കൈകാര്യം ചെയ്യണം.

"നിങ്ങളുടെ സേവനം മോശമാണ്."

ആ പരാതി നൂറുകണക്കിന് തവണ ഞാൻ കേട്ടു, എന്നിട്ടും എന്റെ കമ്പനി അതിജീവിക്കുക മാത്രമല്ല അത് അഭിവൃദ്ധി പ്രാപിക്കുകയും ചെയ്തു. എന്റെ സേവനം നഷ്ടപ്പെടുകയും അത് നഷ്ടപ്പെട്ടുവെന്ന് എന്നോട് പറയുകയും ചെയ്താൽ, പിന്നെ എങ്ങനെ എന്റെ ബിസിനസ്സ് വിജയിച്ചു?

ഞാൻ അവകാശവാദങ്ങൾ ചുഴ്ന്നു നോക്കി.

"നിങ്ങളുടെ സേവനം മോശമാണ്" എന്ന് പരാതിപ്പെട്ട പരസ്യദാതാക്കൾ എന്റെ സേവനം രൂപകൽപ്പന ചെയ്തത് പ്രകാരമല്ല ഉപയോഗിച്ചത്. അവരുടെ പ്രതീക്ഷകൾ രൂപവൈകൃതം സംഭവിച്ചിരുന്നു. എനിക്ക് ഒരു മുന്നടയാളങ്ങൾ ഉണ്ടാക്കിയെടുക്കുന്ന സേവനം ഉണ്ടായിരുന്നു, ക്ലയന്റുകളിലേക്ക് മുന്നടയാളങ്ങൾ അത് ഇമെയിൽ അയക്കുന്നു. മുന്നടയാളങ്ങളുടെ കാര്യം അവ പിന്തുടരേണ്ടതുണ്ട് എന്നതാണ്. നിങ്ങളുടെ ലീഡുകൾ നിങ്ങളുടെ ഇമെയിൽ ബോക്സിൽ മൂന്ന് മാസം നോക്കാതെ ഇട്ടിരുന്നതിശേഷം, ഒന്നാം ക്ലാസ്സുകാരനെപോലെ ഉത്തരം പറയരുത്. സഹസ്രാബ്ദത്തിലൊരിക്കൽ നിങ്ങളുടെ അക്കൗണ്ടിൽ ലോഗിൻ ചെയ്യുമ്പോളല്ല ലീഡുകൾ ബുക്ക് ചെയ്യേണ്ടത്. അതെ, എന്റെ സേവനം ശരിയായി ഉപയോഗിക്കാത്തപ്പോൾ അത് നഷ്ടമാകും.

എന്റെ ഉപഭോക്താവിനെ ടാർഗെറ്റുചെയ്യുന്നതിനുപകരം, പ്രതീക്ഷകൾ നന്നായി കൈകാര്യം ചെയ്യാൻ ഞാൻ ശ്രമിച്ചു.

പിന്തുടരുന്ന വ്യക്തിയെപ്പോലെ തന്നെ ലീഡുകൾ നല്ലതായിരിക്കുന്നു എന്ന് ഞാൻ അവർക്ക് പൂർണ്ണമായി വ്യക്തമാക്കിക്കൊടുത്തു. പിന്തുടരാത്ത ലീഡുകൾ ബുക്ക് ചെയ്യപ്പെടാതെ പോകുന്നു.

കൂടാതെ, എന്റെ ഉപഭോക്താക്കളിൽ ഭൂരിഭാഗവും ആശയവിനിമയം നടത്താൻ കഴിവുള്ളവരല്ലാത്തതിനാൽ, ഞാൻ പ്രൊഫഷണൽ പ്രതികരണങ്ങൾ ഉറപ്പാക്കുന്നതിനുള്ള വിദ്യാഭ്യാസ പ്രചാരണങ്ങൾ തുടങ്ങി. എനിക്ക് പരാതികൾ

കൈകാര്യം ചെയ്യാൻ കഴിഞ്ഞില്ലെങ്കിൽ, എനിക്ക് പ്രതീക്ഷകൾ കൈകാര്യം ചെയ്യാൻ കഴിയും.

എന്റെ ഉപഭോക്താക്കൾ പണം സമ്പാദിക്കുന്നുണ്ടെങ്കിൽ, അവർ എനിക്ക് പണം നൽകുന്നത് തുടരുമെന്ന് എനിക്കറിയാമായിരുന്നു.

നിങ്ങൾ ഒരു റെസ്റ്റോറന്റിൽ ഹാലിബട്ട് ഓർഡർ ചെയ്യുകയും അത് അസംസ്കൃതമായി വിളമ്പുകയും ചെയ്യുമ്പോൾ, നന്നായി പാകം ചെയ്ത ഭക്ഷണം എന്ന നിങ്ങളുടെ പ്രതീക്ഷ ലംഘിക്കപ്പെടുന്നു. നിങ്ങൾ പരാതിപ്പെടുന്നു. എന്നിട്ടും, ഉടമയ്ക്ക് ഒരു വലിയ പ്രശ്നമുണ്ട് : എന്തുകൊണ്ടാണ് ഇത് അസംസ്കൃതമായത്? പാചകക്കാരൻ കഴിവില്ലാത്തവനാണോ? അടുക്കള പ്രവർത്തനങ്ങളിൽ പണിയെടുക്കേണ്ടതായുണ്ടോ? പ്രതീക്ഷയെക്കുറിച്ചുള്ള പരാതികൾ പ്രവർത്തന പ്രശ്നങ്ങൾ, തെറ്റായ വിവ രങ്ങൾ വിപണനം ചെയ്യുന്നത്, കൂടാതെ/അല്ലെങ്കിൽ ഉൽപ്പന്ന പ്രശ്നങ്ങൾ എന്നിവ തുറന്നുകാട്ടുന്നു.

"രണ്ടാഴ്ചകൊണ്ട് ഉറപ്പുള്ള ബാത്ത്റൂം പുനർനിർമ്മാണം" എന്ന് പരസ്യം ചെയ്യുന്ന ഒരു വീട്ടുപണിക്കാരനെ നിങ്ങൾ നിയമിക്കുകയാണെങ്കിൽ, ആ ജോലി രണ്ട് മാസമെടുക്കുകയാണെങ്കിൽ, നിങ്ങളുടെ പ്രതീക്ഷകൾ ലംഘിക്കപ്പെടും, അതിനാൽ വിപണന പ്രചാരണം ആ സത്യം പ്രതിഫലിപ്പിക്കേണ്ടതുണ്ട്, അല്ലെങ്കിൽ തിരിച്ചു പിടിക്കാനായി പ്രതീക്ഷയ്ക്കൊത്ത് പ്രവർത്തനം ആവശ്യമാണ്. ഒന്നുകിൽ, പ്രവർത്തനങ്ങളിൽ അല്ലെങ്കിൽ വിപണനത്തിൽ മാറ്റം ആവശ്യമാണ്.

കുറവുകൾക്കായുള്ള പരാതികൾ

നിങ്ങളുടെ ഉപഭോക്താവ് നിരന്തരം എന്തെങ്കിലും അഭ്യർത്ഥിക്കുകയും അത് നിങ്ങളുടെ പക്കൽ ഇല്ലാതെയും വരുമ്പോഴാണ് കുറവുകൾക്കായുള്ള പരാതികൾ ഉണ്ടാകുന്നത്.

കുറവുകൾക്കുള്ള പരാതികൾ വളരെ വിലപ്പെട്ടതാണ്. കാരണം, അവ നിറവേറ്റാത്ത ആവശ്യങ്ങൾ തുറന്നുകാട്ടുന്നു.

എന്റെ ലീഡ് ജനറേഷൻ ദിവസങ്ങളുടെ തുടക്കത്തിൽ, ലിമോസ് സേവന ദാതാക്കളിൽനിന്ന് എനിക്ക് ലഭിച്ച ഏറ്റവും സാധാരണമായ പരാതികളിൽ ഒന്ന്, "ഞാൻ വിവാഹങ്ങൾക്കായി ലിമോസിൻസ് കൊടുക്കുന്നില്ല!" എന്നതാണ്. ഉപഭോക്താക്കൾ വിവാഹങ്ങൾക്കായി ലിമോസിനുകൾ അഭ്യർത്ഥിക്കും, ചില ദാതാക്കൾ വിവാഹ സേവനം വാഗ്ദാനം ചെയ്തില്ല. അതുപോലെ, പല ദാതാക്കളും എയർപോർട്ട് ട്രാൻസ്ഫർ ചെയ്തില്ല.

പരാതികൾ കുന്നുകൂടുകയും ഒരു പാറ്റേൺ വെളിപ്പെടുകയും ചെയ്തു.

ദാതാക്കളെ അവരുടെ സേവനങ്ങൾ വ്യക്തമാക്കാൻ അനുവദിക്കുന്ന ഒരു വെബ്സൈറ്റ് ഫീച്ചർ ഞാൻ വാഗ്ദാനം ചെയ്തു – പ്രശ്നം പരിഹരിച്ചു.

പ്രശ്നം പരിഹരിച്ചുകൊണ്ട്, ഞാൻ എന്റെ ലീഡുകളുടെ മൂല്യം ഉയർത്തി.

ഉയർന്ന മൂല്യമെന്നത് വലിയ വ്യാപ്തി, ഉയർന്ന ലാഭം, വളരുന്ന അസറ്റ് മൂല്യങ്ങൾ എന്നിവയ്ക്ക് തുല്യമാണ്.

കുറവുകൾക്കായുള്ള പരാതികൾ അവസരങ്ങളുടെ സ്വർണ്ണ ഖനികളാണ്. ആളുകൾ സ്വതന്ത്രമായി നിങ്ങളോട് കൃത്യമായി പറയുന്നു അവർക്ക് എന്താണ് വേണ്ടതെന്ന്, അതിന് നിങ്ങൾ പണം നൽകേണ്ടതില്ല! നിറവേറ്റാത്ത ആവശ്യങ്ങൾ ഒരു വെള്ളിത്തളികയിൽ വിളമ്പുന്നു.

വഞ്ചനയുടെ പരാതികൾ

2005 മാർച്ചിൽ, ഒരു സ്ത്രീ വെൻഡീസ് റെസ്റ്റോറന്റിൽ പ്രവേശിച്ച് തന്റെ മുളകിന്റെ പാത്രത്തിൽ ഒരു ഛേദിക്കപ്പെട്ട മനുഷ്യ വിരൽ ഉള്ളതായി അവകാശപ്പെട്ടു. പരാതി പറയുക മാത്രമായിരുന്നില്ല അവളുടെ ഉദ്ദേശ്യം. കേസുകൊടുക്കാൻ കൂടിയായിരുന്നു. ഭാഗ്യവശാൽ, സ്ത്രീയുടെ വ്യവഹാര ഭൂതകാലം തുറന്നുകാട്ട പ്പെട്ടുകയാൽ വഞ്ചനാപരമായ പരാതി പരാജയപ്പെടുകയും ചെയ്തു. മാസങ്ങൾ ക്കുള്ളിൽ ലാസ് വെഗാസ് പോലീസ് വലിയ മോഷണത്തിന്റെ പേരിൽ ആ സ്ത്രീയെ അറസ്റ്റ് ചെയ്തു.

ഇങ്ങനെയുള്ള വിഷയങ്ങളിൽ പരാതികൾ വഞ്ചനാപരമാണ്.

ഏതെങ്കിലും ബിസിനസ്സ് ഉടമയോട് ചോദിക്കുക, വഞ്ചനാപരമായ പരാതികളാണ് ഏറ്റവും നിരാശാജനകമായതെന്ന് അവർ സ്ഥിരീകരിക്കും. കാരണം, അവ സമൂഹത്തിന്റെ ഏറ്റവും മോശമായ കാര്യങ്ങൾ പ്രതിഫലിപ്പിക്കുന്നു : നിയമവിരുദ്ധമായ പരാതികൾ ബിസിനസ്സ് ഉടമയെ ചൂഷണം ചെയ്യാൻ രൂപ കൽപ്പന ചെയ്തിരിക്കുന്നതാണ്.

ഏതാണ്ട് ആഴ്ചതോറും എനിക്ക് വഞ്ചനാപരമായ പരാതികൾ കൈകാര്യം ചെയ്യേണ്ടിവരുന്നു.

ഒരു ഉപഭോക്താവ് ഒരു തെറ്റായ വില അങ്ങ് പറയുന്നു, ചില വിഡ്ഢികൾ ലിമോ മണിക്കൂറിന് $5.00-നും മണിക്കൂറിന് $50.00-നും തങ്ങൾക്ക് അർഹതയുണ്ടെന്ന് കരുതുന്നു. "നിങ്ങൾ എനിക്ക് ഇന്നത് ചെയ്തു തരൂ, അല്ലെങ്കിൽ ഞാൻ നിനക്കെതിരെ നഷ്ടപരിഹാരത്തിന് കേസെടുപ്പിക്കും!" അതെ, നിങ്ങൾക്ക് ഒരു അഭിഭാഷകനുണ്ടെന്ന് എനിക്കറിയാം, അഭിനന്ദനങ്ങൾ, കൂട്ടുകാരാ. ഒരു അച്ച ടിപ്പിശകായ 45 എന്ന തുകക്കുവേണ്ടി നിങ്ങൾ ഒരു അഭിഭാഷകന് മണിക്കൂറിന് $250 നൽകുമോ? നിങ്ങൾ ഏതുതരം മണ്ടനാണെന്ന് നിങ്ങൾക്ക് അറിയാമോ?

നിർഭാഗ്യവശാൽ, നിങ്ങൾ ദശലക്ഷക്കണക്കിന് ഉപഭോക്താക്കളുമായി ഇടപഴകുമ്പോൾ, നൂറുകണക്കിന് നടപ്പാതക്കാർ അവരുടേത് നേടാൻ തീരുമാനിച്ചതായി നിങ്ങൾ കണ്ടുമുട്ടും. അതെ, അത് നിങ്ങളെ വിഡ്ഢികളാക്കും. കാരണം, ചൂഷണ പരാതിക്കാർ താഴ്ന്ന നിലവാരത്തിലുള്ള തട്ടിപ്പുകാരാണ്. സൗജന്യ ഭക്ഷണം ലഭിക്കുമെന്ന് പ്രതീക്ഷിച്ച് നിങ്ങളുടെ സൂപ്പിൽ നിങ്ങൾ ഒരു ഈച്ചയെ ഇടുമ്പോൾ, ക്ഷമിക്കണം, നിങ്ങൾ ഒരു വഞ്ചകനാണ്.

ചൂഷണം ചെയ്യുന്ന പരാതിക്കാരെ നിങ്ങൾ എങ്ങനെ കൈകാര്യം ചെയ്യും?

നിങ്ങൾ ഒരിക്കൽ മര്യാദയോടെ പ്രതികരിക്കുന്നു, നിങ്ങളുടെ സ്ഥാനം വിശദീകരിക്കുന്നു, തുടർന്ന് മുന്നോട്ട് പോകുന്നു.

നിങ്ങളുടെ യുദ്ധങ്ങൾ തിരഞ്ഞെടുക്കുക

ഒരു പഴഞ്ചൊല്ലുണ്ട്, "വിജയത്തിന്റെ താക്കോൽ എനിക്കറിയില്ല, പക്ഷേ പരാജയത്തിന്റെ താക്കോലാണ് എല്ലാവരെയും തൃപ്തിപ്പെടുത്താൻ ശ്രമിക്കുന്നത്."

എല്ലാവരെയും സന്തോഷിപ്പിക്കുക എന്ന അമിതമായ ലക്ഷ്യത്തോടെയാണ് ഞാൻ എന്റെ ബിസിനസ്സ് ആരംഭിച്ചത്.

അത് ഉടൻ തന്നെ ഭ്രാന്താണെന്ന് തെളിഞ്ഞു.

പരാതികൾ സമനിലയോടെ കൈകാര്യം ചെയ്യേണ്ടതുണ്ട്, അതിനാലാണ് ഞാൻ രേഖകൾ സൂക്ഷിച്ചത്. എന്റെ സേവനത്തിന്റെ മൂല്യം വർദ്ധിപ്പിക്കുന്ന

പാറ്റേണുകൾ തിരിച്ചറിയാൻ ഞാൻ ആഗ്രഹിച്ചു. എനിക്കറിയാമായിരുന്നു, മികച്ച ഉൽപ്പന്നങ്ങൾ മികച്ച ഉപഭോക്താക്കളെ സൃഷ്ടിക്കുമെന്ന്. മികച്ച ഉപഭോക്താക്കൾ കൂടുതൽ പണം നൽകി.

ഇക്കാലത്ത് നിങ്ങളുടെ ബിസിനസ്സിനോടുള്ള പരാതികൾ പിന്തുടരുന്നത് എളുപ്പമാണ്. ഉടമകൾക്ക് തങ്ങളുടെ ഉപഭോക്താക്കൾ എന്താണ് പറയുന്നതെന്ന് അറിയാനുള്ള അവസരം ട്വിറ്റർ.കോം നൽകി. ഒരു വെബ്സൈറ്റ് നിങ്ങളുടെ കമ്പനിയുടെ പേര് പരാമർശിക്കുമ്പോൾ നിങ്ങൾക്ക് ഗൂഗിൾ അലേർട്ട് വഴി അറിയാനാകും. സാമൂഹ്യ മാധ്യമം ഉപയോഗിച്ച്, പ്രതികരണത്തിന്റെ വിവരങ്ങൾ സൂക്ഷിക്കാൻ എളുപ്പമാണ്. പക്ഷേ, ശബ്ദം മനസ്സിലാക്കുന്നത് ബുദ്ധിമുട്ടാണ്.

"നിങ്ങളുടെ സേവനത്തിന് പണം നൽകാൻ ഞാൻ ആഗ്രഹിക്കുന്നില്ല."

ചില പരാതികൾ അവഗണിക്കേണ്ടതുണ്ട്. എല്ലാവരെയും സന്തോഷിപ്പിക്കാൻ നിങ്ങൾ ശ്രമിക്കുകയാണെങ്കിൽ, നിങ്ങൾ സ്വയം പരിഭ്രാന്തരാകും.

നിങ്ങളുടെ യുദ്ധങ്ങൾ തിരഞ്ഞെടുക്കുക.

ഏറ്റവും കൂടുതൽ സഹായിച്ചുകൊണ്ട് ഏറ്റവും മൂല്യം കൂട്ടുന്ന പരാതികൾ പരിഹരിക്കുക. ഒരു ബിസിനസ് ഉടമ എന്ന നിലയിൽ നിങ്ങൾ ഓർക്കണം, നിങ്ങൾക്ക് ഒരു ബോസ് ഇല്ലെങ്കിലും, നിങ്ങളുടെ വാടക പണം നൽകുന്ന നിങ്ങളുടെ വ്യക്തി ഉപഭോക്താവാണ്, അവരെ എപ്പോഴും കേൾക്കണം-എന്നാൽ ചിലപ്പോൾ അവഗണിക്കണം.

"മോശം" (SUCKS) എന്നതിനെ നിങ്ങളുടെ നേട്ടത്തിനായി ഉപയോഗിക്കുക

ഇതിന് ചക്കരവാക്ക് ഉപയോഗിക്കേണ്ടതില്ല. ആധുനിക യുഗത്തിൽ ഉപഭോക്തൃ സേവനം ദുർബ്ബലമാണ്. ലോകത്തിലെ ബിസിനസ്സുകളിൽനിന്നുള്ള മോശം ഉപഭോക്തൃ അനുഭവങ്ങളിൽ വലഞ്ഞതിനാൽ വൃത്തികെട്ട ഉപഭോക്തൃ സേവനം ഒരു മാനദണ്ഡമായി നമ്മൾ ഇപ്പോൾ കരുതുന്നു.

സഹായത്തിനായി നിങ്ങൾ എപ്പോഴെങ്കിലും ഒരു കമ്പ്യൂട്ടർ നിർമ്മാതാവിനെ വിളിച്ചിട്ടുണ്ടോ?

അല്ലെങ്കിൽ ഏതെങ്കിലും വലിയ ദേശീയ ബാങ്കിനെ?

അല്ലെങ്കിൽ ഏതെങ്കിലും ആരോഗ്യ ഇൻഷുറൻസ് ദാതാവിനെ?

മോശം, മോശം, ഭയങ്കര മോശം.

ഉപഭോക്തൃ സേവനം ഇന്ന് നഷ്ടപ്പെട്ട കലയായി മാറിയിരിക്കുന്നു. ബിസിനസ്സുകൾക്കായുള്ള നമ്മുടെ സേവന പ്രതീക്ഷ വളരെ ദയനീയമായിത്തീർന്നിരിക്കുന്നു, നല്ലതായ ഒന്നും പ്രതീക്ഷിക്കാനില്ലാതെ നമ്മൾ തളർന്നിരിക്കുന്നു : നിരസനം, താൽപര്യമില്ലായ്മ, അല്ലെങ്കിൽ അതിലും മോശമായ തരത്തിലുള്ള അവഗണന.

എന്റെ വീടിനടുത്ത് ഒരു സ്ട്രിപ്പ് മാളിൽ ഒരു റെസ്റ്റോറന്റുണ്ട്, ഓരോ ആറു മാസത്തിലും അതിന്റെ ഉടമസ്ഥൻ മാറിക്കൊണ്ടിരിക്കും. ഞാൻ അയൽപക്കത്ത് താമസിച്ചു തുടങ്ങിയതിൽ പിന്നെ, നാല് റെസ്റ്റോറന്റുകൾ തുറക്കുകയും നാലെണ്ണവും പൂട്ടുകയും ചെയ്തു. ആദ്യത്തെ മൂന്ന് പരാജയങ്ങളിൽ എനിക്ക് അഭിപ്രായം പറയാൻ കഴിയില്ലെങ്കിലും, അവസാനത്തേതിൽ എനിക്ക് കഴിയും.

ഏറ്റവും പുതിയ റെസ്റ്റോറന്റിന്റെ അവതരിക്കലിൽ ഞാൻ ഭക്ഷണം കഴിച്ചപ്പോൾ, ഭക്ഷണം മാന്യമായിരുന്നു, പക്ഷേ സേവനം പരിതാപകരമായിരുന്നു.

പാനീയങ്ങൾ നിറയാതെ പോയി. വെള്ളിപ്പാത്രങ്ങൾ മുഷിഞ്ഞ നിലയിലായിരുന്നു. പരിചാരിക അഹങ്കാരിയായിരുന്നു, ഞങ്ങളുടെ സംഭാവന ഒരു അസൗകര്യം പോലെയായിരുന്നു. അവിടെനിന്നും ഇറങ്ങിയതിനുശേഷം, "ആ സ്ഥലം നിലനിൽക്കില്ല" എന്ന് ഞാൻ കരുതി, കുറച്ച് മാസങ്ങൾക്കുശേഷം അവിടെ ബോർഡ് വെച്ചു : "കട വാടകയ്ക്ക്."

നമ്മൾ ഉപഭോക്തൃ വേഷം വഹിക്കുമ്പോൾ മോശം ഉപഭോക്തൃ സേവനം നിരാശാജനകമാണെങ്കിലും, അത് നമുക്ക് സംരംഭകർക്ക് മികച്ച അവസരം നൽകുന്നു.

ഉപഭോക്തൃ സേവനത്തിന്റെ അഭാവം വലിയ അവസരങ്ങൾ കണ്ടെത്തുന്നു.

നിങ്ങൾ കണ്ടതുപോലെ, പ്രതീക്ഷയുടെ ഭംഗി അത് വിപരീതമായി പ്രവർത്തിപ്പിക്കുന്നു എന്നതാണ്. പരാതികൾക്കിടയിലെ പ്രതീക്ഷകൾ എന്നത് പ്രതീക്ഷകളെ പ്രതികൂലമായി ലംഘിക്കുന്നതിനെക്കുറിച്ചാണ്. എന്നാൽ, ഉപഭോക്തൃ സേവനം S-U-C-S എന്നത് പ്രതീക്ഷകളെ ക്രിയാത്മകമായി ലംഘിക്കുന്നതാണ്.

"SUCKS"-നെ "S-U-C-S"-കൊണ്ട് വെച്ചുമാറുക

പ്രതീക്ഷകൾക്കപ്പുറമുള്ള ഒരു ഉപഭോക്തൃ സേവന തന്ത്രം വിന്യസിച്ചുകൊണ്ട് നിങ്ങൾക്ക് ബഹിരാകാശത്തിലേക്ക് നിങ്ങളുടെ ബിസിനസ്സ് എത്തിക്കാൻ കഴിയും : ഞാൻ അതിനെ SUCS എന്ന് വിളിക്കുന്നു, അല്ലെങ്കിൽ "ഉത്തമമായ അപ്രതീക്ഷിത കസ്റ്റമർ സർവീസ്."

ഉപഭോക്തൃ സേവനത്തിന്റെ കാര്യത്തിൽ നാമെല്ലാവരും ഒരു നിശ്ചിത തലത്തിലുള്ള മോശാവസ്ഥ പ്രതീക്ഷിക്കുന്നു. ഇത് ഫാസ്റ്റ്ലെയ്നിന്റെ ഒരു നേട്ടമാണ്. ഉദാഹരണത്തിന്, എന്റെ ബാങ്ക് സ്റ്റേറ്റ്മെന്റിൽനിന്ന് $10,000 തട്ടിപ്പിലൂടെ പിൻവലിച്ചത് കണ്ടെത്തിയാൽ, എന്റെ ആദ്യ സഹജാവബോധം വിറളിപിടിക്കലാണ്. എന്റെ രണ്ടാമത്തെ സഹജാവബോധം പ്രശ്നം പരിഹരിക്കാൻ ബാങ്കിനെ വിളിക്കുക എന്നതാണ്. ആ സമയത്ത്, ബാങ്ക് കോളിനായി എന്റെ മസ്തിഷ്കം ഉടൻ തന്നെ പ്രതീക്ഷകളുടെ ഒരു പലവിധത്തിലുള്ള സാധനങ്ങളുടെ മിശ്രിതം സൃഷ്ടിക്കുന്നു.

ഇതാ എന്റെ "പ്രതീക്ഷ ബാഹ്യരൂപം", അല്ലെങ്കിൽ ഞാൻ പ്രതീക്ഷിക്കുന്നത് :

- ഒരു റെക്കോർഡ് ചെയ്ത സന്ദേശം അല്ലെങ്കിൽ ഒരു യന്ത്രവൽകൃത സഹായിയെ കേൾക്കാൻ ഞാൻ പ്രതീക്ഷിക്കുന്നു.
- ബട്ടണുകളുടെ ഒരിക്കലും അവസാനിക്കാത്ത മെനു അമർത്താൻ ഞാൻ പ്രതീക്ഷിക്കുന്നു : ഇതിനായി 1 അമർത്തുക, ഇതിനായി 2 അമർത്തുക മറ്റെന്തെങ്കിലും ആവശ്യത്തിനായി 3 അമർത്തുക.
- ഒരാളിൽനിന്ന് അടുത്ത ആളിലേക്ക് തെറിപ്പിക്കപ്പെടുമെന്ന് ഞാൻ പ്രതീക്ഷിക്കുന്നു.
- ഒരു പ്രദീപിനെയോ സഞ്ജയനെപ്പോലെയോ തോന്നുന്ന "സ്റ്റീവ്" എന്ന് പേരുള്ള ഇംഗ്ലീഷിൽ നന്നായി സംസാരിക്കാനറിയാത്ത ആളെ ഞാൻ പ്രതീക്ഷിക്കുന്നു.

ഇതൊക്കെയാണ് എന്റെ പ്രതീക്ഷകൾ. സംശയമില്ല, അത് അനുകൂലമല്ല. എന്റെ ബാങ്ക്, നൂറുകണക്കിന് ഇതുപോലെയുള്ള മറ്റ് ബാങ്കുകൾ, മോശം സേവനവുമായി രക്ഷപ്പെടുന്നു. കാരണം, ഇതൊക്കെയാണ് പ്രതീക്ഷിക്കുന്നത്.

ഇനി ഈ സാഹചര്യത്തിന്റെ മറുവശം നോക്കാം.

ഞാൻ ബാങ്കിലേക്ക് വിളിച്ചാൽ, വോയ്സ്മെയിലിന്റെ എലി ഓട്ടത്തിന് പകരം, ഇംഗ്ലീഷ് സംസാരിക്കുന്ന ഒരാൾ ഉടൻ തന്നെ എന്റെ കോളിന് മറുപടി നൽകിയാൽ എങ്ങനെയുണ്ടാവും. വോയ്സ് മെയിലില്ല, 1 അമർത്തുക, 2 അമർത്തുക എന്നൊന്നും ഇല്ല, യന്ത്രവൽകൃത സഹായി ഇല്ല. നിങ്ങളെപ്പോലെ ഫോണിന് മറുപടി നൽകുന്ന ഒരു യഥാർത്ഥ വ്യക്തിയെ എന്റെ ഫോണിന് ഉത്തരം നൽകാൻ ലഭിക്കുന്നു. ഉപഭോക്തൃ സേവന പ്രതിനിധിയോട് കുറച്ച് മിനിറ്റ് സംസാരിച്ചതിനുശേഷം, എന്റെ പ്രശ്നം പരിഹരിച്ചു – ശെടാ, എന്നെ മറ്റൊരു ഏജന്റിലേക്ക് പോലും മാറ്റിയില്ല. ഞാൻ ആശ്ചര്യപ്പെടും, "അമ്മയാണെ ഇതെങ്ങനെ! അത്ഭുതം!"

ഇതൊരു SUCS സംഭവമാണ് : ഒരു മികച്ച അപ്രതീക്ഷിത കസ്റ്റമർ സർവീസ് സംഭവം.

സ്വാഭാവികമായും മോശമാകുമായിരുന്ന ഉപഭോക്തൃ സേവനത്തിൽനിന്ന് SUCS-ലേക്കുള്ള പരിവർത്തനമാണിത്.

നിങ്ങളുടെ ക്ലയന്റിന്റെ ഉപഭോക്തൃ സേവന പ്രതീക്ഷയിൽ ക്രിയാത്മകമായ ലംഘനം നിങ്ങൾ കാണുന്നു. നിങ്ങൾ നിങ്ങളുടെ ഉപഭോക്താക്കളെ വിശ്വസ്തരും ആവർത്തിച്ചുള്ള വാങ്ങലുകാരും ആത്യന്തികമായി നിങ്ങളുടെ ബിസിനസ്സിന്റെ ശിഷ്യന്മാരുമായി മാറ്റുന്നു.

സ്വതന്ത്രമായ മനുഷ്യവിഭവശേഷി സംവിധാനം പ്രയോജനപ്പെടുത്തുക

ഒരു നിഷ്ക്രിയ വരുമാന സമ്പ്രദായം മനുഷ്യ വിഭവശേഷി സംവിധാനങ്ങളാണ് – നല്ല പഴയ രീതിയിലുള്ള ആളുകൾ. ജീവനക്കാർ വിലകുറഞ്ഞവരല്ല എന്നതൊഴിച്ചാൽ, സാധാരണമായും മനുഷ്യവിഭവശേഷി സംവിധാനങ്ങൾക്ക് സ്വാഭാവികമായും കൈകാര്യം ചെയ്യൽ ആവശ്യമാണ്. ഒരു സ്വതന്ത്ര മനുഷ്യ വിഭവശേഷിയിൽനിന്ന് നിങ്ങൾക്ക് പ്രയോജനം നേടാൻ കഴിയുമെങ്കിൽ അത് വളരെ മികച്ചതല്ലേ?

നിങ്ങളുടെ ബിസിനസ്സിനായി ശിഷ്യന്മാരെ സൃഷ്ടിക്കുമ്പോൾ നിങ്ങൾക്ക് അതിന് കഴിയും.

SUCS ആയ ഉപഭോക്തൃ സേവനം, നിങ്ങളുടെ ഉപഭോക്താവിന്റെ കുറഞ്ഞ പ്രതീക്ഷിത പ്രൊഫൈലിനെ പോസിറ്റീവായി ലംഘിക്കുന്ന സേവനമാവുകയും, ഉപഭോക്താക്കളെ ആജീവനാന്ത ക്ലയന്റുകളാക്കി മാറ്റുകയും ചെയ്യുന്നു.

ഒരിക്കലും അവസാനിക്കാത്ത ഒഴുക്ക് നൽകുന്ന നിങ്ങളുടെ ബിസിനസ്സിന്റെ ശിഷ്യന്മാരായി അവർ മാറുന്നത് സൗജന്യ പരസ്യത്തിൽ കൂടിയാണ്. വായ്മൊഴി, അല്ലെങ്കിൽ സാമൂഹിക തെളിവ്, അവിടെയുള്ള ഏറ്റവും മികച്ച പരസ്യമാണ്.

ഫലത്തിൽ, സാമൂഹിക തെളിവിനും ശിഷ്യത്വത്തിനും പിന്നിലെ ഗണിത സമവാക്യം ഇതാണ് : 1 + 1 =3.

കാരണം, രണ്ട് ഉപഭോക്താക്കൾ വായ്മൊഴിയിലൂടെ പുതിയൊരെണ്ണം സൃഷ്ടിക്കുന്നു, സന്തുഷ്ടരായ ഉപഭോക്താക്കളിൽനിന്നുള്ള റിട്ടേൺ വഴി നിക്ഷേപം (ROI) അനന്തമാണ്.

നിങ്ങളുടെ ഉപഭോക്തൃ സേവന തന്ത്രം നിങ്ങളുടെ കമ്പനിയുടെ വളർച്ചയെ പരസ്യത്തെക്കാളേറെ കൂടുതൽ സ്വാധീനിക്കുന്നു. *സംതൃപ്തി മതിയാകില്ല, കാരണം അത് പ്രതീക്ഷകൾ നിറവേറ്റപ്പെടുന്നുവെന്ന് സൂചിപ്പിക്കുന്നു. ആവേശ ഭരിതരായ ഉപഭോക്താക്കളെ സൃഷ്ടിക്കാൻ, നിങ്ങൾക്ക് സന്തോഷത്തിനും മുകളിൽ എത്തേണ്ടതായിട്ടുണ്ട്.*

എന്റെ കമ്പനിക്കായി വാങ്ങാൻ സാധ്യതയുള്ളവരുമായി ചർച്ച നടത്തിയപ്പോൾ, എന്നോട് പലതവണ ചോദിച്ചു : "പരസ്യദാതാക്കളെ എടുക്കുന്നതിന് നിങ്ങൾ എത്രമാത്രം ചെലവഴിക്കുന്നു?"

എന്റെ അപ്രതീക്ഷിത ഉത്തരം?

പൂജ്യം.

അവിശ്വാസവും സംശയവും പിന്നാലെ വന്നു. തീർച്ചയായും, ഞാൻ അത് പഴയ രീതിയിൽ ചെയ്താണ് ആരംഭിച്ചത് : അന്വേഷണം, വിപണനം, പരസ്യം ചെയ്യൽ, കോൾഡ് കോളിംഗ്. എന്നാൽ കുറച്ചു കഴിഞ്ഞപ്പോൾ, എന്റെ പരസ്യദാതാക്കൾ എനിക്കായി അത് ചെയ്തതിനാൽ എന്റെ പരസ്യദാതാവ് ഏറ്റെടുക്കൽ ചെലവ് അപ്രത്യക്ഷമായി... സൗജന്യമായി!

നിങ്ങളുടെ ഇടപാടുകാർ നിങ്ങളുടെ ബിസിനസ്സ് ഇഷ്ടപ്പെടുമ്പോൾ, അവർ ശിഷ്യന്മാരാകുകയും നിങ്ങൾക്കായി പരസ്യം ചെയ്യുകയും ചെയ്യുന്നു. അവർ പണം നൽകാത്ത മനുഷ്യവിഭവശേഷി സംവിധാനങ്ങളായി മാറുന്നു, നിങ്ങളുടെ പേര് ആവശ്യമുള്ളിടത്തെല്ലാം ഉപയോഗിക്കുന്ന സുവിശേഷകരായി.

നിങ്ങളുടെ ബിസിനസ്സിനായി നിങ്ങൾ എങ്ങനെയാണ് ശിഷ്യന്മാരെ സൃഷ്ടിക്കുന്നത്?

SUCS ആവുന്ന ഉപഭോക്തൃ സേവനം നൽകുക. ഉത്തമമായ അപ്രതീക്ഷിത ഉപഭോക്തൃ സേവനം നൽകുക. നിങ്ങൾ ഒരു തൊഴിൽസംഘത്തിലേക്ക് ഒരു ഇമെയിൽ അയക്കുമ്പോൾ, ഒരു യഥാർത്ഥ മനുഷ്യന്റെ പ്രതികരണം ലഭിക്കാൻ എത്ര സമയമെടുക്കും? ഒരു ദിവസം? ഒരാഴ്ച? എന്റെ കമ്പനിയിൽ, എന്റെ ഉപഭോക്തൃ ഇമെയിലുകൾക്ക് ഞാൻ മണിക്കൂറുകളോ ആഴ്ചകളോ അല്ല മിനിറ്റുകൾ കൊണ്ട് ഉത്തരം നൽകി.

ഞങ്ങളുടെ പ്രതികരണ നിരക്ക് പരിശോധിക്കാൻ വേണ്ടി മാത്രം ആളുകൾ ഞങ്ങൾക്ക് ഇമെയിൽ ചെയ്യും. എന്റെ ഉപഭോക്താവിന്റെ പ്രതീക്ഷാ പ്രൊഫൈൽ ലംഘിക്കാൻ ഞാൻ ബിസിനസ്സിൽ ഏർപ്പെട്ടിരുന്നു, അത് ലാഭവിഹിതം നൽകി.

തത്സമയ ഉപഭോക്തൃ സേവനവുമായി ഞാൻ ഇതിനെ പിന്തുടർന്നു. എന്റെ കമ്പനിയിലേക്കുള്ള ഒരു കോൾ വഴി യഥാർത്ഥ കമ്പനിയിൽ ജോലി ചെയ്യുന്ന യഥാർത്ഥ വ്യക്തിയെ ലഭിച്ചു. 1 അമർത്തേണ്ട, 2 അമർത്തേണ്ട. സേവനം പുറത്തോട്ടുകൊടുക്കാൻ ഞാൻ ആഗ്രഹിക്കാത്തതിനാൽ പിന്തുണ പുറത്തേക്ക് കൊടുത്തില്ല.

ഉപഭോക്തൃ ശിഷ്യത്വം ബിസിനസ്സുകളെ വൻതോതിൽ വളർത്തുന്നു. കാരണം, മനുഷ്യ വിഭവശേഷി വ്യവസ്ഥകൾ സംസാരിക്കുന്നു. ഉദാഹരണത്തിന്, എന്റെ വെബ്-ഹോസ്റ്റിംഗ് ദാതാവ് ലിക്വിഡ് വെബ് ആണ്. ആദ്യമായി സാങ്കേതിക പിന്തുണക്കായി ഞാൻ ലിക്വിഡ് വെബുമായി ബന്ധപ്പെട്ടു, ഞാൻ ഒരു ടിക്കറ്റ് സമർപ്പിച്ചു, എന്റെ പ്രതീക്ഷാ രൂപരേഖ... അവരിൽനിന്ന് മറുപടി കിട്ടുന്നതിന് ഒന്നോ രണ്ടോ ദിവസമെടുക്കുമെന്ന് ഞാൻ ഊഹിച്ചു.

എനിക്ക് തെറ്റുപറ്റി. പത്ത് മിനിറ്റിനുള്ളിൽ, ലിക്വിഡ് വെബ് സപ്പോർട്ട് പ്രതികരിക്കുകയും 20 മിനിറ്റിനുള്ളിൽ എന്റെ പ്രശ്നം ശരിയാക്കുകയും ചെയ്തു. അവർ S-U-C-S-ഓടു കൂടിയ ഉപഭോക്തൃ സേവനം നൽകി പ്രതീക്ഷകൾ ലംഘിച്ചു.

ഫലം?

ഞാൻ ലിക്വിഡ് വെബിന്റെ ശിഷ്യനാണ്. ആരെങ്കിലും എന്നോട് "നിങ്ങൾ ഹോസ്റ്റുചെയ്യുന്നതിന് എന്താണ് ശുപാർശ ചെയ്യുക?" എന്ന് ചോദിക്കുമ്പോൾ, "ലിക്വിഡ് വെബ്" എന്ന് ഞാൻ ആത്മവിശ്വാസത്തോടെ പ്രതികരിക്കുന്നു. ഞാൻ ഒരു ഭക്തിയുള്ള ഉപഭോക്താവ് ആണ്. ഞാൻ ലിക്വിഡ് വെബിന് രണ്ട് തരത്തിലുള്ള കറൻസിയിൽ പണം നൽകുന്നു : (1) എന്റെ പണം, (2) അവരുടെ സേവനങ്ങളുടെ എന്റെ പതിവ് ശുപാർശ. ഈ അവസാനത്തെ കറൻസിയുടെ ഫലപ്രദമായ മൂല്യം വിലമതിക്കാനാവാത്തതാണ്. കാരണം, ഞാനിപ്പോൾ അവരുടെ സൗജന്യ മനുഷ്യവിഭവശേഷി സംവിധാനമാണ്, അവരുടെ ഉൽപ്പന്നത്തെ വിൽക്കുന്നു. നിങ്ങൾക്ക് ആവേശഭരിതനായ ഒരു ഉപഭോക്താവ് മാത്രമല്ല, എന്നാൽ, 10,000 ഉള്ളപ്പോൾ അതിന്റെ ശക്തി സങ്കൽപ്പിക്കുക. ഒരു വർഷത്തിനുള്ളിൽ നിങ്ങളുടെ ബിസിനസ്സ് 2% വളരുമോ? അല്ലെങ്കിൽ 200%?

മികച്ച ഉപഭോക്തൃ സേവനം നൽകാനും നിങ്ങളുടെ ബിസിനസ്സ് വളർത്താനും, നിങ്ങളുടെ ഉപഭോക്താക്കളുടെ പ്രതീക്ഷാ രൂപരേഖ നിർണ്ണയിക്കുക. നിങ്ങളുടെ ബിസിനസ്സിൽ അവർ പെരുമാറുമ്പോൾ അവരുടെ പ്രതീക്ഷകൾ എന്തൊക്കെയാണ്? നിങ്ങളുടെ എതിരാളികളുമായും സമാന ബിസിനസ്സുകളുമായും അവർ നിങ്ങളുടെ വ്യവസായമായി എങ്ങനെ ബന്ധപ്പെട്ടിരിക്കുന്നു? നിങ്ങളുടെ ഉപഭോക്താക്കൾ എങ്ങനെ സേവനം പ്രതീക്ഷിക്കുന്നു എന്നതിനെക്കുറിച്ച് ആത്മനിഷ്ഠമായ ഒരു ഊഹം നടത്തുക. പിന്നെ അത് ലംഘിക്കുക. അതായത് അതിലും ഉയർന്ന സേവനം നൽകുക.

നിങ്ങളുടെ ഉപഭോക്താവിന്റെ പ്രതീക്ഷകൾ നിങ്ങൾ ക്രിയാത്മകമായി ലംഘിക്കുന്ന ഏത് സമയത്തും അവർ നിങ്ങളിൽനിന്ന് വീണ്ടും വാങ്ങുന്നു. അപ്പോൾ അവർ ശമ്പളമില്ലാത്ത മനുഷ്യവിഭവശേഷി സംവിധാനങ്ങൾ, ബന്ധങ്ങൾ, ശിഷ്യന്മാർ, കൂടാതെ സൗജന്യ പരസ്യദാതാക്കളും ആകുന്നു. ഇവരെല്ലാം തന്നെ നിങ്ങളുടെ ബിസിനസ്സിന് വേഗത നൽകുന്നു. വേഗത സമ്പത്തും ഉണ്ടാക്കുന്നു.

മികച്ച ഉപഭോക്തൃ സേവനം നൽകുന്നതിന് കൂടുതൽ ചിലവ് വരും, എന്നാൽ അതിന്റെ ആനുകൂല്യങ്ങൾ ചെലവുകളെ മറികടക്കണം. പുതിയ ക്ലയന്റുകളെ കണ്ടെത്താൻ ശ്രമിക്കുന്നതിനുപകരം നിലവിലുള്ള ക്ലയന്റുകളെ പ്രീതിപ്പെടുത്താൻ കൂടുതൽ പണം ചെലവഴിച്ചാൽ, ശരാശരി ബിസിനസ്സ് അഞ്ച് വർഷത്തിൽ കൂടുതൽ നിലനിൽക്കും.

നിർഭാഗ്യവശാൽ, ആദ്യം പണം തേടുകയും ആവശ്യങ്ങളെ അവസാനം പരിഗണിക്കുകയും ചെയ്യുന്ന ബിസിനസ്സ് ഉടമകൾ പലപ്പോഴും പുതിയ ഉപഭോക്താവിനെ നേടുന്നതിനായി അവരുടെ പരസ്യ ബജറ്റ് ചെലവഴിക്കുന്നു, അവരുടെ പ്രചോദിതമല്ലാത്തതും മോശമായതുമായ ഉപഭോക്തൃ സേവനത്തോട് പരിചയമില്ലാത്ത ഉപഭോക്താക്കളെ. ഇത് ഒരു നിരന്തരമായ യുദ്ധമായി മാറുന്നു, ചേർന്നൊലിക്കുന്ന ബോട്ട് ബക്കറ്റ് ഉപയോഗിച്ച് ശൂന്യമാക്കുന്നത് പോലെ : പഴയ അസംതൃപ്തരായ ഉപഭോക്താക്കളെ മാറ്റിസ്ഥാപിക്കുക പുതിയ, മറവിയുള്ളവരെക്കൊണ്ട്.

ഉപഭോക്താവിന്റെ പ്രതീക്ഷകൾ ലംഘിക്കുക.

സുവിശേഷകരെ സൃഷ്ടിക്കുക.

നിങ്ങൾക്കായി സൗജന്യമായി പ്രവർത്തിക്കുന്ന ഹ്യൂമൻ റിസോഴ്സ് സിസ്റ്റങ്ങൾ സൃഷ്ടിക്കുക.

പണത്തെ ആകർഷിക്കുക.

എവിടെയാണ് നിങ്ങളുടെ വിശ്വസ്തത?

ബിസിനസ്സ് ഉടമസ്ഥതയുടെ ഏറ്റവും വലിയ മിത്ത് "നിങ്ങളുടെ സ്വന്തം ബോസ് ആകുക" എന്നതാണ്. ആ മന്ത്രത്താൽ ജീവിക്കുന്ന ഉടമകൾ ഒടുവിൽ സ്വയം ഒന്നുമില്ലാത്ത മുതലാളിമാരായി തങ്ങളെ കണ്ടെത്തുന്നു – മരിച്ച, പാപ്പരായ ബിസിനസ്സുകൾ. നിങ്ങളുടെ ഉപഭോക്താവിനെ ബോസ് ആക്കുന്നതിൽനിന്ന് നിങ്ങളുടെ ബിസിനസിലെ നമ്പർ 1 ഓഹരി ഉടമയാക്കുന്നതിലാണ് നിങ്ങളുടെ ബിസിനസ്സിലെ വിജയം.

ഒരു ഓഹരി ഉടമയെ നിർവ്വചിച്ചിരിക്കുന്നത് വ്യക്തി, ഗ്രൂപ്പ് അല്ലെങ്കിൽ സംഘടന, നേരിട്ടുള്ള അല്ലെങ്കിൽ ഒരു സംഘടനയുടെ പരോക്ഷ പങ്കാളിത്തം ഉണ്ടാകുക കാരണം അതിന് സംഘടനയുടെ പ്രവർത്തനങ്ങൾ, ലക്ഷ്യങ്ങൾ, നയങ്ങൾ എന്നിവയാൽ പ്രഭാവം ഉണ്ടാക്കുകയെ അഥവാ ബാധിക്കുകയോ ചെയ്യാം. ദീർഘകാല ബിസിനസ്സ് ആത്മഹത്യ നിങ്ങൾ നിങ്ങളുടെ സ്വന്തം സ്വാർത്ഥ പങ്കാളിയാകുകയും നിങ്ങളുടെ ഉപഭോക്താവിനെ ഉപേക്ഷിക്കുകയും ചെയ്യുമ്പോഴാണ് സംഭവിക്കുന്നത്.

എന്തുകൊണ്ടാണ് ഉപഭോക്തൃ സേവനം മോശമാകുന്നതെന്ന് അറിയണോ?

കാരണം, ബിസിനസ്സ് ഉടമകൾ തങ്ങളുടെ ഉപഭോക്താക്കളെ ഓഹരി ഉടമകളുടെ ശൃംഖലയുടെ അടിയിൽ നിർത്തുന്നു. പൊതു കമ്പനികളാണ് ഏറ്റവും മോശം കുറ്റവാളികൾ. കാരണം, ഓഹരി ഉടമകൾ ആദ്യം വരുന്നു, വാൾസ്ട്രീറ്റ് രണ്ടാമതും എക്സിക്യൂട്ടീവുകൾ മൂന്നാമതും. ആരാണ് താഴെ ഇരിക്കുന്നതെന്ന് ഊഹിക്കുക?

താങ്കളും ഞാനും.

എന്റെ ജീവനക്കാരോട് ഞാൻ ആവർത്തിച്ചതും പലപ്പോഴും പ്രസംഗിക്കുന്നതുമായ മുദ്രാവാക്യം ഇതായിരുന്നു, "ഉപഭോക്താവാണ് നിങ്ങളുടെ ശമ്പളം നൽകുന്നത് – അവരെ സന്തോഷിപ്പിക്കുക, എന്നെ അല്ല."

വേഗമേറിയ കാറുകൾക്കും വലിയ വീടുകൾക്കുമുള്ള എന്റെ സ്വാർത്ഥമായ ആഗ്രഹങ്ങൾ ആയിരുന്നില്ല എന്റെ ഓഹരി ഉടമ. അത് എന്റെ ഉപഭോക്താവായിരുന്നു, കാരണം അവർക്ക് അധികാരമുണ്ടെന്ന് എനിക്കറിയാമായിരുന്നു. എന്റെ വിശ്വസ്തത എന്റെ ഉപഭോക്താവിനോടായിരുന്നു. അതെ, എനിക്ക് ഒരു മുതലാളി ഉണ്ടായിരുന്നു, അവിടെയാണ് ഞാൻ സ്വാർത്ഥമായി ആഗ്രഹിച്ച എല്ലാറ്റിലേക്കുമുള്ള താക്കോൽ ഉണ്ടായിരുന്നത്.

വലുത് കാണുക, ചെറുതായി പ്രവർത്തിക്കുക

എന്റെ ഹൈസ്കൂൾ ജിം ക്ലാസിൽ, എന്റെ ടീച്ചർക്ക് ഏറ്റവും ലളിതമായി പേര് കശാപ്പ് ചെയ്യാനുള്ള കഴിവുണ്ടായിരുന്നു : ഹെൻഡേഴ്സൺ ഹാങ്കേഴ്സണും സീഗ്രാംസ് സെഗ്രേവ്സും ആയി. നിങ്ങളുടെ പേര് എന്തായിരുന്നാലും അദ്ദേഹം

അത് കീറിമുറിക്കും. അയാൾക്ക് പ്രായാധിക്യം കൊണ്ടാണോ അതോ വെറും തമാശയാണോയെന്ന് എനിക്കറിയില്ല.

ഒരു ദശാബ്ദത്തിലേറെ വേഗത്തിൽ മുന്നോട്ട് പോകുക, എന്റെ വെബ്സൈറ്റിൽ ആരാണ് ചീഫ് ടെക്നോളജി ഓഫീസറായി ലിസ്റ്റ് ചെയ്യപ്പെട്ടിട്ടുള്ളത്? മാർക്ക് സെഗ്രേവ്സ്. ഓ, എന്റെ വെബ് ഡെവലപ്പർ ആരാണെന്ന് നോക്കു – ഗ്രെച്ചൻ ഹാങ്കേഴ്സൺ! കൊള്ളാം, ഹൈസ്കൂളിൽനിന്ന് ഞാൻ എന്റെ സുഹൃത്തുക്കളെ ജോലിക്കെടുത്തോ? ഇല്ല, ഞാൻ ചെയ്തില്ല, പ്രത്യേകിച്ചും അവരുടെ പേരുകൾ യഥാർത്ഥ ആളുകളുടെ മിഥ്യയായതിനാൽ. ഇവരിൽ ആരും എനിക്കുവേണ്ടി പ്രവർത്തിച്ചില്ല. എന്നിട്ടും നിങ്ങൾ എന്റെ വെബ്സൈറ്റിന്റെ “സമ്പർക്കം” അല്ലെങ്കിൽ “ഞങ്ങളെക്കുറിച്ച്” പേജ് സന്ദർശിച്ചിട്ടുണ്ടെങ്കിൽ, അവരെ ഉയർന്ന സ്ഥാനങ്ങളിലെ ജീവനക്കാരായി പട്ടികപ്പെടുത്തിയിട്ടുണ്ട് : CTO, ബിസിനസ്സ് വികസനം, അല്ലെങ്കിൽ വെബ് പ്രൊഡ്യൂസർ. ഈ ആളുകൾ ജോലിക്കാരായിരുന്നില്ല, പക്ഷേ എന്റെ ജോലിക്കാർ ഒരുപാടാണെന്ന് തോന്നിപ്പിക്കും, വളരുകയും ചെയ്യും.

ഇത് എന്റെ ജീവനക്കാരുമായി ഒരു നിരുപദ്രവകരമായ “ഉള്ളിലെ തമാശയായി” ആരംഭിച്ചു, പക്ഷേ ഒടുവിൽ അതിന് ഒരു പ്രയോജനം ഉണ്ടെന്ന് ഞാൻ മനസ്സിലാക്കി : അത് എന്റെ പ്രവർത്തനത്തെ വലുതായി കാണിച്ചു. ആധിപത്യം പുലർത്തുന്ന ഒന്ന്. നല്ല ധനസമ്പത്തുള്ള ഒന്ന്. വളരുന്ന ഒന്ന്. തീർച്ചയായും വ്യക്തിയെ ആശ്രയിച്ച്, ഒരു ജീവനക്കാരനെന്ന നിലയിൽ 1987-ലെ ഒരു ജിം ക്ലാസിൽനിന്ന് കശാപ്പ് ചെയ്യപ്പെട്ട പേരുകൾ അവതരിപ്പിക്കുന്നതിന് നൈതിക പരിമിതികൾ പ്രകടമാണ്, എന്നാൽ എന്റെ ഉദ്ദേശം വ്യക്തമായിരുന്നു : വലുതായി കാണാനും ചെറുതായി പ്രവർത്തിക്കാനും.

SUCS സജ്ജീകരിക്കുന്നു

വൻകിട കമ്പനികൾ മോശം സേവനമാണ് നൽകുന്നത്. അതേസമയം, ചെറുകിട കമ്പനികൾ ഒരു വ്യക്തിഗത സ്പർശനത്തോടെ സേവനം നൽകാൻ കൂടുതൽ അനുയോജ്യമാണ്. എന്റെ ലക്ഷ്യം എനിക്ക് ഒരു വലിയ കമ്പനിയുടെ അധികാരം ഉണ്ടാവുക എന്നതായിരുന്നു, എന്നിട്ടും ഞാൻ ഒറ്റ വ്യക്തിയുടെ പ്രവർത്തനത്തെ പോലെയുള്ള വ്യക്തിഗത സേവനം നൽകുന്നു. ഒരു വലിയ കമ്പനിയിൽനിന്ന് വിശദവും മാതൃകാപരവുമായ സേവനം ലഭിക്കുമ്പോൾ, നിങ്ങൾ ഒരു SUCS സംഭവം സൃഷ്ടിച്ച് വിശ്വസ്തരും സുവിശേഷകരുമായ ഉപഭോക്താക്കളെ സൃഷ്ടിക്കുന്നു.

ഉപഭോക്തൃ സേവനം നഷ്ടപ്പെടുമെന്ന് പ്രതീക്ഷിക്കുന്ന എവിടെയും, നിങ്ങൾക്ക് ഒരു ബിസിനസ്സ് അവസരമുണ്ട്. വലുതായി കാണുന്നതും ചെറുതായി അഭിനയിക്കുന്നതും SUCS സംഭവങ്ങൾക്കുള്ള ഒരു സജ്ജീകരണമാണ്. തുടക്കം മുതൽ ശരാശരി സേവനം ഉപഭോക്താവ് പ്രതീക്ഷിക്കുന്നു. ശാരീരിക സാന്നിധ്യമില്ലാതെ പ്രവർത്തിക്കുന്ന ഏതൊരു കമ്പനിക്കും ഈ തന്ത്രം നന്നായി പ്രവർത്തിക്കുന്നു. വ്യക്തമായും, നിങ്ങൾക്ക് ഒരിക്കലും ഒരു ചെറിയ ചില്ലറ വിൽപ്പന കടയാണുള്ളതെങ്കിൽ വലുതായി കാണപ്പെടാൻ സാധിക്കില്ല. എന്നാൽ, ഞങ്ങൾക്കുള്ളതുപോലെ ഇന്റർനെറ്റ് കമ്പനികളുണ്ടെങ്കിൽ, നിങ്ങൾക്കും സാധിക്കും.

പല ബിസിനസ്സ് ഉടമകളെയും കുടുക്കുന്ന കെണി തികച്ചും വിപരീതമാണ്: അവർ ചെറുതുപോലെ കാണുന്നു വലുതായി പ്രവർത്തിക്കുന്നു.

"ജോ ബ്ലോ എന്റർപ്രൈസസ്." ഒരു ശക്തമായ, പ്രശസ്തമായ കമ്പനിയുമായി നിങ്ങൾ ഇടപാട് ചെയ്യുന്നുവെന്ന ആത്മവിശ്വാസം ഇത് നൽകുന്നുണ്ടോ? "ഇതൊരു വൺമാൻ ഷോ ആണ്!" എന്ന് അറിയിക്കുകയും ചെയ്യുന്നു. ക്ഷമിക്കണം, "ജോ ബ്ലോ എന്റർപ്രൈസസ്" ഒരു വലിയ പരാജയമാണ്. ആ ലോഗോ നിലവിലില്ല എന്ന് എനിക്ക് ഉറപ്പാണ്, ഒന്നുണ്ടെങ്കിൽ, അത് മങ്ങിയതോ വിരസമോ അല്ലെങ്കിൽ, അത് ചില വിലയില്ലാത്ത പെയിന്റിംഗ് പ്രോഗ്രാം ഉപയോഗിച്ച് രൂപകൽപ്പന ചെയ്തത് പോലെയുള്ളതോ ആയിരിക്കും. ഈ കമ്പനിയുടെ വെബ്സൈറ്റ് സ്ഥിരവും, പഴകിയതും, ശിശുതുല്യവുമാണ്. ഇല്ല, ഒരു പ്രൊഫഷണൽ ഇമേജിനായി കോമിക് സാൻസ് അത് വെട്ടിക്കുറച്ചില്ല. ഈ കമ്പനി ലോകത്തിന് വിൽക്കുന്നു, പക്ഷേ ടോൾ ഫ്രീ നമ്പർ ഇല്ല. ചെറുത്. ചെറുത്. ചെറുത്.

അവരുടെ ചെറുകിട ബിസിനസ്സ് വൻകിടകമ്പനി പ്രവർത്തനങ്ങളിൽ വൻതോതിൽ പ്രവർത്തിക്കുമ്പോൾ പ്രശ്നങ്ങൾ സങ്കീർണ്ണമാകുന്നു. അവരുടെ ബിസിനസ്സിലേക്ക് വിളിക്കുക, അമർത്താൻ നിങ്ങൾക്ക് ബട്ടണുകളുടെ ഒരു നീണ്ട നിര ലഭിക്കുകയും അത് ഏറ്റവും താഴെയുള്ള ഒരു വോയ്സ് മെയിൽ കൂടയിലേക്ക് എത്തിച്ചേരപ്പെടുകയും ചെയ്യുന്നു. ഒരു ഇമെയിൽ അയക്കണോ? അത് മറക്കുക. മിക്ക ഇമെയിലുകളും അവഗണിക്കപ്പെടുകയും വായിച്ചവർക്ക് ആഴ്ചകൾക്കുശേഷം മറുപടി നൽകുകയും ചെയ്യും. "ഞാൻ നിങ്ങളിലേക്ക് തിരികെ വരാം" എന്നത് ഒരിക്കലും സംഭവിക്കുന്നില്ല. ഉപഭോക്തൃ സേവന പ്രശ്നങ്ങൾ മണിക്കൂറുകൾക്കുള്ളിൽ പരിഹരിക്കപ്പെടുന്നില്ല, എന്നാൽ ആഴ്ചകൾക്കുള്ളിൽ.

ആഴ്ചയിൽ 4 മണിക്കൂർ ജോലിയെന്ന് നിങ്ങൾ നിർബന്ധം പിടിക്കുകയാണെങ്കിൽ, നിങ്ങളുടെ ബിസിനസ്സ് വളരില്ല. കാരണം, ഒരു ബിസിനസ്സ് വലിയ രീതിയിലേക്ക് വളർത്തുന്നതിനേക്കാൾ പ്രധാനമാണ് നിങ്ങളുടെ സ്വാർത്ഥത. ചെറുതായി കാണുകയും വലുതായി പ്രവർത്തിക്കുകയും ചെയ്യുകയാണെങ്കിൽ, നിങ്ങളുടെ കുഴികൾ സ്വയം കുഴിക്കുകയാണ്.

മത്സരാർത്ഥികൾ ആരംഭിക്കുന്നതിന് മുൻപ് അവരെ തോൽപ്പിക്കുക

"വലുതായി കാണുന്നതിന്" എന്റെ മറ്റൊരു ഉദ്ദേശ്യം എന്റെ എതിരാളികളെ അവർ മത്സരം തുടങ്ങുന്നതിനുമുൻപേ തോൽപ്പിക്കുക എന്നതായിരുന്നു. ആരെങ്കിലും (അല്ലെങ്കിൽ ചില കമ്പനികൾ) ഷോപ്പ് സജ്ജീകരിക്കാനും നിങ്ങളുമായി മത്സരിക്കാനും ആഗ്രഹിക്കുമ്പോൾ, അവർ ആദ്യം നിങ്ങളെക്കുറിച്ച് അന്വേഷിക്കും. അവർ നിങ്ങളുടെ വെബ്സൈറ്റ് നോക്കുന്നു, നിങ്ങൾ എന്താണ് ചെയ്യുന്നതെന്ന് കാണുന്നു, നിങ്ങൾ ഈടാക്കുന്ന വിലകൾ അറിയുന്നു. എന്നിട്ട് അവർ സമയവും പണവും നിക്ഷേപിച്ച് ഇറങ്ങണോ എന്ന് തീരുമാനിക്കുന്നു. പരിശീലനം ലഭിക്കാത്ത ഒരു സംരംഭകനെ സംബന്ധിച്ചിടത്തോളം, ഒരു വലിയ കമ്പനി എന്നെ ഭയപ്പെടുത്തിയത് പോലെ തന്നെ സംരംഭകരെ ഭയപ്പെടുത്തും... "അയ്യോ, എനിക്കെതിരെ അവർക്ക് 12 ജോലിക്കാരുണ്ടെങ്കിൽ ഞാൻ അവരുമായി എങ്ങനെ മത്സരിക്കും?

നിങ്ങൾ വളരെ വലുതാണെന്നും നല്ല ധനസഹായം നിങ്ങൾക്ക് ഉണ്ടെന്നും അതുകൊണ്ട് അവർക്ക് മത്സരിക്കാൻ കഴിയില്ലെന്ന് ഒരു സംരംഭകൻ വിചാരിച്ചുവെങ്കിൽ, ആരംഭിക്കുന്നതിനുമുൻപേ നിങ്ങൾ വിജയിച്ചു. അവർ ഒന്നുകിൽ പാതിമനസ്സോടെ ചെയ്യാനിറങ്ങുന്നു, അല്ലെങ്കിൽ മങ്ങിയ മത്സരമുള്ള മറ്റൊരു

വ്യവസായത്തിലേക്ക് മാറുന്നു. വലുതായി കാണുക, പക്ഷേ ചെറുതായി പ്രവർത്തിക്കുക.

അധ്യായ സംഗ്രഹം : ഫാസ്റ്റ്ലെയ്ൻ പ്രത്യേകതകൾ

- പരാതികൾ നിങ്ങളുടെ ഉപഭോക്താക്കളുടെ മനസ്സിലേക്കുള്ള വിലപ്പെട്ട ഉൾക്കാഴ്ചകളാണ്.
- മാറ്റത്തെക്കുറിച്ചുള്ള പരാതികൾ മനസ്സിലാക്കാൻ ബുദ്ധിമുട്ടാണ്. പലപ്പോഴും അത് സാധൂകരിക്കാനോ അസാധുവാക്കാനോ അധികമായി ഉള്ള ഡാറ്റാ ആവശ്യപ്പെടുന്നു.
- പ്രതീക്ഷയെക്കുറിച്ചുള്ള പരാതികൾ നിങ്ങളുടെ ബിസിനസ്സിലെയോ അല്ലെങ്കിൽ നിങ്ങളുടെ മാർക്കറ്റിംഗ് തന്ത്രത്തിലെയോ പ്രവർത്തന പ്രശ്നങ്ങൾ തുറന്നുകാട്ടുന്നു.
- ശൂന്യതയെക്കുറിച്ചുള്ള പരാതികൾ നിറവേറ്റാത്ത ആവശ്യങ്ങൾ വെളിപ്പെടുത്തുന്നു. നിങ്ങളുടെ ഉൽപ്പന്നത്തിന്റെ മൂല്യം ഉയർത്തുന്ന അല്ലെങ്കിൽ സേവനം, പുതിയ വരുമാന അവസരങ്ങൾ തുറന്നുകാട്ടുന്നു.
- മികച്ച ഉപഭോക്തൃ സേവനം നിങ്ങളുടെ ഉപഭോക്താവിന്റെ കുറഞ്ഞ പ്രതീക്ഷയെ പോസിറ്റീവായി ലംഘിക്കുന്നത് പോലെ ലളിതമാണ്.
- മോശം സേവന വിടവുകൾ ഫാസ്റ്റ്ലെയ്ൻ അവസരങ്ങളാണ്.
- സംതൃപ്തരായ ഉപഭോക്താക്കൾക്ക് നിങ്ങളുടെ ബിസിനസ്സ് സൗജന്യമായി പ്രചരിപ്പിക്കുന്ന മനുഷ്യവിഭവശേഷി സംവിധാനങ്ങളാകാം.
- സംതൃപ്തരായ ഉപഭോക്താക്കൾക്ക് ബാക്കിയാവുന്ന ഇരട്ട ഫലമുണ്ട് : ആവർത്തിക്കുന്ന ബിസിനസ്സും ശിഷ്യത്വത്തിലൂടെ പുതിയ ബിസിനസ്സും.
- നിങ്ങൾ സ്വാർത്ഥമായി ആഗ്രഹിക്കുന്ന എല്ലാറ്റിന്റെയും താക്കോൽ നിങ്ങളുടെ ഉപഭോക്താവിന്റെ സംതൃപ്തിയിലുണ്ട്.
- വലുതായി കാണുകയും എന്നാൽ ചെറിയ രീതിയിൽ പ്രവർത്തിക്കുകയും ചെയ്യുന്നത് ഉപഭോക്തൃ സേവന പ്രതീക്ഷയുടെ ലംഘനങ്ങൾ പോസിറ്റീവ് ആയി സജ്ജീകരിക്കുന്നു.
- വലുതായി കാണുന്നതിന് സാധ്യതയുള്ള എതിരാളികളെ ഭയപ്പെടുത്താൻ കഴിയും.

പിടിച്ചുപറിക്കാരെ നിയന്ത്രണത്തിലാക്കുക

ഒരു കമ്പനിയെ സംബന്ധിച്ചിടത്തോളം അതിന്റെ ഏറ്റവും വലിയ ആസ്തി അതിലെ ആളുകൾ തന്നെയാണ്. അതിപ്പോൾ കാർ ഉണ്ടാക്കുന്ന കമ്പനിയായാലും സൗന്ദര്യവർദ്ധക വസ്തുക്കൾ ഉണ്ടാക്കുന്ന കമ്പനിയായാലും വ്യത്യാസമില്ല. എത്ര നല്ല ആളുകൾ ഉണ്ടോ അത്ര നല്ലതായിരിക്കും ആ കമ്പനി.

—മേരി കേ ആഷ്

നിങ്ങളുടെ കൊട്ടാരം തെറ്റായി കൈകാര്യം ചെയ്യപ്പെട്ടു

നിങ്ങളുടെ കോട്ട നിങ്ങളുടെ ബിസിനസ്സാണ്. നിങ്ങൾ കോട്ടയിൽ വഞ്ചകരെ കയറ്റുകയാണെങ്കിൽ, കുഴപ്പങ്ങൾ പ്രതീക്ഷിക്കുക. നമ്മുടെ ചെസ്സ് സാദൃശ്യത്തിലേക്ക് മടങ്ങുമ്പോൾ, റൂക്ക്-അല്ലെങ്കിൽ കോട്ട നിങ്ങളുടെ ബിസിനസ്സിൽ നിങ്ങൾ ഉൾപ്പെടുത്തിയ ആളുകളെ പ്രതിനിധീകരിക്കുന്നു. ഇതിൽ ജീവനക്കാരും പങ്കാളികളും നിക്ഷേപകരും ഉപദേശകരും ഉൾപ്പെടുന്നു.

ബിസിനസ്സ് വിവാഹം : പങ്കാളികൾ

ഒരു ബിസിനസ്സ് പങ്കാളി എന്നത് വിവാഹം കഴിച്ചവനെപ്പോലെയാണ്. ഒന്നുകിൽ അത് അതിശയകരമായി പ്രവർത്തിക്കുന്നു അല്ലെങ്കിൽ അത് ഉജ്ജ്വലമായ വിവാഹമോചനത്തോട് കൂടി അവസാനിക്കുന്നു.

മൂന്ന് വർഷംമുൻപ്, ജിമ്മും മൈക്കും ഒരു ബാറിൽ മദ്യപിച്ചിരിക്കെ ഒരുമിച്ച് ഒരു ബിസിനസ്സ് തുടങ്ങാൻ അവരെ പ്രേരിപ്പിച്ച ഐതിഹാസിക ആശയം ജനിച്ചു. അവരുടെ ആവേശമായിരുന്നു അവർ ഐക്യപ്പെടാനുള്ള ഏക അടിസ്ഥാനം. അവർ ലാഭ വിഭജനം 50/50 എന്ന കണക്കിൽ ചെയ്യാൻ സമ്മതിക്കുകയും പെട്ടെന്ന് ആരംഭിക്കുകയും ചെയ്തു. മൈക്ക് അവരുടെ ആദ്യത്തെ കക്ഷിയെ കണ്ടെത്തി, തുടർന്ന് ജിം അവരുടെ രണ്ടാമത്തെയും. ഏതാനും മാസങ്ങൾക്കുള്ളിൽ, അവരുടെ കക്ഷികളുടെ എണ്ണം 28 ആയി വികസിക്കുന്നു. ഇത് രണ്ടു

പേർക്കും മതിയായ ലാഭമുണ്ടാക്കാനും അങ്ങനെ അവരുടെ പകൽ ജോലി ഉപേക്ഷിക്കുകയും ചെയ്യു.

രണ്ട് വർഷത്തിനുശേഷം, ജിമ്മിന്റെ ജോലി സമയവും ജോലിയുടെ ഗുണനിലവാരവും കുറയാൻ തുടങ്ങുന്നു. ദിവസത്തിലെ ഓരോ മിനിറ്റിലും ജിം എന്താണ് ചെയ്യുന്നതെന്ന് മൈക്കിന് അറിയാമെന്നല്ല, പക്ഷേ അവനിലെ ഉത്കണ്ഠ അയാൾ ശ്രദ്ധിക്കുന്നുണ്ടായിരുന്നു. കമ്പനിയിലേക്ക് മൈക്ക് കൊണ്ടുവരുന്ന ഓരോ നാല് ക്ലയന്റുകൾക്കും, ജിം ഒന്ന് കൊണ്ടുവരുന്നു, ചിലപ്പോൾ ഒന്നുമില്ല. ആഴ്ചയിൽ നാല് മണിക്കൂർ ജോലി ചെയ്യുന്നുവെന്ന് വാദിക്കുന്ന ഒരു പുസ്തകം ജിം വായിച്ചതായി പിന്നീട് അവൻ മനസ്സിലാക്കുന്നു. കാര്യങ്ങൾ കൂടുതൽ വഷളാക്കാൻ, ജിം തന്റെ ഉപഭോക്താക്കളെ നന്നായി പിന്തുണക്കുന്നില്ല, ഈ കുറവ് മൈക്ക് നികത്തേണ്ടി വരുന്നു; എന്നിട്ടും ഓരോ വെള്ളിയാഴ്ചയും, ക്ലോക്ക് കറങ്ങുന്നത് പോലെ, ജിം തന്റെ 50/50 ലാഭം ഏറ്റെടുക്കാൻ അവിടെയുണ്ട്.

മൈക്ക് ഇത് ജിമ്മിന്റെ ശ്രദ്ധയിൽപ്പെടുത്തുമ്പോൾ, ജിം പ്രതിരോധത്തിലാവുകയും പിരിമുറുക്കം കൂടുകയും ചെയ്യുന്നു. ഈ ഏറ്റുമുട്ടൽ ജിമ്മിന്റെ ഉൽപ്പാദനക്ഷമതയെ കുറക്കുകയും അയാൾക്ക് ചിലപ്പോൾ മാസങ്ങളോളം പുതിയ ഉപഭോക്താക്കളെ കിട്ടാതെ വരുകയും ചെയ്യുന്നു. മൈക്ക് പങ്കാളിത്തം പിരിച്ചുവിടാൻ ശ്രമിക്കുന്നു, ജിം എതിർക്കുന്നു. അവൻ എന്തിന് വേണം? അവൻ മൈക്കിന്റെ ശ്രമങ്ങളുടെ 50% ലാഭം ശേഖരിക്കുന്നു. മൈക്കിന് ആത്യന്തികമായി ഒരു അഭിഭാഷകനെ നിയമിക്കുകയും നിയമപരമായ പരിഹാരം തേടുകയും വേണ്ടതായിവരുന്നു. കുറച്ച് വർഷങ്ങൾക്കുശേഷം, പങ്കാളിത്തം ഇല്ലാതാകുകയും അതോടൊപ്പം സൗഹൃദവും അവസാനിക്കുകയും ചെയ്യുന്നു.

പങ്കാളിത്തങ്ങൾ വിവാഹങ്ങൾ പോലെയാണ്. പ്രണയകേളികൾക്കുശേഷം കാമത്തിനവസാനം വരുമ്പോൾ അവർ സ്വഭാവം, സമന്വയം, പൂരക ഗുണങ്ങൾ എന്നിവയിൽ നിലനിൽക്കണം. എന്റെ നേരത്തെ സംരംഭകത്വ സംരംഭങ്ങൾ എല്ലാം പങ്കാളിത്തം ആയിരുന്നു, എല്ലാം ദയനീയ പരാജയങ്ങളും.

എന്റെ പങ്കാളികൾ മോശം ആളുകളായിരുന്നില്ല, എന്നാൽ ഞങ്ങളുടെ തൊഴിൽ നൈതികത, മൂല്യങ്ങൾ, ദർശനങ്ങൾ എന്നിവ അനുയോജ്യമല്ലായിരുന്നു. ഒരു പങ്കാളിക്ക് സാധാരണ 9-5 ജോലി ഉണ്ടായിരുന്നതായും അദ്ദേഹം സമാന്തരമായി കായികമത്സരങ്ങളിൽ സജീവമായിരുന്നതായും ഞാൻ ഓർക്കുന്നു; അദ്ദേഹത്തിന്റെ മുൻഗണനാ പട്ടികയിൽ ബിസിനസ്സ് എന്നത് നാലോ അഞ്ചോ സ്ഥാനത്തായിരുന്നു. മറ്റൊരു പങ്കാളി ഞങ്ങളുടേതുൾപ്പെടെ മറ്റ് നാല് ബിസിനസ്സുകളിൽ ജോലി ചെയ്യുകയായിരുന്നു. അത് എന്നെയും എന്റെ ബിസിനസ്സിനെയും ഉപേക്ഷിച്ചു, അതായിരുന്ന എന്റെ മുൻഗണന. ഇവിടുത്തെ പ്രശ്നം എന്താണെന്ന് നിങ്ങൾ കാണുന്നുണ്ടോ?

"പങ്കാളിത്തം" എന്നതിനായി ഫാസ്റ്റ്ലെയ്ൻ ഫോറത്തിൽ തിരയുക, പങ്കാളിത്തം മോശമായതിനെക്കുറിച്ചുള്ള പരാതികളുടെ ഒരു പൂന്തോട്ടം നിങ്ങൾ കണ്ടെത്തും. ഒരു പങ്കാളി വികസിപ്പിക്കാൻ ആഗ്രഹിക്കുന്നു, മറ്റൊരാൾ ബ്രാൻഡിംഗ് ആഗ്രഹിക്കുന്നു. ഒരു പങ്കാളി പരസ്യം ചെയ്യാൻ ആഗ്രഹിക്കുന്നു, മറ്റൊ

രാൾ വികസിപ്പിക്കാൻ ആഗ്രഹിക്കുന്നു. ഒരു പങ്കാളി വിലകൂടിയ കാറുകളും പണവും ആഗ്രഹിക്കുന്നു എന്നിട്ടും വൈകി എത്തുകയും നേരത്തെ പോകുകയും ചെയ്യുന്നു. പങ്കാളിത്തം വിവാഹം പോലെയാണ് – പകുതി സമയവും അവർ പരാജയപ്പെട്ടു, കാരണം പങ്കാളികൾ പൊരുത്തപ്പെടുന്നില്ല.

പരസ്പര പൂരകമായ കഴിവുകളുള്ള ആളുകളുമായി നിങ്ങൾ പങ്കാളിയാകണമെന്ന് "അവർ" പറയുന്നു. ഞാൻ ഒരു മാർക്കറ്റിംഗ് ആളാണെങ്കിൽ, ഞാൻ ഒരു സാങ്കേതിക വ്യക്തിയുമായി പങ്കാളിയാകണം. നിങ്ങൾ ഒരു വിൽപ്പനക്കാരനും ആളുകളെ മയക്കുന്നവനുമെങ്കിൽ, നിങ്ങൾ ഒരു വിശകലന വ്യക്തിയുമായി പങ്കാളിയാകണം. ഇത് ഒരു നല്ല ആരംഭമാണെങ്കിലും, അവർക്കും നിങ്ങളുടെ അതേ സംഗീതം ഇഷ്ടമാണ് എന്നത് കാരണം നിങ്ങൾ കണ്ടുമുട്ടിയ ആദ്യ വ്യക്തിയെ വിവാഹം ചെയ്യുന്നത് പോലെയാണ്. മറ്റ് പല വ്യക്തിത്വ സവിശേഷതകളും ഒരു പങ്കാളിത്തം ഉണ്ടാക്കുകയോ അല്ലെങ്കിൽ തകർക്കുകയോ ചെയ്യും.

- നിങ്ങൾക്കും ഇതേ തൊഴിൽ നൈതികതയുണ്ടോ? നിങ്ങൾ അർദ്ധരാത്രി എണ്ണ കത്തിച്ചിരിക്കുമ്പോൾ നിങ്ങളുടെ പങ്കാളി സ്കേറ്റിംഗ് ചെയ്യുകയായിരിക്കുമോ ?
- നിങ്ങൾക്കും ഒരേ കാഴ്ചപ്പാടുണ്ടോ? അതോ പരസ്പരം മത്സരിക്കുമോ?
- നിങ്ങളുടെ പങ്കാളി ലോകത്തെ സ്വന്തമാക്കാനും വേഗം വളരാനും ആഗ്രഹിക്കുമ്പോൾ നിങ്ങൾ സാവധാനം വളർത്തുവാനാണോ ആഗ്രഹിക്കുന്നത്?
- ഫ്രാഞ്ചൈസികൾ വിൽക്കാൻ നിങ്ങൾ ആഗ്രഹിക്കുന്നുണ്ടോ അതേസമയം നിങ്ങളുടെ പങ്കാളിക്ക് ബില്ലുകൾ അടക്കാനായി ഒരു യൂണിറ്റ് മാത്രം മതിയോ?
- നിങ്ങളുടെ ജീവിതത്തിൽ ഈ വ്യക്തിയെ നിങ്ങൾ വിശ്വസിക്കുന്നുണ്ടോ?
- നിങ്ങൾക്ക് ഒരേ തരത്തിലുള്ള വ്യക്തിത്വമുണ്ടോ?
- നിങ്ങൾക്കും അതേ പ്രശ്നങ്ങളോടുള്ള സഹിഷ്ണുത ഉണ്ടോ?

തെറ്റായ കാരണങ്ങളാൽ ആളുകൾ പങ്കാളിത്തത്തിൽ ഏർപ്പെടുന്നു എന്നതാണ് വസ്തുത. ആളുകൾ തെറ്റായ ചുറ്റുപാടുകൾക്ക് (ആവശ്യത്തെ അടിസ്ഥാനമാക്കിയുള്ളതല്ല) കീഴിലുള്ള ബിസിനസ്സുകൾ തുടങ്ങുന്നതുപോലെ, അവർ തെറ്റായ ചുറ്റുപാടുകളിൽ പങ്കാളികളാകുന്നു : *വൈവിധ്യവൽക്കരണം*. പങ്കാളികൾ സമന്വയം തേടുന്നില്ല; അവർ അപകടസാധ്യത, ചെലവ്, ജോലിഭാരം എന്നിവയുടെ വൈവിധ്യവൽക്കരണം തേടുന്നു. പലപ്പോഴും, ഓരോ പങ്കാളിയും പരസ്പരം ചുമക്കാനുള്ള ഭാരം നോക്കുന്നു, ഒരാൾ കൂടുതൽ വഹിക്കുമ്പോൾ, നീരസം വർദ്ധിക്കുന്നു.

പല വിവാഹങ്ങളും പ്രവർത്തിക്കുന്നതുപോലെ പങ്കാളിത്തം പ്രവർത്തിക്കും. നിങ്ങൾ ആരുമായാണ് ഏർപ്പെട്ടിരിക്കുന്നതെന്ന് അറിയുക. നിങ്ങളുടെ കോളേജ് റൂംമേറ്റുമായുള്ള രണ്ടാഴ്ചത്തെ ഹണിമൂണിന് വിവാഹാഭ്യർത്ഥന നടത്തുന്നതിനുള്ള അനുയോജ്യത നിർണ്ണയിക്കാൻ കഴിയില്ല. രണ്ടാഴ്ചത്തെ ഡേറ്റിംഗിന് ശേഷം നിന്നെയിനി ആരെങ്കിലും വിവാഹം കഴിക്കുമോ?

നല്ല അക്കൌണ്ടന്റ്, നല്ല വക്കീൽ

നിക്ഷേപകരുമായി ഞാൻ നിരവധി വാക്കാലുള്ള ചർച്ചകൾ നടത്തിയിട്ടുണ്ട്. 90

പേജുള്ള നിയമവിധേയമായ രേഖ എന്റെ മേശപ്പുറത്ത് എത്തിയപ്പോൾ, അതിൽ എഴുതിയിരിക്കുന്നതും തമ്മിൽ പറഞ്ഞതും രണ്ട് വ്യത്യസ്ത കാര്യങ്ങളായിരുന്നു. ഞങ്ങൾ 5 വർഷത്തിൽ 10% എന്ന നിരക്കിൽ തവണകളായി അടക്കേണ്ട നോട്ട് ചർച്ച ചെയ്തു, എന്നിട്ട് എന്തുകൊണ്ടാണ് 10 വർഷത്തേക്ക് 5% എന്ന് പറയുന്നത്? ഒരു ഹിമപാതത്തിൽ മറച്ച നിയമപരമായ പദപ്രയോഗത്തിന്റെ പൊരുത്തക്കേട് ആരാണ് തുറന്നുകാട്ടിയത്? ഞാനല്ല. അത് എന്റെ അഭിഭാഷകനായിരുന്നു.

ഒരു ബിസിനസ്സ് ചെലവ് ലളിതമായി ഒഴിവാക്കുന്നത് ആയിരക്കണക്കിന് ഡോളർ നികുതിയാകുമായിരുന്ന ഒരു സമയമുണ്ടായിരുന്നു. $38,000-ന്റെ സംവേദനാത്മക ശബ്ദം പ്രതികരണ സംവിധാനം ചില അമിത വിലയുള്ള ടെലിഫോൺ മാത്രമാണെന്ന് നിങ്ങൾ കരുതുമ്പോൾ മൂല്യമിടിയപ്പെടുമെന്ന് ആർക്കറിയാം? ഒരു അക്കൗണ്ടന്റിന്.

അക്കൗണ്ടന്റുമാരുടെയും അഭിഭാഷകരുടെയും ഒരു നല്ല ടീം എനിക്ക് ഇല്ലായിരുന്നുവെങ്കിൽ – ഞാൻ ദരിദ്രനാകുമായിരുന്നു. അതെ, ഈ ആളുകളെ കണ്ടെത്താൻ എളുപ്പമല്ല. കാരണം, അവർ കരാറിന് കീഴിലുള്ള പങ്കാളികളെപ്പോലെയാണ്, നിങ്ങളുടെ കോട്ടയുടെ താക്കോലുള്ള മറ്റൊരു കൂട്ടം വ്യക്തികൾ.

എന്നെപ്പോലെ ഒരു വിഡ്ഢിയാവരുത്. തുടക്കകാരനായ ഞാൻ, മഞ്ഞ പേജുകളിൽനിന്ന് തന്നെ ആദ്യമായി കണ്ടെത്തിയ എന്റെ അക്കൗണ്ടന്റിനെ ഞാൻ ഓർക്കുന്നു – ശുപാർശയിൽനിന്നല്ല, മറിച്ച് അന്ധമായ പ്രതീക്ഷ. അതിന് അധികം സമയം എടുത്തില്ല, നികുതി ആസൂത്രണത്തിൽ അവൾക്ക് താൽപ്പര്യമില്ലെന്ന് കാണാൻ കഴിഞ്ഞു. എന്റെ ബിസിനസ്സിനെക്കുറിച്ച് ചോദ്യങ്ങളൊന്നുമില്ല അല്ലെങ്കിൽ എന്റെ ആശങ്കകളെ, ഫോമുകൾ പൂർത്തിയാക്കാനുള്ള അക്ഷമയെ കുറിച്ചൊന്നുമില്ലാതെ അതങ്ങ് ചെയ്തു തീർത്തു. കൂടാതെ, അവളുടെ ഇടപാടുകാരിൽ ഭൂരിഭാഗവും W-2-ഉം 401 (k)-ഉം ഉപയോഗിച്ചിരുന്ന സ്ലോലെയ്നർമാരായിരുന്നു മുതലാളികളായിരുന്നില്ല. മികച്ച തിരഞ്ഞെടുപ്പ്, എംജെ. എനിക്ക് ഫാസ്റ്റ്ലെയ്ൻ ചിന്താഗതിയുള്ള ഒരാളെ ആവശ്യമായിരുന്നു, ഒരെണ്ണത്തിനെ കണ്ടെത്താൻ ഞാൻ പ്രതിജ്ഞാബദ്ധനായി. അക്കൗണ്ടന്റുമാരിൽ ഒരു അരഡസൻ അഭിമുഖവും അന്വേഷണവും കഴിഞ്ഞ്, പ്രാഥമികമായി ഉപഭോക്താക്കൾ ബിസിനസ്സ് ഉടമകളായിരുന്ന ഒരാളെ ഞാൻ കണ്ടെത്തി.

നിങ്ങളുടെ കോട്ടയുടെ താക്കോലുകളിൽ വിശ്വസിക്കുന്നവർ ആരെല്ലാം എന്ന് വളരെ ശ്രദ്ധാലുവായിരിക്കുക. കാരണം, അവർ നിങ്ങളെ നാശത്തിലേക്ക് നയിക്കും. നിക്കോളാസ് കേജ്-നെ ഓർക്കുക; അവന്റെ മാനേജർ അവനെ സാമ്പത്തിക തകർച്ചയുടെ കൊടുമുടിയിലേക്ക് നയിച്ചു. അന്വേഷിക്കുക അഭിമുഖം ചെയ്യുക. വിജയകരവും സ്ഥാപിതവുമായ സംരംഭകരിൽനിന്ന് റഫറലുകൾ നേടുക. നിങ്ങളുടെ രണ്ട് എ-കളോട് ഏതെങ്കിലും പങ്കാളി എന്നതുപോലെ പെരുമാറുക. കാരണം, അവർക്കും ഒപ്പം ഉള്ളവർക്കും നിങ്ങളുടെ കോട്ടയിലേക്ക് അനിയന്ത്രിതമായ പ്രവേശനമുണ്ട്, കൂടാതെ അതിന്റെ താക്കോൽ വാഹകർക്ക് നിങ്ങളെ തെറ്റിദ്ധരിപ്പിക്കാനുള്ള കഴിവുണ്ട്.

നിങ്ങളുടെ ബിയറിനൊപ്പം ഒരു ചെയിൻസോ നിങ്ങൾക്ക് ഇഷ്ടമാണോ?

നിങ്ങൾ എന്തിനും മറ്റുള്ളവരെ അന്ധമായി വിശ്വസിക്കുമ്പോൾ – ബിസിനസ്സ്, സാമ്പത്തിക നിക്ഷേപം, സുരക്ഷ – നിങ്ങൾ കബളിപ്പിക്കപ്പെടാൻ സാധ്യതയുള്ളവരാണ്.

രണ്ട് ദമ്പതികൾ ഇരുണ്ട നാട്ടുവഴിയിലൂടെ യാത്രചെയ്യുന്ന ഒരു പഴയ ബിയർ പരസ്യമുണ്ട്, ഇരുട്ടിൽ റോഡിലൂടെ ഒരു ബിയർ കെയ്സ് വഹിച്ചുകൊണ്ട് വരുന്ന ഒരു സഞ്ചാരിയെ കാണുന്നു അയാളുടെ കയ്യിൽ ഒരു ചെയിൻവാളുമുണ്ട്. ഡ്രൈവർ സഞ്ചാരിയെ ഒപ്പം കൂട്ടാൻ ആഗ്രഹിക്കുന്നു. കാരണം, അവൻ ആഗ്രഹിക്കുന്ന ഒന്ന് സഞ്ചാരിയുടെ കൈവശമുണ്ട് – ബിയർ – എന്നാൽ ചെയിൻവാൾ ശ്രദ്ധിക്കുന്നില്ല. അന്ധമായ വിശ്വാസം എന്നത് ആളൊഴിഞ്ഞ വഴിയിൽനിന്നും ഒരു സഞ്ചാരിയെ കയറ്റുന്നത് പോലെയാണ്, അവന്റെ ബിയറിന്റെ കെയ്സ് കൈക്കലാക്കാമെന്ന് കരുതി അവനെ കയറ്റുകയും, എന്നാൽ അവന്റെ കൈയിലെ പീഡനോപകരണം കാണുന്നുമില്ല.

നിങ്ങളുടെ വിശ്വാസത്തെ മറ്റുള്ളവർക്ക് സമ്പാദിക്കുന്നതിനുള്ള ഒരു സ്വത്താക്കി മാറ്റണം. പ്രവർത്തനങ്ങൾ വാക്കുകളേക്കാൾ ഉച്ചത്തിൽ സംസാരിക്കട്ടെ. നിങ്ങളുടെ വിശ്വാസത്തെയോ ബിസിനസ്സ് മീറ്ററിനെയോ നിരായുധമാക്കുന്ന വാക്കുകൾ അനുവദിക്കുമ്പോൾ, നിങ്ങൾ ആക്രമണത്തിന് ഇരയാകുന്നു.

ഞാൻ നിയമിച്ച ഏറ്റവും മോശം ജോലിക്കാരിൽ ഒരാൾ നുണരോഗമുള്ളവളായിരുന്നു, എന്നോട് നുണപറഞ്ഞു. എന്തിനാണ് ഞാൻ അവളെ ജോലിക്കെടുത്തത്? വാക്കുകൾകൊണ്ട് അവൾ എന്നെ നിരായുധനാക്കി. ഇന്റർവ്യൂ വേളയിൽ അവൾ എന്നോട് പറഞ്ഞു, താൻ പള്ളി ഗായകസംഘത്തിൽ പാടിയെന്നും അവൾ ഒരു മതവിശ്വാസിയാണെന്നും. ഞാൻ മതപരമായ ഒന്നും ചോദിച്ചില്ലെങ്കിലും, ഞാൻ മതത്തിന് സത്യസന്ധത നൽകി. അത് എന്റെ പ്രതിരോധം തകർത്തു, ഞാൻ അവളെ സ്ഥിരീകരണമില്ലാതെ നിയമിച്ചു. ഇത് എന്നെ സത്യം കണ്ടെത്താൻ വർഷങ്ങൾ (കഠിനമായ പാഠങ്ങൾ) എടുപ്പിച്ചു.

ആദ്യം സ്ഥിരീകരിക്കുക, പിന്നീട് വിശ്വസിക്കുക

മുൻ പ്രസിഡന്റ് റൊണാൾഡ് റീഗൻ ഒരിക്കൽ പറഞ്ഞു, "വിശ്വസിക്കുക, എന്നാൽ പരിശോധിക്കുക." ഞാൻ ആ നുണയനെ ജോലിക്കെടുത്തപ്പോൾ, ഞാൻ വിശ്വസിച്ചു, പക്ഷേ പരിശോധിച്ചില്ല. സത്യം കണ്ടെത്തുന്നതിന് നിരവധി കവർച്ചകളും, വീഡിയോ ക്യാമറകളും, പൊതുജനങ്ങളുടെ രേഖപ്പെടുത്തലുകളും വേണ്ടി വന്നു. ഞാൻ വളരെ വൈകിപ്പോയി. അതിനെനിക്ക് വലിയ വില കൊടുക്കേണ്ടതായും വന്നു.

വിശ്വാസത്തിന്റെ ഏറ്റവും മോശമായ കേസുകൾ നമ്മുടെ സാമ്പത്തിക വ്യവസ്ഥയാണ്. ബെർണാഡ് മഡോഫ് എക്കാലത്തെയും വലിയ കുംഭകോണം നടത്തി, കോടിക്കണക്കിന് ഡോളർ നഷ്ടമായി. എങ്ങനെയാണ് ഒരു മനുഷ്യൻ ദശലക്ഷക്കണക്കിന് കോടികൾ തട്ടിയെടുക്കുന്നത്? സ്ഥിരീകരിക്കാത്ത വിശ്വാസം. ആയിരങ്ങൾ മഡോഫിനെ വിശ്വസിച്ചു. ആയിരങ്ങളും പരിശോധിച്ചുറപ്പിക്കുന്നതിൽ പരാജയപ്പെട്ടു. പരിശോധിച്ചവർ നിക്ഷേപിച്ചില്ല, ചിലർ വിസിൽപോലും മുഴക്കി. ഞങ്ങൾ വിശ്വസ്തരായ ആളുകളാണ്, ഞങ്ങൾ മികച്ചതിനെ വിശ്വസിക്കാൻ ആഗ്രഹിക്കുന്നു. യക്ഷിക്കഥകളിൽ വിശ്വസിക്കാനും സന്തോഷത്തോടെ ജീവിക്കാനും ഞങ്ങൾ ആഗ്രഹിക്കുന്നു. പേപാൽ-ലെ ഗുരുവിന് $97 ചെയ്യുന്നിടത്തോളം കാലം നമുക്ക് ഫേസ് ബുക്ക് പരസ്യങ്ങളിലൂടെ ദശലക്ഷക്കണക്കിന് സമ്പാദിക്കാമെന്ന് നമ്മൾ വിശ്വസിക്കാൻ ആഗ്രഹിക്കുന്നു.

കോളേജിൽനിന്ന് പുതുതായി എന്റെ സംരംഭക ജീവിതം ആരംഭിച്ചപ്പോൾ, ഞാൻ എല്ലാവരെയും വിശ്വസിച്ചു. സമ്പത്ത് വാഗ്ദാനം ചെയ്യുന്ന എല്ലാത്തരം

ഭ്രാന്തൻ പദ്ധതികളും ഞാൻ വാങ്ങി. നിങ്ങൾ എല്ലാവരെയും വിശ്വസിക്കുമ്പോൾ എന്ത് സംഭവിക്കും? നിങ്ങൾക്ക് പൊള്ളലേൽക്കുന്നു. നിങ്ങൾ മടിയനാകും. നിങ്ങൾ കുറ്റവാളികളെ നിയമിക്കുന്നു. നിങ്ങൾ എല്ലാവരെയും വിശ്വസിക്കുമ്പോൾ, നിയന്ത്രണ കൽപ്പന ലംഘിക്കുന്ന ബിസിനസ്സ് അവസരങ്ങളെ നിങ്ങൾ പിന്തുടരുന്നു. മറ്റുള്ളവർക്ക് നിങ്ങളുടെ സാമ്പത്തിക റോഡ് യാത്ര നിർദ്ദേശിക്കാം. അത് സംഭവിക്കുമ്പോൾ, നിങ്ങൾ തകരുകയും കത്തുകയും ചെയ്യുന്നു. ഈ ലോകത്ത് നിങ്ങൾക്ക് അന്ധമായി വിശ്വസിക്കാൻ കഴിയുന്ന ഒരു വ്യക്തിയേ ഉള്ളൂ. അത് നിങ്ങളാണ്.

എന്തിനാണ് ഇത്ര വിരോധാഭാസം? ഇപ്പോൾ മനസ്സിലായില്ലെങ്കിൽ പിന്നീട് മനസ്സിലാകും. *നിങ്ങൾ ദശലക്ഷക്കണക്കിനാളുകളെ സേവിക്കുമ്പോൾ, നിങ്ങൾ ദശലക്ഷക്കണക്കിന് ആളുകളുമായി ബന്ധപ്പെടുന്നു.* അപ്പോൾ മാത്രമേ നിങ്ങൾക്ക് ഉപഭോക്തൃ/നിർമ്മാതാവ് സമവാക്യത്തിന്റെ സത്യം മനസ്സിലാകൂ. നിങ്ങളെ ചതിക്കാൻ ആളുകൾ എത്ര അധികം മൈൽ പോകുമെന്ന് അറിയാനായി നിങ്ങളുടെ കണ്ണുകൾ തുറക്കും. വ്യാജന്മാരിൽനിന്നും വഞ്ചകരിൽനിന്നും കുറ്റവാളികളിൽനിന്നും സുരക്ഷിതമായ ഒരിടമില്ല. ഈ ആളുകൾ ഏറ്റവും കുറഞ്ഞ സാധ്യതയുള്ള സ്ഥലങ്ങളിൽ ഒത്തുചേരുന്നു : നിങ്ങളുടെ കമ്മ്യൂണിറ്റി ചർച്ച്, ആ ഹാർമോണിക് ഡേറ്റിംഗ് വെബ്സൈറ്റ്, നിങ്ങളുടെ സമ്പന്നരുടെ കൺട്രി ക്ലബ്ബിൽ.

ഞാൻ സൂക്ഷ്മമായി അന്വേഷിച്ച ഒരു നിക്ഷേപത്തിൽ $10,000 നഷ്ടമായാൽ, എനിക്ക് അത് കൈകാര്യം ചെയ്യാൻ കഴിയും. എളുപ്പത്തിൽ ലഭിക്കുന്നത് എളുപ്പത്തിൽ നഷ്ടമാകുന്നു. എന്നിട്ടും, ഞാൻ എന്റെ വാഹനത്തിൽ കയറ്റിയ ഒരാളെ അന്ധമായി വിശ്വസിച്ചതിനാൽ എന്നിൽനിന്ന് 10,000 ഡോളർ മോഷ്ടിച്ചിട്ടുണ്ടെങ്കിൽ, അത് വ്യത്യസ്തമാണ്. ഇന്ന് ഞാൻ ആരെയും വിശ്വസിക്കുന്നില്ല പകരം വിശ്വാസം തെളിയിക്കാൻ എല്ലാവർക്കും ഒരു അവസരം നൽകുന്നു. ഈ ലോകത്തിൽ ഒരുപാട് നല്ല ആളുകളുണ്ട്, അവർ ഒരു വലിയ മാർജിനിൽ മോശമായതിനെക്കാൾ കൂടുതലാണ്. നേരിയ പരിശ്രമം മതി അവരെ കണ്ടെത്താനും നിങ്ങളുടെ ജീവിതത്തിൽ നിലനിർത്താനും. നിങ്ങൾ റോഡിന്റെ വശങ്ങളിൽനിന്നും ആരെയാണ് എടുക്കുന്നത് എന്ന് ശ്രദ്ധിക്കുക. ഒരു തണുത്ത ബിയറിനാൽ പ്രലോഭിപ്പിക്കപ്പെടരുത്, ചെയിൻസോയിൽ അന്ധനാകുകയുമരുത്.

അശ്രദ്ധരായ ഡ്രൈവർമാരെ പുറത്താക്കുക

അഭയകേന്ദ്രം നടത്തുന്നത് തടവുകാരാണോ? നിങ്ങൾ വീട്ടിലില്ലാത്തപ്പോൾ, ആരാണ് നിങ്ങളുടെ കോട്ട നടത്തുന്നത്? ആരാണ് നിങ്ങളുടെ ബിസിനസ്സ് ഓടിക്കുന്നത്?

മികച്ച ഉപഭോക്തൃ സേവനം നൽകുന്നത് ഒരു കാര്യമാണ്; അത് വിതരണം ചെയ്യാൻ ജീവനക്കാരെ പ്രേരിപ്പിക്കുന്നത് മറ്റൊന്നാണ്. നിങ്ങളുടെ ശ്രദ്ധ താഴത്തെ വരിയിലേക്ക് മാറ്റുമ്പോൾ, പലപ്പോഴും മുൻനിരയെയാണ് ബലിയർപ്പിച്ചത്. ഒരു മണിക്കൂറിന് $10 വേതനം ലഭിക്കാത്ത, മോശം മനോഭാവമുള്ള ഫ്രണ്ട് ഡെസ്ക് വ്യക്തിക്ക് ശരിക്കും നിങ്ങൾ എന്തു വില നൽകേണ്ടിവരുന്നു? ഉപഭോക്താക്കളെ നിങ്ങളുടെ ബിസിനസ്സിന്റെ ശിഷ്യന്മാരാക്കാൻ, ജീവനക്കാർ നിങ്ങളുടെ ഉപഭോക്തൃ സേവന തത്വശാസ്ത്രം പങ്കിടണം. ഒരു ജീവനക്കാരനും

നിങ്ങളുടെ ദശലക്ഷക്കണക്കിന് ഡോളർ നിക്ഷേപം നശിപ്പിക്കാൻ അനുവദിക്കാനാവില്ല. *ലോകത്തിലെ ഒരു അദൃശ്യവസ്തുക്കൾക്കും ഒരു മോശം ഉപഭോക്തൃ സേവന അനുഭവം മാറ്റാൻ കഴിയില്ല.*

ലാസ് വെഗാസിൽ ഒമ്പത് ദിവസത്തെ താമസത്തിനുശേഷം, ആഡംബരം പരിഗണിക്കാതെതന്നെ ബിസിനസ്സ് ബാധ്യതകളിൽ റോബോട്ടിക് സേവനം എങ്ങനെ ആത്യന്തികമാണെന്ന് ഞാൻ മനസ്സിലാക്കി. സഹപ്രവർത്തകർ, കഴിവുകെട്ട ജീവനക്കാർ, വൃത്തികെട്ട വീടുകൾ, ട്രാഫിക്ക്, നിങ്ങളുടെ ജീവിത നാടകങ്ങളുടെ സാധാരണ കാഴ്ചബംഗ്ലാവ് എന്നിവയിൽനിന്ന് രക്ഷപ്പെടാൻ മിക്ക ആളുകളും വെഗാസിൽ അവധിക്കാലം ചെലവഴിക്കുന്നു. എന്റെ സുഹൃത്തിന്റെ കമ്പനി സമ്മേളനത്തിന്റെ ഉപചാരമായി, എന്റെ വെഗാസ് താമസം റിയോ ഹോട്ടലിൽ ആരംഭിച്ചു. ഞാൻ ഒരിക്കലും റിയോയിൽ താമസിച്ചിട്ടില്ല സാധാരണയായി ഈ ഹോട്ടൽ പരിഗണിക്കാറുമില്ല. സ്ഥലം ജീർണ്ണിച്ചതും കാലപ്പഴക്കമുള്ളതുമായിരുന്നു; കിടക്ക കട്ടിയുള്ളതും താമസ സൗകര്യങ്ങൾ ശുഷ്കമായതും ആയിരുന്നു. എന്നിരുന്നാലും, സ്റ്റാഫ് വളരെ നല്ലതായി ഞാൻ കണ്ടെത്തി. ഡീലർമാർ സൗഹൃദപരമായിരുന്നു, കാസിനോ സ്റ്റാഫ് ഞങ്ങളുടെ ഏറ്റവും എളിയ അഭ്യർത്ഥന പോലും കൈക്കൊണ്ടു. ഞാൻ എന്റെ താമസം ആസ്വദിച്ചു.

റിയോയിലെ മൂന്ന് ദിവസം കഴിഞ്ഞ്, എന്റെ ഹോട്ടൽ താമസം വെനീഷ്യൻ ഹോട്ടലിലേക്ക് മാറ്റി. എന്റെ അമേരിക്കൻ എക്സ്പ്രസ് സഹായി ഏർപ്പാട് ചെയ്ത ഒരു ഹോട്ടൽ. വെനീഷ്യനുമായി പരിചയമില്ലാത്തവർക്കായി, അത് സമൃദ്ധമായ വാസ്തുവിദ്യയുള്ള ഒരു പുതിയ ഹോട്ടലാണ് : അലങ്കരിച്ച നിരകളും കോർബലുകളും, ആഡംബര ചാൻഡിലിയറുകൾ, രാജകീയത വിളിച്ചറിയിക്കുന്ന മറ്റ് ഏർപ്പെടുത്തലുകൾ. വെനീസിലെ എന്റെ താമസം ആറ് ദിവസമായിരുന്നു.

നിർഭാഗ്യവശാൽ, ആറ് ദിവസത്തിനുശേഷം, ഞാൻ ഒരിക്കലും മടങ്ങിവരില്ല.

ഫാൻസി ഇറ്റാലിയൻ വാസ്തുവിദ്യ ഇഷ്ടപ്പെട്ടു, പക്ഷേ അവരുടെ ആളുകൾ അനുഭവജ്ഞാനമില്ലാത്തവരായിരുന്നു. ഞങ്ങളുടെ പേടിസ്വപ്നം ആദ്യ ദിവസം മുതൽ ആരംഭിച്ച് എല്ലാ ദിവസവും തുടർന്നു. മോശം മനുഷ്യാനുഭവങ്ങളാൽ നശിപ്പിക്കപ്പെട്ടു : പ്രതികരണമില്ലാത്ത ഹൌസ്കീപ്പിംഗ്, ഹോട്ടൽ സേവനങ്ങൾക്ക് അസ്വീകാര്യമായ സമയം, വാഗ്ദാനങ്ങൾ നൽകുന്നതിൽ പരാജയം, യാന്ത്രികമായ ജീവനക്കാർ, അമിത നിരക്ക് ഈടാക്കൽ, മൊത്തത്തിൽ ഒരു രക്ഷപ്പെടൽ നൽകുന്നതിൽ പരാജയം. ഈ അനുഭവത്തിൽ രണ്ട് നിർണ്ണായക പാഠങ്ങളുണ്ട്:

1. ഒരു SUCS ഉപഭോക്തൃ സേവന തത്വശാസ്ത്രം നിങ്ങളുടെ ജീവനക്കാർ നൽകണം.
2. ഗംഭീരമായ ഉൽപ്പന്ന സവിശേഷതകൾക്ക് മോശം സേവനത്തെ മറികടക്കാൻ കഴിയില്ല.

ആദ്യം, ജീവനക്കാർ നിങ്ങളുടെ ഉപഭോക്തൃ സേവന തത്വശാസ്ത്രം നൽകണം. നിങ്ങളുടെ ആളുകൾ നിങ്ങളുടെ ബിസിനസ്സിന്റെ അംബാസഡർമാരാണ്, അവർ നിങ്ങളുടെ കാഴ്ചപ്പാട് അറിയിക്കുന്നു. അടിസ്ഥാനപരമായി, അവർ ബിസിനസ്സ് ഡ്രൈവർമാരാണ്, അവർ അശ്രദ്ധരാണെങ്കിൽ, നിങ്ങളുടെ കാഴ്ച നശിപ്പിക്കപ്പെടും.

നിങ്ങളുടെ കമ്പനിയെക്കുറിച്ചുള്ള പൊതുജനങ്ങളുടെ ധാരണ നിങ്ങളുടെ ജീവനക്കാരാൽ നയിക്കപ്പെടുന്നു.

എന്നോട് ഇത്രയും അനാദരവോടും താൽപ്പര്യമില്ലായ്മയോടും പെരുമാറുക എന്നത് വെനീഷ്യന്റെ നയമായിരുന്നോ? സംശയാസ്പദമാണ്. മാനേജ്മെന്റിൽ നിന്നും ജീവനക്കാരിലേക്കുള്ള ആശയവിനിമയ സംവിധാനങ്ങളിലാണ് പരാജയം. കുറച്ചു ജീവനക്കാർ മാത്രമല്ല, നിരവധി. നിങ്ങൾക്ക് എല്ലാ ദിവസവും കപ്പൽ ഓടിക്കാൻ കഴിയില്ല. നിങ്ങളുടെ ജീവനക്കാർ വാട്ടർ ബക്കറ്റുകൾ വഹിക്കുന്നു, അവർ സേവനത്തിൽ നിയമിക്കപ്പെട്ടിട്ടില്ലെങ്കിൽ, അവർ സംതൃപ്തി ഹൈജാക്ക് ചെയ്യുകയും ബാധ്യതകൾ സൃഷ്ടിക്കുകയും ചെയ്യുന്നു. ജീവനക്കാർ ഉപഭോക്തൃ കേന്ദ്രീകൃത നയം മുൻനിര പ്രവർത്തനത്തിലേക്ക് വിവർത്തനം ചെയ്യുന്നില്ലെങ്കിൽ അപ്രസക്തമാണ്.

രണ്ടാമത്തെ പാഠം ഇതാണ് : ഇത് പോലെയുള്ള ഗംഭീരമായ ഉൽപ്പന്ന സവിശേഷതകൾ മികച്ച സാങ്കേതികവിദ്യ (ചുറുചുറുക്കുള്ള വെബ്സൈറ്റുകൾ) അല്ലെങ്കിൽ മികച്ച വാസ്തുവിദ്യ (ആഡംബരമായി നിയമിച്ച ഹോട്ടലുകൾ) എന്നിവയാൽ മോശം ഉപഭോക്തൃ സേവനത്തിന് നഷ്ടപരിഹാരം നൽകാൻ കഴില്ല. വെനീഷ്യന്റെ ബില്യൺ ഡോളർ രൂപം, മാർബിൾ നിലകളും അലങ്കരിച്ച നിരകളും ഉണ്ടായിരുന്നിട്ടും, അവരുടെ ഉപഭോക്തൃ സേവനം മോശമായിരുന്നു. എന്നിട്ടും, റിയോ ഹോട്ടലിൽ, ഉപഭോക്തൃ സേവനം മികച്ചതായിരുന്നു. ഹോട്ടലിന് കാലപ്പഴക്കം ചെന്ന കെട്ടിടമായിരുന്നു ഉണ്ടായിരുന്നത്, എന്നിട്ടുപോലും മികച്ച അനുഭവമായി അത് മാറ്റപ്പെട്ടു.

ഈ പൊരുത്തക്കേട് ഒരു വൺവേ സ്ട്രീറ്റിനെ പ്രതിനിധീകരിക്കുന്നു : ഉന്മത്തമായ ഉപഭോക്തൃ സേവനം – SUCS-ന് പോരായ്മകൾ നികത്താൻ സഹായിക്കും, എന്നാൽ ഉന്മത്തമായ സവിശേഷതകൾക്ക് മോശം ഉപഭോക്തൃ സേവനത്തിനോ മോശം മനുഷ്യ ഇടപെടലുകൾക്കോ നഷ്ടപരിഹാരമാകാൻ കഴിയില്ല. വെനീഷ്യൻ തറ സ്വർണ്ണംകൊണ്ട് ഉണ്ടാക്കാമായിരുന്നു. അത് കാര്യമാക്കുമായിരുന്നില്ല.

മോശം മനുഷ്യ അനുഭവങ്ങളെ ഒന്നിനും പരിഹാരമാകാനാവില്ല!

മികച്ച ബീച്ചിൽ സ്ഥിതി ചെയ്യുന്ന മികച്ച ഹോട്ടൽ നിങ്ങൾക്ക് സ്വന്തമായേക്കാം, എന്നാൽ, ഉപഭോക്താക്കളെ ശല്യങ്ങളെപോലെ പരിഗണിക്കപ്പെടുന്നുവെങ്കിൽ, അഭ്യർത്ഥനകൾക്ക് ഉത്തരം ലഭിക്കുന്നില്ലായെങ്കിൽ, അവർ തിരികെ വരില്ല. ക്രമാതീതമായ ബിസിനസ്സ് വളർച്ചക്ക് ഊർജ്ജം പകരുന്നത് ഉന്മത്തമായ ഉപഭോക്തൃ സേവനമാണ്. നിങ്ങളുടെ മുൻനിര ജീവനക്കാർ നിങ്ങളുടെ കാഴ്ചപ്പാട് പങ്കിടണം. അത് ഒരിക്കലും സിഇഒയുടെ ഓഫീസ് ഭിത്തിയിൽ ഒട്ടിച്ച പൊങ്ങച്ച പ്രസ്താവന ദൗത്യത്തിൽ നിന്നല്ല.

അധ്യായ സംഗ്രഹം : ഫാസ്റ്റ്ലെയ്ൻ പ്രത്യേകതകൾ

- ഓരോ ബിസിനസ്സ് പങ്കാളിത്തവും വിവാഹത്തെപ്പോലെ പ്രധാനമാണ്.
- ഒരു നല്ല അക്കൗണ്ടന്റും അഭിഭാഷകനും നിങ്ങളുടെ ആയിരങ്ങൾ, ഒരുപക്ഷേ ദശലക്ഷങ്ങൾ രക്ഷിക്കാൻ സഹായിക്കും.
- അക്കൗണ്ടന്റുമാർക്കും അഭിഭാഷകർക്കും നിങ്ങളുടെ കോട്ടയുടെ താക്കോലുണ്ട്; അതിനാൽ നിങ്ങൾ അവരെ വിശ്വസിക്കുന്നുവെന്ന് ഉറപ്പാക്കുക.

കാരണം, നിങ്ങളോട് നല്ലതും മോശവും ചെയ്യാനുള്ള അധികാരം അവർക്ക് കൈമുതലായി ഉണ്ട്.

- ലഘൂകരിക്കാത്ത വിശ്വാസം നിങ്ങളെ ലഘൂകരിക്കാത്ത അപകടസാധ്യതയിലേക്ക് എത്തിക്കുന്നു.
- സ്ഥിരീകരിക്കാത്ത വിശ്വാസം അനിയന്ത്രിതമായ അനന്തരഫലങ്ങളിലേക്ക് നയിച്ചേക്കാം.
- നിങ്ങളുടെ കമ്പനിയെക്കുറിച്ചുള്ള പൊതുജനങ്ങളുടെ ധാരണ നിങ്ങളുടെ ജീവനക്കാർ അറിയിക്കുന്നു.
- ഉന്മത്തമായ ഉപഭോക്തൃ സേവനത്തിന് പോരായ്മകളെ മറികടക്കാൻ കഴിയും. എന്നാൽ, ആത്യന്തിക തലത്തിലുള്ള സവിശേഷതകൾക്ക് മോശം ഉപഭോക്തൃ സേവനത്തെ മറികടക്കാൻ കഴിയില്ല.
- ഉപഭോക്തൃ സേവന തത്ത്വശാസ്ത്രം മാനുഷിക ഇടപെടലുകളിൽനിന്നാണ് നൽകുന്നത് – സിഇഒയുടെ ഓഫീസിലെ ഒരു ചുവരിലെ ഫലകത്തിലെ അതിമോഹമായ ലക്ഷ്യ പ്രസ്താവനകളല്ല.

മറ്റൊരാളുടെ രക്ഷകനാകുക

ഒരു വിപണി ഒരിക്കലും ഒരു നല്ല ഉല്പന്നത്താൽ പൂരിതമാകില്ല, എന്നാൽ, അത് വളരെ വേഗത്തിൽ ഒരു ചീത്തയുമായി പൂരിതമാകുന്നു.

—ഹെൻറി ഫോർഡ്

നിങ്ങളുടെ രക്ഷകൻ

നിങ്ങളുടെ ഉൽപ്പന്നമോ സേവനമോ തിളങ്ങുന്ന കവചമുള്ള മറ്റ് ആരുടെയെങ്കിലും രക്ഷകൻ ആണോ? അത് ഈ ദിവസത്തെ സംരക്ഷിക്കാൻ പോകുകയാണോ? അതോ ഈ രക്ഷകൻ നിങ്ങളുടെ പ്രതീക്ഷകളാൽ പ്രചോദിതനായി, ഒരു കറുത്ത കുതിരപ്പുറത്ത് കയറി, കാറ്റിനോട് സംസാരിച്ച്, നിങ്ങളെ സമ്പന്നരാക്കുകയും, അതേ സമയം നിങ്ങളുടെ സ്വന്തം യജമാനനാകാൻ നിങ്ങളെ അനുവദിക്കുകയും ചെയ്യുന്ന ഒരു സ്വാർത്ഥ മനുഷ്യനാണോ?

"ഞാനും" എന്ന് തിങ്ങിനിറഞ്ഞ ലോകം

"ഞാനും" ബിസിനസ്സുകൾ "ഞാനും" വരുമാനം ഉണ്ടാക്കുന്നു. ഒരു ആവശ്യമല്ലാതെ മറ്റെന്തെങ്കിലും കാര്യത്തിനായി സ്ഥാപിതമായ ബിസിനസ്സുകൾ കണ്ടെത്തുന്നത് ബുദ്ധിമുട്ടുള്ള കാര്യമല്ല. അവയ്ക്ക് വേർതിരിവുകളോ പ്രത്യേകതകളോ ഇല്ല. കൂടാതെ, അവർ ഞാനും എന്ന തിരക്കേറിയ അഗാധത്തിലേക്ക് മുങ്ങുകയും അവരുടെ ഉടമകളെ "നിങ്ങളുടെ സ്വന്തം ബോസ് ആകുക" എന്ന മിഥ്യാബോധം മങ്ങുന്നതോടുകൂടി ഭ്രാന്തന്മാരാക്കുകയും ചെയ്യുന്നു.

തെറ്റായ സ്ഥലങ്ങളിൽ ചെയ്യുന്ന സ്ഥാപിതമായ ബിസിനസ്സുകൾ ചരക്കുവൽക്കരണത്തിന്റെ ചവറ്റുകുട്ടയിലേക്ക് റോക്കറ്റ് ചെയ്യുകയും, അനിവാര്യമായത് ചെയ്യാൻ നിങ്ങളെ നിർബന്ധിക്കുകയും ചെയ്യും : ചെക്കറുകൾ കളിക്കുവാൻ.

എന്താണ് ചരക്കുവൽക്കരണം?

ചരക്കുവൽക്കരണം എന്നത് ദാതാക്കളുടെ ഇടയിൽ ഏകതാനമായി കാണപ്പെടുന്ന ഒരു ഉൽപ്പന്നമോ സേവനമോ ആണ്. ഉദാഹരണത്തിന്, കനത്ത ചരക്ക് സേവനമാണ് വിമാന യാത്ര. മിക്ക ആളുകളും ഒരു എയർലൈനിനോടും വിശ്വസ്തരല്ല; അവർ മികച്ച വിലയോട് മമതയുള്ളവരാണ്. ഉൽപ്പന്നം ചരക്കായി മാറുന്നു.

മറ്റൊരു ഉദാഹരണം വാതകമാണ്. ഏഴ് വ്യത്യസ്ത പെട്രോൾ സ്റ്റേഷനുകളിൽ ഏതെങ്കിലുമൊന്നിൽനിന്ന് എനിക്ക് ഗ്യാസ് ലഭിക്കുന്നു. കാരണം, ആ ഉൽപ്പന്നം ചരക്കായി മാറ്റപ്പെട്ടു.

വില എന്ന ഒരു അളവ് അടിസ്ഥാനമാക്കി ചരക്കുകളുടെയും സേവനങ്ങളുടെയും വാങ്ങൽ തീരുമാനങ്ങൾ ആളുകൾ എടുക്കുന്നു. നിങ്ങൾ അങ്ങനെ ചെയ്യുന്നില്ലെങ്കിൽ, അതിനു കാരണം ബദലുകളിൽനിന്ന് അതിന്റെ ഉൽപ്പന്നത്തെ വേർതിരിക്കുന്ന ജോലി ചെയ്തതിനാൽ ബിസിനസ്സ് ഒരു നല്ല കാര്യം ചെയ്തു. നിങ്ങളുടെ ഉൽപ്പന്നം വ്യത്യസ്തമായതല്ലെങ്കിൽ, ഇത് ഒരു അവസരമല്ല, കൂടാതെ "വില കുറക്കുക എന്നതിലൂടെ ആൾക്കൂട്ടത്തിൽനിന്ന് വേറിട്ടു നിൽക്കുക." എന്ന തന്ത്രത്തിലേക്ക് നിങ്ങൾ നിർബന്ധിതരാകുന്നു.

ശരിയായ കാരണത്താൽ ബിസിനസ്സിൽ ഏർപ്പെടുക

നിങ്ങൾ എന്തിനാണ് ബിസിനസ്സിൽ ഏർപ്പെടുന്നത്? മിക്കവാറും തെറ്റായ കാരണത്താലാണ്.

അതിനു ഒരു മികച്ച ഉദാഹരണമാണ് ലിമോ വ്യവസായം, റെയിൽവേ സ്റ്റേഷനിലെ കറങ്ങുന്ന ഗേറ്റിലെന്നപോലെ പുതിയ കമ്പനികൾ റീസർക്കുലേറ്റ് ചെയ്യുന്നു. ഒരു ലിമോസിൻ ബിസിനസ്സ് തുറക്കാൻ ഒരാളെ പ്രേരിപ്പിക്കുന്നത് എന്താണ്? അപൂർവ്വമായി ആവശ്യം കാരണം. അല്ല, ആളുകൾ ബിസിനസ്സിലേക്ക് ഇറങ്ങുന്നത് അവരുടെ സ്വാർത്ഥമായ ആവശ്യം നിറവേറ്റുന്നതിന് വേണ്ടിയാണ് – കാരണം അവർ അതാഗ്രഹിക്കുന്നു, ഞാൻ വർഷങ്ങൾക്കുമുൻപ് ആഗ്രഹിച്ചതുപോലെ. വാസ്തവത്തിൽ, ലിമോ ബിസിനസ്സ് ഏതെങ്കിലും തരത്തിലുള്ള ടാക്സി ഡ്രൈവറിൽനിന്ന് ഉയർച്ച നേടിയതായി തോന്നിപ്പിക്കുന്നു. വിപണിക്ക് ഒരു പുതിയ ലിമോസിൻ കമ്പനി ആവശ്യമുണ്ടോ? മത്സരത്തിന് മുകളിൽ നിൽക്കുന്ന ഒരു മികച്ച ഉൽപ്പന്നം നൽകണം എന്ന ഉദ്ദേശ്യം ഉണ്ടായിരുന്നോ?

ഇല്ല.

ഉദ്ദേശ്യം സ്വാർത്ഥമായിരുന്നു : *എനിക്ക് ഒരു ലിമോ കമ്പനി സ്വന്തമാക്കണം, അതിനാൽ ഞാൻ ഒന്ന് തുടങ്ങാൻ പോകുന്നു.*

ഇത് അധിക വിതരണവും ദുർബ്ബലമായ ആവശ്യവും സൃഷ്ടിക്കുന്നു – വളരെയധികം ലിമോകൾ ഓടുന്നു. ആവശ്യത്തിന് ഉപഭോക്താക്കളില്ലാതെ. വിതരണം ആവശ്യത്തെ കവിയുമ്പോൾ, വില കുറയണം; പെട്ടെന്ന്, ഉൽപ്പന്നം ചരക്കാകുന്നു.

വിപണി ആവശ്യകതകളുടെ അവഗണന ചരക്കുവൽക്കരണത്തിലേക്ക് നയിക്കുന്നു. അവിടെ ഏറ്റവും കുറഞ്ഞ വില ആഗ്രഹിക്കുന്ന ഉപഭോക്താവിന് നിങ്ങളുടെ ആത്മാവ് വിൽക്കപ്പെടുന്നു. ഈ ഭ്രാന്ത് എവിടെ തുടങ്ങുന്നു? ആളുകൾ ബിസിനസ്സ് ആരംഭിക്കുന്നു, അവർ ഒരു ബിസിനസ്സും ആരംഭിക്കുന്നില്ല. "അവർ ഇഷ്ടപെടുന്നത് ചെയ്യുന്നു" അല്ലെങ്കിൽ "അവർക്ക് അറിയാവുന്നത് ചെയ്യുന്നു." അതിനാൽ ആളുകൾ ബിസിനസ്സ് ആരംഭിക്കുന്നു.

കാർപെറ്റ് ക്ലീനിംഗ് ബിസിനസ്സ് ഉടമയായ ഒരു മാന്യൻ സമാനമായ ഒരു കഥ ഫാസ്റ്റ്ലെയ്ൻ ഫോറത്തിൽ പോസ്റ്റ് ചെയ്തു. അയാൾ എഴുതി :

> *ഞാൻ ചെയ്യുന്ന കാര്യങ്ങൾക്ക് ഞാൻ അവിശ്വസനീയമായ മൂല്യം നൽകുന്നുണ്ടെങ്കിലും, ആളുകൾ അത് വാങ്ങാൻ ആഗ്രഹിക്കാത്തതാണ് ഒരു പ്രശ്നം. ആളുകൾ പരവതാനി വൃത്തിയാക്കുന്നത് കഴിയു*

ന്നിടത്തോളം കാലം ഒഴിവാക്കുന്നു. അതിനാൽ യഥാർത്ഥത്തിൽ, ഞാൻ ചെറിയ മൂല്യമുള്ള ചിലത് നൽകുന്നു. അതിനാൽ, എന്റെ ബിസിനസ്സ് പരിസരം മാറ്റേണ്ടതുണ്ടെന്ന് എനിക്ക് നിഗമനം ചെയ്യാം. അങ്ങനെ എന്ത് മൂല്യങ്ങളാണ് ഞാൻ എന്റെ ബിസിനസ്സ് പരിസരത്തിൽ ലക്ഷ്യത്തിനായി മാറ്റേണ്ടത്? ആളുകൾ എന്താണ് ഇന്ന് വിലമതിക്കുന്നത്? ഞാൻ ഒരു മോശം പരിസരത്തെ അടിസ്ഥാനമാക്കിയുള്ള ഒരു ബിസിനസ്സിലാണ് എന്ന് ഞാൻ കരുതുന്നു.

ഈ മനുഷ്യനോട് എനിക്ക് വിഷമം തോന്നുന്നു.

എന്തുകൊണ്ടാണ് അദ്ദേഹം പരവതാനി വൃത്തിയാക്കുന്ന ബിസിനസ്സിൽ ഏർപ്പെടുന്നത്? ഒരു ആവശ്യം ഉണ്ടായിരുന്നതുകൊണ്ടാണോ? അല്ലെങ്കിൽ അതിനു കാരണം *അയാൾക്ക് ഒരു ജോലി ആവശ്യമായിരുന്നോ, സ്വന്തം ബിസിനസ്സ് ആവശ്യമായിരുന്നോ?*

കാരണം പരിഗണിക്കാതെ തന്നെ, സേവനം ചരക്കാക്കിയ ഒരു വ്യവസായത്തിലാണ് അദ്ദേഹം പ്രവർത്തിക്കുന്നത്. ബിസിനസ്സ് ഉടമകൾ ഓരോ ഉപഭോക്താവിനുമെതിരെ പോരാടുമ്പോൾ അവർ ഓരോന്നിനും കുറച്ച് ഡോളർ വെച്ച് വരുമാനം നേടുന്നു. വളരണമെങ്കിൽ വില വെട്ടിക്കുറക്കണം.

എന്റെ പ്രതികരണം നിങ്ങൾക്ക് നിങ്ങളുടെ ബിസിനസ്സ് പരിസരം മാറ്റാൻ കഴിയില്ല എന്നായിരുന്നു. കാരണം, നിങ്ങൾ ഇതിനകം ബിസിനസ്സിലാണ്. ശരിയായ ബിസിനസ്സ് പരിസരം നിങ്ങളുടെ ആ വ്യവസായത്തെ ഒഴിവാക്കുമായിരുന്നു അല്ലെങ്കിൽ പൂർത്തീകരിക്കപ്പെടാത്ത ആവശ്യത്തെ ആക്രമിക്കാൻ നിങ്ങളെ വ്യവസായത്തിൽ എത്തിക്കുമായിരുന്നു. നൂറുകണക്കിന് ആളുകൾ ഒറ്റക്ക് ഒരു ബിസിനസ്സിലേക്ക് പ്രവേശിക്കുന്നത് അവർക്ക് എങ്ങനെ ചെയ്യണമെന്ന് അറിയുകയോ ആഗ്രഹിക്കുകയോ ചെയ്യുന്നതുകൊണ്ടാണ് (ആവശ്യത്തിൽ അടിസ്ഥാനമാക്കിയല്ല), നിങ്ങൾ ചരക്കുവൽക്കരണ സ്ഥാനത്തേക്ക് പ്രവേശിക്കപ്പെടുന്നു : വിലയുദ്ധങ്ങളിൽ കുറച്ച് ഡോളറിനായി വിലപേശുന്നു. പരിമിതമായ ആവശ്യവും (പരിമിതമായ ഡിമാൻഡ്) വളരെയധികം ദാതാക്കളും (വിതരണം) ഉണ്ട്.

വ്യവസായത്തെ പൂർണ്ണമായും ഒഴിവാക്കുക എന്നതാണ് ആവശ്യ-അധിഷ്ഠിത പരിസരം ഉള്ളതിന്റെ ഉപകാരം. ഒരു നിർദ്ദിഷ്ട പ്രശ്നങ്ങൾ പരിഹരിക്കാനും മൂല്യം വളച്ചൊടിക്കാനും അതിൽ പ്രവേശിക്കുക, വസ്തുതയ്ക്ക് ശേഷം അത് മാറ്റരുത്. നിങ്ങളുടെ ഉൽപ്പന്നം ആരുടെയെങ്കിലും പോരാളി അല്ലെങ്കിൽ, ആൾക്കൂട്ടത്തിൽനിന്ന് വേറിട്ട് നിൽക്കുകയും മൂല്യം ചുരുങ്ങുകയും ചെയ്യും, അത് ചരക്കായി നിലകൊള്ളുന്നു.

മത്സരത്തിന്റെ തിരക്കിൽനിന്നും നിങ്ങളുടെ കണ്ണുകൾ ഒഴിവാക്കുക

എന്റെ ഇന്റർനെറ്റ് സേവനം ഉപഭോക്താക്കൾക്കുള്ളതാണെങ്കിലും, എനിക്ക് പണം നൽകുന്ന ഉപഭോക്താക്കൾ ചെറുകിട ബിസിനസ്സ് ഉടമകളായിരുന്നു. നൂറുകണക്കിന് ചെറുകിട ബിസിനസ്സ് ഉടമകളുമായി നിങ്ങൾ ദിവസവും ഇടപഴകുമ്പോൾ, അവർ ബിസിനസ്സിനെ എങ്ങനെ സമീപിക്കുന്നു എന്നതിനെക്കുറിച്ച് നിങ്ങൾക്ക് നല്ല ഉൾക്കാഴ്ച ലഭിക്കും. എല്ലാ ബിസിനസ്സ് ഉടമകളും ഞാൻ ചെയ്തതുപോലെ ചിന്തിച്ചേക്കുമെന്ന് കരുതി ഞാൻ അത് തെറ്റായി അനുമാനിച്ചു,

പലപ്പോഴും അത് വിപരീതമായിരുന്നു. മിക്ക ബിസിനസ്സ് ഉടമകളും അവരുടെ സ്വന്തം ബിസിനസ്സിനെക്കാളും അവരുടെ മത്സരത്തിൽ കൂടുതൽ ശ്രദ്ധ ചെലുത്തിയെന്ന് ഞാൻ വളരെ പെട്ടെന്നു മനസ്സിലാക്കി. സ്വന്തം കാര്യം ശ്രദ്ധിക്കുന്നതിനുപകരം അവർ മറ്റെല്ലാവരും ചെയ്യുന്ന എല്ലാ കാര്യങ്ങളിലും ശ്രദ്ധ കൊടുക്കുന്നുണ്ടായിരുന്നു. ഇതിനർത്ഥം നിങ്ങൾ നിങ്ങളുടെ ഉൽപ്പന്നത്തെ അവഗണിക്കുകയും സജീവമാകുന്നതിനു പകരം പ്രതികരണാത്മകമായി മാറുകയും ചെയ്യു.

നിങ്ങളുടെ വാഹനത്തിലും മുന്നിലുള്ള റോഡിലും നിങ്ങളുടെ കണ്ണുകൾ ഉണ്ടോ? അല്ലെങ്കിൽ നിങ്ങൾക്ക് ചുറ്റുമുള്ള കാറുകളിൽ നിങ്ങൾ തിരിഞ്ഞു നോക്കിക്കൊണ്ടിരിക്കുകയാണോ?

അയ്യോ! എക്സൽ ലിമോസിൻ അതിന്റെ നിരക്ക് മണിക്കൂറിന് 5 ഡോളർ കുറച്ചു! ദയവായി, മൂല്യത്തിന്റെ രക്ഷാധികാരിയെ വിളിക്കു! സ്വർഗ്ഗം! ഗോഡ്ഫ്രെ ലിമോസിൻ അതിന്റെ ലിമോസിൻ 2017 മോഡലായി പരസ്യം ചെയ്യുന്ന അതും അവ 2011 മോഡൽ ആയിരിക്കെ! ഞാൻ എന്റെ അഭിഭാഷകനെ വിളിക്കട്ടെ!

നിങ്ങളുടെ കണ്ണുകൾ മത്സരത്തിന്റെ തിരക്കിലേക്ക് ഒട്ടിച്ചേർന്നിരിക്കയാണെങ്കിൽ, എന്താണെന്ന് ഊഹിക്കുക?

നിങ്ങളുടെ കണ്ണുകൾ മുന്നിലുള്ള വഴിയിലല്ല. നിങ്ങൾ പിന്തുടരുകയാണെങ്കിൽ, നിങ്ങൾ നയിക്കുന്നില്ല, ഒപ്പം നിങ്ങൾ നയിക്കുന്നില്ലെങ്കിൽ, നിങ്ങൾ നവീകരിക്കുന്നില്ല.

കമ്പനി X എന്തെങ്കിലും ചെയ്യുകയും നിങ്ങൾ പ്രതികരിക്കുകയുമാണെങ്കിൽ, നിങ്ങൾ പ്രതികരണമുള്ളവനാണ്, സജീവപ്രവർത്തനമല്ല. എന്തുകൊണ്ടാണ് അവർ നിങ്ങളുടെ വഴി പിന്തുടരാത്തത്?

നിങ്ങളുടെ മത്സരം ചെയ്യുന്ന ഓരോ കാര്യത്തിലും നിങ്ങളുടെ ശ്രദ്ധയുണ്ടെങ്കിൽ, നിങ്ങളാണ് നിങ്ങളുടെ ബിസിനസ്സിനെയും ഉപഭോക്താക്കളെയും വഞ്ചിക്കുന്നത്.

നിങ്ങളുടെ മത്സരത്തെ എങ്ങനെ ഉപയോഗിക്കാം

മറ്റൊരു "നിർജ്ജീവമായ പ്രൊഫസർ" നിമിഷം : സമയത്തെക്കുറിച്ചുള്ള നിങ്ങളുടെ മത്സരത്തെക്കുറിച്ച് 95% മറക്കുക. ബാക്കിയുള്ള 5% നിന്റെ ബിസിനസ്സ് ഉപയോഗിച്ച അവരുടെ ബലഹീനതകളെ ചൂഷണം ചെയ്യാനും വേർതിരിച്ചറിയാനും ഉപയോഗിക്കണം. നിങ്ങളുടെ മത്സരത്തെക്കുറിച്ച് നിങ്ങൾ മറന്നാൽ, നിങ്ങളുടെ ശ്രദ്ധ ബിസിനസ്സിൽ കേന്ദ്രീകരിക്കാൻ നിങ്ങൾ നിർബന്ധിതരാകും, നിങ്ങളുടെ ഉപഭോക്താക്കളുടെ മനസ്സിനെ നവീകരിക്കാനും മൂല്യത്തെ വ്യതിചലിപ്പിക്കാനും വിജയിക്കാനുമുള്ള ബിസിനസ്സ്. നിങ്ങൾ ആവശ്യങ്ങൾ നിറവേറ്റുകയും നിങ്ങളുടെ ഉപഭോക്താക്കളുടെ സൈന്യം വളരുകയും ചെയ്യുമ്പോൾ, ചിലത് പെട്ടെന്ന് സംഭവിക്കുന്നു : *എല്ലാവരും നിങ്ങളെ പിന്തുടരുന്നു.*

എന്റെ ഇൻഡസ്ട്രിയിൽ, ഞാൻ കൂട്ടത്തെ നയിക്കുന്നു. ഞാൻ നവീകരിച്ചു, പലരും പിന്തുടർന്നു. ഞാൻ ഒരു പുതിയ കാര്യം കൊണ്ടുവന്നാൽ, എന്റെ എതിരാളികളും മാസങ്ങൾക്കുശേഷം അതേ കാര്യം ചേർക്കും. ലീഡ് ജനറേഷൻ റവന്യൂ മോഡൽ ഉപയോഗിച്ച ആദ്യത്തെ കമ്പനി എന്റേതായിരുന്നു, പിന്നീട് അത് ഡസൻ കണക്കിന് തവണ പകർത്തപ്പെട്ടു. സ്വന്തം വിജയത്തിലും ഉപഭോക്താക്കളുടെ സംതൃപ്തിയിലും ഞാൻ മുഴുകിയിരുന്നതിനാൽ എന്റെ കണ്ണുകൾ എല്ലാവരിലേക്കും പതിഞ്ഞിരുന്നില്ല.

നിങ്ങളുടെ എതിരാളികളിൽ നിങ്ങൾ ഒളിഞ്ഞുനോക്കുന്ന അപൂർവ്വ സന്ദർഭങ്ങളിൽ, ചൂഷണത്തിനായി അങ്ങനെ ചെയ്യുക.

അവരുടെ ബലഹീനതകൾ ഖനനം ചെയ്യുകയും അവർക്ക് ഇല്ലാത്തിടത്ത് മൂല്യം ചേർക്കുകയും ചെയ്യുക.

ആവശ്യം അനാവരണം ചെയ്യുക. അവരുടെ ഉപഭോക്തൃ സേവന അബദ്ധങ്ങൾ ചൂഷണം ചെയ്യുക. നല്ല സേവനം ലഭിക്കുന്നത് അസാധ്യമാണോ? അസംതൃപ്തരായ ഉപഭോക്താക്കൾ അവരുടെ അനിഷ്ടംകൊണ്ട് ശൃംഖലയെ താറുമാറാക്കുന്നുണ്ടോ?

ഞാൻ എന്റെ ആദ്യ കമ്പനി ആരംഭിച്ചപ്പോൾ, എന്റെ മത്സരം നിലവിലുള്ള വെബ്സൈറ്റുകളും പരമ്പരാഗത യെല്ലോ പേജുകളും അടങ്ങിയതായിരുന്നു. ഇരുവരുടെയും ബലഹീനത അപകടസാധ്യതയായിരുന്നു. ആനുകൂല്യം കണക്കിലെടുക്കാതെ ഒരു വലിയ മുൻകൂർ ഫീസ് പരസ്യങ്ങൾക്കായി നിങ്ങൾക്ക് നൽകേണ്ടതായി വന്നു. നിങ്ങൾ $5,000 ചിലവഴിച്ച്, ഒരു പുതിയ ഉപഭോക്താവിനെ സ്വന്തമാക്കിയെങ്കിൽ, നിങ്ങൾ ഒരു ക്ലയന്റിനായി $5,000 ചെലവഴിച്ചു. ഭയപ്പെടുത്തുന്ന അപകട സാധ്യത, അല്ലേ? ഇത് ബിസിനസ്സ് ഉടമകൾക്ക് വളരെ അപകടകരമാണെന്ന് ഞാൻ കരുതി, അതിനാൽ ഞാൻ അത് പരിഹരിക്കാൻ ശ്രമിച്ചു.

പക്വതയാർജ്ജിച്ച് നേടിയ കമ്പനികൾക്ക്, നിങ്ങൾ എന്തുചെയ്യണം എന്നതിനെതിരെ നിങ്ങൾ ചെയ്യാൻ പാടില്ലാത്തത് എന്നതിനെ മത്സരത്തിന് ചൂഷണം ചെയ്യാൻ കഴിയും.

എന്റെ ഏറ്റവും അടുത്ത എതിരാളി ഒരിക്കലും തന്റെ ഇ-മെയിൽ-ന് ഉത്തരം പറയില്ലെന്ന് എനിക്കു അറിയാമായിരുന്നു. ഇത് എനിക്ക് ഒരു നേട്ടം നൽകി.

നിങ്ങൾ നിങ്ങളുടെ പാതയിൽനിന്ന് കണ്ണെടുക്കുകയും നിങ്ങളുടെ എതിരാളികളെ രഹസ്യമായി വീക്ഷിക്കുകയുമാണെങ്കിൽ, മൂല്യമുള്ള അവസരങ്ങൾ കണ്ടെത്തുന്നതിനായി ചെയ്യുക.

ചൂഷണം ചെയ്യപ്പെടുന്ന ബലഹീനതകളിലാണ് ബ്രാൻഡുകൾ പിറക്കുന്നത്.

അവർ എന്താണ് തെറ്റായി ചെയ്യുന്നത്?

എവിടെയാണ് കാര്യക്ഷമതയില്ലായ്മ?

തൃപ്തികരമല്ലാത്ത ഉപഭോക്താക്കളുടെ ചാരനിറമാർന്ന പ്രദേശത്തിനുള്ളിൽ മൂല്യം മെച്ചപ്പെടുത്താനും വ്യത്യാസവും വർദ്ധിപ്പിക്കാനും അവസരമുണ്ട്. വ്യത്യസ്ഥത ആർജ്ജിക്കൽ എന്നത് ചരക്കുവൽക്കരണത്തിനുള്ള ഒരു പ്രതിരോധമാണ്.

നിങ്ങളുടെ മത്സരത്തിൽ അസൂയയോടെ നോക്കുന്നത് ഒരേയൊരു കാര്യത്തിന് മാത്രമേ സഹായിക്കു : ബലഹീനതകൾ കണ്ടെത്തുക, എന്നിട്ട് നിങ്ങളുടെ സ്വന്തം പ്രവർത്തനത്തിനുള്ളിലെ ആ ബലഹീനതയിൽ മെച്ചപ്പെടുക. ഉപഭോക്താവിന്, ഈ വ്യത്യാസം മികച്ച മൂല്യമായി വ്യാഖ്യാനിക്കപ്പെടും. മികച്ച മൂല്യം സമം കൂടുതൽ വാങ്ങുന്നവർ വിജയിച്ചുവെന്നതാണ്.

അധ്യായ സംഗ്രഹം : ഫാസ്റ്റ്ലെയ്ൻ പ്രത്യേകതകൾ

- തെറ്റായ ധാരണയുടെ അടിസ്ഥാനത്തിൽ നിങ്ങൾ ബിസിനസ്സിലേക്ക് പ്രവേശിക്കുമ്പോൾ ചരക്കുവൽക്കരണം സംഭവിക്കുന്നു – "എനിക്ക് ഒരു ബിസിനസ്സ് സ്വന്തമാക്കണം" അല്ലെങ്കിൽ "ഇത് എങ്ങനെ ചെയ്യണമെന്ന് എനിക്കറിയാം, അതിനാൽ ഞാൻ ഒരു ബിസിനസ്സ് തുടങ്ങും."
- നിങ്ങളുടെ എതിരാളികളെ പകർത്തുന്നതിനോ കാണുന്നതിനോ നിങ്ങൾ വളരെ തിരക്കിലാണെങ്കിൽ, നിങ്ങൾ നവീകരിക്കുന്നില്ല.
- അവരുടെ ബലഹീനതകൾ ചൂഷണം ചെയ്യാനും വ്യത്യാസപ്പെടാനും മൂല്യം വ്യതിചലിപ്പിക്കാനും നിങ്ങളുടെ മത്സരം ഉപയോഗിക്കുക.

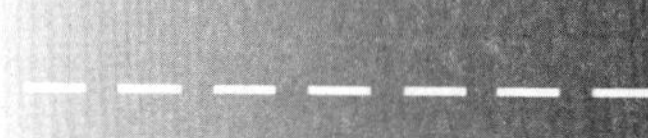

അധ്യായം

43

ബിസിനസ്സുകളല്ല, ബ്രാൻഡുകൾ നിർമ്മിക്കുക

എല്ലാവരുടെയും കഴുത്തിൽ അദൃശ്യമായ ഒരു അടയാളം തൂങ്ങിക്കിടക്കുന്നു.
'എനിക്ക് പ്രാധാന്യം തരൂ.'
ആളുകളോടൊപ്പം പ്രവർത്തിക്കുമ്പോൾ ആ സന്ദേശം മറക്കരുത്.

—മേരി കേ ആഷ്

ക്വീൻ മി : മാർക്കറ്റിംഗും ബ്രാൻഡിംഗും

ചെസ്സിൽ, നിങ്ങളുടെ രാജ്ഞിയെ നഷ്ടപ്പെടുത്തുകയെന്നാൽ, നിങ്ങൾ ഗെയിം തോൽക്കുന്നു. ബിസിനസ്സിൽ, മിക്ക സംരംഭകരും ഗെയിം കളിക്കുന്നു, അവരുടെ രാജ്ഞി പിടിക്കപ്പെടാതെ.

നിങ്ങൾ എപ്പോഴെങ്കിലും ടെലിവിഷനിൽനിന്ന് ഒരു ഉൽപ്പന്നം വാങ്ങിയിട്ടുണ്ടോ, നിങ്ങൾ അത് ഉപയോഗിക്കുമ്പോൾ, അത് പരസ്യപ്പെടുത്തിയത് പോലെ പ്രകടനം നടത്താതിരിക്കുകയും നിങ്ങൾ ചൂഷണം ചെയ്യപ്പെട്ടതായും നിങ്ങൾക്കു തോന്നിയിട്ടുണ്ടോ? തുടർന്ന്, അതൃപ്തിയിൽ, നിങ്ങൾ അത് തിരികെ നൽകാൻ ശ്രമിക്കുകയും, ഇരട്ട അക്ക ബുദ്ധിമൈത്രം ഉണ്ടെന്ന് തോന്നുന്ന ഒരാളിൽനിന്ന് വട്ടം കറക്കപ്പെടുകയും ചെയ്തിട്ടുണ്ടോ?

അതാണ് മാർക്കറ്റിംഗിന്റെ ശക്തി : മോശം ആളുകൾ, മോശം സേവനം, മോശം ഉൽപ്പന്നം, പക്ഷേ ആകർഷണീയമായ മാർക്കറ്റിംഗ്.

നിങ്ങൾക്ക് ഒരു ശരാശരി ഉൽപ്പന്നമുണ്ടെങ്കിൽ (ഒരു ദുർബ്ബല പോരാളി), മോശം ഉപഭോക്തൃ സേവനം (മദ്യപിച്ച കരുക്കൾ), കഴിവില്ലാത്ത ആളുകൾ (വിഡ്ഢികൾ നിറഞ്ഞ കോട്ട), നിങ്ങൾക്ക് ശക്തയായ രാജ്ഞിയാൽ അതിജീവിക്കാൻ കഴിയും.

ചെസ്സിലെ ഏറ്റവും ശക്തമായ കരുവാണ് രാജ്ഞി, അത് ബിസിനസ്സിലും ഉണ്ട്. ശരാശരി ഉൽപ്പന്നങ്ങൾ വാങ്ങാൻ ആളുകളെ ബോധ്യപ്പെടുത്താൻ മാർക്കറ്റിംഗിന് കഴിയും. മാർക്കറ്റിംഗിന് സേവന പിഴവുകൾ മറക്കാനോ കൃത്രിമത്വം കാണിക്കാനോ കഴിയും. അതിന് കഴിവില്ലായ്മ നിഴൽ വീഴ്ത്താനും ശിക്ഷിക്കപ്പെട്ട കുറ്റവാളികളെ അവരുടെ ഉൽപ്പന്നത്തിൽനിന്ന് വ്യത്യസ്തമാക്കാനും കഴിയും. മാർക്കറ്റിംഗിന്റെ ശക്തി ഫലപ്രദമായ ഒരു പരസ്യ പ്രചരണമാണ്, അതിനാൽ

താഴെ ഒളിഞ്ഞിരിക്കുന്ന ക്ഷുദ്രജീവികളെ പരിഗണിക്കാതെ ഉൽപ്പന്നങ്ങൾ നീക്കാൻ കഴിയും. മാർക്കറ്റിംഗ് എന്നത് ഗ്രഹണശക്തിയുടെ കളിയാണ്, ഗ്രഹണം എന്തായാലും, അതാണ് യാഥാർത്ഥ്യം.

ഒരു ബ്രാൻഡ് നിർമ്മിക്കുക, ബിസിനസ്സ് അല്ല

ബിസിനസ്സുകൾ അതിജീവിക്കുന്നു. ബ്രാൻഡുകൾ അഭിവൃദ്ധി പ്രാപിക്കുന്നു. ചരക്കുവൽക്കരണത്തിനുള്ള ഏറ്റവും മികച്ച പ്രതിരോധമാണ് ബ്രാൻഡ്.

നിങ്ങളുടെ ബിസിനസ്സുകൊണ്ട് എല്ലാ മാസത്തെയും ബില്ലുകൾ അടക്കുക മാത്രമാണെങ്കിൽ, നിങ്ങൾ ഏകമാനമായി ചെക്കറുകൾ കളിക്കുകയാണ്. ആളുകൾ ബ്രാൻഡുകളോടും ബന്ധങ്ങളോടും വിശ്വസ്തരാണ്, കോർപ്പറേഷനുകളോടോ ബിസിനസ്സുകളോടോ അല്ല.

നിങ്ങൾ ഒരു വോൾവോയെക്കുറിച്ച് ചിന്തിക്കുമ്പോൾ, നിങ്ങൾ എന്താണ് ചിന്തിക്കുന്നത്? ഞാൻ സുരക്ഷ കരുതുന്നു. പോർഷെ? ഞാൻ വേഗതയെക്കുറിച്ച് ചിന്തിക്കുന്നു. ഫെരാരിയുടെ കാര്യമോ? സമ്പന്നത. വോക്സ്വാഗൺ? പ്രായോഗികം... പിന്നെ അവരുടെ 2015-ലെ ഡീസൽ ടെക്നോളജി അഴിമതിയിലൂടെ വിശ്വാസയോഗ്യമല്ലാതായി മാറി. ടൊയോട്ടയോ? വിശ്വാസ്യത. എന്നിരുന്നാലും, ആരെങ്കിലും ഷെവർലെയെ പരാമർശിക്കുമ്പോൾ, പാപ്പരത്തം അല്ലാതെ വ്യക്തമായ ഒന്നും മനസ്സിൽ വരുന്നില്ല, യൂണിയൻ കലഹങ്ങൾ, പ്രവചനാതീതമായ വിശ്വാസ്യത എന്നിവ ഒഴികെ. കുറച്ച് ഓട്ടോ നിർമ്മാതാക്കൾ ശക്തമായ ബ്രാൻഡുകൾ വികസിപ്പിച്ചെടുത്തു, മറ്റുള്ളവർ ഒരു ബിസിനസ്സ് ശക്തിപ്പെടുത്തുന്നു.

പരവതാനി വൃത്തിയാക്കുന്ന ബിസിനസ്സിലുള്ള നമ്മുടെ സുഹൃത്തിനും ഒരു ബിസിനസ്സ് ഉണ്ട്, ബ്രാൻഡ് അല്ല. ബ്രാൻഡുകൾക്ക് വ്യക്തിത്വ പ്രതിസന്ധികളില്ല, ബിസിനസ്സുകൾക്ക് ഉണ്ട്.

ഞാനുംകൂടി എന്നതിനാൽ പൂരിതമാകുന്ന ഒരു വ്യവസായത്തിൽ നമ്മുടെ സുഹൃത്തിന് മികവ് പുലർത്തണമെങ്കിൽ, അയാൾ ബ്രാൻഡ് ചെയ്യുകയും സ്വയം വ്യത്യസ്തമാക്കുകയും വേണം. ഷെവീസുകളുടെ ട്രാഫിക് ജാമിൽ അയാൾ ഒരു ലംബോർഗിനി ആയിരിക്കണം. അവന്റെ പരവതാനി വൃത്തിയാക്കൽ ബിസിനസ്സ് മറ്റുള്ളവരിൽനിന്ന് എങ്ങനെ വ്യത്യാസപ്പെടുത്താം? അവന്റെ വില 20% കൂടുതലാണെങ്കിലും ആളുകൾ അവനെ എന്തിന് നിയമിക്കണം?

ഈ കടുപ്പമേറിയ ചോദ്യങ്ങൾക്ക് കഠിനമായ ഉത്തരങ്ങളുണ്ട്, പ്രത്യേകിച്ചും വ്യവസായത്തിലെ അദ്ദേഹത്തിന്റെ പ്രവേശനം ഒരു തെറ്റായ പ്രമേയത്തെ അടിസ്ഥാനമാക്കിയാണ്. എന്നിരുന്നാലും, കൂടുതൽ അന്വേഷണത്തിൽ, അവന്റെ കളങ്കിതരായ എതിരാളികളിൽ മിക്കവരും തെറ്റായ വിവരങ്ങൾ ഉപഭോക്താക്കൾക്ക് കൊടുത്തുകൊണ്ട് കാപട്യം കലർന്ന പദ്ധതികളെ ഉപയോഗിക്കുന്നു. ഒരുപക്ഷേ ഈ വ്യവസായ ദൗർബല്യം പ്രയോജനപ്പെടുത്താവുന്നതാണോ? ആ ശല്യം പ്രയോജനപ്പെടുത്തുകായിരുന്നു അവനോടുള്ള എന്റെ വെല്ലുവിളി. ഒരുപക്ഷേ അയാൾക്ക് സ്വയം ഒരു "വിഡ്ഢിത്തമല്ലാത്ത" കാർപെറ്റ് ക്ലീനർ എന്ന് മുദ്രകുത്തപ്പെടാനാകും – നിശ്ചിത വിലകൾ, സർചാർജ്ജുകൾ ഇല്ല, അച്ചടിപേപ്പറുകൾ ഇല്ല.

ആവശ്യത്തിനെയോ അല്ലെങ്കിൽ ഏതെങ്കിലും ബുദ്ധിമുട്ടിനെയോ അടിസ്ഥാനമാക്കി ഒരു ബ്രാൻഡ് നിർമ്മിക്കുന്നതിനുള്ള മികച്ച ഉദാഹരണമാണ് കമ്പ്യൂട്ടർ നിർമ്മാതാക്കളായ ആപ്പിൾ. ആളുകൾ വൈറസുകൾ, സ്പൈവെയർ,

സ്ഥിരമായ "നിങ്ങളുടെ അപ്ഡേറ്റുകൾ തയ്യാറാണ്" തുടങ്ങിയ പിസി കമ്പ്യൂട്ടറുകളുമായി ബന്ധപ്പെട്ടുത്തിയിരിക്കുന്ന സന്ദേശങ്ങൾ എന്നിവയെ വെറുക്കുന്നു. ആപ്പിൾ കമ്പ്യൂട്ടറിന്റെ ബലഹീനതകൾ ചൂഷണം ചെയ്യുകയും അവരുടെ പ്രശ്നങ്ങൾ പരിഹരിക്കുകയും ചെയ്തു. ചരിത്രത്തിലെ ഏറ്റവും വിജയകരമായ ബ്രാൻഡുകളിലൊന്നായി ഇത് സ്വയം നിർമ്മിച്ചെടുത്തു. ആപ്പിൾ ഒരിക്കലും ഒരു വില കുറഞ്ഞതല്ല, അവർ ബ്രാൻഡിനെ വളരെ നന്നായി നിർമ്മാണപ്രവൃത്തി ചെയ്തതിനാൽ അവർക്ക് ഉയർന്ന വിലയും ആവശ്യപ്പെടാം. "ആപ്പിൾ" എന്ന് പറയുക, നിരവധി ചിത്രങ്ങൾ നിങ്ങളുടെ മനസ്സിൽ വരുന്നു : സർഗ്ഗാത്മകവും, പുതുമയും, എളുപ്പവും, ആഹ്ളാദവും. കമ്പ്യൂട്ടറിനെക്കുറിച്ച് ചിന്തിക്കുമ്പോൾ, നീല സ്ക്രീനുകൾ, നിയമവിരുദ്ധ പ്രവർത്തനങ്ങൾ, കൂടാതെ "ഈ അപ്ഡേറ്റിന് മുൻപ് നിങ്ങളുടെ കമ്പ്യൂട്ടർ 17 തവണ റീബൂട്ട് ചെയ്യണം എന്നാലേ ഇത് പ്രാബല്യത്തിൽ വരികയുള്ളൂ" എന്നിവയാണ് ഓർമ്മ വരുന്നത്. ഒന്ന് ബിസിനസ്സ് ആണ്. മറ്റൊന്ന് ഒരു ബ്രാൻഡാണ്.

അതുല്യമായത് നേടുക : USP

ഒരു ബ്രാൻഡ് നിർമ്മിക്കുന്നതിനുള്ള ആദ്യപടി ഒരു അനന്യമായ കച്ചവട പ്രമേയം അല്ലെങ്കിൽ ഒരു USP ആണ്. ഒന്നുമില്ലാത്ത ഒരു ബിസിനസ്സ് എന്ന നിലയിൽ, നിങ്ങൾ "ഞാനും കൂടി" ബിസിനസ്സുകളുടെ കടലിൽ പങ്കായമില്ലാതെ അലയുകയാണ്, കെട്ടുറപ്പില്ലാതെ വിപണന സ്ഥലത്തെ കച്ചവടക്കാറ്റിലേക്ക്. യു സ് പി - ഇല്ലാത്ത ബിസിനസ്സ് വ്യത്യസ്തമോ അതുല്യമോ ആയ ഒന്നുംതന്നെ വാഗ്ദാനം ചെയ്യുന്നില്ല, പ്രയോജനമോ യുക്തിസഹമായ കാരണങ്ങളോ ഇല്ലാതെ പ്രതീക്ഷയോ സാഹചര്യമോ കാരണമല്ലാതെ കുറഞ്ഞ വിലയിൽ പൊതിഞ്ഞ ഇത് ആരെങ്കിലും എന്തിന് വാങ്ങണം.

നിങ്ങളുടെ യു എസ് പി നിങ്ങളുടെ ബ്രാൻഡിന്റെ നങ്കൂരമാണ്, സാധാരണയായി നിങ്ങളുടെ ലീഡ് മൂല്യത്തിന്റെ വ്യതിയാനമാണ്.

നിങ്ങളുടെ കമ്പനിയെ മറ്റുള്ളവരിൽനിന്ന് വ്യത്യസ്തമാക്കുന്നത് എന്താണ്?

മറ്റൊരാളെ മറികടന്ന് നിങ്ങളിൽനിന്ന് വാങ്ങാൻ ഒരു ഉപഭോക്താവിനെ പ്രേരിപ്പിക്കുന്നത് എന്താണ്?

എന്റെ യു സ് പി ശക്തമായിരുന്നു : "അപകടമില്ലാത്ത പരസ്യം : ഞങ്ങൾ നിങ്ങൾക്ക് ഒന്നും അയച്ചില്ലെങ്കിൽ, നിങ്ങൾ എനിക്ക് ഒരു പണവും നൽകേണ്ടതില്ല."

അപകടസാധ്യത വാഗ്ദാനം ചെയ്യുന്ന ചെലവേറിയ പരസ്യ ഓപ്ഷനുകളിൽ മടുത്തതിനാൽ പരസ്യദാതാക്കൾ കൂട്ടത്തോടെ ഞങ്ങളോടൊപ്പം ചേർന്നു : "ഞങ്ങൾക്ക് $5,000 മുൻകൂറായി നൽകൂ, തുടർന്ന് പ്രത്യാശിക്കുകയും പ്രാർത്ഥിക്കുകയും ചെയ്യുക." എന്നൊരു അപകടം ഇതിലുണ്ടായിരുന്നു. ഞാൻ ഒരു വേദനവിഷയം തുറന്നുകാട്ടി, അത് ശരിയാക്കി, എന്നിട്ട് പരസ്യം ചെയ്തു.

നമ്മളുടെ കാർപെറ്റ് ക്ലീനറിന് യു സ് പി ഇല്ലായിരുന്നു. ഒന്നും അവനെ വേറിട്ടുനിർത്തിയില്ല, അവനും അങ്ങനെ തന്നെ 50 പൗണ്ട് തൂക്കമുള്ള തീറ്റയിൽ ഒരു ഒറ്റപ്പെട്ട അരിയായിരുന്നു.

യു സ് പി-കൾ ബ്രാൻഡുകളുടെ നിർമ്മാണ ബ്ലോക്കുകളാണ്, ഉയർന്ന വിലകൾ അല്ലെങ്കിൽ ഒരു നിലവാരമില്ലാത്ത ഉൽപ്പന്നത്തിന് പോലും പകരമാകാൻ കഴിയും. "നിങ്ങളുടെ പാക്കേജ് തികച്ചും പോസിറ്റീവായി ഒറ്റരാത്രി

കൊണ്ട് എത്തിയിരിക്കും," എന്ന് പറഞ്ഞാണ് ഫെഡെക്സിനെ ലോകത്തിന് പരിചയപ്പെടുത്തിയത്. എം ആൻഡ് എം പറഞ്ഞു, "പാൽ മിഠായി ഉരുകുന്നത് വായിലാണ്, കൈയിലല്ല."

ഈ USP-കൾ എങ്ങനെയാണ് നേട്ടങ്ങൾ ലക്ഷ്യമിടുന്നതെന്ന് ശ്രദ്ധിക്കുക. എനിക്ക് Domino's Pizza ഇഷ്ടമല്ല (ഒരിക്കൽ എനിക്ക് അവിടെ ജോലി ഉണ്ടായിരുന്നിട്ടും), എന്നിട്ടും അത് അവരെ പിസ്സ സാമ്രാജ്യം നിർമ്മിക്കുന്നതിൽനിന്ന് തടഞ്ഞില്ല "30 മിനിറ്റോ അതിൽ കുറവോ സമയത്തിനുള്ളിൽ നിങ്ങളുടെ വാതിൽക്കൽ എത്തിക്കും – അല്ലെങ്കിൽ അത് സൌജന്യം." എന്ന യു സ് പി -യോട് കൂടി. ഡൊമിനോസ് ആവശ്യം തിരിച്ചറിഞ്ഞു : പിസ്സ ഡെലിവറി ഒരു നീണ്ട പരീക്ഷണമായിരുന്നു. അവർ അത് പരിഹരിച്ചു, അതിനെ ബ്രാൻഡ് ചെയ്തു, ബാക്കിയുള്ളത് ചരിത്രം. അടുത്തിടെ, വീഗൻ ചീസ് ഒരു ഓപ്ഷണലായി വാഗ്ദാനം ചെയ്യുന്ന പ്രധാന ഫാസ്റ്റ് പിസ്സ ശൃംഖലയായി മാറിയതോടെ ഡൊമിനോസ് ഒന്നാമനായി. ഈ പ്രത്യേകത അവരുടെ വിപണിയെ വിശാലമാക്കുകയും മുമ്പൊരിക്കലും ശൃംഖലയെ പരിഗണിക്കാത്ത പുതിയ ഉപഭോക്താക്കളുടെ കൂട്ടത്തിലേക്ക് ചേർക്കുകയും ചെയ്തു.

നിങ്ങളുടെ യു എസ് പി വികസിപ്പിക്കുന്നു

നിങ്ങളുടെ കമ്പനിക്കായി ഒരു കരുത്തുറ്റ യു എസ് പി എങ്ങനെ വികസിപ്പിക്കാം? അഞ്ച് ഘട്ടങ്ങളുണ്ട് :

ഘട്ടം 1 : ആനുകൂല്യങ്ങൾ കണ്ടെത്തുക

ശരിയായ കാരണത്താൽ ബിസിനസ്സിൽ പ്രവേശിക്കുക : മൂല്യം ചേർക്കുക അല്ലെങ്കിൽ സൃഷ്ടിക്കുക, പ്രശ്നങ്ങൾ പരിഹരിക്കാൻ അല്ലെങ്കിൽ ഒരു ആവശ്യം പൂരിപ്പിക്കുക. അത് നിങ്ങളുടെ ആദ്യത്തെ യു എസ് പി സൃഷ്ടിക്കുന്നു. നിങ്ങൾ ഇതിനകം ബിസിനസ്സിലാണെങ്കിൽ, നിങ്ങളുടെ ഏറ്റവും മികച്ച ഉൽപ്പന്ന ആനുകൂല്യം കണ്ടെത്തുക, മത്സരത്തിൽനിന്ന് വേറിട്ടുനിൽക്കുന്ന ഒന്ന്. നിങ്ങൾക്ക് ഒരു പ്രത്യേക ആനുകൂല്യം ഇല്ലെങ്കിൽ അത് നിങ്ങളുടെ സാധ്യതയുള്ള ഉപഭോക്താവിന് വ്യക്തമാണ്, നിങ്ങൾ ഒരു യു സ് പി ഇല്ലാതെയാണ് പ്രവർത്തിക്കുന്നതെന്ന്.

ഘട്ടം 2 : അദ്വിതീയനാകുക

ഇതര മാർഗ്ഗങ്ങളുമായി താരതമ്യം ചെയ്യുമ്പോൾ യു എസ് പി-യുടെ ലക്ഷ്യം അദ്വിതീയമാണ്. ഇത് നിങ്ങളുടെ കമ്പനി തിരഞ്ഞെടുക്കുന്നതിന് നിങ്ങളുടെ ഉപഭോക്താവിലേക്ക് ഒരു യുക്തിസഹമായ വാദം സ്ഥാപിക്കുകയാണ്, കാരണം, നിങ്ങളുടെ കമ്പനി ഇല്ലാതെ, അവർ ആനുകൂല്യം ഉപേക്ഷിക്കുകയാണ്.

ആഗ്രഹവും അടിയന്തിരതയും സൃഷ്ടിക്കുന്ന ശക്തമായ പ്രവർത്തന ക്രിയകൾ യു എസ് പി-കൾ ഉപയോഗിക്കണം.

"ഭാരം കുറയ്ക്കുക" എന്നത് "കൊഴുപ്പ് ഇല്ലാതാക്കുക" അല്ലെങ്കിൽ "അമിതവണ്ണത്തിൽ നിന്ന് മുക്തി നേടുക" എന്നാക്കി മാറ്റണം.

"നിങ്ങളുടെ ബിസിനസ്സ് വളർത്തുക" എന്നത് "വരുമാനം തകർക്കുക" എന്നതിന് അനുകൂലമായി ഒഴിവാക്കണം അല്ലെങ്കിൽ "വിൽപ്പന റെക്കോർഡുകൾ തകർക്കുക."

അവരുടെ വാങ്ങൽ തീരുമാനം വരുമ്പോൾ നിങ്ങളുടെ യു എസ് പി-യുടെ അദ്വിതീയത ഉപഭോക്തൃ വ്യതിചലനം സൃഷ്ടിക്കുന്നു. നിങ്ങൾ ഒരു കമ്പ്യൂട്ടർ ഒഴിവാക്കി ഒരു മാക് തിരഞ്ഞെടുക്കുകയാണെങ്കിൽ, നിങ്ങൾ സുരക്ഷ, വേഗത, കൂടാതെ വൈറസുകളുടെയും ബ്ലോട്ട്‌വെയറുകളിൽനിന്നും വിശ്വാസ്യത കൂടിയാണ് തിരഞ്ഞെടുക്കുന്നത്.

ഘട്ടം 3 : വ്യക്തമായിരിക്കുക, തെളിവ് നൽകുക

ബഹളം എല്ലായിടത്തും ഉണ്ട്, നിങ്ങൾ അതിന് മുകളിൽ ഉയരാൻ പോകുകയാണെങ്കിൽ, നിങ്ങൾ സ്വാഭാവിക ഉപഭോക്തൃ സംശയം ലഘൂകരിക്കണം. പ്രത്യേകമായി അങ്ങനെ ചെയ്യുക, സാധ്യമെങ്കിൽ തെളിവ് നൽകുക.

വെബ് സൈറ്റ് : "നിങ്ങളുടെ കാർ 20 ദിവസത്തിനോ അതിൽ താഴെയോ വിൽക്കും അല്ലെങ്കിൽ ആ സേവനം സൗജന്യമാണ്."

ഉൽപന്നം : "20 പൗണ്ട് ഭാരം കുറയും അല്ലെങ്കിൽ നിങ്ങൾ ഒരു രൂപയും നൽകേണ്ടതില്ല."

സേവനം : "നിങ്ങളുടെ വീട് 30 ദിവസത്തിനുള്ളിൽ വിൽക്കും അല്ലെങ്കിൽ ഞാനത് വാങ്ങിക്കും."

ഡോമിനോസ് പിസ്സ "കൃത്യസമയത്ത് ഡെലിവർ ചെയ്യു" എന്ന് പറഞ്ഞില്ല, അവർ പറഞ്ഞു, "30 മിനിറ്റിനകം ഡെലിവർ ചെയ്യും അല്ലെങ്കിൽ ഇത് സൗജന്യമാണ്." അത് ഒരു പ്രത്യേക നടപടിയും ആ പ്രവർത്തനത്തിന്റെ തെളിവുമായിരുന്നു. (ഞങ്ങൾ പ്രവർത്തിച്ചില്ലെങ്കിൽ നിങ്ങളുടെ പിസ്സ സൗജന്യമാണ്!). എന്റെ കാര്യത്തിൽ, പരസ്യദാതാക്കക്ഷൾക്ക ലീഡ്സ് അയയ്ക്കേണ്ട ചുമതല എനിക്കായിരുന്നു. ഞാൻ ചെയ്തില്ലെങ്കിൽ, എനിക്ക് പണം ലഭിക്കില്ല. "ഞങ്ങൾ നിങ്ങൾക്ക് ബിസിനസ്സ് അയക്കുന്നു അല്ലെങ്കിൽ നിങ്ങൾ ഒരു പൈസയും കൊടുക്കരുത്."

ഘട്ടം 4 : ഇത് ഹ്രസ്വവും വ്യക്തവും സംക്ഷിപ്തവുമായി സൂക്ഷിക്കുക

മികച്ച യു എസ് പി-കൾ ഹ്രസ്വവും വ്യക്തവും ശക്തവുമാണ്. ദൈർഘ്യമേറിയ വാക്യങ്ങൾ ഒഴിവാക്കപ്പെടുന്നു.

ഘട്ടം 5 : നിങ്ങളുടെ യു എസ് പി-യെ എല്ലാ മാർക്കറ്റിംഗ് മെറ്റീരിയലുകളിലേക്കും സംയോജിപ്പിക്കുക

നിങ്ങളുടെ ബിസിനസ്സിന്റെ എല്ലാ വശങ്ങളിലും അത് കൈമാറിയില്ലെങ്കിൽ ഒരു യു എസ് പി വിലപ്പോവില്ല. നിങ്ങളുടെ എല്ലാ പൊതു ആശയവിനിമയങ്ങളിലും നിങ്ങളുടെ യു എസ് പി ഉൾപ്പെടുത്തുക :

- നിങ്ങളുടെ ട്രക്കുകൾ, വാഹനങ്ങൾ, കെട്ടിടങ്ങൾ.
- നിങ്ങളുടെ പരസ്യം ചെയ്യൽ, പ്രചരണ സംവിധാനങ്ങൾ, സമൂഹമാധ്യമങ്ങളിലെ അക്കൗണ്ടുകൾ.
- ബിസിനസ്സ് കാർഡുകൾ, ലെറ്റർഹെഡുകൾ, അടയാളങ്ങൾ, ബ്രോഷറുകൾ, ഫ്ലയറുകൾ.
- നിങ്ങളുടെ വെബ്സൈറ്റും നിങ്ങളുടെ ഇമെയിൽ ഒപ്പും.

- നിങ്ങളുടെ വോയിസ് മെയിൽ സിസ്റ്റം, റിസപ്ഷനിസ്റ്റ്/സെയിൽസ് സ്ക്രിപ്റ്റുകൾ മുതലായവ.

ഘട്ടം 6 : ഇത് യാഥാർത്ഥ്യമാക്കുക

ഒരു യു സ് പി മതിയായി ബോധ്യപ്പെടുത്തിയാൽ മാത്രമേ ആളുകൾ വാങ്ങുന്നതിനോ അതിലും മെച്ചമായി ബ്രാൻഡുകൾ മാറുന്നതിനോ ശ്രമിക്കുകയുള്ളൂ. ഇത് നിങ്ങളുടെ പ്രേക്ഷകരുടെ ശ്രദ്ധ പിടിച്ചുപറ്റുന്നില്ലെങ്കിലെ, അല്ലെങ്കിൽ പ്രയോജനം/ആകർഷണം ദുർബലമാണെങ്കിലോ, അത് പ്രവർത്തിക്കില്ല. തുടർന്ന് നിങ്ങളുടെ യു സ് പി യഥാർത്ഥമാക്കുക. നിങ്ങൾ പറയുന്നത് നിങ്ങൾ ചെയ്യണം. 40 മിനിറ്റിനുള്ളിൽ ഡെലിവറി ചെയ്യുന്ന ഒരു പിസ്സ, 30 മിനിറ്റ് എന്ന ഗ്യാരന്റിയെ ഒരു തട്ടിപ്പാക്കുന്നു. വഞ്ചനാപരമായ യു എസ് പി-കൾ തുറന്നുകാട്ടപ്പെടുകയും സമൂഹമാധ്യമങ്ങളിൽ നിങ്ങളുടെ കമ്പനിയെ കളിയാക്കുന്നതിന് തയ്യാറായ "ഹ്യൂമൻ റിസോഴ്സ് സിസ്റ്റങ്ങൾ" സൃഷ്ടിക്കുകയും ചെയ്യുന്നു.

ബഹളമുണ്ടാക്കുക

അടുത്ത തവണ നിങ്ങൾ ട്രാഫിക്കിൽ കുടുങ്ങുമ്പോൾ, ചുറ്റും നോക്കുക. എല്ലാ കാറുകളും ഒരേ പോലെ കാണപ്പെടുന്നു. എന്തെങ്കിലും ശ്രദ്ധിക്കാനായി പറയുന്നില്ല. അത് സമാനതയുടെ കടലാണ്. ഒരു വിപണനക്കാരനായി ജനിച്ചതുകൊണ്ടാണ് എല്ലാ തെരുവ് വിളക്കുകളിലും കാണാത്ത അസാമാന്യ കാറുകൾ എന്നിൽ കൗതുകമുണർത്തുന്നത്. എല്ലാ ശബ്ദകോലാഹലങ്ങൾക്കും മുകളിലായി എല്ലാവർക്കും അതിനെ കാണാം, മികച്ച രീതിയിൽ, നമ്മളുടെ ബ്രാൻഡും അങ്ങനെ തന്നെ ചെയ്യാൻ നമ്മൾ ആഗ്രഹിക്കുന്നു.

സത്യത്തെ നേരിടുക. നമ്മൾ വ്യത്യസ്തരാകാൻ ശ്രമിക്കുന്നു. അനന്യമായി. ഒരു ശരാശരി കൗമാരക്കാരൻ അദ്വിതീയതയ്ക്കായി പരിശ്രമിക്കുന്നു, അതുകൊണ്ടാണ് നമുക്ക് മൂലക്കണ്ണ് വളയങ്ങൾ, കണ്ണ് തുളക്കൽ, ഗോത്ത്, ടാറ്റൂകൾ എന്നിവയെല്ലാം കാണാൻ കിട്ടുന്നത്. "ഞാൻ വ്യത്യസ്തനാണ്!" എന്നതിന്റെ പദപ്രയോഗങ്ങൾ.

വിജയകരമായ കമ്പനികൾ അവരുടെ ബ്രാൻഡിംഗിലും മാർക്കറ്റിംഗിലും അതേ സമീപനം സ്വീകരിക്കുന്നു.

ഈ പുസ്തകം എഴുതുന്നത്, വെല്ലുവിളിയാണെങ്കിലും, യഥാർത്ഥ വെല്ലുവിളി ആയിരുന്നില്ല. ജനങ്ങളുടെ കൈകളിൽ എത്തിക്കുക എന്നതായിരിക്കും യഥാർത്ഥ വെല്ലുവിളി. എന്തുകൊണ്ട്? കാരണം സാമ്പത്തികവും പണമുണ്ടാക്കലും എന്ന വിഷയങ്ങൾ തിരക്കേറിയതും ആയിട്ട് സംതൃപ്തമായിരിക്കുന്നു. മറ്റൊരു വിധ ത്തിൽ പറഞ്ഞാൽ, കാതടപ്പിക്കുന്ന ശബ്ദമാണ്. ഈ പുസ്തകം എന്റെ സ്വപ്നത്തിന്റെ സാക്ഷാത്കാരമാണെങ്കിലും, ഏറ്റവും കൂടുതൽ വിറ്റഴിക്കപ്പെടുന്ന ഒരു രചയിതാവാകാൻ എനിക്ക് എന്റെ ബ്രാൻഡ്, ഒച്ചകൾക്ക് മുകളിൽ എത്തിക്കേണ്ടതുണ്ട്.

യൂട്യൂബിൽ ഒന്നു നോക്കിയാൽ ഞാൻ കാണുന്നത് ബഹളമാണ്.

ഒരു കോളേജ് നിർത്തിയവൻ ചെറിയ-ചെറിയ സ്റ്റോക്കുകളിൽ ഒരു ദിവസം ട്രേഡിങ്ങിൽ $2,000 സമ്പാദിക്കുന്നു. എങ്ങനെയെന്ന് കണ്ടെത്തുക! ഈ ക്രിപ്റ്റോ ബ്ലോക്ക്ചെയിൻ അവസരം ഉപയോഗിച്ച്

ഞാൻ പ്രതിമാസം $15,000 സമ്പാദിക്കുന്നത് എങ്ങനെയെന്ന് കാണുക! നിർബന്ധിത-മാട്രിക്സ് പ്ലാനോടുകൂടിയ പുതിയ സ്റ്റാർട്ടപ്പ് നിങ്ങൾക്ക് ആറ് അക്ക വരുമാനം ഉറപ്പ് നൽകുന്നു! ഞാൻ ഈ ആകർഷണീയമായ അഫിലിയേറ്റ് പ്രോഗ്രാമിൽ ചേർന്നു, ഇന്ന് $300 സമ്പാദിച്ചു!

ഞാൻ അടുത്തിടെ ഒരു ഇന്റർനെറ്റ് കാൽക്കുലേറ്റർ ഉപയോഗിച്ചു, അത് എന്റെ "സമ്പത്തിന്റെ ശതമാനം" പട്ടികപ്പെടുത്തി. യുണൈറ്റഡ് സ്റ്റേറ്റ്സിലെ എന്റെ എല്ലാ സമപ്രായക്കാരുമായി താരതമ്യപ്പെടുത്തുമ്പോൾ ഇത് എന്റെ മൊത്തം മൂല്യത്തെ റാങ്ക് ചെയ്തു. ഞാൻ മികച്ച് 0.5%-ന് അകത്ത് റാങ്ക് നേടി. ഞാൻ ആഹ്ളാദിക്കുമ്പോൾ, അത് എന്റെ വെല്ലുവിളി തുറന്നുകാട്ടുന്നു. എന്റെ മൊത്ത മൂല്യം "അദ്വിതീയവും" "അസാധാരണവും" ആണെന്ന് ഇത് സൂചിപ്പിക്കുന്നു, എന്നാൽ ധാരണയുടെ ലോകത്ത്, അത് ശബ്ദത്തിൽ നഷ്ടപ്പെട്ടു. ഇൻസ്റ്റാഗ്രാമിൽ, എല്ലാവരും തകർച്ചയിലാണെന്ന് നിങ്ങൾ ഒരിക്കലും ഊഹിക്കില്ല. ഇല്ല, എല്ലാവരും കോടീശ്വരന്മാരോ വിജയ പരിശീലകരോ ഗുരുവോ മാതൃകയോ ആണ്. എല്ലാവരും അവന്റെ അല്ലെങ്കിൽ അവളുടെ ഗെയിമിന്റെ മികച്ച 1% ആണ്. നീ കാണുക, നാമെല്ലാവരും വിപണനക്കാരാണ്, ഞങ്ങളിൽ ചിലർ ഒരു മിഥ്യാധാരണയുടെ വിപണനക്കാരാണ്. ഇത് ചെയ്യുന്നത് എന്തെന്നാൽ, ധാരാളമായി ശബ്ദമുണ്ടാക്കുകയും യഥാർത്ഥ മൂല്യ ദാതാക്കൾക്ക് ഇത് കേൾക്കാൻ ബുദ്ധിമുട്ടാക്കുകയും ചെയ്യുന്നു. നിങ്ങളുടെ മാർക്കറ്റിംഗ് ശ്രമങ്ങൾ ശബ്ദത്തിന് മുകളിൽ ഉയരണം.

ശബ്ദത്തിന് മുകളിൽ എങ്ങനെ ഉയരാം

നിങ്ങളുടെ സന്ദേശം ശബ്ദത്തിന് മുകളിൽ എത്തിക്കാൻ വഴികളുണ്ട് : (1) ധ്രുവീകരിക്കുക, (2) വികാരങ്ങളെ ഉണർത്തുക, (3) അപകടസാധ്യതയുള്ളവരായിരിക്കുക, (4) ഇടപെടൽ പ്രോത്സാഹിപ്പിക്കുക, (5) പാരമ്പര്യേതരമാകുക.

ധ്രുവീകരിക്കുക

ഒരു ബഹുജന മാർക്കറ്റ് ബ്രാൻഡിനുള്ള ഏറ്റവും മികച്ച ബിസിനസ്സ് തന്ത്രമല്ല ധ്രുവീകരണം. കാരണം, ധ്രുവീകരണത്തിൽ അങ്ങേയറ്റത്തെ കാഴ്ചപ്പാടുകളോ സന്ദേശങ്ങളോ ഉൾപ്പെടുന്നു. നിങ്ങളുടെ ഉപഭോക്തൃ അടിത്തറയുടെ പകുതിയെ പിരിച്ചുവിടുക, നിങ്ങളുടെ ആവശ്യമല്ല! എന്നിരുന്നാലും, ധ്രുവീകരണം അതിശയകരമായി ട്രാഫിക് ആവശ്യമുള്ള വെബ്സൈറ്റുകളിൽ അല്ലെങ്കിൽ വായനക്കാരെ ആവശ്യമുള്ള പുസ്തകങ്ങളിൽ പ്രവർത്തിക്കുന്നു.

ധ്രുവീകരണം പ്രവർത്തിക്കുന്നു, കാരണം അതിൽ ഒരു തീവ്ര വീക്ഷണം ഉൾപ്പെടുന്നു, ഒന്നുകിൽ നിങ്ങളെ സ്നേഹിക്കാനോ വെറുക്കാനോ ആളുകളെ നിർബന്ധിക്കുന്നു. ഡൊണാൾഡ് ട്രംപ് ധ്രുവീകരിക്കുകയാണ്. ഒന്നുകിൽ നിങ്ങൾ അദ്ദേഹത്തെ സ്നേഹിക്കുകയോ അല്ലെങ്കിൽ ചീങ്കണ്ണികളുള്ള എവർഗ്ലേഡ്സിലെ ഒരു ബോട്ടിൽനിന്ന് അവനെ വലിച്ചെറിയാൻ ആഗ്രഹിക്കുകയോ ചെയ്യുന്നു. രാഷ്ട്രീയപണ്ഡിതന്മാർ പുസ്തകങ്ങൾ വിൽക്കാൻ ധ്രുവീകരണം ഉപയോഗിക്കുന്നു, കാരണം, വായനക്കാർ ഒരു ലക്ഷ്യത്തിനായി അണിനിരക്കാൻ ആഗ്രഹിക്കുന്നു, അല്ലെങ്കിൽ അത് തീവ്രമായി നിരാകരിക്കുന്നതിന്. ധ്രുവീകരിക്കുന്ന വെബ്സൈ

റ്റുകൾ സന്ദർശകരെ ആകർഷിക്കുന്നു, ആളുകൾ അവരുടെ കാരണത്തെ പ്രതിരോധിക്കുമ്പോൾ മറ്റുള്ളവർ അതിനെ ആക്രമിക്കുന്നു. നിങ്ങൾ ഒരു തീവ്ര നാടോടികളുടെ ആരാധകനാണെങ്കിൽ ഒരു വെബ്സൈറ്റ് ആരംഭിക്കുകയും മെറ്റ്സിന്റെ കഴിവുകേടിനെ ക്രൂരമായി ആക്രമിക്കുകയും ചെയ്യുന്നു, ധ്രുവീകരിക്കപ്പെട്ട പ്രേക്ഷകരെ നിങ്ങൾക്ക് പ്രതീക്ഷിക്കാം – അംഗീകരിക്കുകയും യോജിക്കുകയും ചെയ്യുന്ന ആളുകൾ, എതിർക്കുകയും പ്രതിരോധിക്കുകയും ചെയ്യുന്ന ആളുകൾ.

ഈ പുസ്തകത്തെ തന്നെ ധ്രുവീകരണം എന്ന് തരം തിരിക്കാം. പലരും എന്നെ തീവ്രവീക്ഷണങ്ങളാണെന്ന് കുറ്റപ്പെടുത്തും പരമ്പരാഗത ജ്ഞാനത്തിന് വിരുദ്ധമായതിനാൽ. ഓ എന്റെ ഭഗവാനെ, അവൻ പറയുന്നു കട്ടിംഗ് കൂപ്പണുകൾ എന്നെ സമ്പന്നനാക്കില്ല എന്ന്! എന്റെ 401(k) എതിർപ്പിനെ അദ്ദേഹം ശാസിച്ചു, "സാധാരണ" എല്ലായ്പ്പോഴും ധ്രുവീകരിക്കുന്നതായി കണക്കാക്കും.

എരിവുള്ളത് ആയിരിക്കുക

സെക്സ് വിൽക്കപ്പെടുന്നു, ഏറ്റവും കൂടുതൽ ഉപയോഗിക്കുന്ന *ഗെറ്റ്-എബൗ-ദി-നോയ്സ്* ടെക്നിക്കാണിത്. ലൈംഗികത ഒരു ശബ്ദ തടസ്സ ശക്തിയാണ്. കാരണം, ലൈംഗികത ഒരിക്കലും ശൈലിയിൽ പുതുമ നഷ്ടപ്പെടുത്തില്ല. നിങ്ങൾക്ക് ഇത് അമിതമായി ഉപയോഗിക്കാം, എങ്കിലും ആളുകൾ അതിനോട് എപ്പോഴും പ്രതികരിക്കും. 2005-ൽ, ഗോ ഡാഡി അതിന്റെ ആദ്യത്തെ സൂപ്പർ ബൗൾ പരസ്യം ശബ്ദത്തെ മറികടക്കാനുള്ള ആയുധമായി ലൈംഗികത ഉപയോഗിച്ച് സംപ്രേഷണം ചെയ്തു. തുടർന്നുള്ള വർഷങ്ങളിൽ ഇപ്പോൾ കുപ്രസിദ്ധമായ ഗോ ഡാഡി ഗേൾ പരസ്യങ്ങൾ പിന്നാലെ വന്നു. പരസ്യങ്ങൾ അത്ര മികച്ചതാണെന്ന് ഞാൻ ഒരിക്കലും കരുതിയിട്ടില്ല, എന്നിട്ടും അവ ബഹളത്തിന്റെ മുകളിലെത്തി ആളുകളുടെ ശ്രദ്ധ പിടിച്ചുപറ്റി. ഫലം? വർദ്ധിച്ച വിൽപ്പന കൂടാതെ 2006-ന് ശേഷം ഗോ ഡാഡിയുടെ വിപണി വിഹിതം 32% ആയി ഉയർന്നു.

സോഷ്യൽ മീഡിയ വിപണനക്കാർ ഫേസ്ബുക്കിലും യൂട്യൂബിലും ചൂടൻ ടെക്നിക് തിളങ്ങുന്ന സ്വാഭാവികതയോടെ ഉപയോഗിക്കുന്നു. ലൈംഗിക ലഘുചിത്രങ്ങളുള്ള യൂ ട്യൂബ് വീഡിയോകൾക്ക് പത്തിരട്ടി കാഴ്ചകൾ ഉണ്ടെന്നു എപ്പോഴെങ്കിലും നിങ്ങൾ ശ്രദ്ധിച്ചിട്ടുണ്ടോ? മറ്റൊരു സാഹചര്യത്തിൽ, ഒരു സ്ത്രീ അവളുടെ ബിക്കിനിയിൽ മാർക്കറ്റിംഗ് സാങ്കേതികതകളെക്കുറിച്ച് വീഡിയോ പ്രഭാഷണങ്ങൾ നടത്തുന്നു. അവൾ അത് ചെയ്യുമ്പോൾ, അവളുടെ ബിക്കിനി വീഡിയോക്ക് കാഴ്ചക്കാരുടെയും അഭിപ്രായങ്ങളുടെയും അഞ്ചിരട്ടി ലഭിക്കുന്നു. എന്തുകൊണ്ടാണ് ബിക്കിനി പ്രഭാഷണങ്ങൾ സാധാരണ ഉള്ളതിനേക്കാൾ മികച്ചത്? ലളിതം : സെക്സ് ശബ്ദത്തിന് മുകളിലാണ്. പുരുഷന്മാർ സ്ത്രീയുടെ നിറഞ്ഞ നെഞ്ച് വീഡിയോ പ്രിവ്യൂവിൽ കാണുന്നു, "ഓ, അതൊന്ന് കണ്ടുനോക്കാം" എന്ന് ചിന്തി ക്കുന്നു. എന്നാൽ സ്ത്രീകൾക്കും ജിജ്ഞാസയുണ്ട് – "അയ്യോ, ആരാണ് ബിക്കിനിയിൽ വീഡിയോ ചെയ്യുന്നത്?" ഇത് ഏതാണ്ട് ധ്രുവീകരണത്തിന്റെയും ലൈംഗികതയുടെയും മിശ്രിതമാണ്.

എന്നാൽ ശ്രദ്ധിക്കുക : ലൈംഗികതയെ ഒരു ശ്രദ്ധാകേന്ദ്രമായി ഉപയോഗിക്കുന്നത് നിങ്ങളുടെ ബ്രാൻഡിനെ കളങ്കപ്പെടുത്തുകയും അല്ലെങ്കിൽ അത് സ്വീകാര്യമല്ലെങ്കിൽ സാംസ്കാരിക സംവേദനക്ഷമതയുടെ ന്യായമായ സ്പെക്ട്രത്തിൽ പെടുകയും ചെയ്യുന്നു. "മഹത്തായ സന്ദേശം", "അനാവരണം ചെയ്യുന്നത്" എന്നിവ കാഴ്ചക്കാരന്റെ കണ്ണിലാണ്. ഇല്ല, ഞാൻ ഇപ്പോഴൊന്നും ഷർട്ടില്ലാത്ത വീഡിയോകൾ ചെയ്യില്ല.

വികാരങ്ങളെ ഉണർത്തുക

മിക്ക ഉപഭോക്തൃ വാങ്ങൽ തീരുമാനങ്ങളും വികാരങ്ങളാൽ നയിക്കപ്പെടുന്നു. ഞാനും നീയും സാധനങ്ങൾ വാങ്ങുന്ന കാരണം നമുക്ക് എന്തെങ്കിലും അനുഭവിക്കാൻ ആഗ്രഹമുണ്ട്. ഞാൻ ലംബോർഗിനി പോയിന്റ് എ-യിൽ നിന്ന് ബി-യിലേക്ക് പോകുന്നതിനായി വാങ്ങാറില്ല; അത് പ്രായോഗികതയാണ്. അഭിമാനം, നേട്ടം, അതുല്യത, അഡ്രിനാലിൻ, പ്രശസ്തി എന്നിങ്ങനെ എന്തെങ്കിലും അനുഭവിക്കാൻ ഞാൻ വാങ്ങുന്നു.

നിങ്ങളുടെ പ്രേക്ഷകരെ ചലിപ്പിക്കാൻ വികാരങ്ങൾ ഉപയോഗിക്കുന്നതിന്റെ മറ്റൊരു ഉദാഹരണം ലാഭേച്ഛയില്ലാത്ത സംഘടനയായ അമേരിക്കൻ സൊസൈറ്റി ഫോർ പ്രിവൻഷൻ ഓഫ് ക്രൂൽറ്റി ഫോർ ആനിമൽസിൽ (ASPCA.org) നിന്നാണ്. ഈ സംഘടന ഒരു നൂറ്റാണ്ടുമുൻപ് സ്ഥാപിതമായതാണ്, അടുത്ത കാലം വരെ ഞാൻ അതിനെക്കുറിച്ച് കേട്ടിട്ടില്ല. അവർ എങ്ങനെയാണ് ശബ്ദത്തിന് മുകളിൽ എത്തിച്ചേർന്നത്? അവർ വികാരങ്ങൾ അഴിച്ചുവിടുന്ന ശക്തമായ മാർക്കറ്റിംഗ് പ്രചരണം വിക്ഷേപിച്ചു; അവരുടെ പരസ്യങ്ങളിൽ കൂട്ടിലടച്ചതും ഉപദ്രവിക്കപ്പെട്ടതുമായ മൃഗങ്ങളെ ആർദ്രമായ, ഹൃദയസ്പർശിയായ ശബ്ദരേഖക്കൊപ്പം ഉൾപ്പെടുത്തിയിട്ടുണ്ട്.

നിങ്ങളുടെ പ്രേക്ഷകരുടെ വികാരങ്ങൾ ചലിപ്പിക്കാനും അവരെക്കൊണ്ട് ശ്രദ്ധിപ്പിക്കാനും നിങ്ങൾക്ക് കഴിയുമെങ്കിൽ, അവർ വാങ്ങും. ആളുകളെ ആഹ്ലാദിപ്പിക്കുക, അവരെ കരയിപ്പിക്കുക, ചിരിപ്പിക്കുക. നിങ്ങളുടെ സന്ദേശം ബഹളത്തിന്റെ ചാരത്തിൽനിന്നും ഉയരുകയും വാങ്ങുന്നവരെ നിർബന്ധിക്കുകയും ചെയ്യും.

സംവേദനാത്മകമായിരിക്കുക

കാണുന്നത് ഒരു കാര്യമാണ്, ചെയ്യുന്നത് മറ്റൊന്നും. അവർ പറയുന്നു, നിങ്ങളുടെ വികാരങ്ങൾ തിളപ്പിക്കണമെങ്കിൽ, നിങ്ങളുടെ സ്വപ്ന കാർ ഒന്ന് ടെസ്റ്റ് ഡ്രൈവ് ചെയ്യുക. സമ്പർക്കം എന്തിനോടും ഉള്ള പ്രതികരണം വർദ്ധിപ്പിക്കുന്നു. നിങ്ങൾ അത് ആസ്വദിക്കുകയും, അനുഭവിക്കുകയും, അല്ലെങ്കിൽ ഉപയോഗിക്കുകയും ചെയ്തിട്ടുണ്ടെങ്കിൽ, നിങ്ങൾ അത് വാങ്ങാൻ കൂടുതൽ സാധ്യതയുണ്ട്.

നിങ്ങളുടെ പേര് കേൾക്കുന്നത് പോലെയാണ് ഇടപെടൽ. ഇത് നിങ്ങളുടെ പ്രിയപ്പെട്ടതാണ്. ഫേസ്ബുക്കിൽ, "സർവേ", "ചോദ്യാവലി" എന്നിവയാണ് ഏറ്റവും ജനപ്രിയമായ ആപ്ലിക്കേഷനുകൾ, കാരണം ആളുകൾ ആത്മാരാധന ഇഷ്ടപെടുന്നു. എന്റെ പ്രിയപ്പെട്ട സിനിമയാണ് *ദ യൂഷൽ സസ്പെക്ട്സ്!* എനിക്ക് പിസ്സ ഇഷ്ടമാണ്! എനിക്ക് ഒരു പൂഡിൽ ഉണ്ട്! ആളുകൾ തങ്ങളെക്കുറിച്ച് സംസാരിക്കാൻ ഇഷ്ടപ്പെടുന്നു, നിങ്ങൾ അത് നിങ്ങളുടെ മാർക്കറ്റിംഗ് പ്ലാനുമായി ബന്ധിപ്പിക്കുകയാണെങ്കിൽ, നിങ്ങളുടെ ഉൽപ്പന്നത്തിനോ സേവനത്തിനോ ഉള്ള പ്രതികരണം നിങ്ങൾ മെച്ചപ്പെടുത്തും.

ഉദാഹരണത്തിന്, ഞാൻ ഒരു സർവേ സമാരംഭിക്കുകയാണെങ്കിൽ "നിങ്ങൾ ഫാസ്റ്റ്ലെയ്നിൽ വേഗത കൂട്ടുകയാണോ അതോ സ്ലോ ലെയ്നിൽ കുടുങ്ങിക്കിടക്കുകയാണോ? ഇപ്പോൾ കണ്ടെത്തുക." ഞാൻ ഒരു സംവേദനാത്മക പ്രചരണം ആളുകളെ ഉൾപ്പെടുത്തുന്ന തരത്തിൽ രൂപകൽപ്പന ചെയ്ത്, ഞാൻ അവരെക്കുറിച്ച് സംസാരിക്കാൻ പ്രേരിപ്പിച്ചു. നിങ്ങളുടെ സാധ്യതയുള്ള ഉപഭോക്താക്കൾ അവരുടെ വ്യക്തിപരമായ തടസ്സങ്ങൾ തകർത്ത് അവരുടെ ഭാഗങ്ങൾ

തുറന്നുകാട്ടുമ്പോൾ, ഒരു ബന്ധം രൂപപ്പെടുകയും അത് വിൽപ്പന എളുപ്പമാക്കുകയും ചെയ്യുന്നു. ഒരു ബന്ധം അജ്ഞാത മുതലാളിത്ത സ്ഥാപനത്തേക്കാൾ കൂടുതൽ വിൽക്കുന്നു.

"ഇനി എന്താണ് സംഭവിക്കുന്നതെന്ന് കാണുക..." ചില കോർപ്പറേഷനുകൾ പരമ്പരാഗത മാധ്യമങ്ങളും ഇന്റർനെറ്റും സമ്പർക്കം വളർത്തുന്നതിനായി ഉപയോഗിക്കുന്നു. ഞാൻ അടുത്തിടെ ഒരു ഓട്ടോമൊബൈൽ നിർമ്മാതാവിന്റെ ഒരു പരസ്യം കണ്ടു, ഉയർന്ന വേഗതയിൽ ഒരു പിന്തുടരൽ ഉള്ള ഒരു കഥ സൃഷ്ടിച്ചു, കഥ ഒരിക്കലും അവസാനിക്കുന്നില്ല, "അടുത്തതായി എന്താണ് സംഭവിക്കുന്നതെന്ന് കണ്ടെത്തുക... [വെബ്സൈറ്റ്] സന്ദർശിക്കുക." ഇങ്ങനെ എഴുതുന്നത് അതായത് അപൂർണ്ണമായ സന്ദേശങ്ങളോ കഥകളോ ഉപയോഗിച്ച് പ്രേക്ഷകരെ അലട്ടുന്നത്, സാധ്യതയുള്ള ഉപഭോക്താക്കളെ അവസാനം കാണേണ്ട ഒരു തുറന്ന ലൂപ്പിനൊപ്പം അവശേഷിപ്പിക്കും. ഇതിന്റെ അവസാനമറിയാൻ അവർ വെബ്സൈറ്റ് സന്ദർശിക്കുന്നു.

സോഷ്യൽ മീഡിയ, ബ്ലോഗുകൾ, "വെബ് 2.0" എന്നിവയുടെ വിപ്ലവം സംവേദനത്താൽ സ്ഥാപിതമായതാണ്. നിങ്ങൾ ഒരു ലേഖനം വായിക്കാൻ മാത്രമായി ആഗ്രഹിക്കുന്നില്ല; നിങ്ങൾ അതിൽ അഭിപ്രായമിടാൻ ആഗ്രഹിക്കുന്നു! നിങ്ങളുടെ അഭിപ്രായം കേൾക്കണം!

അവസാനമായി, വീഡിയോ ഗെയിമിംഗും "ഫ്രീമിയം" ബിസിനസ്സ് മോഡലും ആണ് ഇടപെടലിന്റെ മറ്റൊരു ഉദാഹരണം. നിങ്ങൾ ഒരു സൗജന്യ വീഡിയോ ഗെയിം ഡൗൺലോഡ് ചെയ്ത് ആ ഗെയിം പ്ലേയിൽ അടിമയാകുമ്പോൾ, പ്രീമിയം ഫീച്ചറുകൾക്കായി നിങ്ങൾ "അപ്ഗ്രേഡ്" ചെയ്യാനും പണം നൽകാനും സാധ്യതയുണ്ട്.

പാരമ്പര്യേതരർ ആയിരിക്കുക

ആചാരം പരിചയം വളർത്തുന്നു. കഴിഞ്ഞ മാസത്തിൽ നിങ്ങൾ ഇത് മൂന്ന് ഡസൻ തവണ കണ്ടെങ്കിൽ, അത് പ്രവർത്തിക്കുമെന്ന് നിങ്ങൾ കരുതുന്നുണ്ടോ? ഉദാഹരണത്തിന്, "നിങ്ങളുടെ സ്വന്തം ബോസ് ആകുക" എന്നത് അത്തരമൊരു അമിത ഉപയോഗമായ വാക്യമാണ് അതിനാൽ അതിന്റെ ശക്തി നിർവീര്യമായിരിക്കുന്നു. എന്നിട്ടും, ഞാൻ ഇപ്പോഴും ഗുരുക്കന്മാരിൽനിന്നുള്ള പരസ്യങ്ങൾ കാണുന്നു "നിങ്ങളുടെ സ്വന്തം ബോസ് ആകുക" എന്ന പദപ്രയോഗം, അധികാരം കൈയാളുന്നത് പോലെ. ഇത് മന്ദബുദ്ധി പോലെയായിരിക്കുന്നു, പിന്നെ എന്തിനാണ് നിങ്ങൾ ഇത് ഉപയോഗിക്കുന്നത്?

എന്താണ് പാരമ്പര്യേതരം? ലംബോർഗിനി ഒരു ഡോളറിന് വിൽക്കുന്നത് നിങ്ങൾ എപ്പോഴെങ്കിലും കണ്ടിട്ടുണ്ടോ? ഞാൻ ചെയ്തിട്ടില്ല, അഥവാ ഞാൻ ചെയ്തിട്ടുണ്ടെങ്കിൽ, എനിക്കോർമ്മയില്ല. ഈ പ്രചാരണം ആകാംക്ഷ ജനിപ്പിക്കും കാരണം അത് പാരമ്പര്യേതരമാണ്. ഏത് ഭ്രാന്തനാണ് ഒരു രൂപക്ക് ഒരു വിദേശ കാർ വിൽക്കുക? അത് ഒരു അഴിമതിയാണോ? എന്താണ് അതിൽ ലാഭം? എനിക്ക് കാണണം!

പാരമ്പര്യേതരത്തിന്റെ മറ്റൊരു ഉദാഹരണം ആചാരത്തെ പരിഹസിച്ചുകൊണ്ട് തകർക്കുക എന്നതാണ് അല്ലെങ്കിൽ അതിനെ തടസ്സപ്പെടുത്തുന്നു. എനർജൈസർ ബണ്ണിയെ ഓർക്കുന്നുണ്ടോ? അത് ഇപ്പോഴും അങ്ങനെ തന്നെ പോകുന്നുണ്ട്. ഈ പരസ്യങ്ങൾ ആചാരത്തെ അടിസ്ഥാനമാക്കി ഒരു ബ്രാൻഡ്

നിർമ്മിച്ചു – പരസ്യദാതാവ് മാനദണ്ഡങ്ങളുടെ ഒരു ശ്രേണി സൃഷ്ടിച്ചു, ബോറടിപ്പിക്കുന്ന മാർക്കറ്റിംഗ് സന്ദേശങ്ങൾ, പെട്ടെന്ന് എനർജൈസർ ബണ്ണിയെക്കൊണ്ട് അവ തകർക്കും. വിപണനക്കാരൻ ആചാരങ്ങളോടുള്ള നിങ്ങളുടെ പരിചയം പ്രതീക്ഷിച്ചിരുന്നു (ഓ, ബോറടിപ്പിക്കുന്ന മറ്റൊരു വാണിജ്യം) ഒരു പിങ്ക് മുയൽ കൊണ്ട് ആ വിരസത ചിതറിപ്പിച്ച് പ്രേക്ഷകരെ ഞെട്ടിച്ചു. ആഡ് ഏജ്.കോം ഈ പരസ്യങ്ങളെ എക്കാലത്തെയും മികച്ച 100 പ്രചരണങ്ങളിൽ ഒന്നായി അംഗീകരിച്ചു.

ഇന്റർനെറ്റിൽ, ആചാരങ്ങളെ കൊഞ്ഞനംകുത്തുന്നത് രാഷ്ട്രീയ പിഴവും തമാശയുമായി സംയോജിപ്പിക്കുമ്പോൾ മികച്ച രീതിയിൽ പ്രവർത്തിക്കുന്നു. ഡോളർ ഷേവ് ക്ലബ് രസകരമായ ഒരു യൂട്യൂബ് വീഡിയോക്കൊപ്പമായിരുന്നു അവരുടെ കമ്പനി ആരംഭിച്ചത്. നിരവധി വർഷങ്ങൾക്കുശേഷം, പൂപൗരി അതു തന്നെ ചെയ്തു. ആ വൈറൽ വീഡിയോകൾ ദശലക്ഷക്കണക്കിന് തവണ ഷെയർ ചെയ്യപ്പെടുകയും, മാധ്യമശ്രദ്ധയുടെ ഒരു കൂട്ടം സൃഷ്ടിക്കുകയും ചെയ്തു. അതിലും പ്രധാനമായി, ഉപഭോക്താക്കളുടെ ശ്രദ്ധയും.

കൺവെൻഷനെ പരിഹസിക്കുന്ന മറ്റൊരാൾ ഗീക്കോ ഇൻഷുറൻസ് കമ്പനിയാണ്. സാധാരണ സാഹചര്യങ്ങളെ എടുത്ത് അവയെ തകർക്കും, ആശ്ചര്യകരമായ പഞ്ച് ലൈൻ ഉപയോഗിച്ച് : “ഞാൻ എന്റെ കാർ ഇൻഷുറൻസിൽ നിന്ന് കുറച്ച് പണം രക്ഷിച്ചു.” മറ്റൊരു ഗെയ്ക്കോ ആചാരധ്വംസനം കണ്ടത് “ടൈനി ഹൗസ്” എന്ന പേരിൽ ഒരു പുതിയ റിയാലിറ്റി ടിവി സീരീസിന്റെ പ്രൊമോ സംപ്രേഷണം ചെയ്തപ്പോളായിരുന്നു. ആ പ്രൊമോയിൽ ഇടത്തരം വലിപ്പമുള്ള അപ്പാർട്ട്മെന്റിൽ നവദമ്പതികളെയും ആ ക്വാർട്ടേഴ്സുകളിലെ വർദ്ധിച്ചുവരുന്ന ദാമ്പത്യ പിരിമുറുക്കങ്ങളും അവതരിപ്പിച്ചു. ദമ്പതികൾ താഴ്ന്ന മേൽത്തട്ടിൽ തല അടിക്കുന്നതായും, ഒരു ചെറിയ കട്ടിലിൽ സുഖനിദ്രക്കായി പാടുപെടുന്നതായും കാണിക്കുന്നു. എന്നാൽ കാത്തിരിക്കു, ഈ യാഥാർത്ഥ്യത്തിന്റെ പ്രതീക്ഷിത ആചാരം അനിയന്ത്രിതമായ ഒരു തന്ത്രം മാത്രമാണ്, അനൗൺസർ ശബ്ദമുയർത്തുന്നു : “നാടകം യഥാർത്ഥമായിരിക്കും, പക്ഷേ കാർ ഇൻഷുറൻസിൽ നിങ്ങൾക്ക് പണമൊന്നും ലാഭിക്കില്ല.”

നിങ്ങൾ ആരുടെയെങ്കിലും ശ്രദ്ധ നേടിയാൽ, പകുതി യുദ്ധം വിജയിച്ചു. മറ്റേ പകുതി സ്വാർത്ഥതയ്ക്ക് നിങ്ങളുടെ പ്രേക്ഷകരെ കീഴടക്കാൻ വിട്ടുകൊടുക്കുകയും, നിങ്ങളുടെ സന്ദേശങ്ങളെ സ്വാർത്ഥതാൽപ്പര്യത്തിന് അനുയോജ്യമാക്കുകയും ചെയ്യുന്നു. മറ്റൊരുവിധത്തിൽ പറഞ്ഞാൽ, നല്ല പഴയ “ഇതിൽ എനിക്ക് എന്താണ് ഉള്ളത്?” 15% കൂടുതൽ ലാഭിക്കാം അല്ലെങ്കിൽ അതിൽ കൂടുതൽ നിങ്ങളുടെ കാർ ഇൻഷുറൻസിൽനിന്ന് എങ്ങനെ?

അതിലെന്താണ് എനിക്കുള്ളത്?

ഇത് വിരോധാഭാസമാണ് : ഒരു ഫാസ്റ്റ്ലെയ്ൻ വിജയിക്കുന്നതിന് നാം സ്വാർത്ഥത ഉപേക്ഷിച്ച് മറ്റുള്ളവരുടെ സ്വാർത്ഥതയെ തൃപ്തിപ്പെടുത്തണം. ഇത് കടൽത്തീരത്ത് സുഖപ്രദമായ ഒരു നടത്തമാണെന്ന് ഞാൻ പറഞ്ഞോ?

നിങ്ങൾക്ക് വിശ്വസിക്കാൻ കഴിയുന്ന ആദ്യത്തെ മനുഷ്യ സ്വഭാവം സ്വാർത്ഥതയാണ്. ആളുകൾക്ക് അവർക്ക് എന്താണോ വേണ്ടത് അത് ആഗ്രഹിക്കുന്നു. ആളുകൾ നിങ്ങളെയോ നിങ്ങളുടെ ബിസിനസ്സിനെയോ നിങ്ങളുടെ ഉൽപ്പന്നത്തെയോ നിങ്ങളുടെ സ്വപ്നങ്ങളെയോകുറിച്ച് ശ്രദ്ധിക്കുന്നില്ല; തങ്ങളെയും കുടും

ബത്തെയും സഹായിക്കാൻ അവർ ആഗ്രഹിക്കുന്നു. അത് മനുഷ്യ സ്വഭാവമാണ്. അതിനാൽ, നമ്മുടെ മാർക്കറ്റിംഗ് സന്ദേശങ്ങൾ ഗുണങ്ങളിൽ ശ്രദ്ധ കേന്ദ്രീകരിക്കണം, സവിശേഷതകളല്ല.

ആളുകൾക്ക് അതിൽ അവർക്കായി എന്താണ് ഉള്ളതെന്ന് കൃത്യമായി പറഞ്ഞുകൊടുക്കേണ്ടതുണ്ട്.

നിങ്ങളുടെ ഉൽപ്പന്നമോ സേവനമോ അവരെ എങ്ങനെ സഹായിക്കും?

എന്താണ് പ്രയോജനം?

മാർക്കറ്റിംഗിൽ പറയും, "ഇതിൽ എനിക്കെന്താണുള്ളത്?" (What's In It For Me/WIIFM) തത്വം.

എന്റെ ഉപഭോക്താക്കൾ ചെറുകിട ബിസിനസ്സ് ഉടമകളായിരുന്നു, എന്നിട്ടും ഞാൻ ദശലക്ഷക്കണക്കിന് ഉപഭോക്താക്കൾക്ക് സേവനം നൽകി. ഈ ഇടനില ബന്ധം എന്നെ ശക്തവും ത്വരിതപ്പെടുത്തിയതുമായ രീതിയിൽ ഉപഭോക്താക്കളുടെയും നിർമ്മാതാക്കളുടെയും പെരുമാറ്റം പഠിക്കാൻ അനുവദിച്ചു. ഞാൻ അധ്യാപകർക്ക് പഠിക്കാൻ മാസങ്ങൾ എടുക്കുന്ന കാര്യങ്ങൾ ആഴ്ചകൾക്കുള്ളിൽ മനസ്സിലാക്കി. ചെറുകിട കച്ചവടക്കാർ സ്വന്തം സ്വാർത്ഥ കെണിയിൽ വീഴുന്നതും അവരുടെ കമ്പനിയെ സ്തുതിച്ച് പാടാൻ ഇഷ്ടപ്പെടുന്നതും ഞാൻ ശ്രദ്ധിച്ചു. അവർ സവിശേഷതകൾ വിൽക്കുന്നു, ആളുകൾ സൗകര്യങ്ങളും, സംഭവങ്ങളും ആണ് വാടകക്കെടുക്കുന്നത് എന്നറിയാതെ, ലിമോസിനുകൾ അല്ല.

ഉപഭോക്താക്കൾ എന്ന നിലയിൽ, ആവശ്യങ്ങൾ പരിഹരിക്കാൻ നമ്മൾ സാധനങ്ങൾ വാങ്ങുന്നു. ഞങ്ങൾ ഇടപാടുകളിൽ ശൂന്യത നികത്താൻ പങ്കെടുക്കുന്നു.

നിങ്ങൾ ഒരു ഡ്രിൽ വാങ്ങരുത്; നിങ്ങൾ ഒരു ദ്വാരം വാങ്ങുക.

നിങ്ങൾ ഒരു വസ്ത്രം വാങ്ങരുത്; നിങ്ങൾ ഒരു ചിത്രം വാങ്ങുക.

നിങ്ങൾ ടൊയോട്ട വാങ്ങരുത്; നിങ്ങൾ വിശ്വാസ്യത വാങ്ങുന്നു.

നിങ്ങൾ ഒരു അവധിക്കാലം വാങ്ങരുത്; നിങ്ങൾ ഒരു അനുഭവം വാങ്ങൂ.

നമ്മൾ പ്രശ്നപരിഹാരകരായി മാറുകയും നമ്മളുടെ ബിസിനസ്സ് ആർക്കെങ്കിലും രക്ഷകനായി വിന്യസിക്കുകയും വേണം. സവിശേഷതകൾ ആനുകൂല്യങ്ങളായി വിവർത്തനം ചെയ്യണം. നിങ്ങളാണ് കൊളറാഡോയിലെ ഏറ്റവും വലിയ ലിമോസിൻ കമ്പനി എന്ന വസ്തുത, എന്റെ പ്രശ്നം പരിഹരിക്കുമോ? നിങ്ങൾ ആ സവിശേഷത ഒരു നേട്ടമായി വിവർത്തനം ചെയ്യുന്നതുവരെ അത് ചെയ്യില്ല.

ഫീച്ചറുകൾ പ്രയോജനങ്ങളിലേക്ക് വിവർത്തനം ചെയ്യുന്നു

നിങ്ങൾക്ക് എന്തെങ്കിലും വിൽക്കാൻ താൽപ്പര്യമുണ്ടെങ്കിൽ, സവിശേഷതകൾ ആനുകൂല്യങ്ങളിലേക്ക് വിവർത്തനം ചെയ്യുക. നാല് ഘട്ടങ്ങളുള്ള ഒരു പ്രക്രിയ ഇത് നിറവേറ്റുന്നു :

1. സ്ഥലങ്ങൾ മാറുക.
2. സവിശേഷതകൾ തിരിച്ചറിയുക.
3. നേട്ടങ്ങൾ തിരിച്ചറിയുക.
4. നേട്ടങ്ങളെ ആനുകൂല്യങ്ങളിലേക്കു വിവർത്തനം ചെയ്യുക.

ആദ്യം, നിങ്ങളുടെ സാധാരണ വാങ്ങുന്നയാളുമായി സ്ഥാനങ്ങൾ വ്യാപാരം ചെയ്യുക. അവരായി മാറുക. അവർ ആരാണ്? എന്താണ് അവരുടെ പ്രവർത്തന രീതി? അവർ സിഇഒ തരത്തിൽപ്പെട്ടവരാണോ? അല്ലെങ്കിൽ പണശ്രദ്ധയുള്ള വാൾമാർട്ടിൽനിന്ന് വാങ്ങുന്നവരോ? പണമില്ലാത്ത വിദ്യാർത്ഥികൾ? അതോ അവിവാഹിതരായ അമ്മമാരോ? നിങ്ങളുടെ സാധാരണ വാങ്ങുന്നയാളെ നിങ്ങൾക്ക് തിരിച്ചറിയാൻ കഴിയുന്നില്ലെങ്കിൽ, നിങ്ങളുടെ ഫലങ്ങൾ തെറ്റാകുകയും നിങ്ങളുടെ നേട്ടം മറക്കുകയും ചെയ്യും. ഒരിക്കൽ നിങ്ങളുടെ ഉപഭോക്താവിനെ തിരിച്ചറിഞ്ഞാൽ ചോദിക്കുക : അവർക്ക് എന്താണ് വേണ്ടത്? അവർ എന്തിനെ ഭയപ്പെടുന്നു? അവർക്ക് എന്തെങ്കിലും പ്രശ്നം പരിഹരിക്കേണ്ടതുണ്ടോ? അതോ അവർക്ക് എന്തെങ്കിലും "തോന്നാൻ" ആഗ്രഹിക്കുന്നുണ്ടോ?

ഉദാഹരണത്തിന്, ഒരേ ഉൽപ്പന്നത്തിന്റെ രണ്ട് ബ്രാൻഡുകൾക്ക് രണ്ട് വ്യത്യസ്ത വാങ്ങലുകാരുണ്ടാകാം. ഒരു കോർവെറ്റ് വാങ്ങുന്ന വ്യക്തിക്ക് ഒരു വോൾവോ വാങ്ങുന്ന ഒരാളുമായി വ്യത്യസ്തമായ മാനസിക ഉദ്ദേശ്യങ്ങളുണ്ട്. രണ്ടും കാറുകളാണ്, എന്നിട്ടും വെറ്റ് വാങ്ങുന്നയാൾ അടിസ്ഥാന ഗതാഗതമല്ല വാങ്ങുന്നത്. അവൻ മിക്കവാറും റിസ്ക് എടുക്കുന്നവനും സ്വയം തൊഴിൽ ചെയ്യുന്നവനും സ്വതന്ത്രനും തുറന്നുപറയുന്നവനും ഉറച്ച നിലപാടുള്ളവനുമാണ്. വോൾവോ വാങ്ങുന്നയാൾ ഒരുപക്ഷേ കുടുംബത്തിലും സുരക്ഷയിലും കൂടുതൽ ശ്രദ്ധാലുക്കളാണ്, സാധ്യതയനുസരിച്ച് യാഥാസ്ഥിതികനവും വിശകലനപരനുമാണ്. രണ്ട് തികച്ചും വ്യത്യസ്തമായ വാങ്ങുന്നയാളുടെ പ്രൊഫൈലുകൾ അർത്ഥമാക്കുന്നു ഓരോ വിപണന സന്ദേശവും ഓരോ ഗ്രൂപ്പിന്റെയും ആഗ്രഹങ്ങളെ പ്രത്യേകമായി ലക്ഷ്യം വെക്കണം.

നിങ്ങളുടെ ഉപഭോക്താവിനൊപ്പം സ്ഥാനങ്ങൾ മാറുകയും അവർക്ക് എന്താണ് വേണ്ടതെന്ന് മനസ്സിലാക്കുകയും ചെയ്തശേഷം, നിങ്ങളുടെ അടുത്ത ഘട്ടം ഉൽപ്പന സവിശേഷതകൾ വേർതിരിച്ചെടുക്കുക എന്നതാണ്. എന്റെ വെബ് സേവനത്തിനായി, ഞാൻ എന്റെ ഉപഭോക്താക്കളെ അവരുടെ വാഹനങ്ങൾ ഷെഡ്യൂൾ ചെയ്യാൻ അനുവദിക്കുകയും ഓരോന്നിനും തീയതിയും സേവനവും തരമനുസരിച്ച് ലീഡ് കൊടുക്കുകയും ചെയ്യുന്നു. ഈ സവിശേഷതകൾ മികച്ചതാണെങ്കിലും, അവ ആനുകൂല്യങ്ങളിലേക്ക് വിവർത്തനം ചെയ്യേണ്ടത് എന്റെ ഉത്തരവാദിത്തമായിരുന്നു. എന്താണ് അവരെ ഇത്ര മഹത്തരമാക്കുന്നത്? എന്റെ ഉപഭോക്താവിന് എന്ത് നേട്ടങ്ങളാണ് അവർ വാഗ്ദാനം ചെയ്യുന്നത്?

നിങ്ങൾ ഫീച്ചറുകൾ ഒറ്റക്കെടുത്ത ശേഷം, ആ ഫീച്ചറുകൾ ആനുകൂല്യങ്ങളിലേക്കോ അല്ലെങ്കിൽ ഒരു പ്രത്യേക ഫലത്തിലേക്കോ വിവർത്തനം ചെയ്യുക. ആ പ്രത്യേക സവിശേഷതയുടെ പ്രയോജനം കൂടുതലായി മുന്നോട്ട് കൊണ്ടുപോവുക. ഇവിടെയാണ് ആരെങ്കിലും നിങ്ങളിൽനിന്ന് എന്തിന് വാങ്ങണം എന്ന് നിങ്ങൾ ആലോചിക്കേണ്ടതും പുറകോട്ട് ചിന്തിക്കേണ്ടതും.

എന്റെ വെബ് സേവനത്തിന്, "ചിത്രങ്ങൾ അപ്‌ലോഡ് ചെയ്യുക" എന്ന കാഴ്ചയിൽ ലളിതമായ സവിശേഷത പരിവർത്തനം ചെയ്തത് : "ഗാരേജുകളിലെ ക്ലയന്റ് മീറ്റിംഗുകളിൽ സമയം പാഴാക്കുന്നത് അവസാനിപ്പിക്കുക."

നിങ്ങളുടെ കൂട്ടത്തിന്റെ ഫോട്ടോകൾ അപ്‌ലോഡ് ചെയ്യുക, നിങ്ങളുടെ ക്ലയന്റുകളെ നിങ്ങളുടെ ഉൽപ്പന്നം കാണിക്കുക! ഇതിനായി "ലക്ഷ്യം" എന്ന സവിശേഷത വിവർത്തനം ചെയ്തു : "നിങ്ങൾക്ക് ആവശ്യമുള്ള ക്ലയന്റുകളെ ലക്ഷ്യംവെക്കുക – ദിവസം, സേവനം, വാഹന തരം എന്നിവ വരെ." വാഹന

ങ്ങൾ ആസൂത്രണം ചെയ്യുക ഇതിലേക്ക് വിവർത്തനം ചെയ്തു : "നിങ്ങളുടെ ഫ്ലീറ്റിന്റെ റോഡ് സമയം പരമാവധിയാക്കുകയും ലീഡുകൾ സ്വീകരിക്കുകയും ചെയ്യുക. നിങ്ങളുടെ വാഹന ലഭ്യതയെ അടിസ്ഥാനമാക്കി!" ഓരോ സവിശേഷ തയും ഒരു പ്രത്യേക ഗുണത്തിലേക്ക് പകർത്തിയെഴുതിയിരിക്കുന്നു. അത് എന്റെ ഉപഭോക്താവിനെ ചേരാൻ പ്രേരിപ്പിക്കും. ശൂന്യത പൂരിപ്പിക്കാൻ ഞാൻ അവരെ അനുവദിച്ചില്ല; ഞാൻ അവർക്കുള്ള ശൂന്യത പൂരിപ്പിച്ചു.

ഒരു ബ്രാൻഡിംഗ് ആയുധമായി വില ഉപയോഗിക്കുന്നു

നിങ്ങളുടെ ഉൽപ്പന്നത്തിനോ സേവനത്തിനോ ഒരു പെയിന്റ് ജോലി പോലെ യാണ് വില.

"പെയിന്റിന്റെ" എന്റെ ആദ്യ രുചിയും അതിന്റെ പ്രത്യാഘാതങ്ങളും ചെറുപ്പത്തിലായിരുന്നു. എനിക്ക് അധികം പ്രായമായിരുന്നില്ല – ആറോ ഏഴോ അതിലധികമോ. അമ്മ രണ്ട് ദിവസത്തെ ഗാരേജ് വിൽപ്പന നടത്തി, അവൾ എന്നെ കുറച്ച് കളിപ്പാട്ടങ്ങൾ വിറ്റ് പണം സൂക്ഷിക്കാൻ അനുവദിച്ചു.

ഞാൻ വിൽപ്പനക്ക് വാഗ്ദാനം ചെയ്ത ഒരു ഇനം "ഫുട്ബോൾ ഘടികാരം," ആയിരുന്നു. ഒരു സമയപാലന രാക്ഷസത്വം. അതിന്റെ വിൽപ്പന വില – 2.55 ഡോളർ ഞാൻ വ്യക്തമായി ഓർക്കുന്നു. മോഷണംതന്നെ, ഞാൻ ന്യായവാദം ചെയ്തു.

വിൽപ്പനയുടെ ആദ്യ ദിവസം, എന്റെ ഫുട്ബോൾ ക്ലോക്കിന് നിരവധി നോട്ടങ്ങൾ ലഭിച്ചു, പക്ഷേ വിൽപ്പനയില്ല. എന്റെ ഇളം മനസ്സ് ഗൂഢാലോചന നടത്തി. എന്റെ ക്ലോക്കിന് $2.55 എങ്ങനെ ലഭിക്കും? എനിക്ക് എന്റെ വിലയിൽ വഴങ്ങാൻ തോന്നിയില്ല, തീർച്ചയായും, കോർണർ സ്റ്റോറിൽനിന്നും ഞാൻ വാങ്ങാൻ ആഗ്രഹിക്കുന്ന ചില ഗാഡ്ജെറ്റിന്റെ വില $2.55 ആയിരുന്നു. അപ്പോൾ എനിക്കൊരു ഐഡിയ തോന്നി.

വില ലേബൽ ചെയ്യാൻ അമ്മ ഉപയോഗിച്ച മാസ്കിംഗ് ടേപ്പ് ഞാൻ എടുത്തു. ഞാൻ ടേപ്പ് നാല് ചെറിയ കഷണങ്ങളായി കീറി, നിലവിലെ വിലക്ക് മുകളിൽ ഒട്ടിച്ചു. പിന്നെ ആദ്യ ഭാഗത്തിലെ ടേപ്പിൽ, ഞാൻ കട്ടിയിൽ $5.55 എഴുതി അത് വെട്ടി. ഞാൻ അടുത്ത ടേപ്പിൽ $4.50 എന്ന് എഴുതി അതും വെട്ടി. തുടർന്ന്, $3.95, അടുത്തത് $2.95. ഓരോ ടേപ്പും തുടർച്ചയായി കുറഞ്ഞ വില ഉണ്ടായിരുന്നതി നാൽ, വാങ്ങുന്നവർക്ക് "വില കുറക്കൽ" കാണാൻ കഴിയും. അതേ പഴയ വിലയായ $2.55 അവശേഷിക്കുന്നു.

ഇപ്പോൾ എന്റെ ക്ലോക്കിന് ഒരേ വിലയാണ് ഉണ്ടായിരുന്നത്, അത് വ്യത്യ സ്തമായി അവതരിപ്പിച്ചിരുന്നു എന്നതൊഴിച്ചാൽ. ടേപ്പ് ചെയ്ത ഉയർന്ന വില, ദൃശ്യപരമായി വെട്ടിക്കുറച്ചതും, അറിയിച്ചതും രണ്ട് കാര്യങ്ങളാണ് (1) ഉയർന്ന മൂല്യം കൂടാതെ (2) ഒരു മികച്ച കരാർ.

പിന്നെ എന്തുണ്ടായെന്ന് ഊഹിക്കുക? ക്ലോക്കിൽ നോക്കിയ രണ്ടാമ ത്തെയാൾ അത് വാങ്ങി. എന്റെ ഉപഭോക്താവിന്റെ മനസ്സിൽ വില പുതുക്ക ന്നതിൽ ഞാൻ വിജയിച്ചു. തീർച്ചയായും, ഏഴ് വയസ്സുള്ളപ്പോൾ, "മാർക്കറ്റിംഗ്" എന്താണെന്ന സൂചനപോലും എനിക്ക് ഇല്ലായിരുന്നു, എന്റെ വിലനിർണ്ണയ പദ്ധതി എനിക്ക് തീർച്ചയായും അറിയില്ലായിരുന്നു, അത് ഒരു പദ്ധതിയായിരു ന്നെന്ന്. എന്നിട്ടും ഇത് എന്റെ ആദ്യത്തെ മാർക്കറ്റിംഗ് സംപ്രേക്ഷണവും മൂല്യ ത്തിലേക്കുള്ള വിലയുടെ സൂചനയും ആയിരുന്നു.

ചിലവിനെക്കാൾ കുറച്ച് കൂടുതലാണ് വില അറിയിക്കുന്നത്

വില ഒരു ബ്രാൻഡ് വളർത്തുന്നവനാണ്, കാരണം വില മൂല്യത്തെ സൂചിപ്പിക്കുന്നു. നിങ്ങളുടെ വില കൂടുതൽ ഉയർന്നതാണെങ്കിൽ, നിരീക്ഷിച്ച മൂല്യം അതിനേക്കാൾ ഉയർന്നതാണ്. നിങ്ങളുടെ വില എത്രത്തോളം കുറയുന്നുവോ മൂല്യവും അത്രയും തന്നെ കുറയും. വില എന്നത് ഒരാളോട് ചിലവ് പറയുന്ന ഒരു സംഖ്യ മാത്രമല്ല. അത് മൂല്യവും അർഹതയും അറിയിക്കുന്നു.

വില എങ്ങനെ മൂല്യത്തിന് തുല്യമാണ് എന്നതിന് ഒരു പഴയ കഥയുണ്ട്. ഒരു മനുഷ്യൻ അവന്റെ ബേസ്മെന്റ് വൃത്തിയാക്കുമ്പോൾ ഒരു പഴയ അലമാര കണ്ടെത്തുകയും അത് ആർക്കേലും നൽകാനും തീരുമാനിച്ചു. അയാൾ ആ അലമാരയെ തെരുവിന്റെ മൂലയിലേക്ക് മാറ്റുകയും അതിനു മുകളിൽ സൗജന്യം എന്ന ഒരു അടയാളം സ്ഥാപിക്കുകയും ചെയ്തു. അയാളെ ഞെട്ടിപ്പിച്ചുകൊണ്ട്, അലമാര ആ ദിവസം മുഴുവനും അവിടെയിരുന്നു, അതിനുശേഷം കുറേ ദിവസത്തേക്കും. ഇത് ആ മനുഷ്യനെ ആശയക്കുഴപ്പത്തിലാക്കി. കാരണം അലമാര, പഴയതാണെങ്കിലും, മാന്യമായ രൂപത്തിലായിരുന്നു, പൂർണ്ണതയ്ക്കായി ഒരു ചെറിയ പെയിന്റിംഗ് ആവശ്യമായിരുന്നു. ഒരു പുതിയ തന്ത്രം ആവശ്യമാണെന്ന് ആ മനുഷ്യൻ തീരുമാനിച്ചു. അയാൾ തെരുവിന്റെ മൂലയിലേക്ക് പോകുകയും "സൗജന്യ" ചിഹ്നം മാറ്റി "$50" എന്ന് മാറ്റിസ്ഥാപിച്ചു. ഒരു മണിക്കൂറിന് ശേഷം, അലമാര മോഷ്ടിക്കപ്പെട്ടു.

ഒരേ ലക്ഷ്യം, വ്യത്യസ്ത വിലനിർണ്ണയ തന്ത്രം.

വില നിങ്ങളുടെ ബ്രാൻഡ് (വാൾ-മാർട്ട്, സൗത്ത് വെസ്റ്റ് എയർലൈൻസ്) അല്ലാത്തപക്ഷം, വില നിങ്ങളുടെ ബ്രാൻഡിനെ നിർവ്വചിക്കുമ്പോൾ അത് മോഷ്ടിക്കപ്പെടാൻ അനുവദിക്കരുത്. വില എന്നത് കേവലം സാധനങ്ങൾ വേഗത്തിൽ വിൽക്കാൻ മുകളിലേക്കും താഴേക്കും നീക്കംചെയ്യാവുന്ന ഒരു മത്സരാധിഷ്ഠിത അളവിനേക്കാൽ കൂടുതലാണ്. ഇത് നിങ്ങളുടെ ഉൽപ്പന്നത്തിന്റെയോ സേവനത്തിന്റെയോ മൂല്യം നിങ്ങളെ പരോക്ഷമായി അറിയിക്കുന്നു.

എനിക്ക് ഒന്നിലധികം എതിരാളികൾ ഉണ്ടായിരുന്നു, അവർ എന്നെക്കാൾ 10%, ചിലപ്പോൾ 20% പോലും കുറച്ചു. എന്നിട്ടും ഞാൻ അഭിവൃദ്ധി പ്രാപിച്ചുകൊണ്ടിരുന്നു. ഞാൻ ഏറ്റവും വിലകുറഞ്ഞവനായിരുന്നില്ല, എന്നിട്ടും എന്തുകൊണ്ട് ഞാൻ നന്നായി ചെയ്തു? എന്റെ സേവനത്തിന് മെച്ചപ്പെട്ട മൂല്യം ഉണ്ടായിരുന്നു. എന്റെ വില ആ മൂല്യവുമായി ബന്ധപ്പെട്ടിരിക്കുന്നു. എന്റെ ലീഡുകൾ നന്നായി ലക്ഷ്യംവെച്ചിരുന്നു. എനിക്ക് മികച്ച സംയുക്ത സംരംഭ പങ്കാളികൾ ഉണ്ടായിരുന്നു. എനിക്ക് വലിയ പിന്തുണയുണ്ടായിരുന്നു. എന്റെ എതിരാളികൾ ബിസിനസ്സ് നടത്തുമ്പോൾ ഞാൻ എന്റെ ബ്രാൻഡ് നടത്തുകയായിരുന്നു.

അതി മനോഹരമായ വിലപിടിപ്പുള്ള, ചിത്രങ്ങൾ വരച്ച എന്റെ കലാകാരിയായ സുഹൃത്ത്, അവളുടെ ജോലിക്ക് പരിമിതമായ വില മാത്രമേ ഇടാക്കിയിരുന്നുള്ളൂ. കൂലിപ്പണിക്ക് ശമ്പളം വാങ്ങി ജീവിക്കുന്ന ഒരു ഏകയായ അമ്മയായിരുന്നു അവൾ. അവളെ സംബന്ധിച്ചിടത്തോളം, $500 ഒരു അസാധാരണ തുകയാണ്. അത് കാരണം, അവൾ അവളുടെ സൃഷ്ടികൾക്ക് അവയുടെ യഥാർത്ഥ മൂല്യത്തിന് വളരെ താഴെ വില നൽകി. വിലയോടുള്ള അവളുടെ തന്നെ ദുഷിച്ച കാഴ്ചപ്പാട് അവളുടെ സമ്പാദ്യശേഷിയെ വളച്ചൊടിക്കുകയും അവളുടെ ജോലിയുടെ മൂല്യത്തെ താഴ്ത്തുകയും ചെയ്തു. ഞാൻ വില വർദ്ധന നിർദ്ദേശിച്ചു. ആ $90 പെയിന്റിംഗ് എടുത്ത് $300 ആക്കുക, എന്താണ് സംഭവിക്കുന്നതെന്നു നോക്കുക. തീർച്ച

യായും, അവൾ ഉയർന്ന വിലക്ക് അത്രയും കലകൾ വിറ്റു. കാരണം വിലമൂല്യം സൂചിപ്പിക്കുന്നു, ബ്രാൻഡുകൾ നിർവചിക്കുന്നു. സ്ലോലെയ്നിൽ പോലും, വിലനിർണ്ണയത്തിന് ഒരു പങ്കുണ്ട്, നിങ്ങളെടുക്കാൻ തയ്യാറായ നിങ്ങൾക്കുള്ള ശമ്പളത്തിന്റെ രൂപത്തിൽ. ഉദാഹരണത്തിന്, ഇത് ഫാസ്റ്റ്ലെയ്ൻ ഫോറത്തിൽ പോസ്റ്റ് ചെയ്തു :

> *ഒരു കമ്പനിയിൽ ഒരു വെബ് പ്രോഗ്രാമർ സ്ഥാനത്തേക്ക് മാത്രം രണ്ട് പരസ്യങ്ങൾ പേപ്പറിൽ നൽകി. ഒരാൾ പ്രതിവർഷം $120K ശമ്പളം ലിസ്റ്റ് ചെയ്തു. മറ്റൊരു പരസ്യം ഒരു വർഷത്തേക്ക് $32K-ന് ലിസ്റ്റ് ചെയ്തു. ആദ്യത്തേതും ഉയർന്ന പ്രതിഫലം നൽകുന്നതുമായ പരസ്യത്തിന് ഏകദേശം നാല് പ്രതികരണങ്ങൾ മാത്രമാണ് ലഭിച്ചത്. വളരെ കുറഞ്ഞ വേതനത്തിനുള്ള രണ്ടാമത്തെ പരസ്യത്തിന് 100-ലധികം പ്രതികരണങ്ങൾ ലഭിച്ചു. മിക്കവർക്കും ഒരു കുറവുണ്ട് അവരിലും അവരുടെ കഴിവിലും ഉള്ള ആത്മവിശ്വാസം, അതിനാൽ വളരെ കുറവിന് അവർ ഒത്തുതീർപ്പിന് തയ്യാറാകുന്നു.*

നിങ്ങൾ ബിസിനസ്സിൽ കുറവിന് സമ്മതിക്കുന്നോ? നിങ്ങളുടെ മൂല്യത്തിന്റെ വളച്ചൊടിച്ച ചട്ടക്കൂട് നിങ്ങളുടെ മനസ്സിലാകാത്ത സാധ്യതയെ ദുഷിപ്പിക്കുന്നുവോ? ബ്രാൻഡ് നിർമ്മാണത്തിനും വിപണനത്തിനും ശരിയായ വിലനിർണ്ണയ തന്ത്രം നിർണ്ണായകമാണ്. തെറ്റായ വില തെറ്റായ അർത്ഥം നൽകുന്നു. കനത്ത ചരക്കുവൽക്കരണം ഉള്ള വ്യവസായങ്ങൾക്ക്, വില നിർണ്ണായകമാണ്. ഒരു പബ്ലിക് റിലേഷൻസ് കൺസൾട്ടന്റിന് അവരുടെ എതിരാളികളേക്കാൾ 30% നിരക്ക് കൂടുതൽ ഈടാക്കാം, എന്നാൽ, ഒരു ഗ്യാസ് സ്റ്റേഷന് കഴിയില്ല.

ഞാൻ സ്ത്രീത്വം ഉള്ളവനോ മെട്രോസെക്ഷ്വലോ അല്ലെങ്കിലും, എനിക്ക് ഡിസൈനർ പേഴ്സിനോട് ഒരുതരം ആകർഷണമുണ്ടായിരുന്നു. കാരണം, ഞാൻ അവരുടെ വിലനിർണ്ണയ തന്ത്രത്തെ ആദരിക്കുന്നു. എങ്ങനെയാണ് ഒരു ഹാൻഡ് ബാഗ് $4,000-ന് വിൽക്കുന്നത്, അതും ഉൽപ്പാദിപ്പിക്കുന്നതിന് അവർക്ക് 100 ഡോളറിൽ താഴെ ചിലവ് വരുമ്പോൾ? ബ്രാൻഡിംഗും മാർക്കറ്റിംഗും. ബ്രാൻഡ് വളർത്തുന്നതിന് പുറമെയാണ് വില.

ഉപഭോക്താവിന്റെ തലയിൽ കയറാനുള്ള നിരവധി മാർഗ്ഗങ്ങളിൽ ഒന്നാണ് പ്രീമിയം വിലനിർണ്ണയം. പക്ഷേ അതിന്റെ പ്രായോഗികതയുടെ വിലക്കപ്പുറമുള്ള മൂല്യം നിങ്ങൾക്ക് അവരെ ബോധ്യപ്പെടുത്താൻ കഴിയുമെങ്കിൽ മാത്രം. നിങ്ങളെ മറ്റുള്ളവരിൽനിന്നും എന്താണ് വ്യത്യസ്തമാക്കുന്നത്? എന്തുകൊണ്ടാണ് ഒരാൾ നിങ്ങൾക്ക് കൂടുതൽ പണം നൽകേണ്ടത്? ഒരു വിപണനക്കാരൻ എന്ന നിലയിൽ നിങ്ങൾ വാങ്ങുന്നയാളുടെ മനസ്സിലേക്ക് തുളച്ചുകയറുകയും നിങ്ങളുടെ ബ്രാൻഡിനെ വ്യത്യസ്തമാക്കുകയും വേണം. ഉപഭോക്താവിന്റെ മനസ്സ് സ്വന്തമാക്കുക, അങ്ങനെ നിങ്ങൾ ഉപഭോക്താവിനെ സ്വന്തമാക്കും.

അധ്യായ സംഗ്രഹം : ഫാസ്റ്റ്ലെയ്ൻ പ്രത്യേകതകൾ

- മാർക്കറ്റിംഗും ബ്രാൻഡിംഗും (രാജ്ഞി) ഏറ്റവും ശക്തമായ ഫാസ്റ്റ്ലെയ്ൻ ഉപകരണങ്ങളാണ്.
- ബിസിനസ്സുകൾ നിലനിൽക്കുന്നു. ബ്രാൻഡുകൾ അഭിവൃദ്ധി പ്രാപിക്കുന്നു.

- ബിസിനസ്സുകൾക്ക് വ്യക്തിത്വ പ്രതിസന്ധികളുണ്ട്, ബ്രാൻഡുകൾക്ക് ഇല്ല. വ്യക്തിത്വ പ്രതിസന്ധികൾ ബിസിനസ്സ് ഉടമകളെ വില ചരക്കുവൽക്കരണത്തിലേക്ക് പ്രേരിപ്പിക്കുന്നു.
- അനന്യമായ വിൽപ്പന പ്രമേയങ്ങൾ ഒരു ബ്രാൻഡ് കീയാണ്, നിങ്ങളുടെ കമ്പനിയെ ബാക്കിയുള്ളതിൽനിന്ന് വ്യത്യസ്തമാക്കുന്നു.
- ആളുകൾക്ക് അനന്യവും വ്യത്യസ്തവുമാകാനുള്ള സ്വാഭാവിക ആഗ്രഹമുണ്ട്.
- മാർക്കറ്റിംഗ് വിജയത്തിന്, ശബ്ദത്തിനോ പരസ്യത്തിനോ മുകളിൽ സന്ദേശങ്ങൾ ആവശ്യമാണ്.
- ധ്രുവീകരണം ഒരു മികച്ച, ശബ്ദത്തിന് മുകളിലുള്ള ഉപകരണമാണ്, നിങ്ങളുടെ ഉൽപ്പന്നം ഒരു ധ്രുവീകരണ പ്രേക്ഷകരെ ലക്ഷ്യം വെച്ചാൽ – സാധാരണയായി രാഷ്ട്രീയം, ന്യൂനപക്ഷ അഭിപ്രായങ്ങൾ, കായിക ടീമുകൾ പോലും.
- സെക്സ് വിറ്റുപോകുകയും എപ്പോഴും കണ്ണുകളെ ആകർഷിക്കുകയും ചെയ്യുന്നു. (എന്നാൽ നിങ്ങളുടെ ബ്രാൻഡ് ഇമേജിന് കളങ്കമുണ്ടാകാം)
- ഉപഭോക്താക്കൾ പ്രായോഗികതയ്ക്ക് മുൻപായി വികാരങ്ങളെ അടിസ്ഥാനമാക്കിയുള്ള വാങ്ങൽ തീരുമാനങ്ങൾ എടുക്കുന്നു.
- നിങ്ങൾക്ക് പ്രേക്ഷകരുടെ വികാരങ്ങൾ ഉണർത്താൻ കഴിയുമെങ്കിൽ, വാങ്ങാൻ ഉപഭോക്താക്കളെ ബോധ്യപ്പെടുത്തുന്നത് എളുപ്പമാണ്.
- ആളുകൾ തങ്ങളെക്കുറിച്ച് സംസാരിക്കാൻ ഇഷ്ടപ്പെടുന്നു. നിങ്ങൾക്ക് ആശയവിനിമയം ഉൾപ്പെടുത്താൻ കഴിയുമെങ്കിൽ അല്ലെങ്കിൽ "നിങ്ങൾ വാങ്ങുന്നതിനുമുൻപ് ശ്രമിക്കുക" നിങ്ങളുടെ കാമ്പെയ്നുകളിലേക്ക്, നിങ്ങൾക്ക് മികച്ച വിജയം ലഭിക്കും.
- പാരമ്പര്യേതരമാകുക എന്നതിനർത്ഥം ആദ്യം ഒറ്റപ്പെടുത്തുകയും പരമ്പരാഗതമായത് തിരിച്ചറിയുകയും ചെയ്യുക, പിന്നെ വിപരീതമായി ചെയ്യുക, അല്ലെങ്കിൽ ആ ആചാരത്തെ തടസ്സപ്പെടുത്തുക.
- ഉപഭോക്താക്കൾ സ്വാർത്ഥമായി പ്രചോദിതരാണ്. എല്ലായ്പ്പോഴും നിങ്ങളുടെ സന്ദേശങ്ങൾ ലക്ഷ്യമിടുക "ഇതിൽ എനിക്ക് എന്താണ് ഉള്ളത്?" എന്നതിന്റെ മുൻകരുതലായിട്ടായിരിക്കണം.
- നിങ്ങൾ നിർമ്മാതാവിൽനിന്ന് ഉപഭോക്താവിലേക്ക് സ്ഥാനം മാറുമ്പോൾ പ്രത്യേകതകൾ ആനുകൂല്യങ്ങളിലേക്ക് വിവർത്തനം ചെയ്യപ്പെടുന്നു, സവിശേഷതയുടെ ഗുണങ്ങൾ തിരിച്ചറിയുക, ആ ഗുണങ്ങൾ കൂടുതലാക്കി കാണിക്കുക, ഒരു പ്രത്യേക ഫലത്തിലേക്ക്.
- വില പരോക്ഷമായി മൂല്യവും സാരവും അറിയിക്കുന്നു.
- വിലയെക്കുറിച്ചുള്ള നിങ്ങളുടെ സ്വന്തം ധാരണ നിങ്ങളുടെ ബ്രാൻഡിനെ സാധാരണ നിലയിലേക്ക് നയിക്കാൻ അനുവദിക്കരുത്.

സാർവ്വത്രികതയ്ക്ക് പകരം ഏകത്വം

കടിഞ്ഞാണിടുന്നത് വരെ ഒരു കുതിരയും എവിടെയും എത്തില്ല.
ഒരു നീരാവിയും വാതകവും പരിമിതപ്പെടുത്തുന്നത് വരെ
യാതൊന്നും ഓടിക്കുന്നില്ല.
നദിയിലൂടെ കടത്തിവിടുന്നതുവരെ ഒരു നയാഗ്രയും വെളിച്ചമായും
വൈദ്യുതിയായും മാറില്ല.
ഏകാഗ്രതയും അർപ്പണബോധവും അച്ചടക്കവും ഉണ്ടാകുന്നതുവരെ
ഒരു ജീവിതവും മഹത്തായതായി വളരുന്നില്ല.
—ഹാരി എമേഴ്സൺ ഫോസ്റ്റിക്ക്

വഞ്ചിക്കുന്ന പങ്കാളികൾ നല്ല പങ്കാളികളല്ല

നമ്മളുടെ സംഭാഷണത്തിന്റെ അവസാനത്തോട് അടുക്കുമ്പോൾ; ഫാസ്റ്റ്ലെയ്നിന്റെ ആവശ്യം ഞാൻ അഭിസംബോധന ചെയ്യണം. അതാണ് വിശ്വസ്തത ഏക ഭാര്യത്വം പോലെ.

കോളേജിൽ, എന്റെ സുഹൃത്ത് മാർക്ക് ടെക്കൽ തികച്ചും അഭിലാഷമുള്ള ഒരു സംരംഭകനായിരുന്നു. ഒപ്പം മാർക്ക്, നിങ്ങൾ ഇത് വായിക്കുന്നുണ്ടെങ്കിൽ, വിളിച്ചു പറയലിന് ഞാൻ ക്ഷമ ചോദിക്കുന്നു. പക്ഷേ എന്തായിരുന്നു, നിങ്ങൾ ഇത്ര കൂലങ്കഷമായി ചിന്തിച്ചിരുന്നത്?

മാർക്ക് ഓരോ ആഴ്ചയും വ്യത്യസ്തമായ ഒരു ബിസിനസ്സിൽ ഏർപ്പെട്ടുമായിരുന്നു. ഒരാഴ്ച അത് ചില ബാലിശമായ എം എൽ എം പ്രോഗ്രാമാണെങ്കിൽ, അടുത്തത് ഒരു സംരംഭക മാസികയുടെ പിൻഭാഗത്തെ ചില ടേൺകീ പരസ്യ വഴിയിലുള്ളത് ആയിരിക്കുകയോ അല്ലെങ്കിൽ, അടുത്തത് ചില ക്ലാസിഫൈഡ് പരസ്യ പ്രോഗ്രാമുകളോ ആയിരിക്കും. വ്യത്യസ്ത ആഴ്ച, വ്യത്യസ്ത അവസരം. എന്റെ സുഹൃത്തുക്കൾ ഒടുവിൽ അവസരങ്ങളെ വർദ്ധിപ്പിക്കുന്ന ഈ ന്യൂറോസിസിനെ “ടെക്കൽ സിൻഡ്രോം” ആണെന്ന് കണ്ടുപിടിച്ചു.

ടെക്കൽ സിൻഡ്രോം എന്നത് വ്യത്യസ്ത പദ്ധതികളിലും അവസരങ്ങളിലും നിങ്ങളുടെ ശ്രദ്ധ തിരിക്കാനുള്ള നിർബന്ധമാണ്. പണം വേട്ടയാടുന്നതിന്റെയും ആവശ്യപൂർത്തീകരണത്തിന്റെയും ലക്ഷണം കൂടിയാണിത്. അഞ്ച് വ്യത്യസ്ത

ബിസിനസ്സുകളിൽ നിങ്ങളുടെ സമയം നിക്ഷേപിക്കുമ്പോൾ, നിങ്ങൾ ഒരു ബഹു ഭാര്യത്വ-അവസരവാദി ആകുന്നു. ഭിത്തിയിൽ കഴിയുന്നത്ര ചാണകം എറിയുക എന്നതാണ് ആശയം, കാരണം എന്തെങ്കിലും പറ്റിനിൽക്കണം. എന്തെങ്കിലും എനിക്ക് കുറച്ച് പണം ഉണ്ടാക്കി തരണം!

ചിതറിയ ഫോക്കസ് ചിതറിയ ഫലങ്ങളിലേക്ക് നയിക്കുന്നു. അഭിവൃദ്ധി പ്രാപിക്കുന്ന ഒരു ബിസിനസ്സിന് പകരം, ബഹുഭാര്യത്വ-അവസരവാദിക്ക് ഇരുപതു ബിസിനസ്സുകൾ ഉണ്ട്. പതിനായിരം ഡോളർ സമ്പാദിക്കുന്ന പത്ത് ബിസിനസ്സുകൾ ഒറ്റക്ക് സമ്പാദിക്കുന്ന ഒരു ബിസിനസ്സിനേക്കാൾ മികച്ചതല്ല.

ആസ്തികൾക്കിടയിൽ നിങ്ങളുടെ പരിശ്രമം വേർതിരിക്കുമ്പോൾ, നിങ്ങൾ ദുർബ്ബലമായ ആസ്തികൾ നിർമ്മിക്കുന്നു.

ദുർബ്ബലമായ ആസ്തികൾ കനത്ത ഭാരം ഉയർത്തുന്നില്ല, അവ ശക്തമായ പിരമിഡുകൾ നിർമ്മിക്കുന്നില്ല.

ദുർബ്ബലമായ ആസ്തികൾ വേഗത സൃഷ്ടിക്കുന്നില്ല.

ദുർബ്ബലമായ ആസ്തികൾ മൾട്ടിമില്യൺ ഡോളർ മൂല്യനിർണ്ണയത്തിലേക്ക് മാറുന്നില്ല.

ദുർബ്ബലമായ ആസ്തികൾ സമ്പത്തിനെ ത്വരിതപ്പെടുത്തുന്നില്ല; മാസത്തെ ബില്ലുകൾ അടക്കാൻ അവർ വരുമാനം ഉണ്ടാക്കുന്നു, അടുത്ത മാസം അവ വീണ്ടും ആരംഭിക്കും.

എന്റെ നിലവിലെ കമ്പനിയെ അനുകരിക്കുന്ന മറ്റൊരു വെബ് ബിസിനസ്സ് ആരംഭിച്ചപ്പോൾ ഞാൻ ബഹുഭാര്യത്വത്തിലേക്ക് പ്രവേശിച്ചു. ഒരിക്കൽ എന്റെ പ്രധാന വരുമാനമുള്ള കമ്പനിയിൽനിന്ന് പുതിയ വെബ് ബിസിനസ്സ് ആരം ഭിച്ചു. ഫലത്തിൽ, ഞാൻ എന്റെ ഇണയെ വഞ്ചിച്ചു, അത് കാണിച്ചു. ഒരിക്കൽ എന്റെ തഴച്ചുവളരുന്ന കമ്പനിക്ക് അനുവദിച്ചിരുന്ന സമയം ഇപ്പോൾ എന്റെ ശൈശവാവസ്ഥയിലുള്ള കമ്പനിയിലേക്ക് പോയി.

ഫലങ്ങൾ നല്ലതായിരുന്നില്ല, എനിക്ക് നാല് ഓപ്ഷനുകൾ ഉണ്ടായിരുന്നു : (1) എന്റെ നിലവിലുള്ള ബിസിനസ്സിനെ ചതിക്കുന്നത് തുടരുക, (2) നിലവിലുള്ള ബിസിനസ്സ് നിയന്ത്രിക്കാൻ ഒരാളെ നിയമിക്കുക, (3) പുതിയ ബിസിനസ്സ് നിയ ന്ത്രിക്കാൻ ആരെയെങ്കിലും വാടകക്ക് എടുക്കുക, (4) പുതിയ ബിസിനസ്സ് നിർത്തുക.

ആത്യന്തികമായി, ഞാൻ പുതിയ കമ്പനി നിർത്തലാക്കി, കാരണം, ആ നിയമനത്തെ ഞാൻ ഇങ്ങനെ ന്യായീകരിച്ചു, അധിക ജീവനക്കാർ എന്റെ ജീവി തത്തിലേക്ക് കൈകാര്യ സമയം കുത്തിവക്കും.

ഏകത്വത്തിലൂടെ ഭ്രാന്തമായ ബഹുത്വത്തിലേക്ക് നയിക്കുന്നു

പല കമ്പനികളുമായും ആത്മബന്ധമുള്ള, എന്നാൽ എല്ലാത്തിന്റെയും തുടക്കത്തി നു കാരണമായ ഒരേ ഒരു കമ്പനിയെ പ്രതി സമർപ്പിതമായതുമായ ധാരാളം അവസരവാദികളെ എനിക്ക് അറിയാം,

ഗൗരവമായി, അതിനെക്കുറിച്ച് ചിന്തിക്കുക.

ലോകത്തിലെ ഏറ്റവും ധനികരായ ആളുകൾ സമ്പന്നരായത് ഒരു പ്രധാന ലക്ഷ്യത്തിൽ ശ്രദ്ധ കേന്ദ്രീകരിച്ചാണ്, അല്ലാതെ ശ്രദ്ധ തിരിച്ചുവിട്ടുകൊണ്ടല്ല. ലെബ്രോൺ ജെയിംസ് തന്റെ താൽപ്പര്യങ്ങൾ ചുറ്റുപാടും പ്രചരിപ്പിക്കുകയാ ണെങ്കിൽ ബാസ്കറ്റ്ബോളിൽ ഒരു മികച്ചവനായിരിക്കില്ല. അവൻ ഒരു കാര്യ

ത്തിൽ ശ്രദ്ധ കേന്ദ്രീകരിച്ചു, ഒരു കാര്യത്തിൽ മാത്രം ശ്രദ്ധ കേന്ദ്രീകരിച്ചു : ബാസ്കറ്റ്ബോൾ. അവൻ തിന്നു, ഉറങ്ങി, വളയത്തിലേക്ക് ഇട്ടു. ഇപ്പോൾ, അദ്ദേഹത്തിന്റെ ഇതിഹാസ പദവിയും ദശലക്ഷക്കണക്കിന് ആസ്തിയും മൂലം, അവന്റെ താൽപ്പര്യങ്ങൾക്കൊപ്പം ബഹുഭാര്യത്വം വഹിക്കാൻ അവന് കഴിയും.

നിങ്ങളുടെ ഗെയിമിന്റെയോ ബിസിനസ്സിന്റെയോ മറ്റെന്തെങ്കിലുമോ മുകളിൽ എത്താൻ, നിങ്ങൾ ഭക്ഷണം കഴിക്കണം, ജീവിക്കണം, കൂടാതെ അവനവന്റെ കാര്യം നോക്കണം. നിങ്ങൾ 10 വ്യത്യസ്ത കാര്യങ്ങളിൽ ഏർപ്പെടുകയാണെങ്കിൽ, നിങ്ങളുടെ ഫലങ്ങൾ നനഞ്ഞതും ആദരവ് പിടിച്ചുപറ്റാത്തതുമാകും. ഒരു കാര്യത്തിൽ ശ്രദ്ധ കേന്ദ്രീകരിച്ച് അത് ഏറ്റവും മികച്ച രീതിയിൽ ചെയ്യുക.

ഏറ്റവും മികച്ച സാങ്കേതിക സംരംഭകരിൽ ചിലർ 100 ശതമാനം പ്രതിബദ്ധതയോടെ ശ്രദ്ധ കേന്ദ്രീകരിച്ച് ശ്രദ്ധേയമായ കമ്പനികൾ നിർമ്മിച്ചു, മറ്റ് സംരംഭങ്ങളിലേക്ക് ശ്രദ്ധ തിരിച്ചുവിടാതെ. വിജയകരമായ സംരംഭകർ സമ്പത്തിന്റെ മാതൃഭൂമിയിൽ എത്തിയതിനുശേഷം, അതിനുശേഷം മാത്രമേ അവർ തങ്ങളുടെ പ്രധാന ബിസിനസ്സിൽനിന്ന് വ്യതിചലിക്കുന്ന മറ്റ് സംരംഭങ്ങളിലേക്ക് വഴിമാറുകയുള്ളൂ.

മറ്റൊരുവിധത്തിൽ പറഞ്ഞാൽ, *അവരുടെ ഏകഭാര്യത്വം ബഹുഭാര്യത്വത്തിലേക്ക് നയിച്ചു.*

ഒരു സംരംഭകൻ അവരുടെ കമ്പനി 100 മില്യൺ ഡോളറിന് വിറ്റതിനുശേഷം സാധാരണയായി ചെയ്യുന്ന ആദ്യത്തെ കാര്യം എന്താണ്? അവർ പുറത്തുപോയി ഒന്നിലധികം കമ്പനികളിൽ നിക്ഷേപിക്കുകയും ജീവകാരുണ്യ പ്രവർത്തനങ്ങളിൽ ഏർപ്പെടുകയും അവരുടെ അഭിനിവേശം പ്രചരിപ്പിക്കുകയും ചെയ്യുന്നു.

എന്തുകൊണ്ടാണ് ഇപ്പോൾ ബഹുഭാര്യത്വം സാധ്യമാകുന്നത്?

പണം.

പണം മനുഷ്യ വിഭവശേഷി സംവിധാനങ്ങൾ പോലെയുള്ള സംവിധാനങ്ങൾ വാങ്ങുന്നു, കൂടാതെ സമയത്തെ വാങ്ങുന്ന പണ വ്യവസ്ഥകളെയും.

ഫാസ്റ്റ്ലെയ്ൻ വിജയം ഏകഭാര്യത്വത്തിൽനിന്നാണ്; ഭാര്യമാർക്കിടയിലും പ്രിയതമകൾക്കിടയിലും ശ്രദ്ധ വിഭജിക്കരുത്. ഇത് വിവാഹമാണ്. അതെ, നല്ല പഴയ രീതിയിലുള്ള ഏകഭാര്യത്വം. ഒരു ഫാസ്റ്റ്ലെയ്ൻ ബിസിനസ്സിൽ ശ്രദ്ധ കേന്ദ്രീകരിക്കുക, അതിനു നേരെ ചവിട്ടുക.

അധ്യായ സംഗ്രഹം : ഫാസ്റ്റ്ലെയ്ൻ പ്രത്യേകതകൾ

- ടെക്കൽ സിൻഡ്രോം ബാധിതർ ബഹുഭാര്യത്വ-അവസരവാദികളാണ്.
- ദുർബ്ബലമായ ബിസിനസ്സ് പ്രതിബദ്ധത നിങ്ങളെ ദുർബ്ബലമായ ആസ്തികളിലേക്ക് എത്തിക്കുന്നു. ദുർബ്ബലമായ ആസ്തികൾ സമ്പത്തിനെ ത്വരിതപ്പെടുത്തുന്നില്ല.
- ഏറ്റവും വിജയകരമായ സംരംഭകർ അവരുടെ ബിസിനസ്സിൽ ജീവിക്കുകയും ശ്വസിക്കുകയും ചെയ്തു 100% പ്രതിബദ്ധതയോടെ.
- വിജയകരമായ ഏകഭാര്യത്വ ബിസിനസ്സ് വിജയകരമായ ബഹുഭാര്യത്വ ബിസിനസ്സിലേക്ക് നയിക്കും, ഇത് നിരവധി അഭിനിവേശമുള്ള താൽപ്പര്യങ്ങളിലേക്കും നിക്ഷേപങ്ങളിലേക്കും വൈവിധ്യവൽക്കരിക്കുന്നു.
- നിങ്ങൾ ഒരു കമ്പനി ദശലക്ഷങ്ങൾക്ക് വിൽക്കുന്നത് വരെ എനിക്ക് പത്ത് ബിസിനസ്സുകൾ ഉണ്ട് എന്ന പൊങ്ങച്ചത്തെ പിടിച്ചുവെക്കുക.

ഒരുമിച്ച് ചേർക്കുക : നിങ്ങളുടെ വെൽത്ത് പ്ലാൻ അതിവേഗത്തിലാക്കുക

ഏത് തിരഞ്ഞെടുപ്പുകളും ഒരു നിമിഷത്തിനുള്ളിൽ നടക്കുന്നു, എന്നാൽ അവയുടെ അനന്തരഫലങ്ങൾ ജീവിതകാലം മുഴുവൻ അനുഭവിക്കേണ്ടിവരുന്നു.

—എംജെ ഡിമാർക്കോ

സമ്പത്തിന് ഒരു സൂപ്പർചാർജർ നൽകുക

ആയിരം മൈലുകളുടെ യാത്ര ആരംഭിക്കുന്നത് ഒരു ചുവടുവെപ്പിൽനിന്നാണ്. ഞാൻ ഒരുപാട് വിവരങ്ങൾ നിങ്ങളുടെ വഴിയിലേക്ക് ചേർത്തു, അത് ഒരുമിച്ച് ചേർത്ത് നിങ്ങളുടെ ആദ്യ ചുവടുവെപ്പ് നടത്താനുള്ള സമയമാണിത്. യോജിച്ച പ്രവർത്തനത്തിലൂടെ നിങ്ങളുടെ പ്രക്രിയ തുറക്കാനുള്ള സമയമാണിത്. നിങ്ങൾക്ക് ഇപ്പോൾ ആവശ്യമായ മനഃശാസ്ത്രപരവും ഗണിതപരവുമായ ചട്ടക്കൂട് ഉണ്ട്, അത് നിങ്ങൾക്ക് സമ്പത്തിന് മികച്ച സാധ്യതകൾ നൽകും. നിങ്ങളുടെ ഫാസ്റ്റ്ലെയ്ൻ ഫിനാൻഷ്യൽ റോഡ് ട്രിപ്പ് ബോൾട്ട് ആരംഭിക്കാൻ, F-A-S-T-L-A-N-E S-U-P-E-R C-H-A-R-G-E-R ഇത് ഫാസ്റ്റ്ലെയ്ൻ പ്രക്രിയയുടെ ചുരുക്കെഴുത്താണ്.

1. Formula (Fastlane supercharger) ഫോർമുല

സമ്പത്ത് ഒരു സൂത്രവാക്യവും, വിശ്വാസങ്ങൾ, തിരഞ്ഞെടുപ്പുകൾ, പ്രവർത്തനങ്ങൾ, ശീലങ്ങൾ എന്നിവയുടെ വ്യവസ്ഥാപിത പ്രക്രിയയിലൂടെ രൂപപ്പെടുന്ന ഒരു ജീവിതശൈലിയുമാണ്. സമ്പത്ത് ഒരു പ്രക്രിയയാണ്, ഒരു സംഭവമല്ല.

2. Admit (fAstlane supercharger) സമ്മതിക്കുക

സമ്പത്തിലേക്കുള്ള മുൻനിശ്ചയിച്ച പാത, "സാവധാനത്തിൽ സമ്പന്നരാകുക" എന്നതിന് അനിയന്ത്രിതമായ പരിമിതമായ സ്വാധീനം, കാലക്രമേണ പ്രവചിക്കപ്പെട്ട ദുർബ്ബലമായ ഗണിതശാസ്ത്രം എന്നിവ കാരണം അടിസ്ഥാനപരമായി പിഴവുകളുണ്ടെന്ന് സമ്മതിക്കുക (സമ്പത്ത് = ജോലി + വിപണികൾ). "വേഗത്തിൽ സമ്പന്നനാകുക" നിലവിലുണ്ടെന്ന് സമ്മതിക്കുക. "ആസൂത്രണം ഇല്ല"

എന്നത് ഒരു നല്ല പദ്ധതിയല്ല എന്നതും സമ്മതിക്കുക. നിശ്ചയത്തിന്റെ അവശിഷ്ടമാണ് ഭാഗ്യമെന്ന് സമ്മതിക്കുക.

3. Stop and Swap (faStlane supercharger) നിർത്തുക, മാപ്പുകൾ മാറ്റുക

തെറ്റായ റോഡ് മാപ്പുകൾ പിന്തുടരുന്നത് നിർത്തുക. നിങ്ങൾ ചെയ്തുകൊണ്ടിരിക്കുന്നത് നിർത്തുക. ഒരു വാരാന്ത്യത്തിൽ നിങ്ങളുടെ ആത്മാവിനെ വിൽക്കുന്നത് നിർത്തുക. 401(കെ)കളും ഇൻഡക്സ് ചെയ്ത ഫണ്ടുകളും നിങ്ങളെ സമ്പന്നനാക്കും എന്ന് ചിന്തിക്കുന്നത് നിർത്തുക. ഫാസ്റ്റ്ലെയ്ൻ റോഡ് മാപ്പിനായി ഫലപ്രദമല്ലാത്ത റോഡ് മാപ്പുകൾ മാറ്റുക. ഉപഭോക്താവിൽനിന്ന് നിർമ്മാതാവിലേക്ക് നിങ്ങളുടെ വിശ്വസ്തത മാറ്റുക.

4. Time (fasTlane supercharger) സമയം

സമയം ഫാസ്റ്റ്ലെയ്ൻ വഴിയിലെ ഏറ്റവും പ്രധാനപ്പെട്ട കണ്ണിയാണ് – പ്രത്യേകിച്ച്, ഒഴിവു സമയം. പണത്തേക്കാൾ കൂടുതൽ നൽകുന്ന പ്രവർത്തനങ്ങളിൽ നിക്ഷേപിക്കുക, അവ നിങ്ങൾക്ക് ഒഴിവു സമയം നൽകുന്നു. ഒഴിവുസമയങ്ങളെ കരാറുള്ള സമയമാക്കി മാറ്റുന്ന പരാന്നഭോജി കടം പോലെയുള്ള സമയ കള്ളന്മാരെ ഒഴിവാക്കുക. കരാറെടുത്ത സമയത്തെ ഒഴിവു സമയമാക്കി മാറ്റാൻ കഴിയുന്ന ഒരു ബിസിനസ്സ് സംവിധാനത്തിലേക്ക് സമയം നിക്ഷേപിക്കുക. ഒരു പ്രധാന തീരുമാന ഘടകമായി സമയത്തെ ഉപയോഗിച്ചുകൊണ്ട് തീരുമാനങ്ങൾ എടുക്കുക.

5. Leverage (fastLane supercharger) ലിവറേജ്

സമ്പത്ത് സൃഷ്ടിക്കാൻ നിയന്ത്രിക്കാവുന്നതും പരിധിയില്ലാത്തതുമായ ഗണിതശാസ്ത്രം പ്രയോജനപ്പെടുത്തുക. സ്ലോലെയ്ൻ സമ്പത്ത് സമവാക്യത്തിനുള്ളിൽ ലെവറേജ് ഇല്ല, കൃത്യമായ സമയത്തിൽ പ്രവചിക്കപ്പെട്ട ഒരു സമവാക്യമാണത് (മണിക്കൂർ വേതനം, വാർഷിക ശമ്പളം, വാർഷിക വരുമാനം, നിക്ഷേപിച്ച വർഷങ്ങൾ). നിങ്ങളുടെ സമ്പത്തിന് അടിവരയിടുന്ന ഗണിതശാസ്ത്രത്തെ നിയന്ത്രിക്കാനോ അവയുടെ ബാഹുല്യത്തെ വലുതായി ത്വരിതപ്പെടുത്താനോ നിങ്ങൾക്ക് കഴിയുന്നില്ലെങ്കിൽ, നിങ്ങൾക്ക് നിങ്ങളുടെ സാമ്പത്തിക പദ്ധതി നിയന്ത്രിക്കാൻ കഴിയില്ല. ലിവറേജ് ഒരു സിസ്റ്റം വഴി പ്രയോജനപ്പെടുത്തുന്നു, അത് നിങ്ങൾക്കായി പ്രവർത്തിക്കുന്നു.

6. Assets and Income (fastlAne supercharger) ആസ്തികളും വരുമാനവും

സാധ്യമായ ഒരു ബിസിനസ്സ് വഴി, വരുമാനവും ആസ്തി മൂല്യവും പൊട്ടിത്തെറിച്ച് സമ്പത്ത് ത്വരിതപ്പെടുത്തുന്നു, അത് വ്യവസ്ഥാപിതമാക്കുകയും ഒടുവിൽ ഒരു ലിക്വിഡേഷൻ ഇവന്റിൽ വിൽക്കുകയും ചെയ്യും. നിങ്ങളുടെ കഴിവിന് താഴെ ജീവിക്കുക, എന്നാൽ ഒരേസമയം ചെലവുകൾ നിയന്ത്രിക്കുമ്പോൾ വരുമാനത്തിൽ ശ്രദ്ധ കേന്ദ്രീകരിച്ച് നിങ്ങളുടെ മാർഗ്ഗങ്ങൾ വികസിപ്പിക്കാൻ ശ്രമിക്കുകയും ചെയ്യുക. വരുമാനത്തിന്റെയും ആസ്തി മൂല്യത്തിന്റെയും അപാരമായ വളർച്ച, ചെലവുകൾ വെട്ടിക്കുറക്കുകയല്ല, കോടീശ്വരന്മാരെ സൃഷ്ടിക്കുന്നു.

7. Number (fastlaNe supercharger) നമ്പർ

നിങ്ങളുടെ നമ്പർ എന്താണ്? നിങ്ങളുടെ സ്വപ്ന ജീവിതത്തിന് എത്ര പണം

ആവശ്യമാണ്? നിങ്ങളുടെ നമ്പർ നിർണ്ണയിക്കുക, ചില്ലിക്കാശായി അത് വിഘടിപ്പിക്കുക, ഇന്ന് അത് യാഥാർത്ഥ്യമാക്കുക. നിങ്ങളുടെ ചില്ലറകളെ സംരക്ഷിക്കാൻ ആരംഭിക്കുക, ഒരു ബ്രോക്കറേജ് അക്കൗണ്ട് തുറക്കുക, നിങ്ങളുടെ ചുവരിൽ ഒരു ചാർട്ട് ഇടുക അത് നിങ്ങളുടെ നമ്പറിന്റെ പുരോഗതി തുടർച്ചയായി നിരീക്ഷിക്കുന്നു. നിങ്ങളുടെ സ്വപ്ന ജീവിതശൈലി യാഥാർത്ഥ്യമാക്കുക. നിങ്ങളുടെ ജോലിസ്ഥലത്ത് ആ ജീവിതത്തിന്റെ ഫോട്ടോകൾ പോസ്റ്റ് ചെയ്യുന്നതിലൂടെ. ഉദാഹരണത്തിന്, ഒരു മലഞ്ചെരുവിൽ, നിങ്ങൾക്ക് ഒരു ക്യാബിൻ വേണമെങ്കിൽ, ആ കാഴ്ചയുടെ ഒരു ചിത്രവും കമ്പ്യൂട്ടറിൽ ഇട്ട് എല്ലാ ദിവസവും കാണണം. നിങ്ങളുടെ ഭാവി ദർശനങ്ങൾ യാഥാർത്ഥ്യമാക്കുകയും മനസ്സിനുള്ളിൽ കുറിച്ചിടുകയും വേണം, കാരണം നിങ്ങളെ നിരന്തരം ഓർമ്മിപ്പിക്കുവാൻ അതിന് സാധിക്കും. ആ സ്വപ്നങ്ങളെ മൂർത്തവും ഒഴിവാക്കാനാവാത്തതുമാക്കുക!

8. Effection (fastlanE supercharger) പ്രഭാവം

പ്രഭാവം പ്രസാദിപ്പിക്കുക, നിങ്ങൾ സമ്പത്തിനാൽ അനുഗ്രഹിക്കപ്പെടും. പ്രഭാവ നിയമം പ്രസ്താവിക്കുന്നു, "നിങ്ങൾ നിയന്ത്രിക്കുന്ന ഒരു പരിതസ്ഥിതിയിൽ നിങ്ങൾ എത്രത്തോളം ആളുകളെ സ്വാധീനിക്കുന്നുവോ അത്രയും കൂടുതൽ പണം നീ ഉണ്ടാക്കും." ദശലക്ഷക്കണക്കിന് ആളുകളെ സ്വാധീനിക്കുക, നിങ്ങൾ ദശലക്ഷക്കണക്കിന് ഉണ്ടാക്കും. നിങ്ങൾ എപ്പോഴും വൻതോതിൽ ആവശ്യങ്ങൾ പരിഹരിക്കുക, പണം നിങ്ങളുടെ ജീവിതത്തിലേക്ക് ഒഴുകുന്നു. പണം മൂല്യത്തെ പ്രതിഫലിപ്പിക്കുന്നു.

9. Steer (fastlane Supercharger) പ്രവർത്തിക്കുക

ജീവിതത്തിന്റെ പ്രവർത്തനം ഒരു തിരഞ്ഞെടുപ്പാണ്. ചില ഘട്ടങ്ങളിൽ, നിങ്ങൾ ഫാസ്റ്റ്ലെയ്ൻ പ്രത്യയശാസ്ത്രത്തോട് പ്രതിബദ്ധത പുലർത്തണം, ആ പ്രതിബദ്ധത നിങ്ങളുടെ പ്രക്രിയയെ രൂപപ്പെടുത്തുന്നു. സമ്പത്ത് ഒരു തിരഞ്ഞെടുപ്പല്ല (ഇവന്റ്), വെറും 100 പൗണ്ട് കുറക്കാനോ 100 പൗണ്ട് നേടാനോ നിങ്ങൾക്ക് നിസ്സാരമായി തിരഞ്ഞെടുക്കാനാവില്ല. ഫാസ്റ്റ്ലെയ്ൻ ഒരു ജീവിതശൈലിയാണോ, ഒരു ഹോബിയാണോ, അല്ലെങ്കിൽ ഒരു ലോട്ടറി ടിക്കറ്റ് ആണോയെന്നത് നിങ്ങൾ എങ്ങനെ നയിക്കുന്നു എന്നതിനെ ആശ്രയിച്ചിരിക്കും.

അങ്ങേയറ്റം നല്ല തീരുമാനങ്ങൾ നടപ്പിലാക്കാൻ, WCCA, WADM എന്നിവയെ വിന്യസിക്കുക. യുവത്വത്തിൽ തീരുമാനം ഏറ്റവും തീവ്രവും ശക്തവുമാണ്, പ്രായം കൂടുന്നതിനനുസരിച്ച് അത് കുറഞ്ഞുവരുന്നു. നിങ്ങളുടെ മുൻ തിരഞ്ഞെടുപ്പുകൾ പരിശോധിക്കുക. എന്തുകൊണ്ടാണ് നിങ്ങൾ? എവിടെയാണ് നിങ്ങൾ? എന്താണ് നിങ്ങളുടെ ജീവിതത്തോട് ദ്രോഹം ചെയ്തത്? എന്തിനു നിങ്ങൾ കടത്തിൽ മുങ്ങുന്നു? നിങ്ങളുടെ മുൻ തിരഞ്ഞെടുപ്പുകളിലെ തെറ്റുകൾ നിങ്ങൾ തിരുത്തുന്നില്ലെങ്കിൽ അവ ആവർത്തിക്കാൻ വിധിക്കപ്പെടും. പെരുമാറ്റത്തിലെ മാറ്റം നിങ്ങളുടെ പ്രതിഫലനത്തോടെ ആരംഭിക്കുന്നു. മുൻകാല തീരുമാനങ്ങളും ഫാസ്റ്റ്ലെയ്ൻ മാനസികാവസ്ഥക്കായി അവ പരിഷ്കരിക്കുകയും ചെയ്യുന്നു. ചുമതലയുള്ളവരാകുക പിന്നാലെ ഉത്തരവാദിത്തമുള്ളവരും.

10. Uncouple (fastlane suPercharger) വേർപ്പെടുത്തുക

നിങ്ങളുടെ ബിസിനസ്സ് സൃഷ്ടിച്ച് സ്ലോലെയ്ൻ സമ്പത്ത് സമവാക്യത്തിൽനിന്ന്

ഔദ്യോഗികമായി വേർപെർടുത്തുക. അനുകൂലമായ ഫാസ്റ്റ് ലെയ്ൻ എന്റിറ്റിയിലെ ഘടന : ഒരു സി-അല്ലെങ്കിൽ എസ്-സംഘം അല്ലെങ്കിൽ ഒരു എൽഎൽസി. അതിനുശേഷം, നിങ്ങളുടെ പകരക്കാരൻ ബിസിനസ്സ് വ്യവസ്ഥയുടെ ബോഡിയാണ് നിങ്ങളുടെ സ്ഥാപനം. അത് "ആദ്യം സ്വയം പണം നൽകുന്നു" സർക്കാരിന് അവസാനവും. ഇത് നിങ്ങളുടെ സമയത്തിൽനിന്ന് വേറിട്ട് സമയത്തെ അതിജീവിക്കുന്നു. ഒരു അസ്സറ്റ് സൃഷ്ടിക്കുന്നതിൽ, ഇത് നിങ്ങളുടെ ആദ്യപടിയാണ്.

11. Passion & Purpose (fastlane suPercharger) അഭിനിവേശവും, ലക്ഷ്യവും

ഒരു ബിസിനസ്സ് സ്ഥാപനത്തെയും നിങ്ങളുടെ സ്വപ്ന ജീവിതത്തെയും സാക്ഷാത്കരിക്കുന്നതിന് ആവശ്യമായ കണക്കുകൾ നിശ്ചയിച്ചതിനുശേഷം പതിവ് രീതിയിൽ സജീവമാക്കുന്നതിന് നിങ്ങൾക്ക് അഭിനിവേശവും ഉദ്ദേശ്യവും ആവശ്യമാണ്. "നിങ്ങൾ ഇഷ്ടപ്പെടുന്നത് ചെയ്യുക" എന്നതിനൊപ്പം "പാഷൻ" തെറ്റിദ്ധരിക്കപ്പെടരുത്. അഭിനിവേശം നിങ്ങളുടെ ആത്മാവിനെ കത്തിക്കുകയും എന്തും ചെയ്യാൻ നിങ്ങളെ പ്രേരിപ്പിക്കുകയും ചെയ്യുന്നു. അഭിനിവേശം നിങ്ങളെ ആവേശത്തോടെ പുനരുജ്ജീവിപ്പിക്കുകയും അസംതൃപ്തിയോടെ നിങ്ങളെ പ്രകോപിപ്പിക്കുകയും ചെയ്യുന്നു. ചില അഭിനിവേശങ്ങൾ സ്വാർത്ഥമാണ് (എനിക്ക് ഒരു ലംബോർഗിനി വേണം) മറ്റ് വികാരങ്ങൾ നിസ്വാർത്ഥമാണ് (എനിക്ക് അനാഥരായ കുട്ടികളെ സഹായിക്കണം). അഭിനിവേശം കത്തുന്നിടത്തോളം കാലം അത് എന്താണെന്നത് പ്രശ്നമല്ല, നിങ്ങളുടെ പോക്കറ്റിനുള്ളിലെത്തി പ്രക്രിയക്കായി നിങ്ങളെ പ്രേരിപ്പിക്കുകയും ചെയ്യുന്നിടത്തോളം.

12. Educate (fastlane supErcharger) വിദ്യാഭ്യാസം

വിദ്യാഭ്യാസം എന്നത് ബിരുദാനന്തരം മുതൽക്കേ ആരംഭിക്കുന്നു. ഒരിക്കലും പഠനം നിർത്തില്ലെന്ന് പ്രതിജ്ഞയെടുക്കുക. നാളെയാകേണ്ട വ്യക്തിയാകാൻ നിങ്ങൾക്ക് ഇപ്പോൾ അറിയാവുന്നത് മാത്രം പോരാ. നിങ്ങൾ നിയന്ത്രിക്കുന്ന ഒരു പരിസ്ഥിതിയിൽ ബിസിനസ്സ് വ്യവസ്ഥകളുടെ നിർമ്മാണവും പ്രവർത്തനവും പ്രോത്സാഹിപ്പിക്കുന്ന ഫാസ്റ്റ്ലെയ്ൻ അറിവ് അന്വേഷിക്കുക. ലൈബ്രറിയിൽ പോകുക, ഇന്റർനെറ്റിൽ കയറുക. നിങ്ങളുടെ സാമ്പത്തിക യാത്രയിലെ എണ്ണയാണ് വിവരങ്ങൾ. ദിവസേനയുള്ള വായന ചുരുക്കത്തിൽ ഉറപ്പാക്കുക, നിലവിലുള്ള സമയ ബ്ലോക്കുകൾ പ്രയോജനപ്പെടുത്തുന്നതിലൂടെ പൊട്ടിത്തെറികൾ പലപ്പോഴും പാഴാക്കപ്പെടുന്നു : ട്രെയിൻ, വിമാനം, വ്യായാമം ചെയ്യുമ്പോൾ, ഉച്ചഭക്ഷണ ഇടവേളയിൽ, രാവിലെ ഒരു മണിക്കൂർ ജോലിക്ക് മുൻപ്, അല്ലെങ്കിൽ പോസ്റ്റ് ഓഫീസിൽ കാത്തിരിക്കുന്ന സമയത്ത്.

13. Road (fastlane supeRcharger) മാർഗ്ഗം

ഒരു ഫാസ്റ്റ്ലെയ്ൻ റോഡിലേക്ക് കയറുക. എന്നാൽ ഏത് റോഡാണെന്ന് നിങ്ങൾക്ക് തീരുമാനിക്കാൻ കഴിയുന്നില്ലെങ്കിൽ വിഷമിക്കേണ്ട; ആ റോഡിന് നിങ്ങളെ തിരഞ്ഞെടുക്കാനാകും. ആവശ്യങ്ങൾ, പ്രശ്നങ്ങൾ, മെച്ചപ്പെടുത്താനുള്ള വഴികൾ എന്നിവ കാണാൻ നിങ്ങളുടെ മനസ്സിനെ പരിശീലിപ്പിക്കുക. നിങ്ങളുടെ ചിന്തകളും ഭാഷയും നിരീക്ഷിക്കുക, കാരണം, അവ നിറവേറ്റാത്ത ആവശ്യങ്ങൾ തുറന്നുകാട്ടുന്നു, അല്ലെങ്കിൽ ആവശ്യങ്ങൾ മോശമായി നിറവേറ്റുന്നു. നിങ്ങൾ അടുത്ത മുന്നേറ്റം കണ്ടെത്തേണ്ടതില്ല; ഒരു മെച്ചപ്പെടുത്തൽ അവസരം കണ്ടെ

ത്തുക, ഒരു വേദന-സന്ദർഭം അല്ലെങ്കിൽ ഒരു സേവന വിടവ്, അത് പരിഹരിക്കുക. ലോകത്തിലെ ഏറ്റവും മികച്ച ബിസിനസ്സുകൾ പലതും ഇതിനകം നിലവിലിരുന്ന ഉൽപ്പന്നങ്ങളെ അടിസ്ഥാനമാക്കിയുള്ളതാണ്; ആ ഉടമകൾ പ്രശ്നം മികച്ച രീതിയിലോ കാര്യക്ഷമമായോ പരിഹരിച്ചു. നിങ്ങൾ വിപണിയിൽ ശ്രദ്ധ കേന്ദ്രീകരിക്കുമ്പോൾ വിടവുകൾ, റോഡുകൾ തുറന്നിരിക്കുന്നു. അതെ, റോഡ് നിങ്ങളെ തിരഞ്ഞെടുക്കുന്നു.

14. Control (fastlane superCharger) നിയന്ത്രണം

നിങ്ങളുടെ സാമ്പത്തിക പദ്ധതി നിയന്ത്രിക്കുക, ഇത് നിയന്ത്രണത്തിന്റെ കൽപ്പനയെ സൂചിപ്പിക്കുന്നു. നിങ്ങൾ പൂർണ്ണമായി നിയന്ത്രിക്കുന്ന ഒരു സ്ഥാപനത്തിൽ, വിലനിർണ്ണയം മുതൽ വിപണന പ്രവർത്തനങ്ങളിൽ വരെ ഇടപഴകുക. ഫാസ്റ്റ്ലെയ്ൻ സംരംഭകർ നിർണ്ണായകമായ ബിസിനസ്സ് പ്രവർത്തനങ്ങളുടെ നിയന്ത്രണം ശ്രേണിപരമായ നിയന്ത്രണ ഘടനകളിലേക്ക് വിട്ടുകൊടുക്കുന്നില്ല, കാരണം അവ നിയന്ത്രണ ഘടനകളാണ്. നീന്തുക ഒരു സ്രാവ് പോലെ, ഒരു ഗപ്പി പോലെ അല്ല.

15. Have (fastlane supercHarger) ഉണ്ടായിരിക്കുക

മറ്റുള്ളവർക്ക് ആവശ്യമുള്ളത് ഉണ്ടായിരിക്കുക, പണം നിങ്ങളുടെ ജീവിതത്തിലേക്ക് ഒഴുകും. ഇത് ആവശ്യകതയുടെ കൽപ്പന പ്രതിഫലിപ്പിക്കുന്നു. പണത്തെ പിന്തുടരുന്നതിലൂടെ നിങ്ങൾക്ക് നിങ്ങളുടെ വരുമാനം പൊട്ടിത്തെറിപ്പിക്കാൻ കഴിയില്ല. പണത്തെ പിന്തുടരുന്നത് നിർത്തുക, കാരണം അത് ശ്രമിക്കുന്നവരെ ഒഴിവാക്കുന്നു. പകരം, പണത്തെ ആകർഷിക്കുന്നവയിൽ ശ്രദ്ധ കേന്ദ്രീകരിക്കുക, അത് ആവശ്യങ്ങൾ പരിഹരിക്കുന്ന ഒരു ബിസിനസ്സാണ്. മൂല്യം നൽകുന്നതിൽ നിന്നാണ് പണം വരുന്നത്. സ്വാർത്ഥത ഉപേക്ഷിച്ച് നിങ്ങളുടെ സഹമനുഷ്യൻ ആഗ്രഹിക്കുന്നത് നേടാൻ ശ്രമിക്കുക. നിങ്ങൾ എപ്പോൾ അത് ചെയ്യുന്നുവോ അപ്പോൾ നിങ്ങളുടെ ജീവിതത്തിലേക്ക് പണം ഒഴുകുന്നു, കാരണം ഉള്ളവരിലേക്ക് പണം ആകർഷിക്കപ്പെടുന്നു മറ്റുള്ളവർ ആഗ്രഹിക്കുന്ന, ഇച്ഛിക്കുന്ന, കൊതിക്കുന്ന ആവശ്യം ഉള്ളവരിലേക്ക്.

16. Automate (fastlane superchArger) സ്വയംചലിക്കുക

നിങ്ങളുടെ ബിസിനസ്സ് ഓട്ടോമേറ്റ് ചെയ്യുകയും സമയത്തിന്റെ കൽപ്പന മാനിക്കുകയും ചെയ്യുക. നിങ്ങളുടെ ബിസിനസ്സിൽനിന്ന് വേർപെട്ടു നിങ്ങളുടെ സമയം നേടുക. മികച്ച നിഷ്ക്രിയ വരുമാനമുള്ള പണമര തൈകളാണ് പണ സംവിധാനങ്ങൾ, വാടക സംവിധാനങ്ങൾ, കമ്പ്യൂട്ടർ സംവിധാനങ്ങൾ, ഉള്ളടക്ക സംവിധാനങ്ങൾ, വിതരണ സംവിധാനങ്ങൾ, മാനവ വിഭവശേഷി സംവിധാനങ്ങൾ എന്നിവ. ഏതൊരു ബിസിനസ്സിലും ഓട്ടോമേഷന്റെ താക്കോൽ ഈ തൈകളിൽ കിടക്കുന്നു.

17. Replicate (fastlane superchaRger) പകർപ്പ്

നിങ്ങളുടെ സിസ്റ്റം ആവർത്തിക്കുകയും അളവിന്റെ കൽപ്പന മാനിക്കുകയും ചെയ്യുക. ഹോം റണ്ണുകൾ അടിക്കാൻ കഴിയുന്ന ഫീൽഡിൽ കളിക്കുക. ദശലക്ഷങ്ങൾ സമ്പാദിക്കാൻ, നിങ്ങൾ ദശലക്ഷങ്ങളെ സ്വാധീനിക്കണം. ദശലക്ഷ

ക്കണക്കിന് ആളുകളെ സ്വാധീനിക്കാൻ, നിങ്ങൾ ദശലക്ഷക്കണക്കിന് ആളുകളെ ബാധിക്കാൻ കഴിവുള്ള ഒരു ഫീൽഡിലായിരിക്കണം! നിങ്ങളുടെ ഉൽപ്പന്നത്തിന് സേവനം, പ്രക്രിയ എന്നിവയിലൂടെ ആഗോളതലത്തിൽ പ്രഭാവ നിയമംകൊണ്ട് ലാഭം ഉണ്ടാക്കാൻ കഴിയുമോ?

18. Grow (fastlane supercharGer) വളർത്തുക

ഒരു ചെസ്സ് ഗെയിം പോലെ, നിങ്ങളുടെ ബിസിനസ്സ് പല തലങ്ങളായി പരിഗണിച്ച് വളർത്തുക. ഒരു ബ്രാൻഡ് പണിയുക, ഒരു ബിസിനസ്സ് അല്ല. ഉപഭോക്താക്കളെ നിങ്ങളുടെ ബോസിനെപ്പോലെ പരിഗണിക്കുക, അവസരങ്ങളിലേക്ക് പരാതികൾ പുനഃസ്ഥാപിക്കുക. ലോകത്തെ ഏറ്റവും മികച്ച ദിശാസൂചനകൾ നൽകുന്നതിനാൽ അവരെ ശ്രദ്ധിക്കുക. ചരക്കുവൽക്കരണം ചെറുത്തുനിൽക്കുക. മത്സരത്തിൽ നിന്ന് സ്വയം വേറിട്ടുനിൽക്കുക. ശബ്ദത്തിന് മുകളിൽ എത്തുക. ഒരേ ഒരു ബിസിനസ്സിൽ മാത്രം ശ്രദ്ധ കേന്ദ്രീകരിക്കുക.

19. Exit (fastlane superchargEr) പുറത്തുകടക്കുക

ഒരു എക്സിറ്റ് തന്ത്രം ഉണ്ടായിരിക്കുക. ഒരു പണ സംവിധാനം നിർവ്വഹിക്കുന്ന പൂർണ്ണ നിഷ്ക്രിയത്വം മാത്രമാണ് ഫാസ്റ്റ്ലെയ്ൻ ലക്ഷ്യസ്ഥാനം. ലിക്വിഡേഷൻ ഇവന്റുകൾ വഴിയാണ് പണവ്യവസ്ഥകൾക്ക് മികച്ച ധനസഹായം ലഭിക്കുന്നത്, വമ്പിച്ച ആസ്തി മൂല്യങ്ങൾ. നിങ്ങളുടെ ആസ്തികൾ ലിക്വിഡേറ്റ് ചെയ്യാനും രൂപാന്തരപ്പെടുത്താനും സമയമായെന്ന് അറിയുകയും പേപ്പർ പണം യഥാർത്ഥ പണമാക്കി മാറ്റുകയും ചെയ്യുക. കുതിരപ്പുറത്തുനിന്ന് ഇറങ്ങാൻ പഠിക്കാനും പുതിയൊരെണ്ണം ഓടിക്കാനും സമയമായെന്ന് അറിയുക.

20. Retire, Reward or Repeat (fastlane superchargeR) വിരമിക്കുക, പ്രതിഫലം നൽകുക അല്ലെങ്കിൽ ആവർത്തിക്കുക

നിങ്ങളുടെ ആസ്തി(കൾ) ലിക്വിഡേറ്റ് ചെയ്തശേഷം, റിട്ടയർ ചെയ്യുക അല്ലെങ്കിൽ ആവർത്തിക്കുക. എന്തുതന്നെയായാലും, യാത്രയിൽ കണ്ടുമുട്ടിയ നാഴികക്കല്ലുകൾക്കായി സ്വയംപ്രതിഫലം നൽകുക. നിങ്ങളുടെ ആദ്യ ഉൽപ്പന്നം വിറ്റോ? ആഘോഷിക്കൂ! അത്താഴത്തിന് പോകുക, ഒരു സിഗാർ വാങ്ങുക, ഒരു ബിയർ കുടിക്കുക. മൊത്തം മൂല്യം $100,000 എത്തിയോ? എന്തെങ്കിലും നല്ല രീതിയിൽ നിങ്ങളോട് പെരുമാറുക. ഒരു സംയുക്ത സംരംഭ ഡീൽ ബുക്ക് ചെയ്തോ? ആഹ്ളാദത്തോടെ ആഘോഷിക്കൂ. $1 മില്യണിലധികമായോ? ഒരു നല്ല അവധിക്കാലം എടുക്കുക. 10 മില്യൺ ഡോളറിൽ കവിഞ്ഞോ? ഒരു ലംബോർഗിനി വാങ്ങുക.

"എന്നാൽ, സർ... ഞങ്ങൾ നിർത്തുകയാണ്..."

ഫാസ്റ്റ്ലെയ്ൻ ഒരു ലക്ഷ്യസ്ഥാനമല്ല.

ഇത് നിങ്ങൾ ശ്രമിക്കുന്ന ഒന്നല്ല, നിങ്ങൾ ജീവിക്കുന്ന ഒന്നാണ്.

ഇതൊരു മാനസികാവസ്ഥയാണ്, എല്ലാം നിങ്ങളുടെ തലയിൽ ആരംഭിക്കുന്നു.

നിങ്ങൾ ഇതിനകം ബിസിനസ്സ് അവസരങ്ങൾ നോക്കുകയും "ഇതാണോ ഫാസ്റ്റ്ലെയ്ൻ?" എന്ന് ചോദിക്കുകയും ചെയ്യുന്നുവെങ്കിൽ നിങ്ങൾക്ക് ഇപ്പോഴും അത് ലഭിക്കുന്നില്ല. നിങ്ങളുടെ തലച്ചോറിൽ ആരംഭിച്ച് അവിടെനിന്ന് വളരുന്ന

ഒരു വിത്താണ് ഫാസ്റ്റ്ലെയ്ൻ. നിങ്ങൾക്ക് വിത്ത് വളർത്താം. അത് ഇപ്പോൾ അവിടെയുണ്ട്. അത് വളരുമോ എന്നതാണ് ചോദ്യം. സൂര്യപ്രകാശവും വെള്ളവും നൽകണോ? അതോ ജീവിത നാടകം ഏറ്റെടുത്തു കഴിഞ്ഞാൽ അത് വാടി മരിക്കുമോ?

സ്ലോലെയ്ൻ സിദ്ധാന്തത്തിലൂടെ പോരാടി പോകുക, കണ്ടെത്തലിന്റെയും അവിശ്വസനീയമായ സ്വയം വളർച്ചയുടെയും ഒന്നാണ് ഫാസ്റ്റ്ലെയ്ൻ യാത്രയെന്ന് നിങ്ങൾ മനസ്സിലാക്കും. അതിലും പ്രധാനമായി, നിങ്ങളുടെ സ്വപ്നങ്ങൾ ഉയിർത്തെഴുന്നേൽക്കും, സാധ്യതകൾ നിറഞ്ഞതായിരിക്കും.

നിങ്ങൾ എവിടെനിന്ന് ആരംഭിക്കുന്നു എന്നത് പ്രശ്നമല്ല, എന്നാൽ നിങ്ങൾ എങ്ങനെ മുന്നോട്ട് പോകുന്നുവെന്നതാണ് പ്രധാനം. അസാധാരണമായ ജീവിതത്തിലേക്കുള്ള ഒരു ഗാരേജ് വാതിൽ തുറന്നിരിക്കുന്നു – നിങ്ങളെ അടിസ്ഥാന തലത്തിൽ നിലനിർത്തുന്ന ഭൂതകാലത്തെ ഉപേക്ഷിക്കുക, യാത്ര തുടങ്ങുക. എല്ലാ ഫാസ്റ്റ്ലെയ്നറുകളും സമാനമായ ജീവിത പ്രക്ഷുബ്ധാവസ്ഥയിലാണ് ആരംഭിക്കുന്നത്.

എന്നാൽ എംജെ, എനിക്ക് ക്രെഡിറ്റ് കാർഡ് കടത്തിന്റെ ഒരു പർവ്വതമുണ്ട്!
എന്നാൽ എംജെ, എനിക്ക് സൂപ്പർമാർക്കറ്റിൽ ഷെൽഫുകൾ നിറക്കുന്ന ജോലിയാണ്!
പക്ഷേ എംജെ, ജോലി കഴിഞ്ഞ് എനിക്ക് സമയമില്ല!
എന്നാൽ എംജെ, എന്റെ ബിസിനസ്സ് ആശയങ്ങളെ എന്റെ ഭാര്യ വെറുക്കുന്നു!
എന്നാൽ എംജെ, രണ്ട് കുട്ടികളെ വളർത്തേണ്ട ഒരു സാഹചര്യം നിങ്ങൾക്കില്ല!

“പക്ഷെ” കളെ സൂക്ഷിക്കുക, കാരണം അവർ അത് മാത്രം ചെയ്യുന്നു : അവർ നിങ്ങളെ സോഫയിലേക്ക് ചേർത്ത് ഇരുത്തുന്നു, ഒന്നും ചെയ്യാനില്ലാതെ. ഒഴികഴിവുകൾ ആരെയും സമ്പന്നരാക്കിയിട്ടില്ല, നമുക്കെല്ലാവർക്കും അവയുണ്ട്. എല്ലാവരെയും പോലെ ആകുന്നത് നിർത്തി നടപടിയെടുക്കാൻ തുടങ്ങുക. ഈ വർഷം നിങ്ങളുടെ ജീവിതം എന്നെന്നേക്കുമായി മാറ്റാൻ കഴിയുന്ന ഒരു തിരഞ്ഞെടുപ്പ് നടത്തുക.

വൗ... നമ്മൾ വളരെ നേരമായി ഇവിടെയുണ്ട്, സൂര്യൻ അസ്തമിച്ചു, കോഫി ഷോപ്പ് അറ്റൻഡന്റ് അടക്കുകയാണ് എന്ന ബോർഡ് വെച്ചു. എന്നെ വിശ്വസിച്ചതിനും നിങ്ങൾ അതിനായി നൽകിയ സമയത്തിനും ഞാൻ നന്ദി പറയാൻ ആഗ്രഹിക്കുന്നു. നിങ്ങളുടെ സ്വപ്നങ്ങൾക്കും ജീവിതത്തിനും ലക്ഷ്യങ്ങൾക്കും ഇത് സഹായകരമാണെന്ന് ഞാൻ പ്രതീക്ഷിക്കുന്നു.

ലോകമെമ്പാടുമുള്ള 40,000-ത്തിലധികം സംരംഭകരുമായി ഫാസ്റ്റ്ലെയ്ൻ തന്ത്രത്തെക്കുറിച്ച് കൂടുതൽ ചർച്ച ചെയ്യണമെങ്കിൽ, ദി ഫാസ്റ്റ്ലെയ്ൻ ഫോറം. കോം-ൽ കമ്മ്യൂണിറ്റിയിൽ ചേരുക. ഇത് സൌജന്യമാണ്, അതെ, ഞാൻ എന്റെ വായനക്കാരോട് “ഹലോ” പറയുകയും മിക്കവാറും എല്ലാവരോടും സഹകരിക്കുകയും ചെയ്യുന്നു. എല്ലാ ദിവസവും. കൂടാതെ, ഞാൻ ഒരു പുതിയ പുസ്തകം (അൺസ്ക്രിപ്റ്റഡ് © 2017) എഴുതിയിട്ടുണ്ട്. ഫാസ്റ്റ്ലെയ്നെ ഒരു സമ്പൂർണ്ണ ജീവിത തന്ത്രമാക്കി മാറ്റുന്നതിനുള്ള ബ്ലൂപ്രിന്റ് – നിങ്ങൾക്ക് ഒരു ജീവിതം കെട്ടിപ്പടുക്കാൻ കഴിയുമ്പോൾ എന്തിനാണ് ഒരു ബിസിനസ്സ് മാത്രം നിർമ്മിക്കുന്നത്?

ഈ പുസ്തകം നിങ്ങളെ പ്രചോദിപ്പിക്കുകയോ മാറ്റുകയോ നിങ്ങളെ സ്വത

ന്ത്രരാക്കകയോ ചെയ്തിട്ടുണ്ടെങ്കിൽ, ദയവായി ഒരു സുഹൃത്തിനോട് പറയുക അല്ലെങ്കിൽ ഫോറത്തിൽ എന്നെ അറിയിക്കുക. *ദ മില്യനെയർ ഫാസ്റ്റ്ലെയ്ൻ* നിങ്ങളുടെ സ്വപ്നങ്ങളെ ഉണർത്തിയെന്ന് ഞാൻ പ്രതീക്ഷിക്കുകയും അവർക്ക് ശ്വസിക്കാൻ അവസരം നൽകി എന്നും കരുതുന്നു. എപ്പോഴും ഓർക്കുക, ഇത് നിങ്ങളുടെ സജീവമായ സ്വപ്നമാണെങ്കിൽ *നിങ്ങൾ ഇതിനകം സ്വപ്നം ജീവിക്കുന്നു!*

ഞാൻ നിങ്ങൾക്കെല്ലാമായി പ്രാർത്ഥിക്കുന്നു, ഒരുപക്ഷേ എന്നെങ്കിലും, ലോകത്തിൽ നിങ്ങളുടെ സ്വാധീനം ഉണ്ടാകുകയും അത് പണ്ടത്തെ ആ ലളിതമായ തിരഞ്ഞെടുപ്പിനെക്കുറിച്ച് നിങ്ങൾക്ക് പ്രതിഫലിപ്പിക്കുകയും ചെയ്യും. ഒരു പുസ്തകം എടുത്ത് വായിക്കാനുള്ള തിരഞ്ഞെടുപ്പ്.

നിങ്ങളുടെ സ്വപ്നങ്ങൾക്കും, നിങ്ങളുടെ ജീവിതത്തിനും, നിങ്ങളുടെ സന്തോഷത്തിനും... സൌഭാഗ്യം നേരുന്നു, ദൈവം അനുഗ്രഹിക്കട്ടെ.

—എംജെ ഡിമാർക്കോ

അനുബന്ധം 1

വായനക്കാരന്റെ പ്രതിഫലനങ്ങൾ

എംജെ, ഞാൻ ഒരു ഹൈസ്കൂൾ അധ്യാപകനാണ്... ഞാൻ എങ്ങനെ ഫാസ്റ്റ്ലെയ്നിൽ പോകും?

നിങ്ങളുടെ ലോകത്തിലെ എന്തെങ്കിലും പ്രശ്നങ്ങൾ പരിഹരിക്കാൻ നിങ്ങൾക്ക് കഴിയുമോ? ഓരോ സ്കൂളിനും അവരുടെ പാഠ്യപദ്ധതിക്ക് ആവശ്യമായ ഒരു ഉൽപ്പന്നം നിങ്ങൾ കണ്ടുപിടിച്ചാലോ? നിങ്ങൾ അധ്യാപകരെ ലക്ഷ്യമിട്ട് ഒരു പുസ്തകം എഴുതിയാലോ? നിങ്ങൾക്ക് സ്വന്തമായി ഒരു സ്വകാര്യ സ്കൂൾ തുടങ്ങാമോ? നിങ്ങൾക്ക് ഒരു വിദ്യാഭ്യാസ പരിപാടിയും അതിന്റെ ഒരു സബ്സ്ക്രിപ്ഷൻ വിൽക്കുന്നതും സൃഷ്ടിക്കാൻ കഴിയുമോ? വീഡിയോ വിദ്യാഭ്യാസത്തിന് ഒരു പാരമ്പര്യമുണ്ട്. നിങ്ങൾ അത് സൃഷ്ടിച്ചുകഴിഞ്ഞാൽ, അത് നിങ്ങളുടെ സമയത്തിൽനിന്ന് വേറിട്ട് കാലത്തിലൂടെ നിലനിൽക്കുന്നു. നിങ്ങളുടെ നിലവിലുള്ള റോഡിന് സമീപമുള്ള ഒരു ആവശ്യം നിങ്ങൾക്ക് തിരിച്ചറിയാൻ കഴിയുന്നില്ലെങ്കിൽ, മറ്റൊന്ന് മറ്റൊരു റോഡിലെ പ്രശ്നങ്ങൾ നിങ്ങൾക്ക് തിരിച്ചറിയാനാകുമോ? ഒരുപക്ഷേ ഒരു വിദ്യാർത്ഥിക്ക് പരിഹാരം ആവശ്യമായ ഒരു പ്രശ്നത്തെക്കുറിച്ച് ഉൾക്കാഴ്ച ഉണ്ടായിരിക്കാം. അവരുടെ പരാതികൾ നിങ്ങൾ കേൾക്കുന്നുണ്ടോ? അവരുടെ വിവാദവിഷയം, പരീക്ഷണങ്ങൾ, പ്രശ്നങ്ങൾ?

ആവശ്യങ്ങൾ എല്ലായിടത്തും ഉണ്ട്, അവ നിങ്ങളുടെ നിലവിലെ റോഡിൽ നിന്ന് കാണേണ്ടതില്ല. നിങ്ങൾ അവരുടെ വാതിലിൽ മുട്ടുമ്പോൾ മാത്രമേ റോഡുകൾ തുറക്കൂ. കൂടാതെ, അദ്ധ്യാപകനെന്ന നിലയിൽ, മറ്റുള്ളവർക്ക് ലഭിക്കാത്ത സമയത്തിലേക്കുള്ള അത്ഭുതപൂർവ്വമായ ആക്സസ് നിങ്ങൾക്കുണ്ട്. വേനൽ മാസ അവധികൾ മികച്ച ഫാസ്റ്റ്ലെയ്ൻ വിക്ഷേപണ പദ്ധതിയായി വർത്തിക്കും.

എംജെ, എന്റെ അയൽക്കാരന് 19 വർഷമായി ഒരു ബിസിനസ്സ് ഉണ്ട്. അവൻ ഒരിക്കലും വീട്ടിലുമില്ല, ഒന്നിനും വേണ്ടിയുള്ള സമയവും ഇല്ല. അവൻ തീർച്ചയായും ധനികനുമല്ല. ഒരു ബിസിനസ്സ് സ്വന്തമാക്കുന്നത് സമ്പത്തിന് ഉറപ്പുനൽകുന്നില്ല!

ഞാൻ അംഗീകരിക്കുന്നു. നിങ്ങളുടെ അയൽക്കാരന്റെ പ്രശ്നം അവന്റെ ബിസിനസ്സ് സമയത്തിന്റെ കൽപ്പനയെ പരാജയപ്പെടുത്തുന്നതാണ്. ഒരു പണമരത്തെയുമായി നിങ്ങളുടെ ബിസിനസ്സിന് സമയത്തിൽനിന്ന് വേർപ്പെടാൻ കഴിയുന്നില്ലെങ്കിൽ, നിങ്ങളുടെ ബിസിനസ്സ് എന്നും ഒരു ബില്ലടക്കുന്ന ജോലി മാത്രമായിരിക്കും.

എംജെ, എനിക്ക് 22,000 ഡോളർ കടമുണ്ട്, മാത്രമല്ല എന്റെ ജീവിതത്തിന്റെ രണ്ടറ്റവും കഷ്ടിച്ച് കൂട്ടിമുട്ടിക്കുകയുമാണ്. ഞാൻ എവിടെ തുടങ്ങണം?

ആ കടത്തിന്റെ ഉറവിടം മനസ്സിലാക്കിക്കൊണ്ട് ആരംഭിക്കുക. എന്തുകൊണ്ടാണ് അത് നിലനിൽക്കുന്നത്? നിങ്ങൾ എങ്ങനെ $22,000 ശേഖരിക്കും? നിങ്ങളുടെ കടം ശേഖരണം ഒരു സംഭവമല്ല, മറിച്ച് നിരവധി വർഷങ്ങളായി സംഭവിച്ച ഒരു പ്രക്രിയയാണ്. നിങ്ങൾ ഒരു ദിവസം രാവിലെ ഉണർന്ന് $22K കടത്തിൽ ആയ തല്ല! നിങ്ങളുടെ തിരഞ്ഞെടുപ്പുകളായിരിക്കാം വഴിതെളിച്ചത് – പണമടച്ച് വാങ്ങുന്നതിനേക്കാൾ കടത്തിൽ വാങ്ങാനുള്ള നിരവധി തിരഞ്ഞെടുപ്പുകൾ. നിങ്ങൾ ആ ട്രെൻഡി വസ്തുങ്ങൾ വാങ്ങാൻ തിരഞ്ഞെടുത്തു. നിങ്ങൾ ഫാൻസി കാർ തിരഞ്ഞെടുത്തു. നിങ്ങൾ മറ്റുള്ളവരുടെ ജീവിത ശൈലി തിരഞ്ഞെടുക്കുകയും, നിങ്ങളുടെ ക്രെഡിറ്റ് കാർഡിലൂടെ എല്ലാം ഈടാക്കുന്നതിനും ഇടയാക്കി. അല്ലെങ്കിൽ ഒരുപക്ഷേ നിങ്ങൾ വളരെ ചെലവേറിയ ഒരു വീട്ടിലാണ് താമസിക്കുന്നത്.

കടത്തിൽനിന്ന് രക്ഷപ്പെടുന്നതിന്, സംഭവങ്ങളെ ഒഴിവാക്കി പ്രവർത്തി ചെയ്യാനുള്ള പ്രതിബദ്ധത ആവശ്യമാണ്, ഇതിന് വിപരീതമായത് ഒഴികെ. നടപ്പാതയിൽ നിന്ന് പശ്ചാത്തപിക്കുകയും കടം പിടിച്ചുനിർത്തുന്ന പുതിയ തിരഞ്ഞെടുപ്പുകൾ നടത്തുകയും ചെയ്യുക. എല്ലാത്തിനും പണം നൽകുക. നിങ്ങൾക്ക് പണം നൽകാൻ കഴിയുന്നില്ലെങ്കിൽ, നിങ്ങൾക്ക് അത് താങ്ങാൻ കഴിയില്ല.

രണ്ടാമതായി, നിങ്ങളുടെ വരുമാനത്തിൽ ശ്രദ്ധ കേന്ദ്രീകരിക്കുക. നേരിടുക. നിങ്ങൾ കൂടുതൽ പണം സമ്പാദിക്കേണ്ടതുണ്ട്. നിങ്ങൾ ഓരോ മാസവും 15,000 ഡോളർ ലാഭിക്കുന്ന ഒരു ബിസിനസ്സ് സ്വന്തമാക്കിയെങ്കിൽ, ആ കടം പെട്ടെന്നൊരു ഭാരമായി തോന്നുമോ? ഇല്ല, ഒരിക്കലും തോന്നില്ല. നിങ്ങൾ അത് ആഴ്ചകൾക്കുള്ളിൽ അടച്ചു തീർക്കുമായിരുന്നു, പതിറ്റാണ്ടുകളാകില്ല. *വരുമാനം ആണ് ഉത്തരം*, ഒരു താൽക്കാലിക ചെലവ് കുറക്കലും കടത്തിന്റെ വളർച്ച തടയലും. ഒരു സൈഡ്-ഹസിൽ നോക്കി ആരംഭിക്കുക; ഈബേ-യിൽ വിൽക്കുക, വിചിത്രമായ ജോലികൾ ചെയ്യുക, എട്സിയിൽ നിങ്ങളുടെ കലാസൃഷ്ടി വിൽക്കുക. ചില ഘട്ടങ്ങളിൽ, ആവശ്യം അടിസ്ഥാനമാക്കിയുള്ള ഒരു ബിസിനസ്സ് ആരംഭിക്കാൻ പ്രതിജ്ഞാബദ്ധമാണ്. നിങ്ങൾക്ക് വരുമാനം വർദ്ധിപ്പിക്കാനും ഫാസ്റ്റ് ലെയ്ൻ സമ്പത്ത് സമവാക്യത്തിലേക്ക് സ്വയം വെളിപ്പെടുത്താനും ഉപയോഗിക്കാം. അതെ, മറ്റുള്ളവർ ചെയ്യാൻ മടികാണിക്കുന്ന എന്തെങ്കിലും ചെയ്യാൻ നിങ്ങളുടെ കൈകൾ വൃത്തികേടാക്കേണ്ടി വന്നേക്കാം. മറ്റുള്ളവർ ചെയ്യാത്തത് ചെയ്യുക. ഒന്നുകിൽ നിങ്ങൾ അത് വളരെയധികം ആഗ്രഹിക്കുന്നു, അല്ലെങ്കിൽ ഇല്ല.

എം ജെ ഞാനും ഭാര്യയും രണ്ട് വ്യത്യസ്ത റോഡുകളിലൂടെയാണ് സഞ്ചരിക്കുന്നത്. അവൾ ആജീവനാന്ത സ്ലോലെയ്നറാണ് ഓരോ പൈസയും സമ്പാദിച്ച് മിതവ്യയ ജീവിതം നയിക്കുന്നു, ഞാൻ ഒരു പരമ്പര സംരംഭകനാണ് ജീവിതത്തിൽനിന്ന് കുറച്ചുകൂടി ആഗ്രഹിക്കുന്നവനാണ്. എന്റെ പ്രശ്നം ഇതിലൂടെ എനിക്ക് നല്ലൊരു ഫലം കിട്ടിയിട്ടില്ല, കൂടാതെ ഞങ്ങളുടെ ബന്ധത്തിൽ കുഴപ്പങ്ങളെ സൃഷ്ടിക്കുന്നു.

നിങ്ങളുടെ ഭാര്യ ഈ പുസ്തകം വായിച്ചിട്ടുണ്ടോ? അങ്ങനെയാണെങ്കിൽ, അവൾ സമ്മതിക്കുന്നില്ലെങ്കിൽ, നിങ്ങളുടെ ഭാവിയിലേക്കുള്ള തീരുമാനങ്ങൾ നിങ്ങൾക്ക്

കഠിനമായേക്കാം. നിങ്ങളുടെ ജീവിതപങ്കാളി നിങ്ങളുടെ ജീവിത ഉടനീള പങ്കാളിയാണ്. നിങ്ങളുടെ പാത സമാന്തരമായി ഓടുന്നില്ലെങ്കിൽ, മുന്നോട്ടുള്ള യാത്ര പരുക്കനായേക്കാം. നമ്മുടെ തിരഞ്ഞെടുപ്പുകളും അവയുടെ കുതിരശക്തിയും പോലെ, ബന്ധങ്ങൾക്കും പാതയുണ്ട്. ഒരു ഡിഗ്രി വ്യതിചലിക്കുന്ന ഇന്നത്തെ റോഡ് വർഷങ്ങൾക്കുശേഷം നിങ്ങളുടെ പങ്കാളിയുടെ റോഡിൽനിന്ന് 90 ഡിഗ്രി വ്യതിചലിക്കും.

വ്യക്തിപരമായി, "കുഴപ്പമില്ലാത്ത" ബന്ധങ്ങളിൽ എനിക്ക് താൽപ്പര്യമില്ല, പക്ഷേ രണ്ട് വ്യക്തികളെയും അവരുടെ ഏറ്റവും മികച്ചതാക്കാൻ ശാക്തീകരിക്കുന്ന ബന്ധങ്ങളാണ് താൽപ്പര്യം. എനിക്ക് നിങ്ങളുടെ ബന്ധത്തിന്റെ ശക്തി ഊഹിക്കാനാവില്ല; നിങ്ങൾക്ക് മാത്രമേ കഴിയൂ. നിങ്ങൾക്കും നിങ്ങളുടെ പങ്കാളിക്കും നിങ്ങളുടെ വിഭജനത്തെ മറികടക്കാൻ കഴിയുന്ന ചില പൊതു തത്വങ്ങളിൽ വിട്ടുവീഴ്ച ചെയ്യാമോ? സമയത്തിന്റെ മൂല്യം പോലെ? സാമ്പത്തിക സാക്ഷരതയുടെ പ്രാധാന്യം പോലെ? നിങ്ങളുടെ വരുമാനം സമയത്തിൽനിന്നും വേർപെടുത്തേണ്ടതുപോലെ? പരാന്നഭോജി കടത്തിന്റെ വിനാശകരമായ ഫലങ്ങൾ? ഒരുപക്ഷേ ഈ പൊതു കാരണങ്ങൾ നിങ്ങളുടെ റോഡുകൾ ഒരു പൊതു ലക്ഷ്യത്തിനായി ബന്ധിപ്പിച്ച് നിർത്താൻ മതിയാകും.

കൂടാതെ, നിങ്ങളുടെ "തുടർച്ച " ഒരു പ്രശ്നമായേക്കാം. നിങ്ങൾ 10 വ്യത്യസ്ത അവസരങ്ങൾ സമതുലിതമാക്കുന്ന ഒരു ബഹുഭാര്യത്വ അവസരവാദിയാണോ? നിങ്ങളുടെ ബിസിനസ്സ് ഒരു പങ്കാളിയാണ്. വഞ്ചന ഉപേക്ഷിച്ച് ഒരു ബിസിനസ്സിന് നിങ്ങളുടെ എല്ലാ ശ്രദ്ധയും നൽകുക. നിങ്ങൾ ചെലുത്തിയ അധ്വാനത്തിനനുസരിച്ച് നിങ്ങൾക്ക് പ്രതിഫലം ലഭിക്കും. അനേകം ബിസിനസ്സുകാർക്കിടയിൽ സമയത്തെ വിഭജിക്കുന്നതുമൂലം വരുമാനവും ആസ്തിയുടെ മൂല്യത്തിലും ഒരു മന്ദഗതിയിലുള്ള പുരോഗതി ആയിരിക്കും ഉണ്ടാകുക.

എംജെ, റിയൽ എസ്റ്റേറ്റിന്റെ കാര്യമോ? നിങ്ങൾ അത് അധികം പരാമർശിക്കുന്നില്ല... ഇത് ഫാസ്റ്റ്ലെയ്ൻ ആണോ?

റിയൽ എസ്റ്റേറ്റ് "ഫാസ്റ്റ്ലെയ്ൻ ആകുന്നതിന്" അഞ്ചു നിയമങ്ങളുടെയും ബുദ്ധിപരമായ പ്രയത്നം ആവശ്യമാണ്. അതായത്, നിങ്ങൾ ഒരു റിയൽ എസ്റ്റേറ്റ് നിക്ഷേപകനായത് അത് ആവശ്യം കാരണമാണോ അതോ അത് നിനക്ക് അറിയാവുന്ന കാര്യം ആയതുകൊണ്ടാണോ? വിജയകരമായ ഒരു റിയൽ എസ്റ്റേറ്റ് നിക്ഷേപകൻ ഒരു വീട് മാറ്റുന്നതിന് കാരണം അതിന് പുനരധിവാസം ആവശ്യമായതുകൊണ്ടാണ്. വിജയകരമായ ഒരു റിയൽ എസ്റ്റേറ്റ് നിക്ഷേപകൻ ഒരു അപ്പാർട്ട്മെന്റ് സമുച്ചയം വികസിപ്പിക്കുന്ന കാരണം അയൽപക്കത്തിന് അത് ആവശ്യമാണ്.

കൂടാതെ, റിയൽ എസ്റ്റേറ്റിന് വ്യാപ്തിയുണ്ട്, പക്ഷേ എത്തിച്ചേരാൻ കഴിയില്ല. അതിനർത്ഥം ഒന്നിലധികം വിജയങ്ങൾ, അല്ലെങ്കിൽ മനഃപൂർവ്വമായ ആവർത്തനം ആവശ്യമാണ്. ഒരു ചെറിയ സ്വത്ത് കൊണ്ട് നിങ്ങൾ സമ്പന്നരാകാൻ പോകുന്നില്ല, പക്ഷേ വർഷങ്ങൾകൊണ്ട് 200 സ്വത്തുക്കൾ ശേഖരിക്കുകയാണെങ്കിൽ സാധിച്ചേക്കാം. ശേഖരണം കുറച്ച് വർഷങ്ങൾക്കുള്ളിൽ സംഭവിക്കുന്നില്ല, പക്ഷേ പലവർഷങ്ങളിൽ. 22 വയസ്സുള്ള ഒരു റിയൽ എസ്റ്റേറ്റ് കോടീശ്വരനായ നിക്ഷേപകനെ ഞാൻ കണ്ടിട്ടില്ല, കാരണം അത് ആസ്തി മൂല്യങ്ങളുള്ള വേഗത കുറഞ്ഞ ഫാസ്റ്റ്ലെയ്നാണ്. നിങ്ങളുടെ സ്വന്തം ബിസിനസ്സ് പോലെ

എളുപ്പത്തിൽ കൈകാര്യം ചെയ്യാൻ കഴിയില്ല. ആസ്തി മൂല്യം ആധിക്യം കൊണ്ട് പരിമിതപ്പെടുത്തിയിരിക്കുന്നു, അതുകൊണ്ടാണ് ഏറ്റവും സമ്പന്നരായ റിയൽ എസ്റ്റേറ്റ് നിക്ഷേപകർ വയസന്മാരായത്. മാത്രമല്ല അവർ ഉയർന്ന ഡോളർ പ്രോപ്പർട്ടികളിൽ ശ്രദ്ധ കേന്ദ്രീകരിക്കുന്നു. റിയൽ എസ്റ്റേറ്റിന് സമയത്തെ അതിജീവിക്കുന്ന ഡിറ്റാച്ച്മെന്റ് ഘടകം ഉണ്ട്.

എം ജെ, അഫിലിയേറ്റ് മാർക്കറ്റിംഗ് "ഫാസ്റ്റ്ലെയ്ൻ" ആണോ? അതിനെ കൊല്ലുന്ന ചില ആളുകളെ എനിക്കറിയാം!

അഫിലിയേറ്റ് മാർക്കറ്റിംഗ് (എഎം) പ്രവേശനത്തിന്റെയും നിയന്ത്രണത്തിന്റെയും നിയമങ്ങൾ ലംഘിക്കുന്നു, കൂടാതെ നിങ്ങൾക്ക് ആ നിയന്ത്രണങ്ങൾ അട്ടിമറിക്കാൻ കഴിയുമെങ്കിൽ, അത് ഫാസ്റ്റ്ലെയ്ൻ ആകാം. നിർഭാഗ്യവശാൽ, ഏറ്റവും കർശനമായ നിർവ്വചനത്തിൽ, എ എം ഫാസ്റ്റ്ലെയ്ൻ അല്ല. എന്നിരുന്നാലും, ഇത് ഒരു വലിയ തന്ത്രമായിരിക്കും വരുമാനത്തിന്, കൂടാതെ ഡിജിറ്റൽ മാർക്കറ്റിംഗ് വിദ്യാഭ്യാസമായി സേവിക്കാം. ബിസിനസ്സ് ആരംഭിക്കാൻ അതൊരു മികച്ച സ്ഥലവുമാകാം. ചിലപ്പോൾ നിങ്ങൾ എന്തെങ്കിലും ചെയ്യാൻ തുടങ്ങേണ്ടതുണ്ട്, എന്തും! ഓർക്കുക, "ഫാസ്റ്റ്ലെയ്ൻ" ചിന്തയിൽ തുടങ്ങുന്നു.

വലിയ പണ വിപണനക്കാരെ സംബന്ധിച്ചിടത്തോളം, അവർ ഉണ്ടെന്ന് ഉറപ്പാണ്. അതുപോലെ, ലോട്ടറി വിജയികളും. അതെ, കോടീശ്വരൻമാരായ ചില കരിയർ നെറ്റ്‌വർക്ക് മാർക്കറ്റർമാരുണ്ട്. എന്റെ കാഴ്ചപ്പാട് കേവലങ്ങളെക്കുറിച്ചല്ല, സാധ്യതകളെക്കുറിച്ചാണ്. നിങ്ങൾ നിയന്ത്രണം ലംഘിക്കുമ്പോഴെല്ലാം, നിങ്ങൾ നിയന്ത്രണം ഉപേക്ഷിക്കുന്നു. നിങ്ങൾ പ്രവേശനം ലംഘിക്കുമ്പോഴെല്ലാം, നിങ്ങൾ അസാധാരണനായിരിക്കണം.

പ്രതിമാസം $30,000 സമ്പാദിക്കുന്ന ഓരോ അനുബന്ധ വിപണനക്കാരനും $100-ൽ താഴെ വരുമാനമുള്ള 300,000 പേർ ഉണ്ട്. അവിടെ പ്രതിമാസം $50,000 സമ്പാദിക്കുന്ന ഓരോ നെറ്റ്‌വർക്ക് വിപണനക്കാരനും പകരം 500,000 പേർ $100-ൽ താഴെയാണ്. ഒരു മില്യൺ ഡോളർ നേടുന്ന ഓരോ ലോട്ടറി വിജയിക്കും, ഒരു ദശലക്ഷം നഷ്ടക്കാരുണ്ട്. സാധ്യതകൾ!

നിങ്ങൾക്ക് പ്രോബബിലിറ്റി നിരസിക്കാനും അസാധാരണനാകാനും കഴിയുമെന്ന് നിങ്ങൾ കരുതുന്നുവെങ്കിൽ, അതിനായി പോകുക. ഒപ്പം അഭിനന്ദനങ്ങളും! ദശലക്ഷക്കണക്കിന് മൂല്യമുള്ള നിരവധി അഫിലിയേറ്റ് മാർക്കറ്റർമാരെ കുറിച്ച് എനിക്ക് ചിന്തിക്കാൻ കഴിയും.

അവർക്ക് ആ ഫീൽഡിൽ വിജയിക്കാൻ കഴിയുമെങ്കിൽ, അവർക്ക് അതിനെ ഫാസ്റ്റ്ലെയ്നിൽ മികച്ചതാക്കാൻ കഴിയുമെന്നതിൽ എനിക്ക് സംശയമില്ല!

ഫാസ്റ്റ്ലെയ്ൻ ഇതര വിഭാഗങ്ങളിലെ അനുഭവം, വിഭാഗം വിലയില്ലാത്തത് അല്ലെങ്കിൽ ഒഴിവാക്കേണ്ടത് ആണെന്ന് അർത്ഥമാക്കുന്നില്ല. ഞാൻ ഗണിതത്തെയും സാധ്യതകളെയും വിശ്വസിക്കുന്നു – അതുകൊണ്ട് എന്റെ അപ്പം മറ്റൊരാളുടെ കൊട്ടയിലല്ല. നിങ്ങളുടെ ബിസിനസ്സ് വളർത്തുന്നതിനുള്ള ശക്തമായ ഒരു സംവിധാനമാണ് അഫിലിയേറ്റ് മാർക്കറ്റിംഗ്; അതുകൊണ്ടാണ് ബഹുജനങ്ങൾ ചേരാൻ ആഗ്രഹിക്കുന്ന അനുബന്ധ പ്രോഗ്രാമുകൾ സൃഷ്ടിക്കാൻ ഞാൻ വാദിക്കുന്നത്. അവരോടൊപ്പം ചേരരുത്.

എംജെ, ഞാൻ കോളേജ് ഒഴിവാക്കണോ?

എനിക്ക് നിങ്ങളുടെ ജീവിത തീരുമാനങ്ങൾ എടുക്കാൻ കഴിയില്ല, പ്രത്യേകിച്ച് എനിക്ക് നിങ്ങളെക്കുറിച്ച് ഒന്നും അറിയാത്തപ്പോൾ, നിങ്ങളുടെ സംസ്കാരം, അല്ലെങ്കിൽ നിങ്ങളുടെ പശ്ചാത്തലം. എന്നെ സംബന്ധിച്ചിടത്തോളം, ഇതെല്ലാം അതിന്റെ വില, നിങ്ങളുടെ പക്വത, നിങ്ങളുടെ ലക്ഷ്യങ്ങളും അതിന്റെ നാമമാത്രമായ നേട്ടങ്ങളെയും സംബന്ധിച്ചാണ് ഇരിക്കുന്നത്. നിങ്ങൾക്ക് ഒരു ഡോക്ടറോ എഞ്ചിനീയറോ നഴ്സോ ആകണമെങ്കിൽ, അതെ, നിങ്ങൾക്ക് സ്കൂൾ വേണം! കാര്യമായ എഞ്ചിനീയറിംഗ് ആവശ്യമുള്ള ഒരു ഉൽപ്പന്നം കണ്ടുപിടിക്കാൻ നിങ്ങൾ ആഗ്രഹിക്കുന്നുവെങ്കിൽ, നിങ്ങൾക്ക് കോളേജ് ആവശ്യമായി വന്നേക്കാം! വിദ്യാഭ്യാസ അടിമത്തത്തെ ശ്രദ്ധിച്ചാൽ മതി, ഒരു കോളേജ് ബിരുദം സമ്പത്തിന് ഒരു മുൻവ്യവസ്ഥയല്ലെന്ന് അറിയുക. ഏത് വിദ്യാഭ്യാസത്തിന്റെയും വേഗത അതിന്റെ ഉദ്ദേശ്യവും ചെലവും അനുസരിച്ച് വ്യത്യാസപ്പെടുന്നു. ഞാൻ കോളേജിൽ പോയി, ഞാൻ ഖേദിക്കുന്നില്ല, എന്നിരുന്നാലും ഇന്ന് ഞാൻ അതിന് $50,000 നൽകില്ല.

എം ജെ, എന്റെ മുകളിലെ സ്പോൺസർ പറഞ്ഞു, നിങ്ങൾ ഒരു സ്വപ്ന മോഷ്ടാവാണെന്നും നിങ്ങളുടെ നെറ്റ്‌വർക്ക് മാർക്കറ്റിംഗ്-ൽ ഉള്ള കാഴ്ചപാട് തെറ്റാണെന്നും ?

കൊള്ളാം, അപ്പോൾ അദ്ദേഹത്തിൽനിന്ന് ഉപദേശം സ്വീകരിക്കുക. അഞ്ച് വർഷത്തിനുള്ളിൽ അത് എങ്ങനെയാണെന്ന് എന്നെ അറിയിക്കു.

എനിക്ക് ഒരു ഭാര്യയും രണ്ട് കുട്ടികളും ഉണ്ട്, എനിക്ക് എന്റെ ജോലി ഉപേക്ഷിക്കാൻ കഴിയില്ല. എനിക്ക് എങ്ങനെയാണ് ഫാസ്റ്റ്‌ലെയ്നിലേക്ക് പോകാൻ സമയം കണ്ടെത്താൻ കഴിയുക?

സമയമല്ല പ്രശ്നം – ആഗ്രഹവും അഭിനിവേശവുമാണ്. ജ്വലിക്കുന്ന അഭിനിവേശമില്ലാതെ, നിങ്ങളുടെ ആഗ്രഹം പ്രതിബദ്ധതയല്ല, താൽപ്പര്യമായി പ്രകടമാകുന്നു. പ്രതിബദ്ധതയുള്ള ഫാസ്റ്റ്‌ലെയ്നർമാർ സമ്പത്ത് കെട്ടിപ്പടുക്കുന്നു, അതേസമയം താൽപ്പര്യമുള്ള ഫാസ്റ്റ്‌ലെയ്നർമാർ ഒഴികഴിവുകൾ സൃഷ്ടിക്കുന്നു. നിങ്ങൾക്ക് ഉത്തരവാദിത്തങ്ങൾ ഉള്ളതിനാൽ നിങ്ങൾ ആഴത്തിലുള്ള കെണിയിൽ അകപ്പെട്ടിരിക്കുന്നു. ഇങ്ങനെയാണ് സ്ലോ ലെയ്ൻ വിജയിക്കുകയും അതിന്റെ പ്ലാനിനോട് നിങ്ങളെ യോജിച്ച് നിർത്തുകയും ചെയ്യുന്നത്.

മോചനം നേടുന്നതിന്, നിങ്ങൾ പ്രതിബദ്ധത പുലർത്തുകയും വ്യക്തിപരമായ അഭിനിവേശത്തിൽനിന്ന് നിങ്ങളും നിങ്ങളുടെ കുടുംബവും മാറുകയും വേണം. ആ അഭിനിവേശം നിങ്ങൾക്ക് സമയം നൽകും, അത് അതിരാവിലെയോ വൈകുന്നേരങ്ങളിലോ, അല്ലെങ്കിൽ വാരാന്ത്യങ്ങളിലോ ആയിരിക്കും. ഓർക്കുക, ശരാശരി അമേരിക്കക്കാരൻ ജീവിതത്തിൽ 9 വർഷം ടിവി കാണുന്നു. അവിടെ തുടങ്ങുക.

എം ജെ, നിങ്ങൾ ദയ അർഹിക്കുന്നവനാണ്. ലംബോർഗിനിയും മിന്നുന്ന കാറുകളും ആളുകളെ സന്തോഷിപ്പിക്കുന്നില്ല.

അടിപൊളി. ഞാൻ അംഗീകരിക്കുന്നു. കാറുകളും വിലകൂടിയ കളിപ്പാട്ടങ്ങളും നിങ്ങളെ സന്തോഷിപ്പിക്കില്ല. ഞാൻ എന്റെ ആദ്യത്തെ ലംബോ വാങ്ങിയ

പ്പോൾ ഞാൻ ഇതിനകം സന്തോഷവാനായിരുന്നു, അത് എന്റെ പ്രതിഫലത്തെ പ്രതിഫലിപ്പിച്ചു (ഫാസ്റ്റ്ലെയ്ൻ സൂപ്പർചാർജെർ). നേട്ടത്തിന്റെ പ്രക്രിയയിൽ നിന്ന് സന്തോഷം പരിണമിച്ചു, അതേസമയം വാങ്ങൽ പ്രതിഫലവും സംഭവവും ആയിരുന്നു. നേട്ടം കേക്കും, പ്രതിഫലം കേക്കിന്റെ അലങ്കാരവുമാണ്. നിങ്ങളുടെ നിർദ്ദിഷ്ട ലക്ഷ്യങ്ങളിലേക്കുള്ള ആവർത്തിച്ചുള്ള പ്രവർത്തനം നിങ്ങളെ സന്തോഷിപ്പിക്കും, ഒരു കാറല്ല! പിന്നെ അത് സംഭവിക്കുമ്പോൾ, ആഡംബര കാർ ഇനി ആവശ്യമില്ലെന്ന് അറിയുമ്പോൾ നിങ്ങൾ ഞെട്ടിയേക്കാം.

കൂടാതെ, ഒരു വ്യക്തിയുടെ സന്തോഷ സമവാക്യത്തിന്റെ 50%, സ്വയം ഭരണം (സ്വാതന്ത്ര്യം) പ്രതിനിധീകരിക്കുന്നുവെന്ന് ശാസ്ത്രീയ പഠനങ്ങൾ തെളിയിച്ചിട്ടുണ്ട്. ഞാൻ സ്വതന്ത്രനാണ്, സ്പോർട്സ് കാർ ആ സ്വാതന്ത്ര്യത്തെ പ്രതീകപ്പെടുത്തി. നിങ്ങൾ സ്വതന്ത്രനാണോ അതോ വെറുപ്പാണോ?

ഞാൻ അവിവാഹിതയായ അമ്മയും ദന്ത ശുചിത്വ വിദഗ്ധയുമാണ്. ഞാൻ എങ്ങനെ ഫാസ്റ്റ്ലെയ്നിൽ പോകും?

ഓഹ്. വീണ്ടും, "ഫാസ്റ്റ്ലെയ്ൻ" നിങ്ങളുടെ ചിന്തയിൽ ആരംഭിക്കുന്നു. പിന്നീട് അത് വളരുന്നു. നിങ്ങൾ നിലം തുടക്കുന്നുണ്ടാകാം എങ്കിലും "ഫാസ്റ്റ്ലെയ്ൻ ആകുക". ബിസിനസ്സിൽ "ഫാസ്റ്റ്ലെയ്ൻ"-ലേക്ക് പോകുന്നത് കൽപ്പനകളിലാണ് (നിയന്ത്രണം, പ്രവേശനം, ആവശ്യം, സമയം, സ്കെയിൽ). നിങ്ങൾക്ക് ഒരു വലിയ തോതിലുള്ള ആവശ്യം പരിഹരിക്കാവുന്ന ഒരു ബിസിനസ്സ് സൃഷ്ടിക്കാൻ കഴിയുമോ? നിങ്ങളുടെ നിലവിലുള്ള റോഡിൽ (ഡെന്റൽ), ആയിരങ്ങളെ സഹായിക്കുന്ന ഒരു ഡെന്റൽ ആവശ്യം ഉണ്ടോ? നിങ്ങളുടെ വ്യവസായത്തെ സംബന്ധിച്ച മൂല്യമുള്ള അവസരങ്ങളോ പരിഹാരങ്ങളോ തുറന്നുകാട്ടാൻ കഴിയുന്നില്ലെങ്കിൽ, നിങ്ങൾ ലോകത്തോട് മനസ്സ് തുറക്കണം. ഓർക്കുക, നിങ്ങൾ ഒരു ഡെന്റൽ ഹൈജീനിസ്റ്റ് മാത്രമല്ല; നിങ്ങൾ ഒരു അമ്മയാണ്, ഒരു സ്ത്രീയാണ്, ഒരു മകളാണ്. ആ ഉപവിഭാഗങ്ങളിൽ നൂറുകണക്കിന് റോഡുകളാണ് അവിടെ ഉള്ളത്. നിങ്ങൾക്ക് അഭിനിവേശമുള്ളത് എന്തിനോടാണ്? രാഷ്ട്രീയം? സ്വാഭാവിക ജീവിതമോ? പൂന്തോട്ടം? നിറവേറ്റാത്ത ആവശ്യങ്ങളെന്തെങ്കിലും ഉണ്ടോ? നിങ്ങൾക്ക് ഒരു പുതിയ റോഡ് കണ്ടുപിടിക്കാൻ കഴിയുന്നില്ലെങ്കിൽ, പരിഹാരം ആവശ്യമുള്ള ഒരു പ്രശ്നം നിങ്ങളുടെ റോഡ് അനാവരണം ചെയ്യട്ടെ.

ഒരു ബിസിനസ്സ് ആരംഭിക്കുന്നത് അപകടകരമാണ്. ആ അപകടസാധ്യത കുറക്കാൻ എന്തെങ്കിലും മാർഗ്ഗമുണ്ടോ?

ഉണ്ട്. ശരിയായ കാരണത്താൽ ബിസിനസ്സിൽ ഏർപ്പെടുക, ശരിയായ കാരണമെന്നത് വിപണി ശൂന്യത നികത്തുക അല്ലെങ്കിൽ മറ്റാരെക്കാളും നന്നായി എന്തെങ്കിലും ചെയ്യുക എന്നതാണ്. ബിസിനസ്സ് അപകടസാധ്യതയുള്ളതായി മാറുന്നു, സംരംഭകർ കമ്പനികൾ വികലവും സ്വാർത്ഥവുമായ ഉദ്ദേശ്യങ്ങളെ അടിസ്ഥാനമാക്കി ആരംഭിക്കുമ്പോൾ. ഓർക്കുക, അപരിചിതർ നിങ്ങളുടെ സ്വപ്നങ്ങളെ ശ്രദ്ധിക്കുന്നില്ല, ഞങ്ങൾ സ്വതവേ സ്വാർത്ഥരാണ്.

നിർവ്വചിക്കപ്പെട്ട ഒരു ആവശ്യമോ ബ്രാൻഡോ ഉദ്ദേശ്യമോ ഇല്ലാതെ നിങ്ങൾ ബിസിനസ്സിലേക്ക് പ്രവേശിക്കുമ്പോൾ അപകടസാധ്യത വർദ്ധിക്കുന്നു. എന്താണോ ചെയ്യേണ്ടത് അത് ചെയ്യാതെ നിങ്ങൾ ഇഷ്ടപ്പെടുന്ന കാര്യങ്ങൾ ചെയ്യുന്ന ബിസിനസ്സിലേക്ക് പ്രവേശിക്കുമ്പോൾ അപകടസാധ്യത വർദ്ധിക്കുന്നു.

മറ്റൊരാൾക്ക് ബിസിനസ്സ് പ്രവർത്തനങ്ങളിൽ നിയന്ത്രണം വിട്ടുകൊടുക്കുമ്പോൾ അപകടസാധ്യത വർദ്ധിക്കുന്നു. അതെ, ബിസിനസ്സ് ഒരു അപകടമാണ്, കാരണം, ബിസിനസ്സിന്റെ അടിസ്ഥാന ലക്ഷ്യത്തെക്കുറിച്ചുള്ള കാഴ്ചപ്പാട് സംരംഭകർക്ക് നഷ്ടപ്പെടുന്നു, അത് പ്രശ്നങ്ങൾ പരിഹരിക്കുക എന്നതാണ്, മൂല്യം വളച്ചൊടിക്കുക എന്നതാണ്, സഹജീവികളെ സഹായിക്കുക എന്നതാണ്. ലാഭം പിന്തുടരുന്നു – അത് നയിക്കുന്നില്ല.

എം ജെ, നിങ്ങൾ ഒരു നിയന്ത്രണ പ്രാന്തൻ ആണെന്ന് വ്യക്തമാണ്. ഫാസ്റ്റ്ലെയ്ൻ പലിശയിൽനിന്നുള്ള നിഷ്ക്രിയ വരുമാനത്തിൽ മുൻകൂട്ടി നിശ്ചയിച്ചിരിക്കുന്നതിനാൽ, നിങ്ങൾ പലിശ നിരക്കുകൾ എങ്ങനെ കൈകാര്യം ചെയ്യും. കാരണം അവ നിയന്ത്രിക്കാൻ കഴിയാത്തതിനാൽ? പലിശ നിരക്കുകൾ പൂജ്യമാണെങ്കിൽ, അത് ഫാസ്റ്റ്ലെയ്നിനെ അസാധുവാക്കില്ലേ?

അതെ, എന്റെ സാമ്പത്തിക പദ്ധതിയുടെ കാര്യം വരുമ്പോൾ ഞാൻ ഒരു നിയന്ത്രണ പ്രാന്തൻ ആണ്, നിങ്ങൾ അതുപോലെ ആവുന്നതാണ് നല്ലത്. നിങ്ങൾക്ക് നിയന്ത്രണമില്ലെങ്കിൽ, നിങ്ങൾക്ക് സുഖത്തിനും സുരക്ഷിതത്തിനുമായി മറ്റൊരാളെ ആശ്രയിക്കാം. എനിക്കു ആവശ്യമില്ല. രണ്ടാമതായി, അതെ, എനിക്ക് പലിശ നിരക്ക് നിയന്ത്രിക്കാൻ കഴിയില്ല. എന്നിരുന്നാലും, നിങ്ങളുടെ സംഖ്യ (അധ്യായം 37) പലിശനിരക്ക് വ്യത്യാസങ്ങൾ ഉൾക്കൊള്ളാൻ കഴിയുന്നത്ര വലുതായിരിക്കണം. ഈ കുറഞ്ഞ പലിശ നിരക്കിൽപോലും, എനിക്ക് ഇപ്പോഴും കണ്ടെത്താനാകും സുരക്ഷിതവും പ്രവചിക്കാവുന്നതുമായ 5% വരുമാനം, കാരണം ഞാൻ ആഗോളതലത്തിൽ ചിന്തിക്കുന്നു, പ്രാദേശികമായിട്ടല്ല. കൂടാതെ, വരുമാനം പലിശയിൽ പരിമിതപ്പെടുത്താതെ, കോർപ്പറേറ്റ് ഡിവിഡന്റുകളും പങ്കാളിത്ത വരുമാനവും ആയി കണക്കാക്കുന്നു. സംഖ്യയുടെ 10% വാർഷിക വരുമാനത്തിലാണ് നിങ്ങളുടെ കൂട്ടിലെ മുട്ട പ്രവചിച്ചിരിക്കുന്നതെങ്കിൽ, നിങ്ങൾ സ്വയം വഞ്ചിക്കുകയാണ് മാത്രമല്ല പലിശ നിരക്കിൽ വേദന അനുഭവപ്പെടുകയും ചെയ്യും. വ്യതിയാനം പ്രതീക്ഷിക്കുന്ന തരത്തിൽ നിങ്ങളുടെ സംഖ്യയെ സജ്ജീകരിക്കുക.

എം ജെ, ഒരു നല്ല ഉപദേഷ്ടാവിന് ഒരു സമ്പത്ത് ഡ്രൈവറുടെ ഒരു രൂപമാകാൻ കഴിയില്ലേ?

മാർഗ്ഗനിർദ്ദേശം തേടുന്നതിന് ഉപദേഷ്ടാക്കൾ മികച്ച ഉറവിടങ്ങളാണ്, അകമ്പടി സേവകരായല്ല. കഠിനാധ്വാനത്തിലോ അല്ലെങ്കിൽ ത്യാഗത്തിലോ യഥാർത്ഥ താൽപ്പര്യമില്ലാത്ത ചില വ്യക്തികളെ ഞാൻ ഉപദേശിച്ചിട്ടുണ്ട്; ആരെങ്കിലും അപകടസാധ്യത ആഗിരണം ചെയ്യാനും കൈപിടിച്ച് നടത്തിക്കാനും അവർ ആഗ്രഹിച്ചു. മാർഗ്ഗനിർദ്ദേശകൻ എന്നാൽ പണി പുറത്ത് കൊടുക്കുന്ന പ്രക്രിയയെകുറിച്ചല്ല, മറിച്ച് നിങ്ങൾ നിങ്ങളുടെ സ്വന്തം യാത്ര കെട്ടിപ്പടുക്കുമ്പോൾ മാർഗ്ഗനിർദ്ദേശം നൽകുന്നതാണ്. നല്ല ഉപദേഷ്ടാക്കൾ വേഗതകൂട്ടാൻ സഹായിക്കുന്ന വാൽക്കാറ്റുകളാണ്!

എം ജെ, നിങ്ങൾ "ഭൗതിക അതിപ്രസരം" തള്ളിക്കെടുത്തി കാപട്യം കാണിക്കുന്നില്ലേ? എന്നിട്ടും ലംബോർഗിനികളും വലിയ വീടുകളും പോലെയുള്ള മെറ്റീരിയൽ ഇനങ്ങളാൽ ഫാസ്റ്റ്ലെയ്നിനെ വിവരിക്കുന്നു?

ഇല്ല, കാരണം ഫാസ്റ്റ്ലെയ്ൻ സാധനങ്ങൾ വാങ്ങുന്നതിനെക്കുറിച്ചല്ല, മറിച്ച്

സ്വാതന്ത്ര്യത്തെക്കുറിച്ചാണ്, നിങ്ങൾക്ക് ആവശ്യമുള്ളത് വാങ്ങാനുള്ള സ്വാതന്ത്ര്യം. നിങ്ങളുടെ സാധനങ്ങളാൽ തടവിലാക്കപ്പെടുന്നതും നിങ്ങൾക്ക് താങ്ങാൻ കഴിയുന്നത് വാങ്ങുന്നതും തമ്മിൽ വ്യത്യാസമുണ്ട്. നിങ്ങൾക്ക് കാർ വാങ്ങാൻ $300,000 ഇടാൻ കഴിയുമെങ്കിൽ, വാങ്ങുന്നതിന് വിലങ്ങുതടിയാകരുത്, അതിനായി പോകുക. ഇതോടൊപ്പം മുകളിലെ സ്വയംഭരണത്തോടുള്ള ബഹുമാനത്തെപ്പറ്റിയുള്ള എന്റെ ഉത്തരം കാണുക.

എം ജെ, ഞാൻ എന്തിന് നിങ്ങൾ പറയുന്നത് കേൾക്കണം? നിങ്ങൾ ഭാഗ്യവാനായിരുന്നു.

വസ്തുത : വലിയ ഫലം ലഭ്യമാകുമ്പോൾ, "ഭാഗ്യം" കൂടുതൽ ഗ്രഹിക്കപ്പെടുകയും/അല്ലെങ്കിൽ അനുഭവപ്പെടുകയും ചെയ്യും. ഭാഗ്യം എന്നത് സാധ്യതയുടെ ഒരു പ്രവർത്തനം മാത്രമാണ്, സാധ്യതയെ കൈകാര്യം ചെയ്യാൻ ഞാൻ ശ്രമിക്കുന്നു. ചില ആളുകൾ സാധ്യതയെ കൈകാര്യം ചെയ്യുന്നില്ല, അവരുടെ സമ്പത്ത് സാധ്യതകൾ ഒരു കോയിൻ തുടർച്ചയായി 10 തവണ മുകളിലേക്ക് ഞൊടിക്കുന്നതുപോലെയാണ്. ഒരു തവണ മാത്രം കോയിൻ ഞൊടിച്ചാൽ ആവശ്യമായി വരുന്ന സ്ഥലത്ത് ഞാൻ എന്നെത്തന്നെ നിർത്തുന്നു. രണ്ട് സാഹചര്യങ്ങളും സാധ്യതകളുടെ പ്രവർത്തനങ്ങളാണ്.

എംജെ, എനിക്ക് ആശയങ്ങളൊന്നും കൊണ്ടുവരാൻ കഴിയില്ല. ഓരോ തവണയും ഞാൻ ഒരു പ്രശ്നത്തെക്കുറിച്ച് ചിന്തിക്കുകയോ ആവശ്യത്തെ കണ്ടെത്തുകയോ ചെയ്യുമ്പോൾ മറ്റൊരാൾ അത് പരിഹരിക്കുന്നുവെന്ന് ഞാൻ അറിയുന്നു. വിശ്വാസയോഗ്യമായ ആശയങ്ങൾ കണ്ടെത്തുന്നത് അസാധ്യമാണ്!

നിങ്ങൾ അതിനെക്കുറിച്ച് വളരെ നിഗൂഢമായി ചിന്തിക്കുന്നു. ലോകം അപൂർണ്ണമായിരിക്കുന്നിടത്തോളം എപ്പോഴും ആശയങ്ങളുണ്ടായിരിക്കും. ബിസിനസ്സിൽ ലാഭം നേടുന്നതിന്, നിങ്ങൾ കുറച്ച് ജോടി കാര്യങ്ങളിൽ മാത്രം മൂല്യം വളച്ചൊടിച്ചാൽ മതി. മെച്ചപ്പെട്ട ചേരുവകൾ, മികച്ച ഡെലിവറി, മികച്ച ഉപഭോക്തൃ സേവനം, മികച്ച പാക്കേജിംഗ്, മികച്ച ഉപയോക്തൃ ഇന്റർഫേസ്, മികച്ച വെബ്സൈറ്റ് മികച്ച പ്രവർത്തനം, മികച്ച അത്, മികച്ച ഇത്. രണ്ടോ മൂന്നോ മൂല്യ ഗുണങ്ങളെ വളച്ചൊടിക്കൂ, നിങ്ങൾക്ക് സ്വന്തമായി ഒരു മറ്റൊരു ബിസിനസ്സ് ഉണ്ടാകും. ഞാൻ ഈ പ്രക്രിയയെ എന്റെ പുതിയ പുസ്തകമായ *അൺസ്ക്രിപ്റ്റഡ്* എന്നതിൽ വിശദമായി വിവരിക്കുന്നു.

എം ജെ, നിങ്ങൾ പുസ്തകങ്ങൾ വിറ്റഴിച്ച് സമ്പന്നനാകുന്നു, നിങ്ങൾ ഒരു കപടനാട്യക്കാരനല്ലേ?

എഴുത്ത് എന്റെ അഭിനിവേശമാണ്, പണത്തിന്റെ സ്ഥിരീകരണം കൂടാതെ എനിക്ക് അത് ചെയ്യാൻ കഴിയും. കൂടുതലും എന്റെ ആസ്തി (90%-ൽ കൂടുതൽ) എഴുത്തുമായി ബന്ധമില്ലാത്ത പ്രവർത്തനങ്ങളിൽനിന്നാണ്. എന്നിട്ടും, ദശലക്ഷക്കണക്കിന് പുസ്തകങ്ങൾ വിറ്റ് ഞാൻ "സമ്പന്നനാകുകയാണെങ്കിൽ", അത് ഗണിതശാസ്ത്രത്തിന്റെ (സിയുഎൽ) ഫാസ്റ്റ്ലെയ്ൻ പ്രവർത്തനം കാരണം മാത്രമാണ്. എന്നെ സമ്പന്നനാക്കിയ സമവാക്യങ്ങൾ എന്നെ സമ്പന്നനാക്കുന്നത് തുടരുന്നു. അതല്ലേ ഞാൻ ഇവിടെ പഠിപ്പിക്കുന്നത്?

എം ജെ, ഞാൻ ഒരു വഴിത്തിരിവിലാണ്, സ്വതന്ത്രനാകാൻ കഴിയുന്നില്ല. ഞാൻ പകൽസമയത്ത് ഷെൽഫുകൾ നിറക്കുന്നു, രാത്രിയിൽ പാത്രങ്ങൾ കഴുകുന്നു. എനിക്ക് മുന്നേറാൻ കഴിയുന്നില്ല?

നിങ്ങളുടെ വിശ്വാസങ്ങളിൽനിന്നാണ് മാറ്റം ആരംഭിക്കുന്നത്, കാരണം അവ നിങ്ങളുടെ ഭാവി തിരഞ്ഞെടുപ്പുകളെ നിർദ്ദേശിക്കുന്നു. നിങ്ങൾ മുന്നേറാൻ ആഗ്രഹിക്കുന്നുവെങ്കിൽ, നിങ്ങൾക്ക് മുന്നേറാൻ കഴിയുമെന്ന് നിങ്ങൾ വിശ്വസിക്കണം. നിങ്ങളുടെ പ്രക്രിയ ഒരു ലളിതമായ തെരഞ്ഞെടുപ്പിൽ ആരംഭിക്കുന്നു. മികച്ച തിരഞ്ഞെടുപ്പുകളെടുക്കുക. നിങ്ങളുടെ ആദ്യ തിരഞ്ഞെടുപ്പ് നിങ്ങളുടെ മുൻകാല തിരഞ്ഞെടുപ്പുകളുടെ ഒരു പരിശോധനയായിരിക്കണം.

എന്തുകൊണ്ടാണ് നിങ്ങൾ ഇപ്പോളുള്ളിടത്ത് നിൽക്കുന്നത്?

നിങ്ങളെ ഒരു സ്റ്റെയിൻലെസ് സ്റ്റീൽ സിങ്കിൽ പാത്രം കഴുകുന്ന തരത്തിൽ ആക്കാൻ നിങ്ങൾ നിങ്ങളുടെ ജീവിതത്തോട് എന്ത് വിശ്വാസ ഘാതകത്വമാണ് ചെയ്തത്?

രണ്ടാമതായി, നിങ്ങളുടെ കഴിവുകൾക്കുള്ളിൽ മറ്റുള്ളവരെ എങ്ങനെ സഹായിക്കാമെന്ന് നിങ്ങൾ ചിന്തിക്കേണ്ടതുണ്ട്. നിങ്ങൾക്ക് കഴിവ് ഇല്ലെങ്കിൽ, നിങ്ങൾ അത് നേടേണ്ടതുണ്ട്. മതിയായ പഠനവും പരിശീലനവുംകൊണ്ട് നിങ്ങൾക്ക് എന്തിലും ഒരു വിദഗ്ധനാകാം. നിർഭാഗ്യവശാൽ, അത്തരം സമർപ്പണം ഒരു വിലയുമായി വരുന്നു, പലപ്പോഴും ടിവി ഓഫാക്കുന്നതും കൂടുതൽ അനുകൂലമായ ഭാവിക്ക് പകരം ഉടനടിയുള്ള ആനന്ദങ്ങൾ ത്യാഗം ചെയ്യുന്നതും ഉൾപ്പെടുന്നു.

നിങ്ങൾ ടോയ്‌ലെറ്റുകൾ ഉരച്ചുകൊണ്ടിരിക്കുന്നത് എനിക്ക് പ്രശ്നമല്ല; നിങ്ങൾ പലരുടെയും ആവശ്യങ്ങൾ പരിഹരിക്കുകയാണെങ്കിൽ, നിങ്ങൾ ഒരാളുടെ ആവശ്യങ്ങൾ പരിഹരിക്കുക തന്നെ ചെയ്യും.

ആ ഒരു വ്യക്തി? ആ ഒരു വ്യക്തി നിങ്ങളാണ്.

അനുബന്ധം 2

40 ഫാസ്റ്റ്ലെയ്ൻ ജീവിതശൈലി മാർഗ്ഗനിർദ്ദേശങ്ങൾ

ഞാൻ...

1. "വേഗത്തിൽ സമ്പന്നനാകുക" എന്നത് അസംഭവ്യമാണെന്ന് തള്ളിക്കളയരുത്.
2. എന്റെ സ്വപ്നങ്ങളെ കുഴിച്ചുമൂടാൻ സ്ലോലെയ്നെ അനുവദിക്കരുത്.
3. എന്റെ സത്യത്തെ മലിനമാക്കാൻ സ്ലോലെയ്ൻ ശകുനികളെ, അവരുടെ പിടിവാശികളെ അനുവദിക്കരുത്.
4. സ്ലോലെയ്ൻ ഒരു പ്ലാനായി നിശ്ചയിക്കരുത്, പക്ഷേ അത് പദ്ധതിയുടെ ഭാഗമാകട്ടെ.
5. ഒരു വാരാന്ത്യത്തിനായി എന്റെ ആത്മാവിനെ വിൽക്കരുത്.
6. സമ്പത്തിലേക്ക് ഒരു ഡ്രൈവറെ പ്രതീക്ഷിക്കുകയോ അന്വേഷിക്കുകയോ ചെയ്യരുത്.
7. പണത്തിനായി എന്റെ സമയം കച്ചവടം ചെയ്യരുത്.
8. എന്റെ സാമ്പത്തിക പദ്ധതിയെ സമയം നിയന്ത്രിക്കരുത്.
9. എന്റെ സാമ്പത്തിക പദ്ധതിയുടെ മേലുള്ള നിയന്ത്രണം ഉപേക്ഷിക്കരുത്.
10. സമയത്തെ സമൃദ്ധവും ഉത്സാഹപൂർവ്വവും തരംതാഴ്ത്തരുത്.
11. നിങ്ങളുടെ വിശ്വാസത്തെ പരിണാമത്തിലല്ല, മറിച്ച് പ്രവർത്തിയിൽ ചെയ്യുക.
12. ഒരു റോഡ് മാപ്പിനെ പറ്റി പ്രബോധനം ചെയ്യുകയും എന്നാൽ മറ്റൊന്ന് ഉപയോഗിച്ച് സമ്പന്നനാകുകയും ചെയ്യുന്ന ഗുരുക്കന്മാരിൽനിന്ന് ഉപദേശം സ്വീകരിക്കരുത്.
13. കൂട്ടുപലിശ സമ്പത്തിന് വേണ്ടിയല്ല, വരുമാനത്തിനായി ഉപയോഗിക്കുക.
14. ഒരു ഡോളറിന്റെ നിഷ്ക്രിയത്വത്തെപോലും അനാദരിക്കരുത്.
15. ബിരുദദാനത്തിൽ പഠനം നിർത്തരുത്, അത് ആരംഭിക്കുക.
16. പരാന്നഭോജിയായ കടത്തിന്റെ ഭാരം എന്റെ ജീവിതത്തിൽ അടിച്ചേൽപ്പിക്കരുത്.
17. ടീം ഉപഭോക്താവിൽ കളിക്കരുത്, പക്ഷേ ടീം നിർമ്മാതാവിലേക്ക് മാറുക.
18. എന്റെ സ്വപ്നങ്ങളുടെ സാധ്യത തള്ളിക്കളയരുത്.

19. പണത്തിന്റെ പാതയല്ല, ആവശ്യത്തിന്റെ പാതയെ പിന്തുടരുക.
20. എന്റെ പ്രചോദനം സ്നേഹം കൊണ്ടല്ല, മറിച്ച് അഭിനിവേശം, ഉദ്ദേശ്യം, എന്തിന് എന്നിവയാലാണ്.
21. എന്റെ ചെലവുകളിലല്ല, എന്റെ വരുമാനത്തിൽ ശ്രദ്ധ കേന്ദ്രീകരിക്കുക.
22. എനിക്ക് അവസാനമായിട്ടല്ല, ആദ്യം തന്നെ ഫീസ് അടയ്ക്കണം.
23. എല്ലാവരും ചെയ്യുന്നതുപോലെ ചെയ്യരുത്.
24. എല്ലാവരെയും വിശ്വസിക്കരുത്, എന്നാൽ വിശ്വാസം തെളിയിക്കാൻ അനുവദിക്കുക.
25. എന്റെ ബിസിനസ്സിന്റെ മേലുള്ള നിയന്ത്രണം ഉപേക്ഷിക്കരുത്.
26. കൂടെയിരിക്കുവാനല്ല, ഡ്രൈവ് ചെയ്യാൻ ശ്രമിക്കുക.
27. പരിമിതമായ അളവിലും ചെറിയ പരസരങ്ങളിലും പ്രവർത്തിക്കരുത്.
28. എന്റെ തിരഞ്ഞെടുപ്പുകളുടെ കുതിരശക്തിയെ അപമാനിക്കരുത്.
29. കുളത്തിലെ ഗപ്പിയെപ്പോലെയല്ല, സമുദ്രത്തിലെ സ്രാവിനെപ്പോലെ നീന്തുക.
30. ആദ്യം ഉപഭോഗം ചെയ്യരുത്, ആദ്യം ഉൽപ്പാദിപ്പിക്കുക, പിന്നീട് ഉപയോഗിക്കുക.
31. തടസ്സമില്ലാത്ത അല്ലെങ്കിൽ പ്രവേശനം ദുർബ്ബലമായ ബിസിനസ്സിൽ പങ്കെടുക്കരുത്.
32. മറ്റുള്ളവരുടെ ബ്രാൻഡിലല്ല, എന്റെ സ്വന്തം ബ്രാൻഡിൽ നിക്ഷേപിക്കുക.
33. ആശയങ്ങൾക്കല്ല, നിർവ്വഹണത്തിനാണ് വിശ്വാസം.
34. മറ്റ് പങ്കാളികൾക്കായി എന്റെ ഉപഭോക്താവിനെ ഉപേക്ഷിക്കരുത്.
35. ഒരു ബിസിനസ്സ് നിർമ്മിക്കുകയല്ല, ഒരു ബ്രാൻഡ് തയ്യാറാക്കണം.
36. എന്റെ മാർക്കറ്റിംഗ് സന്ദേശങ്ങൾ പ്രത്യേകതകളിലല്ല, മറിച്ച് നേട്ടങ്ങളിൽ കേന്ദ്രീകരിക്കുക.
37. ബഹുഭാര്യത്വ അവസരവാദികളാകരുത് : ഫോക്കസ് ചെയ്യുക.
38. എന്റെ ബിസിനസ്സ് ചെക്കറുകൾ പോലെയല്ല, മറിച്ച ചെസ്സ് പോലെ പ്രവർത്തിക്കും.
39. എന്റെ കഴിവിന് മുകളിൽ ജീവിക്കരുത്, എന്നാൽ എന്റെ മാർഗ്ഗങ്ങൾ വികസിപ്പിക്കാൻ ശ്രമിക്കുക.
40. സാമ്പത്തിക സാക്ഷരതയുടെ ഇൻഷുറൻസ് ഇല്ലാതെ ജീവിക്കരുത്.